ഗ്രീൻ ബുക്സ്

ഇസ്താംബൂളിലെ പ്രണയപുഷ്പമേ

ഇസ്കന്ദർ പാല

നോവലിസ്റ്റ്, അധ്യാപകൻ, ചരിത്രകാരൻ.
ടർക്കിയിലെ ഉസ്ക്കിൽ 1958ൽ ജനനം.
വിദ്യാഭ്യാസം : ഇസ്താംബൂൾ യൂണിവേഴ്സിറ്റിയിൽ
നിന്ന് ടർക്കിഷ് ലാംഗ്വേജ് & ലിറ്ററേച്ചറിൽ ബിരുദം.
ഡിപ്പാർട്ട്മെന്റ് സെമിനാരി ലൈബ്രറിയിൽ
ക്ലർക്കായി ഔദ്യോഗിക ജീവിതമാരംഭിച്ചു.
1984ൽ ലെഫ്റ്റനന്റ് ജൂനിയർ ഗ്രേഡായി പ്രമോഷൻ ലഭിച്ചു.
കൃതികൾ: Legend (2013), Flame (2011),
Shah and Sultan (2010), (Between Two Coups - Interesting
Times (2010), Grief Drop (2010), Encyclopedic
Dictionary of Divan (Ottoman) Poetry (1989).

ഹരിത സാവിത്രി: കരുനാഗപ്പള്ളിയിൽ ജനനം.
വിദ്യാഭ്യാസം: കേരള യൂണിവേഴ്സിറ്റിയിൽ
നിന്ന് ഇംഗ്ലീഷ് സാഹിത്യത്തിലും
യൂണിവേഴ്സിറ്റി ഓഫ് ബാഴ്സിലോണയിൽ നിന്ന്
ഇംഗ്ലീഷ് ഭാഷാശാസ്ത്രത്തിലും ബിരുദാനന്തര ബിരുദം.

നോവൽ

ഇസ്താംബൂളിലെ പ്രണയപുഷ്പമേ

ഇസ്കന്ദർ പാല

വിവർത്തനം

ഹരിത സാവിത്രി

ഗ്രീൻ ബുക്സ്

green books private limited
gb building, civil lane road, ayyanthole,
thrissur- 680 003, kerala, ph: +91 487-2381066, 2381039
website: www.greenbooksindia.com
e-mail: info@greenbooksindia.com

original title turkish
Katre-i Matem
novel
by
iskender pala

(english)
tulips of istanbul

malayalam
istamboolile pranayapushpame

translated by
haritha savithri

first published november 2018

cover design : mansoor cheruppa

branches:
thrissur 0487-2422515
palakkad 0491-2546162
thiruvananthapuram 0471-2335301
calicut 0495 4854662
kannur 0497-2763038

isbn : 978-93-87357-31-0

GBPL/1048/2018

മുഖക്കുറി

"ഒരു കൊലപാതകവും അറുപത്തിയാറ് ചോദ്യങ്ങളും" എന്ന പേരിൽ ഒരു ഹോട്ടൽ ലോബിയിൽ ലേലത്തിനു വെച്ച ഒരു പഴയ കൈയെഴുത്തുപുസ്തകം അവിചാരിതമായി അവിടേക്ക് കയറിവന്ന എഴുത്തുകാരൻ വിളിച്ചെടുക്കുകയാണ്. മനോഹരമായ അറബികൈയക്ഷരവും ചിത്രപ്പണികളുമുള്ള ആ പുസ്തകം അത്യപൂർവമായ ഒരു നിധിയായിരുന്നു. ഓട്ടോമാൻ ചരിത്രത്തിന്റെ രക്തപങ്കിലമായ ഒരു വഴിത്തിരിവിൽ നടന്ന അസാധാരണമായ കഥ. അതിന്റെ മറ്റൊരു പകർപ്പ് എവിടെയും കണ്ടെത്തിയിട്ടില്ല. ഉള്ളവരുടെയും ഇല്ലാത്തവരുടെയും കലാപങ്ങൾ ഒരു തീക്കാറ്റ് പോലെ ഇസ്താംബൂളിലും വീശുന്നു. കഥാനായകൻ ഫാൽക്കോയും സുഹൃത്ത് യെയെയും ചരിത്രവഴിയിലെ സഞ്ചാരികൾ. ഒരാൾ തന്റെ പ്രിയതമയുടെ കൊലപാതകരഹസ്യം അന്വേഷിച്ചലയുന്നു. മറ്റൊരാൾ തന്റെ പ്രേമസാഫല്യത്തിന്റെ ആഗ്രഹപൂർത്തിക്കായി അലയുന്നു. വാസ്തവികതയും ഭ്രമാത്മകതയും ഇഴപിരിക്കാനാവാത്തവിധം ഒന്നിച്ചുചേരുന്നു. സംവേദനതലങ്ങളെ അതിശയിപ്പിക്കുന്ന വാസ്തുശില്പ മാതൃകയിലുള്ള മാന്ത്രിക നോവൽ.

കൃഷ്ണദാസ്
മാനേജിങ് എഡിറ്റർ

ആമുഖം

ഇസ്താംബൂളിലെ മാർമര ഹോട്ടലിനു മുന്നിൽ, പഴയ പുസ്തകങ്ങളുടെയും സ്റ്റാമ്പ് ശേഖരങ്ങളുടെയും പ്രദർശനത്തെക്കുറിച്ചുള്ള പോസ്റ്ററിൽ നോക്കി കുറച്ചുനേരം നിന്നശേഷം ഞാൻ കോൺഫറൻസ് ഹാളിലേക്കുള്ള അടയാളം സൂചിപ്പിക്കുന്ന ദിശയിലേക്ക് നടന്നു. നിശ്ചയദാർഢ്യത്തോടെ പ്രവർത്തിക്കുക എന്നത് എന്നെ സംബന്ധിച്ചിടത്തോളം ഇത്തരം സന്ദർഭങ്ങളിൽ അസാധ്യമായിരുന്നു. ലേലത്തിനു പങ്കെടുക്കാൻ ഇരിപ്പിടം മുൻകൂട്ടി റിസർവ് ചെയ്യുകയോ അതിനെക്കുറിച്ചുള്ള ഒരു കാറ്റലോഗ് പോലും കാണുകയോ ചെയ്യാത്ത അവസ്ഥയിൽ പ്രത്യേകിച്ചും. പുറത്തെ കൊടും തണുപ്പിൽനിന്നുള്ള രക്ഷയും അകത്തു കിട്ടിയേക്കാവുന്ന ഒരു ഗ്ലാസ്സ് ചൂട് ചായയുമായിരുന്നു പ്രധാന പ്രലോഭനം. ഹാളിനുള്ളിൽ ചില പരിചിത മുഖങ്ങളെ കണ്ടുമുട്ടുക, അവരോടുള്ള ബന്ധം പുതുക്കുക എന്നിങ്ങനെയുള്ള സാധ്യതകളെ പറ്റി ഞാൻ ആലോചിക്കാതിരുന്നുമില്ല.

'സ്വർഗീയ കാവ്യവേള' എന്ന പേരിൽ എല്ലാ ബുധനാഴ്ചകളിലും വൈകുന്നേരം ആറു മണിക്ക് വർഷങ്ങളായി ഞാൻ സെമിനാറുകൾ നടത്തുന്നു. പക്ഷേ അന്ന് കവിതകളിൽ നിന്ന് ചർച്ച വഴുതിമാറുകയും വസ്തുതകളുടെ പ്രാധാന്യം നിരസിക്കുന്നവർ യഥാർത്ഥത്തിൽ എല്ലാത്തിനേയും പ്രധാനമായി കരുതുന്നു എന്ന ആശയത്തിൽ എത്തുകയും ചെയ്തു. കനത്ത ഹിമപാതവും ശരീരമാസകലം സൂചി കുത്തിക്കയറ്റുംപോലെയും ചെവികളിൽ ആണിയടിച്ചു കയറ്റുംപോലെയും വേദനിപ്പിക്കുന്ന തണുപ്പ് വകവയ്ക്കാതെ, ചർച്ചയിൽ ഉയർന്ന ചോദ്യങ്ങളെപ്പറ്റി ചിന്തിച്ചുകൊണ്ട് ബയെളുവിലൂടെ ഞാൻ ചുറ്റിത്തിരിഞ്ഞു.

ലേലം നടക്കുന്ന ഹാളിൽ ആളുകൾ ബഹളം കൂട്ടുകയും തിക്കിത്തിരക്കുകയും ചെയ്തുകൊണ്ടിരുന്നു. അവരിൽ പലരും

കൗതുകവസ്തുക്കൾ ശേഖരിക്കുന്ന മേഖലയിൽ വളരെ പ്രശസ്ത രായിരുന്നു. പരിചയഭാവത്തിലുള്ള പുഞ്ചിരികൾക്കും ഹസ്തദാന ങ്ങൾക്കും ശേഷം ലേലത്തിനായി പ്രദർശിപ്പിച്ചിരിക്കുന്ന പുസ്തക ങ്ങളിലേക്ക് ശ്രദ്ധ തിരിച്ചു. അവയിൽ പകുതിയോളം കൈയെഴുത്തു പ്രതികളായിരുന്നു. എന്റെ ജോലിക്ക് പ്രയോജനപ്പെട്ടേക്കാവുന്ന എന്തെങ്കിലും ഉണ്ടാവും എന്ന പ്രത്യാശ മൂലം ഒരു കാറ്റലോഗ് ആവശ്യപ്പെട്ടു. അല്പനേരത്തിനു ശേഷം തുടങ്ങിയ ലേലം നിരീ ക്ഷിച്ചുകൊണ്ട് നിന്നപ്പോൾ പ്രധാനപ്പെട്ട പുസ്തകങ്ങൾ ഒന്നും തന്നെ വിറ്റുപോകരുതേ എന്നായിരുന്നു പ്രാർത്ഥന. ഓട്ടോമാൻ ടർക്കിഷ് ഭാഷ വായിക്കാനറിയാത്ത ഒരു കച്ചവടക്കാരന് ആ കൈയെഴുത്തു പ്രതികൾ വിറ്റുപോകുന്നതിനെ പറ്റിയുള്ള ചിന്ത, അതിസുന്ദരിയായ ഒരു കൊട്ടാരഗണികയെ അപരിഷ്കൃതനായ ഒരു അപരിചിതൻ സ്വന്തമാക്കുന്നതിനെയെന്ന പോലെ എന്നെ വേദനി പ്പിച്ചു. കാറ്റലോഗ് പരിശോധിച്ച് തുടങ്ങിയ ഉടനെ ലേലക്കാരന്റെ ശബ്ദം ഉയർന്നു മുഴങ്ങി. “ഇരുപത്തിയെട്ടാം വിഭാഗത്തിൽ ഞങ്ങൾ അവതരിപ്പിക്കുന്നു, ഉത്കൃഷ്ടമായ ഒരു കവിതാസമാഹാരം!” ഇത്തരം ലേലസ്ഥലങ്ങളിൽ ‘ഉത്കൃഷ്ടമായ’ എന്ന വാക്കിന് അതിന്റെ വില മുഴുവനായി നഷ്ടപ്പെടുന്നു എന്ന് തോന്നിയിട്ടുണ്ട്. എന്തായാലും ചെവി കൂർപ്പിച്ചുകൊണ്ട്, പ്രസംഗപീഠത്തിനടുത്ത് നിൽക്കുന്ന മനുഷ്യന്റെ കൈയിലിരിക്കുന്ന പുസ്തകത്തിൽ നിന്ന് കണ്ണെടുക്കാതെ, അയാളുടെ സമീപത്തേക്ക് നീങ്ങിനിന്നു. വിൽക്കാനുദ്ദേശിക്കുന്ന പുസ്തകം പ്രദർശിപ്പിച്ചുകൊണ്ട് ലേല ക്കാരൻ അതിനെപ്പറ്റി കാഴ്ചക്കാർക്ക് താത്പര്യം തോന്നത്തക്ക രീതിയിൽ സംസാരിക്കാൻ തുടങ്ങി.

“ജെൻസിലി നിസാമിയുടെ ‘ഖുസ്രുവും സിരിനും’ ബാഗ് ദാദിലെ ഫുസുലിയുടെ ‘ലൈലയും മജ്നുവും’, യാസിസിയോഗ്ളു മെഹമദിന്റെ പ്രശസ്തമായ ‘മുഹമ്മദിയെ’ എന്നിവയിൽ നിന്നുള്ള ഉദ്ധരണികൾ ഈ പുസ്തകത്തിൽ ഉൾക്കൊള്ളിച്ചിട്ടുണ്ട്. കൂടാതെ, ഹംദുല്ലാ ഹംദിയുടെ ‘ട്രീറ്റീസ് ഓൺ ഫിസിയോണമി’ എന്ന കൃതി മുഴുവനും ‘ദിവാൻ ഓഫ് യൂനുസ് ദ മിസ്റ്റിക്’ എന്ന പുസ്തക ത്തിലെ ഏറ്റവും നല്ല കവിതകളും കരാകോഗ്ലാന്റെയും ഗെവ്ഹെരി യുടെയും നാടോടിപ്പാട്ടുകളിലെ ഭാഗങ്ങളും ചേർത്തിട്ടുണ്ട്.”

ഈ വിവരണം എന്റെ ആഗ്രഹത്തെ ഉണർത്താൻ പര്യാപ്ത മായിരുന്നു. അയാൾ പിടിച്ചിരിക്കുന്ന ആ പുസ്തകത്തിൽ രാജ കുടുംബത്തെ സന്തോഷിപ്പിക്കാൻ എഴുതിയ സമാഹാരങ്ങൾ മാത്ര മായിരുന്നില്ല ഉണ്ടായിരുന്നത്. ‘മുഹമ്മദിയെ’ എന്ന പേരിലുള്ള അനറ്റോലിയൻ സിദ്ധാന്തങ്ങളും യൂനുസിന്റെ നിഗൂഢത നിറഞ്ഞ

കവിതകളും നാടൻ പാട്ടുകളും അതിലുണ്ടായിരുന്നു. അസാധാരണമായ ഒരു സമാഹാരമായിരുന്നു അത്. അത് ശേഖരിക്കുകയും പുസ്തകമാക്കുകയും ചെയ്ത ആളിനെപ്പറ്റി കൂടുതൽ അറിയാനും അയാൾ എന്തിനതു ചെയ്തു എന്ന് മനസ്സിലാക്കാനും ആഗ്രഹം തോന്നി. ലേലക്കാരൻ പറഞ്ഞതനുസരിച്ചു അതിൽ 'റെവലേഷൻ ഓഫ് ദ ബാർഡ്സ്', 'ദ മാന്വൽ ഓഫ് ഇസ്ലാമിക് ഫെയ്ത്', 'വെർഷിപ് ആന്റ് എത്തിക്സ്' എന്നീ പുസ്തകങ്ങളിൽ നിന്നുള്ള ഉദ്ധരണികളും വെയ്സിയുടെ 'കളക്റ്റഡ് പേപേഴ്സ്' എന്ന പുസ്തകത്തിൽ നിന്നെടുത്ത കഥകളും ഉണ്ടായിരുന്നു. എനിക്ക് നിയന്ത്രിക്കാനാവാത്ത കൗതുകം അനുഭവപ്പെട്ടു. ഭാഗ്യത്തിന് ലേലം വിളിക്കാൻ വന്നവർക്ക് പുസ്തകത്തിന്റെ ഉള്ളടക്കത്തേക്കാൾ അവയുടെ രൂപത്തെക്കുറിച്ചും പുറംചട്ടയുടെ അവസ്ഥയെപ്പറ്റിയും പുസ്തകങ്ങളിൽ ഏതെങ്കിലും ലഘുരൂപങ്ങൾ അടങ്ങിയിട്ടുണ്ടോ എന്നതിനെപ്പറ്റിയുമുള്ള വിവരങ്ങളിലായിരുന്നു താത്പര്യം. ഈ പുസ്തകത്തിൽ അവർക്കാവശ്യമുള്ള കാര്യങ്ങളൊന്നും തന്നെയുണ്ടായിരുന്നില്ല. അതിന്റെ പുറംചട്ട മാർബിളിനോട് സമാനമായ ചിത്രപ്പണികളാൽ മിനുക്കിയിരുന്നെങ്കിലും അത് അഴുക്കുപിടിച്ചതും കീറിയതുമായിരുന്നു. പുസ്തകം അത്ര വിലപിടിപ്പുള്ളതായി എനിക്കുപോലും തോന്നിയില്ല. ഒരുപക്ഷേ, അതുകൊണ്ടാവാം, മൂന്നാമത്തെ ലേലം വിളിയിൽ അഭിമാനത്തോടെ, അത് ഞാൻ സ്വന്തമാക്കി.

ഒരു മണിക്കൂറിനു ശേഷം ഹോട്ടലിൽ നിന്നിറങ്ങിയപ്പോൾ നേരമിരുട്ടിയിരുന്നു. മഞ്ഞു വീഴുന്നെങ്കിലും കാറ്റൊന്നു ശമിച്ചിരുന്നു. വീട്ടിലെത്താൻ തിടുക്കമായി. സ്കട്ടറിയിലേക്കുള്ള കടത്ത് ബോട്ടിലിരുന്നുകൊണ്ട് ആവേശപൂർവം പുസ്തകത്തിന്റെ പേജുകൾ മറിച്ചുനോക്കി. യൂറോപ്പിലും ഏഷ്യയിലും ഒരുമിച്ചു മഞ്ഞു വീണുകൊണ്ടിരുന്ന ആ രാത്രിയിൽ ബോസ്ഫറസ് നദി എത്ര സുന്ദരിയായാണ് കാണപ്പെട്ടത് എന്ന് ഇന്നുമോർക്കുന്നു. എന്റെ കൈയിലിരുന്ന 'സംസ്കാരത്തിന്റെ നിധിയും' തുല്യമായ അളവിൽ സുന്ദരിയായി കാണപ്പെട്ടു. മറിച്ചു നോക്കുന്നതിനിടയിൽ മെഹ്മത് ഗസാലിയുടെ രസകരവും കുറച്ചൊന്നു കാമോദ്ദീപകവുമായ ഒരു കഥയുടെ ചില ഭാഗങ്ങൾ കണ്ട് ചിരിയടക്കാനായില്ല. കടത്തുബോട്ടിന്റെ അവിടെയുമിവിടെയും നിന്ന് ആളുകൾ എത്തി നോക്കുന്നത് കണ്ടു. എത്രയും പെട്ടെന്ന് വീട്ടിലെത്തുന്നതിനപ്പുറം മറ്റൊന്നും ചിന്തിക്കാനാവാത്ത വിധം ചുറ്റുമിരുന്നവർ തളർന്നിരുന്നു. ആ മഞ്ഞുകാല രാത്രിയിൽ ഇളകുന്ന ബോട്ടിലിരുന്നു അരണ്ട വെളിച്ചത്തിൽ ഒരു പുസ്തകം വായിക്കാൻ ശ്രമിക്കുന്ന എന്റെ വിഡ്ഢിത്തം കണ്ടു

അവർക്ക് സഹതാപം തോന്നിയെന്ന് തോന്നുന്നു. ചിലരെങ്കിലും ആ പുസ്തകത്തിലെ അറേബ്യൻ ലിപി കണ്ടു എന്നെ നിശ്ശബ്ദമായി ശകാരിച്ചിട്ടുണ്ടാവണം. "ഖുർ-ആൻ വായിച്ചു ചിരിക്കുന്നോ? ദൈവം അവനു മാപ്പ് കൊടുക്കട്ടെ."

വീട്ടിലെത്തിയപാടെ മുരളുന്ന കാറ്റിനെയും ജനലിൽ ഇടിക്കും പോലുള്ള ശബ്ദത്തിൽ വീഴുന്ന മഞ്ഞിനേയും അവഗണിച്ച് ഓരോ അദ്ധ്യായവും വിശദമായി പരിശോധിച്ചു. ഇത്രയേറെ കൃതികൾ എന്തിന് ഒരുമിച്ചു സമാഹരിച്ചു എന്ന് അറിയണമായിരുന്നു. പതിനഞ്ചോ ഇരുപതോ പേജുകൾ കൂടുമ്പോൾ മേസ്നേവിന്റെ ഉദ്ധരണികളോ യൂനുസിന്റെ കവിതകളോ ധാരാളം തെറ്റുകളോടെ ഭംഗിയാർന്ന ഒരു പ്രത്യേക തരം കൈയക്ഷരത്തിൽ എഴുതിയിട്ടുണ്ടായിരുന്നു. ഗദ്യഭാഗങ്ങളെല്ലാം തന്നെ പുസ്തകത്തിന്റെ യഥാർത്ഥ ഉടമ എഴുതിയിരിക്കുന്നതായാണ് തോന്നിയത്. എന്ത് തരം വ്യക്തിയായിരിക്കും അയാൾ?

അവ്യക്തമായ, വായിക്കാൻ തികച്ചും പ്രയാസമായ തരത്തിലുള്ള അടിക്കുറിപ്പുകൾ ചില പേജുകളുടെ മൂലകളിൽ അതേ കൈയക്ഷരത്തിൽതന്നെ കാണപ്പെട്ടു. അതിമനോഹരമായ പുറംചട്ട കീറിപ്പറിഞ്ഞ അവസ്ഥയിലായിരുന്നു. അതിലുണ്ടായിരുന്ന റോസാപ്പൂവിന്റെ മാതൃകയിലെ റിബൺ കൊണ്ടുള്ള അലങ്കാരം വികൃതമായിരുന്നു.

ഞാൻ കാടുകയറിപ്പോയെന്നു തോന്നുന്നു.

നിങ്ങൾക്കു പറഞ്ഞു തരാൻ ഞാൻ ആഗ്രഹിക്കുന്ന കഥ ആ പുസ്തകത്തിന്റെ ഏറ്റവും നീളം കൂടിയ ഭാഗത്താണ് ഉണ്ടായിരുന്നത്. ചുവന്ന നിറത്തിൽ സങ്കീർണ്ണമായ അലങ്കാരപ്പണികളാൽ സുന്ദരമാക്കിയ, 'ഒരു കൊലപാതകവും അറുപത്തിയാറ് ചോദ്യങ്ങളും' എന്ന തലക്കെട്ട് എന്റെ ശ്രദ്ധയെ പെട്ടെന്ന് പിടിച്ചു പറ്റി. അല്പം ചൂട് ചായ കപ്പിലേക്ക് പകർന്ന ശേഷം വായന തുടങ്ങി. നിമിഷങ്ങൾക്കകം ആ കഥ എന്നെ മറ്റൊരു ലോകത്തേക്ക് വലിച്ചെടുത്തു.

പരിസരബോധം വന്നപ്പോൾ നേരം വെളുത്തിരുന്നു. തണുപ്പ് മൂലം കിടുകിടാ വിറയ്ക്കുകയായിരുന്നു. കഥയുടെ പകുതി മാത്രമേ കഴിഞ്ഞിരുന്നുള്ളൂവെങ്കിലും വായന ഉണർത്തിയ കൗതുകങ്ങളും ഭയപ്പെടുത്തുന്ന കൊലപാതകങ്ങളും വശ്യമായ ടുളിപ് പൂക്കളുടെ നിറങ്ങളുമായിരുന്നു മനസ്സ് നിറയെ. എന്തു വന്നാലും ഈ കഥ പ്രസിദ്ധീകരിക്കണം എന്ന് ഞാൻ തീരുമാനിച്ചു.

അതിന്റെ മറ്റൊരു കോപ്പിക്കുവേണ്ടി വിപുലമായ അന്വേഷണം നടത്തിയെങ്കിലും ഒരു ലൈബ്രറിയിലും കണ്ടെത്താനായില്ല.

ആരെഴുതി എന്ന ചോദ്യത്തിനുത്തരം കണ്ടെത്താനുള്ള ശ്രമവും നിഷ്ഫലമായതേയുള്ളൂ. അവതാരികയിൽ വളരെ വ്യക്തിപരമായ ഒരു കുറിപ്പുണ്ടായിരുന്നെങ്കിലും എഴുത്തുകാരനിലേക്ക് വെളിച്ചം വീശുന്ന ഒന്നും അതിലുണ്ടായിരുന്നില്ല. വായനയുടെ അവസാന ഭാഗമെത്തിയപ്പോഴേക്കും അതെന്തുകൊണ്ടാണ് എന്നൊരു ഊഹം കിട്ടി. മറ്റുള്ള ഓട്ടോമാൻ കൃതികളെപ്പോലെയേ ആയിരുന്നില്ല ഈ പുസ്തകം. രചയിതാവ്, കയ്യെഴുത്തു വിദഗ്ദ്ധൻ, പുസ്തകം കുത്തിക്കെട്ടിയ ആൾ, പുസ്തകം സമർപ്പിക്കപ്പെട്ടയാൾ, ചിത്രകാരൻ, പ്രസാധകൻ ഇങ്ങനെ ആ പുസ്തകത്തിന്റെ ജനനത്തിൽ പ്രധാന പങ്കു വഹിച്ച ഒരാളെയും പറ്റിയുള്ള സൂചനകൾ അതിലുണ്ടായിരുന്നില്ല. ഒരുനാൾ ഇതെഴുതിയത് ആരാണെന്ന് ചരിത്രം നമുക്ക് പറഞ്ഞുതന്നേക്കാം. ഓട്ടോമാൻ ചരിത്രം തന്നെ തിരുത്തിക്കുറിക്കാൻ കഴിവുള്ളതെന്നു ഞാൻ വിശ്വസിക്കുന്ന ഇതിന്റെ മറ്റൊരു കോപ്പി കണ്ടെത്തുകയോ എഴുത്തുകാരനെ കണ്ടെത്തുകയോ ചെയ്യാൻ ഗവേഷകർക്ക് കഴിഞ്ഞേക്കും എന്ന കാര്യത്തിൽ യാതൊരു സംശയവുമില്ല. പക്ഷേ ആ നിമിഷമെത്തുംവരെ നിങ്ങൾക്ക് എന്നെ തന്നെ ഇതിന്റെ ആഖ്യാതാവായി കരുതേണ്ടി വരും.

വളരെയേറെ സന്തോഷവും ഭാഗ്യവും നിറഞ്ഞ ഒരു ജീവിതമായിരുന്നു എന്റേത്. പ്രണയവും കവിതയും പൂക്കളും നിറഞ്ഞ ഒരു ലോകം. ആ സാഹചര്യത്തിൽ, ഒരു മുന്നറിയിപ്പും തയ്യാറെടുപ്പുമില്ലാതെ, ദയയില്ലാത്ത കുറ്റവാളിക്കൂട്ടങ്ങളുടെ ഭയപ്പെടുത്തുന്ന കുറ്റകൃത്യങ്ങളെയും പിടിച്ചുപറിക്കാരായ ഏകാധിപതികളെയും വിപ്ലവത്തിനിറങ്ങുന്ന ജനക്കൂട്ടങ്ങളെയും കുറിച്ചുള്ള ഒരു പുസ്തകം ലാറ്റിനിലേക്ക് പകർത്തുക എന്നത് തികച്ചും ദുഷ്കരമായിരുന്നു. ചില അദ്ധ്യായങ്ങൾക്കൊടുവിൽ ചേർത്തിരിക്കുന്ന പ്രണയത്തെക്കുറിച്ചുള്ള പിൻകുറിപ്പുകൾ മാത്രമായിരുന്നു എനിക്കാകെയുള്ള ആശ്വാസം. അക്കാലങ്ങളിൽ നിലനിന്നിരുന്ന തീവ്രപ്രണയങ്ങളുടെ എല്ലാ നിറങ്ങളും അനുബന്ധമായി ചേർത്തിരിക്കുന്ന ആ ചെറു കുറിപ്പുകളിൽ കാണാമായിരുന്നു. ആ പുസ്തകത്തിൽ കണ്ട ചിത്രങ്ങളൊക്കെയും അറേബ്യൻ കൊത്തുപണികളുടെ തനിപ്പകർപ്പുകളായിരുന്നു.

കഥയുടെ ആദ്യ പാരഗ്രാഫ് പുസ്തകത്തിലെ മറ്റൊരു അദ്ധ്യായത്തിൽ ആവർത്തിച്ചിട്ടുണ്ട്. അപൂർണമാക്കിയിട്ടിരിക്കുന്ന ഈ വരികളിൽനിന്ന് എനിക്ക് മനസ്സിലായത് എഴുത്തുകാരൻ കഥ എഴുതിത്തുടങ്ങിയ ശേഷം അത് പിന്നൊരു അവസരത്തിലേക്ക് മാറ്റിവെയ്ക്കുകയാണ് ഉണ്ടായത് എന്നാണ്. ചില അദ്ധ്യായങ്ങൾ

വളരെ ചെറുതും മറ്റു ചിലത് അസാധാരണമാംവിധം നീളം കൂടിയതും ആണ്. രചയിതാവിനോട് പൂർണ്ണമായും നീതി പുലർത്താനായി ഞാൻ ഇത്തരം കാര്യങ്ങളിൽ പോലും ഒരു മാറ്റവും വരുത്തിയിട്ടില്ല.

ടുളിപ് കാലഘട്ടത്തിൽ എഴുതപ്പെട്ട ഈ കൃതിയുടെ ഭാഷയിൽ നിങ്ങളുടെ വായനാസൗകര്യത്തിനായി മാറ്റം വരുത്തിയിട്ടുണ്ടെന്ന് എടുത്തു പറയേണ്ട കാര്യമില്ലല്ലോ.

നിങ്ങളെ കഥയിൽ മുഴുകുവാൻ അനുവദിക്കാൻ നേരമായി. ■

സുൽത്താൻ അഹമദ് മൂന്നാമനെ സ്ഥാനഭ്രഷ്ടനാക്കുകയും അദ്ദേഹത്തിന്റെ മരുമകൻ നെവ്ഷിഹിറിലെ മന്ത്രിമുഖ്യൻ ഇബ്രാഹിം പാഷയുടെ തല വെട്ടിക്കളയുകയും ചെയ്ത ഒക്ടോബർ വിപ്ലവത്തിനു രണ്ടാഴ്ചയ്ക്കു ശേഷം എന്റെ മേശയിലെ ദ്വാരത്തിൽ ഉറപ്പിച്ചിരിക്കുന്ന മഷിപ്പാത്രത്തിൽ പേന മുക്കിയപ്പോൾ സാക്ഷ്യം വഹിക്കേണ്ടി വന്ന സംഭവങ്ങളെപ്പറ്റി എഴുതണോ വേണ്ടയോ എന്നതിനെപ്പറ്റി ഞാൻ ഒരു തീരുമാനമെടുത്തു കഴിഞ്ഞിരുന്നില്ല. പല കാര്യങ്ങളെപ്പറ്റിയും എഴുതുക എന്നത് എന്റെ കടമയാണെന്ന് തോന്നിയെങ്കിലും ഭരണകൂടരഹസ്യങ്ങൾ പുറത്തു വിടുക എന്ന രാജ്യദ്രോഹപരമായ കുറ്റംചെയ്യുകയാവും ഞാൻ എന്നൊരു ഭയം മനസ്സാക്ഷിയെ വല്ലാതെ അലട്ടി. പൗരസ്ത്യരാജ്യങ്ങളുടെ വിശുദ്ധപുഷ്പമായ ടുളിപ്പിനെ സംബന്ധിച്ച കാഴ്ചപ്പാടുകളിൽ ഇടപെടുക, കർഷക സമൂഹത്തിന് പ്രശ്നങ്ങളുണ്ടാക്കുക എന്ന കുറ്റങ്ങളും എന്റെ മേൽ ആരോപിക്കപ്പെട്ടേക്കാം. പക്ഷേ, അഹമദ് രാജകുമാരന്റെ കഥയും ഭരണകൂടത്തിനെതിരെ സായുധ വിപ്ലവം നയിച്ചവരുടെ ഭീരുത്വം നിറഞ്ഞ പ്രവർത്തികളെയും കുറിച്ച് എഴുതിയില്ലെങ്കിൽ മറ്റാരും എഴുതാൻ പോകുന്നില്ലെന്ന് എനിക്ക് നന്നായി അറിയാമായിരുന്നു. സദാബാതിലെ ടുളിപ്പുകളെപ്പറ്റിയും ഈ സ്വർഗീയ നഗരത്തിന്റെ ചാരുതയെപ്പറ്റിയും എഴുതിയില്ലെങ്കിൽ അതൊരു കനത്ത അന്യായം തന്നെയാകും എന്നും തോന്നി. ആലോചിക്കുംതോറും വെല്ലുവിളി നിറഞ്ഞ ഈ ജോലി ഏറ്റെടുക്കാൻ ഞാൻ നിർബ്ബന്ധിതനാകുകയായിരുന്നു.

അറുപത്തിയാറ് അദ്ധ്യായങ്ങൾക്കുള്ളിൽ
നടന്നതെല്ലാം ഒതുക്കാൻ ശ്രമിക്കും.
ടുളിപ് എന്നർത്ഥം വരുന്ന ലാലെ എന്ന വാക്ക്
പുരാതനമായ അബ്ജാദ് ലിപിയിൽ അറുപത്തിയാറ്
എന്ന സംഖ്യയെ പ്രതിനിധാനം ചെയ്യുന്നു
എന്ന കാര്യം നിങ്ങൾക്ക് പറഞ്ഞു തരേണ്ട
കാര്യമില്ല. എന്റെ സൽപേര് മാത്രമല്ല സുരക്ഷയെ
പ്പോലും അപകടപ്പെടുത്തിക്കൊണ്ടാണ്
രണ്ടു ഭൂഖണ്ഡങ്ങളിലായി പരന്നു കിടക്കുന്ന,
രണ്ടു സമുദ്രങ്ങളെ പുണർന്നുകിടക്കുന്ന
ഇസ്താംബൂൾ എന്ന നമ്മുടെ സുന്ദര നഗരത്തിൽ
നടന്ന സംഭവവികാസങ്ങൾ ഞാൻ
വെളിപ്പെടുത്തുന്നത്. സത്യം യഥാകാലത്ത്
വെളിപ്പെടും എന്നത് ദൈവത്തിന്റെ നിഗൂഢമായ
നിയമങ്ങളിൽ ഒന്നാണ്. പണ്ടൊരിക്കൽ ഒരു കവി
പറഞ്ഞത് പോലെ, ഒരിക്കലും വായിക്കപ്പെടു
ന്നില്ലെങ്കിൽ സത്യം എഴുതുന്നതിൽ അർത്ഥമെന്ത്?
ചിലപ്പോൾ ഞാൻ ഇതെല്ലാം കൂടി
വലിച്ചു കീറി ദൂരെക്കളഞ്ഞേക്കാം.

ഇനി ഞാൻ ആരാണ് എന്ന ചോദ്യം,
അതിനു യാതൊരു പ്രാധാന്യവുമില്ല.

ഭാഗം ഒന്ന്

ആഖ്യാനം: ഒരു കൊലപാതകവും അറുപത്തിയാറു ചോദ്യങ്ങളും

(ഒക്ടോബർ 1729)

ആചാരമനുസരിച്ച് ഈ കഥയ്ക്ക്
രണ്ടു നായകന്മാരുണ്ട്

ചോദ്യം 1

ത്യാഗത്തിനു പരിധികളില്ലേ?

"**ലെ**യ്ഹറിലെ കുട്ടികളേ... ഇത് നിങ്ങളുടെ വീടാണ്. നിങ്ങളുടെ. എന്റെയല്ല. നിങ്ങളെല്ലാം സഹോദരന്മാരാണ്. സ്വന്തം അച്ഛനമ്മമാരെ അറിയാവുന്നവർ പരസ്പരം കഴുത്ത് മുറിക്കുകയും ചെയ്യും. പക്ഷേ ലെയ്ഹറിലെ കുഞ്ഞുങ്ങൾ..! അച്ഛനെയോ അമ്മയെയോ അറിയാത്തവർ. അവർക്ക് എല്ലാവരും ഒന്നാണെന്നും സമന്മാരാണെന്നും അറിയാം. തന്റെ സഹോദരന്റെ മാംസത്തിൽ തുളഞ്ഞുകയറുന്ന സൂചിത്തലപ്പിന്റെ വേദനപോലും തന്റെ ശരീരത്തിലെന്നപോലെ അനുഭവപ്പെടുന്നവർ. ഈ വസ്ത്രം ധരിക്കുന്നവർ മരിക്കുംവരെ മറ്റുള്ളവരെ തുല്യരായി കാണുന്നു. ഈ ഐക്യത്തിന് ഒരു ഇരട്ടഭാവമുണ്ട്. അവൻ നിന്റെ വലതു കൈയാണെങ്കിൽ നീ അവന്റെ ഇടതു കൈയാണ്. ഒന്നിന്റെ രണ്ടു വശങ്ങൾ. ഒരു ശരീരം. രണ്ടു തലകൾ. നിങ്ങൾ ജീവിതകാലം മുഴുവൻ മറ്റുള്ളവർ അപകടത്തിൽപെടാതെ സൂക്ഷിക്കുകയും അവരെപ്പറ്റി കരുതലോടെ പ്രവർത്തിക്കുകയും ചെയ്യും. ഇവിടെ എന്റേതോ നിന്റേതോ എന്നില്ല. അല്പമെന്തെങ്കിലും ഉണ്ടെങ്കിൽ അത് നിങ്ങളെ ഒരുപാടു ദൂരം മുന്നോട്ടു കൊണ്ടുപോകാൻ സഹായിക്കും. ധാരാളമുണ്ടെങ്കിൽ അത് നിങ്ങളെയെല്ലാവരെയും പോഷിപ്പിക്കും. ദൈവാനുഗ്രഹത്താൽ ഒരു പാത്രം കൊണ്ട് എല്ലാവരെയും ഊട്ടാനും കഴിയും."

ഗെഡിക്പാസ സ്നാനഘട്ടത്തിനോടു ചേർന്ന് പ്രവർത്തിക്കുന്ന മത സ്ഥാപനത്തിൽ രണ്ടു പേർ പുതിയതായി വന്നുചേർന്നതിന്റെ ആഘോഷമായിരുന്നു അത്. രണ്ടും കൗമാരപ്രായക്കാർ! ഒരാൾ പതിന്നാലുകാരൻ. മറ്റെയാൾക്ക് പത്തു വയസ്സേയുള്ളൂ. മൂന്നു കൈകളുള്ള മെഴുകുതിരിക്കാലിൽ നിന്നുള്ള മിന്നുന്ന വെളിച്ചത്തിൽ ഒരിക്കലും വേർപിരിയാത്ത സഹോദരന്മാരായി ബന്ധിക്കപ്പെടാൻ കാത്തുനിൽക്കുകയായിരുന്നു അവർ. സ്ഥാപനത്തിൽ എല്ലാം നോക്കി നടത്തുന്ന പാചകക്കാരൻ ലെയ്ഹർ വസ്ത്രത്തിന്റെ കോളറുകളും കുപ്പായക്കൈകളും കൊണ്ടുവന്നു. സ്ഥാപനത്തിന്റെ തലവൻ സാവധാനം അവരെ നഗ്നരാക്കുകയും പുതിയ വസ്ത്രം അണിയിക്കുകയും ചെയ്തു. പുതിയ വസ്ത്രത്തിന്റെ വലംകൈ ഒരാളെയും ഇടംകൈ മറ്റെയാളെയുമാണ് അണിയിച്ചത്. ആ വേഷത്തിൽ അവർ രണ്ടു തലകളും രണ്ടു കൈകളുമുള്ള ഒരു രൂപം പോലെ കാണപ്പെട്ടു. നേരത്തെ ധരിച്ചിരുന്ന വസ്ത്രങ്ങൾ ഉടൻ തന്നെ

പഴയ സാധനങ്ങൾ വിൽക്കുന്ന ചന്തയിലേക്ക് കൊടുത്തുവിടുകയും എന്തെങ്കിലും വിറ്റുകിട്ടിയാൽ തലവനു കൈമാറുകയും ചെയ്യുകയാണ് പതിവ്. പുരോഹിതൻ നെരിപ്പോടിനു നേരെ തിരിഞ്ഞു പ്രാർത്ഥന ചൊല്ലി. ഖുർ-ആൻ-നിലെ ഫാത്തിഹ മാത്രം ചൊല്ലിപ്പഠിച്ചിരുന്ന കുട്ടികൾ ഒരുമിച്ച് ആമേൻ എന്നുരുവിട്ടു. പ്രാർത്ഥനയ്ക്കു ശേഷം പുലാവും ഹൽവയുമടങ്ങുന്ന വിഭവസമൃദ്ധമായ സദ്യയുണ്ടായിരുന്നു. ഭക്ഷണത്തിനു വേണ്ട വിഭവങ്ങൾ സമീപത്തുള്ള ചന്തയിൽ നിന്ന് ശേഖരിച്ചത് ഇപ്പോൾ ലെയ്ഹർ വസ്ത്രം ധരിച്ചു നിൽക്കുന്ന സഹോദരന്മാരാണ്. കഴിഞ്ഞ മൂന്നു ദിവസവും മുഷിഞ്ഞതും കീറിപ്പറിഞ്ഞതുമായ അടിവസ്ത്രങ്ങൾ മാത്രം ധരിപ്പിച്ചു മുതുകത്ത് ചാക്കുകളുമായി അവരെ തെണ്ടാൻ വിട്ടത് പുരോഹിതൻ തന്നെയാണ്.

"നാണക്കേടൊന്നും വിചാരിക്കണ്ട. കടകളിൽ നിന്ന് പുറത്താക്കിയാൽ വിഷമവും തോന്നരുത്." പുരോഹിതൻ പറഞ്ഞു. "അടി കൊള്ളാതെ സൂക്ഷിക്കണം. എന്നാൽ തക്ക മറുപടി കൊടുക്കാൻ മടിക്കയും വേണ്ട. നിങ്ങൾ ചോദിക്കുന്നത് അവർ തന്നില്ലെങ്കിൽ വീണ്ടും ചോദിക്കുക. തരുന്നില്ലെങ്കിൽ വീണ്ടും ചോദിച്ചുകൊണ്ടേയിരിക്കുക. നിങ്ങൾ എവിടെയാണെങ്കിലും എപ്പോഴാണെങ്കിലും നിങ്ങൾക്ക് ചുറ്റും എന്തു നടന്നാലും ചോദിച്ചുകൊണ്ടേയിരിക്കുക. തുടർച്ചയായി പരാതിപ്പെടുകയും അപേക്ഷിക്കുകയും ചെയ്തുകൊണ്ട് കടകൾക്ക് ചുറ്റും ഈച്ചകളെപ്പോലെ പറ്റിക്കൂടുക. ആരെങ്കിലും നിങ്ങളെ സങ്കടപ്പെടുത്തിയാൽ നിങ്ങൾ വൃത്തികെട്ട കളികൾ പുറത്തെടുക്കുക. നേരെപോയി കടകളിൽ വരുന്ന ഇടപാടുകാരെ ശല്യം ചെയ്യുക. അവർക്ക് അറപ്പ് തോന്നുന്നുവെങ്കിൽ കൂടുതൽ ശല്യം ചെയ്യുക."

വിരുന്നിലെ വിഭവങ്ങൾ കണ്ടു മറ്റു അന്തേവാസികൾക്ക് സന്തോഷം തോന്നി. പുതിയതായി വന്നു ചേർന്ന ഈ മാന്യന്മാരെക്കൊണ്ട് സ്ഥാപനത്തിന് മെച്ചമുണ്ടായേക്കുമെന്നും തങ്ങളുടെ ജോലിഭാരം ഒട്ടൊന്നു കുറഞ്ഞേക്കുമെന്നും ആ വഴിക്ക് കുറച്ചൊന്ന് ഉല്ലസിക്കാൻ നേരം കിട്ടിയേക്കുമെന്നും അവർ പ്രത്യാശിച്ചു. പുതിയ സഹോദരന്മാർ ലെയ്ഹർ വസ്ത്രം ഊരിമാറ്റിയ ശേഷം അർദ്ധനഗ്നരായി മറ്റുള്ളവർക്ക് ഭക്ഷണം വിളമ്പുകയായിരുന്നു. "എന്റെ തൊണ്ട വരളുന്നു" ഇടയ്ക്കാരെങ്കിലും വിളിച്ചു പറയും. ആവശ്യപ്പെടുന്നവർക്കൊക്കെ മഞ്ഞുപോലെ തണുത്ത ഭരണിയിൽ നിന്ന് വീഞ്ഞും വയറു നിറയെ പുലാവും ഹൽവയും അവർ വിളമ്പിക്കൊടുത്തു. "ലെയ്ഹർ സുൽത്താൻ" അവരൊരുമിച്ച് വിളിച്ചു കൂവുകയും ചട്ടപ്പടി 'പൂവൻ കോഴിയുടെ ചോര' കുടിക്കുകയും ചെയ്തു.

"ഇവിടെയെല്ലാവരും ആജ്ഞകൾ അനുസരിക്കാറേയുള്ളൂ." പുരോഹിതൻ താക്കീത് ചെയ്തു. "വൈനിന്റെ കൂടെ കഴിക്കാനുള്ള ഭക്ഷണമുണ്ടാക്കാനോ കബാബുകൾ ചുട്ടെടുക്കാനോ നിങ്ങളുടെ മാംസം വാർന്നെടുത്താൽ പോലും പ്രതിഷേധിക്കാൻ നിങ്ങൾക്കവകാശമില്ല. സമ്മതിച്ചോ?"

"സമ്മതിച്ചു ബാബാ, സമ്മതിച്ചു."

ചോദ്യം 2

കൈയിൽ കിട്ടുമ്പോഴേക്കും അതു നഷ്ടപ്പെട്ടുപോയാൽ എന്ത് തോന്നും?

ഫിലാഡെൽഫസ് പൂക്കളുടെയും മധുരത്തുളസിയുടെയും സുഗന്ധം പരിസരമാകെ പരന്നുനിന്ന സന്ധ്യാനേരത്താണ് വിവാഹശേഷം നവ ദമ്പതികൾക്ക് ഒത്തുചേരാൻ കഴിഞ്ഞത്. വധുവിന്റെ വിരലുകളിലെ ചെറു മോതിരങ്ങൾ തന്റെ കവിളിൽ ആദ്യമായി ഉരസിയപ്പോൾ വരൻ ചെറുതാ യൊന്നു വിറച്ചു.

"നീയാ വിളക്ക് കാണുന്നുണ്ടോ?" അയാൾ ചോദിച്ചു.

"ആ കെടാവിളക്കാണോ?"

"അതെ. നീയെന്റെ ഹൃദയത്തിൽ എന്നും കെടാതെ നിൽക്കുന്ന പോലെ."

"ഞാൻ എന്നും അങ്ങയുടെ ഹൃദയത്തിലെ അണയാത്ത വിളക്കാ വുമോ?" നിറഞ്ഞ കണ്ണുകളോടെ അവൾ ചോദിച്ചു.

ആദ്യമായി തന്റെ പുരുഷന്റെ വിരലുകൾ കൈകളിൽ സ്പർശിച്ചപ്പോൾ അവൾക്കു ശരീരമാസകലം വിറയ്ക്കുന്നതുപോലെ തോന്നി.

"നിങ്ങൾക്ക് ടുളിപ്പുകൾ ഇഷ്ടമാണോ?" അവൾ ചോദിച്ചു.

"നിന്റെ കവിളുകളുടെ നിറമുള്ള ടുളിപ്പുകളെയാണോ ഉദ്ദേശിക്കു ന്നത്?"

"അല്ല! എന്റെ പ്രണയത്തിന്റെ നിറമുള്ള ടുളിപ്പുകൾ, പർപ്പിൾ നിറമുള്ളത്"

വിറയ്ക്കുന്ന വിരലുകളാൽ ടുളിപ്പിന്റെ ഒരു കിഴങ്ങ് അവൾ അവന്റെ കൈകളിൽ വച്ചു കൊടുത്തു. രണ്ടു ശരീരങ്ങൾ ആശ്ലേഷിക്കുന്ന ആകൃതി യിലുള്ള ഒരു ഇരട്ടക്കിഴങ്ങായിരുന്നു അത്.

ഒരു കണ്ണുനീർത്തുള്ളി അവളുടെ കവിളിലൂടെ ഒഴുകിയിറങ്ങി.

പൂർണ്ണചന്ദ്രനും തിരകളും തന്നെ ശ്രദ്ധിക്കുന്നത് അവൾ അറിയു ന്നേയുണ്ടായിരുന്നില്ല. എങ്ങനെയറിയാനാണ്?

മുത്തുകളാൽ നിറഞ്ഞ ഒരു രഹസ്യനിധിപേടകംപോലെ മനോഹരിയാ യിരുന്നു അവൾ. ആ കറുത്തിരുണ്ട പുരികങ്ങളും നീണ്ട കൺപീലികൾ

അതിരിട്ട ഇരുണ്ട മിഴികളും വെണ്മയാർന്ന തൊലിയും നീണ്ടുയർന്ന ആകാരവും അരയന്നങ്ങളുടേതുപോലെ രൂപഭംഗിയാർന്ന കഴുത്തും പിന്നിയിട്ട നേർത്ത മുടിയും സൗമ്യമായ ചലനങ്ങളും സ്വർഗ്ഗത്തിലെ അപ്സരസ്സുകളെപ്പറ്റിയുള്ള വിവരണങ്ങളെ ഓർമ്മിപ്പിച്ചു.

അയാളുടെ ചോദ്യത്തിനുള്ള ഉത്തരം കേട്ടപ്പോൾ അവളെ ചുറ്റിയിരുന്ന കൈകൾ ഒന്നുകൂടി മുറുകി. സന്തോഷംകൊണ്ട് അവൾ വിതുമ്പി. ദൂരെയെവിടെയോ നിന്ന് മൂങ്ങകളുടെ മൂളൽ കേൾക്കുന്നുണ്ടായിരുന്നു. ഇരുണ്ട രാത്രിയെ പ്രകാശമാനമാക്കിക്കൊണ്ട് സ്വർഗ്ഗത്തിലെ നക്ഷത്രങ്ങൾ പ്രകാശം പൊഴിച്ചു.

ചില നേരത്ത് അവളുടെ കണ്ണുകളുടെ ചാരുതയിലലിഞ്ഞും ചില നേരത്ത് അവളുടെ കവിളുകളുടെ നിഷ്കളങ്കത കണ്ടുനിറഞ്ഞ കണ്ണുകളോടെയും രാത്രി മുഴുവൻ ആ ചെറുപ്പക്കാരൻ ശരത്കാല രാത്രിയുടെ തണുപ്പിനെ പരിഹസിക്കുന്ന ഉത്സാഹത്തോടെ അവളുടെ മുഖത്തേക്കു തന്നെ നോക്കിയിരുന്നു

“നക്സിഗ്യുൽ, എന്റെ പ്രണയമേ”, അവൻ പ്രേമാവേശത്തോടെ പിറുപിറുത്തു. “നീയാണെന്റെ ഭാവിയും ഭാഗ്യവും. നക്സിഗ്യുൽ, നിന്നെ മാത്രമേ ഞാൻ സ്വപ്നം കണ്ടിട്ടുള്ളൂ. നക്സിഗ്യുൽ...”

നിർവൃതി നിറഞ്ഞ ആ രാത്രിയിൽ അവൻ മുന്നിൽ കണ്ടത് സന്തോഷം നിറഞ്ഞ ഭാവി മാത്രമാണ്. അവളുടെ മുഖമാകെ വിരലുകളോടിച്ചും മുടിയിഴകളുടെ സുഗന്ധം ആസ്വദിച്ചും തലയിലാകെ ചുംബനവർഷം ചൊരിഞ്ഞും ഒന്ന് കണ്ണു ചിമ്മുക പോലും ചെയ്യാതെ അവൻ രാത്രി മുഴുവൻ ഉണർന്നിരുന്നു.

“എന്റെ പ്രണയമേ..., റോസാപ്പൂച്ചുണ്ടുകളും റോസാപ്പൂകവിളുകളുമുള്ള രാജകുമാരീ” അവൻ മന്ത്രിച്ചു. കടന്നുപോകുന്ന ഓരോ നിമിഷവും ഇത്രമാത്രം ആനന്ദം താൻ അർഹിക്കുന്നുണ്ടോ എന്ന ചിന്തയിലായിരുന്നു അവൻ.

പ്രണയസല്ലാപങ്ങൾക്കൊടുവിൽ മനസ്സുകളെന്നപോലെ അവരുടെ ശരീരവും ഒന്നായി. ശാരീരികസംതൃപ്തിയേക്കാളേറെ രണ്ടു ഹൃദയങ്ങളുടെ സംഗമമായിരുന്നു അത്.

നേരം പുലരാറായപ്പോൾ കണ്ണുനീരും പ്രണയവും കലർന്ന രാവിന്റെ തളർച്ചയിൽ അവർ പരസ്പരം പുണർന്നുറങ്ങി.

ഉറക്കത്തിനും ഉണർവിനും ഇടയിലെവിടെയോ ആടിക്കളിക്കുന്ന ഒരവസ്ഥയിലേക്കാണ് ഫാൽക്കോ എഴുന്നേറ്റത്. അവന്റെ കണ്ണുകളിൽ ഉന്മത്തമായ പ്രണയവും ചുണ്ടുകളിൽ സംതൃപ്തിയുടെ പുഞ്ചിരിയുമുണ്ടായിരുന്നു. തന്റെ കൈകൾക്കുള്ളിൽ കിടന്നുറങ്ങുകയായിരുന്ന നക്സിഗ്യുല്ലിന്റെ തലമുടിയുടെ സുഗന്ധം അവൻ വലിച്ചെടുത്തു. ആ മുടിച്ചുരുളുകളിൽ വിരലോടിച്ചു കൊണ്ട് അവളെ ഉണർത്താനായി ആ

ചെവികളിൽ ഫാൽക്കോ പ്രണയവചനങ്ങൾ ഉരുവിട്ടു. ആദ്യരാത്രിക്കുശേഷം തങ്ങളുടെ വിവാഹ ജീവിതത്തിലെ ആദ്യദിനം തുടങ്ങാൻ അവന് ധൃതിയായി.

"നക്സിഗ്യുൽ..., എന്റെ പ്രിയപ്പെട്ടവളേ, എന്റെ രാജകുമാരീ..."

അഗാധമായ ഉറക്കത്തിലായിരുന്ന നക്സിഗ്യുൽ ഉണർന്നതേയില്ല. അവളെ ഉണർത്താനായി ആ കവിളുകളിൽ അവൻ മൃദുവായി തട്ടുകയും പതിയെ തലയുയർത്തി നെറുകയിൽ ചുംബിക്കുകയും ചെയ്തു. എന്നിട്ടും നക്സിഗ്യുൽ ഉണർന്നില്ല. അവളുടെ മുഖം മഞ്ഞുകട്ട പോലെ തണുത്തിരുന്നു. ഭയത്തോടെ അവളുടെ തോളുകളിൽ പിടിച്ചുയർത്താൻ ഫാൽക്കോ ശ്രമിച്ചു. പെട്ടെന്ന് രോമപ്പുതപ്പിനുള്ളിൽ വല്ലാത്തൊരു ശൂന്യത അനുഭവപ്പെട്ടു. ഇതുവരെ അനുഭവിച്ച സന്തോഷവും തങ്ങളുടെ വിവാഹവും എല്ലാം വെറുമൊരു സ്വപ്നമായിരുന്നു എന്നവനു തോന്നി. പുതപ്പു വലിച്ചെറിഞ്ഞുകൊണ്ട് അവൻ നിലവിളിച്ചു. "നക്സിഗ്യൂൽ...!"

ചോദ്യം 3

പരമാനന്ദത്തിനും ഉന്മാദത്തിനും ഇടയ്ക്കുള്ള ഊയലാട്ടമാണോ പ്രണയം?

"യെയെ! ഇന്നലെ പത്തു സ്വർണ്ണനാണയങ്ങളാണ് ഒലിവെണ്ണ വാങ്ങാൻ ചന്തയിൽ ചെലവാക്കിയത്. കഴുത്തറ്റം നിറച്ച പത്തു കുപ്പികളും പകുതി നിറച്ച പത്തു കുപ്പികളും ചില്ലറയില്ലാതിരുന്നതുകൊണ്ട് പത്തു ഒഴിഞ്ഞ കുപ്പികളും കച്ചവടക്കാരൻ തന്നു. മൂന്നു ഭാര്യമാർക്കുമായി തുല്യമായി പങ്കുവയ്ക്കണം എന്നായിരുന്നു എന്റെ ആഗ്രഹം. പക്ഷേ, അളവുപാത്രങ്ങളൊന്നും കൈയിൽ ഉണ്ടായിരുന്നില്ല. കൈക്കുമ്പിൾ കൊണ്ട് അളന്നെടുക്കാൻ കഴിയുമോ? തുല്യമായി എങ്ങനെ വീതിക്കണം എന്നറിയാത്തതുകൊണ്ട് കൈയൊഴിഞ്ഞു."

"പകുതിയൊഴിഞ്ഞ അഞ്ചു കുപ്പികളിൽ ബാക്കിയുള്ള അഞ്ചെണ്ണത്തിൽ നിന്നുള്ള എണ്ണ നിറയ്ക്കുക. എന്നിട്ട് നിറഞ്ഞ അഞ്ചു കുപ്പികളും ഒഴിഞ്ഞ അഞ്ചു കുപ്പികളും വീതം ഓരോരുത്തർക്കും നൽകുക." യുസുഫ് പറഞ്ഞു.

"നീയൊരു ബുദ്ധിമാൻ തന്നെ യെയെ! അതാണ് നിന്നെ എനിക്കിത്ര ഇഷ്ടം. നീ മര്യാദയും ദാക്ഷിണ്യവും ഉള്ളവനാണ്. നീയാ ഡൾസിമർ വായിക്കുന്നത് ഒന്ന് ശ്രദ്ധിച്ചിട്ട് ഏത് രീതിയിലാണ് അതിന്റെ താളം ചിട്ടപ്പെടുത്തിയിരിക്കുന്നത് എന്നൊന്ന് പറയൂ. അത് സിർഗുളെ ആണോ അസെമാഷിറാൻ ആണോ?"

"ഇത് ശെഹനാസ് രാഗമല്ലേ ഡോക്ടർ?"

"ഒരു നിമിഷത്തേക്ക് ശെഹനാസിനെ ഒന്ന് മറക്കൂ യെയെ! എന്നിട്ട് ഞാൻ പറയുന്നത് കേൾക്ക്."

"വർഷങ്ങളായി ഞാൻ എന്തിലെങ്കിലും ഒന്ന് ശ്രദ്ധ പതിപ്പിച്ചിട്ട്. ശെഹനാസിനെ കണ്ടതിനു ശേഷം എനിക്കതിനു കഴിഞ്ഞിട്ടില്ല. എന്റെ ഏകാഗ്രത നശിച്ചതിന് അവളാണ് കാരണം."

"നമുക്ക് രാഗങ്ങളെപ്പറ്റി ഒരു നിമിഷമെങ്കിലും സംസാരിക്കാൻ പറ്റുമോ?"

"ശെഹനാസ് രാഗം തുടങ്ങും മുൻപ് ശ്രുതി കൂട്ടുന്നത് കേട്ട് ലഹരി പിടിച്ചതുപോലെ എന്റെ ഞരമ്പുകൾ വീർത്തു വന്ന ആ ദിവസം

ഞാനിന്നുമോർക്കുന്നു. എനിക്കതിനെപ്പറ്റി സംസാരിക്കാൻ വയ്യ. അവളെ എനിക്ക് കാണണം."

"യെയെ, വെറുതെ എന്നെ ദേഷ്യം പിടിപ്പിക്കരുത്. നേരെ ചൊവ്വേ എന്നോടൊന്നു സംസാരിക്ക്. ആ ടംബോറ ഒന്ന് കേട്ടിട്ട് അതേതു രാഗമാണെന്നു പറയ്."

"അത് ശെഹനാസ് രാഗമാണ് ഡോക്ടർ. എന്നെ ശെഹനാസിന്റെ അടുത്തേക്ക് കൊണ്ടുപോകൂ."

"കൊള്ളാം! നീയിങ്ങനെ കടുംപിടിത്തം പിടിക്കുകയാണെങ്കിൽ നമുക്ക് ശെഹനാസിനെപ്പറ്റി സംസാരിക്കാം. അന്ന് നിങ്ങൾ ഒരുമിച്ചു മരത്തണലിൽ ഇരുന്നപ്പോഴല്ലേ അവളുടെ മടിയിൽ ആ പാമ്പ് വന്നു വീണത്? നീയെന്താ അവളെ രക്ഷിക്കാതിരുന്നത്?"

"ഞാനവളെ ആർത്തിയോടെ നോക്കിയിരിക്കുകയായിരുന്നു. പാമ്പിനെ എനിക്ക് കാണാൻ കഴിഞ്ഞില്ല."

"നീ ഒരു ധീരനെപ്പോലെയാണോ ആ സമയത്ത് പെരുമാറിയത്?"

"ഞാൻ അങ്ങനെ പെരുമാറിയിരുന്നെങ്കിൽ പാമ്പ് എന്നെ ശരിയാക്കിയേനേ."

"അത് ചിലപ്പോൾ അങ്ങനെയായിരിക്കാം. ഭയന്ന് ശെഹനാസ് നിശ്ശബ്ദയായിപ്പോയില്ലേ ആ സമയത്ത്?"

"ഇന്നലെ രാത്രിയിൽ സ്വപ്നത്തിൽ വന്നപ്പോൾ ശെഹനാസ് എന്നോട് സംസാരിച്ചല്ലോ. അവളപ്പോൾ ഊമയൊന്നുമായിരുന്നില്ല."

"ഹഹ! അവളെന്നിട്ടെന്ത് പറഞ്ഞു?"

"അവൾ വിളിച്ചു, എന്റെ യുസുഫ്!"

"എന്നിട്ട്?"

"അവൾ വീണ്ടും വിളിച്ചു, എന്റെ യുസുഫ്."

"എന്നിട്ട്?"

"അവൾ വീണ്ടും വീണ്ടും വിളിച്ചു, എന്റെ യുസുഫ്."

"അപ്പോൾ നീയെന്തു ചെയ്തു?"

"ഞാൻ വിളിച്ചു, എന്റെ ശെഹനാസ്."

"എന്നിട്ട്?"

"ഞാൻ ആവർത്തിച്ചു, എന്റെ ശെഹനാസ്."

"യെയെ! നീയെന്നെങ്കിലും ശെഹനാസിനെ പറ്റിയുള്ള സത്യം ഞങ്ങളോട് പറഞ്ഞിട്ടുണ്ടോ?"

"ഉണ്ട് എന്ന് പറയാനാണ് എനിക്കിഷ്ടം. പക്ഷേ അത് ഒരു കള്ളമായിപ്പോകും."

"നീ പറഞ്ഞതെല്ലാം കള്ളമായിരുന്നെന്നാണോ പറയുന്നത്?"

"ശെഹ്നാസിനെ പറ്റിയുള്ള എന്ത് കാര്യമാണെങ്കിലും എനിക്ക് ആകപ്പാടെ ഒരു സംഭ്രമമാണ്. ഏതാണ് കള്ളം ഏതാണ് സത്യം എന്ന് എനിക്ക് തിരിച്ചറിയാൻ പറ്റുന്നില്ല."

ഇതുപോലെയുള്ള ചോദ്യങ്ങൾ എല്ലാ ദിവസവും കേട്ട് കേട്ട് യുസുഫ് തളർന്നു കഴിഞ്ഞിരുന്നു. അവൻ വളർന്ന വീട്ടിൽ ശെഹ്നാസ് എന്നു പേരുള്ള ഒരു പെൺകുട്ടിയുണ്ടായിരുന്നു. ജീവിതത്തിലൊരിക്കലും മോചനം ലഭിക്കാത്ത വിധം അവളോടുള്ള പ്രണയത്തിൽ അവൻ വീണു പോയി. ഏകദേശം ഒരു വർഷം മുൻപ് അവൻ കാരണം ശെഹ്നാസ് ഊമയായി മാറുകയും യുസുഫിനെ മാസങ്ങളോളം ശിക്ഷയായി വിറകുപുരയിൽ അടയ്ക്കുകയും ചെയ്തു. അതുമാത്രമല്ല, ശെഹ്നാസിനെ കാണുന്നതിൽ നിന്ന് അവനെ അവളുടെ രക്ഷകർത്താക്കൾ വിലക്കി. യുസുഫിനെ സംബന്ധിച്ചിടത്തോളം ഏറ്റവും ഭീകരമായ ഒരു പീഡനമുറയായിരുന്നു അത്. അതിനു പുറമേ ആ വീട്ടിലെ ഒരു ജോലിക്കാരിയായിരുന്ന അവന്റെ അമ്മ പെട്ടെന്ന് മരിക്കുകയും ചെയ്തു. അവനെ അടച്ചിട്ടിരുന്ന വിറകുപുരയുടെ ഭിത്തികളപ്പാടെ തന്റെ മേലേക്കു തകർന്നു വീണതുപോലെ യുസുഫ് ഒരുതരം നിരർത്ഥകമായ പിച്ചും പേയും പറയലാരംഭിച്ചു. അവൻ പൂർണ്ണമായി ഒരു ഭ്രാന്തനായി മാറി എന്ന് അത് കേട്ടവരൊക്കെ വിശ്വസിച്ചു. അവസാനം എല്ലാവരും ചേർന്ന് ശെഹ്നാസിനെ ആ വീട്ടിൽ നിന്ന് മാറ്റി. യുസുഫിനെ ആ വീടിനോട് ബന്ധിപ്പിക്കുന്ന അവസാനത്തെ കണ്ണിയും അറ്റതോടെ അവന്റെ ഉന്മാദം അക്രമാസക്തമായിത്തുടങ്ങി. അവസാനം നല്ല തടിയന്മാരായ നാലുപേർ ചേർന്ന് അവനെ ഹസെയ്കി ഭ്രാന്താലയത്തിൽ എത്തിച്ചു.

ശെഹ്നാസിന്റെ അച്ഛൻ വെയ്സ് ആഗയുടെ ആജ്ഞപ്രകാരമാണ് തന്നെ അവിടെ എത്തിച്ചത് എന്നാണ് യുസുഫ് കരുതിയത്. തന്റെ സംരക്ഷണത്തിൽ ആയിരുന്ന യുസുഫിനെ മകളോടുള്ള അവന്റെ പ്രണയം കണ്ടെത്തിയതോടെ അദ്ദേഹം ഉപേക്ഷിക്കുകയായിരുന്നു. അധികം കഴിയും മുൻപ് യുസുഫിന്റെ പേരിൽ മോഷണക്കുറ്റം ആരോപിക്കപ്പെടുകയും നഷ്ടപ്പെട്ടു എന്ന് പറഞ്ഞ സ്വർണ്ണാഭരണം അവന്റെ മുറിയിൽ നിന്ന് കണ്ടെടുക്കുകയും ചെയ്തിരുന്നു. കുറ്റം നിഷേധിച്ച യുസുഫിന്റെമേൽ കള്ളം പറയുന്നു എന്ന ആരോപണം കൂടി വന്നു ചേർന്നു. അതിനു പുറമേ ശെഹ്നാസിന്റെ മേൽ അവനു ദുരുദ്ദേശ്യപരമായ താത്പര്യങ്ങൾ ഉണ്ടായിരുന്നു എന്ന വാർത്ത നാട് മുഴുവൻ പരന്നു.

ഇതൊക്കെ അക്കഴിഞ്ഞ ഒരു വേനൽക്കാല സായാഹ്നത്തിൽ നടന്ന ഒരു സംഭവം മറച്ചു വയ്ക്കാനായിരുന്നു എന്ന സത്യം ആരുമറിഞ്ഞില്ല. വീട്ടിലെത്തിയ ഒരു ധനികനായ അതിഥി യുസുഫിന്റെ നേരെ അത്ര ശരിയല്ലാത്ത ഒരു നീക്കം നടത്തി. കൈയിലിരുന്ന റൊട്ടി മുറിക്കുന്ന കത്തി കൊണ്ടാണ് യുസുഫ് അയാളെ തടുത്തത്. തന്റെ പണക്കാരനായ

അതിഥിയെയാണോ നിർദ്ധനനായ ആശ്രിതനെയാണോ തിരഞ്ഞെടുക്കേണ്ടത് എന്ന ചോദ്യം ഉയർന്നപ്പോൾ വെയ്സ് ആഗ തന്റെ മകളുടെ ഹൃദയം കവർന്ന ഒരു പിച്ചക്കാരനെ ഒഴിവാക്കാൻ കിട്ടിയ അവസരത്തിൽ ഉള്ളാലെ സന്തോഷിച്ചു കൊണ്ട് യുസുഫിനെ ഉപേക്ഷിച്ചു.

ഭ്രാന്താശുപത്രിയിലെ ആദ്യ ആഴ്ചകളിൽ യുസുഫിനെ ഒരു ചങ്ങല കൊണ്ട് ബന്ധിച്ചിരുന്നു. പിന്നീട് അവനെ അതിൽ നിന്ന് മുക്തനാക്കുകയും അടച്ചുറപ്പുള്ള ഒരു മുറിയിലേക്ക് മാറ്റുകയും ചെയ്തു. കുറച്ചു നാൾ കഴിഞ്ഞ് നിയന്ത്രണത്തിൽ അയവ് വരികയും അവനെ മറ്റു രോഗികളുമായി ഇടപഴകാൻ അനുവദിക്കുകയും ചെയ്തു. കാല്പനിക സങ്കല്പങ്ങളിൽ മുങ്ങിപ്പോയ വിഷാദരോഗികളെ കഴിഞ്ഞ ഇരുന്നൂറു വർഷങ്ങളായി ചികിത്സിച്ചു പേരെടുത്തിട്ടുള്ള ആശുപത്രിയായിരുന്നു അത്. ഏകദേശം അവിടെയുള്ള എല്ലാവരുടെയും മനസ്സ് തകർത്തത് ഒരേ കാരണം തന്നെയായിരുന്നു. പ്രണയം!

ആശുപത്രിയിലെ ചികിത്സകർ പൊതുവേ ആത്മാർത്ഥതയോടെ പണിയെടുക്കുന്നവരായിരുന്നു. എന്നാൽ യുസുഫിന്റെ അവസ്ഥ അവരെ വല്ലാത്ത ആശയക്കുഴപ്പത്തിൽ കൊണ്ടെത്തിച്ചു. ഒരു ദിവസം തന്റെ അവികലമായ ബുദ്ധിശക്തി യുസുഫ് ഡോക്ടറുടെ മുന്നിൽ തെളിയിച്ചു. അതോടെ പരിഭ്രാന്തരായ അവിടെയുള്ള മനോരോഗ വിദഗ്ദ്ധർ എല്ലാവരും കൂടി അവനെ ഏകാന്തതടവിൽ പാർപ്പിക്കുകയാണുണ്ടായത്. തനിക്കു രോഗമുണ്ടായിരുന്നു എന്ന് സമ്മതിക്കുന്ന ഒരു രോഗിയേയും അവർ ഇതിനു മുൻപ് കണ്ടുമുട്ടിയിട്ടുണ്ടായിരുന്നില്ല. എന്നുമാത്രമല്ല യുസുഫ് വേണമെന്ന് ആഗ്രഹിക്കുന്ന സമയങ്ങളിൽ മാത്രമേ അവൻ ഒരു രോഗിയെപ്പോലെ പെരുമാറിയിരുന്നുള്ളൂതാനും. ഇതോടെ രോഗനിർണ്ണയത്തിനായി അനേകം ചോദ്യം ചെയ്യലുകൾക്കു അവനു വിധേയനാകേണ്ടി വന്നു.

പതിന്നാലു വയസ്സുകാരനായ യുസുഫ് ആയിരുന്നു ആ ഭ്രാന്താശുപത്രിയിലെ ഏറ്റവും പ്രായം കുറഞ്ഞ അന്തേവാസി. എന്നിട്ടും അവൻ തന്റെ ബുദ്ധിശക്തി കൊണ്ട് ഏവരെയും അമ്പരപ്പിച്ചു. താൻ വായിച്ച പുസ്തകങ്ങളിലെ പ്രണയകഥകൾ പറഞ്ഞു കൊടുത്തുകൊണ്ട് മറ്റ് അന്തേവാസികളുടെ പ്രണയാതുരമായ ഹൃദയങ്ങൾക്ക് ആശ്വാസമേകി. വാക്കുകളോ അക്കങ്ങളോകൊണ്ടു നിർമ്മിച്ച ഏതു കുഴഞ്ഞ പ്രഹേളികയും അവന്റെ മുന്നിൽ നിഷ്പ്രഭമാകുമായിരുന്നു. യുസുഫിന്റെ സമാനതകളില്ലാത്ത ബുദ്ധികൂർമ്മതയായിരുന്നു അവന്റെ മാനസിക പ്രശ്നങ്ങളുടെ പ്രധാന ഹേതു.

മുറിയിൽ നിന്ന് പുറത്തുപോകാൻ അനുവാദം ലഭിച്ചതോടെ യുസുഫിന് ആശുപത്രിയും ചുറ്റുവട്ടങ്ങളും പരിചിതമായി. ഒരു നല്ല കുളവും നിറയെ പൂക്കളുമുള്ള പൂന്തോട്ടത്തിലേക്ക് തുറക്കുന്ന വാതിലുകൾ ഉള്ള എട്ടു മുറികളും അവിടെ ഉണ്ടായിരുന്നു. ഇഷ്ടപ്രകാരം ഒഴുക്കു നിയന്ത്രിക്കാവുന്ന ഒരു ജലധാരയും താഴികക്കുടവുമുള്ള മനോഹരമായ

ഒരു നടുമുറ്റവും രോഗികൾക്കുവേണ്ടി ക്രമീകരിച്ചിരുന്നു. ധാതുക്കളും വിത്തുകളും പച്ചമരുന്നുകളും വേരുകളും കൊണ്ടുള്ള വിവിധ തരം ചികിത്സകൾക്കും രോഗികൾക്ക് മാർഗ്ഗനിർദ്ദേശങ്ങൾ നൽകാനും കഥകളും പുരാണങ്ങളും കേൾപ്പിച്ചു തളർന്നുപോയ മനസ്സുകളെ ഉത്തേജിപ്പിക്കാനുമുള്ള ഇടമായി ഈ നടുത്തളം ഉപയോഗിച്ചിരുന്നു. മരുന്നുകൾ ശേഖരിച്ചു വയ്ക്കാനും പ്രത്യേകനിരീക്ഷണം ആവശ്യമുള്ളവരെ സൂക്ഷിക്കാനും സംഗീത പരിപാടികൾക്കുമായി മൂന്നു മുറികൾ വേറെയുണ്ടായിരുന്നു. ബാക്കിയുണ്ടായിരുന്ന അഞ്ചു മുറികളിലായിരുന്നു അന്തേവാസികളുടെ താമസം. മനോരോഗത്തിന്റെ ഏറ്റക്കുറച്ചിലുകൾ അനുസരിച്ചു മുറികളെ തരം തിരിച്ചിരുന്നു. ഓരോ മുറികളിലും രോഗികൾക്ക് ഏകദേശം രണ്ടാഴ്ചയ്ക്കും ഒരു മാസത്തിനുമിടയ്ക്കു ചികിത്സയ്ക്ക് വിധേയരാകേണ്ടി വന്നിരുന്നു. രോഗത്തിൽ വരുന്ന വ്യത്യാസത്തിനനുസരിച്ച് അവരെ മറ്റു മുറികളിലേക്ക് മാറ്റുകയും ചെയ്തിരുന്നു. ഉദാഹരണത്തിന് ആത്മഹത്യാപ്രവണതയുള്ള ഒരു രോഗിയെ ഒന്നാം നമ്പർ മുറിയിൽ ചങ്ങലകളാൽ ബന്ധിച്ചിടും. രോഗം കുറച്ചു ഭേദപ്പെട്ടതായി കണ്ടാൽ അടച്ചുറപ്പുള്ള രണ്ടാം നമ്പർ മുറിയിലേക്കു മാറ്റും. രോഗത്തിന്റെ അടുത്ത അവസ്ഥയിലുള്ളവർ വാതിലുള്ള എന്നാൽ താഴുകളില്ലാത്ത മൂന്നാം നമ്പർ മുറിയിലാവും താമസം. പുരോഗതി അനുസരിച്ചു അതിനു ശേഷം അവർക്ക് ചതുരംഗമുറിയിലേക്കോ സംവാദ മുറിയിലേക്കോ പ്രവേശനം അനുവദിക്കാറുണ്ട്.

എല്ലാ ദിവസവും ഉച്ചയ്ക്ക് മുൻപും വൈകുന്നേരങ്ങളിലും സൂര്യാസ്തമയത്തിനു ശേഷം രണ്ടു മണിക്കൂർ കഴിഞ്ഞും അന്തേവാസികൾക്കായി സംഗീത പ്രകടനങ്ങൾ നടത്തിയിരുന്നു. പ്രഭാതങ്ങളിൽ ജലധാരായന്ത്രത്തിൽ നിന്ന് ഒരു നീരുറവയും ഉച്ചയ്ക്കുശേഷം മൂന്നു നീരുറവകളും വൈകുന്നേരങ്ങളിൽ രണ്ടു നീരുറവകളും പുറപ്പെടുന്ന തരത്തിലാണ് ക്രമീകരിച്ചിരുന്നത്. നടുമുറ്റത്ത് സംഗീതധ്വനികൾക്കൊപ്പം ജലധാരയുടെ ശബ്ദവും മധുരമായി കലർന്നൊഴുകും. ഒമ്പതാം നൂറ്റാണ്ടിൽ ജീവിച്ചിരുന്ന ഫറാബി എന്ന സംഗീത ചികിത്സകന്റെ നിർദ്ദേശങ്ങൾക്ക് അനുസരിച്ചായിരുന്നു ഇത്തരം സജ്ജീകരണങ്ങൾ. അദ്ദേഹത്തിന്റെ സിദ്ധാന്തങ്ങൾക്കനുസരിച്ച് വിവിധ ഋതുക്കൾക്ക് അനുസരിച്ചുള്ള സംഗീത ശൈലികൾ രോഗശമനത്തിനായി ഉപയോഗിച്ചിരുന്നു. സെപ്തംബർ മാസമായിരുന്നു അത്. സംഗീതജ്ഞർ ശരത്കാലത്തിനു ചേർന്ന പ്രത്യേക രാഗങ്ങളായിരുന്നു തിരഞ്ഞെടുത്തിരുന്നത്. പ്രഭാതങ്ങളിൽ രോഗികൾ സന്തോഷപ്രദമായതോ തരളമായതോ ആയ രാഗങ്ങൾ കേട്ടു. വൈകുന്നേരങ്ങളിൽ ഉറപ്പുള്ള സാബാ സംഗീതമോ ഉറങ്ങാൻ സഹായിക്കുന്ന മറ്റ് ഏതെങ്കിലും രാഗങ്ങളോ ആവും ഗായകർ തെരഞ്ഞെടുക്കുക. രാത്രിയിലേക്ക് വിലാസലോലമായതോ വളരെ നേർത്തതോ ആയ സംഗീതമാണ് ശരത്കാലങ്ങളിൽ പൊതുവെ ആലപിക്കുക. ജലധാരകളുടെ ശക്തി രാഗവിന്യാസങ്ങളനുസരിച്ച് വ്യത്യാസപ്പെട്ടിരിക്കും.

സ്വാസ്ഥ്യദായകമായ സംഗീതം നടുമുറ്റത്തും മുറികളിലും മുഴങ്ങും. പ്രശസ്ത മുസ്ലീം തത്ത്വചിന്തകനായ അബു അലി സിനായും പ്രണയ നൈരാശ്യത്താലും വിഷാദരോഗത്താലും വലയുന്ന മനസ്സുകളെ ചികിത്സിക്കാൻ പറ്റിയ മാർഗ്ഗം സംഗീതമാണെന്ന് പറഞ്ഞിട്ടുണ്ട്.

യുസുഫ് സംഗീതം വളരെ ഇഷ്ടപ്പെട്ടിരുന്നു. പ്രത്യേകിച്ച് രുഹാവി രാഗം. അവനിൽ അത് ശെഹനാസിന്റെയും അവന്റെ അമ്മയോടുമൊപ്പം പ്രണയകാവ്യങ്ങളും വായിച്ചു ചെലവഴിച്ച ശൈത്യകാലസായാഹ്നങ്ങളുടെ ഓർമ്മകളുണർത്തി. അതിലൊന്നായിരുന്നു സൂഫിയുടെ കഥ. കർപ്പൂരംപോലെ വെളുത്ത കവിൾത്തടങ്ങളും കസ്തൂരി മണക്കുന്ന മുടിച്ചുരുളുകളും തേൻപോലെ മധുരിക്കുന്ന ചുണ്ടുകളുമുള്ള ഒരു സുന്ദരിയിൽ ആകൃഷ്ടനായ ഒരു സൂഫി സന്ന്യാസിയുടെ കഥയായിരുന്നു അത്.

യുസുഫിനെ ആശുപത്രിയിലേക്ക് കൊണ്ടുവന്ന ആദ്യ മൂന്നു ദിനങ്ങളിൽ അവൻ ആരോടും ഒരു വാക്കു പോലും ഉരിയാടിയില്ല. അഞ്ചാം മുറിയിലെ ചികിത്സയ്ക്കു ശേഷം രോഗശമനം കൈവരിച്ച ഒരാൾ യുസുഫിനെ പലതവണ സന്ദർശിക്കുകയും അവന്റെ പേരും മറ്റു വിവരങ്ങളും മനസ്സിലാക്കുകയും ചെയ്തു. അവന്റെ പ്രണയാതുരമായ അവസ്ഥ കണ്ട് അയാൾ അവനെ കൊതിയൻ യുസുഫ് എന്ന് വിളിക്കാൻ തുടങ്ങി. ഒരു മാസത്തിനുള്ളിൽ അന്തേവാസികളെല്ലാം തന്നെ അവനെ അങ്ങനെ വിളിക്കാൻ തുടങ്ങി. അവസാനം ഗുമസ്തൻ ആ പേര് ചുരുക്കി യെയെ എന്ന ഓമനപ്പേര് അവനു സമ്മാനിച്ചു.

അനുബന്ധം: സൂഫിയുടെ കഥ

ഒരിടത്ത് ആര് കണ്ടാലും പ്രണയത്തിൽ വീണു പോകുമാറ് സൗന്ദര്യത്താൽ അനുഗൃഹീതയായ ഒരു പെൺകുട്ടിയുണ്ടായിരുന്നു. അവളുടെ കവിളുകൾ കർപ്പൂരം പോലെ വെളുത്തതും മുടിച്ചുരുളുകൾ കസ്തൂരി പോലെ കറുത്തു സുഗന്ധം വമിക്കുന്നതും ചുണ്ടുകൾ തേൻ പോലെ മധുരിക്കുന്നതുമായിരുന്നു. ഒരു ദിവസം അവൾ പൂന്തോട്ടത്തിൽ ഉലാത്തുമ്പോൾ അതുവഴി ഒരു സൂഫി സന്ന്യാസി കടന്നു പോയി. ഒരു റൊട്ടിക്കടക്കാരൻ ദയ തോന്നി നൽകിയ ഒരു കഷണം റൊട്ടി അയാളുടെ കൈയിലുണ്ടായിരുന്നു. അവളുടെ ദീപ്തമായ മുഖം കണ്ടപ്പോൾ അയാളുടെ കൈയിൽ നിന്ന് ആ റൊട്ടിക്കഷണം താഴെ വീണു. ആ മനുഷ്യന്റെ ദുർദ്ദശ കണ്ടു ഒരു പുഞ്ചിരി സമ്മാനിച്ച ശേഷം അവൾ അവിടെ നിന്നും മെല്ലെ നടന്നു നീങ്ങി. എന്നാൽ അയാളുടെ ആത്മാവിന്റെ ഒരു ഭാഗവുമായാണ് അവൾ പോയത്. ഏഴു വർഷം ആ സൂഫിവര്യൻ അവളുടെ പൂന്തോട്ടത്തിന്റെ മുന്നിൽ നിന്ന് മാറാതെ ജീവിച്ചു. അവളുടെ സാമീപ്യമില്ലാതെ ജീവിക്കാനാവാതെ കണ്ണുനീരോടെയും ഉത്കണ്ഠയോടെയും അയാൾ പൂന്തോട്ടത്തിന്റെ മതിലുകൾക്ക് ചുറ്റും

അലഞ്ഞുതിരിഞ്ഞു. പെൺകുട്ടിയുടെ കുടുംബത്തിനു തങ്ങളുടെ സുന്ദരിയായ പുത്രിയുടെ പിന്നാലെ കൂടിയിരിക്കുന്ന ഈ ദരിദ്രനെ സഹിക്കാൻ കഴിഞ്ഞില്ല. ഒരുദിവസം രാത്രി അയാളെ ആരുമറിയാതെ അവിടെ നിന്നും ഓടിക്കാൻ അവർ തീരുമാനിച്ചു. ദയാലുവായ പെൺകുട്ടി ആരുമറിയാതെ അയാളോട് സംസാരിച്ചു. "നിങ്ങൾ ഇവിടെ നിന്നും പോയേ തീരൂ. ഒരിക്കലും നേടാനാകാത്ത ഒന്നിനായി എന്റെ മതിലിനു ചുറ്റും ഇങ്ങനെ കറങ്ങി നടക്കരുത്. എന്റെ കുടുംബം എങ്ങനെയെങ്കിലും നിങ്ങളെ ഒഴിവാക്കും. ഒരു നിമിഷം പോലും വൈകരുത്. ഓടി രക്ഷപ്പെടൂ."

അവളുടെ വാക്കുകൾ കേട്ട് ആ ദരിദ്ര സന്ന്യാസി പൊട്ടിക്കരഞ്ഞു പോയി. അന്നാദ്യമായി അയാൾ സ്വന്തം ഹൃദയ വികാരങ്ങൾ അവൾക്കു മുന്നിൽ തുറന്നു വച്ചു. "ഒരായിരം കാമുകന്മാർ ബലിയർപ്പിക്കപ്പെട്ടോട്ടെ! എന്റെ ജീവിതം നിന്നെ കണ്ട മാത്രയിൽ അവസാനിച്ചു. ഈ നിസ്സാരമായ ജീവനുവേണ്ടി നിന്നെ ഞാൻ ഉപേക്ഷിച്ചു പോകുമെന്ന് തോന്നുന്നുണ്ടോ? പക്ഷേ എനിക്ക് ഒരു കാര്യമറിയാൻ കൗതുകമുണ്ട്. നിനക്ക് എന്നോടു യാതൊരു താത്പര്യവും ഇല്ല എന്ന് എനിക്കറിയാം പക്ഷേ എന്തിനാണ് നീയിങ്ങനെ പുഞ്ചിരിക്കുന്നത്?"

"ഓ എന്റെ വിഡ്ഢിയായ സൂഫീ" പെൺകുട്ടി പറഞ്ഞു. "ദരിദ്രനായ മനുഷ്യാ, നീ എന്നെങ്കിലും ഒരു കണ്ണാടിയിൽ നോക്കിയിട്ടുണ്ടോ? നിങ്ങളുടെ മുഖം കണ്ടാൽ ആരും ചിരിച്ചു പോകും."

"കാമുകന് ഏറ്റവും വലുത് അവന്റെ പ്രണയം തന്നെയാണ്." സൂഫി മറുപടി പറഞ്ഞു. "നിന്റെ വാക്കുകൾ ഏല്പിക്കുന്ന മുറിവുകളെ അതിജീവിക്കാനുള്ള കരുത്ത് എനിക്കുണ്ട്. എന്നാൽ ഒരു ശക്തിക്കും എന്റെ പ്രണയത്തെ നശിപ്പിക്കാനാവില്ല."

അടുത്ത ഏഴു ദിവസങ്ങൾ കൂടി ആ സൂഫി അവിടെ കാത്തു നിന്നു. അതിനു ശേഷം അയാളെ ആരും കണ്ടിട്ടില്ല.

ചോദ്യം 4

അല്ലയോ മഹാരാജാവേ, പറയപ്പെടുന്നത്ര ബുദ്ധിമാനാണോ അങ്ങ്?

സുൽത്താൻ അഹമദ് പള്ളിയുടെ മിനാരങ്ങൾക്കിടയിലൂടെ നോക്കുമ്പോൾ മന്ത്രിമുഖ്യൻ ഇബ്രാഹിം പാഷയുടെ കൊട്ടാരം ഏതൊരു ഓട്ടോമാൻ ഭരണാധികാരിയുടെയും അസൂയ പിടിച്ചു പറ്റുംവിധം മാർമര കടലിലേക്കും രാജകുമാരന്റെ ദ്വീപുകളിലേക്കും തുറക്കുന്ന ജനാലകളുമായി തലയുയർത്തി നിന്നിരുന്നു. അതിനു മുന്നിൽ ചരിത്രമുറങ്ങുന്ന സമ്പന്നമായ ഒരു കഴിഞ്ഞ കാലത്തിന്റെ ഓർമ്മകളുമായി ഈജിപ്ഷ്യൻ സ്മാരകസ്തംഭവും സർപ്പത്തൂണും റോമൻ കുതിരപ്പന്തയമൈതാനത്തിന്റെ അവശിഷ്ടങ്ങളും സ്ഥിതി ചെയ്തിരുന്നു.

രണ്ടു നൂറ്റാണ്ട് മുൻപ് വിയന്നയിൽ നിന്നും ബൽഗ്രേയ്ഡിൽ നിന്നും ബുഡാപെസ്റ്റിൽ നിന്നും കാളവണ്ടികൾ നിറയെ ശില്പങ്ങളുമായി വരും വഴി മഹാനായ സുലൈമാനും അദ്ദേഹത്തിന്റെ പ്രിയങ്കരനായ മന്ത്രി പർഗയിലെ ഇബ്രാഹിം പാഷയും ആനന്ദവും അദ്ഭുതവും കലർന്ന വികാരങ്ങളോടെ കൊട്ടാരത്തിന്റെ ജനൽപ്പാളികൾ നോക്കി ഒരു മടുപ്പും കൂടാതെ ഏറെ സമയം ചെലവഴിക്കുമായിരുന്നു. ബൈസാന്റിയൻ ചരിത്രമുറങ്ങുന്ന അതിന്റെ വിശാലമായ മുൻഭാഗത്തായിരുന്നു ഇസ്താംബൂളിലെ പൗരന്മാർ തങ്ങളുടെ സമയം രസകരമായി ചെലവഴിക്കാൻ എത്തിയിരുന്നത്. തന്റെ ജീവിതത്തിനു കൂടുതൽ നിറം പിടിപ്പിക്കാൻ പറ്റുന്ന തരുണികൾ ആരെങ്കിലും അക്കൂട്ടത്തിലുണ്ടോ എന്ന് ഇബ്രാഹിം പാഷ കൊത്തുപണികൾ ചെയ്ത ജനാലകളിലൂടെ നിരീക്ഷിക്കുക പതിവായിരുന്നു. ചത്വരത്തെ അഭിമുഖീകരിക്കുന്ന മുറികൾ അദ്ദേഹത്തിന്റെ ഭാര്യമാർക്കും വെപ്പാട്ടികൾക്കുമായി മുൻഗണനയും പ്രാധാന്യവുമനുസരിച്ചു വിഭജിച്ചു നൽകിയിരുന്നു. ഓരോ വെപ്പാട്ടിക്കും കൊട്ടാരത്തിൽ ചുമതലകളുണ്ടായിരുന്നെങ്കിലും പരസ്പരം വഴക്കടിക്കുന്നതിലും യജമാനന്റെ ശ്രദ്ധ പിടിച്ചു പറ്റാനുള്ള തന്ത്രങ്ങൾ ആവിഷ്കരിക്കുന്നതിലുമാണ് അവർ സമയത്തിന്റെ ഒട്ടുമുക്കാലും ചെലവഴിച്ചിരുന്നത്. വസന്തകാലപുഷ്പങ്ങളുടെ ശോഭയാർന്ന തുടുത്ത മുഖങ്ങളുള്ള യൂറോപ്യൻ സുന്ദരികളായിരുന്നു ആ വെപ്പാട്ടികളിൽ ഭൂരിഭാഗവും. സൗന്ദര്യം നഷ്ടപ്പെട്ടു മദ്ധ്യവയസ്കകളായി മാറുന്നതോടെ അവരിൽ പാഷയ്ക്കുള്ള താത്പര്യം നഷ്ടപ്പെടുന്നതും പതിവായിരുന്നു. പക്ഷേ പാഷയുടെ ഏറ്റവും പ്രിയപ്പെട്ട ഒരു കുപ്പി വൈൻ മുറിയിൽ ഒളിച്ചുവയ്ക്കാൻ അവകാശമുള്ള

വെനീസിൽ നിന്നോ റോമിൽ നിന്നോ വന്ന ചെറുപ്പക്കാരിയായ ഒരു മോഡലോ വല്ലാച്ചിയയിൽ നിന്ന് വന്ന, യജമാനനുവേണ്ടി ഭാവശൂന്യങ്ങളായ കവിതകളെഴുതി നേരം കളയുന്ന ഒരു സുന്ദരിയോ ആ കൊട്ടാരത്തിൽ എന്നും ഉണ്ടാകാറുണ്ടായിരുന്നു. ഏറ്റവും സുന്ദരിയായും ചമയങ്ങളോടെയും പ്രത്യക്ഷപ്പെടാൻ മത്സരിക്കുന്ന ഭാര്യമാർക്കിടയിൽ പരസ്പരം കൊടുംവൈരം നിലനിന്നിരുന്നു. പാഷയിൽ നിന്ന് ലഭിക്കുന്ന പണമത്രയും പട്ടുവസ്ത്രങ്ങളിലും രത്നാഭരണങ്ങളിലും സുഗന്ധദ്രവ്യങ്ങളിലും കേശാലങ്കാരങ്ങളിലും ചെലവഴിക്കാനായിരുന്നു അവർക്ക് താത്പര്യം. പുത്രന്മാരെ പ്രസവിച്ച ഭാര്യമാർക്കായിരുന്നു അധികാരങ്ങളെല്ലാം. ഇബ്രാഹിം പാഷയുടെ ആദ്യഭാര്യയ്ക്ക്, മുല്ലപ്പൂവിന്റെ സുഗന്ധം പരത്തി കൊട്ടാരം മുഴുവൻ അഹന്തയോടെ തലയുയർത്തിപ്പിടിച്ച് അലഞ്ഞുതിരിഞ്ഞിരുന്ന രണ്ടാം ഭാര്യയോട് തീരാപകയുണ്ടായിരുന്നു. അല്പം പണം സമ്പാദിക്കാനായി വെപ്പാട്ടികൾ ഈ അവസരം മുതലെടുത്ത് രണ്ടുപേരെയും കൂട്ടിയടിപ്പിക്കുക പതിവായിരുന്നു.

രണ്ടു നൂറ്റാണ്ടുകൾക്കു ശേഷം സുൽത്താൻ അഹമ്മദ് മൂന്നാമന്റെ പതിമൂന്നുകാരിയായ മകളെ വിവാഹം കഴിച്ച നെവ്ശിഹിറിലെ ഇബ്രാഹിം പാഷ തന്റെ മറ്റു ഭാര്യമാരെ ഉപേക്ഷിക്കുന്നതായും വെപ്പാട്ടികളെ കൊട്ടാരത്തിലെ ഉത്തരവാദിത്വങ്ങൾ നിറവേറ്റുന്നതിനായി ഉപയോഗിക്കുക മാത്രം ചെയ്യുന്നതാണ് എന്നും പ്രഖ്യാപിച്ചു. എന്നാൽ എന്തു തന്നെയായാലും ആരെയും പറഞ്ഞയച്ചില്ല എന്നു മാത്രമല്ല ഇടയ്ക്ക് അവരിൽ ചിലരെ കൊട്ടാരത്തിൽ രസിച്ചുകൊണ്ടിരിക്കുന്ന ഇബ്രാഹിം പാഷയുടെ സമീപത്തു കണ്ടതായും പഴയ ചില അടുപ്പക്കാരികളുടെയൊപ്പം അദ്ദേഹം വൈകുന്നേരം സ്ഥലം വിട്ടതായും ചില കിംവദന്തികളും പ്രചരിച്ചിരുന്നു.

ഇബ്രാഹിം പാഷ സമർത്ഥനും ബുദ്ധിമാനുമായ ഒരു മന്ത്രിമുഖ്യനായിരുന്നു. ലോകരാഷ്ട്രീയത്തിൽ അദ്ദേഹത്തിന്റെ നയതന്ത്രവൈദഗ്ധ്യത്തിനു പകരം വയ്ക്കാൻ കഴിവുള്ള ഭരണകർത്താക്കൾ ആരും ഇല്ലായിരുന്നു. ആയിരത്തി എഴുന്നൂറ്റി പതിനെട്ടിലെ പാസ്സരോവിറ്റ്സ് ഉടമ്പടി മുതൽ അദ്ദേഹം ഒറ്റയ്ക്ക് ഭരണം നിയന്ത്രിച്ച സമയമത്രയും സാമ്രാജ്യം സമാധാനപരമായ കാലഘട്ടത്തിലൂടെയാണ് കടന്നുപോയത്. നരകയറിത്തുടങ്ങിയ തലയും ഒട്ടിയ കവിളുകളും കണ്ണിനു താഴെ പടർന്ന കറുപ്പ് നിറവും പ്രായത്തെ വിളിച്ചറിയിച്ചുവെങ്കിലും അദ്ദേഹത്തിന്റെ സർവ്വസമ്മതമായ വ്യക്തിത്വവും നന്മനിറഞ്ഞ മനസ്സും കവിതയും സാഹിത്യവും ആസ്വദിക്കാനുള്ള കഴിവും അന്യാദൃശ്യമായിരുന്നു. പല ചിത്രകാരന്മാർക്കും കവികൾക്കും അദ്ദേഹം ആശ്രയമരുളുകയും അവരുടെ കഴിവുകളെ സമ്മാനങ്ങളാൽ പ്രോത്സാഹിപ്പിക്കുകയും ചെയ്തു. വളരെ ശാന്തവും കരുണാമയവുമായ ഭാവമായിരുന്ന പാഷയ്ക്ക് എന്നും എങ്കിലും ദേഷ്യം വരുന്ന സന്ദർഭങ്ങളിൽ ജനങ്ങൾ വ്യക്തമായ അകലം പാലിച്ചു. വിദേശികളോട് പെരുമാറേണ്ടത് എങ്ങനെയാണെന്ന് പാഷയ്ക്ക് നന്നായി അറിയാമായിരുന്നു. ആസ്ട്രിയയും ടർക്കിയും തമ്മിൽ ആയിരത്തി

എഴുന്നൂറ്റി പതിനെട്ടിൽ നടന്ന യുദ്ധത്തിനുശേഷം ഓട്ടോമാൻ സാമ്രാജ്യം അയൽരാജ്യങ്ങളോട് സൗഹൃദത്തിൽ തുടരാനാണ് ആഗ്രഹിക്കുന്നത് എന്ന് പ്രഖ്യാപിച്ചു. അതേസമയം ഓട്ടോമാൻ സാമ്രാജ്യത്തിന്റെ നഷ്ടപ്പെട്ടു പോയ യശസ്സ് വീണ്ടെടുക്കാനുതകുന്ന പദ്ധതികൾ രാജ്യത്ത് നടപ്പിൽ വരുത്തുകയും ചെയ്തു. റഷ്യയുമായി സമാധാനം സൂക്ഷിക്കേണ്ടതിന്റെ ആവശ്യകത ഇബ്രാഹിം പാഷ മനസ്സിലാക്കുകയും യൂറോപ്യൻ രാജ്യങ്ങളുമായി നയതന്ത്ര ബന്ധങ്ങൾ സ്ഥാപിക്കുകയും ചെയ്തു. റഷ്യയ്ക്കും പോളണ്ടിനുമെതിരെ തിരിയാൻ ആസ്ട്രിയയെ പ്രേരിപ്പിച്ച സമയത്ത് തന്നെ ഹംഗേറിയൻ രാജകുമാരനായ റക്കോക്സിയെ ഉപയോഗിച്ചു റഷ്യയുമായി സൗഹൃദബന്ധം സ്ഥാപിച്ചു. ഇതെല്ലാം സുൽത്താന്റെ ഉത്തരവ് പ്രകാരം ആയിരുന്നുവെങ്കിലും ഇബ്രാഹിം പാഷ തന്റെ ചുമതലകൾ മികച്ച കാര്യബോധത്തോടെയും ബുദ്ധിസാമർത്ഥ്യത്തോടെയും രാഷ്ട്രീയത്തിൽ യുക്തിയോടെ പ്രവർത്തിച്ചും കഴിവു തെളിയിച്ചു. ക്രിസ്ത്യൻ സമൂഹത്തിന്റെ ഉപജാപങ്ങൾക്കെതിരെ കരുക്കൾ നീക്കാൻ പാഷ ചരിത്രത്തിൽ ആദ്യമായി ഓട്ടോമാൻ സ്ഥാനപതിമാരെ യൂറോപ്പിലേക്കയച്ചു. അവരിലൊരാളായിരുന്ന മെഹ്മെദ് സെലെബി എഫെൻഡി, തന്റെ പാരീസിലെ അനുഭവങ്ങളെക്കുറിച്ച് ഒരു പുസ്തകം രചിക്കുകയുണ്ടായി. കലകളിൽ താത്പര്യമുള്ള മറ്റൊരു വശം കൂടി പാഷയുടെ വ്യക്തിത്വത്തിൽ ഉണ്ടായിരുന്നു. ജനക്കൂട്ടങ്ങളുടെ ശ്രദ്ധ തിരിക്കാനും അവരെ രസിപ്പിക്കാനുമുള്ള അപൂർവമായ കഴിവ്. രാജ്യത്തിന്റെ അന്തസ്സിന്റെയും പ്രശസ്തിയുടെയും കാര്യം വരുമ്പോൾ ചെലവിൽ നിയന്ത്രണങ്ങൾ ഇല്ലാത്തതുപോലെ തന്നെയായിരുന്നു പാഷയ്ക്ക് കലയുടെയും ആഘോഷങ്ങളുടെയും കാര്യത്തിലും.

നിഗൂഢമായ വിഷമപ്രശ്നങ്ങളുടെയും കടങ്കഥകളുടെയും ചുരുളഴിക്കുകയായിരുന്നു അദ്ദേഹത്തിന്റെ പ്രിയപ്പെട്ട മറ്റൊരു വിനോദം. സങ്കീർണ്ണമായ ഒരു പ്രശ്നം പരിഹരിക്കാനേല്പിക്കുന്നതിലൂടെ അദ്ദേഹത്തിനെ എളുപ്പം പ്രീതിപ്പെടുത്താനാവുമായിരുന്നു. നിഗൂഢസമസ്യകളുടെ ചുരുളഴിക്കാനുള്ള പാഷയുടെ സാമർത്ഥ്യം വളരെ പ്രശസ്തമായിരുന്നു. ചെറിയ ചില നീക്കങ്ങളിലൂടെ കുഴഞ്ഞു മറിഞ്ഞു കിടക്കുന്ന രാഷ്ട്രീയ പ്രശ്നങ്ങൾക്ക് പരിഹാരം കാണാൻ അദ്ദേഹത്തിനു കഴിഞ്ഞിരുന്നു. സമയമാകും മുൻപേ മീശ കുരുത്ത ഒരു കൗമാരക്കാരന്റെ ആർത്തിയോടെയും കൗതുകത്തോടെയുമായിരുന്നു അദ്ദേഹം പ്രശ്നങ്ങളെ സമീപിച്ചിരുന്നത്.

മന്ത്രിമുഖ്യൻ ഇബ്രാഹിം പാഷയുടെ പട്ടാളക്കാരോടുള്ള ദയയില്ലാത്ത പെരുമാറ്റം കുപ്രസിദ്ധമായിരുന്നു. ഒരിക്കൽ ദരിദ്രരായ രണ്ടു പട്ടാളക്കാരുടെ മരണം അറിഞ്ഞയുടനെ ഒരല്പം പണത്തിനുവേണ്ടി ഒരു പ്രത്യേക കല്പന പുറപ്പെടുവിച്ച് അവരുടെ ശമ്പളം ഖജനാവിൽ തടഞ്ഞു വച്ചു. തങ്ങളുടെ ജോലിക്ക് തടസ്സം വരുത്താൻ വണ്ണം ഗുരുതരമായ ഈ പ്രവർത്തി പട്ടാളത്തലവന്മാർക്ക് വല്ലാത്ത അലോസരമുണ്ടാക്കി.

ഇബ്രാഹിം പാഷ ചെയ്ത ഈ ദുഷ്പ്രവർത്തി, ഇനിയെന്തെല്ലാം ചെയ്തേക്കാം അദ്ദേഹം എന്ന ഊഹാപോഹങ്ങളുമായിരുന്നു മാസങ്ങളോളം നഗരത്തിലെ ചായക്കടകളിലെ സംസാരവിഷയം. എല്ലാ റാങ്കുകളിലുമുള്ള അസംതൃപ്തരായ പട്ടാളക്കാർ ഇബ്രാഹിം പാഷയെ താഴ്ത്തിക്കെട്ടാനും ജയിലിലിടാനുമുള്ള പദ്ധതികളെപ്പറ്റി ദീർഘനേരം ചർച്ച ചെയ്തു.

അന്ന്, നഗരത്തെ നേർത്ത വിഷാദത്തിന്റെ മൂടുപടമണിയിച്ചുകൊണ്ട് തളർച്ചയോടെ ഇസ്താംബൂളിലെ താഴികക്കുടങ്ങൾക്ക് പിന്നിൽ വേനൽ സൂര്യൻ അസ്തമിച്ചു. ഇബ്രാഹിം പാഷയെ കഠിനമായ എന്തോ പ്രശ്നം അലട്ടുന്നുണ്ടായിരുന്നു. വിശപ്പടക്കാൻ മാത്രമായി അല്പം പോത്തിറച്ചിയും മൊരിച്ച റൊട്ടിയും അകത്താക്കിയതല്ലാതെ അദ്ദേഹത്തിനു വേണ്ടി പ്രത്യേകമായി തയ്യാറാക്കിയ കൊഞ്ച് കൊണ്ടുണ്ടാക്കിയ വിഭവമോ മാർസെല്യസിൽ നിന്ന് കൊണ്ട് വന്ന വീഞ്ഞോ തൊട്ടു നോക്കുകപോലും ചെയ്തില്ല. നഗരത്തിന്റെ നിഴൽരൂപം ഇരുട്ടിൽ അലിഞ്ഞുപോകുന്നതും നോക്കി നിന്നുകൊണ്ട് അദ്ദേഹം തന്റെ ആകുലതകളെ കുടഞ്ഞു കളയാനും ഭാവിയിലെ നല്ല ദിവസങ്ങളെപ്പറ്റി ആലോചിക്കാനും ശ്രമിച്ചു. അല്പനേരത്തിനു ശേഷം അലമാരയിൽ നിന്ന് തനിക്കു പ്രിയപ്പെട്ട ഒരു ചരിത്ര പുസ്തകം തിരഞ്ഞെടുത്തു അതിനെ വന്ദിച്ചശേഷം പഠനമേശയ്ക്കു സമീപം ഇരുന്നു വായന തുടങ്ങി. പുസ്തകത്തിൽ ശ്രദ്ധ കേന്ദ്രീകരിക്കാനായില്ല. തന്റെ ഭാര്യയായ ഫാത്തിമ സുൽത്താനയുടെ പ്രണയം വീണ്ടെടുക്കാനും താൻ ചെയ്ത ഒരു തെറ്റിന് പരിഹാരം കാണാനുമായി ഒരു ഭാവഗീതം രചിക്കാനും തീരുമാനിച്ചു.

“ഞാൻ എന്തൊരു വിഡ്ഢിയാണ്? എന്റെ പ്രണയിനിയിൽ അസൂയ ജനിപ്പിക്കാനായി ഞാൻ എന്തിന് ആ വെപ്പാട്ടിയുടെ പിറകെ പോയി?” അദ്ദേഹം പറഞ്ഞുകൊണ്ടേയിരുന്നു. ഹൃദയതന്ത്രികൾ ഒരിക്കൽ പൊട്ടിപ്പോയാൽ ഒരായിരം തവണ ശ്രമിച്ചാലും നന്നാക്കുക എളുപ്പമല്ല എന്നർത്ഥം വരുന്ന ചില വരികൾ പാഷയുടെ മനസ്സിലേക്കൊഴുകി വന്നു. ആ വരികൾ മനസ്സിലിട്ടുരുട്ടിക്കൊണ്ടിരിക്കെ ഹൃദയം വല്ലാത്തൊരു സ്വപ്നത്തിൽ നിന്ന് ഉണരാൻ കഴിയാത്തതുപോലെ തുടിക്കാൻ തുടങ്ങി. പാതിമയക്കത്തിലെ സ്വപ്നമെന്നപോലെ കനത്ത മീശയും ഭീഷണിപ്പെടുത്തുന്ന മിഴികളുമുള്ള ഒരു പട്ടാളക്കാരൻ ഇബ്രാഹിം പാഷയുടെ മനസ്സിലേക്ക് പരിഹാസപൂർവം തന്നെ നോക്കുന്ന ഒരു ദൃശ്യം കടന്നു വന്നു. ആ നിമിഷം ആരോ വാതിലിൽ മുട്ടുകയും കൈയിലൊരു കൊട്ടയുമായി ഒരു രൂപം അകത്തേക്കു കടന്നുവരികയും ചെയ്തു. മറ്റൊരു ലോകത്തായിരുന്ന പാഷ തന്റെ പരിചാരകൻ കടന്നു വന്നതോ എന്തോ പറയാൻ ശ്രമിക്കുന്നതോ ശ്രദ്ധിച്ചതേയില്ല.

“അങ്ങുന്നേ!” പരിചാരകൻ വിളിച്ചു.

"ഒരു പട്ടാളത്തലവൻ ഇത് അങ്ങയോടുള്ള ബഹുമാനാർത്ഥം തരാനായി ഏല്പിച്ചതാണ്. അങ്ങ് ഒരിക്കലും ഇത് സ്വീകരിക്കുകയില്ല എന്ന് അദ്ദേഹത്തോട് ഞാൻ പറഞ്ഞു. എന്നാൽ അയാൾ നിർബന്ധിച്ചു. ഇത് വളരെ പ്രധാനപ്പെട്ട എന്തോ ആണെന്നും അങ്ങയുടെ ആവശ്യപ്രകാരമാണ് ഇത് കൊടുത്തയയ്ക്കുന്നത് എന്നുമാണ് അദ്ദേഹം പറഞ്ഞത്. അദ്ദേഹത്തിന്റെ കല്പന ഞാൻ അനുസരിച്ചത് തെറ്റായിപ്പോയോ?"

ഇത് പറഞ്ഞുകൊണ്ട് പരിചാരകൻ ആ കൊട്ട പാഷയുടെ നേരെ നീട്ടിപ്പിടിച്ചു. പക്ഷേ കവിതയുടെ വരികളിലും പട്ടാളക്കാരന്റെ കനത്ത മേൽമീശയിലും മനസ്സ് കുടുങ്ങിപ്പോയ മന്ത്രിമുഖ്യൻ തന്റെ പുറംകൈ കൊണ്ടുള്ള ഒരു വീശലിലൂടെ പരിചാരകനെ പറഞ്ഞയയ്ക്കുകയും ഓട്ടോമാൻ ചരിത്രകാരനായ നെയ്മാ താരിഹി എഴുതിയ പുസ്തകത്തിലേക്ക് മടങ്ങുകയും ചെയ്തു. കൊസൊവോയിലെ മൂററ് ഒന്നാമന്റെ രക്തസാക്ഷിത്വം മുതൽ വായിച്ചു തുടങ്ങിയ സംഭവങ്ങൾ പാഷയുടെ കണ്ണുകളെ ഈറനാക്കി. മനസ്സ് ശാന്തമാകുംവരെ അദ്ദേഹം ആ പുസ്തകത്തിൽ മുഴുകിയിരുന്നു. മഷിക്കുപ്പിയും കടലാസും തന്നോടടുപ്പിച്ച് വച്ചുവെങ്കിലും മനസ്സ് ശൂന്യമായിരുന്നു. കുറച്ചു നേരം അസ്വസ്ഥനായിരുന്ന ശേഷം നെടുവീർപ്പുകളുടെ അകമ്പടിയോടെ പാഷ എഴുതാനാരംഭിച്ചു. കുറെയേറെ വെട്ടിത്തിരുത്തലുകൾക്കു ശേഷം പ്രശസ്ത കവി നദീമിന്റേതിനു സമാനമായ ശൈലിയിൽ ചില ഈരടികൾ എഴുതിയുണ്ടാക്കി. അവസാനം എഴുത്തുമേശ വൃത്തിയാക്കിയതിനു ശേഷം പോകാനെഴുന്നേറ്റപ്പോഴാണ് വാതിൽപ്പടിയിൽ ഇരിക്കുന്ന ഭദ്രമായി മൂടിക്കെട്ടിയ കൊട്ടയും അതിനു മുകളിലിരുന്ന സീൽ വച്ച കത്തും കണ്ടത്. അദ്ദേഹം കത്ത് പൊട്ടിച്ചു.

"മന്ത്രിമുഖ്യാ... എല്ലാവരും പറയും പോലെ നിങ്ങളൊരു ബുദ്ധിമാനാണോ എന്ന് നോക്കാമല്ലോ. കൊട്ട തുറന്ന് വർഷത്തിലെ ആദ്യത്തെ കായ്കളും പഴങ്ങളും രുചിച്ചു നോക്കിയിട്ട് അതിലൊളിഞ്ഞിരിക്കുന്ന രഹസ്യമെന്താണെന്നു കണ്ടുപിടിക്കാമെങ്കിൽ കണ്ടുപിടിക്ക്."

വില്ലോ മരത്തിന്റെ പിടിയിട്ട, കടലാസു മുറിക്കുന്ന കത്തികൊണ്ട് ഇബ്രാഹിം പാഷ സൂക്ഷ്മതയോടെ കൊട്ട മൂടിക്കെട്ടിയിരുന്ന തുണിയുടെ തുന്നലുകൾ വിടുവിച്ചു. പ്രതീക്ഷിച്ചത് പോലെ കൊട്ട നിറയെ മനോഹരമായി അലങ്കരിച്ച ഹേസൽനട്ട്, വാൽനട്ട്, ആൽമണ്ട് മുതലായ കായ്കളും ഉണക്ക മുന്തിരിയും അത്തിപ്പഴവുമായിരുന്നു. ഒരു പിടി ഉണക്കിയ പഴങ്ങൾ വാരിയെടുക്കാനായി ശ്രമിച്ചതും അദ്ദേഹത്തിന്റെ വിരലുകൾ നനവുള്ള മാംസം പോലെയുള്ള എന്തോ വസ്തുവിൽ സ്പർശിച്ചു. കൊട്ടയിലുള്ള വസ്തുക്കളെല്ലാംകൂടി താഴേക്ക് മറിച്ചിട്ടതും പാഷ ഭയംകൊണ്ട് മരവിച്ചു പോയി. അപ്പോൾ അരിഞ്ഞെടുത്ത ഒരു സ്ത്രീയുടെ ശിരസ്സ് നീണ്ട മുടിപ്പിന്നലുകളുമായി പരവതാനിയിൽ വീണുരുണ്ടു.

ചോദ്യം 5

എന്തിനാണ് മുത്തുകളുടെ വീട് വിറ്റത്?

നേരം പാതിരാത്രിയായി. ഫാൽക്കോ അപ്പോഴും ഭ്രാന്തനെപ്പോലെ നക്സിഗ്യുല്ലിന്റെ പേര് പറഞ്ഞുകൊണ്ടു നിലവിളിക്കുകയായിരുന്നു. കഴിഞ്ഞ പതിനഞ്ചു മണിക്കൂറുകളായി ഇയൂപ് ജയിലിലെ ഒരു ഈർപ്പം നിറഞ്ഞ അറയിൽ കാലുകൾ ഒരു മരക്കുറ്റിയിൽ ബന്ധിച്ച നിലയിൽ അവനെ അടച്ചിട്ടിരിക്കുകയായിരുന്നു. അവിടെയുണ്ടായിരുന്ന മാളങ്ങൾ പോലെയുള്ള അഞ്ചു അറകളിൽ രണ്ടിലും തളർന്നവശരായ തടവുകാരുണ്ടായിരുന്നു. ദാഹവും വിശപ്പും കൊണ്ട് അശക്തരായ അവർക്ക് എന്തെങ്കിലും ആവശ്യങ്ങളുണ്ടായേക്കും എന്ന് ചിന്തിക്കാൻ പോലും അധികൃതർക്ക് നേരമുണ്ടായിരുന്നില്ല. ഭീകരമായ ഒരു ദുഃസ്വപ്നം കാണുകയാണ് താൻ എന്ന് ഫാൽക്കോയ്ക്ക് തോന്നി. വല്ലാത്തൊരു മരവിപ്പ് മനസ്സിനെ കീഴടക്കുന്നതായും ഓർമ്മകൾ മങ്ങി മറയുന്നതായും അനുഭവപ്പെട്ടു. ഇടയ്ക്ക് തേങ്ങൽ പുറത്തു വന്നപ്പോഴൊക്കെ മറ്റു രണ്ടു തടവുകാർ ശാപവാക്കുകളുടെ അകമ്പടിയോടെ അവനോട് വായടച്ചുവയ്ക്കാൻ ആജ്ഞാപിച്ചു. അവന്റെ ഭാഗ്യത്തിന് മരക്കുറ്റിയുടെ രണ്ടു അറ്റത്തുമായാണ് അവരെ തളച്ചിരുന്നത്. അതിലൊരാൾ നല്ല ആരോഗ്യമുള്ള കൂറ്റൻ ആയിരുന്നു. മറ്റെയാൾ വലുപ്പം കുറഞ്ഞ ദുർബലനും.

ഫാൽക്കോയെപ്പോലെതന്നെ അവരെയും ആരോപിക്കപ്പെട്ട കുറ്റം നിഷേധിച്ചതിനാണ് ജയിലറയിൽ അടച്ചിരിക്കുന്നത്. ഒരു പീഡനോപകരണം എന്ന നിലയിൽ അവരെ തളച്ചിരുന്ന മരക്കുറ്റി ഇസ്താംബൂളിൽ കുപ്രസിദ്ധമായിരുന്നു. എഴുപതു സെന്റിമീറ്റർ വ്യാസവും അഞ്ചു മീറ്ററോളം നീളവുമുള്ള രണ്ടായി പിളർന്ന ആ മരക്കുറ്റിയിൽ കാലുകൾ കടത്തി ബന്ധിക്കാൻ തക്ക വലുപ്പമുള്ള അഞ്ചു ജോടി ദ്വാരങ്ങളുണ്ടായിരുന്നു. ഫാൽക്കോയെ കൊണ്ടുവന്നപ്പോൾ ജയിലിലെ ഒരു ജോലിക്കാരൻ കാലുകളുടെ അളവെടുത്ത ശേഷം ഗാർഡിന്റെ മുറിക്ക് സമീപത്തുള്ള മരക്കുറ്റി അഴിച്ചു മൂന്നാമത്തെ ജോടി ദ്വാരങ്ങളിൽ അവനെ ബന്ധിച്ചു. കുറച്ചുനേരം കഴിഞ്ഞപ്പോൾ മുട്ട് മുതൽ കണങ്കാൽവരെ അതിനുള്ളിൽ കുടുങ്ങിക്കിടന്ന ഭാഗമത്രയും നീര് വയ്ക്കുകയും വേദനകൊണ്ട് വിങ്ങാൻ തുടങ്ങുകയും ചെയ്തു. അതുകൂടാതെ ഇരിക്കാനോ കിടക്കാനോ ഉറങ്ങാനോ എന്തിന് മൂത്രമൊഴിക്കാനോ പോലും ശ്രമിക്കുമ്പോഴുണ്ടാകുന്ന നേർത്ത ചലനം പോലും അതേ തടിയിൽ ബന്ധിച്ചിരിക്കുന്ന മറ്റു

തടവുകാർക്ക് അസഹ്യമാംവിധം വേദനയുണ്ടാക്കാൻ പര്യാപ്തമായിരുന്നു. ഗലാട്ട ജയിലിലെ ഇത്തരം പീഡനയന്ത്രങ്ങൾ ഇതിനേക്കാൾ ഭീകരമാണെന്ന് ഫാൽക്കോയ്ക്ക് അറിയാമായിരുന്നു. ശരിക്കുപറഞ്ഞാൽ ഇസ്താംബൂളിലെ എല്ലാവർക്കും ഗലാട്ടയിലെ മരക്കെണികളെപ്പറ്റി അറിയാമായിരുന്നു. അപൂർവം ആളുകൾ മാത്രമേ അതിന്റെ പിടിയിൽ നിന്ന് ജീവനോടെ രക്ഷപ്പെട്ടിട്ടുള്ളൂ. അവരാകട്ടെ ജീവിതകാലം മുഴുവൻ തീവ്രവേദന അനുഭവിച്ചു നരകിച്ചാണ് കഴിഞ്ഞതും. 'കൊള്ളക്കാരന്റെ ശാപം' എന്നറിയപ്പെട്ടിരുന്ന അവ കാലുകൾ മാത്രമല്ല ശരീരം മുഴുവൻ അമർത്തി ഞെരിക്കുന്ന വിധമായിരുന്നു രൂപകല്പന ചെയ്തിരുന്നത്. ഈ ശിക്ഷോപകരണങ്ങളെ പറ്റി നിരവധി കഥകൾ പരന്നിരുന്നു. ഏതു കുറ്റവാളിയെയും കുറ്റം സമ്മതിപ്പിക്കാൻ പര്യാപ്തമായിരുന്നു അവ. ഇനി അഥവാ കുറ്റം ചെയ്തില്ലെങ്കിൽ പോലും തെറ്റ് സമ്മതിക്കുംവിധം കഠിനമായിരുന്നു അവ ഉളവാക്കുന്ന വേദന. എന്നാൽ ഫാൽക്കോ ഇതിനെപ്പറ്റിയൊന്നുമായിരുന്നില്ല ചിന്തിച്ചുകൊണ്ടിരുന്നത്. നിയന്ത്രിക്കാനാവാതെ ഒഴുകിക്കൊണ്ടിരുന്ന കണ്ണുനീർ അവനു സംഭവിച്ച ജയിലനുഭവം മൂലമായിരുന്നില്ല, നക്സിഗ്യുല്ലിനെ നഷ്ടമായതോർത്തായിരുന്നു. കരച്ചിൽ നിർത്താൻ ശ്രമിക്കുംതോറും വീണ്ടും കണ്ണുനീരൊഴുകിക്കൊണ്ടിരുന്നു. ആ കണ്ണുനീരിനൊപ്പം നക്സിഗ്യുല്ലിനെക്കുറിച്ചുള്ള ഓർമ്മകളും ഒഴുകിവന്നുകൊണ്ടേയിരുന്നു. ഒരു രാത്രി മാത്രം നീണ്ടുനിന്ന ആനന്ദകരമായ ആ അനുഭവത്തിനു ശേഷം ഇത്തരത്തിലൊന്ന് സംഭവിക്കുമെന്ന് ചിന്തിക്കാൻപോലും അവനു കഴിഞ്ഞില്ല. ഏതു മനുഷ്യന്റെയും സമനില തെറ്റിക്കാൻ പര്യാപ്തമായ കാര്യങ്ങളായിരുന്നു കഴിഞ്ഞ ദിവസം അവന്റെ ജീവിതത്തിൽ സംഭവിച്ചത്. ചിന്തിക്കാനാവാതെ യാന്ത്രികമായി മാത്രം പെരുമാറാൻ കഴിയുന്ന ഒരു അവസ്ഥയിലെത്തിക്കഴിഞ്ഞിരുന്നു ഫാൽക്കോ.

കതകു തുറന്നു രണ്ടു ഗാർഡുകൾ പ്രവേശിച്ചു. "എന്റെ നല്ല മനുഷ്യാ, നിന്റെ സമയമായിരിക്കുന്നു." ഫാൽക്കോയുടെ കാലുകൾ മരപ്പൂട്ടിൽ നിന്ന് മോചിപ്പിച്ച ശേഷം അവനെ പിടിച്ചെഴുന്നേല്പിച്ച് കൈവിലങ്ങുകൾ അണിയിച്ചുകൊണ്ട് പരിഹാസത്തോടെ അവരിലൊരാൾ പറഞ്ഞു. എഴുന്നേറ്റു നിൽക്കാൻ ശ്രമിച്ചപ്പോൾ ഭാരം താങ്ങാനാകാതെ നീരുവച്ച് വീങ്ങിയ കാലുകളിൽ നിന്ന് വേദന ശരീരമാസകലം പടർന്നു. ഓരോ ചുവടുവെയ്ക്കുമ്പോഴും വേദനകൊണ്ട് പുളയുന്ന ഫാൽക്കോയെയും കൊണ്ട് അവർ ചോദ്യം ചെയ്യാനുപയോഗിക്കുന്ന മുറിയിലേക്ക് നടന്നു. അവിടെ ജയിൽ സൂക്ഷിപ്പുകാരനും നക്സിഗ്യുല്ലിന്റെ അച്ഛൻ അസ്ലാൻ ആഗയും അവളുടെ അമ്മയും പാചകക്കാരനും അന്ന് വൈകുന്നേരം ചുമതലയുണ്ടായിരുന്ന വെപ്പാട്ടിയും പുറംപണിക്കാരായ കുതിരക്കാരനും ലായം സൂക്ഷിപ്പുകാരനും കാവൽക്കാരനും പാചകസഹായിയും ഉണ്ടായിരുന്നു. ആരുടെയും മനസ്സിൽ ഭീതി ജനിപ്പിക്കും വിധം വലിയ മീശയുള്ള ഒരു കൂറ്റൻ പട്ടാളക്കാരനായിരുന്നു ജയിൽ സൂക്ഷിപ്പുകാരൻ.

പ്രതിയെ ചോദ്യം ചെയ്യാനുള്ള അവകാശം അയാൾ കാലേക്കൂട്ടി വാങ്ങുകയും വിവരങ്ങൾ എഴുതിയെടുക്കാനും കാവലിനുമായി ജയിൽ സൂക്ഷിപ്പുകാരനെപ്പോലെ തന്നെ കൂറ്റന്മാരായ രണ്ടു പട്ടാളക്കാരെ ഏർപ്പാട് ചെയ്യുകയും ചെയ്തിരുന്നു. അവശനായ ഫാൽക്കോ മുറിയിലേക്ക് പ്രവേശിച്ചപ്പോൾ കോപം നിറഞ്ഞ മുറുമുറുപ്പുകൾ അവിടെ മുഴങ്ങി.

"തന്തയില്ലാത്തവൻ. നീചൻ. ഹീനജാതിയുടെ തനിസ്വഭാവം! എടാ നായിന്റെ മോനെ, ഇങ്ങനെയാണോ നീ നന്ദി കാണിക്കുന്നത്?" ഫാൽക്കോയുടെ നേരെ കുതിച്ചുകൊണ്ട് നക്സിഗ്യ്യുല്ലിന്റെ അമ്മ അലറി. ഗാർഡ് അവരെ എങ്ങനെയെങ്കിലും നിയന്ത്രിച്ചുവെങ്കിലും അവളുടെ അച്ഛൻ അപ്പോഴേക്കും ആക്രോശിക്കാൻ തുടങ്ങി.

"തന്തയില്ലാത്തവനെ കണ്ടം തുണ്ടം മുറിക്കണം." അയാൾ മുക്കറയിട്ടു. "ആയിരം കഷണങ്ങളായി മുറിച്ച് പട്ടികൾക്കിട്ടു കൊടുക്കണം ഇവനെ. എന്റെ മകളോട് ഇവൻ എന്താണോ ചെയ്തത് അതുതന്നെ ഇവനോടും ചെയ്യണം."

"നിശ്ശബ്ദം." ജയിൽസൂക്ഷിപ്പുകാരൻ മുരണ്ടു.

മുറുക്കമുള്ള നിശ്ശബ്ദത മുറിയാകെ നിറഞ്ഞു. ചാട്ടടിയേറ്റ് പതുങ്ങുന്ന അടിമകളെപ്പോലെ അനുസരണയോടെ എല്ലാവരും ഇരുന്നു. ഫാൽക്കോയെ തുറിച്ചു നോക്കിക്കൊണ്ട് ജയിൽസൂക്ഷിപ്പുകാരൻ മുന്നോട്ടു നീങ്ങി നിൽക്കാൻ ആംഗ്യം കാണിച്ചു. നടക്കാൻ ബുദ്ധിമുട്ടുണ്ടെങ്കിലും ഫാൽക്കോ ധൈര്യം സംഭരിച്ചു മര്യാദയോടെ നീങ്ങിനിന്നു.

"മകനെ, എന്താ നിന്റെ പേര്?" ജയിൽ സൂക്ഷിപ്പുകാരൻ ചോദിച്ചു.

"ഫാൽക്കോ, യജമാനനേ, ഫാൽക്കോ."

"കൊള്ളാം ഫാൽക്കോ, എന്റെ കുട്ടീ, നിന്റെ ഹൃദയം നിന്റെ മുഖം പോലെ വിശുദ്ധമാണെന്ന് ഞാൻ വിശ്വസിക്കുന്നു. കരച്ചിൽ നിർത്തിയിട്ട് എന്താണ് സംഭവിച്ചതെന്നു പറയൂ. തുടക്കം മുതൽ."

"ഞാൻ ഉറങ്ങാൻ പോയതും ഉണർന്നതും മാത്രമേ എനിക്കറിയൂ. നിങ്ങൾ തന്നെ പറയൂ, എന്താണ് സംഭവിച്ചതെന്ന്. എനിക്കതറിയണം."

അത് കേട്ടതും മുറിയിൽ കൂടിയിരുന്നവർ പ്രതിഷേധ ശബ്ദങ്ങൾ ഉയർത്താൻ തുടങ്ങി.

"നായിന്റെ മോൻ, നന്ദിയില്ലാത്ത നീചൻ."

"കണ്ണിനു കണ്ണ്. പല്ലിനു പല്ല്."

സൂക്ഷിപ്പുകാരൻ ആംഗ്യം കാണിച്ചതനുസരിച്ച് നടപടികൾ എഴുതിയെടുത്തുകൊണ്ടിരുന്ന ഗാർഡ് എല്ലാവരോടും നിശ്ശബ്ദരായിരിക്കാൻ ആജ്ഞാപിച്ചു.

“മകനേ, എന്റെ സമയത്തിനു വിലയുണ്ട്. എന്നെ ദേഷ്യം പിടിപ്പിക്കാതെ നിന്റെ നാട്യമൊക്കെ നിർത്തിയിട്ട് എന്തിനാണത് ചെയ്തത് എന്നു പറയ്.” ജയിൽസൂക്ഷിപ്പുകാരൻ പറഞ്ഞു.

“അങ്ങുന്നേ, ഞാൻ ഒരു തെറ്റും ചെയ്തിട്ടില്ല എന്ന് ദൈവനാമത്തിൽ സത്യം ചെയ്യുന്നു. ഒരിക്കലും ഒരു കുറ്റകൃത്യത്തിൽ ഞാൻ ഏർപ്പെടില്ല എന്ന് എന്റെ സുഹൃത്തുക്കൾക്കെല്ലാം നന്നായറിയാം.”

“സത്രത്തിലെ സുഹൃത്തുക്കളെയാണോ നീ ഉദ്ദേശിക്കുന്നത്?”

“എനിക്ക് വേറെ സുഹൃത്തുക്കളില്ല അങ്ങുന്നേ.”

“ഇരയെ നീ മൂന്നാഴ്ച മുൻപാണ് ആദ്യമായി കണ്ടുമുട്ടിയതെന്നു കേട്ടത് ശരിയാണോ?”

“അതെ അങ്ങുന്നേ. ഞാൻ ഫെനെറിൽ നിന്ന് മടങ്ങി വരികയായിരുന്നു. നക്സിഗ്യുൽ എന്റെ മുന്നിൽ നടക്കുന്നുണ്ടായിരുന്നു. അവൾ ആരാണെന്ന് എനിക്ക് അറിയുകയേയില്ലായിരുന്നു. രണ്ടു പൂവാലന്മാർ പെട്ടെന്ന് ആഭാസവാക്കുകളുമായി അവളെ ശല്യപ്പെടുത്താൻ തുടങ്ങി. മതപരമായും സദാചാരപരമായുമുള്ള കടമയനുസരിച്ചു ഞാൻ ഇടപെട്ടു. എന്നാൽ അവളുടെ മുഖം കണ്ടതും ഒരു മിന്നൽ പോലെ പൊള്ളിക്കുന്ന വികാരങ്ങൾ എന്റെ ഉള്ളിൽ ജ്വലിക്കാൻ തുടങ്ങി. ഓരോ നിമിഷം കഴിയുംതോറും അത് വർദ്ധിച്ചു വന്നു. കൈകൾ വിറയ്ക്കുകയും കണ്ണുകളുയർത്തി അവളെ നോക്കാൻ വിഷമിക്കുകയും ചെയ്തു. ആർക്കെങ്കിലും ജ്വലിക്കുന്ന സൂര്യനെ നോക്കിനിൽക്കാൻ കഴിയുമോ അങ്ങുന്നേ? എന്റെ കണ്ണഞ്ചിപ്പോയി. തീയെന്നോ പ്രകാശമെന്നോ എന്തുവേണമെങ്കിലും വിളിക്കാം. സൂര്യനെപ്പോലെയുണ്ടായിരുന്നു അവൾ. എരിഞ്ഞുകൊണ്ട് ആ പ്രകാശം എന്നെ വിഴുങ്ങി. അത്രയും നാൾ എന്താണോ ആഗ്രഹിച്ചിരുന്നത് അതായിരുന്നു അവൾ.”

“കുട്ടീ, ഇവിടെ നോക്ക്. നീയെന്റെ ക്ഷമ പരീക്ഷിക്കുകയാണ്. ഈ കെട്ടുകഥയല്ല, സത്യമാണ് ഞങ്ങൾക്കാവശ്യം. കൂടുതൽ മോടിപിടിപ്പിക്കാതെ നടന്നതെന്താണെന്ന് പറയ്. എന്താണെങ്കിലും നീയീ കരച്ചിലൊന്ന് ആദ്യം നിർത്ത്.”

“ഞാൻ അവളെ വീടുവരെ പിന്തുടർന്നു. എനിക്കുവേണ്ടി അവളുടെ കുടുംബത്തെ സമീപിക്കാൻ ആരുമില്ലായിരുന്നു. പക്ഷേ ദൈവം പറഞ്ഞയച്ചതുപോലെ അവളുടെ ആയ എന്റെയടുത്തേക്ക് വന്നു.”

“തുലഞ്ഞു പോകട്ടെ ആ ദിവസം.” ആയ ചീറിക്കൊണ്ട് പറഞ്ഞു.

ജയിൽസൂക്ഷിപ്പുകാരൻ അസ്വസ്ഥതയോടെ തലയിളക്കി. അയാൾ ഫാൽക്കോയോടു കഥ തുടരാൻ ആജ്ഞാപിച്ചു.

“എന്റെ മാലാഖയ്ക്കായി രണ്ടു കത്തുകളെഴുതാൻ ഞാൻ മൂന്നു ദിവസം ചെലവഴിച്ചു. ‘സുന്ദരനായ രാജകുമാരാ’ എന്ന് തുടങ്ങുന്ന മറുപടി എന്റെ സ്വപ്നരാജകുമാരിയിൽ നിന്ന് ലഭിച്ചു. ഞങ്ങൾ

പ്രണയത്തിൽ വീഴുകയും മറ്റു വഴിയില്ലാതെ അവളുടെ ആയയുടെ സഹായം ഞാൻ അഭ്യർത്ഥിക്കുകയും ചെയ്തു. അവളുടെ ബഹുമാന്യരായ അച്ഛനമ്മമാരെ ആയ വിവരമറിയിക്കുകയും അവർ എന്നെ അവരുടെ ഗ്രാമവസതിയിലേക്ക് ഒരു വൈകുന്നേരം ക്ഷണിക്കുകയും ചെയ്തു. എല്ലാവർക്കുംവേണ്ടി, പട്ടും വെൽവെറ്റും ജപമാലകളും തുന്നൽപ്പണികൾ ചെയ്ത തൂവാലകളുമടങ്ങുന്ന സമ്മാനങ്ങളുമായാണ് പോയത്. എന്റെ അമ്മായിയച്ഛൻ പ്രീതിപ്പെടുകയും അന്നുതന്നെ വിവാഹത്തിനുള്ള തീയതി നിശ്ചയിക്കുകയും ചെയ്തു."

"ഈ ലോകത്തിലെ ഏറ്റവും സുന്ദരിയായ പെൺകുട്ടിയെ ഇത്രയെളുപ്പം സ്വന്തമാക്കിയെന്നോ? ഇവർ നിന്നോട് ഇത്ര നന്നായി പെരുമാറിയിട്ടും എന്തിനാണ് ഇങ്ങനെയൊരു നന്ദികേടു കാണിച്ചത്?"

ഫാൽക്കോ വീണ്ടും കരയാൻ തുടങ്ങി.

"ഞാൻ നന്ദികെട്ടവനല്ല അങ്ങുന്നേ. സത്യമായും അല്ല. ഞാൻ നക്സിഗ്യുല്ലിനെ ജീവന് തുല്യം സ്നേഹിച്ചിരുന്നു." വിറയലോടെ അവൻ തുടർന്നു. "സത്യം പറഞ്ഞാൽ ഒരു തടസ്സവും പറയാതെ മകളെ ഇത്രയെളുപ്പം വിവാഹം കഴിച്ചു തരാമെന്നു സമ്മതിച്ചപ്പോഴേ ഞാൻ എന്തോ കുഴപ്പം മണത്തിരുന്നു. പക്ഷേ അവളുടെ സൗന്ദര്യം എന്നെ അടിമയാക്കിക്കഴിഞ്ഞിരുന്നു. അവൾക്ക് എന്തെങ്കിലും കുഴപ്പമുണ്ടെങ്കിൽ തന്നെ അത് കണക്കിലെടുക്കേണ്ട കാര്യമില്ല എന്ന് തീരുമാനിച്ചു. ഒരാളെ സ്നേഹിച്ചാൽ ഗുണവും ദോഷവും അളന്നു നോക്കാതെ സ്വന്തമാക്കുകയല്ലേ ശരി? പിന്നീടു യാതൊരു അടിസ്ഥാനവുമില്ലാത്ത അത്തരം ചിന്തകളെയോർത്ത് എനിക്ക് ലജ്ജ തോന്നുകയും ചെയ്തു. എന്തുതന്നെയായാലും എന്നെ ജീവിതത്തിൽ ഇതുവരെ ആരും ഇതുപോലെ ബഹുമാനിച്ചിട്ടില്ല. അമ്മായിയച്ഛൻ നല്ല ഒരു മനുഷ്യനാണ്. ഈ മുറിയിൽ അദ്ദേഹം ഉള്ളതുകൊണ്ടല്ല ഇത് പറയുന്നത്. എന്നെ ഒരു മകനെപ്പോലെ സ്വീകരിച്ചു. ഭാര്യയേയുംകൊണ്ട് മുത്തുകളുടെ വീട്ടിലേക്ക് താമസം മാറാൻ അനുവാദം ചോദിച്ചപ്പോൾ യെനിബേസിലുള്ള ഗ്രാമവസതിയിൽ എല്ലാവരും ചേർന്ന് ഒത്തൊരുമിച്ച് താമസിക്കാനും മകനെപ്പോലെ കണക്കാക്കാനുമുള്ള അദ്ദേഹത്തിന്റെ ആഗ്രഹം അറിയിച്ചു. പ്രിയപ്പെട്ട അമ്മ മരിച്ചതിൽ പിന്നെ കുടുംബത്തിന്റെ ഊഷ്മളത ഞാനറിഞ്ഞിട്ടില്ല. അതുകൊണ്ട് ഇത്ര നല്ല മനുഷ്യരുടെയൊപ്പം ഒരു കുടുംബമായി കഴിയാൻ കിട്ടിയ അവസരം ഞാൻ നിഷേധിച്ചില്ല. അന്നുമുതൽ സത്രവും പഴയ കൂട്ടുകാരെയും ഞാൻ ഉപേക്ഷിച്ചു. ഞാൻ ഒരിക്കലും അച്ഛന്റെ സ്നേഹം അനുഭവിച്ചിട്ടില്ല, ഇപ്പോൾ അച്ഛനെ ലഭിച്ചു. അമ്മ ജീവിച്ചിരിപ്പില്ല, പക്ഷേ അമ്മയുടെ സ്നേഹം ലഭിച്ചു. അതുതന്നെയായിരുന്നു പ്രിയപ്പെട്ട ഈ നക്സിഗ്യുല്ലും ആഗ്രഹിച്ചിരുന്നത്. ഞങ്ങളെല്ലാവരും ഒരുമിച്ചു ജീവിക്കാൻ തീരുമാനിച്ചു."

"നിർത്ത്." സൂക്ഷിപ്പുകാരൻ അലറി. അയാളുടെ സൗമ്യമായ ഭാവം ഭീഷണിപ്പെടുത്തുന്നതായി മാറിക്കഴിഞ്ഞിരുന്നു. "എന്താ സംഭവിച്ചതെന്ന്

പറയാൻ നിനക്ക് യാതൊരു ഉദ്ദേശ്യവുമില്ല. അങ്ങനെയാണെങ്കിൽ ഞാൻ ചോദ്യങ്ങൾ ചോദിക്കാം. നീ ഉത്തരം മാത്രം പറഞ്ഞാൽ മതി. നമുക്ക് മുത്തുകളുടെ വീട്ടിൽ നിന്ന് തുടങ്ങാം. അവിടെയാണ് നീ വളർന്നത്, അല്ലേ?"

"അതേ അങ്ങുന്നേ. പതിനഞ്ചു വയസ്സുവരെ അമ്മ ഇത്തിർ ബാനുവു മൊന്നിച്ച് അവിടെയായിരുന്നു താമസിച്ചിരുന്നത്. കുറച്ചു വർഷങ്ങൾക്കു മുൻപ് അമ്മ മരിച്ചുപോയി. അതോടെ വല്ലാത്ത ഏകാന്തത അനുഭവ പ്പെടുകയും അവിടെ താമസിക്കാനുള്ള താത്പര്യം നഷ്ടപ്പെടുകയും ചെയ്തു. മടുപ്പും വിഷാദവും ഒഴിവാക്കാനായി ഫെനെറിലെ തുറമുഖ ത്തിന് സമീപത്തുള്ള സത്രങ്ങളും കടൽത്തീരത്തുള്ള പൂന്തോട്ടങ്ങളും സന്ദർശിക്കാൻ തുടങ്ങി. അടുത്തുള്ള ഗ്രാമങ്ങളിൽ നിന്ന് സിബാലിയെയും ഇയൂപ്പിനെയുംപോലെ ധാരാളം സുഹൃത്തുക്കളെ എനിക്കു ലഭിച്ചു. വേനൽ മുഴുവൻ ഞങ്ങൾ സദാബാത്തിൽ ഉല്ലാസയാത്രകൾ നടത്തിയും തണുപ്പുകാലത്ത് സൊറ പറഞ്ഞുകൊണ്ട് വീടിനകത്തും കഴിച്ചു കൂട്ടി. വീഞ്ഞിനെക്കുറിച്ചും സൗന്ദര്യത്തെക്കുറിച്ചും പ്രണയത്തെക്കുറിച്ചും മറ്റനേകം കാര്യങ്ങളെക്കുറിച്ചും ചർച്ച ചെയ്തു. പക്ഷേ മൂന്നു വർഷം കൊണ്ട് ഞാൻ കൈയിലുള്ളതെല്ലാം ചെലവഴിച്ചു. ലോകത്ത് ശാശ്വത മായതൊന്നുമില്ല."

"അപ്പോൾ നക്സിഗ്യുല്ലിനു വിവാഹസമ്മാനമായി നൽകിയ മുത്തു കളോ?"

"അപ്രതീക്ഷിതമായി അമ്മ നൽകിയ സമ്മാനമായിരുന്നു അത്. അവർ ഇടയ്ക്ക് തമാശയോടെ പറഞ്ഞിരുന്നു." ഞാൻ പൊയ്ക്കഴിഞ്ഞാൽ സ്വന്തം കാര്യം നോക്കേണ്ടി വരും. "ഈ കൊളുത്തുകൾ സൂക്ഷിച്ചു കൊള്ളൂ." അവ ഇംഗ്ലണ്ടിൽ നിന്നുള്ള വിശേഷപ്പെട്ട ഇനമാണ്. കുറച്ചു മാസങ്ങൾക്ക് മുൻപാണ് എല്ലാ സമ്പാദ്യങ്ങളും ചെലവഴിച്ചു കഴിഞ്ഞു എന്ന് മനസ്സിലാക്കുന്നത്. പണവും പൈതൃകസ്വത്തുക്കളും... എല്ലാം. സുഹൃത്തുക്കളും ഞാനും വിശിഷ്ടമായ ജീവിതരീതിയുമായി പൊരുത്ത പ്പെട്ടു പോയിരുന്നു. പക്ഷേ നേരത്തെ പറഞ്ഞതുപോലെ, ഒന്നും ശാശ്വത മല്ല എന്ന് മനസ്സിലാക്കി. യാതൊരു ന്യായീകരണവുമില്ലാത്ത ഒരവസ്ഥ യിലെത്തിക്കഴിഞ്ഞ എനിക്ക് അടുത്ത കാൽവയ്പ് എന്താണെന്ന് ദീർഘ മായും ഗഹനമായും ആലോചിക്കേണ്ടിയിരുന്നു. ബംഗ്ലാവിൽ വച്ചു അവ സാനമായി ഒരു ആഘോഷം നടത്താനും അതിനു ശേഷം മെക്കയിലേക്ക് പോകുന്ന ഒരു സാർത്ഥവാഹക സംഘത്തിൽ ചേരാനും തീരുമാനിച്ചു. അവസാനത്തെ തുട്ടും ചെലവഴിച്ചു വിരുന്നിനുള്ള സാധനങ്ങൾ വാങ്ങു കയും പരിചയമുള്ള എല്ലാവരെയും ചില ജിപ്സികളെപ്പോലും ക്ഷണി ക്കുകയും ചെയ്തു. അന്ന് രാത്രി, സംഗീതജ്ഞരും ജിപ്സികളുമുൾ പ്പെടെ എന്റെ സുഹൃത്തുക്കളെല്ലാംകൂടി യെനിസെരിയിലെ സത്രങ്ങളിൽ നിന്നോ ചായക്കടകളിൽ നിന്നോ മദ്യമോ മറ്റു ലഹരിവസ്തുക്കളോ

കിട്ടുമോ എന്നന്വേഷിക്കാനായി പോയി. പക്ഷേ അവർ തിരിച്ചു വന്നില്ല. ബംഗ്ലാവ് നിറയെ എലികളും പ്രാണികളുമായിരുന്നതിനാൽ ഭക്ഷണ സാധനങ്ങൾ എല്ലാം കൂടി മൂന്നു ചാക്കുകളിലാക്കി ഇംഗ്ലണ്ടിൽ നിന്നുള്ള അമ്മതന്ന കൊളുത്തുകളിൽ തൂക്കിയിട്ടു. മൂന്നാമത്തെ ചാക്ക് തൂക്കാൻ ശ്രമിച്ചപ്പോൾ കൊളുത്ത് മച്ചിൽ നിന്ന് അഴിഞ്ഞു താഴേക്ക് വീണു. കൊളുത്ത് ഇളകി വീണ ഭാഗത്ത് നിന്ന് ഒരു ചെറിയ ചുവന്ന പട്ടുസഞ്ചി തൂങ്ങിക്കിടപ്പുണ്ടായിരുന്നു. ഒരു കസേരയിൽ കയറി നിന്ന് ഞാൻ ചരട് മുറിച്ചു സഞ്ചി താഴേക്കിട്ടു. അതിനുള്ളിൽ മുപ്പതു മുത്തുകളും ചെറിയ ഒരു കത്തുമുണ്ടായിരുന്നു. "ഫാൽക്കോ, മകനേ, ഇതാണ് നിന്റെ അച്ഛനിൽനിന്ന് നിനക്ക് ലഭിക്കേണ്ട പൈതൃകസ്വത്ത്. ദൈവം നിന്നെ അനുഗ്രഹിക്കട്ടെ." അതിലൊരെണ്ണം ഒരു കച്ചവടക്കാരനെ കാണിച്ചപ്പോൾ അയാളെനിക്ക് അതിനു വിലയായി അറുപതു സ്വർണ്ണനാണയങ്ങൾ വാഗ്ദാനം ചെയ്തു."

"ഓരോന്നിനും അറുപതു സ്വർണ്ണനാണയങ്ങൾ വീതമോ?"

"അതെ. ഓരോന്നിനും അറുപതു സ്വർണ്ണനാണയങ്ങൾ വീതം. ആ മുത്തുകളെല്ലാം ഞാൻ നക്സിഗ്യുല്ലിനു കൊടുത്തു."

"മുപ്പതെണ്ണം തികച്ചുണ്ടായിരുന്നോ?"

"ഉണ്ടായിരുന്നു. മുപ്പതും വിവാഹസമ്മാനമായി നക്സിഗ്യുല്ലിനു കൊടുക്കുകയാണുണ്ടായത്."

"അച്ഛനെക്കുറിച്ചു പറയൂ."

"എനിക്ക് അച്ഛനെപ്പറ്റി കൂടുതൽ ഒന്നും അറിയില്ല. അമ്മ അദ്ദേഹത്തെപ്പറ്റി കൂടുതലൊന്നും പറയുമായിരുന്നില്ല. അദ്ദേഹത്തിന്റെ മരണത്തിനു ശേഷം അമ്മ പുനർവിവാഹം കഴിച്ചില്ല എന്ന് മാത്രമാണ് പറഞ്ഞിട്ടുള്ളത്. ചെറിയ കുട്ടിയായിരുന്നപ്പോൾ ഷെയ്ക് അൽ ഇസ്ലാം ഇസ്മയിലിന്റെ മകൻ ഇസഹാക് എഫെൻഡിയാണ് കാര്യങ്ങൾ നോക്കിയിരുന്നത്. ആവശ്യമായ വിദ്യാഭ്യാസം നൽകിയതിനു എന്നും ഞാൻ അദ്ദേഹത്തോട് കടപ്പെട്ടിരിക്കും. അദ്ദേഹവും അച്ഛനെപ്പറ്റി ഒന്നും പറഞ്ഞില്ല. ചോദിക്കാനുള്ള ധൈര്യം ഉണ്ടായിരുന്നുമില്ല. അച്ഛൻ മരിച്ചു പോയി എന്ന് മാത്രം ഒരിക്കൽ ഇസഹാക്ക് എഫെൻഡി പറഞ്ഞു. അദ്ദേഹം ആരായിരുന്നു എന്നോ എന്താണ് ചെയ്തിരുന്നതെന്നോ ആരും എന്നോടു പറഞ്ഞില്ല. അമ്മ അദ്ദേഹത്തെ അഗാധമായി സ്നേഹിച്ചിരുന്നു. പഴയ മുറിവുകൾ വീണ്ടും വേദനിക്കുമെന്നു ഭയന്നിട്ടോ തന്റെ പ്രണയത്തെപ്പറ്റി പറയാൻ ലജ്ജിച്ചിട്ടോ അമ്മ ഒരിക്കലും മനസ്സ് തുറന്നതേയില്ല. ഞാനും അതിനെപ്പറ്റി ചോദിച്ച് അമ്മയെ അലട്ടാൻ ശ്രമിച്ചില്ല. സത്യം പറഞ്ഞാൽ കൂടുതൽ അന്വേഷിച്ചാൽ ഞാൻ ഒരു പാപത്തിന്റെ സന്തതിയാണെന്നോ മറ്റോ വെളിപ്പെട്ടേക്കും എന്ന ഭയമുണ്ടായിരുന്നു. അച്ഛൻ

ആരാണെന്ന് അറിയാതിരിക്കുന്നതാണ് നല്ലത് എന്ന് തോന്നി. താങ്കൾക്ക് എന്നെ മനസ്സിലാകും എന്ന് കരുതുന്നു."

"ശരിയാണ്. മണവറയിൽ കണ്ട സ്വർണ്ണത്തെപ്പറ്റി എന്താണ് നിനക്ക് പറയാനുള്ളത്?"

"ഓ അതോ.. അസ്ലാൻ ആഗ അദ്ദേഹത്തിന്റെ കുടുംബത്തോടു കൂടി യെനിബേസിലെ ബംഗ്ലാവിൽ താമസിക്കാമെന്നു പറഞ്ഞ കൂട്ടത്തിൽ മുത്തുകളുടെ ബംഗ്ലാവ് വിൽക്കുന്നതിനെപ്പറ്റിയും പറഞ്ഞു. അദ്ദേഹത്തിന്റെ സുഹൃത്തായ ഒരു വ്യവസായിയുടെ കൂടെ പട്ടുവ്യാപാരം തുടങ്ങുന്നതിനെപ്പറ്റി ഞങ്ങൾ ചർച്ച ചെയ്തിരുന്നു. വിവാഹം നടന്ന ദിവസം തന്നെ ബംഗ്ലാവ് വില്പനയ്ക്ക് വച്ചു. ഒരു ദല്ലാൾ വരികയും വിലപേശലിനൊടുവിൽ ബംഗ്ലാവ് എണ്ണൂറ് സ്വർണ്ണനാണയങ്ങൾക്ക് സ്വന്തമാക്കുകയും ചെയ്തു. ആയിരത്തിഅഞ്ഞൂറെങ്കിലും കിട്ടേണ്ടതാണ്. പക്ഷേ ഞാൻ കൂടുതൽ വിലപേശാതെ എണ്ണൂറ് സ്വർണ്ണനാണയങ്ങൾക്ക് വില്പന നടത്തുകയും തുക അസ്ലാൻ ആഗയെ ഏല്പിക്കുകയും ചെയ്തു."

"ഒരിക്കലുമില്ല." അസ്ലാൻ ആഗ ഇടയിൽ കടന്നു ക്രോധത്തോടെ ആക്രോശിച്ചു. "ഈ തന്തയില്ലാത്തവൻ എന്നെ കുടുക്കാൻ ശ്രമിക്കുകയാണ്."

ശക്തമായ ഒരു ആംഗ്യം കൊണ്ട് ജയിൽ സൂക്ഷിപ്പുകാരൻ അയാളെ നിശ്ശബ്ദനാക്കുകയും ചോദ്യം ചെയ്യൽ തുടരുകയും ചെയ്തു.

"അപ്പോൾ അതാണ് വധുവിന്റെ മുറിയിൽ നിന്ന് ലഭിച്ച സ്വർണ്ണനാണയങ്ങൾ. കൊള്ളാം, നമുക്ക് ആ സംഗതി വിടാം. വിവാഹത്തിന്റെ അടുത്ത ദിവസം രാവിലെ എന്ത് സംഭവിച്ചു? ഞാൻ മുറി പരിശോധിച്ചിരുന്നു. ഭിത്തികളിലും മച്ചിലും രക്തക്കറയുണ്ടായിരുന്നു. ഒറ്റരാത്രി കൊണ്ട് ഇത്രയേറെ അക്രമം നീയെങ്ങനെ കാട്ടിക്കൂട്ടി?"

"ഞാനൊന്നും ചെയ്തില്ല അങ്ങുന്നേ."

"ഉം. നിനക്ക് ചിലപ്പോൾ ഇരയുടെ കുടുംബത്തിന്റെ മുന്നിൽ വച്ചു കുറ്റസമ്മതം നടത്താൻ ബുദ്ധിമുട്ടുണ്ടാവാം. നിനക്ക് എഴുത്തും വായനയും അറിയാം എന്നല്ലേ പറഞ്ഞത്? അപ്പോൾ കുറ്റസമ്മതം എഴുതി സമർപ്പിക്കുന്നതാവും നല്ലത്. എന്ത് പറയുന്നു?"

എല്ലാവരോടും മുറി വിട്ടുപോകാൻ ജയിൽസൂക്ഷിപ്പുകാരൻ ആജ്ഞാപിച്ചു. പ്രതിഷേധസ്വരങ്ങളുടെയും ശാപവാക്കുകളുടെയും അകമ്പടിയോടെ മനസ്സില്ലാമനസ്സോടെ അവർ അദ്ദേഹത്തെ അനുസരിച്ചു. ഫാൽക്കോയുടെ കൈവിലങ്ങുകളഴിച്ച ശേഷം എഴുതാനുള്ള സാമഗ്രികൾ അവന്റെ മുന്നിൽ വച്ചുകൊടുത്തിട്ട് കാവൽക്കാരോടും മുറി വിട്ടുപോകാൻ ജയിൽസൂക്ഷിപ്പുകാരൻ ആവശ്യപ്പെട്ടു.

“ഫാൽക്കോ, എന്റെ കുട്ടീ, ഞാൻ അരമണിക്കൂറിനകം മടങ്ങി വരും. അപ്പോൾ എനിക്ക് എല്ലാമറിയണം. ഇല്ലെങ്കിൽ എന്റെ കൈകൾ കൊണ്ട് തന്നെ നിന്നെ ഗലാട്ടാ ജയിലിൽ അടയ്ക്കും. ശരിക്കുള്ള പീഡനം എന്താണെന്ന് അപ്പോൾ നീ മനസ്സിലാക്കും.”

താഴിൽ താക്കോൽ തിരിയുന്ന ഒച്ച കേട്ടപ്പോൾ താൻ എത്ര ഗതി കെട്ട അവസ്ഥയിലാണെന്ന് മനസ്സിലാക്കിയ ഫാൽക്കോയുടെ കരച്ചിലടങ്ങുകയും അവൻ ശാന്തമായി ചിന്തിക്കാൻ തുടങ്ങുകയും ചെയ്തു. മുന്നിൽ ഒരു മഷിക്കുപ്പി, പേന, കടലാസ്. എന്താണ് എഴുതേണ്ടത്? കടലാസെടുത്തപ്പോഴാണ് തന്റെ കൈയിലിരിക്കുന്ന ടുളിപ് വിത്ത് ഫാൽക്കോ ശ്രദ്ധിച്ചത്. വിവാഹത്തിന്റെ അടുത്ത ദിവസം രാവിലെ മുറിയിലാകെ ചിതറിക്കിടന്ന ശരീരഭാഗങ്ങൾ വാരിക്കൂട്ടുക എന്ന ഭീകരമായ കാര്യം ചെയ്തപ്പോൾ നക്സിഗ്യുല്ലിന്റെ മുറുക്കിപ്പിടിച്ച കൈവിരലുകൾക്കുള്ളിൽ നിന്ന് അവന് ലഭിച്ചതായിരുന്നു ആ കിഴങ്ങ്. വിവാഹരാത്രിയിൽ അവൾ മുറിയിലേക്കു കൊണ്ടുവന്ന ടുളിപ്പിന്റെ ഇരട്ടക്കിഴങ്ങുകളിൽ ഒന്നായിരുന്നു അത്. ആ സമയത്ത്, ചിതറിക്കിടക്കുന്ന സ്വർണ്ണത്തിനും രക്തം പുരണ്ട പുതപ്പുകൾക്കും ഇടയിൽ നിന്ന് അതിന്റെ മറുപാതി തിരയുന്ന കാര്യം ഫാൽക്കോയുടെ ചിന്തയിൽപോലും ഉണ്ടായിരുന്നില്ല. ആ സമയത്തു ഭിത്തികളിലും മച്ചിലും ചിതറിത്തെറിച്ചിരുന്ന രക്തം മാത്രമേ മനസ്സിലുണ്ടായിരുന്നുള്ളൂ.

ചോദ്യം 6

എല്ലായ്പ്പോഴും അത് പ്രണയത്തിനു വേണ്ടിയാണോ?

തന്റെ ഭാവിക്കായി നല്ലൊരു പദ്ധതി യെയെയ്ക്ക് രൂപീകരിക്കേണ്ടിയിരുന്നു. മനോരോഗാശുപത്രിയിലെ രോഗികളെ പരിചരിക്കുന്ന സമയത്ത് അവരുടെ പെരുമാറ്റരീതികൾ അവൻ നോക്കി മനസ്സിലാക്കുകയും മനോരോഗത്തിന്റെ ലക്ഷണങ്ങൾ ഡോക്ടറുടെ മുന്നിൽ അഭിനയിക്കാനുള്ള കഴിവ് നേടുകയും ചെയ്തു. ശെഹനാസിനെ പറ്റി എപ്പോൾ ചോദ്യങ്ങളുയർന്നാലും തന്റെ അസാധാരണമായ നടനവൈഭവം ഉപയോഗിച്ച് യെയെ രക്ഷപ്പെടുമായിരുന്നു.

ഈ മനോരോഗാശുപത്രിയിൽ എന്നന്നേക്കും കഴിയുക സാധ്യമല്ല എന്ന് യെയെയ്ക്ക് അറിയാമായിരുന്നു. അവന് മാത്രമല്ല യെയെയെ അവിടെ അടച്ചവർക്കും അതറിയാമായിരുന്നു. പ്രത്യേകിച്ച് ശെഹനാസിന്റെ അച്ഛന്. ആ തടവറയിൽ തന്നെ ഒരു നീണ്ട കാലത്തേക്ക് അവനെ സൂക്ഷിക്കാൻ അയാൾ ആഗ്രഹിച്ചിരുന്നു. താൻ സുഖപ്പെടുകയും ആശുപത്രി വിടുകയും ചെയ്താൽ ശെഹനാസിന്റെ അച്ഛൻ അവനെ കണ്ടുപിടിക്കുകയും അവന്റെ ജീവിതം ദുസ്സഹമാക്കാൻ വേണ്ടതെല്ലാം ചെയ്യുമെന്നും യെയെയ്ക്ക് ഉറപ്പായിരുന്നു. തന്നെ കണ്ടുപിടിക്കാനാവശ്യമായ യാതൊരു തെളിവുകളും ശേഷിപ്പിക്കാതെ പഴുതുകളില്ലാത്ത ഒരു പദ്ധതി പ്രകാരമായിരിക്കണം അവിടം വിടേണ്ടത് എന്ന് അവന് അറിയാമായിരുന്നു. പക്ഷേ ഇത്രയും സുരക്ഷിതത്വം ലഭിക്കുന്ന ഏത് സ്ഥലമാണുള്ളത്? ശെഹനാസിന്റെ അച്ഛന്റെ കണ്ണുകളെത്താത്ത ഒരിടവും ഇസ്താംബൂളിൽ ഇല്ല. ഒരു മാർഗ്ഗം തെളിഞ്ഞു വരുംവരെ ഭ്രാന്തനായി അഭിനയിക്കേണ്ടിയിരുന്നു. തന്റെ ഭ്രാന്തിൽ അവർക്ക് സംശയം ഇല്ലാത്തിടത്തോളം കാലം തനിക്കു നേരെ അധികം ശ്രദ്ധ പതിയില്ല എന്ന് യെയെയ്ക്ക് തോന്നി.

ഒരു ദിവസം രാവിലെ ഡോക്ടർമാരുടെ പുതിയ തലവൻ യെയെയെ കാണാൻ ആഗ്രഹിക്കുന്നു എന്ന് സൂക്ഷിപ്പുകാരൻ അറിയിച്ചു. അദ്ദേഹം പ്രശസ്തമായ കേയ്സേരിയിലെ ഗെവ്ഹെർ നസിബെ ആശുപത്രിയിൽ നിന്ന് സ്ഥലമാറ്റം കിട്ടി വന്നതേയുണ്ടായിരുന്നുള്ളൂ. യെയെയ്ക്ക് ഭയം തോന്നി. ഇതിനർത്ഥം അവൻ ഒരുപാട് ചോദ്യങ്ങളെ നേരിടുകയും

വിഷാംശമുള്ള കയ്പേറിയ പുതിയ മരുന്നുകൾ അകത്താക്കേണ്ടി വരികയും ചെയ്യുമെന്നാണ്. എന്തായാലും തന്റെ സ്ഥിരം അഭിനയം പുതിയ ഡോക്ടറുടെ മുന്നിലും കാഴ്ച വയ്ക്കാൻ അവൻ തീരുമാനിച്ചു.

"നീ പോകുന്നുണ്ടോ? അതോ ഞാൻ നിന്നെ കൊണ്ടുപോകണോ?" സൂക്ഷിപ്പുകാരൻ ഗർജ്ജിച്ചു. സാധാരണ ഗതിയിൽ ഈ ഒച്ചയിടൽ കേട്ടാലുടൻ തടവുകാർ സൂക്ഷിപ്പുകാരൻ പറയുന്നതനുസരിക്കുകയാണ് പതിവ്. ഇല്ലെങ്കിൽ പിറകിൽ കൈകൾ ബന്ധിച്ച് മർദ്ദനമുറകളുടെ അകമ്പടിയോടെ വലിച്ചിഴയ്ക്കപ്പെടും എന്നവർക്ക് അറിയാമായിരുന്നു.

പ്രധാന ഡോക്ടറുടെ മുറിയിലേക്ക് പോകാനുള്ള ആജ്ഞ നിരസിക്കാൻ യെയെ തീരുമാനിച്ചു. അടി കൊള്ളുമെന്ന് അവന് ഉറപ്പായിരുന്നു. എന്നാലും തന്റെ ഭ്രാന്തൻ എന്ന നിലയിലുള്ള പ്രകടനങ്ങൾക്ക് അത് മാറ്റു കൂട്ടുമെന്ന് അവനു തോന്നി.

"അയാൾ നരകത്തിൽ പോകട്ടെ." യെയെ അലറി.

വയസ്സനായ ഒരു പുല്ലാങ്കുഴൽ വായനക്കാരൻ അതിലെ കടന്നു പോകുന്ന വഴി ശെഹ്നാസ് എന്ന പേര് ആവർത്തിക്കുന്ന ചില വരികൾ പരിഹാസം ധ്വനിക്കുന്ന ശബ്ദത്തിൽ പാടി.

"ബ്യുസ്ലിക്കും മുഹയ്യറും വഴി എസ്ഫഹാനിലേക്ക് പോവാൻ കൊതിച്ചു കൊണ്ട് പ്രണയാതുരനായി ശെഹ്നാസിനോപ്പം ഞാനിവിടെയിരിക്കുന്നു."

ഇരുണ്ട നിറത്തിലുള്ള കോട്ടുകൾ ധരിച്ച രണ്ടു മനുഷ്യർ ഇരുന്നിരുന്ന മുറിയിലേക്ക് യെയെ ആനയിക്കപ്പെട്ടപ്പോൾ സൂക്ഷിപ്പുകാരന്റെ വിദഗ്ധമായ കൈമുട്ട് പ്രയോഗം മൂലം അവന്റെ മൂക്കിൽ നിന്ന് രക്തമൊലിക്കുന്നുണ്ടായിരുന്നു. അവന്റെ മുഖം കണ്ടപ്പോൾ ഇത്തരം മർദ്ദനമുറകൾ ആശുപത്രിയിൽ നിരോധിക്കപ്പെട്ടിരിക്കുന്നു എന്നോർമ്മിപ്പിച്ചു കൊണ്ട് അതിലൊരാൾ സൂക്ഷിപ്പുകാരനെ ഉറക്കെ ശകാരിച്ചു. പുതിയ പ്രധാന ഡോക്ടർ ആണെന്ന് തോന്നിച്ച മനുഷ്യന് പ്രസന്നമായ വ്യക്തിത്വമായിരുന്നു. ശാസനയുടെ അകമ്പടിയോടെ സൂക്ഷിപ്പുകാരനെ മുറിയിൽനിന്ന് പുറത്താക്കിയപ്പോൾ യെയെയ്ക്ക് അല്പം ആശ്വാസം തോന്നി. എങ്കിലും സാധാരണഗതിയിൽ ഒരു ഡോക്ടർ രോഗിയോട് ശാന്തമായി പെരുമാറുക എന്നത് വാത്സല്യത്തിൽ തുടങ്ങി അക്രമത്തിൽ അവസാനിക്കുക എന്ന സ്ഥിരം സമ്പ്രദായത്തിന്റെ അടയാളമാണെന്ന് ആശുപത്രിയിൽ എല്ലാവർക്കും അറിയാമായിരുന്നു. യെയെയോട് ഇരിക്കാൻ ആവശ്യപ്പെട്ട ശേഷം അദ്ദേഹം തന്റെ സമീപത്തു ഇരുന്ന, സഹായി എന്നു തോന്നിച്ച ഡോക്ടറുടെ നേരെ തിരിഞ്ഞു.

"ഹേയ് ചെറുപ്പക്കാരാ, ആദ്യമായി ഡോക്ടർമാർക്കും അവരുടെ സഹായികൾക്കും ഒരു കാരണവശാലും രോഗികളോട് മോശമായി പെരുമാറാൻ പാടില്ല എന്ന നിർദ്ദേശം കൊടുക്കണം. നമുക്കിവിടെ ശാരീരികമായ അസ്വസ്ഥതകളും മുറിവുകളും ചികിത്സിക്കാനുള്ള സൗകര്യങ്ങളില്ല.

മാത്രമല്ല അത്തരം പ്രശ്നങ്ങളുള്ളവരെ അതിനു സൗകര്യമുള്ള ആശുപത്രിയിൽ ആക്കുകയും വേണം."

"മാനസികവും വൈകാരികവുമായ സമനില കൈവരിക്കാൻ അത് ആവശ്യമാണെന്ന് അങ്ങേക്ക് തോന്നുന്നുവോ?"

"തീർച്ചയായും. മാത്രമല്ല, വിഷയം പ്രണയമാണെങ്കിൽ വികാരങ്ങൾ എല്ലാം ഒരേ ദിശയിലേക്ക് മാത്രമാണ് കുത്തിയൊലിക്കുന്നത്. മാനസികരോഗ ചികിത്സകളിൽ മനസ്സ് ശാന്തമാക്കാനുള്ള മാർഗ്ഗങ്ങളുണ്ട്. കുതിരക്കാരൻ കുതിരയുടെ ശരീരത്തിന്റെ വശങ്ങളിൽ തട്ടുകയും തടവുകയും ചെയ്ത് അതിനെ ശാന്തമാക്കുന്നതുപോലെ നമ്മൾ രോഗികളുടെ മനസ്സ് ശാന്തമാക്കേണ്ടതുണ്ട്. മാനസികാരോഗ്യകേന്ദ്രം എന്ന് പേരുള്ള ഒരു സ്ഥാപനത്തിന് ചങ്ങലകളും ഉള്ളംകാലിന്മേലുള്ള പ്രഹരങ്ങളും അപമാനമാണ്."

"അങ്ങയോട് ഞാൻ പൂർണ്ണമായും യോജിക്കുന്നു. സ്വയം മുറിവേല്പിക്കാതിരിക്കാനാണ് നമ്മുടെ പൂർവികർ രോഗികളെ ചങ്ങലയ്ക്കിടുന്ന സമ്പ്രദായം തുടങ്ങിയത്. പക്ഷേ അവരെ സ്വബോധത്തിലേക്ക് തിരിച്ചുകൊണ്ടുവരാനായി ആ ചങ്ങലകൾകൊണ്ടുതന്നെ രോഗികളെ മർദ്ദിക്കുന്ന ശീലം നമ്മൾ തുടങ്ങി വച്ചു."

"സത്യം! അത് മാത്രമല്ല, ഇത്തരം പ്രയോഗങ്ങൾ അവസാനിപ്പിക്കാനുള്ള എല്ലാ ശ്രമങ്ങളും വളരെ പ്രയാസകരമാണ്."

അവരുടെ സംഭാഷണം ശ്രദ്ധിച്ചു കൊണ്ടിരിക്കുകയായിരുന്നു യെയെ. രണ്ടിലൊരാൾ അവനെ വരുതിയിലാക്കാൻ വേണ്ടി നടപ്പിലാക്കുന്ന എന്തോ പദ്ധതിയായിട്ടാണ് ആദ്യം തോന്നിയത്. ചിലപ്പോൾ ആശുപത്രിയിൽ വർദ്ധിച്ചു വരുന്ന അക്രമങ്ങൾക്ക് അറുതി വരുത്താൻ വേണ്ടിയായിരിക്കും ഈ പുതിയ ഡോക്ടർ വന്നതെന്നും അവനു തോന്നാതിരുന്നില്ല.

"ചങ്ങലയിൽ സൂക്ഷിക്കാൻ മാത്രം പ്രശ്നങ്ങളുള്ള ആരെങ്കിലും ഇവിടെയുണ്ടോ?" ആ ചെറുപ്പക്കാരൻ ചോദിച്ചു.

"ഉണ്ട്. മൂന്നു പേരുണ്ട്. പക്ഷേ, എന്റെ അഭിപ്രായത്തിൽ ഒരു രോഗിയെയും ചങ്ങലയിൽ സൂക്ഷിക്കാൻ പാടില്ല. എന്തുകൊണ്ടെന്നാൽ പ്രണയം എല്ലാവരെയും ഒരു തരത്തിലല്ലെങ്കിൽ മറ്റൊരു തരത്തിൽ ബാധിക്കുന്ന ഒന്നാണ്. ചിലർ ഹൃദയത്തിന്റെ ചെറിയൊരു ഭാഗം പ്രണയത്തിനായി സമർപ്പിക്കും. മറ്റു ചിലർ പകുതിയും. ബാക്കിയുള്ളവർ മുഴുവൻ ഹൃദയവും പ്രണയത്തിനായി നൽകും. നമ്മൾ സൗകര്യമനുസരിച്ച് അവരെ ചെറുതായി ഭ്രാന്തുള്ളവർ, അരവട്ടന്മാർ, മുഴുഭ്രാന്തർ എന്നിങ്ങനെ തരംതിരിക്കും. പക്ഷേ, അതിനെ ഭ്രാന്തായല്ല കണക്കാക്കേണ്ടത്. ഭ്രാന്തിനേക്കാൾ ഒരു വ്യക്തിയുടെ ഇച്ഛാശക്തി നഷ്ടമാകുന്ന അവസ്ഥയാണെന്നാണ് എനിക്ക് തോന്നുന്നത്."

"എന്താണ് താങ്കൾ അർത്ഥമാക്കുന്നത്? അങ്ങ് ഉദ്ദേശിക്കുന്നത് വികാരങ്ങൾ വിവേകത്തെ കീഴ്പ്പെടുത്തുകയും ചിന്താശക്തിയിൽ ആധിപത്യം സ്ഥാപിക്കുകയും ചെയ്യുമെന്നാണോ?"

"നമുക്ക് അതിനെ അങ്ങനെ വ്യാഖ്യാനിക്കാം. ശരിക്ക് പറഞ്ഞാൽ മനുഷ്യനു ലഭിച്ചിട്ടുള്ള ഏറ്റവും ലളിതവും അതിശയകരവുമായ അനുഗ്രഹമാണ് മനസ്സ്. മനുഷ്യർ കരുതുന്നത് മനസ്സാണ് നമ്മളെ നയിക്കുന്നതെന്നാണ്. സത്യത്തിൽ മനസ്സിനെ നിയന്ത്രിക്കുന്നത് പ്രകടമായതും അല്ലാത്തതുമായ രണ്ടു തുല്യശക്തികളാണ്. ശരീരവും ഹൃദയവും. നമ്മുടെ മനസ്സ് ഹൃദയത്തിന്റെ തീരുമാനങ്ങൾക്ക് മുൻതൂക്കം കൊടുക്കുന്നുവെങ്കിൽ നമ്മൾ വികാരങ്ങൾക്കനുസരിച്ച് പ്രതികരിക്കും. മാംസത്തിന്റെ ആവശ്യങ്ങൾക്കും താത്പര്യങ്ങൾക്കും അനുസരിച്ചാണെങ്കിൽ മനസ്സ് തോന്നിയതുപോലെ പ്രവർത്തിക്കും. മനുഷ്യന് ഈ രണ്ടു അവസ്ഥകളെയും സമാനമായി നിയന്ത്രിക്കാനുള്ള കഴിവുണ്ട്."

"പക്ഷേ താങ്കൾ പറയുന്നതിൽ തീക്ഷ്ണമായ വൈരുദ്ധ്യമില്ലേ? ഉദാഹരണത്തിന് ഹൃദയത്തിന്റെ ആജ്ഞകളെ പിന്തുടരുന്ന മനുഷ്യരെ ഭ്രാന്തരായി മുദ്ര കുത്തുകയും ആശുപത്രികളിൽ അടയ്ക്കുകയുമല്ലേ?"

"സത്യമാണ്. ഈ മനുഷ്യർ അവരുടെ ഹൃദയം പറയുന്നതിന് കൂടുതൽ പ്രാധാന്യം കൊടുക്കുക വഴി സമനില തെറ്റുക എന്ന അവസ്ഥയിലാവുകയാണ് ചെയ്തത്. തീർച്ചയായും ഹൃദയത്തിന് മനസ്സിനേക്കാൾ പ്രാധാന്യമുണ്ട്. എന്തുകൊണ്ടെന്നാൽ നമുക്ക് എത്തിപ്പെടാൻ കഴിയുന്ന മനസ്സിന്റെ അങ്ങേയറ്റം ഹൃദയത്തിനുള്ളിലാണ് സ്ഥിതി ചെയ്യുന്നത്. ഹൃദയത്തെ പിന്തുടരാൻ ആഗ്രഹിക്കുന്ന മനുഷ്യരാണ് ഈ ലോകം നിറയെ. ഹൃദയം കരുണാമയമാണ്, മാംസത്തെപ്പോലെ അത് മനുഷ്യരെ വഴിതെറ്റിക്കുകയില്ല. ഹൃദയത്തിന് പൂർണ്ണാധികാരം നൽകുന്ന മനുഷ്യർക്ക് അതിവേഗതയിൽ മുന്നേറാൻ കഴിയും എന്തുകൊണ്ടെന്നാൽ അവർ തങ്ങളുടെ മനസ്സിന്റെ പരിമിതികളെ മറികടക്കുന്നവരാണ്."

"അങ്ങ് പറയുന്നത് നമ്മളീ മനുഷ്യരെ ചങ്ങലയ്ക്കിടുന്നത് അവർ വിവേകത്തെ മറികടന്നവരായതുകൊണ്ടാണോ?"

"ഏയ്, അല്ല. പല തലങ്ങളുള്ള വ്യത്യാസമാണിവിടെ. ദിവ്യപ്രണയം കരസ്ഥമാക്കുന്നതിലുള്ളതുപോലെ ഒരു നിഗൂഢതയാണിതിലുള്ളത്. നമ്മുടെ സൂഫി ഗുരു ഹല്ലാക് മൻസൂറിന്റെ ആശയങ്ങൾ അല്ലെങ്കിൽ റാബിയയുടെ ദിവ്യപ്രണയത്തെക്കുറിച്ചുള്ള സങ്കല്പങ്ങൾ ഓർക്കുക."

"പക്ഷേ, നമ്മൾ ഹസേയ്കി സുൽത്താൻ മനോരോഗാശുപത്രിയിലാണ്, ബാഗ്ദാദ് ഇസ്ലാമികകേന്ദ്രത്തിലല്ല. നമുക്കിവിടെ ആത്മജ്ഞാനികൾ ഇല്ല, പകരം സാധാരണ പയ്യന്മാരും പെൺകുട്ടികളുമാണ് അന്തേവാസികൾ."

"ഞാനുദ്ദേശിച്ചത് ഈ വൈകാരികമായ അസന്തുലിതാവസ്ഥ എല്ലാവരെയും ബാധിച്ചേക്കാവുന്ന ഒരു കാര്യമാണ് എന്നാണ്."

“പക്ഷേ, ഈ ഭ്രാന്തന്മാരെക്കുറിച്ച് ഇവർ പുണ്യാളന്മാരാണ് എന്നതു പോലെയാണ് അങ്ങ് സംസാരിക്കുന്നത്.”

“ഏയ്, ഞാൻ അങ്ങനെയൊന്നും പറഞ്ഞിട്ടില്ല. ഞാൻ ഇത്ര മാത്രമേ പറയാൻ ഉദ്ദേശിച്ചിട്ടുള്ളൂ. മനുഷ്യർക്ക് അവരുടെ വിവേകം നഷ്ടമാകുന്ന തിന് ദൈവത്തെ സംബന്ധിച്ചിടത്തോളം, ഉത്തരവാദികൾ അവരല്ല.”

“എന്നെ സംബന്ധിച്ചിടത്തോളം ഭ്രാന്ത് ഭ്രാന്ത് തന്നെയാണ്.”

“അങ്ങനെയാണെങ്കിൽ, ചെറുപ്പക്കാരാ, നിന്നെ സംബന്ധിച്ചിട ത്തോളം ഹല്ലാക് മൻസൂറും ഒരു ഭ്രാന്തനാണ് അല്ലേ?”

“അല്ല, പക്ഷേ ഭ്രാന്ത് ഒരു അസുഖമാണെന്ന സത്യം നമുക്ക് നിഷേധി ക്കാനാവില്ല.”

“ഞാൻ വിശ്വസിക്കുന്നത്, ഭ്രാന്തിനെ ഒരു അസുഖമായി കണക്കാക്കി യാൽ എനിക്ക് ഈ ആശുപത്രിയിലെ സാധുക്കളെ ചികിത്സിക്കാനാവില്ല. ഇതൊരു സാധാരണ അസുഖമായിരുന്നെങ്കിൽ ഇവിടെ താമസിക്കുന്ന മനുഷ്യർ സാധാരണ ആശുപത്രികളിൽ നിന്ന് ചികിത്സ നേടിയേനേ. എന്നിട്ടും ഓട്ടോമാൻ സാമ്രാജ്യം മാനസികരോഗാശുപത്രികൾ സ്ഥാപിച്ചു. ഇബ്നി സിനയുടെയും ഇഫ്‌ലാത്തൂൺ ഇലാഹിയുടെയും ബുക്ര ത്തിന്റെയും കാലം മുതൽ ഡോക്ടർമാരും പണ്ഡിതരും ഭ്രാന്തിനെ ഒരു രോഗമായി കണക്കാക്കിയിട്ടില്ല. എന്റെ കാഴ്ചപ്പാടനുസരിച്ച് പ്രണയം മൂലം സമനില തെറ്റുന്നവരെ ഭ്രാന്തരെന്നു മുദ്ര കുത്തുന്നത് ക്രൂരത യാണ്. ഭ്രാന്ത് എന്നാൽ മനസ്സിന്റെ സ്ഥിരതയില്ലായ്മ എന്നോ അസന്തു ലിതാവസ്ഥ എന്നോ അത് പ്രവർത്തന യോഗ്യമല്ലതാവുക എന്നോ വ്യാഖ്യാനിക്കാം. നമ്മൾ ഭ്രാന്തിനെ അളക്കുന്നത് അസ്ഥിരതകളിലൂടെ യാണ്. അതനുസരിച്ചു ഭ്രാന്തന് വിവേകമില്ല എന്നാണ് കരുതപ്പെടുന്നത്. പക്ഷേ ഒരു ഭ്രാന്തന് വിവേകമില്ല എന്ന് പറയാൻ യോഗ്യത ആർക്കാണ് ഉള്ളത്? ലൈലയുടെ മജ്നുവിന് വിവേകമുണ്ടായിരുന്നില്ല എന്ന് പറയാ നുള്ള യോഗ്യത ആർക്കാണ് ഉള്ളത്?”

“പക്ഷേ ആരും ഭ്രാന്തരല്ല എന്ന് അങ്ങേക്ക് പറയാനാവില്ല.”

”അത് സത്യം തന്നെയാണ്. എന്തുതന്നെയായാലും ലൈലയുടെ മജ്നുവിനു വിവേകമുണ്ടായിരുന്നു. പക്ഷേ അവൻ അതത്രയും ലൈല യ്ക്ക് സമർപ്പിച്ചുവെന്നു മാത്രം. നമ്മുടെ രോഗികളിൽ ഒട്ടു മിക്കവാറും അതുപോലെയാണ്. അവർക്ക് മനശ്ശക്തിയുണ്ട്, പക്ഷേ അതെല്ലാം ഒരു ലക്ഷ്യത്തെ മാത്രം കേന്ദ്രീകരിച്ചിരിക്കുന്നു എന്ന് മാത്രം. അവർ അവ രുടെ കമിതാക്കളിൽ അത്രയേറെ ആമഗ്നരായതിനാൽ മറ്റൊന്നിലും ശ്രദ്ധി ക്കാനാവുന്നില്ലെന്നു മാത്രം. അവരുടെ കമിതാക്കൾ സൂര്യനെപ്പോലെ യാണെന്നും അവർ സൂര്യപ്രകാശത്തിൽ കുളിച്ചിരിക്കുന്നതുപോലെയാണ് പ്രണയത്തിൽ മുങ്ങിപ്പോയിരിക്കുന്നതെന്നും പറയാം. സൂര്യനിൽ നിന്ന് നമുക്ക് മോചനമില്ലാത്തതുപോലെ ഈ അവസ്ഥയിൽ നിന്നും അവർക്കും മോചനമില്ല. സൂര്യനെ നോക്കുമ്പോൾ നമ്മൾ കരഞ്ഞു പോകാറില്ലേ?

ആർക്കെങ്കിലും കണ്ണുനീരണിയാതെ സൂര്യനെ നോക്കാനാകുമോ? അവരുടെ വിവേകം നഷ്ടപ്പെട്ടിരിക്കുന്നു എന്നല്ല അതിനർത്ഥം? ആ വിവേകം തെറ്റായ ദിശയിലേക്കാണ് വഴിതിരിക്കപ്പെട്ടിരിക്കുന്നതെന്നാണ്. ഇത് അക്രമമോ ചങ്ങലകളോ കൊണ്ട് പരിഹരിക്കാവുന്ന ഒരു കാര്യമോ അല്ല, പകരം പുറത്തു തട്ടി സമാധാനിപ്പിച്ചുകൊണ്ട് ചെയ്യേണ്ടതാണ്."

"മജ്നു ഒരു വിവേകമുള്ള മനുഷ്യൻ ആയിരുന്നു എന്ന് എന്നെ ബോധ്യപ്പെടുത്തിയതിന് ഞാൻ അങ്ങയെ അഭിനന്ദിക്കുകയാണ്."

"നീ വിശ്വസിക്കുന്നുവോ അയാൾ ഒരു ഭ്രാന്തനായിരുന്നുവെങ്കിൽ ലോകത്തിലെ ബുദ്ധിമാന്മാരായ മനുഷ്യർ നൂറുകണക്കിന് വർഷങ്ങൾ വട്ടം കൂടിയിരുന്നു മജ്നുവിനെപ്പറ്റി ചർച്ച ചെയ്തു നേരം കളയുമായിരുന്നു എന്ന്?"

"അങ്ങ് പറയുന്നത് ശരിയാണെന്നാണ് തോന്നുന്നത്."

"കവികൾ പാടിയത് കേട്ടിട്ടില്ലേ? ജീവിതത്തിലുള്ളതെല്ലാം പ്രണയം മാത്രമാണ്. ശാസ്ത്രം വെറുമൊരു കലാപം മാത്രമാണെന്ന്?"

"ഹാ... അത് ഫുസൂലിയുടെ വരികളാണ്."

അവർ പരസ്പരം സംസാരിച്ചു കൊണ്ടിരുന്നപ്പോൾ "സൂര്യനെ നോക്കി കരഞ്ഞ മനുഷ്യൻ" എന്ന കഥയെപ്പറ്റി ഓർക്കുകയായിരുന്നു യെയെ. തന്റെ യഥാർത്ഥ പ്രണയം കണ്ടെത്തിയ ഒരു യോഗിയുടെ കഥയായിരുന്നു അത്. സൂര്യനെ പുൽകാനുള്ള തന്റെ മോഹം നഷ്ടപ്പെടുന്നതിനേക്കാൾ മരിക്കുന്നതാണ് നല്ലതെന്ന് യെയെയ്ക്ക് തോന്നി. കഥയിലെ യോഗിയെപ്പോലെ അവൻ നിശ്ശബ്ദമായി പ്രാർത്ഥിച്ചു.

"ദൈവമേ, എനിക്ക് ആ അനുഗ്രഹം നൽകിയാലും."

പുതിയ ഡോക്ടറെ യെയെയ്ക്ക് ഇഷ്ടമായതുപോലെ തന്നെ അദ്ദേഹത്തിന്റെ ആശയങ്ങളും അവനെ സ്പർശിച്ചു. പക്ഷേ അദ്ദേഹത്തിനു അവനെപ്പറ്റി എന്തായിരിക്കും തോന്നിയിരിക്കുക എന്നതിനെക്കുറിച്ച് ഒരു പിടിയും കിട്ടിയതുമില്ല. അതുകൊണ്ട് തന്റെ അഭിനയം കൂടുതൽ ശക്തമായി തുടരാൻ യെയെ തീരുമാനിച്ചു.

"യുസുഫ്, ഞാൻ പറയുന്നത് കേൾക്കൂ." അനുകമ്പ നിറഞ്ഞ ശബ്ദത്തിൽ അദ്ദേഹം പറഞ്ഞു. "ഒരു മനുഷ്യന് രണ്ടു ഭാര്യമാരുണ്ട്. ഒരാൾ അയാളുടെ ഇടതു ഭാഗത്തും മറ്റെയാൾ അയാളുടെ വലതു ഭാഗത്തും ഒരു മുറിയിൽ ഇരിപ്പുറച്ചിരിക്കുന്നു. ആ മനുഷ്യൻ തീരുമാനിച്ചു, ഞാൻ ഇന്ന് രണ്ടുപേരുടെയും അടുത്തു പോകുന്നില്ല. എന്റെ മുറിയിലും തങ്ങുന്നില്ല. പക്ഷേ വീട് വിട്ടു പോവുകയുമില്ല. എന്താണിതിനുള്ള പരിഹാരം?"

യെയെ ഗാഢമായി ഇതിനെപ്പറ്റി ചിന്തിക്കുകയും പരിഹാരം കണ്ടെത്തുകയും അത് പറയുകയും വേണം എന്നതായിരുന്നു അദ്ദേഹത്തിന്റെ ലക്ഷ്യം. അവന്റെ ചിന്തകളുടെ ചുവടു പിടിച്ചു യെയെയുടെ വ്യക്തിത്വത്തെ മനസ്സിലാക്കാനും അതുവഴി ഡോക്ടറും രോഗിയുമായുള്ള ബന്ധം

അതിലൂടെ തുടങ്ങിവയ്ക്കാം എന്നും അദ്ദേഹം പ്രത്യാശിച്ചു. യെയെയുമായുള്ള അടുത്ത കൂടിക്കാഴ്ചവരെ ഈ പ്രശ്നത്തിനു പരിഹാരം കണ്ടെത്താനുള്ള ചിന്തകളിൽ അവൻ മുഴുകുക എന്നതും അദ്ദേഹത്തിന്റെ ലക്ഷ്യമായിരുന്നു. എന്തുതന്നെയായാലും യെയെ ഉടനെ പ്രതികരിച്ചു.

"വലതു ഭാഗത്തുള്ള ഭാര്യയുടെ മുറി ഇടതു ഭാഗത്തുള്ള ഭാര്യയുമായി വച്ചു മാറിയാൽ അയാൾക്കിഷ്ടമുള്ള ഭാര്യയുടെ കൂടെ സമയം ചെലവഴിക്കാം."

"എന്ത്? എന്റെ വിഡ്ഢിച്ചെറുക്കാ, നിന്റെമേൽ ഞങ്ങൾക്ക് ഒരുപാടു പണിയെടുക്കേണ്ടി വരുമെന്നാണ് തോന്നുന്നത്."

അനുബന്ധം:
സൂര്യനെ നോക്കിയപ്പോൾ കരഞ്ഞ മനുഷ്യൻ

ഒരിടത്ത് ആരുടെയും ഹൃദയം തകർക്കാൻ മാത്രം സൗന്ദര്യമുള്ള ഒരു യുവതിയുണ്ടായിരുന്നു. അവളുടെ സൗന്ദര്യം കണ്ടാൽ റോസാപ്പൂ പോലും അസൂയ കൊണ്ട് പച്ച നിറമായി മാറുമായിരുന്നു. വസന്തകാലത്ത് ഒരു ദിവസം അവൾ നടക്കാൻ പോവുകയും ഒരു മരത്തണലിൽ അല്പനേരം ഇരിക്കുകയും ചെയ്തു. അവളുടെ സൗന്ദര്യത്തിന്റെ ഓരോ അംശവും വസന്തകാലസൂര്യന്റെ പ്രഭയേറ്റു തിളങ്ങി. മേഘങ്ങൾക്ക് സൂര്യനെ മറയ്ക്കാനാവുമോ? അവൾ സൂര്യനെപ്പോലെതന്നെയായിരുന്നു.

ഒരു യോഗി ആ വഴിയിലൂടെ കടന്നുപോവുകയും മേഘങ്ങൾ മറയ്ക്കാത്ത ആ സൂര്യനെ കാണുകയും ചെയ്തു. ആ പ്രകാശത്താൽ വശീകരിക്കപ്പെട്ട ആ മനുഷ്യന്റെ കണ്ണുകളിൽ നിന്ന് ആനന്ദാതിരേകത്താൽ കണ്ണുനീരൊഴുകി. എല്ലാവരുടെയും ഉപദേശങ്ങൾ അവഗണിച്ചുകൊണ്ട് യോഗി തന്റെ ഹൃദയത്തിന്റെ വാക്കുകൾ ശ്രവിക്കാൻ തീരുമാനിച്ചു. ഒരു ദിവസം അവൾ നടക്കാനിറങ്ങിയപ്പോൾ അവർ വീണ്ടും കണ്ടുമുട്ടി. മഴ കോരിച്ചൊരിയുന്ന നേരമായിരുന്നു അത്. യാദൃച്ഛികമായിരുന്നെങ്കിലും അവർ അഭയം തേടിയത് ഒരേ സ്ഥലത്തായിരുന്നു. തണുപ്പു സഹിക്കാനാവാതെ നാണത്തോടെ അവർ ചൂടുള്ള ഒരു പരുക്കൻ കമ്പിളി പങ്കിട്ടു. എല്ലാവരും അലമുറയിടുകയായിരുന്നു. ദൈവമേ, ഈ മഴയൊന്നു നിർത്തൂ..! പക്ഷേ അവർ പ്രാർത്ഥിച്ചതു മറ്റൊന്നായിരുന്നു. "തമ്പുരാനേ.. അങ്ങയുടെ ദയ പോലെ പൊഴിയുന്ന ഈ മഴ ഇങ്ങനെ തന്നെ തുടരണമേ..!"

യോഗി തന്റെ പ്രാർത്ഥന തുടർന്നുകൊണ്ടേയിരുന്നു. "ദൈവമേ, ഈ മഴ ഇങ്ങനെ തന്നെ തുടരട്ടെ! എന്തുകൊണ്ടെന്നാൽ എനിക്ക് എന്റെ കപ്പലിലേക്ക് നീന്തിയെത്താനുള്ള സമയം ആഗതമായിരിക്കുന്നു. ലോകാവസാനംവരെ ഈ മഴ ഇങ്ങനെ തുടരുകയാണെങ്കിൽ അതില്പരം ഒരു നല്ല കാര്യമില്ല. ദൈവമേ, ദയവായി എനിക്ക് ആ അനുഗ്രഹം നൽകൂ."

ചോദ്യം 7

ഒരു നിമിഷത്തിനു നൂറു വർഷം നീണ്ടു നിൽക്കാനാവുമോ?

“**തി**രുമേനീ, അങ്ങയുടെ അനുവാദത്തോടെ വ്യക്തിപരമായ ഒരു കാര്യം ചർച്ച ചെയ്യാൻ ആഗ്രഹിക്കുന്നു. അങ്ങയുടെ വിലപിടിച്ച സമയം അധികം നഷ്ടമാക്കുകയില്ല.” മുഖ്യന്യായാധിപൻ ഇസഹാക്ക് പറഞ്ഞു.

സഭയിലാകെ തണുത്ത നിശ്ശബ്ദത പരന്നു. മന്ത്രിമാർക്ക് അലോസരമുണ്ടായേക്കാം എന്ന കാരണത്താൽ രഹസ്യചർച്ചകൾ സഭാതലത്തിൽ പ്രോത്സാഹിപ്പിച്ചിരുന്നില്ല. സുൽത്താൻ അഹമ്മദ് മൂന്നാമൻ തന്റെ വലം കൈയുടെ പ്രൗഢമായ ചലനത്താൽ അവിടെ കൂടിയിരുന്ന മന്ത്രിമാരെയും സൈന്യാധിപന്മാരെയും ഷെയ്ഖുമാരെയും പാഷമാരെയും പുറത്താക്കി. അത്യാഗ്രഹിയും പിശുക്കനുമായ ഒരു മനുഷ്യനായിരുന്നു സുൽത്താൻ. ഖജനാവിലെ പണം ചെലവാക്കേണ്ടി വരുമെന്ന കാരണത്താൽ അദ്ദേഹം യുദ്ധങ്ങളെ പ്രോത്സാഹിപ്പിച്ചിരുന്നില്ല. ഈയൊരു കാര്യത്തിൽ തന്റെ പൂർവികരെപ്പോലെ ആയിരുന്നില്ല അദ്ദേഹം. മന്ത്രിമാർക്ക് ഇക്കാര്യം അറിയാമായിരുന്നു. തങ്ങളുടെ സ്വാർത്ഥതാത്പര്യങ്ങൾക്കായി അവർ സുൽത്താനെ പണമോ മറ്റു വിലപിടിച്ച സമ്മാനങ്ങളോ വഴി പ്രലോഭിപ്പിച്ചിരുന്നു. മന്ത്രിപ്രമുഖനും സുൽത്താന്റെ ബാല്യകാലസുഹൃത്തും ഇപ്പോൾ അദ്ദേഹത്തിന്റെ മരുമകനുമായ ഇബ്രാഹിം പാഷ മാത്രം സുൽത്താന്റെ പിശുക്കിനെ അവഗണിച്ചിരുന്നു. അദ്ദേഹം ഖജനാവിൽ സ്വരുക്കൂട്ടി വച്ചിരിക്കുന്ന പണം തോന്നിയതുപോലെ ചെലവഴിക്കുകയും സുൽത്താന്റെ ആൺമക്കൾക്ക് നൽകേണ്ട പണത്തിനു നിയന്ത്രണങ്ങൾ കൊണ്ടുവരികയും ചെയ്തു.

മന്ത്രിമാരെല്ലാം മുറി വിട്ടപ്പോൾ തന്റെ സിംഹാസനത്തിൽ സുൽത്താൻ സാവധാനം ഉപവിഷ്ടനായി. മറ്റൊരു ആംഗ്യത്താൽ ബധിരരും മൂകരുമായ ഒന്നുരണ്ടു കാവൽക്കാരൊഴിച്ച് ബാക്കിയുള്ളവരോടും മുറി വിട്ടു പോകാൻ അദ്ദേഹം കല്പിച്ചു. വളരെ പ്രധാനപ്പെട്ടതെന്നും അത്യാവശ്യമുള്ളതെന്നും അവകാശപ്പെടുന്ന ചില കാര്യങ്ങൾ, എന്നാൽ തീർച്ചയായും സ്വർണ്ണമോ പണമോ കൊണ്ട് പരിഹരിക്കാനാവുന്നവ, സുൽത്താന്റെ ശ്രദ്ധയിൽ പെടുത്തുക സാധാരണമായിരുന്നു. മുഖ്യന്യായാധിപനെ കണ്ണുകളാൽ തന്റെയടുത്തേക്ക് ക്ഷണിച്ചപ്പോൾ നൽകേണ്ട തുകയെപ്പറ്റി അദ്ദേഹം കണക്കു കൂട്ടുകയായിരുന്നു. ഒരു

ചീർത്ത വാർത്തയുമായാണ് അല്ലെങ്കിൽ തന്റെ മനസ്സിൽ കുറച്ചു ദിവസമായി ഒതുക്കി വച്ചിരുന്ന രഹസ്യം എങ്ങനെയെങ്കിലും ആരോടെങ്കിലും പങ്കുവയ്ക്കാനാണ് ന്യായാധിപൻ വരുന്നതെന്ന് അദ്ദേഹം എങ്ങനെ ഊഹിക്കാനാണ്?

"എങ്ങനെയുണ്ട് കാര്യങ്ങൾ?" പതറുന്ന ശബ്ദത്തിൽ സുൽത്താൻ ചോദിച്ചു. അദ്ദേഹത്തിനു എന്തൊക്കെയോ സംശയങ്ങൾ തോന്നി.

സുൽത്താന്റെ മുന്നിൽ ന്യായാധിപൻ ഇസഹാക്ക് തലകുനിച്ചു വണങ്ങി. എവിടെത്തുടങ്ങണമെന്ന് അദ്ദേഹം ആലോചിക്കുകയായിരുന്നു. സുൽത്താന്റെ കവിതാസായാഹ്നങ്ങളിലും മധുര സൽക്കാരങ്ങളിലും സിറാഗൻ കൊട്ടാരത്തിലെ ആഘോഷങ്ങളിലും സദാബാത്തിലെയും ഗോസ്കുവിലെയും ഉല്ലാസകേന്ദ്രങ്ങളിലും സ്ഥിരം സാന്നിദ്ധ്യമായ ഒരാളെ സംബന്ധിച്ചിടത്തോളം ഇത് അസാധാരണമായിരുന്നു. സാധാരണ മനസ്സ് തുറന്നു സംസാരിക്കുന്നതിനോ കവിത ചൊല്ലുന്നതിനോ പാട്ടുകാരോടോത്തു പാടുന്നതിനോ അദ്ദേഹത്തിനു മടി തോന്നാറില്ല. എന്നാൽ, ഇപ്പോൾ രാജ്യസുരക്ഷയെ സംബന്ധിച്ച ഒരു സുപ്രധാന വിവരം കൈമാറാനായി പ്രൗഢവും വിശാലവുമായ ആ മുറിയിൽ സുൽത്താന്റെ മുന്നിൽ ഏകനായി നിൽക്കാൻ രാജ്യത്തിന്റെ മുഖ്യന്യായാധിപനു ബുദ്ധിമുട്ട് തോന്നി.

മന്ത്രിക്കുന്നതുപോലെ അദ്ദേഹം പറഞ്ഞു തുടങ്ങി. "അങ്ങയുടെ സഹോദരൻ സുൽത്താൻ മുസ്തഫ രണ്ടാമൻ സ്ഥാനഭ്രഷ്ടനാക്കപ്പെട്ട ശേഷം ആറു മാസത്തിനുള്ളിൽ മൂത്രാശയത്തിലെ വീക്കം കാരണം മരണപ്പെട്ട വിഷയം അങ്ങേക്ക് അറിയാമല്ലോ. അങ്ങയുടെ ചെലവിലും അങ്ങയുടെ ഭരണത്തിന്റെ സുരക്ഷിതത്വത്തിലുമാണ് അദ്ദേഹത്തിന്റെ അഞ്ചു ആൺമക്കളും കഴിയുന്നതെന്ന് എല്ലാവർക്കും അറിയാവുന്ന കാര്യമാണ്. സത്യത്തിൽ അങ്ങയുടെ സഹോദരൻ..."

സുൽത്താൻ ന്യായാധിപനോടു ചെറിയ ആംഗ്യത്തിലൂടെ നിർത്താൻ ആവശ്യപ്പെട്ടു. സത്യത്തിൽ എന്ന് പറഞ്ഞു തുടങ്ങുന്ന എല്ലാ വാചകങ്ങളും പ്രശ്നങ്ങളുടെ അടയാളമാണ്. സുൽത്താൻ ഒരു നിമിഷം ചലനമില്ലാതെ നിന്നു. ഒരു നിമിഷം... നൂറു വർഷങ്ങളിലെ കുഴപ്പങ്ങളുടെ ഭാരമുണ്ടായിരുന്നു അതിന്. അദ്ദേഹത്തിന്റെ മനസ്സ് ഇരുണ്ടു കൂടുകയും തന്റെ മുന്നിൽ നിൽക്കുന്ന മനുഷ്യന്റെ കഴുത്ത് ഞെരിക്കാനുള്ള ത്വരയാൽ കൈകൾ വിറയ്ക്കുകയും ചെയ്തു. അദ്ദേഹം തലയുയർത്തി ന്യായാധിപനോടു തുടരാനാവശ്യപ്പെട്ടു.

"അല്ലയോ തിരുമേനീ, 1703ലെ ആ വിശേഷപ്പെട്ട വേനൽക്കാലം അങ്ങ് ഓർക്കുന്നുണ്ടാവും. ശവം ചുമക്കുന്നവർ അങ്ങയുടെ സഹോദരൻ സുൽത്താൻ മുസ്തഫയുടെ ശവപ്പെട്ടി കൊട്ടാരത്തിലെ വള്ളപ്പുരയിലേക്കും അവിടെ നിന്ന് രാജനൗകയിൽ അങ്ങയുടെ അച്ഛനെ അടക്കം ചെയ്തിരിക്കുന്ന എമിനോനുവിലേക്കും അവസാനം സുൽത്താൻ

തുർഹാവൻ സമ്മാനിച്ച നാല്പത്തിനാലു അറകളുള്ള സ്മാരക മണ്ഡപത്തിലേക്കും കൊണ്ടുപോയി. വിലാപത്തിൽ മുങ്ങിപ്പോയ കൊട്ടാരത്തിലെ ജോലിക്കാർക്കിടയിൽ ഒരു ചെറുപ്പക്കാരനായ ഡോക്ടർ ഉണ്ടായിരുന്നു. വള്ളപ്പുരയിൽ നിന്ന് നൗക പുറപ്പെട്ടപ്പോൾ അയാൾ താങ്കളുടെ സഹോദരന്റെ ശവപ്പെട്ടിക്കടുത്തു നില്പുണ്ടായിരുന്നു. വിലാപവസ്ത്രം ആ സുന്ദരമായ മുഖമാകെ മൂടിക്കിടന്നത് കൊണ്ട് താങ്കളുടെ സഹോദരന്റെ വെപ്പാട്ടികളിൽ ഒരാളായിരുന്നു അതെന്നു ആരും മനസ്സിലാക്കിയില്ല. ആ ചെറുപ്പക്കാരൻ ഡോക്ടറുടെ അടക്കാനാവാത്ത കണ്ണുനീരിന്റെ കാരണമെന്തെന്നു അന്ന് ആരും ചിന്തിച്ചതുമില്ല. പണ്ട് മന്ത്രിയും കൊട്ടാരം കാവൽക്കാരുടെ തലവനുമായിരുന്ന നൂമൻ പാഷയുടെ തന്ത്രമായിരുന്നു അതെന്ന് പിന്നീട് പരസ്യമായി. കൊപ്രുലു രാജവംശത്തിലെ ഫാസിൽ മുസ്തഫ പാഷയുടെ മൂത്ത മകനായിരുന്നു അദ്ദേഹം. നൂമൻ പാഷയോടുള്ള അമിതവിശ്വാസം കാരണം അങ്ങയുടെ സഹോദരൻ സ്വന്തം മകളെപ്പോലും അദ്ദേഹത്തിനു വിവാഹം ചെയ്തു കൊടുത്തു എന്ന വസ്തുത അങ്ങ് മറക്കരുത്. കിരീടം നഷ്ടപ്പെട്ട അങ്ങയുടെ സഹോദരന്റെ എല്ലാ കാര്യങ്ങൾക്കും മേൽനോട്ടം അങ്ങയുടെ അനുവാദത്തോടെ വഹിച്ചിരുന്നതും നൂമൻ പാഷയാണ് എന്ന സത്യവും അങ്ങ് മറന്നു കാണാൻ ഇടയില്ല.”

അതൊക്കെ പോട്ടെ, കാര്യത്തിലേക്ക് കടക്കൂ എന്നർത്ഥം വരുന്ന രീതിയിൽ സുൽത്താൻ കൈ വീശി.

“മരണമടഞ്ഞ സുൽത്താൻ തന്റെ രോഗാവസ്ഥയിൽ ശുശ്രൂഷിക്കാനായി സ്വകാര്യ മുറിയിലേക്ക് ക്ഷണിച്ച പ്രിയങ്കരിയായ വെപ്പാട്ടിയാണ് നിശ്ശബ്ദമായി കരഞ്ഞുകൊണ്ട് വിലാപയാത്രയെ അനുഗമിക്കുന്നത് എന്ന് ആയുധധാരികളായ കാവൽക്കാർക്കുപോലും മനസ്സിലായില്ല. മേല്പറഞ്ഞ വെപ്പാട്ടി തന്റെ മേൽ ചൊരിഞ്ഞ സ്നേഹത്തെപ്പറ്റി അങ്ങയുടെ സഹോദരൻ വായ തോരാതെ സംസാരിക്കുമായിരുന്നു എന്നാണ് നൂമൻ പാഷ പറയുന്നത്. മൺമറഞ്ഞ സുൽത്താന് ഏകദേശം നാല്പതു വയസ്സോളം ആയിരുന്നുവെങ്കിലും അവർക്കിടയിൽ അസാധാരണമായ വിധത്തിൽ പ്രണയം ഉണ്ടായിരുന്നു എന്നതിൽ ഒരു സംശയവുമില്ല. സ്വകാര്യതയിൽ തങ്ങളുടെ ഹൃദയങ്ങൾ പരസ്പരം പങ്കുവയ്ക്കുക മാത്രമായിരുന്നുവെങ്കിൽ അദ്ദേഹത്തിന്റെ മരണശേഷം അവളെ സംരക്ഷിക്കാനുള്ള ഏർപ്പാടുകൾ ചെയ്യാനും കൈയയച്ചു സഹായിക്കാനും അങ്ങയുടെ സഹോദരൻ തന്റെ രീതികളനുസരിച്ചു മുതിരുമായിരുന്നില്ല. അദ്ദേഹത്തിന്റെ വിശ്വസ്തൻ എന്ന നിലയിൽ നൂമൻ പാഷ സുൽത്താന്റെ അവസാന ദിനങ്ങളിൽ അദ്ദേഹത്തോടു വളരെ ബഹുമാനത്തോടെയും ദയയോടെയും പെരുമാറുകയും ഈ വെപ്പാട്ടിയുടെ കഥ രഹസ്യമായി സൂക്ഷിക്കുകയും ചെയ്തു. എന്തായാലും നൗക കരയ്ക്കടുത്തപ്പോൾ കൈയിൽ, ഇനിയൊരിക്കലും കൊട്ടാരത്തിൽ പ്രവേശിക്കരുതെന്ന് നിർദ്ദേശം നൽകുന്ന ഒരു കല്പനയുമായി അവൾ ജനക്കൂട്ടത്തിൽ

മറഞ്ഞു. പക്ഷേ സന്തോഷകരവും രഹസ്യവുമായ ഒരു പ്രണയത്തിന്റെ ഫലം അവളുടെ വയറ്റിൽ വളരുന്നതിന്റെ എല്ലാ ലക്ഷണങ്ങളും പ്രകടമായിത്തുടങ്ങിയിരുന്നു.”

ശാന്തനായി കാണപ്പെട്ട സുൽത്താൻ എഴുന്നേറ്റ് ബോസ്ഫറസ് കടലിടുക്കിലേക്ക് തുറക്കുന്ന ജനാലയ്ക്കടുത്തേക്ക് നടന്നു. സത്യത്തിൽ അദ്ദേഹത്തിന്റെ നെഞ്ചിൽ ഒരു അഗ്നിപർവ്വതം പുകയുകയായിരുന്നു. സുൽത്താൻ മുസ്തഫയുടെ ആൺകുട്ടികളെ അദ്ദേഹത്തിന്റെ സംരക്ഷണയിൽ സുരക്ഷിതമായ ഒരു സ്ഥലത്തു പാർപ്പിച്ചിരിക്കുകയാണ്. ഈ കേട്ടതിനർത്ഥം തന്റെ നിയന്ത്രണത്തിലല്ലാതെ കൊട്ടാരത്തിനു പുറത്തെവിടെയോ ഒരു രാജകുമാരൻ ഉണ്ടെന്നാണ്. ഇത് അദ്ദേഹത്തിനു ചിന്തിക്കാൻ കഴിയുന്നതിനപ്പുറമായിരുന്നു. തീരത്തേക്ക് ഒരു മരവിച്ച നോട്ടമയച്ചു കൊണ്ട് ന്യായാധിപൻ തന്റെ സംസാരം ഒന്ന് നിർത്തിയെങ്കിൽ എന്ന് അദ്ദേഹം ആഗ്രഹിച്ചു.

“ആ വെപ്പാട്ടിയുടെ പേര് ഇത്തിർ ബാനു എന്നായിരുന്നു.” തൊണ്ട തെളിച്ചു കൊണ്ട് ന്യായാധിപൻ തുടർന്നു. “നൂമൻ പാഷ അവൾക്കു താമസസ്ഥലവും രണ്ടു പരിചാരകരെയും നൽകി. ഗർഭകാലവൈഷമ്യങ്ങൾ ഒട്ടൊന്നു ശമിച്ചപ്പോൾ നൂമൻ പാഷ ഇത്തിർ ബാനുവിനെ സന്ദർശിക്കുകയും അവളുടെ സുരക്ഷയ്ക്കായി ഈ രഹസ്യം മറ്റാരോടും പറയരുതെന്ന് നിർദ്ദേശിക്കുകയും ചെയ്തു. ചുരുക്കിപ്പറഞ്ഞാൽ തിരുമേനീ, അങ്ങയുടെ സഹോദരന് ആ സന്തോഷം അനുഭവിക്കാനായില്ല എങ്കിലും അദ്ദേഹത്തിന്റെ വെപ്പാട്ടി ഒരാൺകുഞ്ഞിനു ജന്മം നല്കി. ആ കുഞ്ഞിനു അവൾ അഹമ്മദ് എന്ന് പേർ നല്കി. നൂമൻ പാഷ, കൊപ്രുലു രാജവംശത്തിന്റെ മാന്യത കാത്തു സൂക്ഷിച്ചുകൊണ്ട് സുൽത്താൻ മുസ്തഫയോട് നീതി പാലിച്ചു. അദ്ദേഹം ആ വീട്ടിലേക്കുള്ള തന്റെ സന്ദർശനങ്ങൾ രഹസ്യമായി വയ്ക്കുകയും ഗർഭകാലത്തും പ്രസവസമയത്തും ആവശ്യമായ പരിചരണങ്ങൾക്കായി ആയമാരെയും ശുശ്രൂഷകരെയും അയച്ചു കൊടുക്കുകയും ചെയ്തു. പാസ്സറൊവിറ്റ്സ് സമാധാന ഉടമ്പടി ഒപ്പ് വച്ച സമയത്ത് ക്രീറ്റിൽ വച്ചു പത്തു വർഷങ്ങൾക്കു മുൻപ് മരണം മുന്നിൽ കണ്ടെന്ന പോലെ എന്റെ അച്ഛനായ പ്രൊഫസ്സർ ഇസ്മായിൽ എഫൻഡിക്ക് നൂമൻ പാഷ ഈ ബാലന്റെ സംരക്ഷണാവകാശം കൈമാറി. ആ വർഷം അങ്ങ് എന്റെ അച്ഛനെ ചുമതലകളിൽ നിന്ന് പുറത്താക്കുകയും സിനോപിലേക്ക് നാട് കടത്തുകയും ചെയ്തതിനാൽ പൊടുന്നനെ തന്റെ സംരക്ഷണയിൽ വന്നു ചേർന്ന ബാലന്റേയും അവന്റെ അമ്മയുടെയും പശ്ചാത്തലവും മറ്റു വിവരങ്ങളും അന്വേഷിച്ചറിയാനുള്ള സാവകാശം ലഭിച്ചില്ല. അദ്ദേഹം തന്റെ ചിരകാല സുഹൃത്തായ നൂമൻ പാഷയുടെ ആഗ്രഹം നിറവേറ്റുകയും ആ അമ്മയ്ക്കും മകനും യാതൊരു ബുദ്ധിമുട്ടും വരാതെ സംരക്ഷിക്കുകയും ചെയ്തു. അത് മാത്രമല്ല അവന് സയൻസ്, അറബ്, പേർഷ്യൻ ഭാഷകളിലും കാവ്യങ്ങളിലും പ്രത്യേക പരിശീലനം നൽകാൻ

അദ്ധ്യാപകരെ നിയോഗിക്കുകയും ചെയ്തു. എന്റെ സഹോദരന്മാരോ ഞാനോ ഇതിനെപ്പറ്റി ഒന്നുമറിഞ്ഞില്ല. മൂന്നു വർഷം മുൻപാണ് അഹമ്മദിന്റെയും അവന്റെ അമ്മയുടെയും സംരക്ഷണച്ചുമതല എന്റെ അച്ഛൻ എന്നെ ഏല്പിച്ചത്. ആ കുട്ടി അപ്പോഴേക്കും കൗമാരത്തിലെത്തിയിരുന്നു. എന്റെ അച്ഛന്റെ അനേകം ജീവകാരുണ്യപ്രവർത്തനങ്ങളിൽ ഒന്നായിട്ടാണ് ഇന്നലെ രാത്രിവരെ അതിനെയും ഞാൻ കരുതിയത്. എന്നാൽ ഇന്നലെ ഞാൻ ഇത്തിർ ബാനുവും എന്റെ അച്ഛനും തമ്മിൽ നടത്തിയ ചില കത്തിടപാടുകൾ കണ്ടെടുത്തു. എന്റെ അച്ഛൻ ബാകിയുടെ കവിതകളുടെ ഒരു ആരാധകനായിരുന്നു. ഉറക്കം വരാതെ ഞാൻ ഷെൽഫിൽ നിന്നും എന്റെ അച്ഛന് ഏറെ പ്രിയപ്പെട്ടതായിരുന്ന ബാകിയുടെ ഒരു കവിതാസമാഹാരം പുറത്തെടുക്കുകയും അതിൽനിന്ന് അദ്ദേഹത്തിന്റെ കൈപ്പടയിൽ എഴുതപ്പെട്ട ചില കുറിപ്പുകൾ കണ്ടെടുക്കുകയും ചെയ്തു. അഹമ്മദിന്റെ പതിനഞ്ചാം പിറന്നാൾ ദിനത്തിൽ ഇത്തിർ ബാനുവിനു കൈമാറാനായി നൂമൻ പാഷ ഏല്പിച്ച ഒരു കത്തിനെപ്പറ്റി ആ കുറിപ്പിൽ പരാമർശിച്ചിരുന്നു."

പരിഭ്രാന്തനായി കാണപ്പെട്ട സുൽത്താൻ ഇരിക്കാൻ ഒരിടം തേടി. ന്യായാധിപൻ തിടുക്കത്തിൽ ഒരു ഹുക്ക തയ്യാറാക്കുകയും അടുപ്പിൽ നിന്ന് വെള്ളിക്കൊടിലുപയോഗിച്ച് ഒരു കനൽ എടുത്തു അതിൽ തീ പിടിപ്പിക്കുകയും ചെയ്തു. രണ്ടു മൂന്നു പുകയെടുത്ത ശേഷം സുൽത്താൻ അദ്ദേഹത്തോട് തുടരാനാവശ്യപ്പെട്ടു.

"അങ്ങനെ, ഒരു വൈകുന്നേരം ഈ കത്ത് നൽകാനായി എന്റെ അച്ഛൻ ഇത്തിർ ബാനുവിന്റെ വീട്ടിൽ പോയി." ന്യായാധിപൻ തുടർന്നു. "അന്ന് അവർ അസാധാരണമാംവിധം പരിഭ്രമിച്ചിരുന്നു. സാധാരണ അന്തസ്സുറ്റ ശാന്തമായ പെരുമാറ്റരീതികളുള്ള ഇത്തിർ ബാനു അന്ന് എന്റെ അച്ഛൻ ആ കത്ത് തുറക്കുന്നത് കാത്തുനിന്നത് ഒരുപാടു വർഷങ്ങൾ കാത്തിരുന്ന ആരോ ആ മുറിയിൽ പ്രവേശിച്ചാലെന്ന പോലെ സംഭ്രമിച്ചാണ്. അവൾ ഒരു കനത്ത മേൽവസ്ത്രം ധരിച്ചിരുന്നെങ്കിലും ആ ഹൃദയമിടിപ്പ് എനിക്ക് കേൾക്കാമെന്നു തോന്നി." എന്റെ അച്ഛൻ എഴുതിയിരിക്കുന്നു. അദ്ദേഹം മുദ്ര പൊട്ടിച്ചു കത്ത് വായിക്കാൻ തുടങ്ങിയെങ്കിലും അതിലെ ഉള്ളടക്കം കണ്ടു വാക്കുകൾ പുറത്തു വന്നില്ല. എന്റെ അച്ഛന്റെ വാക്കുകൾ ഇപ്പോഴും മനസ്സിൽ പ്രതിധ്വനിക്കുന്നു. "എന്റെ മുഖം ആ നിമിഷം കണ്ടിരുന്നുവെങ്കിൽ ഇത്തിർ ബാനുവിന് എല്ലാം മനസ്സിലാകുമായിരുന്നു." നനവ് തട്ടി വാക്കുകൾ വ്യക്തമാകുന്നില്ല എന്നും ഒരു കൈയക്ഷരവിദഗ്ദ്ധന്റെ സഹായം തേടേണ്ടി വരുമെന്നും മാത്രം പറഞ്ഞുകൊണ്ട് അദ്ദേഹം സ്ഥലം വിട്ടു.

"തിരുമേനീ," ന്യായാധിപൻ ഇസഹാക്ക് സങ്കടത്തോടെ പറഞ്ഞു. "എനിക്ക് തോന്നുന്നത് എന്റെ അച്ഛന് ആ കത്ത് വായിക്കാനുള്ള ബുദ്ധിമുട്ട് കണ്ടപ്പോൾ ഇത്തിർ ബാനുവിന് എല്ലാം മനസ്സിലായി എന്നാണ്.

തരണം ചെയ്യാൻ അത്രയേറെ ബുദ്ധിമുട്ട് തോന്നിയ ആ നിമിഷങ്ങൾക്കു ശേഷം ഇത്തിർ ബാനു അദ്ദേഹത്തോട് നന്ദി പറയുകയും എന്റെ അച്ഛൻ സ്ഥലം വിടുകയും ചെയ്തു. എനിക്ക് തോന്നുന്നത് കാലങ്ങളോളം അഹമ്മദ് ആരാണെന്ന രഹസ്യം തനിയെ തന്നെ സൂക്ഷിച്ച ശേഷം വിശ്വസിക്കാൻ കൊള്ളാവുന്ന, അവനെ അപകടപ്പെടുത്തില്ല എന്ന് ഉറപ്പുള്ള മറ്റൊരാൾ കൂടി അറിഞ്ഞതിൽ ഇത്തിർ ബാനുവിനു സന്തോഷമേ തോന്നിയുള്ളൂ എന്നാണ്. പക്ഷേ അഹമ്മദ് അറിയണം എന്ന് അവൾക്കു ആഗ്രഹം ഉണ്ടായിരുന്നോയെന്ന് എനിക്കറിഞ്ഞുകൂടാ. അതിനുശേഷം ഒരിക്കൽ പോലും അവൾ ആ കത്തിന്റെ കാര്യം സൂചിപ്പിക്കുക പോലും ചെയ്തില്ല, മറിച്ച് എന്റെ കുടുംബത്തോട് അഗാധമായ നന്ദിയും സ്നേഹവും പുലർത്തിപ്പോന്നു. ചുരുക്കിപ്പറഞ്ഞാൽ വെപ്പാട്ടി ഒരു രാജകുമാരന് ജന്മം നൽകിയിരിക്കുന്നു. എന്തു തന്നെയായാലും അവൾ തന്റെ മകനെ സുൽത്താനായി കാണണം എന്നാഗ്രഹിച്ച അത്യാഗ്രഹിയായ ഒരു അമ്മയായിരുന്നില്ല, പക്ഷേ, അവനു സന്തോഷകരവും സ്വസ്ഥവുമായ ഒരു ജീവിതം ആഗ്രഹിച്ചിരുന്നുതാനും. അതുകൊണ്ടാണ് അവൾ തന്റെ മകനോട് അവന്റെ ജന്മത്തെ സംബന്ധിച്ച ആ മഹാരഹസ്യം ഒരിക്കൽ പോലും വെളിപ്പെടുത്താതിരുന്നത്."

ഒരിക്കൽ പോലും തന്റെ അസ്വസ്ഥതയോ ദേഷ്യമോ അദ്ഭുതമോ വെളിപ്പെടുത്താതെ കയ്പുള്ള പുഞ്ചിരിയോടെയും ദയാപൂർണ്ണമായ നോട്ടത്തോടെയും വളരെയേറെ ക്ഷമയോടെയും സുൽത്താൻ ഇസഹാക്ക് പറഞ്ഞതത്രയും കേട്ടിരുന്നു. അല്പം അസ്വസ്ഥതയോടെ സുൽത്താൻ എഴുന്നേൽക്കുകയും ന്യായാധിപൻ ഇസഹാക്കിന്റെ രേഖ അടങ്ങുന്ന ചെറിയ കൂട് കൈയിലെടുക്കുകയും ചെയ്തു.

"ഇപ്പറഞ്ഞ വെപ്പാട്ടി ഇപ്പോഴും ജീവിച്ചിരിക്കുന്നുണ്ടോ?" അല്പ നിമിഷങ്ങൾക്കു ശേഷം അദ്ദേഹം ചോദിച്ചു.

"ഇല്ല തിരുമേനീ, അവൾ മൂന്നു വർഷം മുൻപ് മരിച്ചു പോയി."

"ഈ കുട്ടിക്ക് ഇതിനെപ്പറ്റി എന്തെങ്കിലും അറിയാമോ?" തനിക്കു ചെറിയ ഉത്തരങ്ങളാണ് വേണ്ടത് എന്ന് സൂചിപ്പിക്കാനെന്നവണ്ണം സുൽത്താൻ ഇടയ്ക്ക് കയറി.

"ഇല്ല തിരുമേനീ.. പക്ഷേ..."

"ഇത് നിങ്ങൾക്കല്ലാതെ മറ്റാർക്കെങ്കിലും അറിയാമോ?"

"ഇല്ല തിരുമേനീ... ഞാൻ..."

"ആ കുട്ടി ഇത് കണ്ടുപിടിക്കാൻ സാധ്യതയുണ്ടോ?"

"ഇല്ല തിരുമേനീ..."

"അവൻ വിവാഹിതനാണോ?"

"അല്ല തിരുമേനീ..."

“അവനെ ഇല്ലാതാക്കേണ്ടത് നമ്മുടെ ആവശ്യം ആണെന്ന് നിങ്ങൾക്ക് തോന്നുന്നുണ്ടോ?”

“ഇല്ല തിരുമേനീ...”

“അവൻ കുസൃതികളൊന്നും ഒപ്പിക്കില്ലെന്നു നിങ്ങൾ വിശ്വസിക്കുന്നു?”

“അതെ തിരുമേനീ...”

“ഞാൻ ആവർത്തിച്ചു ചോദിക്കുകയാണ്, അവൻ പ്രശ്നമുണ്ടാക്കുകയില്ല എന്ന് നിങ്ങൾക്ക് ഉറപ്പാണോ?”

“അതെ തിരുമേനീ...”

“നിങ്ങൾക്ക് പൂർണ്ണമായും ഉറപ്പുതരാൻ കഴിയുമോ ന്യായാധിപൻ ഇസഹാക്ക് എഫൻഡീ?”

“കഴിയും തിരുമേനീ...”

സുൽത്താന്റെ ചോദ്യങ്ങൾ കർശനമായ ആജ്ഞകൾ പോലെ ആയിരുന്നു. ചോദ്യം ചെയ്യൽ കഴിഞ്ഞാൽ അഹമദ് രാജകുമാരന്റെ കാര്യങ്ങൾ കൈകാര്യം ചെയ്യുക എന്ന ഉത്തരവാദിത്വം തന്റെ ചുമലുകളിൽ ആയിരിക്കും എന്നറിയാമായിരുന്ന ന്യായാധിപൻ ഇസഹാക്ക് സത്യസന്ധമായി തന്നെ മറുപടികൾ നൽകി. അവസാനത്തെ ചോദ്യം കേട്ട് അദ്ദേഹം വിറച്ചു പോയി. എന്തുകൊണ്ടെന്നാൽ എന്നെങ്കിലും അഹമദ് രാജകുമാരൻ തന്റെ സ്വത്വം കണ്ടെത്തുകയും കിരീടാവകാശം ഉന്നയിക്കുകയും ചെയ്താൽ തന്റെ തലയായിരിക്കും ആദ്യം ഉരുളുക എന്ന് ന്യായാധിപന് വ്യക്തമായി അറിയാമായിരുന്നു. സുൽത്താന്റെ നിധിപേടകങ്ങളുടെ ഒരു ഓഹരി അവൻ ആവശ്യപ്പെട്ടാൽ എന്ത് ചെയ്യും? അല്ലെങ്കിൽ ആളെക്കൂട്ടി ഒരു വിപ്ലവം തന്നെ തുടങ്ങിയാലോ? അശാന്തമായ ഈ കാലത്ത് ഇത്തരം കാര്യങ്ങളെപ്പറ്റി അഭ്യൂഹങ്ങൾ പരത്തിയാലും മതിയല്ലോ.

“അങ്ങനെയാണെങ്കിൽ എത്രയും പെട്ടെന്ന് കൂടുതൽ വിവരങ്ങൾ കൊണ്ടുവരൂ.” കേട്ടതൊന്നും ബോദ്ധ്യമാകാത്തതു പോലെ സുൽത്താൻ പറഞ്ഞു.

താൻ ഒറ്റയ്ക്കായപ്പോൾ സുൽത്താൻ നൂമൻ പാഷയുടെ കത്ത് വായിക്കുകയും രോഷത്തോടെ അത് കീറിക്കളയുകയും ചെയ്തു. കത്ത് ഇങ്ങനെയായിരുന്നു.

“ഇത്തിർ ബാനുവിന്, സുൽത്താന്റെ ഒരു വിശ്വസ്തൻ എഴുതുന്നത്.

ഓട്ടോമാൻ സാമ്രാജ്യത്തിന്റെ അവകാശിയായ അഹ്മദിന് എന്റെ ആശംസകൾ!

ഞാൻ ഇതിനാൽ പ്രഖ്യാപിക്കുന്നു,

ഞാൻ താങ്കളുടെ അച്ഛൻ, ദിവംഗതനായ സുൽത്താനെ വളരെ ചെറുപ്പത്തിൽ കണ്ടുമുട്ടുകയും കൊട്ടാരത്തിലെ പൂന്തോട്ടങ്ങളിൽ ഒരുമിച്ചു കളിച്ചു വളരുകയും ചെയ്തു. അല്ലയോ കുലീനയായ സ്ത്രീയെ, നിങ്ങളെ കണ്ടുമുട്ടിയത് അദ്ദേഹത്തിന്റെ അസാധാരണമായ ഭാഗ്യം ഒന്നു കൊണ്ടു മാത്രമാണ്. നിങ്ങളെ പ്രണയിക്കാൻ തുടങ്ങിയതിനു ശേഷം അദ്ദേഹത്തിന്റെ മുഖത്തു കണ്ടിരുന്ന സന്തോഷം ഒന്ന് മാത്രം മതിയായിരുന്നു ഇതിനു തെളിവായി. ആരോഗ്യവാനായിരുന്നപ്പോൾ അദ്ദേഹം നിങ്ങളെ കണ്ടെത്തിയിരുന്നെങ്കിൽ നന്നായിരുന്നേനേ.

എന്റെ സുൽത്താന്റെ തീരുമാനം അനുസരിച്ച്, സേവനത്തിൽ നിന്ന് പിരിഞ്ഞതിനു ശേഷം നിങ്ങൾ ഇസ്താംബൂളിൽ നിന്ന് ദൂരെ എവിടെയെങ്കിലും ഒൻപതു മാസം താമസിക്കണം. ഈ സമയത്ത് നിങ്ങൾ ശക്തമായ മേൽനോട്ടത്തിൻ കീഴിൽ ആയിരിക്കും. നിങ്ങൾക്ക് വിവാഹം കഴിക്കാനോ മറ്റു പുരുഷന്മാർക്ക് നിങ്ങളെ സമീപിക്കാനോ ഉള്ള അധികാരം ഇല്ല. ആൺകുട്ടി ആയിരുന്നാലും പെൺകുട്ടി ആയിരുന്നാലും നിങ്ങൾ അതിനെ വളർത്തണം എന്നാണ് സുൽത്താന്റെ തീരുമാനം. അല്ലെങ്കിൽ ഒൻപതു മാസത്തിനു ശേഷം നിങ്ങൾ പുറംതള്ളപ്പെടും. അങ്ങനെ സംഭവിച്ചില്ലെങ്കിൽ, ആ കുട്ടിക്ക് ഓട്ടോമാൻ രാജവംശത്തിന്റെ പാരമ്പര്യം ലഭിക്കുകയും നിങ്ങൾ രണ്ടുപേരും ജീവിതകാലം മുഴുവൻ സംരക്ഷിക്കപ്പെടുകയും ചെയ്യും. വിവാഹം നിയമാനുസൃതം ആയിരുന്നില്ല എങ്കിലും സുൽത്താന്റെ സ്വകാര്യ സമ്പാദ്യത്തിന്റെ ഒരു ഓഹരി നിങ്ങൾക്ക് ലഭിക്കും. രഹസ്യമായോ പരസ്യമായോ നിങ്ങളെ രണ്ടു പേരെയും സംരക്ഷിക്കാനുള്ള ചുമതല കൊപ്രുലൂ കുടുംബത്തിലും അനന്തരാവകാശികളിലും നിക്ഷിപ്തമായിരിക്കുന്നു.

ഞാൻ നൂമൻ പാഷ പ്രഖ്യാപിക്കുന്നു,

രാജകുമാരൻ അഹമ്മദിനെ കാണാനും സംരക്ഷിക്കാനും കഴിഞ്ഞതിൽ എനിക്ക് അഭിമാനവും സന്തോഷവും ഉണ്ട്. സമയമാകുമ്പോൾ നിങ്ങളെ ഇത് വായിച്ചു കേൾപ്പിക്കാനുള്ള ചുമതല നിക്ഷിപ്തമായിരിക്കുന്ന ഷെയ്ക്ക് ഇസഹാക്ക് എഫൻഡിക്ക് ഞാൻ ഈ കത്ത് കൈമാറുന്നു. ഇപ്പറഞ്ഞ കാര്യങ്ങൾ ദൈവവും നിങ്ങളുമല്ലാതെ മറ്റാരും അറിയാൻ പാടില്ല. മാത്രമല്ല ഇതനുസരിച്ചായിരിക്കണം നിങ്ങളുടെ പ്രതീക്ഷകളും സ്വപ്നങ്ങളും രൂപപ്പെടുത്തേണ്ടത്. സുൽത്താൻ മുസ്തഫയുടെ മരണപത്രപ്രകാരമാണ് ഈ വരികൾ എഴുതിയിരിക്കുന്നതും വായിച്ചു കേൾപ്പിക്കുന്നതും നടപ്പിൽ വരുത്തുന്നതും.

വിധിയുടെ വിനയാന്വിതനായ ദാസൻ

സുൽത്താന്റെയും അദ്ദേഹത്തിന്റെ സാമ്രാജ്യത്തിന്റെയും കാവൽക്കാരൻ നൂമൻ കൊപ്രൂലൂസെയ്ദ്.”

ചോദ്യം 8

ഈ വസ്ത്രം നിങ്ങളുടെ ഭാര്യയുടേതാണോ?

മന്ത്രിമുഖ്യനായി സ്ഥാനമേറ്റതുമുതൽ തുടങ്ങിയ പതിവ് തെറ്റിക്കാതെ ഇബ്രാഹിം പാഷ തന്റെ കാര്യാലയത്തിൽ എത്തിയപ്പോൾ നന്നായി പാലൊഴിച്ച് കുറുക്കിയ ഒരു കപ്പു കാപ്പിയുമായി അന്നും ഭൃത്യൻ ഹാജരായി. തലേദിവസം നടന്ന സംഭവങ്ങൾ മൂലമുണ്ടായ അന്ധാളിപ്പ് അതുവരെ മാറിയിരുന്നില്ല. ഒരു പോള പോലും കണ്ണടയ്ക്കാൻ കഴിയാതിരുന്ന ഒരു കാളരാത്രിയായിരുന്നു കഴിഞ്ഞു പോയത്. ആ കൊട്ടയിൽനിന്ന് തറയിൽ വീണുരുളുന്ന തലയുടെ ചിത്രം അദ്ദേഹത്തിന്റെ കണ്ണുകളിൽ നിന്ന് മാഞ്ഞു പോകുന്നുണ്ടായിരുന്നില്ല. എങ്ങനെ അത് മറക്കാൻ കഴിയും? മന്ത്രിമുഖ്യൻ ആ തല അതിന്റെ നീണ്ട മുടിയിൽ പിടിച്ചുയർത്തുകയും ഇരുപതു പോലും തികയാത്ത ഒരു അതിസുന്ദരിയായ പെൺകിടാവിന്റെ യുവത്വം തുളുമ്പുന്ന മുഖവും അവസാന നിമിഷങ്ങളിൽ ചുണ്ടുകളിൽ തങ്ങി നിന്ന കയ്പുള്ള പുഞ്ചിരിയും ഭയവും അദ്ഭുതവും പരാജയവും കലർന്ന പകുതിയടഞ്ഞ കണ്ണുകളും നോക്കിക്കൊണ്ട് നിമിഷങ്ങളോളം സ്തബ്ധനായി നിൽക്കുകയും ചെയ്തു. കുറെയേറെ നേരത്തെ അഗാധമായ ചിന്തയ്ക്കു ശേഷം തന്റെ രേഖകൾ സൂക്ഷിക്കുന്ന അലമാരയുടെ മുകൾത്തട്ടിൽ അല്പം സ്ഥലമുണ്ടാക്കി അദ്ദേഹം ആ തല അതിനുള്ളിൽ വച്ചു പൂട്ടി. പൂട്ടുന്നതിന് മുൻപ് ഇബ്രാഹിം പാഷ അവളുടെ നീണ്ട മെടഞ്ഞിട്ട മുടിയിൽ നിന്ന് ചില ഇഴകൾ ഒരു കത്രിക ഉപയോഗിച്ചു മുറിച്ചെടുക്കുകയും ആ നിഷ്കളങ്കമായ മുഖത്തേക്കു ഏറെ നേരം നോക്കി നിൽക്കുകയും ചെയ്തു.

മന്ത്രിമുഖ്യന്റെ വേലക്കാരൻ രാവിലെ മുറി വൃത്തിയാക്കാനായി എത്തിയപ്പോൾ താൻ തലേ ദിവസം അവിടെ എത്തിച്ച കായ്കനികൾ എവിടെ എന്നോർത്ത് അദ്ഭുതപ്പെട്ടു. രക്തം പുരണ്ട പരവതാനി വൃത്തിയാക്കിക്കൊണ്ടിരുന്നപ്പോൾ അവന്റെ സംശയങ്ങൾ ഇരട്ടിച്ചു. അവിടെയെങ്ങും പഴങ്ങളുടെയോ കായ്കളുടെയോ തൊലിയോ അവശിഷ്ടങ്ങളോ കണ്ടെത്താനായില്ല. ആകാംക്ഷ സഹിക്കാനാവാതെ വീടിന്റെ മേൽനോട്ടക്കാരനോടു വിവരങ്ങൾ അന്വേഷിക്കാൻ അവൻ തീരുമാനിച്ചു.

തന്റെ കാര്യാലയത്തിലേക്ക് പോകും വഴി ചെയ്യേണ്ട കാര്യങ്ങളുടെ ഒരു പട്ടിക ഇബ്രാഹിം പാഷ അദ്ദേഹത്തിന്റെ മനസ്സിൽ തയ്യാറാക്കി.

കാപ്പി കുടിച്ചു കഴിഞ്ഞപ്പോഴേക്കും വിജയശ്രീലാളിതനായെന്ന പോലെ ഒരു പുഞ്ചിരി. അദ്ദേഹം ഉന്മേഷം വീണ്ടെടുത്തു കഴിഞ്ഞിരുന്നു. രാജ്യകാര്യങ്ങളിലേക്ക് ശ്രദ്ധ തിരിക്കും മുൻപ് അദ്ദേഹം ഹൂക്കയിൽ നിന്ന് അഞ്ചാറു പുക അകത്താക്കി. കൊത്തുപണികൾ നിറഞ്ഞ മേൽത്തട്ടിൽ ആ പുക എത്തിക്കഴിഞ്ഞപ്പോഴേക്കും മന്ത്രിമുഖ്യൻ തന്റെ ശിപായിമാരെയെല്ലാം വിളിച്ചുകൂട്ടി.

"നഗരത്തിൽ സ്ത്രീകളുപയോഗിക്കുന്ന എല്ലാ സ്നാനഘട്ടങ്ങളും പരിശോധിക്കുകയും സൗന്ദര്യസംരക്ഷകരായി ജോലി ചെയ്യുന്ന എല്ലാവരെയും ഇവിടെ ഹാജരാക്കുകയും ചെയ്യുക." അദ്ദേഹം ആജ്ഞാപിച്ചു.

ഗോപുരങ്ങളുടെ നഗരം എന്നറിയപ്പെട്ടിരുന്ന ഇസ്താംബൂൾ നഗരത്തിന്റെ രൂപകല്പനയിലും വാസ്തുവിദ്യയിലും ഈ സ്നാനഘട്ടങ്ങൾ ഒരു വലിയ പങ്കു വഹിച്ചിരുന്നു. ചിലത് അവയുടെ ഊഷ്മളമായ അന്തരീക്ഷത്തിനും വിസ്താരമേറിയ അകത്തളങ്ങൾക്കും പേര് കേട്ടിരുന്നെങ്കിൽ മറ്റു ചിലത് അവയിൽ പതിച്ചിരുന്ന സുന്ദരമായ മാർബിളിനും വിനയാന്വിതരായ പരിചാരകർക്കും ആയിരുന്നു പ്രശസ്തമായത്. നൂറ്റാണ്ടുകൾ പഴക്കമുള്ള ഉറച്ച അടിത്തറകൾ ഉള്ള, അനേകം സ്നാനഘട്ടങ്ങൾ നിറഞ്ഞ കൂറ്റൻ കെട്ടിടങ്ങൾ ഭംഗിയായി നിലനിർത്താനും പരിപാലിക്കാനും വൃത്തിയിൽ അധിഷ്ഠിതമായ ഇസ്ലാമിക രീതികൾ സഹായിച്ചിരുന്നു. പക്ഷേ ഈയിടെയായി പരിസരങ്ങളിൽ സംഘടിപ്പിച്ചിരുന്ന ചില ആഘോഷങ്ങൾ നിമിത്തം ഇങ്ങനെയുള്ള ചില സ്ഥാപനങ്ങൾ കുപ്രസിദ്ധിയാർജ്ജിക്കുകയും ചെയ്തിരുന്നു. വിവാഹത്തലേന്നു വധുക്കൾ നടത്തുന്ന സൽക്കാരങ്ങൾ മിക്കവാറും ഇത്തരം സ്ഥലങ്ങളിൽ വച്ചായിരുന്നു നടത്തിയിരുന്നത്. കാലം കഴിഞ്ഞപ്പോൾ സിനിലി, ഇർഗാട്ട്ലർ, വേഫ, മഹമൂത് പാസ എന്നീ സ്നാനഘട്ടങ്ങളിൽ നടത്തിയിരുന്ന ഇത്തരം അഴിഞ്ഞാട്ടങ്ങൾ മദ്യപാനം, തീറ്റ, പരദൂഷണം പറച്ചിൽ, സംഗീതാസ്വാദനം എന്നിവ മാത്രമായി. ഹസേയ്കി സുൽത്താൻ എന്ന് പേരുള്ള ഒരിടം മാത്രമേ ഇത്തരം ലഹള നിറഞ്ഞ ആഘോഷങ്ങൾ അനുവദിക്കാതിരിക്കുകയും പൊതുജനങ്ങൾക്ക് മിതമായ നിരക്കിൽ മാന്യമായ സേവനം നൽകുകയും ചെയ്തിരുന്നുള്ളൂ.

മന്ത്രിമുഖ്യന്റെ ആജ്ഞ ലഭിച്ചതോടെ ശിപായികൾ സ്നാനഘട്ടങ്ങളിലെ അലങ്കാരമുറികളിൽ ജോലിയെടുക്കുന്ന പരിചാരകന്മാരെ കൂട്ടിക്കൊണ്ടു വരാനായി സ്ത്രീകളെ അയച്ചു. അവരിൽ ചിലർ പുതുമയും ശുദ്ധിയുമുള്ള സോപ്പിന്റെ സുഗന്ധത്തിൽ മുങ്ങി നിന്ന് ഇടപാടുകാരുടെ നനഞ്ഞ മുടി ഭംഗിയായി ക്രമീകരിക്കുന്ന ജോലിയിൽ മുഴുകിയിരിക്കുകയായിരുന്നു. മറ്റു ചിലർ ധനികരായ സ്ത്രീകളുടെ മുടിയിഴകളിൽ വെള്ളിയിൽ തീർത്ത നൂലുകൾ ചേർത്ത് പിന്നലുകൾ തീർക്കുകയും കസ്തൂരിയും മെഴുകും പുരട്ടി ചുരുളുകൾ അലങ്കരിക്കുകയുമായിരുന്നു.

ചന്ദ്രക്കല പോലെ വളഞ്ഞ കൺപുരികങ്ങൾ വരച്ചെടുക്കുകയും കവിളുകളിലും ചുണ്ടുകളിലും ചായം പുരട്ടുകയും കൺപീലികൾ ചെറിയ ബ്രഷ് ഉപയോഗിച്ചു കറുപ്പിക്കുകയും ചെയ്തുകൊണ്ട് ബാക്കിയുള്ളവരും ഇടപാടുകാരുടെ സൗന്ദര്യ സംരക്ഷണത്തിൽ ശ്രദ്ധ കേന്ദ്രീകരിച്ചിരിക്കുന്ന സമയമായിരുന്നു അത്. എല്ലാ ജോലികളും പകുതി വഴിയിൽ ഉപേക്ഷിച്ച അസംതൃപ്തിയോടെ മുറുമുറുത്തുകൊണ്ടും ഭയത്താൽ വിറ പൂണ്ടും അവർക്ക് മന്ത്രിമുഖ്യന്റെ കൊട്ടാരത്തിലേക്ക് യാത്രയാകേണ്ടി വന്നു. അക്കൂട്ടത്തിൽ ഏറ്റവും പ്രശസ്തരും കഴിവുറ്റവരും തങ്ങൾക്ക് എന്തെങ്കിലും ജോലി ലഭിച്ചേക്കും എന്നും പ്രതീക്ഷിച്ചിരുന്നു. അവരിലോരോരുത്തർക്കും തലമുടി അലങ്കരിക്കുന്നതിനും ചമയങ്ങൾ അണിയിക്കുന്നതിലും തങ്ങളുടേതായ സവിശേഷമായ രീതികൾ ഉണ്ടായിരുന്നു. ഈ കഴിവുകൾ മൂലം അവർക്ക് ഇസ്താംബൂളിലെ പ്രൗഢമായ അകത്തളങ്ങളിൽ എന്നും പ്രവേശനം ലഭിക്കുകയും ചെയ്തിരുന്നു. എന്നാൽ മന്ത്രിമുഖ്യൻ തന്റെ മുറിയിൽ കാണപ്പെട്ട ശിരസ്സിലെ കേശാലങ്കാരം നടത്തിയതാരാണെന്ന് കണ്ടുപിടിക്കാൻ വേണ്ടി മാത്രമായിരുന്നു അവരെ കൊട്ടാരത്തിലേക്ക് ക്ഷണിച്ചത്.

ഉച്ചനേരത്തെ പ്രാർത്ഥന ചൊല്ലുന്ന നേരത്ത് ഒൻപതു പരിചാരകരും രണ്ടു സൗന്ദര്യ സംരക്ഷണവിദഗ്ദ്ധരും അന്തപ്പുരത്തിൽ നിന്ന് പ്രധാന മുറിയിലേക്ക് നയിക്കുന്ന മുന്നറയിലേക്ക് പോകാനുള്ള തങ്ങളുടെ ഊഴം കാത്തു നിൽക്കുകയായിരുന്നു. ചോദ്യം ചെയ്യലിനായി അവിടെയായിരുന്നു കാത്തുനിൽക്കേണ്ടിയിരുന്നത്. അവരുടെ പിറുപിറുക്കലുകൾ കണ്ടപ്പോൾ എത്രയും പെട്ടെന്ന് ചോദ്യം ചെയ്യാൻ തീരുമാനിച്ചെങ്കിലും എന്തെങ്കിലും പറഞ്ഞ ശേഷം എത്രയും പെട്ടെന്ന് സ്ഥലം കാലിയാക്കാനുള്ള ശ്രമമാണ് അവരുടേതെന്ന് അദ്ദേഹത്തിനു വളരെ വേഗം മനസ്സിലായി. ഇബ്രാഹിം പാഷയുടെ ചോദ്യം ചെയ്യൽ രീതികൾ വളരെ ലളിതമായിരുന്നു. ഒരു നേരം ഒരാളെ മാത്രമേ ചോദ്യം ചെയ്യലിന് വിധേയയാക്കിയിരുന്നുള്ളൂ. ഉത്തരങ്ങൾ എല്ലാം പറഞ്ഞശേഷം വന്ന വഴിയിലൂടെയല്ലാതെ, മുറിയുടെ വശത്തുള്ള വാതിലിലൂടെ അവരെ പുറത്തേക്ക് അയയ്ക്കുകയായിരുന്നു അദ്ദേഹം ചെയ്തിരുന്നത്. അടുത്തതായി ആരെയാണ് വിളിക്കുക എന്നത് അവർക്ക് മനസ്സിലാകാതിരിക്കാനുള്ള ഒരു വിദ്യയായിരുന്നു അത്. അവസാനം സുൽത്താൻ സ്നാനഘട്ടത്തിൽ പണിയെടുത്തിരുന്ന ഗ്രീക്ക് സൗന്ദര്യ സംരക്ഷണരീതികളിൽ വൈദഗ്ദ്ധ്യം നേടിയ മധ്യവയസ്കയായ ഒരു സ്ത്രീ മന്ത്രിമുഖ്യന്റെ കൈയിലിരുന്ന മുടിയിഴകൾ തിരിച്ചറിഞ്ഞു.

"തിരുമേനീ, ഇയൂപ്പിൽ താമസിക്കുന്ന ഒരു കളിപ്പാട്ടനിർമ്മാതാവിന്റെ ഭാര്യയ്ക്ക് വേണ്ടി ഞാനാണ് ആ മുടിയിഴകളിൽ പിന്നലുകൾ ഉണ്ടാക്കിയത്."

സുൽത്താൻ സ്നാനഘട്ടം ഇയൂപ്പിൽ നിന്ന് ഒരുപാടു ദൂരെയായിരുന്നു സ്ഥിതി ചെയ്തിരുന്നത്. താൻ ലക്ഷ്യത്തോടു അടുക്കുകയാണെന്നു

ഇബ്രാഹിം പാഷയ്ക്ക് തോന്നിയെങ്കിലും തന്റെ ശ്രദ്ധ വഴിതിരിച്ചു വിടാനുള്ള ഒരു ഉപായമാണോ അതെന്നു സംശയം തോന്നാതിരുന്നില്ല. അല്ലെങ്കിൽ തന്നെ സ്വന്തം നാട്ടിൽ ആരെങ്കിലും കുറ്റകൃത്യങ്ങൾ ചെയ്യുമോ? അദ്ദേഹം തന്റെ ശിപായിമാരെ വിളിച്ചു ആ സ്ത്രീയെ അന്ന് തന്റെ വീട്ടിലേക്ക് ക്ഷണിക്കാനുള്ള ഏർപ്പാടുകൾ ചെയ്തു. പക്ഷേ, ഒരു കാരണവശാലും അവളെ ആരോടും സംസാരിക്കാൻ അനുവദിക്കുകയോ ഒരു കുറ്റവാളി എന്ന രീതിയിൽ കൈകാര്യം ചെയ്യാനോ പാടില്ല എന്ന് പ്രത്യേകം ചട്ടം കെട്ടി. തന്റെ ചാരന്മാരെ അയച്ചു അവൾ നൽകിയ മേൽവിലാസം ശരിയാണോ എന്നന്വേഷിക്കാനുള്ള ഏർപ്പാടുകളും നടത്തി. കളിപ്പാട്ടനിർമ്മാതാവ് വീട്ടിലുണ്ടായിരുന്നില്ല. ശിപായിമാർ നേരെ ശയനഗൃഹത്തിൽ കടന്നു അവിടെ കണ്ട അലമാരയിൽ ഉണ്ടായിരുന്ന സ്ത്രീകളുടെ വസ്ത്രങ്ങളും ആഭരണങ്ങളും എടുത്തു നേരെ കൊട്ടാരത്തിലേക്ക് കൊണ്ടുപോയി. രണ്ടു ശിപായിമാർ ചന്തയിലെ കളിപ്പാട്ടക്കടയിൽ ചെന്ന് മന്ത്രിമുഖ്യൻ അയാളെ കാണാൻ ആഗ്രഹിക്കുന്നു എന്നറിയിച്ചു.

അടുത്ത ദിവസം രാവിലെ പ്രഭാത സൂര്യന്റെ പ്രകാശം നിറഞ്ഞു നിൽക്കുന്ന ഇബ്രാഹിം പാഷയുടെ കാര്യാലയത്തിലേക്ക് അയാൾ ആനയിക്കപ്പെട്ടു.

“നിന്റെ ഭാര്യ എവിടെയാണ്?” ഇബ്രാഹിം പാഷ ചോദിച്ചു.

“അവൾ ഇസ്മിറിൽ അമ്മായിയെ സന്ദർശിക്കാൻ പോയിട്ട് മൂന്നു മാസത്തോളം ആയി. രണ്ടു മാസം കൂടി അവിടെ തങ്ങിയേക്കും എന്ന് ഈയിടെ അറിയിച്ചിരുന്നു.” അയാൾ പറഞ്ഞു.

മന്ത്രിമുഖ്യന്റെ ആജ്ഞപ്രകാരം അലമാരയിലുണ്ടായിരുന്ന വസ്തുക്കൾ ശിപായിമാർ ആ മുറിയിലേക്കു കൊണ്ട് വന്നു. തന്റെ ഭാര്യയുടെ ആഭരണങ്ങളും വസ്ത്രങ്ങളും ഇബ്രാഹിം പാഷയുടെ മുറിയിൽ കണ്ട മനുഷ്യൻ അമ്പരന്നു.

“നിന്റെ ഭാര്യയുടെതല്ലാത്ത ഏതെങ്കിലും വസ്ത്രങ്ങൾ ഇക്കൂട്ടത്തിൽ ഉണ്ടെങ്കിൽ എന്നോടു പറയണം.” മന്ത്രിമുഖ്യൻ പറഞ്ഞു. അദ്ദേഹത്തിന്റെ പരിചാരകർ വസ്ത്രങ്ങൾ ഓരോന്നോരോന്നായി പ്രദർശിപ്പിക്കാൻ തുടങ്ങി. കൈയില്ലാത്ത പുറം കുപ്പായങ്ങളും കട്ടിയുള്ള പല തരം ജാക്കറ്റുകളും മേലങ്കികളും മുകളുടുപ്പുകളും മൂടുപടങ്ങളും തലയിൽ കെട്ടുന്ന സ്കാർഫുകളും ചെറിയ പുതപ്പുകളും കളിപ്പാട്ടനിർമ്മാതാവ് തിരിച്ചറിഞ്ഞു.

“അത് എന്റെ ഭാര്യയുടേതാണ്. ” അയാൾ പറഞ്ഞുകൊണ്ടേയിരുന്നു.

അവസാനം വിലപിടിച്ച വെൽവെറ്റിൽ വെള്ളിനൂലുകൾ പാകിയ ഒരു വസ്ത്രം ശിപായിമാർ പുറത്തെടുത്തു. ഒരു നിമിഷം പോലും മടിക്കാതെ കളിപ്പാട്ട നിർമ്മാതാവ് പറഞ്ഞു. “അത് എന്റെ ഭാര്യയുടേതല്ല.”

ചോദ്യം 9

നക്സിഗ്യുൽ ജീവനോടെ വെട്ടിമുറിക്കപ്പെട്ടോ?

ഇയൂപ്പിലെ കടവിൽ വരികയും പോവുകയും ചെയ്യുന്ന കടത്ത് ബോട്ടുകളുടെയും കളിവള്ളങ്ങളുടെയും ചന്തയിലെ വഞ്ചികളുടെയും ചെറുതോണികളുടെയും തുഴവള്ളങ്ങളുടെയും എണ്ണം എല്ലായ്പോഴും ചന്ത ദിവസങ്ങളായ ചൊവ്വാഴ്ചകളിലും വെള്ളിയാഴ്ചകളിലും വളരെ കൂടുതൽ ആയിരിക്കും. അയ്യൂബ് അൽ അൻസാരിയുടെ ഇയൂപ് സുൽത്താൻ മോസ്ക് എന്നറിയപ്പെടുന്ന ശവകുടീരത്തിലേക്കുള്ള വഴിയിലൂടെ അന്ന് കുടുംബങ്ങൾ സന്തോഷത്തോടെ പലതരം ഹൽവകൾ നുണഞ്ഞുകൊണ്ട് നടക്കും. പ്രണയികൾ തങ്ങളുടെ കമിതാക്കളെ പിന്തുടർന്നു അലഞ്ഞു തിരിയുകയും ഭക്തർ നേർച്ചകൾ അർപ്പിക്കുകയും ചെയ്യും. ഇറച്ചിച്ചന്തയിലേക്ക് ഇടപാടുകാർ ഒഴുകിയെത്തും. അറവുകാരും കച്ചവടക്കാരും പോക്കറ്റടിക്കാരും കുടിയന്മാരും വായ്നോക്കികളുമായി ഇടകലർന്ന ഒരു പുഴപോലെ ജനങ്ങൾ ഇയൂപ് സുൽത്താൻ ഗ്രാമത്തിലൂടെ ഒഴുകും.

ആ ഗ്രാമത്തിലെ അതീവരുചികരമായ ഹൽവ വളരെ പ്രശസ്തമായിരുന്നു. അസാധാരണമാം വിധം ചൂടേറിയ ആ ശരത്കാലദിവസവും ഹൽവാക്കടകൾ പതിവുപോലെ ഇടപാടുകാരെക്കൊണ്ട് വീർപ്പുമുട്ടി. സൂര്യന്റെ ക്ഷീണിതമായ കിരണങ്ങൾ പോപ്ലാർ മരങ്ങളുടെ ശിഖരങ്ങൾക്കിടയിലൂടെ ശവകുടീരത്തിന്റെ ഭിത്തിയിൽ ചിത്രങ്ങൾ വരച്ചു. ഗോൾഡൻ ഹോണിന്റെ തിളങ്ങുന്ന ഓളങ്ങളിലൂടെ ഫാൽക്കോയെയും രണ്ടു കാവൽക്കാരെയും വഹിച്ചു കൊണ്ട് ഒരു ചെറുവഞ്ചി പകുതി തുറന്ന ജനലഴികളുള്ള നദീതീരവസതികളുടെ മുന്നിലൂടെ പതുക്കെ ഒഴുകി നീങ്ങി. നദിയുടെ ഇരുവശങ്ങളിലുമുള്ള പള്ളികളിൽ നിന്ന് സന്ധ്യാനേരത്തെ പ്രാർത്ഥന മുഴങ്ങുന്നത് കേട്ട് അന്ന് ജീവിതത്തിലാദ്യമായി ഫാൽക്കോയുടെ ഹൃദയത്തിൽ ദൈവം സ്പർശിക്കുന്നത് പോലെ തോന്നി. ഗോൾഡൻ ഹോണിന്റെ തീരത്ത് അലിബെ കോയുവിന്റെയും കാഗിത്താനെയുടെയും മദ്ധ്യത്തായി ചിതറിക്കിടക്കുന്ന പട്ടണങ്ങളിലും ഗ്രാമങ്ങളിലും തന്നെയായിരുന്നു അത്രയും നാൾ അവൻ ജീവിച്ചിരുന്നത്. ഫാൽക്കോയുടെ ജീവിതരീതി മൂലമാണോ അതോ അവൻ വ്യാപരിച്ചിരുന്ന സ്ഥലങ്ങളുടെ പ്രത്യേകത കൊണ്ടാണോ എന്നറിയില്ല അത്രയും

നാൾ ബാങ്കുവിളി അവനെ ഒരു തരത്തിലും സ്പർശിച്ചിരുന്നില്ല. ഇന്ന്, ഒരു ജയിലിൽ നിന്ന് മറ്റൊരു ജയിലിലേക്ക് താമസം മാറ്റുന്ന ഈ വൈകുന്നേരത്ത് അത് സംഭവിച്ചത് തികച്ചും അസാധാരണമായി തോന്നി.

ഇപ്പോഴും ഫാൽക്കോ കഷ്ടം പിടിച്ച അതേ അവസ്ഥയിൽ തന്നെയായിരുന്നു, പക്ഷേ തലേന്നത്തേക്കാൾ മനസ്സിന് എന്തെന്നില്ലാത്ത ശാന്തതയും പ്രസന്നതയും അനുഭവപ്പെട്ടു. അവൻ കരച്ചിൽ നിർത്തുകയും മനസ്സിൽ മിന്നിമായുന്ന ചിത്രങ്ങളെ തന്റെ ചിന്തയുമായി യോജിപ്പിക്കാൻ ശ്രമിക്കുകയും ചെയ്തു. വിവാഹത്തിന്റെ അടുത്ത ദിവസം നേരം വെളുക്കുന്നത് വരെ താൻ മദ്യപിച്ചു ലക്ക് കെട്ട അവസ്ഥയിലോ ഭീകരമായ ഒരു ദുസ്സ്വപ്നത്തിലോ ആയിരുന്നുവെന്ന പോലെ ഫാൽക്കോയ്ക്ക് അനുഭവപ്പെട്ടു. കൂടുതൽ വ്യക്തതയോടെ തന്റെ പത്നിയെക്കുറിച്ചും ഈ യാത്രയെക്കുറിച്ചും അവൻ ചിന്തിക്കാൻ തുടങ്ങി. സംഭവിച്ചത് എന്ത് തന്നെയായാലും നക്സിഗ്യുൽ ഇനിയില്ല എന്ന ക്രൂരവും പരമവുമായ സത്യത്തിൽ നിന്ന് രക്ഷയില്ല. അവൾ ഈ ലോകത്തിൽ നിന്ന് എന്നേക്കുമായി വിട പറഞ്ഞു. അതൊരു സ്വപ്നമല്ല. ഓമനേ എന്ന് വിളിച്ചുകൊണ്ട് അവളുടെ സുന്ദരമായ മുടിയിഴകൾ തഴുകിത്താലോലിച്ചതും രാത്രി മുഴുവൻ പ്രണയം കൈമാറിയതും സ്വപ്നമല്ല. അവളുടെ മുഖമൊരു നോക്ക് കാണാനായി കൊതിച്ചുകൊണ്ട്, ആ ശബ്ദമൊന്നു കൂടി കേൾക്കാനായി ആർത്തിയോടെ കാത്തുകൊണ്ട്, അവൻ മാത്രം ബാക്കിയായി. ആ വേദനയുടെ ആധിക്യംമൂലം താൻ തടവറയിലായത് ഫാൽക്കോയെ ബാധിച്ചതേയില്ല. അവളെ സംരക്ഷിക്കാൻ കഴിവില്ലാത്ത താൻ ഇനി ജീവിച്ചിരിക്കാൻ അർഹനല്ല എന്ന് ഫാൽക്കോ തീരുമാനിച്ചു കഴിഞ്ഞിരുന്നു. ആദ്യരാത്രിയുടെയും ജയിലിൽ ചെലവഴിച്ച മണിക്കൂറുകളുടെയും ഓർമ്മകൾ മനസ്സിൽ മാറിമറിഞ്ഞുകൊണ്ടേയിരുന്നു. തന്റെ കൈകൾ ബന്ധിച്ചിരുന്ന എണ്ണ പുരണ്ട കയറിൽ തുറിച്ചു നോക്കിക്കൊണ്ട് ഫാൽക്കോ നിശ്ശബ്ദനായി കുനിഞ്ഞിരുന്നു. ആ കെട്ടുകൾ അയഞ്ഞിരുന്നുവെങ്കിലും അവൻ അതൊന്നും തിരിച്ചറിഞ്ഞതേയില്ല. നക്സിഗ്യുല്ലിന്റെ ഓർമ്മകളും കഴിഞ്ഞ മണിക്കൂറുകളിലെ അനുഭവങ്ങളും വഞ്ചിക്കു ചുറ്റും ചുഴികുത്തി നുരഞ്ഞൊഴുകുന്ന നദീജലംപോലെ ഞരമ്പുകളിലൂടെ ഒഴുകിക്കൊണ്ടേയിരുന്നു.

അല്പനേരത്തിനു ശേഷം ഫാൽക്കോ തന്റെ സാമാന്യബുദ്ധി വീണ്ടെടുക്കുകയും എന്താണ് സംഭവിച്ചത് എന്ന് വളരെ ശ്രദ്ധയോടെയും വിവേകത്തോടെയും വിശകലനം ചെയ്യാൻ തുടങ്ങുകയും ചെയ്തു. ജയിൽ സൂക്ഷിപ്പുകാരൻ അവന്റെ കുറ്റസമ്മതം രേഖപ്പെടുത്താൻ നേരത്ത് ചെയ്തതുപോലെ അവൻ ശ്രദ്ധ കേന്ദ്രീകരിക്കാൻ ശ്രമിച്ചു. നക്സിഗ്യുല്ലിനെ നഷ്ടപ്പെട്ടതോടെ തനിക്കു ഇനി എന്ത് സംഭവിച്ചാലും അതിനു പ്രാധാന്യം ഇല്ലാതായിത്തീർന്നിരിക്കുന്നു എന്ന് മാത്രമാണ്

അന്ന് മഷിയിൽ മുക്കിയ പേനയുമായി അവൻ ചിന്തിച്ചത്. ഒരു തടവുകാരൻ ആയിത്തീരുക എന്നത് അവനെ വിഷമിപ്പിച്ചതേയില്ല. നക്സിഗ്യുൽ ഇല്ലാത്ത ഈ ലോകമേ ഫാൽക്കോയെ സംബന്ധിച്ചിടത്തോളം ഒരു തടവറയായി മാറിക്കഴിഞ്ഞിരുന്നു. വഞ്ചിയിലായാലും വീട്ടിലായാലും തടവറയിലായാലും സ്വതന്ത്രനായി അലഞ്ഞു തിരിഞ്ഞാലും ഒരുപോലെ തന്നെ. ജയിൽ സൂക്ഷിപ്പുകാരന്റെ ദേഷ്യം നിറഞ്ഞ ശാപവാക്കുകൾക്ക് ചെവികൊടുക്കാതെ ഫാൽക്കോ ഒന്നുമെഴുതാത്ത ഒരു വെള്ളക്കടലാസു മാത്രമാണ് അയാൾക്ക് കൈമാറിയത്.

പക്ഷേ, മറ്റു ചിലരെ സംബന്ധിച്ചിടത്തോളം ഇതിനെല്ലാം വളരെ പ്രാധാന്യമുണ്ടായിരുന്നു. നമുക്കിതിനു ഗലാട്ടാ ജയിലിൽ വച്ചു ഒരു പരിഹാരം ഉണ്ടാക്കാം എന്ന വാക്കുകളോടെ അവന്റെ തലയിൽ ആദ്യത്തെ അടി വീണു. അതിനു ശേഷം ദൈവത്തിനോടുള്ള ഒരു മാപ്പപേക്ഷയുമായി ഫാൽക്കോയുടെ മുഖത്തും വയറ്റിലും ഇടികളും ചവിട്ടുകളും തുരുതുരാ വീണു. കണ്ണുകളിൽ ഇരുട്ടുകയറിയ ഫാൽക്കോ ബോധം വീണപ്പോൾ കണ്ടത് ഉടുപ്പിന്റെ കൈകൾ ചുരുട്ടിക്കയറ്റി രണ്ടാമങ്കത്തിനു തയ്യാറായി നിൽക്കുന്ന ജയിൽ സൂക്ഷിപ്പുകാരനെയാണ്. ലഭിക്കാൻ പോകുന്ന ഇടികളെക്കുറിച്ചുള്ള ഭയം ജനിപ്പിക്കാൻ തക്കവണ്ണമുള്ളതായിരുന്നു അയാളുടെ കൈയിലെ പച്ചകുത്തൽ പോലും. കൈമുട്ട് മുതൽ തോൾവരെ പടർന്നു കിടക്കുന്ന ഒരു അണലിയുടെ ചിത്രമായിരുന്നു അത്. ആ പാമ്പിന്റെ ബീഭത്സമായ വായ പൊളിച്ചുള്ള ഇളിഭ്യച്ചിരിയും ചലനമുള്ളതെന്നു തോന്നിക്കുന്ന നാക്കും അത് വരച്ച കലാകാരന്റെ കഴിവു വിളിച്ചു പറയുന്നതായിരുന്നു. ജയിൽ സൂക്ഷിപ്പുകാരന്റെ ആദ്യത്തെ ഇടി കൊണ്ടപ്പോഴുണ്ടായ മുഖം കഷണങ്ങളായി പൊളിഞ്ഞു പോകുന്നതുപോലെയുള്ള വേദന ചെന്നികളിൽ അപ്പോഴും അനുഭവപ്പെട്ടുകൊണ്ടേയിരുന്നു. “വിഷമിക്കണ്ട നമുക്ക് ഗലാട്ടാ ജയിലിൽ വച്ചു ബാക്കി കണക്കു കൂടി തീർക്കാം.” അവനെ മർദ്ദിച്ചതിനു ശേഷം തിരിച്ചു നടന്നപ്പോൾ സൂക്ഷിപ്പുകാരൻ ഇതുകൂടി പറഞ്ഞു.

പരിചാരകരും കാവൽക്കാരും പൊലീസുകാരും ഒന്നിന് പിറകേ ഒന്നായി വന്നു തുടങ്ങി. അവർ ഫാൽക്കോയെ ഉറങ്ങാനോ വിശ്രമിക്കാനോ അനുവദിക്കുകയോ ഭക്ഷണമോ വെള്ളമോ നൽകുകയോ ചെയ്തില്ല. അവർ അവന്റെ ഉള്ളം കാലിൽ പ്രഹരിക്കുകയും കുറ്റിയിൽ തളച്ചു പട്ടയിട്ടുറപ്പിക്കുകയും രഹസ്യഭാഗങ്ങൾ ഞെരിക്കുകയും ചെയ്തു. നക്സിഗ്യുല്ലിന്റെ കൊലപാതകക്കുറ്റം ഏറ്റെടുത്തില്ലെങ്കിൽ ഗലാട്ടാ ജയിലിലെ സവിശേഷമായ പീഡനമുറകൾ അവനു അനുഭവിക്കേണ്ടി വരുമെന്ന് മുന്നറിയിപ്പ് നൽകകയും ചെയ്തു. എങ്ങനെയാണെന്നറിയില്ല, ചിലപ്പോൾ നക്സിഗ്യുല്ലിനെക്കുറിച്ചുള്ള ഓർമ്മകൾ പൊതിഞ്ഞു പിടിച്ചിരുന്നത് കൊണ്ടായിരിക്കാം അവനു ഈ കൊടുംക്രൂരതകൾ എല്ലാം സഹിക്കാൻ കഴിഞ്ഞത്. അവരൊരുമിച്ചുണ്ടായിരുന്ന ആ രാത്രിയുടെ

സ്മാരകചിഹ്നമായി കൈയിൽ അവശേഷിച്ചിരുന്ന അവസാനത്തെ വസ്തു, ടുളിപ്പിന്റെ ഇരട്ടക്കിഴങ്ങിന്റെ പകുതി, തന്റെ പ്രണയിനിയുടെ കരമെന്നപോലെ ഫാൽക്കോ മുറുക്കിപ്പിടിച്ചിരുന്നു. രാവും പകലും നീണ്ടു നിന്ന ക്രൂരമായ മർദ്ദനത്തെ നേരിടാൻ ആ കിഴങ്ങിന്റെ പകുതികഷണം അവനു ശക്തി നൽകി. ഗോൾഡൻ ഹോണിന്റെ ഇരുണ്ടു വരുന്ന വെള്ളത്തിലേക്ക് തുറിച്ചുനോക്കിയിരുന്ന ഫാൽക്കോ കടവിൽ വഞ്ചിയടുത്തപ്പോൾ ഞെട്ടിയുണർന്നു. പീഡനം നിർത്തിപ്പോയപ്പോൾ ജയിൽ സൂക്ഷിപ്പുകാരൻ സൂചിപ്പിച്ച ഗലാട്ടാ ജയിലിൽ തന്നെക്കാത്തിരിക്കുന്ന ഭീകര മർദ്ദനത്തെ സൂചിപ്പിക്കുന്ന വാക്കുകൾ അവന് ഓർമ്മ വന്നു.

"നക്സിഗ്യുല്ലിനെ ചെയ്തത് പോലെ ജീവനോടെ അറുത്തു മുറിക്കേണ്ടി വന്നാലും നിന്നെക്കൊണ്ട് ഞാൻ കുറ്റം സമ്മതിപ്പിക്കും." കാവൽക്കാരൻ അമറി.

"നിങ്ങളെന്താണ് പറഞ്ഞത്?"

"നിനക്കെന്താ ഇത്ര അദ്ഭുതം?" കാവൽക്കാരൻ അതിശയത്തോടെ ചോദിച്ചു. "നക്സിഗ്യുല്ലിനെ ജീവനോടെ കഷണങ്ങളാക്കി എന്ന് ഞാൻ പറഞ്ഞത് നിനക്കിഷ്ടപ്പെട്ടില്ലേ? കൊലപാതകി."

നക്സിഗ്യുല്ലിന്റെ ചിതറിയ ശരീരം ഫാൽക്കോയുടെ കൺമുൻപിൽ വീണ്ടും പ്രത്യക്ഷപ്പെട്ടു. അവരിരുവരും ആലിംഗനബദ്ധരായി പ്രണയ കവിതകൾ ചൊല്ലി പരസ്പരം ആനന്ദിപ്പിച്ചിട്ട് രണ്ടു രാത്രികളെ കഴിഞ്ഞിട്ടുള്ളൂ. ഓളങ്ങളിൽ ഉലയുന്ന വഞ്ചിയുടെ താളമനുസരിച്ചു അവന്റെ തലയിൽ കൂടം കൊണ്ടടിക്കുന്നത് പോലെ ഒരു മുഴക്കമനുഭവപ്പെട്ടു. സംഭവിച്ചതെല്ലാം അണുവിട വിടാതെ ഓർത്തെടുക്കുകയും വിശകലനം ചെയ്യേണ്ടിയുമിരിക്കുന്നു. കാവൽക്കാരന്റെ വാക്കുകൾ കേട്ടപ്പോൾ നക്സിഗ്യുല്ലിന്റെ മരണത്തെ സംബന്ധിച്ച എല്ലാ കാര്യങ്ങളും അന്വേഷണവിധേയമാക്കണം എന്ന് അവനു ബോധ്യമായി. അവളുടെ ചിതറിത്തെറിച്ച ശരീരത്തെക്കുറിച്ചുള്ള ഓർമ്മയിൽ അവനു മനംപിരട്ടുന്നത് പോലെയും തലകറങ്ങുന്നതായും അനുഭവപ്പെട്ടു. ഭാര്യയുടെ ഒരു കൈ വാതിലിലെ കൊളുത്തിൽ നിന്നും മറ്റേതു മച്ചിൽ നിന്നും തൂങ്ങിക്കിടന്ന ഒരു ചരടിൽ നിന്നും തൂങ്ങിക്കിടക്കുകയായിരുന്നു. അവളുടെ കാലുകൾ മുട്ടിനടുത്തു വച്ചു ചെത്തിയെടുത്ത ശേഷം നെരിപ്പോടിനടുത്ത് ഒരു കുരിശിന്റെ ആകൃതിയിൽ വച്ചിരുന്നു. മാംസം അരിഞ്ഞെടുത്ത കാലുകളിലെ അസ്ഥി തെളിഞ്ഞു നിന്നതോർത്ത് ഫാൽക്കോ കണ്ണുകൾ മുറുക്കെ അടച്ചു. വയർ മുതൽ മാറിടംവരെ നെടുകെ പിളർന്നത് പോലെയുണ്ടായിരുന്ന മുറിവിൽ നിന്ന് പച്ചമാംസവും ഞരമ്പുകളും ഭീതിദമായി പുറത്തേക്ക് തള്ളി നിന്നിരുന്നു. അവിടെനിന്ന് ചെത്തിയെടുത്തതുപോലെ തെറിച്ചു പോയ തൊലി ജനൽപ്പാളിയിൽ പറ്റിപ്പിടിച്ചിരുന്നു. മുറിയിലാകമാനം രക്തത്തിനും മാംസത്തിനുമൊപ്പം സ്വർണ്ണനാണയങ്ങളും ചിതറിക്കിടന്നിരുന്നു. ഇതാരെങ്കിലും മനഃപൂർവം ചെയ്തതാണോ?

ആ നാണയങ്ങൾക്ക് ഇതിലെന്താണ് പങ്ക്? ഏറ്റവും വിചിത്രമായി തോന്നിയത് ഒരു തുള്ളി രക്തം പോലും പറ്റാത്ത ലാവണ്ടർ സുഗന്ധ മുള്ള അവളുടെ തലയണയാണ്. പ്രഭാതത്തിൽ കണ്ണുകൾ തുറന്നപ്പോൾ ആ തലയണയിൽ നക്സിഗ്യുല്ലിന്റെ തല ഉറങ്ങിക്കിടക്കുന്നത് പോലെ വിശ്രമിക്കുന്നുണ്ടായിരുന്നു. പക്ഷേ, അവളുടെ ശരീരത്തിന് പകരം ശൂന്യത മാത്രമേയുണ്ടായിരുന്നുള്ളൂ.

കൊടുംപീഡനങ്ങളും മർദ്ദനങ്ങളും ഏറ്റു തളർന്നിരുന്ന ഫാൽക്കോ യുടെ മനസ്സ് വീണ്ടും മേഘാവൃതമാകുന്നതു പോലെ തോന്നി. നക്സി ഗ്യുല്ലിനെ ജീവനോടെ വെട്ടിമുറിച്ചതാണോ എന്ന ചോദ്യത്തിന്റെ ഭാരത്താൽ വഞ്ചിയിൽ നിന്ന് താഴേക്ക് മറിഞ്ഞു വീഴുമാറ് ഫാൽക്കോ ഒന്നുലഞ്ഞു.

സമചിത്തത വീണ്ടെടുത്തു കൊണ്ട് അവന്റെ മനസ്സ് പുതിയ ചോദ്യ ങ്ങളിലേക്കു കടന്നു. തന്നെ ചോദ്യം ചെയ്ത മനുഷ്യൻ നക്സിഗ്യുല്ലിനെ വെട്ടി മുറിച്ചവരുടെ കൂട്ടത്തിലുണ്ടായിരുന്നോ എന്ന സംശയം അവനെ വീർപ്പുമുട്ടിച്ചു.

ഫാൽക്കോ അതിനെപ്പറ്റിത്തന്നെ ഏറെ നേരം ചിന്തിച്ചു. ആ ജയിൽ കാവൽക്കാരൻ 'നക്സിഗ്യുല്ലിനെപ്പോലെ..' എന്ന് പറഞ്ഞത് സത്യ മാണോ അതോ അയാളുടെ മര്യാദയില്ലാത്ത ഒരു ഉപമ മാത്രമായിരുന്നോ എന്ന സംശയത്തിൽ നിന്ന് അവനു മോചനം കിട്ടിയില്ല. എന്തുകൊണ്ട് അയാൾ അങ്ങനെ പറഞ്ഞു എന്ന് ചോദിച്ചപ്പോൾ ആ മനുഷ്യൻ പരി ഭ്രാന്തിയും നിഷ്കളങ്കതയും നിരപരാധിത്വവും കലർന്ന ഒരു മറുപടി യാണ് നൽകിയത്. പക്ഷേ, ഫാൽക്കോയെ ബോധ്യപ്പെടുത്താൻ അത് പര്യാപ്തമായിരുന്നില്ല. "എനിക്ക് നിന്നെ നക്സിഗ്യുല്ലിനെപോലെ ജീവ നോടെ വെട്ടിമുറിക്കേണ്ടി വന്നാൽ...!" എന്താണ് അയാൾ ഉദ്ദേശിച്ചത്?

നക്സിഗ്യുല്ലിനെ കൂടാതെ ജീവിതം വ്യർത്ഥമാണെന്ന തീരുമാന ത്തിൽ നിന്ന് ഫാൽക്കോ അവസാനം വ്യതിചലിക്കാൻ തന്നെ തീരു മാനിച്ചു. അവൾക്കുവേണ്ടി തന്റെ ജീവനുപേക്ഷിക്കുകയല്ല മറിച്ചു ഉഴിഞ്ഞു വയ്ക്കുകയാണ് വേണ്ടത് എന്ന് അവന് ബോധ്യമായി. ഒരു രാത്രിയിലെ ദാമ്പത്യ സുഖം മാത്രമായിരുന്നില്ല ഫാൽക്കോയുടെ ജീവിത ത്തിലെ ഏറ്റവും സുന്ദരമായ ഏതാനും ആഴ്ചകളാണ് നക്സിഗ്യുൽ അവനു നൽകിയത്. അവളുടെ കൊലപാതകികളെ കണ്ടുപിടിക്കണം എന്ന നിശ്ചയത്തോടെ ചുറ്റുപാടുകൾ നിരീക്ഷിച്ചപ്പോൾ തന്റെ കൈയിൽ കെട്ടിയിരുന്ന അഴിഞ്ഞു വീഴാറായ കയറുകൾ അവൻ ശ്രദ്ധിച്ചു.

ജയിൽവഞ്ചി കാസിംപാസയിൽ എത്തിയപ്പോൾ തുറമുഖത്തിനടുത്ത് കൂടി ഒരു വിവാഹ ഘോഷയാത്ര വരുന്നത് ഫാൽക്കോ കണ്ടു. നദി യിൽ നങ്കൂരമിട്ടിരുന്ന ഒരു വലിയ പടക്കപ്പലിനു ചുറ്റും മെഴുകുതിരികളും

ശരറാന്തലുകളും കൊണ്ടലങ്കരിച്ച നൂറു കണക്കിനു ചെറുവഞ്ചികൾ ഒഴുകി നടന്നിരുന്നു. ആ കപ്പലിന്റെ ക്യാപ്റ്റൻ ആയിരുന്നു വരൻ. അദ്ദേഹത്തിനു ഗംഭീരമായ ഒരു സ്വീകരണം തന്നെ നാവികപ്പടയാളികളും വഞ്ചികളിലെത്തിയ ബന്ധുക്കളും കൂടി ഒരുക്കിയിരുന്നു. നദികളിൽ ഇത്തരം വിവാഹസൽക്കാരങ്ങളും സ്വീകരണങ്ങളും ഒരുക്കുക എന്നത് ആയിടയ്ക്ക് മാത്രം പ്രചാരത്തിലായ സമ്പ്രദായമായിരുന്നു. പണ്ടുകാലങ്ങളിൽ നിലനിന്നിരുന്ന തരം ദീപാലങ്കാരങ്ങൾ കൊണ്ട് സമൃദ്ധമായ വേനൽക്കാലത്തെയും വസന്തകാലത്തെയും ഗോൾഡൻ ഹോണിലെ വിവാഹസൽക്കാരങ്ങൾക്ക് വീണ്ടും പ്രീതിയേറുകയാണ്. ശൈത്യകാലത്ത് നദിയിലെ വെള്ളം തണുത്തുറയുമ്പോൾ വലിയ ഹിമശകടങ്ങളിലാവും ഇത്തരം ആഘോഷങ്ങൾ സംഘടിപ്പിക്കുക. നിയന്ത്രണങ്ങൾ പാലിക്കുക അസാധ്യമായതിനാൽ സുലഭമായ മദ്യമായിരുന്നു ഇത്തരം ആഘോഷങ്ങളുടെ പ്രധാന ആകർഷണം. മദ്യത്തിന്മേലുള്ള നിയന്ത്രണങ്ങൾ പത്തുവർഷങ്ങൾക്ക് മുൻപേ എടുത്തു കളഞ്ഞിരുന്നെങ്കിലും നഗരത്തിൽ പരസ്യമായി മദ്യം ഉപയോഗിക്കുന്നതിനു നിയന്ത്രണങ്ങൾ ഉണ്ടായിരുന്നു. ഉപയോഗശേഷം പാനപാത്രങ്ങളും മദ്യവീപ്പകളും നദിയിലേക്ക് തന്നെ ആളുകൾ തള്ളിക്കളഞ്ഞിരുന്നു. അല്ലെങ്കിൽ തന്നെ ഈ ചെറുവഞ്ചികളിലെ മദ്യപാനികളെ അന്വേഷിച്ച് ആര് വരാൻ?

ഒരു നിമിഷനേരത്തേക്ക് താൻ ജയിൽവഞ്ചിയിൽ അല്ല മറിച്ചു ദീപാലംകൃതമായ ആ ചെറുതോണികളിൽ ഒന്നിലാണെന്ന് ഫാൽക്കോ സങ്കല്പിച്ചു. മോടിയിൽ വസ്ത്രം ധരിച്ച ആളുകളുടെ എണ്ണത്തിൽ നിന്ന് തന്നെ ആ വിവാഹം അത്യാഡംബരപൂർണ്ണമാണെന്നു ഉറപ്പായിരുന്നു. അവിടെ മുഴങ്ങിക്കേട്ട വെടിയൊച്ചകളും ശബ്ദങ്ങളും നാടോടിപ്പാട്ടുകളും ആകാശത്തു നിറങ്ങളും വെളിച്ചവും വിതറിയ കരിമരുന്നു പ്രയോഗങ്ങളും കണ്ടുകൊണ്ടിരുന്ന ഫാൽക്കോ, അവൻ സുഹൃത്തുക്കൾക്കൊപ്പം ധൂർത്തടിച്ച് നടന്ന കാലത്ത് പങ്കെടുത്ത ആഘോഷങ്ങളുടെ ഓർമ്മ ഉണരുകയും ആ ചുണ്ടുകളിൽ വേദന നിറഞ്ഞ ഒരു പുഞ്ചിരി വിരിയുകയും ചെയ്തു.

വഞ്ചി കാസിംപാസയിലെ കടവിനോട് അടുത്തപ്പോൾ കാവൽക്കാരിൽ ഒരാൾ സഞ്ചിയിൽ നിന്ന് മീൻപിടിത്തക്കാർ ഉപയോഗിക്കുന്ന തരം ഒരു വല പുറത്തെടുക്കുകയും വലിയ ഭാരമുള്ള ഒരു വസ്തു അതിൽ ഇടുകയും ചെയ്തു.

“നിങ്ങൾക്കിങ്ങോട്ടു മാറിയിരിക്കാമോ? എന്നാൽ എനിക്ക് ഈ മാന്യന്റെ കാലുകൾ ബന്ധിക്കാൻ എളുപ്പമായേനേ.” അയാൾ കൂട്ടുകാരനോടു പറഞ്ഞു.

വെള്ളത്തിലേക്ക് അവർ തന്നെ വലിച്ചെറിയാൻ പോവുകയാണെന്ന് ഫാൽക്കോയ്ക്ക് ബോധ്യമായി. പെട്ടെന്നുണ്ടായ കോപാവേശത്തിൽ തന്നെ ബന്ധിച്ചിരിക്കുന്ന കയറുകൾ വലിച്ചു പൊട്ടിക്കാൻ അവൻ

ശ്രമിച്ചു. കാവൽക്കാർ സ്ഥാനം മാറാനായി എഴുന്നേറ്റു നിൽക്കുകയായിരുന്നതിനാൽ സംഭവിക്കുന്നത് എന്താണെന്ന് തുഴക്കാർ ശ്രദ്ധിച്ചതുമില്ല. കാവൽക്കാർക്ക് അവർ വഴിയൊരുക്കിക്കൊടുക്കുന്നതിനിടയിൽ നിറയെ തുണിക്കെട്ടുകളുമായി വന്ന ഒരു പത്തേമാരി ജയിൽവഞ്ചിയുടെ പിന്നിൽ ശക്തിയായി വന്നിടിച്ചു. അതിശക്തമായ ആ ഇടി കണ്ടാൽ പത്തേമാരി നിയന്ത്രിക്കാൻ പാടുപെടുന്ന മനുഷ്യൻ അത് മനഃപൂർവം ചെയ്തതാണെന്നേ തോന്നുമായിരുന്നുള്ളൂ. വഞ്ചിയിലുണ്ടായിരുന്ന എല്ലാവരും കൈയിൽ കിട്ടിയ ഉറപ്പുള്ള എന്തിലെങ്കിലും ചാടിപ്പിടിച്ച് തങ്ങളുടെ നില ഭദ്രമാക്കാൻ ശ്രമിച്ചു. കാവൽക്കാരിൽ ഒരാൾ വെള്ളത്തിൽ വീണു പോയിരുന്നു. ബാക്കിയുള്ളവർ അയാളെ പിടിച്ചു കയറ്റാനുള്ള ശ്രമം നടത്തിയപ്പോൾ ഭയപ്പെടുത്തുന്ന രീതിയിൽ വഞ്ചി ഉലയുകയും ചരിയുകയും ചെയ്തു. ഫാൽക്കോ അപ്പോഴും അവന്റെ കൈകൾ സ്വതന്ത്രമാക്കാനുള്ള ഭഗീരഥപ്രയത്നം നടത്തുകയായിരുന്നു. പൊടുന്നനെ തുഴക്കാരിൽ ഒരാൾ തന്റെ കൈയിലിരുന്ന തുഴയെടുത്തു അവനെ ആഞ്ഞടിച്ചു. അവനെ വെള്ളത്തിലേക്ക് മറിച്ചിടാൻ മാത്രം ശക്തമായിരുന്നു അത്. കാവൽക്കാർ ഭാരവുമായി ബന്ധിച്ചു വെള്ളത്തിലിടും മുൻപ് ഫാൽക്കോ അപ്പോഴും ബന്ധനത്തിലായിരുന്ന കൈകളുമായി സ്വതന്ത്രനായ ഒരു മത്സ്യത്തെപ്പോലെ തിരിഞ്ഞു നോക്കാതെ മുങ്ങാംകുഴിയിട്ട് അകന്നു പോയി.

ചോദ്യം 10

അവനെ കൊല്ലാനാണോ അതോ സ്വതന്ത്രനാക്കാനാണോ അവർ കൊണ്ടുപോയത്?

വിവിധ തരത്തിലുള്ള മരുന്നുകുപ്പികളും കൂജകളും നിറഞ്ഞ അലമാരകളോടുകൂടിയ ആ മുറിയിൽ മൂന്നു പേരുണ്ടായിരുന്നു. തീയുടെ മുകളിൽ പിടിച്ചു ഒരു വൈദ്യൻ തന്റെ കത്തികൾ അണുവിമുക്തമാക്കിക്കൊണ്ടിരുന്നു. വൃത്തിയുള്ള വെളുത്ത തുണി വിരിച്ച മേശമേൽ അയാളുടെ ഉപകരണങ്ങൾ നിരത്തിവച്ചിരുന്ന ജനാലയിലൂടെ സൂര്യപ്രകാശം പതിക്കുന്നുണ്ടായിരുന്നു.

"അല്ലയോ പ്രഭൂ, നിങ്ങളുടെ പേരെന്താണ്?" തെറ്റുകളോടു കൂടിയ മുറിഞ്ഞ ടർക്കിഷ് ഭാഷയിൽ അയാൾ ചോദിച്ചു.

തന്റെ പേര് അഹമ്മദ് എന്നാണെന്ന് പറയാനോങ്ങിയതാണ് ഫാൽക്കോ. തന്നെ പിന്തുടർന്നു വന്നേക്കാവുന്ന മനുഷ്യരെ വഴിതെറ്റിക്കാൻ അത് സഹായിച്ചേക്കും എന്ന് അവന് തോന്നി. എന്നാൽ പെട്ടെന്ന് തന്നെ അവന് അമ്മയെ ഓർമ്മ വന്നു. പന്ത്രണ്ടു വയസ്സ് മുതൽ അമ്മ അവനെ ഫാൽക്കോ എന്നു തന്നെയായിരുന്നു വിളിച്ചിരുന്നത്. അവനെയോർത്ത് അഭിമാനം തോന്നുന്ന അവസരങ്ങളിൽ 'എന്റെ ഫാൽക്കോ രാജകുമാരൻ' എന്നും സന്തോഷത്തോടെ അവർ വിളിക്കുമായിരുന്നു. എന്നും അവനെ അങ്ങനെ വിളിക്കുകയും മരിക്കുന്നതിനു ഒരു ദിവസം മുൻപേ എന്നും ആ പേര് മാത്രമേ ഉപയോഗിക്കൂ എന്ന് അവനെക്കൊണ്ട് അവർ സത്യം ചെയ്യിക്കുകയും ചെയ്തിരുന്നു. ഗോൾഡൻ ഹോണിന്റെ തീരത്തെ അവന്റെ ബാല്യകാലസുഹൃത്തുക്കൾ ഫാൽക്കോയുടെ പഴയ പേര് പണ്ടേ മറന്നുപോയിരുന്നു. അവന് ഫാൽക്കോ എന്ന പേര് വളരെ ഇഷ്ടമായിരുന്നു. ആ പേര് മൂലം ആളുകൾ അവനെ ഫാൽക്കൺ പക്ഷിയോടുപമിക്കുന്നത് വളരെ അഭിമാനമായിരുന്നു. എന്നാൽ ഇപ്പോൾ താനാരാണെന്ന് വെളിപ്പെടുത്താതിരിക്കുന്നതാണ് നല്ലത് എന്ന് അവനു അറിയാമായിരുന്നു. പക്ഷേ, പേര് മാറ്റാതെ തന്നെ അത് ചെയ്യാൻ അവൻ തീരുമാനിച്ചു.

"ഫാൽക്കോ," അവൻ പറഞ്ഞു. "എന്റെ പേര് ഫാൽക്കോ എന്നാണ്."

"ഗംഭീരം! നീ ശരിക്കും ഒരു ഫാൽക്കൺ പക്ഷിയെപ്പോലെ തന്നെയുണ്ട്."

ആ വൈദ്യൻ ഇസ്ലാം മതം സ്വീകരിച്ച ഒരു ഹംഗറിക്കാരനാണെന്നും വിശ്വസിക്കാൻ കൊള്ളാവുന്നവനാണെന്നും ഫാൽക്കോയുടെ സുഹൃത്ത് അവനോടു പറഞ്ഞു. ബെയ്റൂട്ടിലേക്കുള്ള ഒരു കപ്പലിൽ പന്ത്രണ്ടു ദിവസത്തിനുള്ളിൽ യാത്ര തുടങ്ങാം എന്ന കാര്യം ഫാൽക്കോയുടെ മനസ്സിനെ ഒന്ന് തണുപ്പിച്ചു. ശസ്ത്രക്രിയയ്ക്ക് വേണ്ട ഒരുക്കങ്ങൾ പൂർത്തിയായപ്പോൾ മേശപ്പുറത്തു വൃത്തിയുള്ള ഒരു തുണി വിരിച്ചിട്ട് ഫാൽക്കോയോട് അതിന്മേൽ കയറിക്കിടക്കാൻ വൈദ്യൻ ആവശ്യപ്പെട്ടു. വേദന ശമിപ്പിക്കാൻ കൊടുത്തിരുന്ന കറുപ്പ് തുപ്പിക്കളഞ്ഞോ എന്ന് ഫാൽക്കോയുടെ വായ തുറന്നു അദ്ദേഹം പരിശോധിക്കുകയും ശസ്ത്രക്രിയയ്ക്കിടയിൽ അനക്കാതിരിക്കാൻ കൈകാലുകൾ കെട്ടിവയ്ക്കുകയും ചെയ്തു.

"ഇവിടെ വാ. നിന്റെ സുഹൃത്തിന്റെ പുറത്തു കയറിയിരിക്ക്. അവനെ അനങ്ങാൻ അനുവദിക്കരുത്." ഫാൽക്കോയോടൊപ്പം വന്ന കൂട്ടുകാരനോടു വൈദ്യൻ പറഞ്ഞു.

"അത് കൊള്ളാം, എഫൻഡീ, പക്ഷേ...." ഫാൽക്കോയുടെ കൂട്ടുകാരൻ സംശയത്തോടെ പറഞ്ഞു തുടങ്ങി

"അങ്ങ് വിഷമിക്കണ്ട, ഞാൻ പല്ല് കടിച്ചു പിടിച്ചു സഹിച്ചു കൊള്ളാം." ഫാൽക്കോ ഉറപ്പു നൽകി.

അവന്റെ ഉറപ്പു വകവയ്ക്കാതെ ഒരു പുഞ്ചിരിയോടെ വൈദ്യൻ തോൽപട്ട ഉപയോഗിച്ച് ഫാൽക്കോയുടെ തലയും താടിയെല്ലും അനങ്ങാതെ ബന്ധിച്ചു.

"എന്താണ് സംഭവിക്കുക എന്ന് നമുക്ക് നോക്കാം." അയാൾ പിറുപിറുത്തു.

രണ്ടാം ദിവസം കെട്ടുകൾ അഴിച്ചപ്പോൾ തന്റെ മുഖം ചുവരിലെ മങ്ങിയ കണ്ണാടിയിൽ സസൂക്ഷ്മം ഫാൽക്കോ പരിശോധിച്ചു. അതിശയകരമായ മാറ്റമാണ് അവൻ കണ്ടത്. അവന്റെ സുന്ദരമായ നേർത്ത പുരികങ്ങൾ കട്ടിയേറിയ ഒരു കൂട്ടുപുരികമായി രൂപം പ്രാപിച്ചിരുന്നു. മാത്രമല്ല അവയുടെ അറ്റങ്ങൾ നെറ്റിയിലേക്ക് ഉയർന്നുമിരുന്നു. പുതിയതായുണ്ടായ മാറ്റങ്ങൾ കഴുകന്റെ ചുണ്ട് പോലെ വളഞ്ഞ ആ മൂക്കിനു കൂടുതൽ പ്രാധാന്യം കൊടുക്കുകയും അവന്റെ മുഖം ശരിക്കും ഒരു ഫാൽക്കൺ പക്ഷിയുടേത് പോലെ തന്നെ തോന്നിക്കുകയും ചെയ്തു. അവന്റെ പ്രിയപ്പെട്ട അമ്മ കണ്ടിരുന്നെങ്കിൽ പോലും ആ മുഖം ആരുടെതാണെന്നു തിരിച്ചറിയില്ലായിരുന്നു. വൈദ്യൻ അവന്റെ പുരികങ്ങൾക്ക് മാത്രമേ മാറ്റം വരുത്തിയിരുന്നുള്ളൂ. പക്ഷേ അതുണ്ടാക്കിയ മാറ്റം അതിശയിപ്പിക്കുന്നതായിരുന്നു. താൻ ചെയ്ത ജോലിയുടെ പൂർണ്ണതയിലും ഭംഗിയിലും അയാൾ അഭിമാനം കൊണ്ടു.

"നല്ല നീളവും കട്ടിയുമുള്ള ഒരു മീശ കൂടിയായാൽ നിന്റെ പെണ്ണ് ഈ മുഖത്തു നിന്ന് കണ്ണെടുക്കില്ല." ഫാൽക്കോയുടെ മുഖത്തു കണ്ട സന്തോഷവും അദ്ഭുതവും കണ്ടു അയാൾ തമാശ പറഞ്ഞു.

തന്റെ വധുവിനു ഇനിയൊരിക്കലും മണവറയിൽ പ്രവേശിക്കാനുള്ള

ഭാഗ്യമില്ല എന്ന് ഉള്ളിലോർത്തുകൊണ്ട് ഫാൽക്കോ വൈദ്യന്റെ കൈകൾ മുറുക്കിപ്പിടിച്ച് നന്ദി പറഞ്ഞു.

ജീവിതകാലം മുഴുവൻ ഫാൽക്കോ കടപ്പെട്ടിരിക്കുന്ന മറ്റൊരാൾ കൂടിയുണ്ടായിരുന്നു. കാസിംപാഡയിലെ ആ കല്യാണത്തിരക്കിനിടയിൽ, വെള്ളത്തിൽ ജീവനു വേണ്ടി യുദ്ധം ചെയ്തുകൊണ്ടിരുന്ന ഫാൽക്കോയെ തന്റെ ചെറിയ വഞ്ചിയടുപ്പിച്ച് വലിച്ചു കയറ്റിയ ലാങ്കി ഒസ്മാൻ എന്ന വയസ്സൻ നാവികൻ. വെള്ളത്തിൽ വീണപ്പോൾ ഫാൽക്കോയ്ക്ക് നീന്താൻ കഴിയുന്നുണ്ടായിരുന്നു. പക്ഷേ കൈകൾ ബന്ധിച്ചിരുന്നതിനാൽ വല്ലാത്ത ബുദ്ധിമുട്ട് അനുഭവപ്പെടുകയും താമസിയാതെ വെള്ളത്തിനു മുകളിലേക്ക് പൊങ്ങിവരേണ്ടി വരികയും ചെയ്തു. രക്ഷയ്ക്കായി ചുറ്റും നോക്കിയ ഫാൽക്കോ ഒറ്റപ്പായ കെട്ടിയ കളിപ്പാട്ടം പോലെയിരുന്ന ഒരു വഞ്ചിയിൽ തുഴഞ്ഞു വരുന്ന ഒരു കിഴവനെയാണ് കണ്ടത്. ഗലാട്ടാ ജയിലിൽ കിടന്നു നരകിക്കേണ്ടിയിരുന്ന താൻ എന്തോ മന്ത്രശക്തിയാലാണ് രക്ഷപ്പെട്ടത് എന്നും ലാങ്കി ഒസ്മാന്റെ രൂപത്തിൽ ദൈവം തന്നെയാണ് തന്നെ രക്ഷപ്പെടുത്തിയത് എന്നും ഫാൽക്കോയ്ക്ക് തോന്നി. അലഞ്ഞു നടക്കുന്ന സ്വഭാവക്കാരനായിരുന്ന ആ നാവികൻ മെഡിറ്ററേനിയൻ തീരത്തുള്ള തന്റെ വീട് ഉപേക്ഷിച്ചു ഒരുപാട് യാത്ര ചെയ്യുകയും പ്രായമെത്തിയപ്പോൾ ഇസ്താംബൂൾ തുറമുഖത്ത് വന്നടിയുകയും ചെയ്തു. പ്രണയവും ഒളിച്ചോട്ടവും കലർന്ന ഒരു ദുരന്തകഥയിലെ നായകനായിരുന്ന ആ മനുഷ്യന് ഫാൽക്കോയുടെ അവസ്ഥ മനസ്സിലാക്കാൻ ഏറെ സമയം വേണ്ടി വന്നില്ല. ആ ചെറുപ്പക്കാരനോട് അയാൾക്ക് എന്തെന്നില്ലാത്ത ദയ തോന്നുകയും തന്റെ അകന്ന പരിചയത്തിലുണ്ടായിരുന്ന ഹംഗറിക്കാരൻ വൈദ്യന്റെ അടുത്തെത്തിക്കുകയും ചെയ്തു. ഫാൽക്കോയുടെ ശസ്ത്രക്രിയയ്ക്കു വേണ്ടി ആ വയസ്സൻ തന്റെ ചെറുസമ്പാദ്യത്തിലുണ്ടായിരുന്ന അവസാനത്തെ തുട്ടുവരെ ചെലവാക്കി. തുറമുഖങ്ങളിൽ ധാരാളം നല്ല മനുഷ്യരുണ്ടെന്ന് ഫാൽക്കോ കേട്ടിരുന്നു. ഒസ്മാനെ കണ്ടുമുട്ടുംവരെ അവനതു വിശ്വസിച്ചിരുന്നില്ല.

തങ്ങളെ പിന്തുടരുന്നത് തടയാനായി വഞ്ചിയിൽ നിന്ന് വെള്ളത്തിൽ വീണ ആളുകളെ കൊന്നു കളഞ്ഞാലോ എന്നാണ് ഫാൽക്കോയും ഒസ്മാനും ആദ്യം ചിന്തിച്ചത്. ആ കാവൽക്കാർ അതുതന്നെയാണ് അർഹിക്കുന്നത് എന്ന് തോന്നിയെങ്കിലും അവനെ ഒരു ജയിലിൽ നിന്ന് മറ്റൊന്നിലേക്കു കൊണ്ടുപോവുക മാത്രം ചെയ്ത വഞ്ചിക്കാർ നിരപരാധികളാണെന്ന് ഫാൽക്കോയ്ക്ക് അറിയാമായിരുന്നു. ഗോൾഡൻ ഹോണിന്റെ ഓരോ ഇഞ്ചും പരിചയമുള്ള അവർ അവനെ വെള്ളത്തിൽ എറിയാൻ തുറമുഖമായ കാസിംപാഡ തന്നെ എന്തുകൊണ്ട് തിരഞ്ഞെടുത്തു? അവർക്ക് അവനെ എളുപ്പത്തിൽ പിടിക്കാൻ കഴിയുമായിരുന്നില്ലേ? അതോ മനഃപൂർവം അവനെ പോകാൻ അനുവദിച്ചതാണോ? അവനെ ശരിക്കും കൊല്ലാൻ തന്നെയാണോ അവിടെ കൊണ്ടുവന്നത് അതോ അങ്ങനെ നടിക്കുകയായിരുന്നോ?

“നക്സിഗ്യുല്ലിനു വേണ്ടി ഞാൻ ഈ കുരുക്കഴിച്ചിരിക്കും.” ഫാൽക്കോ ശപഥം ചെയ്തു.

ചോദ്യം 11

എന്തുകൊണ്ട് അജ്ഞാതമായ ഒരു മതസ്ഥാപനത്തിൽ അഭയം തേടി?

"**ലെ**യ്ഹറിലെ കുട്ടികളേ... ഇത് നിങ്ങളുടെ വീടാണ്. എന്റെയല്ല. നിങ്ങളെല്ലാം സഹോദരന്മാരാണ്. സ്വന്തം അച്ഛനമ്മമാരെ അറിയാവുന്നവർക്ക് പരസ്പരം കഴുത്ത് കണ്ടിക്കാനും അറിയാം. പക്ഷേ, ലെയ്ഹറിലെ കുഞ്ഞുങ്ങൾ...! അച്ഛനെയോ അമ്മയെയോ അറിയാത്തവർ. അവർക്ക് എല്ലാവരും ഒന്നാണെന്നും സമന്മാരാനെന്നും അറിയാം. തന്റെ സഹോദരന്റെ മാംസത്തിൽ തുളഞ്ഞു കയറുന്ന സൂചിത്തലപ്പിന്റെ വേദന പോലും തന്റെ ശരീരത്തിലെന്ന പോലെ അനുഭവപ്പെടുന്നവർ. ഈ വസ്ത്രം ധരിക്കുന്നവർ മരിക്കും വരെ മറ്റുള്ളവരെ തുല്യരായി കാണുന്നു. ഈ ഐക്യത്തിന് ഒരു ദ്വിത്വഭാവമുണ്ട്. അവൻ നിന്റെ വലതു കൈയാണെങ്കിൽ നീ അവന്റെ ഇടതു കൈയാണ്. ഒന്നിന്റെ രണ്ടു വശങ്ങൾ. ഒരു ശരീരം. രണ്ടു തലകൾ. നിങ്ങൾ ജീവിതകാലം മുഴുവൻ മറ്റുള്ളവർ അപകടത്തിൽ പെടാതെ സൂക്ഷിക്കുകയും അവരെപ്പറ്റി കരുതലോടെ പ്രവർത്തിക്കുകയും ചെയ്യും. ഇവിടെ എന്റേതോ നിന്റേതോ ഇല്ല. അല്പമെന്തെങ്കിലും ഉണ്ടെങ്കിൽ അത് നിങ്ങളെ ഒരുപാടു ദൂരം മുന്നോട്ടു പോകാൻ സഹായിക്കും. ധാരാളമുണ്ടെങ്കിൽ അത് നിങ്ങളെയെല്ലാവരെയും പോഷിപ്പിക്കും. ദൈവാനുഗ്രഹത്താൽ ഒരു പാത്രം കൊണ്ട് എല്ലാവരെയും ഊട്ടാൻ കഴിയുന്നു."

അവരെ സഹോദരന്മാരായി പ്രഖ്യാപിച്ചു കൊണ്ട് മതസ്ഥാപനത്തിന്റെ തലവൻ ആ ചടങ്ങിൽ ഉരുവിട്ട വാക്കുകൾ ആയിരുന്നു അത്. അതിനെത്തുടർന്ന് ലെയ്ഹറിൽ നടന്ന വിരുന്ന് പുലരുംവരെ നീണ്ടു നിന്നു. അന്ന് വൈകുന്നേരം ഇസ്താംബൂളിലെ അധോലോകം നോട്ടമിട്ട രണ്ടു നിരപരാധികൾ കൂടി ഒരു പട്ടികയിലും ഉൾപ്പെടുത്താത്ത അനാഥരായി അവിടെ ചേർന്നു.

സുൽത്താൻ മെഹ്മത് ജനിച്ച ഗസ്നി എന്ന പട്ടണത്തിലായിരുന്നു പത്താം നൂറ്റാണ്ടിൽ ലെയ്ഹർ എന്ന അരക്കിറുക്കൻ താമസിച്ചിരുന്നത്. സ്ഥലത്തെ സ്നാനഘട്ടത്തിനോട് ചേർന്നുള്ള പള്ളിയിലായിരുന്നു അയാളുടെ ഉറക്കം. അവിടെ വരുന്ന ആളുകളുടെ ഭക്ഷണത്തിന്റെ അവശിഷ്ടങ്ങൾ കഴിച്ചും അതീന്ദ്രിയ ജ്ഞാനിയെപ്പോലെ പ്രവചനങ്ങൾ നടത്തിയും ഒരു ദിവ്യനെപ്പോലെ അദ്ഭുതങ്ങൾ പ്രവർത്തിച്ചും ആ

മനുഷ്യൻ അവിടെ കഴിഞ്ഞു. ഈ ലോകത്തെ വെറുമൊരു നശ്വരമായ സാന്നിദ്ധ്യം മാത്രമായി ലെയ്ഹർ കണക്കാക്കുന്ന ഗസ്നലി മെഹ്മദിനെ പ്രശംസിച്ചതിനു പ്രശസ്തനായ കവി ഹക്കിം സെനായെ അദ്ദേഹം ശകാരിച്ചു. ഹക്കിം സെനായിയെപ്പറ്റിയുള്ള ലെയ്ഹറിന്റെ കാഴ്ചപ്പാടു കണ്ട് ഒരുപാടു പേർ അദ്ദേഹത്തിന്റെ ശിഷ്യരായി മാറി. സ്നാനഘട്ട ങ്ങളോടു ചേർന്നുള്ള മതസ്ഥാപനങ്ങളിലും പള്ളികളിലും അഭയം പ്രാപി ച്ചിരിക്കുന്ന കള്ളുകുടിയന്മാർക്കും കഞ്ചാവ് വലിക്കുന്നവർക്കും അയാൾ ഒരു ദിവ്യൻ തന്നെയായിരുന്നു.

തെമ്മാടികളുടെ സത്രങ്ങൾ എന്നറിയപ്പെട്ടിരുന്ന ആ സ്ഥലങ്ങളിൽ താമസിച്ചിരുന്നവർ ഇന്നും വിശ്വസിക്കുന്നത് ഒരു പ്രഭാതത്തിൽ ലെയ്ഹർ ഭംഗിയുള്ള ഒരു പൂവൻകോഴിയായി രൂപം മാറി എവിടേക്കോ പറന്നു പോയി എന്നാണ്. അതിനുശേഷം പൂവൻകോഴികൾ കൂവുന്ന പ്രഭാത ങ്ങളിൽ സ്ഥലം വിടുകയും പകൽ മുഴുവൻ തെണ്ടിയതിനു ശേഷം പക്ഷി കൾ കൂടണയുന്ന സന്ധ്യാനേരത്ത് തെമ്മാടിസത്രങ്ങളിൽ തിരിച്ചെത്തു കയും ചെയ്യുക എന്നത് അവിടങ്ങളിലെ അന്തേവാസികൾ ഒരു ശീല മാക്കി മാറ്റി. അവിടെ പ്രവേശനം കിട്ടിയതോടെ തങ്ങളുടെ ശരീരങ്ങൾ വാർന്നു മുറിക്കുമെന്നും രക്തംകൊണ്ട് വൈൻ ഉണ്ടാക്കുമെന്നുമുള്ള ഭീഷണികൾക്കും വേട്ടയാടലുകൾക്കും ശേഷം തെണ്ടൽ ആണ് പുതിയ ഉപജീവനമാർഗ്ഗമെങ്കിലും ആശയറ്റ ആ രണ്ടു യുവാക്കൾക്ക് അല്പം പ്രതീക്ഷ തോന്നിത്തുടങ്ങി.

ഈ മതസ്ഥാപനങ്ങൾക്ക് ബെക്താഷി വിശ്വാസികളുടെ സ്ഥാപന ങ്ങളോട് ബന്ധമുണ്ടായിരുന്നു പക്ഷേ സൈന്യവുമായി വ്യക്തമായ അകലം അവർ പാലിച്ചിരുന്നു. ബെക്താഷി സത്രങ്ങളും മതസ്ഥാപന ങ്ങളും സൈനികരുടെ കാപ്പിക്കടകളും തമ്മിൽ അടുത്ത ബന്ധം പണ്ടു ണ്ടായിരുന്നു. ഇങ്ങനെയുള്ള സ്ഥാപനങ്ങളിൽ ആശ്രയം തേടുന്നവർക്ക് സൂഫിസത്തിലോ ബെക്താഷിസത്തിലോ മതപരമായ മറ്റു കാര്യ ങ്ങളിലോ യാതൊരു താത്പര്യവും ഉണ്ടായിരുന്നില്ല. ഒരു അലവിയും ബെക്താഷിയും തമ്മിലുള്ള വ്യത്യാസം പോലും അവർക്ക് അറിയുമാ യിരുന്നില്ല. ഒന്നുമാത്രം അറിയാമായിരുന്നു. ഇത്തരം സ്ഥാപനങ്ങളിൽ താമസിക്കുന്നിടത്തോളം കാലം യാതൊരു ഉത്തരവാദിത്വവും കൂടാതെ സുഖമായി ജീവിക്കാൻ കഴിയും. അവരിൽ പലരും തെരുവിൽ നിന്നെ ത്തിയ അനാഥരും മാതാപിതാക്കളാൽ അവഗണിക്കപ്പെട്ടവരുമായിരുന്നു. തങ്ങൾക്കാവശ്യമുള്ള സ്വാതന്ത്ര്യവും സ്വാസ്ഥ്യവും ഈ സ്ഥാപനങ്ങളിൽ അവർ കണ്ടെത്തുകയും അവിടെ താമസമുറപ്പിക്കുകയുമാണ് സാധാരണ നടക്കാറ്.

പുതിയതായി ചേർന്ന രണ്ടു സഹോദരന്മാരും താമസിയാതെ പരസ്പരം മനസ്സിലാക്കുകയും രഹസ്യങ്ങളും വിഷമങ്ങളും പങ്കുവയ്ക്കു കയും ചെയ്തു. പകൽസമയത്ത് നേതാവ് കൊടുക്കുന്ന തെണ്ടൽ,

ചെറുമോഷണങ്ങൾ, മുറ്റങ്ങൾ തൂത്തു വൃത്തിയാക്കൽ, ചളി പിടിച്ച ഇടനാഴികൾ കഴുകൽ തുടങ്ങിയ ജോലികൾ അവർ ചെയ്തു പോന്നു. സന്ധ്യാനേരത്ത് അവർ താമസസ്ഥലത്തേക്കു മടങ്ങി വരികയും സുഹൃത്തുക്കൾ പാടുന്ന നാടൻ പാട്ടുകളും വിഷാദഗാനങ്ങളും ബംഗ്ലാമ എന്ന തന്ത്രിവാദ്യത്തിൽ വായിക്കുന്ന വികാരഭരിതമായ ഈണങ്ങൾ കേട്ടു കൊണ്ട് വിശ്രമിക്കുകയും ചെയ്തു. ചൂടുള്ള ചാരത്തിനടുത്ത് തളർന്നു കിടന്നുറങ്ങും മുൻപ് ചതുരംഗമോ മറ്റോ കളിച്ചു ചിലപ്പോൾ സമയം കളയും. തറയിൽ ചൂട് ചാരം വിതറുന്നത് പുതിയ അന്തേവാസികളുടെ ജോലിയായിരുന്നു. ചാരക്കൂനകൾ ഉപയോഗിച്ചു ദീർഘചതുരത്തിലുള്ള മുറി പലതായി തിരിക്കുകയും ചാക്കുകൾ തലയണയായി ഉപയോഗിച്ചു കൊണ്ട് അഞ്ചു പേരടങ്ങുന്ന ചെറുകൂട്ടങ്ങൾ ചൂട് ചാരത്തിനടുത്തേക്ക് കാലുകൾ നീട്ടി വച്ചു കിടന്നുറങ്ങുകയും ചെയ്തു. ഉറങ്ങുന്നതിനു മുൻപുള്ള അവസാന ചടങ്ങായി പൂവൻകോഴിയും മൂന്നു തട്ടുകളുള്ള മെഴുകുതിരിക്കാലുമായിരിക്കുന്ന തലവന്റെ അടുത്തേക്കു പോവുകയും തിരികളിൽ നിന്നുള്ള സുഗന്ധപുക ശ്വസിക്കുകയും ചെയ്യുമായിരുന്നു.

“ലെയ്ഹറിന്റെ ഹൃദയത്തിനും ആത്മാവിനും വേണ്ടി.” ഓരോ പുകയെടുക്കും മുൻപ് അവർ വിളിച്ചു കൂവും.

അടുത്ത ദിവസം രാവിലെ എല്ലാവരും വിശുദ്ധൻകോഴിയുടെ കൂവൽ കേട്ടുണർന്നു. മഠാധിപതി പഴയ അതേ പ്രാർത്ഥനയോടൊപ്പം മെഴുകുതിരികൾ കത്തിക്കുകയും വീണ്ടും ഒരു ദിവസം കൂടി തുടങ്ങുകയും ചെയ്തു. നല്ല വസ്ത്രങ്ങളിൽ ചാരം പുരളാതിരിക്കാൻ നേർത്ത ഒരു സൽവാർ മാത്രം ധരിച്ചായിരുന്നു പലരും ഉറങ്ങിയിരുന്നത്. ഉണർന്നയുടനെ പുതിയ സഹോദരന്മാർ സ്നാനഘട്ടത്തിൽ നിന്ന് ചൂടുവെള്ളവും പാചകക്കാരൻ ഉണ്ടാക്കിയ ഒരു കുട്ടകം ചൂടുസൂപ്പും ആവി പറക്കുന്ന പുതിയ റൊട്ടിയും കൊണ്ടു വന്നു വച്ചു. ബാക്കിയുള്ളവർ അപ്പോഴേക്കും പതുക്കെ എഴുന്നേറ്റ് സൽവാറിലും ശരീരത്തിലും പറ്റിപ്പിടിച്ചിരുന്ന ചാരം തട്ടിക്കുടഞ്ഞ് കളയുന്നതേയുണ്ടായിരുന്നുള്ളൂ.

അവിടെ താമസിച്ചിരുന്ന എല്ലാവർക്കും ഓമനപ്പേരുകൾ ഉണ്ടായിരുന്നു. അവരുടെ വരുമാനവും പൊതുവായ ആവശ്യങ്ങളും നോക്കി നടത്തിയിരുന്ന ജർഹെദ് കേഫെറിന് പോലും അതിൽ നിന്ന് രക്ഷപ്പെടാൻ കഴിഞ്ഞിരുന്നില്ല. സ്നാനഘട്ടത്തിലെ വിളക്കുകൾ കൊളുത്തുക, എണ്ണയൊഴിച്ച് തെളിച്ചു നിർത്തുക, സമയമെത്തുമ്പോൾ അണയ്ക്കുക എന്നീ ജോലികൾ ചെയ്യാനുള്ള ഊഴം നിശ്ചയിക്കുന്ന ഒരു പട്ടിക കൈകാര്യം ചെയ്യുന്ന ജോലിയും അയാളുടേതായിരുന്നു. ചില സമയത്ത് അന്തേവാസികൾക്ക് സ്നാനഘട്ടത്തിലെ സഹായിയുടെയും തോർത്തു വിതരണം ചെയ്യാനും സഞ്ചികളും ചെരുപ്പുകളും സൂക്ഷിക്കാനുമുള്ള ചുമതലകളും ലഭിക്കാറുണ്ടായിരുന്നു. ശാപവാക്കുകൾ ഉച്ചരിക്കാതിരിക്കാൻ ഇത്തരം അവസരങ്ങളിൽ അവർ കഠിനശ്രമം നടത്താറുണ്ടെങ്കിലും

കളിവാക്കുകളുടെ കൂട്ടത്തിൽ സാധാരണ ഉപയോഗിച്ചു ശീലിച്ച അന്തസ്സ് കുറഞ്ഞ ഭാഷ അറിയാതെ പുറത്തു വന്നു പോവുക പതിവായിരുന്നു. മുതിർന്നവർ പുതിയതായി വന്നു ചേരുന്നവരെ ചുമലുകൾ മുന്നോട്ടു തള്ളി തലയെടുപ്പോടെ നടക്കാനും മറ്റുള്ളവരെ കൈമുട്ടു കൊണ്ട് ഇടിക്കാനും പരിശീലിപ്പിച്ചു.

പുതുമുഖങ്ങൾക്ക് അപ്പോഴും സംസാരിക്കാൻ അനുവാദം കിട്ടിയിരുന്നില്ല. എന്നാലും ബാക്കിയുള്ളവർ സംസാരിച്ചിരുന്ന പ്രാകൃതഭാഷ അവർക്ക് മനസ്സിലായിത്തുടങ്ങിയിരുന്നു. ആ സ്ഥലത്തെ വിശേഷിപ്പിക്കുന്നത് അമ്മ എന്നാണെന്നും നടത്തിപ്പുകാരൻ അച്ഛൻ എന്നും വിരുന്നുകളെ ചളി എന്നും പട്ടാളക്കാരെ മീശകൾ എന്നും ചന്തയെ കളപ്പുര എന്നും കൗപീനത്തെ പാതിവ്രത്യത്തോർത്ത് എന്നൊക്കെയാണ് വിളിക്കുന്നത് എന്ന് അവർ പഠിച്ചു. സ്നാനഘട്ടത്തിലെ സഹായികളായ സ്ത്രീകളെ തുണിപ്പൊതി എന്നും സ്നാനഘട്ടത്തെ റോസാപ്പൂന്തോട്ടം എന്നും തീയെ ചുവന്ന ഉത്സവം എന്നും ജയിലിനെ സ്കൂൾ എന്നും സുൽത്താനെ മുദ്ര എന്നും മന്ത്രിയെ നീർനായ എന്നും ചാരന്മാരെ തേളുകൾ എന്നും ധനികരെ വാത്തുകൾ എന്നും രസകരമായ ഗൂഢവാക്കുകൾ ഉപയോഗിച്ചു പരാമർശിക്കുക അവരുടെ ശീലമായിരുന്നു.

ഇത്തരം സത്രങ്ങൾ ആദ്യം ഒരു സംഘടനയുടെ രൂപത്തിലാണ് ആരംഭിച്ചത്. പക്ഷേ കാലം ചെന്നപ്പോൾ സ്വത്വമില്ലാത്ത മനുഷ്യരുടെ കേന്ദ്രങ്ങളായി അത് പരിണമിച്ചു. അംഗരക്ഷകരായി ജോലി ചെയ്യുന്നത് മുതൽ കൊള്ളയും തട്ടിക്കൊണ്ടുപോകലും വരെ അവരുടെ പ്രവർത്തനങ്ങളിൽ ഉൾപ്പെട്ടിരുന്നു. മറ്റുള്ളവരുടെ സ്വകാര്യങ്ങളോ ഭൂതകാലമോ മനസ്സിലാക്കാൻ ആരും ശ്രമിച്ചില്ല. 'സഹോദരന്മാർക്കിടയിലെ' രഹസ്യങ്ങളായി ഇത്തരം കാര്യങ്ങൾ എപ്പോഴും സൂക്ഷിക്കപ്പെട്ടു.

മൂന്നു ദിവസത്തെ നിർബന്ധിത മൗനത്തിനു ശേഷം ഉറക്കം വരാതെ തിരിഞ്ഞും മറിഞ്ഞും കിടക്കുന്ന രാത്രികളിൽ ഒന്നിൽ പുതിയതായി ചേർന്ന സഹോദരന്മാരിൽ മൂത്തവൻ അടുത്തുകിടക്കുന്ന ഇളയ സഹോദരനോടു ചോദിച്ചു.

"നിന്റെ പേരെന്താ?"

"യുസുഫ്. നിന്റെയോ?"

"ഫാൽക്കോ."

"നാളെ നമുക്ക് പറ്റിയ ഇരട്ടപ്പേരുകൾ തിരഞ്ഞെടുത്താലോ?"

"അത് നന്നായിരിക്കും."

അവർ വീണ്ടും പുറംതിരിഞ്ഞു കിടന്നു. വിശ്വസിക്കാവുന്ന ഒരാളുടെ സാന്നിധ്യം പകർന്ന സമാധാനത്തിൽ രണ്ടുപേരും താമസിയാതെ ഉറക്കത്തിലേക്ക് വീണു.

ചോദ്യം 12

ആരാണീ വസ്ത്രം തുന്നിയത്?

മന്ത്രിമുഖ്യൻ ഇബ്രാഹിം പാഷ കളിപ്പാട്ടനിർമ്മാതാവിനെ ഒരു രാത്രിയിലേക്ക് കൊട്ടാരത്തിലെ തടങ്കൽ മുറിയിൽ സൂക്ഷിക്കാൻ കല്പന നൽകി. രാവിലെ തന്നെ അദ്ദേഹം തന്റെ ശിപായികളെ വിളിച്ചു കൂട്ടി.

"നഗരത്തിൽ വെള്ളിനൂല് കൊണ്ട് വസ്ത്രം നെയ്യുന്ന എല്ലാ തയ്യൽക്കാരെയും കണ്ടുപിടിക്കുകയും ഉച്ചയോടെ എന്റെ മുന്നിൽ ഹാജരാക്കുകയും ചെയ്യണം." അദ്ദേഹം ആജ്ഞാപിച്ചു.

സുൽത്താൻ അഹമത് പള്ളിയിലേക്കും അങ്ങ് ദൂരെ കടലിൽ കാണപ്പെടുന്ന മാർമര ദ്വീപുകളിലെക്കും തുറക്കുന്ന ജനാലകളുള്ള പ്രാതൽ മുറിയിലേക്ക് നടക്കുമ്പോൾ മന്ത്രിമുഖ്യൻ സന്തുഷ്ടനായിരുന്നു. ആ മുറിയിലെ എപ്പോഴും നിറഞ്ഞിരിക്കുന്ന പഴക്കൂടകളിൽ നിന്ന് ഒരാപ്പിൾ എടുത്തുകടിച്ചുകൊണ്ട് ദൂരെ കാണുന്ന ദൃശ്യങ്ങളിലേക്ക് ആഹാരം കഴിക്കും മുൻപ് കുറച്ചുനേരം നോക്കി നിൽക്കുക ഇബ്രാഹിം പാഷയുടെ ശീലമായിരുന്നു. അല്പം കറുവപ്പട്ടയും ചീസും തേനും കലർത്തിയ പാൽ ഭക്ഷണമേശയിലേക്ക് കൊണ്ടുവരാൻ അദ്ദേഹം ആവശ്യപ്പെട്ടു. കല്ലുകെട്ടിയ നടുമുറ്റമുള്ള ആ ഒതുങ്ങിയ നെടുംപുര പഴയ ടർക്കിഷ് വേനൽക്കാല വസതികളെ ഓർമ്മിപ്പിച്ചു. പർഗയിലെ ഇബ്രാഹിം പാഷയുടേത് എന്ന് പേരുള്ള റോമൻ കുതിരപ്പന്തയമൈതാനത്തിന്റെ അവശിഷ്ടങ്ങൾക്കുമേൽ നിർമ്മിച്ച ആ കൊട്ടാരത്തിൽ അദ്ദേഹത്തിന് ഏറ്റവും ഇഷ്ടമുള്ള സ്ഥലമായിരുന്നു അത്. സുൽത്താൻ സുലൈമാൻ ഒന്നാമന്റെ കാലം മുതൽ എല്ലാ മന്ത്രിമുഖ്യന്മാരും ഈ കൊട്ടാരത്തിൽ തന്നെയാണ് താമസിച്ചിട്ടുള്ളത്. അതിന് ഒരു ഗോപുരവും നെടുംപുരയും ഖജനാവും സ്നാനഘട്ടവും സന്ദർശകമുറിയും നിലവറയും അനവധി അടുക്കളകളും ഉണ്ടായിരുന്നു. ഇബ്രാഹിം പാഷ ഈ കൊട്ടാരത്തിലേക്ക് മാറിയതിനു ശേഷം അവിടെ അടിമുടി മാറ്റങ്ങൾ വരുത്തുകയും തന്റേതു തന്നെയാണ് ആ സ്ഥലം എന്ന രീതിയിൽ പെരുമാറാൻ തുടങ്ങുകയും ചെയ്തു. അദ്ദേഹത്തിനു ജോലി ചെയ്യാൻ ഏറ്റവും പ്രിയപ്പെട്ട സ്ഥലം ഈ കൊട്ടാരമായിരുന്നു. സുൽത്താന് അതിൽ യാതൊരു പരാതിയും ഇല്ലായിരുന്നുതാനും. അന്വേഷണത്തെ സംബന്ധിച്ച വിവരങ്ങൾ

എങ്ങാനും പുറത്തറിഞ്ഞാലോ എന്ന് ഭയന്നു അന്ന് അദ്ദേഹം പുറത്തെങ്ങും പോകണ്ട എന്ന് തീരുമാനിച്ചു. ആരുടെയെങ്കിലും ചെവിയിൽ ഈ കൊലപാതകത്തിന്റെ വിവരം എത്തിയാൽ തന്റെ എല്ലാ പദ്ധതികളും തകരുമെന്ന് മന്ത്രിമുഖ്യൻ ഭയന്നു.

ഉച്ചയോടെ അതിപ്രഗദ്ഭരായ ഏഴു തുന്നൽക്കാരെ ശിപായിമാർ ഇബ്രാഹിം പാഷയുടെ മുന്നിലെത്തിച്ചു. ഓരോരുത്തരെയും ചോദ്യം ചെയ്തതിനു ശേഷം തമ്മിൽ കാണാൻ അവസരം നൽകാതെ ഇബ്രാഹിം പാഷ വശത്തുള്ള കവാടം വഴി പുറത്തേക്ക് അയച്ചു. വെള്ളി നൂൽകൊണ്ട് തുന്നൽപ്പണി ചെയ്ത ആ വെൽവെറ്റ് വസ്ത്രം കൈകൊണ്ടുപോലും തൊട്ടിട്ടില്ല എന്ന് അവർ ആണയിട്ടു പറഞ്ഞു. ഗലാട്ടായിലെ ധനികർക്ക് വേണ്ടി നിർമ്മിക്കുന്ന വസ്ത്രങ്ങളിൽ സ്വയം തുന്നിയുണ്ടാക്കുന്ന വിശേഷപ്പെട്ട ബട്ടണുകൾ ഉപയോഗിക്കുന്ന ഒരു ഇംഗ്ലീഷ്കാരനായ തുന്നൽക്കാരൻ അക്കൂട്ടത്തിൽ ഉണ്ടായിരുന്നു. മന്ത്രിമുഖ്യന്റെ ഭാര്യ ഫാത്തിമ സുൽത്താനയും അവരുടെ രണ്ടു സഹായികൾക്കും വസ്ത്രങ്ങൾ തുന്നിയുണ്ടാക്കുക വഴി ഇയാളെ അദ്ദേഹത്തിനു പരിചയമുണ്ടായിരുന്നു. കപ്പൽപ്പടയുടെ സേനാധിപൻ ആയ കയമാക് മുസ്തഫ പാഷയുമായി നടന്ന അദ്ദേഹത്തിന്റെ മകളുടെ വിവാഹത്തിന്റെ അവസരത്തിലാണ് ഈ ഇംഗ്ലീഷ്കാരന്റെ തുന്നൽ വൈദഗ്ധ്യം മന്ത്രിമുഖ്യന്റെ ഭാര്യ ഉപയോഗപ്പെടുത്തിയത്. ഗലാട്ടായിൽ താമസിക്കുന്ന വിദേശികളായ നയതന്ത്രജ്ഞന്മാരുടെ ഭാര്യമാരെല്ലാം ഇയാളുടെ സേവനമാണ് ഉപയോഗപ്പെടുത്തിയിരുന്നത്. അങ്ങനെയാണ് മന്ത്രിമുഖ്യന്റെ കൊട്ടാരത്തിൽ നിന്ന് ഈ തുന്നൽക്കാരന്റെ സേവനം ആവശ്യമുണ്ടെന്ന സന്ദേശവുമായി വിവാഹത്തിനുള്ള ഒരുക്കങ്ങൾ തുടങ്ങും മുൻപ് ഒരു കത്ത് പോയത്.

ഈ മനുഷ്യനെ കണ്ടപ്പോൾ ഇബ്രാഹിം പാഷയ്ക്ക് ആശ്വാസം തോന്നി. 'ബഹുമാനപ്പെട്ട മന്ത്രിമുഖ്യാ, എല്ലാവരും പറയും പോലെ അങ്ങ് ബുദ്ധിമാനാണോ എന്ന് നോക്കാമല്ലോ' എന്ന് എഴുതിയ ഒരു കുറിപ്പുമായി തന്റെ മുറിയിൽ പഴക്കൂടയിൽ ഒരു ശിരസ്സുകൊണ്ട് വയ്ക്കാൻ ആജ്ഞ നൽകിയ മനുഷ്യൻ ഉറപ്പായും യൂറോപ്പിലെ ഏറ്റവും പുതിയ വസ്ത്രധാരണ ശൈലികളിൽ താത്പര്യമുള്ള ഒരു ധനികൻ ആയിരിക്കും എന്ന കാര്യത്തിൽ ഇബ്രാഹിം പാഷയ്ക്ക് സംശയം ഒട്ടുമുണ്ടായിരുന്നില്ല. ഈ വെല്ലുവിളിയുമായി തന്റെ മുന്നിലവതരിച്ച രഹസ്യത്തിന്റെ കെട്ടുകളഴിക്കാൻ ഇബ്രാഹിം പാഷയ്ക്ക് കൂടുതൽ ഊർജ്ജം നൽകുകയാണ് ഉണ്ടായത്. ചുറ്റും പരിചാരകർ ആരെങ്കിലും ഉണ്ടോ എന്നൊന്ന് നോക്കിയതിനുശേഷം തന്റെ മുന്നിലിരുന്ന പഴങ്ങളിൽ വച്ച് ഏറ്റവും ചുവന്ന നിറത്തിലുള്ള ആപ്പിൾ തിരഞ്ഞെടുത്ത് അദ്ദേഹം കറുമുറാ കടിച്ചുതിന്നു.

ചോദ്യം 13

ഹോജാ, ഒരു വീട് എങ്ങനെയാണ് അപ്രത്യക്ഷമാകുന്നത്?

സത്രത്തിലെ മേൽനോട്ടക്കാരൻ സാധാരണഗതിയിൽ ഭിക്ഷാടനത്തിനായി പറഞ്ഞുവിടുമ്പോൾ അന്തേവാസികൾ പൊതുവേ ചന്തയ്ക്കടുത്തുതന്നെ തങ്ങുകയാണ് പതിവ്. അന്ന് പുതിയൊരു ദിശയിലേക്കു നടക്കാൻ ഫാൽക്കോയും യെയെയും തീരുമാനിച്ചു. സുൽത്താൻ അഹമത് 1453-ൽ ഇസ്താംബൂളിൽ പ്രവേശിച്ച സ്ഥലം എന്നറിയപ്പെടുന്ന കാനൺ ഗേറ്റ് വരെയുള്ള ദൂരം മൂന്നു മണിക്കൂർകൊണ്ട് അവർ നടന്നെത്തി. നഗരാതിർത്തിക്കപ്പുറത്തു ഫാൽക്കോ നക്സിഗ്യുല്ലിനെ കാണുകയും പ്രണയത്തിൽ വീഴുകയും ചെയ്ത സ്ഥലത്തുള്ള അവളുടെ വീട്ടിലേക്കു പോവാനായി ഇബ്രാഹിം ആഗാപള്ളിയുടെ നേരെ അവർ നടന്നു. കരുത്തൻ യെയെ പരിസരം നിരീക്ഷിക്കുന്ന നേരത്ത് കറുമ്പൻ ഫാൽക്കോ ആയയോടു വിവരങ്ങൾ ചോദിച്ചറിയണം എന്നായിരുന്നു രണ്ടുപേരുടെയും പദ്ധതി. (അതിനകം തങ്ങളുടെ ശരീരപ്രകൃതിക്കു യോജിച്ച രണ്ടു ഇരട്ടപ്പേരുകൾ അവർ തിരഞ്ഞെടുത്തിരുന്നു.) ഫാൽക്കോയ്ക്ക് നക്സിഗ്യുല്ലിന്റെ ആയയെ വളരെ ഇഷ്ടമായിരുന്നു. അവർക്ക് നടന്ന സംഭവങ്ങളെ സംബന്ധിച്ച് എന്തെങ്കിലും വിവരം നൽകാൻ കഴിഞ്ഞേക്കും എന്നവൻ പ്രത്യാശിച്ചു. പുതിയ രൂപത്തിൽ അവനെ തിരിച്ചറിയുക അസാധ്യമായിരുന്നു. പുരികക്കൊടികൾക്ക് ആ ഹംഗറിക്കാരൻ വൈദ്യൻ വരുത്തിയ മാറ്റം കൂടാതെ സത്രത്തിലെ ജീവിതം മൂലം കറുമ്പൻ ഫാൽക്കോ എന്ന് പേര് കിട്ടാൻ മാത്രം അവന്റെ തൊലിയാകെ ഇരുണ്ടു കരുവാളിച്ചിരുന്നു. പക്ഷേ, ഇപ്പോഴും ആരെങ്കിലും അവനെ തിരിച്ചറിഞ്ഞേക്കാൻ സാധ്യതയുണ്ടായിരുന്നു. ആരുടെയും സംശയം ഉണർത്താതെ കാര്യങ്ങൾ അന്വേഷിച്ചറിയാൻ ഫാൽക്കോ തീരുമാനിച്ചു.

“നമ്മൾ ഒരുപാടു സൂക്ഷിക്കണം കരുത്തൻ യെയെ.” കറുമ്പൻ ഫാൽക്കോ പറഞ്ഞു. അവന്റെ ഹൃദയം ഉദ്വേഗംകൊണ്ട് പടപടാ മിടിച്ചു.

ആദ്യമൊക്കെ തന്റെ പേരിനു വന്ന മാറ്റം യെയെയെ അസ്വസ്ഥനാക്കിയിരുന്നു. പക്ഷേ, അവനു ഫാൽക്കോയെ വിശ്വാസമായിരുന്നു. ഫാൽക്കോ അവനെ അങ്ങനെ വിളിക്കുന്നതിൽ യെയെയ്ക്ക് പരാതിയില്ലായിരുന്നു. മനോരോഗാശുപത്രിയിൽ എല്ലാവരും അവനെ കൊതിയൻ യെയെ

എന്നാണ് വിളിച്ചിരുന്നത്. പക്ഷേ ശരീരപ്രകൃതം വച്ചു അവനുതന്നെ തോന്നി തനിക്കു ചേരുന്നത് ഈ പുതിയ പേരാണെന്ന്.

“ശരി കറുമ്പൻ ഫാൽക്കോ.” അവൻ മറുപടി പറഞ്ഞു.

മുന്നോട്ടു നടക്കുംതോറും കറുമ്പൻ ഫാൽക്കോയ്ക്ക് വിചിത്രമായ ചില തോന്നലുകൾ ഉണ്ടായി. സാധാരണ അവൻ ചുറ്റുപാടുകൾ വലുതായൊന്നും ശ്രദ്ധിക്കാറില്ല. പക്ഷേ, പള്ളിയിൽനിന്ന് വരുന്ന ആ പൊടി നിറഞ്ഞ വഴിയുടെ അരികുകളിൽ ഇത്രയേറെ മരങ്ങൾ ഉണ്ടായിരുന്ന കാര്യം ഒരിക്കലും ശ്രദ്ധിച്ചിരുന്നില്ല. തന്റെ ഓർമ്മപ്പിശകായിരിക്കും എന്ന് കരുതിയെങ്കിലും വഴിയുടെ വലതുവശത്തുണ്ടായിരുന്ന ആ വീട് നല്ല ഓർമ്മയുണ്ടായിരുന്നു. അവൻ നടത്തം നിർത്തിയിട്ടു പരിസരം നന്നായി ഓർത്തെടുക്കാൻ ശ്രമിച്ചു. ഫാൽക്കോ ഇതിനു മുൻപ് മൂന്നു തവണ അസ്ലാൻ ആഗയുടെ ഈ വീട്ടിൽ വന്നിട്ടുണ്ട്. പക്ഷേ ഓരോ തവണയും മൂടിക്കെട്ടിയ കുതിരവണ്ടിയിൽ ആയിരുന്നു അവന്റെ യാത്രകൾ. യാത്രയ്ക്കിടയിൽ ആരെയും കാണാനോ സംസാരിക്കാനോ ഫാൽക്കോയ്ക്ക് അവസരം കിട്ടിയിരുന്നില്ല. പക്ഷേ വഴിയരികിലെ ആ വീട് നന്നായി ഓർക്കുന്നുണ്ടായിരുന്നു. ഒരു ദിവസം നക്സിഗ്യുല്ലും അവനും അവളുടെ ആയയോടും അമ്മയോടുമൊപ്പം കുതിരവണ്ടിയിൽ ആ വഴി യാത്ര ചെയ്ത കാര്യം ഫാൽക്കോ ഓർത്തു. അന്ന് അവർ രണ്ടുപേരും കൂടി നക്സിഗ്യുല്ലിനെയും അവനെയും നിർത്താതെ കളിയാക്കി നാണം കെടുത്തിക്കളഞ്ഞു. അന്ന് ആയ അഭിമാനപൂർവ്വം അവർക്ക് ഇന്ത്യയിൽ നിന്ന് കൊണ്ടുവന്ന ലഘുഭക്ഷണങ്ങൾ തണുപ്പിച്ച സർബ്ബത്തിനൊപ്പം വിളമ്പിയതും ഓർമ്മയുണ്ടായിരുന്നു.

“ഇല്ലില്ല, എനിക്ക് തെറ്റുപറ്റിയതാവും. ഇവിടെ ഒരു വീട് ഇല്ലാതിരിക്കാൻ ഒരു വഴിയുമില്ല.” സംശയത്തോടെ ഫാൽക്കോ ചിന്തിച്ചു.

പഴയ ബൈസാന്റിയൻ കോട്ടമതിലിന്റെ ചുവടുപിടിച്ചുള്ള കിടങ്ങുകളിലൂടെ ഒഴുകിയിരുന്ന വെള്ളം അവിടെ താമസിച്ചിരുന്ന ഗ്രീക്കുകാർ പച്ചക്കറിത്തോട്ടങ്ങൾ നനയ്ക്കാൻ ഉപയോഗിച്ചിരുന്നു. മതിലിനു പുറത്തുള്ള ആ സ്ഥലം ചീരയും മറ്റു പച്ചക്കറികളും വളർത്താൻ ഏറ്റവും പറ്റിയതായിരുന്നു. കാലാവസ്ഥയനുസരിച്ച് ആ കൃഷിയിടങ്ങളിൽ വളർത്തിയിരുന്ന പച്ചക്കറികളും പഴങ്ങളും കാനൺ ഗേറ്റിൽക്കൂടി രാജകീയ അടുക്കളകളിലേക്കായിരുന്നു അയച്ചിരുന്നത്. പത്തുവർഷം മുൻപ് കൃഷിമന്ത്രി നഗരാതിർത്തിക്ക് പുറത്തുള്ള ശ്മശാനത്തിന്റെ ചില ഭാഗങ്ങൾ കൂടി കൃഷിഭൂമിയാക്കി പരിവർത്തനം ചെയ്യാൻ അനുവാദം നൽകി. പുതിയ തോട്ടം എന്നാണ് ആ പ്രദേശം ഇപ്പോൾ അറിയപ്പെടുന്നത്. ഈ കൃഷിയിടങ്ങൾക്കു നടുവിലായാണ് തക്കേസി പള്ളി സ്ഥിതി ചെയ്യുന്നത്. പക്ഷേ, അവിടെയെത്തുന്ന വിശ്വാസികൾ ഭൂരിഭാഗവും നഗരത്തിൽനിന്ന് വരുന്നവരായിരുന്നു. കറുമ്പൻ ഫാൽക്കോ പള്ളിയുടെ നേരെ നടന്നു.

അവിടെ ചില പണിക്കാരല്ലാതെ മറ്റാരുംതന്നെ ഇല്ലായിരുന്നു. ആവശ്യം വന്നാൽ അവരുടെ ശ്രദ്ധ തിരിക്കാൻ കരുത്തൻ യെയെ ധാരാളം മതി. ഉച്ചയാവും മുൻപുള്ള നേരമായതുകൊണ്ട് പള്ളിയിൽ ആരുമുണ്ടാവാൻ വഴിയില്ല. ആത്മവിശ്വാസത്തോടെ കറുമ്പൻ ഫാൽക്കോ പള്ളിയുടെ നേരെ നടന്നു. ഇടയ്ക്ക് നടത്തം നിർത്തി തന്റെ കണ്ണുകൾ തിരുമ്മിയതിനു ശേഷം അവൻ വീണ്ടും സൂക്ഷിച്ചു നോക്കി. ഫാൽക്കോയ്ക്ക് തന്റെ കാലുകൾക്ക് പഞ്ഞിപോലെ ഭാരം നഷ്ടപ്പെടുന്നതായും ഏതു നിമിഷവും അവനവിടെ കുഴഞ്ഞുവീഴുമെന്നും തോന്നി. തന്റെ മനസ്സിന്റെ നിയന്ത്രണം നഷ്ടപ്പെടുന്നതാണോ അതോ ഭ്രാന്ത് പിടിക്കുകയാണോ എന്നായിരുന്നു ഫാൽക്കോയുടെ സംശയം. തോട്ടത്തിന്റെ നേരെ പാഞ്ഞു ചെന്നിട്ട് അവൻ തന്റെ കൈകളാൽ ആ കവാടവും ഭിത്തികളും പരിശോധിക്കാൻ തുടങ്ങി. ആ അവസ്ഥയിൽ ഫാൽക്കോയെ ആരു കണ്ടാലും അവനൊരു ഭ്രാന്തൻ ആണെന്ന് തന്നെ കരുതുമായിരുന്നു. പരിസരം നിരീക്ഷിക്കാൻ നിയോഗിക്കപ്പെട്ടിരുന്ന യെയെ ഫാൽക്കോയുടെ വിചിത്രമായ കോമാളിത്തരങ്ങൾ കണ്ടു ഞെട്ടി. കറുമ്പൻ ഫാൽക്കോയെ ആ അവസ്ഥയിൽ അവനൊരിക്കലും കണ്ടിട്ടില്ല. തനിക്കറിയാത്ത എന്തെങ്കിലും ഇവന്റെ സ്വഭാവത്തിൽ ഉണ്ടോ എന്ന് യെയെ ഒരു നിമിഷം സംശയിച്ചു. പക്ഷേ, ലെയ്ഹർ വസ്ത്രവും ധരിച്ച് അവരോരുമിച്ച് എടുത്ത പ്രതിജ്ഞകൾ ഓർത്ത നിമിഷം അവൻ സഹായത്തിനായി കറുമ്പൻ ഫാൽക്കൊയുടെ നേരെ കുതിച്ചു.

“എന്തുപറ്റി?” കരുത്തൻ യെയെ മന്ത്രിച്ചു.

“കരുത്തൻ യെയെ, ആ വീട് ഇവിടെയില്ല!”

“ഏതു വീട്?”

“ഞാൻ വിവാഹിതനായ വീട്. നക്സിഗ്യുല്ലിനെ എനിക്ക് ലഭിക്കുകയും നഷ്ടമാവുകയും ചെയ്ത അതേ വീട്.”

പച്ചക്കറിത്തോട്ടങ്ങൾക്കിടയിലൂടെയും ഉഴുതു മറിച്ചിട്ടിരിക്കുന്ന നിലങ്ങൾക്കിടയിലൂടെയും കറുമ്പൻ ഫാൽക്കോ ഒരു ഭ്രാന്തനെപ്പോലെ ഓടി. യെയെ അവനെ പിന്തുടർന്നു. ഒരു ചെറിയ കുടിലിനു മുന്നിൽ നിന്ന് പണിയെടുത്തു കൊണ്ടിരുന്ന രണ്ടു ജോലിക്കാരെ കണ്ടപ്പോൾ അവർ നിന്നു.

“ഏയ് തോട്ടക്കാരാ, ഞങ്ങൾക്ക് വഴിതെറ്റി. അസ്ലാൻ ആഗയുടെ വീട് ഇവിടെ അടുത്ത് എവിടെയോ ആണെന്നാണ് ഞാൻ കരുതിയിരുന്നത്. അങ്ങോട്ട് എങ്ങനെ പോകാനാകും എന്നൊന്ന് പറഞ്ഞു തരാമോ?” കറുമ്പൻ ഫാൽക്കോ ചോദിച്ചു.

“അസ്ലാൻ ആഗയോ? നീ തമാശ പറയുകയാണോ സുഹൃത്തേ?”

“ഞാൻ തമാശ പറയുകയാനെന്നാണോ നിങ്ങൾക്ക് തോന്നിയത്?”

“ഇവിടെ പച്ചക്കറിത്തോട്ടങ്ങൾ അല്ലാതെ മറ്റൊന്നുമില്ല. തോട്ടങ്ങളിലെ പണിയായുധങ്ങൾ സൂക്ഷിക്കാനുള്ള കൊട്ടിലുകൾ അല്ലാതെ ഇവിടെയെങ്ങും വീടുകൾ ഇല്ല. അസ്ലാൻ ആഗ എന്നൊരു പേര് ഞാൻ കേട്ടിട്ട് കൂടിയില്ല.”

കരുത്തൻ യെയെയും കറുമ്പൻ ഫാൽക്കോയും കൂടി നാല് തോട്ടക്കാരോടു കൂടി അന്വേഷിച്ചു. എല്ലാവരും ഒരേപോലെയുള്ള മറുപടികൾ തന്നെയാണ് പറഞ്ഞത്. എന്ത് ചെയ്യണം എന്ന് അവർക്ക് ഒരുപിടിയും കിട്ടിയില്ല. സമയമൊരുപാടായി എന്ന് യെയെയ്ക്ക് തോന്നുന്നുണ്ടായിരുന്നു. ആവശ്യത്തിൽ കൂടുതൽ സമയം അവിടെ തങ്ങൾ ചെലവഴിച്ചു എന്ന് കണ്ടു സത്രത്തിലെ മേൽനോട്ടക്കാരന്റെ വകയായുള്ള ശിക്ഷ ഒഴിവാക്കാൻ എത്രയും പെട്ടെന്ന് തിരിച്ചു പോകണം എന്നും യെയെ നിർബന്ധം പിടിക്കാൻ തുടങ്ങി.

“നീ സ്വപ്നം കണ്ടതാവും,” ഒരു വേലിയുടെ സമീപത്തിരുന്നു ക്ഷീണമകറ്റുന്ന നേരത്ത് യെയെ പറഞ്ഞു.

“എന്റെ യെയെ, അതൊരു സ്വപ്നമായിരുന്നെങ്കിൽ ഞാൻ എപ്പോഴെങ്കിലും അതിൽ നിന്ന് ഉണരേണ്ടതല്ലേ? പക്ഷേ, നക്സിഗ്യുല്ലും ആ ജയിലിൽ വച്ച് എനിക്ക് സഹിക്കേണ്ടി വന്ന മർദ്ദനങ്ങളും സ്വപ്നമല്ല. തടവിലാക്കിയ നേരത്ത് എന്റെ കഴുത്തിലിട്ട എണ്ണപുരണ്ട ആ കയറും സ്വപ്നമല്ല. അതൊക്കെ ഒരു സ്വപ്നമായിരുന്നെങ്കിൽ എന്നാണ് ഞാൻ ആഗ്രഹിക്കുന്നത്.”

ഉച്ചനേരത്തെ പ്രാർത്ഥനയ്ക്കായുള്ള വാങ്ക് വിളി പള്ളിയിൽ നിന്നുയർന്നു.

“തക്കേസി പള്ളിയിലെ ഇമാമിനോടു ചോദിച്ചാലോ?” കരുത്തൻ യെയെ ചോദിച്ചു.

അവർ ചാടിയെഴുന്നേറ്റു പള്ളിയുടെ നേരെ ഓടി. ഇമാമും മുസലിയാരും ഒക്കെയുണ്ടാവാൻ മാത്രം വലുപ്പം അതിനില്ലായിരുന്നു. പടികളിറങ്ങി വന്ന മനുഷ്യൻ വിവാഹച്ചടങ്ങുകൾ നടത്താൻ ചുമതലപ്പെട്ട ഒരു ഹോജയായിരുന്നു. സ്വയം പരിചയപ്പെടുത്തണോ എന്ന് ഫാൽക്കോയ്ക്ക് ഒരു ശങ്ക ഉണ്ടായിരുന്നു. പക്ഷേ, ആ മനുഷ്യന്റെ കണ്ണുകളിലെ ശൂന്യമായ നോട്ടം കണ്ടപ്പോൾ അയാൾ ഫാൽക്കോയെ തിരിച്ചറിഞ്ഞില്ല എന്ന് അവർക്ക് ഉറപ്പായി. ഇത് തന്റെ പുരികത്തിന്മേലുള്ള വൈദ്യന്റെ കൈവേലയുടെ ഗുണം കൊണ്ടാണെന്ന് ഫാൽക്കോ മനസ്സിൽ പറഞ്ഞു.

“സ്വാഗതം. എന്താണ് ഞാൻ നിങ്ങൾക്കായി ചെയ്യേണ്ടത്?” പള്ളിയുടെ കതക് പൂട്ടിക്കൊണ്ട് ഹോജ ചോദിച്ചു.

“ഞങ്ങൾ അസ്ലാൻ ആഗയുടെ വീടന്വേഷിച്ച് നടക്കുകയാണ്. ഇവിടെ വച്ച് നടന്ന അദ്ദേഹത്തിന്റെ മകളുടെ വിവാഹത്തിന്റെ കാർമ്മികത്വം അങ്ങാണല്ലോ നിർവഹിച്ചത്.” കറുമ്പൻ ഫാൽക്കോ പറഞ്ഞു.

“ആര്?”

“അസ്ലാൻ ആഗ. ഞങ്ങൾ യെനിബേസിലെ അസ്ലാൻ ആഗയുടെ ആ വലിയ വീട് തിരഞ്ഞു നടക്കുകയാണ്.”

“മോനെ, ഇതാണ് യെനിബേസ്,” ഹോജ പറഞ്ഞു. “പക്ഷേ ആ പേരുള്ള ഒരാളിവിടെയെങ്ങുമില്ല. അങ്ങനെയൊരു വീടുമില്ല. ഇവിടെ വീട് വച്ചിട്ടെന്തു ചെയ്യാനാണ്? പച്ചക്കറി വിൽക്കാനും ശേഖരിക്കാനും ഉപയോഗിക്കുന്ന കുറച്ചു കൊട്ടിലുകൾ അല്ലാതെ ഇവിടെയെങ്ങും മറ്റൊന്നുമില്ല. ഞാൻ വേണമെങ്കിൽ ഇവിടെ വരുന്ന ഭക്തരോട് അന്വേഷിക്കാം. പക്ഷേ, അങ്ങനെയൊരു വീട് ഇവിടെയെങ്ങും ഇല്ലെന്നു ഉറപ്പാണ്.”

‘പക്ഷേ, കഴിഞ്ഞ വെള്ളിയാഴ്ച നിങ്ങൾ ഒരു വിവാഹം നടത്തിക്കൊടുത്തില്ലേ, ഓർക്കുന്നില്ലേ?” ഫാൽക്കോ ആവർത്തിച്ചു ചോദിച്ചു.

“ഞാൻ ചെയ്തിട്ടില്ല. മറ്റാരെങ്കിലും ആവുമോ?”

“ഹേയ്, അല്ല അത് നിങ്ങൾ ആയിരുന്നു.”

“ഞാനോ? ഇല്ലില്ല. ആ ദിവസം ഞാൻ വിവാഹം ഒന്നും നടത്തിയിട്ടില്ല.”

“അതെങ്ങനെ ശരിയാകും? നിങ്ങളാണ് അന്നെന്റെ വിവാഹം നടത്തിയത്.”

“താങ്കൾ വെറുതെ ഓരോന്ന് സങ്കല്പിക്കുകയാണ്. പ്രാർത്ഥിക്കൂ. നേരെ പള്ളിയിലേക്ക് പൊയ്ക്കോളൂ. ശരിക്ക് പറഞ്ഞാൽ നിങ്ങൾക്ക് രക്തം ഒഴുക്കിക്കളഞ്ഞുകൊണ്ടുള്ള ചികിത്സയാണ് ചെയ്യേണ്ടത്.”

“ഹോജാ, എനിക്ക് മാനസികമായി യാതൊരു തകരാറും ഇല്ല. പക്ഷേ കാര്യങ്ങൾ ഇങ്ങനെ മുന്നോട്ടു പൊയ്ക്കൊണ്ടിരുന്നാൽ താമസിയാതെ ഞാൻ ആ അവസ്ഥയിൽ എത്തിച്ചേരും. ഞാൻ നിങ്ങളോട് പറഞ്ഞില്ലേ? എന്റെ വിവാഹം ഇവിടെ വച്ചാണ് നടന്നത്. നിങ്ങൾക്കെന്താ അതിനെപ്പറ്റി ഒരു വിവരവും ഇല്ലാത്തത്? എങ്ങനെ ഒരു വീട് അപ്രത്യക്ഷമാകും ഹോജാ?”

“മോനേ, നിനക്ക് ശരിക്കും സഹായം ആവശ്യമുണ്ട്. ഇവിടെയടുത്ത് യൂറോപ്പിൽ നിന്ന് വന്ന ഒരു വൈദ്യൻ താമസമുണ്ട്.”

“ദേ... ആ മാന്യനെ കണ്ടോ? അയാൾ എന്റെ വിവാഹത്തിൽ ഒരു സാക്ഷി ആയിരുന്നു.” പള്ളിയിലേക്ക് കടന്നു വന്ന ഒരു മനുഷ്യനെ കണ്ട് ഫാൽക്കോ ഇടയ്ക്ക് കയറിപ്പറഞ്ഞു.

“ഹുസാം എഫെൻഡീ, കഴിഞ്ഞ വെള്ളിയാഴ്ച ഇവിടെ നടന്ന ഒരു വിവാഹത്തിന്റെ സാക്ഷിയായിരുന്നോ അങ്ങ്?” ഹോജ വിളിച്ചു ചോദിച്ചു.

“വെള്ളിയാഴ്ചയോ? അന്ന് ഞാൻ എന്റെ മകളെ സന്ദർശിക്കാനായി സ്കട്ടറിയിലേക്ക് പോയിരിക്കുകയായിരുന്നു. ഇവിടെ ഇല്ലായിരുന്നു.” ആശയക്കുഴപ്പത്തോടെ തന്റെ തല മാന്തിക്കൊണ്ട് അയാൾ പറഞ്ഞു.

"ഹോജാ," കറുമ്പൻ ഫാൽക്കോ വിളിച്ചു. "അവന്റെ ശബ്ദത്തിലെ അസ്വസ്ഥത ഏറിയിരുന്നു. "എന്റെ മുഖത്തു നോക്ക്. നിങ്ങൾ എന്നെ ഓർക്കുന്നേയില്ലേ?"

"ഇല്ല."

"അതെങ്ങനെ ശരിയാകും? നിങ്ങളല്ലേ എന്റെ വിവാഹം അസ്ലാൻ ആഗയുടെ വീട്ടിൽ വച്ചു നടത്തിയത്?"

"നിനക്ക് എന്തോ തെറ്റ് പറ്റിയതാണ് മകനേ. അടുത്ത പ്രാർത്ഥനാ സമയം വരെ ഒന്ന് ആലോചിച്ചു നോക്കൂ."

"ഹോജാ, കഴിഞ്ഞ വെള്ളിയാഴ്ച രാത്രിയിൽ നിങ്ങൾ എന്റെയടുത്തിരുന്ന് ഈ വാക്കുകൾ ഉരുവിട്ടില്ലേ? ദൈവത്തിന്റെ ഇഷ്ടവും പ്രവാചകന്റെ വാക്കുകളും അനുസരിച്ചു... എന്നിട്ട് നിങ്ങൾ പറഞ്ഞില്ലേ, അസ്ലാൻ ആഗയുടെ മകളായ നക്സിഗ്യുല്ലിനെയും അഹമ്മദ് ബിൻ അബ്ദുള്ളയെയും ഭാര്യാഭർത്താക്കന്മാരായി ഞാൻ പ്രഖ്യാപിക്കുന്നുവെന്ന്?" ഫാൽക്കോ വാശിയോടെ വീണ്ടും ചോദിച്ചു.

"ഞാൻ അങ്ങനെ പറഞ്ഞിട്ടേയില്ല മകനേ. ജീവിതത്തിൽ ആദ്യമായിട്ടാണ് ഞാൻ നിന്നെ കാണുന്നത്. വിശ്വാസികൾ എന്നെ കാത്തിരിക്കുകയാണ്. നീ പോയി പ്രാർത്ഥിക്കുകയും പശ്ചാത്തപിക്കുകയും ചെയ്യൂ."

താൻ ആ വിവാഹം നടത്തിക്കൊടുത്തിട്ടില്ല എന്ന് ഹോജ പറഞ്ഞതും തൻ ആ വിവാഹത്തിനു സാക്ഷി ആയിരുന്നില്ല എന്ന് ഹുസാം എഫെൻഡി പറഞ്ഞതും വിശ്വസിക്കാനാണ് യെയെയ്ക്ക് തോന്നിയത്. അവർ കള്ളം പറയുന്ന തരം മനുഷ്യർ ആയിരുന്നില്ല. കള്ളം പറയുന്നതുകൊണ്ട് അവർക്ക് ഇക്കാര്യത്തിൽ ലാഭം എന്തെങ്കിലും ഉണ്ടാകും എന്നും അവനു തോന്നിയില്ല. മാത്രമല്ല അവിടെയെത്തിയ വിശ്വാസികളുടെ കൂട്ടത്തിൽ ആരും തന്നെ അസ്ലാൻ ആഗയെപ്പറ്റി കേൾക്കുകയോ അയാളുടെ കൂറ്റൻ വീട് കാണുകയോ ചെയ്തിരുന്നില്ല. തീർച്ചയായും തന്റെ പുതിയ സഹോദരൻ കറുമ്പൻ ഫാൽക്കോയുടെ തലയ്ക്കു സാരമായ എന്തോ തകരാറുണ്ട് എന്നുതന്നെ അവന് തോന്നി.

തിരിച്ചു പോകുന്ന വഴി തന്റെ മനസ്സിലുണ്ടായിരുന്ന എല്ലാം തന്നെ കറുമ്പൻ ഫാൽക്കോയോട് തുറന്നു പറഞ്ഞു. അത് കേട്ടതോടെ അവൻ തന്റെ സുഹൃത്തിനെ വിശ്വസിക്കണോ വേണ്ടയോ എന്ന് മനസ്സിലാവാതെ കൂടുതൽ കുഴഞ്ഞു. സത്രത്തിൽ വച്ചു അവരെ സഹോദരന്മാരായി മാറ്റിക്കൊണ്ട് നടന്ന ചടങ്ങിനു ശേഷം ഫാൽക്കോ യെയുടെ മേൽ വിശ്വാസമർപ്പിച്ചിരുന്നു. അവൻ തന്റെ പ്രണയിനിയുടെ പേര് ഉൾപ്പെടെ ആരോടും ഒരിക്കലും പറയാൻ പാടില്ലാത്ത രഹസ്യങ്ങളുടെ ചുരുളുകൾ എല്ലാം യെയെയുടെ മുന്നിൽ അഴിച്ചു. യെയെ ഫാൽക്കോയെക്കാൾ ഇളയതായതുകൊണ്ട് അവനു പ്രണയത്തെക്കുറിച്ച് നിർമലമായ

സങ്കല്പങ്ങളായിരുന്നു ഉണ്ടായിരുന്നത്. പ്രണയത്തെ സംബന്ധിച്ചുള്ള എല്ലാം വളരെ വിലപ്പെട്ടതാണ് എന്നൊരു ബോധം യെയെയ്ക്ക് ഉണ്ടായിരുന്നു. അവന്റെ അമ്മ പറഞ്ഞ കഥകളിലോ അച്ഛന്റെ കുറിപ്പുകളിലോ ഒരിക്കലും തന്റെ പ്രണയിതാവിന്റെ പേര് മറ്റാരോടെങ്കിലും പങ്കുവയ്ക്കുന്നതായി പറഞ്ഞിരുന്നില്ല. പ്രണയം ഇപ്പോഴും രഹസ്യമായതും പങ്കുവയ്ക്കാൻ പാടില്ലാത്തതുമായ ഒന്നായിട്ടായിരുന്നു കണക്കാക്കിയിരുന്നത്. യെയെയ്ക്ക് ഒരിക്കലും ശെഹനാസിനെ സംബന്ധിച്ച ഒന്നും തന്നെ മറ്റൊരാളോട് പങ്കുവയ്ക്കാൻ കഴിയുമായിരുന്നില്ല. അഥവാ അങ്ങനെ ചെയ്യേണ്ടി വന്നാൽ അത് തന്റെ പ്രണയത്തിനെ തരംതാഴ്ത്തുന്ന ഒരു പ്രവർത്തിയായിരിക്കും എന്നായിരുന്നു അവന്റെ ധാരണ. അവൻ അതുവരെ വായിച്ചിട്ടുള്ളതെല്ലാം തന്നെ അത്തരം കാര്യങ്ങൾ രഹസ്യമായി വയ്ക്കാൻ പ്രേരിപ്പിക്കുന്നതായിരുന്നു. "രഹസ്യമായി സൂക്ഷിക്കാൻ കഴിഞ്ഞാൽ മാത്രമേ ഹൃദയത്തിൽ പ്രണയം വളരുകയുള്ളൂ." ആരുമറിയാതെ വളർന്ന ലൈലയുടെ പ്രണയത്തെക്കുറിച്ച് പറയും മുൻപ് അവന്റെ അമ്മ അവനോടു പറഞ്ഞതാണ് ഈ വാക്കുകൾ.

രണ്ടു മനുഷ്യർക്കിടയിലുള്ള ഒരു രഹസ്യം വെളിവാക്കുന്നത് അവരുടെ സ്നേഹവും പരസ്പര വിശ്വാസവും വിളിച്ചു പറയാനാണെങ്കിൽ പോലും ഒരുതരം താണ പ്രവർത്തിയായിട്ടു യെയെയ്ക്ക് തോന്നി. തനിക്കു ശെഹനാസിനോടുള്ള പ്രണയം എന്നും ഹൃദയത്തിൽതന്നെ സൂക്ഷിക്കുമെന്നും ഒരിക്കലും അതിനെപ്പറ്റി ഫാൽക്കോയോടു പറയുകയില്ല എന്നും അവൻ പ്രതിജ്ഞയെടുത്തു. എന്തായാലും ആ പേര് മനോരോഗാശുപത്രിയിലെ വൈദ്യന്മാരുടെ മുന്നിൽ വെളിപ്പെടുത്തിയതിലൂടെ അവർക്ക് അവനായി പ്രത്യേകമായ മരുന്നുകളൊന്നും നൽകി സഹായിക്കാനൊന്നും കഴിഞ്ഞില്ലല്ലോ. ശെഹനാസിനെക്കുറിച്ച് മറ്റു രോഗികളുടെ മുന്നിൽ വച്ചു സംസാരിച്ചതിനെപ്പറ്റി ഓർക്കുമ്പോഴൊക്കെ യെയെയ്ക്ക് ലജ്ജ തോന്നാറുണ്ടായിരുന്നു. ഒരിക്കലും ആ തെറ്റ് ആവർത്തിക്കില്ല എന്ന് അവൻ തീരുമാനമെടുത്തിരുന്നു.

അനുബന്ധം: പ്രണയം, ഒരിക്കലും പങ്കിടാൻ പാടില്ലാത്ത ഒരു രഹസ്യം

അവർ ലൈലയോടു ചോദിച്ചു:

"അവൻ നിന്നെ സ്നേഹിച്ചതിനേക്കാൾ നീ കേയ്സിനെ സ്നേഹിച്ചിരുന്നോ?"

കറുത്ത മിഴികളും ഇരുണ്ട മുടിക്കെട്ടും കവിളിൽ ഒരു മറുകുമുള്ള ലൈല നെടുവീർപ്പിടുകയും വിതുമ്പുകയും ചെയ്തു.

"സുഹൃത്തുക്കളേ, എന്തുതരം ചോദ്യമാണിത്? എന്നോട് എങ്ങനെ ഇങ്ങനെ ഒരു ചോദ്യം ചോദിക്കാൻ നിങ്ങൾക്ക് കഴിഞ്ഞു? നിശ്ചയമായും

അവൻ എന്നെ സ്നേഹിച്ചിരുന്നതിനേക്കാൾ ഞാൻ കേയ്സിനെ സ്നേഹിച്ചിരുന്നു."

"പക്ഷേ ലൈല, നീ കാരണമാണ് അവനു ഭ്രാന്ത് പിടിക്കുകയും അലഞ്ഞുതിരിഞ്ഞു മരുഭൂമിയിലെത്തുകയും ചെയ്തത്. നീ കാരണമാണ് അവൻ ഭ്രാന്തൻ മജ്നു എന്നറിയപ്പെടുകയും ചെന്നായ്ക്കളോടും പക്ഷികളോടും സംസാരിച്ചുകൊണ്ട് കാലം കഴിക്കുകയും ചെയ്തത്."

"നോക്ക്, അവൻ എല്ലാവരോടും എന്നോടുള്ള പ്രണയത്തെപ്പറ്റി വിളിച്ചു പറഞ്ഞ നേരത്ത് ഞാൻ അതു എന്റെ ഹൃദയത്തിൽ വയ്ക്കുകയാണ് ചെയ്തത്. ഞാൻ അതിനെപ്പറ്റി ആരോടും സംസാരിച്ചില്ല. പരാതി പറഞ്ഞതുമില്ല. ഇനി നിങ്ങൾ പറയൂ, കേയ്സിനെ ഞാൻ സ്നേഹിച്ചതിനേക്കാൾ കൂടുതൽ അവൻ എന്നെ സ്നേഹിച്ചിരുന്നോ?"

ചോദ്യം 14

എന്താണീ ടുളിപ് കിഴങ്ങിന്റെ രഹസ്യം?

വേനൽക്കാലം കഴിഞ്ഞുപോയിട്ടും സദാബാത്തിലെ കാഗിത്താനെ നദിയുടെ മുകളിൽ സൂര്യൻ തീക്ഷ്ണതയോടെ പ്രകാശിക്കുന്നുണ്ടായിരുന്നു. ശൈത്യത്തിന്റെ ശക്തമായ ആക്രമണം തുടങ്ങുന്നതിനു മുൻപ് മനുഷ്യരെ ഉല്ലാസവാന്മാരാക്കാൻ ശക്തിയുള്ള ശരത്കാല സൂര്യന്റെ ചൂടിനേയും പ്രകാശത്തെയും മീൻപിടിത്തക്കാർ ചെറിയ വേനൽ എന്നായിരുന്നു വിളിച്ചിരുന്നത്. ഗോൾഡൻ ഹോണിന്റെ തീരത്തുള്ള ഗ്രാമങ്ങളിലെ ജനങ്ങളെല്ലാം പത്തേമാരികളിലും ചെറുവഞ്ചികളിലും ചുണ്ടൻ വള്ളങ്ങളിലുമായി നദിയിലൂടെയോ കാളവണ്ടിയിലോ കുതിരവണ്ടിയിലോ കയറി പൊടി നിറഞ്ഞ മൺപാതകളിലൂടെയോ അടുത്തുവരുന്ന കൊടും ശൈത്യത്തിന്റെ കൈകളിൽനിന്ന് ചൂടുള്ള ഒരു ദിവസം കൂടി കവർന്നെടുക്കാനായി സദാബാത്തിൽ എത്തിച്ചേരുക പതിവായിരുന്നു.

കറുമ്പൻ ഫാൽക്കോയും കരുത്തൻ യെയെയും മരങ്ങൾ തണൽ വിരിക്കുന്ന മാർബിൾ പതിച്ച കനാലിന്റെ കരയിലെ ജനക്കൂട്ടത്തിനിടയിലൂടെ അലഞ്ഞു തിരിഞ്ഞു. അവർ യാചിക്കുകയും അപേക്ഷിക്കുകയും അല്പം ദയയ്ക്കായി അഭ്യർത്ഥിക്കുകയും ചില നേരങ്ങളിൽ വെറുതെ ആളുകൾ രസിക്കുന്നത് നോക്കിയിരിക്കുകയും ചെയ്തു. കുരങ്ങുകളെയും കരടികളെയും അനുകരിച്ചു ആളുകളെ ചിരിപ്പിച്ചു കാശ് പിടുങ്ങാൻ ശ്രമിക്കുന്നവരെ നോക്കിയിരിക്കാനായിരുന്നു അവർക്കേറെ ഇഷ്ടം. ഇയൂപ് തീരത്തെ സുന്ദരമായ ചെറുകടലിടുക്കുകൾ, ചിതറിക്കിടക്കുന്ന ദ്വീപുകളിലേക്കു പറക്കുന്ന വഞ്ചികൾ, കടത്ത് കടക്കുന്ന സ്ത്രീകൾ, പുരുഷന്മാർ, യോഗികൾ, കുട്ടികൾ, അഭയാർത്ഥികൾ, പ്രണയികൾ എങ്ങനെ എല്ലാവരിലും എല്ലാത്തിലും ജീവൻ തുടിച്ചുനിന്നു.

ഇയൂപ് തീരമാകെ വ്യാപിച്ചു കിടക്കുന്ന ശ്മശാനത്തിനടുത്തുള്ള ഒരു സുന്ദരമായ ഒരു ചെറിയ വീടിന്റെ മുറ്റത്തെ പൂന്തോട്ടത്തിലേക്ക് ഫാൽക്കോയും യെയെയും കടന്നു ചെന്നു. തങ്ങളുടെ ഭിക്ഷാപാത്രങ്ങൾ നീട്ടിപ്പിടിച്ചുകൊണ്ട് അവർ ദൈവനാമത്താൽ ഞാൻ യാചിക്കുന്നു എന്ന് തുടങ്ങുന്ന തങ്ങളുടെ പതിവ് വാചകങ്ങൾ ആവർത്തിച്ചു തുടങ്ങി. ഹാഫിസ് സെലെബി എന്ന് പേരുള്ള മനുഷ്യൻ വിശേഷപ്പെട്ട ടുളിപ്

ചെടികൾ ആ തോട്ടത്തിൽ നട്ടു വളർത്തുകയും ഓരോ ചെടിക്കും രണ്ടു സ്വർണ്ണ നാണയം വച്ചു വിൽക്കുകയും ചെയ്യുന്ന വിവരം ഇസ്താംബൂളിൽ എല്ലാവർക്കും തന്നെ അറിയാമായിരുന്നു. സെലെബി ഇസ്താംബൂളിലെ ടുളിപ് വ്യാപാരികളിൽ പ്രമുഖനായിരുന്നു. എല്ലാവരും അദ്ദേഹത്തെ ബഹുമാനിച്ചിരുന്നു. കഴിഞ്ഞ വർഷം വരെ വിപണിയിലെ ടുളിപ്പുകളുടെ വിലനിലവാരം നിശ്ചയിച്ചിരുന്ന സഭയുടെ അധ്യക്ഷൻ കൂടിയായിരുന്ന അദ്ദേഹം ഇപ്പോൾ കച്ചവടത്തിന്റെ തിരക്കുകളിൽ നിന്നതെല്ലാം ഒഴിഞ്ഞു മാറി തന്റെ ജീവിതം ടുളിപ്പുകൾക്കായി മാത്രം ഉഴിഞ്ഞുവച്ചിരിക്കുകയാണ്. അതിന്റെ ഭാഗമായി അദ്ദേഹം തന്റെ വേലിയുടെ സ്ഥാനം മാറ്റുകയും കിണറിലേക്കുള്ള വഴി പൂന്തോട്ടത്തിനു പുറത്തുകൂടിയാക്കുകയും ചെയ്തു.

ശ്മശാനത്തിന് സമീപത്തുള്ള ഹാഫിസ് സെലെബിയുടെ താഴികക്കുടമുള്ള കിണറിനെപ്പറ്റി ഇസ്താംബൂളിൽ എല്ലാവർക്കും അറിയാമായിരുന്നു. ആളുകൾ അതിനെ ആത്മാക്കളുടെ കിണർ എന്ന് വിളിച്ചു. ആളുകളെയോ വസ്തുക്കളെയോ കാണാതായാൽ ഈ കിണറിനടുത്ത് വന്നു ശുദ്ധീകരണത്തിന് ശേഷം രണ്ടു തവണ നമസ്കരിക്കുക എന്നത് ഒരു ആചാരമായി കഴിഞ്ഞിരുന്നു. ആളുകൾ കിണറിന്റെ മുന്നിൽ വന്നു നമസ്കരിക്കുകയും പ്രാർത്ഥനകൾ ഉരുവിടുകയും യുസുഫ് പ്രവാചകന്റെ നാമത്തിൽ നല്ല പ്രവർത്തികൾ ചെയ്യാനുള്ള പ്രതിജ്ഞകൾ എടുക്കുകയും നഷ്ടപ്പെട്ടു പോയ ആളിന്റെയോ വസ്തുവിന്റെയോ സ്ഥാനം കിണറിൽ നോക്കിയാൽ കണ്ടേക്കും എന്ന പ്രത്യാശയിൽ വെള്ളത്തിലേക്ക് നോക്കി നിൽക്കുകയും ചെയ്യുമായിരുന്നു.

അതിശയകരമെന്നു തന്നെ പറയട്ടെ, അങ്ങനെ നോക്കിയ എല്ലാവരും തന്നെ നഷ്ടപ്പെട്ടവരെയോ സാധനങ്ങളെയോ കിണറിലെ വെള്ളത്തിൽ കണ്ടു എന്നും ചിലർക്ക് സ്ഥാനം വരെ മനസ്സിലായി എന്നും അവകാശപ്പെടുന്നു. സത്യം പറഞ്ഞാൽ കിണറിലെ തെളിഞ്ഞ വെള്ളത്തിൽ കണ്ട സത്യങ്ങളുടെ അടിസ്ഥാനത്തിൽ പല കള്ളന്മാരും സാധനങ്ങൾ തിരിച്ചേല്പിച്ച് കുറ്റം സമ്മതിച്ചിട്ടുണ്ട്. അവിടേക്കു സന്ദർശകരുടെ സ്ഥിരമായ ഒരു ഒഴുക്കുതന്നെ ഉണ്ടായിരുന്നു. മാത്രമല്ല, ആ കിണർ സന്ദർശിച്ച ഓരോരുത്തർക്കും ഒരു കഥ പറയാനുണ്ടായിരുന്നു. കഴിഞ്ഞ വർഷം മുതൽ സ്ത്രീജനങ്ങളും അവിടം സന്ദർശിക്കാൻ തുടങ്ങി. അവിവാഹിതകൾ തങ്ങളുടെ ഭാവിവരൻ എവിടെ എന്നും ഗർഭിണികൾ തങ്ങൾക്ക് ആൺകുട്ടിയോ പെൺകുട്ടിയോ ഉണ്ടാവുക എന്നറിയാനും ആത്മാക്കളുടെ കിണറിനെ ആശ്രയിച്ചു തുടങ്ങി. ഹാഫിസ് സെലെബി ഇത്തരം ദുരാചാരങ്ങളെ എതിർക്കുകയും കിണർ അടച്ചുമൂടാൻ ശ്രമിക്കുകയും ചെയ്തു. പക്ഷേ, ഇതിനൊന്നും സന്ദർശകരെ തടയാൻ കഴിഞ്ഞില്ല.

ഇത്രയും സന്ദർശകർ ഒക്കെയുണ്ടായിരുന്നു എങ്കിലും ഹാഫിസ് സെലെബിയുടെ ടുളിപ് കൃഷിയുടെ രഹസ്യം ഒരിക്കലും കിണർ

വെളിപ്പെടുത്തിയില്ല. ഈ കിണറിൽ നിന്നുള്ള വെള്ളം ഒരു നീർച്ചാലിലൂടെ ഒഴുകി ഗോൾഡൻ ഹോണിന്റെ കരയിലെ ഒരു ചെറിയ കുളത്തിലെത്തുന്നത് ആരും ശ്രദ്ധിച്ചിരുന്നില്ല. മധുരമുള്ള കോരപ്പുല്ലുകൾ അതിന്റെ അതിരുകളിൽ വളർന്നു മുറ്റി നിന്നിരുന്നു. ഒറ്റനോട്ടത്തിൽ ഗോൾഡൻ ഹോണിലെ ഉപ്പുവെള്ളമാണ് അതിൽ നിറയെ എന്ന് തോന്നുമായിരുന്നെങ്കിലും ഒരു തുള്ളിപോലും കടൽ വെള്ളം അതിൽ ഉണ്ടായിരുന്നില്ല. സെൻഡെറെ നദിയിൽനിന്നുള്ള ശുദ്ധജലത്തിന്റെ ഒരു ചെറിയ കൈവഴി കാഗിത്താനെയിൽനിന്ന് ആ കുളത്തിലേക്ക് എത്തുന്നുണ്ട്. തന്റെ ആമകൾക്ക് ഭക്ഷണം കൊടുക്കാനുള്ള മധുരമുള്ള കോരപ്പുല്ല് ഹാഫിസ് സെലെബി ഈ കുളത്തിലാണ് വളർത്തിയിരുന്നത്. ഈ പരിചരണം അവഗണിച്ചുകൊണ്ട് ഹാഫിസ് സെലെബിയുടെ ആമകൾ ഇടയ്ക്ക് രക്ഷപ്പെട്ടു പോവുകയും നദീതടത്തിൽ ജീവിതം ആസ്വദിക്കുകയും ചെയ്യാറുണ്ട്. ആമയിറച്ചി ആരോഗ്യദായകമാണെന്ന ഒരു വിശ്വാസം ഗലാട്ടായിൽ താമസിക്കുന്ന വിദേശികൾക്കും യൂറോപ്പിൽ നിന്ന് വരുന്ന കച്ചവടക്കാർക്കും ഇടയിൽ ഉണ്ടായിരുന്നു. തോടോടെ പുഴുങ്ങിത്തിന്നാനായി വലിയ വില കൊടുത്താണ് ഇവർ ആമകളെ വാങ്ങാറുള്ളത്. സെൻഡെറെ നദിയിൽനിന്ന് ആമകളെത്തെടി വരുന്ന വേട്ടക്കാർ ആത്മാക്കളുടെ കിണറിൽനിന്നും വേട്ടയാടാൻ തുടങ്ങിയപ്പോൾ ഹാഫിസ് സെലെബി വളരെ ശക്തമായ ഒരു പരാതി ഗവണ്മെന്റിനു സമർപ്പിച്ചു. ഉടനെ തന്നെ അതിന്മേൽ നടപടിയും ഉണ്ടായി. പരിസ്ഥിതിക്ക് കോട്ടം വരുത്തുന്നതു മൂലം ആമകളെ വേട്ടയാടുന്നത് നിയമം മൂലം നിരോധിച്ചു കൊണ്ടുള്ള ഉത്തരവ് ഒട്ടും താമസിയാതെ തന്നെ കൃഷിമന്ത്രി പുറപ്പെടുവിച്ചു.

സത്യത്തിൽ കോരപ്പുല്ലും തിന്നു കഴിയുന്ന ഈ ആമകളായിരുന്നു ഹാഫിസ് സെലെബിയുടെ വരുമാനത്തിന്റെ മുഖ്യസ്രോതസ്സ്. ശരത്കാലത്ത് ടുളിപ് കിഴങ്ങുകൾ പാകും മുൻപ് അദ്ദേഹം ഈ ആമകളെ പിടിച്ചു മരക്കൂടുകളിൽ രണ്ടു ദിവസം അടച്ചിടും. ഈ സമയത്ത് മധുരത്തുളസിയുടെയും പുതിനയുടെയും ഇലകളും വിവിധ നിറങ്ങളും കലർത്തിയ കോരപ്പുല്ല് മരക്കൂടുകളുടെ തറയിലാകെ വിതറിയിരിക്കും. രണ്ടു ദിവസം ആമകളുടെ തീറ്റ ഈ മിശ്രിതമാണ്. അതിനുശേഷം ഹാഫിസ് സെലെബി ആമകളെ മറ്റൊരു കൂട്ടിലേക്ക് മാറ്റുകയും രണ്ടു ദിവസം പട്ടിണിക്കിടുകയും ചെയ്യും. വിശന്നു വലഞ്ഞ ആമകൾക്ക് മുന്നിലേക്ക് പാകാൻ തയ്യാറായ ടുളിപ് കിഴങ്ങുകൾ ഇട്ടു കൊടുക്കുകയാണ് അടുത്ത പടി. ആർത്തിയോടെ ആമകൾ കിഴങ്ങുകൾ തിന്നാൻ ശ്രമിക്കും. അവയുടെ പല്ലുകളുടെ പാടുകൾ കിഴങ്ങുകളിൽ വീണാൽ ഉടൻതന്നെ ആ കിഴങ്ങുകൾ മാറ്റിയശേഷം പുതിയവ വച്ചു കൊടുക്കും. കടിയേറ്റ കിഴങ്ങുകൾ ആമകളുടെ ഉമിനീരിനോടൊപ്പം തിന്നുകൊഴുത്ത ആടുകളുടെ വാലിൽ നിന്നെടുത്ത നെയ്യിൽ മുക്കി ഒരു രാത്രി മുഴുവൻ വച്ചശേഷം അടുത്ത ദിവസം രാവിലെ തയ്യാറാക്കിയ തടങ്ങളിൽ പാകും.

മുപ്പതു വർഷങ്ങൾ നിരന്തരമായി നടത്തിയ പരീക്ഷണങ്ങളിലൂടെയാണ് അദ്ദേഹം തനിക്കാവശ്യമായ നിറങ്ങളിലെ ടുളിപ് പൂക്കൾ ഉത്പാദിപ്പിക്കാനുള്ള ഈ മാർഗം കണ്ടെത്തിയത്. ഭക്ഷണത്തിലൂടെ ആമകളുടെ ശരീരത്തിലെത്തിയ നിറങ്ങൾക്കനുസരിച്ചായിരുന്നു കടിയേറ്റ കിഴങ്ങുകളിൽ നിന്നുണ്ടാകുന്ന പൂക്കളുടെ നിറങ്ങൾ. ഈ രീതിയിൽ താൻ അടുത്ത വസന്തത്തിൽ വിളവെടുക്കാൻ പോകുന്ന പൂക്കളുടെ നിറങ്ങൾ ഹാഫിസ് സെലെബിക്ക് പ്രവചിക്കാൻ കഴിയുമായിരുന്നു. ശൈത്യകാലം മുഴുവൻ ആളുകൾ അദ്ദേഹം ഏതൊക്കെ നിറത്തിലുള്ള പൂക്കളാണ് ഉത്പാദിപ്പിക്കാൻ പോകുന്നത് എന്നോർത്ത് ആകാംക്ഷയോടെ കാത്തിരിക്കാറുണ്ട്. പുതിയ നിറങ്ങളിലുള്ള പൂക്കൾ ഉത്പാദിപ്പിക്കുക എന്ന കർമ്മത്തിനു വളരെ പ്രാധാന്യം ഉണ്ടായിരുന്നു. പ്രത്യേകിച്ച് ഇബ്രാഹിം പാഷ മന്ത്രിമുഖ്യൻ ആയിരിക്കുന്ന ഈ സമയത്ത്. എല്ലാ വർഷവും ഒരേതരം കിഴങ്ങുകൾ പാകുകയും വിരസമായ നിറങ്ങളിൽ ഉള്ള പൂക്കൾ ഉത്പാദിപ്പിക്കുന്നതു ഒട്ടും ആവേശജനകം ആയിരുന്നില്ല. ആർക്കും സ്വന്തം പൂന്തോട്ടത്തിൽ ചെയ്യാവുന്ന ഒന്നാണത്. അത്രയും നാൾ കഴിഞ്ഞ വർഷങ്ങളിലെക്കാൾ വ്യത്യസ്തമായ നിറത്തിലുള്ള ടുളിപ് പൂവ് ഉത്പാദിപ്പിക്കുക എന്നത് സാധ്യമായ ഒന്നായി കരുതിയിരുന്നില്ല. ഈ വർഷത്തെ സെലെബിയുടെ ടുളിപ് പൂക്കളുടെ നിറങ്ങൾ ഇസ്താംബൂളിലെ ധനികർക്കിടയിൽ ചർച്ചാവിഷയമായിത്തീർന്നു. എല്ലാ വസന്തത്തിലും കഴിഞ്ഞ വർഷയത്തെ പൂക്കളുടെ നിറങ്ങളോടു സാമ്യമുള്ളതാവും ഇത്തവണയും എന്ന് ആളുകൾ പ്രതീക്ഷിക്കാറുണ്ട്. എന്നാൽ ഹാഫിസ് സെലെബി എല്ലായ്പോഴും തന്റെ ഉപഭോക്താക്കളെ വിസ്മയിപ്പിക്കും. ഹോളണ്ടിൽവരെ സെലെബിയുടെ പ്രശസ്തി പരന്നു. പുതിയ നിറങ്ങളിലുള്ള ടുളിപ് പൂക്കൾ ഉത്പാദിപ്പിക്കാനാവും എന്ന വസ്തുത കൃഷിക്കാർക്ക് നവോന്മേഷം പകരുകയും ഉത്പാദനത്തിൽ വൻമുന്നേറ്റം ഉണ്ടാവുകയും ചെയ്തു. അത്രയും നാൾ ഇതളുകളുടെ നീളത്തിലോ അതിന്മേലുള്ള പൊട്ടുകളിലോ ചില മാറ്റങ്ങൾ വരുത്താനായി എന്നതല്ലാതെ ആരും നിറങ്ങളിൽ ഇങ്ങനെ വിപ്ലവകരമായ മാറ്റങ്ങൾ വരുത്തിയിരുന്നില്ല.

ഇക്കാരണംകൊണ്ട് തന്നെ സെലെബിയുടെ വീട് പലതവണ കൊള്ളയടിക്കപ്പെട്ടിരുന്നു. കള്ളന്മാർ അദ്ദേഹത്തിന്റെ സാധനങ്ങൾ ഇളക്കി മറിച്ചു പരിശോധിക്കുകയും ടുളിപ് കിഴങ്ങുകൾ മോഷ്ടിക്കുകയും ചെയ്തു. ചില സമയത്ത് ദുരൂഹതയുണർത്തുന്ന ചില മനുഷ്യർ അദ്ദേഹത്തിന്റെ വീട് സന്ദർശിക്കുകയും മോഹനവാഗ്ദാനങ്ങൾ നൽകുകയും ചെയ്യുമായിരുന്നു. മറ്റു ചിലർ കള്ളന്മാരെപ്പോലെ നുഴഞ്ഞുകയറുകയും ആത്മാക്കളുടെ കിണറിൽ എന്താണുള്ളത് എന്ന് പരിശോധിക്കുകയും ചെയ്യുകയും പതിവായിരുന്നു. എന്നിട്ടും സെലെബി തന്റെ രഹസ്യം മറ്റുള്ളവരിൽ നിന്ന് വിദഗ്ധമായി ഒളിച്ചുവച്ചു. ആശയറ്റ പരിശ്രമങ്ങൾക്കു

ശേഷവും കൺമുന്നിലുള്ള സത്യത്തിന്റെ പിന്നിലുള്ള രഹസ്യം കണ്ടെത്താൻ കഴിയാതെ ആളുകൾ വലഞ്ഞു. കിണറിൽ നിന്നൊഴുകിയെത്തുന്ന വെള്ളം നിറഞ്ഞ കുളക്കടവിൽ വളർന്നു നിൽക്കുന്ന കോരപ്പുല്ല് തിന്നു ജീവിക്കുന്ന ആമകളാണ് ഈ നിറംമാറ്റത്തിന് പിന്നിൽ എന്ന് ആരും സ്വപ്നത്തിൽ പോലും ചിന്തിച്ചില്ല. ആ ആമകൾ ഹാഫിസ് സെലെബിയുടെ പ്രകൃതി സ്നേഹത്തിന്റെ ചിഹ്നങ്ങളായി വാഴ്ത്തപ്പെട്ടിരുന്നു. അതിൽക്കൂടുതൽ ആരും അതിനെപ്പറ്റി തലപുകച്ചില്ല. ഹാഫിസ് സെലെബി ഈ രഹസ്യം തന്റെ മരണശേഷം വെളിപ്പെടുത്താനായി ഒരു കടലാസിൽ രേഖപ്പെടുത്തി വിശ്വസ്തരായ ആരെയോ ഏല്പിച്ചിട്ടുണ്ട് എന്നൊരു അഭ്യൂഹം പരന്നിരുന്നു. സ്വാഭാവികമായി ആ വിശ്വസ്തനായ വ്യക്തിയെപ്പറ്റി ചുറ്റിപ്പറ്റി പുതിയ കഥകളും പിറന്നു. അത് ഒരു കുട്ടിയാണോ സ്ത്രീയാണോ പുരുഷനാണോ എന്നൊക്കെ ആളുകൾക്ക് സംശയമായി.

അതുകൊണ്ടാവാം കറുമ്പൻ ഫാൽക്കോ 'ഈ ടുളിപ് കിഴങ്ങിനെപ്പറ്റി അങ്ങേക്ക് എന്താണ് പറയാനുള്ളത്' എന്ന് ചോദിച്ചപ്പോൾ സെലെബിക്ക് തന്റെ ഹൃദയമിടിപ്പ് ഒരു നിമിഷം നിന്നുപോയതായി അനുഭവപ്പെട്ടത്.

ചോദ്യം 15

മന്ത്രിമുഖ്യന് ഈ ദുരൂഹതയുടെ കെട്ടഴിക്കാൻ കഴിയുമോ?

മഞ്ഞനിറത്തിലുള്ള ഇലകൾ നിറഞ്ഞ മുന്തിരിവള്ളികൾ തണൽ വീശുന്ന കാപ്പിക്കടയിലെ വള്ളിക്കുടിലിൽ വിരിച്ചിട്ടിരുന്ന ഓടപ്പുല്ല് കൊണ്ടുണ്ടാക്കിയ പായയിൽ കാലുകൾ പിണച്ചുവച്ചിരുന്നു. വെയിലേറ്റു പിച്ചള നിറമായ മനുഷ്യർ അവരുടെ കോപ്പകളിൽ വീണ്ടും വീണ്ടും വീഞ്ഞ് നിറച്ചുകൊണ്ട് രാഷ്ട്രീയം പറഞ്ഞുകൊണ്ടിരുന്നു. പട്ടാളക്കാരുടെ കാപ്പിക്കട എന്നറിയപ്പെട്ടിരുന്ന ആ സ്ഥലത്ത് രാഷ്ട്രീയത്തെപ്പറ്റിയും ഗവണ്മെന്റിനെപ്പറ്റിയും സുൽത്താനെപ്പറ്റിയും നടന്നിരുന്ന സംവാദങ്ങൾ ഏറെ പ്രശസ്തമായിരുന്നു. പലതരം അഭിപ്രായങ്ങൾ ചർച്ചയ്ക്കെടുക്കുകയും സുൽത്താനെ സ്ഥാനഭ്രഷ്ടനാക്കാനുള്ള ഗൂഢാലോചനകൾ വരെ ആസൂത്രണം ചെയ്യുകയും ചെയ്യുന്ന ഒരു സ്ഥലമായിരുന്നു അത്. ടർക്കിഷ് പട്ടാളക്കാരും ബെക്താഷികൾ എന്നറിയപ്പെട്ടിരുന്ന ഇസ്ലാം മതവിഭാഗവും തമ്മിൽ വളരെ അടുപ്പമുണ്ടായിരുന്നു. അവർ തങ്ങളുടെ കണ്ടുമുട്ടലുകൾക്കും തീരുമാനങ്ങൾ എടുക്കുന്നതിനുമുള്ള വേദിയായി പലപ്പോഴും സബമഠത്തിനു പകരം ഈ കാപ്പിക്കടയെ ആണ് ആശ്രയിച്ചിരുന്നത്. ബെക്താഷികൾ ടർക്കിഷ് ഷാമാനിസത്തിൽ നിന്ന് മാത്രമല്ല മറ്റു വിശ്വാസങ്ങളിൽനിന്നും തത്ത്വശാസ്ത്രങ്ങളിൽനിന്നും അറിവുകളും പ്രചോദനവും ഉൾക്കൊണ്ടിരുന്നു. ബുദ്ധിസം, ബ്രാഹ്മണിസം സൗരാഷ്ട്രെനിസം, ബാത്തിനിസം, ജാഫറിസം എന്ന് തുടങ്ങി പലതരം വിശ്വാസങ്ങളിൽ നിന്ന് അവർ പ്രചോദനം ഉൾക്കൊണ്ടിരുന്നു. ബെക്താഷി മഠങ്ങളും സത്രങ്ങളുമായി ബന്ധപ്പെടാനുള്ള ഒരു സ്ഥലമായും പട്ടാളക്കാരുടെ കാപ്പിക്കടയെ ഉപയോഗിച്ചിരുന്നു. അലവി ശാഖകളെക്കാൾ ജാഫറിസത്തിനു മുൻതൂക്കം കൊടുത്തിരുന്ന ഇമാം പന്ത്രണ്ടാമനും ഈ സ്ഥലങ്ങളെ ആദരവോടെയാണ് കണ്ടിരുന്നത്.

വള്ളിക്കുടിലുകൾ പോലെയുള്ള പന്ത്രണ്ടു കാപ്പിക്കടകൾ ഇസ്താംബൂളിൽ ഉണ്ടായിരുന്നു. ഇമാം പന്ത്രണ്ടാമനുമായി ബന്ധിപ്പിക്കുന്ന പന്ത്രണ്ടു കണ്ണികളായി അവ പ്രവർത്തിച്ചു. വെള്ളത്തിനു മേൽ കെട്ടിയ തിണ്ണമേലായിരുന്നു അവയിൽ മൂന്നെണ്ണം നിലകൊണ്ടിരുന്നത്. ബൈസാന്റിയൻ നഗരത്തിന്റെ മതിലിനടുത്തായിരുന്നു ബാക്കി ഒൻപതെണ്ണവും. ബെക്താഷി മഠത്തിലെന്നപോലെ അവയിലോരോന്നിനും മേൽനോട്ടത്തിനായി ഒരു ബാബയുണ്ടായിരുന്നു. ഓരോന്നിലും ടർക്കിഷ്

പട്ടാളത്തിലെ ഒരു ഉദ്യോഗസ്ഥനെ വരുമാനം ശേഖരിക്കാനായി ചുമതലപ്പെടുത്തിയിരുന്നു. പന്ത്രണ്ടു കൊമ്പുകളുള്ള കിരീടങ്ങൾ അണിഞ്ഞ പന്ത്രണ്ടു യുവാക്കൾ പന്ത്രണ്ടു മാസങ്ങളെ പ്രതിനിധീകരിക്കുന്ന പന്ത്രണ്ടുതരം മദ്യം വിളമ്പിയിരുന്നു. സന്ധ്യാനേരത്ത് പന്ത്രണ്ടു വശങ്ങളുള്ള സമർപ്പണശിലയിൽ മുത്തം വച്ചു മാപ്പിരക്കുക അവിടുത്തെ ഒരു ആചാരമായിരുന്നു. എന്നിട്ട് അന്നത്തെ വരുമാനം എണ്ണിത്തിട്ടപ്പെടുത്തും. ഒരു ഭാഗം സംഭാവനയായി മഠത്തിലെ ആവശ്യങ്ങൾക്കായി എടുത്തശേഷം ബാക്കി അവിടെ ജോലി ചെയ്യുന്നവർ വീതിച്ചെടുക്കുകയായിരുന്നു പതിവ്. പട്ടാളക്കാരുടെ ഈ കാപ്പിക്കടകളിൽ ഒട്ടേറെ ആശയങ്ങൾ കഴിഞ്ഞ അമ്പതു വർഷങ്ങൾക്കിടയിൽ ഉരുത്തിരിഞ്ഞു വന്നിട്ടുണ്ട്. പട്ടാളക്കാരും മഠത്തിലെ മൊട്ടയടിച്ച പുതുക്കക്കാരും താടി മുളയ്ക്കാത്ത ഇളമുറക്കാരും ചേർന്ന് ഒരുക്കിയ എത്രയെത്ര പദ്ധതികൾ! എമിനോനുവിലെ കാപ്പിക്കടയായിരുന്നു ഏറ്റവും പ്രശസ്തം. കടലിനു മീതെ കെട്ടിപ്പൊക്കിയ ഒരു തിണ്ണമേൽ യേണി പള്ളിയുടെ മുന്നിൽ അതങ്ങനെ ഗാംഭീര്യത്തോടെ തലയുയർത്തി നിന്നു.

പുത്തൻ ആശയങ്ങളാൽ മാത്രമല്ല പല ഗണത്തിൽപെട്ട ഉപഭോക്താക്കളാലും അത് മറ്റുള്ളവയിൽനിന്ന് വ്യത്യസ്തമായിരുന്നു. തുറമുഖത്തടുക്കുന്ന കപ്പലുകളിലെ വിദേശ നാവികർ മുതൽ ചന്തയിലെ ആവശ്യങ്ങൾക്കായി വരുന്ന വ്യാപാരികളും ചുമട്ടുകാരും വരെ ആ കാപ്പിക്കടയിലെ സൗകര്യങ്ങൾ ആസ്വദിച്ചു. സ്കട്ടറി, ഗലാട്ടാ, കഡിക്കോയ് മുതലായ സ്ഥലങ്ങളിൽ നിന്നും വ്യാപാരാവശ്യങ്ങൾക്കായി വരുന്നവരും നവോന്മേഷം പകരുന്ന ഒരു കാപ്പിക്കായി ആ സ്ഥലം സന്ദർശിക്കുക പതിവായിരുന്നു. അന്ന് വൈകുന്നേരം, ഒരു ദിവസം മുഴുവൻ നീണ്ടുനിന്ന ഭിക്ഷാടനത്തിനുശേഷം കറുമ്പൻ ഫാൽക്കോയും കരുത്തൻ യെയെയും ഉന്മേഷം വീണ്ടെടുക്കാനായി മുളകൊണ്ടുണ്ടാക്കിയ കസേരകളിൽ ഇരുന്നു സലെപ് എന്ന് പേരുള്ള ഓർക്കിഡുകളിൽ നിന്നുണ്ടാക്കുന്ന ഒരു പാനീയം അകത്താക്കുകയായിരുന്നു. എല്ലാ ദിവസം ആ കാപ്പിക്കട സന്ദർശിക്കുന്നത് അവർ രണ്ടുപേരും ഒരു ശീലമാക്കി കഴിഞ്ഞിരുന്നു.

കടയുടെ ഉള്ളിൽ യാചിക്കാത്തിടത്തോളം, ഭിക്ഷക്കാർക്കും അവിടെ പ്രവേശനമുണ്ടായിരുന്നു. കറുമ്പൻ ഫാൽക്കോ സത്രത്തിന്റെ ഔദ്യോഗിക സന്ദേശവാഹകൻ ആയിക്കഴിഞ്ഞിരുന്നു. അവൻ ചന്തകളിൽ കറങ്ങി നടന്നു പണം ശേഖരിക്കുകയും കൊടുക്കാനുള്ളവർക്ക് കൊടുക്കുകയും സത്രത്തിന്റെ കാര്യങ്ങൾക്കുവേണ്ടി വിവിധതരം ആളുകളുമായി ഇടപെടുകയും ചെയ്തു. അതുകൊണ്ട് അവന്റെ വസ്ത്രധാരണം ഒരു സാധാരണ ഭിക്ഷക്കാരനേക്കാളും അല്പം മെച്ചമായിരുന്നു. കരുത്തൻ യെയെ അപ്പോഴും തന്റെ പഴയ ജോലികളായ ഭിക്ഷാടനവും ശുദ്ധീകരണവുമായി മുന്നോട്ടു പോവുകയായിരുന്നു. അവന്റെ ഉറച്ച ശരീരവും നിഷ്കളങ്കമായ മുഖവും തന്റെ ജോലികൾ ഭംഗിയായി നിർവഹിക്കുന്നതിന് അവനെ സഹായിച്ചു.

കറുമ്പൻ ഫാൽക്കോയ്ക്ക് ആ കാപ്പിക്കടയിൽ പോകാൻ വളരെ ഇഷ്ടമായിരുന്നു. പൊതുജനശ്രദ്ധയിൽനിന്ന് മറഞ്ഞിരുന്ന് മറ്റുള്ളവരെ നിരീക്ഷിക്കാൻ പറ്റിയ ഒരിടമാണ് അതെന്നതായിരുന്നു പ്രധാന കാരണം. നക്സിഗ്യുല്ലിന്റെ ഘാതകരെ കണ്ടുപിടിക്കാൻ ആ സ്ഥലം സഹായിക്കും എന്ന് അവർ രണ്ടുപേരും വിശ്വസിച്ചു. സത്രത്തിലെ താമസക്കാരായ അഴുക്കുപിടിച്ച മുഖമുള്ള രണ്ടു തെണ്ടികളെ ആര് തിരിച്ചറിയാനാണ്? ആ വൈദ്യന്റെ മിടുക്കുകൊണ്ട് ഫാൽക്കോയുടെ മുഖം ഇപ്പോൾ ശരിക്കും ഒരു കറുത്ത ഫാൽക്കൺപക്ഷിയെ ഓർമ്മിപ്പിച്ചു. കരുത്തൻ യെയെയും തന്റെ ആൾമാറാട്ടംകൊണ്ട് ഇത്രയും നാൾ മനോരോഗാശുപത്രിയിലെ ശിപായിമാരെ കബളിപ്പിച്ചു. പക്ഷേ അവർ ആളുകളുടെ ശ്രദ്ധ പിടിച്ചു പറ്റുന്ന രീതിയിൽ എന്തെങ്കിലും വിഡ്ഢിത്തം ചെയ്തിരുന്നെങ്കിൽ ഉടനെ പിടി വീഴുമായിരുന്നു എന്നതിൽ യാതൊരു സംശയവും ഇല്ലായിരുന്നു.

ഗോൾഡൻ ഹോണിലേക്ക് നീണ്ടു നിൽക്കുന്ന തിണ്ണകളിൽ സ്ഥിതി ചെയ്യുന്ന ആ മൂന്നു കാപ്പിക്കടകളിൽ ചൂടുകാലത്ത് നല്ല തിരക്കായിരുന്നു. നഗരത്തിനുള്ളിൽ സ്ഥിതിചെയ്യുന്ന മറ്റ് ഒൻപതെണ്ണത്തിലും ശൈത്യ കാലത്താണ് ആളുകൾ കൂടുക. രാഷ്ട്രീയവും ചർച്ച ചെയ്ത് ഒരു പൈപ്പോ ഹൂക്കയോ മറ്റോ വലിച്ചുകൊണ്ടിരിക്കുക എന്നത് പലരുടെയും ശീല മായിരുന്നു. ഫാൽക്കോയും യെയെയും തങ്ങളുടെ മുള്ളങ്കസേരകളിലിരുന്നു നിശ്ശബ്ദരായി കോപ്പകൾ കാലിയാക്കിക്കൊണ്ട് മറ്റുള്ളവർ പറയുന്നത് ശ്രദ്ധിച്ചിരിക്കും. ഇസ്താംബൂളിൽ നടക്കുന്നതും നടക്കാൻ പോകുന്നതു മായ എല്ലാ സംഭവങ്ങളെയും പറ്റി അറിയാനും മറ്റുള്ളവരുടെ അഭിപ്രായ ങ്ങൾ കേൾക്കാനും അത്ര പറ്റിയ മറ്റൊരു സ്ഥലം ഇല്ലായിരുന്നു. അവിടെ പ്പറഞ്ഞിരുന്ന കാര്യങ്ങൾ മറ്റാരോടെങ്കിലും പറഞ്ഞിരുന്നെങ്കിൽ ആ നിമിഷം തന്നെ നീർനായയുടെ തേളുകൾ എന്ന് സത്രത്തിലെ പ്രാകൃത ഭാഷയിൽ വിളിക്കുന്ന മന്ത്രിമുഖ്യന്റെ ചാരന്മാരാണ് എന്ന് മുദ്രകുത്തു കയും ശിക്ഷിക്കുകയും ചെയ്യുമായിരുന്നു എന്നത് ഉറപ്പാണ്. സാധാരണ ഇങ്ങനെയുള്ളവരെ ജയിലിനു പിന്നിലുള്ള ശ്മശാനത്തിൽ കൊണ്ടു പോയി ആഴമുള്ള ഏതെങ്കിലും കുഴിയിലിട്ടു ജീവനോടെ കുഴിച്ചു മൂടുക യാണ് പതിവ്.

സമൂഹത്തിന്റെ ഉയർന്ന ശ്രേണിയിൽപെട്ട, കവിത പോലെയുള്ള ഭാഷ ഉപയോഗിക്കുന്ന ആളുകളുടെ ഒരു കൂട്ടമായിരുന്നു അത്. ചില സമയത്ത് അവരുപയോഗിച്ചിരുന്ന ഭാഷ ശ്രേഷ്ഠം എന്ന് ലോകം കരുതുന്ന കവിത കളെപ്പോലും കവച്ചു വയ്ക്കുന്നതായിരുന്നു. കറുമ്പൻ ഫാൽക്കോയും കരുത്തൻ യെയെയും അതിശയത്തോടെ അവിടെ കൂടുന്നവരുടെ സംഭാഷണങ്ങൾ ശ്രദ്ധിച്ചു. അവരുടെ കാതുകൾക്ക് ആ സംവാദങ്ങൾ സംഗീതം പോലെയായിരുന്നു. ഇസ്താംബൂളിലെ സമൂഹമാകെ ചേർത്തു തുന്നിക്കൂട്ടിയ ഒരു വർണശബളമായ ചിത്രപരവതാനിപോലെയായിരുന്നു ആ കാപ്പിക്കടയിൽ വന്നു കൂടുന്ന മനുഷ്യർ.

"ഹേയ് മുസ്കാര ഇബ്രാഹിം, മധുരപലഹാരക്കാരന്റെ സഹായീ."

"ആ ലാലാ ഉണ്ടല്ലോ, അവൻ ഇപ്പൊ മന്ത്രിയാണ്."

"അതിനു നിനക്കെന്താ സഹോദരാ? നമ്മളെന്തിനാ അതോർത്തു വിഷമിക്കുന്നത്? യുദ്ധക്കെടുതികൾ മൂലം നരകിക്കുന്ന നമ്മുടെ രാജ്യത്തിന് ഇതിൽക്കൂടുതൽ എന്ത് അധോഗതി വരാൻ? അവന്റെ വിചാരം കത്തുകൾ തുറക്കുന്നതാണ് ഏറ്റവും പ്രാധാന്യമുള്ള ജോലി എന്നല്ലേ?"

"ശരിയാ ബാബാ, പണക്കാർ കൂടുതൽ പണക്കാരാവുകയും പാവങ്ങൾക്ക് ക്ഷമ നശിക്കുകയുമാണല്ലോ."

"അന്തസ്സുണ്ടോ ഇയാൾക്ക്? യൂറോപ്പിലുള്ളവരെ വശത്താക്കാനായി അവരുടെ മുന്നിൽ കുനിയുന്നതിന് ഒരു പരിധിയില്ലേ?"

"പരിഹാസ്യമാണിത് ബാബാ. ഇത് ചൂഷണമാണ്."

"മുട്ഫെറിക്ക ഒരു പ്രിന്റിംഗ് പ്രസ്സ് തുടങ്ങാൻ പോകുന്നെന്ന് കേട്ടു. പകർത്തിയെഴുത്തുകാർ ഈ വാർത്തു കേട്ട് എന്ത് പറയണമെന്നറിയാതെ വിഷമിച്ചിരിക്കുകയാണ്."

"എല്ലാം കള്ളമാണ്. ഈ പറയുന്നതെല്ലാം വിശ്വസിക്കുന്നത് ബുദ്ധിയല്ല."

"അങ്ങനെയാണെങ്കിൽ ആരാണ് ഈ പ്രിന്റിംഗ് പ്രസ്സിൽ മിന്നൽ പരിശോധന നടത്തിയത്? ആരെങ്കിലും അതിനു തീയിട്ടോ? രാജ്യം സ്വന്തം രക്തത്തോട് ഇങ്ങനെ ചെയ്യാൻ മാത്രം ഔദാര്യമില്ലാത്തതായി മാറിയോ?"

"ശരിയ* ഒരു അടയാളം പോലും ശേഷിപ്പിക്കാതെ നമ്മുടെ ജീവിതത്തിൽ നിന്ന് അപ്രത്യക്ഷമായിരിക്കുന്നു. ആളുകളുടെ അഭിപ്രായത്തിൽ ഇത് നമ്മുടെ സമൂഹത്തിനു അപമാനമാണ്."

"ശരിയ എന്നത് വെറും വിശ്വാസം മാത്രമല്ല, അത് നിയമത്തിൽ അധിഷ്ഠിതമാണ്. അത് മനുഷ്യകുലത്തെ ദുഃഖത്തിൽ നിന്ന് സംരക്ഷിക്കുന്നു."

"എല്ലാ സ്കൂളുകളിലും വായനാശീലമുള്ള കുട്ടികളെ വാർത്തെടുക്കാൻ കഴിഞ്ഞിരുന്നെങ്കിൽ. എല്ലാ വീടുകളിലും വായിച്ചു തള്ളിയ പുസ്തകക്കൂമ്പാരമുണ്ടായിരുന്നെങ്കിൽ."

"എനിക്ക് തോന്നുന്നത് നിനക്ക് താത്പര്യം പാഷയോടാണ് എന്നാണ്. അയാൾ മരുമകൾക്ക് വേണ്ടി ഉണ്ടാക്കിയ വീട് നീ കണ്ടിരുന്നോ?"

"പണി തീരാൻ ബാക്കിയുള്ള നിർമ്മാണങ്ങൾ അയാൾക്ക് എല്ലായിടത്തുമുണ്ട്."

"കുറ്റികൾ അടിച്ചുതാഴ്ത്തുകയും കിണറുകൾ കുഴിക്കുകയും ചെയ്തുകൊണ്ടേയിരിക്കുന്നു."

---

* ശരിയത്ത് നിയമം

"'അഴുക്ക് ചാലുകൾ കേടുവരുത്തി തുറന്നിട്ടിരിക്കുന്നു."

"അയാൾക്ക് ശബ്ദായമാനമായ ആഘോഷങ്ങളിലെ താത്പര്യമുള്ളൂ."

"അതാണ് ഏറ്റവും വലിയ നേട്ടം എന്ന രീതിയിൽ ആണ് അയാൾ പെരുമാറുന്നത്."

"ആ ധൂർത്തൻ എല്ലാം നശിപ്പിക്കും."

"സ്വന്തം ധാരാളിത്തം കൊണ്ട് തന്നെ അയാൾ നശിച്ചോളും."

"വിനോദങ്ങളാൽ അയാൾ ഈ നാടിനെ നശിപ്പിക്കും. വൈകൃതങ്ങളാൽ സ്ത്രീകളെ നശിപ്പിക്കും. പക്ഷികളെപ്പോലെ ആളുകളെ മുകളിലേക്ക് പറത്താനായി പാർക്കുകളിൽ അയാൾ കെട്ടിയുണ്ടാക്കുന്ന ഊഞ്ഞാലുകൾ അവരുടെതന്നെ കീശ കൊള്ളയടിച്ച പണം കൊണ്ടുണ്ടാക്കുന്നതാണ്."

"സ്ത്രീകളെ കിട്ടാത്തപ്പോൾ അയാൾ പുരുഷന്മാരെ ഒളിഞ്ഞു നോക്കാനും രഹസ്യങ്ങൾ കണ്ടുപിടിക്കാനും ഏർപ്പാട് ചെയ്യും."

"പട്ടാളക്കാർ പറഞ്ഞതാണ് അവർ ശ്രമിച്ചു നോക്കാം എന്ന്."

"ഓരോ ജില്ലകളിലും പതിവ്രതകളായ സ്ത്രീകളുടെ എണ്ണം പത്തിൽ താഴെയാണ്."

"നാണമില്ലേ ഇങ്ങനെ സംസാരിക്കാൻ? നമ്മൾ മാന്യരാണ് എന്ന കാര്യം മറന്നു പോവരുത്."

"സത്യസന്ധമായി നിങ്ങളിലാർക്കെങ്കിലും തുറന്നു പറയാനാവുമോ അതിലൊരെണ്ണം നിങ്ങളുടെ വീട്ടിലേത് ആണെങ്കിൽ? ബാക്കിയുള്ളവരെ കുറ്റപ്പെടുത്തുന്നതിനു മുൻപ് അല്പമൊന്നു ആലോചിച്ചു നോക്കൂ."

"സദാബാത്തിനെ പുതിയതുപോലെ മിനുക്കാൻ അയാൾ ആളുകളെക്കൊണ്ട് റംസാൻ സമയത്തുപോലും പണിയെടുപ്പിക്കുന്നു."

"പണത്തിനു പകരം അയാൾ അവർക്ക് വേശ്യകളെയാണ് നൽകുകന്നത്. ഖജനാവ് കാലിയാണ്. അതുകൊണ്ട് പ്രതിഫലം നൽകേണ്ടത് ജനങ്ങളുടെ കീശയിൽ നിന്നാണ്."

"മാന്യരേ, ഇത് പരദൂഷണമാണ്. നാം ഇങ്ങനെ മറ്റൊരാളെ പറ്റി ദുഷിച്ചു പറയുന്നത് നിർത്തണം."

ഫാൽക്കോയും യെയെയും ഈ താത്പര്യമുണർത്തുന്ന സംഭാഷണം ശ്രവിക്കുന്നത് നിർത്തി പോകാനിറങ്ങി. തങ്ങൾ കേട്ട വിവരങ്ങൾ തലയിൽ ഇരമ്പുന്നതുപോലെ അവർക്കു തോന്നി. പഴക്കം ചെന്ന ചില വൃക്ഷങ്ങളുടെ തണലിൽ ഒരു ഹൂക്കയ്ക്ക് ചുറ്റും കൂനിക്കൂടി ഇരുന്നു പുകവലിക്കുകയും അടക്കിപ്പിടിച്ചു സംസാരിക്കുകയും ചെയ്യുന്ന നാല് മനുഷ്യർ പറയുന്നത് ശ്രദ്ധിക്കാൻ തുടങ്ങുംവരെ ഇസ്താംബൂളിന്റെ മറ്റൊരു മുഖം തങ്ങളുടെ മുന്നിൽ അനാവൃതമാകാൻ പോവുകയാണെന്ന്

അവരറിഞ്ഞതേയില്ല.ആ മനുഷ്യർ തീരെ പതുങ്ങിയ സ്വരത്തിലാണ് സംസാരിച്ചുകൊണ്ടിരുന്നത്. തൂങ്ങിക്കിടന്ന ചില ശിഖരങ്ങളുടെ മറവിലിരുന്ന് അവർ പറയുന്നത് കേൾക്കുന്നത് ദുഷ്കരമായിരുന്നു. കാടുപിടിച്ച മീശരോമങ്ങൾക്കിടയിലൂടെ മറ്റെയാൾ അവ്യക്തമായി പറയുന്നത് എല്ലാം തന്നെ പിടിച്ചെടുക്കാനായി അവർ ഓരോരുത്തരും മറ്റുള്ളവരുടെ മുഖത്തേക്കു തന്നെ തുറിച്ചു നോക്കിയിരിക്കുകയായിരുന്നു. പുകയിലയുടെ ഉപയോഗവും ഹൂക്കയുടെ പുകയും നിമിത്തം അവരുടെ കട്ടിയുള്ള മീശകൾ മഞ്ഞനിറം പൂണ്ടിരുന്നു. പൈപ്പുകൾ ആഞ്ഞു വലിക്കുന്ന ശീൽക്കാര ശബ്ദത്തിനും ഹൂക്കയുടെ ഗുളുഗുളു ശബ്ദത്തിനുമിടയിലൂടെ അവർ അടക്കിപ്പിടിച്ചു പറഞ്ഞതെല്ലാം യെയെയും ഫാൽക്കോയും അതിശയത്തോടെ കേട്ടിരുന്നു.

"എല്ലാവരും പറയുന്നത് ബുദ്ധിശക്തിക്ക് അദ്ഭുതങ്ങൾ സൃഷ്ടിക്കാനാവും എന്നാണ്. എന്തായാലും അയാൾ മന്ത്രിമുഖ്യൻ ആയി. അയാൾക്ക് നല്ലത് വരട്ടെ."

"വളരെ സത്യമാണത് ദേഷ്യക്കാരൻ വേലീ. ഒന്നാലോചിച്ചു നോക്ക്. നമ്മുടെ നെരിപ്പോടിനടുത്തു ചടഞ്ഞുകൂടിയിരുന്ന ഭീരുവായ ആ വെറുക്കപ്പെട്ട മനുഷ്യനാണത്. എങ്ങനെ പുകവലിക്കണം എന്ന് പോലും അയാൾക്ക് അറിയുമായിരുന്നില്ല. നട്ടെല്ലില്ലാത്തവൻ, ഇപ്പൊ നോക്ക്. നാട്ടിലെ എല്ലാ വിവരവും ശേഖരിച്ചുകൊണ്ട് അയാളുടെ തേളുകൾ എല്ലായിടവുമുണ്ട്."

"അത് ശരിയാണ്. അല്ലേ പണ്ടകശാലയിലെ വേട്ടനായെ? ഈ മനുഷ്യന് കൊപ്രൂലുവിലെ ഏറ്റവും നല്ല പണിക്കാരുണ്ട്. അവരെക്കൂടാതെ ആ ബോസ്നിയക്കാരൻ സോക്കൂളൂ മെഹമദ് പാഷയും. വായുവിൽനിന്ന് വിവരങ്ങൾ ശേഖരിക്കുകയും സന്ദേശങ്ങൾ പുകയിലൂടെ അയയ്ക്കാനും കഴിവുള്ളവനാണ് അവൻ. എന്താണ് അടുപ്പിൽ വേവുന്നതെന്നും ഇതുവഴിക്ക് കാറ്റ് വീശുമെന്നും അവനറിയാം."

നാല്പത്തിയാറാം സൈനിക വിഭാഗത്തിന്റെ അടയാളമായ നങ്കൂരത്തിന്റെ ചിത്രം തോളിൽ പച്ചകുത്തിയിരിക്കുന്ന സർജന്റ് ബിന്ദാലി മഹ്മൂത് മാത്രമാണ് ഈ വിഡ്ഢിത്തം ഒക്കെ കേട്ട് കഴിഞ്ഞു ചെറിയ എതിർപ്പ് എങ്കിലും പ്രദർശി പ്പിച്ചത്.

"നിങ്ങളെല്ലാം പറയുന്നത് ശുദ്ധ മണ്ടത്തരമാണ്." അയാൾ പറഞ്ഞു. "അയാൾ ഒരു പാവ മാത്രമാണ്. കാര്യങ്ങളെല്ലാം നേരാംവണ്ണം നടക്കാനുള്ള സഹായങ്ങൾ ചെയ്തുകൊടുക്കാനും ആളുകളെ സുഖിപ്പിച്ചു നിർത്താനും മാത്രമേ അയാളെ കൊള്ളൂ. അയാളുടെ അധികാരങ്ങളും അലങ്കാരങ്ങളും എടുത്തു മാറ്റിയാൽ പിന്നെ ബാക്കിയൊന്നും ശേഷിക്കില്ല."

"നിങ്ങൾ പറയുന്നത് തെറ്റാണ് ബിന്ദാലി മഹ്മൂത്. അയാളുടെ മനസ്സ് ഒരു രത്നംപോലെ മൂർച്ചയേറിയതാണ് സഹോദരാ. അതിന്റെ തിളക്കം എല്ലാവർക്കും കാണുകയും ചെയ്യാം."

"എന്റെ കൂട്ടുകാരേ, നമ്മൾ ചെയ്യുന്നതിന്റെ ഫലം എന്താണോ അതിനു മാത്രമേ സാംഗത്യം ഉള്ളൂ. നമുക്കത് തെളിയിക്കാം, എന്നിട്ട് നോക്കാം."

ചിരിയുടെ അകമ്പടിയോടെയാണ് ബാക്കി ചോദ്യങ്ങൾ ഉയർന്നത്.

"നമുക്കത് എങ്ങനെ തെളിയിക്കാനാവും സഹോദരാ?"

"നീ അയാളുടെ വൈൻ കോപ്പ കുറച്ചു കൂടുതൽ നിറച്ചിരുന്നു. അല്ലേ?"

"എനിക്ക് രണ്ടു ദിവസം താ." അവരുടെ പരിഹാസവാക്കുകളാൽ മുറിപ്പെട്ട ബിന്ദാലി മഹ്മൂത് വാശിയോടെ തിരിച്ചടിച്ചു. "എന്റെ പരീക്ഷണത്തിന്റെ ഫലം എന്തായെന്ന് നമുക്ക് ഒരുമിച്ചു പരിശോധിക്കാം."

ബിന്ദാലി മഹ്മൂതിനോട് ബാക്കി മൂന്നു പേരും ആ പരീക്ഷണത്തെ കുറിച്ചു കൂടുതൽ പറയാൻ കേണപേക്ഷിച്ചു. പക്ഷേ അയാൾ വഴങ്ങിയില്ല.

"കഴിഞ്ഞ ആഴ്ച ഞാൻ ഒരു ചെറിയ വേല വെച്ചിട്ടുണ്ട്. നമുക്ക് നോക്കാം." അതുമാത്രമേ അയാളുടെ വായിൽനിന്ന് അവർക്ക് കിട്ടിയുള്ളൂ.

ബിന്ദാലി മഹ്മൂത് തന്റെ സുഹൃത്തുക്കളോടു യാത്ര പറഞ്ഞെഴുന്നേറ്റപ്പോൾ കാപ്പിക്കടയിലെ തൂക്കുവിളക്കുകൾ പ്രകാശം ചൊരിഞ്ഞു തുടങ്ങിയിരുന്നു. അടുത്ത മേശയ്ക്കടുത്തിരുന്ന അഞ്ചു പേരും പോവാൻ എഴുന്നേറ്റു. ഒരാൾ അയാളുടെ പൈപ്പ് എടുത്തുകൊണ്ടും മറ്റെയാൾ തോളിൽ കിടന്ന ജാക്കറ്റ് എടുത്തു ധരിച്ചു കൊണ്ടും മുന്നോട്ടു നീങ്ങിയപ്പോൾ മറ്റു രണ്ടുപേർ വഴിയൊഴിഞ്ഞു കൊടുത്തു. പുറകിലുണ്ടായിരുന്ന ഒരു കുള്ളൻ അവരുടെയൊപ്പം ഓടിയെത്താൻ വേണ്ടി പരക്കം പാഞ്ഞു.

കറുമ്പൻ ഫാൽക്കോ സഞ്ചി എടുത്തു തോളിലിട്ടശേഷം തന്റെ സുഹൃത്തിനോടു മന്ത്രിച്ചു. "പോവാൻ സമയമായി, യെയെ."

ചോദ്യം 16

ആരുടെ തലയിലെ തൊലിയാണ് സുൽത്താന് വേണ്ടത്?

“ലാലാ”, സുൽത്താൻ പറഞ്ഞു. “ഇതാ നമ്മുടെ രാജമുദ്ര. ഇതെടുത്തിട്ടു നമ്മുടെ മന്ത്രിമുഖ്യനായി ഭാരമേൽക്കൂ. സ്വന്തം വീട്ടിൽനിന്നും കുടുംബത്തിൽനിന്നും അകന്നു കഷ്ടപ്പെടുകയും രാജ്യത്തിന് വേണ്ടി ജീവൻ പോലും ബലിയർപ്പിക്കുകയും ചെയ്യുന്നവർക്കുവേണ്ടി അങ്ങ് ഈ സ്ഥാനം ഏറ്റെടുക്കണം.”

ഒരുപാടു നേരമായി അവർ തമ്മിൽ രാജ്യത്ത് നടമാടുന്ന ദാരിദ്ര്യത്തെക്കുറിച്ചും അപ്രത്യക്ഷമാകുന്ന സദാചാരത്തെക്കുറിച്ചും വിദേശ നയത്തെപ്പറ്റിയും സംസാരിക്കുകയായിരുന്നു. പാസ്സരോവിറ്റ്സിനെപ്പറ്റിയും ഓസ്ട്രിയയുമായും ഖൊരാസാനുമായും അഫ്ഗാനിസ്ഥാനുമായും ഉസ്ബെക്കുകളുമായും അസർബൈജാനുമായും സമാധാനം കാത്തു സൂക്ഷിക്കേണ്ടതിന്റെ ആവശ്യകതയെപ്പറ്റിയും അനത്തോളിയയിലും റുമേലിയയിലും നടക്കുന്ന വിപ്ലവത്തെപ്പറ്റിയും പട്ടാളക്കാർക്കിടയിലെ അഴിമതിയെപ്പറ്റിയും ഭരണ പരിഷ്കാരങ്ങളുടെ ആവശ്യകതയെയും വിദ്യാഭ്യാസത്തിന്റെ കുറവിനെപ്പറ്റിയും എളുപ്പത്തിൽ പടരുന്ന പടിഞ്ഞാറൻ സംസ്കാരത്തെപ്പറ്റിയും ദീർഘനേരം അവർ ചർച്ച ചെയ്തു.

“ശരി സുൽത്താൻ.” ഇബ്രാഹിം പാഷ പറഞ്ഞു. “താങ്കളുടെ വാക്കുകൾ ഞാൻ ശിരസ്സാ വഹിക്കുന്നു. തിരുമേനീ, അങ്ങയെ സേവിക്കുക എന്നത് ഒരു ഭാഗ്യമായും ബഹുമതിയായും ഞാൻ കാണുന്നു.”

മന്ത്രിമുഖ്യൻ ഇബ്രാഹിം പാഷയുടെ കർത്തവ്യങ്ങൾ ഈ വാക്കുകളോടെ ആരംഭിക്കുകയും അത് പതിനൊന്നു വർഷങ്ങൾ നീണ്ടു നില്ക്കുകയും ചെയ്തു. റംസാന് നാല് ദിവസം മാത്രമേ ബാക്കിയുള്ളൂ. ചന്തകൾ വിഭവങ്ങളാൽ നിറഞ്ഞുകവിഞ്ഞു. പാവപ്പെട്ടവർ പരിഭ്രമത്തോടെ പരക്കം പാഞ്ഞു. ഈ കഴിഞ്ഞ വർഷങ്ങളിൽ നഗരത്തിലെ എല്ലാ വലിയ കെട്ടിടങ്ങളും പുതുക്കിപ്പണിയുകയും പൂന്തോട്ടങ്ങൾ നവീകരിക്കുകയും ചെയ്തിരുന്നു. ഇസ്താംബൂൾ ലോകം മുഴുവനുമുള്ള പരിഷ്കൃത നഗരങ്ങൾക്ക് അസൂയ തോന്നുമാറ് ഭംഗിയാർജ്ജിച്ചു. വിവിധ രാജ്യങ്ങളിൽ നിന്നുള്ള യാത്രാവിവരണങ്ങൾ എഴുതുന്നവരും

നയതന്ത്രജ്ഞരും ഇസ്താംബൂളിലെ ഇബ്രാഹിം പാഷയുടെ പരിഷ്കാര ങ്ങളെപ്പറ്റി വാതോരാതെ സംസാരിക്കുകയും എഴുതുകയും ചെയ്തു. നഗരത്തിന്റെ സ്വാഭാവികമായ സൗന്ദര്യം വർദ്ധിപ്പിക്കാനുള്ള മാർഗ ങ്ങളാണ് മന്ത്രിമുഖ്യൻ അവലംബിച്ചത്. നഗരത്തിനു ഒരു പുതിയ സൗന്ദര്യം സൃഷ്ടിക്കുകയും അത് കവികളുടെ ഒടുങ്ങാത്ത പ്രചോദന മായിത്തീരുകയും ചെയ്തു. നഗരപ്രാന്തങ്ങളെപ്പറ്റിയും ശില്പചാതുരി യെപ്പറ്റിയും എത്ര വർണിച്ചിട്ടും അവർക്ക് മതിയായില്ല. മാന്യരും നല്ല പെരുമാറ്റമുള്ളവരുമായ താമസക്കാരായിരുന്നു ഭൂരിഭാഗവും. എങ്കിലും കുറ്റകൃത്യങ്ങളും ദാരിദ്ര്യവും നാൾക്കുനാൾ വർദ്ധിച്ചു വന്നു. ഇങ്ങനെ ഒരു വൈരുദ്ധ്യം ഒരിക്കലും ഇസ്താംബൂളിന്റെ ചരിത്രത്തിൽ ഉണ്ടായിട്ടില്ല. സമ്പത്തും ദാരിദ്ര്യവും ഇതുവരെ കണ്ടിട്ടില്ലാത്ത രീതിയിൽ ഉയരുകയും ചതിയും ആപത്തും മണക്കുന്ന ഒരുതരം അസന്തുലിതാവസ്ഥ സൃഷ്ടി ക്കുകയും ചെയ്തു.

അന്ന് വൈകുന്നേരം ഇസ്താംബൂളിന്റെ എല്ലാ ഭാഗത്ത് നിന്നും അതിഥികൾ സദാബാത്തിലെ സിൽവർ കനാലിനെ നോക്കിനിൽക്കുന്ന അഹമത് മൂന്നാമൻ, ഫൗണ്ടന്റെ മുന്നിലെ കൊട്ടാരത്തിലേക്ക് ഒഴുകി യെത്തി. സുൽത്താൻ സംഘടിപ്പിക്കുന്ന ഐതിഹാസികമായ കലാ പ്രകടനങ്ങൾ കാണാം എന്ന പ്രതീക്ഷയിലായിരുന്നു അവർ എത്തിയത്. പുരാതനവും നവീനവുമായ കവിതയും പാട്ടുകളും എല്ലായ്പ്പോഴും ഈ കലാപ്രകടനത്തിന്റെ ഭാഗങ്ങളായിരുന്നു. ഒഴുക്കും ശക്തിയുമുള്ള, സ്ഫുടം ചെയ്ത ഭാഷയിലുള്ള കവിതകളും സംഗീതവും കൊട്ടാരത്തിലെ അലങ്കരിച്ച മണ്ഡപത്തിൽ മുഴങ്ങി. ആനന്ദത്തിന്റെയും അഭിരുചി കളുടെയും തിളക്കം സദാബാത്തിലെ നദിയിലെ തിളങ്ങുന്ന കുഞ്ഞോള ങ്ങൾക്കൊപ്പം അവിടെയെത്തിയവരിൽ പ്രതിഫലിച്ചു.

ഇത്തരം ആഘോഷങ്ങളിലെ മുഖ്യാതിഥി എപ്പോഴും സുൽത്താൻ തന്നെയായിരുന്നു. എന്നാൽ, അതിന്റെ പേരിൽ അദ്ദേഹം തന്റെ വ്യാപാര സംബന്ധമായ കൂടിക്കാഴ്ചകളിൽനിന്നും സൽക്കാരങ്ങളിൽനിന്നും ഒഴിഞ്ഞു മാറിയിരുന്നില്ല. തന്നെ നിയമിച്ച ഉടൻ തന്നെ തന്റെ മാന്യവും പുതുമയുള്ളതുമായ വ്യക്തിത്വത്താൽ സുൽത്താനെ സ്വാധീനിക്കുകയും അദ്ദേഹത്തിന്റെ വിശ്വാസം നേടിയെടുക്കുകയും ചെയ്തിരുന്നു. ഇങ്ങനെ യുള്ള ആഘോഷങ്ങൾ സംഘടിപ്പിക്കുന്നതിലൂടെ ജനങ്ങളുടെമേൽ എളുപ്പത്തിൽ നിയന്ത്രണം നേടിയെടുക്കാം എന്ന് പാഷ വിശ്വസിച്ചു. “അങ്ങയുടെ രാജ്യത്തെ അങ്ങേക്കായി സംരക്ഷിക്കുക എന്നത് എന്റെ കർത്തവ്യം ആണ്.” ഇബ്രാഹിം പാഷ സുൽത്താന് പലവുരു ഉറപ്പു നൽകി. ഈ വാക്കുകൾ മൂലം സുൽത്താന് എന്തെന്നില്ലാത്ത വിശ്വാസം മന്ത്രി മുഖ്യനിലുണ്ടായി. എന്നാൽ, ആ വിശ്വാസത്തിന്റെ മറവിൽ ഇബ്രാഹിം പാഷ അടിച്ചമർത്തലിന്റെ വഴിയിലൂടെയാണ് നീങ്ങിയത്. നയതന്ത്രകാര്യ ങ്ങൾ, യുദ്ധകാല തീരുമാനങ്ങൾ, സമാധാന ഉടമ്പടികൾ, സാമ്പത്തിക

കാര്യങ്ങൾ, നിയമനങ്ങൾ, കാര്യാലയങ്ങളുടെ ഉപയോഗം മുതലായ വയിൽ ഇബ്രാഹിം പാഷ തന്റെ ആധിപത്യം സ്ഥാപിച്ചു. ഗൗരവമായ ഔദ്യോഗിക ചടങ്ങുകൾപോലും പ്രജകളെ രസിപ്പിക്കാനുള്ള ആഘോഷ ങ്ങളാക്കി മാറ്റി. ഔദ്യോഗിക സ്ഥാനങ്ങളിൽ കൊണ്ടുവന്നവരിൽ മിക്ക വാറും അദ്ദേഹത്തിന്റെ ബന്ധുക്കളും സുഹൃത്തുക്കളുമായിരുന്നു. ഓട്ടോ മാൻ സാമ്രാജ്യത്തിന്റെ മറ്റു സ്ഥലങ്ങളിൽ നിയമിച്ച ചാരന്മാർ മറ്റു രാജ്യ തന്ത്രജ്ഞർക്കും സുൽത്താന് എതിരെതന്നെയും ഉപയോഗിക്കാവുന്ന തന്ത്രങ്ങൾ ഇബ്രാഹിം പാഷയ്ക്ക് എത്തിച്ചുകൊടുത്തു. കമനീയമായ ആ മണ്ഡപത്തിലും അദ്ദേഹത്തിന്റെ ചാരന്മാരുണ്ടായിരുന്നു.

ആ വിശേഷ ദിവസത്തെ അതിഥികളിൽ ട്രാൻസിൽവാനിയയിലെ റക്കോക്സി രാജകുമാരൻ, ഓസ്ട്രിയൻ രാജാവ് യൂജിന്റെ പ്രതിനിധി യായ ജനറൽ സ്റ്റെഫാൻ, അഫ്ഷറിലെ ആട്ടിടയൻ എന്നറിയപ്പെടുന്ന നാദിർ അലി, ഇറാനിലെ ഭരണകർത്താവായ നാദിർ ഖാൻ, റഷ്യയിലെ സാറിന്റെ രഹസ്യപ്പൊലീസ് തലവൻ ജ്യൂവിഷ് ലെവിയൻ, ഫ്രാൻസിലെ രാജാവ് ലൂയിസ് പതിനഞ്ചാമന്റെ ആഭ്യന്തരകാര്യങ്ങളുടെ ചുമതല വഹി ച്ചിരുന്ന ബോർബോൺ മാർടൊൽ ക്ലോവിസിലെ പഴയ പ്രഭു, പട്ടാള ക്കാരുടെ മേലുള്ള സ്വാധീനത്തിന് പേര് കേട്ട ബെക്താഷി ബാബ ഷെയ്ക്ക് അബ്ദുള്ള എഫെൻഡി, പ്രശസ്ത കവികളായ നദീം എഫെൻ ഡിയയും സെയ്യിദ് വാഹ്ബിയും സുഹൃത്തുക്കൾ, പട്ടാളത്തലവൻ, ചില മന്ത്രിമാർ, കൊട്ടാരകാര്യസ്ഥനും മുപ്പതു സഹായികളും.. അങ്ങനെ പ്രാധാന്യമുള്ള ഒട്ടനവധി പേർ അവിടെ സന്നിഹിതരായിരുന്നു. അതിഥി കൾക്ക് ചില്ല് ചഷകങ്ങളിൽ വെളുത്ത വീഞ്ഞും വെള്ളിക്കോപ്പകളിൽ സർബത്തും നിർലോഭം വിളമ്പിക്കൊണ്ടേയിരുന്നു. സായാഹ്നസൂര്യൻ മണ്ഡപത്തിലെ ചില്ലുജാലകങ്ങളിലൂടെ പ്രകാശിച്ചു. സുൽത്താൻ തന്റെ സാന്നിധ്യംകൊണ്ട് തങ്ങളെ അനുഗ്രഹിക്കുന്നത് കാത്തുകൊണ്ട് സൂര്യന് താഴെയുള്ള എല്ലാ വിഷയങ്ങളെയും പറ്റി ചർച്ച ചെയ്തു രസിച്ച് അവർ സമയം ചെലവഴിച്ചു.

ആ സംഭാഷണങ്ങൾ ആരെങ്കിലും ഒളിച്ചു കേട്ടിരുന്നെങ്കിൽ അവർക്ക് ഓട്ടോമാൻ സാമ്രാജ്യത്തെ ഓർത്ത് നിരാശ തോന്നുമായിരുന്നു. ഒരു പാടു പ്രശ്നങ്ങൾ അന്നത്തെ ചർച്ചകളിൽ വിഷയമായി. കാർലോവിറ്റ്സ് സന്ധി നടപ്പിലാക്കിയതോടെ യൂറോപ്യൻ രാജ്യങ്ങൾക്ക് ടർക്കികളോടുള്ള ഭയത്തിന്റെ അവസാന തരിയും ഇല്ലാതായതിനെക്കുറിച്ച്, പാസ്സറൊവിറ്റ്സ് സന്ധി പ്രകാരം ടർക്കിയുടെ ഭൂമി നഷ്ടമായതിനെപ്പറ്റി, ചിതറിക്കിടന്ന മെഡിറ്ററേനിയൻ ചെറുരാജ്യങ്ങൾ റോം കീഴടക്കിയതിനെയും ക്രിസ്തു മതത്തിലേക്ക് പരിവർത്തനം ചെയ്യിച്ചതിനെപ്പറ്റി, ഇറാനുമായുള്ള ആശയ സംഘട്ടനങ്ങൾ വർദ്ധിച്ചുവരുന്നതിനെപ്പറ്റി, പട്ടാളക്കാർക്ക് ഇടയിലുള്ള ഉൽക്കണ്ഠകൾ അനുനിമിഷം ഉയർന്നുവരുന്നതിനെപ്പറ്റി, ഇറാന്റെ മേലുള്ള റഷ്യയുടെ ഉയരുന്ന സ്വാധീനത്തെപ്പറ്റി, മെഡിറ്ററേനിയൻ ദ്വീപുകളിൽ ഇസ്ലാംമതത്തിലേക്ക് പരിവർത്തനം ചെയ്ത ഗ്രീക്കുകാരെ

ഓട്ടോമാൻ പാഷമാരായി ചുമതലപ്പെടുത്തുന്നതിനെപ്പറ്റി, ബെൻഡറിൽ ഓട്ടോമാൻ സാമ്രാജ്യത്തിന്റെ ചെലവിൽ മൂന്നര വർഷം സ്വീഡിഷ് രാജാവ് ചാൾസ് ഒളിവിൽ കഴിഞ്ഞതിനെപ്പറ്റി, സ്ഥിരതയുള്ള ചാൾസ് എന്ന് ഓട്ടോമാനുകൾക്ക് ഇടയിൽ അറിയപ്പെട്ടിരുന്ന അദ്ദേഹം റഷ്യയിലൂടെ തന്റെ രാജ്യത്തേക്ക് തിരിച്ചുപോയതിനെപ്പറ്റി, തന്റെ ആജന്മശത്രുവായ സർ പീറ്റർ ദ ഗ്രേറ്റിന്റെയൊപ്പം ഒരു മേശയ്ക്കുമുന്നിലിരുന്ന് അദ്ദേഹത്തിനു സമാധാനത്തെപ്പറ്റി ചർച്ച ചെയ്യേണ്ടി വന്നതിനെപ്പറ്റി, സഫാവിദ് സാമ്രാജ്യം അഫ്ഗാനിലും ഖൊറാസാൻ നാട്ടിലും പിടിമുറുക്കുന്നതിനെതിരെ ചെയ്ത കാര്യങ്ങൾ എങ്ങനെ താഹ്മസ്ബ് ഖാന്റെ മുന്നിൽ നാദിർ അലിയുടെ വിശ്വാസ്യത ഉയർത്തി അത് അഷ്റഫ്ഖാന്റെ പരാജയത്തിലേക്ക് നയിച്ചതിനെപറ്റിയും അവർ സംസാരിച്ചു. ധാരാളിത്തജീവിതം ഒരു ശീലമാക്കിയ ഓട്ടോമാൻ കൊട്ടാരത്തിലെ വരുമാനസ്രോതസ്സുകൾ അടയുന്നതിനെപ്പറ്റി കൊട്ടാരത്തിലെ സ്ത്രീകളെ പണം ദുരുപയോഗം ചെയ്യുന്നതിൽനിന്ന് വിലക്കിയതിനെപ്പറ്റി നയതന്ത്രജ്ഞരും സഞ്ചാരികളും പരിചയപ്പെടുത്തുന്ന പുതിയ മാതൃകയിലുള്ള യൂറോപ്യൻ വസ്ത്രങ്ങൾ ധരിക്കുന്നതിനെതിരെയുള്ള ഫത്വകളെപ്പറ്റിയും അവർ ചർച്ച ചെയ്തു. ഇവയും പ്രതിവിധികളില്ലാത്ത മറ്റനേകം വിഷയങ്ങളെയുംപറ്റിയുമുള്ള വാദഗതികൾ വലിയ ശബ്ദത്തിൽ മണ്ഡപത്തിൽ മുഴങ്ങി. ഉന്നതകുലജാതരും നയതന്ത്രജ്ഞരും ചെറുകൂട്ടങ്ങളായി യാതൊരു ലക്ഷ്യബോധവുമില്ലാത്ത പക്ഷേ, ചൂടുപിടിച്ച വാഗ്വാദങ്ങൾ നടത്തി. പല ഭാഷകളിലെ ആ ഒച്ചയിടലുകൾക്ക് പുറത്തുനിന്ന് ശ്രവിക്കുന്നവർക്ക് ബാബേൽ ഗോപുരത്തിലെ ഉച്ചപ്രാർത്ഥന ഓർമ്മ വരുമെന്നതിന് യാതൊരു തർക്കവും ഇല്ലായിരുന്നു.

“മാന്യരേ, ഒച്ചയുയർത്തി സംസാരിക്കുന്നതിനു പകരം ശബ്ദമുയർത്തി സംഗീതമാലപിക്കൂ.” താൻ കടന്നു വന്നതിനു പിന്നാലെ വിശാലമായ ആ മുറിയിൽ ശ്മശാനമൂകത പടരുന്നത് തിരിച്ചറിഞ്ഞ് മന്ത്രിമുഖ്യൻ പ്രഖ്യാപിച്ചു.

വല്ലപ്പോഴുമൊക്കെ ഇബ്രാഹിം പാഷ ആൾക്കൂട്ടങ്ങളിലേക്ക് ഇങ്ങനെ കടന്നു വരാറുണ്ട്. അദ്ദേഹം സൂചിപ്പിച്ചത് സുൽത്താൻ വരാൻ സമയമായി എന്നും സഭയിലെ പെരുമാറ്റച്ചട്ടം അനുസരിച്ച് എല്ലാവരും നിശ്ശബ്ദത പാലിച്ചുകൊണ്ട് അദ്ദേഹം ആസനസ്ഥനായ ശേഷം മറ്റുള്ളവർക്ക് ഇരിക്കാൻ അനുവാദം നൽകുന്നതുവരെ കാത്തിരിക്കണം എന്നുമായിരുന്നു. അധികനേരം സുൽത്താനെ കാത്തിരിക്കേണ്ടി വന്നില്ല. സന്തോഷവും കുട്ടിത്തവും നിറഞ്ഞ പുഞ്ചിരിയോടെ അദ്ദേഹം സിംഹാസനത്തിൽ കാലുകൾ പിണച്ചുവച്ചിരുന്നു. ഒരു തിരശ്ശീലയ്ക്ക് പിന്നിൽ നിന്ന് കൊണ്ട് ഗായകർ സെഗാഹ് രാഗത്തിൽ സംഗീതമാലപിച്ചു.

പ്രിയപ്പെട്ടവളുടെ ചുണ്ടിൽനിന്ന് രഹസ്യസന്ദേശങ്ങൾ പൊഴിയുന്നു
സുന്ദരമായ ആ വാക്കുകൾ കേട്ടയാൾ പ്രകാശിക്കുന്നു
ശകാരത്തിന്റെ സൂചന പോലും കഷ്ടതയുണ്ടാക്കിയേക്കാം
രുസ്തത്തിന്റെ വില്ലിൽ നിന്ന് തൊടുത്ത അമ്പുപോലെ
ഹൃദയത്തെ അത് പിളർക്കും.

കെമാസിസേദ് ഹാഫിസ് സെഗാഹ് രാഗത്തിൽ ഭാവഗീതങ്ങളും നാടോടിപ്പാട്ടുകളും പാടിത്തുടങ്ങുകയും പിന്നീടത് കർസിഗാർ രാഗത്തിലേക്ക് ആൻഡെലിബ് സെലെബിയുടെ തംബോറയുടെയും സിത്താറിന്റെയും അകമ്പടിയോടെ പരിവർത്തനം ചെയ്യുകയും ചെയ്തു. ഹുസെയ്ൻ മുതൽ സുസനാക് വരെയുള്ള രാഗങ്ങളിലൂടെ അവർ ആരോഹണാവരോഹണങ്ങൾ നടത്തി. അത് സമൃദ്ധിയുടെയും സന്തോഷത്തിന്റെയും സൗന്ദര്യത്തിന്റെയും രാവായിരുന്നു. അവർ ഒരുപാടു കാര്യങ്ങൾ ചർച്ച ചെയ്യുകയും വിഭവസമൃദ്ധമായ ഭക്ഷണവും വീഞ്ഞും മതിവരുവോളം കഴിക്കുകയും ചെയ്തു. ഉച്ചമുതൽ പിറ്റേദിവസത്തെ പ്രഭാത പ്രാർത്ഥനയ്ക്കുള്ള ആഹ്വാനം കേൾക്കുന്നതുവരെ ആഘോഷങ്ങൾ നീണ്ടുനിന്നു. ശരത്കാല മന്ദമാരുതൻ ആ ഭാവഗാനങ്ങളും വഹിച്ചുകൊണ്ട് ഗോൾഡൻ ഹോണിനു കുറുകെ ഫത്തിഹിലേക്കും ഷെഹ്സാദ്ബാസിയിലേക്കും ഒഴുകിനീങ്ങി. രാത്രിയുടെ ആഴങ്ങളിൽ അടുത്തുവരുന്ന റംസാനെ പ്രകീർത്തിച്ചുകൊണ്ടുള്ള നദീമിന്റെ ഗാനം മുഴങ്ങുമ്പോൾ കോപാകുലരായ മാലാഖമാർ ഇസ്താംബൂളിലെ ചേരികളിൽ നിന്ന് പറന്നുയർന്നു. തങ്ങളുടെ ചിറകുകൾ കുടയാനായി മണ്ഡപത്തിന്റെ മുകളിൽ പറന്നിറങ്ങിയ അവർ അവിടമാകെ പ്രകാശം പരത്തി. അവസാനത്തെ പാട്ട് എല്ലാവരും കൂടിച്ചേർന്ന് പാടി.

അപൂർവമായ ഒരനുഭവത്തിനു
ശേഷമുള്ള മാന്ത്രികവിനോദങ്ങൾ

സെയ്യിസാബാദിലേക്ക് വരൂ
അതിന്റെ വിലപ്പെട്ട ശോഭ അനുഭവിക്കൂ

ഒരു ലഹരിയും കൂടാതെ സമയം
ആനന്ദകരമായി കടന്നുപോകുന്നു

സെയ്യിസാബാദിലേക്ക് വരൂ, അതിന്റെ
വിലപ്പെട്ട ശോഭ അനുഭവിക്കൂ

ഇവിടെ വായുവിൽ പോലും അദ്ഭുതകരമായ
ആനന്ദം അനുഭവിക്കാം

പ്രകാശമുള്ള പകലുകൾ നക്ഷത്രപൂരിതമായ
രാത്രികളിലേക്ക് വഴിമാറും പോലെ

അതിശയകരമായ കാഴ്ചകൾ, പുറകേ
അവസാനിക്കാത്ത വിസ്മയങ്ങൾ

സെയ്രിസാബാദിലേക്ക് വരൂ,
അതിന്റെ വിലപ്പെട്ട ശോഭ അനുഭവിക്കൂ

പെട്ടെന്ന് ന്യായാധിപൻ ഇസഹാക്കിന്റെ സന്തോഷമാകെ ആവിയായിപ്പോകുന്നത് സുൽത്താൻ ശ്രദ്ധിച്ചു. തന്റെ വസ്ത്രത്തിന്റെ അരികു ചുംബിക്കാൻ കുനിഞ്ഞ അദ്ദേഹത്തെ സുൽത്താൻ അരികിലേക്ക് കണ്ണുകൾ കൊണ്ട് ക്ഷണിച്ചു. തന്റെ തൊട്ടടുത്തുതന്നെ ഇരിക്കാൻ ന്യായാധിപനോടു നിർദ്ദേശിച്ചു. അടുത്ത ഷെയ്ക്ക് അൽ ഇസ്ലാം ആയി ചുമതല ഏൽക്കേണ്ട ന്യായാധിപൻ മദ്യവും മത്തുലഹരികളും പൂർണ്ണമായും വർജ്ജിച്ചിരിക്കുകയായിരുന്നു. സുൽത്താൻ എന്താണ് ചോദിക്കാൻ തുടങ്ങുന്നത് എന്ന് അദ്ദേഹത്തിന് അറിയാമായിരുന്നു. മദ്യത്തിന് അടിമപ്പെട്ട ആളുകളുടെ മുന്നിൽ വച്ചു അത്തരം വിഷയങ്ങൾ സംസാരിക്കുന്നതിന്റെ അപകടം പൂർണമായി അറിയാവുന്ന ന്യായാധിപൻ സുൽത്താന്റെ അടുത്തേക്ക് മുഖം അടുപ്പിച്ചു. പക്ഷേ, സുൽത്താന്റെ തൊട്ടടുത്തിരുന്ന മന്ത്രിമുഖ്യൻ ഇബ്രാഹിം പാഷ അവർ തമ്മിൽ സംസാരിച്ചത് എന്താണെന്ന് വ്യക്തമായി കേട്ടു.

“നിങ്ങൾ വിവരം അറിയിക്കാം എന്ന് പറഞ്ഞിരുന്നു ഇസഹാക്ക് എഫെൻഡീ”, സുൽത്താൻ പറഞ്ഞു.

“അതേ അങ്ങുന്നേ, പക്ഷേ ഒരു വിവരവും ഇതുവരെ കിട്ടിയില്ല.” ന്യായാധിപൻ ഇസഹാക്ക് പറഞ്ഞു.

“എന്തേ? രാജ്യത്തെയും സ്വത്തിനെയും സംബന്ധിച്ച ഒരു വിവരം തരാൻ ഇത്ര വൈകുന്നത്? ഇത് കുറ്റകരമാണ്.” സുൽത്താൻ മുറുമുറുത്തു. താണ ശബ്ദത്തിലായിരുന്നെങ്കിൽപോലും മണ്ഡപത്തിൽ ഉണ്ടായിരുന്ന പകുതിയിലധികം ആളുകൾ അത് കേൾക്കുകയും ഞെട്ടിത്തിരിഞ്ഞു നോക്കുകയും ചെയ്തു.

സുൽത്താന്റെ അടുത്ത വാചകം മന്ത്രിക്കുന്നതുപോലെയായിരുന്നു എങ്കിലും അവിടെ കൂടിയിരുന്നവരെല്ലാം കേൾക്കുകയും അത് കേട്ട ഇസഹാക്ക് എഫെൻഡി തന്റെ കുനിഞ്ഞ തല ഉയർത്തുകയും ചെയ്തു.

“മൂന്നു മണിക്കുള്ളിൽ എനിക്ക് ആ തല കിട്ടിയിരിക്കണം.”

ചോദ്യം 17

എങ്ങനെയാണ് കളിക്കാരൻ കരുവായി മാറിയത്?

കറുത്തൻ യെയെയും കറുമ്പൻ ഫാൽക്കോയും പെർഗോള കാപ്പിക്കടയിൽ നിന്നിറങ്ങിയ ആർക്കും നീരസം തോന്നുന്ന പെരുമാറ്റവും രൂപവുമുള്ള ആ മനുഷ്യരെ കുറച്ചൊരു ദൂരം വിട്ടു പിന്തുടർന്നു. സത്രത്തിൽ വച്ചു പോലും അത്രയും ഭയമുളവാക്കുന്ന രൂപങ്ങളുള്ള മനുഷ്യരെ അവർ കണ്ടിട്ടുണ്ടായിരുന്നില്ല. യെയെയുടെയും ഫാൽക്കോയുടെയും ഹൃദയങ്ങൾ ഭയം കൊണ്ട് പിടയ്ക്കുകയായിരുന്നു. തഹ്തകാലെ പാതയിലൂടെ മുന്നോട്ടു നടന്ന അവർ സുൽത്താൻ ബെയ്സിറ്റ് മതപാഠശാലയും കടന്നു ചന്തയുടെ പ്രധാനകവാടത്തിൽ എത്തി. അവിടെ വച്ചു അവരിൽ മൂന്നു പേർ സെഹ്സാദേ മോസ്ക് പാതയിലൂടെ സാരചാനെബാസിയിലേക്കും ഒരാൾ ആ കുള്ളന്റെ കൂടെ സുൽത്താൻ അഹമ്മദിലേക്കും തിരിഞ്ഞു പോയി. അയാളുടെ കൂടെയെത്താനായി വേഗത്തിൽ ഓടിയെത്തുന്നതിനിടെ കുള്ളൻ തന്റെ വാക്കുകൾക്കു ബലം കിട്ടാനായി ധാരാളം ആംഗ്യങ്ങളും കാട്ടി സംസാരിച്ചുകൊണ്ടേയിരുന്നു. ഒരു നിമിഷത്തേക്ക് തങ്ങളും രണ്ടായി പിരിഞ്ഞു ആ രണ്ടു സംഘങ്ങളെയും പിന്തുടർന്നാലോ എന്ന് ആലോചിക്കാതിരുന്നില്ല. പക്ഷേ, സഹോദരന്മാർ ഒരിക്കലും കൂട്ടം പിരിയാൻ പാടില്ല എന്ന സത്രത്തിലെ നിയമവും രണ്ടുപേരും വ്യത്യസ്ത സമയങ്ങളിൽ എത്തിച്ചേർന്നാൽ കിട്ടാൻ സാധ്യതയുള്ള ശിക്ഷയും ശകാരവും മനസ്സിലേക്ക് വന്നതോടെ ഫാൽക്കോ ആ ആശയം ഉപേക്ഷിച്ചു.

“നമ്മൾ ഏതു വഴി പോകണം യെയെ?” ഫാൽക്കോ ചോദിച്ചു.

“ആ വഴിക്ക് പോയാൽ പട്ടാളത്താവളം ആണെന്ന് നമുക്കറിയാം. പക്ഷേ മറ്റേ വഴിയിലൂടെ പോയാൽ എവിടെ എത്തിച്ചേരും?” യെയെ മറുപടിയായി ചോദിച്ചു.

“നമുക്ക് കണ്ടുപിടിക്കാം!”

ഫാൽക്കോയും യെയെയും ആ മൂന്നു പേരെയും ആയിരം തൂണുകളുള്ള ആറാം നൂറ്റാണ്ടിലെ ഒരു ബൈസാന്റിയൻ ജലസംഭരണിയായ മുങ്ങിയ നീർത്തൊട്ടിയുടെ കവാടം വരെ പിന്തുടർന്നു.

പിന്നീടുള്ള ദിവസങ്ങളിൽ മുങ്ങിയ നീർത്തൊട്ടിക്കു അടുത്തുള്ള സ്ഥലങ്ങളിൽ അവർ മോഷ്ടിക്കാനോ ഭിക്ഷ യാചിക്കാനോ പോയിത്തുടങ്ങി. രണ്ടു ദിവസം തുടർച്ചയായി അവർ ആ നാലുപേരെയും കുള്ളനെയും കണ്ടു. മൂന്നാം ദിവസം ഉച്ചനേരത്തു പെർഗോള കാപ്പിക്കടയിൽ വച്ച് അഞ്ചു കാവൽഭടന്മാർ എവിടെ നിന്നോ പ്രത്യക്ഷപ്പെടുകയും ഈ മനുഷ്യരെ വളയുകയും ചെയ്യുന്നത് കണ്ടപ്പോൾ അവർക്ക് ചിലത് മനസ്സിലായി.

'സർജന്റ് ബിന്ദാലി മഹ്മൂത്, മന്ത്രിമുഖ്യൻ നിങ്ങളോട് സംസാരിക്കാൻ ആഗ്രഹിക്കുന്നു." കാവൽഭടന്മാരിൽ ഒരാൾ പറഞ്ഞു.

പല ഇടപാടുകളിൽ ഒരേ സമയം തലയിടുമായിരുന്ന ഒരു പട്ടാള സർജന്റ് ആയിരുന്നു ബിന്ദാലി മഹ്മൂത്. നഗരത്തിലെ കപ്പൽത്തുറകളിലെ ഉണക്കിയ പഴങ്ങളും കായ്കളും വ്യാപാരം നടത്തുന്ന കച്ചവടക്കാരുടെ ഇടയ്ക്ക് പ്രവർത്തിച്ചിരുന്ന ഒരു പിടിച്ചുപറിസംഘത്തിന്റെ തലവൻ ആയിരുന്നു അയാൾ. അയാളുടെ വ്യാവസായിക സംരംഭങ്ങൾ വിദേശ നാണയ വിനിമയം വരെ നീണ്ടു കിടക്കുന്നതായിരുന്നു. ഈ വ്യാപാരങ്ങൾ വിദേശ നാണ്യത്തിന്റെ മൂല്യനിർണയത്തിലും ഇസ്താംബൂളിലെ വിദേശികളുടെ ധനമോഹങ്ങളിലും സ്വാധീനം ചെലുത്താൻ മാത്രം അയാളെ ശക്തനാക്കി മാറ്റി.

"നാശം പിടിക്കാൻ! ഞാൻ എന്ത് ചെയ്തിട്ടാണ് എനിക്കിത് കിട്ടിയത്?"

ശ്വാസം അടക്കിപ്പിടിച്ചു സർജന്റ് ബിന്ദാലി മഹ്മൂത് ശപിച്ചു.

ചോദ്യം 18

നിങ്ങൾ സുൽത്താനോട് എന്താണ് സംസാരിച്ചത്

“നിങ്ങൾക്ക് വായിക്കാമോ?” ഹതാശനായി ന്യായാധിപൻ ഇസഹാക്ക് പതുങ്ങിയ സ്വരത്തിൽ ചോദിച്ചു.

“ഇല്ല. പക്ഷേ അങ്ങേക്ക് ഞങ്ങൾക്കുവേണ്ടി അത് വായിച്ചു തരാമല്ലോ.”

“അങ്ങനെയാണെങ്കിൽ എനിക്കൊരു പേനയും കടലാസും കൊണ്ടു വരൂ.”

തലേദിവസം വൈകുന്നേരം തന്റെ പതിവ് വഴിയിലൂടെ വീട്ടിലേക്കു മടങ്ങിയ ന്യായാധിപൻ ഇസഹാക്കിനെ ആരോ തലയ്ക്കടിച്ച് വീഴ്ത്തുകയും ചാക്കുകൊണ്ട് പൊതിഞ്ഞുകെട്ടി ദുർഗന്ധം വമിക്കുന്ന നനഞ്ഞു വൃത്തികെട്ട ഒരു ചെറ്റപ്പുരയിലേക്ക് കെട്ടിക്കൊണ്ടുവരികയും ചെയ്തു. സമയബോധം പൂർണമായി നഷ്ടപ്പെട്ടുവെങ്കിലും അദ്ദേഹത്തിന് എലികളുണ്ടാക്കുന്ന ശബ്ദങ്ങളിലൂടെയും അന്തരീക്ഷത്തിലെ ഈർപ്പത്തിന്റെ വ്യതിയാനത്തിലൂടെയും രാത്രിയും പകലും തിരിച്ചറിയാൻ കഴിയുന്നുണ്ടായിരുന്നു. ഇസഹാക്ക് ആദ്യം കരുതിയത് കൊള്ളക്കാരും ഭിക്ഷക്കാരും ഉപയോഗിക്കുന്ന ബൈസാന്റിയൻ മതിലിനുള്ളിലെ ഏതോ അറയിലോ ഒഴിഞ്ഞ ഏതോ ജലസംഭരണിയിലോ മറ്റോ ആണ് താൻ എന്നാണ്. തനിക്കു ചുറ്റും നിരന്നിരിക്കുന്ന സാധനങ്ങൾ കണ്ട് ജീവിതത്തിൽ ആദ്യമായി അദ്ദേഹത്തിനു തീവ്രമായ നൈരാശ്യം അനുഭവപ്പെട്ടു. ശസ്ത്രക്രിയാമുറിപോലെ സജ്ജീകരിച്ച അവിടെ മൂന്നു മാർബിൾ പലകകളിൽ സൂചികൾ, കത്തികൾ, കൊടിലുകൾ, വിരലുകളിൽ ധരിക്കുന്ന ലോഹച്ചട്ടകൾ എന്നിവയും വിഷം, കറുപ്പ്, രാസവസ്തുക്കൾ എന്നിവയടങ്ങുന്ന കുപ്പികളും ചിട്ടയോടെ അടുക്കിവച്ചിരുന്നു. ഭിത്തികളിൽ കൊളുത്തുകൾ, മുള്ളുകളുള്ള കമ്പി, ശിരോകവചങ്ങൾ എന്നിവയുൾപ്പെടുന്ന അനേകം വിചിത്രമായ സാധനങ്ങൾ തൂങ്ങിക്കിടന്നിരുന്നു. മുഖ്യന്യായാധിപൻ എന്ന നിലയിൽ നഗരത്തെ സംരക്ഷിക്കുന്ന ചുമതല വഹിച്ചിരുന്ന അദ്ദേഹത്തിന് അധോലോകം ഒരു പുതുമയുള്ള കാര്യമായിരുന്നില്ല. തങ്ങളുടെ

പൗരധർമ്മങ്ങൾ നിറവേറ്റാൻ കഴിയാതെ അത്തരം സ്ഥലങ്ങളിൽ പെട്ടു പോകുന്ന ആശയറ്റ മനുഷ്യരെയോർത്ത് അദ്ദേഹത്തിനു സഹതാപം ഉണ്ടായിരുന്നു. തന്നെ എന്തിനാണ് ഇത്തരം ഒരു സ്ഥലത്ത് ബന്ധനസ്ഥ നാക്കിയിരിക്കുന്നത് എന്നറിയാനുള്ള ആകാംക്ഷ ഉണ്ടായിരുന്നെങ്കിലും ഏതെങ്കിലും തലമൂത്ത ഉദ്യോഗസ്ഥന്റെ ആജ്ഞപ്രകാരമാവാം ഇത് എന്ന വസ്തുത അദ്ദേഹത്തെ വിഷമിപ്പിച്ചു. ആദ്യത്തെ ചോദ്യം ചെയ്യ ലിൽതന്നെ തന്നെ അദ്ദേഹത്തെ കൊണ്ടുവന്ന മുഖംമൂടി ധരിച്ച രണ്ടു പേരും പണത്തിനു പിന്നാലെയല്ല എന്ന് ബോധ്യമായിക്കഴിഞ്ഞിരുന്നു. നിധികൾ ഏതു പൂന്തോട്ടത്തിലാണ് കുഴിച്ചിട്ടിരിക്കുന്നത് എന്നോ എവിടെ യാണ് സ്വർണം നിറച്ച ചാക്കുകൾ ഒളിപ്പിച്ചിരിക്കുന്നത് എന്നോ അല്ല തന്നോട് അവർ ചോദിച്ചത്. ഉറപ്പായും അവർ മറ്റെന്തിന്റെയോ പിറകെ യാണ്. ഉദ്ദേശിക്കുന്ന കാര്യം നിസ്സംശയമായും അദ്ദേഹത്തിൽനിന്ന് ചോർത്തിയെടുക്കാൻ ഒരു നല്ല തുക ആരോ അവർക്ക് നൽകിയിട്ടുമുണ്ട്.

അർദ്ധനഗ്നനായിരുന്ന ന്യായാധിപന്റെ കൈകൾ രണ്ടു ദിവസം മാർബിൾ പലകമേൽ ഒരു ശവത്തെയെന്നപോലെ കമിഴ്ത്തിയിട്ടിരുന്ന തിനാൽ മരവിച്ചിരിക്കുകയായിരുന്നു. തങ്ങൾ ഉദ്ദേശിക്കുന്ന കാര്യങ്ങൾ മര്യാദയ്ക്ക് പറയുകയാണെങ്കിൽ ഒരു രീതിയിലും ഇസഹാക്ക് കഷ്ട പ്പെടുകയില്ല എന്നവർ ഉറപ്പു നൽകി. എന്നാൽ അത് പറയുന്നതുവരെ വിട്ടയയ്ക്കുമെന്ന് കരുതുകയും വേണ്ട എന്ന താക്കീതും ന്യായാധിപനെ തടവിലാക്കിയവർ നൽകിയിരുന്നു. ആദ്യമൊക്കെ ഇസഹാക്ക് അവരുടെ ചോദ്യങ്ങൾക്ക് മറുപടി നൽകാതെ പിടിച്ചുനിന്നു. പക്ഷേ, അദ്ദേഹം ചെറുക്കുന്തോറും അവരുടെ വന്യമായ ആക്രമണത്തിന്റെ ശക്തി കൂടി വന്നു. കാൽവണ്ണയിൽ ആഴത്തിലുള്ള ഒരു മുറിവുണ്ടാക്കിയും ഞരമ്പു കൾ ചെറുചവണകൾ ഉപയോഗിച്ച് പിടിച്ചു വലിച്ചും അവർ അദ്ദേഹത്തെ ദ്രോഹിച്ചു. ചോദ്യങ്ങൾക്കുത്തരം കിട്ടുന്നതിനായി തങ്ങൾ പലതവണ പരീക്ഷിച്ചു ഫലപ്രദമായതും ആരും പ്രതീക്ഷിക്കാത്തയത്ര കഠിനവുമായ പീഡനമുറകൾ ഉപയോഗിക്കാൻ വിദഗ്ധരായിരുന്നു അവർ. ഇസഹാ ക്കിന്റെ ബോധം ഇടയ്ക്ക് നഷ്ടപ്പെട്ടുകൊണ്ടേയിരുന്നു. പക്ഷേ അദ്ദേഹ ത്തിന്റെ ബോധം വീണ്ടു കിട്ടുന്ന നിമിഷം വീണ്ടും ചോദ്യം ചെയ്യൽ തുടങ്ങാനായി കണ്ണുകൾ മാത്രം പുറത്തുകാണുന്ന തരം മുഖംമൂടികൾ ധരിച്ച ആ മനുഷ്യർ തിരിച്ചെത്തിക്കൊണ്ടേയിരുന്നു.

തന്റെ ബന്ധുക്കളുടെയും കുഞ്ഞുങ്ങളുടെയും സുഹൃത്തുക്കളു ടെയും മുഖങ്ങൾ ന്യായാധിപന്റെ മനസ്സിലൂടെ മിന്നിമാഞ്ഞു. തന്റെ വേർ പാട് അവരിലുണ്ടാക്കാവുന്ന വ്യഥയെപ്പറ്റി ചിന്തിക്കുമ്പോഴും ആരെങ്കിലും തന്നെ തേടി വന്നേക്കാമെന്ന വ്യർത്ഥമായ ഒരു പ്രതീക്ഷ അദ്ദേഹത്തി നുണ്ടായിരുന്നു. പക്ഷേ, സാഹചര്യങ്ങൾ അനുസരിച്ച് അതിനുള്ള സാധ്യത വളരെ കുറവായിരുന്നു. ഇസ്താംബൂൾ നഗരത്തിന്റെ രണ്ടു ഭാഗങ്ങളിലായി രണ്ടു ഭാര്യാഗൃഹങ്ങൾ അദ്ദേഹത്തിനുണ്ടായിരുന്നു.

മാത്രമല്ല കൊട്ടാരത്തിൽ ഇടയ്ക്കിടയ്ക്ക് സഭ കൂടുകയും പതിവായിരുന്നു. അദ്ദേഹത്തിന്റെ ഭാര്യമാർക്കും കുട്ടികൾക്കും ന്യായാധിപൻ ദിവസങ്ങളോളം വീട്ടിൽ വരാതിരിക്കുക എന്ന അവസ്ഥയോടു പരിചയമായി കഴിഞ്ഞിരുന്നു. അവരിലാരുംതന്നെ അദ്ദേഹത്തിന്റെ വിവരങ്ങൾ അന്വേഷിച്ചു കൊണ്ട് മറ്റേ വീട്ടിലേക്കു സന്ദേശവാഹകനെ അയയ്ക്കാൻ ധൈര്യപ്പെട്ടിരുന്നില്ല. രാജസഭയിലെ തന്റെ അസാന്നിധ്യം ശ്രദ്ധിച്ച് തിരച്ചിലിനായി ഒരു സംഘത്തെ അയച്ചേക്കും എന്ന് മാത്രമായിരുന്നു അവശേഷിച്ച ഒരേയൊരു പ്രതീക്ഷ. തടവിന്റെ ആദ്യദിനത്തിൽ അടുത്ത സഭ കൂടുന്ന ദിവസം വരെ ഒരക്ഷരം പോലും സംസാരിക്കുകയില്ല എന്ന് ഇസഹാക്ക് തീരുമാനിച്ചു. അതിനർത്ഥം രണ്ടു ദിവസം ഈ കൊടിയ പീഡനങ്ങൾ പല്ലുകടിച്ച് പിടിച്ചു സഹിക്കുക എന്നതായിരുന്നു.

ന്യായാധിപൻ ഇസഹാക്ക് എന്താണ് ആസൂത്രണം ചെയ്യുന്നത് എന്ന് അവർക്ക് വ്യക്തമായി അറിയാമായിരുന്നു. യാതൊന്നും നേടാതെ ആദ്യ ദിവസം അവസാനിച്ചപ്പോൾ അതിലൊരാൾ മൂലയ്ക്കിരുന്ന രാസവസ്തുക്കളുടെ കൂട്ടത്തിൽ ചീത്ത വാക്കുകളുടെ അകമ്പടിയോടെ എന്തോ തിരയാൻ തുടങ്ങി.

“ഇനി എന്താ നടക്കാൻ പോവുന്നത് എന്ന് നോക്കാം.” ഒരു കുപ്പിയിൽ കുറച്ചു വജ്രപ്പൊടിയുമായി മടങ്ങി വരവേ അവൻ നിന്ദയോടെ പരിഹസിച്ചു.

ഇസഹാക്കിന്റെ ഞരമ്പുകൾ കൊടിലുപയോഗിച്ച് വലിച്ചു വേദനിപ്പിക്കുന്നതിനു പകരം അവർ കാൽവണ്ണയിലെ മുറിവിൽ ഇടയ്ക്കിടയ്ക്ക് വജ്രപ്പൊടി വാരിത്തൂകാൻ തുടങ്ങി. അദ്ദേഹത്തെ തന്നെ ഭയപ്പെടുത്തിക്കൊണ്ട് ന്യായാധിപൻ ഇസഹാക്കിന്റെ വേദനകൊണ്ടുള്ള നിലവിളി ഭിത്തികളിലും ഇടനാഴികളിലും തട്ടി പ്രതിധ്വനിച്ചു. ഭയാനകമായ ആ അന്തരീക്ഷത്തിനു മാറ്റ് കൂട്ടിക്കൊണ്ട് എലികൾ ഈ നിലവിളി ശബ്ദം കേട്ട് തങ്ങളുടെ കൂടുകളിൽ നിന്നിറങ്ങി പരക്കം പായുകയും വിചിത്രമായ ശബ്ദങ്ങൾ ഉണ്ടാക്കുകയും ചെയ്തു. തന്റെ നിലവിളി കുതിരപ്പന്തയമൈതാനത്തിൽ കേൾക്കുമെന്നും ആരെങ്കിലും സഹായത്തിനെത്തുമെന്നും അപ്പോഴും നേരിയ ഒരു പ്രതീക്ഷ ഇസഹാക്കിനുണ്ടായിരുന്നു.

സംസാരിക്കാൻ കൂട്ടാക്കാത്ത അടിമകളെയും തടവുകാരെയും പീഡിപ്പിക്കുന്നതിനുള്ള ഒരു മാർഗമായി വജ്രപ്പൊടി ഉപയോഗിക്കുമെന്ന് അദ്ദേഹം കേട്ടിട്ടുണ്ടായിരുന്നു. പക്ഷേ അതുളവാക്കുന്ന വേദനയെപ്പറ്റിയുള്ള കഥകൾ അതിഭാവുകത്വം കലർന്നതാണ് എന്നാണ് ന്യായാധിപൻ അതുവരെ കരുതിയിരുന്നത്. തന്റെ ആന്തരികാവയവങ്ങൾവരെ ചിതറിപ്പോകുന്ന തരം വേദന അതിന്റെ ഒരു തരിക്കുപോലും ഉളവാക്കാൻ കഴിയും എന്ന സത്യം അദ്ദേഹം ഒരു നടുക്കത്തോടെ തിരിച്ചറിഞ്ഞു. പീഡനം എന്ന വാക്ക് സാധാരണയായി ശാരീരികമായ വേദനയുമായി

ബന്ധപ്പെട്ടാണ് ഉപയോഗിക്കുന്നത്. പക്ഷേ അദ്ദേഹം അനുഭവിച്ചു കൊണ്ടിരിക്കുന്ന വേദന ആത്മാവിനെപ്പോലും പിഴിഞ്ഞെടുത്ത് നശിപ്പിക്കുന്നതിനു തുല്യമായിരുന്നു. അതിനു പുറമേ ആത്മാവിനെയും ചിന്തകളെയും കാർന്നുതിന്നുകൊണ്ടിരുന്ന വേദന ശരീരത്തിൽ വജ്രപ്പൊടി ഉളവാക്കുന്ന വേദനയ്ക്ക് തുല്യവുമായിരുന്നു.

അദ്ദേഹത്തിന്റെ കുടുംബം ഒരുപാടു വർഷങ്ങളായി നിധി പോലെ കാത്തുസൂക്ഷിക്കുന്ന രാജകുമാരൻ അഹമ്മദിനെ സംബന്ധിച്ച രഹസ്യം സുൽത്താനോട് പറഞ്ഞത് ന്യായാധിപൻ ഇസഹാക്ക് ആയിരുന്നു. തന്റെ മനസ്സാക്ഷിക്കു വിരുദ്ധമായി ചെയ്ത ഈ ചതിയെപ്പറ്റിയുള്ള കുറ്റബോധം അദ്ദേഹത്തെ വല്ലാതെ അലട്ടി. ചെയ്തുപോയ തെറ്റ് തിരുത്താൻ ഇനിയെന്താണ് വഴി? രാജകുമാരനെ സംരക്ഷിക്കാൻ ഇനി തനിക്കു കഴിയുമോ? രാജകുമാരൻ ജീവിച്ചിരിക്കുന്നു എന്നോ കൊല ചെയ്യപ്പെട്ടു എന്നോ പുറത്തറിയുന്ന നിമിഷം അദ്ദേഹത്തിന്റെ പൂർവികർ ചെയ്ത നന്മ വിസ്മരിക്കപ്പെടുകയും ഈ ചതിയുടെ പേരിൽ ന്യായാധിപൻ ഇസഹാക്ക് എന്നെന്നും ഓർമ്മിക്കപ്പെടുകയും ചെയ്യും. തന്റെ കുടുംബത്തിന്റെ സൽപ്പേര് സംരക്ഷിച്ചുകൊണ്ട് വേണം ഓരോ വ്യക്തികളും ജീവിക്കുകയും മരിക്കുകയും ചെയ്യാൻ. തന്റെ പൂർവികർ അമൂല്യമായി സൂക്ഷിച്ച രഹസ്യം വെളിപ്പെടുത്തിയത് മാത്രമല്ല, അത് സുൽത്താനെ അറിയിക്കുകയും ചെയ്തു. ആ പാവം സ്ത്രീയെ ചതിച്ചതിനുള്ള ശിക്ഷ തന്നെയായിരിക്കണം ഈ മാർബിൾ പലകമേൽ കിടന്നു തനിക്ക് അനുഭവിക്കേണ്ടിവരുന്നത്. നരകത്തിലെ ദണ്ഡനമുറകൾ ഇങ്ങനെയായിരിക്കണം. പല്ലുകടിച്ച് പിടിച്ചു കൊണ്ട് അദ്ദേഹം ചിന്തിച്ചു. ഓരോ തവണയും മുറിവിൽ വജ്രപ്പൊടി വിതറാൻ ആ മനുഷ്യൻ വരുമ്പോൾ രാജകുമാരൻ അഹമ്മദിനെ ഇനിയെങ്കിലും സംരക്ഷിക്കാനുറച്ച് താൻ പറഞ്ഞ ഉത്തരങ്ങൾതന്നെ അദ്ദേഹം വീണ്ടും വീണ്ടും ആവർത്തിച്ചു.

“നിങ്ങളെന്താണ് സുൽത്താനോടു സംസാരിച്ചത്?”

“രാജ്യകാര്യം. വ്യക്തിപരമായത് ഒന്നുമില്ല.”

“വേറെ എന്തൊക്കെ?”

“പട്ടാളക്കാർക്കിടയിൽ വരുത്തേണ്ട പരിഷ്കാരങ്ങൾ. കപ്പൽപ്പടയുടെ തലവന്റെ വിവാഹം.”

“പിന്നെ?”

“സദാബാത്തിലെ നെടുംപുരകളുടെ അറ്റകുറ്റപ്പണികൾ, റംസാൻ സമയത്തെ വിലനിലവാരം നിശ്ചയിക്കൽ, ജ്യോതിഷിയുടെ...”

പക്ഷേ ന്യായാധിപൻ ഇസഹാക്കിന് അധികനേരം പിടിച്ചു നിൽക്കാൻ കഴിഞ്ഞില്ല. വജ്രപ്പൊടി ഉളവാക്കുന്ന വേദന അദ്ദേഹത്തിന്റെ ശരീരത്തിലെ ഓരോ കോശങ്ങളെയും പിച്ചിച്ചീന്തുന്നതുപോലെയും തൊലി ഉരിഞ്ഞെടുക്കുന്നതുപോലെയും എല്ലുകൾ പറിച്ചെടുക്കുന്നത് പോലെയും

തീക്ഷ്ണമായിരുന്നു. അവസാനം തന്നെ പിടിച്ചുകൊണ്ട് വന്നവർ നൽകിയ തുണ്ട് കടലാസും പേനയും അദ്ദേഹം സ്വീകരിച്ചു.

"വിലകെട്ട അധമന്മാർ!" കറുപ്പുതിന്നു പാതി മയങ്ങിയ അവരെ നോക്കി ന്യായാധിപൻ ദേഷ്യത്തോടെ അലറി. ഒരേയൊരു വാചകം മാത്രം കുറിച്ച് കൊണ്ട് അദ്ദേഹം ആ കടലാസ് തിരിച്ചു നൽകി. "നിനക്കൊന്നും ഈ രഹസ്യം അറിയാൻ യാതൊരു അർഹതയുമില്ല. ഈ അറിവ് നിന്നെയൊക്കെ വേഗം അങ്ങേ ലോകത്തെത്തിക്കും. ഈ കടലാസ് നിന്റെയൊക്കെ യജമാനന്റെ അടുത്ത് എത്തിക്ക്. അവൻ ആര് തന്നെ ആയാലും."

ചോദ്യം 19

അവൻ മരിച്ചു എന്നുറപ്പാണോ?

'അങ്ങത്തേ', നിലം തൊടുമാറു കുനിഞ്ഞു വണങ്ങിക്കൊണ്ട് ജയിൽ സൂക്ഷിപ്പുകാരൻ പതുങ്ങിയ ശബ്ദത്തിൽ പിറുപിറുത്തു. "വാനമ്പാടി പാടി."

"അതിനെ കുടുക്കിയതാണോ അതോ ബലപ്രയോഗം നടത്തിയ താണോ?" മന്ത്രിമുഖ്യൻ ഇബ്രാഹിം പാഷ ചോദിച്ചു.

"തിരുമേനീ, അത് കുറച്ചു കായകൾ തിന്ന ലക്ഷണമുണ്ട്. ചില ബുദ്ധി മുട്ടുകൾ ഉണ്ടായിരുന്നു."

"ശരി, എന്താണത്?"

"അത് ഈ കടലാസിൽ എഴുതിയിട്ടുണ്ട് യജമാനേ?"

"വേറെ ആരൊക്കെ ഈ കടലാസ് കണ്ടു?" അതെടുത്തുകൊണ്ട് ഇബ്രാഹിം പാഷ ചോദിച്ചു.

"ഞാനല്ലാതെ വേറെ ആരും കണ്ടില്ല തിരുമേനീ, വിവരം ശേഖരി ക്കാൻ അയച്ചവർ ഒരു വാക്ക് മറ്റൊന്നിൽനിന്ന് തിരിച്ചറിയാനുള്ള അക്ഷരാ ഭ്യാസം പോലും ഇല്ലാത്തവരാണ്."

"അതങ്ങനെ തന്നെ ആയിരിക്കണം. ഇത്തരം കാര്യങ്ങളെ ഒരിക്കലും അവഗണിക്കാൻ പാടില്ല."

"തീർച്ചയായും തിരുമേനീ."

"പക്ഷി കൂട്ടിൽ നിന്ന് പറന്നു പോയോ?"

'ഉവ്വ് തിരുമേനീ, നേരത്തെ ഒരുക്കിവച്ചിരുന്ന ഒരു ശാഖയിൽ ചേക്കേറി യിട്ടുണ്ട്."

"ആരും അയാളെ കണ്ടില്ലല്ലോ അല്ലേ?"

"അങ്ങ് വിഷമിക്കണ്ട. ആരും അയാളെ കണ്ടിട്ടില്ല. അയാളും ആരെയും കണ്ടിട്ടില്ല. ചെറിയ ചില തടസ്സങ്ങൾ ഉണ്ടായിരുന്നു. പക്ഷേ പ്രാധാന്യമുള്ളത് ഒന്നുമില്ല."

ഇബ്രാഹിം പാഷയ്ക്ക് ന്യായാധിപൻ ഇസഹാക്കിനെ പണ്ട് മുതൽക്കുതന്നെ ഇഷ്ടമല്ലായിരുന്നു. രണ്ടു രാത്രികൾ മുൻപ് ഇസഹാക്ക് സുൽത്താനുമായി രഹസ്യമായി ചർച്ച ചെയ്ത വിഷയം എന്താണെന്ന് അറിയാൻ വല്ലാത്ത ആകാംക്ഷ ഉണ്ടായിരുന്നുതാനും. കൈക്കൂലി എന്തെങ്കിലും വാഗ്ദാനം ചെയ്തതാണോ? അതോ എന്തെങ്കിലും പ്രത്യേക ജോലി ഏൽപ്പിച്ചതാണോ? ചിലപ്പോൾ മന്ത്രിമുഖ്യൻ എന്ന തന്റെ സ്ഥാനം തട്ടിയെടുക്കാൻ പര്യാപ്തമായ എന്തെങ്കിലും പരദൂഷണം പറഞ്ഞതും ആവാം. ആയിടയ്ക്ക് ഇബ്രാഹിം പാഷ തന്റെ കുറെ സുഹൃത്തുക്കളെയും ബന്ധുക്കളെയും പ്രധാനപ്പെട്ട ചില ജോലികളിൽ തിരുകിക്കയറ്റിയിരുന്നു. അനത്തോളിയയിലെ ഉദ്യോഗകാലത്ത് തന്നെ വിശ്വസ്തതയോടെ സഹായിച്ചവരെ ഭരണത്തിലെ പ്രധാന കസേരകളിൽ അദ്ദേഹം കയറ്റിയിരുത്തി. ഈ കാര്യങ്ങൾ ആരും അധികം അറിയാതിരിക്കാനും സുൽത്താന്റെ ചെവിയിലെത്താതിരിക്കാനും വളരെ ശ്രദ്ധിച്ചിരുന്നു.

ന്യായാധിപൻ ഇസഹാക്കിനോടുള്ള സംഭാഷണമധ്യേ സുൽത്താൻ പ്രകടിപ്പിച്ച ദേഷ്യം ഇബ്രാഹിം പാഷയുടെ മനസ്സിൽ നിന്ന് മാഞ്ഞുപോയില്ല. അദ്ദേഹം തന്റെ വിശ്വസ്തനായ ജയിൽ സൂക്ഷിപ്പുകാരനെ സത്യം കണ്ടെത്താൻ ചുമതലപ്പെടുത്തി. അയാൾ തന്റെ സ്ഥിരം കാപാലികമായ മാർഗങ്ങളിലൂടെതന്നെ ജോലി നടപ്പിലാക്കി. പക്ഷേ ഇബ്രാഹിം പാഷ ഈ രീതികൾക്ക് ഒരിക്കലും മാപ്പ് കൊടുത്തില്ല. തന്റെ കാലിൽ വീണ ജയിൽസൂക്ഷിപ്പുകാരനോടു അദ്ദേഹത്തിനു യാതൊരു ദയയും തോന്നിയതുമില്ല. അത് കൂടാതെ സാവധാനം ആ കടലാസിൽ എഴുതിയത് വായിച്ച അദ്ദേഹത്തിന്റെ മുഖത്തെ ഭയം ദേഷ്യത്തിന് വഴി മാറി. വികാരവിവശനായി വിറച്ചുകൊണ്ട് അദ്ദേഹം തനിക്കു തെറ്റ് പറ്റാതിരിക്കാനായി ആ കത്ത് വീണ്ടും വീണ്ടും വായിച്ചു. ആ കടലാസ് കൈയിലിട്ട് ചുരുട്ടിക്കൂട്ടിയതിനുശേഷം കുനുകുനാ കീറിപ്പറത്തിയിട്ട് ആ മുറിയിലാകെ വേഗത്തിൽ ചുറ്റിനടന്നു. ആ കടലാസ് നശിപ്പിക്കാൻ തുടങ്ങിയപ്പോൾ അപ്പോഴും തറയിൽ മിഴികളുറപ്പിച്ച് മുട്ടുകുത്തി നിന്നിരുന്ന ജയിൽ സൂക്ഷിപ്പുകാരനെ ഇബ്രാഹിം പാഷ ഉഗ്രകോപത്തോടെ തുറിച്ചു നോക്കി.

“നമുക്ക് ഈ തെളിവ് നശിപ്പിക്കണം, വേണ്ടേ, വായ തുറക്കെടാ.” ഇബ്രാഹിം പാഷ അലറി. അദ്ദേഹം ജയിൽ സൂക്ഷിപ്പുകാരന്റെ നേരെ കുതിച്ചുചെന്ന് ആ കടലാസ് കഷണങ്ങൾ അയാളുടെ വായിലേക്ക് കുത്തിത്തിരുകി.

ജയിൽ സൂക്ഷിപ്പുകാരന് എന്താണ് സംഭവിക്കുന്നത് എന്ന് മനസ്സിലായില്ല. എന്തുകൊണ്ടാണ് മന്ത്രിമുഖ്യന് ഇത്രയേറെ ദേഷ്യം വന്നത് എന്നും എന്തിനാണ് അദ്ദേഹം തന്നെക്കൊണ്ട് ആ കടലാസുകഷണങ്ങൾ വിഴുങ്ങിപ്പിച്ചത് എന്നും മനസ്സിലായില്ല. അത് കൈമാറും മുൻപ്

വായിച്ചു നോക്കാതിരുന്നതിന് അയാൾ സ്വയം ശപിച്ചു. അവസാനം കഷ്ടപ്പെട്ട് കടലാസുകൾ ചവച്ചിറക്കിക്കൊണ്ടിരുന്ന അയാൾക്ക് എഴുന്നേൽക്കാൻ അനുവാദം കിട്ടി.

"നീ ഇതിനെപ്പറ്റി എന്ത് പറയുന്നു?" ഇബ്രാഹിം പാഷ ചോദിച്ചു.

"എന്തിനെപ്പറ്റിയാണ് അങ്ങുന്നേ?"

"കടലാസിൽ എഴുതിയിരിക്കുന്ന കാര്യം."

"എന്താണ് അതിൽ എഴുതിയിരിക്കുന്നത് എന്ന് എനിക്കറിയില്ല അങ്ങുന്നേ."

"അത് പറയുന്നത് ഫാൽക്കോ എന്ന പേരിൽ ഗലാട്ടാ ജയിലിൽ കഴിയുന്ന തടവുകാരൻ, മരിച്ചുപോയ സുൽത്താൻ മുസ്തഫയുടെ ഇളയ മകനാണ് എന്നാണ്."

ഇതുകേട്ട് ജയിൽസൂക്ഷിപ്പുകാരന് തന്റെ ബോധം നഷ്ടപ്പെടുന്നതുപോലെ തോന്നി. എന്താണ് സംഭവിക്കുന്നത്, എന്താണ് എല്ലാം കുഴപ്പത്തിൽ കലാശിക്കുന്നത്? ഇയൂപ് ജയിലിൽ വച്ചു താൻ ഇടിച്ച ഫാൽക്കോ ആണ് ഈ അഹമ്മദ് രാജകുമാരൻ എങ്കിൽ എന്തൊരു കാലക്കേടാണ്. അതിനർത്ഥം സുൽത്താന്റെ കുടുംബത്തിൽപെട്ട ഒരാളെ താൻ പീഡിപ്പിക്കാൻ വേണ്ടി ഗലാട്ടാ ജയിലിലേക്ക് അയച്ചു എന്നാണ്. ചിലപ്പോൾ ഈ ഫാൽക്കോ ഒരുകാലത്ത് സുൽത്താൻവരെ ആയേക്കാം. ഒരു കാലത്തും ആർക്കും യോജിക്കാനാകാത്ത രീതിയിൽ തന്നോടു പെരുമാറിയതിന് നിശ്ചയമായും അയാൾ തന്നോടു പകരം ചോദിക്കുമെന്ന് ജയിൽ സൂക്ഷിപ്പുകാരന് ഉറപ്പായി. നടന്ന സംഭവങ്ങൾ കൂട്ടിയിണക്കാൻ ശ്രമിച്ചപ്പോൾ മറ്റു ചിലത് അയാൾക്ക് ഓർമ്മ വന്നു.

തന്റെ ആളുകൾ തല്ലിച്ചതച്ച ന്യായാധിപൻ ഇസഹാക്ക് രണ്ടു ദിവസം മുൻപ് ആ രാജസഭ പിരിഞ്ഞു കഴിഞ്ഞപ്പോൾ ഗലാട്ടാ ജയിലിലുള്ള അഹമ്മദ് എന്ന് പേരായ ഒരു തടവുകാരനെപ്പറ്റി ചോദിച്ചിരുന്നു. അന്വേഷിച്ചിട്ട് വിവരം അറിയിക്കാം എന്ന് മറുപടി പറയുകയും ചെയ്തു. പക്ഷേ അതിനുള്ളിൽ മന്ത്രിമുഖ്യൻ ഇസഹാക്കിനെ തടവിലാക്കി ചോദ്യം ചെയ്യാൻ ആജ്ഞാപിച്ചു. ഇബ്രാഹിം പാഷ അഹമ്മദ് രാജകുമാരനെപ്പറ്റി പറയുന്നത് കേട്ടപ്പോൾ അയാളുടെ പേടി ഇരട്ടിച്ചു. രാജ്യസുരക്ഷ നടപ്പിലാക്കാൻ ഉത്തരവാദിത്വപ്പെട്ട രണ്ടുപേർ, മന്ത്രിമുഖ്യനും മുഖ്യന്യായാധിപനും ഇതിനകം ഈ രാജകുമാരൻ അഹമ്മദിനെപ്പറ്റി ചോദിച്ചു കഴിഞ്ഞു. താൻ പാറകൾക്കിടയിൽപ്പെട്ട് ഞെരുങ്ങുന്നതുപോലെ അയാൾക്ക് തോന്നി. അതിനൊക്കെ പുറമേ അവരാവശ്യപ്പെടുന്ന വിവരങ്ങൾ അയാളുടെ കൈയിൽ ഇല്ലായിരുന്നു. അവസാനകഷണം കടലാസും കഷ്ടപ്പെട്ട് ചവച്ചിരിക്കവേ മുറിയിൽ നിശ്ശബ്ദത പടർന്നു. മഷിയുടെ തീക്ഷ്ണമായ രുചിമൂലം വായ ഉണങ്ങിയതുപോലെയും മനം പിരട്ടുന്നതുപോലെയും തല കറങ്ങുന്നതുപോലെയും ജയിൽസൂക്ഷിപ്പുകാരന് തോന്നി. എതു നിമിഷവും താൻ നിലതെറ്റി താഴെ വീഴുമെന്നു

അയാൾക്ക് മനസ്സിലായി. കടലാസിന്റെയോ മഷിയുടെയോ അല്ലത തൊണ്ട പൊള്ളിക്കുന്നതുപോലെ തോന്നിയപ്പോൾ പോകാനുള്ള അനുവാദം വാങ്ങാനായി അയാൾ മുരടനക്കി.

"ഒരു അഹമ്മദ് പോരാത്തത് പോലെ," ഇപ്പോഴത്തെ സുൽത്താനെ ഉദ്ദേശിച്ച് മന്ത്രിമുഖ്യൻ പിറുപിറുത്തു. "മറ്റൊരാൾ കൂടെ പ്രത്യക്ഷപ്പെട്ടിരിക്കുന്നു. ഗലാട്ടാ ജയിലിലേക്ക് ഇപ്പോൾ തന്നെ നീ പോകണം. എനിക്ക് ഈ അഹമ്മദിനെ കാണണം."

"അത്.. തിരുമേനീ..." അസ്പഷ്ടമായി ജയിൽ സൂക്ഷിപ്പുകാരൻ വിളിച്ചു.

"എന്താ?"

"അത്, തിരുമേനീ, അന്ന് രാത്രി ഈ തടവുകാരൻ ഗോൾഡൻ ഹോണിൽ വീണു മരിച്ചു."

"എന്ത്?"

"അങ്ങുന്നേ, ഒരു കൊലപാതകവുമായി ബന്ധപ്പെട്ടു ആദ്ദേഹത്തെ ഞങ്ങൾ ഇയൂപ് ജയിലിൽ വച്ചു ചോദ്യം ചെയ്തിരുന്നു. കൂടുതൽ പീഡനങ്ങൾ ഏല്പിക്കാനായി ഗലാട്ടാ ജയിലിലേക്ക് അയയ്ക്കുകയും ചെയ്തു. പക്ഷേ, പോകുന്ന വഴി നൗക മറിയുകയും അയാൾ വെള്ളത്തിൽ വീഴുകയും ചെയ്തു." നിരപരാധിയാണ് താൻ എന്ന ഭാവത്തിൽ ജയിൽ സൂക്ഷിപ്പുകാരൻ പറഞ്ഞു.

"അയാൾ മരിച്ചു എന്ന് ഉറപ്പാണോ?"

"അങ്ങനെയാണ് തോന്നുന്നത് അങ്ങുന്നേ. അവന്റെ കാലുകളിൽ കല്ലുകൾ കെട്ടിയിട്ടുണ്ടായിരുന്നു." തന്നെത്തന്നെ അദ്ഭുതപ്പെടുത്തുന്ന പാടവത്തോടെ ജയിൽ സൂക്ഷിപ്പുകാരൻ കള്ളം പറഞ്ഞു. "എന്റെ ആളുകൾ ഒരുപാടുനേരം ആ പരിസരം വീക്ഷിക്കുന്നുണ്ടായിരുന്നു."

"അവർ പരിശോധിച്ചു. അല്ലേ? അവന്റെ ശവശരീരം കാണാതെ മരിച്ചു എന്ന് എങ്ങനെ ഉറപ്പു വരുത്താനാവും? ഇറങ്ങിപ്പോ. ജീവനോടെയോ ശവമായോ, അവനുമായിട്ടല്ലാതെ ഇനി എന്റെ മുന്നിൽ വരരുത്!"

ചോദ്യം 20

അസ്ലാൻ ആഗ ജയിൽസൂക്ഷിപ്പുകാരനെ കണ്ടതെന്തിന്?

പ്രഭാതത്തിൽതന്നെ കറുമ്പൻ ഫാൽക്കോയും കറുത്തൻ യെയെയും സത്രത്തിൽനിന്ന് പുറപ്പെട്ടു. തനിച്ചു ഭിക്ഷ യാചിക്കാൻ പോവാൻ അവർക്കിപ്പോൾ അനുവാദം ലഭിച്ചിരുന്നു. സന്ധ്യ മയങ്ങുമ്പോൾ തിരിച്ചുവരുന്നത് ഒരുമിച്ചു വേണം എന്ന് മാത്രം. അവർ അധികം പണം ഉണ്ടാക്കിയില്ല, എന്നാൽ അത് രസകരമായിരുന്നു. മാത്രമല്ല അവരുടെ ലക്ഷ്യങ്ങൾ നേടാൻ ഈ രീതി കൂടുതൽ സഹായകരമായിരുന്നു. ചെറുപ്പത്തിൽ മരിച്ചുപോയ ഒരു മകന്റെ ഓർമ്മയ്ക്കായി മഹാനായ സുലൈമാൻ നിർമ്മിച്ച മെഹമത്രാജകുമാരൻപള്ളിയുടെ മുറ്റത്തായിരുന്നു ഒരാൾ എപ്പോഴും ഭിക്ഷ യാചിച്ചിരുന്നത്. പട്ടാളത്താവളത്തിലേക്ക് ആരൊക്കെ പോകുന്നു എന്നും ആരൊക്കെ അവിടെ നിന്നും വരുന്നു എന്നും ശ്രദ്ധിക്കാൻ ഏറ്റവും പറ്റിയ ഇടമായിരുന്നു അത്. അന്ന് കാപ്പിക്കടയിൽ വച്ചു കണ്ട അപരിചിതരിൽ ആരെയെങ്കിലും വീണ്ടും കണ്ടേക്കാം എന്ന പ്രത്യാശയിൽ മുങ്ങിയ നീർത്തൊട്ടിക്ക് സമീപം മറ്റെയാൾ അലഞ്ഞുതിരിഞ്ഞു.

പള്ളിക്ക് എതിർവശത്തെ പട്ടാളത്താവളങ്ങൾ പാറക്കല്ലുകൾ പാകിയ ഒരു തെരുവിനടുത്തായിരുന്നു സ്ഥിതി ചെയ്തിരുന്നത്. ഫത്തിഹ് സുൽത്താന്റെ സമീപപ്രദേശങ്ങളിൽനിന്ന് ചന്തയിലേക്ക് കച്ചവടക്കാർ ചരക്കുമായി പോകുന്ന പ്രധാന പാതയായിരുന്നു അത്. നേരം വെളുക്കുമ്പോൾ ആ തെരുവുഗ്രാമങ്ങളിൽനിന്ന് പുറപ്പെട്ട ഭാരം കയറ്റിയ കോവർകഴുതകളെക്കൊണ്ടും സാധനങ്ങൾ കുത്തിനിറച്ച കാളവണ്ടികൾ തെളിക്കുന്ന ഗ്രാമീണരെക്കൊണ്ടും നിറയും. ചന്തയിൽ പാൽ, വെണ്ണ, തേൻ, പലതരത്തിലുള്ള ധാന്യപ്പൊടികൾ എന്നിവ രാവിലെ തന്നെ എത്തിക്കാൻ അവർ അർദ്ധരാത്രിയിൽ തന്നെ പുറപ്പെടുകയാണ് പതിവ്. ആ സമയത്ത് കടന്നു പോകുന്ന ഗ്രാമീണരോടു ഭിക്ഷ യാചിച്ചതുകൊണ്ട് പ്രത്യേകിച്ച് പ്രയോജനമൊന്നുമില്ല എന്ന് ഫാൽക്കോയ്ക്കും യെയെയ്ക്കും അറിയാമായിരുന്നു. വില നിശ്ചയിക്കുന്ന ഉദ്യോഗസ്ഥന്റെ മുന്നിലെ വരിയിൽ സ്ഥാനം പിടിക്കാനുള്ള തിരക്കിട്ട ഓട്ടത്തിൽ ആയിരിക്കും അവരെല്ലാം. അയാളാണെങ്കിൽ ഉച്ചനേരത്തെ പ്രാർത്ഥനയ്ക്കുള്ള ആഹ്വാനം

കേൾക്കുന്ന പാടേ കണക്കുപുസ്തകങ്ങളും അടച്ചു സ്ഥലം വിടും. താമസിച്ചു വരുന്നവരുടെ ഉത്പന്നങ്ങൾക്ക് വില നിശ്ചയിച്ചു കിട്ടാത്തതിനാൽ വിൽക്കാനാവാതെ സാധുക്കൾ സാധനങ്ങളുമായി മടങ്ങേണ്ടി വരുന്നത് ഒരു സാധാരണ കാഴ്ചയായിരുന്നു. സ്വന്തമായി വില നിശ്ചയിക്കാൻ ആർക്കും അധികാരമില്ലായിരുന്നു. നിയമം തെറ്റിച്ചു സാധനങ്ങൾ വിറ്റ ഒരാളെ ഒരിക്കൽ അയാളുടെ വില്പനപ്പന്തലിനു മുന്നിൽതന്നെ തൂക്കിക്കൊന്നു. മറ്റുള്ളവർക്കുള്ള താക്കീതുപോലെ ആ ശവശരീരം ദിവസങ്ങളോളം അവിടെ തൂങ്ങിക്കിടന്നു. ആദ്യത്തെ വില്പന നടക്കുന്നതുവരെ കച്ചവടക്കാർ ഭിക്ഷ നൽകാറില്ല. ആരെങ്കിലും ഈ പതിവ് തെറ്റിച്ച് അവരെ സമീപിച്ചാൽ കർശനമായ താക്കീത് നൽകി ആട്ടിയോടിക്കുകയാണ് പതിവ്.

പട്ടാളത്താവളത്തിൽനിന്ന് പുറത്തുവരുന്ന സൈനികരിൽ നിന്നും ഭിക്ഷ ലഭിക്കുക അസാധ്യമായിരുന്നു. പട്ടാളക്കാർ ഭിക്ഷക്കാർക്ക് സംരക്ഷണം നൽകി പകരം ഭീഷണിപ്പെടുത്തി പണം പിരിക്കുന്ന ഒരു രീതി നിലവിലുണ്ടായിരുന്നുതാനും. ഉരുളൻകല്ലുകൾ പാകിയ വീഥിയിലൂടെ നഗരത്തിൽ സ്ഥിതിചെയ്യുന്ന ഓട്ടോമാൻ സാമ്രാജ്യത്തിന്റെ ഭരണസിരാകേന്ദ്രത്തിലേക്ക് പോകുന്ന ഏതെങ്കിലും ഉദാരഹൃദയരായ മാന്യരെ ചിലപ്പോൾ ഭാഗ്യത്തിന് കണ്ടുമുട്ടും. ദിവസം തുടങ്ങുമ്പോൾ തന്നെ ദാനം ചെയ്താൽ ദിവസം ശുഭകരമാവും എന്ന് വിശ്വസിക്കുന്ന അഭിജാതരും രാജ്യതന്ത്രജ്ഞരും മറ്റു മാന്യരുമാവും ആ വിഭാഗത്തിൽപെടുന്നവരിൽ കൂടുതൽ. അവരിൽ മിക്കവാറും മൂടിക്കെട്ടിയ കുതിരവണ്ടികളിലാവും യാത്ര. ചിലർ കുതിരപ്പുറത്തും മറ്റുചിലർ പരിചാരകരുടെ അകമ്പടിയോടെയും സഞ്ചരിക്കാറുണ്ട്.

ആഘോഷപൂർണമായ രാജ്യതന്ത്രജ്ഞരുടെ അത്തരം യാത്രകൾ തലസ്ഥാനമെന്ന രീതിയിൽ ഇസ്താംബൂളിന്റെ ഗാംഭീര്യം വർദ്ധിപ്പിച്ചു. ആളുകൾ അവർക്ക് വഴിയൊഴിഞ്ഞു കൊടുക്കുകയും ശ്രദ്ധ പിടിച്ചുപറ്റാനായി തലകുമ്പിട്ടുവണങ്ങുകയും അവരുടെ ഭാര്യമാരെപ്പോലും ബഹുമാനം പ്രകടിപ്പിക്കുന്ന രീതിയിൽ വന്ദിക്കുകയും ചെയ്യുമായിരുന്നു. എല്ലാവരും ഇങ്ങനെ ബഹുമാനപ്രകടനം നടത്തുമ്പോൾ ഭിക്ഷ യാചിക്കുകയായിരുന്നു സത്രത്തിലെ മുതിർന്നവരുടെ രീതി. അന്ന് രാവിലെ കറുമ്പൻ ഫാൽക്കോ ഇത്തരം ഒരവസരം മുതലാക്കി ബഹുമാന്യരുടെ ഒരു ഘോഷയാത്രയ്ക്ക് മുന്നിൽ ചെന്ന് ചാടി.

“ദൈവം അങ്ങയോടു ദയ കാണിക്കട്ടെ. അങ്ങയുടെ ഈ അടിമയ്ക്ക് എന്തെങ്കിലും നൽകാമോ?” അവൻ കെഞ്ചി.

ഫാൽക്കോ തല ഉയർത്തിയപ്പോൾ ഈ പ്രപഞ്ചമാകെ ചുറ്റും കറങ്ങുന്നതുപോലെ തോന്നി. എന്റെ ദൈവമേ! ആ മുഖം! താൻ ബോധംകെട്ട് വീണു പോകുമോ എന്ന് സംശയം തോന്നി. പെട്ടെന്ന് തന്നെ വീണ്ടും തല കുനിച്ചു. അവന്റെ ഹൃദയം ഇപ്പോൾ പൊട്ടിപ്പോകുമോ എന്ന് തോന്നുമാറുച്ചത്തിൽ മിടിച്ചു. ഫാൽക്കോയുടെ ചെവികളിൽ ഒരു ശബ്ദം

മുഴങ്ങി. “നിന്നെ ഗലാട്ടാ ജയിലിൽ ഞാൻ തന്നെ അടയ്ക്കും. പീഡനം എന്താണെന്ന് അവിടെനിന്ന് നീ മനസ്സിലാക്കാൻ പോകുന്നേയുള്ളൂ. നിന്നെ അവിടെ വച്ചു കണ്ടോളാം.”

കഠാരകൾ അവയുടെ ഉറകളിൽനിന്ന് ഊരിയെടുത്ത് തന്റെ ശരീരത്ത് കുത്തിയിറക്കുന്നതും കാത്ത് ഫാൽക്കോ കൈകളിൽ തലവച്ചു നിന്നു. ഒരു ശബ്ദം ഏതു നിമിഷവും ഉച്ചത്തിൽ മുഴങ്ങും എന്നവൻ പ്രതീക്ഷിച്ചു. “ആ കൊലപാതകിയെ പിടിച്ചു കൊണ്ട് പോ.” തന്റെ അന്ത്യം അടുത്തു എന്ന് ചിന്തിച്ച നിമിഷം കുറച്ചു ദൂരെയായി ഒരു ചെറുപ്പക്കാരിയുടെ നില വിളി കേട്ടു.

“കള്ളൻ... കള്ളൻ... ദേ അവിടെ... ഇവിടെ മാന്യന്മാർ ആരും തന്നെ യില്ലേ എന്നെ സഹായിക്കാൻ? ഠോ”

“ദൂരെപ്പോ നാശമേ... നിന്റെ ഉള്ളംകാലിൽ വടികൊണ്ട് പ്രഹരങ്ങൾ ഏല്പിക്കാൻ ഏർപ്പാട് ചെയ്യുന്നതിന് മുൻപ് എന്റെ കൺവെട്ടത്തു നിന്ന് പോ.” ആ അപരിചിത ശബ്ദം വീണ്ടും മുഴങ്ങി. കുനിഞ്ഞു വണങ്ങി നിന്ന ഫാൽക്കോയുടെ തോളിൽ ആഞ്ഞ് ഒരു ചവിട്ടുകൊടുത്തശേഷം അയാൾ അകന്നു പോയി.

കറുമ്പൻ ഫാൽക്കോ ഒരു പഴന്തുണിക്കൂമ്പാരംപോലെ തറയിൽ ചുരുണ്ടുകൂടിക്കിടന്നു. ദൈവത്തിന് അവന്റെ മേൽ ദയ തോന്നിയിട്ടാവണം ഒരു കള്ളനെ പിടികൂടുന്ന സന്ദർഭം ഒരുക്കി ഫാൽക്കോയെ രക്ഷപ്പെടു ത്തിയത്. തന്റെ മുഖം പഴയതുപോലെയല്ല എന്നോർത്ത് അവൻ ആശ്വാസത്തോടെ നിശ്വസിച്ചു. പുതിയ പുരികങ്ങൾ ഫാൽക്കോയുടെ മുഖത്തിനു വലിയ മാറ്റംതന്നെ വരുത്തിയിരുന്നു. അവന് വിളിച്ചു കൂവണം എന്ന് തോന്നി. “എന്റെ ഹംഗേറിയൻ വൈദ്യാ... നന്ദി! നിങ്ങൾ ഒരു പ്രതിഭാ ശാലി തന്നെ!” അതിനുപകരം അവൻ സ്വയം പറഞ്ഞു. “എഴുന്നേറ്റു പോടാ. ആ ജയിൽ സൂക്ഷിപ്പുകാരൻ നിന്റെ മുഖം ഇടിച്ചു ചതച്ചിട്ട് രണ്ടാഴ്ച കഴിഞ്ഞതേയുള്ളൂ. എന്നിട്ടും അയാൾ നിന്നെ തിരിച്ചറിഞ്ഞില്ല എങ്കിൽ നിനക്ക് ഒന്നും ഭയക്കാനില്ല.” തെരുവുകളിൽ സ്വതന്ത്രനായി നടക്കാൻ ഭയക്കേണ്ട എന്ന് മനസ്സിലായപ്പോൾ അവനു കൂടുതൽ ശക്തിയും ആത്മവിശ്വാസവും ലഭിച്ചു.

അകന്നുപോകുന്ന ഘോഷയാത്ര നോക്കിയിരുന്നുകൊണ്ട് മുഷ്ടികൾ ചുരുട്ടി ഫാൽക്കോ ദീർഘമായി ശ്വാസമെടുത്തു. പക്ഷേ, എന്താണ് സംഭവിച്ചത്? തന്നെ ചവിട്ടിത്താഴെയിട്ടു എന്തോ വിളിച്ചു പറഞ്ഞിട്ട് പോയ ജയിൽ സൂക്ഷിപ്പുകാരന്റെ തൊട്ടുപിറകെ ഉണ്ടായിരുന്ന രണ്ടുപേരെ അവൻ ഓർത്തെടുത്തു. ഒരാൾ കാപ്പിക്കടയിൽ വച്ചു കണ്ട കൂറ്റൻ പട്ടാള ക്കാരൻ. മറ്റെയാൾ അസ്ലാൻ ആഗ, അവന്റെ അമ്മായിയപ്പൻ! എന്തിനാണ് അസ്ലാൻ ആഗ ചന്തയിലെ ഒരു വ്യാപാരിയുടെ വേഷത്തിൽ നടക്കുന്നത്? നക്സിഗ്യുല്ലിന്റെ അച്ഛന്റെ യെനിബേസിലെ വീട്ടിൽ വച്ചു കണ്ടുമുട്ടിയ പ്പോൾ അയാൾ ധനികനായ ഒരു വ്യാപാരിയാണെന്നാണ് നടിച്ചിരുന്നത്.

അവൻ ആകെ ആശയക്കുഴപ്പത്തിലായി. പക്ഷേ, സമയം നഷ്ടപ്പെടു ത്താൻ ഉണ്ടായിരുന്നില്ല. ഒന്നുകൂടി ശ്വാസം വലിച്ചെടുത്തിട്ട് ആരൊക്കെ യാണ് പട്ടാളത്താവളത്തിൽനിന്ന് പുറത്തുവരുന്നതെന്ന് ശ്രദ്ധിക്കാതിരു ന്നതിനു സ്വയം ശപിച്ചു. ഇന്ന് രാവിലെ ഭിക്ഷ യാചിക്കാൻ തോന്നിയ മടി കാരണം എന്താണ് കാണേണ്ടിയിരുന്നത്, അത് കണ്ടില്ല.

ശാന്തമായ ഒരു മൂലയിൽ കിടന്ന തകർന്ന തൂണിൽ ഫാൽക്കോ പോയി ഇരുന്നു. ഒന്നും പരസ്പരം യോജിക്കുന്നില്ല. നക്സിഗ്യുല്ലിന്റെ മരണശേഷം അസ്ലാൻ ആഗയുടെ കച്ചവടം തകർന്നോ? അങ്ങനെ യാണെങ്കിൽ അയാൾ ഇപ്പോൾ എന്തായിരിക്കും ചെയ്യുന്നത്? എന്തിനാ യിരിക്കും മീൻപിടുത്തക്കാർ ഉപയോഗിക്കുന്ന തരത്തിലുള്ള ഓറഞ്ചുനിറ ത്തിലെ കാലുറകളും പ്രത്യേകതരം തൊപ്പിയും ധരിച്ചിരിക്കുന്നത്? അവന് അയാളെ ഓർത്ത് ദുഃഖം തോന്നി. പാവം അസ്ലാൻ ആഗ! അയാൾക്ക് ഈ ഗതി വന്നത് ഞാൻ കാരണമാണ് സ്വയം പറഞ്ഞു. യെനിബേസിലെ വീടും അവിടെയില്ലല്ലോ. അസ്ലാൻ ആഗയും കുടുംബവും വളരെ കഷ്ടത കൾ അനുഭവിക്കുന്നുണ്ടായിരിക്കും. പക്ഷേ, ആ വീട് എവിടെപ്പോയി?

അസ്ലാൻ ആഗയുടെ പരിതാപകരമായ ആ അവസ്ഥ അവന്റെ മന സ്സിനെ വല്ലാതെ നീറ്റി. പക്ഷേ, ആ കാപ്പിക്കടയിൽ കണ്ട പട്ടാളക്കാരനു മായി അയാൾക്ക് എന്താണ് ബന്ധം? ജയിൽ സൂക്ഷിപ്പുകാരനുമായുള്ള ബന്ധം മനസ്സിലാക്കാൻ പ്രയാസമില്ല. തന്റെ മകളുടെ കൊലപാതകിയെ കണ്ടുപിടിക്കാൻ അയാൾക്ക് എല്ലാ അവകാശവുമുണ്ട്. അതിനുവേണ്ടി സമീപിക്കേണ്ടത് ജയിൽ സൂക്ഷിപ്പുകാരനെ തന്നെയാണ്. പക്ഷേ ആ ദുർമുഖക്കാരൻ പട്ടാളക്കാരനുമായുള്ള അസ്ലാൻ ആഗയുടെ ബന്ധ മെന്താണ്?

കറുമ്പൻ ഫാൽക്കോ അവസാനം ഒരു തീരുമാനമെടുത്തു. അവൻ ചാടിയെഴുന്നേറ്റ് അവരെ മൂന്നുപേരെയും പിന്തുടരാൻ തുടങ്ങി. അവർ തമ്മിൽ വളരെ സൗഹൃദത്തോടെ, ഔപചാരികതകളില്ലാതെ സംസാരി ക്കുന്നതു കണ്ട് അദ്ഭുതം തോന്നി. ചിലപ്പോൾ പരസ്പരം പ്രയോജനം ലഭിക്കുന്ന തരം എന്തെങ്കിലും ബന്ധമായിരിക്കും അവർ തമ്മിൽ എന്ന് ഊഹിച്ചു.

യെയെ എന്റെ കൂടെ ഉണ്ടായിരുന്നെങ്കിൽ, ഫാൽക്കോ ചിന്തിച്ചു. എനിക്ക് അസ്ലാൻ ആഗയെയും യെയെയ്ക്ക് ആ തടിയൻ പട്ടാളക്കാര നെയും പിന്തുടരാമായിരുന്നു. അവർ സംസാരിക്കുന്നത് എന്താണെന്നും ചിലപ്പോൾ കേൾക്കാൻ പറ്റിയേനേ.

ബെയ്സിറ്റ് ചത്വരത്തിലെ കസാസ്കർ കവാടത്തിനടുത്തുള്ള, പഴയ കൊട്ടാരത്തിനടുത്തുള്ള കല്ല് കൊണ്ട് കെട്ടിയ രണ്ടുനില കെട്ടിടത്തി ലേക്ക് കയറിപ്പോകുന്നതുവരെ ഫാൽക്കോ അവരെ മൂന്നുപേരെയും

പിന്തുടർന്നു. ജയിൽസൂക്ഷിപ്പുകാരന് ആ കെട്ടിടത്തിൽ ഒരു കാര്യാലയം ഉണ്ടായിരുന്നു. ആഴ്ചയിൽ മൂന്നു ദിവസം അയാൾ അവിടെനിന്ന് ജോലി ചെയ്യുകയും ബാക്കിയുള്ള മൂന്നു പ്രവൃത്തി ദിവസങ്ങൾ തന്റെ സുരക്ഷാ ഭടന്മാരുടെ കാര്യക്ഷമത പരിശോധിക്കുകയും സ്കട്ടറി, ഇയൂപ്, ഗലാട്ടാ എന്നീ ജയിലുകളിലെ മേൽനോട്ടവും ചെയ്യുകയായിരുന്നു പതിവ്.

കറുമ്പൻ ഫാൽക്കോ സൗകര്യപ്രദമായ ഒരു മൂല തെരഞ്ഞെടുത്തു ഭിക്ഷ യാചിക്കൽ ആരംഭിച്ചു. അസ്ലാൻ ആഗ പുറത്തുവരാൻ എത്ര നേരമെടുക്കുന്നോ അത്രയും സമയം അവിടെ തന്നെ കാത്തിരിക്കാനായിരുന്നു അവന്റെ തീരുമാനം. അവസരം വന്നാൽ, വിജനമായ ഏതെങ്കിലും തെരുവിൽ വച്ച് അയാളെ ഒറ്റയ്ക്ക് കിട്ടിയാൽ അസ്ലാൻ ആഗയോടു സംസാരിക്കാനുള്ള ധൈര്യം സംഭരിക്കാൻ ഫാൽക്കോ ശ്രമിച്ചു. പക്ഷേ, തിരിച്ചറിയപ്പെടുന്നതിലുള്ള ഭയം നിമിത്തം പെട്ടെന്നുതന്നെ ആ ആശയം ഉപേക്ഷിച്ചു.

നക്സിഗ്യുല്ലിനെ ഓർത്ത് വിഷമിക്കുന്ന അസ്ലാൻ ആഗയോട് അവന് കടുത്ത സഹതാപം തോന്നിയെങ്കിലും തന്റെ അവസ്ഥ അയാളുടേതിനേക്കാൾ വഷളാണെന്നു ഫാൽക്കോ വളരെ പെട്ടെന്നു തിരിച്ചറിഞ്ഞു. തന്റെ പ്രിയപ്പെട്ടവളെ നഷ്ടപ്പെടുക മാത്രമല്ല അവളെ കൊന്നു എന്ന കുറ്റംകൂടി തന്റെ മേൽ അടിച്ചേല്പിച്ചിരിക്കുകയാണ്. നീ എവിടെയാണ് കരുത്തൻ യെയെ? അവൻ ചിന്തിച്ചു. അവർ ഒരുമിച്ചായിരുന്നെങ്കിൽ യെയെയെ അയച്ച് അസ്ലാൻ ആഗയോടു യെനിബേസിലെ അപ്രത്യക്ഷമായ വീടിനെപ്പറ്റിയുള്ള വിശദീകരണം ചോദിക്കാമായിരുന്നു. ചിലപ്പോൾ എന്താണ് സംഭവിച്ചത് എന്ന് ആ പട്ടാളക്കാരന് അറിയാൻ കഴിഞ്ഞേക്കും. അയാളെ പിന്തുടർന്നാലോ, വേണ്ട എന്ന് ഉടൻ തന്നെ ഫാൽക്കോ തീരുമാനിച്ചു. അയാൾ എവിടെയാണ് താമസിക്കുന്നത് എന്ന് അവനു അറിയാമായിരുന്നു. മാത്രമല്ല എപ്പോഴും ആ പട്ടാളത്താവളത്തിനു മുന്നിൽ അയാളെ കാണാം. പക്ഷേ, അസ്ലാൻ ആഗ? അയാളെ എന്ത് ചെയ്യും?

പക്ഷേ, ജയിൽസൂക്ഷിപ്പുകാരന്റെ കാവൽഭടന്മാരെയും ഭയന്നുകൊണ്ട് അസ്ലാൻ ആഗയെ കാത്തിരുന്ന ഫാൽക്കോ അറിയാതെ ന്യായാധിപൻ ഇസഹാക്കിന്റെ പട്ടാളക്കാരുടെ മുന്നിൽപെട്ടു. ബെയ്സിറ്റ് പള്ളിയുടെ മുന്നിൽ വീശിയടിക്കുന്ന കാറ്റിൽ ചൂളിച്ചുരുങ്ങി മേഘങ്ങൾക്കിടയിൽ മറയുന്ന അസ്തമയസൂര്യനെയും നോക്കിയിരുന്ന ഫാൽക്കോയെ നാല് കരങ്ങൾ ചേർന്ന് പൊക്കിയെടുത്തു വലിച്ചുകൊണ്ട് പോയി. ഒരു ദിവസം തന്നെ രണ്ടുതവണ പിടികൂടപ്പെടുക എന്നത് ഫാൽക്കോയെ സംബന്ധിച്ചു വല്ലാത്ത ഒരു അനുഭവമായിരുന്നു. യാതൊരു ചെറുത്തുനിൽപ്പും കൂടാതെ അവൻ അവരുടെ മുന്നിൽ കീഴടങ്ങി.

ചോദ്യം 21

എന്തുകൊണ്ട് ഈ മുറിച്ച ശിരസ്സ് എന്റെ മുന്നിൽ സമർപ്പിച്ചു?

അപരാഹ്നസൂര്യന്റെ ഈർപ്പം നിറഞ്ഞ ചൂട് സന്ധ്യയുടെ തണുപ്പായി മാറുംവരെ സർജന്റ് ബിന്ദാലി മഹ്മൂത്, മന്ത്രിമുഖ്യന്റെ മുറിയിലേക്ക് തന്നെ വിളിക്കുന്നതും കാത്തിരുന്നു. തലയിൽ ഒരു തുണിയുമിട്ട് അയാൾ ഒരു കൂട നിറയെ പഴങ്ങളും കായ്കളും ആ വീട്ടിൽ എത്തിച്ചിട്ട് മൂന്നു ദിവസമേ ആയിട്ടുള്ളൂ. ഇത്ര പെട്ടെന്ന് വീണ്ടും തന്നെ വിളിപ്പിക്കും എന്ന് അയാൾ പ്രതീക്ഷിച്ചിരുന്നില്ല.

നിർഭയനായ ഈ കൂറ്റൻ പട്ടാളക്കാരനെക്കുറിച്ചു പല ആരോപണങ്ങളും മന്ത്രിമുഖ്യൻ ഇബ്രാഹിം പാഷ കേട്ടിരുന്നു. തന്റെ പൈപ്പിൽ നിന്നുയരുന്ന പുക തട്ടി അയാളുടെ കണ്ണിൽനിന്ന് വെള്ളമൊഴുകുന്നത് ശ്രദ്ധിക്കാതെ ഇബ്രാഹിം പാഷ, ബിന്ദാലി മഹ്മൂതിനെ തന്നെ നോക്കിയിരുന്നു. ഏതു നിമിഷവും പൊട്ടിത്തെറിക്കും എന്ന പോലെ അദ്ദേഹത്തിന് വല്ലാതെ ദേഷ്യം വരുന്നുണ്ടായിരുന്നു. തന്നെ തടവറയിലേക്ക് അയയ്ക്കും എന്ന ഭയത്താൽ ആ കൂറ്റൻ പട്ടാളക്കാരൻ വിറച്ചു. കുറച്ചു നേരത്തേക്ക് മന്ത്രിമുഖ്യൻ ഒന്നും പറഞ്ഞില്ല. ബിന്ദാലിയുടെ ഞരമ്പുകളിൽ ഭയം നിറയ്ക്കുകയും ധൈര്യത്തെ തളർത്തുകയുമായിരുന്നു ഇബ്രാഹിം പാഷയുടെ ഉദ്ദേശ്യം. ഒരു സുഹൃത്തിനോട് സംസാരിക്കുന്നതു പോലെ ജന്നലിനു പുറത്തേക്ക് നോക്കിക്കൊണ്ട് പാഷ സംസാരിച്ചു തുടങ്ങി.

“എന്റെ പ്രിയപ്പെട്ട പട്ടാളക്കാരാ, നീ ആ കളിപ്പാട്ടനിർമ്മാതാവിന്റെ ഭാര്യയെ എന്താണ് ചെയ്തത്?” അദ്ദേഹം ചോദിച്ചു.

ബിന്ദാലി മഹ്മൂത് ഈ ചോദ്യം പ്രതീക്ഷിച്ചിരുന്നില്ല. അയാൾ ചെയ്തുവെന്ന് കരുതുന്ന കുറ്റങ്ങളെല്ലാം നിസ്സാരമായി നിഷേധിച്ച് രക്ഷപ്പെടാം എന്നായിരുന്നു പ്രതീക്ഷ. മറ്റു ചോദ്യങ്ങളാണ് പ്രതീക്ഷിച്ചിരുന്നത്. ഉദാഹരണത്തിന്, “കഴിഞ്ഞ രണ്ടു ദിവസങ്ങളിൽ നീ എവിടെയായിരുന്നു? അല്ലെങ്കിൽ നീ കൊലപാതകിയാണെന്ന് ഞാൻ സംശയിക്കുന്നു. നീ കുറ്റം ചെയ്തോ? അതുമല്ലെങ്കിൽ, ആ വെട്ടിയെടുത്ത തലയ്ക്കു നീയുമായി എന്തെങ്കിലും ബന്ധമുണ്ടോ?” പക്ഷേ, ചോദിച്ചത്

കളിപ്പാട്ടനിർമ്മാതാവിന്റെ ഭാര്യയെപ്പറ്റിയാണ്. ഈ ചോദ്യം അയാളുടെ എല്ലാ പദ്ധതികളെയും തകർത്തു. മന്ത്രിമുഖ്യനെ കബളിപ്പിച്ച് തിരിച്ചു കാപ്പിക്കടയിൽ ചെന്ന് കൂട്ടുകാരോടു അതിനെപ്പറ്റി പൊങ്ങച്ചം പറയാനുള്ള അവസരം നഷ്ടപ്പെട്ടു എന്ന് അയാൾക്ക് ബോധ്യമായി. ഇസ്താംബൂളിലെ മനുഷ്യർ ഈ മരണവിവരം അറിഞ്ഞു ഇളകിമറിയുമെന്നും മന്ത്രിമുഖ്യന്റെ ദൗർബല്യത്തെ വിമർശിക്കും എന്നുമാണ് പ്രതീക്ഷിച്ചിരുന്നത്. മന്ത്രിമുഖ്യന്റെ വിഡ്ഢിത്തത്തിനുള്ള തെളിവായി അതിനെ കണക്കാക്കും എന്ന് പ്രതീക്ഷിച്ചുവെങ്കിലും അദ്ദേഹം ഇതാ തനിക്ക് എല്ലാ അറിയാം എന്ന ഭാവത്തിൽ പൈപ്പും പുകച്ചിരിക്കുന്നു.

"ഞാൻ മൂന്നു ആഴ്ച മുൻപ് അവളുടെ തല വെട്ടിയെടുത്ത് തേൻ നിറച്ച ഒരു പാത്രത്തിൽ സൂക്ഷിച്ചു വച്ചു. ഇവിടേക്ക് കൊണ്ടുവരുന്നതിനു മുൻപ് കഴുകി വൃത്തിയാക്കി." കള്ളം പറയുന്നതുകൊണ്ട് ഒരു പ്രയോജനവും ഇല്ല എന്ന് മനസ്സിലാക്കിയ ബിന്ദാലി മഹ്മൂത് കുറ്റം സമ്മതിച്ചു.

"പക്ഷേ, എന്തിനിത് ചെയ്തു?"

"അവൾ എന്നോടു താത്പര്യം കാണിച്ചിരുന്നു. പക്ഷേ എന്റെ ശ്രദ്ധ തിരിഞ്ഞ നിമിഷം അവൾക്ക് മറ്റൊരാളിൽ ഒരു കുട്ടി ജനിച്ചു. ഞാൻ അത് കണ്ടുപിടിക്കുകയും എന്റെ കൈകളാൽ അവളെ ശിക്ഷിക്കുകയും ചെയ്തു."

"എന്തിനാണ് ഈ തല എന്റെയടുത്തേക്ക് കൊണ്ടുവന്നത്?"

"അങ്ങ് ബുദ്ധിമാനാണ് അങ്ങുന്നേ, എല്ലാവരും പറയുന്നത് അങ്ങേക്ക് മരിച്ചവരെ സംസാരിപ്പിക്കാനും പക്ഷികളുമായി ആശയവിനിമയം നടത്താനും അവയെ ചാരന്മാരായി ഉപയോഗിക്കാനും കഴിയുമെന്നാണ്."

"കൊള്ളാം. നീ ഇപ്പോഴത് വിശ്വസിക്കുന്നോ?"

"തീർച്ചയായും യജമാനേ, സത്യമായും അങ്ങ് ബുദ്ധിമാൻ തന്നെയാണ്. അങ്ങ് നീണാൾ വാഴട്ടെ. ഈ രാജ്യത്തിന് അങ്ങയെപ്പോലൊരാളെ നിശ്ചയമായും ആവശ്യമുണ്ട്."

"നീ കേട്ടിട്ടുണ്ടോ ബുദ്ധിമാന്മാർ നീതിമാന്മാരും ആയിരിക്കും എന്ന്?"

ബിന്ദാലി മഹ്മൂത് നിശ്ശബ്ദനായി നിന്നതേയുള്ളൂ.

മന്ത്രിമുഖ്യൻ എഴുന്നേറ്റു മുറിയിൽ തലങ്ങും വിലങ്ങും നടക്കാൻ തുടങ്ങി. അദ്ദേഹം ദേഷ്യം സഹിക്കാനാവാതെ മുഷ്ടികൾ ചുരുട്ടിപ്പിടിച്ചിരുന്നു. ആ കാലടികൾ മരം പാകിയ തറയിൽ പതിക്കുന്ന ശബ്ദം മൂർച്ചയോടെ മുറിയിൽ മുഴങ്ങി. പ്രായത്തിനു നിരക്കാത്ത ഊർജ്ജസ്വലതയോടെയുള്ള ഇബ്രാഹിം പാഷയുടെ ചലനങ്ങൾ ചുറ്റുമുണ്ടായിരുന്നവരെ ഭയപ്പെടുത്തി. വാതിൽക്കൽ ഉണ്ടായിരുന്ന കാവൽക്കാരൻ ശ്രദ്ധയോടെ

നിന്നു. മന്ത്രിമുഖ്യൻ ഏതു നിമിഷവും പൊട്ടിത്തെറിച്ചേക്കാം എന്ന് അദ്ദേഹത്തെ ഈ അവസ്ഥയിൽ ഇതിനുമുൻപ് കണ്ടിട്ടുള്ള ബിന്ദാലിക്ക് അറിയാമായിരുന്നു.

"അപ്പോൾ ഞാൻ എന്ത് ചെയ്യണം എന്നാണ് നിങ്ങൾ പറയുന്നത്, ബിന്ദാലി മഹ്മൂത്?"

ഭീമാകാരമായ ശരീരമുള്ള ബിന്ദാലി മഹ്മൂത് ഒരു ചെറിയ കുട്ടിയെപ്പോലെ പേടിച്ചരണ്ടു. അപകടങ്ങളും മരണവുമായി പല തവണ ഏറ്റുമുട്ടിയിട്ടുള്ള അയാൾ ഇത്തരം പേടി ഇതിനു മുൻപ് ഒരിക്കലും അനുഭവിച്ചിരുന്നില്ല. മന്ത്രിമുഖ്യന്റെ ഗാംഭീര്യം നിറഞ്ഞ ഭാവം അയാളെ വിറപ്പിച്ചു.

"അങ്ങുന്നേ, എനിക്ക് തെറ്റ് പറ്റി. ആ വേശ്യ എന്നോടു വിശ്വാസ വഞ്ചന കാട്ടി. അതിനു ശിക്ഷ മരണം തന്നെയല്ലേ? ചെയ്യേണ്ടത് മാത്രമേ ഞാൻ ചെയ്തുള്ളൂ. എനിക്കാണ് ഇതിൽ മുറിവ് പറ്റിയിരിക്കുന്നത്." ബിന്ദാലി മഹ്മൂത് ചിണുങ്ങി.

സാധാരണഗതിയിൽ മന്ത്രിമുഖ്യൻ തലയിൽ ഒരു കൊട്ട് കൊടുത്തിട്ട് ഇത്തരം സ്ത്രീകളിൽ നിന്ന് വിശ്വസ്തത പ്രതീക്ഷിക്കുന്നതിലുള്ള വിഡ്ഢിത്തത്തെക്കുറിച്ചോ ശരിയ നിയമം അക്ഷരം പ്രതി അനുസരിക്കുന്നത് അനാവശ്യമാണ് എന്നോ മറ്റോ ഉപദേശിക്കേണ്ടതാണ്. അതിനു പകരം ബിന്ദാലി മഹ്മൂതിനെ ജീവിതകാലം മുഴുവൻ ഭയാനകമായ ഡോക്ക്യാർഡ് ജയിലിൽ അടയ്ക്കാനുള്ള കല്പനയ്ക്കായി ഷെയ്ക്ക് ഉൽ ഇസ്ലാമിന് ഒരു അപേക്ഷ അയയ്ക്കുകയാണ് ചെയ്തത്.

"മുറിവേറ്റ കക്ഷി! ഹും!"

പൂന്തോട്ടത്തിലെ കവാടത്തിലൂടെ കാവൽക്കാർ ബിന്ദാലി മഹ്മൂതിനെ നടത്തിക്കൊണ്ടു പോകുന്നത് നോക്കി നിന്ന മന്ത്രിമുഖ്യൻ പിറുപിറുത്തു.

ചോദ്യം 22

മരിച്ചവർ മാത്രമാണോ ശ്മശാനത്തിൽ ഉള്ളത്?

ജീവിതത്തിൽ ആദ്യമായി പുതിയതായി കുഴിച്ച മണ്ണിന്റെ മണം എന്നതിന് ഒരു ശവശരീരത്തിന്റെ സാന്നിദ്ധ്യം എന്നും അർത്ഥമാകാം എന്ന് കറുമ്പൻ ഫാൽക്കോയും കരുത്തൻ യെയെയും തിരിച്ചറിഞ്ഞു. നഗരാതിർത്തിക്കു പുറത്ത് കാനൺ ഗേറ്റ് മുതലുള്ള എല്ലാ ശ്മശാനങ്ങളിലെയും പുതിയ മൺകൂനകളിൽ സ്ഥാപിച്ചിരിക്കുന്ന താൽക്കാലിക നാമഫലകങ്ങളിലെ പേരുകൾ നോക്കി നോക്കി യെയും ഫാൽക്കോയും അലഞ്ഞുതിരിഞ്ഞു. ഫാൽക്കോയുടെ അറസ്റ്റും ഗോൾഡൻ ഹോണിലൂടെയുള്ള രക്ഷപ്പെടലും മറ്റും കഴിഞ്ഞിട്ട് രണ്ടാഴ്ചയോളം കഴിഞ്ഞിരുന്നു. പക്ഷേ, ആ സംഭവങ്ങൾ ഉണർത്തിയ ഭയം അപ്പോഴും അവന്റെ മനസ്സിൽനിന്ന് പോയതേയില്ല. അതിനുശേഷം പട്ടാളക്കാർ ഫാൽക്കോയെ അറസ്റ്റ് ചെയ്തപ്പോൾ എല്ലാം കഴിഞ്ഞു എന്ന് അവൻ കരുതിയതാണ്. പക്ഷേ, ഭിക്ഷക്കാരെ ആട്ടിയോടിച്ചു നഗരവീഥികൾ സുന്ദരമാക്കാനുള്ള മന്ത്രിമുഖ്യന്റെ പദ്ധതിയുടെ ഭാഗമായുള്ള ഒഴിപ്പിക്കൽ മാത്രമായിരുന്നു അത്.

തനിക്കു സംഭവിച്ചത് തന്നെ യെയെയ്ക്കും സംഭവിച്ചു കാണുമെന്ന തിരിച്ചറിവിൽ പട്ടാളക്കാർ തൂത്തുകൂട്ടിയ നൂറുകണക്കിന് ഭിക്ഷക്കാരുടെ കൂട്ടത്തിൽ അവൻ സുഹൃത്തിനെ തിരഞ്ഞു. പക്ഷേ, അവിടെ തടുത്തുകൂട്ടിയ ഭിക്ഷക്കാരുടെ ഒരേപോലെയുള്ള പ്രാകൃതരൂപവും കീറിപ്പറിഞ്ഞ വേഷവിധാനങ്ങളുംമൂലം അക്കൂട്ടത്തിൽനിന്ന് ഒരാളെ കണ്ടുപിടിക്കുക പ്രയാസമായിരുന്നു. യെയെ ഫാൽക്കോവിന്റെ ജീവിതത്തിലെ ഏറ്റവും പ്രധാനപ്പെട്ട വ്യക്തിയായി മാറിക്കഴിഞ്ഞിരുന്നു. ഈ ഭൂമിയിൽ അവശേഷിക്കുന്ന ഒരേയൊരു ബന്ധു. യെയെയ്ക്കും അങ്ങനെ തന്നെയാണ് എന്ന് ഫാൽക്കോയ്ക്കും അറിയാമായിരുന്നു. അവനെ നഷ്ടപ്പെടുന്നതിനെപ്പറ്റി ഫാൽക്കോയ്ക്ക് ചിന്തിക്കാൻ പോലും കഴിഞ്ഞില്ല.

ഏറെസമയം പരസ്പരം തേടി നടന്നശേഷം ഫാൽക്കോയും യെയെയും കണ്ടുമുട്ടി. പുതിയതായി മിനുക്കിയെടുത്ത ഒരു കപ്പൽ അന്ന് കിട്ടിയ ഭിക്ഷക്കാരെ എല്ലാവരെയുംകൂടി കയറ്റി മാർമര കടലിലേക്ക് യാത്ര തിരിച്ചുകഴിഞ്ഞിരുന്നു. എന്താണ് തങ്ങൾക്കു സംഭവിക്കാൻ പോകുന്നതെന്ന് ആ സാധുക്കൾക്ക് ഒരുപിടിയും കിട്ടിയില്ല. മൂന്നു മാസങ്ങൾ

കൂടുമ്പോൾ മന്ത്രിമുഖ്യന്റെ ആജ്ഞപ്രകാരം നഗരത്തിലെ ഭിക്ഷക്കാരെയെല്ലാം കൂടി ഒരു കപ്പലിൽ കയറ്റി കുറെ അടി കൊടുത്തശേഷം ഇനി തിരിച്ചു വരില്ല എന്ന പ്രതിജ്ഞയും എടുപ്പിച്ചു മുദാന്യയിലോ ടെക്കിർദാഗിയിലോ ഇറക്കിവിടുകയാണ് പതിവ്. ഈ നടപടി നേരത്തെ നേരിട്ടിട്ടുള്ള പരിചയസമ്പന്നരായ ഭിക്ഷക്കാർ എത്രയും പെട്ടെന്ന് ഇസ്താംബൂളിലേക്കു തിരിച്ചെത്താനുള്ള മാർഗം നോക്കും. റംസാന് മുൻപുള്ള മൂന്നു വിശുദ്ധ മാസങ്ങളിൽ ഇവരുടെ എണ്ണം ക്രമാതീതമായി വർദ്ധിക്കാറുണ്ട്. നിയമപാലകർക്ക് ഇസ്താംബൂളിലേക്ക് ഇടിച്ചു കയറുന്ന ഇത്തരം വ്യാജയാചകർക്ക് തക്കതായ ശിക്ഷ കൊടുക്കണം എന്നായിരുന്നു ആഗ്രഹം. എന്നാൽ ഷെയ്ക്ക് അൽ ഇസ്ലാമിന് അതിനാവശ്യമുള്ള ഉത്തരവ് ഇറക്കാൻ എന്നും മടിയായിരുന്നു. അതുകൊണ്ടാണ് താരതമ്യേന ബുദ്ധിമുട്ട് ഏറിയതെങ്കിലും ഇങ്ങനെയൊരു മാർഗം നിയമപാലകർക്ക് സ്വീകരിക്കേണ്ടി വരുന്നത്. നഗരത്തിലേക്ക് ഔദ്യോഗിക രേഖകളില്ലാതെ സഞ്ചാരികൾക്കുപോലും കടക്കാൻ ബുദ്ധിമുട്ടായ സാഹചര്യത്തിൽ ഈ തെമ്മാടികളെ കുറച്ചുനാളേക്കെങ്കിലും ഇസ്താംബൂളിൽ നിന്ന് അകറ്റി നിർത്താൻ ഈ നടപടി സഹായിച്ചിരുന്നു.

ഇങ്ങനെയൊക്കെയാണെങ്കിലും ആ യാത്ര അവരെ രണ്ടുപേരെയും സംബന്ധിച്ചിടത്തോളം ആവേശവും ആകാംക്ഷയും ഉണർത്തുന്ന ഒന്നായിരുന്നു. വിദഗ്ദ്ധരും അനുഭവസമ്പന്നരുമായ മുതിർന്ന ഭിക്ഷക്കാർ തൊഴിൽസംബന്ധമായ ഉപദേശങ്ങൾ അവർക്ക് നൽകി. കപ്പൽപ്പണിക്കാരെ സഹായിക്കുന്ന സമയത്ത് കടലിൽ വീണു മരിക്കാതെ ഭാഗ്യം കൊണ്ടാണ് യെയെയും ഫാൽക്കോയും രക്ഷപ്പെട്ടത്. കൈയിലുണ്ടായിരുന്ന അവസാനത്തെ തുട്ടുവരെ നാവികർക്ക് കൈമാറേണ്ടിവന്ന അവർ ഒരു റൊട്ടിയുടെ പകുതി പങ്കിട്ടാണ് രണ്ടു ദിവസം കഴിച്ചുകൂട്ടിയത്.

കറുമ്പൻ ഫാൽക്കോയ്ക്കും കരുത്തൻ യെയെയ്ക്കും മന്ത്രിമുഖ്യന്റെ ഈ പരിഷ്കാരം മൂലം രണ്ടാഴ്ച നാടുതെണ്ടി നടക്കേണ്ടിവന്നു. വിജനമായ കുന്നിൻചരിവുകളിലൂടെയാണെങ്കിലും തിരക്കേറിയ പട്ടണങ്ങളിലൂടെയാണെങ്കിലും അവരെ സംബന്ധിച്ച് ആ യാത്ര അപകടം പിടിച്ചതും പ്രയാസകരവുമായിരുന്നു. കോർളുവിലൂടെയും കംബർഗാസിലൂടെയും നീണ്ടു കിടക്കുന്ന തീർത്ഥാടനപാത വഴി ഇസ്താംബൂളിൽ തിരിച്ചെത്താൻ അവർ പത്തു ദിവസം തികച്ചുമെടുത്തു. മഴക്കാലം അടുത്തുവരികയായിരുന്നു. ശൈത്യം പിടിമുറുക്കുംമുൻപ് സത്രത്തിൽ തിരിച്ചെത്തേണ്ടത് അത്യാവശ്യമായിരുന്നു.

നഗരാതിർത്തിയിലെത്തിയപ്പോൾ ഏതു കവാടത്തിൽകൂടി അകത്തു കടക്കണം എന്നതിനെപ്പറ്റി അവർ വിശദമായി ആലോചിച്ചു. ചുമടുകളും കൊണ്ട് നഗരത്തിലേക്ക് പോകുന്ന ഏതെങ്കിലും ഗ്രാമീണനുമായി ഒരുടമ്പടി ഉണ്ടാക്കിയിട്ട് അയാളുടെ പണിക്കാരെന്നപോലെ അകത്തു കയറാം എന്ന പദ്ധതി തയ്യാറാക്കി കാത്തിരുന്നപ്പോഴാണ് മേവ് ലാനാ

കവാടത്തിനടുത്തുള്ള ശ്മശാനം അവരുടെ ശ്രദ്ധയിൽപെട്ടത്. അവിടെയുംകൂടി നക്സിഗ്യുല്ലിന്റെ ശവകുടീരം തിരയുന്നത് നന്നായിരിക്കും എന്ന് കറുമ്പൻ ഫാൽക്കോയ്ക്ക് തോന്നി. അവളെ അവിടെയാണ് അടക്കിയിരിക്കുന്നത് ശവക്കുഴി വെട്ടുകാരനിൽനിന്നോ സംസ്കാരച്ചടങ്ങിൽ സംബന്ധിച്ച ഏതെങ്കിലും ആളുകളിൽനിന്നോ എന്തെങ്കിലും വിവരം ലഭിച്ചേക്കും എന്നവൻ പ്രത്യാശിച്ചു. യെയെയ്ക്ക് ഈ ആശയത്തോട് വലിയ യോജിപ്പ് ഉണ്ടായിരുന്നില്ല. എത്രയും പെട്ടെന്ന് നഗരാതിർത്തിക്ക് ഉള്ളിൽ കടക്കുകയും രാത്രിയാവും മുൻപ് സത്രത്തിലെ സുരക്ഷിതത്വത്തിൽ എത്തിച്ചേരുകയുമാണ് നല്ലതെന്നായിരുന്നു അവന്റെ അഭിപ്രായം. നഗരത്തിനകത്ത് എങ്ങനെയെങ്കിലും കടന്നുകഴിഞ്ഞാൽ പിന്നെ മറ്റൊരു ദിവസം ഈ ശ്മശാനം പരിശോധിക്കുന്നതിനായി തിരിച്ചു വരുന്നതാവും സുരക്ഷിതമായ മാർഗ്ഗം എന്നായിരുന്നു യെയെയുടെ വിചാരം. ശ്മശാന സന്ദർശനങ്ങൾക്ക് നഗരകവാടങ്ങളിലെ കാവൽക്കാർ എപ്പോഴും അനുമതി നൽകാറുണ്ടായിരുന്നു.

“ശ്മശാനങ്ങൾ നഗരങ്ങളുടെ രഹസ്യങ്ങൾ ഒളിപ്പിക്കുന്നയിടങ്ങളാണ്.” യെയെ പറഞ്ഞു. “ശ്മശാനങ്ങളിൽ ചെലവഴിച്ച നേരങ്ങൾ അവനെ അഗാധമായി സ്പർശിച്ചിരുന്നു. ഈ കല്ലുകൾ നഗരത്തിന്റെ സ്വപ്നങ്ങളുടെയും ഓർമ്മകളുടെയും ചരിത്രമാണ്.”

“തീർച്ചയായും യെയെ, നമുക്ക് ഭാഗ്യമുണ്ടെങ്കിൽ നക്സിഗ്യുല്ലിനെക്കുറിച്ചുള്ള ഓർമ്മയുടെ എന്തെങ്കിലും ഒരടയാളം ഇവിടെനിന്ന് ലഭിക്കാതിരിക്കില്ല. വരൂ, നോക്കാം.”

“നമ്മെപ്പോലെയുള്ള എത്ര പ്രണയിതാക്കൾ ഈ കല്ലുകളുടെ സത്യമന്വേഷിച്ച് അലയുന്നുണ്ടാവും? സംശയമാണ്. ഒരു കഥയും നാടോടിപ്പാട്ടും ചരിത്രപുസ്തകങ്ങളും ഈ കല്ലുകളെപ്പോലെ സത്യസന്ധത പുലർത്തുകയില്ല. നോക്ക് ഫാൽക്കോ, അവയിൽ ചിലത് ഉറങ്ങുന്നതുപോലെയുണ്ട്. മറ്റു ചിലത് തളർന്നിരിക്കുന്നു. ചിലത് പൊട്ടിപ്പൊളിഞ്ഞും മറ്റുള്ളവയുടെ തോളിലേക്ക് തല ചായ്ച്ചും കാലത്തിനെ ചെറുക്കാൻ ശ്രമിച്ചുകൊണ്ടേയിരിക്കുന്നു.”

അദ്ഭുതത്തോടെയാണ് കറുമ്പൻ ഫാൽക്കോ കരുത്തൻ യെയെയുടെ വാക്കുകൾ ശ്രദ്ധിച്ചത്. ഈ പയ്യൻ അസാധാരണമാംവിധം ബുദ്ധിശാലിയാണെന്ന് അവന് അതിനകംതന്നെ മനസ്സിലായിരുന്നു. പക്ഷേ, ഇത്രയേറെ ആഴത്തിലുള്ള ചിന്തകൾ അവനിൽനിന്ന് ഫാൽക്കോ പ്രതീക്ഷിച്ചിരുന്നില്ല. വളരെക്കുറച്ചു മാത്രം സംസാരിക്കുന്നതായിരുന്നു യെയെയുടെ സ്വഭാവം. നമ്മെപ്പോലുള്ള പ്രണയിതാക്കൾ എന്ന പ്രയോഗം ഫാൽക്കോ പ്രത്യേകം ശ്രദ്ധിച്ചു. ഇവനും പ്രണയത്തിൽ ആയിരുന്നോ? അങ്ങനെയാണെങ്കിൽ എന്തുകൊണ്ട് അതിനെപ്പറ്റി യെയെ ഇതയും നാൾ സംസാരിച്ചില്ല? ഇവന് എങ്ങനെ ഇത്ര അറിവുണ്ടായി?

"യെയെ, നിനക്ക് എഴുതാനും വായിക്കാനും അറിയാമോ?"

"തീർച്ചയായും ഫാൽക്കോ, ഞാൻ ഒരുപാടു പുസ്തകങ്ങൾ വായിച്ചിട്ടുണ്ട്."

കറുമ്പൻ ഫാൽക്കോ നിശ്ശബ്ദത പാലിച്ചു. തന്റെ സുഹൃത്തിനെപ്പറ്റി കൂടുതൽ അറിയാൻ ശ്രമിക്കാതിരുന്നതിൽ വല്ലാത്ത നാണക്കേടു തോന്നി.

"ഉദാഹരണത്തിന്, ഈ ശവകുടീരങ്ങളിൽ കൊത്തിവച്ചിട്ടുള്ള കവിതകൾ..." യെയെ തുടർന്നു. "ആർക്കറിയാം ഏതു കവിയാണ് അതെഴുതിയത് എന്ന്? ആ വരികൾ കൊത്തിയ ശില്പികൾ ആരാണെന്നു ആർക്കറിയാം? അവരുടെ കഴിവുകൾ നൂറ്റാണ്ടുകളിലൂടെ ജീവിക്കുന്നു. അവർ ചെയ്ത ജോലിയെപ്പറ്റി എത്ര അഭിമാനം അവരുടെ ആത്മാക്കൾക്ക് തോന്നുന്നുണ്ടാവും? ഇത്ര ഭംഗിയേറിയ വരികൾ നിസ്സാരമായ ഒരു ചുറ്റികയും ഉളിയുംകൊണ്ട് അവർ എങ്ങനെ കൊത്തിയെടുക്കുന്നു? ഒരിക്കലും നമ്മൾ ഒരു ശവകുടീരത്തെ വിലകുറച്ചു കാണരുത്."

"മതി യെയെ! നിനക്കീ ശവകുടീരങ്ങൾ അത്രയിഷ്ടമാണെങ്കിൽ ഒരെണ്ണത്തിൽ കയറിക്കിടന്നോ!"

ഒരു നിമിഷത്തേക്ക് ശെഹനാസിനുവേണ്ടി തന്നെ ബലികൊടുക്കുകയായിരുന്നു എന്ന് യെയെയ്ക്ക് തോന്നി. ജീവിച്ചിരിക്കുകയും ഓരോ നിമിഷവും അവളെക്കുറിച്ചോർത്തു നീറുകയാണോ അതോ മരണത്തെ പുൽകുന്നത് വഴി ശെഹനാസില്ലാത്ത ലോകത്ത് നിന്ന് എന്നേക്കുമായി രക്ഷപ്പെടുകയാണോ എളുപ്പം എന്ന് അവൻ ആലോചിച്ചു. അവൾ അവന്റെ മരണമാണ് ആഗ്രഹിച്ചിരുന്നത് എങ്കിൽ ഒരു നിമിഷംപോലും ചിന്തിക്കാതെ യെയെ സ്വന്തം ജീവൻ ബലി കൊടുക്കുമായിരുന്നു. പക്ഷേ, അതായിരുന്നോ അവൾ ആഗ്രഹിച്ചിരുന്നത്? മജ്നുവിനോട് എന്തെങ്കിലും ലൈല ആവശ്യപ്പെട്ടിരുന്നു എങ്കിൽ അവൻ നിരാകരിക്കുമായിരുന്നോ? തന്റെ പ്രണയിനി ആവശ്യപ്പെടുന്നതൊന്നും ഒരു കാമുകന് നിരസിക്കാൻ കഴിയില്ല എന്ന് പറയുന്ന വികാരതീവ്രമായ ഒരു കഥ അവൻ ഓർത്തു. ലൈലയ്ക്ക് എന്താണ് വേണ്ടത് എന്നറിയുക മാത്രമേ മജ്നുവിന് വേണ്ടിയിരുന്നുള്ളൂ.

യെയെയുടെ നിശ്ശബ്ദത കണ്ടപ്പോൾ 'ഒരെണ്ണത്തിൽ കയറിക്കിടന്നോ' എന്ന് പരുഷമായി പറഞ്ഞതിൽ ഫാൽക്കോയ്ക്ക് ലജ്ജ തോന്നി. അവൻ തമാശ പറയുകയായിരുന്നു. പക്ഷേ, യെയെയ്ക്ക് ജീവിതത്തെപ്പറ്റി ഫാൽക്കോയേക്കാൾ ധാരണയുണ്ട് എന്ന പെട്ടെന്നുണ്ടായ തിരിച്ചറിവിനോടായിരുന്നു ഈ പ്രതികരണമെന്ന് അവർക്ക് രണ്ടുപേർക്കും അറിയാമായിരുന്നു. അറിയാതെപോലും തന്റെ ശബ്ദത്തിലോ പറഞ്ഞ രീതിയിലോ അത് പ്രതിഫലിച്ചിട്ടുണ്ടായിരുന്നോ എന്നാലോചിച്ചു ഫാൽക്കോയ്ക്ക് വല്ലാത്ത വിഷമവും കുറ്റബോധവും തോന്നി. ആ

സമയംതന്നെ തനിക്ക് ഈ ലോകത്ത് ബാക്കിയുള്ള ഒരേയൊരു സുഹൃത്തിനെ അവഹേളിച്ചോ എന്നോർത്ത് യെയെയും വിഷമിക്കുകയായിരുന്നു. പ്രായം കൂടുംതോറും ബുദ്ധി കൂടും എന്ന പഴഞ്ചൊല്ല് എപ്പോഴും ശരിയാകണമെന്നില്ല. അവനോട് അഭിപ്രായം ചോദിച്ചാലല്ലാതെ തന്റെ ചിന്താഗതികൾ വെളിപ്പെടുത്തരുത് എന്ന തീരുമാനം യെയെ മനസ്സിലുറപ്പിച്ചു. പക്ഷേ അക്കാന്തസ് ഇലകളുടെയും ഗ്രീക്ക് പൂക്കളുടെയും ചിത്രങ്ങൾ കൊത്തിവച്ചിരിക്കുന്ന ആ ശവകുടീരങ്ങളെക്കുറിച്ചു ചർച്ച ചെയ്യുന്നത് രസകരമായിരിക്കും എന്ന് അപ്പോഴും അവനു തോന്നാതിരുന്നില്ല. മരിച്ചവരുടെ പേരും യോഗ്യതകളും ചേർത്തു കവികൾ എഴുതിയ മൃത്യുലേഖകളും അവ രൂപകല്പന ചെയ്ത കൈയെഴുത്തു വിദഗ്ദ്ധരും കൊത്തി ചേർത്ത ശില്പികളും അവയാൽ അലങ്കരിക്കപ്പെട്ട ശവകുടീരങ്ങളിൽ വിശ്രമിക്കുന്ന പണക്കാരും പാവപ്പെട്ടവരും ചെറുപ്പക്കാരും വയസ്സരും അമ്മമാരും കുട്ടികളും സഹോദരങ്ങളും പ്രണയികളും പങ്കാളികളും... എന്തൊക്കെ കഥകൾ അവയ്ക്ക് പറയാനുണ്ടാവും?

യെയെ നിശ്ശബ്ദനായപ്പോൾ തങ്ങളുടെ സംഭാഷണം സൂചനകളിൽ നിന്ന് പ്രണയത്തിലേക്ക് തിരിക്കാൻ ഫാൽക്കോ ശ്രമിച്ചു. നഗരകവാടത്തിലേക്ക് കടക്കാൻ ഒരു അവസരവും കാത്ത് ആ ശ്മശാനത്തിൽ ഇരുന്നപ്പോൾ അവരുടെ മനസ്സിലേക്ക് മരണത്തെക്കുറിച്ചുള്ള സമ്മിശ്ര ചിന്തകൾ വന്നത് സ്വാഭാവികമായിരുന്നു. ഒരേസമയം വേദനാജനകവും സ്വാഭാവികവും ഭയപ്പെടുത്തുന്നതും സ്വീകരിക്കേണ്ടതും അതേസമയം തന്നെ ഒഴിവാക്കേണ്ടതും ആണ് മരണം എന്ന് ഓർമ്മപ്പെടുത്തുന്ന ചിന്തകൾ.

ഇസ്താംബൂൾ ഈ ശ്മശാനങ്ങൾ ഇല്ലാതെ അപൂർണ്ണമാണ് എന്ന് യെയെയ്ക്ക് തോന്നി. ശ്മശാനങ്ങളോടുകൂടിയ ഒരു നഗരം രണ്ടു നഗരങ്ങൾക്ക് സമമാണ്. ഇസ്താംബൂളിൽ നടക്കുന്ന ക്ഷണികമായ ഭൗതിക സാഹസികതകൾക്ക് മാറ്റുകൂട്ടുന്നതും പിൻബലമേകുന്നതും ഈ രണ്ടാം നഗരമാണ്. ഇടകലർന്നൊഴുകുകയും പരസ്പരം പരിപോഷിപ്പിക്കുകയും ചെയ്യുന്ന രണ്ടു നദികളെപ്പോലെ ജീവിതവും മരണവും ഈ നഗരങ്ങളിലൂടെയും ശാന്തമായൊഴുകുന്നു. എല്ലാ ദിവസവും വിഷാദമൂകമായ വിലാപയാത്രകളും ബഹളമയമായ ഘോഷയാത്രകളും അവയിലൂടെ കടന്നുപോകുന്നു. എത്ര അടുത്താണ്, എത്ര ഇടകലർന്നാണ്, എന്നിട്ടും എത്ര ദൂരം പാലിച്ചുകൊണ്ടാണ് ഈ രണ്ട് നഗരങ്ങളും നിലനിൽക്കുന്നത്! മരണവും ജീവിതവും തമ്മിലുള്ള ഗാഢബന്ധമുള്ള അന്തരം പോലെ.

എങ്ങനെയാണ് ഈ അന്തരം കൃത്യമായി നിർവചിച്ചിരിക്കുന്നത് എന്ന് അന്ന് കറുമ്പൻ ഫാൽക്കോ മനസ്സിലാക്കി. ശ്മശാനങ്ങളിലെ പുതുമൺകൂനകളും സ്മാരകശിലകളിൽ കൊത്തുപണികൾ ചെയ്യുന്ന അർമേനിയക്കാരായ ശില്പികളും മരണം എത്ര അടുത്താണ് എന്ന്

ചിന്തിപ്പിച്ചു. നഗരാതിർത്തികൾക്ക് പുറത്തു സ്ഥിതി ചെയ്യുന്ന ശ്മശാനങ്ങളുടെ ചുറ്റുമുള്ള വന്മതിലുകൾ മരണത്തിനെ ജീവിതത്തിൽ നിന്ന് എത്രമാത്രം അകറ്റി നിർത്തിയിരിക്കുന്നു. ശ്മശാനത്തെ മനുഷ്യർ മരണാനന്തര ജീവിതത്തിലേക്കുള്ള കവാടമായി കണ്ടിരുന്നെങ്കിൽ കാര്യങ്ങൾ കുറച്ചുകൂടി എളുപ്പമായേനേ. നിസ്സാരവും സ്വാഭാവികവുമായ ഒരു പ്രക്രിയയായി മരണത്തെ കാണാൻ അതു സാധാരണ മനുഷ്യരെ സഹായിക്കും. പക്ഷേ, ശ്മശാനങ്ങളുടെ ചുറ്റും പടുത്തുയർത്തുന്ന മതിലുകൾ ഇതിനൊരു പ്രതിബന്ധമാണ്. നവീനമായ ഈ സമ്പ്രദായം ആരാണ് നടപ്പിൽ വരുത്തിയതെന്ന് ഫാൽക്കോ ഗഹനമായി ആലോചിച്ചു. ചിലപ്പോൾ ഇബ്രാഹിം പാഷയുടെ നഗരവികസനവിഭാഗത്തിന്റെ പരിഷ്കാരം ആയിരിക്കും. ഉയർന്നുനിൽക്കുന്ന ശ്മശാനഭിത്തികൾക്ക് അടുത്തുകൂടി പോകുന്ന വഴികളിൽ ഒറ്റയ്ക്കായിപ്പോകുന്നവരെ ഓർത്ത് അവൻ സഹതാപം തോന്നി. മരണത്തെ ജീവിതത്തിൽനിന്നു മാറ്റി നിർത്തുന്ന ഈ പ്രവണത മരണത്തോടുള്ള മനുഷ്യരുടെ ഭയം കൂട്ടുകയേ ഉള്ളൂ.

അന്ന് മരണത്തിനും ജീവിതത്തിനും ഇടയിലൂടെയുള്ള പാതകളിലൂടെ വളഞ്ഞു തിരിഞ്ഞുനടക്കവേ കണ്ടവരോടൊക്കെ ശ്മശാനത്തിലെ പുതിയ മൺകൂനകളെപ്പറ്റി അന്വേഷിച്ചുവെങ്കിലും അവർ കണ്ടുമുട്ടിയ കൽപ്പണിക്കാർക്കും സ്മാരകശിലകളിൽ കൊത്തുപണി ചെയ്യുന്നവർക്കും ഒരു വധുവിന്റെ ശവക്കുഴിയെപ്പറ്റി യാതൊരു അറിവും ഉണ്ടായിരുന്നില്ല. ആരായിരിക്കും നക്സിഗ്യുല്ലിനെ വെട്ടിനുറുക്കിയത്? എവിടെയായിരിക്കും അവളെ അടക്കം ചെയ്തത്? ആ കുടുംബവും വീടും പാടേ അപ്രത്യക്ഷമായ നിലയ്ക്ക് അവളുടെ ശവകുടീരം എവിടെയുമാകാം. ആരായിരിക്കും അവളുടെ ശവമഞ്ചം ചുമന്നത്? ഏതു ഹോജയാവും സംസ്കാരച്ചടങ്ങുകൾ നിർവഹിച്ചത്? ആരായിരിക്കും അവളുടെ അരികത്തുനിന്ന് ഖുർആൻ പാരായണം ചെയ്തത്?

അവരുടെ വിവാഹച്ചടങ്ങിന് കാർമ്മികത്വം വഹിക്കുന്നത് പോകട്ടെ, അവനെ കാണുകയേ ചെയ്തിട്ടില്ല എന്ന് പറയുന്ന ഇമാമിനോട് അവൻ എങ്ങനെ ഈ ചോദ്യങ്ങളൊക്കെ ചോദിക്കും?

നഗരത്തിൽ സൂക്ഷിച്ചിരിക്കുന്ന മരണവിവരപ്പട്ടിക ഒന്ന് പരിശോധിക്കണം അല്ലെങ്കിൽ ആരെക്കൊണ്ടെങ്കിലും പരിശോധിപ്പിക്കണം എന്ന് കറുമ്പൻ ഫാൽക്കോയ്ക്ക് ആഗ്രഹമുണ്ടായിരുന്നു. ആ തീരുമാനമെടുക്കുന്ന നേരത്ത് അവർ ഏറെ നേരമായി കാത്തിരുന്ന അവസരം അരികെയെത്തി. ജൂതന്മാരോ അർമേനിയക്കാരോ ആയ കുറേ കൽപ്പണിക്കാർ ചുറ്റികകളും ഉളികളും ചുമന്നുകൊണ്ട് അവരുടെ നേരെ നടന്നു വന്നു. മെൽവേന കവാടം വഴി നഗരത്തിലേക്ക് പോവുകയാണ് അവരെന്ന് തീർച്ച. തമാശകളും ശാപവാക്കുകളും പരാതികളും കലഹങ്ങളുമായി കടന്നുപോയ ശബ്ദായമാനമായ ആ ആൾക്കൂട്ടത്തിലേക്ക് കറുമ്പൻ ഫാൽക്കോയും കരുത്തൻ യെയെയും അലിഞ്ഞു ചേർന്നു.

"അങ്ങുന്നെ, വെളുപ്പാൻ കാലത്ത് പുറത്തുപോയ വൃത്തികെട്ട ഇരുപത്തേഴുപേരുടെ കൂട്ടം തിരിച്ചു വന്നു." കാവൽക്കാരിൽ ഒരാൾ തങ്ങളുടെ മേലധികാരിയെ ധരിപ്പിച്ചു.

മെൽവേന കവാടം കടന്നു നഗരത്തിലേക്ക് കളിചിരി പറഞ്ഞു നടന്നുപോയ ആ വൃത്തികെട്ട കൂട്ടം തങ്ങളുടെ എണ്ണം ഇരുപത്തേഴിൽ നിന്ന് ഇരുപത്തൊൻപതായത് അറിഞ്ഞില്ല.

അനുബന്ധം: ലൈലയുടെ അപേക്ഷ.

മജ്നുവിന് ലൈലയുടെ കൂടെ ഒറ്റയ്ക്ക് ചെലവഴിക്കാൻ അല്പം സമയം ലഭിച്ചു. അവൾ അവനോട് ഒരു അപേക്ഷയേ നടത്തിയിരുന്നുള്ളൂ.

"പ്രിയപ്പെട്ടവനേ, നിന്റെ കൈയിൽ എന്താണോ ഉള്ളത് അത് എനിക്കായി കൊണ്ടുവരിക."

"എന്റെ ജീവിത പ്രകാശമേ, നിന്നെ പ്രണയിക്കാൻ തുടങ്ങിയതിനു ശേഷം എന്റെ തൊണ്ടയിൽ നനവില്ല, എന്റെ ഹൃദയത്തിൽ ഒരു തുള്ളി രക്തം പോലും ശേഷിച്ചിട്ടില്ല, എന്റെ കണ്ണുകളിൽ ഒരു തരി ഉറക്കം പോലും ബാക്കിയില്ല. നീ എന്റെ ഹൃദയം തകർത്തപ്പോൾ എനിക്കെല്ലാം നഷ്ടപ്പെട്ടു. ആകെ എന്റെ പക്കലുള്ളത് ആത്മാവ് മാത്രമാണ്. അതാകട്ടെ അപൂർവ്വ ഭംഗിയുള്ള ഒരു പക്ഷിയായി രൂപം പ്രാപിച്ചിരിക്കുന്നു. ഞാൻ നിന്റെ ആജ്ഞ കാത്തിരിക്കുന്നു. നീ ചോദിക്കുന്ന എന്തും ഞാൻ നൽകും."

ലൈല ചിരിച്ചുകൊണ്ട് അവനെ ശകാരിച്ചു.

"എന്റെ നായകാ, എനിക്ക് അത് വേണ്ടപ്പോൾ നിന്റെ കൈയിൽനിന്ന് ഞാൻ എടുത്തു കൊള്ളാം. മറ്റെന്തുണ്ട് നിന്റെ കൈയിൽ?"

ഒരു നിമിഷം ചിന്തിച്ചശേഷം മജ്നു ചുറ്റും നോക്കി. പെട്ടെന്ന് ഓർത്തതുപോലെ തന്റെ കീറിപ്പറിഞ്ഞ വസ്ത്രത്തിന്റെ ജീർണ്ണിച്ച കുപ്പായക്കഴുത്തിൽനിന്ന് ഒരു സൂചിയെടുത്ത് അവൾക്കുനേരെ നീട്ടി.

"സത്യമായും ഈയൊരു വസ്തു മാത്രമേ ഈ ലോകത്ത് എന്റേതായുള്ളൂ. മറ്റു യാതൊരു ഭൗതിക സമ്പാദ്യങ്ങളുമില്ല. നീ, എന്റെ ഹൃദയം മോഷ്ടിച്ചവൾ. ഞാൻ ഇതുമായി നടക്കാൻ കാരണം അതാണ്. നിന്റെ രൂപവും ധ്യാനിച്ചു മരുഭൂമികളിലൂടെയും സമതലങ്ങളിലൂടെയും മലനിരകളിലൂടെയും നടക്കുന്ന സമയത്ത് മിക്കവാറും കാലിടറി ഞാൻ വീഴാറുണ്ട്. ആ സമയത്ത് കാലുകളിൽ കുത്തിക്കയറുന്ന മുള്ളുകൾ എടുത്തുകളയാനാണ് ഈ സൂചിയുമായി നടക്കുന്നത്."

"ഹാ! ഇതു തന്നെയാണ് ഞാൻ തേടി നടന്നത്. എന്റെ കാമുകാ, നീ ശരിക്കും പ്രണയത്തിൽ ആണെങ്കിൽ ഈ സൂചിയുടെ പോലും ആവശ്യമില്ലല്ലോ. എന്നെപ്പോലെ ഒരു സുന്ദരിയെ തേടിയുള്ള യാത്രയിൽ

കൊള്ളുന്ന മുള്ളുകൾ എടുത്തുകളയുന്നത് ശരിയാണോ? നിങ്ങൾ അത്ര വിശ്വസ്തൻ ആണെങ്കിൽ ആ മുള്ള് എടുത്തുകളയുമോ? തന്റെ പ്രണയിനിയെ തേടി നടക്കുന്ന വേളയിൽ ഒരു മുള്ള് കൊണ്ടാൽ തന്റെ വസ്ത്രത്തിൽ ഒരു റോസാപ്പൂ കൊളുത്തിപ്പിടിച്ചിട്ടുണ്ടോ എന്നല്ലേ നോക്കേണ്ടത്? എല്ലാ വർഷവും കുറച്ചു പൂക്കൾക്ക് വേണ്ടി തോട്ടക്കാരൻ എത്ര മുള്ളുകളോടാണ് മല്ലിടുന്നത്. കാലിൽ ഒരു മുള്ള് കൊണ്ടാലുടൻ സൂചി ഉപയോഗിച്ചു നീക്കം ചെയ്യേണ്ട വിധത്തിൽ ദുർബലനാണോ നിങ്ങൾ? ലൈലയോടുള്ള പ്രണയത്തിനായി നിങ്ങളുടെ കാലിൽ കൊള്ളുന്ന ഒരു മുള്ള് അവൾ മറ്റുള്ളവർക്കു കൊടുത്തേക്കാവുന്ന നൂറുകണക്കിന് റോസാപ്പൂങ്കുലകളേക്കാൾ വിലപ്പെട്ടതല്ലേ?"

ചോദ്യം 23

ഒരു ടുളിപ് കിഴങ്ങിന്റെ വില നൂറ്റൻപതു സ്വർണനാണയങ്ങളാണോ?

ആത്മാക്കളുടെ കിണറിനടുത്തിരുന്നു ഹാഫിസ് സെലെബിയോടു ഗൗരവമേറിയ സംഭാഷണത്തിൽ ഏർപ്പെട്ടിരിക്കുകയായിരുന്നു കറുമ്പൻ ഫാൽക്കോയും കരുത്തൻ യെയെയും.

"രണ്ടു വർഷം മുൻപ് ഞാൻ പുതിയ ഒരു കാര്യം ചെയ്യാൻ ശ്രമിച്ചു." ഹാഫിസ് സെലെബി പറഞ്ഞു. "ഒന്നിൽ നിന്ന് രണ്ടുതരം കിഴങ്ങുകൾ ഉത്പാദിപ്പിക്കാൻ ഞാൻ ആഗ്രഹിച്ചു. അപൂർവ്വതരം ടുളിപ്പുകൾ ഇരട്ടകളായി വളർത്തുകയായിരുന്നു ഉദ്ദേശ്യം. അങ്ങനെ ഉത്പാദിപ്പിച്ച ആദ്യത്തെ ഇരട്ടക്കിഴങ്ങ് മന്ത്രിമുഖ്യൻ ഇബ്രാഹിം പാഷയ്ക്ക് ഞാൻ സമ്മാനിച്ചു. അതിന്റെ ഒരു പകുതി തന്റെ ഭാര്യയായ ഫാത്തിമ സുൽത്താനും മറ്റേ പകുതി അദ്ദേഹത്തിന്റെ പ്രിയപ്പെട്ട വെപ്പാട്ടിയായ ദിൽനുവാസിനും സമ്മാനിച്ചതായി ഞാൻ അറിഞ്ഞു. പക്ഷേ, വസന്തമെത്തിയപ്പോൾ രണ്ടു കിഴങ്ങുകളിൽനിന്നും ഒരേതരം പൂക്കളാണ് ഉണ്ടായത്. ഫാത്തിമ സുൽത്താന് ഇത് അവരെ അപമാനിക്കാൻ ചെയ്തതായി തോന്നുകയും മന്ത്രിമുഖ്യനോടു പരാതി പറയുകയും ചെയ്തു. വിശദീകരണത്തിനായി അദ്ദേഹം എന്നെ വിളിച്ചു വരുത്തി. എനിക്ക് പറയാനുള്ളത് കേട്ടതിനു ശേഷം ലോകത്താരും കണ്ടിട്ടില്ലാത്തത്ര ഭംഗിയുള്ള ഇരുണ്ട പർപ്പിൾ നിറത്തിൽ ഒരു ഇരട്ടക്കിഴങ്ങുണ്ടാക്കാൻ അദ്ദേഹം എന്നോടു ആവശ്യപ്പെട്ടു. "ദൈവം അനുഗ്രഹിച്ചാൽ അങ്ങയുടെ തോട്ടത്തിൽ അടുത്ത വസന്തകാലത്ത് ആ പർപ്പിൾ ടുളിപ്പുകൾ പൂത്തുലയും." ഞാൻ പറഞ്ഞു. തോട്ടത്തിലേക്കല്ല പകരം ഫ്ളാൻഡേഴ്സിലെയും ഓസ്ട്രിയയിലെയും ഭരണാധികാരികൾക്ക് സമ്മാനമായി അയയ്ക്കാനാണ് അവ എന്ന് അദ്ദേഹം വെളിപ്പെടുത്തി. ഇതിനായി മന്ത്രിമുഖ്യൻ എനിക്ക് രണ്ടു സഞ്ചി നിറയെ സ്വർണ്ണനാണയങ്ങൾ തന്നു. എല്ലാം ഞാൻ ആസൂത്രണം ചെയ്തത് പോലെ തന്നെ മുന്നോട്ടു പോവുകയായിരുന്നു. ദൗർഭാഗ്യവശാൽ ചില കൊള്ളക്കാർ മന്ത്രിമുഖ്യനു കിഴങ്ങുകൾ നൽകാൻ പോയ വഴിയിൽ വച്ചു എന്നെ പതിയിരുന്നു ആക്രമിച്ചു. ഞാൻ അദ്ദേഹത്തിനായി കൊണ്ടുപോയ കിഴങ്ങുകളെല്ലാം ആ തെമ്മാടികൾ തട്ടിയെടുത്തു. നിങ്ങൾ അവരിൽപെട്ടവരല്ല എന്ന് എനിക്ക് ഉറപ്പാണ്.

പക്ഷേ, നിങ്ങൾ കൊണ്ടുവന്ന ഈ കിഴങ്ങ് അന്ന് എന്റെ കൈയിൽനിന്ന് നഷ്ടപ്പെട്ടവയിൽപെട്ടതാണ്. നിങ്ങൾക്ക് വിൽക്കാൻ താത്പര്യമുണ്ടെങ്കിൽ ഇതിനു പകരം ഞാൻ നൂറ്റിയൻപതു സ്വർണനാണയങ്ങൾ നൽകാം. പക്ഷേ, ഇതെവിടെനിന്ന് കിട്ടി എന്ന് പറഞ്ഞില്ലല്ലോ."

കറുമ്പൻ ഫാൽക്കോയ്ക്ക് ഈ മാന്യനെ വളരെ ഇഷ്ടമായി. പക്ഷേ തന്റെ രഹസ്യങ്ങൾ അയാളോട് പങ്കുവയ്ക്കാൻ അവനു താത്പര്യം ഉണ്ടായിരുന്നില്ല. അല്ലെങ്കിൽതന്നെ അവൻ എന്താണ് പറയുക? വിവാഹ പിറ്റേന്ന് തന്റെ വധുവിനെ വെട്ടിനുറുക്കിയ കുറ്റത്തിന് അവനെ നിയമ പാലകർ അന്വേഷിച്ചുകൊണ്ടിരിക്കുകയാണെന്നോ? ജയിൽ ചാടിയ ഒരു തടവുപുള്ളിയാണ് താൻ എന്നോ? ഓട്ടോമാൻ സാമ്രാജ്യത്തിന്റെ മുന്നിൽ കുറ്റവാളിയായതുകൊണ്ട് നിയമത്തിൽനിന്ന് ഒളിച്ചുനടക്കാനായി പുരികം ശസ്ത്രക്രിയ ചെയ്തു മുഖച്ഛായ മാറ്റിയ ഒരു ചതിയനാണ് എന്നോ? ഗെഡിക്പാസ സ്നാനഘട്ടത്തിനോട് ചേർന്നുള്ള സത്രത്തിലെ ഭിക്ഷക്കാരുടെയും കള്ളന്മാരുടെയും കൂട്ടത്തിൽപെട്ട ഒരാളാണ് എന്നോ? അദ്ദേഹത്തിനോട് ഇതിൽ ഏതെങ്കിലും ഒന്ന് പറഞ്ഞാൽ തന്നെ ഹാഫിസ് സെലെബി അത് വിശ്വസിക്കുമോ? അദ്ദേഹത്തിനെ കൊള്ളയടിച്ചവരെ കണ്ടുപിടിക്കണം എന്ന് ആഗ്രഹം തോന്നിയാലും സത്രത്തിലെ താമസക്കാരനായ ഒരു തെണ്ടിയോടു സഹകരിക്കാൻ ഒരിക്കലും ഇഷ്ടപ്പെടുകയില്ല. മറ്റു ചിലരും ഈ കിഴങ്ങിന്റെ പിറകേയുണ്ടെന്ന് ഹാഫിസ് സെലെബി പറഞ്ഞതു കേട്ട് ഫാൽക്കോ കൂടുതൽ ജാഗരൂകനായി. മറ്റാരൊക്കെയോ തന്നെ പിന്തുടരുന്നു എന്നും താൻ അപകടത്തിലാണ് എന്നുമാണ് അതിന്റെ അർത്ഥം എന്ന് അവനു നന്നായി അറിയാമായിരുന്നു.

യാതൊരു കളങ്കവുമില്ലാത്ത ഒരു മുഖത്തിന് ഉടമയായിരുന്നു ഹാഫിസ് സെലെബി. സത്യസന്ധതയും മനസ്സിന്റെ പരിശുദ്ധിയും വെളിവാക്കുന്നതായിരുന്നു അദ്ദേഹത്തിന്റെ മാന്യമായ പെരുമാറ്റം. അദ്ദേഹം ചോദിച്ച ചോദ്യത്തിന് എങ്ങനെ ഉത്തരം പറയണം എന്ന് ഫാൽക്കോയ്ക്ക് അറിയില്ലായിരുന്നു. വിചിത്രമായ രീതിയിൽ കഴുത്ത് ചരിച്ചുകൊണ്ട് അവ്യക്തമായി എന്തോ പിറുപിറുക്കുകയല്ലാതെ അവൻ മറ്റൊന്നും ചെയ്തില്ല. തക്ക സമയത്ത് അപകടം മനസ്സിലാക്കി തന്റെ മൗനവ്രതം ലംഘിച്ചുകൊണ്ട് കരുത്തൻ യെയെ ഇടപെട്ടു.

"ഈ ടുളിപ് കിഴങ്ങിന്റെ വില നൂറ്റിയൻപതു സ്വർണനാണയങ്ങളോ?"

തന്റെ ജീവിതത്തിൽ ഈ മനുഷ്യൻ ചെലുത്താൻ പോകുന്ന സ്വാധീനത്തെപ്പറ്റി യാതൊരു ഊഹവുമില്ലാതെ യെയെ ചോദിച്ചു.

"എന്തുകൊണ്ടില്ല? എന്റെ കുട്ടീ, എല്ലായിടത്തും കാണാവുന്ന തരം പൂക്കളാണ് ഈ കിഴങ്ങ് നൽകുന്നത് എന്ന് നീ കരുതുന്നോ?" ഹാഫിസ് സെലെബി ചോദിച്ചു.

"എല്ലായിടത്തും ടുളിപ് പൂക്കൾ കാണാം." ആശ്വാസത്തോടെ കറുമ്പൻ ഫാൽക്കോ അഭിപ്രായപ്പെട്ടു.

“തീർച്ചയായും, ഇസ്താംബൂളിലെ എല്ലാ തോട്ടങ്ങളിലും പറമ്പുകളിലും ടുളിപ് പൂക്കൾ കാണാൻ കഴിയും. പക്ഷേ, ഒരേയൊരാൾ മാത്രമേ സെൻട്രൽ ഏഷ്യയിൽനിന്നുള്ള ടുളിപ്പിന്റെ ചരിത്രം ഒരു കിഴങ്ങിന്റെ രൂപത്തിലാക്കിയ തരത്തിലുള്ള അത്യപൂർവമായ ജനുസ്സുകൾ ഉത്പാദിപ്പിക്കുന്നുള്ളൂ. തിയെൻ ഷാൻ മലനിരകളിൽനിന്ന് ചൂടുള്ള കാലാവസ്ഥയുള്ള സ്ഥലങ്ങളിലേക്ക് കുടിയേറിയ നമ്മുടെ പൂർവികർ കുതിരജീനിയിലെ സഞ്ചികളിൽ ഒരു സ്മാരകംപോലെ കൊണ്ടുവന്നതാണ് ആ ടുളിപ്. പോപ്പിച്ചെടിയുടെ പൂക്കളെപ്പോലെ പുല്ലിലും പൂന്തോട്ടത്തിലെ വേലികൾക്കും അടുത്തു സമൃദ്ധമായി വളരുന്ന ആ ചുവന്ന പൂവുള്ള ഇനത്തെപ്പറ്റിയാണ് തന്റെ മെസ്നെവിയിൽ ജലാലെദ്ദിൻ റൂമി ആഹ്ലാദത്തോടെ പരാമർശിച്ചിരിക്കുന്നത്. ഹൃദയത്തിൽ ഇരുണ്ടു ഭയാനകമായ മുറിവോടുകൂടിയ ടർക്കിക്കാരൻ ഡെർവിഷ് യൂനുസ് എമറിന്റെ ആശയറ്റ പുഞ്ചിരിപോലെ, പേനയിൽ നിന്നൊഴുകുന്ന ചുവന്ന മഷിയുണ്ടാക്കുന്ന എബുസ്സൂദ് എഫെൻഡിയുടെ കറുത്ത ഹൃദയം പോലെ, അല്ലെങ്കിൽ അയാളുടെ തന്നെ വാക്കുകളിൽ, മധുരത്തിലേക്ക് ഉപ്പു ചേർക്കുന്നത് പോലെ:”

ടുളിപ്പുകൾ ഇത്രയേറെ നിറങ്ങളിൽ ഉണ്ടായിരുന്നില്ലെങ്കിൽ അവയുടെ സൗന്ദര്യം ഇത്രയേറെ വിലമതിക്കപ്പെടില്ലായിരുന്നു.

ടുളിപ്പുകളെക്കുറിച്ച് സംസാരിക്കുമ്പോഴുള്ള ഹാഫിസ് സെലെബിയുടെ ആവേശം കറുമ്പൻ ഫാൽക്കോയെ വല്ലാതെ വശീകരിച്ചു. അകത്ത് അല്പം ഇരുണ്ട നിറമുള്ള, നിസ്സാരമായ പക്ഷേ, പ്രസന്നമായ ഒരു ചുവന്ന പൂവ് എന്ന് മാത്രമേ അവൻ ടുളിപ് പുഷ്പങ്ങളെക്കുറിച്ച് ചിന്തിച്ചിരുന്നുള്ളൂ. പക്ഷേ, ടുളിപ് പൂക്കൾ ദൗർഭാഗ്യം കൊണ്ടുവരും എന്ന് അമ്മ പറയുമായിരുന്നത് അവൻ ഓർമ്മിച്ചു. ഹാഫിസ് സെലെബി ഈ പൂക്കളെക്കുറിച്ച് സംസാരിക്കുമ്പോൾ പ്രകടിപ്പിച്ച വികാരതീവ്രത അദ്ദേഹത്തെ സംബന്ധിച്ചിടത്തോളം അവ എത്ര പ്രധാനപ്പെട്ടതാണെന്നും എത്രമാത്രം സ്നേഹവും ശ്രദ്ധയും ആ ടുളിപ് കൃഷിക്ക് അദ്ദേഹം നൽകുന്നുവെന്നും വെളിവാക്കുന്നുണ്ടായിരുന്നു.

പ്രസന്നവദനനായ ഈ മനുഷ്യൻ വെറുമൊരു സാധാരണ തോട്ടക്കാരനല്ല എന്ന് കരുത്തൻ യെയെയ്ക്കും മനസ്സിലായി. താൻ ചെയ്യുന്ന ഈ മഹത്തായ കാര്യത്തെ ആളുകൾ ആദരിക്കണം എന്നു മാത്രമായിരുന്നു അദ്ദേഹത്തിന്റെ ആഗ്രഹം. തന്നെ പരിഹസിക്കുന്നവർക്കുവേണ്ടി ഹാഫിസ് സെലെബിയുടെ കൈയിൽ സമയമില്ലായിരുന്നു. ലൈലയുടെ മരണവാർത്തയറിയുന്ന മജ്നുവിനെപ്പറ്റി യെയെ ഓർത്തുപോയി. ഹാഫിസ് സെലെബി ഇസ്താംബൂളിലെത്തുമ്പോൾ ടുളിപ് പൂക്കൾ അതിന്റെ സൗന്ദര്യത്തിന്റെ പരമകാഷ്ഠയിൽ എത്തുന്നതിനെപ്പറ്റി അദ്ദേഹം വർണ്ണിച്ചുകൊണ്ടിരുന്നപ്പോൾ സാദി ഷിറാസിന്റെ പുസ്തകമായ ഗുലിസ്താനിലെ ‘മറ്റൊരാളിന്റെ പ്രണയത്തിലുള്ള അസൂയ’ എന്ന

കഥയെപ്പറ്റി ഓർത്തു. അവന്റെ അമ്മ ഈ കഥ വായിച്ചു കൊടുക്കുമ്പോഴൊക്കെ യെയെ കരഞ്ഞുപോവുമായിരുന്നു.

കറുമ്പൻ ഫാൽക്കോ തന്റെ കൈയിലിരുന്ന ടുളിപ് കിഴങ്ങ് പാകിയിട്ടു പൂവിനായി കാത്തിരിക്കാൻ തീരുമാനിച്ചു. ഹാഫിസ് സെലെബിയുടെ തോട്ടത്തിൽതന്നെ അത് പാകാനാണ് തീരുമാനിച്ചത്.

അദ്ദേഹത്തിന്റെ വാക്കുകൾ അവനെ അത്രയേറെ ആവേശഭരിതനാക്കിയിരുന്നു. ഹാഫിസ് സെലെബി ചോദിച്ച ചോദ്യം അവൻ അവഗണിച്ചെങ്കിലും ഉദ്വേഗവും ആരാധനയും മൂലം ഫാൽക്കോയുടെ കണ്ണുകൾ വിടർന്നിരുന്നു.

“അങ്ങയുടെ വാക്കുകൾ കേട്ടാൽ ഈ കിഴങ്ങ് മധ്യേഷ്യയിൽനിന്ന് ഇന്നലെയത്തിയതാണെന്നേ തോന്നൂ. താങ്കളുടെ സംഭാഷണം കേട്ടാൽ ടുളിപ്പുകൾക്ക് ആത്മാവുള്ളതുപോലെയാണ് തോന്നുക.” പതുക്കെ ശ്രദ്ധയോടെ ഓരോ വാക്കും ഫാൽക്കോ ഉച്ചരിച്ചു.

“ചെറുപ്പക്കാരാ, തീർച്ചയായും അതിന് ആത്മാവുണ്ട്.” അല്പം പരിഭവിച്ചതുപോലെ ഹാഫിസ് സെലെബി പറഞ്ഞു. “അതിന്റെ ആത്മാവ് നമ്മുടെ സെൽജുക്, ഓട്ടോമാൻ സംസ്കാരങ്ങളുടെ മൂർത്തീഭാവമാണ്. ദിഗ്വിജയിയായ മുഹമ്മദിന്റെ കാലത്ത് പതിനഞ്ചാം നൂറ്റാണ്ടിൽ മനീസ മുഴുവൻ ടുളിപ് ചെടികൾ വളർന്നുനിന്നു. ഒരു നൂറ്റാണ്ടിനുശേഷം മഹാനായ സുലൈമാന്റെ കാലത്ത് ഇസ്താംബൂളിലെ പൂന്തോട്ടങ്ങളുടെ അഭിമാനമായി അവ മാറി. ഇന്ന്, ഈ ഫ്ളെമിഷ് കാലത്ത് സ്വന്തം നാടിനെയോർത്തു വിങ്ങുന്ന, സുന്ദരമായി വസ്ത്രം ധരിച്ച ഒരു വധുവിനെപ്പോലെയാണ് അവയെ കാണുമ്പോൾ തോന്നുക. നിന്റെ കൈയിലിരിക്കുന്ന കിഴങ്ങിൽ ആഴമുള്ള ഒരു പർപ്പിൾ വേദന ഒളിച്ചിരിപ്പുണ്ട്. ഈ ഫ്ളെമിഷ് മണ്ണിൽ അതിന്റെ പൂക്കളുണ്ടാകുമ്പോൾ തട്ടിയെടുക്കപ്പെടുന്ന പെൺകിടാങ്ങളെപോലെ വേരുകളിൽ നിന്ന് പറിച്ചെടുക്കപ്പെട്ട സ്വന്തം അസ്തിത്വത്തെയോർത്ത് അവ തേങ്ങും.

സദാബാത്തിലെ എളിയ തോട്ടങ്ങളിൽ അവ എത്തുന്നതുവരെ. ഈ വയസ്സൻ സവിശേഷമായ ഒരു പൂവ് എല്ലാ വസന്തങ്ങളിലും വിരിയിക്കാൻ വേണ്ടി മനുഷ്യസാധ്യമായ എന്തും ചെയ്യും. നിന്റെ കൈയിലിരിക്കുന്ന കിഴങ്ങിൽനിന്ന് വിരിയുന്ന പൂവെന്നപോലെ. സ്വർഗത്തിലെ പ്രകാശം എന്ന് പേരുള്ള വ്യത്യസ്തമായ ആദ്യത്തെ ടുളിപ് പൂവ് വിരിയിച്ച എബുസ്സൂദ് എഫെൻഡി ചെയ്തുവച്ച ജോലികളുടെ തുടർച്ചയായാണ് ഞാൻ ഈ ഗവേഷണങ്ങൾ നടത്തുന്നത്. മെഹമ്മദ് അസിക്കി എഫെൻഡി എന്ന വൈദ്യൻ വിവിധതരം ടുളിപ്പുകളുടെ ചിത്രങ്ങളടങ്ങിയ വിശദമായ ഒരു പഠനം തന്നെ ഇതിന്മേൽ നടത്തിയിട്ടുണ്ട്. സെറാപാസാ പള്ളിയിലെ ഇമാമും ഉബൈദിയുടെ മകനുമായ അഹമ്മദ് മെഹമ്മദ് എഫെൻഡി എഴുതിയ ‘പൂക്കളുടെ പ്രഭാവം’ എന്ന പുസ്തകവും

അനേകം സസ്യശാസ്ത്രജ്ഞരുടെയും ഉദ്യാനപാലകരുടെയും അനുഭവസമ്പത്തും എന്നെ അതിനു സഹായിച്ചിട്ടുണ്ട്. തങ്ങളുടെ പെൺമക്കൾ അവരുടെ ജന്മനാട്ടിൽ തിരിച്ചെത്തുക എന്നതിനും പൂർവികരുടെ കഠിനാധ്വാനം വ്യർത്ഥമാകാതിരിക്കാനുംവേണ്ടിയാണ് ഇവരൊക്കെ കഷ്ടപ്പെട്ടത്. എബുസ്സൂദ് എഫെൻഡിയുടെ കാലം മുതൽക്ക് ഹോളണ്ടിൽനിന്നും ഇസ്താംബൂളിലേക്ക് വരുന്ന ഓരോ ഫ്ളെമിഷ് കപ്പലുകളും പുതിയ കിഴങ്ങുകളുമായാണ് എത്തിച്ചേരുക. ഹോളണ്ടിൽനിന്നും ഓസ്ട്രിയയിൽ നിന്നുമുള്ള ഉദ്യാനപാലകരടങ്ങുന്ന ഒരു സംഘംതന്നെ ഇതിനായി പ്രവർത്തിക്കുന്നുണ്ട്.

ഇബ്രാഹിം പാഷയുടെ തോട്ടക്കാരിൽ പ്രമുഖനായ ഷെയ്ക്ക് മെഹമ്മദ് എഫെൻഡി, അദ്ദേഹത്തിന്റെ 'പൂക്കളുടെ ലയനം' എന്ന പുസ്തകത്തിന്റെ ആദ്യഭാഗത്ത് ഇതിനെക്കുറിച്ച് വ്യക്തമായി പറഞ്ഞിട്ടുണ്ട്."

ഹാഫിസ് സെലബിയുടെ അറിവ് ഫാൽക്കോയെ പ്രചോദിപ്പിച്ചു. രണ്ടു ഭിക്ഷക്കാരോടു സംസാരിക്കാൻ അദ്ദേഹം കാണിച്ച സന്നദ്ധത അവനെ വിസ്മയിപ്പിക്കുകയും ചെയ്തു. എല്ലാ ദിവസവും സഹിക്കേണ്ടിവരുന്ന ശാപവാക്കുകളും വെറുപ്പും ശീലമായിക്കഴിഞ്ഞിരുന്നതുകൊണ്ടുതന്നെ ഹാഫിസ് സെലബിയുടെ സൗമ്യമായതും ഉദാരവുമായ പെരുമാറ്റവും സംസാരവും അവർക്ക് തേൻപോലെ മധുരമുള്ളതായി തോന്നി.

ആരാണ് അവളെ തട്ടിയെടുത്തത്? ന്യായത്തിന് വേണ്ടി പോരാടുന്ന ഒരു പോരാളിയുടെ വീര്യത്തോടെയും സത്യസന്ധതയോടെയും തന്റെ ഭിക്ഷക്കാരന്റെ രൂപംപോലും മറന്നുകൊണ്ട് ഈ പറയുന്ന മകളെ തട്ടിയെടുത്തുകൊണ്ട് പോയവരെ കണ്ടുപിടിക്കാം എന്നും ശിക്ഷിക്കാം എന്നപോലെയും ഫാൽക്കോ ചോദിച്ചു.

"വരട്ടെ, വരട്ടെ. ആവേശം കൊള്ളാതെ," ഹാഫിസ് സെലെബി താക്കീത് ചെയ്തു. "ഇതെല്ലാം നടന്നത് രണ്ടു നൂറ്റാണ്ടു മുൻപാണ്. മഹാനായ സുലൈമാന്റെ സമയത്ത് റോമൻ ചക്രവർത്തിയുടെ പ്രതിനിധിയായി ഇസ്താംബൂളിൽ ജോലി ചെയ്തിരുന്ന ബസ്ബെക് എന്ന് പേരുള്ള ഒരു സ്ഥാനപതി ഉണ്ടായിരുന്നു. എല്ലാ വർഷവും പുസ്തകച്ചന്തയിൽ നിന്ന് വാങ്ങിയതെല്ലാം നിറച്ച മൂന്ന് അലമാരകൾ അയാൾ ഡാന്യൂബ് വഴി വിയന്നയിലേക്ക് പോകുന്ന കപ്പലുകളിലൊന്നിൽ (അല്ലെങ്കിൽ മെഡിറ്ററേനിയൻ സമുദ്രത്തിലൂടെ) ഹോളണ്ടിലെ ഒരു സുഹൃത്തായ ഉദ്യാനപാലകന്റെയടുത്തേക്ക് കയറ്റിവിടാറുണ്ടായിരുന്നു. ഒരിക്കൽ ബസ്ബെക് തന്റെ സുഹൃത്തിനായി ഒരു പെട്ടി നിറയെ ടുളിപ് കിഴങ്ങുകൾ അയച്ചു കൊടുത്തു. അതിനെയും തട്ടിക്കൊണ്ടു പോകലായി വിശേഷിപ്പിക്കാമോ? നിങ്ങൾ തന്നെ തീരുമാനിക്ക്.

ബസ്ബെക്കിന്റെ സുഹൃത്ത് നന്ദി പറഞ്ഞുകൊണ്ട് ഒരു മറുപടിക്കത്തെഴുതി. ആ പൂക്കൾക്ക് ഒരു നവവധുവിന്റെ മനോഹാരിത

ഉണ്ടായിരുന്നു എന്നാണ് അദ്ദേഹം എഴുതിയിരുന്നത്. അദ്ദേഹം തന്റെ രാജ്യത്തേക്ക് മടങ്ങിപ്പോയപ്പോൾ ഒരു കൊട്ട കിഴങ്ങുകളും കൂടെ കൊണ്ടുപോവുകയും അത് ഹാബ്സ്ബർഗിയലെ രാജകൊട്ടാരത്തിൽ സമർപ്പിക്കുകയും ചെയ്തു."

"എന്നിട്ട് എന്ത് സംഭവിച്ചു?" ഫാൽക്കോ ചോദിച്ചു.

"ബസ്ബെക്കിന്റെ ഓർമ്മക്കുറിപ്പുകൾ അനുസരിച്ച് ഹാബ്സ്ബർഗിലെ കൊട്ടാരം ഈ കിഴങ്ങുകളിൽ വലിയ താത്പര്യമൊന്നും കാണിച്ചില്ല. പക്ഷേ, ടുളിപ് കൃഷി ഹോളണ്ടിലെ പുതിയ പരിഷ്കാരമായി മാറി. രാജകൊട്ടാരത്തിലേക്ക് സമ്മാനമായി അയയ്ക്കാൻ മിക്കവരും ഈ പൂക്കളാണ് ഉപയോഗിച്ചിരുന്നത്."

കരുത്തൻ യെയെയുടെ മനസ്സിൽ ഹാഫിസ് സെലെബി സംസാരിക്കുന്നതു കേട്ടുകൊണ്ടിരുന്നപ്പോൾ എന്താണെന്നറിയാത്ത ചില വികാരങ്ങൾ ഉണർന്നു. ഇദ്ദേഹത്തെപ്പോലെ ഒരു അച്ഛൻ തനിക്കുണ്ടായിരുന്നെങ്കിൽ സത്രത്തിലേക്ക് പോകാതെ എന്നും അദ്ദേഹത്തിന്റെ വാക്കുകളും ശ്രവിച്ചു കൂടെത്തന്നെ താമസിക്കാമായിരുന്നു. കാഗിത്താനെ കൊടുമുടികളുടെ മുകളിലൂടെ സൂര്യൻ പതിയെ മറയുന്നത് കണ്ടപ്പോൾ തങ്ങൾക്ക് സത്രത്തിലെത്താനുള്ള നേരമാകുന്ന കാര്യം ഓർമ്മവന്നു. യെയെ കറുമ്പൻ ഫാൽക്കോയുടെ മുഖത്തേക്ക് നോക്കി. കാര്യം മനസ്സിലായ ഫാൽക്കോ യെയെയുടെ ഒപ്പം എഴുന്നേറ്റു.

"ഒരുപാടു കാത്തിരിക്കരുത്." താൻ നേരത്തെ ചോദിച്ച ചോദ്യത്തിന് ഉത്തരമൊന്നും കിട്ടില്ല എന്ന് മനസ്സിലാക്കിയ സെലെബി പറഞ്ഞു. "ഒരു കൈപ്പത്തിയുടെ ആഴത്തിൽ അത് കുഴിച്ചിടണം. എത്രയും പെട്ടെന്ന്."

ഹാഫിസ് സെലെബിയുടെ സ്നേഹപൂർണ്ണമായ പെരുമാറ്റം മൂലം കറുമ്പൻ ഫാൽക്കോയ്ക്കും കരുത്തൻ യെയെയ്ക്കും വല്ലാത്ത ആശ്വാസവും സ്വസ്ഥതയും അനുഭവപ്പെട്ടു. വേർപിരിയാൻ നേരത്ത് നൽകിയ ഉപദേശത്തിലൂടെ അദ്ദേഹത്തിന്റെ മാന്യത കൂടുതൽ പ്രകടമായിരുന്നു. താമസസ്ഥലത്തേക്ക് പോകുന്ന വഴി ഇത്തരം പെരുമാറ്റത്തെപ്പറ്റി ഫാൽക്കോ യെയെയ്ക്ക് ഒരു കഥ പറഞ്ഞുകൊടുത്തു. സത്യത്തിൽ ഈ കഥ യെയെയ്ക്ക് അവന്റെ അമ്മ പറഞ്ഞുകൊടുത്തിരുന്നു. പക്ഷേ, തനിക്ക് ഇത് അറിയാം എന്ന ഭാവം അവൻ കാണിച്ചില്ല. യഥാർത്ഥത്തിൽ ഈ കഥ അദാലെത് ലി നുസീരെവനെക്കുറിച്ചുള്ളതാണ് കാലിഫ് ഒമറിനെ പറ്റിയല്ല എന്ന കാര്യംപോലും ചൂണ്ടിക്കാണിക്കാൻ ശ്രമിച്ചില്ല. ശ്മശാനത്തിൽ വച്ച് കറുമ്പൻ ഫാൽക്കോയുടെ അഭിമാനം മുറിപ്പെട്ടത് അവൻ മനസ്സിലാക്കിയിരുന്നു. അത് പൂർവ്വസ്ഥിതിയിലെത്തിക്കേണ്ടത് യെയെയുടെ ആവശ്യമായിരുന്നു.

രണ്ടു സ്ത്രീകൾ ഒരു കുഞ്ഞുമായി കാലിഫ് ഒമറിനെ സമീപിച്ചു.

ഫാൽക്കോ പറഞ്ഞുതുടങ്ങി. “രണ്ടു പേരും കുഞ്ഞിന്റെ അമ്മ താനാണെന്ന് അവകാശപ്പെട്ടു. ഒമർ പറഞ്ഞു. രണ്ടു പേരും കുഞ്ഞു തന്റേതാണെന്ന് അവകാശപ്പെടുന്ന സ്ഥിതിക്ക് കുഞ്ഞിനെ രണ്ടു കഷണങ്ങളാക്കി വീതിച്ചു തരാം. ഒരു സ്ത്രീ ഈ നടപടിക്കു തയ്യാറാണ് എന്നറിയിച്ചു. പക്ഷേ, മറ്റേ സ്ത്രീ കരയാൻ തുടങ്ങി. “വേണ്ട വേണ്ട, എന്റെ കുഞ്ഞിനെ മുറിക്കണ്ട. ആ സ്ത്രീ അവനെ എടുത്തോട്ടെ!”

ഒമർ കുഞ്ഞിനെ രണ്ടാമത്തെ സ്ത്രീക്ക് നൽകി.

“നീ എന്ത് പറയുന്നു യെയെ? ഈ അപേക്ഷയുടെ സ്വരം ഹാഫിസ് സെലെബിയുടെ വാക്കുകളിൽ നിന്ന് മനസ്സിലായില്ലേ?”

“ശരിയാണ് ഫാൽക്കോ. പക്ഷേ, ഈ കിഴങ്ങ് മാത്രമാണ് നിന്റെ കൈയിൽ ഉള്ള ഒരേയൊരു തെളിവ് എന്ന് മറക്കരുത്.”

സത്രത്തിൽ പ്രവേശിക്കുന്നതുവരെ എങ്ങനെ ഹാഫിസ് സെലെബിയുടെകൂടെ തോട്ടക്കാരായി കൂടാം എന്നായിരുന്നു രണ്ടുപേരുടെയും ചിന്ത. പ്രത്യേകിച്ചു യെയെ. ആ ജോലി ജീവിതകാലം മുഴുവൻ ചെയ്യാൻ അവൻ ഒരുക്കമായിരുന്നു. ഇസ്താംബൂൾ പോലൊരു നഗരത്തിൽ ടുളിപ് ചെടികൾ കൃഷി ചെയ്യുക. സത്രത്തിൽ താമസിക്കുന്ന ഒരു ചെറുക്കന് അത് അപ്രാപ്യമാണോ?

അനുബന്ധം: മജ്നു ലൈലയുടെ മരണത്തെപ്പറ്റി അറിയുന്നു.

മജ്നുവിന് വഴി തെറ്റിയിരുന്നു. അങ്ങോട്ടുമിങ്ങോട്ടും ഓടുന്നതിനിടെ ആരോ അവനോടു വന്നു പറഞ്ഞു, ലൈല മരിച്ചു. ഈ ദുഃഖകരമായ വാർത്ത കേട്ടപ്പോൾ അവൻ ഓട്ടം നിർത്തി, കൈകൾ വിടർത്തിയിട്ടു കരഞ്ഞു.

നന്ദി ദൈവമേ!

“നോക്ക്! ഈ അധമന്റെ ഭ്രാന്ത് എത്ര മൂത്ത് പോയി.” ആ മനുഷ്യൻ ദേഷ്യത്തോടെ ഒച്ചയിട്ടു.

“നിനക്ക് അത്രയേറെ അവളോടു സ്നേഹമുണ്ടെങ്കിൽ ഇത്തരം ഒരു വാചകം പറയുമോ?”

“സൂര്യന്റെ അപൂർവ്വഭംഗിയാർന്ന ആ കിരണത്തിനു വേണ്ടി ഒന്നും ചെയ്യാൻ എനിക്ക് കഴിഞ്ഞില്ല. ഇനി മറ്റാർക്കും അതിനു കഴിയുകയുമില്ല!”

അനുബന്ധം 2: മറ്റൊരാളുടെ അസൂയ

കവിയായ സാദി ഒരിക്കൽ പറഞ്ഞു.

ഞാൻ ഒരു നവയുവാവായിരുന്ന സമയത്താണ് ഷിറാസുമായി പ്രണയത്തിലായത്. അവൾക്കു എന്നോടു യാതൊരു താത്പര്യവും

ഇല്ലായിരുന്നു. ഞങ്ങൾ കുറച്ചു തവണ കാണുകയും സംസാരിക്കുകയും ചെയ്തിട്ടുണ്ട്. പക്ഷേ, എനിക്ക് വിദേശത്തേക്ക് പോകേണ്ടി വന്നതിനാൽ ഞങ്ങൾ പിരിഞ്ഞു. പത്തു വർഷം. പ്രണയം എന്റെ ഹൃദയത്തിൽ നിറഞ്ഞു കവിയുകയും അവളോടുള്ള ആഗ്രഹത്താൽ ഞാൻ എരിയുകയും ചെയ്തുകൊണ്ടേയിരുന്നു. തിരിച്ചു വീട്ടിലെത്തിയപ്പോൾ എന്റെ ആദ്യത്തെ ലക്ഷ്യം അവളെ കണ്ടെത്തുകയായിരുന്നു. എന്നെ കണ്ടപാടെ അവളെന്നെ ശകാരിക്കാൻ തുടങ്ങി.

"ഹേയ് സാദി, എന്തൊരു വിശ്വസിക്കാൻ കൊള്ളാത്തവനാണ് നീ. ഇത്രയും നാൾ നിന്നെക്കുറിച്ച് ഒരറിവും ഇല്ലായിരുന്നു. ഒരു കത്ത് പോലും നീയയച്ചില്ല!"

ഞാൻ അവളോടു പറഞ്ഞു,

"ഓ, എന്റെ ലോലയായ സുന്ദരീ, നീ എന്റെ ഹൃദയത്തിൽ പ്രണയം നിറച്ചു. നിന്നെ കാണാനുള്ള ഭാഗ്യം എനിക്ക് നിഷേധിക്കപ്പെട്ട സ്ഥിതിക്ക് ഒരു സന്ദേശവാഹകന് ഞാനത് നൽകണോ?"

ചോദ്യം 24

സുൽത്താന്റെ മുറിവ് ആര് ഉണക്കും?

സുൽത്താന്റെ മുന്നിലെത്തിയപ്പോൾ ന്യായാധിപൻ ഇസഹാക്കിനു നിവർന്നു നിൽക്കാനുള്ള ശക്തിപോലുമില്ലായിരുന്നു. പെട്ടെന്ന് ഹാജരാകാനുള്ള സന്ദേശം ലഭിച്ചപ്പോൾ തനിക്കു നേരിടേണ്ടിവന്ന ദുര്യോഗത്തെപ്പറ്റി അദ്ദേഹം അറിഞ്ഞു കാണും എന്നും കൂടുതൽ വിവരങ്ങൾക്കായാണ് തന്നെ വിളിപ്പിക്കുന്നതെന്നും അദ്ദേഹം കരുതി. പക്ഷേ, അതായിരുന്നില്ല കാര്യം എന്ന് സുൽത്താന്റെ പെരുമാറ്റത്തിൽനിന്ന് മനസ്സിലായി. ജനാലയ്ക്കടുത്തു പുറംതിരിഞ്ഞുനിന്ന് കോപാകുലനായി ബോസ്ഫറസ് കടലിടുക്കിലേക്ക് തുറിച്ചുനോക്കുകയായിരുന്നു അദ്ദേഹം.

“ഇതുവരെ ഉത്തരം ലഭിച്ചിട്ടില്ല,” സുൽത്താൻ ദേഷ്യത്തോടെ ചീറി.

“അതൊന്ന് അന്വേഷിച്ചു കണ്ടുപിടിക്കാൻ ഇതുവരെ കഴിയാത്തത് നിങ്ങളുടെ കഴിവില്ലായ്മയെയല്ലേ വെളിവാക്കുന്നത്? ഇത്തരം അയോഗ്യരായ ഉദ്യോഗസ്ഥരുമായി രാജ്യം എങ്ങനെ മുന്നോട്ടു പോകും? നിങ്ങൾക്ക് അവനെ തേടിപ്പിടിക്കാൻ കഴിവില്ലെങ്കിൽ മറ്റാരെയെങ്കിലും ഈ പണി ഏല്പിക്ക്! ഇസ്താംബൂൾ നഗരത്തിൽ ഒരാളെ അന്വേഷിച്ചു കണ്ടെത്താൻ കഴിയാത്ത ഒരു ഭരണാധികാരിയെ ജനങ്ങൾ എങ്ങനെ ബഹുമാനിക്കും? ഇത്തരമൊരു സുൽത്താനെ അങ്ങേരുടെ അടിമകൾ പോലും വകവയ്ക്കുകയില്ല. എഫെൻഡീ, പറയൂ, നിങ്ങളെന്താണ് എന്റെ ആജ്ഞ അനുസരിക്കാതിരുന്നത്?”

ജനലിനടുത്തുനിന്ന് തിരിഞ്ഞപ്പോഴാണ് ശരീരമാകെ ഇരുണ്ടു നീലിച്ച പാടുകളുമായി നിൽക്കുന്ന ഇസഹാക്കിന്റെ പരിതാപകരമായ രൂപം സുൽത്താൻ കാണുന്നത്. അപമാനവും അസ്വസ്ഥതയും നാണക്കേടും നിറഞ്ഞ മുഖത്തോടെ ഒരു ഊന്നുവടിയുടെ സഹായത്താൽ ഒടിഞ്ഞുതൂങ്ങിയതുപോലെ നിൽക്കുകയായിരുന്നു ആ മനുഷ്യൻ.

“തിരുമേനീ.” ന്യായാധിപൻ ഇസഹാക്ക് വിറയ്ക്കുന്ന ശബ്ദത്തിൽ വിളിച്ചു.

“എന്തുപറ്റി? അങ്ങേക്ക് സുഖമില്ലേ?” മൃദുലമായ ശബ്ദത്തിൽ സുൽത്താൻ ചോദിച്ചു.

"അതെ തിരുമേനീ," ന്യായാധിപൻ മറുപടി പറഞ്ഞു. "ഒരു മുറിവ് എന്റെ കാൽവണ്ണയിൽ ഉണ്ട്. പക്ഷേ, തീർച്ചയായും എന്റെ ജോലികൾ ചെയ്യാതിരുന്നതിനെ ന്യായീകരിക്കാനാവില്ല. അങ്ങയെ സേവിക്കാനാണ് എന്റെ ജീവിതം. ആജ്ഞാപിച്ചാൽ അങ്ങയുടെ വഴികൾ എന്റെ കൺ പീലികൾകൊണ്ട് ഞാൻ തൂത്തു വൃത്തിയാക്കുകയും കണ്ണുനീർകൊണ്ട് കഴുകുകയും ചെയ്യും. അങ്ങ് അന്വേഷിക്കുന്ന വിവരങ്ങൾ തിരക്കി മറ്റു ചിലർ നടക്കുന്നുണ്ട്. എനിക്ക് അവരോട് ഏറ്റുമുട്ടേണ്ടി വന്നു. അവർക്കായി അനേകം തിരച്ചിൽ സംഘങ്ങളെ ഞാൻ അയച്ചു. താങ്കൾ അന്വേഷിക്കുന്ന ആളെ തിരഞ്ഞും അന്വേഷകർ പോയിട്ടുണ്ട്." മറ്റാർക്കും കേൾക്കാനാവാത്തയത്ര പതുക്കെ ന്യായാധിപൻ പറഞ്ഞു. "അവനെ അന്വേഷിച്ചു ജയിൽ സൂക്ഷിപ്പുകാരനും എട്ടു തേളുകളെ അയച്ചിട്ടുണ്ട്."

"നിങ്ങൾക്ക് എന്താണ് സംഭവിച്ചത് എന്ന് ആദ്യം പറയൂ. എന്താ ആ ഊന്നുവടി കൊണ്ട് ചെയ്യുന്നത്?" സുൽത്താൻ അന്വേഷിച്ചു.

"തിരുമേനീ, അങ്ങേക്ക് ആവശ്യമുള്ള ആളെ അന്വേഷിച്ചു നടക്കുന്നവരാണ് ഇതെന്നോട് ചെയ്തത്." ഇസഹാക്ക് മറുപടി പറഞ്ഞു. "അവർക്കാവശ്യമുള്ള മറുപടികൾക്കായി രണ്ടു ദിവസം എന്നെ ചോദ്യം ചെയ്തു. എന്റെ കാലിലെ മുറിവിൽ ഉപ്പുപൊടി വാരിത്തൂവി. അതുകൊണ്ടും തൃപ്തിവരാതെ പീഡനകർമ്മത്തിൽ കൂടുതൽ പൂർണത വരുത്താൻവേണ്ടി രത്നപ്പൊടിയും എന്റെ വേദനയുടെ തീവ്രത കൂട്ടാൻ ഉപയോഗിച്ചു. ഇത് പൊറുക്കാൻ കുറച്ചു സമയം എടുക്കും സുൽത്താൻ."

സുൽത്താൻ ദ്വാരപാലകന്റെ നേരെ തിരിഞ്ഞു കൊട്ടാരം വൈദ്യനെ വിളിച്ചു കൊണ്ടുവരാൻ ഏർപ്പാട് ചെയ്തു.

"എഫെൻഡീ, നമുക്ക് ഈ മുറിവ് ചികിത്സിക്കണം. നിങ്ങൾ പറഞ്ഞതു കേട്ടിട്ട് എന്റെ വയറുരുണ്ട് കയറുന്നതുപോലെ തോന്നുന്നു. ആർക്കാണ് ഇത്തരം കാര്യങ്ങളെക്കുറിച്ചു അറിയാവുന്നത്? ആർക്കാണ് നിങ്ങളുടെ കൈയിൽനിന്ന് വിവരങ്ങൾ ലഭിക്കണം എന്നിത്ര വാശി?"

"ഞാൻ വിചാരിച്ചിരുന്നത് തിരുമേനിക്കും എനിക്കും അള്ളായ്ക്കും മാത്രമേ ഇതിനെപ്പറ്റി അറിയാവൂ എന്നാണ്. പക്ഷേ, മറ്റു ചിലർക്കും ഇതറിയാം."

"ആരാണവർ? ഇതിനകത്തുള്ളവരോ പുറത്തുള്ളവരോ?"

സുൽത്താൻ ഈ ചോദ്യം ചോദിക്കുന്നത് വരെ ന്യായാധിപൻ ഇതിനെപ്പറ്റി ചിന്തിച്ചിരുന്നില്ല. പാസ്സരോവിറ്റ്സ് ഉടമ്പടി 1718ൽ ഒപ്പിട്ടത് മുതൽ പതിനൊന്നു വർഷത്തെ സമാധാനം അമിതമായതും അലസവുമായ ഒരുതരം ആത്മവിശ്വാസം ജനിപ്പിച്ചിരുന്നു. ഓട്ടോമാൻ സാമ്രാജ്യത്തിനു പുറത്തുനടക്കുന്ന കാര്യങ്ങളിൽ കൂടുതൽ ശ്രദ്ധ പതിപ്പിക്കണം എന്നാണ് സുൽത്താൻ ചിന്തിക്കുന്നത് എന്ന് ന്യായാധിപൻ തിരിച്ചറിഞ്ഞു. ആരെങ്കിലും അഹമ്മദ് രാജകുമാരനോട് ബന്ധപ്പെടാൻ എന്തെങ്കിലും

സാധ്യതയുണ്ടോ എന്ന് സമീപകാലത്തെ വിദേശനയവുമായി കാര്യങ്ങൾ ബന്ധപ്പെടുത്തിക്കൊണ്ട് അദ്ദേഹം ഗഹനമായി ചിന്തിച്ചു.

ഉവെയ്സ്ഖാൻ എന്ന അഫ്ഗാൻകാരൻ ഈയിടെയാണ് ഇറാനിലെ എസ്ഫഹാൻ പിടിച്ചെടുത്തത്. അയാൾ ധാരാളം ചാരന്മാരെ ഓട്ടോമാൻ അതിർത്തികൾക്കുള്ളിലേക്ക് അയയ്ക്കുന്നു എന്നാണ് രഹസ്യാന്വേഷണ വിഭാഗം അറിയിച്ചിരിക്കുന്നത്. അതേസമയം തന്നെ ഡ്രൂസ് എന്ന വിഭാഗത്തിൽപ്പെടുന്ന ആളുകൾ ഒരു കലാപത്തിനു വട്ടംകൂട്ടുന്ന വിവരവും ലഭിച്ചിട്ടുണ്ട്. വെനീസുമായുള്ള ചില രഹസ്യഉടമ്പടികളുടെ ബലത്തിൽ ഉവെയ്സ്ഖാൻ പാസ്സരോവിറ്റ്സ് ഉടമ്പടി നടന്നത് മുതൽ ഇസ്താംബൂളിൽ കണ്ണുവച്ചിട്ടുണ്ട്. ഓസ്ട്രിയയ്ക്കാണ് ഈ ഉടമ്പടികൊണ്ട് ലാഭമേറെ ഉണ്ടായത്. വെനീസിന് വൻനഷ്ടമാണ് സംഭവിച്ചത്. ഓട്ടോമാൻ സാമ്രാജ്യം ഇവർക്കിടയിൽപെട്ടു പോയി.

ഇതേ സമയത്തുതന്നെ കിഴക്കുനിന്നും ഭ്രാന്തൻ പെഡ്രോ എന്ന് ഓട്ടോമാനുകൾ വിളിക്കുന്ന റഷ്യയിലെ സാർ ചക്രവർത്തി ഇറാനിലെ ഷാതാമ്മാസ്ബ് രണ്ടാമന് വേണ്ട സംരക്ഷണയും പിൻബലവും നൽകാനെന്ന പേരിൽ ബാക്കുവിനു നേരെ നീങ്ങുന്നുണ്ടായിരുന്നു. ഭ്രാന്തൻ പെഡ്രോ വളരെ സമർത്ഥനായ ഒരു ഭരണാധികാരിയാണ്. സുനിശ്ചിതമായും റഷ്യയുടെ അതിർത്തികൾ വികസിപ്പിക്കുക എന്നതാണ് അയാളുടെ ലക്ഷ്യം. സഫാവിദ് രാജ്യത്തിന്റെ തകർച്ചമൂലം ഓട്ടോമാൻ സാമ്രാജ്യത്തിന്റെ കോട്ടകൾകൊണ്ടും മറ്റും ബലപ്പെടുത്താൻ കഴിയാതിരുന്ന കിഴക്കൻ പ്രദേശങ്ങളിൽ റഷ്യയുടെ നോട്ടം പതിഞ്ഞിട്ടുണ്ട്. അത് മാത്രമല്ല, ക്രിമിയയിൽ ഗാസി ഗിരേയ് തന്റെ സഹോദരനായ ഫെത്തി ഗിരെയ്യെ ഭരണത്തിൽനിന്ന് പുറത്താക്കുകയും തന്റേതായ രാഷ്ട്രീയ നയങ്ങൾ നടപ്പിലാക്കുകയുമാണ്. ഏതു നിമിഷവും അയാൾ ക്രിമിയയ്ക്ക് സ്വാതന്ത്ര്യം ആവശ്യപ്പെടാം.

ചുറ്റും നടക്കുന്ന ഈ രാഷ്ട്രീയകോലാഹലങ്ങളെപ്പറ്റി ആലോചിച്ചപ്പോൾ പുറമേനിന്ന് വന്നവർ ആരെങ്കിലും അഹമ്മദ് രാജകുമാരനെ കെണിയിലാക്കുകയും തങ്ങളുടെ സ്വാർത്ഥതാത്പര്യങ്ങൾക്കായി ഉപയോഗിക്കുകയും ചെയ്താലുള്ള അപകടത്തെപ്പറ്റി ഇസഹാക്ക് ഭയത്തോടെ ഓർത്തുപോയി. തന്നെ ചോദ്യം ചെയ്തവരുടെ പ്രാകൃതമായ പെരുമാറ്റം അദ്ദേഹം മനസ്സിലിട്ടുരുട്ടി. എത്ര ആലോചിച്ചിട്ടും അവർ എവിടെനിന്ന് വന്നതാണ് എന്നോ ഏതു രാജ്യക്കാരാണ് എന്നോ അദ്ദേഹത്തിനു ഒരു പിടിയും കിട്ടിയില്ല. അപരിഷ്കൃതമായ ടർക്കിഷ് ഭാഷയാണ് അവർ സംസാരിച്ചു കൊണ്ടിരുന്നത്. ഇത്തരം ധാരാളം ആളുകൾ നഗരപ്രാന്തങ്ങളിൽ താമസിക്കുന്നുണ്ടായിരുന്നു. കൊട്ടാരത്തിലെ ജിപ്സികളായ ആരാച്ചാർമാരുടെ അതേ പരുക്കൻ പെരുമാറ്റമാണ് അവർ പ്രദർശിപ്പിച്ചത്.

സുൽത്താന്റെ ദേഷ്യംകൊണ്ട് ന്യായാധിപൻ ഇസഹാക്കിന്റെ മനസ്സിനേറ്റ മുറിവുകൾ കരിഞ്ഞില്ല. അദ്ദേഹത്തിന്റെ പെരുമാറ്റം കണ്ടാൽ ഈ സംഭവങ്ങൾ അദ്ദേഹത്തെ അങ്ങേയറ്റം അലട്ടുന്നുവെന്നും എത്രയും പെട്ടെന്ന് ഒരു പരിഹാരം ആഗ്രഹിക്കുന്നു എന്നും മനസ്സിലാകുമായിരുന്നു. ഗൂഢാലോചനകളിൽ പങ്കാളിയായേക്കാവുന്ന അല്ലെങ്കിൽ കൊട്ടാരത്തിലെ ഖജനാവിൽ അവകാശമുള്ള ഒരു രാജകുമാരൻ തനിക്കു ഭീഷണിയായി എവിടെയോ ഉണ്ടെന്നറിഞ്ഞാൽ ഒരു സുൽത്താനും സമാധാനത്തോടെ ഉറങ്ങാനാവില്ല.

അതേസമയം വർദ്ധിച്ചു വരുന്ന മനഃസ്തോഭത്തോടെ തനിക്കു വിശ്വസിക്കാവുന്നവരുടെ എണ്ണം മനസ്സിൽ കണക്കാക്കുകയായിരുന്നു സുൽത്താൻ. മന്ത്രിമുഖ്യനെ രാജ്യകാര്യങ്ങളെല്ലാം ഏല്പിച്ചു കൊടുത്തതിൽ ആദ്യമായി അദ്ദേഹം പശ്ചാത്തപിച്ചു. അഹമ്മദ് രാജകുമാരന്റെ കാര്യം അറിഞ്ഞാൽ ഇബ്രാഹിം പാഷ എന്ത് ചെയ്യും? അയാൾ തനിക്കെതിരെ തിരിയുകയും സ്ഥാനഭ്രഷ്ടനാക്കാൻ ശ്രമിക്കുകയും ചെയ്യുമോ? ഈ ചിന്ത സുൽത്താനെ വല്ലാതെ ഉലച്ചു.

തന്റെ മരുമകൻ കൂടിയായ ഇബ്രാഹിം പാഷയെ തനിക്കു വിശ്വസിക്കാമോ എന്ന ചിന്ത സുൽത്താന്റെ മനസ്സിലുയർന്നു. ഒരുപാടുനേരം ചിന്തിച്ചിട്ടും അദ്ദേഹത്തിന് ഒരു തീരുമാനത്തിൽ എത്താൻ കഴിഞ്ഞില്ല. ഇബ്രാഹിം പാഷയെ നിരീക്ഷിക്കണം എന്ന് അദ്ദേഹം മനസ്സിൽ കുറിച്ചിട്ടു. ഒരേസമയം തന്റെ മരുമകനും മന്ത്രിമുഖ്യനുമായ പാഷയ്ക്ക് ഈ രണ്ടു കാര്യങ്ങളും വിശ്വസ്തതയോടെ നിർവഹിക്കാൻ കഴിഞ്ഞിരുന്നോ? അന്നാദ്യമായി സുൽത്താന് സംശയം തോന്നി

കൊട്ടാരം വൈദ്യൻ മുറിയിലേക്ക് പ്രവേശിച്ചപ്പോൾ സുൽത്താൻ സ്വന്തം നെഞ്ചിൽ ഇടിച്ചിട്ട് അലറി, "ഓ, എന്റെ വൈദ്യാ, എനിക്ക് ഇവിടെ മുറിവേറ്റു. ഇസഹാക്ക് എഫെൻഡിക്ക് മാത്രമേ അതെങ്ങനെ ചികിത്സിക്കണം എന്നറിയൂ. അദ്ദേഹത്തിന്റെ മുറിവ് വേഗം ചികിത്സിച്ചുണക്കൂ. എന്നിട്ട് വേണം അദ്ദേഹത്തിന് എന്നെ ചികിത്സിക്കാൻ!"

ന്യായാധിപൻ ഇസഹാക്ക് കൊട്ടാരം വൈദ്യന്റെ തോളിൽ താങ്ങി മുറി വിട്ടപ്പോൾ ആയിരത്തിയൊന്നു ചിന്തകൾ അദ്ദേഹത്തിന്റെ തലച്ചോറിൽ കടന്നലുകളെപ്പോലെ ഇളകിമറിയുകയായിരുന്നു.

ചോദ്യം 25

മുഖ്യന്റെ മുറിവ് ആര് ഉണക്കും?

ന്യായാധിപൻ ഇസഹാക്ക് സുൽത്താന്റെ കൂടെ സെരാഗ്ലിയോയിൽ സംസാരിച്ചുകൊണ്ടിരുന്ന സമയത്ത് ജയിൽ സൂക്ഷിപ്പുകാരൻ ഇബ്രാഹിം പാഷയുടെ കൂടെ, അദ്ദേഹത്തിന്റെ കൊട്ടാരത്തിൽ ഇരിക്കുകയായിരുന്നു. സുൽത്താനെപ്പോലെതന്നെ മന്ത്രിമുഖ്യനും ഗൗരവത്തിലും ദേഷ്യത്തിലും ആയിരുന്നു. അദ്ദേഹവും പുറം തിരിഞ്ഞു നിന്ന് ജനലിലൂടെ മാർമര ദ്വീപുകളെ നോക്കി നിൽക്കുകയായിരുന്നു.

"ഇപ്പോഴും മറുപടി ഒന്നുമില്ല," മന്ത്രിമുഖ്യൻ മുരണ്ടു. "അന്വേഷിച്ചു കണ്ടെത്താൻ ഇതുവരെ കഴിയാതിരുന്നത് കഴിവില്ലായ്മയുടെ അടയാളമല്ലേ? കൊള്ളാം, എങ്ങനെയാണ് ഒരു രാജ്യം ഇത്തരം സാമർത്ഥ്യമില്ലായ്മയുമായി മുന്നോട്ടു പോവുക? നിങ്ങൾക്ക് അവനെ കണ്ടുപിടിക്കാൻ കഴിയില്ലെങ്കിൽ മറ്റാരെയെങ്കിലും ആ ജോലി ഏല്പിക്കൂ. ഇസ്താംബൂൾ നഗരത്തിൽ നിന്ന് ഒരാളെ തേടി കണ്ടുപിടിക്കാൻ കഴിയാത്ത ഒരു ഭരണാധികാരിയെ ആളുകൾ എങ്ങനെ ബഹുമാനിക്കും? അടിമകൾ പോലും അങ്ങനെയൊരു യജമാനനെ അനുസരിക്കുകയില്ല. പറയൂ, നിങ്ങളെന്താണ് എന്റെ ആജ്ഞ അനുസരിക്കാതിരുന്നത്?"

"അങ്ങത്തേ. എന്റെ ആളുകൾ എല്ലായിടത്തും തിരയുന്നുണ്ട്." തന്റെ അടിമത്തം മറക്കാതെ, പ്രീണിപ്പിക്കുന്ന ശബ്ദത്തിൽ ജയിൽ സൂക്ഷിപ്പുകാരൻ പറഞ്ഞു. "അവർ എല്ലായിടത്തും തിരഞ്ഞു. കാപ്പിക്കടകളിലെ ബഞ്ചുകൾ മുതൽ രാജകൊട്ടാരത്തിലെ ഇരിപ്പിടങ്ങൾ വരെ. മീൻപിടിത്തക്കാരുടെ കുടിലുകൾ മുതൽ സുൽത്താന്റെ മധുരപലഹാരക്കലവറ വരെ. പണ്ടകശാലകളുടെ തിണ്ണകൾ മുതൽ ഹോട്ടലുകളിലെ ആഡംബര മുറികൾ വരെയും അവർ തിരഞ്ഞു. അഭ്യസ്തവിദ്യരും അല്ലാത്തവരുമായ എല്ലാ പട്ടാളക്കാരെയും ചോദ്യം ചെയ്തു. ഭൂമി സ്വയം പിളർന്നു അയാളെ വിഴുങ്ങിയതുപോലെയുണ്ട്. ഹോ! ആ മുഖം എന്റെ മനസ്സിൽ നിന്ന് മായുന്നില്ല."

"അയാളുടെ മുഖം നിങ്ങളുടെ മനസ്സിൽ നിന്ന് മായുന്നില്ലെങ്കിൽ കണ്ടുപിടിക്കാൻ എന്താണ് പ്രയാസം?" ഇബ്രാഹിം പാഷ ഇടയ്ക്കു കയറി. "നിങ്ങൾ തെറ്റായ ഒരു മുഖമാണ് അന്വേഷിക്കുന്നതെങ്കിലോ?

ഒരേ തരത്തിലുള്ള പപ്പും പൂടയും തന്നെ അണിഞ്ഞു നടക്കാൻ അയാൾ എന്താ ഒരു പക്ഷിയാണോ?"

മന്ത്രിമുഖ്യന്റെ ഈ വാക്കുകൾ ജയിൽ സൂക്ഷിപ്പുകാരനെ ചിന്തിപ്പിച്ചു. താൻ വിഡ്ഢിയാണെന്ന് അയാൾക്ക് ബോദ്ധ്യമായി. തനിക്കറിയാമായിരുന്ന ആ മുഖത്തിനു വേണ്ടിയാണ് അയാൾ ഇത്രയും നാൾ അലഞ്ഞുകൊണ്ടിരുന്നത്. പക്ഷേ, തന്റെ ഇര രൂപഭാവങ്ങളിൽ മാറ്റം വരുത്തിയിട്ടുണ്ടെങ്കിലോ? തന്റെ വസ്ത്രധാരണവും മുഖത്തിന്റെ ആകൃതിയും തിരിച്ചറിയാൻ സഹായിക്കുന്ന എല്ലാത്തിനും അയാൾക്ക് മാറ്റം വരുത്താം. ഒരു ഗുമസ്തനായോ മുല്ലയായോ കുതിരപ്പടയാളിയായോ തന്റെ തൊട്ടടുത്ത മുറിയിൽ താമസിക്കുന്ന പട്ടാളക്കാരനായോ അയാൾക്ക് വേഷം മാറാം. ജയിൽ സൂക്ഷിപ്പുകാരൻ, ഫാൽക്കോയെ താടിമീശയോടെയും വെള്ളിനൂലുകൾ കൊണ്ട് ചിത്രപ്പണികൾ ചെയ്ത കഫ്ത്താൻ ധരിച്ചതായും ഒരു വിദേശ സഞ്ചാരിയായുമൊക്കെ ആയിരം തവണ വിവിധ വേഷങ്ങളിലും ഭാവങ്ങളിലും സങ്കല്പിച്ചു നോക്കി. അഹമ്മദ് രാജകുമാരന്റെ വിവിധ രൂപങ്ങൾ ജയിൽസൂക്ഷിപ്പുകാരന്റെ കൺമുന്നിലൂടെ പരിഹാസച്ചിരിയോടെ അയാളെ ആക്ഷേപിക്കുകയും നാക്ക് നീട്ടി കളിയാക്കിയും സഞ്ചരിച്ചു. തന്റെ മുന്നിലുള്ള ജോലിയുടെ കാഠിന്യം ഓർത്ത് അയാൾ തളർന്നിരുന്നു. ഇനിയും പരിശോധനകൾ നടത്തേണ്ടിയിരിക്കുന്നു.

ജയിൽ സൂക്ഷിപ്പുകാരൻ ചിന്താഭാരത്തോടെയിരുന്നപ്പോൾ മന്ത്രിമുഖ്യൻ താൻ എന്നെങ്കിലും അഹമ്മദ് രാജകുമാരനെ കണ്ടുമുട്ടിയാൽ അയാളോട് എന്താണ് സംസാരിക്കുക എന്നോർത്ത് പ്രയാസപ്പെടുകയായിരുന്നു. ഒരു സ്വർണ്ണപ്പാത്രത്തിൽ രാജകുമാരന്റെ തല വെച്ച് അദ്ദേഹത്തിനു വേണമെങ്കിൽ സുൽത്താന് സമർപ്പിക്കാം. അല്ലെങ്കിൽ അയാളുടെ കഥ കഴിച്ചു എന്ന് സുൽത്താനോട് പറഞ്ഞിട്ട് രാജകുമാരനെ ഏതെങ്കിലും വേട്ടക്കാരുടെ ഇടത്താവളത്തിൽ താമസിപ്പിക്കാം. താൻ ജീവിച്ചിരിക്കുന്നു എന്ന് പുറത്തറിയിക്കേണ്ടി വരുന്ന ഒരു സന്ദർഭമെത്തുംവരെ രാജകുമാരന് അവിടെ സുഖമായി പാർക്കാം. അദ്ദേഹത്തിന്റെ ആഗ്രഹം പോലെ ഭാവിസുൽത്താൻ ആകാനുള്ള പരിശീലനം നൽകാം. അല്ലെങ്കിൽ തുലഞ്ഞു പോകട്ടെ എന്ന് കരുതാം. എന്തുതന്നെ സംഭവിച്ചാലും അളവില്ലാത്ത ധനവും അധികാരവും നേടാനുപയോഗിക്കാവുന്ന ഒരുപകരണമാണ് അഹമ്മദ് രാജകുമാരൻ. സുൽത്താന്റെ വിശ്വാസം നേടിയിട്ടുള്ളതിനാൽ ഇപ്പോൾ തന്റെ കസേരയ്ക്ക് കുഴപ്പം ഒന്നുമില്ല. പക്ഷേ, എന്നെങ്കിലും സുൽത്താന്റെ അപ്രീതിക്ക് താൻ പാത്രമായാൽ ഉപയോഗിക്കാവുന്ന ഒരു മാരകായുധമാണ് അഹമ്മദ് രാജകുമാരൻ. ഇരട്ടത്തലയുള്ള പടവാൾ! ഒരിക്കൽ തീ കൊളുത്തിക്കഴിഞ്ഞാൽ വഴിയിലുള്ള എന്തിനെയും ആരെയും എരിച്ചു കളയാൻ കെല്പുള്ള തീഗോളം. താൻ അഴിച്ചുവിടും വരെ രാജകുമാരനെ ഒളിവിൽ താമസിപ്പിക്കണം എന്ന് മന്ത്രിമുഖ്യൻ തീരുമാനിച്ചു.

അവരുടെ നിശ്ശബ്ദത അവസാനിപ്പിക്കാൻ എന്ന വണ്ണം മാർമരയിൽ നിന്ന് തണുത്ത ഒരു ഇളംതെന്നൽ വീശി. അവർ പരസ്പരം സൂക്ഷിച്ചു നോക്കി. ഒരാൾ ദേഷ്യം കൊണ്ട് വിറയ്ക്കുന്ന സർവ്വശക്തനെപ്പോലെയും മറ്റെയാൾ കാരുണ്യം യാചിക്കുന്ന ഒരു അടിമയെപ്പോലെയുമാണെന്നു മാത്രം. ചിന്തകളിൽ സ്വയം നഷ്ടപ്പെട്ടിരുന്ന അവരുടെ ശ്രദ്ധ തിരിച്ചു കൊണ്ട് സംഗീതജ്ഞരുടെയും നർത്തകരുടെയും ഒരു സംഘം പ്രവേശനത്തിന് അനുമതി ചോദിച്ചു കതകിൽ മുട്ടി. തന്റെ പ്രിയപ്പെട്ട വെപ്പാട്ടികൾ ഉല്ലാസവതികളായി മുറിയിലേക്ക് പ്രവേശിക്കുന്നത് കണ്ട് മന്ത്രിമുഖ്യന്റെ കോപാകുലമായ നോട്ടം മൃദുലമായി. വാതിലിനു നേരെയുള്ള ഒരു തലയനക്കത്തിലൂടെ ജയിൽ സൂക്ഷിപ്പുകാരനു പോകാൻ അദ്ദേഹം അനുമതി നൽകി.

“ഹേയ്,” മന്ത്രിമുഖ്യൻ തന്റെ ഇടംകൈ കൊണ്ട് നെഞ്ചിൽ ഇടിച്ചിട്ട് പറഞ്ഞു. “ഇവിടെ ഒരു കാട്ടുതീ പടരുന്നതുപോലെ എനിക്കനുഭവപ്പെടുന്നു. അതണയ്ക്കാനുള്ള വെള്ളം നിങ്ങൾ കൊണ്ടുവന്നില്ലെങ്കിൽ, ഞാൻ ഇതാ സത്യം ചെയ്യുന്നു, നിങ്ങളിലും സമാനമായൊരു തീ ഞാൻ ഊതിക്കത്തിക്കും.”

അടുത്ത ദിവസം രാവിലെ തന്റെ കീഴിൽ ജോലി ചെയ്യുന്ന എല്ലാവർക്കുമായി ജയിൽ സൂക്ഷിപ്പുകാരൻ ഒരു കല്പന ഇറക്കി.

“നക്സിഗ്യുൽ ഹനിമിന്റെ കൊലപാതകിയായ ഫാൽക്കോ അവന്റെ രൂപഭാവങ്ങളിൽ മാറ്റം വരുത്തിയിരിക്കുന്നു. ചോദ്യം ചെയ്യലിനായി അവനെ പിടിച്ചു ജയിൽ സൂക്ഷിപ്പുകാരന്റെ മുന്നിൽ എത്രയും പെട്ടെന്ന് ഹാജരാക്കേണ്ടതാണ്.”

ചോദ്യം 26

മഴയിൽനിന്നു രക്ഷപ്പെട്ട് കൽമഴയിൽ പെട്ടാൽ എങ്ങനെയുണ്ടാവും?

സെംബർലിത്താസിലെ ദുർഗന്ധം വമിക്കുന്ന കോഴിച്ചന്തയിൽ നിന്ന് കറുത്തൻ യെയെയും കറുമ്പൻ ഫാൽക്കോയും സത്രത്തിലേക്ക് നടന്നു. സത്രത്തിനു വെളിയിൽ നിൽക്കുന്ന ചില സുരക്ഷാഭടന്മാരെക്കണ്ട് എന്താണ് സംഭവിക്കുന്നത് എന്നറിയാൻ ചില കുതിരകളുടെ മറവിൽ അവർ ഒളിച്ചു.

അവിടെ കൂടിനിന്ന സാധാരണ ജനങ്ങളെക്കൂടി കണ്ടപ്പോൾ എന്തോ സംഭവിച്ചിട്ടുണ്ട് എന്ന് രണ്ടു പേർക്കും ഉറപ്പായി. സാധാരണ അവിടെ ഉണ്ടാകാറുള്ള തരം വഴക്കുകളോ അടിപിടിയോ ആയിരിക്കും എന്നാണ് അവർ ആദ്യം കരുതിയത്. ചിലപ്പോൾ സ്നാനഘട്ടങ്ങളിൽ നടത്താറുള്ള വിവാഹാഘോഷങ്ങളിൽ പങ്കെടുക്കാൻ എത്തുന്ന അതിഥികളിൽ ആരുടെയെങ്കിലും ആഭരണങ്ങൾ കളഞ്ഞുപോവുകയോ മറ്റോ ചെയ്താലും പട്ടാളക്കാരും ശിപായികളും പരിശോധനകൾക്കായി എത്താറുണ്ട്. കേശാലങ്കാര വിദഗ്ദ്ധരും സൗന്ദര്യസംരക്ഷകരും അതിഥികളുടെ സാധന സാമഗ്രികൾ പരിശോധിച്ച് വിലപിടിപ്പുള്ളതെന്തെങ്കിലും കണ്ടാൽ മോഷ്ടിക്കുക എന്നത് അവിടെ അത്ര അസാധാരണമായിരുന്നില്ല.

സത്രം ഈ ആഭരണങ്ങൾ വിറ്റഴിക്കാനുള്ള ഏർപ്പാടുകൾ ചെയ്തുകൊണ്ട് ഈ ഇടപാടിൽ ഒരു മുഖ്യപങ്ക് വഹിക്കാറുമുണ്ട്. ഈ കലാപരിപാടി ഈയിടെയായി ഒന്നുകൂടി വികസിപ്പിച്ചിട്ടുണ്ട്. ഏറ്റവും നൂതനമായ ചില ആഭരണങ്ങളുടെ കൃത്രിമ മാതൃകകൾ ചന്തയിലെ ആഭരണനിർമ്മാതാക്കളെ കൊണ്ട് ഉണ്ടാക്കിവയ്ക്കുകയും അവസരം വരുമ്പോൾ അതിഥികളുടെതുമായി വച്ചു മാറുകയുമാണ് പുതിയ രീതി. സത്രാധിപൻ ചന്തയിലെ ഒരു ആഭരണനിർമ്മാതാവിന് ഒരു പെട്ടി നൽകാൻ ഫാൽക്കോയെ ഏല്പിച്ചപ്പോഴാണ് അവന് ഈ രഹസ്യം മനസ്സിലായത്. അവിശ്വസനീയമായ സന്തോഷത്തോടെ ആഭരണനിർമ്മാതാവ് പെട്ടിയിലേക്ക് തുറിച്ചു നോക്കുകയും അതിലുണ്ടായിരുന്നത് മാറ്റി മറ്റൊന്ന് വച്ചിട്ട് എത്രയും പെട്ടെന്ന് തിരിച്ചെത്തിക്കാൻ നിർദ്ദേശിക്കുകയും ചെയ്തു. ആഭരണത്തിന്റെ ഉടമ അവളുടെ ആദ്യത്തെ കുളി കഴിക്കും മുൻപ് വ്യാജപ്പകർപ്പ് സ്നാനഘട്ടത്തിൽ എത്തിച്ചേർന്ന കഥകൾ

തങ്ങളുടെ സാമർത്ഥ്യത്തെക്കുറിച്ചുള്ള വർണ്ണനകൾക്കിടയിൽ ഫാൽക്കോ പിന്നീടൊരിക്കൽ കേട്ടു.

അരോചകമായ അത്തരം ദിവസങ്ങളിൽ സ്നാനഘട്ടങ്ങളിൽ ആരംഭിക്കുന്ന വഴക്കുകൾ തെരുവുകളിലേക്കുവരെ എത്താറുണ്ട്. മാന്യരായ അതിഥികൾ പരസ്യമായി പരസ്പരം പഴിചാരുകയും മോഷണം ആരോപിക്കുകയും തെരുവിൽ തല്ലുകൂടുകയും ചെയ്യും. സ്വാഭാവികമായും ഭർത്താക്കന്മാരും ഇത്തരം സന്ദർഭങ്ങളിൽ ഇടപെടുകയും അതൊരു കൂട്ടത്തല്ലിനു വഴിയൊരുക്കുകയും ചെയ്യും. ജയിൽ സൂക്ഷിപ്പുകാരൻ, സുരക്ഷാഭടന്മാർ, പട്ടാളക്കാർ, സുരക്ഷാഭടന്മാരുടെ തലവൻ എന്നിങ്ങനെ വന്നിരിക്കുന്ന അതിഥികളുടെ മാന്യതയനുസരിച്ച് പ്രധാനപ്പെട്ട ഉദ്യോഗങ്ങളിൽ ഇരിക്കുന്ന നിയമപാലകർ സംഭവം ഒതുക്കിത്തീർക്കാൻ എത്തുകയും തരംപോലെ കൈക്കൂലി വസൂലാക്കുകയും ചെയ്യുക സാധാരണമാണ്.

പക്ഷേ, ഇത്തവണ ഫാൽക്കോയും യെയെയും സാക്ഷ്യം വഹിച്ചുകൊണ്ടിരുന്ന ബഹളം മറ്റൊരു കാരണം മൂലമായിരുന്നു.

“യെയെ, മോഷണമാണെന്ന് നിനക്ക് തോന്നുന്നോ?”

“എനിക്ക് തോന്നുന്നില്ല ഫാൽക്കോ. ബഹളം വയ്ക്കുന്ന കുട്ടികളെയും വെല്ലുവിളിക്കുന്ന ഭർത്താക്കന്മാരെയും അത്തരം അവസരങ്ങളിൽ അവിടെ കാണേണ്ടതാണ്.”

“നീ പറയുന്നത് ശരിയാണ്. നമുക്ക് കുറച്ചു നേരം കാത്തിരിക്കാം.”

“ശരി.”

“നമ്മളെ ആരും കാണുന്നില്ലെന്ന് ഉറപ്പാക്കണേ.”

അവർക്ക് അധികനേരം കാത്തുനിൽക്കേണ്ടി വന്നില്ല. ജയിൽ സൂക്ഷിപ്പുകാരനും രണ്ടു അനുചരന്മാരും അവിടെ കൂടി നിൽക്കുന്നവരെ ഭയപ്പെടുത്തിക്കൊണ്ട് സ്നാനഘട്ടത്തിൽ നിന്ന് വേഗത്തിൽ പുറത്തേക്ക് വന്നു. കുതിരക്കാർ കൊണ്ടുവന്ന കൂറ്റൻ കുതിരകളുടെ മേൽ ചാടിക്കയറിയിട്ട് സത്രത്തിലെ സഹോദരന്മാർക്കു നേരെ ഒച്ചയിടുകയും ശപിക്കുകയും ചെയ്തുകൊണ്ട് ഓടിച്ചു പോയി.

ജയിൽ സൂക്ഷിപ്പുകാരന്റെ സത്രസന്ദർശനം ഫാൽക്കോയ്ക്കും യെയെയ്ക്കും ഏതോ ആപത്തിന്റെ മുന്നോടിയായിട്ടാണ് തോന്നിയത്. സംഭ്രാന്തിയോടെ അവർ പരസ്പരം നോക്കി. വീണ്ടും തങ്ങൾ മറഞ്ഞിരിക്കുന്ന സ്ഥലത്ത് തന്നെ ഇരിക്കാനും എന്താണ് സംഭവിച്ചത് എന്നു മനസ്സിലാക്കിയ ശേഷം മാത്രം സത്രത്തിൽ പ്രവേശിക്കാനും തീർച്ചയാക്കി. പെട്ടെന്ന് അവരുടെ ഒരു സുഹൃത്ത് സത്രത്തിൽ നിന്ന് തെരുവിലേക്ക് വന്നു വീണു. കഞ്ചാവ് വലിച്ചതിന് തന്നെ പുറംതള്ളിയതാണ് എന്ന് അവൻ അവരോടു വിശദമാക്കി. പക്ഷേ, പരിശോധന നടന്നത് ഇരുപത്തിമൂന്ന് വയസ്സുള്ള ഒരു ചെറുപ്പക്കാരനെ അന്വേഷിച്ചായിരുന്നു

എന്ന് അവൻ പറഞ്ഞു. ഫാൽക്കോ വീണ്ടും തന്റെ ഹംഗേറിയൻ വൈദ്യന് മനസ്സിൽ നന്ദി പറഞ്ഞു. എന്തുകൊണ്ടെന്നാൽ സുഹൃത്ത് നൽകിയ വിവരണം അവനുമായി യാതൊരു തരത്തിലും യോജിക്കുന്ന തല്ലായിരുന്നു. സത്രത്തിലെ സഹോദരന്മാർക്കു പോലും അവൻ ആരാണെന്ന് തിരിച്ചറിയാൻ സാധിക്കുന്നില്ല എങ്കിൽ വൈദ്യന്റേത് ഒരു അദ്ഭുത പ്രവർത്തി തന്നെയാണ് എന്ന് ഉറപ്പായി. കറുമ്പൻ ഫാൽക്കോ ആശ്വാസത്തോടെ യെയെയ്ക്ക് തന്റെ പുരികക്കൊടികൾക്ക് വരുത്തിയ മാറ്റത്തെക്കുറിച്ച് വിശദീകരിച്ചു കൊടുത്തു. തന്നെത്തന്നെയാണ് അവർ അന്വേഷിക്കുന്നത് എങ്കിലും യാതൊന്നും ഭയക്കാനില്ല എന്ന് ഉറപ്പു നൽകി. പക്ഷേ, ഇപ്പോൾ സത്രത്തിനകത്ത് കയറുന്നത് അപകടമാണ് എന്ന് ഫാൽക്കോയ്ക്ക് അറിയാമായിരുന്നു. ഏതെങ്കിലും തരത്തിൽ സത്രാധിപൻ തന്നെ തിരിച്ചറിയുകയോ ചോദ്യം ചെയ്യുകയോ ചെയ്താൽ എല്ലാ പദ്ധതികളും തകരും. അവനെ പുറത്തു നിർത്തി കരുത്തൻ യെയെ സത്രത്തിന്നകത്തുകയറ്റി തങ്ങളുടെ അല്ലറചില്ലറ സാധനങ്ങൾ ഒരു സഞ്ചിയിലാക്കി ആരും കാണാതെ വെളിയിലെത്തി.

തനിക്കു വേണ്ടി വല വിരിച്ചു കഴിഞ്ഞു എന്ന് ഫാൽക്കോയ്ക്കു മനസ്സിലായി. യെയെയെ തനിച്ചാക്കി പോവാൻ അവന് താത്പര്യമില്ലായിരുന്നു. യെയെയ്ക്കും ഫാൽക്കോ ഇല്ലാതെ സത്രത്തിൽ തങ്ങുന്നതിനോടു യോജിപ്പുണ്ടായിരുന്നില്ല. വ്യവസ്ഥയില്ലാത്തതും കഷ്ടപ്പാട് നിറഞ്ഞതുമായ സത്രത്തിലെ ജീവിതം തങ്ങളെ കുഴപ്പത്തിൽ ചാടിക്കുകയേ ഉള്ളൂ എന്നു പറഞ്ഞ് പരസ്പരം ആശ്വസിപ്പിക്കാൻ ശ്രമിച്ചു. ജയിൽ സൂക്ഷിപ്പുകാരൻ തന്നെ കണ്ടെത്തും മുൻപ് നക്സിഗ്യുല്ലിന്റെ കൊലപാതകിയെ കണ്ടുപിടിക്കണം എന്ന് ഫാൽക്കോ ആഗ്രഹിച്ചിരുന്നു. യെയെയെ കൂടി അവന്റെ പഴയ സാഹസിക പ്രവർത്തികൾ മൂലം വേട്ടയാടൽ തുടങ്ങിക്കഴിഞ്ഞാൽ കാര്യങ്ങൾ കൂടുതൽ വഷളാവും. രണ്ടു പേർക്കും ഇനിയെങ്ങോട്ട് പോവണം എന്നോ ഇനിയെങ്ങനെ അന്വേഷണം മുന്നോട്ടു കൊണ്ടുപോകണം എന്നോ യാതൊരു ധാരണയും ഉണ്ടായിരുന്നില്ല. താനുമായുള്ള സഹകരണത്തിന്റെ പേരിൽ യെയെ കൂടുതൽ കുഴപ്പങ്ങളിൽ ചാടാതിരിക്കാനായി തമ്മിൽ പിരിയുകയാണ് ഉചിതമെന്ന് ഫാൽക്കോ തീരുമാനിച്ചു.

പക്ഷേ, യെയെയെ എവിടെ ഏല്പിക്കും? ആരുടെ കൂടെ അവൻ നിന്നാലാണ് തനിക്ക് ആശ്വാസത്തോടെ മുന്നോട്ടു പോവാനാവുക? ഇസ്താംബൂളിൽ അവനെ ഉപേക്ഷിച്ചു പോയാൽ ഇര പിടിക്കാൻ കാത്തിരിക്കുന്ന തെമ്മാടികൾ തെരുവിലെ കയ്ക്കുന്ന ജീവിതത്തിലേക്ക് യെയെയെ മുക്കിത്താഴ്ത്തിക്കളയും.

അവർ ഗഡിക്പാസയിൽ നിന്ന് ബെയ്സിറ്റിലേക്ക് നടന്നു. സൂര്യൻ അസ്തമിച്ചു. തെരുവുകൾ വിജനമായി തുടങ്ങി. താമസിയാതെ പട്ടാളക്കാർ തങ്ങളുടെ റോന്തു ചുറ്റൽ ആരംഭിക്കും. ഒരു വിളക്ക് പോലുമില്ലാതെ

തങ്ങളെ വഴിയിൽ കണ്ടാൽ ചോദ്യം ചെയ്യാനായി പിടിച്ചുനിർത്തും എന്ന് ഉറപ്പാണ്. അവരെ ബോധ്യപ്പെടുത്താൻ തക്കവിധം നല്ല ഉത്തരങ്ങൾ മെനഞ്ഞെടുക്കാൻ ബുദ്ധിമുട്ടാണ് എന്ന് അവർക്ക് അറിയാമായിരുന്നു. എത്രയും പെട്ടെന്ന് ഒരു അഭയകേന്ദ്രം കണ്ടെത്തണം. തെരുവുകളിൽ മുഴങ്ങിക്കേട്ടിരുന്ന കുതിരക്കുളമ്പടികൾ പതുക്കെ കുറഞ്ഞുവരികയും നഗരം നിശ്ശബ്ദതയിലേക്ക് കൂപ്പുകുത്തുകയും ചെയ്തു. അവിടവിടെയായി മുഴങ്ങുന്ന നായ്ക്കളുടെ കുരയല്ലാതെ മറ്റൊരു ശബ്ദവും കേൾക്കാനില്ല. തങ്ങളുടെ ഊന്നുവടികൾ തറയിലിടിച്ച് ശബ്ദമുണ്ടാക്കിക്കൊണ്ട് രാത്രിയിലെ പ്രാർത്ഥനയും കഴിഞ്ഞു തിരിച്ചു പോകുന്ന ചില ആളുകളല്ലാതെ ബെയ്സിറ്റ് കവലയിൽ ആരുമുണ്ടായിരുന്നില്ല.

പുറംലോകവുമായുള്ള എല്ലാ ബന്ധവും മുറിച്ചുകൊണ്ട് സമീപത്തുള്ള വീടുകളുടെയും ബംഗ്ലാവുകളുടെയും പുറംവാതിലുകളും പൂന്തോട്ടങ്ങളിലേക്കുള്ള കവാടങ്ങളും ഭദ്രമായി അടച്ചുപൂട്ടിയിരുന്നു. കടന്നു പോകുന്ന ഓരോരോ നിമിഷവും അവർക്കെതിരെ ഗൂഢാലോചന നടത്തുംപോലെ തോന്നി. മറ്റൊരു സ്ഥലത്തേക്കു പോവുക എന്നത് അപകടസാധ്യത കൂട്ടുകയേയുള്ളൂ എന്ന് അവർക്ക് അറിയാമായിരുന്നു. കിടന്നുറങ്ങാൻ ഒരു മൂല കണ്ടെത്തുകയോ ഏതെങ്കിലും പൂന്തോട്ടത്തിലേക്ക് നുഴഞ്ഞു കയറുകയോ അല്ലാതെ തൽക്കാലം മറ്റു വഴികളൊന്നും മുന്നിൽ തെളിഞ്ഞില്ല. രാത്രിയിൽ ഒറ്റയ്ക്ക് ആ ഭാഗങ്ങളിൽ അലഞ്ഞു തിരിയുന്നവരെ പട്ടാളത്താവളങ്ങളിലേക്ക് പിടിച്ചുകൊണ്ടുപോവുകയും അടിമകളാക്കുകയും ചെയ്യാറുണ്ട് എന്ന ചില കഥകൾ ഫാൽക്കോയും യെയെയും കേട്ടിട്ടുണ്ടായിരുന്നു.

കറുത്ത മറുകുള്ള കുസൃതിപ്പെണ്ണ് എന്ന ദിയാർബെക്കിറിലെ സഹ്ബാസ് മെസിറ്റ് എഴുതിയ പ്രശസ്തമായ കവിത ഇസ്താംബൂളിലെ മണ്ഡപങ്ങളിലും കൊട്ടാരങ്ങളിലും ഒരുപാടു നാൾ മുഴങ്ങിക്കേട്ടിരുന്നു. കേട്ടവരുടെയെല്ലാം മനസ്സിൽ അത് വല്ലാത്ത ഭീതിയുണർത്തി. കുംകാപിക്കു നേരെ നടന്നാൽ വഴിയിൽ വച്ചു കദിർഗയിലെ കുപ്രസിദ്ധരായ അഗ്നിശമനസേനയുടെ ആക്രമണത്തിന് ഇരകളാവാൻ എല്ലാ സാധ്യതയുമുണ്ട്. അവസാനത്തെ ആശ്രയം എന്ന നിലയ്ക്ക് ബെയ്സിറ്റ് സ്നാനഘട്ടത്തിലെ സത്രത്തിൽ അഭയം പ്രാപിക്കാൻ അവർ തീരുമാനിച്ചു. സത്രത്തിൽ താമസിച്ചു പരിചയമുള്ള അവസ്ഥയിൽ സ്വന്തമെന്ന പോലെയുള്ള മറ്റൊരു വീട്ടിൽ അന്തിയുറങ്ങുന്ന ലാഘവം അതിനുണ്ടായിരുന്നുതാനും. ഗെഡിക്പാസയിലെ സത്രത്തിലേക്ക് തിരിച്ചുപോവാൻ കഴിയാത്തത്ര വൈകിയതിനാൽ ഇന്നൊരു രാത്രി തങ്ങാനുള്ള സൗകര്യം തരണം എന്ന് പറയുക മാത്രമേ വേണ്ടിയിരുന്നുള്ളൂ. അത്രയും നാൾ മഴയിൽ നിന്നും രക്ഷപ്പെട്ട് കൽമഴയിൽ പെട്ടുപോവുക എന്നുവച്ചാൽ എന്താണ് അർത്ഥമാക്കുന്നത് എന്ന് ഫാൽക്കോയ്ക്കും യെയെയ്ക്കും അറിയില്ലായിരുന്നു. ബെയ്സിറ്റ് സത്രത്തിൽ കാലെടുത്തു വച്ച നിമിഷം അവരുടെ രക്തം തണുത്തുറഞ്ഞു.

ചോദ്യം 27

ആരാണ് ക്വാഫ് പർവതത്തിലെ മെലിഞ്ഞ സുന്ദരി?

ബെയ്സിറ്റ് സത്രത്തിന്റെ ഗോപുരത്തിന് കീഴെയുള്ള വിശുദ്ധശിലയുടെ മേൽ നാല് പേർ കാലുകൾ അകത്തി നീണ്ടു നിവർന്നു കിടപ്പുണ്ടായിരുന്നു. അവർക്കടുത്തും വെള്ളത്തൊട്ടിക്കടുത്തുമായി നാക്കുകൾ കുഴഞ്ഞു ഭീതിയുളവാക്കുന്ന രൂപമുള്ള ചിലർ നില്പുണ്ടായിരുന്നു. ഒരു കൂട്ടം അർദ്ധനഗ്നരായ അനാഥരും വാടകപ്പിള്ളേരും വിദേശികളായ ധൂർത്തരും അരയിലൊരു തുണിയും മരച്ചെരുപ്പും ധരിച്ചുകൊണ്ട് ഇടപാടുകാരെ കൈകാര്യം ചെയ്യുകയാണ്. പല തരത്തിലുള്ള ഉപഭോക്താക്കൾ അവിടെയുണ്ടായിരുന്നു. തടിയന്മാരും മെലിഞ്ഞവരും ഭീമാകാരന്മാരും കുള്ളന്മാരും നീണ്ട തലമുടിയുള്ളവരും കഷണ്ടിത്തലയന്മാരും താടിമീശ വളർത്തിയവരും തല മൊട്ടയടിച്ചവരും എന്നു വേണ്ട വിവിധ തരം മനുഷ്യർ! എല്ലാവരും വിശുദ്ധശിലമേൽ മുഷ്ടി ചുരുട്ടി ഇരിക്കുന്ന മനുഷ്യരോടുള്ള ബഹുമാനാർത്ഥം പതിഞ്ഞ ശബ്ദത്തിലാണ് സംസാരിച്ചിരുന്നത്.

ഇസ്താംബൂളിലെ എല്ലാ പിഴച്ച തെമ്മാടികളും അവിടെ ഒരുമിച്ചു കൂടിയിരിക്കുകയാണ് എന്ന് കറുമ്പൻ ഫാൽക്കോയ്ക്ക് തോന്നി. തെരുവിലെ തലപ്പാവിന്റെയും ധരിക്കുന്ന വസ്ത്രങ്ങളുടെയും രീതികണ്ട് ആളുകളുടെ മട്ടുംതരവും തിരിച്ചറിയാൻ എളുപ്പമാണ്. പലതരം മേൽവസ്ത്രങ്ങൾ, കാലുറകൾ, അരപ്പട്ടകൾ മുതലായവയിൽനിന്ന് ആളുകളെ പറ്റി കുറച്ചൊന്നു ഊഹിക്കാൻ സഹായിക്കും. പക്ഷേ, സ്നാനഘട്ടത്തിലെ വസ്ത്രമില്ലാത്ത അവസ്ഥ എല്ലാവരെയും തുല്യരാക്കി. ഒരു പൊതുലക്ഷ്യത്തിനായി സമൂഹത്തിന്റെ താഴേക്കിടയിലെ പല തട്ടുകളിലുള്ള മനുഷ്യരെ അവിടേക്കു വിളിച്ചു വരുത്തിയതാണ് എന്ന് വ്യക്തമായിരുന്നു. സ്നാനഘട്ടത്തിലെ വസ്ത്രങ്ങളും തലപ്പാവും ധരിച്ച ഒരു മനുഷ്യൻ ഫാൽക്കോവിനെയും യെയെയും വാതിൽക്കൽ തടഞ്ഞു നിർത്തുകയും ഭീഷണിയുടെ ശബ്ദത്തിൽ താക്കീത് ചെയ്യുകയും ചെയ്തു. അയാൾ സ്നാനഘട്ടത്തിലെ മേൽനോട്ടക്കാരൻ ആയിരിക്കും എന്ന് അവർ ഊഹിച്ചു. വൈകുന്നേരങ്ങളിൽ അതിഥികളെ സ്വീകരിക്കുകയും അവരുടെ ആവശ്യങ്ങൾക്കനുസരിച്ച് സ്വകാര്യമുറികളിലേക്കോ, തണുത്ത മുറിയിലേക്കോ നടുമുറിയിലേക്കോ വിശുദ്ധശിലയിലേക്കോ തരാതരം പോലെ

ആനയിക്കുക എന്നതായിരുന്നു അയാളുടെ ജോലി. മറ്റു സത്രങ്ങളിൽ നിന്നും മറ്റും എത്തിപ്പെടുന്ന യുവാക്കളെ നിയന്ത്രിക്കുന്നതും അയാളുടെ ജോലിയായിരുന്നു.

“എടാ തന്തയില്ലാത്തവന്മാരെ, നീയൊക്കെ ഇവിടെ എന്താ ചെയ്യുന്നത്?” അയാൾ ചോദിച്ചു. “നിന്നോടൊക്കെ പിറകിലെ വാതിൽക്കൽ കൂടി വരണം എന്നല്ലേ ഞാൻ പറഞ്ഞിട്ടുള്ളത്?”

കൂടുതൽ ചോദ്യവും ഉത്തരവും ഒന്നുമുണ്ടായില്ല. കാലിലെ പൊടിയും അഴുക്കും കഴുകി വൃത്തിയാക്കുക മാത്രമേ അവർക്കു ചെയ്യേണ്ടിയിരുന്നുള്ളൂ. സത്രത്തിലേക്കു പോകുന്ന ഇടനാഴിയിലേക്ക് പ്രവേശിച്ചപ്പോൾ അവർ ആശ്വാസംകൊണ്ട് നെടുവീർപ്പിട്ടു. അവരുടെ കാലുകൾ ഭയത്താൽ അപ്പോഴും വിറയ്ക്കുകയായിരുന്നു. തങ്ങൾ എന്താണ് ചെയ്യേണ്ടത് എന്ന് ചോദിച്ചറിയാനുള്ള സമചിത്തത ആ സംഭ്രമത്തിനിടയിൽ അവർക്ക് നഷ്ടപ്പെട്ടിരുന്നു. സത്രത്തിൽ അവരെപ്പോലെ ഭയന്നു വിറയ്ക്കുന്ന പരസ്പരം അന്യരായ പത്തു ആൺകുട്ടികൾ കൂടിയുണ്ടായിരുന്നു. താമസിച്ചെത്തിയതിന് അവരെ സത്രാധിപൻ ശപിക്കുകയും വെളുത്ത ലെയ്ഹർ വസ്ത്രവും മുഖംമൂടിയും മുണ്ടും എറിഞ്ഞു കൊടുക്കുകയും ചെയ്തു. അദ്ദേഹത്തിന്റെ നിർദ്ദേശങ്ങൾ അനുസരിച്ചു തങ്ങളുടെ കീറത്തുണികൾ മാറ്റി ലെയ്ഹർ വസ്ത്രങ്ങൾ അണിഞ്ഞപ്പോൾ മാത്രമാണ് തങ്ങളുടെ അവിടുത്തെ അവസ്ഥ എന്താണെന്ന് അവർക്ക് മനസ്സിലായത്.

“ലെയ്ഹറിലെ തന്തയില്ലാത്തവന്മാരെ, ഇന്ന് ലെയ്ഹറിലെ അന്തരീക്ഷം സന്തോഷഭരിതമായി നിലനിർത്തേണ്ടത് നിങ്ങളുടെ ചുമതലയാണ്. കോഴി കൂവുന്നതുവരെ നിർത്താതെ ജോലി ചെയ്തു കൊള്ളണം. നിങ്ങളുടെ മരച്ചെരുപ്പുകളിൽ തുണി ചുറ്റി വയ്ക്കുക. അല്ലെങ്കിൽ നീയൊക്കെ ശബ്ദമുണ്ടാക്കി അതിഥികളെ ശല്യം ചെയ്യും. നിങ്ങൾ എന്താണോ ചെയ്യുന്നത്, അത് ശ്രദ്ധയോടെ വേണം ചെയ്യാൻ. ഇടപാടുകാരുടെ ഇഷ്ടമനുസരിച്ച് വേണ്ടതൊക്കെ ചെയ്തു കൊടുക്കുക. സത്രത്തിനു നാണക്കേടുണ്ടാക്കരുത്. ലഘുഭക്ഷണങ്ങളും പഴങ്ങളും എപ്പോഴും തളികകളിൽ നിറച്ചു വയ്ക്കണം. പാനചഷകങ്ങളിലെ വീഞ്ഞിന്മേൽ പൂവൻകോഴിയുടെ രക്തം തളിക്കണം. അന്തസ്സോടെ പൈപ്പുകൾ നൽകുകയും ശ്രദ്ധയോടെ കൊളുത്തുകയും ചെയ്യണം. ആരെയും അസ്വസ്ഥരാക്കരുത്.”

ഇപ്പോൾ എല്ലാം വ്യക്തമായി. അന്ന് ഹമാമിൽ സൂഫികൾ സാക്കിലിക് എന്ന് വിളിക്കുന്ന പാനോപചാരങ്ങളോട് കൂടിയ സംവാദം നടക്കുകയായിരുന്നു. വിവിധ സത്രങ്ങളിൽ നിന്ന് തിരഞ്ഞെടുക്കപ്പെട്ട പരസ്പരം അന്യരും യോഗ്യരുമായ ചെറുപ്പക്കാരെ അതിഥികളെ ശുശ്രൂഷിക്കാനായി വരുത്തിയതാണ്.

ചില പ്രത്യേക വിഭാഗങ്ങൾക്കിടയിൽ ഇത്തരം ഒത്തുകൂടലുകൾ പുതിയ പരിഷ്കാരമായി മാറിയിട്ട് അധികം കാലമായിട്ടില്ല. രാഷ്ട്രതന്ത്രജ്ഞർ, രാഷ്ട്രീയക്കാർ, സ്ഥലത്തെ പ്രധാനികൾ, പട്ടാളത്തിലെ വിപ്ലവകാരികൾ, സ്ഥിരം ശല്യക്കാർ... അങ്ങനെ പല കൂട്ടങ്ങൾ അവിടെ ഇത്തരം ആഘോഷങ്ങൾ നടത്താറുണ്ട്. സ്നാനഘട്ടത്തിന്റെ മദ്ധ്യത്തിലുള്ള വിശുദ്ധശിലയെ പ്രപഞ്ചം എന്നാണ് ഇവർ വിളിക്കുന്നത്. അവിടേക്ക് പ്രവേശിക്കുന്ന എല്ലാവരും തന്നെ ഒരു മുഖംമൂടി ഉപയോഗിച്ചു അജ്ഞാതരായി കൂട്ടത്തിൽ കലരും. സമൂഹത്തിലെ തരംതിരിവുകൾ മറന്നു സാധാരണക്കാരെന്നോ പണക്കാരെന്നോ മാന്യരെന്നോ ഉദ്യോഗസ്ഥരെന്നോ ഉള്ള വ്യത്യാസങ്ങൾ മറന്നു തുല്യരായി പെരുമാറാൻ ഈ മുഖംമൂടികൾ അവരെ സഹായിച്ചിരുന്നു. ഈ ഒത്തുകൂടലുകളിൽ സംഭവിക്കുന്ന കാര്യങ്ങൾ ആഴ്ചകളോളം പരദൂഷണസദസ്സുകളിൽ വിഷയമാകാറുണ്ട്. രാജ്യകാര്യങ്ങൾ സംസാരിക്കുമ്പോൾ ആ സദസ്സുകൾക്ക് പുതിയൊരു മാനം തന്നെ കൈവരാറുണ്ട്. ഇത്തരം ഇടങ്ങൾ ഭരണവർഗത്തിന്റെയും അവരുടെ വിമർശകരുടെയും സ്ഥിരം സമ്മേളനസ്ഥലങ്ങൾ ആയിരുന്നു. സമൂഹത്തിന്റെ തരം തിരിവുകൾ ഇല്ലാതെ കണ്ടുമുട്ടാനും മദ്യത്തിന്റെയും ലഘുഭക്ഷണങ്ങളുടെയും കൂടെ രഹസ്യമായ സ്ഥാനേച്ഛകളെപ്പറ്റിയും പദ്ധതികൾ രൂപീകരിക്കാനും നിർദ്ദേശങ്ങൾ നൽകാനും പ്രചോദിപ്പിക്കാനും ഭീഷണിപ്പെടുത്താനും വിലപേശാനും പലരും ഈ അവസരങ്ങൾ ഉപയോഗിച്ചു. സുൽത്താനും മന്ത്രിമുഖ്യനും ഇപ്പോഴും ഇത്തരം സമ്മേളനങ്ങളിൽ അവരുടെ തേളുകളിൽ ഒന്നിനെ തിരുകിക്കയറ്റാൻ മറക്കാറില്ല.

അന്നത്തെ സായാഹ്നം ആരംഭിച്ചത് ഭ്രാന്തൻ പെഡ്രോയുടെ ഇസ്താംബൂളിലെ പ്രതിനിധിയെപ്പറ്റിയുള്ള ഒരു ചൂട് പിടിച്ച സംവാദത്തോടെയാണ്. അയാൾ ഈ നഗരത്തിൽ താമസിക്കാൻ തുടങ്ങിയിട്ട് രണ്ടു മാസമായി. എന്നിട്ടും സുൽത്താനുമായി ഒരു കൂടിക്കാഴ്ചയ്ക്ക് ഇതുവരെ അവസരം ലഭിച്ചിട്ടില്ല. ഫ്രാൻസിലെയും ഓസ്ട്രിയയിലെയും ഭരണകൂടങ്ങൾ ഇറാനിയൻ സാമ്രാജ്യവും ഭ്രാന്തൻ പെഡ്രോയുടെ റഷ്യൻ പ്രവിശ്യകളും വീതിച്ചെടുക്കാനാണ് ശ്രമിക്കുന്നത് എന്നാണ് മന്ത്രിമുഖ്യന്റെ അഭിപ്രായം. ഈ സാഹചര്യത്തെ പറ്റി അന്വേഷിക്കുന്നതിനാലാണ് സുൽത്താൻ അയാളെ കാണാൻ മടിക്കുന്നത്. മന്ത്രിമുഖ്യൻ ഇറാന്റെ പകുതി സ്വന്തമാക്കാൻ വേണ്ടിയുള്ള ഒരു രഹസ്യ പദ്ധതിയുമായി ഇറങ്ങിയിട്ടുണ്ട് എന്നാണ് അഭ്യൂഹം. പക്ഷേ, യൂറോപ്പിലേക്ക് തുറക്കുന്ന ഒരു പുതിയ സേനാമുഖമായി അത് മാറുകയും അത്തരമൊരു നീക്കം ഗുണത്തെക്കാളേറെ ദോഷമാവുകയും ചെയ്യുമെന്നാണ് വിമർശകരുടെ കണക്കുകൂട്ടൽ. മോസ്കോ കൈയടക്കിയ മസെന്ദരാൻ, ജിലാൻ പ്രവിശ്യകളിൽ വടക്കൻ ഇറാനിൽ സൈന്യത്തിന്റെ സാന്നിധ്യം പ്രത്യക്ഷത്തിൽതന്നെ പ്രകടമായിരുന്നു.

ഒരു വലിയ തളികയിൽ വീഞ്ഞും പൈപ്പുകളും ഹൂക്കയിലേക്കുള്ള പുകയിലയും പലതരം ലഘുഭക്ഷണങ്ങളുമായി കറുമ്പൻ ഫാൽക്കോ

സ്നാനഘട്ടമാകെ ചുറ്റി നടന്നു. കരുത്തൻ യെയെയുടെമേലും അവനു ഒരു കണ്ണുണ്ടായിരുന്നു. ചെറിയ ഒരു തെറ്റ് പോലും മറ്റുള്ളവരുടെ ശ്രദ്ധ തങ്ങളിലേക്ക് ആകർഷിച്ചേക്കാം എന്ന് ഫാൽക്കോയ്ക്ക് അറിയാമായിരുന്നു. ഏതെങ്കിലും വിഡ്ഢി മദ്യപിച്ച ശേഷം യെയെയെ പീഡിപ്പിക്കാൻ ശ്രമിച്ചേക്കും എന്നും അവനു ഭയമുണ്ടായിരുന്നു. അതിഥികൾ ഏകദേശം ഒരു മണിക്കൂറോളം സ്നാനഘട്ടത്തിലെ വിയർപ്പൊഴുകുന്ന അന്തരീക്ഷത്തിലിരുന്നു ആവോളം മദ്യപിച്ചു. സമയം കഴിയുന്തോറും അവിടുത്തെ കോലാഹലങ്ങൾ വർദ്ധിച്ചു വന്നു. മുഖംമൂടി നൽകുന്ന അജ്ഞാതാവസ്ഥയും ചൂടും മദ്യം നൽകിയ ധൈര്യവും മൂലം അവരുടെ ശബ്ദം ഉയർന്നുയർന്നു വന്നു. സത്രത്തിന്റെ ഗോപുരത്തിന്റെ കീഴെ ആ ശബ്ദം പ്രതിധ്വനിച്ചു.

"അല്ലയോ പ്രഭുക്കന്മാരെ, മാന്യരെ, നിങ്ങൾക്കറിയാമോ ഇബ്രാഹിം പാഷ ഒരു രഹസ്യ മതം പിന്തുടരുന്നുണ്ടെന്ന്?"

"ഉവ്വ്. അയാൾ കപ്പഡോസിയയിൽ നിന്നുള്ള ഒരു അർമേനിയക്കാരൻ ആണെന്ന് ഞാൻ കേട്ടിട്ടുണ്ട്."

"അയാളുടെ ലിംഗാഗ്രചർമ്മം മുറിച്ചിട്ടില്ല എന്നാണ് ഞാൻ കേട്ടിട്ടുള്ളത്. നമുക്കത് മുറിക്കണം."

"അയാൾ സുൽത്താനെയെടുത്ത് തന്റെ ചെറുവിരലിൽ ഉടുത്തു വച്ചിരിക്കുകയാണ്. നിന്ദ്യനായ മനുഷ്യൻ!"

"ശരിയ നിയമങ്ങൾ നമ്മുടെ കൺമുന്നിൽ വച്ച് അപ്രത്യക്ഷമായിക്കൊണ്ടിരിക്കുകയാണ്. ഈ ഹിജഡകളെയും കൊച്ചു ചെറുക്കന്മാരെയും വേശ്യകളെയും എന്താണ് ചെയ്യേണ്ടത്?"

ഗോപുരത്തിന് താഴെയുള്ള വിശുദ്ധ ശില എല്ലാവരുടെയും അഭിപ്രായങ്ങൾ പറയാനുള്ള ഒരു ഇടമായി പരിണമിച്ചിരുന്നു. ആരൊക്കെയോ പട്ടാളക്കാർ പാടുന്ന ഒരു സംഘഗാനം ഉച്ചത്തിൽ പാടിത്തുടങ്ങി. എല്ലാവരും അതിന്റെ താളത്തിൽ മുഴുകി ആവേശഭരിതരായി കൂടെ പാടാനും തുടങ്ങി.

"നാം പാടുന്ന പൈതൃക കഥകൾ
ഉറച്ച മാതൃകകൾ മറിച്ചിടുക.
അവകാശങ്ങൾക്കായി യുദ്ധം ചെയ്യുക
കിടാരം തിളപ്പിക്കാൻ കൊണ്ടുവരാനായി..."

ഹജ്ജി ബെക്താസിന്റെ കുട്ടകം തിളപ്പിക്കാൻ കൊണ്ടുവരുന്നതിനെപ്പറ്റിയുള്ള ഈ ധീരമായ ഗാനം മുഖംമൂടിയിട്ട ഗായകസംഘം പാടുന്നതിനിടയിൽ വെള്ളത്തൊട്ടികൾക്കടുത്തിരുന്ന ഒരു മനുഷ്യൻ അതുവഴി കടന്നു പോയ ഫാൽക്കോയെ വിളിച്ചു.

"എടേ പയ്യൻ! ആ തളികയുമായി ഞെളിഞ്ഞു നടന്നു നീ തളർന്നു കാണും. ഇവിടെ വന്നു എന്റെ പാദങ്ങൾ ഒന്ന് തിരുമ്മിത്താ."

താനിരിക്കുന്നതിനടുത്തുള്ള വെള്ളി നിറമുള്ള മേശയിൽ നിന്ന് ഐസിന്റെ ചെറുകഷണങ്ങൾ തന്റെ വീഞ്ഞ് ചഷകത്തിലേക്ക് ഇട്ടു കൊണ്ട് അയാൾ പറഞ്ഞു. അതിലെ കടന്നുപോയ ഫാൽക്കോയുടെ ഉടുമുണ്ടിൽ അയാൾ പിടിച്ചുവലിക്കുകയും കാലിൽ ചവിട്ടുകയും ചെയ്തു.

ഫാൽക്കോ ആ ശബ്ദം പെട്ടെന്ന് തിരിച്ചറിയുകയും വരാൻ പോകുന്ന അപകടത്തെപ്പറ്റി ഊഹിക്കുകയും ചെയ്തു. തന്റെ കൈയിലിരുന്ന തളിക മറ്റൊരു പയ്യന് കൈ മാറിയിട്ട് തലകുനിച്ചു വണങ്ങി അയാൾക്കടുത്തു കുനിഞ്ഞിരുന്നു. ഫാൽക്കോവിന്റെ ലെയ്ഹാർ വസ്ത്രം വിയർത്ത് ശരീര ത്തോട് ഒട്ടിപ്പിടിച്ചിരുന്നു. ആ സമയമത്രയും അവൻ യെയെയുടെ പുറത്തും ഒരു കണ്ണു വച്ചിട്ടുണ്ടായിരുന്നു. കാലു തിരുമ്മുന്നതിനിടയിൽ ഒരു നിമിഷത്തേക്ക് മുഖം മൂടി മാറുകയും ആ ശബ്ദം കേട്ട് താൻ ഊഹിച്ച ആൾ തന്നെയാണ് അത് എന്ന് മനസ്സിലാക്കുകയും ചെയ്തു. തീർച്ച യായും അത് ജയിൽ സൂക്ഷിപ്പുകാരൻ തന്നെയായിരുന്നു.

തനിക്കു എന്തോ ശാപം കിട്ടിയതുപോലെ ഫാൽക്കോയ്ക്ക് തോന്നി. ഗെഡിക്പാസ സ്നാനഘട്ടത്തിൽ നിന്ന് ആരെ ഭയന്നാണോ ഓടി രക്ഷ പ്പെടേണ്ടി വന്നത് അയാളുടെ മുന്നിൽ വീണ്ടും വന്നു പെട്ടിരിക്കുന്നു. താൻ അപകടത്തിലാണെന്ന് അവനു യാതൊരു സംശയവും ഉണ്ടായി രുന്നില്ല. തങ്ങളുടെ ചുറ്റുമുള്ള ആളുകളെ അവൻ ശ്രദ്ധിച്ചു. എല്ലാവരു ടെയും കണ്ണുകൾ ജയിൽ സൂക്ഷിപ്പുകാരന്റെ ഉരുണ്ട് ദൃഢമായ പേശി കളിലായിരുന്നു. പച്ചകുത്തുകാരൻ തന്റെ ജോലി വൃത്തിയായും ഭംഗി യായും ചെയ്തിട്ടുണ്ട്. കൈയനക്കുമ്പോഴൊക്കെ പിളർന്ന നാവുള്ള അണലി അയാളുടെ നേരെ കുതിക്കുന്നത് പോലെ തോന്നി. തനിക്ക് ഇയൂപ് ജയിലിൽ വച്ചു സഹിക്കേണ്ടി വന്ന മർദ്ദനങ്ങൾ ഓർത്തപ്പോൾ ഫാൽക്കോയ്ക്ക് വല്ലാത്ത ഭയം തോന്നി. ജയിൽ സൂക്ഷിപ്പുകാരന്റെ സമീപത്തിരുന്ന മനുഷ്യനെ പടവാൾ എന്നാണ് വിളിച്ചിരുന്നത്. ആരെയും ഭയപ്പെടുത്തുന്ന ഒരു മൂർച്ചയുള്ള വാളിന്റെ ചിത്രം അയാളുടെ കൈ ത്തണ്ടയിൽ നിന്ന് മുട്ടൊപ്പം എത്തുന്ന വലിപ്പത്തിൽ പച്ച കുത്തിയിരുന്നു. ശക്തമായ വരകളും ചിത്രപ്പണിയുടെ സൂക്ഷ്മാംശങ്ങളിൽ ഉള്ള സാമ്യവും രണ്ടുപേരും ഒരേ പച്ചകുത്തുകാരനെയാണ് ആശ്രയിച്ചത് എന്നും അവർ ഉറ്റ സുഹൃത്തുക്കളാണെന്നും വെളിവാക്കിയിരുന്നു. ഫാൽക്കോ തലകുനിച്ചു വച്ചുകൊണ്ട് പടവാളിന്റെ ചുറ്റും കൂടി നിൽക്കുന്ന നാല് മനുഷ്യർ അയാളെ പ്രീണിപ്പിക്കാൻ നടത്തുന്ന സംഭാഷണങ്ങൾ ശ്രദ്ധിച്ചുകൊണ്ടിരുന്നു.

“യജമാനനേ! ഞാൻ പറയുന്നത് ശ്രദ്ധിക്കൂ. ഇറാനിൽ ചൊരിഞ്ഞ രക്തസാക്ഷികളുടെ രക്തത്തിന് ആരാണ് ഉത്തരവാദികൾ? മോസ്കോ യിലെ ആ വിശ്വാസവഞ്ചകനുമായി കൂട്ടുപിടിച്ചു നടക്കുന്നവരാണോ ഓട്ടോമാൻ സാമ്രാജ്യം നിയന്ത്രിക്കേണ്ടത്? അന്തസ്സുള്ള വളരെക്കുറച്ച്

സ്ത്രീകളും പുരുഷന്മാരും മാത്രമേ നമ്മുടെ തെരുവുകളിൽ ഉള്ളൂ. ശരിയ നിയമങ്ങൾ കുറേശ്ശെയായി ഇല്ലാതായിക്കൊണ്ടിരിക്കുകയാണ്. നിങ്ങൾ ബഹുമാന്യനായ ഒരാളാണ്. മറ്റുള്ളവരോടു ദയവായി ഇതിനെപ്പറ്റി സംസാരിക്കൂ."

"മാന്യരേ, നിങ്ങൾ പറയുന്നത് ശരിയാണ്. പക്ഷേ നമുക്ക് ഒരു ഫത്വയോ രാജശാസനമോ ഇതിലേക്ക് ആവശ്യമായി വരും. അതുമാത്ര മല്ല, സുൽത്താൻ അഹമ്മദിന്റെ സ്ഥാനം ഏറ്റെടുക്കാൻ തയ്യാറുള്ള ഒരു രാജകുമാരനെയും ആവശ്യം വരും." പടവാൾ പറഞ്ഞു.

"അങ്ങേക്ക് ഒരുപക്ഷേ അതിൽ ഒന്നും ചെയ്യാൻ കഴിയില്ലായിരിക്കാം. പക്ഷേ, മതപണ്ഡിതനായ ഇസ്പിരിസേഡിനു ഫത്വാ പുറപ്പെടുവിക്കാൻ കഴിയും. ന്യായാധിപൻ സുലാലി ഹസ്സൻ എഫെൻഡി ഒരു ഉത്തരവ് കൂടി പുറപ്പെടുവിച്ചാൽ പിന്നെ ബാക്കി അങ്ങേക്ക് കൈകാര്യം ചെയ്യാമല്ലോ."

"വിളറിയ അഗോപ്പും കുർദിഷ് സെലോയും വിചാരിച്ചാൽ ചന്തയിലെ ചുമട്ടുകാരെയും പച്ചക്കറിക്കച്ചവടക്കാരെയും ഒരുമിച്ചു കൂട്ടാൻ കഴിയും. ഭ്രാന്തൻ മുല്ലാ ഇബ്രാഹിമും മുസ്ലൂ ബേസും കച്ചവടക്കാരോടു സംസാരിക്കട്ടെ."

"കാട്ടുപൂച്ച റിസേപ്പും പണ്ടകശാല റ്റാസിയും നാവികരെയും കപ്പൽപ്പണിക്കാരെയും കൈകാര്യം ചെയ്യട്ടെ."

"പഴയനിയമത്തിൽ ഇബ്രാഹിം പറഞ്ഞിരിക്കുന്നത് വ്യാജന്മാരും വിഡ്ഢികളുമായവരെ തകർക്കണം എന്നാണ്. പക്ഷേ, ഇബ്രാഹിം പാഷ ചെയ്യുന്നത് ഇത്തരം ആളുകളെ സൃഷ്ടിക്കുകയാണ്."

"ആളുകൾ പറയുന്നത് മോസ്കോയിലെ കരടിക്ക് താമസിയാതെ ഭ്രാന്തു പിടിക്കും എന്നാണ്. പക്ഷേ, അയാൾ ബാക്കുവിലെ സ്ത്രീകളുടെ ഹൃദയങ്ങൾ പിടിച്ചടക്കുകയാണ്. ഇത് ഇസ്ലാമിനെ ഏത് അവസ്ഥയിലാണ് കൊണ്ടെത്തിക്കുന്നത്?"

"മാന്യരേ, നിങ്ങൾ ഇവിടെ എന്റെ അതിഥികൾ ആയി എത്തിയതാണ്. നമുക്ക് ഈ വിഷയം പിന്നീടൊരിക്കൽ സംസാരിക്കാം."

പടവാൾ പറഞ്ഞു.

"ഇല്ലില്ല. ഇത് രാജ്യത്തെ സംബന്ധിച്ച് ഏറ്റവും പ്രധാനപ്പെട്ട കാര്യമാണ്. ക്വാഫ് പർവ്വതത്തിലെ വളഞ്ഞ പുരികക്കൊടികളും റോസാപ്പൂച്ചുണ്ടുമുള്ള മെലിഞ്ഞ സുന്ദരിക്ക് വേണ്ടി ഞാൻ അങ്ങയോടു അപേക്ഷിക്കുകയാണ്."

"പ്രിയരേ, ഇത്തരം കാര്യങ്ങൾ നമ്മുടെ രാത്രി പ്രാർത്ഥനകളിൽ ഉൾപ്പെടുത്തേണ്ടതാണ്. അല്ലാതെ സ്നാനഘട്ട സൽക്കാരങ്ങളിൽ കുടിച്ചു കുന്തം മറിഞ്ഞു ചർച്ച ചെയ്യേണ്ടതല്ല. ഓട്ടോമാൻ സാമ്രാജ്യത്തിന്റെ

ശരികളും തെറ്റുകളും ചോദ്യം ചെയ്യേണ്ട സ്ഥലമാണോ ഇത്?" പടവാൾ ചോദിച്ചു.

"തീർച്ചയായും. അങ്ങ് ധീരനാണ്."

"സഹോദരാ, ഞാൻ ഈ അലങ്കാരം കൊണ്ട് നടക്കുന്നത് എന്തിനാണ് എന്നാണ് നിങ്ങൾ വിചാരിക്കുന്നത്? എന്റെ ജീവിതമാണത്. പക്ഷേ ആവശ്യമുള്ളപ്പോൾ മാത്രം. ഇവിടെയല്ല. എല്ലാത്തിനും ഒരു സമയവും സന്ദർഭവും ഉണ്ട്, അല്ലേ?" അഹന്തയോടെ തന്റെ പച്ചകുത്തൽ ചൂണ്ടിക്കാണിച്ചുകൊണ്ട് പടവാൾ ഉറക്കെ പറഞ്ഞു.

വെള്ളത്തൊട്ടിക്ക് സമീപമിരുന്നവർ അപ്രതീക്ഷിതമായ ഒരു സ്ഫോടനം നടന്നാലെന്നപോലെ അസ്വസ്ഥത ജനിപ്പിക്കുന്ന മൗനത്തിലേക്കു വീണു.

"എടാ നായിന്റെ മോനെ, നീയെന്റെ കാലു വേദനിപ്പിക്കുകയാണ്."

അസ്വസ്ഥനായ ജയിൽ സൂക്ഷിപ്പുകാരൻ തന്റെ ദേഷ്യമത്രയും ഫാൽക്കോയുടെ മേൽ തീർത്തുകൊണ്ട് അവനെ തള്ളിയകറ്റി.

ഫാൽക്കോ അടിപതറി വീണു. അവന്റെ മുഖം മൂടി അല്പമൊന്നു തെന്നി മാറി. തന്റെ മുഖം ആരെങ്കിലും കണ്ടോ എന്ന ഭയത്തിൽ അവന്റെ ഹൃദയം ഊക്കോടെ മിടിച്ചു.

"അങ്ങത്തേ, എന്നോടു ക്ഷമിക്കൂ." വീണിടത്ത് നിന്ന് തട്ടിക്കുടഞ്ഞ് എഴുന്നേൽക്കുന്നതിനിടയിൽ തന്റെ ശബ്ദം കഴിയുന്നത്ര മാറ്റി ഫാൽക്കോ പിറുപിറുത്തു.

കേൾക്കരുതാത്ത കാര്യങ്ങൾ കേട്ട കുറ്റത്തിന് തനിക്കു ശിക്ഷ കിട്ടിയേക്കും എന്ന് ഫാൽക്കോയ്ക്ക് തോന്നി. തന്റെ ശിക്ഷകന്റെ മുഖത്തേക്കു പാളി നോക്കിയപ്പോൾ അവരുടെ കണ്ണുകൾ കൂട്ടിമുട്ടുകയും തിരിച്ചറിയപ്പെട്ടേക്കും എന്ന ഭയത്തിൽ രണ്ടുപേരും മുഖം തിരിക്കുകയും ചെയ്തു. ഒരു വലിയ പടക്കപ്പലിന്റെ ചിത്രത്തോട് കൂടിയ മാർബിൾ വെള്ളത്തൊട്ടിയിൽ അശ്രദ്ധമായി കൊത്തി വച്ചിരുന്ന രണ്ടു വരികളിൽ ഫാൽക്കോയുടെ കണ്ണുകൾ ഉടക്കി നിന്നു.

വാർദ്ധക്യത്തിനും ദൃഢതയില്ലാത്തതിനും പരിഹാരം
ഉഴിച്ചിൽക്കാരൻ ഹലീലിന്റെ കൈകളിലൂടെ

ഫാൽക്കോ പെട്ടെന്ന് അവിടെ നിന്നും തെന്നിമാറി. അവന്റെ ഹൃദയം ഭയം കൊണ്ട് പടപടാ മിടിച്ചു. പക്ഷേ, ജയിൽ സൂക്ഷിപ്പുകാരൻ നന്നായി ഐസ് ചേർത്ത മറ്റൊരു കോപ്പ വൈൻ വിഴുങ്ങിയ ശേഷം തന്റെ ചർച്ചകളിലേക്കു തന്നെ തിരിഞ്ഞു. തന്റെ കാൽ തിരുമ്മിയിരുന്ന ആ പയ്യനെ അയാൾ അപ്പോഴേ മറന്നിരുന്നു. കൊലപാതകക്കുറ്റത്തിന് നാടെങ്ങും പരക്കം പാഞ്ഞു നടന്നു താൻ തിരയുന്ന കുറ്റവാളിയാണ് അതെന്ന് അയാൾ സ്വപ്നത്തിൽ പോലും കരുതിയില്ല. മദ്യം കൊണ്ട് മന്ദീഭവിച്ച

തലച്ചോറുമായി ഈ സമയത്ത് ജയിൽ സൂക്ഷിപ്പുകാരൻ ഫാൽക്കോയെ കണ്ടുപിടിച്ചു തടവിലാക്കിയ ശേഷം അവന് നല്ല വില തരുന്നവർക്ക് വില പേശി വിൽക്കുന്നതിനെ പറ്റി മധുരസ്വപ്നങ്ങൾ കാണുകയായിരുന്നു. ന്യായാധിപൻ ഇസഹാക്കിന് അവനെ ജീവനോടെ വേണം. ഇബ്രാഹിം പാഷയ്ക്ക് ജീവനോടെയോ മരിച്ചോ കിട്ടിയാൽ മതി. ആദ്യത്തേതിന് കിട്ടുന്ന പ്രതിഫലം നിശ്ചയമായും രണ്ടാമത്തേതിനേക്കാൾ കൂടുതലായിരിക്കും. ന്യായാധിപനെ ചോദ്യം ചെയ്ത സമയത്ത് അയാളെ കൂടുതലായി ഉപദ്രവിക്കാതിരുന്നതിനു അയാൾ സ്വയം അഭിനന്ദിച്ചു. ആ സന്തോഷത്തിനായി അയാൾ ഒരു കോപ്പ കൂടുതൽ കുടിച്ചു. ന്യായാധിപൻ ഇസഹാക്കിനെ താൻ തന്നെ വിലയ്ക്കെടുത്തവരുടെ തടവിൽ നിന്നും രക്ഷിക്കാനായി അതിസാഹസികമായി പ്രത്യക്ഷപ്പെട്ടിരുന്നെങ്കിൽ കുറച്ചു കൂടി നന്നായിരുന്നേനേ എന്നും അല്പം നിരാശയോടെ ജയിൽ സൂക്ഷിപ്പുകാരൻ ആലോചിക്കാതിരുന്നില്ല.

ആഘോഷങ്ങൾ കഴിഞ്ഞു എല്ലാവരും സ്നാനഘട്ടം വിട്ടുപോയിക്കഴിഞ്ഞു. യെയെയും ഫാൽക്കോയും ഇളംചൂടുള്ള ചാരത്തിന് മുകളിൽ കയറിക്കിടന്നു. തല തറയിൽ തട്ടിയ പാടെ യെയെ ഉറക്കം തുടങ്ങി. അടുത്ത ദിവസം എന്താണ് ചെയ്യേണ്ടത് എന്നാലോചിച്ചു ഫാൽക്കോ ഒരുപാടു നേരം ഉറങ്ങാതെ കിടന്നു. വെള്ളത്തൊട്ടിയിൽ എഴുതിവച്ചിരുന്ന വാക്കുകളുടെ അർത്ഥം പാവങ്ങളുടെയും ദുർബലരുടെയും പ്രശ്നങ്ങൾക്ക് ഉള്ള മറുപടിയാണ് ഹലീൽ എന്നു തന്നെയാണ്. സ്നാനഘട്ടങ്ങളിലെ ജോലിക്കാർ അവർ ഉപയോഗിക്കുന്ന വെള്ളത്തൊട്ടികളിൽ തങ്ങളുടേതായ ഇത്തരം സന്ദേശങ്ങൾ കോറി വയ്ക്കുക സാധാരണയാണ്. ഇടപാടുകാരും തങ്ങളുടെ സംതൃപ്തിയനുസരിച്ച് ചെറിയ ചില മാർഗനിർദ്ദേശങ്ങൾ രേഖപ്പെടുത്താറുണ്ട്.

ചില പരിചാരകർ സാധാരണയിൽ കവിഞ്ഞുള്ള തിരുമ്മലും മറ്റു പ്രത്യേക പരിചരണങ്ങളും നൽകി ഉപഭോക്താക്കളെ സംതൃപ്തിപ്പെടുത്തുകയും പതിവായിരുന്നു. വെള്ളത്തൊട്ടിമേൽ വരഞ്ഞിരുന്ന ആ പടക്കപ്പലിന്റെ ചിത്രം, അതുപയോഗിക്കുന്ന പരിചാരകൻ തുറമുഖത്തിൽ അലഞ്ഞു തിരിഞ്ഞിരുന്ന ഒരു തെരുവ് പയ്യൻ ആയിരുന്നു എന്നോ കപ്പലിൽ നിന്ന് ഒളിച്ചോടിയ ഒരു ജോലിക്കാരൻ ആണെന്നോ ഉള്ള സൂചനകളാണ് തരുന്നത്. അങ്ങനെയൊരു ചെറുപ്പക്കാരൻ ബെയ്സിറ്റ് സ്നാനഘട്ടത്തിൽ ഒരു കുളിത്തൊട്ടിയുടെ ഉടമയായി തീരുക എന്നത് നിസ്സാര കാര്യമല്ല. അതിനർത്ഥം അവനു സ്വന്തമായി നല്ല വരുമാനവും തൊട്ടി വാടകയ്ക്ക് നൽകുന്നതിലൂടെ അധിക വരുമാനവും മറ്റു പരിചാരകരുടെ ബഹുമാനവും ആവോളം ലഭിക്കുന്നു എന്നുമാണ്. തൊട്ടിയിൽ എഴുതി വച്ചിരിക്കുന്ന വാക്കുകൾ അനുസരിച്ചു അതിന്റെ ഉടമയുടെ പേര് ഹലീൽ എന്നാണ്. ചിലപ്പോൾ സത്രങ്ങളിലെ സഹോദരന്മാർക്ക്

ഇടയിൽ പ്രശസ്തനായ പത്രോണാ ഹലീൽ ആവാനും സാധ്യതയുണ്ട്. തലേന്ന് രാത്രിയിൽ അയാൾ അവിടെ ഉണ്ടായിരുന്നുവോ എന്ന് ഫാൽക്കോ സംശയിച്ചു. എല്ലാവരുടെയും മുഖങ്ങൾ മറച്ചിരുന്നതിനാൽ ആരൊക്കെയാണ് ഉണ്ടായിരുന്നത് എന്ന് ഊഹിക്കാനുമായില്ല. അവിടെ കണ്ട പടവാൾ എന്ന് വിളിക്കപ്പെടുന്ന മനുഷ്യൻ തീർച്ചയായും ഒരു പ്രധാനിയാണെന്നും താൻ ഈ പേര് വീണ്ടും കേൾക്കുമെന്നും ഉള്ള കാര്യത്തിൽ ഫാൽക്കോയ്ക്ക് സംശയമുണ്ടായിരുന്നില്ല. അവരുടെ സംഭാഷണത്തിനു തടയിട്ട പ്രവാചകൻ ഇബ്രാഹിമിന്റെ വ്യാജബിംബങ്ങളെ താഴ്ത്തിക്കെട്ടാനുള്ള ആഹ്വാനത്തെ പറ്റി ആലോചിച്ചു. മണ്ടന്മാരെ വാഴ്ത്തപ്പെട്ടവരാക്കുന്നതിനെ പറ്റി പറഞ്ഞത് നിസ്സംശയമായും ഇബ്രാഹിം പാഷയെ പറ്റിയാണ്. പക്ഷേ, വില്ല് പോലെ വളഞ്ഞ കൺപുരികങ്ങളും റോസാപ്പൂ ചുണ്ടുകളുമുള്ള ക്വാഫ് പർവ്വതത്തിലെ മെലിഞ്ഞ സുന്ദരി ആരാണ്?

ചോദ്യം 28

ദുഃഖത്തിന്റെ ഒരു ചെറിയ സ്പർശം ഹൃദയത്തെ പിളർക്കുമോ?

ഹാഫിസ് സെലെബി തല കുനിച്ചിരുന്നു ഗഹനമായും ദീർഘമായും ആലോചിച്ചു. കുടുംബവും കുട്ടികളും ഒന്നുമില്ലാത്ത ഏകാന്തജീവിതമായിരുന്നു അദ്ദേഹം നയിച്ചിരുന്നത്. കൗമാരപ്രായത്തിലുള്ള ഒരു ആൺകുട്ടിയുടെ ഉത്തരവാദിത്വം ഏറ്റെടുക്കാൻ തനിക്കു കഴിയുമോ? അദ്ദേഹം അവനെ ടുളിപ്പുകൾ വളർത്തുന്നതെങ്ങനെയാണ് എന്ന് പഠിപ്പിക്കാനും സർവകലാശാലയിൽ അയച്ച് ഉന്നത വിദ്യാഭ്യാസം നൽകാനും ആഗ്രഹിച്ചു. തന്റെ മുന്നിൽ നിൽക്കുന്ന കുട്ടി അതിസമർത്ഥനാണ്. അവന് ആരോഗ്യമുള്ള ശരീരവും അന്തസ്സുള്ള പെരുമാറ്റവും ബുദ്ധിയുള്ള മനസ്സും മാന്യമായ ചിന്തകളും സുന്ദരമായ ഒരു മുഖവുമുണ്ട്. പക്ഷേ അവൻ വെറുമൊരു കൗമാരപ്രായക്കാരനാണ്. തന്റെ ജീവിതം മുഴുവൻ ഒരു തോട്ടത്തിൽ ചെലവഴിക്കാൻ അവൻ തയ്യാറാകുമോ?

"ദൈവം അനുഗ്രഹിച്ചാൽ, എന്നാൽ സാധ്യമാകുന്ന എന്തും ഞാൻ ചെയ്യാം." കൈകൾ വിടർത്തി ഹാഫിസ് സെലെബി അവനെ തന്റെ ജീവിതത്തിലേക്കു സ്വാഗതം ചെയ്തു.

കരുത്തൻ യെയെയും ഹാഫിസ് സെലെബിയും അച്ഛനും മകനും എന്നപോലെ പരസ്പരം ആലിംഗനം ചെയ്തു. കുട്ടികളില്ലാത്തത് സെലെബിയെ നീറ്റുന്ന ഒരു സ്വകാര്യ ദുഃഖമായിരുന്നു. അച്ഛന്റെ സ്നേഹം അറിയാൻ കഴിഞ്ഞില്ല എന്നത് യെയെയുടെയും തീരാസങ്കടമായിരുന്നു. സർവകലാശാലയുടെ കാര്യം സെലെബി പരാമർശിച്ചപ്പോൾ തന്റെ സ്വപ്നങ്ങളെല്ലാം പൂവണിഞ്ഞേക്കും എന്ന് അവനു തോന്നി.

ബെയ്സിറ്റ് സത്രത്തിലെ ആഘോഷങ്ങൾ കണ്ടതിനു ശേഷം യെയെയെപ്പറ്റി ഫാൽക്കോയുടെ മനസ്സിൽ എന്തെന്നില്ലാത്ത ആശങ്കകൾ വളർന്നു. യെയെ വഴിതെറ്റി തെരുവ് ജീവിതത്തിനു അടിപ്പെടുകയും ചീത്ത കൂട്ടുകെട്ടുകളിൽ പെടുകയും ചെയ്യുമോ എന്ന് അവൻ വല്ലാതെ ഭയന്നു. അത് സംഭവിക്കുകയില്ല എന്ന് ഉറപ്പു വരുത്തേണ്ടത് ഫാൽക്കോവിന്റെ ആവശ്യമായിരുന്നു. അത് മാത്രമല്ല, തന്നെ പിന്തുടരുന്നവർ യെയെയെ ഉപദ്രവിച്ചേക്കും എന്നും ഫാൽക്കോ ചിന്തിച്ചു. തന്റെ കൈയിലിരിക്കുന്നത് സൂക്ഷിച്ചു കൈകാര്യം ചെയ്യേണ്ട ഒരു രത്നമാണെന്നു

അവന് അറിയാമായിരുന്നു. അതിസൂക്ഷ്മമായ ബുദ്ധി ശക്തിയാണ് യെ യെയ്ക്ക് എന്ന് ഇതിനകം അവൻ മനസ്സിലാക്കിയിരുന്നു. നന്നായി വഴി തിരിച്ചു വിട്ടാൽ ഉന്നതങ്ങളിലെത്താൻ കഴിവുള്ള ഒരു പ്രതിഭാശാലി! ഹാഫിസ് സെലെബിയെ സമീപിക്കുന്നതിനെ യെയെ അനുകൂലിക്കുക കൂടി ചെയ്തപ്പോൾ പ്രശ്നത്തിന് പരിഹാരമായി എന്ന് ഫാൽക്കോ ആശ്വസിച്ചു. അവർ രണ്ടുപേരും കൂടി ഉടനെ തന്നെ കാഗിത്താനെ യിലേക്ക് പുറപ്പെടുകയും ഹാഫിസ് സെലെബിയെ കണ്ടു സംസാ രിക്കുകയും ചെയ്തു. ടുളിപ്പുകളുടെ രഹസ്യം പഠിപ്പിക്കാൻ തനിക്ക് ഒരു അനന്തരാവകാശിയെ കിട്ടിയ സന്തോഷത്തിലായിരുന്നു സെലെ ബിയെങ്കിൽ തനിക്കു സർവകലാശാലയിൽ വെച്ചു വായിക്കാൻ കഴി യുന്ന പുസ്തകങ്ങളെയോർത്തു സ്വപ്നങ്ങൾ മെനയുകയായിരുന്നു യെയെ.

അങ്ങനെ യെയെയുടെയും ഫാൽക്കോയുടെയും പാതകൾ രണ്ടായി പിരിഞ്ഞു. പക്ഷേ, അവർ തമ്മിലുള്ള ബന്ധം അവസാനിച്ചില്ല. ഹാഫിസ് സെലെബിയുടെ അനുവാദത്തോടെ അവർ ഒരു ഉടമ്പടിയിലെത്തി. യെയെ ഫാൽക്കോയുടെ ടുളിപ് കിഴങ്ങ് നടുകയും വസന്തമെത്തുമ്പോൾ അവരൊരുമിച്ച് നക്സിഗ്യുല്ലിന്റെ കൊലയാളികളെ തേടിയിറങ്ങുകയും ചെയ്യും. കറുമ്പൻ ഫാൽക്കോ തന്റെ കഥ ഒന്നും വിടാതെ സെലെബി യോടു പറഞ്ഞു. അത് കേട്ട് അദ്ദേഹം സംശയലേശമെന്യേ അവരെ ആലിംഗനം ചെയ്യുകയാണുണ്ടായത്. അങ്ങനെ തന്റെ ജീവിതത്തിൽ ആദ്യമായി കരുത്തൻ യെയെ അച്ഛന്റെ സ്നേഹമറിഞ്ഞു.

“മോനെ, നീയൊരു ബുദ്ധിമാനായ കുട്ടിയാണ്. പക്ഷേ, എല്ലാവരും നിന്നെപ്പോലെയല്ല. ബുദ്ധിമാനായ ഒരു മനുഷ്യൻ തനിക്കാവശ്യമുള്ള തിനു ശേഷം ബാക്കിയാവുന്ന ഭൗതിക വസ്തുക്കൾ അതാവശ്യമുള്ള പാവപ്പെട്ടവർക്ക് കൊടുക്കുകയാണ് വേണ്ടത്. അവൻ എളിമയ്ക്ക് പ്രാധാന്യം കൊടുക്കുകയും എന്നും ഒരു വിദ്യാർത്ഥിയായി ജീവിക്കു കയും മറ്റുള്ളവരെ സഹായിക്കുകയും സൽപ്രവൃത്തികളെ അഭിനന്ദി ക്കുകയും പൊങ്ങച്ചം കാട്ടാതിരിക്കുകയും മറ്റുള്ളവർ തന്നേക്കാൾ വലു താണെന്ന് കണക്കാക്കുകയും ചെയ്യും.”

ഹാഫിസ് സെലെബി യെയെയെ വളരെയേറെ സ്നേഹിച്ചു. പക്ഷേ അവന്റെ ഫാൽക്കോയോടുള്ള ബന്ധം യെയെയെ കുഴപ്പത്തിൽ ചാടിക്കും എന്ന് അദ്ദേഹം ഭയന്നു. യാതൊരു വിധത്തിലുള്ള കുഴപ്പത്തിനും തല വച്ചുകൊടുക്കാൻ സെലെബിക്ക് താത്പര്യമുണ്ടായിരുന്നില്ല. ഫാൽക്കോ തീർച്ചയായും ധീരനായ ഒരു ചെറുപ്പക്കാരനാണ്. അവൻ തന്റെ കഥ യുടെ ചുരുളഴിച്ചപ്പോൾ സെലെബി അതിനെ ഒരു തരി പോലും അവി ശ്വസിച്ചില്ല.

ഫാൽക്കോയുടെ മുഖത്തു നിന്നും അവന്റെ ഹൃദയത്തിന്റെ പരിശു ദ്ധിയും വാക്കുകളിലെ സത്യസന്ധതയും വായിച്ചെടുക്കാമായിരുന്നു.

പക്ഷേ, അനുഭവസമ്പത്തില്ലാത്ത ഫാൽക്കോയെ പോലെ ഒരാൾ ഇസ്താംബൂളിലെ തെരുവുകളിൽ അങ്ങനെ അലഞ്ഞു തിരിയുന്നത് അത്ര നല്ലതല്ല എന്ന് സെലെബിക്ക് അറിയാമായിരുന്നു. രൂപഭാവങ്ങളിൽ മാറ്റം വരുത്തിയാലും കൊലപാതകക്കുറ്റം ചാർത്തപ്പെട്ട ഒരാൾക്ക് അത്രയേറെ നാളുകൾ പിടികൊടുക്കാതിരിക്കാൻ കഴിയില്ലെന്ന സത്യം അംഗീകരിക്കുക തന്നെ വേണം. അദ്ദേഹം അവനും കുറച്ചു നല്ല ഉപദേശം കൊടുത്തു.

"മോനേ, അറിവും അനുഭവസമ്പത്തുമുള്ള ഒരാളെന്ന നിലയിൽ ഞാൻ പറയുന്നത് ശ്രദ്ധിക്കൂ. ഒരിക്കലും ഉപദേശം അവഗണിക്കരുത്. നീ യാത്ര ചെയ്യുന്ന പാതയിൽ അക്ഷമ നിന്നെ ക്ഷമയേക്കാൾ മടുപ്പിക്കും. സമൂഹത്തിൽ മാന്യനും അതേസമയം അങ്ങേയറ്റം സൂത്രശാലിയുമായ ഒരു മനുഷ്യനാണ് നിന്റെ ശത്രു. അവന്റെ വഞ്ചനയെയും കൗശലത്തെയും എങ്ങനെ മറികടക്കും എന്ന് ഒരു ധാരണയില്ലാതെ നീ ആരാണെന്നു ഒരിക്കലും വെളിപ്പെടുത്തരുത്. ചെറിയ നേട്ടങ്ങൾക്ക് ഒടുവിൽ വലിയ വില കൊടുക്കേണ്ടി വരും. നീ തന്നെ ഒടുവിൽ വിജയിക്കും എന്ന് ഉറപ്പു വരുത്തുക. എല്ലാ പ്രശ്നങ്ങളും പെട്ടെന്ന് പരിഹരിക്കാനാകും എന്ന് ഒരിക്കലും പ്രതീക്ഷിക്കരുത്. യുവത്വത്തിന്റെ ചോരത്തിളപ്പ് മൂലം ഒരിക്കലും നടക്കാൻ വഴിയില്ലാത്ത സ്വപ്നങ്ങൾ കാണരുത്. ഭരണകൂടത്തിന്റെ ശക്തിയേക്കാൾ ഒരിക്കലും നിന്റെ ശക്തി വലുതല്ല. നല്ല കരുതലോടെ നീങ്ങുകയും ഒരിക്കലും നിരാശനാവാതിരിക്കുകയും ചെയ്യുക. ഒരുപാടു പ്രതീക്ഷകൾ ആരെയും അതിന്റെ അടിമയാക്കും. വിഡ്ഢിത്തമാണ് ഏറ്റവും വലിയ ബലഹീനത. നിന്റെ ഏറ്റവും വലിയ സമ്പാദ്യം ബുദ്ധിശക്തിയാണ്. അത് ശരിയായി ഉപയോഗിക്കുക. ഒരിക്കലും നിന്റെ ലക്ഷ്യത്തിൽ നിന്ന് വ്യതിചലിക്കരുത്. ശക്തമായ ഒരു കാരണമില്ലാതെ തെറ്റായ ലക്ഷ്യത്തിലേക്ക് നീങ്ങുകയുമരുത്. ഇടയ്ക്ക് സ്വന്തം ഹൃദയം പറയുന്നത് കേൾക്കുക. നീ ചെയ്യുന്ന കാര്യങ്ങൾ വിശകലനം ചെയ്യുക. പശ്ചാത്തപിക്കേണ്ടി വരുന്ന ഒന്നും ചെയ്യരുത്."

നേരം വെളുക്കുന്നതുവരെ ഹാഫിസ് സെലെബി അവരോടു ദീർഘമായി സംസാരിച്ചു. അടുത്ത ദിവസം അവരെ കാത്തിരിക്കുന്ന വേർപാടിന്റെ വേദന അല്പം അതിലൂടെ ലഘൂകരിക്കാൻ കഴിയും എന്ന് അദ്ദേഹം പ്രത്യാശിച്ചു. തങ്ങളുടെ ഭാരം നിറഞ്ഞ ഹൃദയമിടിപ്പുകൾ ശ്രവിച്ചു കൊണ്ടാണ് ആ ചെറുപ്പക്കാർ അന്നുറങ്ങിയത്. അടുത്ത ദിവസം അവരുടെ സങ്കടം നിറഞ്ഞ യാത്ര പറച്ചിൽ ജ്വലിച്ചുയരുന്ന സൂര്യനെ പോലും ഇരുളിലാക്കിയതുപോലെ തോന്നി. ആ ടുളിപ് കിഴങ്ങ് കുഴിച്ചിട്ടപ്പോൾ പങ്കിട്ട പ്രതീക്ഷയായിരുന്നു ആ നിമിഷങ്ങളിൽ അവർ അനുഭവിച്ച ഒരേയൊരു സന്തോഷം. കല്ലായൻ കുന്നിനു മേലെ സൂര്യൻ ഉദിച്ചുയർന്നപ്പോൾ സെലെബിയുടെ നിർദ്ദേശപ്രകാരം യെയെ ഒരു കുഴി കുഴിച്ചു. കറുമ്പൻ ഫാൽക്കോ തന്റെ കൈയിലിരുന്ന കിഴങ്ങ് ആ കുഴിയിലേക്കു വച്ച ശേഷം ഒരു പ്രാർത്ഥനയുടെ അകമ്പടിയോടെ മണ്ണ് നീക്കി

കുഴി മൂടി. സങ്കടം നിറഞ്ഞതെങ്കിലും സമാധാനത്തോടെയുള്ള ഒരു നോട്ടം അവർ പരസ്പരം കൈമാറി. ആ നിമിഷത്തിന്റെ ഓർമ്മയ്ക്കായി അവർ ആ ടുളിപ്പിനു ദുഃഖസ്പർശം എന്ന് പേരിട്ടു. ദുഃഖസ്പർശത്തിനു ഒരു പങ്കാളിയെ കണ്ടെത്താൻ വസന്തം വരെ കാത്തിരിക്കണം. അതുവരെ അതിനെ കുറുക്കന്മാരിൽ നിന്നും നീർനായകളിൽ നിന്നും വാത്തുകളിൽ നിന്നും താറാവുകളിൽ നിന്നും സംരക്ഷിക്കേണ്ടത് യെയെയുടെ ജോലി യാണ്. എങ്ങനെയാണ് ഇതൊക്കെ ചെയ്യേണ്ടത് എന്ന് അവനെ പഠിപ്പി ക്കേണ്ടത് ഹാഫിസ് സെലെബിയുടെ കടമയും.

കിഴങ്ങ് നടുന്ന ചടങ്ങ് കഴിഞ്ഞപ്പോൾ ആർക്കും നിന്നയിടത്തു നിന്നും അനങ്ങാൻ കഴിഞ്ഞില്ല. ആകാശം പോലും അവർക്കുമേൽ ഒരു ഭാരമായിത്തീർന്നതു പോലെ തോന്നി. കുനിഞ്ഞ മുഖവുമായി ആരാണ് ആദ്യം സംസാരിക്കാൻ തുടങ്ങുക എന്നറിയാതെ അവർ നിന്നു. യെയെ യുടെ കവിളിലൂടെ ഒരു തുള്ളി കണ്ണുനീർ ഒഴുകിയിറങ്ങി. തനിക്കു ഫാൽക്കോയോടുള്ള സ്നേഹം അവനു ഒളിച്ചുവയ്ക്കാൻ കഴിഞ്ഞില്ല. അവന്റെ ഉറച്ച ശരീരത്തിനും അറിവിനും ബുദ്ധിക്കുമൊക്കെ പിന്നിൽ അപ്പോഴും ഒരു കുട്ടി എവിടെയോ മറഞ്ഞിരിക്കുന്നുണ്ടായിരുന്നു. ഫാൽ ക്കോയെ അവൻ കെട്ടിപ്പിടിച്ചപ്പോൾ ആ കുട്ടിത്തം പുറത്തു വന്നു. യെയെ എന്നും കൊതിച്ചിരുന്ന ശാന്തമായ ജീവിതം ഹാഫിസ് സെലെബിക്ക് നൽകാനാവും എന്ന് ഫാൽക്കോ കണക്കുകൂട്ടിയത് വളരെ ശരിയായി രുന്നു. കറുമ്പൻ ഫാൽക്കോയും തന്റെ വികാരങ്ങൾ അടക്കി വയ്ക്കാ നുള്ള നിഷ്ഫലമായ ശ്രമം ഉപേക്ഷിച്ച ശേഷം യെയെയെ ദീർഘമായി ആലിംഗനം ചെയ്തു. ആ നിമിഷം വളരെ വിചിത്രമായ ഒരു കാര്യം സംഭവിച്ചു. അവർക്ക് മേലെ കനത്ത മേഘങ്ങൾ ഉരുണ്ടുകൂടുകയും അവയ്ക്കിടയിലൂടെ ശക്തിയേറിയ ഒരു സൂര്യരശ്മി അവർക്കുമേൽ പതി ക്കുകയും ചെയ്തു. ആ കുട്ടികളുടെ കവിളിലൂടെ ഒഴുകിയിറങ്ങിയ കണ്ണു നീരും അപ്പോൾ പാകിയ ടുളിപ് കിഴങ്ങുമെല്ലാം ആ കിരണത്തിന്റെ പ്രഭയിൽ ഒന്നായതുപോലെ തോന്നി. അല്പ നിമിഷങ്ങൾക്കു ശേഷം മേഘങ്ങൾ ഒന്നാകുകയും ആ സൂര്യരശ്മി അപ്രത്യക്ഷമാവുകയും ചെയ്തു.

"ഫാൽക്കോ, എന്റെ മോനേ, നിന്റെ ദുഃഖസ്പർശം അതിസുന്ദരമായ ഒരു പൂവ് നൽകും എന്ന് ഞാൻ പ്രതീക്ഷിക്കുന്നു." ഹാഫിസ് സെലെബി അവരെ ആലിംഗനം ചെയ്തു. "നിന്റെ ഭാഗ്യവും അതുപോലെ തന്നെ മനോഹരമായിത്തീരാൻ ദൈവം അനുഗ്രഹിക്കട്ടെ. പക്ഷേ ദുഃഖസ്പർ ശത്തെ എല്ലാത്തിന്റെയും പ്രതീകമായി നീ കാണരുത്. ചിലപ്പോൾ അത് മുളച്ചില്ല എന്ന് വരാം, പുഴുക്കൾ തിന്നേക്കാം, അതിന്റെ പങ്കാളിയെ കണ്ടെത്താൻ കഴിഞ്ഞില്ലെന്നു വരാം. എന്താണ് സംഭവിക്കാൻ പോകു ന്നത് എന്ന് നമുക്കറിയില്ല."

"ശരിയാണ് സെലെബീ, എനിക്കതറിയാം. ദുഃഖസ്പർശം ഒരിക്കലും

എന്നെ നക്സിഗ്യുല്ലിന്റെ കൊലപാതകികൾക്ക് അടുത്തേക്ക് നയിക്കുകയില്ല. അവരെ ഞാൻ തന്നെ കണ്ടെത്തേണ്ടിയിരിക്കുന്നു."

"നല്ലത്. അങ്ങനെയാണെങ്കിൽ വിട പറയാൻ സമയമായിരിക്കുന്നു."

കറുമ്പൻ ഫാൽക്കോ ഒരു മടക്കുകത്തി തന്റെ അരപ്പട്ടയിൽ ഞാത്തിയിട്ടിരുന്നു. അമ്മയുടെ മരണശേഷം മുത്തുകളുടെ കൂടെ കിട്ടിയതായിരുന്നു അവനത്. അമ്മയ്ക്ക് അത് എത്ര വിലപ്പെട്ടതായിരുന്നു എന്ന് ഓർക്കുമ്പോഴെല്ലാം ആ കത്തി തന്റെ അച്ഛന്റേതാണ് എന്ന വിശ്വാസം അവനിൽ ഉറച്ചുകൊണ്ടേയിരുന്നു. കുറച്ചു ദിവസം മുൻപ് മുത്തുകളുടെ വീടിനു മുൻപിലൂടെ നടക്കുമ്പോൾ ഈ കത്തിയുടെ കാര്യം അവന് ഓർമ്മ വന്നു. അല്പം റൊട്ടിക്കു വേണ്ടി യാചിക്കാൻ എത്തിയ ഒരു തെണ്ടിയാണ് എന്ന ഭാവേന അവൻ ആ വീടിന്റെ കതകിൽ മുട്ടി. പ്രായമായ ഒരു വേലക്കാരിയാണ് കതകു തുറന്നത്. അവർ റൊട്ടി എടുക്കാനായി അകത്തേക്കു പോയ തക്കം നോക്കി അവൻ പൂന്തോട്ടത്തിലെ കിണറിനടുത്ത് ഒളിപ്പിച്ചു വച്ചിരുന്ന കത്തി സ്വന്തമാക്കി.

ഫാൽക്കോ യെയെയുടെ കണ്ണുനീർ തുടച്ചു മാറ്റിയിട്ട് ആ കത്തി അവന്റെ കൈകളിൽ വച്ചു കൊടുത്തു. യെയെയുടെ കൈകളും ആ കത്തിയും പൊതിഞ്ഞു പിടിച്ചുകൊണ്ട് ഫാൽക്കോ നിന്നപ്പോൾ രണ്ടു ഹൃദയങ്ങൾ കൂടി എന്നന്നേക്കുമായി ഒന്നാകുകയായിരുന്നു. വസന്തകാലം എന്ന പ്രസിദ്ധീകരണശാല പുറത്തിറക്കിയ 'പങ്കാളികളുടെ കഥ' എന്ന പുസ്തകത്തെപ്പറ്റി ഓർക്കുകയായിരുന്നു ഫാൽക്കോ. താൻ ഫാൽക്കോയേക്കാൾ ഒരുനാളും ആരെയും സ്നേഹിക്കുകയില്ലെന്നും തന്റെ സുഹൃത്തും സഹോദരനുമായ അവൻ ചോദിച്ചാൽ തന്റെ ജീവൻ പോലും നൽകുമെന്നും യെയെ മനസ്സിലുറപ്പിച്ചു.

"എന്റെ പ്രിയപ്പെട്ട കുട്ടീ," ഹാഫിസ് സെലെബി പറഞ്ഞു. "നമ്മുടെ പൂർവികർക്ക് മറ്റേതു സംസ്കാരത്തിലുള്ളവരേക്കാളും സൗന്ദര്യവും നല്ല വസ്തുക്കളും ആസ്വദിക്കാനും അംഗീകരിക്കാനുമുള്ള കഴിവുകളുണ്ടായിരുന്നു. അവർ പൂക്കളെ കൈകാര്യം ചെയ്ത രീതി പ്രകൃതിയിലുള്ള എല്ലാ വസ്തുക്കളോടുമുള്ള അവരുടെ സ്നേഹത്തിന്റെ മൂർത്തമായ ആവിഷ്കാരമായിരുന്നു. അവർ ഭാവിതലമുറയ്ക്കു വേണ്ടി നിലമൊരുക്കുകയായിരുന്നു. ടർക്കികൾ, പൂക്കളെയും പൂന്തോട്ടത്തെയും തങ്ങളുടെ പൈതൃകത്തിന്റെ ഭാഗമായി കണ്ട് ആദരിക്കുകയും അവയെ തങ്ങളുടെ ആത്മാവിന്റെ, സൗന്ദര്യത്തിന്റെ പ്രതീകമായി കരുതുകയും ചെയ്യുന്നു. നീ ഇത് അറിഞ്ഞിരിക്കണം."

ഹാഫിസ് സെലെബിയുടെ വാക്കുകൾ ശ്രദ്ധിച്ച ശേഷം ഫാൽക്കോ തിരിഞ്ഞു നോക്കാതെ പടിയിറങ്ങി. ടുളിപ് കിഴങ്ങും യെയെയും ഹാഫിസ് സെലെബിയുടെ സംരക്ഷണത്തിലാണ് എന്ന വസ്തുത അവനു ഒരുപാട് മനഃസമാധാനവും സംതൃപ്തിയും നൽകി.

അനുബന്ധം: പങ്കാളികളുടെ കഥ

ഒരിക്കൽ ഒരിടത്ത് എല്ലായ്പ്പോഴും നെടുവീർപ്പിടുകയും വിതുമ്പുകയും ചെയ്യുന്ന ഒരു മനുഷ്യൻ ഉണ്ടായിരുന്നു. ഒരിക്കൽ ഒരു സുഹൃത്ത് അയാളോട് ഇതിനുള്ള കാരണം അന്വേഷിച്ചു. സുഹൃത്തിന്റെ ചോദ്യത്തിന്റെ മറുപടിയായി അയാൾ ഒരു കഥയാണ് പറഞ്ഞത്.

ഞാൻ ഒരു അടിമക്കച്ചവടക്കാരനായിരുന്നു. ഒരിക്കൽ മുന്നൂറ് ലിറ കൊടുത്തു ഞാൻ ഒരു അടിമയെ സ്വന്തമാക്കി. അവളുടെ മുഖം ചന്ദ്രനേക്കാൾ വെളുത്തതും ചുണ്ടുകൾ തേൻ പോലെ മധുരിക്കുന്നതുമായിരുന്നു. ഞാൻ ഒരുപാടു പ്രയത്നിച്ച് അവളെ സ്ത്രൈണ ഗുണങ്ങൾ പരിശീലിപ്പിച്ചു. അവളെയും കൊണ്ട് ഞാൻ അടിമച്ചന്തയിൽ പ്രവേശിച്ചപ്പോൾ ആ പ്രദേശത്തുള്ളവരെല്ലാം ജ്വരബാധിതരെപ്പോലെ വിറകൊണ്ടു. ധാരാളം കച്ചവടക്കാർ അവൾക്കുവേണ്ടി വില പറഞ്ഞു. വില ഉയർന്നുകൊണ്ടേയിരുന്നു. അവളെ ഞാൻ വിറ്റില്ല. കൂടുതൽ വില ഉയരാനായി കാത്തിരുന്നു. ഉച്ചകഴിഞ്ഞപ്പോൾ കാർവർണ്ണത്തിൽ ഒരു കുതിരപ്പടയാളി പ്രത്യക്ഷപ്പെട്ടു. എന്റെ അടിമയെ കണ്ടപ്പോൾ കുതിരപ്പുറത്തു നിന്ന് ചാടിയിറങ്ങി അയാൾ ഞങ്ങൾക്കു നേരെ നടന്നു വന്നു. ഒരു പുഞ്ചിരിയോടെ അയാൾ ചോദിച്ചു. "എന്താ നിന്റെ പേര്?" എന്റെ അടിമയുടെ ചുണ്ടുകളിൽ ഒരു പുഞ്ചിരി വിരിയുന്നത് ഞാൻ കണ്ടു. അയാൾ എന്റെ നേരെ തിരിഞ്ഞ് അവളുടെ വില ചോദിച്ചു. "അവളുടെ ഭാരം സ്വർണ്ണമാണ് അവളുടെ വില. അത് ഒരായിരം സ്വർണ്ണനാണയങ്ങൾ ആണ്." ഞാൻ മറുപടി പറഞ്ഞു. അയാൾ ഒന്നും പറയാതെ അവിടെയൊക്കെ കറങ്ങിത്തിരിഞ്ഞു നടന്നിട്ട് തിരിച്ചു വരുന്ന വഴി ആ പെൺകുട്ടിയുടെ കൈയിൽ എന്തോ രഹസ്യമായി വച്ചു കൊടുത്തു.

അന്ന് വൈകുന്നേരം ആയപ്പോഴാണ് അത് നൂറു സ്വർണ്ണനാണയങ്ങൾ ആയിരുന്നു എന്ന് മനസ്സിലായത്. അടുത്ത ദിവസം ഞാൻ അവളുടെ വില വീണ്ടുമുയർത്തുകയും വില്പന നീട്ടിവയ്ക്കുകയും ചെയ്തു. നാല് ദിവസങ്ങൾ അങ്ങനെ കടന്നു പോയി. അഞ്ചാം ദിവസം ഞാൻ ആ യുവാവിനെ പിന്തുടർന്നു പോയി അയാൾ എവിടെയാണ് താമസിക്കുന്നത് എന്ന് കണ്ടുപിടിച്ചു. ചില അന്വേഷണങ്ങൾ നടത്തിയപ്പോഴാണ് അയാൾ തന്റെ അവസാനത്തെ കുതിരയേയും വിറ്റു എന്ന് അറിഞ്ഞത്. ആറാം ദിവസം അയാൾ അടിമച്ചന്തയിലേക്ക് വീണ്ടും വന്നു. ഇത്തവണ അയാൾ ആ പെൺകുട്ടിയെ ദൂരെനിന്നു നോക്കിയതേയുള്ളൂ. അന്ന് രാത്രി ഞാൻ ആ പെൺകുട്ടിയുമായി അയാളുടെ വീട്ടിലെത്തി.

"എനിക്ക് ഇന്ന് രാത്രി ചില അത്യാവശ്യ കാര്യങ്ങൾ ചെയ്യാനുണ്ട്. ഞാൻ ഈ അടിമയെ നിങ്ങളെ ഏല്പിച്ചാൽ രാവിലെ വരെ അവളെ കാത്തു സൂക്ഷിക്കാമോ?"

ഞാൻ ചോദിച്ചു. ആദ്യം അയാൾ അതിനു തയ്യാറായില്ല എങ്കിലും അവസാനം അയാൾ സമ്മതിച്ചു. ഞാൻ തിരിച്ചു വീട്ടിലേക്കു മടങ്ങി.

അർദ്ധരാത്രിയായിട്ടും ഉറക്കം വരാതെ അവരെപ്പറ്റി തന്നെ ചിന്തിച്ചു കൊണ്ട് കിടക്കുകയായിരുന്നു. പെട്ടെന്ന് കതകിൽ ആരോ തുരുതുരാ ഇടിക്കുന്ന ശബ്ദം കേട്ടു. കതകു തുറന്നപ്പോൾ ആകെ വിറച്ചുകൊണ്ട് കണ്ണുനീരുമായി നിൽക്കുന്ന എന്റെ അടിമയെ കണ്ടു. "എന്താ സംഭവിച്ചത്? നിന്നോടാരു പറഞ്ഞു അയാളെ വിട്ടിട്ടു ഇങ്ങോട്ട് പോരാൻ? ഞാൻ ചോദിച്ചു. പക്ഷേ, അവൾ കരച്ചിൽ നിർത്തിയില്ല.

"ആ ചെറുപ്പക്കാരൻ മരിച്ചുപോയി." അവൾ അല്പനേരത്തിനു ശേഷം ഇടറിയ ശബ്ദത്തിൽ പറഞ്ഞു.

ഇതെങ്ങനെ സംഭവിച്ചു?

"നിങ്ങൾ എന്നെ വിട്ടിട്ടു പോയ ശേഷം അയാൾ എനിക്ക് ആഹാരം തന്നു. ഞാൻ കഴിക്കുന്നത് നോക്കിയിരുന്ന ശേഷം എനിക്ക് കൈ കഴുകാൻ ഒരു കുഴിഞ്ഞ പാത്രത്തിൽ കുറച്ചു വെള്ളവും നൽകി. അതിനു ശേഷം അയാൾ എനിക്കായി ഒരു കിടക്ക തയ്യാറാക്കി. എന്റെ മേൽ പനിനീരും കസ്തൂരിയും തളിച്ച ശേഷം എന്നോടു കണ്ണുകൾ അടയ്ക്കാൻ ആവശ്യപ്പെട്ടു. എന്റെ കവിളുകളിൽ സ്പർശിച്ച ശേഷം വീണ്ടും വീണ്ടും പറഞ്ഞുകൊണ്ടേയിരുന്നു.

"ഹോ! എന്തൊരു സൗന്ദര്യം! എന്തൊരു മദിപ്പിക്കുന്ന സൗന്ദര്യം!" പെട്ടെന്ന് അയാൾ ഉറക്കെ വിളിച്ചു കൂവി. നാമെല്ലാം അള്ളായുടെ സമീപത്തു നിന്ന് വന്നു. അങ്ങോട്ട് തന്നെ തിരിച്ചു പോകുന്നു. അതിനു ശേഷം അയാൾ തറയിലേക്കു വീണു. കണ്ണുകൾ തുറന്നപ്പോൾ ഞാൻ ഞെട്ടിപ്പോയി. അയാൾ മരിച്ചു കഴിഞ്ഞിരുന്നു."

എന്റെ അടിമ ഇതെല്ലാം വിശദീകരിച്ചതിനു ശേഷം ഞാൻ കുറെയേറെ നേരം അയാൾക്കായി പ്രാർത്ഥിക്കുകയും ആ ആത്മാവിനു ശാന്തി വരാനായി അനുഗ്രഹങ്ങൾ ചൊരിയുകയും ചെയ്തു. ഇന്ന് എന്റെ കണ്ണുനീരെല്ലാം ആ രണ്ടു കമിതാക്കൾക്ക് വേണ്ടിയുള്ളതാണ്. ഈ ലോകം മുഴുവൻ അവരെപ്പോലെ പരിശുദ്ധിയും സൗന്ദര്യവുമുള്ള ഒരു ജോടിയെ കണ്ടെത്തുമെന്ന പ്രതീക്ഷയിൽ ഞാൻ ചുറ്റി സഞ്ചരിച്ചു. എനിക്ക് പ്രായം ചെല്ലുകയാണ്. പക്ഷേ ഇപ്പോഴും ഞാൻ തിരഞ്ഞുകൊണ്ടേയിരിക്കുന്നു. മരണംവരെ ഞാൻ അത് ചെയ്തുകൊണ്ടേയിരിക്കും.

ചോദ്യം 29

ഷെയ്ക്ക് എഫെൻഡീ, ഞാൻ എന്റെ വസ്ത്രങ്ങൾ അഴിക്കട്ടെ?

"എന്നും ദൈവമുണ്ടായിരുന്നു. ആദ്ദേഹത്തെപ്പോലെ മറ്റൊന്നുമില്ല. അതങ്ങനെയാണ്. എന്നും അങ്ങനെ തന്നെ ആയിരിക്കുകയും ചെയ്യും. അതിനാൽ നിങ്ങൾ സമ്പത്ത് ഉപേക്ഷിക്കുക. അറിവില്ലായ്മയെ കുഴിച്ചു മൂടുക. എന്തുകൊണ്ടെന്നാൽ ഭൂമിയിൽ കുഴിച്ചു മൂടപ്പെടാത്ത ഒന്നും അവസാനിക്കുന്നില്ല. ധ്യാനംകൊണ്ടേ ഹൃദയത്തിലെ ഇരുട്ടകറ്റാൻ സാധിക്കൂ. ബുദ്ധിമാന്മാരുടെ ഹൃദയങ്ങളും അവരുടെ രഹസ്യങ്ങളും പ്രകാശത്തിന്റെ ഉറവിടങ്ങളാണ്. ആരെങ്കിലും നിന്നെ പ്രശംസിക്കുമ്പോൾ നിന്നെ അങ്ങനെയാക്കിയതിനു നീ ദൈവത്തെ സ്തുതിക്കണം. എല്ലാത്തിലും ദൈവത്തെ കാണാൻ ശീലിക്കുക. ഒരു റോസാപ്പൂമൊട്ടിലും ടുളിപ്പിന്റെ അപൂർവതയിലും ദൈവത്തെ കാണാൻ ശീലിക്കുക."

കറുമ്പൻ ഫാൽക്കോ അതിശയിച്ചു പോയി. കാഗിത്താനെയിൽ വച്ചു കുറച്ചു ദിവസങ്ങൾക്കു മുൻപ് ഹാഫിസ് സെലെബി പറഞ്ഞ വാക്കുകളോട് നല്ല സാമ്യമുണ്ടായിരുന്ന ബെസിക്താസിലെ സിറാഗൻ വില്ലയ്ക്കു സമീപമുള്ള മെവ് ലെവി സത്രത്തിലെ കറങ്ങുന്ന ഡെർവിഷുകളുടെ മുറിയിൽ പ്രസംഗിക്കുകയായിരുന്ന ഷെയ്ക്ക് അഹമദ് ദെദെയുടെ വാക്കുകൾ ശ്രദ്ധിച്ചിരിക്കുകയായിരുന്നു അവൻ. രണ്ടു പ്രസംഗങ്ങളുടെയും സ്വരഭേദങ്ങളും ഊന്നിപ്പറയലുകളും അർത്ഥവും വളരെ സാമ്യമുള്ളതായിരുന്നു. ഹാഫിസ് സെലെബിയുടെയും ഷെയ്ക്ക് അഹമദ് ദെദെയുടെയും ഗുരു ഒരാളായിരിക്കും എന്നുവരെ അവനു തോന്നി. അവരുടെ താമസസ്ഥലം മാത്രമായിരുന്നു വ്യത്യസ്തമായിരുന്നത്. ഹാഫിസ് സെലെബി, സെൻഡെറെ നദിക്കരയിലെ ലളിതമായ ഒരു കുടിലിൽ ആയിരുന്നു താമസിച്ചിരുന്നതെങ്കിൽ ഷെയ്ക്ക് അഹമദ് ദെദെ ബോസ്ഫറസ് നദിക്കരയിലെ കമനീയമായ ഒരു കൊട്ടാരത്തിലാണ് താമസിച്ചിരുന്നത്. ഒരാൾ മനുഷ്യരുടെ ഹൃദയങ്ങളെ ഉല്ലസിപ്പിക്കുന്ന ഒരു തോട്ടക്കാരൻ ആയിരുന്നെങ്കിൽ മറ്റെയാൾ മനുഷ്യഹൃദയങ്ങൾക്ക് നവയൗവനം നൽകുന്ന ഒരു ഷെയ്ക്ക് ആയിരുന്നു. ഒരാൾക്ക് ഹൃദയങ്ങളുടെ മെത്ത തന്നെ തന്റെ പൂന്തോട്ടത്തിൽ ഉണ്ടായിരുന്നു എങ്കിൽ മറ്റെയാൾക്ക് തന്റെ ഹൃദയത്തിൽ ഒരു പൂന്തോട്ടമാണ് ഉണ്ടായിരുന്നത്. ഒരാൾക്ക് ചുറ്റും ഓരോ ഋതുക്കൾക്ക് അനുസരിച്ചുള്ള

പൂക്കളുണ്ടായിരുന്നെങ്കിൽ മറ്റെയാൾ പൂക്കളുടെ വസന്തം എപ്പോഴും തന്റെ ഹൃദയത്തിൽ അനുഭവിച്ചു പോന്നു. ഹാഫിസ് സെലെബി പൂക്കളോടുള്ള പ്രണയം തൊഴിലാക്കി മാറ്റിയെങ്കിൽ ഷെയ്ക്ക് അഹമദ് ദെദെ സ്നേഹം പൂക്കളിലൂടെയാണ് മറ്റുള്ളവരിലെത്തിച്ചത്. മെവ് ലെവി സത്രത്തിന്റെ ജനാലകളിൽ കൊടുംശൈത്യത്തിലും അനേകം പൂച്ചട്ടികളിൽ പ്രാർത്ഥനാസ്ഥലങ്ങളെ നിറപ്പകിട്ടുള്ളതാക്കിക്കൊണ്ട് ചെടികൾ പൂത്തുലഞ്ഞു നിന്നു. വ്യത്യസ്തമായ സാഹചര്യങ്ങളിൽ ആ വാക്കുകൾ കേട്ടപ്പോൾ കറുമ്പൻ ഫാൽക്കോയ്ക്ക് എന്തെന്നില്ലാത്ത സന്തോഷവും സമാധാനവും തോന്നി. ഷെയ്ക്ക് അഹമദ് ദെദെ തന്റെ ജീവിതത്തിൽ ഹാഫിസ് സെലെബിയുടെ കർത്തവ്യം തുടരുന്നതുപോലെയാണ് അനുഭവപ്പെട്ടത്.

വെള്ളത്തിന്റെ ശബ്ദം നിരന്തരം കേൾക്കാത്ത ഒരു ടർക്കിഷ് ഭവനവും ഉണ്ടാവില്ല. എന്തുകൊണ്ടെന്നാൽ തെരഞ്ഞെടുത്ത അപൂർവമായ പൂച്ചെടികൾ അലങ്കരിച്ച മേൽക്കൂരകളിലാണ് സാധാരണ സൂക്ഷിക്കുക. ഷെയ്ക്ക് അഹമദ് ദെദെ പറഞ്ഞു. “സർവ്വശക്തനായ ദൈവത്തിന്റെ അനുഗ്രഹവും സന്തോഷവുമാണ് പൂക്കൾ. പ്രാർത്ഥനകൾ ഹൃദയത്തോട് പൂക്കളുടെ സുഗന്ധത്താൽ ബന്ധിക്കപ്പെട്ടിരിക്കുന്നു. എല്ലാവരും മെവ് ലെവി സത്രത്തിനു മുന്നിലും കടലിലേക്ക് തുറക്കുന്ന ജനാലകളുടെ പടികളിലും വെള്ളത്തിനടുത്തുള്ള ഭിത്തികൾക്കടുത്തും വിത്തുകൾ പാകണം. എല്ലായ്പോഴും ടുളിപ് കിഴങ്ങുകൾ പൂന്തോട്ടത്തിൽ ഉണ്ടെന്നു ഉറപ്പുവരുത്തുക. ദൈവം അനുഗ്രഹിച്ചാൽ ഈ വർഷവും ഏറ്റവും മനോഹരമായ ടുളിപ് പൂക്കൾ നമ്മുടെ പൂന്തോട്ടത്തിൽ ഉണ്ടാകും. അങ്ങനെയാണെങ്കിൽ രാഷ്ട്രീയക്കാരും രാജ്യതന്ത്രജ്ഞരും നമ്മുടെ പ്രിയപ്പെട്ട സുൽത്താൻ വരെ ഈ പൂന്തോട്ടം സന്ദർശിച്ചു നമ്മളെ അനുഗ്രഹിച്ചേക്കാം. അവരാരെങ്കിലും നമ്മുടെ കൂട്ടത്തിൽ കൂടിയേക്കാനും അത് ചിലപ്പോൾ ഒരു കാരണമായേക്കാം.”

“നിങ്ങൾ ഒരുപാടു താമസിച്ചു പോയി ദെദെ. ഈ വർഷത്തെ ഏറ്റവും സുന്ദരമായ ടുളിപ് നട്ടു കഴിഞ്ഞു.” കറുമ്പൻ ഫാൽക്കോ ഇടയ്ക്ക് കയറിപ്പറഞ്ഞു. അവൻ ഉയർന്നുവന്ന ചുമ അടക്കുകയും നെരിപ്പോടിൽ നിന്നുയരുന്നു ചൂട് ആഗിരണം ചെയ്യാനെന്ന പോലെ കൈകൾ തിരുമ്മുകയും ചെയ്തു.

യെയെയെ സെലെബിയുടെ അടുത്താക്കിയതിനു ശേഷം തനിക്കു പറ്റിയ ഒരു താമസസ്ഥലം കണ്ടെത്താനായി ഫാൽക്കോ മൂന്നു ദിവസം അലഞ്ഞു തിരിഞ്ഞു. ദുഃഖസ്പർശം വിരിയുന്നതുവരെ അവനു കൂടുതൽ ഒന്നും ചെയ്യാനുണ്ടായിരുന്നില്ല. അതിനർത്ഥം തന്റെ പ്രശ്നങ്ങൾ പരിഹരിക്കപ്പെടുമെന്നും തന്നെ ആളുകൾ മറക്കുമെന്നും പ്രതീക്ഷിച്ചുകൊണ്ട് ഒരു ശൈത്യകാലം മുഴുവൻ എവിടെയെങ്കിലും ആരുടെയും കണ്ണിൽ പെടാതെ പതിഞ്ഞു കിടക്കുക എന്നത്ാണ്. ശിശിരകാല മഴയിൽ

കുതിർന്ന് തെരുവുകളിലൂടെ ഒരു അഭയസ്ഥാനം തിരഞ്ഞ് അവൻ അലഞ്ഞു നടന്നു. തണുപ്പ് കാരണം ഉണ്ടായ ചുമയും വിറയലും പനിയായി മാറിയപ്പോൾ അവൻ മെവ് ലെവി സത്രത്തിലെത്തുകയും ഔദ്യോഗിക വസ്ത്രങ്ങൾ അഴിക്കാൻ വന്നതാണ് എന്ന് പറയുകയും ചെയ്തു. ശൈത്യകാലം അടുത്തുവരികയും ഒരു താമസസ്ഥലം അത്യാവശ്യം ആയതുമാണോ കാരണം?

അത്യാവശ്യമായി വൈദ്യസഹായം വേണ്ടി വന്നതിനാൽ ആണോ? ഹാഫിസ് സെലെബിയുടെ ഉപദേശപ്രകാരം കുറച്ചു നാളേക്ക് ഒളിവിൽ കഴിയാൻ തീരുമാനിച്ചതാണോ? ഡെർവിഷ് സമൂഹത്തിന്റെ ശാന്തമായ ജീവിതരീതി അനുഭവിക്കാനാണോ? സ്വന്തം ആത്മീയശൂന്യത പരിഹരിക്കാനാണോ? അവരുടെ വാക്കുകൾകൊണ്ട് അവന്റെ മനസ്സിന് ആശ്വാസം ലഭിച്ചതിനാലാണോ?

ഫാൽക്കോയ്ക്ക് ഔദ്യോഗിക വസ്ത്രമഴിക്കാൻ ഇത്തരം അനേകം കാരണങ്ങൾ ഉണ്ടായിരുന്നു.

"ഷെയ്ക്ക് എഫെൻഡീ, നിങ്ങൾ എന്നെ ഔദ്യോഗിക വസ്ത്രങ്ങളിൽ നിന്ന് മോചിതനാവാൻ സഹായിക്കാമോ?"

തെരുവിൽ നിന്ന് ചൂടുള്ള ഭക്ഷണവും മൃദുവായ കിടക്കയും പ്രതീക്ഷിച്ചു കൊണ്ട് സത്രത്തിൽ മടി പിടിച്ചിരിക്കാനായി തെരുവിൽ നിന്ന് വരുന്ന അനേകം ചെറുപ്പക്കാരിൽ ഒരാളാണ് അവനെന്നു ഷെയ്ക്ക് അഹമദ് ദെദെ ഊഹിച്ചു. സത്രത്തിൽ പ്രവേശിക്കാനുള്ള അവന്റെ ആഗ്രഹം ആത്മീയകാരണങ്ങൾ കൊണ്ട് മാത്രമല്ല എന്ന് അവന്റെ കീറിപ്പറിഞ്ഞ വസ്ത്രം വിളിച്ചു പറയുന്നുണ്ടായിരുന്നു. പക്ഷേ അദ്ദേഹം യാതൊരു ഇഷ്ടക്കേടും കാണിച്ചില്ല. മാത്രമല്ല അവൻ പറഞ്ഞത് കേട്ട് ഒരു രസം തോന്നുകയും ചെയ്തു.

"ഞാൻ വസ്ത്രമഴിക്കാൻ വന്നതാണ്."

"വസ്ത്രമഴിക്കുന്നത് എളുപ്പമാണ് മകനേ, പക്ഷേ, ആദ്യം ഞങ്ങൾ നിന്നെയൊന്നു തുണിയുടുപ്പിക്കട്ടെ." ഷെയ്ക്ക് അഹമദ് ദെദെ മന്ത്രിച്ചു. "ആവശ്യങ്ങൾക്കും ആഗ്രഹങ്ങൾക്കും യാതൊരു വിലയുമില്ല. സന്മാർഗ്ഗത്തിനു മാത്രമാണ് ശരിക്കുള്ള വില. ഇത് സന്മാർഗ്ഗത്തിലൂടെ ചരിക്കുന്ന ഒരു സ്ഥലമാണ്. ഇവിടെ ഒരാൾക്ക് ധരിക്കാവുന്ന ഏറ്റവും നല്ല വസ്ത്രം നിർമ്മിച്ചിരിക്കുന്നത് സ്വഭാവശുദ്ധിയും നീതിയും ധർമ്മത്താലുമാണ്."

അദ്ദേഹം രണ്ടു തവണ കൈയടിച്ചു. വാതിൽക്കൽ കാത്തു നിന്ന സേവകൻ മുറിക്കകത്തേക്ക് പ്രവേശിക്കുകയും ഷെയ്ക്ക് അഹമ്മദ് ദെദെയുടെ കാൽക്കൽ വീണു പ്രണമിക്കുകയും ചെയ്തു.

"പറയൂ യജമാനേ."

"ഈ പ്രിയപ്പെട്ട കുട്ടിയുമായി പോകൂ. ബോയിലെർസ്മിത്ത്

ദെദെയോട് ഇവന് വസ്ത്രങ്ങൾ കൊടുക്കാനും ഒരു മുറി തയ്യാറാക്കാനും പറയൂ. വൈദ്യൻ ദെദെ ഇവനെ പരിശോധിക്കും."

അവന്റെ അമ്മ വിളിച്ചിരുന്നതുപോലെയാണ് ഷെയ്ക്ക് അഹമദ് ദെദെ ഫാൽക്കോ പ്രിയപ്പെട്ട കുട്ടി എന്നു വിളിച്ചത്. മുറ്റത്തിന് കുറുകെ ഡെർവിഷുകളുടെ മുറികൾക്ക് നേരെ നടന്നുകൊണ്ടിരുന്നപ്പോൾ ആഴ്ചകൾക്കു ശേഷം ഭയമകന്ന് ഫാൽക്കോയുടെ മനസ്സ് ശാന്തമായി. അടുത്ത വസന്തം വരും വരെയുള്ള കൊടുംശൈത്യം ബാധിക്കാതെ തന്റെ ദുഃഖ സ്പർശം മണ്ണിൽ നിന്നും തല നീട്ടുംവരെ ഇവിടെ ഒളിച്ചിരിക്കാൻ കഴിയും എന്നും തോന്നി.

വൈദ്യൻ ദെദെ ചെറുപ്പത്തിൽ വൈദ്യം പഠിച്ചിരുന്നു. അദ്ദേഹം ഫാൽക്കോയുടെ കീറത്തുണികൾ അഴിച്ചു മാറ്റുകയും ഉണങ്ങിയ കമ്പിളി കൊണ്ട് ദേഹമാസകലം പൊതിഞ്ഞ ശേഷം മുറികളിലൊന്നിൽ നെരിപ്പോടിൽ എരിഞ്ഞുകൊണ്ടിരുന്ന തീയിനടുത്തു വിയർക്കാനായി ഇരുത്തുകയും ചെയ്തു. അവനു കുറച്ചു കാമോമീൽ ചായ ഉണ്ടാക്കിക്കൊടുത്ത ശേഷം രാത്രി മുഴുവൻ അദ്ദേഹം ഫാൽക്കോയ്ക്കടുത്തു അവന്റെ കൈയും പിടിച്ചു പനിച്ചൂടു കൊണ്ടുള്ള പിച്ചും പേയും കേട്ടുകൊണ്ട് ഉറങ്ങാതിരുന്നു. പിന്നീട് ഫാൽക്കോ ആ രാത്രിയെപ്പറ്റി ഓർക്കുമ്പോഴൊക്കെ ഒരു കഥയും ഓർമ്മിക്കുക പതിവായിരുന്നു. താൻ അത് സ്വപ്നം കണ്ടതാണോ അതോ വൈദ്യൻ ദെദെ പറഞ്ഞു കൊടുത്തതാണോ അതോ മറ്റാരെങ്കിലും പറഞ്ഞതാണോ എന്ന് തീർച്ചയില്ലായിരുന്നു. ആ സത്രത്തിലെ ആദ്യരാത്രിക്കുശേഷം ഒരു കാര്യം ഉറപ്പായിരുന്നു. മജ്നുവിന് ലൈലയോടുള്ള പ്രണയത്തെ പറ്റി എല്ലാം അവനിപ്പോൾ അറിയാം. രാവിലെ ഇസ്മി സെലാൽ ചൊല്ലി ജപമാല തിരിച്ചുകൊണ്ടിരുന്ന ചില ഡെർവിഷുകൾക്കടുത്തു കൂടി ഷെയ്ക്ക് അഹമദ് ദെദെയോട് തന്റെ അവസ്ഥയെപ്പറ്റി സംസാരിക്കാനായി നടന്നു പോയപ്പോൾ അവൻ ആ കഥയെപ്പറ്റി ഓർത്തു.

അനുബന്ധം:
മജ്നുവിന് ലൈലയോടുള്ള പ്രണയം

ഒരിക്കൽ ദയാലുവായ ഒരു മനുഷ്യൻ മജ്നുവിനെ കണ്ടപ്പോൾ ചോദിച്ചു.

"ലൈല എവിടെ? എന്നോടു അവളെക്കുറിച്ച് പറയൂ."

മജ്നു തല കുനിക്കുകയും തറയിലേക്കു വീഴുകയും ചെയ്തു.

"ലൈലാ..." അവൻ മോങ്ങി. "എന്നോടു ഒരേ കാര്യം തന്നെ വീണ്ടും വീണ്ടും ആവർത്തിച്ചു ചോദിക്കുന്നത് വ്യർത്ഥമാണ്. നിങ്ങൾ ലൈലയെ പറ്റിയാണ് ചോദിക്കുന്നത് എങ്കിൽ ആ പേര് തന്നെ ഒരു ഉത്തരമാണ്."

ഇത് കേട്ടിട്ട് ആ ദയാലുവായ മനുഷ്യൻ ഒരു കവിത ചൊല്ലി.

അവിടെ ദൈവമുണ്ട്, മജ്നു പറയും
കാണാൻ അവസരം വേണ്ടെന്നേ അവൻ പറയൂ.
അവനു ലൈലയോടുള്ള പ്രണയം മൂലം
യജമാനൻ എന്നതിന് ലൈല എന്നേ പറയൂ.

മജ്നു കരച്ചിൽ നിർത്തുകയും എഴുന്നേറ്റിരുന്നു മണലിൽ എന്തോ തിരയാൻ ആരംഭിക്കുകയും ചെയ്തു.

"എന്റെ പാവം കുട്ടീ, നീ എന്താണ് തിരയുന്നത്?" ആ മനുഷ്യൻ ചോദിച്ചു.

മജ്നു നിശ്വസിച്ചു.

"ഞാൻ തീർച്ചയായും ലൈലയെ തിരയുകയാണ്." അവൻ പറഞ്ഞു.

"പക്ഷേ ലൈല ഈ മണ്ണിൽ എന്താണ് ചെയ്യുന്നത്? അവളെപ്പോലെ ഒരു അപൂർവ്വമായ മുത്ത് ഈ പൊടിപിടിച്ച പാതയിലാണോ തിരയുന്നത്?"

"തീർച്ചയായും. എന്റെ സുന്ദരിയായ മാലാഖ ഈ ഭൗതികമായ സാഹചര്യങ്ങളിൽ ഉണ്ടാകാൻ യാതൊരു തരവുമില്ല. പക്ഷേ ഞാൻ എവിടെയാണോ അവിടെ അവളെ തിരഞ്ഞുകൊണ്ടേയിരിക്കും. ചിലപ്പോൾ, ഒരു ദിവസം, ഞാൻ അവളെ കണ്ടെത്തിയേക്കും."

ഭാഗം രണ്ട്

പുരോഗതി:
ഇസ്താംബൂളിലെ പ്രക്ഷോഭം

(മെയ് 1730)

ജീവിതത്തിൽനിന്ന്
കുറച്ചു സന്തോഷങ്ങൾ മാത്രമെടുക്കൂ
അവ നഷ്ടമാകുമ്പോൾ
കുറച്ചുമാത്രം വിലപിച്ചാൽ മതിയാകും.

ചോദ്യം 30

ഞാൻ എന്ത് സ്വീകരിക്കണം സാകി? പൂവിനെ, ഗ്ലാസ്സിനെ? അതോ നിന്നെയോ?

താമസിച്ചെത്തിയ പ്രഭാതരശ്മികൾ ഏപ്രിലിലെ ജെറാനിയം പൂക്കളുടെ നിറങ്ങൾ മോഷ്ടിക്കുകയും ജലധാരകളിൽ നിന്ന് തെറിച്ചു വീഴുന്ന വെള്ളത്തിൽ പൊട്ടിച്ചിതറുകയും ചെയ്തു. വസന്തകാല സന്തോഷങ്ങൾ ആസ്വദിക്കാനായി ജനക്കൂട്ടങ്ങൾ സദാബാത്തിലേക്ക് യാത്ര ചെയ്തു. ഫാത്തിമ സുൽത്താനും സഖികളും കവിതാസായാഹ്നം ആസ്വദിച്ചു കൊണ്ടിരുന്ന പൂന്തോട്ടത്തിലെ കേളീഗൃഹത്തിൽ നിന്ന് പൊട്ടിച്ചിരികളും ഡമരിന്റെ ശബ്ദവും ഇടതടവില്ലാതെ മുഴങ്ങി. പാട്ടുകാരും നർത്തകരും ലഘുഭക്ഷണങ്ങളും വീഞ്ഞും അകത്താക്കിക്കൊണ്ട് നീന്തൽക്കുളത്തിനു ചുറ്റുമുള്ള ഇരിപ്പിടങ്ങളിൽ ഇരുന്ന അതിഥികളെ രസിപ്പിച്ചു കൊണ്ടിരുന്നു. പൂന്തോട്ടത്തിനു വെളിയിൽ ഒരു അരുവിയുടെ രണ്ടു വശത്തുമായി പുരുഷന്മാരുടെയും സ്ത്രീകളുടെയും ചെറുകൂട്ടങ്ങൾ വർത്തമാനം പറഞ്ഞുകൊണ്ടു നടന്നിരുന്നു. അവിടവിടെയായുള്ള ഊഞ്ഞാലുകളിൽ ഇരിക്കുന്ന പെൺകിടാങ്ങളുടെ ചുറ്റും യുവാക്കൾ വണ്ടുകളെപോലെ വട്ടമിട്ടു. കളിപ്പാട്ടക്കച്ചവടക്കാരും ചെറുകിട വ്യാപാരികളും കുതിരകളും അലങ്കരിച്ച കാളവണ്ടികളും മാന്ത്രികരും അഗ്നിനൃത്തക്കാരും അവിടമാകെ അലഞ്ഞു തിരിഞ്ഞു. സംഗീതത്തിന്റെയും ഉല്ലാസത്തിന്റെയും ഇടകലർന്ന ശബ്ദങ്ങൾ സദാബാത്തിലെ ടുളിപ് കാലത്തിന്റെ ആഗമനം വിളംബരം ചെയ്തു.

പ്രഭാഷണം തുടങ്ങുന്നതിനു മുൻപ് ഇബ്രാഹിം പാഷ ഭാര്യയുടെ നേരെ കുനിഞ്ഞിട്ട് താൻ എത്ര മാത്രം അവരെ സ്നേഹിക്കുന്നു എന്ന് മന്ത്രിച്ചു.

"എന്റെ പ്രിയപ്പെട്ട ഭാര്യ! എന്റെ മാലാഖ. നിന്റെ അച്ഛൻ, മഹാനായ സുൽത്താൻ നിന്നോടു ആശംസകൾ അറിയിക്കാൻ എന്നെ ഏല്പിച്ചിരിക്കുകയാണ്. ഇന്ന് ഞാൻ അദ്ദേഹത്തിന്റെ കൂടെ നയതന്ത്ര പ്രതിനിധിയുടെ സ്ഥാനാരോഹണച്ചടങ്ങിൽ ഉണ്ടായിരുന്നു. സ്കട്ടറിയിൽ ഒരു പുതിയ സ്കൂൾ തുടങ്ങാൻ ഞങ്ങൾ തീരുമാനിച്ചിട്ടുണ്ട്. പിന്നെ നിനക്കറിയാവുന്നതുപോലെ കഴിഞ്ഞ മാസം ആരംഭിച്ച പ്രസാധനസംരഭത്തിൽ നിന്നുള്ള ആദ്യത്തെ പത്തു പുസ്തകങ്ങൾ നിന്റെ അച്ഛനു

സമർപ്പിച്ചിട്ടാണ് ഞാൻ വരുന്നത്. അത് വളരെ മനോഹരമായ ഒരു ചടങ്ങായിരുന്നു."

താൻ പറയുന്നതൊന്നും ഫാത്തിമ സുൽത്താൻ ശ്രദ്ധിക്കുന്നില്ല എന്ന് ഇബ്രാഹിം പാഷ കണ്ടു. അപ്പോൾ അദ്ദേഹം അവരെ സ്തുതിക്കുന്ന ഈരടികൾ പ്രാസമൊപ്പിച്ച് ചൊല്ലിത്തുടങ്ങി.

"നയതന്ത്ര കാര്യങ്ങൾ ഇന്ന് ഇത്രമാത്രം മതി. എന്റെ കണ്ണുകളിലെ പ്രകാശത്തെയാണ് ഞാൻ വശീകരിക്കേണ്ടത്. എന്റെ ഭാര്യയുടെ അനുമതിയോടെ, ഇന്നത്തെ ദിവസം സന്തോഷഭരിതമാകട്ടെ എന്നും എന്നെന്നും ഓർമ്മയിൽ സൂക്ഷിക്കാൻ കഴിയുന്ന ഒന്നാകട്ടെ എന്നും ആശംസിക്കുന്നു."

"അതെയതെ! തീർച്ചയായും." യൗവനവും സൗന്ദര്യവും പ്രസരിക്കുന്ന മുഖത്തോടെ ഫാത്തിമ സുൽത്താൻ മറുപടി പറഞ്ഞു.

"നോക്ക്! ഞാൻ നിന്റെ നാടിന്റെ സന്തതിയായ നദീമിനെ കൊണ്ടുവന്നിട്ടുണ്ട്. അവന്റെ സുന്ദരമായ വരികൾ എല്ലാവരെയും ഇളക്കിമറിക്കും."

നദീമിനെ കണ്ടപ്പോൾ ഫാത്തിമ സുൽത്താൻ വളരെ സന്തോഷവതിയായി. കവിതകളുടെ വലിയ ആരാധികയായിരുന്ന അവൾ കൊട്ടാരത്തിലെ ലൈബ്രറിയിലെ കവിതകളെക്കാളും സ്വകാര്യ ശേഖരത്തിലെ ദിവാൻ കവിതാ സമാഹാരങ്ങളെക്കാളും നദീമിന്റെ കവിതകളെ ഇഷ്ടപ്പെട്ടിരുന്നു. അവ മറ്റെല്ലാത്തിൽ നിന്നും വ്യത്യസ്തമായിരുന്നു. അയാളുടെ അന്തസ്സുറ്റ, തമാശ നിറഞ്ഞ വരികൾ ഏതൊരു സ്ത്രീയുടെയും മനസ്സിളക്കാൻ പര്യാപ്തമായിരുന്നു. സ്വന്തമായ ഒരു കവിതാശൈലി തന്നെ ഫാത്തിമാ സുൽത്താൻ വികസിപ്പിച്ചിരുന്നു. ഇബ്രാഹിം പാഷയുടെ ഈരടികൾക്ക് മറുപടി എന്ന പോലെയാണ് അവൾ അത് ചൊല്ലിയിരുന്നത്. കവിതകൾ കൊണ്ടുള്ള കളിപോലെ സഭ അത് ആസ്വദിച്ചു.

"ഒരു ഭ്രാന്തൻ വാനമ്പാടിയെപ്പോലെയാണ് നീ പാടുന്നത്. ഈ രസകരമായ വിനോദം രാത്രി മുഴുവൻ നീണ്ടു നിൽക്കട്ടെ എന്നാണ് ഞാൻ ആഗ്രഹിക്കുന്നത്." ഫാത്തിമ സുൽത്താൻ ആഹ്ലാദത്തോടെ വിളിച്ചു കൂവി.

"ഗായകർ തങ്ങളുടെ ല്യൂട്ടിന്റെ തന്ത്രികളിൽ വിരലോടിക്കട്ടെ. നദീമിന്റെ വരികൾ നിങ്ങളുടെ മനസ്സിലും."

"നമുക്ക് സിറാഗൻ കൊട്ടാരത്തിൽ നിന്ന് സന്തോഷത്തിന്റെ ഒരു രാത്രി അപഹരിക്കാം."

"തേനീച്ചകളുടെ കൂട്ടിൽ നിന്ന് ഇപ്പോൾ പിഴിഞ്ഞെടുത്ത തേനും ആപ്പിളിന്റെ നീരും ആസ്വദിക്കൂ."

"എല്ലാവരും ഗ്ലാസ്സുകൾ ഉയർത്തൂ. ഈ ദിവസത്തെ കവച്ചു വയ്ക്കുന്ന മറ്റൊന്നുമുണ്ടാകാൻ അനുവദിക്കരുത്."

നദീമും അവരുടെയൊപ്പം വാക്കുകൾ കൊണ്ടുള്ള ആ കളിയിൽ ചേർന്നു. അതോടെ മുറിയാകെ തമാശകളും നനുത്ത പരിഹാസവും നിറഞ്ഞു. ആ സമയത്ത് നദീമിന്റെ പ്രശസ്തി നക്ഷത്രങ്ങളെ തഴുകി മിനുക്കുന്ന കാറ്റിനെപ്പോലെ നഗരമാകെ പരന്നിരുന്നു. അക്കാലത്ത് ഇസ്താംബൂളിൽ നടക്കുന്ന എല്ലാ സമ്മേളനങ്ങളിലും നദീമിന്റെ സാന്നിദ്ധ്യം അനിവാര്യമായിരുന്നു. ചില കവികൾ അയാളുടെ കവിതകൾ അപക്വവും നിലവാരമില്ലാത്തതും ആണെന്ന് പറഞ്ഞിരുന്നു. എന്നാൽ പൊതുജനം അയാളെ വളരെയേറെ ഇഷ്ടപ്പെട്ടു. നദീമിന്റെ വരികൾ പാടിപ്പാടി ആളുകൾ ഹൃദിസ്ഥമാക്കി. അയാളുടെ ഈരടികളും ചെറുകവിതകളും ഭാവഗാനങ്ങളും ഇസ്താംബൂളിലെ ഉല്ലാസശാലകളിൽ ഇമ്പത്തോടെ മുഴങ്ങി. ഇബ്രാഹിം പാഷ കുറച്ചു വർഷങ്ങൾക്കു മുൻപാണ് ഈ കവിയെ കണ്ടെത്തിയത്. അതിനുശേഷം അദ്ദേഹം പങ്കെടുക്കുന്ന സമ്മേളനങ്ങളിൽ നദീമിന് പ്രത്യേക ക്ഷണം ലഭിച്ചിരുന്നു. ഓരോ തവണയും അയാൾക്ക് സമ്മാനങ്ങൾ വാരിക്കോരി കൊടുക്കാൻ അദ്ദേഹം മടിച്ചിരുന്നില്ല. രണ്ടു മാസം മുൻപ് സുൽത്താന്റെ സാന്നിദ്ധ്യത്താൽ അനുഗ്രഹിക്കപ്പെട്ട ഒരു മധുര പലഹാര സൽക്കാരത്തിൽ നദീമിന്റെ വരികൾ കേട്ട് ആവേശഭരിതനായ ഇബ്രാഹിം പാഷ സുൽത്താന്റെ അനിഷ്ടം വക വയ്ക്കാതെ അയാളുടെ വായിൽ രത്നങ്ങളും മുത്തുകളും തിരുകിക്കൊടുത്തു.

കവിയുടെ ലൈംഗികശേഷിയുടെ കാര്യത്തിൽ ആളുകൾക്ക് സംശയമുണ്ടായിരുന്നു എങ്കിലും തന്റെ ജോലിയിൽ നദീം അതിസമർത്ഥനായിരുന്നു. പോകുന്നിടത്തെല്ലാം മര്യാദകൾ പാലിക്കുകയും ആളുകളുടെ അഭിരുചികൾക്കനുസരിച്ചുള്ള പ്രകടനം കാഴ്ചവച്ച് അവരെ ആനന്ദിപ്പിക്കുകയും ചെയ്തു. ഒരു കവിത രചിച്ചു കഴിഞ്ഞാൽ അത് പാടാതിരിക്കാൻ അയാൾക്ക് ആവുമായിരുന്നില്ല. ഇത് അത്തരം ഒരു നിമിഷമായിരുന്നു.

“വീഞ്ഞ് പാകമാകാൻ അനുവദിക്കൂ, സംഗീതം ആരംഭിക്കാനും.”

ഫാത്തിമ സുൽത്താൻ എല്ലാവരെയും ഗ്ലാസ്സുകളുയർത്തി ഈ രാത്രിയെ കവച്ചുവയ്ക്കാൻ മറ്റൊന്നും ഇല്ലാത്തതു പോലെ ആനന്ദിക്കാൻ ആഹ്വാനം ചെയ്തപ്പോൾ നദീം ഇടയ്ക്ക് കയറിപ്പറഞ്ഞു.

“ഇടയ്ക്ക് കയറാതെ ഓരോരുത്തർക്കും അവസരം നൽകുക. തടസ്സമുണ്ടാക്കാതെ ആസ്വദിക്കുക.” തന്റെ തിളങ്ങുന്ന വരികളുമായുള്ള നദീമിന്റെ അഹങ്കാരം കലർന്ന പെരുമാറ്റത്തിന് തടയിടാൻ എന്നവണ്ണം ഇബ്രാഹിം പാഷ ശകാരിച്ചു.

“എന്തായാലും ലോക പ്രശസ്തനായ കവി നദീം ഇവിടെ ഹാജരായിരിക്കുന്ന സ്ഥിതിക്ക് അദ്ദേഹം നമ്മളെ ആനന്ദിപ്പിക്കുകയും മനസ്സുകൾ സന്തോഷത്താൽ നിറയ്ക്കുകയും ചെയ്യട്ടെ.” ഫാത്തിമ സുൽത്താൻ മധുര ശബ്ദത്തിൽ പറഞ്ഞു.

"നിശ്ചയമായും ഈ മുറിയിൽ കൂടിയിരിക്കുന്നവർക്കായി, സത്യം സ്വപ്നം കാണുന്നവർക്കായി."

"നദീം നിങ്ങളെ ഞാൻ പരീക്ഷിക്കാൻ പോവുകയാണ്. ഈ സദസ്സിനു മുന്നിൽ നിങ്ങൾക്ക് എങ്ങനെ പ്രാസം ഒപ്പിച്ചു പാടാൻ കഴിയും എന്ന് കാണിച്ചു തരൂ."

"അല്ലയോ സ്ത്രീരത്നമേ, നിങ്ങൾക്ക് നല്ല സഹൃദയത്വവും ഓജസ്സുമുണ്ട്. നിങ്ങളാവശ്യപ്പെട്ടതു പോലെയുള്ള ഒരായിരം കവിതകൾക്ക് അങ്ങ് അർഹയാണ്."

"പേനയും കടലാസും കൊണ്ടുവരൂ."

"ഒരു കോപ്പ വീഞ്ഞും കൊണ്ടുവരട്ടെ?"

"നിങ്ങളാഗ്രഹിക്കുന്നത് എന്തും, പ്രചോദനത്തിനായി."

"അല്ലയോ മഹതീ, അങ്ങ് എന്റെ ഭാവനയെ ഉണർത്തിക്കളഞ്ഞു."

"നിങ്ങളാകുന്ന പ്രകാശത്തിലേക്ക് പറന്നടുക്കുന്ന വെറുമൊരു നിശാശലഭമാണ് ഞാൻ."

"ഞാൻ നിങ്ങൾക്കായി രാത്രിയിലേക്ക് അലിഞ്ഞുചേരുന്ന ഒരു മെഴുകുതിരി ആയി മാറാം."

ആ നിമിഷം നദീം നിശ്ശബ്ദനായി. പോളണ്ടിൽ നിന്ന് വന്ന ഒരു വെപ്പാട്ടി റോസാപ്പൂ കൊണ്ടലങ്കരിച്ച മനോഹരമായ ഒരു വസ്ത്രം ധരിച്ചുകൊണ്ട് തളികയിൽ ടുളിപ് പൂവിന്റെ ആകൃതിയുള്ള രണ്ടു ഗ്ലാസ്സുകളിൽ വീഞ്ഞുമായി വരുന്നത് കണ്ടു. എല്ലാ കണ്ണുകളും തന്നിലാണെന്നു മനസ്സിലാക്കി കൊണ്ട് അവൾ തന്റെ അരക്കെട്ടിളക്കി മാദകമായി ചുവടുകൾ വച്ചു കൊണ്ടാണ് മുന്നോട്ടു വന്നത്. ആദ്യത്തെ ഗ്ലാസ് ഇബ്രാഹിം പാഷയ്ക്ക് നൽകിയ ശേഷം നദീമിന്റെ നേരെ തിരിഞ്ഞു രണ്ടാമത്തെ ഗ്ലാസ് അയാൾക്ക് നൽകി. ചഷകം കൈമാറിയ സമയത്ത് അവളുടെ വസ്ത്രത്തിൽ നിന്ന് ഒരു റോസാപ്പൂവ് തറയിലേക്കു വീണു. ആഴത്തിലുള്ള നിശ്ശബ്ദതയോടെ സദസ്സ് അവൾ അത് സാവധാനം കുനിഞ്ഞെടുക്കുന്നത് വീക്ഷിച്ചു. നദീം എങ്ങനെയാണ് അവളോടു നന്ദി പറയുക എന്നായിരുന്നു അവരുടെ ആകാംക്ഷ.

"ഒരു ഗ്ലാസും റോസുമായി നീ പ്രവേശിച്ചു. ഞാൻ റോസിനെയോ ഗ്ലാസ്സിനെയോ അതോ നിന്നെയോ സ്വന്തമാക്കുക?"

തന്റെ വെപ്പാട്ടിയോടു ഇത്തരം കാമാസക്തി നിറഞ്ഞ വാക്കുകളിൽ സംവദിച്ചത് കേട്ട് ഇബ്രാഹിം പാഷ ചിരിക്കുകയാണ് ഉണ്ടായത്. കവിയെ പ്രോത്സാഹിപ്പിക്കാനായി അടുത്ത ദിവസം ഈ ഈരടികളോടു ചില വരികൾ കൂട്ടിച്ചേർത്ത് അതിനെ ഒരു സുന്ദരമായ ഗസൽ ആക്കി മാറ്റി നദീമിനെ അദ്ഭുതപ്പെടുത്തണം എന്നാണ് അദ്ദേഹം ചിന്തിച്ചത്. സംഗീതം ഉയരാൻ തുടങ്ങി. ആഘോഷത്തിന് ചൂട് പിടിച്ചു

തുടങ്ങിയപ്പോൾ ഇത്തവണത്തെ ടുളിപ് ആഘോഷങ്ങൾ എന്നത്തേക്കാളും ഗംഭീരമാവും എന്ന് അതിഥികൾ ഉറപ്പിച്ചു.

പെട്ടെന്ന് വ്യാളിത്തലകളുള്ള ജലധാരകളുടെ സമീപത്തു നിന്ന് ഒരാൾ ആ സംഘത്തിന്റെ നടുവിലേക്ക് കടന്നു വന്നു. അശ്രദ്ധരായി നിന്ന കാവൽക്കാർ അയാളെ തടയാൻ ശ്രമിച്ചുവെങ്കിലും അതിനുള്ളിൽ അയാൾ മുന്നോട്ടു വന്നു കഴിഞ്ഞിരുന്നു. ഒരു ഭ്രാന്തന്റെയോ ഭിക്ഷക്കാരന്റെയോ രൂപഭാവങ്ങൾ ആയിരുന്നു എങ്കിലും ഇബ്രാഹിം പാഷ മുന്നോട്ടു നീങ്ങി ഒരു അതിഥിയെ എന്ന പോലെ അയാളെ സ്വീകരിക്കുകയും ആഘോഷത്തിൽ പങ്കുചേരാൻ ആവശ്യപ്പെടുകയും ചെയ്തു. അയാളുടെ കാലുകൾ വിറയ്ക്കുന്നുണ്ടായിരുന്നു. ചളിയും ജലസസ്യങ്ങളും പൊതിഞ്ഞ നനഞ്ഞിറ്റുന്ന ഒരു ചാക്ക് അയാളുടെ തോളിലുണ്ടായിരുന്നു. ഇടറിയാണ് ഇബ്രാഹിം പാഷയുടെ നേരെ അയാൾ നീങ്ങിയിരുന്നത് എങ്കിലും തോളിലിരുന്ന ചാക്ക് സൂക്ഷിച്ചു തന്നെ അദ്ദേഹത്തിന്റെ മുന്നിൽ സമർപ്പിച്ചു.

"ഞാൻ ഗോൾഡൻ ഹോണിൽ ഇന്ന് എന്റെ വഞ്ചിയിലിരുന്നു മീൻ പിടിക്കുകയായിരുന്നു." അയാൾ വിക്കി വിക്കി പറഞ്ഞു. "എ..എന്റെ തൊട്ടടുത്തു തന്നെ മറ്റൊരു സുഹൃത്തും ഉണ്ടായിരുന്നു. അ..അവന്റെ വലയിൽ കുടുങ്ങിയതാണ് ഈ ചാക്ക്. മൂറത്ത് ഹാന്റെ കാലത്തെന്ന പോലെ അത് നിറയെ സ്വർണ്ണം ആയിരിക്കും എന്ന് അവൻ കരുതി. പക്ഷേ അത് വെറും ദുഃസ്വപ്നമായി മാറിയതേയുള്ളൂ. അ..അവൻ ഭ്രാന്തനെപ്പോലെ പെരുമാറാൻ തുടങ്ങി. തീരത്തേക്ക് ബോട്ട് അടുപ്പിച്ചിട്ട് ചാക്ക് എറിഞ്ഞുകളഞ്ഞ ശേഷം അവൻ അതിവേഗം ഓടി രക്ഷപ്പെട്ടു. ഇതാണ് ആ ചാക്ക് തിരുമേനീ, അങ്ങ് ഇത് കാണേണ്ടത് ആണ് എന്ന് എ... എനിക്ക് തോന്നി."

വല്ലാത്ത ഒരു നാറ്റം അവിടെയാകെ വ്യാപിച്ചു. അതിനുള്ളിൽ എന്താണെന്ന് നോക്കണോ വേണ്ടയോ എന്ന് ഇബ്രാഹിം പാഷയ്ക്ക് ആദ്യം സംശയം തോന്നി. ആ ദുർഗന്ധം ശ്വസിച്ചപ്പോൾ അതിനുള്ളിൽ എന്താണെന്ന് അദ്ദേഹത്തിന് മനസ്സിലായെങ്കിലും ആ ഭ്രാന്തൻ അതുമായി തന്റെയടുത്തേക്ക് എന്തിനാണ് വന്നത് എന്ന് ഇബ്രാഹിം പാഷയ്ക്ക് മനസ്സിലായില്ല. അദ്ദേഹം ആ ചാക്കിന് നേരെ കുനിഞ്ഞപ്പോൾ അവിടെ കൂടിയിരുന്ന അതിഥികൾ മൂക്ക് പൊത്തിക്കൊണ്ട് പിന്നിലേക്ക് മാറി. അതിനുള്ളിലുള്ളത് പുറത്തേക്ക് കൊട്ടിയിടാൻ ശ്രമിച്ചുവെങ്കിലും എല്ലാവരും നോക്കി നിൽക്കുന്നതു കണ്ട് അതിൽ നിന്ന് പിന്മാറി. തന്റെയടുത്തേക്ക് ചാക്ക് വലിച്ചു നീക്കിയതിനു ശേഷം മനംപിരട്ടൽ അടക്കി അതിന്റെ മൂടി വലിച്ചു തുറന്നു.

"നാശം പിടിക്കാൻ. എത്രയും പെട്ടെന്ന് ജയിൽ സൂക്ഷിപ്പുകാരനെ എന്റെ സ്വകാര്യ മുറിയിലേക്ക് കൊണ്ടുവാ. പയ്യന്മാരോട് കുതിരകളെ തയ്യാറാക്കാൻ പറയ്. നമ്മൾ സെർഗാലിയോയിലേക്ക് പോകുന്നു."

ചോദ്യം 31

യോഗിയെ അദ്ദേഹത്തിന്റെ ആത്മീയലോകത്ത് നിന്ന് പുറത്തു കൊണ്ടുവന്നത് എന്താണ്?

മെവ് ലെവി സത്രത്തിൽ വിജ്ഞാനികളിൽ നിന്ന് അറിവ് സമ്പാദിച്ചു കൊണ്ട് അതിസുന്ദരമായ ഒരു ശൈത്യകാലമാണ് ഫാൽക്കോ ചെല വഴിച്ചത്. നക്സിഗ്യുല്ലിന്റെ മരണം മനസ്സിൽ നിന്ന് മായ്ച്ചു കളയാൻ കഴിഞ്ഞിരുന്നെങ്കിൽ ലോകാവസാന ദിനം വരെ അവിടെത്തന്നെ കഴി യാമായിരുന്നു എന്ന് അവനു തോന്നി. ഷെയ്ക്ക് അഹമദ് ദെദെയുടെ പ്രഭാഷണങ്ങൾ അവന്റെ നീറുന്ന ഹൃദയത്തെ അല്പമൊന്ന് ആശ്വസി പ്പിച്ചിരുന്നു. ഈ സത്രം ഒരു നൂറ്റാണ്ടു മുൻപ് ബോസ്ഫറസ് തീരത്ത് ഓഹ്രിലി ഹുസൈൻ പാഷ നിർമ്മിച്ചതാണ്. സംഭവങ്ങളുടെ ഒഴുക്ക് ഫാൽക്കോയെ ഒന്നിനു പിറകേ ഒന്നായി നിർഭാഗ്യങ്ങളിൽ നിന്ന് നിർഭാഗ്യ ങ്ങളിലേക്ക് തട്ടിക്കളിക്കുകയും അവസാനം വെള്ളച്ചാട്ടം ശാന്തമായ തടാകത്തിൽ ലയിച്ചത് പോലെ സത്രത്തിലെ ആത്മീയ ജീവിതത്തിന്റെ നിർവൃതിയിൽ ലയിക്കുകയും ചെയ്തു.

ശരത്കാലത്ത് മെവ് ലെവി ഫാൽക്കോ സത്രത്തിൽ പ്രവേശിച്ചപ്പോൾ കുറച്ചു നാൾ ഒളിച്ചു താമസിക്കാൻ ഒരിടം എന്നേ കരുതിയിരുന്നുള്ളൂ. അഹമദ് ദെദെ അവന്റെ മുറിവേറ്റ ആത്മാവിനെ ശുശ്രൂഷിക്കുകയും രണ്ടു മാസത്തിനുള്ളിൽ തന്നെ പതിനൊന്നാം നൂറ്റാണ്ടിൽ ജീവിച്ചിരുന്ന പേർഷ്യൻ സൂഫി സന്ന്യാസിയായ അബ്ദുൾ കാദിർ ഗിലാനിയുടെ ആശയ ങ്ങളുമായി പരിചയപ്പെടുത്തുകയും ചെയ്തു. ടുളിപ് കാലം അടുത്ത തോടെ ഫാൽക്കോവിന്റെ മനസ്സിൽ അടക്കിവച്ചിരുന്ന വികാരങ്ങൾ വീണ്ടും ഉണരാൻ തുടങ്ങി.

ബോസ്ഫറസിന്റെ തീരത്തുള്ള മറ്റേതൊരു കെട്ടിടത്തേക്കാളും സുന്ദരമായ കാഴ്ചകൾ ബെസിക്താസ് മെവ് ലെവി സത്രത്തിൽ നിന്നാൽ കാണാൻ കഴിയുമായിരുന്നു. അഹമദ് ദെദെയുടെ അച്ഛൻ മിമിസ് മെഹ്മത് സത്രത്തിലെ ഷെയ്ക്ക് ആയിരുന്ന കാലത്ത് ഇബ്രാഹിം പാഷ സ്വസ്ഥതയും മനഃസമാധാനവും തേടി അവിടം സന്ദർശിക്കുക സാധാ രണമായിരുന്നു. രണ്ടു വർഷം മുൻപ് അദ്ദേഹം സത്രത്തിനടുത്തു തന്നെ യുള്ള സുൽത്താൻ മൂറത്ത് നാലാമൻ നിർമ്മിച്ച കായാ സുൽത്താൻ വില്ല വാങ്ങുകയും തന്റെ ഭാര്യ ഫാത്തിമ സുൽത്താന് സമ്മാനിക്കുകയും ചെയ്തു. ഈ കെട്ടിടം സിറാഗൻ കൊട്ടാരം എന്നാണ് അറിയപ്പെട്ടിരുന്നത്.

ജലാശയമുറ്റത്തുള്ള ഈ കൊട്ടാരമുറ്റത്തു വച്ചു റാന്തൽ വിളക്കുകൾ കൊണ്ടലങ്കരിച്ച രാത്രികളിൽ ഇബ്രാഹിം പാഷ വിനോദങ്ങളും ഗാന മേളകളും നടത്തുക പതിവായിരുന്നു. അങ്ങനെയാണ് ഉള്ളിലേക്ക് ഒതു ങ്ങിയ വലിയ ജനാലകളുള്ള ആ കൊട്ടാരത്തിനു റാന്തൽ വിളക്ക് എന്നർത്ഥം വരുന്ന സിറാഗൻ എന്ന പേര് ലഭിച്ചത്.

ആറു മാസം പെട്ടെന്നാണ് കഴിഞ്ഞത്. മെവ്‌ലെവി സത്രത്തിൽ ഫ്ളൂട്ടിന്റെയും ഡ്രമ്മിന്റെയും അകമ്പടിയോടു കൂടിയ സംഗീതം നിറഞ്ഞ ശാന്തമായ സന്ധ്യകളും അലങ്കാരങ്ങൾ നിറഞ്ഞ സിറാഗൻ കൊട്ടാരത്തിലെ നിറപ്പകിട്ടുള്ള സംഗീത സായാഹ്നങ്ങളും തമ്മിൽ യാതൊരു സാമ്യവും ഉണ്ടായിരുന്നില്ല. വേനലിന്റെ ആദ്യദിനങ്ങൾ ആയതോടെ പകരം വയ്ക്കാനില്ലാത്ത ആഘോഷങ്ങളുടെ വേദിയായി കഴിഞ്ഞിരുന്നു നദീതീരം.

ഇറാനിൽ നിന്ന് വന്ന ഡെർവിഷ് സഹോദരൻ സൽമാൻ പറഞ്ഞ കഥകളും കേട്ട് ഒരിക്കലും മറക്കാനാവാത്ത അനേകം മണിക്കൂറുകൾ ആ ആറു മാസത്തിനുള്ളിൽ ഫാൽക്കോ ചെലവഴിച്ചു. തങ്ങളുടെ അഗാധ മായ ചിന്തകൾ പങ്കുവയ്ക്കുന്നത് കൂടാതെ അവർ പേർഷ്യൻ കവി കളായ ഹാഫിസിന്റെയും ഒമർ ഖയ്യാമിന്റെയും കൃതികൾ വായിക്കുകയും ചർച്ച ചെയ്യുകയും മനഃപാഠമാക്കുകയും ചെയ്തു. ടർക്കിഷ് സാഹിത്യ ത്തിൽ ഉപയോഗിക്കുന്ന സമൃദ്ധമായ പേർഷ്യൻ വാക്കുകളും ഉപമ കളും അന്വേഷിക്കുകയും ചർച്ച ചെയ്യുകയും ചെയ്തുകൊണ്ട് സമയം ചിലവഴിച്ച ഈ ശൈത്യകാല സായാഹ്നങ്ങൾ ഫാൽക്കോ അത്യധികം ഇഷ്ടപ്പെട്ടു. താൻ ഒരു കുട്ടിയായിരുന്നപ്പോൾ പഠിച്ച പേർഷ്യൻ ഭാഷ യിൽ അവഗാഹം നേടാൻ അവന് ഏറെ താത്പര്യമുണ്ടായിരുന്നു. ടർക്കിഷ് കവികളായ ഫുസൂലി, ബാകി, നെഫി എന്നിവരുടെ കവിത കൾ മാത്രമല്ല, ഹാഫിസ്, ഖയ്യാം, സാദി എന്നിവരുടെ കൃതികളും മെവ് ലാനയുടെ മെസ്നെവിയും ദിവാൻ ഇ കബീറും അവൻ മനഃപാഠമാക്കി.

നാല്പതുകളുടെ ആദ്യ വർഷങ്ങളിലെത്തിയ ഇറാനിയൻ സൈന്യ ത്തിലെ ഒരു പഴയ കാവൽക്കാരൻ ആയിരുന്നു സഹോദരൻ സൽമാൻ. പേർഷ്യൻ അതിശയോക്തികൾ കലർത്തിയ തന്റെ സാഹസികതകളുടെ വസ്തുചിത്ര വിവരണങ്ങളും ഭരണാധിപന്മാർ തങ്ങളെ അവഗണി ക്കുന്നതിൽ മനം നൊന്തു കഴിയുന്ന ഓട്ടോമാൻ സൈനികർ ഇറാനിൽ അനുഭവിക്കുന്ന ദുരിതങ്ങളുടെ വിശദാംശങ്ങളും അദ്ദേഹം ഫാൽക്കോ യോടു വിവരിച്ചു. മന്ത്രിമുഖ്യൻ മനഃപൂർവം ഇറാനുമായുള്ള സംഘർഷ ങ്ങൾ വർദ്ധിക്കാനുള്ള കാരണങ്ങൾ ഇബ്രാഹിം പാഷ ഉണ്ടാക്കി എന്നാണ് അദ്ദേഹത്തിന്റെ അഭിപ്രായം. കറുത്തൻ യെയെയെപ്പോലെ സൽമാൻ യാദൃച്ഛികമായാണ് ഫാൽക്കോയുടെ മനസ്സിൽ പ്രവേശിച്ചത്. യെയെയുടെ ജീവിതത്തിൽ ഫാൽക്കോയ്ക്ക് സംരക്ഷകന്റെ വേഷമായിരുന്നുവെങ്കിൽ ഇത്തവണ ഫാൽക്കോയുടെ സംരക്ഷക സ്ഥാനം സൽമാൻ സ്വമേധയാ ഏറ്റെടുത്തു. മെവ് ലെവി സത്രത്തിൽ

ചേരുവാനായി സൽമാൻ തന്റെ ഔദ്യോഗിക വസ്ത്രങ്ങളഴിച്ചുവച്ച് ഒരു ഡെർവിഷ് അനുയായി ആയി രൂപം മാറിയെങ്കിലും ഒരിക്കൽ തന്റെ സ്വത്വത്തിലേക്ക് തിരിച്ചു പോവാൻ എന്നപോലെ ഇറാനിയൻ വസ്ത്രങ്ങൾ സൂക്ഷിച്ചുവച്ചിരിക്കുന്നത് നിഗൂഢമായ ഒരു രഹസ്യമായാണ് ഫാൽക്കോയ്ക്കു തോന്നിയത്.

ഞാൻ വസ്ത്രമഴിക്കാൻ വന്നതാണ് എന്ന് പ്രഖ്യാപിച്ച് ശേഷം ഒരു മെവ് ലെവി ആകണം എന്നാഗ്രഹിക്കുന്നവർ ചെയ്യുന്നതുപോലെ ഫാൽക്കോ പതിനെട്ടു ദിവസം മൗനവ്രതം ആചരിക്കുകയും സത്രത്തിലെ ദൈനംദിന കാര്യങ്ങളുടെ ഭാഗഭാക്കാവുകയും ചെയ്തു. പതിനെട്ടാം ദിവസം അവന്റെ തീരുമാനത്തിന് എന്തെങ്കിലും മാറ്റമുണ്ടോ എന്ന് അന്വേഷിച്ചപ്പോൾ ഇല്ല എന്ന മറുപടി തന്നെയാണ് ഫാൽക്കോ നൽകിയത്. പകൽ മുഴുവൻ നീണ്ടുനിൽക്കുന്ന കഠിനമായ ജോലിഭാരവും ഉറക്കമില്ലാത്ത രാത്രികളും പരീക്ഷണത്തിന്റെ ഭാഗമായി അവന് അനുഭവിക്കേണ്ടി വന്നു. ശൈത്യകാലത്ത് അവന്റെ സഹനശക്തിയുടെമേൽ നടത്തിയ പരീക്ഷണങ്ങൾ ഫാൽക്കോയെ ദുർബലനാക്കിയെങ്കിലും കൊടുങ്കാറ്റിലും മഞ്ഞുവീഴ്ചയിലും താഴെ വീഴാതെ ശരത്കാലത്തെ ഒരു ഇല പോലെ അവൻ പിടിച്ചു നിന്നു. ജപമാലയെ കൂടാതെ അവനുണ്ടായിരുന്ന ഒരേയൊരു ചങ്ങാത്തം അടുത്ത മുറിയിൽ താമസിക്കുകയും ജനാലകളിൽ തറച്ചിരുന്ന വലകൾ കടിച്ചു നശിപ്പിക്കുകയും ചെയ്തിരുന്ന ഭ്രാന്തൻ അരിപ്പ തീനി ആയിരുന്നു. ഒരിക്കലും വരണ്ട ഭൂമിയിൽ കാലു കുത്തിയിട്ടില്ലാത്ത, ഒരിക്കലും ഇയ്യൂപ്പിൽ നിന്ന് കാഗിത്താനെ വഴി ബെസിക്താസിലേക്ക് നടന്നിട്ടില്ലാത്ത ബോസ്ഫറസിന്റെ അക്കരെ കാഡിക്കോയിലും സ്കട്ടറിയിലും എന്താണ് നടക്കുന്നത് എന്ന് ഒരു ബോധവുമില്ലാത്ത ഒരു കിറുക്കൻ ആയിരുന്നു അയാൾ... കഴിഞ്ഞ ശൈത്യത്തിൽ സത്രത്തിലെ കോഴികളെ തിന്നൊടുക്കികൊണ്ടിരുന്ന ഒരു കുറുക്കനെ ഭ്രാന്തൻ അരിപ്പ തീനി കെണി വച്ചു പിടിക്കുകയും അതിന്റെ വാലിൽ ഒരു മണി കെട്ടിയ ശേഷം വിട്ടയയ്ക്കുകയും ചെയ്തു. ആ പാവം ജീവി ഇസ്താംബൂളിലെ സംസാരവിഷയമായി മാറി. ടർക്കിയിലെ ഒരു വേട്ടക്കാരനും വാലിൽ മണി കെട്ടിയ ഒരു കുറുക്കനെ കൊല്ലാനുള്ള മനസ്സുണ്ടാവും എന്ന് തോന്നുന്നില്ല.

സന്ധ്യാനേരത്തെ പ്രാർത്ഥനകൾക്കുശേഷം രാത്രിയിലെ പ്രാർത്ഥന വരെ വിശ്രമനേരമാണ്. അതു കഴിഞ്ഞാൽ വെളുപ്പാൻ കാലത്തുള്ള പ്രാർത്ഥനകൾ ആണ്. രാവിലെയുള്ള പ്രാർത്ഥനയ്ക്കു ശേഷം പാചകക്കാരൻ ദെദെ അടുക്കളയിൽ നിന്ന് കൊടുത്തുവിടുന്ന ആശ്വാസദായകമായ ചൂടുള്ള സൂപ്പ് കഴിക്കുകയാണ് സത്രത്തിലെ ഡെർവിഷ് അനുയായികളുടെ പതിവ്. രണ്ടുമാസങ്ങൾക്കു ശേഷം ഫാൽക്കോ ഡെർവിഷുകളുടെ കറങ്ങുന്ന അനുഷ്ഠാനങ്ങളിൽ പങ്കുചേരാൻ തുടങ്ങിയപ്പോൾ ഒരു ജോലിക്കാരൻ എന്ന നിലയിലുള്ള അവന്റെ കർത്തവ്യങ്ങൾ കുറയുകയും ചെയ്തു. പക്ഷേ മറക്കാൻ എത്ര കഠിനശ്രമം നടത്തിയിട്ടും

നക്സിഗ്യുല്ലിന്റെ ഓർമകൾ തിരിച്ചു വന്നുകൊണ്ടേയിരുന്നു. മറ്റു ഡെർവിഷുകൾ വട്ടം ചുറ്റുകയും ദൈവസ്നേഹം ഉദ്ഘോഷിക്കുകയും ചെയ്തു കൊണ്ടിരുന്നപ്പോൾ അവന്റെ ഹൃദയം നക്സിഗ്യുല്ലിനോടുള്ള പ്രണയം മൂലം ഉരുകുകയായിരുന്നു. ഷെയ്ക്ക് അഹമദ് ദെദെയും ബോയിലർമാൻ ദെദെയും വൈദ്യൻ ദെദെയും കവി ദെദെയും നടത്തുന്ന പ്രഭാഷണങ്ങളിലെ ദൈവത്തിനോടുള്ള സ്നേഹത്തെപറ്റി പറയുന്ന ഭാഗങ്ങൾ നക്സിഗ്യുല്ലിനെ മറക്കണം എന്ന് അവനെ ഓർമ്മിപ്പിച്ചുകൊണ്ടേയിരുന്നു. പക്ഷേ, അവന് അവളോടുള്ള പ്രണയം വർദ്ധിച്ചു കൊണ്ടിരുന്നതേയുള്ളൂ. ഫാൽക്കോയ്ക്ക് സ്നേഹത്തെപ്പറ്റിയുള്ള പ്രഭാഷണങ്ങൾ, പ്രത്യേകിച്ച് കവി ദെദെ നടത്തുന്നവ കേൾക്കാൻ വളരെ ഇഷ്ടമായിരുന്നു. അവന്റെ ഹൃദയത്തിന്റെ നീറ്റൽ അത് കുറച്ചെങ്കിലും ശമിപ്പിച്ചു.

കവി ദെദെയുടെ യഥാർത്ഥ നാമം സുലൈമാൻ നഹിഫി എഫെൻഡി എന്നായിരുന്നു. സർക്കാർ ഖജനാവിലെ റുമേലിയൻ നികുതി വിഭാഗത്തിന്റെ ചുമതലയുള്ള ഉദ്യോഗസ്ഥനായിരുന്നു അദ്ദേഹം. ആഴ്ചയിൽ മൂന്നു ദിവസം ഡെർവിഷ് ആചാരാനുഷ്ഠാനങ്ങളിൽ പങ്കുചേരാനായി അദ്ദേഹം സത്രത്തിലെത്താറുണ്ട്. ഷെയ്ക്ക് അഹമദ് ദെദെയുടെ കൂടെ കവിതകൾ ചൊല്ലിയും പ്രണയത്തെക്കുറിച്ചുള്ള പ്രസ്താവനകൾ നടത്തിയും അദ്ദേഹം സത്രത്തിലെ അന്തരീക്ഷം ഉല്ലാസകരമാക്കിത്തീർക്കുക പതിവാണ്.

ഒരുദിവസം സുലൈമാൻ നഹിഫി ദെദെ താൻ എഴുതിക്കൊണ്ടിരുന്ന ഒരു പുസ്തകത്തിന്റെ ചില പേജുകൾ ഷെയ്ക്ക് അഹമദ് ദെദെയ്ക്ക് കൈമാറിയ ശേഷം അദ്ദേഹത്തിന്റെ അഭിപ്രായം ആരാഞ്ഞു. ഷെയ്ക്ക് അഹമദ് ദെദെ ആ പേജുകൾ കാപ്പിക്കപ്പുകൾ ശേഖരിച്ചു കൊണ്ട് അടുത്തു നിന്ന ഫാൽക്കോയ്ക്ക് നൽകിയ ശേഷം അവ അദ്ദേഹത്തിന്റെ മുറിയിലേക്കു കൊണ്ടുപോവാൻ നിർദ്ദേശിച്ചു. കല്ലുകൾ പാകിയ ഇടനാഴിയിലൂടെ ആ കടലാസുകളുമായി ഷെയ്ക്ക് അഹമദ് ദെദെയുടെ മുറിയിലേക്ക് പോകവേ അവൻ അതിലൂടെ കണ്ണോടിച്ചു. അമൂല്യമായ കവിതാരത്നങ്ങളായിരുന്നു അതിലുണ്ടായിരുന്നത്.

നെയ് യുടെ ശബ്ദം ശ്രദ്ധിക്കൂ, അത് പാടുന്ന കഥയും
വേർപാടുകളുടെ ദുരന്തപര്യവസായിയായ
വിടവാങ്ങലുകളുടെ കഥകൾ
കാട്ടിലെ ഈറൽക്കൂട്ടത്തിൽ നിന്ന് പറിച്ചെടുത്ത നാൾ മുതൽ
എന്റെ നിലവിളികൾ സ്നേഹിക്കുന്നവരെയെല്ലാം സ്പർശിച്ചിരുന്നു
ഈ വേർപാട് എന്റെ ഹൃദയം തകർത്തു കളഞ്ഞു
ഒരിക്കലും തീരാത്ത വേദന തുടരുന്നു.

കവി ദെദെയുടെ വാക്കുകൾ അനുസരിച്ചു വേർപാടു കൊണ്ട് മുറിഞ്ഞിരിക്കുന്ന ഒരു ഹൃദയത്തെ എല്ലാത്തിൽ നിന്നും പറിച്ചെടുക്കപ്പെട്ട

ഒന്നിന്റെ തേങ്ങലുകളോടു താരതമ്യം ചെയ്യാൻ കഴിയില്ല. ഈറൽക്കൂട്ടത്തിൽ നിന്ന് വേർപിരിയേണ്ടി വന്ന നെയ്യുടെ വിഷാദം കലർന്ന നാദം ഫാൽക്കോയുടെ ഹൃദയത്തിലേക്കാണ് തുളച്ചു കയറിക്കൊണ്ടിരുന്നത്. സഹോദരൻ സൽമാന്റെ അതിശയോക്തി കലർന്ന സഹനാമെ കഥകളോ മെവ്‌ലാനയുടെയും ഷാമ്സിന്റെയും ദുരന്ത കഥകളോ പോലും അവനെ അത്രയേറെ സ്വാധീനിച്ചിട്ടില്ല. വേർപാടിന്റെ വേദന അവനെയാകെ വിഴുങ്ങും പോലെ ശക്തിയാർജ്ജിക്കുകയായിരുന്നു. മെവ്‌ലാനയുടെ പ്രശസ്തമായ മെസ്നെവിയിൽ നിന്നുള്ള വരികളായിരുന്നു അവൻ വായിച്ചുകൊണ്ടിരുന്നത്. കുട്ടിയായിരുന്നപ്പോൾ ലഭിച്ച പേർഷ്യൻ പാഠങ്ങളിലൂടെ ഫാൽക്കോയ്ക്ക് ഈ കൃതി സുപരിചിതമായിരുന്നു. കവി ദെദെ അതിന്റെ വിവർത്തനം മാത്രമല്ല ചെയ്തിരുന്നത്. അദ്ദേഹം കവിതാശൈലിയാകെത്തന്നെ അത്യാകർഷകമായി പുനർനിർമ്മിച്ചിരുന്നു.

ആ ദിവസം മുതലാണ് ഫാൽക്കോ മെസ്നെവി മനഃപാഠമാക്കാൻ തുടങ്ങിയത്. അതുകൂടാതെ ഇറാനിയൻ കവികളായ ഹാഫിസ്, ഖയ്യാം, സാദി, ഫർദൗസി എന്നിവയിലും അവൻ ശ്രദ്ധ ചെലുത്തി. പക്ഷേ ഈ പഠനത്തിനിടയിൽ എപ്പോഴാണോ ഒരു പ്രണയ കവിതയിലൂടെ അവന്റെ മിഴികൾ കടന്നുപോകുന്നത്, ആ നിമിഷം മുതൽ നക്സിഗ്യുല്ലിനെ ഓർത്ത് ഫാൽക്കോയുടെ ഹൃദയം തേങ്ങാൻ തുടങ്ങുക പതിവായിരുന്നു.

വസന്തത്തിന്റെ സന്തോഷവും പ്രകാശവും നിറഞ്ഞ ഒരു തെളിഞ്ഞ ദിവസമായിരുന്നു. അന്ന് ഉച്ചനേരത്തെ പ്രാർത്ഥനകൾക്കു ശേഷം ഡെർവിഷുകൾ എല്ലാവരും കൂടി ഷെയ്ക്ക് അഹമദ് ദെദെയുടെ ചുറ്റും കൂടിയിരിക്കുകയായിരുന്നു.

“ചിലപ്പോൾ നമ്മുടെ മാന്യനായ സഹോദരൻ ആത്മാക്കൾക്ക് ഉല്ലാസം പകരാനായി എന്തെങ്കിലും രണ്ടു വാക്ക് പറഞ്ഞേക്കും.” കവി ദെദെയെ ഉദ്ദേശിച്ചു ഷെയ്ക്ക് അഹമദ് ദെദെ പറഞ്ഞു.

സിറാഗൻ കൊട്ടാരത്തിലെ പൂന്തോട്ടത്തിൽ വിടർന്നുല്ലസിച്ച് നിൽക്കുന്ന ടുളിപ് പുഷ്പങ്ങളെ നിരീക്ഷിച്ചുകൊണ്ട് ജനാലയ്ക്കടുത്തു നിൽക്കുകയായിരുന്നു ഫാൽക്കോ. ശാന്തമായ ബോസ്ഫറസ് തീരം സമുദ്രത്തിന്റെ അഗാധമായ നിശ്ചലതയുമായി ചേരുമ്പോഴുള്ള നിശ്ശബ്ദതയിൽ മീൻപിടുത്തക്കാരുടെ കൂക്കുവിളികളും ഓർട്ടക്കോയ് മലഞ്ചെരുവുകളിലെ വാനമ്പാടികളുടെ കൂജനവും മുഴങ്ങിക്കേട്ടു. ടുളിപ്പുകളെക്കുറിച്ചു മാത്രമായിരുന്നു അവന്റെ ചിന്ത, പ്രത്യേകിച്ചു ദുഃഖസ്പർശത്തെക്കുറിച്ച്.

പ്രത്യേകിച്ച് ഒരു കാരണവുമില്ലാതെ കവി ദെദെ ടുളിപ്പുകളെക്കുറിച്ചു സംസാരിക്കാൻ തുടങ്ങി. സിറാഗൻ കൊട്ടാരമുറ്റത്തെ സുന്ദരമായ ഒരു ടുളിപ് പുഷ്പത്തെ നോക്കി നിൽക്കുകയായിരുന്നു ഫാൽക്കോ. സൂര്യൻ മലനിരകൾക്കു പിന്നിൽ മറയുകയും ഇരുട്ടു വീഴുകയും ചെയ്തപ്പോൾ

അതിന്റെ തീ പോലെ ചുവന്ന ഇതളുകൾ കൂമ്പിയടഞ്ഞു. നഹിഫി ദെദെ ടുളിപ്പുകളെ കുറിച്ചു സംസാരിച്ചുകൊണ്ടിരുന്നപ്പോൾ ഫാൽക്കോ പ്രണയ പൂർവം ആ പൂവിനോട് സംവദിക്കുകയും അതിന്റെ മുറിവേറ്റ മദ്ധ്യ ഭാഗത്തെ മനസ്സുകൊണ്ട് സ്പർശിച്ച് ആശ്വസിപ്പിക്കുകയുമായിരുന്നു. കാലവും സമയവും ബാധിക്കാത്ത ഏതോ സന്തോഷം നിറഞ്ഞ ഒരു സുന്ദരലോകത്താണ് താൻ എന്ന് ഫാൽക്കോയ്ക്ക് തോന്നി. സത്രത്തിനുള്ളിൽ നടക്കുന്ന കാര്യങ്ങൾ അവ്യക്തമാവുകയും കവി ദെദെയുടെ വാക്കുകൾ കടുംചുവപ്പ് നിറമുള്ള മൂടൽമഞ്ഞിനിടയിലൂടെ സ്പന്ദിക്കുന്നതായും അവന് അനുഭവപ്പെട്ടു. ആ വാക്കുകൾ ചുവന്ന തീയായി മാറി നക്സിഗ്യുല്ലിന്റെ രക്തം പോലെയും അവസാനമായി അവന്റെ കൈക്കുള്ളിൽ ഒതുങ്ങിയിരുന്ന അവളുടെ മുഖത്തെ നീൾമിഴികൾ പോലെയും ഫാൽക്കോയെ പൊള്ളിച്ചു. ടുളിപ്പുകളെക്കുറിച്ചുള്ള നിസ്സാരമായ ഒരു സൂചനപോലും അവന്റെ വേദനയെ വർദ്ധിപ്പിക്കുകയായിരുന്നു.

"നിശ്ചയമായും ടുളിപ്പുകൾ കിഴക്ക് നിന്നും വന്നതാണ്." നഹിഫി ദെദെ പറഞ്ഞു. "ക്രിസ്തുമതവും ജൂതമതവും ഇസ്ലാംമതവും കിഴക്ക് നിന്ന് വന്നതുപോലെ തന്നെയാണ് അവയും എത്തിയത്. ശങ്കിച്ചു നിൽക്കുന്ന ഒരു നവവധുവിനെപ്പോലെയും അപ്രതീക്ഷിതമായ പ്രശംസ കേട്ട് നാണിച്ചു ചൂളി നിൽക്കുന്ന സുന്ദരിയായ ഒരു പെൺകുട്ടിയെപ്പോലെയുമാണ് ടുളിപ്പുകൾ. ചഞ്ചലമായ ആറ് ഇതളുകൾ കൊണ്ട് അവ എല്ലാ വശങ്ങളിലേക്കും തലതിരിച്ചു നോക്കിക്കൊണ്ടേയിരിക്കും. ശരത്കാലത്ത് പാകുന്ന വിത്തുകൾ മണ്ണിനടിയിൽ ഉറക്കം നടിച്ചു കിടക്കുകയും വസന്തമാകുമ്പോൾ പതുക്കെ തലയുയർത്തി നോക്കുകയുമാണ് ചെയ്യുക. അക്ഷീണപരിശ്രമത്തിന്റെയും നിശ്ചയദാർഢ്യത്തിന്റെതയും ഉയിർത്തെഴുന്നേല്പിന്റെയും പ്രതിരൂപങ്ങളാണ് ടുളിപ്പുകൾ.

അഭിജാതരായ ടർക്കികളുടെ ചരിത്രം പോലെ തന്നെയാണ് ടുളിപ്പുകളുടെതും. അവർ സമാന്തരമായ യാത്രകളാണ് നടത്തിയത്. സ്റ്റെപ്പികളിൽ താമസിച്ചിരുന്നത് കൊണ്ട് ടുളിപ്പുകളെ പോലെ ടർക്കുകളെയും അപരിഷ്കൃതരായിട്ടാണ് കണക്കാക്കിയിരുന്നത്. പക്ഷേ അവർ വെട്ടിപ്പിടിച്ച്, സ്റ്റെപ്പി സ്വന്തമാക്കി. സ്റ്റെപ്പിയിൽ അവരുടെ വാക്കായിരുന്നു നിയമം. പക്ഷേ നഗരങ്ങളിലേക്ക് കുടിയേറിയപ്പോൾ അവർക്ക് ആ സ്വീകാര്യത നിലനിർത്താൻ കഴിഞ്ഞില്ല. നഗരവാസികൾ അവരെ അപരിഷ്കൃതരായ ഗ്രാമീണരായി കണക്കാക്കുകയും പുറത്താക്കാൻ ആഗ്രഹിക്കുകയും ചെയ്തു. കാട്ടുടുളിപ്പുകളെ അവരുടെ പൂന്തോട്ടത്തിൽ പ്രവേശിപ്പിക്കാതിരുന്നതുപോലെ ടർക്കുകളെ സംസ്കാരമില്ലാത്തവർ എന്നും നഗരത്തിൽ താമസിക്കാൻ യോഗ്യരല്ലാത്തവർ എന്നും മുദ്ര കുത്തി ആട്ടിയോടിക്കാൻ ശ്രമിച്ചു. യൂറോപ്പിലുള്ളവർക്ക് ടർക്കുകളെ തിരിച്ചു സ്റ്റെപ്പികളിലേക്കു തന്നെ പറഞ്ഞയയ്ക്കണം എന്നായിരുന്നു ആഗ്രഹം. പക്ഷേ ഇതിനോടൊക്കെ ടർക്കുകൾ പടവെട്ടുകയും സ്വന്തമായ ഒരു നിലനിൽപ്പുണ്ടാക്കുന്നതിൽ വിജയശ്രീലാളിതരാവുകയും ചെയ്തു.

ഇസ്താംബൂളിൽ നിലയുറപ്പിച്ച ശേഷം മൂന്ന് ഭൂഖണ്ഡങ്ങളിലായി വ്യാപിച്ചു കിടക്കുന്ന ഒരു സാമ്രാജ്യം അവരുണ്ടാക്കിയെടുത്തു. ടർക്കുകളുടെ സംസ്കാരവും നാഗരികത്വവും ലോകത്തിന്റെ അസൂയ പിടിച്ചു പറ്റി. അങ്ങനെ വെറുക്കപ്പെടുകയും അപമാനിക്കപ്പെടുകയും നിന്ദിക്കപ്പെടുകയും ചെയ്ത ടർക്കുകൾ ടുളിപ്പുകളെപ്പോലെ അഭിവൃദ്ധിപ്പെടുകയും ലോകത്തിലെ ഏറ്റവും ശക്തവും വലുതുമായ സാമ്രാജ്യം കെട്ടിപ്പടുക്കുകയും ചെയ്തു. ടുളിപ്പിനു പൂക്കളുടെ കൂട്ടത്തിലുള്ള സ്ഥാനമാണ് ടാർക്കിക്ക് രാജ്യങ്ങളുടെ കൂട്ടത്തിലുള്ളത്. ടുളിപ് പൂക്കൾ ഇസ്ലാം മതത്തെ പ്രതിനിധീകരിക്കുന്നത് പോലെ തന്നെ ടർക്കിയും ഇസ്ലാം മതത്തെ പ്രതിനിധാനം ചെയ്യുന്ന രാജ്യമായി മാറി. അതുകൊണ്ട് തന്നെയാണ് ടർക്കിയെക്കുറിച്ചു ചിന്തിക്കുമ്പോൾ ഇസ്ലാം മതവും ഇസ്ലാം മതത്തെ കുറിച്ചു ചിന്തിക്കുമ്പോൾ ടർക്കിയും ആളുകളുടെ മനസ്സിലേക്ക് വരുന്നത്. ടുളിപ് പൂക്കൾ പ്രണയത്തെയും പ്രതിനിധാനം ചെയ്യുന്നു. ടുളിപ്പ് പൂക്കളുടെ തലയിലെ വെൽവെറ്റ് തൊപ്പിമേൽ പതിക്കുന്ന മിന്നൽപ്പിണർ പോലെ ഹൃദയത്തെ കീറി മുറിക്കുകയും എരിച്ചില്ലാതാക്കുകയും ചെയ്യുന്ന തരം പ്രണയം. അതുകൊണ്ട് തന്നെയല്ലേ ഓരോ തരം ടുളിപ്പുകൾക്കും കവിത തുളുമ്പുന്ന പേരുകളുള്ളത്?"

കവി നഹിഫി ദെദെ തന്റെ പ്രഭാഷണം തുടർന്നുകൊണ്ടേയിരുന്നു. പക്ഷേ ഫാൽക്കോ മറ്റൊരു ലോകത്തായിരുന്നു. പതുക്കെ സിറാഗൻ കൊട്ടാരമുറ്റത്തെ ആ ടുളിപ് പൂവ് നൽകിയ അനുഭൂതി കുറഞ്ഞു വരികയും ഫാൽക്കോ സ്വാഭാവികതയിലേക്ക് തിരിച്ചു വരികയും ചെയ്തു. ഡെർവിഷ് വസ്ത്രം ധരിക്കാൻ തുടങ്ങിയതിനു ശേഷം തനിക്കുണ്ടായ അസാധാരണമായ മാറ്റം തിരിച്ചറിയാൻ തുടങ്ങിയിരുന്നു. പുതിയതായി വളർത്തിയ താടിമീശയോട് കൂടിയ അവന്റെ മുഖത്തിന്റെ ഉജ്ജ്വലമായ തേജസ്സിനെ പറ്റി സത്രത്തിലെ മറ്റു സഹോദരന്മാർ ഫാൽക്കോയോടു പറഞ്ഞത് കുറച്ചു ദിവസങ്ങൾ മുൻപ് മാത്രമാണ്. നീണ്ട ആറു മാസങ്ങൾ ഷെയ്ക്ക് അഹമദ് ദെദെയുടെയും കവി നഹിഫി ദെദെയുടെയും ഉപദേശങ്ങൾ കേൾക്കുക വഴി തന്റെ ആത്മാവ് ശാന്തമായ അവസ്ഥയിലെത്തി എന്ന് അവനു തോന്നി. ഭൗതികമായ കാര്യങ്ങൾക്ക് താൻ അതീതനായി മാറുന്നതും മനസ്സ് ജലം പോലെ സുതാര്യമായി മാറുന്നതും അനുഭവിച്ചറിഞ്ഞു. സഹോദരൻ സൽമാൻ മാത്രം കാത്തിരിക്കുന്ന പുറത്തെ ലോകത്തെപ്പറ്റിയും അവൻ അനുഭവിക്കേണ്ടി വന്ന വൈകാരിക ബുദ്ധിമുട്ടുകൾക്ക് കാരണമായ നക്സിഗ്യുല്ലിനെ ചുറ്റിപ്പറ്റിയുള്ള പദ്ധതികളെപ്പറ്റിയും ഇടയ്ക്കിടയ്ക്ക് ഓർമ്മിപ്പിച്ചു കൊണ്ടിരുന്നു.

കവി നഹിഫി ദെദെ ആയിടയ്ക്കാണ് ഒരു ഗായികയുമായി പ്രണയത്തിൽ വീണ യുവാവിന്റെ കഥ അവർക്ക് പറഞ്ഞു കൊടുത്തത്. സൂര്യപ്രകാശം നിറഞ്ഞ സിറാഗൻ കൊട്ടാരമുറ്റത്തെ ആ ജ്വലിക്കുന്ന ചുവപ്പ് നിറത്തിലുള്ള ടുളിപ് പൂവിലേക്ക് ആകർഷിക്കപ്പെട്ടുകൊണ്ടിരിക്കുന്ന താൻ തന്നെയാണ് ആ യുവാവ് എന്ന് ഫാൽക്കോയ്ക്ക് തോന്നി. അവന്റെ

സങ്കല്പത്തിൽ ആ പൂവ് വിരിയുകയും വാടുകയും കൊഴിയുകയും ചെയ്തു. റോസ് നിറത്തിൽ നിന്ന് ചുവപ്പ് നിറത്തിലേക്ക് ഒരു പുഷ്യ രാഗക്കല്ല് പോലെ നിറം മാറുന്നതും നക്സിഗ്യുല്ലിന്റെ കൈക്കുള്ളിൽ അവളുടെ കവിളിന്റെ ചുവപ്പ് പോലെ തുടുത്ത ഇരട്ടക്കിഴങ്ങുകളായി ഒതുങ്ങിയിരിക്കുന്നതും അവൻ ഭാവനയിൽ കണ്ടു. ആ പൂവിന്റെ നിറ മുള്ള ജന്മനായുള്ള അവളുടെ കവിളിലുള്ള അടയാളത്തിന് ആ പൂവിന്റെ കരിഞ്ചുവപ്പു നിറമായിരുന്നു. അവന്റെ അമ്മ മരിച്ചതിനുശേഷം എന്തെല്ലാം കാര്യങ്ങൾ ജീവിതത്തിൽ സംഭവിച്ചു? തനിക്ക് അച്ഛനുണ്ടാ യിരുന്നെങ്കിൽ തെരുവിലേക്ക് വലിച്ചെറിയപ്പെട്ട ഒരു യാചകനായി കാലം കഴിക്കേണ്ടി വരുമായിരുന്നോ? കാലങ്ങളോളം കൊടുങ്കാറ്റാവേശിച്ചു ഇളകി മറിയുന്ന കടലിൽ സമയം ചെലവഴിക്കേണ്ടിവന്ന ഒരുവന് മോചനം ലഭിച്ചത് പോലെയായിരുന്നു അവന് നക്സിഗ്യുല്ലിന്റെ പ്രണയം. സ്വന്തം വില തനിക്കു മനസ്സിലാക്കി തന്ന, ജീവിതത്തിന്റെ അർത്ഥം മനസ്സിലാക്കി തന്ന അവൾക്കു വേണ്ടി എന്തു ചെയ്താലും അത് കുറഞ്ഞു പോവുക യേയുള്ളൂ. അവളോടുള്ള അടക്കി വച്ച പ്രണയം സത്രത്തിൽ താമസി ക്കുന്ന കാലമത്രയും അവന്റെ മനസ്സിനെ എരിച്ചുകൊണ്ടിരിക്കും. ഒരിക്കൽ ഓർമ്മകളുടെ വികാരതീവ്രതയിൽ സിറാഗൻ കൊട്ടാരമുറ്റത്തെ ടുളിപ് പൂവ് ഇരുണ്ട പർപ്പിൾ നിറത്തിലുള്ള പട്ടുതുണി കൊണ്ട് മൂടിയത് പോലെ കരിഞ്ചുവപ്പു നിറമായി മാറുകയും അവന്റെ ഹൃദയത്തിൽ സ്ഥാനം പിടിക്കുകയും ചെയ്തതായൊരു മതിഭ്രമം ആവേശിച്ച് പനിച്ചൂടു കൊണ്ടെന്നപോലെ ഫാൽക്കോ തളർന്നു മുട്ടിൽ വീണു. തുടർന്നുണ്ടായ വികാരാവേശത്തിൽ ഒരു കരച്ചിലോടെ അവനു ബോധം നഷ്ടമാ വുകയും തറയിലേക്കു കുഴഞ്ഞുവീഴുകയും ചെയ്തു.

അനുബന്ധം:
ഗായികയുമായി പ്രണയത്തിൽ വീണ യുവാവ്

സ്വപ്നത്തിൽ കണ്ട വെളിപാട് മൂലം പ്രണയത്തിൽ വീഴുക എന്നത് വിഡ്ഢിത്തമായി തോന്നിയേക്കാം. പ്രിയപ്പെട്ടവരെക്കുറിച്ചുള്ള സ്വപ്ന ങ്ങൾ കാണുക സാധാരണമാണ്. പക്ഷേ സ്വപ്നത്തിൽ കണ്ടതു കൊണ്ട് മാത്രം ഒരാളെ സ്വന്തമായി കരുതുക എന്നത് വളരെ വിചിത്രമാണ്. അതിരുകളില്ലാത്ത അത്തരം പ്രണയങ്ങളെക്കുറിച്ചു കേട്ടിരിക്കുന്നത് ഹുസ്രെവ്, സിറിൻ എന്നിവരുടെയും വമീക്, അസ്ര എന്നീ ജോടികളു ടെയും കഥകളിൽ മാത്രമാണ്. അവാസ്തവമായ ഒന്നിൽ കുരുങ്ങിപ്പോയ ഹൃദയമുള്ള ഒരാൾ വായുവിൽ തങ്ങിനിൽക്കുന്നതു പോലെയാണ് ജീവി ക്കുന്നത്. ഒരിക്കലും കണ്ടിട്ടില്ലാത്ത, ചിലപ്പോൾ ജീവിതത്തിലൊരിക്കലും കാണാൻ സാധ്യതയില്ലാത്ത ഒരു പെൺകുട്ടിയെ സ്നേഹിക്കുന്ന ഒരു വനെ കിറുക്കനായി മാത്രമേ സമൂഹം വിലയിരുത്തുകയുള്ളൂ. ആത്മാ വിന്റെ പ്രേരണ എന്നോ ആഗ്രഹങ്ങൾ നയിക്കുന്ന ഹൃദയമെന്നോ ഉള്ള വിശദീകരണങ്ങൾ സാധാരണ മനുഷ്യർക്കു മനസ്സിലാക്കാൻ ബുദ്ധി മുട്ടാണ്. ഒരു കാമുകന് തന്റെ പ്രിയപ്പെട്ടവൾ ചന്ദ്രനാണോ സൂര്യനാണോ

അതോ മനസ്സിന്റെ മായാജാലമാണോ എന്ന് തിട്ടപ്പെടുത്താൻ കഴിഞ്ഞി ല്ലെങ്കിലും അവളുടെ രൂപം മുന്നിൽ പ്രത്യക്ഷപ്പെടുമ്പോൾ അവനു തോന്നുന്ന പ്രണയം സത്യമല്ല എന്ന് പറയാനാവുമോ? പ്രണയത്തിനു ശാരീരികമായ സാന്നിദ്ധ്യം ആവശ്യമുണ്ടോ? വെളിപാടുകളിൽ ദൈവ ത്തിന്റെ രൂപം കാണുന്ന ഡെർവിഷുകളെ നാം വിശ്വസിക്കുന്നു. എന്തു കൊണ്ട് തന്റെ സ്വപ്നത്തിൽ കണ്ട സുന്ദരിയെ പ്രണയിക്കുന്ന കാമു കനെ വിശ്വസിക്കാൻ പ്രയാസം നേരിടുന്നു? ഇത് നമ്മൾ വിശ്വസിക്കു ന്നില്ലെങ്കിൽ സുന്ദരമായ ഒരു മുഖത്തോടു തോന്നുന്ന, ആരാധനയാണോ നമ്മുടെയൊക്കെ പ്രണയം? തന്റെ പ്രണയിയെ ഒരു തവണ പോലും കാണാതെ തന്നെ പ്രണയത്തിൽ വീഴാൻ കഴിയും. അവളെയോർത്ത് ഉറങ്ങാതിരിക്കാൻ, അവളോടു വികാരങ്ങൾ തോന്നാൻ, അവളെ യോർത്തു വിഷമിക്കാൻ ഒരു കാമുകന് അവളുടെ സാന്നിദ്ധ്യം ആവശ്യ മില്ല. ഒരു ഭിത്തിക്ക് പിന്നിൽ നിന്ന് അജ്ഞാതനായ ആരോ പാടുന്നതു കേട്ടാൽ പോലും പ്രണയം ഉണരാം. ചിലർക്കു തോന്നാം, ഇത്തരം പ്രണയം അടിത്തറ ഇല്ലാത്ത ഒരു കെട്ടിടം പോലെയാണെന്ന്. പക്ഷേ കെട്ടിടനിർമ്മാണത്തിൽ അഗ്രഗണ്യനാണ് പ്രണയം എന്ന് ആരും മനസ്സി ലാക്കുന്നില്ല.

കണ്ടിട്ടില്ലാത്ത വ്യക്തിയെ പ്രണയിക്കുന്ന ഒരാളെ വെല്ലുവിളിച്ചാൽ അയാൾക്ക് തന്റെ സ്വപ്നങ്ങൾ കൊണ്ട് രൂപവും ഭാവവും നിറവും മണവും പെരുമാറ്റവും രൂപീകരിക്കാൻ കഴിയും. പ്രണയിയെ തന്റെ മനസ്സിൽ സൃഷ്ടിക്കാൻ ഇത്തരമൊരു സ്വപ്നജീവിക്ക് യാതൊരു പ്രയാസവുമില്ല. അവളുടെ സൗന്ദര്യം കാമുകന്റെ പ്രണയസങ്കല്പ ങ്ങളാൽ ഇരട്ടിക്കും. സ്വരംകൊണ്ട് പ്രണയം തോന്നിയ ഒരു കാമുകൻ ഗായികയെ എന്നെങ്കിലും കണ്ടുമുട്ടിയാൽ ഒന്നുകിൽ അയാളുടെ വികാര ങ്ങൾ മാഞ്ഞു പോകും അല്ലെങ്കിൽ കൂടുതൽ സാന്ദ്രമായിത്തീരും. അയാളുടെ വികാര വിചാരങ്ങളെ തന്റെ കാഴ്ച നയിക്കാൻ തുടങ്ങും. പക്ഷേ അയാൾ ഒരിക്കലും തന്റെ പ്രണയിനിയെ കാണുന്നില്ല എങ്കിൽ അയാളെ പ്രണയത്തിൽ വീണതിനെ കുറ്റപ്പെടുത്താൻ കഴിയുമോ?

നമുക്ക് ചിത്രങ്ങളിലൂടെ മാത്രമല്ലേ സ്വർഗ്ഗത്തെക്കുറിച്ച് അറിയാനാവൂ? പ്രണയിനിയുടെ രൂപം കാണാതെ സംഗീതത്തിൽ വീണു പോയ ഒരു കാമുകൻ അവളുടെ സൗന്ദര്യത്തെ അളക്കുക സംഗീതത്തിന്റെ അളവു കോൽ അനുസരിച്ചായിരിക്കും. അവസാനം അവളെ കാണുമ്പോൾ അയാളുടെ സ്നേഹം വർദ്ധിക്കുകയാണെങ്കിൽ അയാൾ അവളെ ആ സ്വരത്തിനു യോജിക്കുന്ന സൗന്ദര്യമുള്ള ഒരു യുവതിയായി കണക്കാക്കും. ഗായിക സംഗീതത്തേക്കാൾ സുന്ദരിയാണെങ്കിൽ അത്തരമൊരു പെൺ കുട്ടിയെ അവളുടെ സംഗീതത്തിലൂടെ തിരിച്ചറിഞ്ഞതിന് അയാളെ അഭി നന്ദിക്കേണ്ടതല്ലേ? സ്വർഗ്ഗത്തിന്റെ ഏറ്റവും സുന്ദരമായ ചിത്രങ്ങൾക്കെങ്കിലും യാഥാർത്ഥ്യവുമായി അല്പം സാമ്യം വരേണ്ടതല്ലേ? എല്ലാ സുന്ദരമായ വസ്തുക്കളിലും ദൈവാംശം അല്പമെങ്കിലും കലരാതിരിക്കുമോ?

ചോദ്യം 32

കടലിനടിയിൽ നിന്ന് കിട്ടിയ ചാക്കിനുള്ളിൽ എന്തായിരുന്നു?

സെരാഗ്ലിയോയിലെ അലങ്കരിച്ച മച്ചിന് താഴെയുള്ള ഒരു മേശയ്ക്കു ചുറ്റും ഏഴുപേർ നിന്നിരുന്നു. എല്ലുകളിൽ നിന്ന് മാംസം തൂങ്ങിക്കിടന്ന അഴുകിയ രണ്ടു കൈത്തണ്ടകളിലായിരുന്നു അപ്പോഴും അവരുടെ നോട്ടം. മന്ത്രിമുഖ്യൻ ഇബ്രാഹിം പാഷയുടെ ഇരുവശത്തുമായി ന്യായാധിപൻ ഇസഹാക്കും ജയിൽ സൂക്ഷിപ്പുകാരനും നിന്നിരുന്നു. ഉത്തരങ്ങൾക്കായി അവരുടെ ആഗമനം അക്ഷമയോടെ കാത്തിരിക്കുകയായിരുന്നു അദ്ദേഹം. 'മൂന്നു ചന്ദ്രക്കലകൾ' എന്ന് പേരുള്ള രഹസ്യപ്പൊലീസിന്റെ തലവനും കടലിൽ നിന്ന് കിട്ടിയ എല്ലുകളുമായി മന്ത്രിമുഖ്യന്റെ അടുത്തെത്തിയ വിക്കുള്ള മീൻപിടുത്തക്കാരനും അവരുടെ അടുത്ത് നിന്നിരുന്നു.

"എഫെൻഡീ, നിങ്ങളെന്താ കണ്ടെത്തിയത് എന്ന് പറയൂ." ദേഷ്യത്തോടെ സുൽത്താൻ പറഞ്ഞു.

"തിരുമേനീ, ഈ കൈകൾ ഒരു ചാക്കിൽ കെട്ടിയ നിലയിൽ മന്ത്രി മുഖ്യൻ ഇങ്ങോട്ട് അയച്ചു." വായമൂടിക്കെട്ടി നിന്നിരുന്ന കൊട്ടാരം വൈദ്യൻ അത് പറഞ്ഞ് ഒരു വടികൊണ്ട് മേശമേലുണ്ടായിരുന്ന ശരീരാവശിഷ്ടങ്ങൾ ചൂണ്ടിക്കാണിച്ചു. "ഞാനും മറ്റു നാല് വൈദ്യന്മാരും മൂന്നു ദിവസം അത് പരിശോധിക്കാനായി ചെലവഴിച്ചു. ശസ്ത്രക്രിയാമുറിയിൽ വച്ചു വൃത്തിയാക്കിയ ശേഷം മണം പോകാനായി വെള്ളത്തിൽ കുതിർത്തെടുത്തു. ഇത് ഒരു പുരുഷന്റെ കൈകളാണ്. അവ മുറിച്ചു മാറ്റിയ ശേഷം കടലിൽ എറിഞ്ഞിട്ട് ഏകദേശം രണ്ടു മാസങ്ങൾ ആയിട്ടുണ്ടാവും. ഈയിടെയായി ഇത്തരം സംഭവങ്ങൾ അധികരിച്ചിട്ടുണ്ട്. ഇതിന്റെ ഉടമ അദ്ദേഹത്തിന്റെ മരണത്തിനു മുൻപ് കൈവിലങ്ങുകൾ അണിഞ്ഞു കഴിയേണ്ടി വന്നിട്ടുണ്ട് എന്നാണ് ഈ കൈത്തണ്ടകളിൽ നിന്ന് മനസ്സിലാവുന്നത്. തൊലിയുമായി തൂങ്ങിക്കിടക്കുന്ന തന്തുക്കളുടെ അവസ്ഥ കണ്ടാലറിയാം, അയാൾ ക്രൂരമായി പീഡിപ്പിക്കപ്പെട്ടിട്ടുണ്ട് എന്ന്. അഴുകലിന്റെ തോതും മറ്റു വസ്തുതകളും കണക്കിലെടുത്താൽ അയാൾ നാല്പതുകളിലെത്തിയിരുന്നു എന്നും മനസ്സിലാക്കാം. ഈ എല്ലുകളിൽ കാണപ്പെടുന്ന ചതവുകളിലൂടെ ഇയാൾ ആരാണെന്ന് കണ്ടെത്താൻ കഴിഞ്ഞേക്കും."

“തിരുമേനീ, അങ്ങയുടെ അനുവാദത്തോടെ ഞാൻ കഴിഞ്ഞ രണ്ടു മാസത്തെ രേഖകൾ പരിശോധിച്ച് ഇതാരാണ് എന്ന് കണ്ടെത്താൻ ശ്രമിക്കാം.” മൂന്നു ചന്ദ്രക്കലകളുടെ തലവൻ പറഞ്ഞു.

“അങ്ങേക്ക് വിരോധമില്ലെങ്കിൽ ഈ കാര്യം ഞാൻ തന്നെ അന്വേഷിക്കാൻ താത്പര്യപ്പെടുന്നു.” ന്യായാധിപൻ പറഞ്ഞു. “മൂന്നു ചന്ദ്രക്കലകൾക്കു രേഖകൾ തന്നു ഞങ്ങളെ സഹായിക്കാൻ കഴിഞ്ഞാൽ നിയമപരമായ മാർഗത്തിലൂടെ ഇതിനു ഒരു പരിഹാരം കാണാൻ കഴിയും.”

“അങ്ങനെയാണോ ഇസഹാക്ക് എഫെൻഡീ?” സുൽത്താൻ ദേഷ്യത്തോടെ ചോദിച്ചു. “അങ്ങനെയാണെങ്കിൽ ആറുമാസം മുൻപ് നിങ്ങളെ ഞാൻ ഏല്പിച്ച് ജോലി എന്തായി?”

തന്നെക്കാൾ താണ നിലയിലുള്ള ഉദ്യോഗസ്ഥരുടെ മുന്നിൽ വച്ചു സുൽത്താൻ നടത്തിയ ശകാരവർഷമേറ്റു ന്യായാധിപൻ നാണക്കേടുകൊണ്ട് തല താഴ്ത്തി. ഇക്കാര്യം തനിക്കും ഇസഹാക്കിനും മാത്രമേ അറിയൂ എന്നാണ് സുൽത്താൻ കരുതിയിരുന്നത്. മന്ത്രിമുഖ്യനും ജയിൽ സൂക്ഷിപ്പുകാരനും ഈ ശകാരത്തിന്റെ പിന്നിലെ കാരണം അഹമ്മദ് രാജകുമാരനാണ് എന്നറിയാം എന്ന് അദ്ദേഹം ചിന്തിച്ചതു കൂടിയില്ല. ജയിൽ സൂക്ഷിപ്പുകാരൻ അറിവില്ലായ്മ നടിച്ചുകൊണ്ടും ഇസഹാക്കിനു കിട്ടിയ ശകാരത്തിൽ ഗൂഢമായി ആഹ്ലാദിച്ചുകൊണ്ടും തല കുനിച്ചു നിശ്ശബ്ദനായി നിന്നു. പക്ഷേ അയാൾക്ക് പിറുപിറുക്കാതിരിക്കാൻ കഴിഞ്ഞില്ല. “രാജകുമാരന്റെയും ശവശരീരം ഈ മേശമേൽ ഒരു നാൾ ഇതുപോലെ വന്നെത്തുമെന്ന് നമുക്ക് പ്രത്യാശിക്കാം.”

അത്രനേരം നിശ്ശബ്ദനായി നിന്ന മന്ത്രിമുഖ്യന് ഇടപെടാനുള്ള ത്വര അടക്കാൻ വയ്യാതെയായി. നിഗൂഢമായ പ്രശ്നങ്ങളുടെ ചുരുളഴിക്കുക, രഹസ്യമായ കൊടുക്കൽ വാങ്ങലുകൾ വെളിച്ചത്തു കൊണ്ടുവരിക, കൊലപാതകങ്ങൾ അന്വേഷിക്കുക, അസാധാരണ സംഭവങ്ങളുടെ രഹസ്യങ്ങൾ തിരഞ്ഞു പോവുക എന്നിവ അദ്ദേഹത്തിന്റെ വിനോദമായിരുന്നു. ഇതൊരു രഹസ്യമല്ലാതിരുന്നത് കൊണ്ടാവണം ആ മീൻ പിടുത്തക്കാരൻ ഈ ചാക്കും കൊണ്ട് മന്ത്രിമുഖ്യനെ തേടി വന്നത്.

“ഗോൾഡൻ ഹോണിന്റെ ഏതു ഭാഗത്തു നിന്നാണ് ഈ ചാക്ക് കിട്ടിയത് എന്ന് കൃത്യമായി പറയാമോ?” മീൻപിടുത്തക്കാരന്റെ നേരെ തിരിഞ്ഞു മന്ത്രിമുഖ്യൻ ചോദിച്ചു.

“അ..അ..അയ് വാൻസെദരിക്കും കാസിംപാസയ്ക്കും ഇടയിൽ ഏതാണ്ട് നടുവിലായാണ് കണ്ടെത്തിയത് യജമാനേ.”

“നടുവിൽ എന്ന് വച്ചാൽ നീ എന്താണ് ഉദ്ദേശിക്കുന്നത്? ഒന്നുകിൽ കടലിന് ആ ഭാഗത്തു വളരെ ആഴം കുറവായിരിക്കണം അല്ലെങ്കിൽ നിന്റെ വലകൾക്ക് വളരെ ആഴത്തിൽ നിന്ന് മീൻ പിടിക്കാൻ മാത്രം നീളമുണ്ടാവണം.” മന്ത്രിമുഖ്യൻ പറഞ്ഞു. അദ്ദേഹം കൊട്ടാരം വൈദ്യന്റെ

നേരെ തിരിഞ്ഞു തന്റെ ചെറുവിരൽ ഒരു എല്ലിൻകഷണത്തിലേക്ക് ചൂണ്ടിക്കൊണ്ട് ചോദിച്ചു.

"ഇത് നോക്കൂ, പർപ്പിൾ നിറത്തിലെ ആ അടയാളം ഒരു മോതിരത്തിന്റെ ഉപയോഗം മൂലം ഉണ്ടായതല്ലേ?"

"അതെ. ഇത് നിശ്ചയമായും ഒരു മുദ്രമോതിരത്തിന്റെ ഉപയോഗം മൂലം ഉണ്ടായ അടയാളമാണ്."

"രത്നമോ മറ്റോ ആകാൻ സാധ്യതയുണ്ടോ?"

"ശരിയാണ്. ഈ മോതിരത്തിലെ മുദ്ര രത്നക്കല്ലിന്മേലോ സ്വർണ്ണത്തിന്മേലോ കൊത്തിവച്ച തരമാവാനാണ് സാധ്യത."

"പക്ഷേ, മോതിരമൊന്നും കണ്ടെടുത്തില്ലല്ലോ?"

"ഇല്ല തിരുമേനീ."

"മാംസം അഴുകിയപ്പോൾ വെള്ളത്തിലേക്ക് ഊർന്നു വീണുപോകാൻ സാധ്യതയുണ്ടോ?"

"ഒട്ടുമില്ല. മാംസം ചീഞ്ഞു വീർത്തിരിക്കുകയാണ്. മുറിച്ചു മാറ്റിയ സമയത്ത് വിരലിൽ ഒരു മോതിരം ഉണ്ടായിരുന്നു എങ്കിൽ അവിടെ തന്നെ ഉണ്ടാകേണ്ടതാണ്."

"പറയൂ സുഹൃത്തേ," മന്ത്രിമുഖ്യൻ മീൻപിടുത്തക്കാരന്റെ നേരെ തിരിഞ്ഞു. "നിങ്ങൾക്ക് ഇതിനെപ്പറ്റി എന്തെങ്കിലും അറിയാമോ?"

"അയ്യോ ഇല്ല തിരുമേനീ, ആ..ആ.. ചി..ചി..ചിന്ത പോലും മറന്നു കളയൂ."

"അങ്ങയുടെ അനുവാദത്തോടെ, ഈ സംഗതി ഞാൻ തന്നെ കൈകാര്യം ചെയ്യാൻ ആഗ്രഹിക്കുന്നു." മന്ത്രിമുഖ്യൻ സുൽത്താനോടു പറഞ്ഞു.

"അത് വളരെ നന്നായിരിക്കും." സുൽത്താൻ മറുപടി പറഞ്ഞു. "എത്രയും പെട്ടെന്ന് ഈ തലവേദനയിൽ നിന്ന് എനിക്കൊരു മോചനം വേണം. എന്റെ രാജ്യത്ത് മനുഷ്യരെ കൊലചെയ്യുകയും ശരീരഭാഗങ്ങൾ വെട്ടിമുറിച്ച് കടലിൽ ഒഴുക്കുകയും ചെയ്യുമ്പോൾ എനിക്കെങ്ങനെ സമാധാനമായി ഉറങ്ങാൻ കഴിയും? നിങ്ങൾക്ക് ഞാൻ മൂന്നു ദിവസം തരാം. കൂടുതൽ ശരീരഭാഗങ്ങൾക്കായി സമുദ്രത്തിൽ തിരച്ചിൽ നടത്താൻ മുങ്ങൽവിദഗ്ധരെ ഏർപ്പാട് ചെയ്യൂ. എന്നിട്ട് വേണം എനിക്ക് ഇത് ചെയ്തവന്മാരെ ഇതുപോലെ കടലിൽ എറിയാൻ. ഇനി എല്ലാവർക്കും പോകാം."

ചോദ്യം 33

അറിയാത്ത കാര്യങ്ങളുടെ കൂമ്പാരത്തിന്മേൽ കയറിനിന്നാൽ അവന്റെ തല ആകാശത്തിൽ തട്ടുമോ?

ടുളിപ് പൂത്തടങ്ങൾക്കിടയിൽ ആഴമുള്ള കുഴികൾ കുഴിച്ചു ബോക്സ് വുഡിന്റെ ചെറിയ തൈകൾ നടുകയായിരുന്നു അവർ. കൊഴുത്ത ഇലകളുമായി ടുളിപ് ചെടികൾ മുളച്ചു തുടങ്ങിയിരുന്നു. ശൈത്യകാലം മുഴുവൻ ഹാഫിസ് സെലെബി സന്തോഷത്തോടെ മുരളുമായിരുന്നു. "മോനേ, യുസുഫ്, ഇത്തവണ ഈ ടുളിപ്പുകൾ എല്ലാവരുടെയും മുഖത്തു പുഞ്ചിരി വിരിയിക്കും." സന്തോഷകരമായ ആറു മാസങ്ങൾ ആ മനുഷ്യന്റെ കളങ്കമില്ലാത്ത പിതൃസഹജമായ സ്നേഹത്തിനും അളവില്ലാത്ത ദയയ്ക്കും പാത്രമായി യുസുഫ് ചെലവഴിച്ചു കഴിഞ്ഞിരുന്നു. അവർ രണ്ടുപേരും കൂടി ആ വീടിനുള്ളിൽ നല്ല അടുക്കും ചിട്ടയോടും കൂടിയ ഒരു ജീവിതം ആരംഭിച്ചു കഴിഞ്ഞിരുന്നു. മഞ്ഞു പെയ്യുന്ന ശൈത്യകാല സായാഹ്നങ്ങളിൽ രണ്ടുപേരും കൂടി നെരിപ്പോടിനടുത്തിരുന്നു ചൂടുള്ള കനലിലും ചാരത്തിലും ചെസ്റ്റ്നട്ടുകൾ ചുട്ടെടുക്കും. യുസുഫ് അവയുടെ തൊലി പൊളിക്കുന്ന നേരത്ത് സെലെബി അവനു കഥകൾ പറഞ്ഞു കൊടുക്കുകയോ സംസ്കാരങ്ങളെപ്പറ്റിയോ പുതിയ ആശയങ്ങളെപ്പറ്റിയോ ചരിത്രസംഭവങ്ങളെപ്പറ്റിയോ യുദ്ധങ്ങളെപ്പറ്റിയോ ഭാഷാശാസ്ത്രത്തെപ്പറ്റിയോ മതത്തെപ്പറ്റിയോ ഉള്ള സൈദ്ധാന്തിക സംവാദങ്ങളിൽ ഏർപ്പെടുകയോ ചെയ്യും.

ടുളിപ്പുകളെക്കുറിച്ചുള്ള എണ്ണിയാൽ തീരാത്ത പാഠങ്ങളും കഥകളും അതിന്റെ കൂടെ സെലെബി അവനു പകരുന്നുണ്ടായിരുന്നു. മഞ്ഞു നന്നായി പെയ്യുന്ന ശൈത്യകാലങ്ങൾ വസന്തകാലത്ത് വിരിയുന്ന ആരോഗ്യമുള്ള ടുളിപ് ചെടികളുടെയും ഉജ്ജ്വലമായ നിറങ്ങളുള്ള പൂക്കളുടെയും ലക്ഷണമാണ്. ശരത്കാലത്ത് നടുന്ന കിഴങ്ങുകൾ തണുപ്പ് കൂടുന്തോറും ചൂടുള്ളയിടം തേടി മഞ്ഞിൽ നിന്ന് രക്ഷ നേടാനായി ആഴങ്ങളിലേക്ക് വേരുകളോടിക്കും. അതുകൊണ്ടാണ് ടുളിപ് കിഴങ്ങുകൾ അരമീറ്ററോളം ആഴത്തിൽ നടുന്നത്. കല്ലുകൾ നിറഞ്ഞ നിലത്തു നിന്ന് ചെറിയ ടുളിപ് ചെടികളും അവയിൽ ശോഷിച്ച പൂക്കളുമേ ഉണ്ടാകാറുള്ളൂ. അവയെ പ്രാണികളിൽ നിന്ന് രക്ഷപ്പെടുത്താൻ പറ്റിയ ഉപായമാണ് പൂമെത്തകൾക്ക് ചുറ്റും ചെറിയ കുറ്റിച്ചെടികൾകൊണ്ട് അതിരുകളുണ്ടാക്കുന്നത്. ഈ സൂത്രം ഹാഫിസ് സെലെബി ഒരുമാസം മുൻപ്

നൗറുസ് ആഘോഷങ്ങളിൽ പങ്കെടുക്കാനായി ഇസ്താംബൂളിലെത്തിയ ഒരു ഓസ്ട്രിയൻ സഞ്ചാരിയിൽ നിന്ന് പഠിച്ചതാണ്.

“യുസുഫ്, ഈ കുഞ്ഞുമരങ്ങളുടെ ഇലകൾ പൊഴിയാതെ സൂക്ഷിക്കണം.” ആദ്യത്തെ തൈ നട്ടുകൊണ്ട് ഹാഫിസ് സെലെബി പറഞ്ഞു. “അവ പഴങ്ങളൊന്നും തരില്ല. പക്ഷേ ആ ആ സുഗന്ധം! സെപ്തംബർ മാസത്തിൽ നമുക്ക് ഇതിന്റെ പട്ട ശേഖരിച്ചു തിളപ്പിക്കണം. ദൈവികമാണ് ആ സുഗന്ധം. ഇതിന്റെ തൊലിയിട്ടു തിളപ്പിച്ച വെള്ളം എല്ലാത്തരം എരിവും മധുരവുമുള്ള ഭക്ഷണങ്ങളിൽ ചേർക്കാൻ വളരെ നല്ലതാണ്. ചിലതരം ത്വക്രോഗങ്ങൾക്കും പകർച്ചവ്യാധികൾക്കുമുള്ള ഔഷധം കൂടിയാണിത്. പക്ഷേ ആ സുഗന്ധം! അതിനെപ്പറ്റി എത്ര വർണ്ണിച്ചിട്ടും എനിക്ക് മതിയാകുന്നില്ല.”

“ഹോ, ഇതിനു എന്റെ അമ്മയുടെ മണമാണ്,” ഒരു ഇല പറിച്ചു വിരലുകൾക്ക് ഇടയിലിട്ടു തിരുമ്മി വാസനിച്ച് കൊണ്ട് യെയെ പറഞ്ഞു.

“നിശ്ചയമായും നിന്റെ അമ്മ കുളിക്കുമ്പോഴും അലക്കുമ്പോഴും ഉപയോഗിക്കുന്ന വെള്ളത്തിൽ ബോക്സ്‌വുഡ് തിളപ്പിച്ച വെള്ളം ചേർക്കുകയും ഇലകൾ തുണികൾക്കിടയിൽ തിരുകി വയ്ക്കുകയും ചെയ്യുക പതിവായിരുന്നിരിക്കണം.”

“അല്ല എഫെൻഡീ, എന്റെ അമ്മയ്ക്ക് ഈ മണമുള്ള സുഗന്ധദ്രവ്യം നിറച്ച ഒരു കുപ്പിയുണ്ടായിരുന്നു.”

“ആ കുപ്പിയുടെ അടിഭാഗം സ്വർണ്ണമഞ്ഞ നിറത്തിലായിരുന്നോ?”

“അതെ, പക്ഷേ അങ്ങേക്ക് അതെങ്ങനെ അറിയാം?”

ആ ചോദ്യത്തിന് യാതൊരു സാംഗത്യവുമില്ല എന്ന മട്ടിൽ സെലെബി അതിനെ ചിരിച്ചു തള്ളിക്കളഞ്ഞു. യെയെയ്ക്ക് ഹാഫിസ് സെലെബിയെ വളരെ ഇഷ്ടമായിരുന്നു. പലവട്ടം അദ്ദേഹത്തെ അച്ഛൻ എന്ന് വിളിക്കാൻ ആഗ്രഹം തോന്നിയിട്ടുണ്ട്. പക്ഷേ അവനു മനസ്സിലാക്കാനാകാത്ത പല വശങ്ങളും അദ്ദേഹത്തിന്റെ സ്വഭാവത്തിലുണ്ടായിരുന്നു. ഒരിക്കൽ അദ്ദേഹം പറഞ്ഞത് അവൻ ഓർത്തു. പക്വതയുള്ള മനസ്സിന് കൂടുതൽ വാക്കുകളുടെ ആവശ്യമില്ല.” സെലെബിയുടെ വാക്കുകൾ മനസ്സിലാക്കുന്നതും അതനുസരിച്ചു പ്രവർത്തിക്കുന്നതും മൂലം നന്മ മാത്രമേ വരികയുള്ളൂ എന്നും അവനു അറിയാമായിരുന്നു. പക്ഷേ അന്നാദ്യമായി അവന്റെ ചോദ്യം അദ്ദേഹം അവഗണിക്കുകയും അത് തന്റെ അമ്മയെ സംബന്ധിച്ച എന്തോ അനുചിതമായ കാര്യം കാരണമാണ് എന്നും തോന്നി. വല്ലാതെ മുറിവേറ്റെങ്കിലും യെയെ മൗനം പാലിച്ചു.

ബോക്സ് വുഡിന്റെ വിഷയത്തിലേക്കു തന്നെ ഹാഫിസ് സെലെബി തിരിച്ചു വന്നു. ബോക്സ് വുഡിൽ നിന്നെടുക്കുന്ന എണ്ണ ഔഷധമാണ് എന്ന് കണ്ടെത്തിയത് പതിനാറാം നൂറ്റാണ്ടിൽ ജീവിച്ചിരുന്ന പ്രശസ്തനായ രാജ്യതന്ത്രജ്ഞനും ഖുർ-ആൻ വ്യാഖ്യാതാവുമായ എബുസ്സുദ്

എഫെൻഡി ആയിരുന്നു. അദ്ദേഹം മിടുക്കനായ ഒരു ടുളിപ് കൃഷിക്കാരൻ ആയിരുന്നു എന്നും ഇസ്താംബൂളിൽ ടുളിപ് ആദ്യമായി വളർത്തിയത് അദ്ദേഹം ആയിരുന്നു എന്നും സെലെബി പറഞ്ഞു. എബുസ്സൂദ് എഫെൻഡി കാരണമാണ് ടുളിപ്പിനു വെറുമൊരു പൂച്ചെടി എന്നതിനപ്പുറം പ്രാധാന്യം കൈവന്നത്. കളിമൺപാത്രങ്ങളിലും തുണിയിലും പരവതാനികളിലും കമ്പിളികളിലും ചെയ്യുന്ന ചിത്രപ്പണികളിലും പള്ളികളിലും സ്മാരക മണ്ഡപങ്ങളിലും മതപഠനശാലകളിലും ജലധാരകളിലും ചെയ്യുന്ന കൊത്തുപണികളിലും സ്ഥിരം സാന്നിദ്ധ്യമായി ടുളിപ്പുകൾ മാറി. കൊന്യയിലെ സെല്ജുക്കുകൾ മരത്തിലും കല്ലിലും ലോഹത്തിലും തടിയിലും മുത്തുകളിലും തോളിലും തുണിയിലും നിർമ്മിക്കുന്ന കരകൗശല വസ്തുക്കളിൽ ടുളിപ്പിന്റെ രൂപത്തിന് വലിയ പ്രാധാന്യം നൽകുന്നത് പോലെതന്നെയാണ് ഇതും.

ടുളിപ് പാഠങ്ങളുമായി നീണ്ട ശൈത്യകാല സായാഹ്നങ്ങൾ കടന്നു പോയി. നിറപ്പകിട്ടുള്ള, സൗന്ദര്യവും സുഗന്ധവും നിറങ്ങളും നിറഞ്ഞ ഒരു ഘോഷയാത്ര പോലെ വസന്തം വന്നു. ഇസ്താംബൂൾ നഗരത്തിൽ നിന്ന് കാഗിത്താനെ വഴി ഹാഫിസ് സെലെബിയുടെ പൂന്തോട്ടത്തിലും അതെത്തിച്ചേർന്നു. സെലെബിയും യെയും പകൽ മുഴുവൻ എല്ലുമുറിയെ പണിയെടുത്തു. ആത്മാക്കളുടെ കിണറിന്റെ അറ്റകുറ്റപ്പണികൾ തീർത്തും ടുളിപ് തോട്ടങ്ങളിലെ കളകൾ പറിച്ചു മാറ്റിയും മറ്റു ജോലികൾ ചെയ്തും തളർന്നവശരായ ശേഷം രാത്രി ഭക്ഷണം ഉണ്ടാക്കാൻ തുടങ്ങും. ഈ അവസരത്തിലാണ് യെയെ ഹാഫിസ് സെലെബിയോടു കൃഷിപ്പണിക്കിടയിൽ മനസ്സിൽ വരുന്ന സംശയങ്ങളും ചോദ്യങ്ങളും ചോദിക്കുക.

"എഫെൻഡീ, അങ്ങ് എല്ലാ വർഷവും അദ്ഭുതകരമാംവിധം പുതു വർണ്ണങ്ങൾ നിറഞ്ഞ പൂക്കൾ ഉത്പാദിപ്പിക്കാറുണ്ട്. എന്തുകൊണ്ട് ഒരു കിഴങ്ങിൽ നിന്ന് രണ്ടുതരം പൂക്കൾ ഉത്പാദിപ്പിച്ചു കൂടാ, അങ്ങ് ശ്രമിച്ചിട്ടുണ്ടോ?"

"ഇല്ല മകനേ, ഞാൻ ഒരിക്കലും അത് ചെയ്തിട്ടില്ല. ഒരു കിഴങ്ങിൽ നിന്ന് ഒരു തണ്ട് മാത്രമേ ഉണ്ടാകാറുള്ളൂ. ദൈവത്തിന്റെ അദ്വിതീയതയ്ക്ക് തുല്യമെന്ന പോലെ അതിൽ ഒരു തരം പൂവു മാത്രമേ ഉണ്ടാകാറുള്ളൂ. ഇരട്ടക്കിഴങ്ങു തന്നെ വളരെ അപൂർവമാണ്. പക്ഷേ, വളരെ സൂക്ഷ്മമായ പരിചരണം മൂലം ഇരട്ടക്കിഴങ്ങുണ്ടാക്കുക സാധ്യമാണ്. ടുളിപ്പിന്റെ ഈ പ്രതീകാത്മകമായ അദ്വിതീയത അക്ഷരമാലയിലെ ആദ്യാക്ഷരമായ അലെഫിനെ പ്രതിനിധാനം ചെയ്യുന്നു. അതുകൊണ്ട് തന്നെയാണ് ഒരു കിഴങ്ങിൽ നിന്ന് രണ്ടു തരം പൂക്കൾ ഉത്പാദിപ്പിക്കുന്നതിനെ പറ്റി ചിന്തിക്കുമ്പോഴൊക്കെ ഞാൻ ദൈവത്തിനു പങ്കാളിയെ സൃഷ്ടിക്കാൻ ശ്രമിക്കുന്നതായി ചിന്തിക്കുകയും പിന്നിലേക്ക് മാറുകയും ചെയ്യുന്നത്. ടർക്കിയിൽ ടുളിപ് പൂവിനു ദൈവിക പരിവേഷം വന്നു

കഴിഞ്ഞു. ദൈവം നിലനിൽക്കുന്നു എന്നതിന് തെളിവായാണ് ടർക്കിക്കാർ ടുളിപ് പൂക്കളെ കണക്കാക്കുന്നത്. അത് തന്നെയാണ് അതിന്റെ അഭൗമമായ സൗന്ദര്യത്തിന്റെ രഹസ്യവും. സുന്ദരികളായ സ്ത്രീകൾ ആഭരണങ്ങൾക്കു പകരം ഒരു ടുളിപ് പൂവ് ധരിക്കുന്നതിനാവില്ലേ കൂടുതൽ ഭംഗി?"

കരുത്തൻ യെയെ ഹാഫിസ് സെലെബിയുടെ നൂതനവും കലാപരമായ ആശയങ്ങളെ ആരാധനയോടെയാണ് കാണുന്നതെങ്കിലും അവന് അദ്ദേഹം ടുളിപ് പൂക്കളുടെ മേൽ കെട്ടിവച്ച ഉപമകളെല്ലാം ദഹിച്ചില്ല. പക്ഷേ അവൻ അതിനെ തന്റെ ശക്തമായ വിശ്വാസത്തിന്റെ തെളിവായാണ് കണക്കാക്കിയത്. യെയെ അദ്ദേഹത്തോട് തർക്കിക്കാനോ കൂടുതൽ ചോദ്യങ്ങൾ ചോദിച്ചു മുഷിപ്പിക്കാനോ മുതിർന്നില്ല. എങ്ങനെയാണ് ഒരു ടുളിപ് കിഴങ്ങ് എല്ലാ വർഷവും പുതിയ കിഴങ്ങുകൾ ഉത്പാദിപ്പിക്കുന്നത് എന്നറിയുന്നതുതന്നെ അവനു തൃപ്തി നൽകിയിരുന്നു.

"വസന്തകാലത്ത് പൂക്കൾ നൽകിയ ശേഷം ഒരു ടുളിപ് കിഴങ്ങ് തറയിൽ വീണാൽ അത് ഏഴോ എട്ടോ പുതിയ കിഴങ്ങുകൾ നൽകും. ഒരു ഉരുളക്കിഴങ്ങുപോലെ. പക്ഷേ അതിൽ വലിയ രണ്ടോ മൂന്നോ കിഴങ്ങുകൾ മാത്രമേ പൂക്കൾ നൽകാറുള്ളൂ."

"എഫെൻഡീ അങ്ങേക്ക് എങ്ങനെയാണ് ഇത്രമാത്രം അറിവുണ്ടായത്?"

"അറിവോ? എന്റെ കുട്ടീ, ഞാൻ എല്ലാത്തിന്റെയും മുകളിലാണ് നില്പെങ്കിൽ എന്റെ തല ആകാശത്ത് മുട്ടില്ലേ? ഒരിക്കലും മറക്കരുത്. അറിവില്ലായ്മ പോലെ ചികിത്സ ഇല്ലാത്ത മറ്റൊരു അവസ്ഥയില്ല. അറിവ് സന്തോഷത്തേക്കാൾ സങ്കടമാണ് നൽകുക. പക്ഷേ അറിവാണ് മനുഷ്യന്റെ സമ്പാദ്യം. കാലം നിന്നെയും ഇതെല്ലാം പഠിപ്പിക്കും. നീ ജീവിതത്തെക്കുറിച്ച് പഠിക്കും. ദൈവത്തെ തിരിച്ചറിയും."

"എനിക്ക് എബുസ്സൂദ് എഫെൻഡി എഴുതിയ ഇസ്താംബൂളിലെ ടുളിപ്പുകളുടെ കൃഷിരീതികൾ എന്ന പുസ്തകത്തിലെ ഉള്ളടക്കം എന്താണ് എന്നറിയാൻ ആഗ്രഹമുണ്ട്."

സന്ധ്യാനേരത്തെ സ്വർണ്ണവെളിച്ചത്തിൽ മുങ്ങി നിന്നുകൊണ്ട് നടത്തിയ ആ സംസാരത്തിനിടയ്ക്ക് ഹാഫിസ് സെലെബിയും അതിനെപ്പറ്റി തന്നെയാണ് ആലോചിച്ചത്. പെട്ടെന്ന് ആമകൾ ജീവിക്കുന്ന കുളത്തിനടുത്തുനിന്ന് ഭയങ്കരമായ ഒരു ശബ്ദം കേട്ട് രണ്ടുപേരും അങ്ങോട്ട് ഓടി.

ചോദ്യം 34

ദുഃഖസ്പർശത്തിന്റെ നിറമെന്താണ്?

ഫാൽക്കോയ്ക്ക് ബോധം വന്നപ്പോൾ സൽമാനും മറ്റുള്ളവരും ചേർന്ന് അവന്റെ നെറ്റിയിൽ തണുത്ത തുണികൾ അമർത്തുകയും മുഖത്തു പനിനീര് തളിക്കുകയും ചെയ്യുകയായിരുന്നു. സത്രത്തിൽ താമസമുണ്ടായിരുന്ന ഒരു വൈദ്യൻ വന്ന് അവന്റെ നാഡിമിടിപ്പ് ശ്രദ്ധിക്കുകയും മനസ്സിലാകാത്ത ഏതോ ഭാഷയിൽ അവനോടു ചോദ്യങ്ങൾ ചോദിക്കുകയും ചെയ്തു. സത്രത്തിൽ വിദേശികൾ വന്നു താമസിക്കുന്നത് സാധാരണമായിരുന്നു. ഡെർവിഷുകൾ സേമ ചടങ്ങിൽ കറങ്ങുന്നത് കാണാൻ ഷെയ്ക്കിന്റെ അനുവാദവുമായാണ് അവർ വരിക. കിഴക്കിന്റെയും പടിഞ്ഞാറിന്റെയും സംസ്കാരങ്ങൾ കലർന്നതായിരുന്നു സത്രത്തിന്റെ ആശയങ്ങൾ. രണ്ടിൽ നിന്നും നന്മകൾ ഉൾക്കൊള്ളാൻ അന്തേവാസികൾക്ക് അനുവാദവുമുണ്ടായിരുന്നു. ബോസ്ഫറസിലേക്ക് തുറക്കുന്ന ജനാലകളുള്ള സേമ മുറിയിൽ വട്ടം ചുറ്റി ഡെർവിഷുകൾ കറങ്ങുമ്പോൾ വിദൂരദേശങ്ങളിൽ നിന്ന് വരുന്ന കുതുകികളായ വ്യാപാരികളും സ്ഥാനപതികളും രാജപ്രതിനിധികളും സഞ്ചാരികളും കലാകാരന്മാരും ഒരു മരമറയ്ക്കപ്പുറമിരുന്ന് അവരെ വീക്ഷിക്കാനെത്തും. ഈ വിദേശികൾ തദ്ദേശീയരായ ജൂതന്മാരോടും അർമേനിയക്കാരോടും ഗ്രീക്കുകളോടും ഏറ്റവും നല്ല സ്ഥാനങ്ങൾക്കായി മത്സരിക്കുകയും പല ഭാഷകളിൽ കലപിലാ ചിലയ്ക്കുകയും ചെയ്യുക പതിവായിരുന്നു. ശൈത്യകാലത്ത് അവർ ഗലാട്ടായിലെ മെവ് ലെവി സത്രത്തിലേക്കാണ് പോവുക. ഇപ്പോൾ തണുപ്പ് കുറഞ്ഞതുകൊണ്ട് സന്ദർശകർ വീണ്ടും ബസിക്താസ് സത്രത്തിലെ ആഘോഷങ്ങളിൽ പങ്കെടുക്കാൻ വന്നു തുടങ്ങി.

ഇത്തരത്തിലുള്ള വിദേശസന്ദർശകരിൽ ഒരാളായിരുന്നു ആ വൈദ്യൻ. തന്റെ രോഗിയുടെ ശരീരത്തിനല്ല മനസ്സിനാണ് ബുദ്ധിമുട്ടനുഭവിക്കുന്നത് എന്ന് മനസ്സിലാക്കിയ വിധമായിരുന്നു അദ്ദേഹത്തിന്റെ രീതികളും സ്വരവും. ബോധം മറയും മുൻപ് മനസ്സിൽ എന്തായിരുന്നു എന്ന് ഓർത്തെടുക്കാൻ ഫാൽക്കോ ശ്രമിച്ചു. എന്തിനെക്കുറിച്ചാണ് താൻ ദിവാസ്വപ്നം കണ്ടുകൊണ്ടിരുന്നത്? അവൻ ചിന്തിച്ചു. സംസാരിക്കാൻ വൈദ്യൻ ഒരുപാടു നിർബന്ധിച്ചുവെങ്കിലും ഫാൽക്കോ മൗനം പാലിച്ചു.

അന്ന് രാത്രി മെത്ത തട്ടിക്കുടഞ്ഞ ശേഷം പുതപ്പുകൾക്കുള്ളിലേക്ക് നുഴഞ്ഞു കയറിയ ഫാൽക്കോ തന്റെ മനസ്സിലേക്ക് കടന്നു വരുന്ന ഒരായിരം ചിന്തകളിൽ ഏതിനെയാണ് പിന്തുടരേണ്ടത് എന്നറിയാതെ വിഷമിച്ചു കൊണ്ട് ഉറക്കം വരാതെ ഏറെ നേരം തിരിഞ്ഞും മറിഞ്ഞും കിടന്നു.

സിറാഗൻ കൊട്ടാരത്തിലെ ടുളിപ് പൂവിന്റെ നിറം ചുവപ്പിൽ നിന്ന് പർപ്പിളിലേക്ക് മാറുന്നത് കണ്ട് ഫാൽക്കോ ഒരു പുതിയ തന്ത്രം മെനഞ്ഞു. ശരത്കാലത്ത് നട്ട ദുഃഖസ്പർശത്തെക്കുറിച്ചുള്ള വിവരങ്ങൾ അന്വേഷിക്കാനായി ഹാഫിസ് സെലെബിയെയയും കരുത്തൻ യെയെയേയും സന്ദർശിക്കാൻ തീരുമാനിച്ചു. അത് പൂവിട്ടുവെങ്കിൽ എന്തായിരിക്കും നിറം? ടുളിപ്പുകൾക്ക് മണമില്ല എന്ന് അവന് അറിയാമായിരുന്നു. പക്ഷേ, ഇതിന് നക്സിഗ്യുല്ലിന്റെ സുഗന്ധമുണ്ടാവുമോ? ആ അന്വേഷണം തന്റെ ജീവന് പുതിയൊരു അർത്ഥം നൽകും എന്ന് ഫാൽക്കോയ്ക്ക് തോന്നി. ആ ടുളിപ് കണ്ടുകഴിഞ്ഞാൽ പിന്നെ ബാക്കി ജീവിതം നക്സിഗ്യുല്ലിനായി നീക്കി വയ്ക്കാം. ചിലപ്പോൾ അതിനു അവളുടെ ഘാതകനിലേക്ക് അവനെ നയിക്കാൻ കഴിഞ്ഞേക്കും. പ്രണയത്തെ മാത്രമല്ല നിഗൂഢതയെയും ആ ടുളിപ് പ്രതിനിധാനം ചെയ്യുന്നുണ്ട്. അതിനു ജീവിച്ചിരിക്കുന്നതിനെ കൊല്ലാനും മരിച്ചതിനു ജീവൻ നൽകാനുമുള്ള കഴിവുണ്ടെന്നും ഫാൽക്കോയ്ക്ക് തോന്നി.

ഫാൽക്കോയെ സംബന്ധിച്ചിടത്തോളം ദുഃഖസ്പർശം അവന്റെ ജീവിതത്തിലെ സൂഫിതത്ത്വശാസ്ത്രത്തിന്റേതായ ഒരു ഋതുവിന്റെ അവസാനമായിരുന്നു. ശാന്തവും ദീർഘവുമായ ഒരു സ്വപ്നത്തിൽ നിന്ന് താൻ ഉയർത്തെഴുന്നേറ്റതുപോലെ അവന് തോന്നി. ആ കിഴങ്ങിനെക്കുറിച്ചുള്ള പ്രതീക്ഷ ആ ശൈത്യകാലം തരണം ചെയ്യാൻ ഫാൽക്കോയെ സഹായിച്ചു. ചിലപ്പോൾ താൻ അതിൽ അമിതമായ പ്രതീക്ഷ കൊടുക്കുകയാവും എന്നും തോന്നാതിരുന്നില്ല. അന്ന് ഹാഫിസ് സെലെബി താക്കീത് ചെയ്തതു പോലെ അത് ചിലപ്പോൾ മുളച്ചു കാണുക പോലുമില്ലായിരിക്കാം. അഥവാ അങ്ങനെ സംഭവിച്ചാൽ പോലും ഇനി പിന്മാറുന്ന പ്രശ്നമില്ല എന്ന് ഉറപ്പിച്ചു. സമാധാനം നിറഞ്ഞ ഒരു ജീവിതത്തിനായി ദുഃഖസ്പർശത്തിന്റെ സഹായം ഇല്ലെങ്കിൽ പോലും നക്സിഗ്യുല്ലിന്റെ ഘാതകരെ കണ്ടെത്തുക ആവശ്യമാണ് എന്ന് ഫാൽക്കോയ്ക്ക് അറിയാമായിരുന്നു. ഇതെങ്കിലും അവൾക്കായി ചെയ്തില്ലെങ്കിൽ തന്റെ ജീവിതം അർത്ഥശൂന്യമായി പോവുകയേ ഉള്ളൂ എന്ന് അവൻ മനസ്സിലാക്കിയിരുന്നു.

ജ്വരബാധിതമായ ഒരു രാത്രിയായിരുന്നു അത്. ഉറക്കം തൂങ്ങിയപ്പോഴൊക്കെ ദുഃസ്വപ്നങ്ങൾ കണ്ട് അവൻ ഞെട്ടിയുണരുകയും നക്സിഗ്യുല്ലിനെ കുറിച്ചുള്ള ഓർമ്മകളാൽ സ്വയം ആശ്വസിപ്പിക്കാൻ ശ്രമിക്കുകയും ചെയ്തു. അതിശയമെന്നു പറയട്ടെ, ക്ഷീണവും ഉറക്കച്ചടവുമില്ലാതെ വെളുപ്പാൻകാലത്ത് നവോന്മേഷത്തോടെ എഴുന്നേറ്റു

സൂര്യനുദിക്കും വരെ ഏകാഗ്രതയോടെ പ്രാർത്ഥനകളിൽ മുഴുകാൻ കഴിഞ്ഞു. സേമ മുറിയിലെ ഇസ്മി സെലായിയുടെ ജപവും മരംകൊണ്ട് നിർമിച്ച തറയിലൂടെ ആളുകൾ നടക്കുമ്പോഴുള്ള ഞരക്കവും താഴത്തെ നിലയിലുള്ള അവന്റെ മുറിയിൽ കേൾക്കാമായിരുന്നു. ആറുമാസമായി തടഞ്ഞു വച്ചിരിക്കുന്ന അലങ്കോലപ്പെട്ട ചിന്തകളെ ഒന്ന് അടുക്കി വയ്ക്കാൻ ഫാൽക്കോ തീരുമാനിച്ചു. സുലൈമാനിയെയിലെ ഷെയ്ക്ക് അൽ ഇസ്ലാമിന്റെ മരണ ജനന കാര്യാലയത്തിൽ പോയി അവിടുത്തെ രേഖകൾ പരിശോധിച്ചാൽ നക്സിഗ്യുല്ലിന്റെ ഘാതകരിലേക്കു നയിക്കുന്ന എന്തെങ്കിലും തെളിവ് കിട്ടിയേക്കും എന്ന കാര്യം ഓർമ്മ വന്നു. ഭാഗ്യമുണ്ടെങ്കിൽ തന്നെ വേട്ടയാടിക്കൊണ്ടിരുന്ന മനുഷ്യൻ ഈ സമയത്തിനുള്ളിൽ പിൻവാങ്ങിയിട്ടുണ്ടാവും എന്നുമുള്ള നേരിയ ഒരു പ്രതീക്ഷ അവന് തോന്നാതിരുന്നില്ല.

തന്റെ ജീവിതത്തിൽ സംഭവിച്ച കാര്യങ്ങൾ വിശദീകരിച്ചാൽ ആരും വിശ്വസിക്കാൻ കൂട്ടാക്കുകയില്ല എന്ന് സുലൈമാനിയെയിലേക്കുള്ള യാത്രയ്ക്കിടയിൽ ഫാൽക്കോവിനു തോന്നി. മെവ് ലെവി സത്രത്തിൽ കടന്നു ചെന്ന ആശയക്കുഴപ്പത്തിൽ പെട്ട അന്നത്തെ ചെറുപ്പക്കാരൻ അല്ല അവൻ ഇന്ന്. മനസ്സിനേറ്റ ആഴത്തിലുള്ള മുറിവുകൾ അല്പമൊന്നു ഉണങ്ങിയതുപോലെ അനുഭവപ്പെട്ടു. മെവ് ലെവി സത്രത്തിൽ നിന്ന് വരുന്ന ഒരു ഡെർവിഷിനെ ആര് ശല്യം ചെയ്യാനാണ്? സുലൈമാനിയെ ചെരിവിൽ എത്തിയപ്പോൾ അവിടെയാകെ നിരനിരയായി സ്ഥിതി ചെയ്തിരുന്ന പണിശാലകളിൽ കണ്ണു പതിഞ്ഞു.

സ്പൂണുകൾ, കുട്ടകങ്ങൾ, കുതിര ജീനികൾ, ചെരുപ്പുകൾ എന്നിവ ഉണ്ടാക്കുന്ന സ്ഥലങ്ങൾ ആയിരുന്നു അവ. യാത്രാമദ്ധ്യേ മഹാനായ സുലൈമാന്റെ ശവകുടീരവും ഫാൽക്കോ സന്ദർശിച്ചു. സ്മൃതിമണ്ഡപത്തിന്റെ ഭിത്തിക്കരികിൽ ഇരുന്നു താഴെ പരന്നു കിടക്കുന്ന നഗരത്തിന്റെയും സൂര്യരശ്മികളേറ്റു മിന്നുന്ന ഗോൾഡൻ ഹോണിന്റെയും മാസ്മരികമായ സൗന്ദര്യവും ആസ്വദിച്ചുകൊണ്ട് കുറെ നേരം അവൻ വിശ്രമിച്ചു. അപ്രതീക്ഷിതമായ ദുരന്തങ്ങൾ ജീവിതത്തിൽ സംഭവിക്കുമ്പോൾ ഓടിയൊളിക്കാൻ ഇതിനേക്കാൾ നല്ല സ്ഥലമില്ല എന്ന് ഫാൽക്കോ ഓർത്തു.

“ഓടിക്കോ, അല്ലെങ്കിൽ ജീവനോടെ കത്തിക്കും.” ഭ്രാന്തനായിത്തീർന്ന ഒരു പഴയ അഗ്നിശമനസേനാംഗം അവന്റെ അടുത്തുകൂടെ അലറി വിളിച്ചുകൊണ്ട് ഓടിപ്പോയി. അയാൾ ദൂരെ മറയുന്നത് നോക്കി ഇരുന്നുകൊണ്ട് എത്ര ഭ്രാന്തന്മാർ ഈ നഗരത്തിൽ ഉണ്ടായിരിക്കും എന്നും അതിലെത്ര പേർ പ്രണയം കാരണം സമനില നഷ്ടപ്പെട്ടതായിരിക്കും എന്നും ഫാൽക്കോ ചിന്തിച്ചു. ചില സമയത്ത് അവർ യോഗികളാണോ അതോ ഭ്രാന്തന്മാർ ആണോ എന്ന് തിരിച്ചറിയാൻ ബുദ്ധിമുട്ടാണ്. പക്ഷേ ഇത്തരം ആളുകൾ ധാരാളമുണ്ട് എന്നത് തീർച്ചയാണ്. അവന് മെവ് ലെവി സത്രത്തിലെ ഭ്രാന്തൻ അരിപ്പ തീനിയെയും ഭ്രാന്തൻ

സയിദ് മെഹ്മദ് എന്ന അതിസമർത്ഥനായ തകരപ്പണിക്കാരനെയും ഓർമ്മ വന്നു. തന്റെ കാലുകൾ കൊണ്ടുപോലും പണിയെടുക്കാൻ തക്ക സാമർത്ഥ്യം തന്റെ ജോലിയിൽ അയാൾക്കുണ്ടായിരുന്നു. ഭ്രാന്തൻ കഡി എന്നൊരു പഴയ ന്യായാധിപൻ ഇസ്താംബൂൾ നഗരത്തിൽ സ്ഥിരം കാണപ്പെടുന്ന ഒരു മുഖമാണ്. വിധിയിൽ എന്തോ തെറ്റ് സംഭവിച്ചതിൽ ഉണ്ടായ കുറ്റബോധം നിമിത്തമാണ് അദ്ദേഹത്തിന്റെ സമനില തെറ്റിയത്. തെരുവുകളിൽ ഋതുഭേദങ്ങൾ അറിയാതെ കൊടും തണുപ്പിലും വേനലിലും ന്യായാധിപ വസ്ത്രവുമണിഞ്ഞു അലഞ്ഞു തിരിയുന്ന ഭ്രാന്തൻ കഡിയുടേത് ആരുടെയും മനസ്സ് വേദനിപ്പിക്കുന്ന ഒരു രൂപമാണ്. കരിങ്കടലിന് അടുത്തു നിന്ന് വരുന്ന റ്റോഡി ഉസ്മാൻ എന്ന പ്രവാചകനായ സന്ന്യാസി, ആരോടു വിടവാങ്ങിയാലും 'പോയിവരൂ പ്രിയപ്പെട്ടവളേ' എന്ന് വിളിച്ചു കൂവുന്ന നോവിസ് മുസ്തഫ എന്ന ബെക്താഷി ഫക്കീർ, അങ്ങനെ എത്രയെത്ര പേർ. 'വിശ്വാസ വഞ്ചകരേ, കപട നാട്യക്കാരെ, വഴിമാറൂ' എന്നുറക്കെ വിളിച്ചു പറഞ്ഞുകൊണ്ട് നഗരത്തിന്റെ ഒരറ്റത്ത് നിന്ന് മറ്റേയറ്റത്തേക്ക് ഓടിക്കൊണ്ടിരിക്കുന്ന കഡി സുലൈമാൻ എഫെൻഡി, ഭ്രാന്തൻ വില്പനക്കാരൻ, മുട്ടക്കിറുക്കൻ വിവിധ സ്വഭാവങ്ങളും പെരുമാറ്റ രീതികളുമുള്ള, ഭ്രാന്തന്മാർ എന്ന് മുദ്ര കുത്തി സമൂഹത്തിൽ നിന്ന് പുറന്തള്ളപ്പെട്ടവർ. ഇത്രയേറെ ഭ്രാന്തന്മാർ ഈ നഗരത്തിൽ ഉണ്ടെങ്കിൽ സമനില തെറ്റിയതായി അറിയപ്പെടാത്ത എത്രയോ പേർ ഉണ്ടായിരിക്കും? സദാബാത്തിൽ വെച്ച് ഏതോ ശക്തിയുടെ പ്രഭാവത്താൽ എന്ന പോലെ സംസാരിക്കുമായിരുന്ന ഒരു ഭ്രാന്തനെ കണ്ടുമുട്ടിയ കാര്യവും അവൻ ഓർത്തു.

സ്മാരകമണ്ഡപത്തിനു സമീപമിരുന്ന് ഭ്രാന്തിനെയും ഭ്രാന്തന്മാരെയും പറ്റി ചിന്തിക്കുന്നതിനിടയിൽ തഹ്താകാലേയിലേക്കുള്ള വഴിയിലൂടെ പോകുന്ന പതിനഞ്ചോ ഇരുപതോ ആളുകൾ ചൂട് പിടിച്ച വാഗ്വാദം ഏറ്റെടുക്കുന്നത് ഫാൽക്കോ കണ്ടു. അവരിലൊരാൾ അവന്റെ പ്രത്യേക ശ്രദ്ധ പിടിച്ചു പറ്റി. സ്നാനഘട്ടത്തിലെ പട്രോണ ഹലീലിന്റെ വെള്ളത്തൊട്ടിക്കടുത്ത് ജയിൽ സൂക്ഷിപ്പുകാരന്റെ തൊട്ടടുത്തു നിന്ന മനുഷ്യന്റെ നല്ല ഛായയുണ്ടായിരുന്നു അയാൾക്ക്. ചില ആളുകൾ വിളിച്ചു പറയുന്നത് കേട്ടു. "അവൻ പട്ടാളക്കാരുടെ അന്തസ്സിനെയാണ് ചോദ്യം ചെയ്തിരിക്കുന്നത്. ഞങ്ങൾക്ക് നീതി വേണം." പെട്ടെന്ന് എവിടെ നിന്നോ മൂന്നു പൊലീസുകാർ പ്രത്യക്ഷപ്പെട്ടു.

"വരൂ, എല്ലാവർക്കും നീതിക്ക് അവകാശമുണ്ട്." ആളുകളെ ശാന്തരാക്കാൻ ശ്രമിച്ചുകൊണ്ട് അവരിൽ ഒരാൾ പറഞ്ഞു.

തീർച്ചയായും ആരോ ആരെയോ അപമാനിക്കാൻ ശ്രമിച്ചിട്ടുണ്ട്. അഭിമാനം സംരക്ഷിക്കാനുള്ള ഒരു ലഹള പൊട്ടിപ്പുറപ്പെടാൻ പോവുകയാണ് എന്ന് ഫാൽക്കോയ്ക്ക് മനസ്സിലായി. സുലൈമാനിയെയിലെ പള്ളികളുടെ ഗോപുരങ്ങളിൽ നിന്ന് മുസലിയാർമാർ വിളിച്ചു പറയാൻ തുടങ്ങി. "അല്ലാഹു അക്ബർ, അല്ലാഹു അക്ബർ."

ഷെയ്ക്ക് അൽ ഇസ്ലാമിന്റെ മരണകാര്യാലയത്തിൽ പോയ ഫാൽക്കോ ബുദ്ധിയോടെയാണ് പെരുമാറിയത്. രേഖകൾ സൂക്ഷിക്കുന്ന, പ്രായം ചെന്ന ഉദ്യോഗസ്ഥന്റെ പോക്കറ്റിൽ കുറെ നാണയങ്ങൾ ഇട്ടു കൊടുത്ത ശേഷം അവരൊരുമിച്ച് കഴിഞ്ഞ ആറുമാസത്തെ മരണ വിവരങ്ങൾ അടങ്ങിയ രണ്ടു വലിയ പുസ്തകങ്ങൾ പരിശോധിച്ചു. പക്ഷേ അവർക്ക് നക്സിഗ്യുൽ എന്ന പേരിൽ ആരെയും കണ്ടെത്താൻ കഴിഞ്ഞില്ല. അവിടെ നിന്നിറങ്ങിയ ഫാൽക്കോയെ സ്വീകരിച്ചത് ശ്വാസം മുട്ടിക്കുന്ന പുകയും എന്തൊക്കെയോ കത്തിക്കരിയുന്ന തീക്ഷ്ണഗന്ധവുമാണ്. തെരുവുകളിൽ സാധാരണ അനുഭവപ്പെടാറുള്ള ശാന്തമായ അന്തരീക്ഷത്തിനു പകരം ആർത്തനാദങ്ങളും അലർച്ചകളും മാത്രമേ കേൾക്കാൻ കഴിഞ്ഞുള്ളൂ. പുകയ്ക്കു കട്ടി കൂടി തുടങ്ങിയതോടെ ആളുകൾ ആത്മരക്ഷാർത്ഥം അടുത്ത സ്ഥലങ്ങളിലേക്ക് ഓടി രക്ഷപ്പെടാൻ തുടങ്ങി.

ഭ്രാന്തനായിപ്പോയ ആ വയസ്സൻ അഗ്നിശമനസേനാംഗം വിളിച്ചു കൂവിക്കൊണ്ട് ഓടിപ്പോയത് ഓർത്തുകൊണ്ട് ഫാൽക്കോ തഹ്തകാലെ ചരിവിലൂടെ പാലത്തിലേക്കിറങ്ങി. അതിലെ ജീവൻ കൈയിലെടുത്തു ധാരാളം ആളുകൾ ഓടി രക്ഷപ്പെടുന്നുണ്ടായിരുന്നു. നിമിഷംതോറും മേൽക്കൂരകളിൽ നിന്ന് എത്തിനോക്കുന്ന അഗ്നിജ്വാലകളുടെ വലിപ്പം അസാധാരണമായി കൂടി വന്നു. തീ കാസിംപാസയിൽ നിന്ന് ഗലാട്ടാ വഴി ഗോൾഡൻ ഹോണിന്റെ തീരത്തേക്ക് സാവധാനത്തിൽ പക്ഷേ, ശക്തിയോടെ പടരുകയായിരുന്നു. തീ പടർന്നേക്കും എന്ന ഭീതിയിൽ ജനങ്ങൾ ഗോൾഡൻ ഹോണിന്റെ തീരത്തു നിന്ന് ബോസ്ഫറസിലേക്ക് നീങ്ങിത്തുടങ്ങിയിരുന്നു.

ഫാൽക്കോ തീയുടെ നേരെ നീങ്ങിനിന്ന് ജ്വാലകളുടെ വേഗം നിരീക്ഷിക്കുകയും അത് എങ്ങനെയാണ് വീടുകളെയും മനുഷ്യരെയും നശിപ്പിക്കുന്നത് എന്നു ചിന്തിക്കുകയും ചെയ്തു. എല്ലാം മാറ്റിമറിക്കാനുള്ള തീയുടെ കഴിവിൽ അവൻ അദ്ഭുതപ്പെട്ടു. ഭൂമിയും വെള്ളത്തെയും വായുവിനെയും മാറ്റിമറിക്കാനുള്ള കഴിവ് അതിനുണ്ട്. മനുഷ്യർക്ക് പോലും അഗ്നിയുടെ സാന്നിദ്ധ്യത്തിൽ മാറ്റങ്ങൾ ഉണ്ടാകുന്നു. അഗ്നിയുടെ ഭയാനകത ജീവിതത്തെ പാടേ മാറ്റുന്നു. അവൻ പാലത്തിൽ എത്തിയപ്പോഴേക്കും ഗംഭീരമായ തീജ്ജ്വാലകൾ ഗലാട്ടാ ഭിത്തികളെ നക്കിത്തുടയ്ക്കുകയായിരുന്നു. പൊട്ടിത്തെറിക്കുന്ന അഗ്നിശകലങ്ങൾ ഗോൾഡൻ ഹോണിലെ നീലജലത്തിൽ പ്രതിഫലിച്ചു. കൂറ്റൻ തീജ്ജ്വാലകൾ ഭൂമിയെയും ആകാശത്തെയും ഒരുമിച്ച് വിഴുങ്ങുകയാണ്. അതിന്റെ വഴിയിലുള്ള എല്ലാം തന്നെ പടപടാ ശബ്ദവുമായി ചാരമായി മാറുന്നു. വന്യമായ ആ ആക്രമണത്തെ ഏതോ അജ്ഞാതശക്തി നിയന്ത്രിക്കുന്നതു പോലെ തോന്നി. ആരോ വിധിയുടെ കെട്ടഴിച്ചു വിട്ടതു പോലെ അത് എവിടെ നിന്നോ പ്രത്യക്ഷപ്പെടുകയും നിമിഷനേരത്തിനുള്ളിൽ എല്ലാം വിഴുങ്ങുകയും ചെയ്തു. ഇങ്ങനെയുള്ള കാര്യങ്ങൾ സംഭവിക്കുമ്പോൾ എല്ലാ മുൻകരുതലുകളും മനുഷ്യർ അവഗണിക്കും എന്ന്

ഫാൽക്കോയ്ക്ക് നന്നായി അറിയാമായിരുന്നു. അവൻ പാലം കടന്നു ബെസിക്താസിൽ ഉയരുന്ന പുകത്തൂണുകൾക്ക് നേരെ ഓടി. ഓട്ടത്തിനിടയിൽ താൻ കണ്ട വഴക്കിനെപ്പറ്റിയും ആ ഭ്രാന്തന്റെ ജല്പനങ്ങളെപറ്റിയും അവൻ ഓർത്തു. "ഓടിക്കോ ഇല്ലെങ്കിൽ പൊള്ളിച്ചാവും." മെവ്ലെവി സത്രത്തിൽ എത്തിയ പാടെ അവൻ കവി ദെദെയുടെ മുന്നിലെത്തി തീപ്പിടിത്തത്തെക്കുറിച്ചു വർണ്ണിക്കാൻ തുടങ്ങി. പക്ഷേ, ബെയ്സിറ്റിലെ അഗ്നിശമനസേനയുടെ ഗോപുരത്തിന്മേൽ അപ്പോഴേക്കും അപകടസൂചനയുമായി ചുവന്ന കൊടി പാറിത്തുടങ്ങിയിരുന്നു.

സത്രത്തിനുള്ളിൽ ഡെർവിഷുകൾ സമാധാനത്തിനും മോക്ഷപ്രാപ്തിക്കുമായുള്ള പ്രാർത്ഥനകളിൽ ഏർപ്പെട്ടിരിക്കുകയായിരുന്നു. പ്രാർത്ഥനാമുറിയിൽ നിന്ന് 'ആമേൻ' എന്ന വാക്ക് അലയടിച്ചപ്പോൾ, ഇന്ന് കേട്ട 'ഞങ്ങൾക്ക് നീതി വേണം' എന്ന മുദ്രാവാക്യം വിളിച്ചു പറഞ്ഞ ചെറുപ്പക്കാരനെ പറ്റി ഓർക്കുകയായിരുന്നു ഫാൽക്കോ. അയാളെ ഒരു മുഖം മൂടിയുമണിഞ്ഞു സ്നാനഘട്ടത്തിലെ വെള്ളത്തൊട്ടിക്കടുത്തു നിൽക്കുന്നതായി അവൻ സങ്കല്പിച്ചു നോക്കി. ആ മനുഷ്യൻ പറഞ്ഞ വാക്കുകൾ പോലും ഫാൽക്കോയ്ക്ക് ഓർമ്മയുണ്ടായിരുന്നു. "ക്വാഫ് പർവതത്തിൽ നിന്നുള്ള റോസാപ്പൂച്ചുണ്ടുകളും വളഞ്ഞ പുരികക്കൊടികളുമുള്ള സുന്ദരിയെ കാത്തിരിക്കുകയാണ് ഞങ്ങൾ."

പക്ഷേ, ആരാണീ പ്രേയസി? രാത്രി മുഴുവൻ അതാലോചിച്ച് അവൻ ഉറക്കം വരാതെ തിരിഞ്ഞും മറിഞ്ഞും കിടന്നു. ഒടുവിൽ അടുത്ത ദിവസം രാവിലെ നഹിഫി ദെദെ എത്തുമ്പോൾ ചോദിക്കാൻ അവൻ തീരുമാനമെടുത്തു.

"വളരെ നിസ്സാരമായ ഒരു രഹസ്യ സൂചനയാണ് അത്." നഹിഫി ദെദെ വിശദീകരിച്ചു. "ഓരോ ഭാഗവും ഓരോ അക്ഷരത്തെ പ്രതിനിധാനം ചെയ്യുന്നു. ക്വാഫ് പർവതം ക്വാഫ് എന്ന അക്ഷരത്തെയും വളഞ്ഞ പുരികക്കൊടികൾ യെ എന്ന അക്ഷരത്തെയുമാണ് സൂചിപ്പിക്കുന്നത്. മെലിഞ്ഞു നീണ്ട ശരീരം എന്ന പ്രയോഗത്തിലൂടെ അലെഫ് എന്ന അക്ഷരത്തെയും റോസാപ്പൂച്ചുണ്ടുകളിലൂടെ മിം എന്ന അക്ഷരവുമാണ് ഉദ്ദേശിക്കുന്നത്. ഈ അക്ഷരങ്ങൾ എല്ലാം കൂട്ടിച്ചേർത്താൽ കിയാമ എന്ന വാക്കു കിട്ടും. അതിനെ ഉയർത്തെഴുന്നേല്പ് എന്നോ ന്യായവിധി ദിവസം എന്നോ പരിഭാഷപ്പെടുത്താം. ഖുർ-ആൻ-ലെ എഴുപത്തി അഞ്ചാമത്തെ സൂറത്തിന്റെ പേരാണത്."

താൻ നിസ്സാരമായ ഒരു രഹസ്യസംജ്ഞ വിശദീകരിച്ചു എന്ന് മാത്രമേ നെഹിഫി ദെദെ കരുതിയുള്ളൂ. ഫാൽക്കോയുടെ കണ്ണുകളിൽ തെളിഞ്ഞ അപകടഭീതി അദ്ദേഹം കണ്ടില്ല.

ചോദ്യം 35

തലപ്പാവും ടുളിപ്പുകളും തമ്മിലുള്ള സാംസ്കാരിക വ്യത്യാസമെന്ത്?

ആമകളുടെ കുളത്തിനടുത്തുനിന്ന് ശബ്ദം കേട്ട് അങ്ങോട്ട് ഓടിപ്പോകും മുൻപ് യെയും ഹാഫിസ് സെലെബിയും കൂടി ഇസ്താംബൂൾ ടുളിപ്പിന്റെ വെൽവെറ്റ് പോലെയുള്ള ഇതളുകളെക്കുറിച്ചു സംസാരിക്കുകയായിരുന്നു. അത് പറഞ്ഞ് അഞ്ചാറു ചുവടുകൾ വെച്ചപ്പോഴാണ് ഏതോ വിദേശഭാഷയിലുള്ള ബഹളം കേട്ടുതുടങ്ങിയത്. ഗലാട്ടായിൽ താമസിക്കുന്ന വിദേശികൾക്കിടയിലും ഇടയ്ക്കിടെ ഇസ്താംബൂൾ സന്ദർശിക്കുന്ന വെനീഷ്യൻ നാവികർക്കിടയിലും ശുദ്ധജലത്തിൽ വളരുന്ന ആമകളുടെ മാംസം ആയുർദൈർഘ്യം വർദ്ധിപ്പിക്കും എന്നൊരു വിശ്വാസം ഉണ്ടായിരുന്നു. ഈ ബഹളം കേട്ടപ്പോൾ പതിവുപോലെ ആമകളെ മോഷ്ടിക്കാൻ വന്ന ആരെങ്കിലും ആവും എന്നാണ് ഹാഫിസ് സെലെബി വിചാരിച്ചത്. പുതിയ നിയമം നടപ്പിൽ വന്നതിനുശേഷം മോഷ്ടാക്കളുടെ എണ്ണം കൂടിയിട്ടുണ്ട്. ഒന്നുകിൽ സ്വന്തം ആവശ്യത്തിനായോ അല്ലെങ്കിൽ വൻവിലയ്ക്ക് വിദേശനാവികർക്ക് വില്ക്കുകയോ ആണ് ഉദ്ദേശ്യം.

തന്റെ ആമകൾ പരിസ്ഥിതി സന്തുലനത്തെ സഹായിക്കുന്നതിനാൽ അവയ്ക്ക് ഇത്തരം മോഷ്ടാക്കളിൽ നിന്ന് സംരക്ഷണം വേണം എന്ന് ആവശ്യപ്പെട്ടുകൊണ്ട് ഹാഫിസ് സെലെബി ഭരണകൂടത്തിനു മുന്നിൽ അപേക്ഷ സമർപ്പിച്ചിട്ട് രണ്ടാഴ്ച പോലും തികഞ്ഞിരുന്നില്ല. എങ്ങനെയാണ് ആമകൾ പരിസ്ഥിതി സന്തുലനത്തെ പ്രോത്സാഹിപ്പിക്കുന്നത് എന്നതിനെക്കുറിച്ച് ഒരു വിശദീകരണവും അദ്ദേഹം മന്ത്രിമുഖ്യന്റെ മുന്നിൽ സമർപ്പിച്ചിരുന്നു.

ആമകളുടെ എണ്ണം കുറയുന്നത് മൂലം ആറ്റുവഞ്ചിക്കൂട്ടങ്ങൾക്കിടയിലെ പാമ്പുകളുടെ എണ്ണം വർദ്ധിക്കുകയും അവ പ്രാണികളെ തിന്നൊടുക്കുകയും ചെയ്യും. ഇത് പച്ചക്കറികളുടെയും പഴങ്ങളുടെയും വിളവിനെ ബാധിക്കും. ഇബ്രാഹിം പാഷയുടെ അനുമതിയോടെ സെലെബി ഗലാട്ടാ ജില്ലയിലെ കൃഷി വകുപ്പിന്റെ മേലാവിയെക്കൊണ്ട് ആമകളെ വേട്ടയാടുന്നത് കുറ്റകരമാണെന്ന നിയമം നടപ്പിൽ വരുത്തിച്ചു. യെയെയും സെലെബിയും ഓടിക്കിതച്ചു കുളത്തിനടുത്ത് എത്തിയപ്പോൾ അവിടെ മൂന്നു മനുഷ്യർ നില്പുണ്ടായിരുന്നു. നിശ്ചയമായും അവർ കള്ളന്മാർ

ആയിരുന്നില്ല. നേരെ മറിച്ചു അവരെ കണ്ട നിമിഷം ഹാഫിസ് സെലെബി ആനന്ദത്താൽ മതി മറന്നു.

"എന്റെ സുഹൃത്ത്. സ്വാഗതം എന്റെ സഹോദരാ!" അക്കൂട്ടത്തിൽ ദൃഢശരീരവും സ്വർണത്തലമുടിയും നീലക്കണ്ണുകളും നീണ്ട മൂക്കുമുള്ള മനുഷ്യനെ സെലെബി അത്യധികം സ്നേഹത്തോടെ ആലിംഗനം ചെയ്തു.

"ഞാൻ താമസിച്ചില്ലല്ലോ? അല്ലേ?" ആ മനുഷ്യൻ വിദേശച്ചുവയുള്ള ടർക്കിഷ് ഭാഷയിൽ ചോദിച്ചു.

പരിചയപ്പെടുത്തലുകൾ കഴിഞ്ഞപ്പോൾ വന്നിരിക്കുന്നതിൽ ഓസ്ട്രിയൻ നയതന്ത്രപ്രതിനിധിയുടെ ഉദ്യോഗസ്ഥനായ സെയിസ് എഫെൻഡിയയും ഫ്ളാൻഡേഴ്സിൽനിന്ന് വന്ന ജീൻ ബാപ്പിസ്റ്റ വാൻ മോർ എഫെൻഡിയുമാണ് എന്ന് യെയെയ്ക്ക് മനസ്സിലായി. പക്ഷേ ഹാഫിസ് സെലെബിയെ അത്രയേറെ സന്തോഷവാനാക്കിയ ആ മനുഷ്യൻ ആരാണ്? അവന് അതിനുത്തരം കിട്ടാൻ അധികനേരം കാത്തു നില്ക്കേണ്ടി വന്നില്ല. എന്നാൽ എപ്പോഴും പൂട്ടിക്കിടക്കുന്ന തന്റെ സ്വകാര്യ മുറിയുടെ താക്കോൽ സെലെബി ചോദിച്ചപ്പോൾ ഇത് പിറ്റ്ജാൻ ആയിരിക്കും എന്ന് അവൻ ഊഹിച്ചു.

ശൈത്യകാലം മുഴുവൻ സെലെബി അയാളെക്കുറിച്ചുള്ള കഥകൾ പറഞ്ഞു കൊണ്ടേയിരിക്കുകയായിരുന്നു. പത്തു വർഷം മുമ്പാണ് പിറ്റ്ജാൻ കപ്പലിൽ നിന്നിറങ്ങി ഹാഫിസ് സെലെബിയുടെ പൂന്തോട്ടത്തിൽ തോട്ടക്കാരനായി ജോലി ചെയ്തു തുടങ്ങിയത്. എല്ലാ വർഷവും ശൈത്യകാലങ്ങളുടെ അവസാനം അയാൾ സെലെബിയുടെ അടുത്തേക്ക് വരികയും ടുളിപ്പുകളുടെ ഇലകൾ ഉണങ്ങിത്തുടങ്ങുന്ന ജൂൺ മാസമാവുമ്പോഴേക്കും വീട്ടിലേക്കു തിരിച്ചുപോവുകയും ചെയ്യും. സെലെബിയുടെ കൂടെ താമസിക്കുമ്പോൾ കിട്ടുന്ന ഒഴിവു സമയങ്ങൾ നാട്ടിലേക്കു കൊണ്ടുപോകാനായി ടുളിപ്പുകളുടെ ചിത്രങ്ങൾ വരയ്ക്കുക അയാളുടെ പതിവായിരുന്നു. ടുളിപ്പുകളുടെ വംശവർദ്ധന നടത്തുന്നതിൽ പിറ്റ്ജാനുള്ള കഴിവിനെപ്പറ്റി അല്പമൊരു അസൂയയുടെ ശബ്ദത്തിൽ പോലും സെലെബി സംസാരിച്ചിട്ടുണ്ട്.

ജീൻ ബാപ്പിസ്റ്റ വാൻ മോർ, ഫ്ളാൻഡേഴ്സിലെ വലെൻസിയെനസ് എന്ന സ്ഥലത്തുനിന്ന് വരുന്ന ഏകദേശം അറുപതു വയസ്സോളമുള്ള ഒരു ചിത്രകാരൻ ആയിരുന്നു. സുൽത്താൻ അഹമ്മദ് മൂന്നാമന്റെ കൊട്ടാരം സന്ദർശിക്കാനായി കുറേ വർഷങ്ങൾക്കു മുൻപ് ഇസ്താംബൂളിലെത്തിയ അദ്ദേഹം നഗരത്തിൽ ആ സമയത്ത് പ്രചാരത്തിലുണ്ടായിരുന്ന തരം വസ്ത്രങ്ങൾ വിഷയമാക്കിക്കൊണ്ട് ചിത്രങ്ങളുടെ ഒരു ശ്രേണി തന്നെ നിർമ്മിച്ചു. കൊട്ടാരത്തിലെ പ്രധാനികളെ വരയ്ക്കാൻ തുടങ്ങിയതോടെ അദ്ദേഹത്തിന്റെ പ്രശസ്തി വളരെ വേഗം വ്യാപിച്ചു. ഹാഫിസ് സെലെബിയെക്കുറിച്ചു കേട്ടറിഞ്ഞ വാൻ മോർ അദ്ദേഹത്തോട് ടുളിപ്പുകളെക്കുറിച്ചു സംസാരിക്കാൻ ആഗ്രഹിച്ചു. അന്ന് വൈകുന്നേരം വാൻ

മോർ തന്റെ പഴയ വിദ്യാർത്ഥിയായ പിറ്റ്ജാനെയും സെയിസിനെയും കണ്ടുമുട്ടുകയും അവരുമൊത്ത് സദാബാത്തിലെത്തി സൂര്യാസ്തമയം കാണുകയും ചെയ്തു. അതിനുശേഷം ഇരുട്ട് വീഴും മുൻപ് സെലെബിയുടെ വീട്ടിലെത്താൻ വേണ്ടി തിരക്ക് പിടിച്ചു വരുന്ന വഴിക്ക് കാഗിത്താനെയിലെ അരുവിക്കടുത്തു വച്ച് അവർക്ക് വഴിതെറ്റി. ഒടുവിൽ ചുറ്റിത്തിരിഞ്ഞു സെലെബിയുടെ തോട്ടത്തിന്റെ പിൻഭാഗത്താണ് മൂവരും എത്തിയത്. ഇരുട്ടിൽ തോട്ടത്തിനകത്തേക്ക് കടക്കാനുള്ള ശ്രമത്തിൽ അവിടെ കൂട്ടിയിട്ടിരുന്ന പൂച്ചട്ടികളിൽ ചവിട്ടി മൂവരും തറ പറ്റിയതിന്റെ ബഹളമാണ് നേരത്തെ കേട്ടത്. കഴിഞ്ഞ വർഷം പൊട്ടിപ്പോയതിനു പകരമായി പാവം സെലെബി പ്രത്യേകമായി പറഞ്ഞുണ്ടാക്കിച്ച് ഒരുപാടു ബുദ്ധിമുട്ടുകൾ സഹിച്ച് കാഗിത്താനെയിലേക്ക് വരുത്തിച്ച ചട്ടികളുടെ മേലായിരുന്നു ഇവരുടെ പരാക്രമം. വാൽനട്ട് മരത്തിന്റെ തടി ഊന്നു കൊടുത്തു നിർത്തിയിരിക്കുന്ന പഴയ ഒരു കട്ടിലിന്മേൽ ഇരിക്കാൻ സെലെബി അവരെ ക്ഷണിച്ചു. പൊട്ടിയ ചട്ടികൾ കാരണം കുഴപ്പത്തിലായ പദ്ധതികളെക്കുറിച്ചോർത്തു സെലെബിയുടെ മനസ്സ് അസ്വസ്ഥമായെങ്കിലും പിറ്റ്ജാൻ വന്നെത്തിയതിലുള്ള സന്തോഷം അതിനെയെല്ലാം പാടേ നിസ്സാരമാക്കിക്കളഞ്ഞു.

“എന്റെ പ്രിയ സുഹൃത്തേ, വീട്ടിൽ എല്ലാവരും സുഖമായിരിക്കുന്നുവോ? വ്യാപാരം ഒക്കെ എങ്ങനെ പോകുന്നു?”

“വ്യാപാരം നന്നായി നടക്കുന്നു.” തന്റെ മുഴങ്ങുന്ന ശബ്ദത്തിൽ പിറ്റ്ജാൻ പറഞ്ഞു.

“സെലെബി, നിങ്ങളെ ഒന്ന് കാണാൻ വളരെ ആഗ്രഹമുണ്ടായിരുന്നു.”

മുറിഞ്ഞ ടർക്കിഷിൽ സെയിസ് പറഞ്ഞു.

യെയെയ്ക്ക് പലപ്പോഴും ചിരിയമർത്താൻ പണിപ്പെടേണ്ടി വന്നു. ഈ മനുഷ്യരുടെ കോമാളിത്തം നിറഞ്ഞ ഉച്ചാരണവും പ്രാകൃതമായ പെരുമാറ്റ രീതികളും വിചിത്രമായ വസ്ത്രങ്ങളും ഇയൂപ് സുൽത്താൻ പള്ളിയുടെ സമീപത്തു അരങ്ങേറുന്ന പാവകളികളിലെ വികട കഥാപാത്രങ്ങൾ ആയ കരഗോസുകളുടെ കോമാളിത്തരങ്ങളെ ഓർമ്മിപ്പിച്ചു. സാധാരണ അതിഥികൾ വരുമ്പോൾ ചെയ്യുന്നത് പോലെ അവൻ കലവറയിൽ ചെന്ന് കുറച്ചു വാൽനട്ടും നേർമ്മയായി അരിഞ്ഞുണക്കിയ ആപ്പിളും പിയറും അന്ന് പറിച്ചെടുത്ത തുടുത്ത പ്ലം പഴങ്ങളും പച്ച ആൽമണ്ടും എടുത്തു കൊണ്ടുവന്നു വിതരണം ചെയ്തു. ഏകദേശം രണ്ടു മണിക്കൂറോളം അവർ അവിടെ കൂടിയിരുന്നു ടുളിപ്പുകളെക്കുറിച്ചു ചർച്ച ചെയ്തു. കലാപരം എന്ന് വിശേഷിപ്പിക്കാവുന്ന പിറ്റ്ജാന്റെ ടുളിപ്പുകളെക്കുറിച്ചുള്ള ധാരണ കരുത്തൻ യെയെയുടെ മനസ്സിൽ അസൂയ ഉണർത്തി. അവരുടെ സംഭാഷണത്തിനിടയ്ക്ക്, വാൻ മോർ ‘ടുള്പ്പ്’ എന്ന് പറയുന്നത് ടുളിപ്പുകളെ ഉദ്ദേശിച്ചായിരിക്കും എന്ന് അവൻ ഊഹിച്ചു.

കുറച്ചു നേരം കഴിഞ്ഞു സെയിസും മോറും വിടപറഞ്ഞു. വന്നപ്പോഴുള്ള കോലാഹലങ്ങളോടെ അവർ ഇരുട്ടിൽ മറഞ്ഞു. ഹാഫിസ് സെലെബിയും പിറ്റ്ജാനും പരസ്പരം നോക്കി നിരാശയോടെ തലകുലുക്കിയ ശേഷം പൊട്ടിച്ചിരിയിലേക്ക് കൂപ്പുകുത്തി.

അങ്ങനെ ആ വീട്ടിൽ അവർ മൂന്നു പേരും മാത്രമായി. കരുത്തൻ യെയെയ്ക്ക് പിറ്റ്ജാനോടു ദേഷ്യമൊന്നും തോന്നിയില്ല. പക്ഷേ തനിക്ക് സെലെബിയോടുള്ള അടുപ്പത്തിൽ ഈ മനുഷ്യന്റെ വരവ് വിള്ളൽ വീഴ്ത്തുമോ എന്നവനു സംശയം തോന്നി. പരസ്പരം വിശേഷങ്ങൾ പറയാനായി ഹാഫിസ് സെലെബിയും പിറ്റ്ജാനും സ്വസ്ഥമായി ഒരിടത്ത് ഇരുന്നപ്പോൾ യെയെ തന്റെ മുറിയിലേക്ക് വലിഞ്ഞു ഉറങ്ങാനുള്ള വട്ടംകൂട്ടി. രാത്രി മുഴുവൻ അവരുടെ ഉച്ചത്തിലുള്ള സംഭാഷണവും പൊട്ടിച്ചിരികളും കാരണം അവന് ഒട്ടും ഉറങ്ങാൻ കഴിഞ്ഞില്ല. അടുത്ത ദിവസമായപ്പോഴേക്കും യെയെയ്ക്ക് ആദ്യം മുതൽ തോന്നിയ അസഹ്യത തീക്ഷ്ണമായ അസൂയ ആയി പരിണമിച്ചിരുന്നു. കഴിഞ്ഞ ദിവസം തൊട്ട് തോന്നിയ സംശയം അവർ പ്രഭാതഭക്ഷണമായ സൂപ്പ് കഴിച്ചുകൊണ്ടിരുന്നപ്പോൾ അവൻ ഉന്നയിച്ചു.

“വിദേശികൾ ടുളിപ്പിനെ എന്താണ് വിളിക്കുക?” ഹാഫിസ് സെലെബിയുടെ ശ്രദ്ധ തന്നിലേക്കാകർഷിക്കാനായി അവൻ ചോദിച്ചു.

“നീ എന്താ മോനേ അങ്ങനെ ചോദിച്ചത്?”

“ബിറ്റ് ജാൻലിയും ആ ചിത്രകാരനും ഒരു പ്രത്യേക വാക്ക് ആവർത്തിക്കുന്നത് ഞാൻ കേട്ടു.” പിറ്റ്ജാൻ എന്ന പേര് തന്റെ ഇഷ്ടക്കേട് പ്രകടമാക്കാനായി മനഃപൂർവ്വം ജീവനുള്ള പ്രാണി എന്നർത്ഥം വരുന്ന ബിറ്റ് ജാൻലി എന്ന് യെയെ തെറ്റിച്ച് ഉച്ചരിച്ചതായിരുന്നു. അത് പറഞ്ഞിട്ട് ആ പ്രാണിയെ ഞെരിക്കാനെന്നപോലെ അവൻ തന്റെ വിരലുകൾ കൂട്ടിത്തിരുമ്മി.

“അതു ശരി. അപ്പോൾ അവർ ‘ടുള്പ്പ്’ എന്ന് പറയുന്നത് നീ ശ്രദ്ധിച്ചു. അല്ലേ?” തന്റെ ശിഷ്യന്റെ കൂർമ്മയുള്ള ബുദ്ധിയെയും ജാഗ്രതയെയും സെലെബി മനസാ അഭിനന്ദിച്ചു.

“അതെ. അതാണാ വാക്ക്.”

“നിനക്കോർമ്മയുണ്ടോ, ടുളിപ്പുകൾ വീട്ടിൽ നിന്ന് ഓടിപ്പോയ പെൺകുട്ടികളെപ്പോലെയാണ് എന്ന് ഞാൻ പറഞ്ഞത്?”

“ഞാനും ഫാൽക്കോയും ഒന്നിച്ചു രണ്ടാമത്തെ തവണ കാണാൻ വന്നപ്പോഴാണ് അങ്ങനെയൊരു പരാമർശം അങ്ങ് നടത്തിയത്. പക്ഷേ, ഓടിപ്പോയി എന്ന വാക്കല്ല അങ്ങ് ഉപയോഗിച്ചത്, പകരം തട്ടിക്കൊണ്ടുപോയി എന്നാണ്.” പിറ്റ്ജാനിന്റെ നേരെ അയാളാണ് തട്ടിക്കൊണ്ടുപോയത് എന്ന പോലെ കുറ്റപ്പെടുത്തുന്ന ഒരു നോട്ടം അയച്ചിട്ട് യെയെ പറഞ്ഞു.

ഹാഫിസ് സെലെബിയും പിറ്റ്ജാനും ചിരിച്ചു.

“ഞാൻ തട്ടിക്കൊണ്ടുപോയി എന്ന് പറഞ്ഞോ? ശരിയാണ്. അവരെ തട്ടിക്കൊണ്ടുപോയതാണ്. അവരെ തട്ടിക്കൊണ്ടുപോയ മനുഷ്യന്റെ പേരാണ് ബസ്ബെക്. മഹാനായ സുലൈമാന്റെ കാലത്ത് ജീവിച്ചിരുന്ന ഒരു നയതന്ത്രജ്ഞൻ. ടുളിപ്പിനു നീ കേട്ട പേര് നല്കിയത് അയാളാണ്. ആ പേര്, പൂവിനെപ്പോലെ തന്നെ ലോകമെങ്ങും പരന്നു. ടുൾപ്പ് എന്ന് പിറ്റ്ജാനും വാൻ മോറും പറയുന്ന ഈ വാക്ക് നമ്മുടെ ടർബൻ എന്നർത്ഥം വരുന്ന ടുൾബാൻ എന്ന വാക്കിൽ നിന്നുണ്ടായതാണ്.”

“അതെങ്ങനെ സംഭവിച്ചു?”

“ആ കഥ ഇങ്ങനെയാണ്. ഒരിക്കൽ ബസ്ബെക് എഫെൻഡി അയാ സോഫിയയ്ക്കടുത്തുള്ള ഒരു കാപ്പിക്കടയിൽ ഇരിക്കുകയായിരുന്നു. ഒരു ചെറുപ്പക്കാരൻ ടുളിപ് പൂവും ചെവിക്കു പിന്നിൽ തിരുകി വരുന്നത് അദ്ദേഹം കണ്ടു. ചുവന്ന വെൽവെറ്റ് പോലെ തുടുത്ത, അപ്പോൾ മാത്രം വിരിഞ്ഞു തുടങ്ങിയ പൂവായിരുന്നു അത്. എന്റെ ഹൃദയം നിന്റെയാണ് എന്ന് തന്റെ പ്രണയിനിയോട് പറയാനുള്ള ആ യുവാവിന്റെ മാർഗമായിരുന്നു അത്.” ഹാഫിസ് സെലെബി വിശദീകരിച്ചു.

ഹാഫിസ് സെലെബി ഇസ്താംബൂളിലെ പ്രണയികളെക്കുറിച്ചു സംസാരിച്ചപ്പോൾ തന്റെ അമ്മ പറഞ്ഞു കൊടുത്ത ‘പരസ്പരപ്രണയത്തിനായി മരിച്ച കമിതാക്കൾ’ എന്ന കഥയെപ്പറ്റി യെയെ ഓർത്തു. ഈ നഗരത്തിൽ പ്രണയം സ്വാഭാവികമാണ്. പ്രണയത്തിനായി ടുളിപ് പൂവ് ചെവിക്ക് പിന്നിൽ തിരുകിവച്ച യുവാവിനെപ്പോലെ, ഫാൽക്കോയെ പോലെ, തന്നെ പോലെ, എത്രയെത്ര പ്രണയികൾ! താൻ എത്രമാത്രം ശെഹനാസിനായി കേഴുന്നുവെന്ന് ആരോടും ഒരിക്കലും യെയെ വെളിപ്പെടുത്തിയിട്ടില്ല എങ്കിലും ഏകാന്തമായ തന്റെ രാത്രികളിൽ അവളെയോർത്തു കണ്ണുനീർ പൊഴിക്കാതെ ഇതുവരെ അവൻ ഉറങ്ങിയിട്ടില്ല. യെയെ തന്റെ ശ്രദ്ധ ഹാഫിസ് സെലെബിയിലേക്ക് തിരിച്ചു.

‘ഇസ്താംബൂൾ, പ്രണയം, ഈ രണ്ടു വാക്കുകളെ വേർപിരിക്കാൻ വലിയ ബുദ്ധിമുട്ടാണ്.” ഹാഫിസ് സെലെബി പറഞ്ഞു. “ചെവിക്കു പിന്നിൽ ടുളിപ് പൂവ് തിരുകിവയ്ക്കുന്ന ശീലം ബസ്ബെക്കിന്റെ നാട്ടിൽ ഇല്ലായിരുന്നു. അദ്ഭുതംകൊണ്ട് അദ്ദേഹം ആ ടുളിപ്പിനെ ചൂണ്ടി ആ പയ്യനോട് അതെന്താണ് എന്ന് ചോദിച്ചു. ചെവിക്കു പിന്നിലിരുന്ന പൂവിന്റെ കാര്യമേ മറന്നുപോയ ചെറുപ്പക്കാരൻ തന്റെ തലപ്പാവിനെ പറ്റിയാണ് ആ വിദേശി ചോദിക്കുന്നത് എന്ന് കരുതി അവൻ ‘ടുൾബാൻ’ എന്ന് മറുപടി പറഞ്ഞു. അദ്ദേഹം സ്വാഭാവികമായും അത് ആ പൂവിന്റെ പേരാണെന്ന് തെറ്റിദ്ധരിച്ചു. തന്റെ സുഹൃത്തിന് ഒരു കത്തെഴുതിയപ്പോൾ ഈ സംഭവത്തെപ്പറ്റി എഴുതുകയും ‘ടുളിപെന്റ്’ എന്ന് ആ പൂവിനെ പരാമർശിക്കുകയും ചെയ്തു. അതിനെ തുടർന്ന് ഫ്ളെമിംഗുകൾ അതിനെ

അങ്ങനെ വിളിക്കാൻ തുടങ്ങി. മറ്റു യൂറോപ്യൻ രാജ്യങ്ങളിലേക്കും ആ പേര് ടുൾപാൻ, ടുളിപ്പാനോ, ട്യൂളിപ്, ട്യൂളിപ്പെ എന്നിങ്ങനെ വിവിധ മാറ്റങ്ങളോടു കൂടി സാവധാനം പരന്നു."

ഹാഫിസ് സെലെബിയുടെ വിശദീകരണം അംഗീകരിച്ചുകൊണ്ടും യെയെയുടെ നിരീക്ഷണപാടവത്തെ അഭിനന്ദിച്ചുകൊണ്ടും പിറ്റ്ജാൻ തലയാട്ടി.

അനുബന്ധം: പരസ്പര പ്രണയത്തിനായി മരിച്ച കമിതാക്കൾ

ഒരിക്കൽ ഇസ്താംബൂളിൽ ഒരു സുന്ദരിയായ പെൺകുട്ടി ജീവിച്ചിരുന്നു. ഒരു മാന്യന്റെ മകനോട് അവൾക്ക് അഗാധമായ പ്രണയം തോന്നി. പക്ഷേ, ആ യുവാവ് ഇതറിഞ്ഞതേ ഇല്ല. ആ പെൺകുട്ടി പ്രണയഭാരത്താൽ വിഷാദമൂകയാവുകയും മനഃക്ലേശം മൂത്ത് അവൾ രോഗിണിയാവുകയും ചെയ്തു. അഭിമാനബോധത്താൽ തന്റെ പ്രണയം അവനെ അറിയിക്കാൻ അവൾ തയ്യാറായതുമില്ല. തന്റെ പ്രണയം തുറന്നു പറഞ്ഞാൽതന്നെ അവൻ തന്നെ വിശ്വസിക്കുകയില്ല എന്ന് അവൾക്കു തോന്നി.

ചിലപ്പോൾ പ്രണയം നിരസിക്കപ്പെടാനും സാധ്യതയുണ്ട് എന്നും അവൾ ഭയന്നു.

അവളുടെ ആരോഗ്യം അനുദിനം ക്ഷയിച്ചുകൊണ്ടിരുന്നു. സുന്ദരിയായ ആ പെൺകുട്ടി ഓജസ്സെല്ലാം നഷ്ടപ്പെട്ടു മെലിഞ്ഞു വിളറി പ്രേതരൂപിണിയായി മാറി. കുട്ടിക്കാലം മുതൽ അവളെ അറിയാമായിരുന്ന ആയ സംഗതിയെല്ലാം മനസ്സിലാക്കി സ്വന്തം വികാരങ്ങൾ ഒരു കവിതയായി പകർത്താൻ ഉപദേശിച്ചു. ആരാണ് എഴുതിയത് എന്ന് ആരോടും പറയില്ല എന്ന ഉറപ്പിന്മേൽ പെൺകുട്ടി തന്റെ ആയയെ അനുസരിച്ചു. ആ യുവാവ് ഈ കവിത വായിക്കാനിടയായെങ്കിലും അതിന്റെ പിന്നിൽ തന്നോടുള്ള വികാരങ്ങൾ ആണെന്ന് മനസ്സിലാക്കുകയോ ആരാണ് അതെഴുതിയത് എന്ന് ചിന്തിക്കുകയോ ചെയ്തില്ല.

തിരിച്ചു കിട്ടാത്ത പ്രണയത്തിന്റെ നീറ്റലിൽ ആ പെൺകുട്ടി മരണത്തോടടുത്തിരുന്നു. എന്നാൽ ഒരു ദിവസം വിധി അവളോടു ദയ കാണിക്കുകയും അവരെ ഒരുമിച്ചു കൊണ്ടുവരികയും ചെയ്തു. ഹൃദയത്തുടിപ്പും അക്ഷമയും അടക്കിപ്പിടിച്ച് അവൾ ഒരു മാന്യവനിതയെപോലെതന്നെ പെരുമാറി. നേരം സന്ധ്യയാവുകയും അവൾക്കു പോവാൻ നേരമാവുകയും ചെയ്തു. പോകും മുൻപ് കുനിഞ്ഞ് അവന്റെ ചുണ്ടുകളിൽ ഉമ്മ വച്ചിട്ട് അവൾ നടന്നകന്നു.

ഒരു പ്രാവിനെപ്പോലെ അവൾ നടന്നകലുന്നത് നോക്കി അവൻ സ്തംഭിച്ചിരുന്നു. പെട്ടെന്ന് ശരീരമാകെ തളരുന്നതുപോലെ തോന്നി. ഒപ്പം

ദേഷ്യം, നാണക്കേട്, അമ്പരപ്പ്, സന്തോഷം എന്നിങ്ങനെ വിവിധ വികാരങ്ങൾ അവന്റെ മനസ്സിൽ മാറിമറിഞ്ഞുകൊണ്ടിരുന്നു. അവൾ കവാടത്തിനു പുറത്തെത്തും മുൻപ് അവൻ പ്രണയത്താൽ തരളിതനായി കഴിഞ്ഞിരുന്നു. അടുത്ത ദിവസമായപ്പോഴേക്കും അവന്റെ ഹൃദയത്തിന് തീ പിടിച്ചതുപോലെയും ശ്വാസഗതിയുടെ താളം തെറ്റുന്നതുപോലെയും ശ്വസിക്കാൻ ബുദ്ധിമുട്ട് ഉള്ളതുപോലെയും അനുഭവപ്പെട്ടു തുടങ്ങി. ഉറങ്ങാൻ കഴിയാതിരുന്ന മൂന്നു രാത്രികൾക്കുശേഷം അവൻ അവളെ കാണാൻ ഇറങ്ങി. പക്ഷേ തലേദിവസം രാത്രിയിൽ അവൾ നിത്യപ്രണയത്തിലേക്കുള്ള തന്റെ അവസാന യാത്ര തുടങ്ങിക്കഴിഞ്ഞിരുന്നു.

എന്താണ് പ്രശ്നമെന്ന് അവന്റെ അച്ഛൻ അന്വേഷിച്ചു.

“ഞാൻ അവളെ പ്രണയിച്ചതുപോലെ ദൈവത്തെ സ്നേഹിച്ചിരുന്നുവെങ്കിൽ എന്റെ ഇതുവരെയുള്ള എല്ലാ പാപങ്ങളും പൊറുക്കപ്പെട്ടേനേ.” അവൻ മറുപടി പറഞ്ഞു. “അത്രയേറെ ആത്മാർത്ഥതയോടെ ഞാൻ പ്രാർത്ഥിച്ചിരുന്നു എങ്കിൽ വന്യമൃഗങ്ങൾപോലും എന്നോടു കരുണ കാണിച്ചേനേ. എന്റെ ഉള്ളിലെ തീയണയ്ക്കാൻ ആവശ്യമായ വെള്ളത്തിൽ വേണമെങ്കിൽ മുങ്ങിച്ചാകാം. എന്റെ ഹൃദയം കീറി മുറിച്ചു അവളെ അതിനുള്ളിൽ പ്രതിഷ്ഠിച്ചശേഷം തുന്നിക്കൂട്ടിയിരുന്നെങ്കിൽ ശിഷ്ടകാലം അവൾ എന്നോടൊത്തുണ്ടായിരുന്നേനേ. എന്റെ കൂടെ വയസ്സാവുകയും മരിച്ച് ഇരുണ്ട കല്ലറയിലെത്തി പുനർജ്ജന്മം കാത്തു കഴിയുകയും ചെയ്യുമായിരുന്നു.”

അവൻ അവളുടെ കല്ലറയ്ക്കടുത്ത് അലഞ്ഞു തിരിയുന്നതായി ഏഴു ദിവസം കാണപ്പെട്ടു. അതിനു ശേഷം അവനെ ആരും കണ്ടിട്ടില്ല.

ചോദ്യം 36

നൗറൂസ് ആഘോഷങ്ങളുടെ ഭാഗമായിരുന്നോ ആ തീജ്ജ്വാലകൾ?

സെരാഗ്ലിയോ ഉപദ്വീപിൽനിന്ന് സദാബാത്തിലേക്ക് പോയപ്പോഴൊക്കെ ഒരു രാജകീയ നൗകയിലാണ് സുൽത്താൻ യാത്ര ചെയ്തിരുന്നത്. ഇയൂപ് സുൽത്താന്റെ ജില്ലയിലേക്കുള്ള അദ്ദേഹത്തിന്റെ ഈ യാത്രയിൽ പ്രജകൾ ഗോൾഡൻ ഹോണിന്റെ ഇരുവശവും തിങ്ങിക്കൂടി നിന്ന് ആശംസകൾ അർപ്പിക്കാറുണ്ട്. ഇയൂപ് സുൽത്താന്റെ ശവകുടീരം സന്ദർശിച്ച ശേഷം പ്രജകൾക്കു സമ്മാനങ്ങൾ നല്കുക അദ്ദേഹത്തിന്റെ പതിവായിരുന്നു. അതിനു ശേഷം സുൽത്താൻ രാജരഥത്തിൽ മാർബിൾ പതിച്ച സിൽവർ കനാലിന്റെ കരയിലൂടെ ബഹ്റിയെ നദീതടവും കടന്നു സദാബാത്ത് കൊട്ടാരത്തിലേക്ക് പോകും.

ടുളിപ്പുകൾ വിരിയാൻ സമയമാവാത്തതിനാൽ കാഗിത്താനെയിൽ ആഘോഷങ്ങൾ ഒന്നുമില്ലായിരുന്നു. സുൽത്താൻ ഇത്തവണ സദാബാത്തിലേക്ക് പോയത് ചില പുതിയ കെട്ടിടങ്ങൾ പരിശോധിക്കാനും നൗറൂസ് ആഘോഷങ്ങളിൽ പങ്കെടുക്കാനും തന്റെ മരുമകൻ മന്ത്രിമുഖ്യൻ ഇബ്രാഹിം പാഷയിൽ നിന്ന് സമ്മാനങ്ങൾ സ്വീകരിക്കാനുമാണ്. നൗറൂസിനുവേണ്ടി മാത്രമായി രചിക്കപ്പെട്ട ചില കാവ്യങ്ങൾ ശ്രവിക്കാനും അദ്ദേഹത്തിന് ആഗ്രഹമുണ്ടായിരുന്നു.

ടർക്കിഷ് പഞ്ചാംഗം അനുസരിച്ച് സൂര്യൻ ആവശ്യത്തിനു ചൂടും വെളിച്ചവും നൽകി ഭൂമിയിൽ ശുദ്ധവായുവും വെള്ളവും പ്രകാശവും ആവശ്യത്തിനു ലഭ്യമാവുകയും ചെയ്യുന്ന സമയമാണിത്. അന്തരീക്ഷമാകെ ഊഷ്മളവും പ്രകാശമാനവും ആവുന്ന ഈ സമയത്താണ് നൗറൂസ് ആഘോഷിക്കേണ്ടത്. അത് കൂടാതെ പേർഷ്യൻ പുതുവർഷം തുടങ്ങുന്നതും ഈ സമയത്താണ്. ഈ ആഘോഷങ്ങൾക്കായി ആളുകൾ തടിച്ചുകൂടുന്ന പൊതുസ്ഥലങ്ങളിൽ വലിയ തീക്കുണ്ഡങ്ങൾ ജ്വലിപ്പിക്കുന്നത് ഏറെ പഴക്കമുള്ള ഒരു ആചാരമായിരുന്നു. മംഗോളിയൻ പുരാണങ്ങൾ അനുസരിച്ച് കായ് സമുദായത്തിലെയും ഓട്ടോമാൻ സാമ്രാജ്യത്തിലെയും ഓഗുസ് ഭാഷ സംസാരിച്ചിരുന്ന ടർക്കുകളെ ഒരു ചാരനിറത്തിലുള്ള ചെന്നായയാണ് അവരുടെ നാടായ അർജെനെക്കോണിൽനിന്ന് ഒരു പുതിയ ജീവിതം ആരംഭിക്കാനായി പുറത്തേക്ക് നയിച്ചത്. ഓട്ടോമാൻ

സാമ്രാജ്യത്തിലെ എല്ലാ ഭരണാധികാരികളും നൗറൂസ് ആഘോഷിക്കുമായിരുന്നു. മധുര പലഹാരങ്ങളും മറ്റു വിശിഷ്ടഭോജ്യങ്ങളും കൊട്ടാരത്തിന്റെ അടുക്കളയിൽതന്നെ ഉണ്ടാക്കി ജനങ്ങൾക്ക് വിതരണം ചെയ്യുകപതിവാണ്. ഈ അവസരത്തിൽ ജ്യോതിശാസ്ത്രജ്ഞന്മാർ അവരുടെ പുതിയ കലണ്ടറുകൾ സുൽത്താന്റെ അംഗീകാരത്തിനായി സമർപ്പിക്കുകയും കവികൾ ആഘോഷത്തിന് കൊഴുപ്പ് പകരാനായി തങ്ങളുടെ രചനകൾ ചൊല്ലുകയും പ്രധാനപ്പെട്ട ഉദ്യോഗസ്ഥന്മാർ സൽക്കാരങ്ങൾ നടത്തുകയും ചെയ്യാറുണ്ട്. കലണ്ടർ പ്രകാരം ഇത്തവണ നൗറൂസ് ഒരു വെള്ളിയാഴ്ചയായിരുന്നു. ആഘോഷിക്കാൻ കിട്ടുന്ന ഒരവസരവും കളഞ്ഞു കുളിക്കാത്ത ഇബ്രാഹിം പാഷ അതൊരു അവധി ദിവസമായി പ്രഖ്യാപിക്കുകയും കൊട്ടാരഭടന്മാരുടെയും പട്ടാളക്കാരുടെയും തലവന്മാർക്കും പൊതുജനങ്ങൾക്കുമായി വലിയ ഒരു സദ്യ സംഘടിപ്പിക്കാൻ ആജ്ഞ നല്കുകയും ചെയ്തു.

മന്ത്രിമുഖ്യൻ ഇബ്രാഹിം പാഷയുടെ കൂറ്റൻ ഔദ്യോഗിക നൗകയ്ക്കും പങ്കായം ഉപയോഗിച്ച് തുഴയുന്ന ചില അലങ്കാരവഞ്ചികൾക്കും പിന്നാലെ സുൽത്താന്റെ അരയന്നം എന്ന് വിളിക്കപ്പെടുന്ന രാജനൗക പ്രത്യക്ഷപ്പെട്ടപ്പോൾ ആവേശത്തിന്റെ ഒരല നദീതീരത്തു കൂടിനിന്ന ജനങ്ങൾക്കിടയിലൂടെ കടന്നു പോയി. പിന്നാലെ കൊട്ടാരസ്ത്രീകളുമായി ആഡംബരത്തിന്റെ അവസാനവാക്കുകളായ ചെറുകപ്പലുകൾ ഒഴുകി വന്നു. ഏറ്റവും പിറകിലായി കാവൽക്കാരെയും ബോട്ടുകളിലെ തൊഴിലാളികളെയും വഹിച്ചുകൊണ്ട് കുറെ വഞ്ചികളും എത്തിച്ചേർന്നു. ഇയൂപ് സുൽത്താനിലെ കടവിൽ വെള്ളത്തിലേക്ക് ഉന്തി നില്ക്കുന്ന തിണ്ണയിൽ സ്ഥിതി ചെയ്യുന്ന ബെത്ലഹെമിലെ കാലിത്തൊഴുത്തിൽനിന്ന് കൊണ്ടുവന്നതെന്ന് കരുതപ്പെടുന്ന വിശുദ്ധ ശിലയുടെ മുകളിൽ പാദം ഉറപ്പിച്ചുകൊണ്ട് സുൽത്താനും പരിചാരകരും ആചാരപൂർവം ഇറങ്ങി. അതിനുശേഷം തൂവെള്ള നിറമുള്ള അഭിജാതനായ ഒരു കൂറ്റൻ അറേബ്യൻ കുതിരയുടെ മുകളിലേക്ക് സുൽത്താൻ കയറുമ്പോൾ പൂർണമായ നിശ്ശബ്ദതയായിരുന്നു അവിടെയാകെ.

വെള്ളനിറത്തിലുള്ള ശിരോലങ്കാരങ്ങളും സങ്കീർണവും നിറപ്പകിട്ടുള്ളതുമായ തുന്നൽപ്പണികളാൽ അലങ്കരിച്ച ജീനിയും കൊണ്ട് മോടിപിടിപ്പിച്ച ആ കുതിരയുടെമേൽ അദ്ദേഹം കയറിയിരുന്നു. അതിനെ മുന്നോട്ടു നയിച്ചപ്പോൾ ആളുകൾ ഒന്നടങ്കം ഉച്ചത്തിൽ അദ്ദേഹത്തിനു അഭിവാദ്യങ്ങൾ അർപ്പിച്ചു. ഒരു കാലാൾ ഭടൻ മുന്നിലും കുതിരപ്പടയാളികൾ വശങ്ങളിലും പിറകിലുമായുള്ള ആ യാത്ര രാജകീയപ്രൗഢി നിറഞ്ഞതായിരുന്നു. സുൽത്താന്റെ ഘോഷയാത്ര വരുന്നത് കാത്ത് പാതയുടെ രണ്ടു വശങ്ങളിലുമായി നിന്ന ജനങ്ങളെ രസിപ്പിക്കാനും അവരുടെ സംഭാവനകൾക്കുമായി ദഫു കൊട്ടി പാടിക്കൊണ്ട് അഭ്യാസ, കലാപ്രകടനങ്ങൾ കാഴ്ച വയ്ക്കുന്നവർ അവിടമാകെ മുഖരിതമാക്കി. തീ വിഴുങ്ങുന്ന അഭ്യാസപ്രകടനത്തിൽ മിടുക്കനായ സ്കട്ടറിയിലെ മഹമ്മൂദ് സെലെബി,

വരിഞ്ഞു കെട്ടിയ കയറിന്മേലുള്ള അഭ്യാസങ്ങൾക്ക് പ്രശസ്തനായ അരപ്ഗീറിലെ കാരാസുക്ക, തളികകൾകൊണ്ടുള്ള അഭ്യാസങ്ങൾക്കും ഇന്ദ്രജാലപ്രകടനങ്ങൾക്കും പ്രശസ്തനായ കാംബെരോഗ്ലു, മാന്ത്രികനായ ബർസയിലെ കുബാദി ആഗ, പാമ്പുകളെയും കുരങ്ങുകളെയുംകൊണ്ട് അഭ്യാസങ്ങൾ കാഴ്ച വയ്ക്കുന്നവർ അങ്ങനെ ധാരാളം പേർ അവിടമാകെ ഒരു ഉത്സവാന്തരീക്ഷം തന്നെ സൃഷ്ടിച്ചു. ഞാണിന്മേൽ കളിക്കാരും ചിത്രകാരന്മാരും നടന്മാരും കോമാളികളും അന്തരീക്ഷത്തിനു കൊഴുപ്പ് കൂട്ടി. അന്ധനായ വിദൂഷകൻ ഹസൻ ബോസ്നിയയിലെ ന്യായാധിപൻ സ്നാനഘട്ടത്തിൽ കണ്ട കാഴ്ചകളെക്കുറിച്ചു കാമാതുരമായ തമാശക്കഥകൾ പറഞ്ഞു ജനക്കൂട്ടത്തെ പൊട്ടിച്ചിരിപ്പിച്ചു.

ഹസ്സന്റെ ചുറ്റും കൂടിയ കാഴ്ചക്കാർക്കിടയിൽ ഇറാനിയൻ വസ്ത്രങ്ങൾ ധരിച്ച ഒരു ഡെർവിഷ് അനുയായി ഭയവും ആകാംക്ഷയും അടക്കിപ്പിടിച്ചു സുൽത്താന്റെ വരവും കാത്തുനില്പുണ്ടായിരുന്നു. ശൈത്യകാലം മുഴുവൻ അലമാരയിലിരുന്ന സൽമാന്റെ ഇറാനിയൻ വസ്ത്രവുമിട്ട് ഒരു കൂടയുമായി നിന്ന ആ യുവാവ് ഫാൽക്കോ അല്ലാതെ മറ്റാരുമായിരുന്നില്ല. ജനക്കൂട്ടത്തിന്റെ ഭാഗമായി നിന്ന് തെരുവിലെ കലാകാരന്മാരുടെ പ്രകടനങ്ങൾ ആസ്വദിക്കുകയും അവരോടൊപ്പം പൊട്ടിച്ചിരിക്കുകയും ചെയ്തുവെങ്കിലും അവന്റെ ശ്രദ്ധ മുഴുവൻ ഘോഷയാത്രയിലായിരുന്നു.

സുൽത്താൻ കുതിരപ്പുറത്തു നിന്നിറങ്ങിയപ്പോൾ ആൾക്കൂട്ടത്തിന്റെ ആരവം ഗോൾഡൻ ഹോണിന്റെ തീരമാകെ അലയടിച്ചു.

“സുൽത്താൻ നീണാൾ വാഴട്ടെ!”

“എന്നും സുൽത്താന് ഞങ്ങളെ ഭരിക്കുവാൻ കഴിയട്ടെ!”

“വിധി അങ്ങേക്ക് നല്ലത് മാത്രം വരുത്തട്ടെ!”

“അങ്ങേക്ക് ദീർഘായുസ്സ് ഉണ്ടാവട്ടെ!”

“ധീരനും സത്യസന്ധനുമായ ഞങ്ങളുടെ സുൽത്താൻ! അങ്ങേക്ക് മുകളിൽ അല്ലാഹു മാത്രമേയുള്ളൂ.”

പട്ടാളക്കാരും രാജഭടന്മാരും ഘോഷയാത്ര വരുന്ന വഴിയിൽ ജനക്കൂട്ടത്തെ ശാന്തമാക്കാൻ ശ്രമിച്ചുകൊണ്ട് നിലയുറപ്പിച്ചു. എല്ലാവരുടെയും ശ്രദ്ധ സുൽത്താന്റെമേൽ ആയിരുന്ന സമയത്ത് ഫാൽക്കോ തന്റെ കൂടയിൽനിന്ന് വലിയ വായുള്ള ഒരു പാത്രം പുറത്തെടുത്ത് അതിന്റെ കൈപ്പിടികളിലൂടെ ഒരു ചരട് കോർത്തെടുത്തു. ആരും ശ്രദ്ധിക്കാത്ത വിധത്തിൽ അവൻ അതിൽ ടർപ്പന്റൈൻ നിറച്ചു. ഒരു നിമിഷം കൊണ്ട് ഫാൽക്കോ അതിനു തീ കൊടുക്കുകയും ആ ചരടുപയോഗിച്ച് തന്റെ താടിയിൽ ആ പാത്രം കെട്ടിയുറപ്പിക്കുകയും ചെയ്തു. തീജ്ജ്വാലകൾ മുകളിലേക്കുയർന്നപ്പോൾ ആളുകളെ തള്ളിയകറ്റി സുൽത്താന് തന്നെ കാണാവുന്ന ഒരിടത്തായി അവൻ നിലയുറപ്പിച്ചു. ഈ ആചാരത്തെക്കുറിച്ച് അവന് അമ്മയാണ് പറഞ്ഞു കൊടുത്തത്. കുട്ടിയായിരുന്നപ്പോൾ അത് കാണാൻ ഒരിക്കൽ അവസരം ഉണ്ടായെങ്കിലും അതവനെ

കലശലായി ഭയപ്പെടുത്തി. ഇപ്പോൾ ഫാൽക്കോയ്ക്ക് അത് ചെയ്യാനുള്ള ഊഴമാണ്. 'പ്രകാശം കാട്ടുന്ന വഴി' എന്ന് അലെവിസ് വിളിച്ച ഈ രീതി സുൽത്താനെ സമീപിക്കാൻ യാതൊരു മാർഗവുമില്ലാത്ത സാധാരണക്കാർക്കുവേണ്ടിയുള്ളതായിരുന്നു.

സിറാഗൻ കൊട്ടാരമുറ്റത്തെ ചുവന്ന ടുളിപ് പൂവ് നക്സിഗ്യുല്ലിനോടുള്ള അവന്റെ പ്രണയം വീണ്ടും ആളിക്കത്തിച്ച ദിവസം ജയിൽ സൂക്ഷിപ്പുകാരനേക്കാൾ അധികാരമുള്ള ഒരാളോടാണ് ഇടപെടേണ്ടത് എന്ന് ഫാൽക്കോ തീരുമാനിച്ചിരുന്നു. ശരിയായ അധികാരമുള്ള ഒരു മനുഷ്യന്റെ മുന്നിൽ മാത്രമേ തന്റെ കഥയിലെ സത്യങ്ങൾ വെളിപ്പെടുത്താനും അതുവഴി താൻ നിരപരാധിയാണെന്ന് തെളിയിക്കാനും കഴിയുകയുള്ളൂ എന്നും അവന് അറിയാമായിരുന്നു. ആ പദ്ധതി നടപ്പിലാക്കാൻ കഴിഞ്ഞാൽ തന്റെ പ്രണയിനിയുടെ ഘാതകരെ കണ്ടെത്തി ശിക്ഷിക്കാനും നക്സിഗ്യുല്ലിന്റെ ആത്മാവിനോടു നീതി പുലർത്തി എന്ന് സമാധാനിക്കാനും കഴിയുമെന്ന് ഫാൽക്കോ പ്രതീക്ഷിച്ചു. ഒരു ഇറാനിയൻ ഡെർവിഷായി വേഷം മാറി ഇറാനും ഓട്ടോമാൻ സാമ്രാജ്യവും തമ്മിൽ നടന്ന യുദ്ധത്തെപ്പറ്റി സഹോദരൻ സൽമാൻ പഠിപ്പിച്ച പേർഷ്യൻ ഭാഷയിലുള്ള ചില ഈരടികളും ചൊല്ലി സുൽത്താന്റെ ശ്രദ്ധ പിടിച്ചുപറ്റാൻ അവൻ തീരുമാനിച്ചു.

നഗരത്തിൽ രഹസ്യമായി രൂപംകൊള്ളുന്ന വിപ്ലവത്തെപ്പറ്റി വിവരം കൊടുത്തുകൊണ്ട് സുൽത്താന്റെ വിശ്വാസം പിടിച്ചുപറ്റാൻ കഴിഞ്ഞേക്കും എന്നും അവൻ ആശിച്ചു. താബ്രിസിൽനിന്ന് വരുന്ന ഒരാളിന്റെ ശൈലി അനുകരിച്ച് മുറിഞ്ഞ ടർക്കിഷിൽ തന്നെ ടുളിപ് കിഴങ്ങുകൾ ശേഖരിക്കാനായി തന്റെ ഷെയ്ക്ക് അയച്ചതാണ് എന്ന് പറയാമെന്നും ഫാൽക്കോ വിചാരിച്ചു. അദ്ദേഹത്തിന്റെ ശ്രദ്ധ പിടിച്ചുപറ്റാൻ കഴിഞ്ഞാൽ തനിക്ക് സുൽത്താന്റെ വിശ്വാസം നേടിയെടുക്കാൻ കഴിയും എന്ന് അവന് ഉറപ്പായിരുന്നു. ആഡംബരപൂർണമായി അലങ്കരിച്ച തന്റെ കുതിരപ്പുറത്ത് ഒരു കഫ്താനും മുത്തുകളും മയിൽപ്പീലിയും കൊണ്ടലങ്കരിച്ച തലപ്പാവും ധരിച്ചു സുൽത്താൻ എഴുന്നള്ളുന്നതും കാത്ത് അത്രയേറെ നേരം അവിടെ ഫാൽക്കോ കാത്തുനിന്നത് അതിനുവേണ്ടി മാത്രമായിരുന്നു. തടിച്ചു കൂടി നിൽക്കുന്ന ആളുകളുടെ ഇടയിലൂടെ അവൻ ഇടിച്ചു കയറി.

“ദൈവം നല്ലവനാണ്, ദൈവം നല്ലവനാണ്.”

പരിഭ്രാന്തിയോടെ ആളുകൾ നിലവിളിച്ചു. സുൽത്താന് അകമ്പടി സേവിച്ച മൂന്നു രാജഭടന്മാർ ഓടിയെത്തി അവന്റെ വായ പൊത്തിപ്പിടിച്ചു. പിടിവലിക്കിടയിൽ അവന്റെ തലയിലെ തീജ്ജ്വാലകൾ കൂടുതൽ ശക്തിയോടെ മുകളിലേക്ക് ഉയർന്നു. പാവം ഭ്രാന്തൻ! ചിലർ ഒച്ചയിട്ടു. എന്തിനുവേണ്ടിയായിരിക്കും അവനീ ചെയ്യുന്നത് എന്ന് ആലോചിച്ചു ചില ദോഷൈകദൃക്കുകൾ തലപുകച്ചു. അന്തരീക്ഷം നിയന്ത്രണാധീനമാക്കാൻ കൂടുതൽ ഉദ്യോഗസ്ഥർ പരിഭ്രാന്തിയോടെ ഓടിയെത്തി. എന്താണ്

സംഭവിക്കുന്നത് എന്ന് സുൽത്താൻ കാണുന്നുണ്ടായിരുന്നു. അദ്ദേഹം മന്ത്രിമുഖ്യനോടു സന്ദർഭം കൈകാര്യം ചെയ്യാൻ ആംഗ്യം കാണിച്ചു. അതിനർത്ഥം താൻ സുൽത്താനെ കാണുന്നില്ല എന്നാണെന്ന് അറിയാവുന്ന ഫാൽക്കോയ്ക്ക് ഒരു കലം തിളച്ച വെള്ളം തലവഴിയെ ഒഴിച്ചതുപോലെ തോന്നി. അവന്റെ തോളുകൾ ഇടിയുകയും മനസ്സാകെ കലുഷിതമാകുകയും ചെയ്തു. എല്ലാം കുഴപ്പമായി എന്ന് അവനു തോന്നി. പദ്ധതികളെല്ലാം തലകീഴ്മറിഞ്ഞു. തിരിച്ചു ജയിൽസൂക്ഷിപ്പുകാരന്റെ കൈകളിൽതന്നെപെടാനുള്ള സാധ്യതയാണ് കൂടുതൽ എന്ന് ഫാൽക്കോയ്ക്ക് തോന്നി.

നാല്പത്തിയഞ്ചാം ബറ്റാലിയനിൽപെട്ട ഒരു പട്ടാളക്കാരനായിരുന്നു അവന്റെ കൈയ്ക്ക് പിടിച്ചു വലിച്ചത്. എണ്ണ പുരട്ടി മിനുക്കി പിരിച്ചു വച്ചിരിക്കുന്ന അയാളുടെ മേൽമീശയാണ് ഫാൽക്കോയുടെ ശ്രദ്ധയിൽ ആദ്യം പെട്ടത്. കൈയിൽ അയാളുടെ വിരലുകൾ മുറുകിയപ്പോൾ വേദനകൊണ്ട് നിലവിളിക്കാതിരിക്കാനായി അവനു പല്ലുകൾ കടിച്ചു പിടിക്കേണ്ടിവന്നു. ആ പട്ടാളക്കാരൻ തന്റെ ഇരുമ്പ് വിരലുകൾ കൊണ്ടുള്ള പിടി മുറുക്കിക്കൊണ്ട് പൈശാചികമായ ഒരു ചിരി ചിരിച്ചു. അയാളുടെ മേൽച്ചുണ്ടിനെ മൂടി വശങ്ങളിലേക്ക് വളഞ്ഞു ചെവികൾക്കടുത്തു വച്ചു താടിയോട് ചേരുന്ന മീശ ആ ചിരിയുടെ ഭയാനകത വർദ്ധിപ്പിച്ചു. സ്വബോധമുള്ള ആരെയും ഭയപ്പെടുത്താൻ പറ്റുന്ന ഒന്നായിരുന്നു ആ ചിരി. കോടാലി മീശ എന്നറിയപ്പെട്ടിരുന്ന അത്തരം താടിമീശകൾ ഇസ്താംബൂളിലെ പരിഷ്കാരികൾക്കിടയിൽ പ്രസിദ്ധമായിരുന്നു. മോടിയോടെ നടക്കുന്ന സ്വയം പൊക്കിയായ ഒരുവനാണ് ആ പട്ടാളക്കാരൻ എന്ന് ഒറ്റനോട്ടത്തിൽ തന്നെ മനസ്സിലാവുമായിരുന്നു. അയാളുടെ കൈയിലെങ്ങാനും പെട്ടാൽ എന്ത് സംഭവിക്കും എന്നോർത്ത് ഫാൽക്കോയുടെ ഉള്ളു കിടുങ്ങി.

മന്ത്രിമുഖ്യനെ കൊണ്ട് താൻ തൃപ്തിപ്പെടേണ്ടി വന്നേക്കും എന്ന് ഫാൽക്കോയ്ക്ക് ബോധ്യമായി. സമനില കൈവെടിയാതെ സൂക്ഷിക്കുകയാണ് ഇപ്പോൾ പ്രധാനം. ഹാഫിസ് സെലെബിയുടെ വാക്കുകൾ ഓർമ്മിച്ചപ്പോൾ അവന്റെ ഹൃദയം തുടിച്ചു. "പ്രശ്നങ്ങൾ ഉണ്ടാകുമ്പോൾ മാനസിക വിക്ഷോഭം സംഗതികൾ കൂടുതൽ വഷളാക്കുകയേ ഉള്ളൂ. പ്രശ്നങ്ങളെ ഭാഗ്യത്തിലേക്ക് വഴി തിരിച്ചു വിടാനുള്ള ഏക മാർഗം ശാന്തത കൈവെടിയാതിരിക്കുക എന്നത് മാത്രമാണ്." സുൽത്താന്റെ മുന്നിൽ നടപ്പിലാക്കാൻ രൂപപ്പെടുത്തിയ പദ്ധതി ഇനി ഇബ്രാഹിം പാഷയുടെ മുന്നിൽ നടപ്പിലാക്കേണ്ടി വരും. മറ്റൊരു മാർഗവും കാണുന്നില്ല. ഇയൂപ് ചത്വരത്തിൽ സമ്മാനങ്ങൾ വിതരണം ചെയ്യാനായി സുൽത്താനും മന്ത്രിമുഖ്യനും പോയിക്കഴിഞ്ഞിരുന്നു. കുതിരപ്പുറത്തേറിയ രണ്ടു പടയാളികൾ ഫാൽക്കോയെ മന്ത്രിമുഖ്യന്റെ വീട്ടിലേക്ക് കൊണ്ടുപോവുകയും നടുമുറ്റത്തിനടുത്തുള്ള ഒരു മുറിയിൽ പൂട്ടിയിടുകയും ചെയ്തു.

ചോദ്യം 37

നിരപരാധികളുടെ രക്തത്തിന് ആര് ഉത്തരം പറയും?

സുൽത്താന് മന്ത്രിമുഖ്യന്റെ പക്കൽ നിന്ന് ഒരു ക്ഷണപത്രിക ലഭിച്ചു.

"എന്നും അങ്ങയുടെ അടിമയും വേലക്കാരനും ആയ ഇബ്രാഹിം പാഷ എന്ന എളിയ ദാസൻ അങ്ങയെ എന്റെ ഭവനത്തിലേക്ക് ക്ഷണിക്കുന്നു. അങ്ങേയ്ക്ക് വേണ്ടി സേവനം നടത്താൻ സന്തോഷമേയുള്ളൂ. ഈ വീട് അങ്ങയുടെതാണ്. ഓ... ധീരനായ ഭരണാധികാരീ, അങ്ങേയ്ക്കു വേണ്ടി ഈ സായാഹ്നം ഞാൻ സമർപ്പിക്കുന്നു."

വൈകും മുൻപ് സുൽത്താൻ ഇതിനു മറുപടി അയച്ചു.

"നിങ്ങളുടെ ഉൾക്കാഴ്ചയും ബുദ്ധിശക്തിയും എന്നും ആകർഷകമാണ്. എന്നോടുള്ള വിശ്വസ്തത പ്രശസ്തവുമാണ്. പ്രിയപ്പെട്ട മന്ത്രിമുഖ്യാ, നിങ്ങളുടെ ക്ഷണം ഞാൻ സ്വീകരിച്ചിരിക്കുന്നു."

മരുമകന്റെ ക്ഷണം ലഭിച്ചതിൽ സുൽത്താൻ സന്തുഷ്ടനായിരുന്നു. കവിതയും സംഗീതവും നിറഞ്ഞ രസകരമായ ഒരു സായാഹ്നം ആയിരിക്കും അതെന്നു ഉറപ്പായിരുന്നു. പക്ഷേ, അജ്ഞാതമായ എന്തോ കാരണങ്ങളാൽ അദ്ദേഹത്തിന്റെ മനസ്സിന് നല്ല സുഖം തോന്നിയില്ല. കൊട്ടാരങ്ങളും കവികളുടെ പേരുകൾ കൊത്തിവച്ചിട്ടുള്ള പാലങ്ങളും ജലധാരകളും സിനാൻ, നെവ്പെയ്ദ, ഹെയ്രാബാദ് എന്നീ സ്ഥലങ്ങളിലെ മണ്ഡപങ്ങളും കടന്നുപോകുമ്പോൾ സാധാരണ തോന്നാറുള്ള സന്തോഷം സദാബാത്ത് കൊട്ടാരത്തിലേക്കുള്ള പടവുകൾ കയറിയപ്പോൾപോലും ലഭിച്ചില്ല. സാധാരണപോലെ തന്റെ അധീനതയിലുള്ള, ശാന്തമായി ഒഴുകുന്ന, പച്ച നിറമുള്ള നദികളോ, സമതലമാകെ പച്ചനിറം പടർത്തി നിൽക്കുന്ന മരങ്ങളോ, വെള്ളിയലങ്കാരങ്ങൾ നിറഞ്ഞ ചെറിയ കൂടാരങ്ങളോ, കൂറ്റൻ തമ്പുകളോ അദ്ദേഹത്തിൽ അഭിമാനബോധം ഉണർത്തിയില്ല.

അദ്ദേഹത്തിന്റെ വരവ് പ്രമാണിച്ചു സാധാരണ ഉണ്ടാകാറുള്ള ചാട്ടുളിയേറു മത്സരം, കുതിരപ്പുറത്തേറിയുള്ള പന്ത് കളി, ഗുസ്തി മത്സരങ്ങൾ, സംഗീതസായാഹ്നങ്ങൾ തുടങ്ങി സദാബാത്തിൽ എത്തുമ്പോൾ ആസ്വദിക്കാറുള്ള വിനോദങ്ങൾ സുൽത്താനിൽ യാതൊരു താത്പര്യവും ഉണർത്തിയില്ല. എത്ര ആലോചിച്ചു നോക്കിയിട്ടും ഇത്രയേറെ അന്യതാ

ബോധം തനിക്ക് സദാബാത്തിൽ ഒരിക്കലും അനുഭവപ്പെട്ടിട്ടേയില്ല എന്ന് സുൽത്താന് തോന്നി. എന്തെല്ലാം ഭീകരാനുഭവങ്ങൾക്ക് ഈ ചെറിയ സന്ദർശനത്തിൽ സാക്ഷ്യം വഹിക്കേണ്ടി വരുമെന്നറിഞ്ഞിരുന്നുവെങ്കിൽ, അദ്ദേഹം സെരാഗ്ലിയോയിൽ തന്നെ തങ്ങുമായിരുന്നു. എന്ത് വില കൊടുത്തും മൂന്നു ചന്ദ്രക്കലകൾ എന്ന അന്വേഷണ സംഘത്തിന്റെ തലവനു താൻ സന്തോഷിക്കേണ്ട സമയത്ത് ഒരു കൂടിക്കാഴ്ചയ്ക്ക് അനുമതി കൊടുക്കുകയുമില്ലായിരുന്നു. ഭാഗ്യത്തിന് അദ്ദേഹം തന്റെ മകൾ ഫാത്തിമ സുൽത്താനെയും ഭർത്താവ് ഇബ്രാഹിം പാഷയെയും എങ്ങോ പറഞ്ഞയച്ചതുകൊണ്ട് അവൾക്ക് ആ ഭീകരദൃശ്യങ്ങൾക്ക് സാക്ഷ്യം വഹിക്കേണ്ടി വന്നില്ല.

സുൽത്താന്റെ അടയാളം കിട്ടിയതോടെ മുറിയുടെ നടുക്ക് ദുർഗന്ധം വമിക്കുന്ന ചാക്കുകളുടെ കൂനപോലെ തോന്നിച്ച വസ്തുക്കളുടെ മുകളിൽ കിടന്ന തുണി ഭടന്മാർ എടുത്തു മാറ്റി. അതിനുള്ളിൽ എന്താണെന്ന് അദ്ദേഹത്തിനു അറിയാമായിരുന്നു. പക്ഷേ ഇത്രയധികം, അതും ഇത്ര പരിതാപകരമായ അവസ്ഥയിൽ കാണുമെന്ന് അദ്ദേഹം കരുതിയില്ല. ദേഷ്യംകൊണ്ടും ഭയംകൊണ്ടും അദ്ദേഹം ഞെട്ടിവിറയ്ക്കുകയും അതിന്റെ പ്രകമ്പനത്തിൽ ചുറ്റും നിന്ന ഭടന്മാർ നടുങ്ങുകയും ചെയ്തു. ഭംഗിയായലങ്കരിച്ച മുറിയുടെ നടുക്ക് കിടന്ന ഒരു വലിയ മേശമേൽ വച്ചിരുന്ന ചെമ്പ് തളികയിലായിരുന്നു ആ ചാക്കുകൾ കൂട്ടി വച്ചിരുന്നത്.

ഒരേപോലെയുള്ള ആ ചാക്കുകളിൽ കൈകൾ, തലകൾ, പാദങ്ങൾ കാലുകൾ എന്നുവേണ്ട എല്ലാ ശരീരഭാഗങ്ങളും കുത്തിനിറച്ചിരുന്നു. ചിലതിൽ അപ്പോഴും അല്പാല്പം മാംസം തൂങ്ങിക്കിടന്നിരുന്നു. മറ്റു ചിലതിലാകട്ടെ എല്ല് മാത്രമേ ഉണ്ടായിരുന്നുള്ളൂ. ചുവന്ന മാംസക്കഷണങ്ങളിൽ അപ്പോഴും മത്സ്യങ്ങളുടെ പല്ലുകളുടെ പാടുകൾ കാണാമായിരുന്നു. മാംസത്തിന്റെ അംശം ചാക്കുകളിൽ പറ്റിപ്പിടിച്ചു ഇരിപ്പുണ്ടായിരുന്നു. ഒരിക്കൽ കരയുകയും ചിരിക്കുകയും നടക്കുകയും കേൾക്കുകയും ശ്രദ്ധിക്കുകയും സ്നേഹിക്കുകയും പ്രണയിക്കുകയും വെറുക്കുകയും ചെയ്തിരുന്ന ആരുടെയൊക്കെയോ ശരീരാവശിഷ്ടങ്ങൾ!

“ഞാൻ ക്ഷമ ചോദിക്കുന്നു തിരുമേനീ”, തന്റെ മുന്നിലെ ശരീരാവശിഷ്ടങ്ങൾ കണ്ട് രോഷാകുലനായ സുൽത്താനെ കണ്ട് മൂന്നു ചന്ദ്രന്മാരുടെ തലവൻ പറഞ്ഞു. “ഞങ്ങൾ വല വിരിച്ച സമയത്ത് കടലിന്റെ അടിത്തട്ടു നിറയെ ചളിയായിരുന്നു. ശരീരാവശിഷ്ടങ്ങൾ തെളിവ് സൂക്ഷിക്കേണ്ടതുകൊണ്ട് ഇത്ര മാത്രമേ വൃത്തിയാക്കാൻ കഴിഞ്ഞുള്ളൂ.”

“എടോ മനുഷ്യാ, ജീവനോടെ ഇരുന്നപ്പോൾ അവരുടെ ജീവൻ രക്ഷിക്കുക നിങ്ങളുടെ ചുമതല ആയിരുന്നില്ലേ?”

“അങ്ങ് പറഞ്ഞത് ശരിയാണ് തിരുമേനീ, ഞങ്ങൾ ജോലി ശരിയായി നിർവഹിക്കുന്നതിൽ പരാജയപ്പെട്ടു. അങ്ങേക്ക് ഞങ്ങളെ ശിക്ഷിക്കാം.”

മുറിയെ അലങ്കരിച്ചിരുന്ന ബൊഹീമിയൻ ശരറാന്തലിനു താഴെ മരവിച്ച നിശ്ശബ്ദത പരന്നു. സുൽത്താൻ അങ്ങോട്ടുമിങ്ങോട്ടും നടക്കുന്ന ശബ്ദം കേട്ടുകൊണ്ട് എല്ലാവരും ഭയത്തോടെ തലകുനിച്ചു നിന്നു. ഓരോ പാദപതന ശബ്ദവും തലയിലേല്ക്കുന്ന തൊഴികളായിട്ടാണ് അവർക്ക് തോന്നിയത്.

"എത്ര ശരീരങ്ങൾ നമുക്ക് ലഭിച്ചു?" പെട്ടെന്ന് നിന്നിട്ട് സുൽത്താൻ ചോദിച്ചു.

"മൂന്നു മനുഷ്യരുടെ ശരീരങ്ങളുടെ ഭാഗങ്ങൾ ഈ ചാക്കുകളിൽ ഉണ്ട്. ഒരു ചെറുപ്പക്കാരന്റെ ശവശരീരം കൂടിയുണ്ട്. ഞങ്ങൾക്ക് അത് ഇന്ന് കൊണ്ടുവരാൻ കഴിഞ്ഞില്ല. വൈദ്യന്മാർ ഇപ്പോഴും അത് പരിശോധിച്ചുകൊണ്ടിരിക്കുകയാണ്. അവർ പറഞ്ഞതനുസരിച്ച് ഈ ചാക്കുകളിൽ രണ്ടു വയസ്സന്മാരുടെയും മുപ്പതോടടുത്ത ഒരു സ്ത്രീയുടെയും ശരീരങ്ങളാണ് ഉള്ളത്. പക്ഷേ, സ്ത്രീയുടെ തലയും ഇവരിൽ ഒരാളിന്റെ ഉടലും ഇതുവരെ കണ്ടുകിട്ടിയിട്ടില്ല."

'എത്ര ആഴത്തിൽ നിന്നാണ് നിങ്ങൾക്ക് ഇത് കിട്ടിയത്?"

"കാസിംപാസ നദീമുഖത്തിനടുത്തുനിന്ന് ഏകദേശം മുപ്പതു മാറ് ആഴത്തിൽ നിന്നാണ് അവശിഷ്ടങ്ങൾ ലഭിച്ചത്."

"ആരാണീ മനുഷ്യർ? നിങ്ങൾക്ക് ഇവരെ തിരിച്ചറിയാൻ സാധിച്ചോ?"

"ഒരാളെ തിരിച്ചറിഞ്ഞു തിരുമേനീ." സംഘത്തലവൻ പറഞ്ഞു. "ഈ വയസ്സന്മാരിൽ ഒരാൾ അഞ്ചു മാസങ്ങൾക്കു മുമ്പുള്ള അപ്രത്യക്ഷനായ ഒരു ഇന്ത്യൻ വ്യാപാരിയാണ്. ഒരു കയ്യുടെ ഭാഗം അയാൾക്ക് പണ്ടേ നഷ്ടപ്പെട്ടിരുന്നു. ചില കച്ചവടക്കാർ ഈ അടയാളംകൊണ്ട് ഇയാളെ തിരിച്ചറിഞ്ഞു. ശവശരീരങ്ങളിലൊന്നും തിരിച്ചറിയാൻ സഹായിക്കുന്ന വസ്തുക്കൾ ഒന്നും തന്നെ ഇല്ലായിരുന്നു. കടലിൽ എറിയും മുൻപ് വസ്ത്രങ്ങളും മുദ്രമോതിരങ്ങളും മറ്റ് ആഭരണങ്ങളും അവർ അഴിച്ചുമാറ്റി എന്നാണ് തോന്നുന്നത്. മുങ്ങൽവിദഗ്ധർ ചില ആഭരണങ്ങളും പാത്രങ്ങളും ഒരു കഠാരയും കണ്ടെടുത്തു. പക്ഷേ അവ ചാക്കുകളിൽ നിന്നല്ല കിട്ടിയത്. അവർ ചില പഴയ ചാക്കുകളും കൊണ്ടുവന്നു. പക്ഷേ ആ ചാക്കുകൾ പഴകി പൊടിഞ്ഞും അതിലെ എല്ലുകൾ ചിതറിയും നശിച്ചും കാണപ്പെട്ടു. കാലംകൊണ്ട് ചാക്കുകൾ വെള്ളത്തിനടിയിൽ കിടന്നു ദ്രവിച്ചു ഉള്ളടക്കം പുറത്തുവന്നതാകാം. അല്ലെങ്കിൽ മത്സ്യങ്ങൾ തീറ്റയ്ക്കായി വലിച്ചു പുറത്തിട്ടതുമാവാം. തിരുമേനീ, ആ സ്ഥലമാകെ ഒന്നും കാണാനാകാത്ത വിധത്തിൽ ചളി നിറഞ്ഞു കിടക്കുകയാണ്. സ്പർശം കൊണ്ട് മാത്രമേ അടിത്തട്ടിൽ എന്തെങ്കിലും കിടപ്പുണ്ടെങ്കിൽ തിരിച്ചറിയാനാവൂ. പക്ഷേ, അതുമൂലം ചളി വീണ്ടും ഇളകുകയും ഒന്നും കാണാൻ കഴിയാത്ത അവസ്ഥ ഉണ്ടാവുകയും ചെയ്യുകയാണ്. മാംസം തിന്നുന്ന മത്സ്യങ്ങളാണ് ഈ അവശിഷ്ടങ്ങൾ ഇപ്പരുവത്തിൽ ആക്കിയത് എന്നാണ് മീൻപിടിത്തക്കാരും മുങ്ങൽവിദഗ്ദ്ധരും പറയുന്നത്.

പിന്നെ, തിരുമേനീ, മറ്റൊരു കാര്യം, ഒരു കോടാലി തന്നെയാണ് എല്ലാത്തിനും ഉപയോഗിച്ചിരിക്കുന്നത് എന്ന് ഈ ശരീരങ്ങൾ വെട്ടിമുറിച്ചിരിക്കുന്ന രീതി കണ്ടാലറിയാം.”

“ഈ ചാക്കുകൾ ഉണ്ടാക്കിയവനെ ഞങ്ങൾ കണ്ടുപിടിച്ചുകഴിഞ്ഞു. ഇതെല്ലാം രോമം കൊണ്ടുണ്ടാക്കിയതാണ്.” ഒരു കുറ്റാന്വേഷകൻ പറഞ്ഞു.

“ഇതിലൊരെണ്ണം കഴുകിയെടുത്ത് അതുമായി ഞങ്ങളിലൊരാൾ ചന്തയിലേക്ക് പോയി. മൂന്നു ദിവസം അയാൾ ഈ ചാക്കുമായി അവിടെയാകെ അലഞ്ഞുതിരിഞ്ഞു. അവസാനം ഒരു നെയ്ത്തുകാരൻ ഇത് തിരിച്ചറിഞ്ഞു. അവനെ പിടിച്ചു കൊണ്ട് വന്നു ഞാൻ തന്നെ നേരിട്ട് ചോദ്യം ചെയ്തു. എന്റെ കൈയിലിരുന്ന പൊടിഞ്ഞു തീരാറായ ചാക്കുകൾ കണ്ട് അയാൾ കിടുകിടാ വിറയ്ക്കുകയും എനിക്കിത് എവിടെ നിന്ന് കിട്ടി എന്നന്വേഷിക്കുകയും ചെയ്തു. ഇതാരാണ് വാങ്ങിച്ചത് എന്ന് അവന് അറിയാമോ എന്ന് ഞാൻ അന്വേഷിച്ചു.” അവൻ പറഞ്ഞു,

“അറിയാം. അസ്ലാൻ ആഗ എന്ന് പേരായ ഒരു മീൻപിടിത്തക്കാരൻ ആണ് കഴിഞ്ഞ വർഷം ഇവ വാങ്ങിച്ചത്. ഞാൻ ഇത് ആട്ടിൻരോമം കൊണ്ട് നെയ്തതായതുകൊണ്ട് പെട്ടെന്ന് തിരിച്ചറിയാൻ കഴിയും. അയാൾ ഇത് എന്തിനാണ് വാങ്ങിയത് എന്ന് എനിക്കറിയില്ല. പക്ഷേ, ഈ ചാക്കുകൾ അവയിൽപെടും.”

“തിരുമേനീ, ആ നെയ്ത്തുകാരൻ നിരപരാധിയാണ്. പക്ഷേ ഈ പറയുന്ന അസ്ലാൻ ആഗയെ പറ്റി ഞാൻ അന്വേഷിച്ചു. ഞെട്ടിപ്പിക്കുന്ന വിവരങ്ങളാണ് അവനെപ്പറ്റി കിട്ടിയത്. നിഷ്കളങ്കരായ മനുഷ്യർക്ക് സഹായം വാഗ്ദാനം ചെയ്തു കുരുക്കിൽ ചാടിച്ചശേഷം അവരുടെ കച്ചവടം കൈക്കലാക്കുകയാണ് അവന്റെ പ്രധാന തൊഴിൽ. ഞങ്ങൾക്ക് തോന്നുന്നത് ഏകരായ ധനികരെ ചതിയിൽപെടുത്തി അവരുടെ സ്വത്ത് കൈക്കലാക്കുന്ന ഒരു സംഘത്തിൽപെട്ടതാണ് അവൻ എന്നാണ്. അവനെ അറിയാവുന്നവർ പറയുന്നത് അസ്ലാൻ ആഗയ്ക്ക് വലിയ പിടിപാടുകൾ ഉണ്ട് എന്നാണ്. പക്ഷേ, കൂടുതൽ ഒന്നും പറയാൻ ആരും കൂട്ടാക്കുന്നില്ല. പ്രത്യാഘാതങ്ങൾ ഉണ്ടാകും എന്ന് അവർ ഭയക്കുന്നു. ആരും ഇതുവരെ അവനെതിരെ ഒരു പരാതി പോലും തന്നിട്ടില്ല എന്നത് ഇതിന്റെ തെളിവാണ്. അവനെക്കുറിച്ച് ഒരു കഥയും ഞാൻ ഇതിനിടയ്ക്ക് കേട്ടു. ഒരു സംഗീതജ്ഞയുമായി അസ്ലാൻ ആഗ വർഷങ്ങളോളം പ്രണയത്തിലായിരുന്നു. സ്വർണം പോലുള്ള ഹൃദയത്തോടുകൂടിയ ഒരു സുന്ദരിയായ അടിമയായിരുന്നു അത്. ആദ്യം ആഗ അവളെ ഉടമസ്ഥനിൽ നിന്ന് വാങ്ങാൻ ശ്രമിച്ചു. പക്ഷേ, ഉടമസ്ഥൻ അവളുടെ അടുത്തു പോലും വരാൻ ആഗയെ അനുവദിച്ചില്ല. അസ്ലാൻ ആഗ ഒരു ചതിയിൽപ്പെടുത്തി ആ പെൺകുട്ടിയെ തട്ടിക്കൊണ്ടു പോയി. എന്നിട്ട് അയാൾ ആ പെൺകുട്ടിയെ തിരിച്ച് ഉടമയ്ക്കുതന്നെ മുന്നൂറ് സ്വർണനാണയങ്ങൾക്ക് വിറ്റു. അതിനുശേഷം ആഗ അവളെ വീണ്ടും തട്ടിക്കൊണ്ടു

പോയി. ഉടമയ്ക്ക് അവളെ വിട്ടുകൊടുക്കാൻ കഴിഞ്ഞില്ല. പക്ഷേ ഇത്ത വണ അഞ്ഞൂറ് സ്വർണനാണയങ്ങളായിരുന്നു വില. അവളുടെ ഉടമയുടെ പണമെല്ലാം തീർന്നു അയാൾ പെരുവഴിയാധാരമാകുന്നതു വരെ ഇത് തുടർന്ന് പോയി. അയാളുടെ കുടുംബം ചിതറിപ്പോവുകയും തറവാട് ക്ഷയിച്ചു മണ്ണോടു ചേരുകയും ചെയ്തു. അയാൾക്ക് ഭ്രാന്ത് പിടിക്കുകയും ഗതി കെട്ടു ഇസ്താംബൂൾ വിട്ടുപോവുകയും ചെയ്തു. പിന്നീട് അസ്ലാൻ ആഗ ആ പെൺകുട്ടിയെ ഇയ്യൂപ്പിലുള്ള ഒരു കളിപ്പാട്ടനിർമ്മാതാവിന്റെ അന്തപ്പുരത്തിലേക്ക് വിട്ടുകൊടുത്തു. പക്ഷേ, ഈ ചതിയും തട്ടിക്കൊണ്ടുപോകലുകളും ഒക്കെച്ചേർന്ന് അവളുടെ മാനസികനില അല്പം തകരാറിൽ ആക്കിയെന്നാണ് തോന്നുന്നത്. പിന്നീട് ബിന്ദാലി മഹമ്മൂദ് എന്ന് പേരുള്ള ഒരു പട്ടാളക്കാരൻ അവളുടെ പിറകേ നടക്കാൻ തുടങ്ങി. കുറനാൾ കഴിഞ്ഞ് എങ്ങോട്ട് പോയെന്ന് ഒരു തെളിവുപോലും ബാക്കി വയ്ക്കാതെ അവൾ അപ്രത്യക്ഷയായി. അവൾ ഇസ്മീറിലേക്ക് പോയി. പിന്നീടൊരിക്കലും തിരിച്ചു വന്നില്ല എന്നാണ് അയൽക്കാർ പറയുന്നത്. ഞങ്ങൾക്കു തോന്നുന്നത് സ്ത്രീയുടെ ശരീരം അവളുടെതാണ് എന്നാണ്. തല കണ്ടുപിടിക്കാൻ കഴിഞ്ഞില്ലെങ്കിലും നമ്മുടെ വൈദ്യന്മാർ പറയുന്നത് കാണാതായ സ്ത്രീയുടെ പ്രായം ഈ ശരീരത്തിന്റെ ഉടമയുമായി യോജിക്കുന്നുണ്ട് എന്നാണ്."

ഇത്രയും കേട്ടപ്പോൾ സുൽത്താൻ തന്റെ വലംകൈയുയർത്തി അയാളെ തടഞ്ഞു. ആ മുറിയിലുള്ളവരെല്ലാം വീണ്ടും നിശ്ശബ്ദരായി. തങ്ങളുടെ മഹാനായ ഭരണാധികാരി ഇനിയെന്താണ് ചെയ്യാൻ പോവുക എന്നതിനെപറ്റി അറിയാൻ അവർക്കൊക്കെ ആകംക്ഷയുണ്ടായിരുന്നു.

"എന്റെ രാജ്യത്ത് ആരോ നിരപരാധികളെ കൊന്നൊടുക്കുകയും അവരുടെ ശവശരീരങ്ങൾ വെട്ടിക്കീറുകയും ചെയ്യുന്നു. ഇത്രയൊക്കെയായിട്ടും ഞാൻ അതിനെപ്പറ്റി അറിഞ്ഞത് പോലുമില്ല."

കുട്ടികളുടെത് പോലെ സങ്കടം നിറഞ്ഞ ശബ്ദത്തിൽ സുൽത്താൻ പറഞ്ഞു. "ദൈവം എന്നെ ഇതിന് ഉത്തരവാദിയായി കരുതുകയില്ലേ? നിരപരാധികളുടെ രക്തം ഇങ്ങനെ ചൊരിയപ്പെടുന്നതിനു ഞാൻ തന്നെയല്ലേ ഉത്തരവാദി? ഇവിടെ, എന്റെ മൂക്കിനു താഴെ ഇത്തരം പ്രവർത്തികൾ അരങ്ങേറുന്നുവെങ്കിൽ രാജ്യത്തിന്റെ മറ്റുഭാഗങ്ങളിലെ അവസ്ഥ ഒന്നാലോചിച്ചു നോക്ക്. നിങ്ങൾ, നിങ്ങളെല്ലാം ഇതിൽ എന്നെപ്പോലെ തന്നെ കൂട്ടുപ്രതികളാണ്. എനിക്കു തോന്നുന്നതുപോലെ നിങ്ങൾക്ക് കുറ്റബോധം തോന്നാത്തത് എന്തുകൊണ്ടാണ്?"

നിശ്ശബ്ദരായി നിന്നവരുടെ തലകൾ ഒന്നുകൂടി കുനിയുകയല്ലാതെ സുൽത്താന് മറുപടിയൊന്നും കിട്ടിയില്ല.

"ഇതെല്ലാം എന്റെ മുന്നിൽനിന്ന് എടുത്തുകൊണ്ടു പോയിട്ട് ഷെയ്ക്ക് അൽ ഇസ്ലാമിനോടു പറഞ്ഞു യോജിക്കുന്ന തരത്തിലുള്ള ശവമടക്ക്

ഏർപ്പാട് ചെയ്യൂ. തന്റെ ശബ്ദമുയർത്തിയിട്ട് സുൽത്താൻ തുടർന്നു. "ഈ ആളുകൾക്ക് അനന്തരാവകാശികളോ കുടുംബമോ ഉണ്ടെങ്കിൽ അവരെ കണ്ടെത്തി സഹായിക്കേണ്ടതാണ്. തല കഴുത്തിനു മുകളിൽ വേണ മെന്നുണ്ടെങ്കിൽ ഈ കുറ്റം ചെയ്തവരെ കണ്ടുപിടിക്കുകയും അവർ കൂടുതൽ തെറ്റുകൾ ചെയ്തിട്ടുണ്ടോ എന്ന് അന്വേഷിക്കുകയും വേണം. ഈ ശരീരങ്ങൾ കണ്ടെടുത്ത സ്ഥലത്ത് കാവൽ ഏർപ്പെടുത്തുക. തിര ച്ചിൽ നിർത്താതെ കൂടുതൽ വ്യാപകമാക്കുക. ആവശ്യമെങ്കിൽ ഗോൾ ഡൻ ഹോണിന്റെ സമുദ്രതടം മുഴുവൻ തിരച്ചിലിന് വിധേയമാക്കുകയും കണ്ടെത്തുന്നതെല്ലാം പരിശോധനാവിധേയമാക്കുകയും ചെയ്യുക. ഈ ചാക്കുകൾ കയറ്റിവച്ചിരുന്ന കല്ലുകൾ അവിടെത്തന്നെ ഉണ്ടാവാനാണ് സാധ്യത. അവ കണ്ടുപിടിച്ചശേഷം എവിടെ നിന്നുള്ളവയാണ് ആ കല്ലു കൾ എന്ന് പരിശോധിക്കുക. ഇപ്പോൾതന്നെ പോയി മന്ത്രിമുഖ്യനോട് എന്നോടു പറഞ്ഞതൊക്കെ പറയുക. അദ്ദേഹം കാര്യങ്ങൾ ഏറ്റെടുക്കും. വൈദ്യനോടു ഉടനെ തന്നെ എന്നെ വന്നു കാണാൻ പറയൂ."

സിൽവർ കനാലിലേക്ക് വ്യാളികളുടെയും സിംഹങ്ങളുടെയും ശില്പ മുഖങ്ങളിലൂടെ വെള്ളം കോരിച്ചൊരിയുന്ന ജലധാരകളും ഉറവകളും നിറഞ്ഞ ആ പരിസരത്തിന്റെ ഭംഗി ആസ്വദിക്കാനാവാതെ പേരറിയാത്ത ഏതോ വിഷാദത്തിന്റെ പിടിയിൽ സുൽത്താൻ അമർന്നു. വൈദ്യൻ വന്ന തിനുശേഷം അവർ രണ്ടുപേരും കൂടി അസ്തമയസൂര്യനെ നോക്കി നിശ്ശബ്ദരായി കുറച്ചു നേരം ഇരുന്നു. അപ്പോഴാണ് സുൽത്താൻ താൻ അന്ന് ഒന്നും കഴിച്ചിട്ടില്ല എന്ന കാര്യം പെട്ടെന്ന് ഓർത്തത്.

"ഡോക്ടർ എഫെൻഡീ, ആ ശവശരീരത്തിന് ഉടമയായ ചെറുപ്പ ക്കാരന് ഏകദേശം എത്ര വയസ്സുണ്ടാവും?"

എന്തെങ്കിലും വിവരം കിട്ടിയേക്കും എന്ന പ്രത്യാശയോടെ സുൽ ത്താൻ ചോദിച്ചു.

"ഇരുപത്തിമൂന്നോ ഇരുപത്തിനാലോ വയസ്സുണ്ടാവും തിരുമേനീ."

"എത്ര നാൾ മുൻപാണ് അവൻ മരിച്ചത് എന്ന് കൃത്യമായി പറയാൻ കഴിയുമോ?"

"ഏകദേശം ഏഴു മാസം മുൻപായിരുന്നു തിരുമേനീ ആ ചെറുപ്പ ക്കാരന്റെ മരണം."

"അവൻ കടലിൽ ചാടി ആത്മഹത്യ ചെയ്തതോ മറ്റോ ആണോ? അതോ ആരെങ്കിലും അവനെ എറിഞ്ഞതാവാനാണോ സാധ്യത?"

"അവനെ ആരോ കടലിൽ എറിഞ്ഞതാണ് തിരുമേനീ. കൈകാലു കൾ കയറുപയോഗിച്ച് വരിഞ്ഞു മുറുക്കിയിരുന്നു. അവന്റെ വായിൽ തുണി തിരുകിയശേഷം തുറക്കാനാവാത്ത രീതിയിൽ കെട്ടുകയും ചെയ്തിരുന്നു."

“അപ്പോൾ ആരോ അവനെ കടലിൽ എറിഞ്ഞതാണ്!”

“അതേ തിരുമേനീ, എനിക്കങ്ങനെയാണ് തോന്നുന്നത്.‘”

“അവന് വെള്ളത്തിൽ വീണപ്പോൾ ജീവനുണ്ടായിരുന്നോ?”

“അങ്ങനെയാണ് ഞങ്ങൾ കരുതുന്നത്. അവന്റെ ശരീരത്തിൽ ചതവുകൾ കാണാൻ കഴിഞ്ഞില്ല. കല്ലുകൾ കെട്ടി കടലിൽ എറിയപ്പെടും മുൻപ് ചെറുതായി അടിപിടി കൂടുകയോ രക്ഷപ്പെടാൻ കുതറുകയോ ചെയ്തിട്ടുണ്ടാവണം.”

ഒരു ആംഗ്യത്തിലൂടെ സുൽത്താൻ കൊട്ടാരം വൈദ്യന് പോവാൻ അനുവാദം നല്കി. പെട്ടെന്ന് അദ്ദേഹത്തിന് അതികഠിനമായി വിശപ്പ് അനുഭവപ്പെട്ടു. ന്യായാധിപൻ ഇസഹാക്ക് പറഞ്ഞ മരിച്ച രീതിയും സമയവും അനുസരിച്ച് മരിച്ച യുവാവ് അഹമ്മദ് രാജകുമാരൻ തന്നെയാവണം എന്ന് അദ്ദേഹം ഊഹിച്ചു.

ചോദ്യം 38

പറയൂ, നീ എന്തിനാണ് പ്രകാശം കൊണ്ട് വഴി തെളിച്ചത്?

ഇബ്രാഹിം പാഷ സദാബാത്തിലെ മണ്ഡപത്തിൽനിന്ന് അന്ന് നേരത്തെ തിരിച്ചുവരികയും മെഹ്മെത് സെലെബി ഇരുപത്തി എട്ടാമന് ആളയയ്ക്കുകയും ചെയ്തു. ഈ മനുഷ്യൻ പണ്ട് പട്ടാളത്തിലെ ഇരുപത്തി എട്ടാം ബറ്റാലിയനിൽ ആയിരുന്നു ജോലി ചെയ്തിരുന്നത്. അതിനുശേഷം ഇബ്രാഹിം പാഷ അദ്ദേഹത്തെ ഫ്രാൻസിലെ നയതന്ത്രപ്രതിനിധി ആയി അയയ്ക്കുകയും ചെയ്തിരുന്നു. പുതിയ അച്ചടിശാലയുടെ തലവനായ ഇബ്രാഹിം മുട്ട്ഫെറികയെയും പാഷ വിളിപ്പിച്ചു. അന്നത്തെ ചർച്ചാവിഷയം അവർ നേരത്തെ പ്രസിദ്ധീകരിച്ച അറബിക് ടർക്കിഷ് നിഘണ്ടുവായ വാൻകുലു ലുഗാത്തിയും പേർഷ്യൻ ടർക്കിഷ് നിഘണ്ടുവായ ഫെർഹെങ്ങ് ഇ സൂരി, നൈമയും റാസിദും എഴുതിയ ചരിത്രപുസ്തകങ്ങളുടെ പുനഃപ്രസിദ്ധീകരണം, ഈജിപ്തിന്റെ ചരിത്രം, ടാമർലെയ്നിന്റെ ചരിത്രം മുതലായ പുസ്തകങ്ങൾ, അതുകൂടാതെ പാരീസിൽനിന്ന് പുതിയ അച്ചുകൾ കൊണ്ടുവന്ന് അച്ചടിക്കേണ്ട തകിമുത് തേവരിഹ് എന്ന പുസ്തകവുമായിരുന്നു.

ചില ബുദ്ധിജീവികളിൽ നിന്നുള്ള എതിർപ്പ് ഒഴിച്ചാൽ പ്രസിദ്ധീകരണശാല വൻവിജയമായിരുന്നു. അവർക്ക് മൂന്നു പേർക്കും ചെയ്ത ജോലിയെപ്പറ്റി അഭിമാനവും സന്തോഷവും തോന്നുകയും പൂർവ്വാധികം ഭംഗിയായി അച്ചടിയുമായി ബന്ധപ്പെട്ട കാര്യങ്ങൾ മുന്നോട്ടു കൊണ്ടുപോകണം എന്ന് തീരുമാനിക്കുകയും ചെയ്തു. അന്ന് ഗലാട്ടായിൽനിന്ന് ഇരുമ്പും കയറ്റി ടുളോണിലേക്ക് ഒരു കപ്പൽ പോകുന്നുണ്ട്. അച്ചുകൾ കൊണ്ടുവരാനായി ആരെയെങ്കിലും ആ കപ്പലിൽ അയക്കേണ്ടതുണ്ട്. ഇബ്രാഹിം മുട്ട്ഫെറിക്കയെ ഈ ജോലി ഏല്പിക്കുകയും ചെലവിനുള്ള പൈസയുമായി ശുഭയാത്ര നേർന്ന് അന്നുതന്നെ അദ്ദേഹത്തെ യാത്രയാക്കണം എന്നായിരുന്നു മന്ത്രിമുഖ്യന്റെ മനസ്സിലിരുപ്പ്.

മെഹ്മെത് സെലെബി ഇരുപത്തി എട്ടാമനുമായി കാപ്പി കുടിച്ചിരിക്കവേ മൂന്നു ചന്ദ്രന്മാരുടെ തലവൻ കാണാൻ വന്നിട്ടുണ്ട് എന്ന് ഒരു ജോലിക്കാരൻ വന്നു മന്ത്രിമുഖ്യന്റെ ചെവിയിൽ മന്ത്രിച്ചു. എപ്പോഴും ഈ ഉദ്യോഗസ്ഥനോട് സംസാരിക്കുമ്പോൾ അടുത്തു മറ്റാരും ഇല്ല എന്ന്

ഇബ്രാഹിം പാഷ ഉറപ്പാക്കാറുണ്ടായിരുന്നു. മറ്റൊരാളിന്റെ മുന്നിൽ വച്ചു രാജ്യത്തിന്റെ രഹസ്യാന്വേഷണ വിഭാഗത്തിന്റെ തലവനെ ചോദ്യം ചെയ്യുന്നതിലെ ശരികേട്തന്നെ പ്രശ്നം. ഈ മനുഷ്യൻ ആരാണെന്നത് അജ്ഞാതമായി സൂക്ഷിക്കേണ്ടത് പ്രധാനമാകയാൽ അദ്ദേഹം വരും മുൻപ് കൈ നിറച്ചു സമ്മാനങ്ങളുമായി മുഹമ്മത് സെലെബി ഇരുപത്തി എട്ടാമനെ യാത്രയാക്കാൻ മന്ത്രിമുഖ്യൻ ഏർപ്പാട് ചെയ്തു.

മന്ത്രിമുഖ്യന്റെ കുപ്പായത്തിന്റെ ഒരരികിൽ ചുംബിച്ചശേഷം ഒരു ബഞ്ചിൽ കാലുകൾ പിണച്ചിരുന്നുകൊണ്ട് കുറ്റാന്വേഷണവിഭാഗത്തിന്റെ തലവൻ നടന്ന കാര്യങ്ങൾ വള്ളിപുള്ളി വിടാതെ പറഞ്ഞു തുടങ്ങി. ശവ ശരീരങ്ങളെക്കുറിച്ച്, ചാക്കുകളെക്കുറിച്ച്, മുങ്ങൽവിദഗ്ദ്ധരെക്കുറിച്ച്, എങ്ങനെയാണ് താൻ ചോദ്യങ്ങൾക്ക് ഉത്തരം കണ്ടെത്താൻ ശ്രമിക്കുന്നത് എന്നതിനെക്കുറിച്ച്..., അങ്ങനെയുള്ള അനേകം കാര്യങ്ങളെപ്പറ്റി അദ്ദേഹം വാതോരാതെ സംസാരിച്ചുകൊണ്ടേയിരുന്നു. കാണാതായ ഗായികയായ അടിമയെ പറ്റിയുള്ള ഭാഗം വന്നപ്പോൾ ഇബ്രാഹിം പാഷ ഒന്ന് നടുങ്ങി. എട്ടു മാസം മുൻപ് തന്റെ കൊട്ടാരത്തിലേക്ക് അയച്ച ശിരസ്സിനെപ്പറ്റി അദ്ദേഹം ഓർത്തു. താൻ സ്വന്തം കൈകൾ കൊണ്ടാണ് സുൽത്താൻ അഹ്മെത് പള്ളിക്കടുത്തുള്ള സെമിത്തേരിയിൽ ആ തല കുഴിച്ചിട്ടത് എന്ന് വീണ്ടുവിചാരമില്ലാതെ അദ്ദേഹം പറഞ്ഞുപോകുമായിരുന്നു. താൻ ബിന്ദാലി മഹ്മൂതിനെ കൈകാര്യം ചെയ്ത വിവരവും അയാൾ ഇപ്പോൾ ജയിലിൽ ആണെന്ന കാര്യവും രാജ്യത്തിന്റെ കുറ്റാന്വേഷണവിഭാഗത്തിന് അറിയാം എന്ന കാര്യവും അദ്ദേഹത്തെ വല്ലാതെ അസ്വസ്ഥനാക്കി. ഇവർക്ക് എങ്ങനെയാണ് ഈ വിവരം കിട്ടിയത്? അദ്ദേഹം അമ്പരന്നു.

മിശ്രവികാരങ്ങൾ ആണ് മന്ത്രിമുഖ്യന്റെ മനസ്സിൽ ഉയർന്നുവന്നത്. ഇതെല്ലാം തന്റെ അറിവില്ലാതെ സംഭവിച്ചതിൽ അദ്ദേഹത്തിനു ദേഷ്യമുണ്ടായിരുന്നു. പക്ഷേ, എല്ലാ വിവരങ്ങളും അറിയാവുന്ന ഒരേയൊരാൾ ഇപ്പോൾ താനാണെന്നതിൽ അദ്ദേഹത്തിനു അഭിമാനം തോന്നി. ആ ഉദ്യോഗസ്ഥൻ ബാക്കി പറഞ്ഞതൊന്നും ഇബ്രാഹിം പാഷ കേട്ടില്ല. ഈ ആവേശജനകമായ കഥയുടെ ബാക്കി ഭാഗം എന്തായിരിക്കും എന്നാണ് മന്ത്രിമുഖ്യൻ ചിന്തിച്ചതത്രയും. തെളിവുകൾ വിശകലനം ചെയ്തു ചോദ്യങ്ങൾക്ക് ഉത്തരം കണ്ടുപിടിച്ച് ദുരൂഹതകൾക്ക് ഉത്തരം കണ്ടെത്തുന്നത് അദ്ദേഹത്തിന്റെ വിനോദമായിരുന്നു. തനിക്കു ദിവസങ്ങളോളം ഏർപ്പെടാൻ പറ്റിയ ഒരു കാര്യം കിട്ടിയതിൽ ഇബ്രാഹിം പാഷയ്ക്ക് വളരെ സന്തോഷം തോന്നി. മൂന്നു ചന്ദ്രന്മാരുടെ സംഘത്തിനു പോലും അറിയാത്ത ആ തല സംസ്കരിച്ച സ്ഥലത്തെപ്പറ്റി അറിയാവുന്ന ഒരേയൊരാൾ അദ്ദേഹമായിരുന്നു. ബിന്ദാലിക്ക് ചിലപ്പോൾ ഈ ശവശരീരങ്ങളെപ്പറ്റി വല്ല വിവരവും അറിയാൻ സാധ്യതയുണ്ട്. എന്താണ് സംഭവിച്ചത് എന്ന് സുൽത്താന്

മുൻപേ തനിക്കു കണ്ടുപിടിക്കാൻ ബിന്ദാലിയിൽനിന്ന് ശേഖരിക്കുന്ന തെളിവുകൾ മതിയാവും എന്ന് മന്ത്രിമുഖ്യൻ കണക്കു കൂട്ടി. രഹസ്യാന്വേഷണ വിഭാഗത്തേക്കാൾ ഒരടി മുന്നിൽ സഞ്ചരിക്കുന്നതിന് ഇബ്രാഹിം പാഷ തന്നെത്തന്നെ അഭിനന്ദിച്ചു. ഇനി ചെയ്യേണ്ടത് ബിന്ദാലിയെ ജയിലിൽ നിന്നിറക്കി ആരുടെയും ശ്രദ്ധ എത്താത്ത എവിടെയെങ്കിലും പാർപ്പിച്ച് അവനിൽനിന്ന് കിട്ടാവുന്നത്ര വിവരങ്ങൾ ശേഖരിക്കുക എന്നതാണ് അല്ലെങ്കിൽ പട്ടാളക്കാരുടെ തലവനെ വിളിച്ചു എല്ലാക്കാര്യങ്ങളും അയാളെ ഏല്പിച്ചാലും മതി. ഈ സുന്ദരമായ വസന്തകാലദിനങ്ങൾ ഇത്തരം കാര്യങ്ങൾക്ക് വേണ്ടി ചിലവഴിക്കണോ എന്ന് അദ്ദേഹം സംശയിച്ചു. അടുത്ത ദിവസം കുറ്റാന്വേഷണ വിഭാഗത്തിന്റെ തലവനെ പറഞ്ഞുവിട്ടശേഷം പട്ടാളത്തലവനെ വിളിച്ചുവരുത്തി അടുത്ത ദിവസം ബിന്ദാലിയെ ചോദ്യം ചെയ്യാനുള്ള ഏർപ്പാടുകൾ ചെയ്യണം എന്ന് അദ്ദേഹം തീരുമാനിച്ചു.

എന്തായാലും അതിനു മുൻപ് ഇയൂപ്പിലെ തെരുവുകളിൽ അലയുന്ന നേരത്ത് പ്രകാശംകൊണ്ട് വഴിതെളിക്കാൻ തീരുമാനിച്ച ഇറാൻകാരനായ ഡെർവിഷ് അനുയായിയോട് സംസാരിക്കേണ്ടതുണ്ട്. തന്റെ മുന്നിലിരുന്ന കുറ്റാന്വേഷകനെ പറഞ്ഞുവിട്ടശേഷം അദ്ദേഹം ഫാൽക്കോയെ കൊണ്ടുവരാൻ ആളെ അയച്ചു.

ഉന്മേഷം വീണ്ടെടുത്ത ഇബ്രാഹിം പാഷ ഫാൽക്കോയെ സ്വീകരിച്ചു. “സ്വാഗതം എന്റെ ഡെർവിഷ് സുഹൃത്തേ.”

“എന്നെ സ്വീകരിച്ചതിനു നന്ദി.”

ഫാൽക്കോയുടെ സംഭാഷണത്തിലെ വിദേശച്ചുവ ശ്രദ്ധിച്ച ഇബ്രാഹിം പാഷ ചോദിച്ചു, “നിങ്ങൾ അസർ ബൈജാനിൽ നിന്ന് വരികയാണോ?”

“ഞാൻ പേർഷ്യക്കാരനാണ് തിരുമേനീ, പക്ഷേ എനിക്കല്പം ടർക്കിഷ് അറിയാം.”

“നന്ന്. പക്ഷേ നീ ഇവിടെ എന്ത് ചെയ്യുകയാണ്? എന്തിനാണ് നീ പ്രകാശം കൊണ്ട് വഴി തെളിച്ചത്?”

“ആളുകൾ നിദ്രാചരികളാണ്. മരണത്തിനു മാത്രമേ അവരെ നിദ്രയിൽ നിന്ന് ഉണർത്താൻ കഴിയൂ. ഞാൻ...”

ചോദ്യം 39

യെയെയ്ക്ക് എന്താണ് സംഭവിച്ചത്?

ചന്തയിലെ കളിപ്പാട്ടക്കടകൾക്ക് മുന്നിലെ ബഹളമയമായ രംഗം ഒരു ദുഃസ്വപ്നം പോലെ യെയെയ്ക്ക് തോന്നി. മൂക്കൊലിപ്പിച്ച് നടക്കുന്ന കുട്ടികളുടെ നിലവിളിയും അവരെ നിശ്ശബ്ദരാക്കാൻ ശ്രമിക്കുന്ന അമ്മമാരുടെ ശകാരവും അവിടെയാകെ മുഴങ്ങി. ആയിരക്കണക്കിന് കളിപ്പാട്ടങ്ങൾ കടയുടെ മച്ചിൽ നിന്ന് തൂങ്ങിക്കിടന്നിരുന്നു. ഓടക്കുഴലുകൾ, കടലാസ് കൊണ്ടുള്ള കളിപ്പാട്ടങ്ങൾ, തകരം കൊണ്ടുള്ള വിസിലുകൾ, അറേബ്യയിൽനിന്നും ഹംഗറിയിൽ നിന്നുമുള്ള വിസിലുകൾ, ഫ്ളൂട്ടുകൾ. ഇയൂപ്പിൽ മാത്രം ലഭിക്കുന്ന ഒരുതരം കുഴൽവാദ്യങ്ങൾ, പലതരം ദഫുകൾ, ചെണ്ടകൾ, തന്ത്രിവാദ്യങ്ങൾ എന്നിവയും അവിടെ വില്പനയ്ക്ക് വച്ചിട്ടുണ്ടായിരുന്നു. മരത്തിൽ കൊത്തിയുണ്ടാക്കിയ മൃഗങ്ങളുടെയും പക്ഷികളുടെയും രൂപങ്ങൾ, തുണി നിറച്ച മൃദുവായ പാവകൾ, കരഗോസിലെ പാവകൾ, കാളവണ്ടികളുടെയും കുതിരവണ്ടികളുടെയും മാതൃകകൾ എന്നിവയും കടകളിൽ കാണാമായിരുന്നു. ആ തെരുവ് മുഴുവൻ നാടോടികളായ വില്പനക്കരാൽ നിറഞ്ഞിരുന്നു. കഴുതപ്പുറത്തും കൈവണ്ടികളിലും ആടുകളുടെ പുറത്തും കൊണ്ടുവരുന്ന ചരക്കുകളെപ്പറ്റി അവർ ഉറക്കെ സംസാരിച്ചുകൊണ്ടേയിരുന്നു. പക്ഷേ അവിടെ വരുന്ന മിക്കവാറും എല്ലാ കുട്ടികൾക്കും ഒരു സാധനം മതിയായിരുന്നു. കരയുന്ന തവള!

എല്ലാ വർഷവും വസന്തകാലത്ത് പുതിയ തരം കളിപ്പാട്ടങ്ങൾ ഉണ്ടാക്കുകയും ദല്ലാളുകൾ വഴി തെരുവിൽ കളിക്കുന്ന കുട്ടികൾക്കിടയിൽ അവയുടെ വിവരങ്ങൾ പരത്തുകയും ചെയ്യുന്നത് അവ ഉണ്ടാക്കുന്നവരുടെ ആചാരവും വിപണനതന്ത്രവുമായിരുന്നു. എല്ലാ വസന്തങ്ങളിലും അടുത്ത ഒരു വർഷത്തേക്കുള്ള കുട്ടികളുടെ മേളകളിലും അവധി ദിനങ്ങളിലും ഉപയോഗിക്കാനായി തൊട്ടിയാട്ടക്കൂടാരങ്ങൾ, യന്ത്രഊഞ്ഞാലുകൾ, പീറ്റത്തൊട്ടിലുകൾ, കൂറ്റൻ ചക്രങ്ങൾ എന്നിവ കേടുപാടുകൾ തീർത്ത് മിനുക്കി പ്രവർത്തനക്ഷമമാക്കിയിരിക്കും. അത്തവണത്തെ പ്രധാന ആകർഷണം മുതുകത്ത് പല്ലുകൾപോലെ കൊത്തിയെടുത്ത അലങ്കാരപ്പണിയുള്ള ഒരു മരത്തവളയായിരുന്നു. ഒരു ഓടത്തണ്ട് ആ പല്ലുകളിലൂടെ ഓടിച്ചാൽ തവള കരയുന്നതുപോലെയുള്ള ശബ്ദമുയരും.

ആ തെരുവ് മുഴുവൻ തവളകൾ കൈയടക്കിയത് പോലെ അവിടെയാകെ നിർത്താതെ തവളക്കരച്ചിലുകൾ ഉയർന്നുകൊണ്ടേയിരുന്നു. ഈ അസഹനീയമായ കൂട്ടതവളക്കരച്ചിലിനു പുറമേ ഇത്ര വൃത്തികെട്ട ശബ്ദം പുറപ്പെടുവിക്കുന്ന ഒരു സാധനം വാങ്ങി വീട്ടിൽ കൊണ്ടുപോകണമല്ലോ എന്നോർത്തു കുട്ടികളോട് തർക്കിക്കുന്ന അമ്മമാരുടെയും നിലവിളിക്കുന്ന കുട്ടികളുടെയും ശബ്ദങ്ങൾ അവിടെ അനുസ്യൂതം ഉയർന്നുകൊണ്ടേയിരുന്നു. ഇറാനിൽനിന്നും ഈജിപ്തിൽനിന്നും ഇന്ത്യയിൽനിന്നുമുള്ള വൻകിട വ്യാപാരികളും സഞ്ചാരികളായ വില്പനക്കാരും കെട്ടുകണക്കിന് മരത്തവളകളെ തങ്ങളുടെ ഒട്ടകങ്ങൾക്കുമേൽ കയറ്റാൻ തയ്യാറായി നില്ക്കുന്നുണ്ടായിരുന്നു.

യെയെ ചന്തയിലെ കളിപ്പാട്ടക്കടകളും നോക്കി ഏറെ നേരം നിന്നു. ഈ സ്ഥലത്തിനടുത്താണ് അവൻ അമ്മയുടെ കൂടെ താമസിച്ചിരുന്നതെങ്കിലും അവർ ഒരിക്കൽപോലും അവനെ അങ്ങോട്ട് കൊണ്ടുവന്നിട്ടില്ല. എന്നു മാത്രമല്ല കുഞ്ഞായിരുന്നപ്പോൾ ആരും അവന് ഒരു കളിപ്പാട്ടം ഇവിടെനിന്ന് വാങ്ങിക്കൊടുക്കാൻ ഉണ്ടായിരുന്നില്ല. ശെഹനാസിനു ധാരാളം കളിപ്പാട്ടങ്ങൾ ഉണ്ടായിരുന്നു. അവൾ കളിച്ചു മടുക്കുമ്പോൾ അവളുടെ അമ്മയ്ക്ക് ദയ തോന്നിയാൽ ചിലപ്പോൾ അവന് അവ കളിക്കാൻ കിട്ടുമായിരുന്നു. ആ ബംഗ്ലാവിൽ ജീവിച്ച ദിവസങ്ങൾ ഓർത്തപ്പോഴാണ് തനിക്കു ജീവിതത്തിൽ ഒരിക്കലും സ്വന്തമായി ഒരു പാവ ഉണ്ടായിരുന്നില്ല എന്ന് അവൻ മനസ്സിലാക്കിയത്. ചെറിയ കുട്ടിയായിരുന്നപ്പോഴും ഇല്ലായിരുന്നു ഇപ്പോഴും ഇല്ല.

പക്ഷേ, ഇന്ന് ഹാഫിസ് സെലെബിയുടെ മേൽനോട്ടത്തിൽ സ്വയം നിർമ്മിച്ച ഒരു വിസിലിന്റെ ഉടമയാണ് യെയെ. രണ്ടു കഷണം എല്ലുകൾ തുകലിൽ പൊതിഞ്ഞു കെട്ടിയാണ് അത് നിർമ്മിച്ചിരിക്കുന്നത്. കൈവെള്ളയിലൊതുക്കി വായുടെ ഇടതുവശത്തോട് ചേർത്തുവച്ചാണ് അത് ഉപയോഗിക്കേണ്ടിയിരുന്നത്. ഒരു ശബ്ദം ഉണ്ടാക്കാനുള്ള കഴിവേ അതിനുണ്ടായിരുന്നുള്ളൂ. പക്ഷേ, അതൊരു നല്ല ശബ്ദമായിരുന്നു. ആ പ്രാകൃതമായ സംഗീതോപകരണം കണ്ട് പിറ്റ്ജാൻ അദ്ഭുതപ്പെടുകയും ഫ്ളാൻഡേഴ്സിൽ വച്ചു കണ്ട ഒരു ഹാർമോണിക്കയുമായി അതിനു നല്ല സാമ്യമുണ്ടെന്ന് സന്തോഷത്തോടെ പറയുകയും ചെയ്തു. താൻ എത്രമാത്രം യെയെയെ ഇഷ്ടപ്പെടുന്നു എന്നും അവൻ കഴിവും ബുദ്ധിയുള്ള നല്ല മിടുക്കനായ ഒരു ടുളിപ് കൃഷിക്കാരനായി മാറും എന്ന് അയാൾ എപ്പോഴും പറയാറുണ്ട്. ആദ്യം കണ്ടപ്പോൾ പിറ്റ്ജാനോടു തോന്നിയ വെറുപ്പ് യെയെയ്ക്ക് പൂർണമായി മാറിയിരുന്നു. സംസാരമൊഴിച്ച് അയാളുടെ പെരുമാറ്റവും വ്യക്തിത്വവും ഒരു ഇസ്താംബൂൾക്കാരനിൽ നിന്ന് ഒട്ടും വ്യത്യസ്തമല്ലായിരുന്നു. യെയെയ്ക്ക് സെലെബിയുടെ ഫ്ളെമിഷ് സുഹൃത്തിനെ വളരെ ഇഷ്ടമായി. അയാൾക്ക് ഒരു സമ്മാനം നല്കണം എന്ന് അവൻ തീരുമാനിച്ചു.

വീട്ടുസാധനങ്ങളും മെഴുകുതിരികളും വാങ്ങാനാണ് ഹാഫിസ് സെലെബി യെയെയെ ചന്തയിലേക്ക് അയച്ചത്. തിരിച്ചുവരുന്ന വഴി മുബാറക് എഫെൻഡിയെയും എലുമ്പൻ മാർത്തൊലോസി കിർകോറിനെയും കാണണമെന്നും അവനെ ശട്ടംകെട്ടിയിരുന്നു. തന്റെ കൈയിലെത്തുന്ന ടുളിപ്പുകളെ സംബന്ധിച്ച ഏതു പുസ്തകവും ഹാഫിസ് സെലെബിക്ക് വേണ്ടി മാറ്റിവയ്ക്കുന്ന ജൂതനായ ഒരു പുസ്തകക്കച്ചവടക്കാരൻ ആയിരുന്നു മുബാറക്ക് എഫെൻഡി. സെലെബി വീടിന്റെ അറ്റകുറ്റപ്പണികൾ എപ്പോഴാവശ്യപ്പെട്ടാലും നടത്തിക്കൊടുക്കുക പതിവുണ്ട്. തടികൾകൊണ്ടുള്ള ആവശ്യമായ മറ്റു മാറ്റങ്ങൾ വരുത്തുന്ന നല്ല മനുഷ്യൻ. ഒരു അർമേനിയക്കാരൻ മരപ്പണിക്കാരൻ ആയിരുന്നു മാർത്തൊലോസി കിർകോർ. ഒരു പുതിയ മുറി കൂടി പണിയേണ്ടത് യെയെയുടെ വരവോടെ അത്യാവശ്യമായി മാറി. അതു കൂടാതെ ടുളിപ് കിഴങ്ങുകൾ ഈർപ്പമുള്ള അന്തരീക്ഷത്തിൽ സൂക്ഷിക്കാനായി ഒരു നിലവറ കൂടി പണിയണം എന്ന് സെലെബിക്ക് ആഗ്രഹമുണ്ടായിരുന്നു. ഇത്തരം പണികൾ ചെയ്യാൻ എലുമ്പൻ മാർത്തൊലോസി കിർകോറിനെപ്പോലെ മിടുക്കനായ മറ്റൊരു പണിക്കാരനെ ലഭിക്കുക സാധ്യമായിരുന്നില്ല.

വീട്ടിലേക്കുള്ള സാധനങ്ങൾ വാങ്ങിയശേഷം മുബാറക്ക് എഫെൻഡിയുടെ പക്കൽ നിന്ന് മെഴുകുശീലകൊണ്ട് പൊതിഞ്ഞ ഒരു പുസ്തകം വാങ്ങി. രണ്ടു ദിവസത്തിനുള്ളിൽ വീടിന്റെ പണി തുടങ്ങാം എന്ന് മാർത്തൊലോസി കിർകോറിന്റെ ഉറപ്പും വാങ്ങി പിന്നെ കുറെയേറെ ആലോചിച്ച ശേഷം പിറ്റ്ജാനുവേണ്ടി മധുരപലഹാരക്കച്ചവടക്കാരന്റെ സമീപത്തേക്ക് കുറച്ചു ഹൽവ വാങ്ങാൻ വേണ്ടി യെയെ നടന്നു.

കടയുടെ കതക് യെയെ തുറന്നപ്പോൾ മുഴങ്ങിയ മണിശബ്ദം ആരും ശ്രദ്ധിച്ചില്ല. പണം വയ്ക്കുന്ന മേശയ്ക്കു പിന്നിൽനിന്ന് രണ്ടുപേർ എന്തോ പിറുപിറുക്കുന്നത് കണ്ടു. ഏപ്രൺ ധരിച്ച, കോടാലി മീശയും കനത്ത താടിയുമായി നില്ക്കുന്ന ആളാവണം പ്രധാന പാചകക്കാരനും കടയുടെ ഉടമസ്ഥനും എന്ന് യെയെ ഊഹിച്ചു. ഇടപാടുകാരുടെ കനത്ത ഒച്ചയും തവളക്കരച്ചിലും മുകളിലെത്തെ നിലയിൽനിന്ന് കേൾക്കാമായിരുന്നു. അവരുടെ സംഭാഷണം തീരാനായി കാത്തു നിന്ന യെയെ ഭിത്തിയിൽ കണ്ട അലങ്കാരചിഹ്നങ്ങൾ ശ്രദ്ധിച്ചു. ഒരു മധുരപലഹാരക്കടയിൽ കവിതകൾ സുന്ദരമായ അറബ് കൈയെഴുത്തിൽ പ്രദർശിപ്പിച്ചിരിക്കുന്നത് കൗതുകകരമായി യെയെയ്ക്ക് തോന്നി. മേശയ്ക്കു മുകളിൽ അവന്റെ തൊട്ടു മുന്നിൽതന്നെ ഒരു ഈരടി എഴുതിയിട്ടുണ്ടായിരുന്നു.

ഈ സ്വർഗീയരുചിക്ക് തമ്പുരാന് നന്ദി

എല്ലാവർക്കും ധാരാളം, ഒട്ടും അധികം വരാതെ.

വാതിലിനു മുകളിൽ ഉടമയുടെ പേരുമായി മറ്റൊരു അലങ്കാരപ്പണി കാണാമായിരുന്നു.

പൂജനീയനായ ഷെയ്ക്ക് സെസേലി,

മധുരപലഹാരമുണ്ടാക്കുന്നവരുടെ നേതാവ്

എല്ലാ ദിവസവും എല്ലാ ഇടപാടുകാരെയും സ്വാഗതം ചെയ്യുന്നു.

അടുത്ത വരി യെയെയെ ആകർഷിച്ചു.

പരമാനന്ദത്തിലേക്ക് നയിക്കുന്ന ശാപവചനങ്ങൾ,

വില ന്യായമാണെങ്കിൽ മാത്രം സ്വന്തമാക്കൂ.

അതിനു താഴെ ഒരു പ്രാർത്ഥനയാണ് ഉണ്ടായിരുന്നത്, പക്ഷേ, അത് ഒരു ശാപമായിട്ടാണ് യെയെയ്ക്ക് തോന്നിയത്.

കൂട്ടിക്കൊടുപ്പുകാർ എന്റെ ജീവിതത്തിൽ വിഷാദം നിറച്ചതുപോലെ എന്റെ പേരിലെ ഈ വിലക്ഷണം പിടിച്ച ഹൽവ ആസ്വദിച്ചാലും.

ഹൽവ കഴിക്കുന്നത് മരണത്തിന്റെ സൂചനയായി കണക്കാക്കിയിരുന്നു. മരണാനന്തര ചടങ്ങുകളിൽ ഹൽവയുടെ ഉപയോഗം യെയെ കണ്ടിട്ടുണ്ട്. പക്ഷേ, എടുക്കുന്നത് നല്ലതാണെങ്കിൽ മര്യാദ കാണിക്കണം. ആവശ്യമില്ല എന്ന വരികൊണ്ട് ഉദ്ദേശിക്കുന്നതെന്താവും? ഈ വാക്കുകൾ ഇസ്താംബൂളിലെ എല്ലാ മധുരപലഹാരക്കടകളിലും തൂക്കിയിട്ടിട്ടുണ്ട്. ചിലപ്പോൾ ഈ കടയുടെ ഉടമയാവും അതിന്റെ ഉപജ്ഞാതാവ്. ഹാഫിസ് സെലെബി പറഞ്ഞതനുസരിച്ച് ശാപങ്ങൾ കച്ചവടം തുടങ്ങിയത് ഈ മനുഷ്യനാണ്. ഭാഷയിൽ പ്രത്യേക സിദ്ധിയുള്ളവർ ഈ കടയിൽ വരികയും തങ്ങളുടെ രചനകൾ, പ്രത്യേകിച്ചു കവിതകൾ, നല്ല വിലയ്ക്ക് വില്ക്കുകയും ചെയ്തുപോന്നു. വളരെ പ്രശസ്തനായ ഒരു കച്ചവടക്കാരനായ ഈ മനുഷ്യൻ ഒരു സമയത്തു ഒരു ശാപം മാത്രമേ ഓരോ വ്യക്തിക്കും വില്ക്കുമായിരുന്നുള്ളൂ. ഉപയോഗിച്ചത് ഒരിക്കലും മറ്റാർക്കും അദ്ദേഹം ഒരിക്കലും നൽകുമായിരുന്നില്ല. ഒരു കച്ചവടക്കാരൻ ഈ ശാപങ്ങൾ മറിച്ചു വില്ക്കാൻ ശ്രമിച്ചതിനു നിയമപാലകരുടെ പിടിയിലായ ഒരു കിംവദന്തി കേട്ടിട്ടുണ്ട്. പട്ടാളക്കാരുടെ കാപ്പിക്കടയിലെ ഇടപാടുകാർ പലരും ഇവിടെ വരാറുണ്ട്. ഇതെല്ലാം ചിന്തിച്ചുനിന്നപ്പോൾ കടയുടമയോട് സംസാരിച്ചു നില്ക്കുന്നയാളും ഈ കാര്യത്തിനായി തന്നെ വന്നതായിരിക്കും എന്ന് യെയെയ്ക്ക് തോന്നി. എന്തുകൊണ്ടെന്നാൽ ഹാഫിസ് സെലെബി അവനോടു പറഞ്ഞ അതേ ചോദ്യങ്ങൾ എഴുതിയിരിക്കുന്ന ഭാഗത്തേക്ക് നോക്കാൻ അയാളോട് കടയുടമസ്ഥൻ ആവശ്യപ്പെടുന്നത് അവൻ കേട്ടു.

ശപിക്കാൻ ആഗ്രഹിക്കുന്ന മനുഷ്യന്റെ പ്രായം?

എന്താണ് അയാളുടെ പദവി?

അയാൾക്ക് കുടുംബം ഉണ്ടോ?
അയാൾക്ക് എന്തെങ്കിലും അംഗവൈകല്യം ഉണ്ടോ?

ഇടപാടുകാരന്റെ കൂടെ യെയും ഈ ചോദ്യങ്ങൾ വായിച്ചു.

എല്ലാ ഇടപാടുകാരും നിശ്ചയമായും ഇത്തരം ചോദ്യങ്ങൾക്ക് ഉത്തരം പറയേണ്ടി വരും. അല്ലാതെ ശാപമേൽക്കേണ്ട മനുഷ്യന് യോജിക്കുന്ന ഒന്ന് വാങ്ങാൻ കഴിയില്ല. ഈ ചോദ്യങ്ങൾ വളരെ പ്രസക്തമാണ് എന്ന് യെയെയ്ക്ക് തോന്നി. എന്തുകൊണ്ടെന്നാൽ ഈ ശാപം വഴിതെറ്റി ഒരു നിരപരാധിയുടെ മേൽ പതിക്കുകയും സർവനാശം വരികയും ചെയ്യുന്നത് എത്ര ഭയങ്കരമായിരിക്കും? യെയെയ്ക്ക് ആ മധുരപലഹാരക്കച്ചവടക്കാരനോടു രഹസ്യമായി ഒരു ആരാധന തോന്നി. അതേസമയംതന്നെ ശാപങ്ങൾക്ക് പകരം പ്രണയോപദേശങ്ങൾ നല്കുന്നതും അയാൾക്ക് ലാഭകരമായിരിക്കും എന്നും തോന്നാതിരുന്നില്ല. ആളുകൾക്ക് ശാപങ്ങളിൽ ഉള്ളത്രയും തന്നെ താത്പര്യം പ്രണയസംബന്ധമായ ഉപദേശങ്ങളിലും ഉണ്ടാവാനാണ് സാധ്യത. എന്നുമാത്രമല്ല പ്രണയം കൂടുതൽ ആവേശം നല്കുന്നതും സന്മാർഗികവുമാണ്. പെട്ടെന്ന് അവന്റെ ചെവിയിൽ വീണ ശബ്ദം, യെയെയെ പ്രണയത്തോടും ശാപങ്ങളോടുമുള്ള മനുഷ്യന്റെ സമീപനങ്ങളെക്കുറിച്ചുള്ള ദിവാസ്വപ്നത്തിൽ നിന്ന് ഉണർത്തി.

"ഒരു യോഗി ഒരിക്കൽ പറഞ്ഞു, ഒരു മനുഷ്യന്റെ മനസ്സായിരിക്കണം അവന്റെ നാവിനെ ഭരിക്കേണ്ടത്. മനസ്സിനെ ഭരിക്കുന്ന നാക്കുള്ളവന്റെ ജീവിതത്തിൽ നാശമേ ഉണ്ടാവൂ." അയാൾ മന്ത്രിച്ചു.

"മോനെ, ഞാൻ മീശ മുളയ്ക്കാത്ത പയ്യന്മാർക്ക് ശാപങ്ങൾ വില്ക്കാറില്ല."

"പക്ഷേ, ഞാൻ ഹൽവ വാങ്ങാൻ വന്നതാണ്."

"വീണ്ടും വീണ്ടും ശെഹനാസ് എന്ന് പറഞ്ഞുകൊണ്ട് അവൻ മറിഞ്ഞു വീണു." തന്റെ കഴുതപ്പുറത്തു കയറ്റി കരുത്തൻ യെയെയെ കൊണ്ടുവന്നപ്പോൾ എലുമ്പൻ മാർത്തൊലോസി കിർകോർ ജപിച്ചുകൊണ്ടേയിരുന്നു. ഇത് കേട്ട് ഹാഫിസ് സെലെബി ചിരിച്ചു ചിരിച്ചു തളർന്നു.

എലുമ്പൻ മാർത്തൊലോസി കിർകോർ ഹാഫിസ് സെലെബിക്ക് ഒന്നും പറയാൻ അവസരം കൊടുക്കാതെ അതുതന്നെ വീണ്ടും വീണ്ടും ചോദിച്ചു.

യെയെയ്ക്ക് എന്താണ് സംഭവിച്ചത്? എവിടെവച്ചാണ് കിർകോർ എഫെൻഡി അവനെ കണ്ടെത്തിയത്? ആരാണീ ശെഹനാസ്?

അനുബന്ധം: പ്രണയോപദേശങ്ങൾ

പ്രണയത്തിനു മനുഷ്യരുടെ മേൽ ആധിപത്യം സ്ഥാപിക്കാനുള്ള കഴിവുണ്ട്, കർശനമായ നിയമങ്ങളും ചോദ്യം ചെയ്യാനാവാത്ത

മേധാവിത്വവും ശാശ്വതമായ സ്വാധീനവും ഉളവാക്കുന്ന സഹിക്കാനാവാത്ത സമ്മർദ്ദവും അതിന്റെ കൂടപ്പിറപ്പാണ്. അത് കെട്ടിവച്ച വികാരങ്ങളെ തുറന്നുവിടുന്നു. അച്ചടക്കത്തെ അലിയിച്ചുകളയുന്നു. സന്മാർഗ പ്രതിരോധങ്ങളെ ദുർബലമാക്കുന്നു. വിലപ്പെട്ടതിനു മുറിവേല്പിക്കാൻ തക്കവണ്ണം ഒരു മനുഷ്യനെ നിസ്സഹായനാക്കുകയും ചെയ്യുന്നു.

ഒരു നോട്ടത്തിനപ്പുറം പ്രണയത്തിനു മറ്റൊന്നും വേണ്ട. ബാക്കിയെല്ലാം അനാവശ്യമാണ്. ആദ്യത്തെ ദർശനത്തിനുശേഷം അവളോടൊപ്പമാവാനുള്ള തീവ്രമായ ആഗ്രഹത്തോടെ പ്രണയി തന്റെ പ്രിയപ്പെട്ടവളെത്തന്നെ നോക്കിയിരിക്കുന്നു. എന്തുകൊണ്ടെന്നാൽ കണ്ണുകൾ സ്വപ്നങ്ങളിലേക്ക് തുറക്കുന്ന ജനാലകളാണ്. അത് മറ്റൊരു ഹൃദയത്തിൽ ഒളിച്ചിരിക്കുന്ന രഹസ്യങ്ങളെ കണ്ടെത്താൻ ശ്രമിക്കുന്നു. ഒപ്പം തന്റെ അഗാധമായ ചിന്തകളെ വെളിപ്പെടുത്തുകയും ചെയ്യുന്നു. പ്രണയിയുടെ കണ്ണുകൾ തന്റെ പ്രിയതമയെ അല്ലാതെ മറ്റാരെയും കാണാൻ ഇഷ്ടപ്പെടുന്നില്ല. കണ്ണുകളും പ്രണയിനിയും തമ്മിൽ ഒരു കാന്തികാകർഷണം രൂപപ്പെടുന്നു. ഈ വാക്കുകൾ അർത്ഥമാക്കുന്നതുപോലെ തന്നെ കണ്ണുകൾ കാമിനിയിലേക്ക് ആകർഷിക്കപ്പെടുന്നു. അതിലൂടെ അവളിലേക്ക് എന്നേക്കുമായി ബന്ധിക്കപ്പെടുകയും ചെയ്യുന്നു.

പ്രിയപ്പെട്ടവളോടു മാത്രം പറയാനാഗ്രഹിക്കുന്ന വാക്കുകൾ പറയണമെന്ന് തോന്നിയാൽ പ്രണയം വാതിൽപ്പടിയിൽ എത്തി എന്നാണ് അർത്ഥം. പ്രിയപ്പെട്ടവളുടെ വാക്കുകൾ ആത്മാവിനെപോലും സമർപ്പിച്ചുകൊണ്ട് ശ്രദ്ധിച്ചിരിക്കുക, അവൾ പറയുന്നതിനെ ആരാധിക്കുക. വിഡ്ഢിത്തമോ കള്ളങ്ങളോ പറയുകയാണെങ്കിൽപോലും അത് വിശ്വസിക്കുക. അവൾ ചെയ്യുന്നത് തെറ്റാണെങ്കിലും അത് ശരിയാണെന്ന് സ്ഥാപിക്കാൻ ശ്രമിക്കുക. അവൾ എന്തു പറഞ്ഞാലും ചെയ്താലും അത് പിന്തുടരുക. ഇതൊക്കെ പ്രണയലക്ഷണങ്ങളാണ്. ശുഭകരമല്ലാത്ത നേരങ്ങളിൽ പോലും പ്രണയം പൂത്തുലഞ്ഞേക്കാം. വേർപാടിന്റെ മധുരമുള്ള വേദന പ്രണയി ധീരതയോടെ സ്വീകരിക്കും. പ്രണയം പുരോഗമിക്കുമ്പോൾ തന്റെ പ്രിയതമയുടെ പ്രശ്നങ്ങളെല്ലാം പരിഹരിക്കാൻ കമിതാവ് മുന്നിട്ടിറങ്ങും. പ്രകൃതിയിൽ എല്ലാത്തിനും തീവ്രമായ അവസ്ഥകളുണ്ട്. കുതിരവണ്ടിയുടെ ചക്രങ്ങൾ വേഗം കൂടുംതോറും പിന്നിലേക്ക് ഉരുളുംപോലെ കാണപ്പെടുന്നതും എല്ലാ ദുഃഖങ്ങളും സന്തോഷത്തിൽ അവസാനിക്കുന്നതും ചിരികൾക്കവസാനം കണ്ണുനീരുണ്ടാകുന്നതും ഉദാഹരണങ്ങളാണ്. സന്തോഷത്തിന്റെയും ദുഃഖത്തിന്റെയും തീവ്രമായ അവസ്ഥയ്ക്ക് ഒരു മനുഷ്യനെ കൊല്ലാനുള്ള ശേഷിയുണ്ട്. ഹൃദയം തുറന്ന് ഏറ്റവും കൂടുതൽ ചിരിക്കുന്ന ഒരു വ്യക്തിയുടെ ചിരി കരച്ചിലിൽ അവസാനിക്കാറാണ് പതിവ്.

പ്രണയികൾ ആട്ടിടയന്മാരെപ്പോലെയാണ്. പക്ഷേ, അവർ മേയ്ക്കുന്നത് നക്ഷത്രക്കൂട്ടങ്ങളെയാണ് എന്ന് മാത്രം. അവർ എപ്പോഴും ഏകാന്തത

തിരഞ്ഞെടുക്കുകയും കരയണം എന്ന് തോന്നുമ്പോൾ ഒറ്റയ്ക്കിരിക്കാൻ ആഗ്രഹിക്കുകയും ചെയ്യും. നക്ഷത്രപ്രകാശം കണ്ണുനീരുപോലെ ചൊരിയുന്ന താരകങ്ങളെയും നോക്കി അവൻ എണ്ണമില്ലാത്ത രാത്രികൾ ചെലവഴിക്കും. മേഘലങ്ങൾ പ്രണയികളുടെ കണ്ണുകളിൽനിന്ന് പാഠങ്ങൾ പഠിക്കും. ടോളമി ഇപ്പോഴും ജീവിച്ചിരിപ്പുണ്ടായിരുന്നു എങ്കിൽ നക്ഷത്രങ്ങളുടെ നീക്കങ്ങൾ പഠിക്കാൻ കമിതാക്കളുടെ ഒരു സംഘംതന്നെ രൂപീകരിച്ചേനേ. അങ്ങ് കിഴക്ക് നിന്നുള്ള ഒരു പഴയ കവി ഒരിക്കൽ പറഞ്ഞു, “വർഷത്തിലെ ഏറ്റവും നീളമുള്ള രാവ് ഏതെന്ന് ഒരു ജ്യോതിശാസ്ത്രജ്ഞനോ രസതന്ത്രജ്ഞനോ അറിയാൻ കഴിയില്ല. തീവ്രദുഃഖത്തിനു അടിപ്പെട്ടുപോയ ഒരു കാമുകന് മാത്രമേ അത് തിരിച്ചറിയാൻ കഴിയൂ.”

ചോദ്യം 40

മന്ത്രിമുഖ്യനോടുള്ള അടുപ്പം സുരക്ഷിതമോ അതോ അപകടകമോ?

ഹാഫിസ് സെലെബി ഒരിക്കൽ പറഞ്ഞു, "പ്രധാനപ്പെട്ട കാര്യങ്ങൾ ചെയ്യുന്ന സാധാരണക്കാരനായ ഒരു മനുഷ്യൻ നിസ്സാരമായ കാര്യങ്ങൾക്ക് പ്രാധാന്യം നല്കുന്ന ഒരു പ്രമുഖനെക്കാൾ ശ്രേഷ്ഠനാണ്" വൃത്തിയുള്ള പുതപ്പുകൾക്കുള്ളിൽ ലാവണ്ടർ സുഗന്ധമുള്ള തലയണയിൽ തലവച്ച് അലങ്കരിച്ച മച്ചിലേക്ക് നോക്കി കിടന്നുകൊണ്ട് സുൽത്താന്റെ മരുമകനും മന്ത്രിമുഖ്യനുമായ ഇബ്രാഹിം പാഷയുടെ ജോലികളെ പറ്റി ഫാൽക്കോ ചിന്തിച്ചു. കഴിഞ്ഞ വെള്ളിയാഴ്ച പ്രകാശം കൊണ്ട് വഴിതെളിച്ചതോടെ ഫാൽക്കോയുടെ ജീവിതം പാടേ മാറി. സുൽത്താനുമായി ഒരു കൂടിക്കാഴ്ചയ്ക്ക് അവസരം ലഭിക്കുന്നതിനു പകരം അവൻ ഇബ്രാഹിം പാഷയുടെ കൊട്ടാരത്തിലേക്കാണ് ആനയിക്കപ്പെട്ടത്. അനത്തോളിയയിൽ ഉടനീളം അലഞ്ഞു തിരിയുന്ന ഡെർവിഷുകളുടെ വേഷം ധരിച്ച ആയിരക്കണക്കിന് ആൾമാറാട്ടക്കാരിൽ ഒരാളാണ് അവനുമെന്നു കരുതി സുൽത്താൻ തന്നെ അവിശ്വസിക്കാനും ശിക്ഷിക്കാനുമുള്ള സാധ്യത ഏറെയായിരുന്നു എന്ന് അവൻ കരുതി. എന്നാൽ മന്ത്രിമുഖ്യൻ അവനോടു പെരുമാറിയത് അങ്ങനെയല്ല. ഫാൽക്കോ ചൊല്ലിയ കവിതകളുടെ സാരാംശം സൗമ്യനും സഹൃദയനുമായ ആ മനുഷ്യൻ മനസ്സിലാക്കുകയും അതേ രീതിയിൽ തന്നെ പ്രതികരിക്കുകയുമാണ് ചെയ്തത്. ഒരാൾ പേർഷ്യനിൽ കവിതകൾ ചൊല്ലിയപ്പോൾ മറ്റെയാൾ ടർക്കിഷിൽ നിന്നുള്ള ഉദ്ധരണികൾ പ്രയോഗിച്ചു. പ്രമുഖ ഷിറാസ് കവിയായ ഷെയ്ക്ക് സാദിയുടെ ഗൊലിസ്താൻ എന്ന കവിതയിൽ നിന്നുള്ള നാല് വരികൾ തന്റെ ജീവിതത്തിൽ ഇത്രയേറെ മാറ്റങ്ങൾ വരുത്തും എന്ന് ഫാൽക്കോ ഒരിക്കലും കരുതിയില്ല. കേട്ടയുടൻ ഇബ്രാഹിം പാഷ ടർക്കിഷിലേക്ക് വിവർത്തനം ചെയ്തു കേൾപ്പിച്ച ആ നാല് വരികൾ ഇങ്ങനെയായിരുന്നു.

ശത്രുവിനോട് സമാധാനം പാലിക്കണമെങ്കിൽ

അവന്റെ രോഷം അടങ്ങുന്നതുവരെ അവനെ പ്രകീർത്തിക്കുക

അവന്റെ കയ്പുള്ള അമർഷത്തെ തടയാനായി
മധുരം പുരട്ടി ആ മൃഗത്തെ സന്തോഷിപ്പിക്കുക

കേട്ടപാടെ ഈ പേർഷ്യൻ വരികൾ ടർക്കിഷിലേക്ക് മന്ത്രിമുഖ്യൻ വിവർത്തനം ചെയ്തത് കണ്ടു ഫാൽക്കോ അസ്ഥാളിച്ചു. ഓട്ടോമാൻ കൊട്ടാരം മുഴുവൻ തന്റെ കൈപ്പിടിയിൽ ഈ മനുഷ്യൻ ഒതുക്കി വെച്ചിരിക്കുന്നതിനു പിന്നിൽ ഈ ബുദ്ധിസാമർത്ഥ്യമാണ് എന്ന് അവൻ പതിയെ മനസ്സിലാക്കുകയായിരുന്നു. അദ്ദേഹം ഒരു ചെറുകവിത ചൊല്ലിയിട്ട് അത് പേർഷ്യനിലേക്ക് വിവർത്തനം ചെയ്യാൻ അവനെ വെല്ലുവിളിച്ചതോടെ ഫാൽക്കോയുടെ അദ്ഭുതം വർധിച്ചു.

നീ പ്രണയത്തിലാണെന്ന് അവകാശപ്പെടുന്നു.
പക്ഷേ ഒരു തെളിവെങ്കിലും അതിനായി നീ പ്രദർശിപ്പിക്കൂ.
എല്ലാം നീ ഒരു കണ്ടുമുട്ടലിനായി ബലി കഴിക്കുമോ?
മറ്റൊരു വഴിയും തെളിയുന്നില്ല എങ്കിൽ...?

ഇത് അല്പം പ്രയാസമായിരുന്നു. ഒരു ഇറാനിയൻ ഡെർവിഷിന് ഈ വരികൾ വിവർത്തനം ചെയ്യാൻ പ്രയാസമുള്ളതായതിനാലല്ല മറിച്ച് അവൻ അത് ചെയ്താൽ മന്ത്രിമുഖ്യനേക്കാൾ ഫാൽക്കോയ്ക്ക് കഴിവുണ്ടെന്ന് വരികയും അത് ചിലപ്പോൾ അദ്ദേഹത്തിന്റെ അപ്രീതിക്ക് കാരണവുമായേക്കാം. അവൻ അദ്ദേഹത്തിന്റെ മുഖം സൂക്ഷ്മമായി നിരീക്ഷിച്ചു. ഒരു ഡെർവിഷിൽനിന്ന് പ്രതീക്ഷിക്കാവുന്ന കഴിവുകളെക്കാൾ കൂടുതൽ എന്തെങ്കിലും പുറത്തെടുത്താൽ കുഴപ്പമെന്തെങ്കിലും ഉണ്ടായേക്കും എന്ന് തോന്നിക്കുന്ന എന്തെങ്കിലും അടയാളം ആ മുഖത്തു കാണുന്നുണ്ടോ എന്നായിരുന്നു അവന്റെ ഭയം. പക്ഷേ, പറയൂ, ഞാൻ ശ്രദ്ധിക്കുന്നുണ്ട്. എന്ന ഭാവമല്ലാതെ മറ്റൊന്നും അവൻ കണ്ടെത്തിയില്ല. അതോടെ ദീർഘമായി ഒന്ന് ശ്വാസമെടുത്തുകൊണ്ട് അവൻ തന്റെ പേർഷ്യൻ വിവർത്തനം ചൊല്ലിക്കേൾപ്പിച്ചു. ആലാപനത്തിനുശേഷം അവൻ അപേക്ഷിച്ചു,

"ഒരു പാവം ഡെർവിഷായ എന്നിൽ നിന്ന് പല തെറ്റുകൾ വന്നേക്കാം. അങ്ങയുടെ ആഗ്രഹങ്ങൾ നിറവേറ്റുന്ന ഒരു അടിമ മാത്രമാണ് ഞാൻ അങ്ങ് എന്നോടു പൊറുക്കുന്നതും കാത്തു ഞാൻ ആ വാതിലിനപ്പുറം നിന്ന് കൊള്ളട്ടെ? അതല്ലയെങ്കിൽ കുറവുകൾ അംഗീകരിച്ചു ജീവനോടെ വിടാൻ ദയവുണ്ടാകണം."

അടുത്ത ഒരു മണിക്കൂറു മുഴുവൻ കവിത തുന്നിച്ചേർത്ത സംഭാഷണത്തിൽ ഫാൽക്കോയും ഇബ്രാഹിം പാഷയും അഭിരമിച്ചു. ചൊല്ലിയ

കവിതകളിലെ സന്ദർഭങ്ങളും പരിഹാസങ്ങളും ഉപമകളും അർത്ഥ വ്യാഖ്യാനങ്ങളും തമാശകളും കൊള്ളിവാക്കുകളും അവർ വിശദീകരിച്ചു രസിച്ചു. ഇറാനിലെ യുദ്ധത്തെയും പട്ടാളക്കാർക്കിടയിൽ കലാപം ഉണ്ടാകാനുള്ള സാധ്യതകളെയുംകുറിച്ചും ബെയ്സിത് സ്നാനഘട്ടത്തിലെ വെള്ളത്തൊട്ടിക്കടുത്ത് വച്ചു കേട്ട സംഭാഷണശകലത്തെക്കുറിച്ചും ഇബ്രാഹിം പാഷയുടെ സ്വകാര്യ മതവിശ്വാസത്തെക്കുറിച്ചും ആ സംഭാഷണത്തിൽ അവർ ചർച്ച ചെയ്തു. അവസാനം ഇബ്രാഹിം പാഷ തന്റെ കാവൽക്കാരിൽ ഒരുവനെ വിളിച്ചു.

"ഈ മാന്യൻ നമ്മുടെ അതിഥിയാണ്. കൊട്ടാരത്തിൽ ഇയാൾക്കായി ഒരു മുറി തയ്യാറാക്കുക. ഇദ്ദേഹത്തിനു ആവശ്യമുള്ളത് എന്തും നല്കുന്നതിൽ യാതൊരു അമാന്തവും കാണിക്കരുത്."

അവനുവേണ്ടി തയ്യാറാക്കിയ മുറിയിൽ പ്രവേശിച്ചപ്പോൾ വെള്ളിനൂലുകൾ തുന്നിപ്പിടിപ്പിച്ച വിരിപ്പ് വിരിച്ചൊരുക്കിയ കിടക്കമേൽ ഒരു ചെറിയ പെട്ടി കണ്ടു. അതിനുള്ളിൽ പെയർ പഴത്തിന്റെ ആകൃതിയിലുള്ള ഒരു മുത്തും മുപ്പതു സ്വർണനാണയങ്ങളും ഒരു കുറിപ്പും ഉണ്ടായിരുന്നു. "അങ്ങയുടെ സേവനത്തിനു ഒരു എളിയ സമ്മാനം. കുറച്ചു നല്ല വസ്ത്രങ്ങൾ വാങ്ങിക്കുക." ഇതായിരുന്നു കുറിപ്പിലെ ഉള്ളടക്കം. ഇതിനർത്ഥം തന്റെ ഡെർവിഷ് കുപ്പായങ്ങൾ കളഞ്ഞിട്ട് മന്ത്രിമുഖ്യന്റെ കവിസുഹൃത്തുക്കളിലൊരാളായി കൊട്ടാരത്തിൽ കഴിയാനാണ് എന്ന് ഫാൽക്കോയ്ക്ക് മനസ്സിലായി. സ്വാഭാവികമായും ഏതു ദിവസങ്ങളിലാണ് കവിസമ്മേളനങ്ങൾ വിളിച്ചു കൂട്ടുക, ആരൊക്കെയാണ് അതിൽ പങ്കെടുക്കുക മുതലായ പതിവുകൾ മനസ്സിലാക്കാനും മറ്റും സമയം പിടിക്കും. പക്ഷേ മന്ത്രിമുഖ്യന്റെ കവിസമ്മേളനങ്ങളിൽ ഭാഗഭാക്കാവുക എന്നത് ഒരു നിസ്സാര കാര്യമല്ല എന്ന് ഫാൽക്കോയ്ക്ക് അറിയാമായിരുന്നു.

അന്ന് രാത്രി അവൻ ആ മുത്ത് തന്റെ കൈപ്പട്ടയ്ക്കുള്ളിൽ ഒളിച്ചു വച്ചു. ദുരിതകാലങ്ങളിൽ തനിക്കു അത് ഉപകാരപ്പെടും എന്ന് കരുതി. ആവശ്യമുള്ള സാധനങ്ങളും വസ്ത്രങ്ങളും വാങ്ങാനായി ആ സ്വർണനാണയങ്ങൾ തലയണക്കീഴിൽ തിരുകി. അന്ന് രാത്രി സന്തോഷവും നന്ദിയും ശുഭപ്രതീക്ഷകളും നിറഞ്ഞ മനസ്സുമായി ഫാൽക്കോ ഉറങ്ങാനാവാതെ ഏറെ നേരം കിടന്നു. കുഴപ്പം നിറഞ്ഞ, നിഗൂഢമായ പ്രശ്നങ്ങൾ പരിഹരിക്കുന്നതിൽ മന്ത്രിമുഖ്യന്റെ കഴിവ് അറിയാവുന്ന ഫാൽക്കോയ്ക്ക് അദ്ദേഹം നക്സിഗ്യുല്ലിന്റെ ഘാതകരെ കണ്ടെത്താൻ തന്നെ സഹായിക്കും എന്ന് അവൻ പ്രതീക്ഷിച്ചു.

ഇബ്രാഹിം പാഷയ്ക്ക് ചുറ്റും കലാകാരന്മാരായ സുഹൃത്തുക്കളുടെ ഒരു വലയം എപ്പോഴും ഉണ്ടാവും എന്ന കാര്യം പ്രശസ്തമായിരുന്നു. കൊട്ടാരത്തിൽ താമസമാക്കിയതിനു ശേഷം വിദൂരദേശങ്ങളിൽ നിന്ന്

വരുന്ന കലാകാരന്മാർക്കും കവികൾക്കും താമസിക്കാനായി താഴത്തെ നിലയിൽ മുറികൾ ഉണ്ടെന്ന കാര്യം അവൻ മനസ്സിലാക്കി. ഉദാഹരണത്തിന്, അവയിൽ ഒന്നിൽ താമസിച്ചിരുന്നത് ബുഖാറയിൽ നിന്നുള്ള ചിത്രകാരനായ ലുത്ഫിയായിരുന്നു. മറ്റുള്ളവയിൽ ഫ്രെഞ്ച് നയതന്ത്ര പ്രതിനിധിയുടെ ഭാര്യയായ മാർക്വേസ് ദ ബൊണാക്, ഇബ്രാഹിം പാഷയ്ക്ക് പരിചയപ്പെടുത്തിയ ഒരു ലോകപ്രശസ്ത ശില്പി, മറ്റൊന്നിൽ ഖുർ-ആൻ, പിച്ചള ഫലകങ്ങളിൽ കൊത്തിയെടുക്കുന്ന ദമാസ്കസിൽ നിന്നുള്ള ഒരു കൈയെഴുത്തു വിദഗ്ദ്ധൻ എന്നിവരാണ് താമസിച്ചിരുന്നത്. ഒരു കലാരസികൻ എന്ന മന്ത്രിമുഖ്യന്റെ പ്രശസ്തി വെറുതെയായിരുന്നില്ല.

ചോദ്യം 41

ആരാണ് അവനെ തട്ടിക്കൊണ്ടു പോയത്? എന്തിന്?

അടുത്തുവരുന്ന ഒരു കുതിരക്കുളമ്പടി കേട്ട് ഹാഫിസ് സെലെബി ആരാണ് വരുന്നത് എന്ന് തിരിഞ്ഞു നോക്കി. ആരോഗ്യമുള്ള ഒരു കുതിരയുടെ പുറത്തു വിശേഷപ്പെട്ട വസ്ത്രങ്ങൾ ധരിച്ചുവരുന്ന ഫാൽക്കോയെ കണ്ടപ്പോൾ ഇബ്രാഹിം പാഷയ്ക്ക് തന്റെ കണ്ണുകളെ വിശ്വസിക്കാൻ കഴിഞ്ഞില്ല.

"ദൈവമേ! ഫാൽക്കോ! എന്റെ മകനേ, ഇത് നീ തന്നെയാണോ? നീയൊരു മെവ് ലെവി ഡെർവിഷായി മാറി എന്നാണ് നിന്നെക്കുറിച്ച് ആകെ എനിക്കറിയാമായിരുന്നത്."

"അത് ശരിയാണ്. കുറച്ചു ദിവസങ്ങൾ മുൻപ് വരെ ഞാനൊരു മെവ് ലെവി ഡെർവിഷായിരുന്നു. വാതിലിനടുത്തുള്ള വളയത്തിൽ കുതിരയുടെ കടിഞ്ഞാൻ കെട്ടി മുറുക്കിക്കൊണ്ട് ഫാൽക്കോ പറഞ്ഞു. "സത്യം പറഞ്ഞാൽ എന്റെ ഗുരുക്കളായ ഷെയ്ക്ക് അഹമ്മദ് ദെദെയുടെയും കവി നഹിഫി ദെദെയുടെയും ശിക്ഷണത്തിനു കീഴിൽ വളരെ സന്തോഷകരമായ ഒരു ശൈത്യകാലമാണ് കഴിച്ചു കൂട്ടിയത്. പക്ഷേ, ടുളിപ്കാലം തുടങ്ങിയപ്പോൾ നക്സിഗ്യുല്ലിനു വേണ്ടി എന്റെ ഹൃദയം വീണ്ടും കേഴാൻ തുടങ്ങി. ഞാൻ ഇപ്പോൾ നാടോടിയായ സൽമാൻ അബ്ദാൽ എന്ന ഡെർവിഷാണ് ഫാൽക്കോ അല്ല."

"സൽമാൻ അബ്ദാലോ? അതെന്താ അങ്ങനെ?"

"മെവ് ലെവി സത്രത്തിൽനിന്ന് എനിക്ക് ലഭിച്ച ശിക്ഷണം ഫാൽക്കോയെ ഇല്ലാതാക്കി. സ്വാർത്ഥനായ, എല്ലാം തന്റെ വരുതിയിലാക്കാൻ ആഗ്രഹിച്ച ആ ഇരുണ്ട ഫാൽക്കൺ പക്ഷി ഇനിയില്ല. ഇപ്പോൾ ബാക്കിയുള്ളത് നക്സിഗ്യുല്ലിനെക്കുറിച്ചു മാത്രം ചിന്തിക്കുന്ന ദൈവഭക്തിയുള്ള, മാനസാന്തരപ്പെട്ട ഒരു ഡെർവിഷായ സൽമാൻ അബ്ദാൽ മാത്രമാണ്."

"അങ്ങനെയാണെങ്കിൽ നീയൊരു പാപിയുടെ വസ്ത്രം തോളുകളിലൂടെ ധരിക്കേണ്ടതല്ലേ?"

സെലെബിയുടെ ഈ പരിഹാസവാക്കുകൾ ഫാൽക്കോ അവഗണിച്ചു. എന്ത് പറയാനാണ്? അദ്ദേഹം പറഞ്ഞത് ശരിയായിരുന്നു. നല്ല വസ്ത്രങ്ങൾ ധരിച്ച ഡെർവിഷുകൾ പോലും യാചകരായി അഭിനയിക്കുന്നത് ഒരു സാധാരണ കാഴ്ചയായിരുന്നു. അപ്പോഴേക്കും ഭാഗ്യത്തിന് പടിവാതിൽ തുറന്ന് പിറ്റ്ജാൻ കയറിവന്നു. നീണ്ടുകിടക്കുന്ന സെമിത്തേരിക്കും ആത്മാവിന്റെ കിണറിനും നേരെ നടന്നു പോകുന്ന വഴി അയാൾ അവരെ നോക്കി തലകുലുക്കി. പടിവാതിൽ തുറക്കുന്ന ശബ്ദം കേട്ടപ്പോൾ അത് യെയെ ആയിരിക്കും എന്ന് ഫാൽക്കോ പ്രതീക്ഷിച്ചിരുന്നു. പിറ്റ്ജാൻ കേൾവിക്കപ്പുറം ആയപ്പോൾ അവൻ സെലെബിയുടെ നേരെ തിരിഞ്ഞ് യെയെയെ പറ്റി അന്വേഷിച്ചു. ഹാഫിസ് സെലെബിയുടെ പ്രതികരണം അസാധാരണമായിരുന്നു. ഒരു നിമിഷം കൊണ്ട് ആ മനുഷ്യന് വയസ്സായത് പോലെ തോന്നി. എവിടെയോ മനസ്സ് നഷ്ടപ്പെട്ടത് പോലെ അദ്ദേഹം അസ്വസ്ഥമായ ഒരു നോട്ടവുമായി മുഖം തിരിച്ചു.

"ഹാ, നിനക്ക് പിറ്റ്ജാൻ എഫെൻഡിയെ അറിയില്ലല്ലോ," ഹാഫിസ് സെലെബി വാക്കുകൾക്കുവേണ്ടി തപ്പിത്തടഞ്ഞുകൊണ്ട് പറഞ്ഞു. 'അദ്ദേഹം ഫ്ളാൻഡേഴ്സിൽ നിന്ന് വന്നതാണ്. നമ്മുടെ ടുളിപ് തോട്ടത്തിനു കിട്ടിയ ഏറ്റവും വലിയ അനുഗ്രഹം എന്നുതന്നെ പറയാം. അദ്ദേഹത്തിന്റെ നെറ്റിയിലെ വിയർപ്പിന്റെ വിലയാണ് എന്റെ ഏറ്റവും നല്ല ടുളിപ്പുകൾ. വേനൽക്കാലത്തിന്റെ അവസാനമാകുമ്പോൾ അദ്ദേഹം വളർത്തിയ ടുളിപ്പുകളുടെ ചിത്രങ്ങൾ വീട്ടിൽ കൊണ്ടുപോകാനായി വരയ്ക്കുക പതിവാണ്. ഉദ്ദേശിച്ച നിറം തന്നെയാണോ പൂക്കൾക്ക് എന്ന് പരിശോധിക്കാനായി ചിലപ്പോൾ ഈ മനുഷ്യൻ ഉറക്കം പോലും ഉപേക്ഷിക്കാറുണ്ട്. ഓരോ തരം പൂക്കളും വിരിഞ്ഞു കഴിഞ്ഞു അതിന്റെ ചിത്രങ്ങൾ വരയ്ക്കാനായി അക്ഷമയോടെയാണ് അദ്ദേഹം കാത്തിരിക്കുന്നത്. പിറ്റ്ജാൻ ആമകളെ നോക്കുകയും പുതിയ മുളകൾക്ക് വെള്ളമൊഴിക്കുകയും തോട്ടം വൃത്തിയായി സൂക്ഷിക്കുകയും ചെയ്യും. അതൊക്കെ വിടൂ, നിന്റെ ജീവിതത്തെ പറ്റി പറയൂ."

"വിഷമിക്കണ്ട എഫെൻഡീ," അവർ നേരത്തെ സംസാരിച്ചുകൊണ്ടിരുന്ന കാര്യം തുടരാനാണ് അദ്ദേഹം ആഗ്രഹിക്കുന്നത് എന്ന് മനസ്സിലാക്കി ഫാൽക്കോ തുടർന്നു. "ഞാൻ മോശമായ വഴികളിലൂടെ സഞ്ചരിക്കുകയോ മോഷ്ടിക്കുകയോ ചെയ്തിട്ടില്ല. എന്റെ അഭ്യുദയകാംക്ഷിയായ മന്ത്രിമുഖ്യൻ ഇബ്രാഹിം പാഷയുടെ അതിഥിയായി കഴിയുകയാണ് ഞാനിപ്പോൾ. എത്രനാൾ അദ്ദേഹത്തിന്റെ രക്ഷാകർതൃത്വം ഉണ്ടാകും എന്നറിയില്ല. പക്ഷേ ഈ അവസരം ഒരു അവസരമായി ഉപയോഗിക്കാനും നക്സിഗ്യുല്ലിന്റെ മരണത്തിനു പകരം ചോദിക്കാൻ അദ്ദേഹത്തിന്റെ സഹായം തേടാനുമാണ് ഞാൻ ഉദ്ദേശിക്കുന്നത്. ഇബ്രാഹിംപാഷ സന്തോഷവാനായിരിക്കുന്ന അവസ്ഥയിൽ എന്റെ ജീവിതത്തിൽ സംഭവിച്ച കാര്യങ്ങൾ വിശദീകരിക്കാൻ ഒരു അവസരം ലഭിച്ചാൽ

അദ്ദേഹം ഞാൻ പറയുന്ന കാര്യങ്ങൾ വിശ്വസിക്കും എന്ന് എനിക്ക് ഉറപ്പുണ്ട്. അങ്ങനെ സംഭവിച്ചാൽ നക്സിഗ്യുല്ലിന്റെ ഘാതകർക്കായി ഒരു തിരച്ചിൽ നടത്താൻ അദ്ദേഹം ആജ്ഞാപിച്ചേക്കും. ഇത്തരം കുഴഞ്ഞ പ്രശ്നങ്ങൾക്ക് പരിഹാരം കാണാൻ മന്ത്രിമുഖ്യൻ എപ്പോഴും താത്പര്യം കാണിക്കാറുണ്ട്. അതുമാത്രമല്ല, അദ്ദേഹത്തിന്റെ നീതി ബോധവും പ്രശസ്തമാണല്ലോ. എന്നെ അദ്ദേഹം വിശ്വസിച്ചാൽ മതിയായിരുന്നു. അനീതിക്ക് കൂട്ടുനിൽക്കുന്ന മറ്റു മന്ത്രിമാരെപ്പോലെയല്ല അദ്ദേഹം എന്ന് എനിക്ക് വ്യക്തമായി അറിയാം."

"പക്ഷേ, മോനേ ഫാൽക്കോ, ക്ഷമിക്കൂ, സൽമാൻ അബ്ദാൽ, ഇതെങ്ങനെ സാധിച്ചു?"

"കുറച്ചു ദിവസങ്ങൾക്കു മുൻപ് ഞാൻ സുൽത്താന് മുന്നിൽ പ്രകാശംകൊണ്ട് വഴിതെളിക്കാൻ ശ്രമിച്ചു. മഹാനായ സുൽത്താനുമായി ഒരു കൂടിക്കാഴ്ചയ്ക്ക് പകരം എന്നോടു സംസാരിച്ചത് മന്ത്രിമുഖ്യനാണ്. അതോടെ ഞാൻ അദ്ദേഹത്തിന്റെ അടിമയായി മാറി. എനിക്ക് സഞ്ചരിക്കാൻ ഒരു കുതിരയും കഴിക്കാൻ ഭക്ഷണവും ധരിക്കാൻ വസ്ത്രങ്ങളും അദ്ദേഹം തന്നു. അതിനു പകരമായി ഞാൻ അദ്ദേഹത്തിന്റെ കവിസമ്മേളനങ്ങളിൽ പങ്കെടുക്കണം. അങ്ങനെയുള്ള സന്ദർഭങ്ങളിൽ എനിക്ക് മഹദ് വ്യക്തിത്വങ്ങളെ പരിചയപ്പെടാൻ അവസരം ലഭിക്കാറുണ്ട്. ഞാൻ ഈ ധരിച്ചിരിക്കുന്ന വസ്ത്രങ്ങൾപോലും അത്തരം ഒരു പരിപാടിക്ക് വേണ്ടിയുള്ളതാണ്.

മന്ത്രിമുഖ്യന്റെ കൊട്ടാരത്തിൽ വച്ചു സംഭവിച്ചതിനെപ്പറ്റി ഫാൽക്കോ സംസാരിച്ചുകൊണ്ടേയിരുന്നു. പക്ഷേ, ആ സമയമൊക്കെയും യെയെ ഏതു നിമിഷവും പ്രത്യക്ഷപ്പെടും എന്നും അല്ലെങ്കിൽ സെലെബി അവനെ വിളിപ്പിക്കും എന്നും അവർ രണ്ടു പേരുംകൂടെ ദുഃഖസ്പർശം കാണാനായി പോകും എന്നും അവൻ പ്രതീക്ഷിക്കുകയായിരുന്നു.

"അങ്ങയുടെ പിറ്റ്ജാൻ എഫെൻഡിയെ പോലെ ഫ്ളാൻഡേഴ്സിൽ നിന്ന് വന്ന ഒരു ചിത്രകാരനാണ് എന്റെ അടുത്ത മുറിയിൽ താമസിക്കുന്നത്. അദ്ദേഹത്തിന്റെ പേര് ജീൻ ബാപ്പിസ്റ്റ വാൻ മോർ എന്നാണ്. സുൽത്താന്റെയും കുടുംബത്തിന്റെയും ചിത്രങ്ങൾ വരയ്ക്കുകയാണ് അദ്ദേഹം ഇപ്പോൾ. പക്ഷേ, വിദേശികളായ നയതന്ത്രജ്ഞരെ കബളിപ്പിക്കുന്ന ഒരു തന്ത്രശാലിയാണ് അയാൾ."

"ഹാ! ഈയിടെ പിറ്റ്ജാനോടൊപ്പം അയാൾ ഇവിടെ വന്നിരുന്നു. എങ്ങനെയാണ് അയാൾ നയതന്ത്രജ്ഞരെ പറ്റിക്കുന്നത്?"

"മറ്റൊരു മുറിയിൽ താമസിക്കുന്ന ചുമർചിത്രകാരനായ ലുത്ഫി പറയുന്നത് അയാൾ ഈ വിദേശികളുടെ അഹന്തയെ ചൂഷണം ചെയ്യുന്നു എന്നാണ്. സുൽത്താനുമൊത്തു ഇവർ ഇരിക്കുന്ന ചിത്രങ്ങളാണ് ഇയാൾ സാധാരണ വരയ്ക്കുക. അത്തരം ഒരു ചിത്രം ഈ നയതന്ത്രജ്ഞർക്ക്

തങ്ങളുടെ നാട്ടിൽ പ്രദർശിപ്പിക്കാനായി കൊണ്ടുപോവാതിരിക്കാൻ കഴിയില്ലല്ലോ."

"പക്ഷേ, ഇത്തരം കണ്ടുമുട്ടലുകൾ വളരെ സ്വകാര്യമായ ഇടപാടുകൾ അല്ലേ?"

"തീർച്ചയായും അതെ. പക്ഷേ, സുൽത്താൻ ഇവരെയെല്ലാം ഒരേ മുറിയിൽ ഏകദേശം ഒരേപോലെയുള്ള വസ്ത്രങ്ങൾ അണിഞ്ഞാണ് സ്വീകരിക്കുക. നമ്മുടെ വാൻ മോർ എഫെൻഡി ആ പശ്ചാത്തലത്തോടുകൂടിയ ചില ചിത്രങ്ങൾ അദ്ദേഹത്തിന്റെ മുറിയിൽ തയ്യാറാക്കി വയ്ക്കും. ഏതെങ്കിലും നയതന്ത്രജ്ഞർ ചിത്രങ്ങൾ ആവശ്യപ്പെട്ടാൻ അയാളുടെ രൂപം തയ്യാറാക്കി വച്ചിരിക്കുന്ന ചിത്രത്തിൽ കൂട്ടിച്ചേർത്തു നൽകുകയാണ് പതിവ്."

"കൊള്ളാം കൊള്ളാം." ഹാഫിസ് സെലെബി ആശയറ്റതു പോലെ പിറുപിറുത്തു.

ഓജസ്സും അറിവുംകൊണ്ട് ചുറ്റും പ്രകാശം പരത്തിയിരുന്ന ആ മനുഷ്യൻ ഒരു ശൈത്യകാലംകൊണ്ട് ഈ പരുവത്തിലായി എന്നത് ഫാൽക്കോയ്ക്ക് വിശ്വസിക്കാൻ കഴിഞ്ഞില്ല. അദ്ദേഹം തന്നിൽനിന്ന് എന്തോ ഒളിക്കുന്നു എന്ന് ഫാൽക്കോയ്ക്ക് തീർച്ചയായി. ഫാൽക്കോ വസന്തത്തിന്റെ ആരംഭദിനങ്ങളിലെ സുഗന്ധം നിറഞ്ഞ ശുദ്ധവായു ഒരു നെടുവീർപ്പോടെ ആസ്വദിച്ചുകൊണ്ട് പണ്ട് എപ്പോഴും സ്വസ്ഥനായി കാണപ്പെട്ടിരുന്ന ഹാഫിസ് സെലെബിയെപ്പറ്റി ചിന്തിച്ചു.

"എനിക്ക് കറുത്തൻ യെയെയും ദുഃഖസ്പർശത്തെയും കണ്ടാൽ കൊള്ളാമെന്നുണ്ട്." കഴുത്തിൽ അണ്ണാൻരോമം വച്ചുപിടിപ്പിച്ച തന്റെ വിലപിടിപ്പുള്ള കഫ്താന്റെ മുൻഭാഗത്ത് അദൃശ്യമായ ചുളിവുകൾ മാറ്റാൻ എന്നപോലെ തലോടിക്കൊണ്ട് ഫാൽക്കോ പറഞ്ഞു.

"ഓ, തീർച്ചയായും. ദുഃഖസ്പർശം ആയിരിക്കും ഋതുവിലെ ഏറ്റവും സുന്ദരമായ ടുളിപ് പുഷ്പം എന്നാണു തോന്നുന്നത്. ഇതുവരെ പൂത്തു തുടങ്ങിയിട്ടില്ല. പക്ഷേ, കറുത്തും സൗന്ദര്യവും ഒത്ത ഒരു ചെടിയായി അത് വളരുന്നു. പാവം യെയെ ശൈത്യകാലം മുഴുവൻ അതിനെ ശുശ്രൂഷിക്കുകയായിരുന്നു."

ഹാഫിസ് സെലെബി 'എന്റെ മകൻ' യെയെ എന്ന പ്രയോഗത്തിനു പകരം പാവം യെയെ എന്ന് പറഞ്ഞതോടെ ഫാൽക്കോയ്ക്ക് അപകടം മണത്തു. അവനു വീണ്ടും യെയെയെ പറ്റി അന്വേഷിക്കാൻ ഭയം തോന്നി. ഇയൂപ് കളിപ്പാട്ടച്ചന്തയിൽ വച്ചു നടന്ന സംഭവത്തെ പറ്റി ഫാൽക്കോ കേട്ടിരുന്നു. പക്ഷേ, അത് കറുത്തൻ യെയെ ആയിരിക്കും എന്ന് അവൻ സ്വപ്നത്തിൽ പോലും കരുതിയില്ല. എന്തായാലും സെലെബി എന്തോ ചീത്ത വർത്തമാനമാണ് നൽകാൻ പോകുന്നത് എന്ന് അവനു ബോധ്യമായി. യെയെയെ ഒന്ന് കാണാൻ, അവനെ കെട്ടിപ്പിടിക്കാൻ, അവന്റെ

തലയിൽ തലോടാൻ എത്രമാത്രം ഫാൽക്കോ കൊതിച്ചിരുന്നുവെന്നോ! യെയെയ്ക്ക് അവനെ കാണുമ്പോൾ എത്ര സന്തോഷമാവും എന്ന് മന ക്കണ്ണിൽ പലതവണ കണ്ടു ഫാൽക്കോ ആനന്ദിച്ചിരുന്നു. പക്ഷേ അവനെപ്പറ്റി സംസാരിക്കാൻ താത്പര്യമില്ലാത്തതുപോലെ ഹാഫിസ് സെലെബി ആ വിഷയത്തിൽ നിന്ന് ഒഴിഞ്ഞുമാറിക്കൊണ്ടേയിരുന്നു. ഫാൽക്കോയും യെയെയും കഴിഞ്ഞ ശരത്കാലത്ത് ഒരുമിച്ചു നട്ട ദുഃഖ സ്പർശത്തിന് അടുത്തേക്ക് നടന്നുകൊണ്ടിരുന്നപ്പോൾ അവർക്കിടയിൽ മൗനം കനത്തു. നല്ല ഉയരത്തിൽ തിളങ്ങുന്നതും ഓജസ്സുള്ളതുമായ ഇലകളോടു കൂടി ശക്തിയോടെ, വളർന്നുനില്ക്കുന്ന ദുഃഖസ്പർശത്തെ ഫാൽക്കോ ദൂരെ നിന്ന് തന്നെ കണ്ടു. ഒരു പകുതിക്കിഴങ്ങിൽ നിന്ന് അത്തരമൊരു ചെടി വളർന്നുവരുമെന്ന് ആര് കരുതി? അതിന്റെ പേരിന്റെ അർത്ഥം പോലും മറന്നു പോയത് പോലെയാണ് ആ ചെടി വളർന്നു നില്ക്കുന്നത്. ഇളംകാറ്റിൽ മെല്ലെ ഉലയുമ്പോൾ അതിന്റെ മൊട്ട് കണ്ടു നില്ക്കുന്നവരോട് തലയാട്ടി ആശംസകൾ അറിയിക്കുന്നതുപോലെ തോന്നി. ഫാൽക്കോയുടെ വരവിലുള്ള സന്തോഷം അറിയിക്കുന്നതു പോലെയാണ് അവനു തോന്നിയത്. അവന്റെ കണ്ണുകൾ നിറഞ്ഞു. ഒരി ക്കൽ താൻ ജീവനുതുല്യം സ്നേഹിക്കുന്ന പെൺകുട്ടിയുടെ കൈവെള്ള യ്ക്കുള്ളിൽ ഒതുങ്ങിയിരുന്നതാണ് ഈ കിഴങ്ങ്. അവളുടെ കുലീനത യുടെ അംശങ്ങളുമായി താമസിയാതെ ഒരു സുന്ദരമായ പുഷ്പം ഇതിൽ വിരിയും. ദുഃഖത്തിന്റെ അംശം കലർന്ന സൗന്ദര്യമുള്ള ഒരു പുഷ്പം.

“ദുഃഖസ്പർശമേ”, ഫാൽക്കോ മന്ത്രിച്ചു. ‘നീ എന്റെ തീവ്രപ്രണയ ത്തിന്റെയും ഹൃദയത്തെ കീറിമുറിച്ചുകൊണ്ടിരിക്കുന്ന തീക്ഷ്ണമായ ദുഃഖത്തിന്റെയും പ്രതീകമാണ്.”

ഹാഫിസ് സെലെബിയോടു ഒരു കാര്യം ചോദിക്കാനുണ്ടായിരുന്നു എന്ന് അവൻ അപ്പോഴാണ് ഓർത്തത്. ഫാൽക്കോ പറഞ്ഞു. “കൊട്ടാര ത്തിൽനിന്ന് ചിത്രങ്ങളുമായി മടങ്ങിവരുന്ന നേരത്ത് ചിലപ്പോൾ വാൻ മോർ എഫെൻഡി കിംവദന്തികളും കൊണ്ടുവരാറുണ്ട്.” ഫാൽക്കോ പറഞ്ഞു. “അടുത്തയാഴ്ച ഗലാട്ടായിലെ ഒരു വാടകവീട്ടിലേക്ക് അയാൾ താമസം മാറ്റുകയാണ്. ഏകദേശം എല്ലാ ദിവസങ്ങളിലും അവിടെപ്പോയി ഒരു വഞ്ചി വാടകയ്ക്ക് എടുക്കാറുമുണ്ട്. എന്നോട് അയാൾ ഒരു കാര്യം പറഞ്ഞു. പിന്നീട് മന്ത്രിമുഖ്യനും അത് എന്നോടു പറയാനിടയായി. ചില പ്പോൾ അങ്ങും അതിനെപ്പറ്റി കേട്ടുകാണും. ഗോൾഡൻ ഹോണിൽ നിന്ന് ചാക്കിൽ കെട്ടിയ നിലയിൽ ശരീരഭാഗങ്ങൾ കിട്ടി എന്നും അതിൽ ഒരു സ്ത്രീയുടെ ഭാഗങ്ങളും ഉണ്ടായിരുന്നു എന്നുമാണ് അവർ പറഞ്ഞത്. ഒരിക്കലും എനിക്ക് നക്സിഗ്യുല്ലിന്റെ ശവകുടീരം കണ്ടെത്താൻ കഴി ഞ്ഞിട്ടില്ല. ഇനി അത് അവളുടെ ശരീരമായിരിക്കുമോ? ദൈവമേ, അങ്ങനെ ആയിരിക്കരുതേ..!”

“ഫാൽക്കോ, അല്ല, സൽമാൻ, എന്റെ മകനേ, ഇത്തരം ചിന്തകൾ നിന്നെ എവിടെയും എത്തിക്കുകയില്ല. നീ ഈ വിഷയം ഉപേക്ഷിക്കേണ്ട സമയമായിരിക്കുന്നു. നക്സിഗ്യുൽ പോയി. അവളിനി തിരിച്ചു വരില്ല. മറ്റുള്ളവർ ചെയ്ത ഒരു കുറ്റത്തിനായി സ്വയം പീഡിപ്പിക്കുന്നത് അവസാനിപ്പിക്കണം. എപ്പോഴും നക്സിഗ്യുല്ലിനെപ്പറ്റി ചിന്തിക്കുന്നതിനേക്കാൾ ഇക്കാര്യത്തിലാണ് ശ്രദ്ധ പതിപ്പിക്കേണ്ടത്.”

“വളരെ ശ്രദ്ധിച്ചാണ് ഇത്തരം കാര്യങ്ങൾ ഞാൻ മുന്നോട്ടുനീക്കുന്നത്. ഈ രഹസ്യങ്ങൾ അങ്ങയോടു മാത്രമേ വെളിപ്പെടുത്താറുള്ളൂ. എനിക്ക് ഒരു പേര് കിട്ടിയിട്ടുണ്ട്. ബിന്ദാലി മഹമ്മൂദ്. എന്നെങ്കിലും ഈ പേര് കേട്ടിട്ടുണ്ടോ?”

“ഞാൻ കേട്ടിട്ടില്ല. പക്ഷേ, ഞാൻ രഹസ്യമായി ചില അന്വേഷണങ്ങൾ നടത്താം. ബിന്ദാലി എന്നല്ലേ നീ പറഞ്ഞത്?”

“അതെ. അങ്ങേക്ക് കഴിയുമെങ്കിൽ അവൻ ഇപ്പോൾ എവിടെയാണ് ഉള്ളതെന്ന് ഒന്നു കണ്ടെത്തിയാൽ നന്നായിരിക്കും. എനിക്കും യെയെയ്ക്കും ഇയാളെ അറിയാം. ഞാനും യെയെയും ഇയാളെ പർഗോളയിലെ കാപ്പിക്കടയിൽ വച്ചു കഴിഞ്ഞ ശരത്കാലത്ത് കാണുകയും കുതിരപ്പന്തയ മൈതാനത്തിനടുത്തുള്ള പട്ടാളത്താവളംവരെ പിന്തുടരുകയും ചെയ്തതാണ്. കൊലപാതകങ്ങൾ ആസൂത്രണം ചെയ്യുന്ന ഒരു കുറ്റവാളികളുടെ സംഘത്തിൽ പെട്ടവനാണ് എന്ന് പറയപ്പെടുന്നു. അങ്ങനെയാണെങ്കിൽ എനിക്കും യെയെയ്ക്കും മറ്റു സംഘാംഗങ്ങളെ അറിയാം.”

“യെയെയ്ക്ക് ഇതിനെപ്പറ്റി അറിയാമെന്ന് ഉറപ്പാണോ?” സെലെബിയാകെ വിളറി വെളുത്തു.

“ഓ... എന്റെ ദൈവമേ! അവരവനെ കഷണം കഷണമായി മുറിക്കും! പാവം കുട്ടി! നമുക്ക് എന്തെങ്കിലും ചെയ്തേ പറ്റൂ.”

“ഞാൻ അവനോടു സംസാരിക്കുകയും എല്ലാം വിശദീകരിച്ചു കൊടുക്കുകയും ചെയ്യാം.” ഫാൽക്കോ നടുക്കത്തോടെ പറഞ്ഞു.

“അത് കഴിഞ്ഞിരുന്നെങ്കിൽ! എന്റെ ഫാൽക്കോ, അതിനു നിനക്ക് കഴിഞ്ഞിരുന്നെങ്കിൽ! മൂന്നു ദിവസമായി അവനെ കാണാനില്ല. അവനു വേണ്ടി തിരച്ചിൽ നടത്താൻ എല്ലായിടത്തും ഏർപ്പാട് ചെയ്തിരിക്കുകയാണ്. ഇയൂപ് സുൽത്താനിലെ മധുരപലഹാരക്കടയിൽ വച്ചു ശെഹനാസിനെ കണ്ടനാൾ മുതൽ അവൻ അവനല്ലാതായി.”

“ആരാണ് ശെഹനാസ്?” ഫാൽക്കോ ഇടയ്ക്ക് കയറി ചോദിച്ചു. “നിനക്കറിയില്ലായിരുന്നോ? അവന് ഒരു പ്രണയിനിയുണ്ട്!”

“എനിക്ക് വിശ്വസിക്കാൻ വയ്യ. യെയെ ഒരിക്കലും ഇക്കാര്യം എന്നോടു പറഞ്ഞിരുന്നില്ല.”

“കൊള്ളാം, നീയിതു വിശ്വസിച്ചേ പറ്റൂ. അവളുടെ പേര് ശെഹനാസ് എന്നാണ്. അവളെ കാണാതായപ്പോൾ അവളോടുള്ള പ്രണയം നിമിത്തം

യെയെ ശെഹനാസിനെ അന്വേഷിച്ചു പോയതാണ് എന്നാണ് ഞാൻ കരുതിയത്. പണ്ട് അവളെ കണ്ടിരുന്ന സ്ഥലങ്ങളിൽ അലഞ്ഞു തിരിയുകയാവും അവൻ എന്നാണ് ഞാൻ വിചാരിച്ചത്. അവനെ കണ്ടു കിട്ടിയാലുടൻ എന്തെങ്കിലും പറഞ്ഞ് അവിടെ പിടിച്ചു നിർത്തിയിട്ട് എന്നെ വിവരം അറിയിക്കാൻ ഇയൂപ്പിലുള്ള എല്ലാ സുഹൃത്തുക്കളോടും ഞാൻ ശട്ടം കെട്ടിയിരുന്നു. എന്നാൽ, അവനെ കണ്ടവർ ആരുമില്ല. ശെഹനാസിന്റെ അച്ഛൻ വെയ്സ് ആഗ അവനായി ഒരു തിരച്ചിൽ സംഘടിപ്പിച്ചു കാണും എന്ന് ചിന്തിക്കാൻ മാത്രം വിഡ്ഢിയായിരുന്നു ഞാൻ. എന്തുകൊണ്ടെന്നാൽ അച്ഛന്റെ കൂടെ അവളെ കണ്ട ദിവസം മുതൽക്കാണ് അവൻ പിച്ചും പേയും പറഞ്ഞു തുടങ്ങിയത്. യെയെയെ അയാൾ ഭ്രാന്തനെന്നു വിളിച്ച് അധിക്ഷേപിക്കുകയും അവനെ തിരിച്ചു മനോരോഗാശുപത്രിയിലേക്ക് അയയ്ക്കും എന്ന് ഭീഷണിപ്പെടുത്തുകയും ചെയ്തു. യെയെ അടുത്തുകൂടാൻ തുടങ്ങി എന്ന് കണ്ടപ്പോൾ വെയ്സ് ആഗ ആ പെൺകുട്ടിയെ മാറ്റിക്കളഞ്ഞു. വെയ്സ് ആഗ അവൻ ഇങ്ങോട്ട് വരുന്നത് പിന്തുടർന്നു കണ്ടുപിടിച്ചു കാണും എന്ന് യെയെ ഭയപ്പെട്ടിരുന്നതായി ഞാൻ പിറ്റ്ജാൻ എഫെൻഡിയോട് പറയുകയും ചെയ്തു. അതിനുവേണ്ടി വീടിനു രണ്ടു കാവൽക്കാരെയും ഏർപ്പാട് ചെയ്തിരുന്നു. പക്ഷേ, യെയെ അപ്രത്യക്ഷനായ ദിവസം മുതൽ വീട്ടിനകത്തേക്ക് ആരെങ്കിലും പ്രവേശിക്കുന്നതോ പുറത്തേക്ക് പോകുന്നതോ ഞങ്ങളാരും കണ്ടിട്ടില്ല."

"അവൻ എന്തെങ്കിലും എടുത്തുകൊണ്ടാണോ പോയത്?"

"ഇല്ല. എല്ലായ്പ്പോഴും വൃത്തിയായി വിരിച്ചിടുന്ന അവന്റെ കിടക്ക അന്ന് ചുളുങ്ങിക്കൂടി കിടന്നതൊഴിച്ചാൽ മറ്റൊരു വ്യത്യാസവും ഇല്ലായിരുന്നു."

"അവനെ ആരെങ്കിലും തട്ടിക്കൊണ്ടു പോയതാണ് എന്ന് അങ്ങ് ഭയക്കുന്നുവോ?"

"എനിക്ക് തോന്നുന്നില്ല. എന്തുകൊണ്ടെന്നാൽ ഈയിടെയായി വല്ലാതെ അസ്വസ്ഥനായിരുന്നു. ഇടയ്ക്കൊക്കെ അത് നിയന്ത്രിച്ചിരുന്നുവെങ്കിലും കൂടുതൽ സമയവും ആ വിഭ്രാന്തി അവനെ ഭരിച്ചുകൊണ്ടേയിരുന്നു. ശെഹനാസ് എന്നൊരു വാക്കല്ലാതെ മറ്റൊന്നും പറയാൻ കഴിയുന്നില്ല എന്നൊരു അവസ്ഥയിൽ യെയെ എത്തിച്ചേർന്നിരുന്നു. എന്നെ ആക്രമിക്കാൻ അവൻ ഒരിക്കലും ശ്രമിച്ചിട്ടില്ല. പക്ഷേ, ആമകൾക്ക് തീറ്റി കൊടുക്കാനായി നദിക്കരയിൽ നിന്ന് വേരുകൾ പറിച്ചെടുത്തതിന് പിറ്റ്ജാൻ എഫെൻഡിയോട് യെയെ വഴക്കിനു ചെന്നു."

"എന്തിനാണ് അങ്ങനെ ചെയ്തത്?"

ആ സംഭാഷണം തുടരാനുള്ള ശേഷി അവനുണ്ടായിരുന്നില്ല. അനാഥമായി കാണപ്പെട്ട യെയെയുടെ മുറിയിലേക്ക് ഫാൽക്കോ ഓടിപ്പോയി.

ആ കിടക്കയിൽ വീണു കുറെ നേരം കരഞ്ഞുകഴിഞ്ഞപ്പോൾ അവന്റെ മനസ്സൊന്നു ശാന്തമായി. പെട്ടെന്ന് ജനൽപ്പടിയിൽ ഒരു വിസിൽ കണ്ടു ഫാൽക്കോ ഞെട്ടിയെണീറ്റ് അത് കൈക്കലാക്കി. "എന്റെ അനിയാ, എന്റെ പ്രിയപ്പെട്ട സ്വന്തം അനിയാ" എന്ന് മന്ത്രിച്ചുകൊണ്ടും ആ വിസിൽ തലോടിക്കൊണ്ടും അവൻ ഏറെ നേരം ആ ഇരുപ്പിരുന്നു.

കുതിരപ്പന്തയ മൈതാനത്തിനടുത്തുള്ള മന്ത്രിമുഖ്യന്റെ കൊട്ടാരത്തിലേക്ക് മടങ്ങിപ്പോകും വഴി ഹാഫിസ് സെലെബിയോടു പറയാൻ കഴിയാതിരുന്ന ഒരു കാര്യമോർത്ത് ഫാൽക്കോയുടെ മനസ്സാകെ കനം തൂങ്ങിയിരുന്നു. നഗരത്തിലെ ആളുകളുമായി ഇടപഴകി, അവർക്കിടയിൽ എന്തെങ്കിലും അസ്വസ്ഥതകൾ രൂപം കൊള്ളുന്നുവെങ്കിൽ തന്നെ അറിയിക്കണം എന്ന് ഇബ്രാഹിം പാഷ അവനെ ചട്ടം കെട്ടിയിരുന്നു. സെലെബിയോട് ഇക്കാര്യം പറയാൻ ഫാൽക്കോയ്ക്ക് മടി തോന്നി. അത്തരം ഒരു കാര്യം ആരോടെങ്കിലും പറഞ്ഞാൽ തന്നെ എല്ലാവരും മന്ത്രിമുഖ്യന്റെ ചാരന്മാരായ തേളുകളിൽ ഒരാളായി മാത്രമേ കണക്കാക്കുകയുള്ളൂ എന്ന് സത്രങ്ങളിലെ ജീവിത പരിചയം കൊണ്ട് ഫാൽക്കോയ്ക്ക് അറിയാമായിരുന്നു. താൻ ഒരു കവിസമ്മേളനത്തിന് പോകുന്നതിനാലാണ് ഈ വിലകൂടിയ വസ്ത്രങ്ങൾ ധരിച്ച് കുതിരപ്പുറത്തു വന്നത് എന്നാണ് അവൻ സെലെബിയോടു പറഞ്ഞത്. താൻ ഏറ്റവും കൂടുതൽ സ്നേഹിക്കുകയും ബഹുമാനിക്കുകയും ചെയ്യുന്ന ഒരാളോടു ഇത്തരം ഒരു കള്ളം പറയേണ്ടി വന്നതിലുള്ള കുറ്റബോധം ഫാൽക്കോവിനെ നീറ്റിക്കൊണ്ടേയിരുന്നു. താൻ ഒരു കപടനാട്യക്കാരനായി തീർന്നോ എന്ന് അവനു സംശയം തോന്നി. നാളെ മുതൽ വിവിധ വേഷങ്ങൾ ധരിച്ചു ചത്വരങ്ങളിലും തെരുവുകളിലും കറങ്ങി നടന്നു ആളുകളെ പരിചയപ്പെടുകയും അവരോടു സ്വകാര്യ സംഭാഷണങ്ങൾ നടത്തി ആവുന്നത്ര വിവരങ്ങൾ ശേഖരിച്ചു ഇബ്രാഹിം പാഷയെ ആഴ്ചയുടെ അവസാനദിവസം അറിയിക്കണം.

ആറുമാസം മുൻപ് ബെയ്സിറ്റ് സ്നാനഘട്ടത്തിലെ പത്രോണ ഹലീലിന്റെ വെള്ളത്തൊട്ടിക്ക് സമീപം വച്ചു ജയിൽസൂക്ഷിപ്പുകാരൻ പറഞ്ഞ കാര്യം മന്ത്രിമുഖ്യനെ അറിയിച്ചപ്പോഴാണ് ഇത്തരം ഒരു ഉത്തരവാദിത്വം അദ്ദേഹം ഏല്പിച്ചത്. 'ക്വാഫ് പർവ്വതത്തിലെ വളഞ്ഞ പുരികക്കൊടികളും റോസാപ്പൂച്ചുണ്ടുകളുമുള്ള മെലിഞ്ഞ സുന്ദരി' എന്ന പ്രയോഗം എന്തിനെപ്പറ്റിയാണെന്ന് മന്ത്രിമുഖ്യൻ അപ്പോൾ തന്നെ ഊഹിച്ചു. ഈ വിപ്ലവത്തിന്റെ വേരുകൾ തേടിയാണ് തെരുവുകളിലേക്ക് അന്വേഷണത്തിനായി ഫാൽക്കേയെ അയയ്ക്കുന്നത് എന്ന് പ്രീണിപ്പിക്കുന്ന സ്വരത്തിൽ പറഞ്ഞപ്പോൾ തന്നെ, താൻ അവന്റെ മേൽ അർപ്പിക്കുന്ന വിശ്വാസത്തെ ദുരുപയോഗം ചെയ്യരുത് എന്ന് മൃദുവായി താക്കീത് ചെയ്യാനും ഇബ്രാഹിം പാഷ മറന്നില്ല. പഴയ നിയമത്തിൽ ഇബ്രാഹിം,

വ്യാജന്മാരും വിഡ്ഢികളുമായവരെ തകർക്കണം എന്ന് പറഞ്ഞതിനെപ്പറ്റിയും ഇബ്രാഹിം പാഷ ഇത്തരം ആളുകളെ സൃഷ്ടിക്കുന്നതിനെപ്പറ്റിയും അന്ന് രാത്രിയിൽ അവർ നടത്തിയ പരാമർശത്തെപ്പറ്റി അവൻ മിണ്ടിയതേയില്ല. മന്ത്രിമുഖ്യൻ തീർച്ചയായും അങ്ങേയറ്റം സംസ്കാരസമ്പന്നനും ബുദ്ധിമാനുമായ ഒരു വ്യക്തിയാണ്. പക്ഷേ, അദ്ദേഹത്തിന്റെ കോപത്തിന് ഇരയാവാൻ ആർക്കും ധൈര്യമില്ലായിരുന്നു. രഹസ്യവിവരങ്ങൾ പങ്കിടാൻ മാത്രം ഫാൽക്കോയെ ഇബ്രാഹിം പാഷ വിശ്വസിച്ചിരുന്നു എങ്കിലും അദ്ദേഹത്തിന്റെ കോപം ഈ വിശ്വാസം പോലെ ശക്തമാകാം എന്ന് അറിയാമായിരുന്നു. തന്റെ ജീവിതത്തിൽ യെയെയ്ക്കുള്ള പ്രാധാന്യത്തെപ്പറ്റി പറഞ്ഞാൽ ഇബ്രാഹിം പാഷ അവനു വേണ്ടി ഒരു തെരച്ചിൽ സംഘത്തെ അയച്ചു തന്നെ സഹായിച്ചാലോ എന്ന് ഫാൽക്കോയ്ക്ക് തോന്നാതിരുന്നില്ല. പക്ഷേ, അത് താൻ ആരാണെന്ന് വെളിപ്പെടുത്തുന്നതിനു തുല്യമാണ്. വീണ്ടും ജയിലിലേക്ക് അയയ്ക്കപ്പെടുന്നതിനെപ്പറ്റി ചിന്തിക്കാനേ കഴിഞ്ഞില്ല. നക്സിഗ്യുല്ലിന്റെ ഘാതകരെ തിരയേണ്ടതു പോലെ യെയെയെ കണ്ടെത്തേണ്ടത് ഫാൽക്കോയുടെ ഉത്തരവാദിത്വമായിത്തീർന്നു.

തന്റെ എല്ലാ കഴിവുകളും പിന്നെ മന്ത്രിമുഖ്യനിൽ നിന്ന് ഇത്തരം ദുരൂഹതകൾ പരിഹരിക്കുന്നതിനെക്കുറിച്ച് കിട്ടിയ അറിവുകളും ഉപയോഗിച്ച് ഈ കൃത്യം ചെയ്തവരെ കണ്ടെത്തുമെന്നും ശിക്ഷിക്കുമെന്നും പ്രതിജ്ഞയെടുത്തു. പക്ഷേ, ഇതൊന്നും ഇബ്രാഹിം പാഷ അറിയരുത് എന്നും മനസ്സിലുറപ്പിച്ചു. ഇനി മന്ത്രിമുഖ്യൻ തന്നോടു സംസാരിക്കുമ്പോഴൊക്കെ അദ്ദേഹത്തിൽ നിന്ന് തനിക്കാവശ്യമുള്ള വിവരങ്ങൾ ചോർത്തിയെടുക്കണം എന്ന് തീരുമാനിച്ചു. രാത്രി മുഴുവൻ ഉറക്കം വരാതെ ഫാൽക്കോ തിരിഞ്ഞു മറിഞ്ഞും കിടന്നു. ഇത്തരം സൂത്രപ്പണികൾ ചെയ്യാനുള്ള കഴിവു തനിക്കുണ്ടോ എന്നായിരുന്നു അവന്റെ ചിന്ത മുഴുവൻ. താൻ മറ്റൊരാളായി തീരുകയാണോ എന്ന് ഫാൽക്കോയ്ക്ക് സംശയം തോന്നി.

“ഫാൽക്കോ , എന്റെ മോനെ, സ്വയം വില കുറച്ച് കാണുന്നതിലൂടെ ആരും ഒന്നും നേടുകയില്ല എന്നും എങ്ങും എത്തുകയില്ല എന്നും നീ ഒരിക്കലും മറക്കരുത്.” ഫാൽക്കോ പോകാനിറങ്ങിയപ്പോൾ അവന്റെ മനസ്സിലെന്താണ് എന്ന് മനസ്സിലാക്കിയത് പോലെ ഹാഫിസ് സെലെബി പിറകിൽ നിന്ന് വിളിച്ചു പറഞ്ഞു.

രാത്രി മുഴുവൻ ഈ വാക്കുകൾ ഫാൽക്കോയുടെ മനസ്സിൽ വീണ്ടും വീണ്ടും മുഴങ്ങി. അവസാനം പ്രഭാതത്തിലെ പ്രാർത്ഥനയ്ക്കായുള്ള അറിയിപ്പ് മുഴങ്ങിക്കഴിഞ്ഞപ്പോൾ അവനൊന്നു കണ്ണടച്ചു.

ചോദ്യം 42

ആർക്കെങ്കിലും എന്നെയൊന്നു സഹായിക്കാമോ?

കഴിഞ്ഞ ശിശിരകാലത്ത് സത്രത്തിൽ നിന്ന് ഭിക്ഷ യാചിക്കാൻ അയച്ച ദിവസം, വഴിയിൽ വച്ചു ജയിൽസൂക്ഷിപ്പുകാരന്റെ കൂടെ, അസ്ലാൻ ആഗയെ ഒരു മീൻപിടിത്തക്കാരന്റെ വേഷത്തിൽ കണ്ട കാര്യം ഫാൽക്കോ ഓർത്തു. ഉൻകാപാനിക്കിന് പുറത്തുള്ള മത്സ്യച്ചന്തയിൽ പോയി അസ്ലാൻ ആഗയുടെ ലക്ഷണങ്ങളുള്ള ആരെയെങ്കിലും കണ്ടിട്ടുണ്ടോ എന്ന് അവിടെയുള്ളവരോട് അന്വേഷിക്കാൻ അവൻ തീരുമാനിച്ചു. തീരത്തിന് തൊട്ടടുത്ത് കടലിന്റെ അടിത്തട്ടിൽ നാട്ടിയ, മരക്കുറ്റികളിൽ ഉറപ്പിച്ച വെള്ളത്തിലേക്ക് നീണ്ടു നില്ക്കുന്ന തിണ്ണയുള്ള, രണ്ടു നിലയുള്ള ഒരു കെട്ടിടത്തിലെ നിരനിരയായുള്ള, കൂടാരങ്ങളിലായിയിരുന്നു മത്സ്യച്ചന്ത പ്രവർത്തിച്ചിരുന്നത്. ദല്ലാളുകൾ അവർ വില്ക്കുന്ന മീനുകളുടെ പേരുകൾ വിളിച്ചു പറയുമ്പോൾ മൊത്തക്കച്ചവടക്കാരും ചെറുകിടക്കാരും യാതൊരു മര്യാദയും പാലിക്കാതെ ഉച്ചത്തിൽ വിലപേശിക്കൊണ്ടേയിരുന്നു. ആ സ്ഥലത്ത് നിന്ന് ഒരാളെ കണ്ടെത്തുക ദുഷ്കരമായിരുന്നു.

ഒരേ തരത്തിലുള്ള തൊപ്പികളും തുകൽക്കോട്ടുകളും മരം കൊണ്ടോ ഊറയ്ക്കിടാത്ത തുകൽകൊണ്ടോ ഉണ്ടാക്കിയ ചെരുപ്പുകളും ധരിച്ച മീൻപിടിത്തക്കാരായിരുന്നു അവിടെയാകെ. കാണാൻ ഒരുപോലെയുണ്ടെങ്കിലും വല, കുന്തം, ചൂണ്ട അങ്ങനെ പല മാർഗ്ഗങ്ങൾ ഉപയോഗിച്ചായിരുന്നു അവരുടെ മത്സ്യബന്ധനം. ഗോൾഡൻ ഹോണിന്റെ തീരത്ത് നിന്നും വലയുപയോഗിച്ചും ചൂണ്ടയിട്ടും പിടിക്കുന്ന പലതരം ഞണ്ടുകളും കക്കകളും മത്തിയും ചൂടയും കണവയും കൊഞ്ചും അടങ്ങിയ ചെറുമീനുകൾ വില്ക്കുന്നവർ ഒരു വശത്ത് മാറിയിരുന്നു വില്പന നടത്തുന്നുണ്ടായിരുന്നു. മറുവശത്ത് നിറയെ വലിയ വഞ്ചികളിൽ സെരാഗ്ലിയോ ഉപദ്വീപിൽനിന്ന് ബോസ്ഫറസ് കടലിടുക്ക് വഴി മാർമര കടലിൽ പോയി പിടിക്കുന്ന വലുപ്പമുള്ള മത്സ്യങ്ങളായിരുന്നു.

പണക്കാരനായ ഒരു ഇടപാടുകാരന്റെ രൂപഭാവങ്ങളുമായി ഫാൽക്കോ കഴിയുന്നത്ര ആളുകളുമായി ഇടപഴകി. പക്ഷേ, തന്റെ മുഖം അധികം പുറത്തുകാണിക്കാതിരിക്കാൻ അവൻ ശ്രദ്ധിച്ചിരുന്നു. മീൻപിടിത്തക്കാർ ധരിച്ചിരുന്ന തരം ഓറഞ്ചുതൊപ്പിക്കടിയിൽ അസ്ലാൻ ആഗയുടെ വലിയ

കണ്ണുകളും കുടിലത ദ്യോതിപ്പിക്കുന്ന വളഞ്ഞ മൂക്കും കാണുന്നുണ്ടോ എന്ന് തിരഞ്ഞുകൊണ്ട് അവൻ അവിടമാകെ സാവധാനം ചുറ്റി നടന്നു. വലിയ മീനുകളുടെ വിഭാഗത്തിലെത്തിയപ്പോൾ അവന്റെ നെഞ്ച് ഉറക്കെ മിടിക്കാൻ തുടങ്ങി. അവനു പുറം തിരിഞ്ഞു അവിടെ അസ്ലാൻ ആഗ നില്പുണ്ടായിരുന്നു. ഒരു കൊട്ടയിൽ നിന്ന് തിരക്കുപിടിച്ച് മീനുകൾ ഓരോന്നായി ഒരു മേശപ്പുറത്തേക്ക് വയ്ക്കുകയായിരുന്നു അയാൾ. അത് അയാൾ തന്നെ എന്നുറപ്പിക്കാനായി നന്നായി കാണാവുന്ന ഒരിടത്ത് നിന്ന് നിരീക്ഷിക്കാൻ അവൻ തീരുമാനിച്ചു. അടുത്തു ചെല്ലുന്തോറും അയാൾ എന്താണ് വിളിച്ചു പറയുന്നത് എന്ന് അവനു വ്യക്തമായിത്തുടങ്ങി.

“ബെയ്ക്കോസിൽ നിന്നുള്ള കൊമ്പൻ സ്രാവ്! കരത്താസ്ലാറിൽ നിന്നുള്ള ചൂര! ടെർക്കോസിൽ നിന്നുള്ള വാള! എല്ലാം ജീവനുള്ളത്! ഇന്ന് പിടിച്ചത്!”

ഫാൽക്കോ നിന്നു. അത് അസ്ലാൻ ആഗയുടെ ശബ്ദമല്ല. ഈ മനുഷ്യനെ പിന്നിൽ നിന്ന് കണ്ടാൽ ആഗയാണ് എന്നേ തോന്നൂ. പക്ഷേ, ഇനിയും സമയമുണ്ട്. ഫാൽക്കോ അത്ര പെട്ടെന്ന് പിന്മാറാൻ തയ്യാറായിരുന്നില്ല. ഇപ്പോൾ തനിക്കും ചുറ്റും നടക്കുന്ന കാര്യങ്ങൾ നിരീക്ഷിച്ച് മന്ത്രിമുഖ്യനെ അറിയിക്കുക എന്ന ജോലിയും ചെയ്യേണ്ടതുകൊണ്ട് എത്ര നേരം വേണമെങ്കിലും അവിടെ അലഞ്ഞു തിരിയാൻ ഫാൽക്കോയ്ക്ക് സമയമുണ്ടായിരുന്നു. രണ്ടാം നിലയിലെ മൂലയിലുള്ള ഒരു കാപ്പിക്കടയിൽ താഴത്തെ നിലയിൽ വരുന്നവരെയും പോകുന്നവരെയും നിരീക്ഷിക്കാൻ പറ്റിയ ഒരു സ്ഥലം ഫാൽക്കോ ഇരിക്കാൻ തിരഞ്ഞെടുത്തു. അയമോദകം ചേർത്തോ കണമ്പ് സൂപ്പും ചിപ്പിയിറച്ചി ചേർത്ത പുലാവും വേവിക്കാത്ത ഇലക്കറികളും കക്കയിറച്ചിയും ചേർത്ത സാലഡും ആവശ്യപ്പെട്ടശേഷം അവൻ സുഖമായി ഇരിപ്പുറപ്പിച്ചു. ചെമ്പ് പാത്രത്തിലെ ഉരുകിയ വെണ്ണയിൽ കിടന്നു മീൻ മൊരിയുന്നതും തിടുക്കത്തിൽ പണിയെടുക്കുന്ന ഗ്രീക്കുകാരായ പാചകക്കാരെയും കണ്ടപ്പോൾ അവന്റെ ശ്രദ്ധ അവരിലേക്ക് തിരിഞ്ഞു. അതിസുന്ദരനായ ഒരു ചെറുപ്പക്കാരൻ ഫാൽക്കോയ്ക്കായി ഒരു തളിക നിറയെ കോർമിദ്യ എന്ന് വിളിക്കുന്ന സ്റ്റഫ് ചെയ്ത ഉള്ളികൾ കൊണ്ടുവന്നു.

“ഇത് സാധാരണയായി മദ്യത്തിന്റെ കൂടെ കഴിക്കുന്ന വളരെ രുചികരമായ ഒരു ലഘുഭക്ഷണമാണ്.” ആ പയ്യൻ പറഞ്ഞു.

ഫാൽക്കോയ്ക്ക് മദ്യം ആവശ്യമുണ്ടെങ്കിൽ കടയിലെ രഹസ്യ അറയിൽ നിന്ന് കൊണ്ട് വന്നു തരാം എന്നാണ് അവൻ ആ വാചകം കൊണ്ട് ഉദ്ദേശിച്ചത്. ഫാൽക്കോ അത് കേട്ടില്ല എന്ന് നടിച്ചു. വൈകുന്നേരങ്ങളിൽ മറ്റു കടകളെ പോലെ ഇതും ഇത്തരം ഒരു മദ്യശാല ആയി മാറും എന്നും ഗലാട്ടായിൽ നിന്നുള്ള കുടിയന്മാരെക്കൊണ്ട് അവിടമാകെ നിറയും എന്നും ഫാൽക്കോയ്ക്ക് അറിയാമായിരുന്നു. ഈ മീൻപിടിത്തക്കാർക്കിടയിൽ എത്ര തിരഞ്ഞാലാണ് അസ്ലാൻ ആഗയെ കണ്ടെത്തുക എന്ന് അവൻ

ആലോചിച്ചു. ഇസ്താംബൂളിലെ മദ്യശാലകളിൽ എല്ലാം മീൻപിടിത്തക്കാരെ കാണാം.

മത്സ്യത്താൽ സമൃദ്ധമായ ഒരു നഗരമാണ് ഇസ്താംബൂൾ. ബീക്കൺ ഗേറ്റ്, സിബാലി, ന്യൂ ഗേറ്റ്, സാൻഡ് ഗേറ്റ്, പോമഗ്രനെറ്റ് ഗേറ്റ്, പിരിപാസ, കാസിംപാസ, ഗലാട്ടാ എന്നിവിടങ്ങളിലൊക്കെ മത്സ്യച്ചന്തകൾ ഉണ്ട്. ഇവിടെ കണ്ടില്ലെങ്കിൽ അവിടെയെല്ലാം പോയി അസ്ലാൻ ആഗയെ തിരയണമെന്ന് അവൻ തീരുമാനിച്ചു.

ആവി പറക്കുന്ന സൂപ്പ് കഴിച്ചു കൊണ്ടിരുന്നപ്പോഴാണ് ഫാൽക്കോ അസ്ലാൻ ആഗയെ കണ്ടത്. അവൻ പ്രതീക്ഷിച്ചത് പോലെ മീൻപിടിത്തക്കാരുടെ തൊപ്പിയോ തുകൽ കോട്ടോ അയാൾ ധരിച്ചിട്ടില്ലായിരുന്നു. ഒരു മീൻകച്ചവടക്കാരനോടു വിലപേശിക്കൊണ്ട് നനഞ്ഞ സഞ്ചി കൈമാറ്റം ചെയ്യാൻ ഒരുങ്ങുകയായിരുന്നു ആഗ. ഫാൽക്കോയുടെ ഉള്ളിലൂടെ വേദനയുടെ ഒരല കടന്നു പോയി. പാവം മനുഷ്യൻ! അവൻ ചിന്തിച്ചു. സ്വന്തം മകളെ നഷ്ടപ്പെട്ടശേഷം വല്ലാത്ത അവസ്ഥയിൽ ആയിക്കാണണം. ചിലപ്പോൾ വ്യവസായം തകർന്നതു കാരണം മീൻ പിടിക്കാനും വിൽക്കാനും ഇറങ്ങിയതാവും എന്ന് ഫാൽക്കോ ഊഹിച്ചു.

മേശയ്ക്കരികിൽ നിന്നെഴുന്നേറ്റു അസ്ലാൻ ആഗയുടെ നേരെ അവൻ വേഗത്തിൽ നടന്നു. അടുത്തെത്തിയപ്പോൾ അവരുടെ കണ്ണുകൾ കൂട്ടിമുട്ടി. അവനെ തന്നെ നോക്കി നില്ക്കുകയായിരുന്നു എങ്കിലും ആഗയ്ക്ക് അവനെ തിരിച്ചറിയാൻ പ്രയാസം നേരിട്ടു. വല്ലാത്ത ആശയക്കുഴപ്പത്തിൽപ്പെട്ട അസ്ലാൻ ആഗയ്ക്ക് തന്നെ തുറിച്ചു നോക്കുന്ന കണ്ണുകളെ നേരിടാൻ പ്രയാസം തോന്നി. അവസാനം ഫാൽക്കോയെ മനസ്സിലായപ്പോൾ അയാളുടെ മുഖം മാനസിക വിക്ഷോഭത്താൽ കോച്ചി വലിച്ചു. രണ്ടുപേരും ഒരുപോലെ അന്ധാളിച്ചുകൊണ്ട് എന്ത് പറയണം എന്നറിയാതെ നിന്നു. തന്റെ അമ്മായിയച്ഛന് അനുഭവിക്കേണ്ടി വന്ന തീവ്രവേദനയെപ്പറ്റി ഓർത്ത് ഫാൽക്കോയുടെ മനസ്സ് ദുഃഖസാന്ദ്രമായി. അവൻ അയാളുടെ കൈ ചുംബിക്കാനായി കുനിഞ്ഞു. പെട്ടെന്ന് കൈയിലിരുന്ന കുട്ടയിലെ മീനുകൾ എല്ലാം കൂടി ഫാൽക്കോയുടെ തലവഴിയെ എറിഞ്ഞിട്ട് അയാൾ രക്ഷപ്പെടാനെന്ന പോലെ ഓടിപ്പോയി. തളികകളും മേശകളും കൊട്ടകളും ഒക്കെ തള്ളിമറിച്ചിട്ട് ഫാൽക്കോയ്ക്ക് ഒരു കാരണവശാലും തന്നെ പിന്തുടരാനാവാത്തവിധം കോലാഹലം സൃഷ്ടിച്ചുകൊണ്ടാണ് അയാൾ ഓടിയത്.

“ആരെങ്കിലും സഹായിക്കൂ... കൊലപാതകി! കൊലപാതകി! അവനെ പിടിക്ക്!” പോകുന്ന വഴി അസ്ലാൻ ആഗ വിളിച്ചു കൂവി.

ഫാൽക്കോ വല്ലാത്തൊരു വിഷമസന്ധിയിൽ പെട്ടുപോയി. തന്റെ മകളുടെ കൊലപാതകി പിന്തുടരുന്നു എന്ന ഭയത്താൽ അസ്ലാൻ ആഗ വീണ്ടുവിചാരമില്ലാതെ എന്തെങ്കിലും ചെയ്താലോ എന്ന് തോന്നിയതിനാൽ അയാളെ പിന്തുടരണോ വേണ്ടയോ എന്നാ കാര്യത്തിൽ അവനു

സംശയം തോന്നി. അയാൾ നിലവിളിച്ചുകൊണ്ട് ഓടിപ്പോയതിന് അർത്ഥം ഒന്നേയുള്ളൂ. അയാൾ ഇപ്പോഴും അവനാണ് നക്സിഗ്യുല്ലിന്റെ ഘാതകൻ എന്ന് വിശ്വസിക്കുകയും അങ്ങേയറ്റം ഫാൽക്കോയെ ഭയക്കുകയും ചെയ്യുന്നു. ആറുമാസംകൊണ്ട് അയാൾക്ക് ഒരു മാറ്റവും വന്നിട്ടില്ല. പക്ഷേ, അവനു എത്ര ആലോചിച്ചിട്ടും ഈ കണ്ണികളെ കൂട്ടിയിണക്കാൻ കഴിഞ്ഞില്ല. അവസാനം അവൻ അസ്ലാൻ ആഗയെ കണ്ടപ്പോൾ അയാൾ ഒരു മീൻപിടിത്തക്കാരന്റെ വേഷത്തിൽ ജയിൽ സൂക്ഷിപ്പുകാരനോടു വളരെ അടുപ്പത്തോടെ സംസാരിച്ചുകൊണ്ട് നടന്നു പോവുകയായിരുന്നു. പക്ഷേ അതാലോചിച്ച് നിൽക്കാൻ അവന്റെ കൈയിൽ സമയം തീരെയില്ലായിരുന്നു. അസ്ലാൻ ആഗ അവനെ ചൂണ്ടിക്കൊണ്ടാണ് കൊലപാതകി എന്ന് വിളിച്ചു കൂവിയത്. എത്രയും പെട്ടെന്ന് അവിടുന്ന് പുറത്തു കടക്കണം. ആ മനുഷ്യൻ പറഞ്ഞത് വിശ്വസിച്ച് ആരെങ്കിലും കഴുത്തിനു പിടിക്കും മുൻപ് അപ്രത്യക്ഷനായേ പറ്റൂ. എത്രയും പെട്ടെന്ന് ചന്തയിൽ നിന്ന് പുറത്തു കടന്നിട്ട് അസ്ലാൻ ആഗ ഓടിപ്പോയ തെരുവിന് സമാന്തരമായ മറ്റൊരു തെരുവിലൂടെ ആരും തന്നെ പിന്തുടരുന്നില്ല എന്ന് ഉറപ്പു വരുംവരെ ഫാൽക്കോ ഓടി. കഴിഞ്ഞ തവണ അയാളെ കണ്ടപ്പോൾ അസ്ലാൻ ആഗ ആ തെരുവിലാണ് അപ്രത്യക്ഷനായത് എന്ന് അപ്പോഴാണ് അവൻ ഓർത്തത്. ഈ രണ്ടു തെരുവുകളും അല്പം മുന്നിലായി തമ്മിൽ യോജിക്കുന്നുണ്ട് എന്ന് അവൻ മനസ്സിലാക്കി. രണ്ടു തെരുവുകളും ഒരുമിക്കുന്ന മൂലയെത്തുന്നതുവരെ താണ മതിലുകളുള്ള വീടുകളുടെ അരികുപറ്റി അവൻ ഓടി. പണ്ട് ബൈസാന്റിയൻ ന്യായസഭ കൂടുന്ന ചത്വരമായിരുന്നു അത്.

ഇസ്താംബൂൾ നഗരത്തിലാകെ അത്തരം ഒന്നേ ഉണ്ടായിരുന്നുള്ളൂ. മട്ടുപ്പാവുള്ള വീടുകൾ അതിരിടുന്ന, കല്ലുകൾ പാകിയതും ആറു ചെറിയ തെരുവുകൾ വന്നു യോജിക്കുന്നതുമായ ഒരിടം. ഫാൽക്കോ, താൻ ധരിച്ചിരുന്ന നീലനിറത്തിലുള്ള ടുളിപ് പുഷ്പങ്ങളുടെ ആകൃതിയിൽ തുന്നൽ പണികൾ ഉള്ള കഫ്ത്താൻ ഊരി ഉൾഭാഗം പുറത്തുവരുന്ന രീതിയിൽ തിരിച്ചിട്ടു. ഇപ്പോൾ അത് സ്വർണനൂലുകൾകൊണ്ട് തുന്നിയ കടും ചുവപ്പ് നിറത്തിലെ ഒന്നായി മാറി. തലയിൽ ചുറ്റിയിരുന്ന വെളുത്ത നിറത്തിലുള്ള തലപ്പാവ് അഴിച്ച് ഉള്ളിലെ പച്ചനിറം കാണാത്ത രീതിയിൽ തിരിച്ചു ചുറ്റിയപ്പോൾ ഒറ്റനോട്ടത്തിൽ തിരിച്ചറിയാനാവാത്ത ഒരു രൂപമാറ്റം അവനുണ്ടായി. ആ ചത്വരത്തിന്റെ നടുക്ക് കുത്തനെ നില്ക്കുന്ന ഒരു കൂറ്റൻ കല്ലിന്റെ മറവിൽ ഫാൽക്കോ ഒളിച്ചു. അവന്റെ കണക്കുകൂട്ടൽ ശരിയാണെങ്കിൽ അസ്ലാൻ ആഗ ഏതാനും നിമിഷങ്ങൾക്കുള്ളിൽ പ്രത്യക്ഷപ്പെടും. ഇല്ലായെങ്കിൽ ആ തെരുവിലെ ഏതോ ഒരു വീട്ടിലാണ് അയാൾ താമസിക്കുന്നത്, അല്ലെങ്കിൽ അവിടെയുള്ള ഏതോ സ്ഥാപനത്തിലാണ് അയാൾ ജോലി ചെയ്യുന്നത് എന്ന് ഉറപ്പിക്കാം.

ഫാൽക്കോയ്ക്ക് തെറ്റ് പറ്റിയില്ല. അസ്ലാൻ ആഗ തിരക്കിട്ട ചുവടുകളുമായി ഇടയ്ക്കിടയ്ക്ക് വെപ്രാളത്തോടെ തിരിഞ്ഞു നോക്കിക്കൊണ്ട്

പ്രത്യക്ഷപ്പെട്ടു. ഫാൽക്കോ ഒരു മരത്തിനു പിന്നിൽ മറഞ്ഞിരുന്നിട്ടു തന്റെ തലപ്പാവിന്റെ ഒരു പാളി വലിച്ചു തണുപ്പിൽനിന്ന് രക്ഷപ്പെടാനെന്ന പോലെ വായും താടിയും മറച്ചു. ഇങ്ങനെ കണ്ടാൽ ഒരിക്കലും അസ്ലാൻ ആഗ അവനെ തിരിച്ചറിയാൻ പോകുന്നില്ല. ചത്വരത്തിൽ എത്തിയതോടെ അസ്ലാൻ ആഗ ഒന്ന് ശാന്തനായതുപോലെ കാണപ്പെട്ടു. സിർക്കേസിയിലേക്ക് പോകുന്ന ഒരു വഴിയിലേക്ക് നടക്കാൻ തുടങ്ങിയ അയാളെ ഏകദേശം അൻപതടിയോളം ദൂരെയായി ഫാൽക്കോ പിന്തുടർന്നു. ഇപ്പോൾ അവനെക്കണ്ടാൽ ഒരു സഞ്ചാരിയാണെന്നു തോന്നുമെങ്കിലും ആരുടെയും ശ്രദ്ധ പിടിച്ചുപറ്റാതിരിക്കാനായി മരങ്ങളുടെ അരികുപിടിച്ചാണ് ഫാൽക്കോ നടന്നത്.

മതിലുകളുള്ള വീടുകൾ കഴിഞ്ഞപ്പോൾ കാണപ്പെട്ട തടി കൊണ്ടുണ്ടാക്കിയ വീടുകളിൽ ഏതിലേക്കെങ്കിലും അസ്ലാൻ ആഗ പ്രവേശിക്കും എന്ന് അവൻ പ്രതീക്ഷിച്ചു. ഇവിടെയായിരിക്കും അയാൾ താമസിക്കുന്നത് എന്നാണ് കരുതിയത്. അയാളും കുടുംബവും താമസിക്കുന്നത് എവിടെയാണ് എന്ന് കണ്ടെത്താൻ കഴിഞ്ഞാൽ നക്സിഗ്യുല്ലിന്റെ ഓർമ്മകളോടു കുറച്ചുകൂടി അടുക്കാം എന്ന് ഫാൽക്കോയ്ക്ക് തോന്നി. ചിലപ്പോൾ അവളുടെ ആയയെയോ കുതിരക്കാരൻ പയ്യനേയോ വഴിയിൽ വച്ചു കണ്ടുമുട്ടാൻ കഴിഞ്ഞേക്കും. അപ്രത്യക്ഷമായ ആ വീട്ടിൽ അന്ന് രാവിലെ നടന്നത് എന്താണെന്ന ചോദ്യത്തിന് ഉത്തരം തരാൻ അവരിൽ ആർക്കെങ്കിലും ചിലപ്പോൾ കഴിഞ്ഞേക്കും. ആ വീട് എവിടെപ്പോയി? എവിടെയാണ് അവളുടെ ശവകുടീരം? നക്സിഗ്യുല്ലിന്റെ അമ്മ എവിടെ? ഇപ്പോഴും അവർ മകളെയോർത്തു കരയാറുണ്ടോ? എന്നോ കേട്ട ഒരു കഥയെപറ്റി എന്ന പോലെ നൂറുകണക്കിന് ചോദ്യങ്ങൾ അവന്റെ മനസ്സിലൂടെ കടന്നു പോയി. അവൻ കൂടി ഭാഗമായ, അവനെ ഉലയിൽ എന്നപോലെ നീറ്റിക്കൊണ്ടിരിക്കുന്ന ഒരു കഥയാണ് അതെന്നതാണ് സങ്കടകരമായ വസ്തുത.

ആ വീടുകളിലൊന്നും പ്രവേശിക്കാതെ അസ്ലാൻ ആഗ അവയെ കടന്നു മുന്നോട്ടു നടന്നു. അപ്പോഴും തന്റെ അമ്മായിയച്ഛൻ നിഷ്കളങ്കൻ ആണെന്നായിരുന്നു ഫാൽക്കോയുടെ ധാരണ. പെട്ടെന്ന് അസ്ലാൻ ആഗ പെർഗോള കാപ്പിക്കടയിലേക്ക് കയറുന്നതും ജയിൽ സൂക്ഷിപ്പുകാരനെ ആലിംഗനം ചെയ്തു സ്നേഹം പ്രകടിപ്പിക്കുന്നതും ഫാൽക്കോ കണ്ടു. അയാളെ പിന്തുടർന്ന് ഫാൽക്കോ അകത്തേക്ക് ചെന്നു. ഒരു കാപ്പി ആവശ്യപ്പെട്ടിട്ട് വാതിലിനടുത്തുള്ള ഒരു ബഞ്ചിൽ ഹൂക്കകളിൽ നിന്നുയരുന്ന പേർഷ്യൻ പുകയിലയുടെ പുകയുടെ മറവിൽ അവൻ ഇരിപ്പുറപ്പിച്ചു.

വേനൽക്കാലത്ത് ഉപയോഗിക്കുന്ന കാപ്പിക്കടയുടെ ഭാഗം അപ്പോഴും അടഞ്ഞു കിടക്കുകയായിരുന്നു. തെമ്മാടികളായ ആണും പെണ്ണും കെട്ട

പട്ടാളക്കാരും കൂലിപ്പണിക്കാരും അലവലാതികളും നാവികരും അടുത്തടുത്തിരുന്നു സംഭാഷണങ്ങളിൽ മുഴുകിയിരിക്കുകയാണ്. അവിടെ ആരെങ്കിലും ഒറ്റയ്ക്കിരുന്നാൽ ശ്രദ്ധിക്കപ്പെടാൻ സാധ്യതയുണ്ടായിരുന്നു. ആളുകൾ സ്വതന്ത്രമായി, പരസ്യമായി ഭരണകർത്താക്കളെയും ഭരണകൂടത്തെയും വിമർശിക്കുന്ന ഒരു സ്ഥലത്ത് ആ ചുവന്ന കഫ്താനും പച്ച തലപ്പാവും ധരിച്ച് ഒറ്റയ്ക്കിരുന്നാൽ താൻ തീർച്ചയായും സുൽത്താന്റെയോ മന്ത്രിമുഖ്യന്റെയോ തേളുകളിൽ ഒരുവനാണ് എന്ന് കണക്കാക്കപ്പെടും എന്നും അവനു അറിയാമായിരുന്നു.

അസ്ലാൻ ആഗയുടെയും ജയിൽ സൂക്ഷിപ്പുകാരന്റെയും അടുത്തേക്ക് പോകാൻ കഴിയാത്തത് കൊണ്ട് അവൻ അവിടെത്തന്നെ ഇരുന്നുകൊണ്ട് അവരുടെ ആംഗ്യങ്ങളും മുഖഭാവങ്ങളും നിരീക്ഷിച്ചു. തന്റെ കൈയിൽ നിന്നു ചെറിയ ഒരു തെറ്റ് വന്നാൽ പോലും അതിന്റെ ഫലം ഭീകരമായിരിക്കും എന്ന് ഫാൽക്കോയ്ക്ക് അറിയാമായിരുന്നു. കാപ്പി കുടിക്കുമ്പോൾ പോലും ശബ്ദമുണ്ടാക്കാതെ അവൻ ശ്രദ്ധിച്ചു. പെട്ടെന്ന് രണ്ടാളുകൾ അവരുടെ സമീപത്തേക്ക് നടന്നു ചെല്ലുന്നത് ഫാൽക്കോ ശ്രദ്ധിച്ചു. അതിലൊരാൾ അന്ന് ഫാൽക്കോയ്ക്ക് ഭക്ഷണം വിളമ്പിയ ആ സുന്ദരനായ ചെറുപ്പക്കാരനായിരുന്നു. മറ്റെയാൾ ബിൻബേർഡിറെക്കിൽ വച്ചു അവൻ കണ്ടിട്ടുള്ള ഭയലേശമില്ലാത്ത സർജന്റ് ബിന്ദാലി മഹ്മൂത് ആയിരുന്നു. വിളമ്പുകാരൻ പയ്യൻ അസ്ലാൻ ആഗയുടെ വലതു ഭാഗത്ത് ഇരിപ്പുറപ്പിച്ചു. അവൻ അസ്ലാൻ ആഗ പറയുന്നത് അതിശയത്തോടെ കേട്ടിരുന്നുവെങ്കിലും ബിന്ദാലി മഹ്മൂത് അയാൾ പറയുന്നത് ഒരക്ഷരം പോലും വിശ്വസിക്കുന്നില്ല എന്ന മട്ടിൽ പൊട്ടിച്ചിരിക്കുന്നുണ്ടായിരുന്നു. അവർക്ക് ചുറ്റുമിരിക്കുന്നവരെ അവൻ ശ്രദ്ധിച്ചു. പിന്നിലെ ബഞ്ചിലുണ്ടായിരുന്നത് പതിവുകാർ ആയിരുന്നെങ്കിലും അന്ന് ജയിൽ സൂക്ഷിപ്പുകാരന്റെ പിന്നാലെ ഓടിയ കുള്ളൻ അവിടെയിരിക്കുന്നുണ്ടായിരുന്നു.

അവർ എന്തോ പദ്ധതികൾ ആസൂത്രണം ചെയ്യുകയാണ് എന്ന് ഫാൽക്കോയ്ക്ക് തോന്നി. അവൻ അത് വരെ ചിന്തിച്ചത് പോലെ ഒരാളല്ല അസ്ലാൻ ആഗ എന്നും നിയമം നടപ്പാക്കുന്ന ജോലിചെയ്യേണ്ട ജയിൽ സൂക്ഷിപ്പുകാരൻ അധോലോകത്തിലുൾപ്പെട്ട ആളാണ് എന്നും സംശയിക്കാൻ തുടങ്ങി. നക്സിഗ്യുല്ലിന്റെ ഘാതകരെ കണ്ടെത്താൻ വേണ്ടി മാത്രമല്ല, അവളുടെ അച്ഛൻ എങ്ങനെ ഇത്തരം ആളുകളുമായി അടുപ്പത്തിലായി എന്നും മനസ്സിലാക്കേണ്ടത് ആവശ്യമാണ്. ഫാൽക്കോ കരുതി.

ദെർസാദത്തിൽ വൈകുന്നേരത്തെ പ്രാർത്ഥനയ്ക്കുള്ള നേരമായി. കൊട്ടാരത്തിൽ ചെന്ന് ഇബ്രാഹിം പാഷയെ കാണാൻ വൈകിയാലും സാരമില്ല ഇത് കണ്ടുപിടിക്കുന്നതാണ് മുഖ്യം എന്ന് ഫാൽക്കോ തീരുമാനിച്ചു. ആരുടെയും ശ്രദ്ധയിൽ പെടാതെ പുറത്തെ ഇരുട്ടിൽ കാത്തു നില്ക്കാം എന്ന് തീരുമാനിച്ച് ഫാൽക്കോ കാപ്പിയുടെ പണം

നൽകി. അപ്പോഴാണ് തന്റെയടുത്തുകൂടി ജയിൽ സൂക്ഷിപ്പുകാരന്റെ നേരെ നടന്നുപോയ ആയുധധാരികളായ നാല് കൊട്ടാരം കാവൽക്കാരെ അവൻ ശ്രദ്ധിച്ചത്. ഇരുട്ടിൽ മറയേണ്ട നേരമായി. സംഭ്രമം കലർന്ന ഒരു ആരവം പെർഗോള കാപ്പിക്കടയിലാകെ മുഴങ്ങി. ജയിൽ സൂക്ഷിപ്പു കാരന്റെ പ്രതിഷേധം വകവയ്ക്കാതെ അവർ അസ്ലാൻ ആഗയെ വലിച്ചു താഴെയിട്ടു.

"അസ്ലാൻ ആഗ, സുൽത്താൻ നിങ്ങളോട് സംസാരിക്കാൻ ആഗ്രഹി ക്കുന്നു."

ബിന്ദാലി മഹ്മൂതിനെ ജയിലിൽ അടയ്ക്കാൻ നേരത്ത് ഇതേ ശബ്ദവും വാക്കുകളും കേട്ടതായി ഫാൽക്കോ ഓർത്തു. അന്ന് വന്നത് പൊലീസ് ആയിരുന്നു എന്നു മാത്രം. സുൽത്താൻ നേരിട്ട് തന്നെ ഇട പെട്ടു എന്നതിന്റെ തെളിവാണ് കൊട്ടാരം കാവൽക്കാരുടെ ഈ വരവ്.

"മാന്യരേ, നിങ്ങൾക്ക് തെറ്റ് പറ്റിയതാണ്." ജയിൽ സൂക്ഷിപ്പുകാരൻ ഇടയ്ക്ക് കയറി. "അസ്ലാൻ ആഗയുടെ ഉത്തരവാദിത്വം ഞാൻ ഏല്ക്കാം. അയാളെ പോവാൻ അനുവദിക്കൂ." അയാളുടെ ശബ്ദത്തിൽ ഒരുതരം ഭീഷണിയുണ്ടായിരുന്നു.

"ആരാണിത് ചെയ്യാൻ നിങ്ങളോട് പറഞ്ഞത്? ഇതിനു മറുപടി പറ യേണ്ടി വരും."

ജയിൽ സൂക്ഷിപ്പുകാരനെ ആരും ശ്രദ്ധിക്കുന്നുണ്ടായിരുന്നില്ല. അയാളുടെ വായടയ്ക്കുന്ന രീതിയിൽ കൊട്ടാരം കാവല്ക്കാരനിൽ ഒരാൾ പറഞ്ഞു.

"അങ്ങത്തേ, ഗോൾഡൻ ഹോണിൽ നിന്ന് ശരീരങ്ങൾ കിട്ടിയിട്ടുണ്ട്. ഈ മനുഷ്യനാണ് അതിനു കാരണക്കാരൻ. അയാളെ പിന്താങ്ങാതിരി ക്കുന്നതാവും അങ്ങേക്ക് നല്ലത്."

അയാളുടെ ഈ വാക്കുകൾ സുൽത്താന്റെ കാവൽപ്പടയും മന്ത്രി മുഖ്യന്റെ രാജ്യസുരക്ഷാസേനയും തമ്മിലുള്ള ആശയസംഘട്ടനങ്ങളെ വ്യക്തമാക്കുന്നതായിരുന്നു.

'നീചന്മാരേ, നിങ്ങളെക്കൊണ്ടാവുന്നതെല്ലാം ചെയ്തോ... ഇത് അസ്ലാൻ ആഗയുടെ അന്ത്യമൊന്നുമല്ല." തറയിൽ നിന്ന് എഴുന്നേറ്റപ്പോൾ അസ്ലാൻ ആഗ ദേഷ്യത്തോടെ മുരണ്ടു.

"അസ്ലാൻ ആഗ! നിങ്ങളുടെ യഥാർത്ഥം മുഖം ഇതാണോ?" ദുഃഖ ത്തോടെ ഫാൽക്കോ പിറുപിറുത്തു.

ചോദ്യം 43

ആരാണ് ഫാൽക്കൺ വേട്ടക്കാർക്ക് ആജ്ഞകൾ കൊടുത്തത്?

"അങ്ങുന്നേ, ഫാൽക്കോ എന്നറിയപ്പെടുന്ന അഹമദ് രാജകുമാരൻ ജീവനോടെ സുഖമായിരിക്കുന്നു എന്ന് അറിവായിട്ടുണ്ട്. അയാൾ സ്വന്തം പേരും രൂപവും മാറ്റിയിട്ടുണ്ട്." ജയിൽ സൂക്ഷിപ്പുകാരൻ തറയിൽ മുട്ടും പോലെ തല കുനിച്ചു കൊണ്ട് മന്ത്രിമുഖ്യനോടു പറഞ്ഞു. ന്യായാധിപൻ ഇസഹാക്ക്, സുൽത്താൻ അഹമദിനോടു പറഞ്ഞതും ഇതേ വാക്കുകളാണ് എന്ന് അയാൾ അറിഞ്ഞില്ല.

"അവൻ ഇപ്പോൾ ഏതു വേഷത്തിലാണ് നടക്കുന്നത്?"

"അറിയില്ല തിരുമേനീ, പക്ഷേ, ഞങ്ങൾ അത് എത്രയും പെട്ടെന്ന് കണ്ടുപിടിക്കും."

'നീ എന്റെ വിശ്വസ്തസേവകൻ അല്ലായിരുന്നെങ്കിൽ ആ തല ഇപ്പോൾ തറയിൽ കിടന്നുരുണ്ടേനേ. ഒരു കാര്യം ഉറപ്പാണ്. നീ ഒരു പമ്പര വിഡ്ഢിയാണ്. എന്റെ മുന്നിൽ നിന്ന് ഇറങ്ങിപ്പോ"

മറ്റാരെങ്കിലും കണ്ടെത്തും മുൻപ് അഹമദ് രാജകുമാരനെ എനിക്ക് കണ്ടെത്തണം. സുൽത്താനും മന്ത്രിമുഖ്യനും ഒരേ സമയത്ത് ചിന്തിച്ചു. ന്യായാധിപൻ ഇസഹാക്കിനെയും ജയിൽ സൂക്ഷിപ്പുകാരനെയും പറഞ്ഞു വിട്ട ശേഷം രണ്ടു പേരും ഈ വിവരങ്ങൾ എങ്ങനെ രഹസ്യമായി സൂക്ഷിക്കും എന്ന ആലോചനയിൽ മുഴുകി.

സുൽത്താൻ ഒരു പഴഞ്ചൊല്ല് ഓർത്തു. "വിഡ്ഢിയുടെ ഹൃദയം അവന്റെ നാക്കിലാണ്. ബുദ്ധിമാന്റെ നാക്ക് അവന്റെ ഹൃദയത്തിലും." മന്ത്രിമുഖ്യനും സമാനമായ മറ്റൊരു പഴഞ്ചൊല്ല് ഓർക്കുകയായിരുന്നു. "ബുദ്ധിമാൻ അവന്റെ നാക്ക് അടക്കിവയ്ക്കും."

രണ്ടു മണിക്കൂറിനുശേഷം സുൽത്താൻ ഏർപ്പാട് ചെയ്ത രഹസ്യാന്വേഷണ വിഭാഗത്തിലെ ഒരു ഉദ്യോഗസ്ഥനും മന്ത്രിമുഖ്യൻ ഏർപ്പാട് ചെയ്ത ഒരു അഗ്നിശമനസേനാംഗവും പ്രതിജ്ഞയെടുത്തു.

"ഫാൽക്കാ, കറുത്ത ഫാൽക്കൺ പക്ഷീ, ഇനി നീ ഒരു പരുന്തായാൽ പോലും ഞാൻ നിന്റെ കൂടു കണ്ടുപിടിക്കുകയും ഒരു കാക്കയെ എന്നപോലെ വേട്ടയാടിപ്പിടിക്കുകയും ചെയ്യും."

കൈയിൽ വച്ചു കൊടുത്ത സ്വർണനാണയങ്ങൾ അടങ്ങുന്ന സഞ്ചി അവർ പോക്കറ്റിൽ തിരുകി.

അങ്ങനെ മൂന്നു ചന്ദ്രന്മാരിലെ ലെഫ്റ്റനന്റ് ഉസ്മാൻ സെരാഗ്ലിയോയിലെ രാജകീയ കവാടത്തിലൂടെയും അഗ്നിശമനസേനാംഗം സാൻഡി സെലെപ് കുതിരപ്പന്തയമൈതാനത്തിനു അടുത്തുള്ള ഇബ്രാഹിം പാഷയുടെ കൊട്ടാരത്തിൽ നിന്നും ഇറങ്ങി തങ്ങളെ ഏല്പിച്ചിരിക്കുന്ന ഒരേ ദൗത്യം നിർവഹിക്കാനായി ഇസ്താംബൂളിലെ തെരുവുകളിൽ ലയിച്ചു.

ചോദ്യം 44

സിംഹവേട്ട തുടങ്ങാൻ എന്താണിത്ര താമസം?

"**ഞാ**ൻ ടുളിപ്പുകളെ കുറിച്ചു സംസാരിക്കുകയായിരുന്നു ഹാഫിസ് സെലബി. ഇത്തവണ നമുക്ക് ചെടിച്ചട്ടികളിൽ ടുളിപ്പുകൾ ചെടികൾ നല്കുന്നതിനു പകരം കമനീയമായ പൂപ്പാത്രങ്ങളിൽ നല്കുന്നതിനെ പറ്റി അങ്ങെന്തു പറയുന്നു?"

ഒരു കിഴക്കൻ രാജ്യത്ത് അതൊരിക്കലും നടക്കില്ല പിറ്റ്ജാൻ. അല്പ മൊന്നു ആലോചിച്ച ശേഷം ഹാഫിസ് സെലെബി പറഞ്ഞു. അദ്ദേഹം കിഴങ്ങുകൾക്കിടയിൽ വളർന്നു നില്ക്കുന്ന കളകൾ പിഴുതു കളയുക യായിരുന്നു. "ആളുകൾക്ക് ജീവനുള്ള ടുളിപ്പുകളാണിഷ്ടം."

"പക്ഷേ പൂപ്പാത്രങ്ങളിലാണെങ്കിൽ വിവിധ നിറത്തിലുള്ള പൂക്കൾ ഇഷ്ടംപോലെ എല്ലാ ദിവസവും നമുക്ക് മാറ്റി വയ്ക്കാമല്ലോ." ചളി പുരണ്ട കളകൾ ചാക്കുകളിൽ വാരി നിറച്ചുകൊണ്ട് പിറ്റ്ജാൻ ഒന്നുകൂടി പറഞ്ഞു നോക്കി.

"നിങ്ങൾ പറഞ്ഞത് ശരിയാണ്. പക്ഷേ, ഞങ്ങൾക്ക് പൂക്കൾ മുറി ച്ചെടുക്കാൻ മനസ്സ് വരാറില്ല. ദൈവത്തിന്റെ ശക്തിയുടെ മൂർത്തീമദ്ഭാവം എന്ന് കവികൾ വാഴ്ത്തിയ ഈ പൂക്കളെ പറിച്ചെടുക്കാൻ എങ്ങനെ മനസ്സ് വരും? ദൈവസൗന്ദര്യത്തിന്റെ തെളിവാണ് ഈ പൂവ്. അതുകൊണ്ടുതന്നെ ഇസ്താംബൂളിലെ വധുക്കളുടെ ചമയസാമഗ്രികളുടെ കൂട്ടത്തിലെ ഏറ്റവും വിലപ്പെട്ട ഭാഗമാണ് അത്യപൂർവ്വമായ ടുളിപ്പുകൾ. മറ്റുള്ള രാജ്യങ്ങളിൽ പൂക്കൾ മുറിച്ചെടുത്ത് തണ്ടുകൾ വൈക്കോൽ കൊണ്ട് പൊതിഞ്ഞു പൂക്കൂടകളിൽ വില്ക്കുന്നതായി ഞാൻ കേട്ടിട്ടുണ്ട്. ദൈവമേ! എന്തിനാ ണത്? നമുക്കൊരിക്കലും ഭൂതകാലത്തേക്ക് തിരിച്ചു പോകാൻ കഴിയാ ത്തതിന് സമാനമാണ് പൂക്കൾ ചെടിയിൽ നിന്ന് പറിച്ചെടുത്ത ശേഷം വാടിപ്പോകുന്നത്. യൂനുസ് എന്ന ഡെർവിഷിന്റെ കഥ നിങ്ങൾ കേട്ടി ട്ടുണ്ടോ?"

യൂനുസ് എന്ന ഡെർവിഷ്? എനിക്ക് പരിചയമുള്ള ആരെങ്കിലു മാണോ? എന്താണാ കഥ? എന്നൊക്കെ ചോദിക്കുന്നതുപോലെ ആകാംക്ഷയോടെ പിറ്റ്ജാൻ സെലെബിയെ നോക്കി.

"ഹോ! ഞാനെന്തൊരു വിഡ്ഢിയാണ്? എന്റെ ഫ്ളെമിഷ് സുഹൃത്തിന്

എങ്ങനെയാണ് യൂനുസ് എന്ന ഡെർവിഷിനെ പറ്റി അറിയാൻ സാധിക്കുക?" ഹാഫിസ് സെലെബി പിറുപിറുത്തു.

"കൊള്ളാം, ഞാൻ ആ കഥ പറയാം. ശ്രദ്ധിക്കൂ." സെലെബി പറഞ്ഞു. "സെൽജുക് സുൽത്താന്മാരുടെ കാലത്ത് യൂനുസ് എന്ന് പേരായ ഒരു ഡെർവിഷുണ്ടായിരുന്നു. ഡെർവിഷുകൾ ഗുരുക്കന്മാരുടെ മേൽനോട്ടത്തിലാണ് ജ്ഞാനവും പക്വതയും നേടുക എന്ന് നിങ്ങൾക്കറിയാമല്ലോ. ഭൗതികസുഖങ്ങൾ, അഹങ്കാരം, പക, കാമം എന്നീ കാര്യങ്ങളിൽനിന്ന് തന്റെ ആത്മപ്രകാശത്തെ ജ്വലിപ്പിക്കാനായി ഒരു ഡെർവിഷ് അകലം പാലിക്കാറുണ്ട്. പണമുണ്ടെങ്കിലും ഒരു ഭിക്ഷക്കാരനെപോലെ മാത്രമേ അവർ ജീവിക്കാറുള്ളൂ. ഒരു ഡെർവിഷ് ചിലപ്പോൾ സുൽത്താൻ ആയിരിക്കാം, പക്ഷേ, അയാൾ ഒരു അടിമയെ പോലെ മാത്രമേ ജീവിക്കൂ. തന്റെ ഗുരുവായ താപ്തുക് എമ്രെയ്ക്കുവേണ്ടി നാല്പതു വർഷങ്ങൾ അയാൾ വിറക് വീട്ടിലെത്തിച്ചിരുന്നു. ഒരിക്കൽ പോലും വളവോ തിരിവോ ഉള്ള ഒരു തടിക്കഷണം അയാൾ സത്രത്തിലേക്ക് കൊണ്ടുവന്നിട്ടില്ല. എന്തുകൊണ്ടെന്നാൽ സത്യസന്ധവും നേർവഴിക്കുള്ളതും ആയ കാര്യങ്ങൾക്കു മാത്രമേ ആ കവടത്തിനുള്ളിലേക്ക് പ്രവേശനമുണ്ടായിരുന്നുള്ളൂ. വളവുള്ള ഒരു തടി പോലും അതിനകത്ത് പ്രവേശിപ്പിച്ചിരുന്നില്ല. നാല്പതു വർഷങ്ങൾ ഒരു ചില്ല പോലും ഒടിക്കാതെയും ഒരു മരം പോലും മുറിക്കാതെയും അയാൾ മലകളിൽനിന്ന് ഉണക്കമരങ്ങൾ ശേഖരിച്ചു. അയാൾ കൊണ്ടുവന്ന ഓരോ കഷണവും അമ്പുകൾ പോലെ വളവില്ലാത്തതായിരുന്നു.

ഒരു ദിവസം ഗുരു അദ്ദേഹത്തിന്റെ ശിഷ്യന്മാരായ ഡെർവിഷുകളോടു പറഞ്ഞു,

"നാട്ടിൻപുറത്തു പോയി കുറച്ചു പൂക്കൾ ശേഖരിച്ചു കൊണ്ടുവരൂ!"

എല്ലാ ശിഷ്യന്മാരും അദ്ദേഹം പറഞ്ഞത് അനുസരിക്കാനായി പുറപ്പെട്ടു. അവർ പൂക്കൂടകൾ പല വർണങ്ങളിൽ ഉള്ള ഡെയ്സിയും നാർസിസസ്സും ഹയാസിന്തുംകൊണ്ട് നിറച്ചു. ഓരോരുത്തരും തങ്ങളുടെ പൂക്കൂടകളിലെ സമൃദ്ധിയും വൈവിധ്യവുംകൊണ്ട് ഗുരുവിന്റെ മനസ്സിൽ മതിപ്പുളവാക്കാൻ ആഗ്രഹിച്ചു. നിലാവുദിച്ചപ്പോൾ യൂനുസ് വെറുംകൈയുമായി സത്രത്തിലേക്ക് മടങ്ങി വന്നു. മറ്റു ഡെർവിഷുകൾ അവനെ പരിഹസിക്കാൻ തുടങ്ങി. ആ പാവത്തിന് പൂക്കളൊന്നും കണ്ടെത്താൻ കഴിഞ്ഞില്ല. ഇവൻ ഒരു ഡെർവിഷാണെന്നു തോന്നുന്നില്ല. യൂനുസ് പറഞ്ഞു,

"ഗുരോ, ഒരു പൂവ് പറിക്കാൻ കൈ നീട്ടിയപ്പോഴൊക്കെ എനിക്ക് ദൈവത്തെ ഓർമ്മ വന്നു. ഒരെണ്ണം പോലും എനിക്ക് പറിക്കാൻ കഴിഞ്ഞില്ല." അതിനുശേഷം പൂക്കൾ പറിക്കുന്ന രീതി നിന്നു. പൂപ്പാത്രങ്ങൾക്ക് പകരം പൂച്ചട്ടികൾ ഉപയോഗിച്ചു തുടങ്ങി."

"എനിക്ക് നിങ്ങളെ മനസ്സിലാക്കാൻ കഴിയുന്നില്ല സെലെബീ..., ഫ്ളാൻഡേഴ്സിലും ഞങ്ങൾ ടുളിപ്പുകളെ ബഹുമാനിക്കുകയും

ദൈവത്തിന്റെ വരദാനമായി കണക്കാക്കുകയും ചെയ്യുന്നു. പക്ഷേ, ദൈവത്തിന്റെ സൃഷ്ടികളുടെ സൗന്ദര്യം വർദ്ധിപ്പിക്കുന്നതിന് ഞങ്ങൾക്ക് യാതൊരു ബുദ്ധിമുട്ടും തോന്നാറില്ല."

"അത് മറ്റൊരു കാഴ്ചപ്പാടാണ്." ഹാഫിസ് സെലെബി പറഞ്ഞു. പൂന്തോട്ടത്തിന്റെ കവാടം ഒരു ഞരക്കത്തോടെ തുറക്കുന്നത് കണ്ടു രണ്ടു പേരുടെയും ശ്രദ്ധ അങ്ങോട്ട് തിരിഞ്ഞു.

കടന്നുവന്നത് ഫാൽക്കോയാണ് എന്ന് കണ്ടപ്പോൾ ഹാഫിസ് സെലെബിയുടെ മുഖം വാടി. അദ്ഭുതവും ദുഃഖവും കലർന്ന ശബ്ദത്തിൽ അദ്ദേഹം പറഞ്ഞു, "വരൂ സൽമാൻ അബ്ദാൽ, ഇന്ന് നിങ്ങളെ കാണാൻ യൂനുസിനെ പോലെയുണ്ട്."

ഫാൽക്കോയെ കാണുമ്പോൾ യൂനുസിനെപോലെ തോന്നുന്നു എന്ന് ഹാഫിസ് സെലെബി പറഞ്ഞതിലൂടെ യൂനുസ് ഈ രീതിയിൽ വസ്ത്രം ധരിക്കാനാണ് സാധ്യത എന്ന് പിറ്റ്ജാനോട് അദ്ദേഹം പറയുകയായിരുന്നു. അതുവരെ പരസ്പരം കണ്ടു പരിചയം മാത്രമുണ്ടായിരുന്ന അവരെ രണ്ടുപേരെയും തമ്മിൽ സെലബി പരിചയപ്പെടുത്തി. സമയം പോകാൻ വേണ്ടി മാത്രം യാതൊരു പ്രാധാന്യവും ഇല്ലാത്ത വിഷയങ്ങൾ അവർ സംസാരിച്ചുകൊണ്ടേയിരുന്നു. കരുത്തൻ യെയെയുടെ വിവരം എന്തെങ്കിലും ഉണ്ടോ എന്ന് അന്വേഷിക്കാൻ വന്നതാണ് ഫാൽക്കോ എന്ന് സെലബിക്ക് അറിയാമായിരുന്നു. അവനു കൊടുക്കാൻ തന്റെ കൈയിൽ മറുപടി ഒന്നുമില്ല എന്ന സത്യം മൂലം അദ്ദേഹത്തിന്റെ ദുഃഖം ഇരട്ടിച്ചു.

"അങ്ങേക്ക് എന്തെങ്കിലും അസുഖമുണ്ടോ? വല്ലാതെ വിളറിയിരിക്കുന്നല്ലോ." ഫാൽക്കോ ചോദിച്ചു.

"ഇല്ല മോനേ ഫാൽക്കോ. എനിക്ക് അസുഖമൊന്നുമില്ല. യെയെയെപ്പറ്റി വിവരമൊന്നുമില്ലല്ലോ എന്നോർത്തു ഞാൻ വല്ലാതെ വിഷമിച്ചിരിക്കുകയാണ്. കൊട്ടാരം കാവൽക്കാരനായി ജോലി ചെയ്യുന്ന ഒരു സുഹൃത്തിന് യെയെയുടെ വിവരങ്ങൾ നല്കിയിട്ടുണ്ട്. വിഷമിക്കാനൊന്നുമില്ല എന്നും ഉടനെ തന്നെ അവർ അവനെ കണ്ടെത്തും എന്നും അയാൾ ഉറപ്പു നല്കിയിട്ടുമുണ്ട്."

കൂടുതൽ ചോദ്യങ്ങൾ ചോദിക്കുന്നതു കൊണ്ട് ഫലമൊന്നും ഇല്ല എന്ന് ഫാൽക്കോ വിചാരിച്ചു. അവൻ സംഭാഷണം മറ്റു വിഷയങ്ങളിലേക്ക് തിരിച്ചു. യെയെയെക്കുറിച്ച് ഓർത്ത് വിഷമിക്കുന്നത് നിർത്തിയിട്ട് സ്വന്തം ആരോഗ്യത്തിൽ കുറച്ചുകൂടി ശ്രദ്ധിക്കാൻ അവൻ ഹാഫിസ് സെലെബിയോടു ആവശ്യപ്പെട്ടു. ഇസ്താംബൂൾ നിവാസികൾക്കുവേണ്ടി വർഷം മുഴുവൻ പണിപ്പെട്ടു വളർത്തിയെടുക്കുന്ന ടുളിപ്പുകളെ അവയുടെ പരമമായ സൗന്ദര്യത്തികവിൽ എത്തിക്കുക എന്ന ശ്രമകരമായ ജോലി

അദ്ദേഹത്തിനു പൂർത്തിയാക്കാനുണ്ട്. ദുഃഖസ്പർശം കുറച്ചു ദിവസത്തിനുള്ളിൽ വിരിയുന്നത് കാണാൻ തനിക്ക് വളരെ ആകാംക്ഷയുണ്ട് എന്നും അവൻ അദ്ദേഹത്തെ അറിയിച്ചു. കാമോമീൽ പൂക്കളും ലിൻഡെനൻ പൂക്കളും ചേർത്തു ഫാൽക്കോ മൂവർക്കും ചായയുണ്ടാക്കി. മാന്യതയോർത്തും ഹാഫിസ് സെലെബിയെ സന്തോഷിപ്പിക്കാനുമായി പിറ്റ്ജാൻ തന്റെ മുറിഞ്ഞ ടർക്കിഷിൽ പറയുന്ന തമാശകളും ഫ്ളാൻഡേഴ്സിലെ വിശേഷങ്ങളും കേട്ട് രസിക്കുന്നതുപോലെ ഫാൽക്കോ അഭിനയിച്ചു. ഉച്ചകഴിഞ്ഞുള്ള പ്രാർത്ഥനയ്ക്കുള്ള നേരമായപ്പോൾ ആ ഒഴിവുകഴിവ് പറഞ്ഞു അവൻ പോകാനെഴുന്നേറ്റു. പൂന്തോട്ടത്തിന്റെ കവാടത്തിലേക്ക് ഫാൽക്കോയ്ക്ക് ഒപ്പം നടക്കുന്ന നേരത്ത് യെയെയുടെ തിരോധാനവും ഫാൽക്കോയുടെ ജീവിതത്തിൽ നടന്ന സംഭവങ്ങളുമായും എന്തെങ്കിലും ബന്ധമുണ്ടാകാൻ സാധ്യതയുണ്ട് എന്ന് ഹാഫിസ് സെലെബി സൂചിപ്പിച്ചു. യെയെയെ തട്ടിക്കൊണ്ടു പോയവർക്ക് ഫാൽക്കോയുടെ മേലും ഒരു കണ്ണുണ്ടാവാൻ സാധ്യതയുണ്ട് എന്ന് അദ്ദേഹം ഫാൽക്കോയെ ഓർമ്മപ്പെടുത്തി.

"സൂക്ഷിച്ചുവേണം മോനേ, എപ്പോഴും സുരക്ഷിതനായിരിക്കാൻ ശ്രദ്ധിക്കുക." കവാടം അടച്ചുകൊണ്ട് ഹാഫിസ് സെലെബി ഉപദേശരൂപേണ പറഞ്ഞു.

പിറ്റ്ജാനെപ്പറ്റി അനേകം ചോദ്യങ്ങളുമായാണ് ഫാൽക്കോ അവിടം വിട്ടത്. അയാൾക്ക് യെയെയുടെ തിരോധാനത്തിൽ എന്തെങ്കിലും പങ്കുണ്ടാവുമോ? ഹാഫിസ് സെലെബിയുടെ നിഷ്കളങ്കതയെ മുതലെടുക്കുകയാണോ അയാൾ? ചിലപ്പോൾ താൻ തെറ്റിദ്ധരിക്കുന്നതാവാം എന്ന് അവനു ബോധ്യമുണ്ടായിരുന്നു. യെയെയുടെ തിരോധാനത്തിനുശേഷം എല്ലാവരെയും സംശയത്തിന്റെ കണ്ണുകളിലൂടെ മാത്രമേ അവൻ വീക്ഷിച്ചിരുന്നുള്ളൂ. ഇത്തരം സന്ദർഭങ്ങളിൽ മനസ്സ് ശാന്തമായിരിക്കേണ്ടത് ആവശ്യമാണ് എന്ന് ഫാൽക്കോയ്ക്ക് അറിയാമായിരുന്നു. എല്ലാവരെയും സംശയിക്കുന്നതിനും പെട്ടെന്ന് തീരുമാനങ്ങളിൽ എത്തുന്നതിനും പകരം ചുറ്റും സംഭവിക്കുന്നതും സംഭവിച്ചതുമായ കാര്യങ്ങളെ സൂക്ഷ്മമായി വിശകലനം ചെയ്യുകയും അപഗ്രഥിക്കുകയും ചെയ്തതിനുംശേഷം മാത്രം തന്ത്രങ്ങൾ രൂപപ്പെടുത്തുക എന്ന് ഫാൽക്കോ സ്വയം ഒരു തീരുമാനമെടുത്തു. ഇത്തരം ചിന്തകളിൽ സ്വയം നഷ്ടപ്പെട്ടുകൊണ്ട് പൂന്തോട്ടങ്ങൾക്കിടയിലൂടെയുള്ള പൊടി നിറഞ്ഞ ചെറുപാതയിലൂടെ സാവധാനം നടന്നുകൊണ്ടിരുന്ന അവനെ ഒരു സ്ത്രീയുടെ ശബ്ദമാണ് ഉണർത്തിയത്. താൻ ദിവാസ്വപ്നം കാണുകയാണെന്ന് കരുതി അവൻ തല കുടഞ്ഞു. പക്ഷേ, ആ ശബ്ദം വീണ്ടും കേട്ടു. അതൊരു സ്വപ്നമല്ലായിരുന്നു.

"അങ്ങുന്നേ... ശൂ... ശൂ..." തൊട്ടു പിറകിൽനിന്ന് ആ ശബ്ദം മന്ത്രിച്ചു.

ഫാൽക്കോ ചുറ്റും നോക്കി. ആരെയും കാണുന്നില്ല. ആരാണ് അവനോടു രഹസ്യമായി സംസാരിക്കാൻ ശ്രമിക്കുന്നത്? വിചിത്രമായ എന്തോ

സംഭവിക്കുകയാണ്. വിജനമായ ഈ പൂന്തോട്ടങ്ങൾക്കു നടുവിൽ ഒരു സ്ത്രീ ഒറ്റയ്ക്ക് ഈ സമയത്ത് എത്തിപ്പെടുക എന്നത് അത്ര സാധാരണയായ ഒരു കാര്യമല്ല. ചിലപ്പോൾ ഇത് ഒരു കെണിയായിരിക്കും. ഒന്നും മനസ്സിലാകാത്തതു പോലെ അഭിനയിക്കാം എന്നവൻ തീർച്ചപ്പെടുത്തി.

"ആര്? ഞാനോ?" ആ സ്ത്രീശബ്ദം വേറെ ആരെയോ ആണ് വിളിക്കുന്നത് എന്നപോലെ ഫാൽക്കോ ചോദിച്ചു.

"ഇത് നിങ്ങളുടെ കൈയിൽ നിന്ന് താഴെ പോയതാണ് എന്ന് തോന്നുന്നു."

"എന്ത്?"

തന്റെ കൈയിൽ നിന്ന് ഒന്നും താഴെ പോയിട്ടില്ല എന്ന് അവനു ഉറപ്പുണ്ടായിരുന്നു. ആ സ്ത്രീ എന്താണ് നീട്ടിപ്പിടിച്ചിരിക്കുന്നത് എന്നത് കണ്ടപ്പോൾ അവനു സ്വന്തം കണ്ണുകളെ വിശ്വസിക്കാൻ കഴിഞ്ഞില്ല. ഏഴു മാസം മുൻപ് യാത്ര പറഞ്ഞപ്പോൾ അവൻ കരുത്തൻ യെയെയ്ക്ക് സമ്മാനമായി കൊടുത്ത കത്തി ആയിരുന്നു അത്. അവന്റെ അച്ഛന്റേത് എന്ന് ഫാൽക്കോ വിശ്വസിക്കുന്ന അതേ കത്തി.

"നിങ്ങൾക്ക് ഇതെവിടുന്നു കിട്ടി?" ദേഷ്യത്തോടെ ഒച്ചയിട്ടുകൊണ്ട് ഫാൽക്കോ അത് തട്ടിപ്പറിച്ചു.

"ഇത് നിങ്ങളുടെതാണോ?"

"നിങ്ങൾക്കിതെവിടെ നിന്ന് കിട്ടി എന്നാണ് ഞാൻ ചോദിച്ചത്!"

"ഞാൻ ചോദിച്ചത് ഇത് നിങ്ങളുടെതാണോ എന്നാണ്?"

ആ സ്ത്രീയുടെ ശബ്ദം ദൃഢവും ഭയരഹിതവുമായിരുന്നു. അവളുടെ മുഖത്തേക്ക് ഫാൽക്കോ സൂക്ഷിച്ചു നോക്കി. അവളുടെ മുഖാവരണത്തിലെ നേർത്ത വലയ്ക്ക് പിന്നിൽ യൗവനം കത്തിജ്വലിക്കുന്ന ഒരു ജോടി ഇരുണ്ട കണ്ണുകൾ അവൻ കണ്ടു. നിശ്ചയദാർഢ്യം പ്രസരിപ്പിക്കുന്ന, സമാശ്വാസം വാഗ്ദാനം ചെയ്യുന്ന രണ്ടു കണ്ണുകൾ!

"അതെ! അത് എന്റെതാണ്. നിങ്ങൾക്ക് ഇത് എവിടെ നിന്ന് കിട്ടി?" ഫാൽക്കോ ചോദിച്ചു.

"നിനക്ക് അറിയണം എന്ന് ആഗ്രഹമുണ്ടെങ്കിൽ എന്നെ പിന്തുടരുക."

ഫാൽക്കോ ചുറ്റും നോക്കിയിട്ട് ഒരു നിമിഷം ശങ്കിച്ചു നിന്നു. തന്നെ ആരും കെണിയിൽപെടുത്താൻ ശ്രമിക്കുകയല്ല എന്ന് അവന് ഉറപ്പ് വരുത്തണമായിരുന്നു. ഒന്നുകൂടി ഉറപ്പു വരുത്താൻ വേണ്ടി അവൻ മുന്നോട്ട് ആഞ്ഞ് ആ സ്ത്രീയുടെ നേരെ കത്തി വീശി.

"ഒരു ഡെർവിഷിനും തന്റെ കത്തി എവിടെയെങ്കിലും മറന്ന് വയ്ക്കാം."

ഒരു നിമിഷംകൊണ്ട് അവനെ തടഞ്ഞ് അവൾ ആ കത്തി പിടിച്ചെടുത്തു.

"ഫാൽക്കോ, ക്ഷമിക്കണം, സൽമൻ അബ്ദാൽ, നിങ്ങൾ ആര് തന്നെ ആയിക്കോട്ടെ, ഇപ്പോൾ എന്റെ കൂടെ വരികയാണ്."

"നിങ്ങൾ ആരാണ് സ്ത്രീയേ? നീയൊരു ജിന്നാണോ? പറയ്." അവളുടെ കൈകളിൽ കടന്നു പിടിച്ചുകൊണ്ട് അവൻ ദേഷ്യത്തോടെ മുരണ്ടു.

ആ സ്ത്രീ പിടിയിൽ നിന്ന് കുതറി മാറി ഒരു തടവുകാരനെയെന്ന പോലെ, അവനെ അനങ്ങാനാവാത്ത വിധം പിന്നിൽ നിന്ന് പിടികൂടി.

"ഹാ! അപ്പോൾ നമ്മുടെ ഡെർവിഷിന് സ്ത്രീകളെ തൊടുന്നതിനു കുഴപ്പമൊന്നുമില്ല!" അവൾ പറഞ്ഞു. അവന്റെ ചെവിക്കു പിടിച്ചു തന്റെ മുഖത്തേക്ക് അടുപ്പിച്ചുകൊണ്ട് അവൾ മന്ത്രിച്ചു. "കറുത്തൻ യെയെ നിന്നെ കാത്തിരിക്കുന്നു."

താൻ അവളുടെ കൂടെ പോയാൽ യെയെയെപറ്റി എന്തെങ്കിലും വിവരം കിട്ടിയേക്കും എന്ന് അവനു തോന്നി. അപകടം പിടിച്ച ഒരു കാര്യമാണ്, എന്നാൽ പോലും അത് ചെയ്തേ മതിയാവൂ എന്ന് ഫാൽക്കോയ്ക്ക് അറിയാമായിരുന്നു.

"ഇത് ഒരു കെണിയാണ് എന്ന് എനിക്ക് തോന്നിയാൽ നീ ജീവിതകാലം മുഴുവൻ പശ്ചാത്തപിക്കേണ്ടി വരും. എന്റെ മുന്നിൽ നടക്ക്." ഭീഷണിയുടെ ശബ്ദത്തിൽ ഫാൽക്കോ മുറുമുറുത്തു. ബഹറിയെ പാതയിലൂടെ വഴക്കടിച്ച് കൊണ്ട് ഫാൽക്കോയും ആ സ്ത്രീയും മുന്നോട്ടു നീങ്ങിത്തുടങ്ങിയപ്പോൾ ഗോൾഡൻ ഹോണിനു മേലെ പരന്നിരുന്ന അവസാനത്തെ സൂര്യരശ്മികളും അപ്രത്യക്ഷമാവുകയും പരിസരമാകെ വിജനമാകുകയും ചെയ്തു. അവർ ഇയൂപ് സുൽത്താൻ ഗ്രാമത്തിൽ എത്തിയപ്പോൾ, കുറച്ചു ദൂരത്തിലായി തന്നെ പിന്തുടരാൻ നിർദ്ദേശം നല്കിയിട്ട് അവൾ മുൻപിൽ നടന്നു. കുറച്ചു ദൂരം ചെന്നപ്പോൾ ആ സ്ത്രീ ഒരു വീടിനുമുൻപിലുള്ള പൂന്തോട്ടത്തിലേക്കുള്ള കവാടത്തിനുള്ളിലേക്ക് കടന്നു. അവളെ പിന്തുടർന്നെത്തിയ ഫാൽക്കോ രണ്ടു തരം വാതിൽതട്ടികൾ കണ്ടു ഒരു നിമിഷം ശങ്കിച്ചു നിന്നു.

ഒന്നിൽ ഒരു സിംഹത്തിന്റെ തല വളരെ ഭംഗിയായി കൊത്തിവച്ചിരുന്നു. രണ്ടാമത്തെ വാതിൽതട്ടിയിൽ ഒരു റോസാപ്പൂവായിരുന്നു കൊത്തിവച്ചിരുന്നത്. ശീലം കൊണ്ട് അവന്റെ കൈ സിംഹത്തിന്റെ തലയിലേക്ക് ഉയർന്നെങ്കിലും അത് കൂടുതൽ ശബ്ദമുണ്ടാക്കിയേക്കും എന്ന് തോന്നിയപ്പോൾ ഫാൽക്കോ മനസ്സ് മാറ്റി. പൂന്തോട്ടങ്ങളിലേക്കുള്ള കവാടങ്ങളിൽ രണ്ടു തരം വാതിൽ തട്ടികൾ വയ്ക്കുക പതിവായിരുന്നു. ഒരു സ്ത്രീയാണ് വരുന്നതെങ്കിൽ സൗമ്യമായ ശബ്ദമുണ്ടാക്കുന്ന റോസാപ്പൂവിന്റെ കൊത്തുപണി ചെയ്ത വാതിൽതട്ടി ഉപയോഗിക്കുകയും പുരുഷനാണെങ്കിൽ കൂടുതൽ ശബ്ദമുണ്ടാക്കുന്ന സിംഹത്തിന്റെ കൊത്തുപണിയുള്ളതു ഉപയോഗിക്കുകയുമായിരുന്നു പതിവ്. ഈ ശബ്ദങ്ങൾ വീട്ടുടമസ്ഥനെ

വാതിൽക്കൽ കാത്തുനില്ക്കുന്നത് പുരുഷനാണോ അതോ സ്ത്രീയാണോ എന്ന് മനസ്സിലാക്കാൻ ഉപകരിക്കുന്നു. അതിനനുസരിച്ചുള്ള ജോലിക്കാരെ വാതിൽ തുറക്കാൻ പറഞ്ഞയയ്ക്കുന്നതിനു സഹായിക്കുകയും ചെയ്യുന്നു. സിംഹത്തലയിൽ നിന്ന് റോസാപ്പൂവിലേക്ക് കൈ നീക്കിയതും വാതിൽപ്പാളി ഒരല്പം തുറന്നുകിടക്കുന്നത് അവന്റെ ശ്രദ്ധയിൽ പെട്ടു. പതുക്കെ വാതിൽപ്പാളികൾ തള്ളിയകറ്റാൻ നോക്കിയപ്പോഴേക്കും ഒരു സ്ത്രീയുടെ കരം നീണ്ടു വന്നു ഫാൽക്കോയെ വലിച്ച് അകത്തിടുകയും നിമിഷനേരത്തിനകം ആ കതക് അടച്ചു കുറ്റിയിടുകയും ചെയ്തു. അവളുടെ ശരീരത്തിൽ നിന്ന് വമിക്കുന്ന സുഗന്ധംകൊണ്ട് അവനെ അവിടേക്ക് നയിച്ച സ്ത്രീ തന്നെയാണ് എന്ന് അത് ഫാൽക്കോയ്ക്ക് മനസ്സിലായി. വീട്ടിലേക്കു അവൾ തന്നെ നയിക്കും എന്നാണ് ഫാൽക്കോ കരുതിയത് എങ്കിലും ആ സ്ത്രീ പൂന്തോട്ടത്തിൽ വള്ളിച്ചെടികൾക്കിടയിൽ ഭാഗികമായി മറഞ്ഞു നില്ക്കുന്ന ഉപേക്ഷിക്കപ്പെട്ടതുപോലെ തോന്നിച്ച ഒരു ചെറിയ കുടിലിലേക്കാണ് അവനെ കൊണ്ടുപോയത്. ആ കുടിലിലായിരുന്നു യെയെ വളർന്നതും അവന്റെ അമ്മയോടൊത്തു സന്തോഷകരമായ ദിനങ്ങൾ കഴിച്ചു കൂട്ടിയതും ശെഹനാസുമായി പ്രണയത്തിൽ വീണതും.

“ഞാൻ നിങ്ങളെ കുറച്ചു നേരത്തേക്ക് ഒറ്റയ്ക്ക് വിടുകയാണ്.” ഫാൽക്കോയും യെയെയും കെട്ടിപ്പിടിച്ചു സന്തോഷം കൊണ്ട് കരയുന്ന നേരത്ത് തന്റെ ബുർഖ് ഊരി മാറ്റി അവൾ. “ലൈലയുടെയും മജ്നുവിന്റെയും കഥ പറയാനായി വെയ്സ് ആഗയും അദ്ദേഹത്തിന്റെ പത്നിയും ഏതു നിമിഷവും എനിക്കായി ആളെ അയച്ചേക്കാം. നമുക്ക് ചില കാര്യങ്ങൾ സംസാരിക്കാനുണ്ട്. എന്തുകൊണ്ട് നിങ്ങൾക്ക് ഇന്ന് രാത്രി ഇവിടെ തങ്ങിക്കൂടാ? നമുക്ക് നാളെ രാവിലെ സംസാരിക്കാം. നിങ്ങളെ ആരും ശ്രദ്ധിക്കുകയില്ല എന്ന് ഞാൻ ഉറപ്പു വരുത്തുകയും ശെഹനാസിനെ കുറച്ചു ഭക്ഷണവുമായി ഇങ്ങോട്ട് അയയ്ക്കുകയും ചെയ്യാം. ജനാലയിലൂടെ വെളിച്ചം പുറത്തു കാണരുത് എന്ന കാര്യം മറക്കരുത്. സാധിക്കുമെങ്കിൽ മെഴുകുതിരികൾ കൊളുത്താതിരിക്കുക.”

ആ സ്ത്രീ മുറിവിട്ടുപോകുന്നത് ഫാൽക്കോ അതിശയത്തോടെ നോക്കിയിരുന്നുപോയി. അവളുടെ ഭംഗിയാർന്ന വസ്ത്രധാരണ രീതി കണ്ടപ്പോൾ അവന് അമ്മയെ ഓർമ്മ വന്നു. വെള്ളിനൂലുകൾ കൊണ്ട് പൂക്കൾ തുന്നിച്ചേർത്ത ചെരിപ്പുകൾ, വെള്ളിനൂലുകൾകൊണ്ട് തുന്നൽപ്പണികൾ ചെയ്ത ഒരു വലിയ മേൽവസ്ത്രവുമാണ് അവളുടെ വേഷം. അരപ്പട്ടയും അതിനടിയിൽ പട്ടുതുണി കൊണ്ടുണ്ടാക്കിയ സൽവാറും കഴുത്തിൽ രത്നഖചിതമായ കൊളുത്തുള്ള മഞ്ഞുപോലെ വെളുത്ത പട്ടുടുപ്പുമാണ് അവൾ ധരിച്ചിരുന്നത്. അവളുടെ വസ്ത്രധാരണം തീർച്ചയായും ഒരു അടിമയുടെതോ ജോലിക്കാരിയുടെതോ ആയിരുന്നില്ല. വാതിൽ കടന്നുപോയപ്പോൾ അവളുടെ മുഖാവരണം ചെറുതായൊന്നു നീങ്ങുകയും ഒരു മിന്നൽ പോലെ ഫാൽക്കോയ്ക്ക് അവളുടെ മുഖം

കാണാൻ സാധിക്കുകയും ചെയ്തു. ഇരുപതുകളുടെ ആദ്യപകുതിയിലായിരിക്കും അവളുടെ പ്രായം എന്ന് അവൻ ഊഹിച്ചു.

അവൾ മുറി വിട്ടതോടെ ഫാൽക്കോ യെയെയുടെ തോളുകളിൽ പിടിച്ച് അവന്റെ മുഖം പരിശോധിച്ചു. വെറും എട്ടു മാസങ്ങൾ വേർപ്പെട്ടു കഴിഞ്ഞവരെ പോലെ അല്ല മറിച്ചു രണ്ടു വ്യത്യസ്ത ലോകങ്ങളിൽ നിന്ന് തിരിച്ചെത്തിയവരെപ്പോലെ അവർ വീണ്ടും ആലിംഗനത്തിൽ അമർന്നു. അരണ്ട വെളിച്ചത്തിൽ ഫാൽക്കോയ്ക്ക് യെയെയുടെ വിളറിയ മുഖവും കുഴിഞ്ഞ കവിളുകളും കാണാമായിരുന്നു. സത്രത്തിൽ ഒരുമിച്ചു കഴിച്ചു കൂട്ടിയ മൂന്നാമത്തെ രാത്രി ചെയ്തതുപോലെ ഈ എട്ടു മാസങ്ങൾ അവരുടെ ജീവിതത്തിൽ നടന്ന കാര്യങ്ങളും മാനസിക വ്യാപാരങ്ങളും ചർച്ച ചെയ്തു. പക്ഷേ, ഇത്തവണ യെയെ തന്റെ സുഹൃത്തിനോട് ശെഹനാസിനെപറ്റി പറഞ്ഞു. ശെഹനാസുമായുള്ള ആദ്യത്തെ കണ്ടുമുട്ടലിൽ സംഭവിച്ചതുപോലെ ശാപം വില്ക്കുന്ന മധുര പലഹാരക്കടയിൽ വച്ചു തീവ്രവികാരങ്ങൾക്ക് അടിപ്പെട്ടതിനുശേഷം യെയെയ്ക്ക് തന്റെ രഹസ്യത്തെ പറ്റി പറയുന്നതിനുള്ള നാണക്കേട് ഇല്ലാതായി കഴിഞ്ഞിരുന്നു.

അവന്റെ തല തന്റെ തോളോട് ചേർത്തു വച്ചു തലമുടിയിൽ വിരലോടിച്ചുകൊണ്ട് ഇടയ്ക്കിടയ്ക്കുണ്ടാകുന്ന ചുമയുടെ അകമ്പടിയോടെ യെയെ പറഞ്ഞത് മുഴുവൻ ഫാൽക്കോ കേട്ടിരുന്നു. മധുരപലഹാരക്കടയിൽ വച്ചുണ്ടായ സഹിക്കാനാവാത്ത ആ സംഭവത്തിനുശേഷം അവന്റെ അമ്മയുടെ പഴയ വീട്ടിലേക്കു ശെഹനാസിനെ തേടി യെയെ പോവുകയും ആ വീടിനു ചുറ്റും പകൽ മുഴുവൻ അലഞ്ഞു തിരിയുകയും ചെയ്തു. അവളെ ഒരു നോക്കു കാണുകയെങ്കിലും ചെയ്യാൻ കഴിയുമെന്നായിരുന്നു അവന്റെ പ്രതീക്ഷ. ഇരുട്ട് വീണപ്പോൾ കോരിച്ചൊരിയുന്ന വസന്തകാല മഴയിൽ നിന്ന് രക്ഷ നേടാനായി പടിപ്പുരയുടെ ഇറയത്തു അഭയം തേടുകയല്ലാതെ വേറെ വഴിയുണ്ടായിരുന്നില്ല. രാത്രി മുഴുവൻ നനവും കൊടും തണുപ്പും ഏറ്റ് കാവൽപ്പട്ടികളുടെ കുരയും കേട്ട് അവൻ ഒരേ നില്പ് നിന്നു. അവസാനം നേരം പുലരുകയും കാവൽപ്പട്ടികൾ നിശ്ശബ്ദരാകുകയും ചെയ്തപ്പോൾ പൂന്തോട്ടത്തിലേക്ക് നുഴഞ്ഞു കയറാൻ യെയെ ഒരു വഴി കണ്ടു പിടിച്ചു. അകത്തു കയറാൻ കഴിഞ്ഞെങ്കിലും വിശപ്പും തണുപ്പും മനോവിഷമവും മൂലം എല്ലാ ശക്തിയും ക്ഷയിച്ചു അവൻ ബോധമറ്റ് വീണു പോയി. കണ്ണു തുറന്നപ്പോൾ തന്റെ അമ്മയ്ക്ക് മാത്രമുണ്ടായിരുന്ന ആ പ്രത്യേക സുഗന്ധം ഇപ്പോഴും നിറഞ്ഞുനില്ക്കുന്ന ആ പഴയ വീട്ടിലെ മുറിയിൽ താൻ കിടക്കുന്നത് കണ്ട് അവൻ അമ്പരന്നുപോയി.

“മരിച്ചു കഴിഞ്ഞു സ്വർഗത്തിലെത്തിയതാണ് എന്ന് ഞാൻ ആദ്യം കരുതി.” കരുത്തൻ യെയെ പറഞ്ഞു.

“ഇവിടെ നമുക്ക് ഒരു ഹൂറിയുടെ കുറവല്ലേ ഉള്ളൂ...” ഫാൽക്കോ ഫലിതരൂപേണ പറഞ്ഞു.

“ഇവിടെ ഒരു ഹൂറിയുമുണ്ട്. നിന്നെ ഇവിടെ കൊണ്ടുവന്ന സ്ത്രീയുടെ പേര് ഹൂറികിൻ എന്നാണ്.” യെയെ പുഞ്ചിരിച്ചു.

കതകു തുറന്നു ശെഹനാസ് അകത്തേക്ക് വന്നു. യെയെയെ സംരക്ഷിച്ചതിനും അവന്റെ കാര്യങ്ങൾ നോക്കിയതിനും അവൾ ആംഗ്യങ്ങളിലൂടെ നന്ദി പറഞ്ഞു. ഫാൽക്കോയ്ക്ക് അവളെ വളരെ ഇഷ്ടമായി.

അവൾ ഒന്നും സംസാരിച്ചില്ലെങ്കിൽ പോലും ആ പെരുമാറ്റം ഒരായിരം നാദതന്ത്രികൾ ഒരുമിച്ചു മീട്ടുന്നത് പോലെ മനോഹരമായിരുന്നു. അത്രയും നാൾ യെയെയുടെ വൈകാരിക പ്രശ്നങ്ങളെക്കുറിച്ചു ചിന്തിക്കാതെ സ്വന്തം പ്രശ്നങ്ങളെക്കുറിച്ചു മാത്രം ചിന്തിച്ച തന്റെ സ്വാർത്ഥതയെയും വിഡ്ഢിത്തത്തെയും ഫാൽക്കോ ശപിച്ചു. യെയെ കഴിഞ്ഞ ഒരു വർഷമായി ഇതെല്ലാം ഉള്ളിലൊതുക്കി തന്റെ നിസ്സഹായമായ, പ്രതീക്ഷകൾ നശിച്ച ജീവിതത്തെ ശപിച്ചുകൊണ്ട് ആരെയും തന്റെ പ്രശ്നങ്ങൾ പറഞ്ഞു ശല്യം ചെയ്യാതെ ജീവിക്കുകയായിരുന്നു എന്ന് ഇപ്പോഴാണ് അവൻ മനസ്സിലാക്കിയത്. പ്രണയം അവനു വല്ലാത്തൊരു പ്രഹരമാണ് നല്കിയത്. എന്നിട്ടും യെയെ നിശ്ശബ്ദത പാലിച്ചു. പ്രണയം തികച്ചും സ്വകാര്യമായ ഒരു കാര്യമാണ് എന്ന് ഹാഫിസ് സെലെബി എല്ലായ്പ്പോഴും പറയാറുണ്ട്. ഈ വാക്കുകൾ യെയെ അക്ഷരം പ്രതി അനുസരിച്ചു.

ശെഹനാസും ഹൂറികിനും ചേർന്ന് യെയെയെ ശുശ്രൂഷിച്ചു. യെയെയുടെ വിവരണങ്ങളിൽ നിന്ന് അവർ ഹാഫിസ് സെലെബിയുടെ പൂന്തോട്ടം കണ്ടെത്തുകയും അവിടെ ആരൊക്കെ പോകുന്നുണ്ടെന്ന് നിരീക്ഷിക്കുകയും ചെയ്തു. അവന്റെ വിവരണത്തിൽ നിന്ന് തന്നെ അവിടെ വന്നു പോകുന്നതിൽ ഒരാൾ ഫാൽക്കോ ആണ് എന്ന് അവർ ഊഹിച്ചു. ടുളിപ് കാലം വന്നണഞ്ഞപ്പോൾ ഫാൽക്കോയ്ക്ക് അവിടെ വരാതിരിക്കാൻ കഴിയില്ല എന്ന് യെയെയ്ക്ക് ഉറപ്പുണ്ടായിരുന്നു. യെയെയ്ക്ക് ഹാഫിസ് സെലെബിയുടെ അടുത്തേക്ക് തിരിച്ചു പോകണം എന്ന് വല്ലാത്ത ആഗ്രഹം തോന്നിയെങ്കിലും ആരോഗ്യം വളരെ മോശമായിരുന്നതിനാലും ഹൂറികിൻ തടഞ്ഞതിനാലും അവൻ കാത്തിരിക്കാൻ തീരുമാനിച്ചു. ഈ സമയംകൊണ്ട് രണ്ടു സുഹൃത്തുക്കളെയും കൂട്ടിയിണക്കാൻ വേണ്ടി വിദഗ്ധമായ ഒരു പദ്ധതി ഹൂറികിൻ ആസൂത്രണം ചെയ്തു.

തന്നെപ്പറ്റി കരുത്തൻ യെയെ അറിയാൻ ആഗ്രഹിച്ചതെല്ലാം ഫാൽക്കോവിനോടു പറയാൻ ഹൂറികിൻ യാതൊരു മടിയും കാണിച്ചില്ല. മൂന്ന് ചന്ദ്രന്മാർ എന്ന രഹസ്യാന്വേഷണ സംഘത്തിലെ രണ്ട് സ്ത്രീകളിൽ ഒരാളായിരുന്നു അവൾ. സംഘത്തിന്റെ തലവനായിരുന്ന അവളുടെ മരിച്ചുപോയ അച്ഛൻ, അതീവ രഹസ്യമായ ഒരു പ്രത്യേക ദൗത്യത്തിനായി

ഹൂറികിനെ പരിശീലിപ്പിച്ച് എടുക്കുകയാണ് ചെയ്തത്. അവളുടെ കൂടെ ജോലി ചെയ്തിരുന്നവർ കൂടുതൽ ചോദ്യങ്ങൾ ഒന്നും ചോദിച്ചില്ല. ചെറിയ ചില ജോലികൾ മാത്രം അവർ അവൾക്കു നല്കി. അവൾ എവിടെ പോകുന്നു എന്നോ എന്ത് ചെയ്യുന്നു എന്നോ ആരും അന്വേഷിച്ചില്ല. അവൾക്കു ലഭിച്ച ചെറിയ ജോലികളിൽ ഒന്ന് ശെഹനാസിന്റെ അച്ഛനെ നിരീക്ഷിക്കുക എന്നതായിരുന്നു. ശെഹനാസിന്റെ പഴയ ആയ പിരിഞ്ഞു പോയ വിവരമറിഞ്ഞപ്പോൾ കിട്ടിയ അവസരം പാഴാക്കാതെ വളരെ കുറഞ്ഞ ശമ്പളത്തിൽ ഹൂറികിൻ ആ ജോലി ഏറ്റെടുക്കുകയും ശെഹനാസിന്റെ വീട്ടിലേക്കു താമസം മാറ്റുകയും ചെയ്തു. ശെഹനാസിന് ഇപ്പോഴും ഇത്തരം കാര്യങ്ങളെപ്പറ്റി അറിയില്ല. തനിക്കു വിവാഹാലോചനയുമായി വന്ന ആരോ യെയെയെ അപമാനിച്ചു എന്ന് ശെഹനാസിന് അറിയാമായിരുന്നു. അയാളെ യെയെ കുത്തുകയും തത്ഫലമായി വീട്ടിൽ നിന്ന് അവനെ പുറത്താക്കുകയും ഒരു മാനസികാരോഗ്യകേന്ദ്രത്തിലേക്ക് അയയ്ക്കുകയും ചെയ്തു എന്നതിനപ്പുറം അവൾക്കു മറ്റൊന്നും അറിയുമായിരുന്നില്ല. ആ കാമുകനെ തിരിച്ചറിയുക എന്ന ലക്ഷ്യത്തോടെയാണ്. യെയെ പോകുന്നതിൽ നിന്ന് ഹൂറികിൻ തടഞ്ഞു നിർത്തിയത്. ശെഹനാസിനെ ഈ കാമുകൻ ഇപ്പോഴും പിന്തുടരുന്നു എന്ന് അവൾ സംശയിച്ചു. ശെഹനാസിനെ അയാൾ തട്ടിക്കൊണ്ടു പോവുകയും ഈജിപ്തിലേക്കുള്ള അടിമക്കപ്പലിൽ നാടുകടത്തുകയും ചെയ്യും എന്നായിരുന്നു ഹൂറികിന്റെ ഭയം. അത്തരം കുറ്റകൃത്യങ്ങൾ അപൂർവമായിരുന്നില്ല. ഈ മനുഷ്യന്റെ പിന്നിൽ ഒരു സംഘം തന്നെ ഉണ്ടെന്നും വെയ്സ് ആഗയുടെ കുടുംബത്തെ ചിതറിച്ചുകൊണ്ട് ആ മനുഷ്യനെ തകർത്തു കളയാനാണ് അവരുടെ പദ്ധതി എന്നും ഹൂറികിൻ മനസ്സിലാക്കി.

ഇതെല്ലാം അതിശയത്തോടെയാണ് ഫാൽക്കോ കേട്ടിരുന്നത്. ചിന്താധീനനായി ഒരു കൈകൊണ്ട് സ്വന്തം തലയും താങ്ങി, മറുകൈകൊണ്ട് യെയെയുടെ പനിച്ചൂടുകൊണ്ട് വിയർത്തു നനഞ്ഞ നെറ്റിമേൽ തലോടിക്കൊണ്ട് ഉറങ്ങാനാവാതെ എങ്ങനെയോ ആ രാത്രി ഫാൽക്കോ കഴിച്ചുകൂട്ടി. അവൻ നടന്ന കാര്യങ്ങളെപ്പറ്റി വീണ്ടും വീണ്ടും ആലോചിച്ചു. ഹാഫിസ് സെലെബിയെ യെയെയുടെ വിവരങ്ങൾ എങ്ങനെയെങ്കിലും അറിയിക്കേണ്ടതായിരുന്നു എന്നോർത്തു വിഷമിക്കുകയും ചെയ്തു. യെയെ ഏതോ കൊലപാതകികളുടെ കൈയിൽപെട്ടു എന്നോർത്തു നീറുകയാണ് ആ മനുഷ്യൻ എന്ന് ഫാൽക്കോയ്ക്ക് വ്യക്തമായി അറിയാമായിരുന്നു. ഈ പ്രശ്നങ്ങൾക്കെല്ലാമുള്ള പരിഹാരവുമായാണ് അടുത്ത ദിവസം രാവിലെ ഹൂറികിൻ വരുന്നതും കാത്ത് ഫാൽക്കോ ഇരുന്നത്. അവളോടു തന്റെ പദ്ധതിയെപറ്റി പറയും മുൻപ് ഒരു കാര്യത്തിനു കൂടി അവന് വ്യക്തത വരുത്തേണ്ടതുണ്ടായിരുന്നു.

“നീയന്വേഷിക്കുന്ന മനുഷ്യൻ ഏകദേശം നാല്പത്തിയഞ്ചു വയസ്സോളം പ്രായം വരുന്ന ഇരുണ്ട തൊലിയും നരച്ചു തുടങ്ങിയ താടിമീശയും ചെറിയൊരു കൂനും ഉള്ള ഒരാളാണോ?” അവൻ ചോദിച്ചു.

അവൻ പ്രതീക്ഷിക്കുന്ന ഉത്തരമാണ് ലഭിക്കുന്നതെങ്കിൽ പറയേണ്ട മറുപടി എന്താണെന്ന് ഫാൽക്കോ വ്യക്തമായി തീരുമാനിച്ചിരുന്നു. "ഇനിയിവിടെ അതിനായി തങ്ങേണ്ട കാര്യമില്ല. നീയന്വേഷിക്കുന്ന മനുഷ്യൻ എന്റെ അമ്മായിയച്ഛനായ അസ്ലാൻ ആഗയാണ്. അയാൾ ഇപ്പോൾ ജയിലിൽ ആണ്."

അടുത്ത ദിവസം രാവിലെ ഫാൽക്കോയും ഹൂറികിനും തമ്മിൽ നടന്ന ചെറിയ സംഭാഷണം കേട്ടിരുന്ന യെയെയ്ക്ക് 'നഷ്ടഹൃദയത്തെ പറ്റിയുള്ള യൂസുഫിനും സെലിഹയ്ക്കുമിടയിൽ' എന്ന കഥ ഓർമ്മവന്നു. ധിക്കാരത്തോളം എത്തുന്ന രക്ഷാകർതൃഭാവത്തോടെയാണ് അവൾ സംസാരിച്ചിരുന്നതെങ്കിലും ഫാൽക്കോ അതെല്ലാം കേട്ട് ഒട്ടും കുലുങ്ങാതെയാണ് മറുപടി പറഞ്ഞിരുന്നത്.

അനുബന്ധം: യൂസുഫിനും സെലിഹയ്ക്കുമിടയിൽ

ചില സുന്ദരികൾ യൂസുഫിനോടു പറഞ്ഞു "നീ സെലിഹയുടെ ഹൃദയം കവർന്നതിലൂടെ അവളെ നശിപ്പിക്കുകയാണ് ചെയ്തത്. നീ കാരണം അവൾ അന്തമില്ലാത്ത നിരാശയിൽ വീണു പോയി. പക്ഷേ, അതിനൊരു പരിഹാരം കണ്ടെത്താൻ നിനക്ക് ഇതുവരെ കഴിഞ്ഞില്ല. അവളുടെ ഈ നരകയാതന നീ കണ്ടില്ലെന്നു നടിക്കുകയാണുണ്ടായത്. നീ അവളുടെ ഹൃദയം കവർന്നു, പക്ഷേ, അത് തിരിച്ചു നല്കിയുമില്ല. നീയൊരു പുരുഷനാണെങ്കിൽ അത് തിരിച്ചു നല്കേണ്ടതല്ലേ?"

"ഞാൻ അവളുടെ ഹൃദയം കവർന്നിട്ടില്ല. എന്റെ അറിവിൽ അവൾ എനിക്ക് ഹൃദയം തന്നതുമില്ല. എനിക്ക് അവളുടെ ഹൃദയവുമായി യാതൊരു ഇടപാടുമില്ല."

യൂസുഫിനോടുള്ള ഈ സംഭാഷണത്തിനുശേഷം സുഹൃത്തുക്കൾ സെലിഹയോടു സംസാരിച്ചു.

"ഞങ്ങളോട് സത്യം പറയൂ. യൂസുഫ് നിന്റെ ഹൃദയം കവർന്നോ? ഇപ്പോഴും നീ അവനെ പ്രണയിക്കുന്നുവെങ്കിൽ അതൊരു വിഡ്ഢിത്തമാണ്."

സെലിഹ മറുപടി പറഞ്ഞു.

"എനിക്ക് എന്റെ ഹൃദയത്തെ പറ്റി ഒന്നുമറിയില്ല. എന്തുകൊണ്ട്, എങ്ങനെ അത് പ്രണയത്തിൽ വീണു എന്നും എവിടെയാണ് ഇപ്പോൾ എന്റെ ഹൃദയം എന്നും എനിക്കറിയില്ല."

സുഹൃത്തുക്കൾ പരസ്പരം പറഞ്ഞു. "ആ ഹൃദയം യൂസുഫിന്റേയോ സെലിഹയുടെയോ കൈയിലില്ല. അതെവിടെപ്പോയി? ഇത് ഇന്ദ്രജാലം അല്ലെങ്കിൽ മറ്റെന്താണ്?"

ചോദ്യം 45

സുൽത്താന് ഹൃദയാഘാതം ഉണ്ടാകാൻ കാരണം എന്താണ്?

ബോസ്ഫറസ് നദിയുടെ കരയിലെ വെള്ളിപോലെ തിളങ്ങുന്ന ഇലകളുള്ള സൈപ്രസ് മരങ്ങളുടെ ശാഖകൾക്കിടയിലൂടെ അരിച്ചിറങ്ങുന്ന സൂര്യപ്രകാശം സിറാഗൻ കൊട്ടാരത്തിലെ തളത്തിനു അടുത്തുള്ള മുറികളിലൊന്നിനെ പ്രകാശമാനമാക്കി. ബാബേൽ ഗോപുരത്തിലെന്ന പോലെ ആഢ്യസ്ത്രീകളുടെയും അവരുടെ പരിചാരികമാരായ അടിമപ്പെൺകിടാങ്ങളുടെയും കലപിലകൾ അവിടമാകെ മുഴങ്ങി. മൂടൽമഞ്ഞുപോലെ തങ്ങിനിന്ന മുല്ലപ്പൂവിന്റെയും കുന്തിരിക്കത്തിന്റെയും ഫിലാഡെൽഫോസ് പൂക്കളുടെയും സുഗന്ധത്തിൽ അവർ ഒഴുകിനീങ്ങുന്നത് പോലെ തോന്നി. എല്ലാ പ്രൗഢിയിലും ചുറ്റും നടക്കുന്നതൊക്കെ വീക്ഷിച്ചുകൊണ്ടിരുന്ന ആ കൊട്ടാരത്തിന്റെ നായിക ഫാത്തിമ സുൽത്താനു ചുറ്റും സംഗീതജ്ഞരുടെയും ജോലിക്കാരുടെയും ഒരു കൂട്ടം തന്നെയുണ്ടായിരുന്നു.

അത്യാഡംബരപൂർവമായി അലങ്കരിച്ച തളത്തിൽ മോടിയോടെ വസ്ത്രം ധരിച്ച അതിഥികളെ സ്വീകരിക്കുന്നതിൽ ആനന്ദത്തോടെ മുഴുകിയിരിക്കുകയായിരുന്നു ഇബ്രാഹിം പാഷ. എന്തോ കാരണത്താൽ ഭോഗാസക്തി മൂത്ത അവസ്ഥയിലായിരുന്നു അദ്ദേഹം. വിദേശികളായ അതിഥികളുടെ ഇറക്കിത്താഴ്ത്തിയ കഴുത്തുകളുള്ള ഉടുപ്പുകളോടു കിടപിടിക്കാൻ, മദ്യം വിളമ്പുന്ന സ്ത്രീകളോടും അടിമപ്പെൺകുട്ടികളോടും അവരുടെ മാറിടങ്ങളിൽ റോസാപ്പൂമൊട്ടുകളും ചെവിക്കു പിന്നിൽ കടുംചുവപ്പ് നിറമുള്ള പൂക്കളും അണിയാൻ പാഷ ആവശ്യപ്പെട്ടു. തന്റെ മുടിക്കെട്ടിനു ചുറ്റും കടുംചുവപ്പ് നിറത്തിലെ ടുളിപ് പൂക്കൾകൊണ്ടുള്ള മാല അണിഞ്ഞ ഒരു ജോർജ്ജിയൻ പെൺകുട്ടി എല്ലാവരുടെയും പ്രത്യേക ശ്രദ്ധ പിടിച്ചു പറ്റി. പെയർ പഴത്തിന്റെ ആകൃതിയിലുള്ള ഔദ് എന്ന സംഗീതോപകരണത്തിലെ രാഗവിസ്താരങ്ങളിൽ മതിമറന്നുപോയ ഒരടിമപ്പെൺകുട്ടി നദീമിന്റെ ഒരു ഗാനം ആലപിക്കാൻ തുടങ്ങി. പ്രശംസ നിറഞ്ഞ കണ്ണുകളോടെ ആളുകൾ അവളെത്തന്നെ നോക്കിയിരുന്നു.

"വസന്തം പൂന്തോട്ടങ്ങളെ പൂവണിയിക്കുന്നു
ശരറാന്തൽ വെളിച്ചത്തിൽ ടുളിപ്പുകൾ തിളങ്ങുന്നു."

ഇബ്രാഹിം പാഷയുടെ ആനന്ദവും സുൽത്താന്റെ സങ്കടഭാവവും ആരുടെയും ശ്രദ്ധപിടിച്ചുപറ്റുന്നതായിരുന്നു. കുറച്ചു നേരത്തിനു ശേഷം സുൽത്താന്റെ മൂകത ആൾക്കൂട്ടത്തിലേക്കു പടർന്നുപിടിക്കുകയും ഇബ്രാഹിം പാഷയുടെ ഹർഷോന്മാദത്തെയും അവിടെ കൂടിയിരുന്ന കുലീനവർഗത്തിന്റെ ആഹ്ലാദത്തിമിർപ്പിനെയും അത് വിഷാദത്താൽ മൂടുകയും ചെയ്തു. വൈക്കോലിന്റെ നിറത്തിലുള്ള ഒരു അയഞ്ഞ സിൽക്ക് കുപ്പായത്തിന്മേൽ അണ്ണാൻരോമം കൊണ്ടുണ്ടാക്കിയ സാൽവ പുതച്ചു തന്റെ വലിയ ശരീരത്തിനുമേലെ രാജകീയപ്രൗഢിയോടെ തല ഒരു വശത്തേക്ക് ചരിച്ചുവച്ചുകൊണ്ട് ബോസ്ഫറസിനു മീതെ പ്രകാശം നടത്തുന്ന മായാജാലപ്രകടനങ്ങളിൽ ലയിച്ചിരിക്കുകയായിരുന്നു അദ്ദേഹം. അദ്ദേഹം ഇടയ്ക്ക് ശ്വാസമടക്കിപ്പിടിക്കുകയും നെടുവീർപ്പിടുകയും ചെയ്യുന്നത് ജനലിനടുത്തു നിന്നിരുന്ന ചില അതിഥികൾ കണ്ടു. പവിഴം കൊണ്ടുണ്ടാക്കിയ ജപമാലയിൽ കൈയോടിച്ചുകൊണ്ടിരുന്ന സുൽത്താന്റെ മനസ്സിലെ അടക്കിപ്പിടിച്ച ദേഷ്യം വളരെ കുറച്ചു പേർക്കേ മനസ്സിലായുള്ളൂ. എന്തുതന്നെയായാലും ഈ അതിഥികൾ എല്ലാം തന്നെ അവിടെയെത്തിയത് ജീവിതം ആസ്വദിക്കാനും കവിതകളും ഭാവഗാനങ്ങളും കേൾക്കാനുമാണ്. നദീമിന്റെ വശീകരിക്കുന്ന വാക്കുകൾക്കു ചെവിയോർക്കാനും ഞരമ്പുകൾ മുന്തിയ വീഞ്ഞ് കൊണ്ട് നിറയ്ക്കാനുമാണ്. ഉസ്മാൻസെയ്ദ് ഒപ്പം തയ്ബ് എഫെൻഡി എന്ന കവികളുടെ രാജാവും സയ്യിദ് വെഹ്ബിയെപ്പോലെയുള്ള മഹാന്മാരായ കവികളും പറയുന്നതുപോലെ എല്ലാ ജീവിതസുഖങ്ങളും തകർത്തനുഭവിക്കുക എന്നത് മാത്രമായിരുന്നു അവരുടെ ലക്ഷ്യം. പക്ഷേ സുൽത്താന്റെ വിഷാദഭാവം മൂലം ആഘോഷങ്ങൾ അവർ കരുതിയതുപോലെ ആസ്വദിക്കാൻ കഴിയുന്നുണ്ടായിരുന്നില്ല.

ഉവെയ്സ്ഖാൻ എസ്ഫഹാൻ പിടിച്ചടക്കുകയും ഇറാനിയൻ ഷാ അഷ്റഫ് ഹോട്ടാക്കിയെ പിടികൂടുകയും ചെയ്തു എന്ന വർത്തമാനം സുൽത്താനെ അറിയിക്കാനുള്ള നല്ല സമയമായിരിക്കും ഈ ആഘോഷം എന്നാണ് ഇബ്രാഹിം പാഷ കരുതിയത്. പക്ഷേ സുൽത്താന്റെ നെടുവീർപ്പുകളിൽനിന്ന് ന്യായാധിപൻ ഇസഹാക്ക് പറഞ്ഞോ മറ്റോ ഷാ അഷ്റഫിന്റെ കാര്യം സുൽത്താൻ അറിഞ്ഞിരിക്കുന്നു എന്നും ഏതു നിമിഷവും ഒരു പൊട്ടിത്തെറി പ്രതീക്ഷിക്കാം എന്നും മന്ത്രിമുഖ്യനു ബോധ്യമായി. ഇബ്രാഹിം പാഷ ഇക്കാര്യം തന്നിൽനിന്ന് ഒളിക്കുകയായിരുന്നു എന്ന് മനസ്സിലാക്കിയ സുൽത്താൻ ഈ സാഹചര്യം എങ്ങനെ കൈകാര്യം ചെയ്യണം എന്നറിയാതെ അസ്വസ്ഥനായി ഇരിക്കുകയായിരുന്നു. ഉവെയ്സ്ഖാൻ ഇറാനിൽനിന്ന് അധികാരം പിടിച്ചെടുത്തു എന്നതിനു അർത്ഥം അസർബൈജാനിൽ ടർക്കിഷ് സൈന്യത്തിന്റെ നില പരുങ്ങലിൽ ആണെന്നാണ്. ഇറാനിൽ നിന്നുള്ള വാർത്തകൾ നേരത്തെ തന്നെ മോശമായിരുന്നു. ജനങ്ങളെ ഇത്തരം തിരിച്ചടികൾ വല്ലാതെ അസ്വസ്ഥരാക്കുന്നുണ്ടായിരുന്നു. കൊട്ടാരത്തിനുള്ളിൽ നുഴഞ്ഞു കയറാനായി

ഓട്ടോമാൻ സാമ്രാജ്യത്തിലേക്ക് ഉവൈയ്സ് ഖാൻ ചാരന്മരെ അയയ്ക്കുന്നുണ്ടായിരുന്നു. ഡ്രൂസ് സമൂഹത്തിന്മേൽ അയാൾ നേടിയ ആധിപത്യം അതിനു തെളിവായിരുന്നു. ഇത്തരം സന്ദർഭങ്ങളിൽ രാജ്യതന്ത്രം സമർത്ഥമായി ഉപയോഗിക്കുക എത്ര പ്രധാനമാണ് എന്നറിയാവുന്ന ഇബ്രാഹിം പാഷ തന്റെ അരുമശിഷ്യനായ ഹാന്ദാനൻ ആഗയെ ക്രിമിയയിലെ ഒരു ഖാൻ ഭരണ പ്രദേശത്തിനായുള്ള ഗിരായ് സാമ്രാജ്യത്തിന്റെ അവകാശവാദങ്ങൾക്കും മുന്നേറ്റങ്ങൾക്കും ഇടയിൽ നുഴഞ്ഞു കയറാൻ നിയോഗിച്ചു. ക്രിമിയൻ നയത്തിനെ സ്വാധീനിക്കാൻ ശ്രമിക്കുന്നതിനുള്ള ഫലം അനുഭവിക്കേണ്ടി വരും എന്നറിഞ്ഞുകൊണ്ടുള്ള നീക്കം തന്നെയായിരുന്നു ഇത്. പിടിയിലാകാതെ രക്ഷപ്പെട്ടു നടക്കുന്ന അഹമ്മദ് രാജകുമാരന് ചിലപ്പോൾ ക്രിമിയയിലെ ഗിരായ്മാരായിരിക്കണം സംരക്ഷണം കൊടുക്കുന്നത് എന്ന് മന്ത്രിമുഖ്യൻ സംശയിച്ചിരുന്നു.

ജീവിതത്തിൽ ആദ്യമായിട്ടായിരുന്നു സൽമാൻ അബ്ദാൽ അത്തരമൊരു ആഘോഷത്തിൽ പങ്കെടുക്കുന്നത്. തൊട്ടടുത്തു തന്നെയുള്ള താൻ താമസിച്ചിരുന്ന ഡെർവിഷ് സത്രത്തിലെ പരിപാടികളുമായി അതിനെ താരതമ്യം ചെയ്യാൻപോലും കഴിയുമായിരുന്നില്ല. ശാന്തതയും വിശുദ്ധിയും നിറഞ്ഞ ആ അന്തരീക്ഷത്തിൽനിന്ന് പൊങ്ങച്ചം നിറഞ്ഞ ഈ ആഡംബരജീവിതത്തിലേക്ക് എത്ര പെട്ടെന്നാണ് അവൻ ചുഴറ്റി എറിയപ്പെട്ടത്. സത്രത്തിലെ ജീവിതം ദൈവിക കാര്യങ്ങൾക്കായി ഉഴിഞ്ഞുവയ്ക്കപ്പെട്ടതും സ്വച്ഛവും ധ്യാനനിരതവുമായിരുന്നു. ഈ കൊട്ടാരത്തിലെ ആളുകൾ ഭൗതിക സുഖങ്ങൾക്കു പിന്നാലെ നിർത്താതെ ഓടുകയാണ്. പ്രശാന്തമായ ബോസ്ഫറസ് തീരത്തെ തൊട്ടടുത്തുള്ള രണ്ടു കെട്ടിടങ്ങളിലെ മനുഷ്യർ എങ്ങനെയാണ് ഇത്രമാത്രം വ്യത്യസ്തരായി തീർന്നത്? ഒരു കൂട്ടർ ആത്മീയസംതൃപ്തി തേടുമ്പോൾ മറ്റേ കൂട്ടർ ഭൗതിക സുഖങ്ങളുടെ മൂർദ്ധന്യത്തിൽ എത്താനാണ് ശ്രമിക്കുന്നത്. ഇതിലേതു സ്ഥലമാണ് തനിക്കു കൂടുതൽ സന്തോഷം തരുന്നത് എന്ന് ഫാൽക്കോ ആലോചിച്ചു.

നക്സിഗ്യുല്ലിന് തന്നെ ഫാൽക്കോ ആയിട്ടാണോ സൽമാൻ ആയിട്ടാണോ കാണാൻ ഇഷ്ടമാവുക? ഓടി രക്ഷപ്പെടുകയും പിടിക്കപ്പെടുകയും പീഡിപ്പിക്കപ്പെടുകയും ചെയ്ത ഒരുവനാണ് ഫാൽക്കോ. കൂടുതൽ സ്ഥിരതയുള്ള ആത്മാന്വേഷണം നടത്തുന്ന ഒരുവനാണ് സൽമാൻ. ഫാൽക്കോ കഷ്ടപ്പെടാനായി ജനിച്ചവനാണ്. മറിച്ചു സൽമാൻ ഓരോ ദിവസവും ജീവിതത്തിലെ അവസാനത്തേത് എന്ന പോലെ ആസ്വദിക്കാൻ ഇഷ്ടപ്പെടുന്നവനാണ്. സൽമാൻ അബ്ദാൽ എന്ന വ്യക്തിത്വവുമായി ജീവിക്കാൻ ഫാൽക്കോയ്ക്ക് ഇഷ്ടമായിരുന്നു. അതുമൂലം അവനു നക്സിഗ്യുല്ലിനോടുള്ള പ്രണയം ഒരു തരി പോലും കുറഞ്ഞില്ല. അത് മാത്രമല്ല ആ പ്രണയമാണ് അവനെ ഡെർവിഷ് ജീവിതരീതിയിൽ ഉറച്ചു നിൽക്കാൻ സഹായിക്കുന്നത്. അവന്റെ സ്വത്വം ഒരിക്കലും വെളിവായില്ല

എങ്കിൽ ജീവിതകാലം മുഴുവൻ സൽമാൻ അബ്ദാൽ എന്ന വ്യക്തിത്വവുമായി ജീവിക്കാൻ ഫാൽക്കോയ്ക്ക് സന്തോഷമേ ഉണ്ടായിരുന്നുള്ളൂ. എന്നാൽ കുറച്ചു ദിവസങ്ങൾക്കു മുൻപ് ഒരു രാത്രിയിൽ ദിവാൻ റോഡിൽ വെച്ച് അവന്റെ പിന്നാലെയുണ്ടായിരുന്ന മൂടിപ്പൊതിഞ്ഞ രൂപം ഓർത്തപ്പോൾ ആരൊക്കെയോ ഇപ്പോഴും തന്നെ പിന്തുടരുന്നു എന്നതിന് തെളിവായി ഫാൽക്കോ കണക്കാക്കി.

"തിരുമേനീ, അങ്ങയെ സന്തോഷവാനായി കാണുക എന്നത് മാത്രമാണ് എന്റെ ജീവിത ലക്ഷ്യം. പക്ഷേ ഇന്ന് അങ്ങ് വിഷാദമൂകനാണ്. എന്താണ് സംഭവിച്ചത്?" സുൽത്താന്റെ ഭാവത്തിന് അല്പം മാറ്റം വരട്ടെ എന്ന് കരുതി മന്ത്രിമുഖ്യൻ ചോദിച്ചു.

"എന്റെ സാമ്രാജ്യത്തിൽ എല്ലാ കാര്യങ്ങളും തടസ്സങ്ങൾ കൂടാതെ നടക്കണം എന്നേ എനിക്ക് ആഗ്രഹമുള്ളൂ എന്റെ പ്രിയപ്പെട്ട ലാലാ. പക്ഷേ, പല കാര്യങ്ങളും ഞാൻ ആഗ്രഹിക്കുന്നത് പോലെയല്ല നടക്കുന്നത്. ഖജനാവിൽ ചില്ലിക്കാശില്ല. പ്രജകൾ അസ്വസ്ഥരാണ്. ആളുകൾ ഇത്രയേറെ അസ്വസ്ഥരാകാൻ എന്താണ് കാരണം? നമ്മുടെ ആദർശങ്ങളുടെ ഖജനാവും കാലിയായതിനാലാണോ ജനങ്ങൾ അസന്തുഷ്ടരാകുന്നത്?"

"അങ്ങെന്താണ് ഈ പറയുന്നത് എന്റെ പ്രിയപ്പെട്ട സുൽത്താൻ? അങ്ങയുടെ മന്ത്രിമാർ അങ്ങയെപ്പറ്റി മാത്രമേ ചിന്തിക്കുന്നുള്ളൂ. മന്ത്രിസഭയിൽ നടക്കുന്ന എല്ലാ ചർച്ചകളിലും ഒത്തുകൂടലുകളിലും ഇത്തരം കാര്യങ്ങൾ മാത്രമാണ് സംഭാഷണ വിഷയം. അങ്ങ് ഇങ്ങനെ ആധി പിടിക്കാതിരിക്കൂ. പ്രജകൾ സന്തോഷവാന്മാരാണ്. അവർ അങ്ങയെ ജീവനു തുല്യം സ്നേഹിക്കുന്നു. സമാധാനകാലത്തിൽ ഇത്തരം ഉല്ലാസ പ്രവൃത്തികളിൽ ഏർപ്പെടുന്നത് ഒരു തെറ്റല്ല. അങ്ങയുടെ കാരുണ്യം കൊണ്ട് ഇസ്താംബൂളിലെ ജീവിതം സമൃദ്ധമാണ്. ഇതുപോലെ സമ്പൽ സുമൃദ്ധമായ ഒരു കാലം അങ്ങയുടെ പൂർവികരുടെ കാലത്ത് ഒരിക്കലും ഇസ്താംബൂൾ അറിഞ്ഞിട്ടില്ല. കുതിരപ്പന്തയ മൈതാനം, ബെയ്സിറ്റ്, ഹിസാർ എന്നീ സ്ഥലങ്ങളെക്കുറിച്ച് അങ്ങ് ചിന്തിച്ചു നോക്കൂ. യെദികുലെ, സുബുക്ലൂ, ബെബെക്, സ്കട്ടറി എന്നീ സ്ഥലങ്ങളിൽ വന്ന വികസനം അവിശ്വസനീയമാണ്. ഇസ്താംബൂളിലെ ജനങ്ങൾ ജീവിതം ആസ്വദിക്കുകയാണ്. എന്റെ തിരുമേനീ, ഈ അവസ്ഥയിൽ നമ്മൾ അല്പം സന്തോഷം അർഹിക്കുന്നില്ലേ?"

ഇബ്രാഹിം പാഷ സംസാരിച്ചു കൊണ്ടിരുന്നപ്പോൾ വസന്തത്തിന്റെ മായാജാലമാകെ ജനാലകളിൽ കൂടി തളത്തിൽ നിറഞ്ഞത് പോലെ തോന്നി. സുൽത്താന്റെ മറുപടി കാത്തു നിന്നവരുടെ നിശ്ശബ്ദത അവിടെയാകെ പടർന്നു.

"തബ്രിസ്... ഓ... തബ്രിസ്! അഹമ്മദ് രാജകുമാരൻ അത് എന്നിൽ നിന്ന് അപഹരിച്ചോ?"

ചുറ്റും കൂടി നിന്നവരെ ഞെട്ടിച്ചുകൊണ്ട് സുൽത്താൻ നിലവിളിച്ചു.

ഒരു മുഴക്കത്തോടെ അദ്ദേഹത്തിന്റെ ശരീരം നിലത്തേക്കു പതിച്ചു.

വലിയ കോലാഹലം തന്നെ അതിനുശേഷം ഉണ്ടായി. സുൽത്താന് ഹൃദയസ്തംഭനം ഉണ്ടായി എന്ന സത്യത്തെ മറച്ചു വയ്ക്കാൻ ഒന്നിനു മാവുമായിരുന്നില്ല. തബ്രീസിലെ പരാജയമോ അഹമ്മദ് രാജകുമാരന്റെ പേര് രണ്ടു തവണ കേൾക്കേണ്ടി വന്നതോ കാരണമാവാം അത് സംഭവിച്ചത്. ആ നിമിഷം മുതൽ തന്റെ ജോലി സങ്കീർണമാവുകയാണ് എന്ന് കൊട്ടാരം വൈദ്യന് അറിയാമായിരുന്നു.

ചോദ്യം 46

ദുഃഖസ്പർശത്തെ എങ്ങനെ സംരക്ഷിക്കും?

കത്ത് വായിച്ചപ്പോൾ ഹാഫിസ് സെലെബിക്ക് കണ്ണീരടക്കാൻ കഴിഞ്ഞില്ല.

ഒസ്മാൻസെയ്ദ്, സുഹൃത്തും കരുണാമയനുമായ ഹാഫിസ് സെലെബിക്ക് എഴുതുന്നത്.

ടുളിപ്! ഇസ്താംബൂളിന്റെ മഹത്ത്വമാകെ ഒളിപ്പിച്ചു വച്ചിരിക്കുന്ന വാക്കാണ് അത്. ഏപ്രിൽ, മേയ് മാസങ്ങളിൽ തന്റെ ശോഭകൊണ്ട് ഭൂമിയെ അലങ്കരിക്കുന്ന ഐതിഹാസികവും അനുപമസൗന്ദര്യവുമുള്ള ദൈവത്തിന്റെ മഹത്സൃഷ്ടിയാണ് അത്.

പൂന്തോട്ടങ്ങളിലും കൃഷിയിടങ്ങളിലും നിറപ്പകിട്ടുള്ള ആറു ഇതളുകളിലൂടെ ആറു വശങ്ങളിലേക്ക് പ്രകാശം ചൊരിയുന്ന ഈ പുഷ്പം പ്രണയികൾക്ക് എന്നും പ്രചോദനമായിരുന്നു. ബോധപൂർവമല്ലാതെ ചുണ്ടുകളിൽ പുഞ്ചിരി വിരിയിക്കാനും ഹൃദയങ്ങളെ സ്പർശിക്കാനും ഈ പൂവിനു കഴിവുണ്ട്. കയ്പ്പുള്ള സത്യങ്ങളെ മധുരമുള്ള സ്വപ്നങ്ങളാക്കി മാറ്റാനും തുരുമ്പെടുത്ത ഇരുമ്പിനെ വെള്ളിയാക്കി മാറ്റാനും തുറിച്ചു നോട്ടങ്ങളെ പുഞ്ചിരിയാക്കി മാറ്റാനും കഴിവുള്ള അദ്ഭുതപുഷ്പം. ടുളിപ്പിനോടുള്ള എന്റെ പ്രണയം ഒരിക്കലും അവസാനിക്കുകയില്ല. ഏറ്റവും ഉത്കൃഷ്ടമായ ഒന്നായി ഞാൻ അതിനെ ആരാധിക്കുന്നു. പക്ഷേ ഇസ്താംബൂളിന്റെ മണ്ണിൽ ജനിക്കാത്ത ടുളിപ്പുകൾക്ക് മങ്ങിയ മൊട്ടുകളും വിരസമായ നിറങ്ങളുമാണ് ഉള്ളത്. കന്യകമാരുടെ ഹൃദയങ്ങൾക്ക് സമാനമാണ് ടുളിപ് പൂവുകൾ. അവ നമ്മുടെ മനസ്സുകളിൽ ജീവിതത്തോടുള്ള പ്രണയം സൃഷ്ടിക്കും. കണ്ണുകൾ അടച്ചിട്ടു ശ്രദ്ധിക്കൂ. ഓസാക്കി, നീ ഇസ്താംബൂളിലെ ടുളിപ്പിന്റെ വിലാപം കേൾക്കുന്നുണ്ടോ? ഇസ്താംബൂളിനു പുറത്തു വളർത്തപ്പെടുന്ന ടുളിപ്പുകൾ ആത്മാവ് നഷ്ടപ്പെട്ടവരാണ്. ടുളിപ്പുകൾ പ്രഭാതങ്ങളിൽ കണ്ണുനീരണിയുമ്പോഴും ശവകുടീരങ്ങളിലെ മെഴുകുതിരികൾ പോലെ വിലപിക്കുമ്പോഴും കാറ്റിൽ അവയുടെ ദുഃഖങ്ങൾ ഒരുമിക്കുകയും ഇസ്താംബൂളിലെ പൂന്തോട്ടങ്ങൾക്കു മുകളിൽ തേങ്ങുകയും ചെയ്യും.

"ആത്മാക്കളുടെ ഈ കണ്ടുമുട്ടലുകൾ നീണ്ടു നില്ക്കട്ടെ.

നിങ്ങളുടെ പ്രാർത്ഥനകൾ സത്യമായി ഭവിക്കട്ടെ."

"എഴുവർഷങ്ങൾക്ക് മുമ്പ് ക്രിമിയയിൽ നിന്ന് വന്ന നാടോടിയായ ഒരു കച്ചവടക്കാരനാണ് ഈ കത്ത് എന്നെ ഏല്പിച്ചത്. അഗ്നിയുടെ സ്പർശംപോലെ ഈ കത്ത് എന്നെ പൊള്ളിച്ചു. ഒസ്മാൻ സെയ്ദ് തയിബ് എഫെൻഡി, കവികളുടെ രാജാവ് കഫ്ഫയിൽ നിന്ന് അയച്ചതാണ് ഈ കത്ത്. ഇസ്താംബൂളിലെ പൂന്തോട്ടങ്ങളിലെ എല്ലാ ടുളിപ് പുഷ്പങ്ങളെയും അദ്ദേഹം ഭ്രാന്തമായി പ്രണയിക്കുന്നു. അദ്ദേഹത്തിന് അവ ഹുസൈൻ മൊല്ല എന്ന് പേരുള്ള ഒരു ഭിഷഗ്വരന്റെ മകളായ ടുളിപ് ഹാനിമിന്റെ പ്രതിനിധികളാണ്. ആ പെൺകുട്ടിയുടെ തിരിച്ചു കിട്ടാത്ത പ്രണയത്തിനായി ഹൃദയം ദ്രവിപ്പിക്കുന്ന ഗാനങ്ങൾ സിറാഗനിലെയും സദാബാത്തിലെയും ടുളിപ് തോട്ടങ്ങളെപ്പറ്റി അദ്ദേഹം എഴുതും. ദുഃഖ സ്പർശത്തെ പരിചരിക്കാൻ തുടങ്ങിയ നാൾ മുതൽ ഈ കത്ത് നിന്നെ വായിച്ചു കേൾപ്പിക്കണം എന്ന് ഞാൻ തീരുമാനിച്ചിരുന്നു. ഒസ്മാൻ സെയ്ദ് കുറച്ചു നാളേക്ക് ഇസ്താംബൂൾ വിടുകയും ഫ്ളാൻഡേഴ്സിലെയും ദമാസ്കസിലെയും അലെപ്പോയിലെയും കഫ്ഫയിലെയും തോട്ടങ്ങൾ സന്ദർശിക്കുകയും ചെയ്തു. അദ്ദേഹത്തിനു ടുളിപ് ഹനീമിനോടുള്ള പ്രണയം മൂലം ഒസ്മാൻ സെയ്ദ് എപ്പോഴും ഇസ്താംബൂളിലെത്താനായി ദാഹിച്ചുകൊണ്ടേയിരിക്കും. ഈ കത്ത് അങ്ങനെ വിരഹവേദന അനുഭവിച്ചിരുന്ന ഏതോ നിമിഷത്തിൽ അദ്ദേഹം എഴുതിയതാണ്."

ഹാഫിസ് സെലെബി സംസാരിച്ചുകൊണ്ടിരുന്നപ്പോൾ ടുളിപ് കിഴങ്ങുകൾ എങ്ങനെ തന്റെയും കവികളുടെ രാജാവായ ഒസ്മാൻ സെയ്ദിന്റെയും പ്രണയങ്ങളെ ബാധിച്ചു എന്ന് അതിശയത്തോടെ ചിന്തിക്കുകയായിരുന്നു ഫാൽക്കോ. സുൽത്താന്റെ സദസ്സുകളിൽ ഒന്നിൽ വച്ച് ഒസ്മാൻ സെയ്ദിനെ കാണാനുള്ള ഭാഗ്യം ഈയിടെ അവനു ലഭിച്ചിരുന്നു. തനിക്കു നക്സിഗ്യുല്ലിനോടുള്ള പ്രണയത്തിന്റെ ആഴം ഒസ്മാൻ സെയ്ദിനു ടുളിപ് ഹനീമിനോടുള്ളതിനോടു സമമാണ് എന്ന് അവനു ബോധ്യമുണ്ടായിരുന്നു. അദ്ദേഹം പ്രണയത്തെക്കുറിച്ചുള്ള കവിതകളാൽ തന്റെ കേൾവിക്കാരെ നിശ്ശബ്ദരാക്കുന്നത് പോലെ തന്റെ പ്രണയത്തെ പ്രകടിപ്പിക്കാൻ കഴിഞ്ഞിരുന്നെങ്കിൽ എന്നവൻ ആശിച്ചു. അന്ന് രാത്രി നക്സിഗ്യുല്ലിനെ കരവലയത്തിലൊതുക്കിക്കൊണ്ട് ഭാവി സ്വപ്നങ്ങൾ നെയ്ത നേരത്ത് അവളും ചോദിച്ചിരുന്നു. "നിനക്ക് ടുളിപ് പൂക്കൾ ഇഷ്ടമാണോ?" അവളുടെ തേജസ്സാൽ മനം നിറഞ്ഞ ആ നിമിഷങ്ങളിൽ താൻ എന്നും ടുളിപ് പൂക്കളെ സ്നേഹിക്കും എന്ന് അവൻ തിരിച്ചറിഞ്ഞു. നയതന്ത്രപ്രതിനിധിയായ ബസ്ബെക്ക് ഇതേ കാരണത്താലാണോ ടുളിപ് കിഴങ്ങുകൾ തന്റെ നാട്ടിലേക്ക് കൊണ്ടുപോയത് എന്ന് അവൻ ആലോചിക്കാതിരുന്നില്ല. എല്ലാ വർഷവും ഒരു പ്രത്യേക നിറത്തിലുള്ള ടുളിപ് പൂവ് തേടിയാണ് എന്ന പേരിൽ ഫ്ളാൻഡേഴ്സിൽ നിന്ന് ഇസ്താംബൂളിൽ

എത്തുന്ന പിറ്റ്ജാന് ഇവിടെയെങ്ങാനും ഒരു ടുളിപ് ഹനീം ഉണ്ടാവും എന്ന കാര്യത്തിൽ ഫാൽക്കോയ്ക്ക് യാതൊരു സംശയവും ഉണ്ടായിരുന്നില്ല. ശെഹനാസും യെയെയും വീണ്ടും കണ്ടുമുട്ടാനും കാരണം ഒരു ടുളിപ് തന്നെയാണ്. ചിലപ്പോൾ ബുദ്ധിമതിയായ ആ ഹൂറികാനും എന്നെങ്കിലും ഒരിക്കൽ ടുളിപ് പൂക്കളെ ചുറ്റിപ്പറ്റിയുള്ള ഒരു പ്രണയകഥയിലെ നായിക ആയേക്കാം.

"കുറച്ചു കൂടി ശക്തി കുറഞ്ഞ ഒരു നിറമാണ് ഞാൻ പ്രതീക്ഷിച്ചത്." ഹാഫിസ് സെലെബി പറഞ്ഞു.

"ഞാനും." എല്ലാവരും തന്നെ കൗതുകത്തോടെ തിരിഞ്ഞു നോക്കുന്നത് കണ്ടു ചുവന്നു പോയ മുഖവുമായി ഫാൽക്കോ പറഞ്ഞു.

ഇതിന് എന്റെ കവിളുകളുടെ നിറമായിരിക്കും. "ആ ടുളിപ് കിഴങ്ങ് അവന്റെ കൈയിൽ വച്ചു കൊടുക്കും മുൻപ് നക്സിഗ്യുൽ പറഞ്ഞിരുന്നു. അവൾക്ക് ഈ ടുളിപ്പിനെപ്പറ്റി എന്തെങ്കിലും അറിയാമായിരുന്നോ? എങ്ങനെയാണ് അസാധാരണമായ ആ ടുളിപ് കിഴങ്ങ് അവളുടെ കൈയിലെത്തിയത്? ആരാണ് അത് അവളുടെ കൈയിൽ കൊടുത്തത്? എന്തിന്? സസ്യശാസ്ത്ര വിദഗ്ദ്ധരും ഉദ്യാനപാലകരും വിദേശികളായ ടുളിപ് ചാരന്മാരും തേടി നടക്കുന്ന തരം ഒരു ടുളിപ് കിഴങ്ങ് എങ്ങനെ ഒരു വധുവിന്റെ കൈയിലെത്തി? ആ ടുളിപ്പിന്റെ നിറം അവളുടെ കവിളിന്റേത് പോലെയായിരിക്കും എന്ന് നക്സിഗ്യുൽ കരുതിയിരിക്കണം. അവളുടെ കവിളുകൾക്ക് നല്ല ചുവപ്പ് നിറമായിരുന്നു. ചിലപ്പോൾ തന്റെ കൈയിലിരിക്കുന്നത് ഒരു സാധാരണ കിഴങ്ങ് ആണെന്ന് അവൾ കരുതിയിരിക്കണം. മുളച്ചു വന്നപ്പോൾ ചിലപ്പോൾ അതിന്റെ ഇനം മാറിയതുമാവാം. ചിലപ്പോൾ അതിന്റെ പേരിനോട് താദാത്മ്യം പ്രാപിക്കാനായി സ്വയം പുതിയൊരു നിറം സ്വീകരിച്ചതുമാവാം. മനുഷ്യർക്കും മൃഗങ്ങൾക്കും പക്ഷികൾക്കും അവരവരുടെ പേരുകൾക്കനുസരിച്ചു മാറ്റങ്ങൾ ഉണ്ടാകാറുണ്ട് എന്നാണ് പഴമക്കാർ പറയാറുള്ളത്. എന്തായാലും ഈ പ്രപഞ്ചത്തിൽ ആരും ഇതുവരെ കണ്ടിട്ടില്ലാത്ത പുതിയൊരു നിറമായിരുന്നു ദുഃഖസ്പർശത്തിന്. നക്സിഗ്യുല്ലിന്റെ കൈയിലെ രക്തത്തിന്റെ നിറമായിരിക്കുമോ ആ പൂവിനു കിട്ടിയത്? അതോ കഴിഞ്ഞ വർഷം മുഴുവൻ ഫാൽക്കോ അനുഭവിച്ച ദുഃഖമായിരിക്കുമോ ഈ നിറത്തിന് കാരണം? എല്ലാ സങ്കടവും ഉള്ളിൽ അടക്കിപ്പിടിച്ചു കൊണ്ട് യെയെ സ്നേഹപൂർവം ചൊരിഞ്ഞ വളക്കൂറുള്ള മണ്ണ് ആയിരിക്കുമോ അതോ യെയെയെ കുറിച്ചോർത്ത് ഹാഫിസ് സെലെബി വാർത്തോ കണ്ണുനീരായിരിക്കുമോ ഈ അപൂർവഭംഗിക്ക് കാരണം?

ആ ഏഴു സുഹൃത്തുക്കൾ അദ്ഭുതം നിറഞ്ഞ മിഴികളുമായി ഏപ്രിൽ മാസത്തെ മഴയിൽ സൂര്യന്റെ ആദ്യ കിരണങ്ങൾ നിർമ്മിച്ച മഴവില്ലിന്റെ പ്രഭയിൽ തിളങ്ങുന്ന ദുഃഖസ്പർശത്തെ നോക്കി നിന്നു. പല വെല്ലുവിളികളെയും നേരിടേണ്ടി വരുമെന്ന് അവരിൽ ഓരോരുത്തർക്കും അറിയാമായിരുന്നു. എലുമ്പൻ മർത്തൊലോസി കിർക്കോർ അതിന്റെ സൗന്ദര്യം

കണ്ട നിമിഷം അവന്റെ സഞ്ചി അഴിച്ച് അറപ്പ്വാളും ചിപ്പുളിയും ചുറ്റികയും എടുത്തു പണി തുടങ്ങി. ഹൂറികാനും ശെഹനാസും പുതിയ സന്ദർശകർ ആണെങ്കിലും പെട്ടെന്ന് തന്നെ അവർ ഹാഫിസ് സെലെബി യുടെ ജീവിതത്തിന്റെ ഭാഗമായി മാറി. പൂന്തോട്ടങ്ങളിൽ ചുറ്റിത്തിരിയാൻ അവസരം കിട്ടുമ്പോഴൊക്കെ ശെഹനാസ് തന്റെ ബാല്യകാല സുഹൃത്തായ എലുമ്പൻ കിർക്കോറിന്റെ കൂടെ സെലെബിയുടെ വീട്ടിൽ വരാൻ തുടങ്ങി. അവൾക്ക് യെയെയോടുള്ള പ്രണയത്തെക്കുറിച്ചും അവളെ ബാധിച്ച ദൗർഭാഗ്യകരമായ മൂകതയെക്കുറിച്ചും അറിഞ്ഞ നിമിഷം മുതൽ എലുമ്പൻ കിർക്കോറിന് ശെഹനാസിനോടു അഭൂതപൂർവമായ അനു കമ്പയും സ്നേഹവും തോന്നാൻ തുടങ്ങി. അവളുടെ അച്ഛനോട് കള്ളം പറയാൻ അവനു താത്പര്യമുണ്ടായിരുന്നില്ല. ഹാഫിസ് സെലെബിയുടെ ടുളിപ് പൂന്തോട്ടത്തിലേക്ക് ശെഹനാസിനെ കൊണ്ടുപോകുന്നു എന്ന് അറി യുന്നത് വെയ്സ് ആഗയ്ക്ക് സന്തോഷമുള്ള കാര്യമായിരുന്നു. ഹാഫിസ് സെലെബി എന്ന സാത്വികനായ ടുളിപ് കർഷകന്റെ അടുത്തുനിന്നും കൃഷിപാഠങ്ങൾ മകൾ മനസ്സിലാക്കുന്നതിനെ അദ്ദേഹം പ്രോത്സാഹി പ്പിച്ചു. അവൾ തന്റെ ശബ്ദം വീണ്ടെടുക്കാൻ തുടങ്ങുന്നതിന്റെ അടയാള ങ്ങൾ കണ്ടു തുടങ്ങിയിരുന്നു. ടുളിപ് പൂക്കളുടെ പ്രസാദാത്മകമായ സാന്നിധ്യം അതിനെ സഹായിച്ചേക്കും എന്നും അദ്ദേഹം കരുതി. തന്റെ അച്ഛനോട് കളവു പറയാനോ കാര്യങ്ങൾ ഒളിച്ചുവയ്ക്കാനോ ഇഷ്ടമല്ലാ തിരുന്ന ശെഹനാസ് ഹാഫിസ് സെലെബിയുടെ വീട്ടിൽ വച്ചു ഒരിക്കൽ യെയെയെ കണ്ടു എന്ന് തന്റെ അച്ഛനോട് പറഞ്ഞു. പക്ഷേ, അദ്ദേഹം അത് ശ്രദ്ധിച്ചതായി തോന്നിയില്ല.

പൂന്തോട്ടത്തിൽ നിന്ന് വരികയും പോവുകയും ചെയ്യുമ്പോൾ സൂ ക്ഷിക്കണം എന്ന് മാത്രമേ അദ്ദേഹം പറഞ്ഞുള്ളൂ. മധുരപലഹാരക്കട യിൽ വച്ചു നടന്ന സംഭവത്തിനു ശേഷം അദ്ദേഹത്തിന്റെ മനസ്സ് മാറിയി ട്ടുണ്ടാവും എന്ന് അവൾ കരുതി. എന്തായാലും വീണ്ടും യെയെയെ പറ്റി അദ്ദേഹത്തോട് പറയാൻ ശെഹനാസ് തുനിഞ്ഞില്ല. അതേസമയം അ പ്പോഴും രോഗത്തിന്റെ പിടിയിൽനിന്ന് മോചിതനാവാത്ത കരുത്തൻ യെയെ കമ്പിളികൾ കൊണ്ട് പുതച്ചു മൂടി സർവ്വസമയവും ദുഃഖസ്പർശ ത്തിന്റെ സമീപത്തു ചുറ്റിപ്പറ്റി നടന്നു. ഇളംകാറ്റിൽ അത് മെല്ലെ തല യാട്ടുമ്പോൾ തങ്ങൾ രണ്ടുപേരും ആ ശൈത്യകാലത്ത് കടന്നു പോയ എല്ലാ അനുഭവങ്ങളും ഓർത്ത് തന്നെ ആശ്വസിപ്പിക്കാൻ ശ്രമിക്കുകയാണ് എന്ന് അവനു തോന്നി. പിറ്റ്ജാൻ ആവട്ടെ, ദുഃഖസ്പർശം മൊട്ടിട്ടു തുട ങ്ങിയപ്പോൾ മുതൽ ദിവസത്തിന്റെ പകുതി സമയവും അതിനെ പരിചരി ക്കാൻ മാത്രം ചെലവഴിച്ചു. ലോകം മുഴുവൻ ഉറങ്ങിക്കിടക്കുന്ന രാത്രിയുടെ യാമങ്ങളിൽ പോലും അയാൾ ഞെട്ടിയെഴുന്നേറ്റു ദുഃഖസ്പർശത്തിന്റെ അടുത്തേക്ക് ഓടുമായിരുന്നു. പൂവ് വിരിഞ്ഞതോടെ തന്റെ ചോദ്യങ്ങൾക്ക് ഇനിയെങ്കിലും ഉത്തരങ്ങൾ ലഭിച്ചേക്കും എന്ന് ഫാൽക്കോ മോഹിച്ചു.

ദുഃഖസ്പർശം കുറച്ചുകൂടി മെച്ചപ്പെട്ട ഒരു സ്ഥാനം അർഹിക്കുന്നു എന്ന് അവർക്കെല്ലാം അറിയാമായിരുന്നു. വിരിയും മുൻപ് തന്നെ ആയിരക്കണക്കിന് ഇനം ടുളിപ് പൂക്കൾ വിരിഞ്ഞു നില്ക്കുന്ന ആ പൂന്തോട്ടത്തിന്റെ ഭാവമാകെ മാറ്റാൻ ആ ഒരൊറ്റ ചെടിക്ക് കഴിഞ്ഞു. ആദ്യമായി ഈ പുതിയ ഇനത്തെ ഉദ്യാനനിർമ്മാതാക്കളുടെ സംഘത്തിന്റെ രേഖകളിൽപെടുത്തണമായിരുന്നു. ടുളിപ് പൂക്കളുടെ മത്സരങ്ങളിൽ ഉടമകൾക്ക് പങ്കെടുക്കാൻ ഈ പേർ ചേർക്കൽ ആവശ്യമായിരുന്നു. മോഷ്ടാക്കളിൽ നിന്ന് സംരക്ഷിക്കാനായി അതിനെ പൂന്തോട്ടത്തിൽനിന്ന് മാറ്റി ചെടിച്ചട്ടിയിൽ നട്ടതിനുശേഷം വളരാൻ പറ്റിയ അന്തരീക്ഷത്തിൽ ആവശ്യമായ സുരക്ഷാക്രമീകരണങ്ങളോടെ സൂക്ഷിക്കേണ്ടത് അത്യാവശ്യമായിരുന്നു.

“എന്റെ മക്കളേ, പ്രിയപ്പെട്ട കൂട്ടുകാരേ” എന്നത്തേക്കാൾ ദുർബലമായ തന്റെ ശബ്ദത്തിൽ ഹാഫിസ് സെലെബി പറഞ്ഞു തുടങ്ങി. “വർഷങ്ങളായി ഈ സമയത്ത് എന്റെ മനസ്സിലാണ് ടുളിപ് പൂന്തോട്ടം പൂത്തുലയുക. പക്ഷേ, എന്തുകൊണ്ടാണ് എന്നറിയില്ല. ഇത്തവണ അതെന്നെ വിഷാദമൂകനാക്കുന്നു. എനിക്ക് വയസ്സാവുകയാണ് എന്നാണ് തോന്നുന്നത്. ഇന്ന് മുതൽ എന്റെ മകൻ യുസുഫ് എന്നോടൊപ്പം എപ്പോഴും ഉണ്ടായിരിക്കും. ഇനിയവൻ എന്നെ വിട്ടു പോവുകയില്ല.”

“അച്ഛാ... എന്റെ പ്രിയപ്പെട്ട അച്ഛാ!” ഹാഫിസ് സെലെബിയെ കെട്ടിപ്പിടിച്ചുകൊണ്ട് യെയെ കരഞ്ഞു.

ജീവിതത്തിൽ ആദ്യമായാണ് യെയെ ആരെയെങ്കിലും അച്ഛാ എന്ന് വിളിക്കുന്നത്. അച്ഛൻ എന്നാൽ എന്താണ് എന്ന് അവന് അറിയില്ലായിരുന്നു. പക്ഷേ, അച്ഛൻ എന്ന സങ്കല്പത്തിൽ നിന്ന് അവൻ പ്രതീക്ഷിച്ചത് എല്ലാം യെയെയ്ക്ക് ഹാഫിസ് സെലെബിയിൽ നിന്ന് ലഭിച്ചു. ശെഹനാസിനോടൊപ്പം കൂടുതൽ സമയം ചെലവഴിക്കാൻവേണ്ടി എലുമ്പൻ കിർക്കോറിനോടൊപ്പം താമസിക്കാം എന്ന നിർദ്ദേശത്തിനു വഴങ്ങാൻ അവൻ തയ്യാറായിരുന്നില്ല. തന്റെ ദയാലുവായും പിതൃസമാനനും ആയ രക്ഷകർത്താവിനെ പിരിഞ്ഞിരിക്കാൻ ബുദ്ധിമുട്ടാണ് എന്ന് പറയുന്നതിന് പകരം ദുഃഖസ്പർശത്തിനോടൊപ്പം സമയം ചെലവഴിക്കുന്നതിലൂടെ പഴയ ജീവിതത്തിലേക്ക് വേഗത്തിൽ തിരിച്ചെത്താൻ ആവും എന്ന ന്യായം പറഞ്ഞു യെയെ ഹാഫിസ് സെലെബിയുടെ കൂടെതന്നെ കൂടി. തന്റെ അമ്മയെ ഓർത്ത് വിലപിക്കുമായിരുന്ന കുട്ടിയെ അല്ല, മറിച്ച് അച്ഛനെന്നപോലെ തന്നെ പരിപാലിക്കുന്ന സെലെബിയുടെ തണലിൽ കരുത്തനായി വളരുന്ന യെയെയെ ആണ് ശെഹനാസ് കാണേണ്ടത് എന്ന് അവനു തോന്നി. ഹാഫിസ് സെലെബിയുടെ വീടും പൂന്തോട്ടവും അവൾക്ക് രണ്ടാംവീട് പോലെ സൗകര്യപ്രദമായിരിക്കണം എന്ന് യെയെയ്ക്ക് നിർബന്ധമുണ്ടായിരുന്നു.

"ഒരു മനുഷ്യന്റെ വില അവന്റെ അറിവിന് തുല്യമാണ് എന്ന കാര്യം ആരും മറക്കരുത്." എല്ലാവരും ഉച്ചയ്ക്ക് മുമ്പുള്ള ചായ കുടിക്കായി എഴുന്നേറ്റപ്പോൾ ഹാഫിസ് സെലെബി ഓർമ്മിപ്പിച്ചു.

ആരോടാണ് അദ്ദേഹം പറഞ്ഞത് എന്ന് അവർക്ക് മനസ്സിലാകാതിരുന്നതിനാൽ ഓരോരുത്തരും അത് തന്നോടായിരുന്നു എന്നപോലെ പ്രതികരിച്ചു.

"എനിക്ക് ശെഹ്നാസിനോടുള്ള സ്നേഹം കണ്ടു ഹാഫിസ് സെലബിക്ക് അസൂയ തോന്നുന്നുണ്ട്. അവൾ എന്നെ സ്നേഹിക്കുന്നതുപോലെ തന്നെ അദ്ദേഹവും സ്നേഹിക്കുന്നുണ്ട് എന്നദ്ദേഹം ഇടയ്ക്കിടയ്ക്ക് പരിഭവത്തോടെ പറയുന്നുണ്ട്."

"സങ്കടപ്പെടാതെ അച്ഛാ, ഞാൻ ഒരിക്കലും നിങ്ങളെ രണ്ടുപേരെയും ഉപേക്ഷിക്കുകയില്ല."

മലമുകളിൽ താമസിക്കുന്ന ഒരു മനുഷ്യനെക്കുറിച്ചുള്ള "ഒരു ഭ്രാന്തന്റെ പ്രണയ വ്യാഖ്യാനം" എന്ന കഥയെപ്പറ്റി അവൻ ഓർമ്മിക്കാതിരുന്നില്ല.

"അത് ശരിയാണ് ഹാഫിസ് സെലെബീ,"

ഏതു സമയത്തും താൻ അവിടെ സ്വീകരിക്കപ്പെടും എന്ന് അതിനകം മനസ്സിലാക്കിയ ശെഹ്നാസ് പറഞ്ഞു.

"താങ്കൾ എത്രമാത്രം യെയെയെ സ്നേഹിക്കുന്നുവോ അവൻ അതുപോലെ തിരിച്ചു സ്നേഹിക്കും. ഞാൻ അങ്ങയെ ഒരുപാടു സ്നേഹിക്കുന്നു."

"എനിക്ക് നിങ്ങളെ നന്നായി അറിയാം എന്റെ വയസ്സൻ സുഹൃത്തേ, അങ്ങ് എനിക്കുവേണ്ടി ചെയ്തതിനൊന്നും എനിക്കു പകരം തരാൻ ആവില്ല."

ഹാഫിസ് സെലെബിയുടെ വാക്കുകൾ ഒരു പ്രശംസയായി അംഗീകരിച്ചുകൊണ്ടും അവരുടെ വർഷങ്ങളായുള്ള സൗഹൃദത്തെ സൂചിപ്പിച്ചുകൊണ്ടും എലുമ്പൻ കിർക്കോർ പറഞ്ഞു.

"ബുദ്ധിയോടെ, ആദരപുരസ്സരം ഹാബിസ് സെലെബി സംസാരിക്കുന്നതുപോലെ നമ്മുടെ നയതന്ത്ര പ്രതിനിധികൾ എന്തുകൊണ്ട് സംസാരിക്കുന്നില്ല?"

ഹാഫിസ് സെലെബിയുടെ തത്ത്വശാസ്ത്രം കലർന്നു സംഭാഷണത്തോടുള്ള തന്റെ ആരാധന മറയ്ക്കാൻ ശ്രമിച്ചുകൊണ്ട് ഹൂറികാൻ പറഞ്ഞു.

"ഞാൻ ഒരു കാര്യം പറഞ്ഞോട്ടെ?" ഫാൽക്കോ പറഞ്ഞു. "എന്റെ ജീവൻ പോയാലും നക്സിഗ്യുല്ലിന്റെയും ദുഃഖസ്പർശത്തിന്റെയും

സൗന്ദര്യം അറിഞ്ഞവൻ എന്ന നിലയ്ക്ക് എന്റെ പാതയിൽ നിന്ന് ഞാൻ പിന്മാറുകയില്ല. ഹാഫിസ് സെലെബി, അങ്ങ് പറഞ്ഞത് തികച്ചും ശരിയാണ്. ഒരു മനുഷ്യന്റെ വില അവന്റെ അറിവിന്റെ അളവാണ്."

പിറ്റ്ജാൻ ഇതെല്ലാം കേട്ട് ആകെ ആശയക്കുഴപ്പത്തിലായി. ഹാഫിസ് സെലെബിയുടെ വാക്കുകൾ അദ്ദേഹത്തിന് എങ്ങനെയാണ് മനസ്സിലായത് എന്നോ എന്താണ് ആ മനസ്സിലൂടെ കടന്നുപോകുന്നത് എന്നോ ആർക്കും മനസ്സിലായില്ല. പർപ്പിൾ നിറത്തിലുള്ള ആ പൂവ് അദ്ദേഹത്തെ വല്ലാത്ത സന്ദേഹത്തിൽ കുരുക്കിയിരുന്നു. ആമകളെക്കുറിച്ചു മാത്രമായിരുന്നു പിറ്റ്ജാനിന്റെ ചിന്ത.

അനുബന്ധം: ഒരു ഭ്രാന്തന്റെ സ്നേഹാഖ്യാനം

പണ്ട് പണ്ട് ഒരു മലഞ്ചെരിവിൽ ഒരു ഭ്രാന്തൻ പാർത്തിരുന്നു. വളരെ ബുദ്ധിമാനായിരുന്നെങ്കിലും സ്വന്തം മനസ്സിന്റെ നിയന്ത്രണം വിട്ടുപോയ ഒരാളായിരുന്നു അത്. ആകാശത്തിലേക്ക് നോക്കിയിരുന്നു കൊണ്ട് ഹൃദയഭാരത്തോടെ അയാൾ ഇങ്ങനെ പറയുക പതിവായിരുന്നു.

"ദൈവമേ, അങ്ങേക്ക് സ്നേഹത്തെ പറ്റി പറഞ്ഞാൽ എന്തെങ്കിലും മനസ്സിലാകും എന്ന് ഞാൻ വിശ്വസിക്കുന്നില്ല.എന്നിട്ടും ഞാൻ അങ്ങയെ എത്രമാത്രം സ്നേഹിക്കുന്നുവെന്നോ? എന്നെപ്പോലെ അങ്ങയെ സ്നേഹിക്കുന്ന അനേകം പേരുണ്ട്. പക്ഷേ, എനിക്ക് അങ്ങല്ലാതെ മറ്റാരുമില്ല. അതുകൊണ്ട്, ഈ കറങ്ങിക്കൊണ്ടിരിക്കുന്ന പ്രപഞ്ചത്തെ സൃഷ്ടിച്ച എന്റെ പ്രിയപ്പെട്ടവനേ, ഞാൻ ഇതെങ്ങനെ പറഞ്ഞു മനസ്സിലാക്കും? ചിലപ്പോൾ എന്നിൽനിന്ന് സ്നേഹത്തെ പറ്റി അല്പമെങ്കിലും അങ്ങേക്ക് പഠിക്കാൻ കഴിഞ്ഞേക്കും."

ചോദ്യം 47

നിങ്ങളുടെ രാജ്യത്ത് സ്ത്രീപുരുഷസമത്വം ഉണ്ടോ?

"ഇസ്താംബൂളിൽ സാധാരണ പുത്രന്മാർ പൗരുഷം പ്രാപിക്കുമ്പോൾ പിതാക്കൾ പറയാറുണ്ട്. ഇക്കാണുന്നതെല്ലാം നിന്റേതാണ്. നമുക്ക് കലവറയിൽ ധാരാളം ഭക്ഷണവും വീട്ടിൽ എല്ലാവർക്കും ഇടവുമുണ്ട്. ഇതിനു വിപരീതമായി എന്റെ രാജ്യത്ത് പുത്രന്മാർ പ്രായപൂർത്തിയാകുമ്പോൾ അവർ വീട് വിട്ടുപോയി സ്വന്തമായി ജീവിതം കെട്ടിപ്പടുക്കാൻ ആണ് മാതാപിതാക്കൾ ആഗ്രഹിക്കുക. ഇവിടെ പിതാക്കൾ തങ്ങളുടെ പുത്രന്മാർക്കായി ആൺമക്കളെ പ്രസവിക്കും എന്നും എല്ലാവരോടും ഒരുമിച്ച് ഒരു കൂരയ്ക്ക് താഴെ തലമുറകളോളം ജീവിക്കുമെന്നും ആഗ്രഹിച്ചുകൊണ്ട് അതിനു യോജിക്കുന്ന വധുക്കളെ തിരഞ്ഞെടുക്കുന്നു. ഞാൻ എന്റെ ഭർത്താവിനെ സ്വയമാണ് തിരഞ്ഞെടുത്തത്. എന്റെ അപ്പൂപ്പനെ ഞാൻ ജീവിതത്തിൽ രണ്ടു തവണയേ കണ്ടിട്ടുള്ളൂ. ഇവിടെ പിതാക്കളോടു മറുപടി പറയുന്നത് അനുചിതമായി കരുതുന്നു. അദ്ദേഹത്തിന്റെ മുന്നിൽ ചിരിക്കുന്നതുപോലും ഇവിടെ വിലക്കപ്പെട്ട പ്രവൃത്തിയാണ്. ഞങ്ങളാണെങ്കിൽ എല്ലാവരും കൂടി ഒരുമിച്ചിരുന്നു സംസാരിക്കുകയും തമാശകൾ പറയുകയും വേണമെങ്കിൽ അല്പം വീഞ്ഞ് അകത്താക്കുകയും ചെയ്യും. ഇവിടെ സ്ത്രീകളെ പിച്ചള അഴികളാലും അടച്ച ജനാലകളാലും മനോഹരമായ കംബളങ്ങൾകൊണ്ട് മോടി കൂട്ടിയ കനത്ത ഭിത്തികളാലും സംരക്ഷിച്ചിരിക്കുന്നു.

സൂര്യപ്രകാശത്തിൽ ധൂളികൾ പോലും പറന്നു നടക്കുന്നത് കാണാൻ കഴിയുന്നത്ര സുതാര്യമായ ചില്ലുജാലകങ്ങൾ പിടിപ്പിച്ച പ്രകാശം നിറഞ്ഞ വീടുകളിലാണ് ഞങ്ങളുടെ സ്ത്രീകൾ താമസിക്കുന്നത്. സ്ത്രീ സൗന്ദര്യ സങ്കല്പങ്ങളിലും നമ്മൾ തമ്മിൽ പ്രകടമായ വ്യത്യാസങ്ങൾ ഉണ്ട്. എന്റെ രാജ്യത്തിലെ സ്ത്രീകൾ അവരുടെ സൗന്ദര്യമാകട്ടെ, വൈരൂപ്യമാകട്ടെ, അത് മുഖം മൂടിയില്ലാതെ പ്രദർശിപ്പിച്ചുകൊണ്ട് സ്വതന്ത്രരായി പുറത്തുപോകുന്നു. നിങ്ങൾ തീക്ഷ്ണമായ ചുവന്ന ചായം കൊണ്ട് ചുണ്ടുകൾക്ക് ഭംഗി കൂട്ടുന്നു. മൃദുവായ സുഗന്ധചൂർണ്ണങ്ങളാൽ മുഖചർമ്മത്തിനു തിളക്കം വരുത്തുന്നു. പരിമളതൈലങ്ങളാൽ മുടി ചീകിയൊതുക്കുന്നു. മേന്മയേറിയ തുണിത്തരങ്ങളാൽ തുന്നിയ ഉടയാടകൾ ധരിക്കുന്നു.

ഇങ്ങനെ പുരുഷന്മാരെ സന്തോഷിപ്പിക്കാൻ നിങ്ങൾ എന്തും ചെയ്യും. ചിത്രപ്പണികൾ ചെയ്ത മറകൾക്ക് പിന്നിലെ അരണ്ട വെളിച്ചത്തിൽ നിങ്ങൾ യാതൊരു ലജ്ജയുമില്ലാതെ കാമകേളികളാടും."

സ്വന്തം അറിവില്ലായ്മയെ പഴിച്ചുകൊണ്ട് ശ്രദ്ധയോടെയും അതിശയത്തോടെയും തനിക്കു ചുറ്റും ഇരുന്നു പുറംലോകത്തെ വിശേഷങ്ങൾ കേട്ടുകൊണ്ടിരുന്നു. സ്ത്രീകൾക്ക് ലഭിച്ചിരുന്ന സ്വാതന്ത്ര്യത്തിൽ ലേഡി വെർട്ട്ലി മൊണ്ടാഗുവിനോട് അസൂയയുണ്ട് എന്ന് തോന്നുമാറായിരുന്നു അവരുടെ സംഭാഷണം. ഇബ്രാഹിം പാഷയുടെ കൊട്ടാരത്തിലെ ചിത്രപ്പണികൾ നിറഞ്ഞ മരമറകൾക്കു് പിന്നിൽ ആശ്ചര്യത്തോടെ ഈ വിവരണം കേട്ടുകൊണ്ടിരുന്ന സ്ത്രീകളുടെ സംഘത്തിൽ ഫാത്തിമ സുൽത്താനും ഉണ്ടായിരുന്നു.

"പക്ഷേ, നഗ്നത വെളിപ്പെടുത്തുന്ന തരത്തിലുള്ള വസ്ത്രങ്ങൾ ധരിച്ച് അലഞ്ഞു തിരിയുന്ന സ്ത്രീകളെ കാണുമ്പോൾ നിങ്ങളുടെ പുരുഷന്മാർക്ക് ആകർഷണമുണ്ടാകാറുണ്ട് എന്നത് യാഥാർത്ഥ്യമല്ലേ?" ഫാത്തിമ സുൽത്താൻ ചോദിച്ചു.

"അത് സത്യമാണ്. അത്തരം കാര്യങ്ങൾ ഇവിടെയെന്നപോലെ അവിടെയും കുടുംബപ്രശ്നങ്ങൾ സൃഷ്ടിക്കാറുണ്ട്."

തന്റെ കൈയിലിരുന്ന വിശറികൊണ്ട് തെരുതെരെ വീശി വിയർപ്പാറ്റിക്കൊണ്ട് ലേഡി മൊണ്ടാഗ് പറഞ്ഞു.

"അല്ലയോ പ്രഭ്വി, എന്റെ രാജ്യത്തിലെ സ്ത്രീകൾ അവരുടെ പുരുഷന്മാരിൽ നിന്ന് പൂർണ്ണമായ സ്നേഹവും കൂറും പ്രതീക്ഷിക്കുന്നു. വിശ്വസ്തരായ ഭർത്താക്കന്മാർ എപ്പോഴും വളരെയധികം ബഹുമാനിക്കപ്പെടുന്നു. അതുകൊണ്ടുതന്നെ ജീവിതപങ്കാളികൾ വീട്ടിനകത്തും പുറത്തും സമ്പൂർണ്ണമായ സമത്വം ആസ്വദിക്കുന്നു."

"ഇവിടെ ഒരുമിച്ചു താമസിക്കുന്ന ദമ്പതികൾ ഒരിക്കലും സമത്വം അനുഭവിക്കുന്നില്ല. ഒന്നുകിൽ സ്ത്രീകളെ അവർ ആരാധനയോടെ സമീപിക്കും അല്ലെങ്കിൽ കാലിലെ അഴുക്കു തുടയ്ക്കാനുള്ള ചവിട്ടിയുടെ വിലപോലും അവൾക്കുക ലഭിക്കുകയില്ല. ഇതിനിടയിലുള്ള സമത്വം എന്ന ആശയം ഇവിടെ പ്രാവർത്തികമല്ല."

"നിങ്ങൾ പറഞ്ഞത് ശരിയാണ്. ആദ്യത്തെ തരത്തിൽ പെട്ട സ്ത്രീകളെ ഇവിടെയുള്ള കൊട്ടാരങ്ങളിലും ബംഗ്ലാവുകളിലും ധാരാളമായി കാണാം. തെരുവുകളിലും അടിമച്ചന്തകളിലും രണ്ടാമത്തെ ഗണത്തിൽ പെട്ടവരെ കണ്ടിട്ടുണ്ട്. ഇതിനെപ്പറ്റി നിന്റെ അഭിപ്രായം എന്താണ് പ്രിയപ്പെട്ടവളേ?" വെല്ലുവിളിയുടെ സ്വരത്തിലായിരുന്നു ലേഡി മൊണ്ടാഗുവിന്റെ സംഭാഷണം.

ഈ ചോദ്യം കേട്ട് ഞെട്ടിയ ഫാത്തിമാ സുൽത്താൻ ലേഡി മൊണ്ടാഗു ഉദ്ദേശിച്ചതെന്താണ് എന്ന് ചോദിക്കണം എന്നുണ്ടായിരുന്നു എങ്കിലും

മിണ്ടാതിരുന്നു. ഒരു വിദേശിയുമായി ഇത്തരം കാര്യങ്ങൾ സംസാരിക്കുക ഉചിതമായിരുന്നില്ല. പക്ഷേ, മറ്റു സ്ഥലങ്ങളിൽ ജീവിതം വളരെ വ്യത്യസ്തമാണെന്നും എല്ലാവരും ഇസ്താംബൂളിലേതിനു സമാനമായ ജീവിത സാഹചര്യങ്ങളിലല്ല ജീവിക്കുന്നത് എന്നും അവൾക്കു ബോദ്ധ്യമായി. തന്റെ അതിഥി നൽകിയ മായാലോകത്തെപ്പറ്റി അറിഞ്ഞപ്പോൾ പുഞ്ചിരിയോടെ അവളോർത്തു. ചിലപ്പോൾ നമ്മുടെ ജീവിതം അവർക്ക് വളരെ വിചിത്രമായി തോന്നുന്നുണ്ടാവാം. പണ്ട് പടിഞ്ഞാറൻ രാജ്യങ്ങളിൽനിന്ന് വരുന്നവരെ കൊട്ടാരനാരികൾ മനുഷ്യഗുണങ്ങൾ ഇല്ലാത്ത അപരിഷ്കൃതരായി കണക്കാക്കിയിരുന്നതിനെക്കുറിച്ച് ഫാത്തിമാ സുൽത്താൻ ഓർത്തു. അവർ കൊട്ടാരത്തിൽ വരുമ്പോൾ ധരിച്ചിരുന്ന വസ്ത്രങ്ങളെപ്പറ്റി എല്ലാവരും തമാശകൾ പറഞ്ഞു രഹസ്യമായി ചിരിച്ചിരുന്നു. ചിലപ്പോൾ ഈ വിദേശികളും തങ്ങളുടെ വസ്ത്രധാരണത്തെ കളിയാക്കി ചിരിക്കുന്നുണ്ടാവാം എന്ന് അവൾക്ക് തോന്നി.

തീർച്ചയായും പരമ്പരാഗത വസ്ത്രധാരണശൈലി നൂറ്റാണ്ടുകൾ പഴക്കമുള്ളതാണ്. അവൾ ചിന്തിച്ചു. നാം മറ്റുള്ളവരുടെ മേൽ അടിച്ചേല്പിക്കാൻ ശ്രമിക്കുന്ന സാമൂഹികാചാരങ്ങളും സാംസ്കാരിക സമ്പ്രദായങ്ങളും അവരും നമ്മെപ്പോലെയാവാനുള്ള ആഗ്രഹം നിമിത്തമാവാം. ആർക്കറിയാം? ഇപ്പോൾ ഓട്ടോമാൻ സാമ്രാജ്യത്തിനു യുദ്ധങ്ങളിൽ ഏറ്റ പരാജയങ്ങളും ഖജനാവിലെ പ്രശ്നങ്ങളും ജനങ്ങൾക്കിടയിലെ അസംതൃപ്തിയുംമൂലം തുർക്കിയുടെ സംസ്കാരത്തിന്റെ അർത്ഥത്തെ കൂടുതൽ വിശകലനം ചെയ്യേണ്ടിയിരിക്കുന്നു. എന്തായാലും ഈയിടെയായി തന്റെ അച്ഛനും ഭർത്താവും ശാസ്ത്രത്തെപ്പറ്റി ചർച്ച ചെയ്യാൻ തുടങ്ങിയിരിക്കുന്നു. മാത്രമല്ല റോമിലെ ഗോത്രവംശജരായ ഫ്രാങ്കുകളെ നിസ്സാരരായി കണക്കാക്കി സംസാരിക്കുന്ന പതിവ് നിർത്തിയിരിക്കുന്നതും അവൾ ശ്രദ്ധിച്ചിരുന്നു.

ഫാത്തിമ സുൽത്താൻ ഈവക കാര്യങ്ങൾ ചിന്തിച്ചുകൊണ്ടിരുന്ന നേരത്തു ലേഡി മൊണ്ടാഗു തന്റെ ശ്രോതാക്കളായ കൊട്ടാരനാരികളെയും അതിഥികളെയും തന്റെ വാഗ്വിലാസത്താലും മറ്റു രാജ്യങ്ങളിലെ വിശേഷങ്ങളാലും അഭിരമിപ്പിക്കുകയും അതിശയിപ്പിക്കുകയും ചെയ്യുന്ന തിരക്കിലായിരുന്നു. ഭൂമി ഉരുണ്ടതാണ് എന്ന അവരുടെ പ്രസ്താവന ഭൂരിഭാഗം പേരും അവിശ്വാസത്തോടെയാണ് സ്വീകരിച്ചത്. അവരിൽ ചിലർ ഒരു മന്ത്രവാദിനിയായോ പ്രവാചകയായോ എന്നപോലെയാണ് ലേഡി മൊണ്ടാഗുവിനെ കണ്ടത്. ചിലർ ഫ്രാങ്കുകൾ വിചിത്ര മനുഷ്യരാണെന്നും മറ്റു ചിലർ മഹത്തായ ഓട്ടോമാൻ രാജവംശമാണ് ഈ ലോകമാകെ ഭരിക്കുന്നത് എന്നും വിശ്വസിച്ചിരുന്നു. ലോകത്തിന്റെ അങ്ങേയറ്റത്ത് എത്തിച്ചേരാൻ കുതിരപ്പുറത്തു മൂന്നു മാസം സഞ്ചരിക്കണം എന്നും ഇസ്താംബൂളിൽ രാത്രിയായിരിക്കുമ്പോൾ ലോകത്തിന്റെ മറ്റു ചില ഭാഗങ്ങളിൽ പകൽ ആയിരിക്കും എന്നു പറയുന്നതു പോലും അവരെ സംബന്ധിച്ചിടത്തോളം ദൈവനിന്ദയായിരുന്നു.

തുത്തിനാമയിലും നൂറ്റിയൊന്ന് രാവുകളിലും വിശദീകരിച്ചിട്ടുള്ള നാടോടിക്കഥകളുടെ പരിഷ്കരിച്ച വ്യാഖ്യാനങ്ങളായി തോന്നിച്ച ലേഡി മൊണ്ടാഗുവിന്റെ വർണ്ണനകൾ ശ്രദ്ധയോടെ ഫാത്തിമാ സുൽത്താൻ കേട്ടിരുന്നു. ഈ സ്ത്രീ പറയുന്നത് എല്ലാം സത്യമാണോ എന്ന് തന്റെ ഭർത്താവിനോട് ചോദിക്കണം എന്നു പോലും അവൾക്കു തോന്നി. എന്ത് തന്നെയായാലും അദ്ദേഹം മന്ത്രിമുഖ്യനാണ്. ഇത്തരം കാര്യങ്ങളെക്കുറിച്ച് അറിയാമായിരിക്കും. വൈകുന്നേരംവരെ കാത്തിരിക്കാൻ ക്ഷമയില്ലാതെ അപ്പോൾ തന്നെ പോയി അദ്ദേഹത്തോട് ചോദിക്കാൻ ഫാത്തിമാ സുൽത്താൻ തീരുമാനിച്ചു.

പുരുഷന്മാരുടെ സ്വീകരണമുറിയിൽ പ്രവേശിച്ചപ്പോൾ തന്റെ ഭർത്താവ് അപരിഷ്കൃതനായ സാൻഡി സെലെപ് എന്ന കപ്പഡോസിയക്കാരനോടു തിടുക്കത്തിൽ എന്തോ രഹസ്യം പറയുന്നതാണ് അവൾ കണ്ടത്. പലതവണ അയാളെ തന്റെ ഭർത്താവിനൊപ്പം ഫാത്തിമ സുൽത്താൻ കണ്ടിരുന്നു. ആ രൂപവും പ്രകൃതവും മന്ത്രിമുഖ്യൻ അയാളെ കൈകാര്യം ചെയ്യുന്ന രീതിയും കണ്ടപ്പോൾ അദ്ദേഹം ചില പ്രത്യേക ജോലികൾക്കായാണ് സാൻഡിയെ ഉപയോഗിക്കുന്നത് എന്ന് അവൾ ഊഹിച്ചു. ഒരാവശ്യവുമില്ലാത്ത ജാഗ്രതയോടെ പെട്ടെന്നുണ്ടായ ഉൾവിളിയാൽ പതുങ്ങിനിന്ന് അവർ എന്താണ് പറയുന്നത് എന്ന് അവൾ ശ്രദ്ധിച്ചു.

“ഗോൾഡൻ ഹോണിൽ നിന്ന് ലഭിച്ച ശരീരങ്ങളെക്കുറിച്ചു ഞാനൊരു അന്വേഷണം നടത്തി. അവശേഷിച്ച ശരീരഭാഗങ്ങളുമായി അഹമദ് രാജകുമാരന്റെ ശരീരത്തിന്റെ അനുപാതവും വിവരണങ്ങളുമായി ആവർത്തിച്ചു നടത്തിയ താരതമ്യത്തിനും പരിശോധനകൾക്കുംശേഷം ദുർസൂൻ വൈദ്യർ അവയിലൊന്ന് പോലും അദ്ദേഹത്തിന്റേതാകാൻ ഒരു വഴിയുമില്ല എന്ന് ഉറപ്പു പറഞ്ഞു.” സാൻഡി സെലെപ് പറഞ്ഞു.

“അവന്റെ ശവശരീരം നിനക്ക് കണ്ടെത്താനായില്ല എന്ന് എനിക്ക് കേൾക്കണ്ട. അവനെ ജീവനോടെ നീ കണ്ടെത്തി എന്നാണ് എനിക്ക് കേൾക്കേണ്ടത്. അഹമദ് രാജകുമാരനെ കണ്ടെത്തിയില്ലെങ്കിൽ നീ അതിന് അനുഭവിക്കേണ്ടി വരും. ഇറങ്ങിപ്പോ” പരുഷമായി ഇബ്രാഹിം പാഷ മന്ത്രിച്ചു.

“അങ്ങുന്നേ, കഴിഞ്ഞ പത്തു ദിവസമായി അയാൾ ഏത് വേഷം ധരിച്ചാണ് നടക്കുന്നത് എന്നറിയാൻ ശ്രമിക്കുകയായിരുന്നു ഞാൻ.” സാൻഡി സെലെപ് പ്രതിഷേധത്തോടെ പറഞ്ഞു. ആളുകൾ നഗരമാകെ സംഘം ചേരുകയാണ്. അവരുടെ അടുത്തു പോകുന്നതുപോലും അസാധ്യമാണ്. ഗുണ്ടാസംഘങ്ങളാണ് അവർക്കുചുറ്റും. അഹമദ് ഇത്തരം സംഘങ്ങളിൽ ഏതിലെങ്കിലും ഒളിച്ചിരിക്കുകയാവും. നഗരത്തിലെ എല്ലാ സത്രങ്ങളിലും കാപ്പിക്കടകളിലും തെരുവ് തെമ്മാടികൾ

വിഹരിക്കുന്ന ഇടുങ്ങിയ വഴികളിലും അന്വേഷിച്ചു. കഴിഞ്ഞ ശിശിര കാലത്ത് അവന്റെ വിവരണവുമായി യോജിക്കുന്ന ഒരാൾ ഗെഡിക്പാസ സത്രത്തിൽ താമസമുണ്ടായിരുന്നു എന്ന് എനിക്ക് വിവരം ലഭിച്ചു. അവർ അവനെ ഫാൽക്കോ എന്നാണ് വിളിച്ചിരുന്നത്. പക്ഷേ, കഴിഞ്ഞ എട്ടു മാസമായി അവനെപ്പറ്റി ഒരു വിവരവുമില്ല."

"എന്തായാലും അവൻ ഭൂമി പിളർന്നു അപ്രത്യക്ഷമാകാൻ വഴിയില്ല. എന്താണ് ചെയ്യേണ്ടത് എന്ന് വച്ചാൽ ചെയ്യൂ. പക്ഷേ, വേഗം വേണം. സുൽത്താന്റെ ആളുകൾ നിന്നെക്കാൾ മുൻപ് അവനെ കണ്ടുപിടിച്ചാൽ നീ മരിച്ചതായി കണക്കാക്കിക്കൊൾക."

താൻ കേട്ടതൊന്നും ഫാത്തിമ സുൽത്താന് വിശ്വസിക്കാൻ കഴിഞ്ഞില്ല. ആരാണീ അഹമ്മദ് രാജകുമാരൻ? തന്റെ മൃദുഭാഷിയും പ്രണയ ലോലുപനും ആയ വയസ്സൻ ഭർത്താവ് എന്തിനാണ് ഈ മനുഷ്യന് ഇത്ര ക്രൂരമായും മൂർച്ചയോടെയും ആജ്ഞകൾ നൽകുന്നത്? ഈ അഹമദിനെ കുറിച്ചു തന്റെ അച്ഛൻ സംസാരിച്ചാൽ എന്ത് പറയണം? എന്തിനാണ് ഇബ്രാഹിം പാഷ അവനെ ആദ്യം കാണണം എന്ന് ആഗ്രഹിക്കുന്നത്? ഒരു രഹസ്യ ഗൂഢാലോചന നടക്കുന്നുണ്ടോ? ഇതൊന്നും കേൾക്കാതിരുന്നുവെങ്കിൽ എന്ന് അവൾ ഒരു നിമിഷം ആഗ്രഹിച്ചു. പിശാചിന്റെ കൈവിരൽപ്പാടുകൾ പതിഞ്ഞ ഒരു പദ്ധതി ഉരുത്തിരിയുന്നു എന്നും തന്റെ ഭർത്താവിന് അതുമായിഎന്തോ ബന്ധം ഉണ്ടെന്നും ഫാത്തിമാ സുൽത്താന് തോന്നി.

ഇബ്രാഹിം പാഷ തന്റെ സ്ഥിരം ശൈലിയിൽ സുൽത്താനോടു ബഹുമാനത്തോടെ പെരുമാറുകയും അദ്ദേഹത്തിനായി രചിച്ച വരികൾ പാടിക്കേൾപ്പിക്കുകയും ചെയ്യുന്നത് കണ്ടപ്പോഴാണ് അവളുടെ മനസ്സിൽ അല്പം തണുപ്പ് വീണത്. പക്ഷേ, ഈ അഹമ്മദ് രാജകുമാരൻ എന്നൊരാൾ ഉണ്ടോ? അച്ഛനോട് ഇതിനെക്കുറിച്ച് സംസാരിക്കേണ്ടതുണ്ടോ? ഓട്ടോമാൻ സാമ്രാജ്യത്തിന്റെ ചരിത്രം സുൽത്താന്മാരും അവരുടെ മക്കളും മരുമക്കളും സഹോദരന്മാരും തമ്മിൽ നടന്ന യുദ്ധങ്ങളുടെ കഥകൾ കൊണ്ട് നിറഞ്ഞതാണ്. അവളുടെ അച്ഛനും ഭർത്താവും തമ്മിൽ ഒരു പ്രശ്നം ഉണ്ടായാൽ എന്തായിരിക്കും അതിന്റെ ഫലം? അവൾ ആരുടെ വശം ചേരും? ആരെ വിശ്വസിക്കും? അച്ഛനോട് ഇതിനെപ്പറ്റി സംസാരിക്കണോ വേണ്ടയോ എന്ന് നിശ്ചയിക്കാനാവാതെ ഇന്ന് രാത്രി ഉറങ്ങാനാവില്ല എന്ന് അവൾക്കു അറിയാമായിരുന്നു. ധനികർക്കിടയിൽ ഉല്ലാസമേളങ്ങൾ അധികരിച്ചപ്പോൾ ഇസ്താംബൂളിലെ ദാരിദ്ര്യം വല്ലാതെ വർദ്ധിക്കുകയും പലർക്കും സ്വന്തം കുടുംബത്തിനുള്ള ഭക്ഷണത്തിനുള്ളതുപോലും ഉണ്ടാക്കാൻ കഴിയുന്നില്ല എന്ന് ഫാത്തിമ സുൽത്താനും കേട്ടിരുന്നു. ഇത്തരം ഒരു സാഹചര്യത്തിൽ സുൽത്താനും മന്ത്രിമുഖ്യനും തമ്മിൽ എന്തെങ്കിലും ആശയസംഘട്ടനങ്ങൾ ഉണ്ടാകുന്നത് തികച്ചും

അനഭിലഷണീയമാണ്. മാത്രമല്ല, അത് അവൾക്കു ദോഷമേ ചെയ്യൂ. മുകളിലേക്ക് തുപ്പിയാൽ നിങ്ങളുടെ മേൽമീശയും താഴേക്ക് തുപ്പിയാൽ നിങ്ങളുടെ താടിമീശയുമേ വൃത്തികെടാവൂ എന്ന പഴഞ്ചൊല്ല് അവൾ ഓർത്തു. തന്റെ അച്ഛനോട് ഇതിനെപ്പറ്റി ആദ്യം സംസാരിക്കണം എന്ന് ഫാത്തിമ സുൽത്താൻ നിശ്ചയിച്ചു.

സാൻഡി സെലെപ്പിനെ പറഞ്ഞയച്ചതിനു ശേഷം വാതിൽക്കൽ കാത്തുനിന്ന മറ്റൊരാളെ മന്ത്രിമുഖ്യൻ അകത്തേക്ക് ക്ഷണിച്ചു.

“കടന്നു വരൂ സൽമാൻ അബ്ദാൽ, വരൂ എന്റെ ഡെർവിഷ് കവീ!”

മറ്റെയാൾ ആരാണ് എന്നറിയാതെ ഇറങ്ങിപ്പോകുമ്പോൾ സാൻഡി സെലെപ്പും കയറി വരുമ്പോൾ ഫാൽക്കോയും വേട്ടക്കാരനും ഇരയും മര്യാദയോടെ തലയനക്കങ്ങൾ കൊണ്ട് പരസ്പരം വന്ദിച്ചു.

ചോദ്യം 48

ഒരു കൊലപാതകത്തിന്റെ തെളിവ് നല്കാൻ സസ്യശാസ്ത്രപുസ്തകങ്ങൾക്ക് കഴിയുമോ?

ഫാൽക്കോയും കരുത്തൻ യെയെയും ഹാഫിസ് സെലെബിയും ശെഹ്നാസും പിറ്റ്ജാനും ഹൂറികിനും എലുമ്പൻ കിർക്കോറും ഒരുമിച്ചു ദുഃഖസ്പർശനത്തിന്റെ അത്യപൂർവ്വമായ ഭംഗി കണ്ടു അന്തം വിട്ടു നിന്ന പ്രഭാതത്തിനുശേഷം ഒട്ടനവധി സംഭവ വികാസങ്ങൾ കടന്നുപോയിരുന്നു. അടുത്ത ദിവസം പിറ്റ്ജാനും ദുഃഖസ്പർശവും അപ്രത്യക്ഷരായി. പക്ഷേ, ഭാഗ്യത്തിന് ചെടിയുടെ വിവരങ്ങളും ചിത്രവും സസ്യശാസ്ത്ര സംഘത്തിലെ പട്ടികയിൽ രേഖപ്പെടുത്തിക്കഴിഞ്ഞിരുന്നു. നക്സിഗ്യുല്ലിന്റെ ഘാതകനിലേക്കുള്ള തന്റെ വഴി തുറക്കുക ഈ പൂവിലൂടെ ആയിരിക്കും എന്ന് കരുതി ഫാൽക്കോ കഴിഞ്ഞ ശിശിരകാലം മുതൽ കാത്തിരിക്കുകയായിരുന്നു. പക്ഷേ, ആരാണ് മോഷ്ടിച്ചത് എന്ന് പോലും ഒരു വിവരവും നല്കാതെ അത് അപ്രത്യക്ഷമായി. ആരുടെ കൈയിലാണോ അതുള്ളത്, നിശ്ചയമായും ആ വ്യക്തിയുടെ കൈയിൽ അതിന്റെ ഇരട്ടച്ചെടി ഉണ്ടായിരിക്കും അല്ലെങ്കിൽ അയാൾ അത് അന്വേഷിച്ചു നടക്കുന്നുണ്ടാവും. ഈ കള്ളനു ചിലപ്പോൾ നക്സിഗ്യുല്ലിനെ കൊന്നതാരാണെന്നു ധാരണയുണ്ടാവും എന്ന് ഫാൽക്കോയ്ക്ക് തോന്നി. അതേസമയം കാര്യങ്ങൾ കൂടുതൽ വഷളാവുകയാണ് ചെയ്തത് എന്ന് എല്ലാവർക്കും ബോധ്യമുണ്ടായിരുന്നു.

എവിടെയാണ് ആ പർപ്പിൾ ടുളിപ്പിന്റെ ഇരട്ട? അതെവിടെയായിരിക്കും നട്ടിരിക്കുന്നത്? ദുഃഖസ്പർശത്തെ മോഷ്ടിച്ചു കൊണ്ട് പിറ്റ്ജാൻ ഫ്ളാൻഡേഴ്സിലേക്ക് കടന്നു കളഞ്ഞതാവും എന്ന് എല്ലാവർക്കും സംശയം ഉണ്ടായിരുന്നു. എല്ലാ വർഷവും താൻ വരച്ച ടുളിപ്പുകളുടെ ചിത്രങ്ങളും കിഴങ്ങുകളും മറ്റു വിവരങ്ങളും ശേഖരിച്ച ശേഷം ജൂൺ മാസത്തിന്റെ മധ്യത്തോടെ നാട്ടിലേക്ക് പോകുന്ന പിറ്റ്ജാൻ എന്തുകൊണ്ട് പൂക്കൾ പൂർണമായും വിരിയും മുൻപ് സ്ഥലം വിട്ടു? ഫാൽക്കോ ഈ സംശയം ഹാഫിസ് സെലെബിയോടു ചോദിച്ചുവെങ്കിലും ആ മാന്യവൃദ്ധൻ ഇത്തരമൊരു നികൃഷ്ട കൃത്യം പിറ്റ്ജാൻ ചെയ്യുമെന്ന് വിശ്വസിക്കാൻ വിസമ്മതിച്ചു. യെയെയും ഹാഫിസ് സെലെബിയും പിറ്റ്ജാൻ മടങ്ങി വരും എന്ന് തന്നെ ഉറച്ചു വിശ്വസിച്ചു.

പിറ്റ്ജാൻ അപ്രത്യക്ഷമായതിന്റെ അടുത്ത ദിവസം ഫ്ളാൻഡേഴ്സിൽ നിന്നുള്ള മൂന്നു കപ്പലുകൾ ഗലാട്ടാ തുറമുഖത്ത് നങ്കൂരമിട്ടു.

അതിലൊന്ന് ഫ്ളാൻഡേഴ്സിലെ ഭരണാധികാരിയുടെതു ആയിരുന്നു. ഒരേയൊരു യാത്രക്കാരനുമായി ആ കപ്പൽ അന്ന് തന്നെ തുറമുഖം വിട്ടു. ഈ വാർത്ത കേട്ടതോടെ ഹാഫിസ് സെലെബി വല്ലാതെ നിരാശനാവുകയും പെട്ടെന്ന് പ്രായാധിക്യം ബാധിച്ചത് പോലെ കാണപ്പെടുകയും ചെയ്തു. യെയെ അദ്ദേഹത്തെ ആശ്വസിപ്പിച്ചുകൊണ്ട് സെലെബിയുടെ സമീപത്തു ഏറെ നേരം ചെലവഴിച്ചു. പൂന്തോട്ടം ആവശ്യത്തിനു ശ്രദ്ധ ലഭിക്കാതെ നശിക്കുകയാണ് എന്നും ചന്തയിലേക്ക് കൊണ്ടുപോകും മുൻപ് പൂക്കൾ വാടിപ്പോകുന്നു എന്നും സെലെബിയെ ഇടയ്ക്കിടയ്ക്ക് ഓർമ്മിപ്പിക്കാൻ അവൻ മറന്നില്ല. ചെടികളെ ചട്ടികളിലേക്ക് മാറ്റുകയും ഫലഭൂയിഷ്ഠമായ പുതിയ മണ്ണ് ചെടികളുടെ ചുവട്ടിൽ ചേർത്തുകൊടുക്കുകയും കിഴങ്ങുകൾക്ക് വളം നല്കുകയും ചെയ്യേണ്ടതുണ്ടായിരുന്നു. അത് മാത്രമല്ല കോരപ്പുല്ല് പറിച്ച് അരച്ചു നിറങ്ങൾ ചേർത്തുണക്കി മകൾക്ക് കഴിക്കാൻ കൊടുക്കാനായി തയ്യാറാക്കേണ്ട സമയമായിരുന്നു അത്.

അന്ന് അവരെല്ലാം ചേർന്ന് ദുഃഖസ്പർശത്തിന്റെ വിടരാനായുന്ന മൊട്ടും നോക്കി നിന്ന ദിവസത്തെ സംഭവവികാസങ്ങൾ ഓർത്തെടുക്കാൻ ഫാൽക്കോ ശ്രമിച്ചു. ആദ്യം സ്ഥലം വിട്ടത് ശെഹനാസും എലുമ്പൻ കിർക്കോറുമാണ്. അത് കഴിഞ്ഞു ചിത്രങ്ങൾ വരയ്ക്കാനായി പിറ്റ്ജാൻ തന്റെ മുറിയിലേക്ക് പോയി. ഏകദേശം ഉച്ചയായപ്പോൾ ഫാൽക്കോയും ഹൂറികിനും സെലെബിയോടും യെയെയോടും യാത്ര പറയുകയും സിബാലിയിലേക്ക് ഒരു വഞ്ചിയിൽ യാത്രയാവുകയുമാണ് ചെയ്തത് എന്ന് അവൻ ഓർത്തു. വഞ്ചിക്കാരൻ തങ്ങളുടെ സംഭാഷണം ശ്രദ്ധിച്ചിട്ടുണ്ടാവും. പക്ഷേ, അയാൾ ടുളിപ് മോഷ്ടിക്കുക എന്നത് അസാധ്യമാണ്. ചിലപ്പോൾ അയാൾ ചെയ്തിരിക്കാം. വല്ലാത്തൊരു നിരാശയോടെ ഫാൽക്കോ ചിന്തിച്ചു. അന്ന് ആ തോണിയിലുള്ള യാത്രയിൽ ദുഃഖസ്പർശത്തെക്കുറിച്ചു മാത്രമേ അവനും ഹൂറികിനും സംസാരിച്ചിരുന്നുള്ളൂ.

അന്ന് അവർ സിബാലിയിൽ എത്തിയപ്പോൾ ഹൂറികിൻ അവനെ നിശിതമായ ഒരു ചോദ്യം ചെയ്യലിന് വിധേയനാക്കി. ഫാൽക്കോ തന്റെ ഉത്തരങ്ങൾ ചുരുക്കിയും അവ്യക്തമായും നല്കാൻ മനസ്സിരുത്തി, പക്ഷേ, ചോദ്യങ്ങളിൽ നിന്ന് ഒഴിഞ്ഞുമാറാൻ താൻ കഷ്ടപ്പെടുന്നതായി അവനു പെട്ടെന്ന് തന്നെ മനസ്സിലായി. ഹൂറികിന്റെ രീതികൾ അവനെ അദ്ഭുതപ്പെടുത്തിയില്ല. അവർ രണ്ടുപേരും പരസ്പരം കാര്യങ്ങൾ ഒളിച്ചുവയ്ക്കുന്നു എന്ന് അവന് അറിയാമായിരുന്നു എന്നാലും തങ്ങളുടെ ചർച്ചകളിൽ അവൾക്കു മുൻകൈ ലഭിക്കുന്നുണ്ടോ എന്നൊരു സംശയം ഫാൽക്കോയ്ക്ക് തോന്നാതിരുന്നില്ല. വ്യക്തമായ ഒരു അകലം സൂക്ഷിക്കുന്നതിന് പകരം അവർ രണ്ടുപേരും മറ്റെയാളിന്റെ വിവരങ്ങൾ മനസ്സിലാക്കുന്നതിനു കിണഞ്ഞു ശ്രമിക്കുകയും അത് സമ്മതിക്കാൻ വിസമ്മതിക്കുകയും ചെയ്തുകൊണ്ടേയിരുന്നു. അവസാനം രണ്ടു പേരും മറ്റു

ചിലർക്കു വേണ്ടി ജോലി ചെയ്യുകയാണ് എന്ന സത്യം മറച്ചു വയ്ക്കാനാവാത്ത അവസ്ഥ എത്തിച്ചേർന്നു. പക്ഷേ, എല്ലാം ഓട്ടോമാൻ സാമ്രാജ്യത്തിന്റെ നന്മയ്ക്ക് വേണ്ടിയാകുമ്പോൾ ജോലിചെയ്യുന്നത് മൂന്നു ചന്ദ്രന്മാർക്ക് വേണ്ടിയാണെങ്കിൽ എന്ത്, ഇബ്രാഹിം പാഷയ്ക്ക് വേണ്ടിയാണെങ്കിൽ എന്ത്? പക്ഷേ ഇബ്രാഹിം പാഷ ഏല്പിച്ച ജോലി കൂടാതെ ഇരട്ടക്കിഴങ്ങിനെ അന്വേഷിക്കുക എന്ന കാര്യം കൂടി താൻ ചെയ്യുന്നുണ്ട് എന്ന കാര്യം ഫാൽക്കോയ്ക്ക് ഓർമ്മ വന്നു. അതുപോലെ ഹൂറികിൻ എന്തിനെയെങ്കിലും തിരയുന്നുണ്ടാവുമോ?

സിബാലിയിലേക്കുള്ള യാത്രയിൽ ഫാൽക്കോ തന്റെ മനസ്സിലുണ്ടായിരുന്ന ഒരു പദ്ധതി വിശദീകരിച്ചു. വളരെ നിസ്സാരമായ ഒന്നായിരുന്നു അത്. പതിവിനു വിരുദ്ധമായി ഹൂറികിൻ അതിനെക്കുറിച്ചു യാതൊരു എതിർപ്പും പ്രകടിപ്പിച്ചില്ല. അടുത്ത ദിവസം മുതൽ അവൻ പുരുഷന്മാർക്കിടയിലും അവൾ സ്ത്രീകൾക്കിടയിലും അന്വേഷണം ആരംഭിക്കുക. തങ്ങൾക്കു കിട്ടിയ വിവരങ്ങൾ പങ്കിടാനും ചർച്ച ചെയ്യാനുമായി ഇടയ്ക്ക് കണ്ടുമുട്ടുക. സംശയങ്ങൾ ദൂരീകരിക്കാനും പുതിയ ചോദ്യങ്ങൾ കിട്ടാനും കിട്ടിയ വിവരങ്ങൾ ചർച്ച ചെയ്യാനും അത് വഴി അന്വേഷണം കൂടുതൽ ഫലപ്രദമാക്കാനും കഴിയും എന്ന കാര്യത്തിൽ രണ്ടു പേർക്കും സംശയം ഉണ്ടായിരുന്നില്ല. ഹാഫിസ് സെലെബിയുടെ തോട്ടത്തിലോ അവർ ഇപ്പോഴിരിക്കുന്ന സസ്യശാസ്ത്ര പഠനത്തിനായി മാത്രമുള്ള വായനശാലയിലോ കണ്ടുമുട്ടാം എന്നും തീരുമാനമായി.

ആ വായനശാലയിലെ നിരനിരയായി ഇരിക്കുന്ന അലമാരകളിൽ ചെടികളുടെയും പൂക്കളുടെയും പരിപാലനം സംബന്ധിച്ചുള്ള പുസ്തകങ്ങൾ മാത്രമേ ഉണ്ടായിരുന്നുള്ളൂ. അതിൽതന്നെ ടുളിപ്പിനെക്കുറിച്ചുള്ള പുസ്തകങ്ങൾക്കായിരുന്നു പ്രാമുഖ്യം. ഹാഫിസ് സെലെബി പറഞ്ഞു കേട്ടിട്ടുള്ള എല്ലാ പുസ്തകങ്ങളും അവിടെയുണ്ട് എന്നതിൽ ഫാൽക്കോയ്ക്ക് അദ്ഭുതം തോന്നി. പലതിലും ടുളിപ് കർഷകരെക്കുറിച്ചും സമ്മാനങ്ങൾ ലഭിച്ച ഇനങ്ങളെക്കുറിച്ചും മൺമറഞ്ഞ സുൽത്താന്മാരിലും മന്ത്രിമാരിലും താത്പര്യം ഉണർത്തിയ പൂക്കളെക്കുറിച്ചും പ്രതിപാദിച്ചിരുന്നു. ചില പുസ്തങ്ങളിൽ നൂലുകൾ കൊണ്ടു തുന്നിപ്പിടിപ്പിച്ചതും രേഖാചിത്രങ്ങളുടെയും വർണ്ണചിത്രങ്ങളുടെയും സഹായത്തോടെയുള്ള സചിത്ര വിവരണങ്ങളുമുണ്ടായിരുന്നു. ഹാഫിസ് സെലെബി എപ്പോഴും പറയുമായിരുന്ന പൂന്തോട്ടം എന്ന് പേരുള്ള ഒരു പുസ്തകം ഏറ്റവും മുന്നിലെ അലമാരയിൽ ഇരിപ്പുണ്ടായിരുന്നു. പിറ്റ്ജാനിന്റെ നാട്ടുകാരനായ വോൺ ഡയസ് എന്ന ഫ്ളെമിഷ് സസ്യശാസ്ത്രജ്ഞൻ ആണ് അതെഴുതിയിരുന്നത്. എബുസ്സൂദ് വരച്ച 'സ്വർഗ്ഗപ്രകാശം' എന്ന് പേരുള്ള ഒരു ടുളിപ്പിന്റെ ചിത്രങ്ങളടങ്ങിയ 'പൂക്കളുടെ മാനദണ്ഡം' എന്ന പുസ്തകവും നോക്കി അവർ അല്പസമയം ചെലവഴിച്ചു. പൂക്കളുടെ വിളവെടുപ്പ് എന്ന പുസ്തകം എഴുതിയ സെരാപാസ സത്രത്തിലെ ഇമാം ആയ മെഹമ്മദ് ബിൻ അഹമ്മദ് ഉബൈദിയും അഹമ്മദ് അസികിയും വരച്ച ചിത്രങ്ങളും

അവിടെ ആകർഷകമായി പ്രദർശിപ്പിച്ചിരുന്നു. ഈ പുസ്തകങ്ങളിലെ യെല്ലാം പ്രതിപാദ്യ വിഷയം, ഭൂമിയിലെ ഏറ്റവും സുന്ദരപുഷ്പമായ ടുളിപ്പിനെ, കൂടുതൽ സൗന്ദര്യമുള്ളതാക്കാൻ കഴിഞ്ഞ നൂറ്റാണ്ടിൽ മനുഷ്യർ എന്തൊക്കെ ചെയ്തു എന്നതായിരുന്നു. ഓസ്ട്രിയയിൽ നിന്നും ഫ്ളാൻഡേഴ്സിൽ നിന്നും ലോകത്തിന്റെ മറ്റു പല സ്ഥലങ്ങളിൽനിന്നും ഇസ്താംബൂളിൽ എത്തിച്ചേരുകയും ഏറ്റവും പുതിയ ടുളിപ് ഇനങ്ങളുമായി കപ്പൽ കയറുന്ന സസ്യശാസ്ത്ര വിദഗ്ദ്ധരെയും ഉദ്യാനപാലകരെയും ഇക്കാര്യത്തിലെ അവരുടെ സംഭാവനകൾക്ക് നന്ദിയോടെ സ്മരിക്കേണ്ടിയിരിക്കുന്നു.

ഇസ്താംബൂളിൽ വസന്തം വിരിയിക്കുന്ന രണ്ടായിരത്തോളം ഇനം ടുളിപ്പുകളെക്കുറിച്ചുള്ള അറിവുകളുടെ ഒരു അക്ഷയഖനിയാണ് ഈ പുസ്തകങ്ങൾ എന്ന് ഫാൽക്കോയ്ക്കും ഹൂറികിനും അറിയാമായിരുന്നു. അവയിൽ ചിലതിന്റെ ജർമനിലേക്കും ഇംഗ്ലീഷിലേക്കും വോൺ ഡയസ്, ഡബ്ലിയു. എസ് മുറെ എന്നിവരെപ്പോലുള്ള വിദേശികൾ നടത്തിയ പരിഭാഷകളും അവിടെ ലഭ്യമായിരുന്നു.

ഈ ടുളിപ്പുകളിൽ പലതിന്റെയും യഥാർത്ഥ നാമം വിസ്മരിക്കപ്പെടുകയും വിദേശികൾ പുനർനാമകരണം ചെയ്തതുമാണ്. വായനശാലയിൽ തങ്ങിനിന്ന നിശ്ശബ്ദതയെ ശല്യം ചെയ്യാതെ അടക്കിയ ശബ്ദത്തിൽ ഫാൽക്കോ പറഞ്ഞു.

“അല്ലെങ്കിൽ ചിലതിനു വംശനാശം വരികയും അവയെ പുനരുജ്ജീവിപ്പിച്ചപ്പോൾ പുതിയ പേരുകൾ നൽകിയതുമാവാം.” അടക്കിയ ശബ്ദത്തിൽ തന്നെ ഹൂറികിനും മറുപടി പറഞ്ഞു.

ഈ പെൺകുട്ടിയുടെ ബുദ്ധിശക്തിയിൽ തന്റെ ഡെർവിഷ് നിയമങ്ങളെപോലും മറികടന്നു കൊണ്ട് ഫാൽക്കോയ്ക്ക് അസൂയ തോന്നാറുണ്ടായിരുന്നു. അത് വായനശാലയിലെ അവരുടെ രണ്ടാമത്തെ കൂടിക്കാഴ്ച ആയിരുന്നു. വിവിധ തരം സൗന്ദര്യസങ്കല്പങ്ങൾകൊണ്ട് അവരുടെ മനസ്സിനെ ഇളക്കുന്ന വിചിത്രമായ പേരുകളും അതിസുന്ദരമായ പൂക്കളുടെ ചിത്രങ്ങളും പരിശോധിച്ചുകൊണ്ട് അവിടെ നിൽക്കുമ്പോൾ സമയം കടന്നുപോകുന്നത് അറിയുകയേ ഇല്ലായിരുന്നു. അവരെ അതിനകം സ്ഥിരം സന്ദർശകരായി പരിഗണിച്ചു തുടങ്ങിയ ഗ്രന്ഥശാലാധികാരിയുടെ മനസ്സമാധാനത്തിനായി തങ്ങൾ വിവാഹിതരാണ് എന്ന രീതിയിലാണ് അവർ പരിചയപ്പെടുത്തിയത്. ടുളിപ്പിനെക്കുറിച്ചുള്ള പുസ്തകങ്ങളുടെ പരിശോധന ഒരു മറ മാത്രമായിരുന്നു എന്ന് അയാൾക്ക് അറിയില്ലല്ലോ. ഇസ്താംബൂളിലെ പുതിയ സംഭവവികാസങ്ങളെപറ്റിയും ടുളിപ് തോട്ടങ്ങളുടെ ഉടമകളെക്കുറിച്ച് കിട്ടുന്ന വിവരങ്ങൾ പങ്കിടാനുമായിരുന്നു അവർ അവിടെ പോയിരുന്നത്. പക്ഷേ, കുറെ ദിവസങ്ങൾക്കുശേഷം ടുളിപ്പുകൾ അപ്രധാനമാകുകയും തങ്ങളെക്കുറിച്ച് അവർ കൂടുതൽ സംസാരിക്കാൻ ആരംഭിക്കുകയും ചെയ്തു.

ചോദ്യം 49

അവസാനത്തെ പൂച്ചട്ടിയിൽ എന്തായിരുന്നു?

ചെറിപ്പഴങ്ങൾ പഴുക്കാൻ തുടങ്ങിയിരുന്നു. ബായ്റാം ഉത്സവം കഴിഞ്ഞിട്ട് രണ്ടാഴ്ച കഴിഞ്ഞ ഈ സമയത്ത് എല്ലാ വർഷവും സദാബാത്തിൽ ആയിരക്കണക്കിന് രാപ്പാടികൾ തങ്ങളുടെ കളകൂജനങ്ങൾ കൊണ്ട് മനുഷ്യമനസ്സുകളിൽ സന്തോഷത്തിന്റെ ഉത്സവമേളം നടത്തുക പതിവാണ്. അയസോഫിയ പള്ളിയുടെ പുറത്തു റംസാൻ കാലമത്രയും ദൈവം നമ്മോടു പൊറുക്കട്ടെ എന്ന വാചകം ദീപാലങ്കാരങ്ങളോടെ മിന്നിത്തിളങ്ങുന്നത് ദൂരെ നിന്ന് തന്നെ കാണാം. ഇബ്രാഹിം പാഷയുടെ ഈ പുതിയ പരിഷ്കാരം ആളുകളുടെ മനസ്സിൽ പ്രകാശം പരത്തുകയും രാത്രികൾക്ക് പകലിന്റെ ശോഭ പകരുകയും ചെയ്തു. മെഴുകുതിരി വെളിച്ചത്തിന്റെ പ്രഭയ്ക്ക് മാറ്റ് കൂട്ടുന്ന ഈ രാത്രികൾ കുറ്റകൃത്യങ്ങൾക്കും പ്രസിദ്ധമാണ്. ഇത്തവണയും മുടക്കമില്ലാതെ പരാതികളുടെ കുത്തൊഴുക്ക് തന്നെ നിയമപാലകർക്ക് നേരിടേണ്ടി വന്നു.

വസന്തസൂര്യൻ സദാബാത്തിലെ തടാകങ്ങളിൽ ഉന്മേഷത്തോടെ പ്രതിഫലിച്ചു കൊണ്ടിരുന്ന ആ ദിവസം ഉദ്യാനപാലന സംഘത്തിന്റെ മേലധികാരി ടുളിപ് തോട്ടങ്ങളുടെ ഉടമകളെ ഒന്നിന് പിറകേ ഒന്നായി വേദിയിലേക്ക് ക്ഷണിച്ചു തുടങ്ങി. പട്ടുതുണികൊണ്ട് മൂടി മനോഹരമായ കളിമൺ പാത്രങ്ങളിൽ നട്ട് പിടിപ്പിച്ചിരിക്കുന്ന അപൂർവ്വമായ ടുളിപ് ചെടികൾ സമിതിയുടെ മുന്നിൽ സമർപ്പിക്കപ്പെട്ടിരുന്നു. ലേലം തുടങ്ങിയപ്പോൾ മേലധികാരി ഓരോ ചെടിയുടെയും മേലെയുള്ള പട്ടുതുണി ഒരു വധുവിന്റെ മൂടുപടം ഉയർത്തുന്നതുപോലെ കരുതലോടെ മൃദുവായി ഉയർത്താൻ തുടങ്ങി. എല്ലാവരെയും ആകംക്ഷയുടെ മുൾമുനയിൽ നിർത്തിക്കൊണ്ട് അയാൾ ഒരു നിമിഷം നിൽക്കും. തുണി പൂർണമായും മാറ്റും മുൻപ് മത്സരത്തിനു കൊഴുപ്പും വാശിയും കൂട്ടാനായി അതിനടിയിലെ ടുളിപ്പിനെപ്പറ്റി പ്രശംസാവചനങ്ങൾ ചൊരിയും. അവസാനം വലിയ കരഘോഷത്തിന്റെ അകമ്പടിയോടെ തുണി പതുക്കെ മാറ്റും. തന്റെ വലംകൈ കൊണ്ട് എല്ലാവർക്കും കാണാനുള്ള സൗകര്യത്തിനായി ചെടി ഉയർത്തിപ്പിടിച്ചു കൊണ്ട് അയാൾ ലേലം ആരംഭിക്കും. ഉദ്യാനപാലന സംഘത്തിന്റെ ഭരണസമിതിയിൽ പേരുകേട്ട ടുളിപ്

കൃഷിക്കാരായിരുന്നു പ്രധാനമായും ഉണ്ടായിരുന്നത്. എല്ലാ തവണയും എന്ന പോലെ ഹാഫിസ് സെലെബി മുൻനിരയിൽ തന്നെ ഇരിപ്പുണ്ടായിരുന്നു. പൂവിന്റെയും തണ്ടിന്റെയും വലുപ്പം, ഇതളുകളുടെ മൃദുത്വം, കുറ്റമറ്റ വൃത്താകൃതി, നിറവും തിളക്കവും തുടങ്ങി അനേകം കാര്യങ്ങളുടെ അടിസ്ഥാനത്തിലായിരുന്നു ഓരോ ടുളിപ്പുകളെയും പഠിച്ചു ഗുണനിലവാരം അനുസരിച്ചു തരം തിരിച്ചിരുന്നത്. ഈ വിവരങ്ങൾ ചെടികൾ വിറ്റ് പോകുന്നതുവരെ വെളിപ്പെടുത്തിയിരുന്നില്ല. പക്ഷേ ഏറ്റവും കൂടിയ വിലയ്ക്ക് വിറ്റ് പോകുന്ന ടുളിപ്പുകൾ തരം തിരിക്കലിനു ശേഷം മുൻപിലത്തെ നിരയിൽ തന്നെ പ്രദർശിപ്പിച്ചിരിക്കുന്നത് കാണാമായിരുന്നു. അതിനർത്ഥം ലേലത്തിൽ പങ്കെടുക്കുന്ന ചിലർ, പ്രധാനമായും സമിതിയിൽ ഉള്ളവർ ഏറ്റവും മേന്മയേറിയതും ഭംഗിയുള്ളതുമായ ചെടികൾ ഏതെന്നു തിരിച്ചറിഞ്ഞു കഴിഞ്ഞു എന്നായിരുന്നു. എല്ലാ വർഷവും ഈ മത്സരസമയത്ത് ഇസ്താംബൂളിൽ സൗന്ദര്യാസ്വാദനവും മേന്മയേറിയ അഭിരുചികളും കലർന്ന ഒരു പ്രത്യേകാന്തരീക്ഷമായിരുന്നു.

വളരെ സജീവമായി ലേലം ആരംഭിച്ചു. ഒരു ഫ്ളെമിഷ് നയതന്ത്രജ്ഞൻ സമർപ്പിച്ച മാതളത്തിന്റെ നിറം എന്ന് പേരുള്ള ടുളിപ് ചെടിക്ക് നാനൂറു സ്വർണനാണയങ്ങൾ നൽകാൻ ഒരു ഉപഭോക്താവ് തയ്യാറായിരുന്നു. ഇറാനിൽ നിന്ന് വന്ന ഒരു കച്ചവടക്കാരന്റെ കൈസറിന്റെ കിരീടം എന്ന ചെടിക്ക് മുന്നൂറ്റിഅമ്പതു സ്വർണനാണയങ്ങൾ വാഗ്ദാനം ചെയ്യപ്പെട്ടു. വിശുദ്ധ ഇന്ദ്രജാലം എന്ന് പേരുള്ള അഹമ്മദ് ലാലെസെരിയുടെ ചെടി മുന്നൂറ്റി നാല്പതു സ്വർണനാണയങ്ങൾക്ക് വിറ്റ്പോയി. അവയുടെ വില താണ് പത്തു വെള്ളി നാണയങ്ങൾ ആവും വരെ ഈ മൂന്നു ചെടികളും ഇനി ഇസ്താംബൂളിലെ പൂന്തോട്ടങ്ങളിൽ വ്യാപിക്കും.

എല്ലാ വർഷവും ആവർത്തിച്ചുകൊണ്ടേയിരുന്ന കഥ തന്നെയായിരുന്നു ഇത്. ഈ ടുളിപ് ഉത്സവത്തിലും പ്രദർശനത്തിലും മത്സരത്തിലും പങ്കെടുക്കാനായി ലോകം മുഴുവനുള്ള കച്ചവടക്കാർ സാർത്ഥവാഹക സംഘങ്ങളായും കപ്പലുകളിലും ഇസ്താംബൂളിലെത്തി. അപൂർവ തരം ടുളിപ്പുകളുമായി തിരിച്ചു നാട്ടിലേക്ക് പോവുകയായിരുന്നു അവരുടെ ലക്ഷ്യം. ഇറാനിൽ നിന്നും ഫ്ളാൻഡേഴ്സിൽ നിന്നും ഓസ്ട്രിയയിൽ നിന്നും ക്രിമിയയിൽ നിന്നുമുള്ള വ്യവസായികൾ പലതരം ടുളിപ്പുകളുമായി നഗരത്തിൽ നിറഞ്ഞു. ടുളിപ്പുകൾ വാങ്ങാൻ പലനാടുകളിൽ നിന്നെത്തുന്ന കച്ചവടക്കാരുടെ ശ്രദ്ധ പിടിച്ചു പറ്റുകയും ഇസ്താംബൂളിലെ ടുളിപ്പുകളുമായി മത്സരിക്കുകയുമായിരുന്നു അവരുടെ ലക്ഷ്യം.

അസാധാരണം എന്ന് തന്നെ പറയാം, ആ വർഷം ഒരു മോഷണം പോലും രേഖപ്പെടുത്തിയില്ല. നിയമവിരുദ്ധമായി ടുളിപ്പുകൾ കൈമാറുന്നത് നിരോധിച്ചിരുന്നെങ്കിലും അത്തരം വ്യാപാരങ്ങൾ സാധാരണമായിരുന്നു. ചില സമയത്ത് കള്ളന്മാർ ഉടമകളെ തട്ടിക്കൊണ്ടു പോവുകയും മാസങ്ങളുടെ അദ്ധ്വാനഫലമായ ചെടികൾ വില്പനയ്ക്ക് വയ്ക്കുകയും

ചെയ്യാറുണ്ടായിരുന്നു. മറ്റുള്ളവരുടെ ചെടികളിൽ അവകാശവാദം ഉന്നയിക്കുകയും വഴക്കുണ്ടാക്കുകയും പരാതിപ്പെടുന്നവരും ഒട്ടും കുറവല്ലായിരുന്നു. ഇസ്താംബൂളിലെ നിയമപാലകർക്ക് ഏറ്റവും കൂടുതൽ തലവേദന പിടിച്ച ഈ സമയത്താണ് നഗരത്തിൽ ഏറ്റവും കൂടുതൽ സന്ദർശകർ ഉണ്ടാകുക.

ഇബ്രാഹിം പാഷയുടെ നേരെ എതിർവശത്ത് നിന്നുകൊണ്ട് ടുളിപ്പുകൾ പരിശോധിക്കുന്ന സന്ദർശകരെ സസൂക്ഷ്മം വീക്ഷിക്കുകയായിരുന്നു ഫാൽക്കോ. സമിതിയംഗങ്ങൾക്കായി നീക്കിവച്ചിരുന്ന ബഞ്ചിൽ ഹാഫിസ് സെലെബി ഇരിപ്പുണ്ടായിരുന്നു. അതുവരെ പൂർണസുഖം പ്രാപിച്ചില്ല എങ്കിൽ പോലും കരുത്തൻ യെയെ വാശി പിടിച്ചു സെലെബിയുടെ കൂടെ എത്തിയിരുന്നു. പുരുഷന്മാർക്കും സ്ത്രീകൾക്കുമായി തിരിച്ചിരുന്ന സ്ഥലങ്ങൾക്കിടയിൽ കൂട്ടം കൂടി നിന്ന ചെറുപ്പക്കാർക്കിടയിലായിരുന്നു അവൻ. സ്ത്രീകൾക്കിടയിൽ ഹൂറികാനും ഹാജരുണ്ടായിരുന്നു.

ദുഃഖസ്പർശം അപ്രത്യക്ഷമായതിന് ശേഷം ഇസ്താംബൂളിലെ ഓരോ ടുളിപ് പൂന്തോട്ടവും അതിന്റെ ഇരട്ടയെ തേടി ഫാൽക്കോ അലഞ്ഞു തിരിഞ്ഞു. അത് പൂത്തു തുടങ്ങിയാൽ അങ്ങനെ പരസ്യമായി പൂന്തോട്ടങ്ങളിൽ പ്രദർശിപ്പിക്കാൻ കള്ളൻ തയ്യാറാവില്ല എന്നറിയാമെങ്കിൽ പോലും അവന് അത് ചെയ്യാതിരിക്കാനായില്ല. തന്റെ ഭാര്യയുടെ കൊലപാതകികളെ കണ്ടെത്താനുള്ള അവസാനത്തെ മാർഗം അത് മാത്രമാണ് എന്ന് ഫാൽക്കോയ്ക്ക് അറിയാമായിരുന്നു. കാപ്പിക്കടകളിലും പൊതുസ്ഥലങ്ങളിലെ ബഞ്ചുകൾക്കടുത്തും സത്രങ്ങളിലും സ്നാനഘട്ടങ്ങളിലും മദ്യശാലകളിലും എന്നുവേണ്ട എവിടെയൊക്കെ ആളുകൾ കൂട്ടം കൂടുന്നുവോ അവിടെയൊക്കെ എന്തെങ്കിലും സൂചന കിട്ടിയാലോ എന്ന പ്രതീക്ഷയിൽ ചുറ്റിപ്പറ്റി നടന്നു. പക്ഷേ അവന് ഒരു തുമ്പും ലഭിച്ചില്ല. ദുഃഖസ്പർശവും അതിന്റെ ഇരട്ടയും എവിടെയോ എങ്ങനെയോ അപ്രത്യക്ഷമായി. രണ്ടുതരം മണ്ണിൽ വളർത്തിയാലും കാലാവസ്ഥ അനുകൂലമാണെങ്കിൽ അവയിൽ ഒരേതരം പൂക്കൾ ഉണ്ടാകാനാണ് സാധ്യത എന്ന് ഹാഫിസ് സെലെബി പറഞ്ഞിരുന്നു. ദുഃഖസ്പർശത്തെ പറ്റിയുള്ള ഊതിപ്പെരുപ്പിച്ച ഊഹാപോഹങ്ങൾ കാരണം തന്റെ ജോലി കൂടുതൽ ദുഷ്കരമായി ഫാൽക്കോ മനസ്സിലാക്കി. ഇസ്താംബൂളിലെ ഓരോ കുറ്റവാളിയും ഇപ്പോൾ എവിടെയോ അപ്രത്യക്ഷമായ ഈ അത്യപൂർവമായ ഇനം ടുളിപ്പിനു പിറകേയായിരുന്നു. നിറം പിടിപ്പിച്ച കിംവദന്തികൾ അതിന്റെ സൗന്ദര്യത്തെയും നിറത്തെയും ഐതിഹാസികമായി ചിത്രീകരിച്ചത് മൂലം ദുഃഖസ്പർശത്തിന്റെ പ്രശസ്തി വിദൂരദേശങ്ങളിൽ പോലും പരന്നു. ഒരു ഓസ്ട്രിയക്കാരൻ സന്ദർശകൻ തുർക്കിക്കാരനായ ഒരാളോടു അതിന്റെ നിറം പർപ്പിൾ നിറത്തിലുള്ള മഷി

പോലെ ആയിരുന്നു എന്ന് മന്ത്രിക്കുന്നതു ഒരിക്കൽ ഫാൽക്കോ കേട്ടു. കേട്ട് നിന്നയാൾ അതിനു മറുപടി പറഞ്ഞത് യഥാർത്ഥത്തിൽ ദുഃഖ സ്പർശത്തിന്റെ നിറം കറുപ്പ് ആയിരുന്നു എന്നും ഇസ്താംബൂളിലെ ഭരണാധികാരി തന്നെ ആ കറുത്ത ടുളിപ്പ് സ്വന്തമാക്കാനായി ആരെയോ അയച്ചു എന്നുമാണ്.

അന്നാദ്യമായി ഫാൽക്കോയ്ക്ക് മന്ത്രിമുഖ്യന്റെ അടിമകളിൽ ഒന്നിനെ പോലെ ബലഹീനനായി അവിടെ നിൽക്കുന്നതിൽ പശ്ചാത്താപം തോന്നി. തന്റെ സൽമാൻ അബ്ദാൽ എന്ന വ്യക്തിത്വം ഒരു ഭാരമായി അവനു തോന്നിത്തുടങ്ങിയിരുന്നു. എല്ലാ ദിവസം മന്ത്രിമുഖ്യനുവേണ്ടി ഇസ്താംബൂളിലെ തെരുവുകളിൽ നീറിക്കത്തുന്നത് എന്താണെന്ന് കണ്ടു പിടിക്കാനുള്ള യാത്രകൾ എത്ര കുടിലപ്രവൃത്തിയും നിസ്സംഗമായി നോക്കി നിൽക്കാൻ കഴിവുള്ള ഒരാളായി ഫാൽക്കോയെ മാറ്റിയിരുന്നു. ടുളിപ്പുകളെ ചുറ്റിപ്പറ്റി ശാന്തമായ ഒരു ജീവിതം അവൻ ആഗ്രഹിച്ചു തുടങ്ങിയിരുന്നുവെങ്കിലും തനിക്കു അത്തരം ഒരു ജീവിതത്തിനുള്ള അവ കാശം ഇല്ല എന്ന് അവന് അറിയാമായിരുന്നു. നക്സിഗ്യുല്ലിന്റെ ഘാതകരെ കണ്ടെത്തുക എന്ന ജോലി അപ്പോഴും പൂർത്തീകരിക്കാനായിട്ടില്ല. മന്ത്രി മുഖ്യന് അവനെ വളരെ ഇഷ്ടമായിരുന്നെങ്കിലും ആത്മീയകാര്യങ്ങളിൽ മാത്രം താത്പര്യമുള്ള ഒരു ഡെർവിഷിനെപോലെ പെരുമാറുന്നത് മൂലം ദിവസവുമുള്ള സംഭവവികാസങ്ങളെക്കുറിച്ചു ഫാൽക്കോയോട് അഭി പ്രായം ചോദിക്കുന്നത് അദ്ദേഹം നിർത്തിയിരുന്നു. അതിൽ ഫാൽക്കോ യ്ക്ക് വല്ലാത്ത നിരാശ ഉണ്ടായിരുന്നു. പക്ഷേ, ഒരു കപടനാട്യക്കാര നായി അവനെ ഇബ്രാഹിം പാഷ കരുതിയാൽ പിന്നെ തന്റെ കഥ അദ്ദേഹം ഒരിക്കലും വിശ്വസിക്കുകയില്ല എന്നും യാതൊരുവിധത്തിലുള്ള സഹായവും പിന്നെ പ്രതീക്ഷിക്കണ്ട എന്നും ഫാൽക്കോയ്ക്ക് തോന്നി.

ദുഃഖസ്പർശത്തെക്കുറിച്ചു മാത്രമായിരുന്നു ഫാൽക്കോ ചിന്തിച്ചു കൊണ്ടിരുന്നത്. തന്റെ പ്രണയിനിയുടെ നിർജ്ജീവമായ വിരലുകൾ ക്കുള്ളിൽ നിന്ന് കിട്ടിയ കിഴങ്ങിൽ നിന്നുള്ള ചെടിയാണ് വായുവിൽ അലിഞ്ഞത് പോലെ അപ്രത്യക്ഷമായത്. ഇതുവരെ സംഭവിച്ചതും അവൻ മനസ്സിലാക്കിയതുമായ കാര്യങ്ങൾ വച്ചു നോക്കിയാൽ ആ കിഴങ്ങിന്റെ അപൂർവ്വതയെപ്പറ്റി നക്സിഗ്യുല്ലിന്റെ ഘാതകർക്ക് വ്യക്തമായ ബോധം ഉണ്ടായിരുന്നു എന്ന് വേണം അനുമാനിക്കാൻ. പക്ഷേ, ഈ ടുളിപ് ഉത്സവ ത്തിൽ പ്രദർശിപ്പിക്കാൻ അല്ലെങ്കിൽ എന്തിനാണ് അത്തരം ഒരു ചെടി വളർത്തുന്നത്? നക്സിഗ്യുല്ലിനെ കൊന്നവർ പണത്തിനു വേണ്ടിയാണ് അത് ചെയ്തതെങ്കിൽ ആ പ്രതിഫലം ഈ കിഴങ്ങിന്റെ വിലയുടെ മുന്നിൽ ഒരു ചെറുസംഖ്യ ആവാനേ വഴിയുള്ളൂ. ദാരിദ്രത്തിന്റെ ഈ നാളുകളിൽ കൊലപാതകികളുടെ പ്രതിഫലം കുത്തനെ ഇടിഞ്ഞിരുന്നു. പക്ഷേ, അത്തരം ഒരു ചെടിക്ക് അഞ്ഞൂറോ അറുന്നൂറോ സ്വർണ്ണനാണയങ്ങൾ കിട്ടാൻ ഒരു പ്രയാസവുമില്ലായിരുന്നു.

സമയം കടന്നു പൊയ്ക്കൊണ്ടേയിരുന്നു. ലേലത്തിനുള്ള ചെടികൾ വച്ചിരുന്ന മേശകളിൽ ഇനി നാല് ടുളിപ്പുകൾ മാത്രമേ ബാക്കിയുണ്ടായിരുന്നുള്ളൂ. ദുഃഖസ്പർശമോ അതിന്റെ ഇരട്ടയോ ഈ നാല് ചെടികളുടെ കൂട്ടത്തിൽ ഇല്ലെങ്കിൽ പിറ്റ്ജാൻ അതുമായി കടന്നു എന്നുതന്നെയാണ് അർത്ഥം. അങ്ങനെയാണ് സംഭവിച്ചതെങ്കിൽ ഹാഫിസ് സെലെബിക്ക് പണം മാത്രമല്ല ഏറ്റവും അടുത്ത സുഹൃത്തിനെയും നഷ്ടപ്പെട്ടു എന്ന് കണക്കാക്കേണ്ടി വരും. ധനനഷ്ടത്തേക്കാൾ പിറ്റ്ജാന്റെ ചതിയായിരുന്നു സെലെബിയെ ഉലച്ചു കളഞ്ഞത്. ഫാൽക്കോയുടെ പ്രതീക്ഷകളെയും ഈ സംഭവം തകർത്തു. ദുഃഖസ്പർശത്തിന്മേൽ ആവശ്യത്തിൽ കൂടുതൽ താൻ പ്രതീക്ഷകൾ അർപ്പിച്ചിരുന്നോ എന്ന് ഫാൽക്കോ ആലോചിച്ചു നോക്കി. പക്ഷേ, ദുഃഖസ്പർശം മൂലമാണ് താൻ ഹാഫിസ് സെലെബിയെയും മന്ത്രിമുഖ്യനെയും പിറ്റ്ജാനെയും കണ്ടുമുട്ടിയതും ജയിൽ സൂക്ഷിപ്പുകാരന്റെയും ബിന്ദാലി മഹ്മൂതിന്റെയും അസ്ലാൻ ആഗയുടെയും പൊയ്മുഖങ്ങൾ കണ്ടെത്തിയതെന്നും ഓർത്തപ്പോൾ അവന് അല്പം ആശ്വാസം തോന്നാതിരുന്നില്ല.

അടുത്തതായി എന്ത് ചെയ്യണം എന്നതിനെപ്പറ്റി തീരുമാനങ്ങൾ എടുക്കാൻ ദുഃഖസ്പർശം കൂടെയുണ്ടായിരുന്നെങ്കിൽ കൂടുതൽ കരുത്തു ലഭിക്കുമായിരുന്നു. ഫാൽക്കോ ചിന്തിച്ചു.

ബാക്കിയുള്ള ടുളിപ്പുകളുടെ കൂട്ടത്തിൽ ദുഃഖസ്പർശം ഉണ്ടോ ഇല്ലയോ എന്നറിയാൻ കൂടി നിന്ന ആളുകൾ ആകാംക്ഷയോടെ ഉറക്കെ ആർപ്പുവിളിക്കുന്നുണ്ടായിരുന്നു. എല്ലാവർക്കും കാണാതായ ചെടിയിൽ വിരിയുന്ന പൂവിന്റെ നിറമെന്താണ് എന്നറിയാനായിരുന്നു ആഗ്രഹം. എല്ലാവർഷവും ഹാഫിസ് സെലെബി അവർക്കായി ഒരുക്കുന്ന അതിശയങ്ങൾ കണ്ടു പരിചയിച്ചവരാണ് ഇസ്താംബൂളിലെ നിവാസികൾ. ഹാഫിസ് സെലെബി വല്ലാതെ അസ്വസ്ഥനാവുന്നുണ്ടായിരുന്നു. ദുഃഖസ്പർശം ആ നാല് ചെടിച്ചട്ടികളിൽ ഒന്നിൽ ഇല്ലായെങ്കിൽ അതിന്റെ ദുരൂഹമായ അപ്രത്യക്ഷമാകലിനെയും പിറ്റ് ജാനിന്റെ ചതിയെയും വിശദീകരിക്കുക അദ്ദേഹത്തെ സംബന്ധിച്ചിടത്തോളം വളരെ ദുഷ്കരമാവും. ഉള്ളിന്റെ ഉള്ളിൽ തന്റെ സുഹൃത്ത് നിരപരാധി ആയിരിക്കണമേ എന്നും കള്ളന്മാർക്കുവേണ്ടി ഏതെങ്കിലും ഇടനിലക്കാരൻ ദുഃഖസ്പർശത്തെ മത്സരത്തിനായി സമർപ്പിച്ചിരിക്കണേ എന്നും പ്രാർത്ഥിക്കുകയായിരുന്നു അദ്ദേഹം. പക്ഷേ ഫാൽക്കോയുടെ ചിന്തകൾ ഇതിന് എതിർദിശയിലേക്കായിരുന്നു. പിറ്റ്ജാൻ ദുഃഖസ്പർശത്തെ മോഷ്ടിച്ചു എന്നും ആ പേരിൽ മറ്റെന്തെങ്കിലും ചെടി മത്സരത്തിനു വന്നാൽ അത് ദുഃഖസ്പർശത്തിന്റെ ഇരട്ടയായിരിക്കും എന്നും ഫാൽക്കോ വിശ്വസിച്ചു. കഴിഞ്ഞ ശിശിരകാലം മുതൽ തിരയുന്ന നക്സിഗ്യുല്ലിന്റെ ഘാതകനിലേക്കുള്ള വഴിയായ ദുഃഖസ്പർശത്തിന്റെ ഇപ്പോഴത്തെ ഉടമയെ കാണാൻ കഴിയും എന്ന ആവേശത്തിലായിരുന്നു അവൻ.

ഇനി രണ്ടു ചട്ടികൾ മാത്രമേ അവശേഷിക്കുന്നുള്ളൂ. കഴിഞ്ഞ രണ്ടു മണിക്കൂറായി മത്സര ഫലങ്ങളും മറ്റു വിവരങ്ങളും വിളിച്ചു പറഞ്ഞു കൊണ്ടിരുന്ന സംഘത്തിന്റെ പരമാധികാരി തന്റെ ശബ്ദമൊന്നു താഴ്ത്തി. എന്റെ ഹൃദയം ആഴത്തിൽ മുദ്ര വച്ചിരിക്കുന്ന മനോഹരമായ ടുളിപ് പൂവിതാ വിരിയുന്നു. എന്ന് തുടങ്ങുന്ന ശെഹനാസ് രാഗത്തിലെ ഇസ്മ യിൽ ദെദേയുടെ ഗാനമാണ് സംഗീത സംഘം ഇപ്പോൾ ആലപിക്കുന്നത്.

അടുത്ത ചെടിയുടെ ഉടമ, സുംബുൽസേംദ് ദ്വാരപാലകനായ കൂസുമർ എഫെൻഡി! സംഗീതത്തിനെ കവച്ചു വയ്ക്കുന്ന സ്വരത്തിൽ സംഘത്തലവൻ വിളിച്ചു കൂവി. ചെടിയുടെ പേര്, വീഞ്ഞ് പാത്രം! എമിർ ഗൂവൺ പൂന്തോട്ടത്തിൽ നട്ട് പിടിപ്പിച്ചത്! മൂന്നു കിഴങ്ങുകളിൽനിന്ന് എട്ടു ജോടി പൂക്കൾ! നിറം, പർപ്പിൾ!

കനത്ത നിശ്ശബ്ദത അവിടെയാകെ വ്യാപിച്ചു. സദാബാത്തിലെ ആ ചത്വരത്തിൽ കൂടിയിരുന്ന മനുഷ്യരുടെ തലകളെല്ലാം ചെടിയുടെ മേലുണ്ടായിരുന്ന പട്ടുതുണിയിലേക്ക് കൈയെത്തിച്ച സംഘത്തലവന്റെ നേരെ തിരിഞ്ഞു.

ഈ ചെടി വാങ്ങാൻ നാല് പേർ താത്പര്യം പ്രകടിപ്പിച്ചിട്ടുണ്ട്, ആളു കൾക്കിടയിലെ ആവേശവും സമ്മർദ്ദം കണ്ടു സന്തുഷ്ടനായ അദ്ദേഹം പറഞ്ഞു. ലേലം വിളിക്കുന്നവരുടെ പട്ടികയിൽ ഇല്ലാത്തവർക്ക് ഈ ചെടി വിൽക്കുന്നതല്ല. ഞാൻ ലേലം ആരംഭിക്കാൻ പോവുകയാണ്. ഇതുവരെ ആരും കണ്ടിട്ടില്ലാത്തത്ര സുന്ദരമായ വീഞ്ഞ് പാത്രത്തിനായി, ഇതാ ലേലം ആരംഭിച്ചിരിക്കുന്നു.

പെട്ടെന്ന് ഒരു കനത്ത തിരമാലപോലെ നദീതീരത്തുനിന്ന ആൾക്കൂട്ടം മുന്നോട്ടു തള്ളിക്കയറി. ലേലത്തിന്റെ വേദിയും ചെടികൾ പ്രദർശിപ്പി ച്ചിരുന്ന തട്ടുകളും മറിഞ്ഞു വീണു. സുരക്ഷാസൈനികർ മന്ത്രിമുഖ്യ നെയും മറ്റു ബഹുമാന്യ അതിഥികളെയും ഉടനെ തന്നെ സ്ഥലത്ത് നിന്ന് മാറ്റുകയും കൂടുതൽ കാവൽ ഭടന്മാർ രംഗത്തിന്റെ നിയന്ത്രണം ഏറ്റെ ടുക്കുകയും ചെയ്തു. അപ്പോഴും മിന്നുന്ന ഒരു പട്ടുതുണിയാൽ മൂടപ്പെട്ടി രുന്ന അവസാനത്തെ ചട്ടിയിൽ കണ്ണുകൾ നട്ടുകൊണ്ട് ഫാൽക്കോ ജന ക്കൂട്ടത്തിനിടയിലൂടെ മുന്നോട്ടു നൂണ്ടു കയറി.

ചോദ്യം 50

ഒരു രാജകുമാരനാണ് താൻ എന്നറിഞ്ഞാൽ ഒരു ഡെർവിഷ് എന്ത് ചെയ്യും?

തന്റെ അമ്മയോടൊപ്പം അഹമദ് രാജകുമാരൻ ജീവിച്ചിരുന്ന വീട്ടിൽ നിന്നും മുസ്കാരയിലെ അഗ്നിശമനസേനാംഗം സാൻഡി സെലെപ് അന്വേഷണം തുടങ്ങി. അന്വേഷണത്തിന്റെ രണ്ടാമത്തെ ആഴ്ചയിൽ തന്നെ അഹമദ് എന്ന പേരിനേക്കാൾ കൂടുതൽ രാജകുമാരൻ ഉപയോഗിച്ചിരുന്നത് ഫാൽക്കോ എന്ന പേരാണ് എന്ന് സാൻഡി മനസ്സിലാക്കി. ഫാൽക്കോയുടെ ചില കളിക്കൂട്ടുകാരോടു സംസാരിക്കുകവഴി ഗെഡിക്പാസ സ്നാനഘട്ടത്തിനു അടുത്തുള്ള സത്രത്തിൽ രാജകുമാരൻ എത്തിച്ചേർന്നു എന്ന് അയാൾ അറിഞ്ഞു. രാജകുമാരന്റെ പ്രായം തന്നെ ആയിരുന്നു സാൻഡി സെലെപ്പിനും. ഫാൽക്കോയുടെ കൂട്ടുകാരൻ എന്നഭിനയിച്ചുകൊണ്ട് വിവരങ്ങൾ ചോർത്താൻ അയാളെ അത് സഹായിച്ചു. രണ്ടാഴ്ച ഒരു വേലക്കാരനായി ഗെഡിക്പാസ സത്രത്തിൽ കഴിയുക വഴി അവിടുത്തെ ജീവിതരീതികളെക്കുറിച്ചു ഏറെ മനസ്സിലാക്കാനല്ലാതെ ഫാൽക്കോയെ കുറിച്ചു യാതൊരു വിവരവും സാൻഡിക്ക് ലഭിച്ചില്ല. എല്ലാവരോടും വളരെ സ്നേഹത്തോടെ പെരുമാറുന്ന ഒരു നല്ല സുഹൃത്തായിരുന്നു ഫാൽക്കോ എന്നല്ലാതെ മറ്റൊന്നും അവനെക്കുറിച്ച് ആർക്കും ഒന്നും പറയാനുണ്ടായിരുന്നില്ല. തന്റെ ജോലിയിൽ മിടുക്കനായിരുന്നു സാൻഡി സെലെപ്. അയാൾക്ക് ഇസ്താംബൂളിലെ തെരുവ് ജീവിതത്തെക്കുറിച്ചു നല്ല ബോധ്യമുണ്ടായിരുന്നു. സത്രത്തിലെ താമസക്കാരുടെ പരിമിതികളിൽ സാൻഡിക്ക് അതുകൊണ്ട് അദ്ഭുതമൊന്നും തോന്നിയില്ല.

ഫാൽക്കോയുടെ പ്രിയ സുഹൃത്ത് എന്ന വ്യാജേന അടുത്തതായി അവൻ സമീപിച്ചത് ലാങ്കി ഒസ്മാനെ ആയിരുന്നു. സാൻഡിയുടെ വാഗ്ധോരണിയിൽ വീണുപോയ ആ സാധുമനുഷ്യൻ ഹംഗേറിയൻ വൈദ്യൻ ഫാൽക്കോയുടെ പുരികക്കൊടികളിൽ വരുത്തിയ മാറ്റം ഉൾപ്പെടെ തനിക്കറിയാവുന്നതെല്ലാം അയാളോട് പറഞ്ഞു. ഇപ്പോൾ അലെപ്പോയിൽ താമസിക്കുന്ന വൈദ്യനെ തേടി സാൻഡി ഉടനെ തന്നെ യാത്രയായി. വൈദ്യനെ കണ്ടെത്തിയപ്പോൾ തന്റെ ലക്ഷ്യം എന്താണെന്നും മന്ത്രിമുഖ്യനോട് തന്റെ ബന്ധം എന്താണെന്നും പറയാൻ തന്നെ അവൻ

തീരുമാനിച്ചു. വളരെയധികം ഭീഷണികൾക്കും ബലപ്രയോഗത്തിനും ശേഷം വൈദ്യൻ തനിക്കു ഫാൽക്കോയെ പറ്റി അറിയാവുന്നത് എല്ലാം തന്നെ പറയുകയും അതുപോലെയുള്ള ഒരു ശസ്ത്രക്രിയ സാൻഡി യുടെ മുഖത്തു ചെയ്യാമെന്ന് സമ്മതിക്കുകയും ചെയ്തു.

“താങ്കളുടെ പേരെന്താണ്?” ശസ്ത്രക്രിയ തുടങ്ങും മുൻപ് എല്ലാ യ്പോഴും ചോദിക്കുന്നത് പോലെ വൈദ്യൻ ചോദിച്ചു.

“ഇപ്പോൾ മുതൽ അത് ഫാൽക്കോ എന്നാണ്.” സാൻഡി സെലെപ് മുരണ്ടു.

അങ്ങനെയാണെങ്കിൽ നിങ്ങളുടെ രൂപവും ഞാൻ അതുപോലെ യാക്കാം. തന്നെ സാൻഡി ഭീഷണിപ്പെടുത്തുകയാണ് എന്ന് മനസ്സി ലാക്കിയ വൈദ്യൻ പറഞ്ഞു.

ഫാൽക്കോ, ബെസിക്താസ് മെവ് ലെവി സത്രത്തിൽ എത്തിയത് വരെയുള്ള കാര്യങ്ങൾ അലെപ്പോയിൽനിന്ന് തിരിച്ചു വന്നതിനു ശേഷം സാൻഡി സെലെപ് കണ്ടെത്തി. അവിടെയെത്തിയപ്പോൾ ‘ഫാൽക്കോ സഹോദരാ’ എന്ന് തന്നെ ആളുകൾ അഭിസംബോധന ചെയ്തു തു ടങ്ങിയപ്പോഴാണ് തന്റെ പുരികത്തിനും മൂക്കിന്റെ പാലത്തിനും ചെറിയ മാറ്റങ്ങൾ വരുത്തിയതിലൂടെ അദ്ഭുതങ്ങൾ സൃഷ്ടിച്ച ആ വൈദ്യന്റെ അപാരമായ കഴിവിനെ പറ്റി സാൻഡിക്ക് പൂർണബോധ്യമായത്. ലെഫ് റ്റനന്റ് ഒസ്മാൻ എന്ന് പേരായ ഒരാൾ ഫാൽക്കോയെ തേടി വന്നിരുന്നു എന്ന് വൈദ്യൻ ദെദെ അവനോടു പറഞ്ഞു. ഫാൽക്കോയെ മറ്റൊരാൾ അന്വേഷിക്കുന്നുണ്ടാവാം എന്ന ചിന്തയൊന്നും ഇല്ലാതിരുന്നതിനാലാവാം സാൻഡ് സെലെപ് ഈ കാര്യത്തിനു വലിയ പ്രാധാന്യം കൊടുത്തില്ല. അവിടെയുള്ള സഹോദരന്മാർ തന്നെ തിരിച്ചറിയാൻ ഇടവരുത്താതെ കിട്ടിയ വിവരങ്ങൾ മന്ത്രിമുഖ്യനെ ചെന്ന് അറിയിക്കണം എന്ന് മാത്ര മായിരുന്നു സാൻഡിയുടെ മനസ്സിലിരുപ്പ്. തന്റെ രൂപം ഫാൽക്കോയു ടേതുപോലെ ആക്കിയത് ഒരു ശരിയായ തീരുമാനം ആയിരുന്നുവോ എന്ന സന്ദേഹം സാൻഡിക്ക് തോന്നിത്തുടങ്ങിയിരുന്നു.

സാൻഡി സെലെപ് ചെയ്തതിനു വിരുദ്ധമായി മൂന്ന് ചന്ദ്രന്മാരുടെ സംഘ ത്തിലെ ലെഫ്റ്റനന്റ് ഒസ്മാൻ ഒടുവിൽ ഫാൽക്കോയെ കണ്ടത് എവിടെ യാണ് എന്ന് കണ്ടെത്തി. ബെസിക്താസ് സത്രത്തിലെ സൽമാൻ സഹോ ദരനോടും കവി നഹിഫി ദെദെയോടും ദീർഘമായ സംഭാഷണങ്ങളിലൂടെ ഫാൽക്കോ കടന്നുവന്ന വഴികൾ ഒസ്മാൻ മനസ്സിലാക്കി. താൻ ഫാൽക്കോയോടോത്തു മുറി പങ്കിട്ടിരുന്നു എന്നും സത്രം വിട്ട സമയത്ത് തന്റെ ഇറാനിയൻ വസ്ത്രങ്ങൾ ഓർമ്മയ്ക്കായി ഫാൽക്കോ കൊണ്ടു പോയി എന്നും സൽമാൻ സഹോദരൻ വെളിപ്പെടുത്തി. ഒരു ഡെർവീഷ് സത്രത്തിൽ ഒളിച്ചിരിക്കുകയും ഒരു ഇറാൻകാരന് ഡെർവീഷിന്റെ

രൂപത്തിൽ അലഞ്ഞു തിരിയുകയും ചെയ്ത അഹമദ് രാജകുമാരൻ എത്ര ബുദ്ധിമാനാണ് എന്ന് ഒസ്മാൻ ചിന്തിക്കാതിരുന്നില്ല. മെവ് ലെവി മാരോടുള്ള ഇഷ്ടം നിമിത്തം അവർക്ക് തോന്നുന്നതുപോലെ ഇസ്താം ബൂളിൽ അലഞ്ഞു തിരിയാനുള്ള സ്വാതന്ത്ര്യം സുൽത്താൻ അഹമദ് മൂന്നാമൻ നൽകിയിരുന്ന കാര്യം ഒസ്മാൻ ഓർമ്മിച്ചു.

അതിനുശേഷം ഒസ്മാൻ ഗെഡികുപാസ സത്രത്തിലാണ് അന്വേ ഷിച്ചത്. അവിടെ നിന്ന് ഫാൽക്കോയുടെ സ്വഭാവത്തിന്റെ മറ്റൊരു വശവും അയാൾക്ക് മനസ്സിലായി. സത്രത്തിലെ അന്തേവാസികൾക്ക് ഫാൽക്കോയെപ്പറ്റി വളരെയധികം മതിപ്പുണ്ടായിരുന്നു എങ്കിലും അവൻ എവിടെ നിന്ന് വന്നു എന്നോ എവിടേക്ക് പോയി എന്നോ അവർക്കാർക്കും അറിവുണ്ടായിരുന്നില്ല. അതൊരു സത്രമാണ്. അവിടെ ആരും മറ്റൊരാ ളിന്റെ ഭൂതകാലത്തെക്കുറിച്ചു ചികയാൻ ശ്രമിച്ചിരുന്നില്ല. ഗോൾഡൻ ഹോണിനു സമീപത്തുള്ള ഫാൽക്കോയുടെ ബാല്യകാല സുഹൃത്തു ക്കളെ കാണാനാണ് ഉസ്മാൻ അവസാനമായി പോയത്. അവൻ ഒരു ഉത്തരവാദിത്വമില്ലാത്ത വിനോദശീലനായിരുന്നു എന്നും എവിടേക്കോ ഒരു ദിവസം അപ്രത്യക്ഷനായി എന്നുമല്ലാതെ അവർക്കും ഫാൽക്കോയെ പ്പറ്റി ഒരറിവും ഉണ്ടായിരുന്നില്ല.

ലെഫ്റ്റനന്റ് ഒസ്മാനും സാൻഡി സെലെപ്പും അവരവരുടേതായ അന്വേഷണങ്ങൾ നടത്തുകയാണെങ്കിലും തങ്ങൾ മാത്രമല്ല അഹമദ് രാജകുമാരനായി തിരച്ചിൽ നടത്തുന്നത് എന്ന് അവർ പെട്ടെന്നുതന്നെ മനസ്സിലാക്കി. മറ്റേയാൾ ആരാണ് എന്ന് മനസ്സിലായില്ല എങ്കിലും രണ്ടു പേരും വളരെ ശ്രദ്ധയോടെ മുന്നോട്ടുനീങ്ങാൻ തുടങ്ങി. എതിരാളിക്ക് മുൻപേ ലക്ഷ്യത്തിലെത്തണം എന്നായിരുന്നു അവരുടെ മനസ്സിലിരുപ്പ്.

അഹമദ് രാജകുമാരൻ മന്ത്രിമുഖ്യന്റെ കൊട്ടാരത്തിലാണ് താമസി ക്കുന്നത് എന്ന് മനസ്സിലാക്കിയപ്പോൾ എത്ര അപകടകരമായ ഒരു കളി യിലാണ് താൻ ഇടപെട്ടത് എന്നോർത്ത് ഒസ്മാൻ ഭയന്നു പോയി. മന്ത്രി മുഖ്യൻ ഇബ്രാഹിം പാഷ സുൽത്താന്റെ മരുമകൻ മാത്രമല്ല, ആഭ്യന്തര കാര്യങ്ങൾ മുഴുവൻ ഒറ്റയ്ക്ക് കൈകാര്യം ചെയ്യുന്ന വിദഗ്ധനായ നയ തന്ത്രജ്ഞനാണ്. ഒരു രാജകുമാരൻ കൊട്ടാരത്തിൽ തന്നെയാണ് പാർക്കേണ്ടത്. പക്ഷേ അഹമദ് രാജകുമാരൻ ഇബ്രാഹിം പാഷയുടെ കൊട്ടാരത്തിൽ ഒളിച്ചു താമസിക്കുന്നതിന്റെ പിന്നിൽ എന്തോ വലിയ രഹസ്യം ഉണ്ടെന്ന് ഒസ്മാന് തോന്നി. സുൽത്താനോടുള്ള കൂറ് നിമിത്തം ഇബ്രാഹിം പാഷ ഇനി അഹമദ് രാജകുമാരനെ തന്റെ കൊട്ടാരത്തിൽ വീട്ടുതടങ്കലിൽ പാർപ്പിച്ചിരിക്കുകയാണോ എന്ന് അയാൾക്ക് സംശയം തോന്നാതിരുന്നില്ല. അതോ മന്ത്രിമുഖ്യൻ സുൽത്താനെതിരെ ഉപയോ ഗിക്കാൻ പറ്റിയ ഒരു ആയുധമായിട്ടാണോ രാജകുമാരനെ ഒളിപ്പിച്ചു വച്ചിരി ക്കുന്നത്? അഹമദ് രാജകുമാരന്റെ തല വെട്ടിക്കൊണ്ട് വരണം എന്ന്

സുൽത്താൻ തന്നോട് ആവശ്യപ്പെട്ടിരിക്കുന്ന അവസ്ഥയിൽ അദ്ദേഹത്തിന് ഈ രഹസ്യം അറിയാം എന്ന് ഒസ്മാന് തോന്നിയില്ല. അതോ ഇനി അറിഞ്ഞുകൂടാ എന്ന് നടിക്കുകയാണോ? അങ്ങനെയാണെങ്കിൽ ഈ ജോലി ഏല്പിക്കുന്ന സമയത്ത് സുൽത്താൻ ഈ വിവരങ്ങൾ പറയേണ്ടതല്ലേ? ഒസ്മാന് ഒട്ടും മനസ്സിലാകാതിരുന്നത് എന്താണ് ഈ രാജകുമാരൻ കൊട്ടാരത്തിനു വെളിയിൽ തിരഞ്ഞു നടക്കുന്നത് എന്നായിരുന്നു. ഇത്രയുംനാൾ സുൽത്താൻ ഇയാളെ വധിക്കാതിരുന്നത് എന്തുകൊണ്ടാണ്? സുൽത്താൻ മുസ്തഫ രണ്ടാമന്റെ അജ്ഞാതനായ പുത്രൻ ജീവിച്ചിരുന്നാൽ ആർക്കാണ് ലാഭം? മന്ത്രിമുഖ്യനാണോ? ഇതൊരു കെണിയാണോ? നഗരത്തിൽ ഉരുത്തിരിയുന്ന കലാപവുമായി ഇതിനു എന്തെങ്കിലും ബന്ധമുണ്ടോ? പട്ടാളക്കാരുടെ വിപ്ലവ മുന്നേറ്റങ്ങളെ ലെഫ്റ്റനന്റ് ഒസ്മാൻ വളരെ നാളായി നിരീക്ഷിക്കുന്നുണ്ടായിരുന്നു. അഹമദ് രാജകുമാരൻ അതിന്റെ ഭാഗമാണോ? നഗരവാസികൾക്ക് അഹമദ് രാജകുമാരനെപ്പറ്റി അങ്ങനെ പദ്ധതികൾ ഉണ്ടെങ്കിൽ അദ്ദേഹത്തെ വധിക്കാനുള്ള തീരുമാനം പുനഃപരിശോധിക്കേണ്ടതല്ലേ? സ്വാഭാവികമായും ഒസ്മാന് രാജകുമാരന്റെ തലയുമായി തിരിച്ചു ചെല്ലണം എന്നാജ്ഞാപിച്ച സുൽത്താനോടു ഇത്തരം ചോദ്യങ്ങൾ ചോദിക്കാനുള്ള ധൈര്യം ഉണ്ടായിരുന്നില്ല.

ഇത്രയൊക്കെ സംശയങ്ങൾ മനസ്സിൽ ഉരുത്തിരിഞ്ഞുവെങ്കിലും ഏറ്റവും പ്രധാനപ്പെട്ട ഒരു ചോദ്യം ഒസ്മാൻ ഒരിക്കൽ പോലും സ്വയം ചോദിച്ചില്ല. ഫാൽക്കോയ്ക്ക് താൻ രാജകുമാരനാണ് എന്ന കാര്യം അറിയാമോ?

ഫാൽക്കോയുടെ ലോകത്ത് കടന്നുകയറി അവനെതിരെയുള്ള തെളിവുകൾ ശേഖരിക്കാനും അവനെ പിടിക്കാനുമൊക്കെകൂടിയാണ് സാൻഡി സെലെപ് തന്റെ മുഖത്തിനു വ്യത്യാസം വരുത്തിയത്. വളരെ പ്രയോജനകരമായ ഒരു തന്ത്രമായിരുന്നു അത്. ഫാൽക്കോയാണ് എന്ന് തെറ്റിദ്ധരിച്ച് ആളുകൾ സാൻഡിയോട് മനസ്സ് തുറന്നു സംസാരിച്ചതുമൂലം അവനു തീരെ പ്രതീക്ഷിക്കാത്ത ധാരാളം സൂചനകൾ ലഭിച്ചു. എന്നിട്ടും സാൻഡിയുടെ മനസ്സ് ശാന്തമായില്ല. മറ്റാരോ കൂടി അഹമദ് രാജകുമാരനെ തിരയുന്നുണ്ട് എന്ന സത്യം അവന്റെ മനസ്സിൽ വലിയൊരു ഭാരമായി. തന്റെ രൂപം മാറ്റുക വഴി അങ്ങേയറ്റം അപകടകരമായ അവസ്ഥയിലേക്ക് സ്വയം തള്ളിയിടുകയാണ് എന്ന് സാൻഡിക്ക് നല്ല ബോധ്യമുണ്ടായിരുന്നു. ഓരോ ദിവസം കഴിയുന്തോറും തന്റെ പ്രതിരൂപത്തെ കൊല്ലാൻ ആരോ എവിടെയോ പതുങ്ങിയിരിക്കുന്നു എന്ന ഭയം നിമിത്തം ജോലിയിൽ ശ്രദ്ധിക്കുക അവനെ സംബന്ധിച്ചിടത്തോളം അസാധ്യമായി തീർന്നു. ഈ ദൗത്യം ഏറ്റെടുത്തപ്പോൾ സ്വയം ഇരയായി മാറുക എന്ന സാധ്യതയെപ്പറ്റി സാൻഡി ചിന്തിച്ചതുപോലുമില്ലായിരുന്നു.

രണ്ടു ദിവസം മുൻപ് ഫാൽക്കൊയെ ദൂരെ നിന്ന് കാണാൻ അവസരം കൂടി കിട്ടിയതോടെ അവന്റെ അസ്വസ്ഥത വർദ്ധിച്ചു. ആ ഹംഗറിക്കാരൻ വൈദ്യൻ ഒന്നാന്തരമായി പണിയെടുത്തിട്ടുണ്ട് എന്ന് അവന് അതോടെ ബോധ്യമായി. അവന്റെ പുനർനിർമ്മിച്ച മൂക്കും പുരികക്കൊടികളും ഫാൽക്കോയുടെത് പോലെ തന്നെയായിരുന്നു. സാൻഡിയുടെ മുഖത്തെ മറ്റു ഭാഗങ്ങൾ താടിമീശയാൽ മറഞ്ഞിരിക്കുന്നതിനാൽ ശ്രദ്ധിച്ചു നോക്കിയില്ലെങ്കിൽ തിരിച്ചറിയാൻ ബുദ്ധിമുട്ടുളവാക്കും വിധം അവർ തമ്മിൽ സാമ്യമുണ്ടായിരുന്നു.

ദിവാൻ റോഡിലൂടെ കുതിരപ്പന്തയ മൈതാനത്തിലേക്ക് തന്റെ ഇര നടന്നു പോകുന്നത് അപ്രതീക്ഷിതമായിട്ടാണ് സാൻഡി കണ്ടത്. ഫാൽക്കോ ഒരു മാന്യനെപോലെ വസ്ത്രധാരണം ചെയ്തിരുന്നുവെങ്കിലും അവന്റെ കൂടെയുണ്ടായിരുന്നത് അലഞ്ഞു തിരിഞ്ഞു നടക്കുന്ന ജാംഗ്ലി വേലിയും പച്ചക്കറിക്കച്ചവടക്കാരൻ മുസ്ലൂ ബേസും ആയിരുന്നു. പത്രോണ ഹലീലിന്റെ സഹായികൾ എന്ന നിലയിൽ സാൻഡി സെലെപ്പിനു ഇവരെ നേരത്തെ തന്നെ അറിയാമായിരുന്നു. ഇത്തരം ആളുകളുമായി ഒരു രാജകുമാരന് എന്താണ് ബന്ധം? അദ്ദേഹം അവരോടൊത്ത് ചേർന്ന് മുഴക്കുന്ന മുദ്രാവാക്യങ്ങൾ കേട്ടാൽ തന്നെ അവർക്ക് മൂന്നു പേർക്കും സുൽത്താനോടും മന്ത്രി മുഖ്യനോടുമുള്ള വെറുപ്പിന്റെ ആഴം മനസ്സിലാവുമായിരുന്നു. എന്തുകൊണ്ട് പാടില്ല? സാൻഡി മനസ്സിലോർത്തു. അദ്ദേഹം ഒരു രാജകുമാരനാണ്. ചക്രവർത്തിയാവണം എന്ന് അത്തരമൊരാൾ ആഗ്രഹിക്കുന്നതിൽ യാതൊരു തെറ്റുമില്ല.

ഈ ചിന്ത മനസ്സിലൂടെ കടന്നുപോയതോടെ സാൻഡി വഴിയിൽ തറഞ്ഞു നിന്നുപോയി. എന്തിനാണ് ഇബ്രാഹിം പാഷ ഈ ജോലി തന്നെ ഏല്പിച്ചത്? താൻ ശരിക്കും എന്തിന്റെ പിറകെയാണ് പായുന്നത്? ജനങ്ങളുടെ ഇപ്പോഴത്തെ മാനസികാവസ്ഥയിൽ മന്ത്രിമുഖ്യനോടുള്ള അടുപ്പം ഇരട്ടത്തലയുള്ള ഒരു വാൾ പോലെ അപകടകരമായിരുന്നു. ഈയിടെയായി നടക്കുന്ന സംഭവവികാസങ്ങൾ കാണിക്കുന്നത് സുൽത്താനോ മന്ത്രിമുഖ്യനോ പഴയതുപോലെ ജനപ്രിയരല്ല എന്നാണ്. ഇറാനിൽ നടന്ന വമ്പൻ പണച്ചെലവും ബാധ്യതയും വരുത്തിവച്ച യുദ്ധം മൂലം ആളുകൾ നരകിക്കുകയായിരുന്നു. തബ്രീസിൽ നിന്ന് വരുന്ന മോശം വാർത്തകളെക്കുറിച്ച് അവർക്ക് ആശങ്കകൾ ഉണ്ടായിരുന്നു. നികുതി ഒരു നിയന്ത്രണവും ഇല്ലാതെ വർദ്ധിപ്പിക്കുന്നതിനെതിരെ വ്യാപാരികൾ ശബ്ദമുയർത്തി തുടങ്ങിയിരുന്നു. വഴിയമ്പലങ്ങളിലും തെരുവുകളിലും കാപ്പിക്കടകളിലും സത്രങ്ങളിലും സ്നാനഘട്ടങ്ങളിലും പ്രതിഷേധത്തിന്റെ സ്വരം അലയടിച്ചു. നിർഭാഗ്യമെന്നു തന്നെ പറയട്ടെ, ഭരണയന്ത്രം തിരിക്കുന്നവർ ഇതൊന്നും തിരിച്ചറിയുന്നുണ്ടായിരുന്നില്ല. സിറാഗൻ കൊട്ടാരത്തിലെ ആഘോഷത്തിമിർപ്പിനിടയിൽ പൊതുജനത്തിന്റെ പരാതികൾക്ക് യാതൊരു സ്ഥാനവും ഉണ്ടായിരുന്നില്ല. ജനങ്ങളുടെ

നിലവിളി ശബ്ദം സദാബാത്തിലെ ആഘോഷങ്ങളിൽ ചെറിയ പയ്യന്മാർ ആണും പെണ്ണും കേട്ട ശബ്ദത്തിൽ ആർത്തു വിളിച്ചുകൊണ്ട് നൃത്തം ചെയ്യുമ്പോഴുള്ള കോലാഹലങ്ങൾക്ക് മേൽ ഒരിക്കൽ പോലും ഉയർന്നില്ല. ഉന്നത ജീവിതനിലവാരം പുലർത്തുന്ന ഭരണവർഗ്ഗം ഒരിക്കൽപ്പോലും സാധാരണ ജനങ്ങളുമായി സമ്പർക്കം പുലർത്താനോ അവരനുഭവിക്കുന്ന കഷ്ടപ്പാടുകൾ മനസ്സിലാക്കാനോ ശ്രമിച്ചില്ല. നഗരത്തിൽ പുകയുന്ന അസ്വസ്ഥതപോലും അവരിലാരും ഇത് വരെ ശ്രദ്ധിച്ചിട്ടില്ല. വിശന്നു വലഞ്ഞ ജനക്കൂട്ടത്തിന്റെ അമർഷം നാൾക്കുനാൾ വർദ്ധിച്ചു വരികയാണ്. വ്യാപാരികൾ വർദ്ധിച്ചു വരുന്ന നികുതി ഭാരം താങ്ങാനാവാതെ കടകൾ അടച്ചുപൂട്ടുകയും രാജ്യത്ത് ക്രമസമാധാനം ഇല്ലാതാവുകയും പട്ടിണിയും പരിവട്ടവും സാധാരണ മനുഷ്യരുടെ ജീവിതം ദുസ്സഹമാക്കുകയും ചെയ്യുന്ന ഈ കാലത്ത് കൊട്ടാരങ്ങളിൽ നടക്കുന്ന ആഘോഷങ്ങളുടെയും സുഖസമൃദ്ധമായ ആർഭാടജീവിതത്തിന്റെയും ഒരു പങ്കു വേണം എന്ന് രാജ്യത്തെ പട്ടിണിപ്പാവങ്ങൾ തീരുമാനിച്ചു കഴിഞ്ഞിരുന്നു.

ആർക്കും എവിടെയും യാതൊരു വിധമായ സുരക്ഷിതത്വവും അനുഭവപ്പെട്ടില്ല. കുറച്ചു ദിവസങ്ങൾക്കു മുൻപാണ് ഒരു കൂട്ടം പട്ടാളക്കാർ ഒരു കൊട്ടാരത്തിൽ അതിക്രമിച്ചു കടക്കുകയും കൊള്ളയടിക്കുകയും സ്ത്രീകളെയും പെൺകുട്ടികളെയും തട്ടിക്കൊണ്ടുപോവുകയും ചെയ്തത്. ആദരവും മാന്യതയുമൊക്കെ എവിടെയോ നഷ്ടപ്പെട്ടു പോയിരിക്കുന്നു. തങ്ങളുടെ വീടുകൾ ആക്രമിക്കപ്പെട്ടാൽ സ്ത്രീകൾക്ക് ഒളിച്ചിരിക്കാൻ പറ്റിയ കിടങ്ങുകൾ പണക്കാർ പൂന്തോട്ടങ്ങളിൽ നിർമ്മിച്ചു തുടങ്ങി. സുൽത്താന്റെ പ്രിയങ്കരരായ അനുയായികളുടെ കൂട്ടത്തിൽ പെടാത്ത നയതന്ത്രജ്ഞർ അസൂയ കൊണ്ട് പുകഞ്ഞു. മതപണ്ഡിതർ ലഘുലേഖകൾ വിതരണം ചെയ്യുമ്പോൾ കിട്ടുന്ന നക്കാപ്പിച്ച കൊണ്ടും ആത്മീയ നേതാക്കൾ പാവപ്പെട്ട അനുയായികൾക്ക് സ്വർഗ്ഗ സങ്കല്പങ്ങൾ വിറ്റ് ജീവിക്കാനും തുടങ്ങി. ഈ ബഹളത്തിനെല്ലാം ഇടയ്ക്ക് അഹമദ് രാജകുമാരൻ കൊല്ലപ്പെടുന്നത് ഒരു നല്ല കാര്യമാണോ? അയാളെ സംരക്ഷിക്കുകയാണ് വേണ്ടത് എന്നാണ് തോന്നുന്നത്. സാൻഡി സെലെപ് തന്റെ ഇരയെ കണ്ടുപിടിച്ചു കഴിഞ്ഞു. ഇനിയെന്താണ് ചെയ്യേണ്ടത്?

സാൻഡി സെലെപ്പിനു മന്ത്രിമുഖ്യന്റെ കൊട്ടാരത്തിലേക്ക് ഓടിച്ചെന്നു താൻ അഹമദ് രാജകുമാരനെ കണ്ടെത്തി എന്ന വിവരം വിളിച്ചു കൂവണം എന്നുണ്ടായിരുന്നു. പക്ഷേ ഫാൽക്കോ അവിടെ ഉണ്ടായിരിക്കുമോ എന്ന് അവനു സംശയം തോന്നി.

ചോദ്യം 51

ഒരു മനുഷ്യന് രണ്ടു വ്യക്തികളായി ത്തീരാൻ സാധിക്കുമോ?

ടുളിപ് ലേലത്തിന്റെ അവസാന നിമിഷങ്ങളിൽ ഉണ്ടായ ബഹളത്തിനിടയ്ക്ക് ഉദ്യാനസംഘത്തിന്റെ മേലധികാരിയുടെ മുന്നിലിരുന്ന ചെടിച്ചട്ടിയുടെ ആവരണം മാറും മുൻപ് നിയമപാലകരുടെ തലവൻ അത് തട്ടിയെടുക്കുകയും ജയിൽസൂക്ഷിപ്പുകാരനെ ഏല്പിക്കുകയും ചെയ്യുന്നത് ഫാൽക്കോ ശ്രദ്ധിച്ചു. അയാൾ അത് ഒരു ഭടന് കൈമാറി. ഓടിപ്പോകുന്ന ആ മനുഷ്യന്റെ കൈയിലിരിക്കുന്ന ചട്ടിയിൽ ദുഃഖസ്പർശം ആണോ എന്ന് ഫാൽക്കോയ്ക്ക് മനസ്സിലായില്ലെങ്കിലും സ്ഥാനപതിയുടെ വിശ്രമസ്ഥാനത്തേക്ക് തിരക്കിട്ട് പായുന്ന ജയിൽസൂക്ഷിപ്പുകാരനെ പിന്തുടരാൻ അവന് അതൊരു പുതിയ കാരണമായി.

നാനൂറു വർഷങ്ങളായി ഈ ആഡംബര പൂർണ്ണമായ അതിഥിമന്ദിരത്തിലായിരുന്നു ഓട്ടോമാൻ സാമ്രാജ്യത്തിന്റെ ആസ്ഥാനം സന്ദർശിക്കുന്ന എല്ലാ സ്ഥാനപതികളും താമസിച്ചിരുന്നത്. ദിവാൻ റോഡിലെ കോഴിച്ചന്തയ്ക്ക് അടുത്തായിരുന്നു കല്ലുകൊണ്ട് നിർമ്മിച്ച അതിസുന്ദരമായ ആ കെട്ടിടം സ്ഥിതി ചെയ്തിരുന്നത്. രാജപ്രൗഢി തികഞ്ഞ കുതിരകളായിരുന്നു അതിഥി മന്ദിരത്തിന്റെ താഴത്തെ നിലയിലുള്ള ലായങ്ങൾ നിറയെ. മുകളിലെ നിലയിലെ മുറികളുടെ ഭിത്തികളിൽ അവിടം സന്ദർശിച്ച വ്യക്തികൾ പറഞ്ഞിട്ടുള്ള മഹദ്വചനങ്ങൾ കൊണ്ട് അലങ്കരിച്ചിരുന്നു. വിദേശികളായ സ്ഥാനപതികളെ കൂടാതെ ധനികരായ ടുളിപ് കച്ചവടക്കാരും തോട്ടമുടമകളും അവിടെ താമസിക്കാറുണ്ടായിരുന്നു.

നാളെ തിരിച്ചു വന്ന് ഈ സ്ഥലം നന്നായി പരിശോധിക്കേണ്ടിയിരിക്കുന്നു. ഫാൽക്കോ സ്വയം പറഞ്ഞു.

അടുത്ത ദിവസം രാവിലെ ഫാൽക്കോ നേരത്തെ എഴുന്നേറ്റു. രാവിലെ തന്നെ അവൻ ഹാഫിസ് സെലെബിയെ സമാശ്വസിപ്പിക്കാനായി ദുഃഖസ്പർശം ജയിൽസൂക്ഷിപ്പുകാരന്റെ കൈകളിൽ തന്നെയുണ്ട് എന്ന് ധൈര്യപ്പെടുത്തി. പൂക്കളുടെ നിറം സംരക്ഷിക്കാനായി ടുളിപ്പുകളുടെ മുകളിലൂടെ വെളുത്ത മസ്ലിൻ വിരിച്ചുകൊണ്ടിരുന്ന പണിക്കാരെ നോക്കി തലയാട്ടിയ ശേഷം അവൻ സ്ഥാനപതികളുടെ വിശ്രമാലയത്തിലേക്ക് കുതിരയോടിച്ച് പോയി.

വിവിധ നാടുകളിൽ നിന്ന് വന്ന അതിഥികൾ അവരവരുടെ ഭാഷകളിൽ സംസാരിച്ചു കൊണ്ട് നീണ്ട പൈപ്പുകളും വലിച്ചുകൊണ്ട് നടുമുറ്റത്തുള്ള ഒരു കിണറിനു ചുറ്റും കൂടി നില്പുണ്ടായിരുന്നു. ഇറാനിൽ നിന്ന് വന്ന ഒരു ടുളിപ് കച്ചവടക്കാരൻ എന്ന് സ്വയം പരിചയപ്പെടുത്തിയ ശേഷം അവരുടെ കൂടെക്കൂടിയ ഫാൽക്കോ എവിടെ നിന്നൊക്കെയോ എത്തിച്ചേർന്ന അപരിചിതരുടെ സംഭാഷണം ഇത്രയും രസകരമായിരിക്കും എന്ന് ഒരിക്കലും കരുതിയിരുന്നില്ല. വെറുതെയല്ല അറിവും വിവരവുമുള്ള ഇസ്താംബൂളിലെ കച്ചവടക്കാർ ഇവിടെ സമയം ചെലവഴിക്കാൻ ഇത്രയേറെ ഇഷ്ടപ്പെടുന്നത് എന്ന് ഫാൽക്കോ കരുതി. യാത്രകൾ മനസ്സ് കൂടുതൽ വിശാലമാക്കും എന്ന പഴഞ്ചൊല്ല് എത്ര ശരിയാണെന്നതിനു ഇവിടുത്തെ അന്തരീക്ഷം ഒരു നല്ല തെളിവാണ്. ചില മനുഷ്യർ കസേരയിൽ ഇരുന്ന് ഊർജ്ജസ്വലതയോടെ ഒരു കപ്പു കാപ്പി ആവശ്യപ്പെടുമ്പോൾ തന്നെ അയാളുടെ ഭാഷപോലും മനസ്സിലാകാത്തവർ താത്പര്യത്തോടെ നോക്കുന്നതു കാണാം.

“ആത്മാക്കളെ തൊട്ടുണർത്തുന്ന ലയർ എന്നൊരു തന്ത്രിവാദ്യമുണ്ട്.” അതിൽ ഒരാൾ പറഞ്ഞു. “എല്ലാ തരം ശബ്ദങ്ങളും അതിൽ ഉണ്ടാക്കാൻ കഴിയും. വെറും മണ്ണുകൊണ്ട് ആദത്തിന്റെ ആത്മാവ് സൃഷ്ടിക്കാൻ ദൈവം ആഗ്രഹിച്ചില്ല. ആദത്തിന്റെ ശരീരത്തിലേക്ക് ആത്മാവ് കടത്തിവിടും മുൻപ് അതിനെ ഉന്മത്തനാക്കാനായി ലയറിന്റെ സംഗീതം ദൈവം സൃഷ്ടിക്കുകയും ഏദൻ തോട്ടത്തിലേക്ക് അയയ്ക്കുകയും ചെയ്തു. അതുകൊണ്ടാണ് സംഗീതം ആത്മാവിന്റെ ഭക്ഷണമായി ത്തീരുകയും ജീവജാലങ്ങളെയെല്ലാം സന്തുഷ്ടരാക്കുകയും ചെയ്യുന്നത്.”

“സംഗീതം നമ്മുടെ ഹൃദയങ്ങൾക്ക് ആനന്ദം പകരുകയും ചഞ്ചലമായ ലോകത്തിനു നിഷ്കപടമായ ആഹ്ലാദം നൽകുകയും ചെയ്യുന്നു.” മറ്റൊരാൾ വിശദീകരിച്ചു.

“വളരെ ശരിയാണ്, എന്റെ പ്രിയങ്കരനായ കവീ”, അയാളെ നിഷ്പ്രഭനാക്കരുത് എന്ന കരുതലോടെ മറ്റൊരാൾ അഭിപ്രായപ്പെട്ടു. സോളമൻ ചക്രവർത്തിയുടെ കാലത്ത് പൈതഗോറസ് കണ്ടുപിടിക്കുകയും ഷേബയിലെ റാണിയായ ബൽക്കീസിന്റെ വിവാഹരാത്രിയിൽ വായിക്കുകയും ചെയ്ത നെയ്യും തംബോറുമാണ് ആദ്യത്തെ സംഗീതോപകരണങ്ങൾ. യേശുക്രിസ്തുവിന്റെ സമയത്ത് തന്നെ ഹാർമോണിക്ക കണ്ടു പിടിച്ചിരുന്നു.”

അവിടെയുണ്ടായിരുന്ന എല്ലാവർക്കും താത്പര്യമുളവാക്കുന്ന കഥകളും വസ്തുതകളും പങ്കു വയ്ക്കാനുണ്ടായിരുന്നു. തങ്ങളുടെ രസകരമായ ജീവിതത്തെപ്പറ്റി വിശ്രമാലയത്തിലെ അതിഥികൾ സംസാരിക്കുന്നത് കേൾക്കാനായി അവിടെ പോകുന്നത് ഒരു ആചാരമായി മാറിക്കഴിഞ്ഞിരുന്നു. അന്തരിച്ച എവ്‌ലിയാ സെലെബി തന്റെ യാത്രാവിവരണങ്ങൾ

എഴുതാൻ ഇവിടെ വരുന്ന യാത്രികരുടെ അനുഭവങ്ങളെ ആശ്രയിച്ചിരുന്നു. അദ്ദേഹം ധാരാളം നല്ല കഥകൾ പ്രസിദ്ധീകരിച്ചു എന്നതിൽ യാതൊരു സംശയവും വേണ്ട. ഏത് ഭാഷയിലുള്ള കഥയോ വിവരണമോ ആവട്ടെ, അത് പരിഭാഷപ്പെടുത്താനും നാടോടി നാടകങ്ങളിലെന്ന പോലെ മുഖ ഭാവങ്ങളും കൈയാംഗ്യങ്ങളും ഇടകലർത്തി രസകരമായി പറഞ്ഞു ഫലിപ്പിക്കാനും കഴിവുള്ളവർ എപ്പോഴും അവിടെയുണ്ടാകുമായിരുന്നു. ഉദാഹരണത്തിന് യെമനിൽ നിന്ന് വന്ന ഒരു വ്യാപാരി ഒരിക്കൽ സംസാരി ക്കാൻ തുടങ്ങി. ഉന്നത വിദ്യാഭ്യാസം നേടുകയും വിദേശ കാര്യാലയ ങ്ങളിലെ വ്യാഖ്യാതാക്കൾക്ക് പരിശീലനം നൽകുകയും ചെയ്യുന്ന സതി ഹലിഫെ ഉടൻ തന്നെ അറബ് ഭാഷയിലെ ആ സംഭാഷണം അവിടെ യുണ്ടായിരുന്ന ഓരോ വാക്കുകളായി പരിഭാഷപ്പെടുത്തി ശ്രോതാക്കളെ രസിപ്പിക്കുകയും ചെയ്തു. സതി ഹലിഫെയുടെ മുഖഭാവങ്ങളും ആംഗ്യ ങ്ങളും കണ്ടാൽ അദ്ദേഹത്തിന്റെ സ്വന്തം അനുഭവം വിശദീകരിക്കുക യാണ് എന്നേ തോന്നുമായിരുന്നുള്ളൂ.

ഇതെല്ലാം ആസ്വദിക്കുമ്പോൾ തന്നെ ഫാൽക്കോയുടെ കണ്ണുകൾ ചുറ്റും പരതുന്നുണ്ടായിരുന്നു. പെട്ടെന്ന് രണ്ടാം നിലയിലെ തൂണുകൾക്ക് അടുത്തുനിന്ന് രണ്ടു പേർ വാദപ്രതിവാദം നടത്തുന്നത് അവൻ കണ്ടു. തനിക്കു തെറ്റ് പറ്റിയതല്ല എന്ന് ഉറപ്പു വരുത്താനായി അവൻ വീണ്ടും വീണ്ടും നോക്കി. അതിലൊരാൾ പിറ്റ്ജാൻ ആയിരുന്നു. അയാൾ ഒരു ആമയെ പിടിച്ചുകൊണ്ട് മറ്റെയാൾക്ക് ഒരു സഞ്ചി നാണയങ്ങൾ നൽകുക യായിരുന്നു. അപ്പോൾ അയാൾ ഫ്ളാൻഡേഴ്സിലേക്ക് പോയില്ല എന്ന് ചുരുക്കം. പിറ്റ്ജാൻ അപ്രത്യക്ഷമായതിൽ പിന്നെ ഏറ്റവും വേഗതയുള്ള കപ്പലിൽ സഞ്ചരിച്ചാൽ പോലും ഫ്ളാൻഡേഴ്സിൽ പോയി തിരിച്ചു വരാനുള്ള സമയം ആയിട്ടില്ല. അയാൾ സംസാരിക്കുന്ന മനുഷ്യനും പിറ്റ് ജാനിനെ പോലെ വെളുത്ത് ഉയരമുള്ള ഒരാളാണ്. ചിലപ്പോൾ അവർ ഒരേ നാട്ടുകാർ ആയിരിക്കും. അവർ സംസാരിക്കുന്നത് ഏതോ വിദേശ ഭാഷ ആയതിനാൽ ഫാൽക്കോയ്ക്ക് ഒന്നും മനസ്സിലായില്ല. അതവരുടെ മാതൃഭാഷ തന്നെയാവും എന്ന് അവനു തോന്നി. അവൻ അവിടെ തന്നെ നിന്ന് അവരെ ശ്രദ്ധിച്ചു.

അധികം കഴിയും മുൻപ് വളരെ നന്നായി വസ്ത്രധാരണം ചെയ്ത മറ്റൊരു വിദേശി അവരോടൊപ്പം ചേർന്നു. പിറ്റ്ജാനും സുഹൃത്തും പുതിയതായി വന്ന ആളിനെ വളരെ ബഹുമാനത്തോടെ കുനിഞ്ഞു വന്ദിച്ചു. വളരെ പ്രമുഖനായ ഒരാളാണ് അതെന്നു തീർച്ചയാണ്. ചില പ്പോൾ അയാൾ ഒരു ആത്മീയ നേതാവോ ഉയർന്ന ഉദ്യോഗസ്ഥനോ നയതന്ത്രജ്ഞനോ ആവാം. അടിമകളെ കടത്തുന്ന കപ്പലുകളോ രാജ കീയനൗകകളോ ഒഴിച്ചുള്ള എല്ലാ ഫ്ളെമിഷ് വ്യാപാരക്കപ്പലുകളും ഗോൾഡൻ ഹോണിന്റെ മുഖത്തു നങ്കൂരമിടുക പതിവായിരുന്നു. ആ കെട്ടിടത്തിന്റെ നടുമുറ്റത്തിനു അടുത്തുനിൽക്കുന്ന കുതിരകളെ

ഫാൽക്കോ സസൂക്ഷ്മം വീക്ഷിച്ചു. പക്ഷേ, അതിലൊന്ന് പോലും ഇയാളുടെ കുതിരയാണെന്ന് അവനു തോന്നിയില്ല. അതിനർത്ഥം അയാളുടെ കുതിരകൾ ലായത്തിലാണെന്നും അയാൾ അവിടുത്തെ താമസക്കാരൻ ആണെന്നുമാണ്. അങ്ങനെയാണെങ്കിൽ ഈ പിറ്റ്ജാൻ അയാളുമായി എന്തിനാണ് വില പേശുന്നത്? ഹാഫിസ് സെലെബിയുടെ വീട്ടിൽ നിന്ന് പിറ്റ്ജാനിനെ ബലം പ്രയോഗിച്ചു പിടിച്ചുകൊണ്ട് പോയ യാതൊരു ലക്ഷണവും ഉണ്ടായിരുന്നില്ല. എന്തിനാണ് അയാൾ അവിടെനിന്ന് ഒളിച്ചോടിയത്? അയാളുടെ കൈയിലിരിക്കുന്ന ആമ ഹാഫിസ് സെലെബിയുടെത് ആണോ? ആണെങ്കിൽ പിറ്റ്ജാൻ അതുകൊണ്ട് എന്താണ് ചെയ്യുന്നത്? അയാൾ ഒരിക്കലും ആമ വ്യാപാരം ചെയ്യുകയില്ല എന്ന് ഉറപ്പാണ്. എന്താണ് സംഭവിക്കുന്നത്?

പെട്ടെന്ന് എല്ലാവരുടെയും ശ്രദ്ധ തിരിച്ചുകൊണ്ട് നടുമുറ്റത്തേക്ക് തുറക്കുന്ന വാതിലുകൾ ഉള്ള ലായങ്ങളിൽ ഒന്നിൽനിന്ന് കഴുത്ത് ഞെരിയുമ്പോഴെന്ന പോലെ ഒരു നിലവിളി കേട്ടു. ഒരു മനുഷ്യൻ തറയിലേക്കു പിടഞ്ഞുവീഴുകയും മൂലയിലെ പുൽത്തൊട്ടിയിൽനിന്ന് എന്തോ ചവച്ചുകൊണ്ട് നിന്ന ഒരു കുതിര പിറകിലേക്ക് മാറിയ ശേഷം മിന്നൽ വേഗത്തിൽ വാതിലിനു നേരെ കുതിച്ചു ചാടുകയും ചെയ്തു. കറുത്ത ബുർഖയും മൂടുപടവും അണിഞ്ഞ ആരോ ഒരാൾ കുതിരയുടെ കഴുത്തിൽ പിടിച്ചുകൊണ്ട് അതിന്റെ പുറത്തേക്ക് ചാടിക്കയറി വളരെ വേഗത്തിൽ ഓടിച്ചു പോയി. ഇതെല്ലാം ഒരു നിമിഷത്തിനുള്ളിൽ കഴിഞ്ഞു. കുതിരപ്പുറത്തേറി പോയത് പുരുഷനാണോ സ്ത്രീയാണോ എന്നുപോലും തിരിച്ചറിയാൻ ആർക്കും കഴിഞ്ഞില്ല. അവിടെ കൂടി നിന്നവരെല്ലാം വിദേശികളായിരുന്നു. അവർ ഇതെല്ലാം കണ്ടു അന്തംവിട്ടു നിന്നതേയുള്ളൂ. കണ്ണുചിമ്മും മുൻപ് കുതിരയും സവാരിക്കാരനും അപ്രത്യക്ഷമായി. അതിഥികൾ എല്ലാം താഴെ വീണ മനുഷ്യന്റെ ചുറ്റും ഓടിക്കൂടി. ഒരു കൈയിൽ ഊരിപ്പിടിച്ച കഠാരയുമായി കിടന്നിരുന്ന അയാളുടെ മറ്റേ കൈയിൽ നിന്ന് ചോരയൊലിക്കുന്നുണ്ടായിരുന്നു. ആ കത്തി ആരുടെയോ ശരീരത്ത് ആഴ്ത്താനായി ഊരിയതാണ് എന്ന് വ്യക്തം.

ആ മനുഷ്യൻ എഴുന്നേറ്റു നിന്നപ്പോൾ ഫാൽക്കോയ്ക്ക് തന്റെ കണ്ണുകളെ വിശ്വസിക്കാൻ കഴിഞ്ഞില്ല. അവൻ വല്ലാതെ ഭയന്നു പോയി. താൻ കണ്ണാടിയിൽ നോക്കിയത് പോലെയാണ് അവന് അനുഭവപ്പെട്ടത്. കണ്ണുകളും പുരികങ്ങളും മുടിയും താടിമീശയും എല്ലാം അതുപോലെ തന്നെ. ഫാൽക്കോയ്ക്ക് ബോധം നഷ്ടപ്പെടുന്നതു പോലെ തോന്നി. സ്വയം കണ്ടുമുട്ടുക സാധ്യമാണോ? ഭ്രാന്തു പിടിക്കുകയാണോ എന്ന് സംശയം തോന്നിയ അവൻ സ്വന്തം കൈയിൽ മുറിവൊന്നും പറ്റിയിട്ടില്ല എന്ന് ഉറപ്പു വരുത്തി. തന്റെ തത്സ്വരൂപമായ ഈ മനുഷ്യനോടു സംസാരിച്ച് എന്താണ് സംഭവിക്കുന്നത് എന്ന് ഉറപ്പു വരുത്തണം എന്ന് കരുതിയതും മുറിവേറ്റ അവന്റെ രൂപം മറ്റൊരു കുതിരപ്പുറത്തു ചാടിക്കയറി പാഞ്ഞു

പോയി. അതിഥികൾ എല്ലാം ഫാൽക്കോയെ നോക്കി അതിശയരൂപേണ അവരവരുടെ ഭാഷയിൽ അടക്കിപ്പിടിച്ചു സംസാരിക്കാൻ തുടങ്ങി. ഒരേ രൂപമുള്ള ഇരട്ടകളെക്കാൾ സാമ്യം അവർ തമ്മിൽ ഉണ്ടെന്ന് ഈ സംഭവങ്ങൾ കണ്ടവർ പരസ്പരം പറയുന്നത് അവനു കേൾക്കാമായിരുന്നു. ഫാൽക്കോയ്ക്ക് എന്ത് ചെയ്യണം എന്ന് കുറച്ചു നേരത്തേക്ക് മനസ്സിലായില്ല. എത്രയും പെട്ടെന്ന് അവിടെ നിന്ന് സ്ഥലം വിടാൻ തീരുമാനിച്ച ശേഷം അവൻ പിറ്റ് ജാനിനെ അയാൾ നിന്ന സ്ഥലത്ത് തിരഞ്ഞു. പക്ഷേ അയാളും അപ്രത്യക്ഷനായിരുന്നു.

നടക്കാൻ തുടങ്ങിയപ്പോൾ ഫാൽക്കോയുടെ കാലുകൾ വിറയ്ക്കുന്നുണ്ടായിരുന്നു. പക്ഷേ അത് ഭയം മൂലമായിരുന്നില്ല, മറിച്ച് അവന്റെ മനസ്സിൽ കിടന്നുരുളുന്ന നൂറുകണക്കിന് ചോദ്യങ്ങൾ നിമിത്തമായിരുന്നു. താൻ ഇപ്പോൾ കണ്ട ആ മനുഷ്യൻ ആരാണ്? കുതിരപ്പുറത്തു കയറി രക്ഷപ്പെട്ട കറുത്ത ബുർഖ ധരിച്ച വ്യക്തി ആരായിരുന്നു? പിറ്റ്ജാൻ അവിടെ എന്താണ് ചെയ്യുന്നത്? എന്തിനാണ് ഹംഗറിക്കാരൻ വൈദ്യൻ ഫാൽക്കോയെ ആ കൈ മുറിഞ്ഞ മനുഷ്യന്റെ തൽസ്വരൂപമാക്കി മാറ്റിയത്?

അന്ന് രാത്രി യജമാനനെ കാണാതെ ഫാൽക്കോ തന്റെ മുറിയിലേക്ക് തന്നെ നേരെ പോയി. തല നിറയെ ഉത്തരമില്ലാത്ത ചോദ്യങ്ങളുമായി ഉറക്കം വരാതെ അവൻ തിരിഞ്ഞും മറിഞ്ഞും കിടന്നു.

ചോദ്യം 52

കണ്ണുനീരും ദുഖവും കണ്ണുകളിൽ നിന്നാണോ അതോ ഹൃദയത്തിൽ നിന്നാണോ വരുന്നത്?

ടുളിപ് ഉത്സവത്തിന് ശേഷം കരുത്തൻ യെയെയുടെ രോഗം പ്രതികാര വാഞ്ഛയോടെ തിരികെയെത്തി. അവനു വസൂരി ആണെന്ന് സ്ഥിരീകരിച്ച വൈദ്യൻ, യെയെയെ മറ്റുള്ളവരിൽ നിന്ന് അകറ്റി നിർത്താനും നന്നായി വിശ്രമിക്കാനും നിർദ്ദേശിച്ചു. ഹാഫിസ് സെലെബിയെ സംബന്ധിച്ചിടത്തോളം അതൊരു ചീത്ത സമയമായിരുന്നു. പ്രതീക്ഷകളും ആനന്ദവും ജീവിതത്തിൽ നിന്ന് എന്നേക്കുമായി പടിയിറങ്ങിപ്പോയതുപോലെ അദ്ദേഹത്തിന് അനുഭവപ്പെട്ടു. തളർച്ചയും മടുപ്പും മുൻകോപവുമുള്ള ഒരു പുതിയ ഹാഫിസ് സെലെബിയായി അദ്ദേഹം മാറി. കഴിഞ്ഞ ഒരു വർഷം അദ്ദേഹത്തിനു ഹൃദയവേദനയും നഷ്ടങ്ങളും മാത്രമാണ് സമ്മാനിച്ചത്. ആദ്യം യെയെയുടെ തിരോധാനം, പിന്നെ പിറ്റ്ജാനിന്റെ വഞ്ചന, ഇതാ ഇപ്പോൾ ദുഃഖസ്പർശവും.

ശ്രദ്ധയും പരിചരണവും കുറഞ്ഞതു നിമിത്തം പൂന്തോട്ടത്തിലെ ടുളിപ്പുകൾ വാടിക്കൊഴിയാൻ തുടങ്ങിയിരുന്നു. നനഞ്ഞ വെളുത്ത പരുത്തിത്തുണി കൊണ്ട് അവയുടെ നിറം നഷ്ടപ്പെടാതെയിരിക്കാനായി പകൽ സമയം മുഴുവൻ ചെടികളെ പുതപ്പിക്കേണ്ടിയിരുന്നു. കച്ചവടക്കാർ വാങ്ങാനായി വരുന്ന നിമിഷം തന്നെ അവയെ ചട്ടികളിലേക്ക് മാറ്റുകയും വേണം. പക്ഷേ വരുന്നവരിൽ പലരും വാങ്ങാതെ മറ്റു തോട്ടങ്ങളിലേക്ക് പോവുകയാണ് ഉണ്ടായത്. ഹാഫിസ് സെലെബിയുടെ പൂക്കൾ വില്പനയ്ക്ക് തയ്യാറായിരുന്നില്ല, അത് മാത്രമല്ല, പ്രതീക്ഷിച്ചതുപോലെ ഇരുണ്ട നിഗൂഢമായ നിറങ്ങൾ ഇത്തവണ ഹാഫിസ് സെലെബിക്ക് ഉപഭോക്താക്കൾക്ക് സമ്മാനിക്കാനുമായില്ല.

ഹാഫിസ് സെലെബിക്ക് തന്റെ ആമകളിൽ പോലും താത്പര്യം നഷ്ടപ്പെട്ടു. ഒരു വർഷം പണിയെടുത്തത് മുഴുവൻ വെറുതെയായി. പിറ്റ്ജാനിന്റെ തിരോധാനം അദ്ദേഹത്തെ വല്ലാതെ വിഷമിപ്പിച്ചു. അയാൾ അവിടം വിട്ടുപോയതിന് ഒരിക്കലും മാപ്പ് നൽകാനാവില്ല എന്ന് അദ്ദേഹം മനസ്സിലുറപ്പിച്ചു. സാധാരണ ഈ സമയത്ത് ആത്മാക്കളുടെ കിണറും ശ്മശാനവും സന്ദർശിക്കാനെത്തുന്നവരുടെ എണ്ണം വളരെ കൂടുതലായിരുന്നു. എല്ലാ വർഷവും ഹാഫിസ് സെലെബിയും പിറ്റ്ജാനും സന്ദർശകർക്ക് സർബത്തും മറ്റും വിറ്റ് കുറച്ചു പണം ഉണ്ടാക്കാറുണ്ട്. ഇത്തവണ

ഇതിനായി ഉലുദാഗിൽ നിന്ന് മഞ്ഞുകട്ടകൾ വാങ്ങുന്ന കാര്യം പോലും സെലെബി ഓർത്തില്ല. ഇത്തരം കാര്യങ്ങൾ പിറ്റ്ജാൻ വളരെ ശ്രദ്ധയോടെ ചെയ്യാറുണ്ടായിരുന്നു. അയാൾ ഇപ്പോൾ എവിടെയായിരിക്കും?

തന്റെ രോഗക്കിടക്കയിൽ കിടന്ന് ഹാഫിസ് സെലെബിക്കു വേണ്ടിയും പൂന്തോട്ടത്തിനുവേണ്ടിയും യാതൊന്നും ചെയ്യാൻ കഴിയാത്ത നിസ്സഹായാവസ്ഥയിൽ നീറുകയായിരുന്നു യെയെ. അവന് ഇടയ്ക്കിടയ്ക്ക് ചുഴലി രോഗം കൊണ്ടെന്നപോലെ കോച്ചിപ്പിടുത്തവും മനസ്സാന്നിധ്യമില്ലായ്മയും പരിഭ്രാന്തിയും മറ്റുമുണ്ടാകാൻ തുടങ്ങി. ഹാഫിസ് സെലെബി നിശ്ശബ്ദനും ചിന്താഗ്രസ്തനുമായ ഒരു വയസ്സനായി മാറുന്നത് അവനു സഹിക്കാനായില്ല. ഒരു ദിവസം പ്രഭാതത്തിൽ ഹാഫിസ് സെലെബിക്ക് ഒരു സന്ദേശം കൊടുക്കാനെന്ന പോലെ ഉണർന്ന് യെയെ ടുളിപ്പുകൾ നനയ്ക്കാൻ തുടങ്ങി. രണ്ടു മണിക്കൂറുകൾക്കുശേഷം അവൻ പൂന്തോട്ടത്തിലെ അനേകായിരം ടുളിപ്പുകൾക്ക് നടുവിൽ ബോധമറ്റ് വീണു.

“**അ**യ്യോ.. പാവം കുട്ടി! നിങ്ങൾക്ക് അവനെ തെരുവിൽ നിന്ന് കിട്ടിയതാണോ? എത്ര നാളായി അവനു ഈ പനിയുണ്ട്?” ഇയൂപ് ഗ്രാമത്തിലെ കുട്ടികൾക്ക് വസൂരിക്കെതിരെയുള്ള കുത്തിവയ്പ്പുകൾ എടുക്കുന്ന സ്ത്രീ ഉറക്കെ നിലവിളിക്കുന്നത് പോലെ ചോദിച്ചു.

“ഏകദേശം ഇരുപതു ദിവസത്തോളമായിട്ടുണ്ട്.” ഹാഫിസ് സെലെബി പറഞ്ഞു.

“വിറയൽ എപ്പോഴെങ്കിലും നിലച്ചിരുന്നോ?”

“അത് ഒരിക്കലും നിലച്ചില്ല എന്ന് വേണം പറയാൻ. പക്ഷേ രണ്ടാഴ്ച മുൻപ് ഇതിനേക്കാൾ കൂടുതലായിരുന്നു വിറയൽ.”

“നിങ്ങൾ ആ സമയത്തു എവിടെയായിരുന്നു? അവന്റെ കൂടെ ആരെങ്കിലും ഉണ്ടായിരുന്നോ?”

വെയ്സ് ആഗയെയും അദ്ദേഹത്തിന്റെ മകൾ ശെഹ്നാസിനെയും പ്പറ്റി ഹാഫിസ് സെലെബി ഓർത്തു. ആ നിമിഷം യെയെ ദീർഘമായ ഉറക്കത്തിൽ നിന്നുണർന്നതുപോലെ കണ്ണുകൾ ചിമ്മിത്തുറന്നു. തന്റെ നെറ്റി നനഞ്ഞ തുണികൊണ്ട് ഒപ്പുന്ന സ്ത്രീയെ ആണ് കണ്ണു തുറന്നപ്പോൾ അവൻ കണ്ടത്.

“നിന്റെ പുറത്ത് വേദനയുണ്ടോ?” അവൾ ചോദിച്ചു.

“ഉ... ഉണ്ട്.” സംസാരിക്കാൻ പ്രയാസപ്പെട്ടുകൊണ്ട് യെയെ മറുപടി പറഞ്ഞു.

“നിനക്ക് പെട്ടെന്ന് സുഖമാവും എന്ന് നമുക്ക് പ്രതീക്ഷിക്കാം. നിനക്ക് തലവേദനയും മനംപുരട്ടലും അനുഭവപ്പെടുന്നുണ്ടോ? അവർ വീണ്ടും ചോദിച്ചു.

"ഉ... ഉം..."

"കോച്ചിപ്പിടിക്കൽ? നീ ബോധമില്ലാതെ പിച്ചും പേയും പറയുന്നുണ്ടോ?"

"നിങ്ങൾക്ക് എങ്ങനെ ഇതെല്ലാം അറിയാം?"

"ഇതൊക്കെ ഈ രോഗം വികസിക്കുന്ന സമയത്തുണ്ടാകുന്ന ലക്ഷണങ്ങളാണ്. ഏറ്റവും ശക്തനായ ഒരു പുരുഷനെപ്പോലും ജല്പനങ്ങളും കോച്ചിപ്പിടിക്കലുകളുമായി വസൂരി തകർത്തുകളയും.

അവർ അവനോടു പൂക്കളെക്കുറിച്ച് അവർക്ക് അറിയാവുന്നതെല്ലാം പറയാൻ തുടങ്ങി. കൊട്ടാരം വൈദ്യനുപോലും പ്രതിരോധിക്കാനാവാത്ത വിധം ഒരു പകർച്ചവ്യാധി നഗരത്തിൽ പടരുന്നുണ്ടെന്നു അവർ വെളിപ്പെടുത്തി. പ്രതിരോധ മരുന്നുകൾ നൽകുന്ന ഒരു സാധാരണ പരിചാരികയേക്കാൾ അറിവും കഴിവും അവർക്കുണ്ടെന്ന് ആ സംഭാഷണത്തിൽ നിന്ന് വ്യക്തമായിരുന്നു. അവന്റെ രോഗത്തെക്കുറിച്ച് വിശദമായി അവർ യെയെയ്ക്ക് പറഞ്ഞു കൊടുത്തു.

"ഇനി ശരീരത്തിന്റെ ചൂട് കുറയുകയും കുരുക്കൾ പ്രത്യക്ഷപ്പെടുകയും ചെയ്യും. പെട്ടെന്ന് തന്നെ ചികിത്സിച്ചില്ലെങ്കിൽ അതെല്ലാം പൊട്ടി രോഗം വഷളാകാനുള്ള സാധ്യത ഏറെയാണ്. യെയെയുടെ മുഖത്തെ കുരുക്കൾ താഴുന്നത് വരെ വിശ്രമിക്കണം" എന്ന് അവർ നിർദ്ദേശിച്ചു.

"ഇല്ലെങ്കിൽ അവന്റെ ശരീരോഷ്മാവ് വീണ്ടും വർദ്ധിക്കാനും ന്യൂമോണിയ പിടിപെടാനും സാധ്യത കൂടുതലാണ്. കണ്ണുകളിൽ നിന്ന് നിരന്തരം വെള്ളമൊലിച്ചുകൊണ്ടേയിരിക്കും. ചെങ്കണ്ണ് പിടി പെടാതെ സൂക്ഷിക്കണം." അവർ മുന്നറിയിപ്പ് നൽകി.

ആ പരിചാരിക സ്നേഹപൂർവ്വം യെയെയുടെ മേലാടകൾ അഴിച്ചു മാറ്റി ഹൃദയമിടിപ്പ് പരിശോധിക്കുകയും നാക്കിന്റെ അവസ്ഥ എങ്ങനെയുണ്ടെന്നു നോക്കുകയും ചെയ്തു. അതിനുശേഷം അവർ ഒരു പരുക്കൻ കമ്പിളിത്തുണി കൊണ്ട് മൂടിയ മരുന്നും സഞ്ചിയിൽ നിന്ന് ചില കുപ്പികളും പുറത്തെടുത്തു. വാൽനട്ട് കായയുടെ പുറന്തോടിൽ നാരങ്ങാനീര് പിഴിഞ്ഞൊഴിച്ചശേഷം പല കുപ്പികളിൽ നിന്ന് മരുന്നുകളെടുത്ത് കൂട്ടിക്കലർത്തി. ഒരു സൂചി തീയിൽ കാണിച്ച് അണുവിമുക്തമാക്കിയശേഷം അവർ അതുകൊണ്ട് യെയെയുടെ കഴുത്തിൽ ഒരു മുറിവുണ്ടാക്കി. ഓരോ തവണയും വാൽനട്ട് തോടിലെ മരുന്നുമിശ്രിതത്തിൽ മുക്കിയ വെളുത്ത പരുത്തിത്തുണി ആ മുറിവിലേക്ക് അമർത്തിപ്പിടിക്കുമ്പോഴും യെയെ വേദന സഹിക്കാനാവാതെ വാവിട്ടു കരഞ്ഞു. അതിനുശേഷം തവിട്ടു നിറത്തിലെ ഒരുതരം പൊടി ആ മുറിവിലേക്ക് കുടഞ്ഞിടുകയും പച്ച നിറമുള്ള വാൽനട്ട് ഇലകൾകൊണ്ട് മുറിവ് കെട്ടിവയ്ക്കുകയും ചെയ്തു. ഇതേ പ്രക്രിയ അവന്റെ ഇടത്ത് കൈയിലും വലത്ത് തുടയിലും ആവർത്തിച്ചശേഷം അവർ യെയെയെ വസ്ത്രങ്ങൾ ധരിക്കാൻ

സഹായിക്കുകയും നല്ല കട്ടിയും വൃത്തിയുമുള്ള പുതപ്പുകൾ കൊണ്ട് പുതയ്ക്കുകയും ചെയ്തു.

"ദൈവം സഹായിച്ചാൽ നാല് ദിവസം കൊണ്ട് അവന്റെ അസുഖം പൂർണമായി മാറുകയും ഒന്നും സംഭവിക്കാത്തത് പോലെ രോഗക്കിടക്കയിൽനിന്ന് എഴുന്നേൽക്കുകയും ചെയ്യും." പോകാനിറങ്ങിയപ്പോൾ പരിചാരിക പറഞ്ഞു.

ആ സ്ത്രീയെ യാത്രയാക്കിയ ശേഷം തിരിച്ചെത്തിയപ്പോൾ ഹാഫിസ് സെലെബിയുടെ കണ്ണുകൾ നിറഞ്ഞിരുന്നു. കണ്ണുനീർത്തുള്ളികൾക്ക് ഓരോ മനുഷ്യനെയുംപ്പറ്റി ഏറെ പറയാനുണ്ടാവും. എപ്പോൾ എവിടെ വച്ച് എന്തിന് ആർക്കുവേണ്ടി ഓരോ തുള്ളിയും പൊഴിഞ്ഞു എന്നതിന് വളരെ പ്രാധാന്യമുണ്ട്. ഒരു വ്യാഖ്യാതാവിന് കണ്ണുനീരിനെ പലതരത്തിൽ വിശകലനം ചെയ്യാം. ഓരോ തുള്ളിയും ജനിക്കുന്ന നിമിഷം, പുറത്തേക്കൊഴുകുകയോ കണ്ണുകളിൽ തന്നെ ഉറഞ്ഞു രക്തമായി തീരുകയോ ചെയ്യുന്ന നിമിഷം, അവയെല്ലാം പ്രാധാന്യമുള്ളതാണ്. ഹൃദയരക്തം പുരണ്ട അക്ഷരങ്ങളെ പോലെയാണ് കണ്ണുനീർത്തുള്ളികളും.

'കണ്ണുനീർത്തുള്ളികൾ കൊണ്ട് കത്തുകളെഴുതിയ യോഗി' എന്നൊരു കഥ അവന്റെ അമ്മ ഇടയ്ക്കിടയ്ക്ക് യെയെയ്ക്ക് പറഞ്ഞു കൊടുക്കാറുണ്ടായിരുന്നു. ഈ വിഷയത്തെ സംബന്ധിച്ചാവണം അത് എന്ന് യെയെയ്ക്ക് തോന്നി. അല്ലെങ്കിൽ പിന്നെ കണ്ണുനീർ കൊണ്ടെഴുതിയശേഷം വീണ്ടും രക്തംകൊണ്ട് എഴുതുന്നതെന്തിന്? യെയെ അമ്മയെക്കുറിച്ചു ഈയിടെയായി എപ്പോഴും ചിന്തിക്കുന്നുണ്ടായിരുന്നു. സുഖമില്ലാതിരുന്ന സമയങ്ങളിൽ അമ്മ ചൂടുള്ള സൂപ്പും കാമോമീൽ ചായയും കുടിപ്പിക്കുകയും വൃത്തിയുള്ള വെളുത്ത പുതപ്പുകൾ കൊണ്ട് പുതപ്പിക്കുകയും ചെയ്യുന്നതോർത്തപ്പോൾ അവന്റെ കണ്ണുകൾ നിറഞ്ഞു. തന്റെ ശിഷ്യന്റെ ആരോഗ്യത്തിനുവേണ്ടി അവന്റെ നെറുകയിൽ കൈ വച്ചു ഖുർ-ആൻ സൂക്തങ്ങൾ ഉരുവിട്ട് കൊണ്ട് ഹാഫിസ് സെലെബി സദാസമയവും കട്ടിലിനരികിൽ തന്നെ ഇരുന്നു.

"എഫെൻഡീ, പൂന്തോട്ടത്തിൽ ഏതൊക്കെ ടുളിപ്പുകൾ പൂവിടുന്നുണ്ടെന്നു എന്നോടു പറയൂ", കണ്ണുനീരടക്കിക്കൊണ്ട് ഇടറിയ ശബ്ദത്തിൽ യെയെ ആവശ്യപ്പെട്ടു. "ഒരു കുതിരപ്പുറത്തുകയറി ലോകം മുഴുവൻ ചുറ്റി സഞ്ചരിച്ച ശേഷം ഇസ്താംബൂളിൽ താമസമായ ഒരു ടുളിപ് ചെടിയെപ്പോലെയാണ് ഞാൻ എന്നാണ് തോന്നുന്നത്. വാതിലുകൾ തോറും അഭയത്തിനായി അലഞ്ഞു തിരിഞ്ഞ ശേഷമാണല്ലോ എനിക്ക് അങ്ങ് തണൽ തന്നത്. എന്നെപ്പോലെ ടുളിപ് പുഷ്പത്തിനും ഹൃദയത്തിൽ ഒരു മുറിവുണ്ട്. നേർത്ത് തണ്ടിന്മേൽ തീ പിടിച്ചതു പോലെയുള്ള നിറവുമായി വിരിഞ്ഞു നിൽക്കുന്ന ഈ പൂവ് എന്റെ ഹൃദയത്തെ എരിച്ചുകൊണ്ടിരിക്കുന്ന തീ പോലെ തന്നെയാണ്. എവിടെപ്പോയാലും ടുളിപ്പുകൾക്ക്

എന്നെപ്പോലെ പുതിയ പേരുകൾ കിട്ടുന്നു. എത്ര സുന്ദരമായ പേരുകൾ ആരൊക്കെ വിളിച്ചാലും എന്റെ മോനെ, എന്ന് അങ്ങ് വിളിക്കുന്നത്ര മാധുര്യം മറ്റൊന്നിനുമില്ല. ലോകത്ത് മറ്റൊരു ടുളിപ് കൃഷിക്കാരനും അങ്ങയെ പോലെ ദുഃഖസ്പർശത്തെ വിലമതിക്കും എന്ന് തോന്നുന്നില്ല. പക്ഷേ എന്നെ നഷ്ടപ്പെട്ടാൽ ദുഃഖസ്പർശനത്തിനു വേണ്ടി അങ്ങ് വിഷമിക്കുന്നത് പോലെ വിഷമിക്കരുത്. അങ്ങയുടെ പൂന്തോട്ടത്തിനു വെളിയിൽ വളർന്നു വന്ന ഒരു കാട്ടു പോപ്പിച്ചെടി ആയി മാത്രം എന്നെ കരുതിയാൽ മതി.ഒരു പോപ്പിയുടെ ജീവിതകാലം ടുളിപ്പിനെ അപേക്ഷിച്ച് എത്രയോ കുറവാണ്. അതിന്റെ തണ്ട് ഉണങ്ങുകയും ഇലകൾ കൊഴിയുകയും..."

അതിൽ കൂടുതൽ ഹാഫിസ് സെലെബിക്ക് സഹിക്കാനായില്ല. മൃദുവായി യെയെയുടെ ചുണ്ടുകൾക്ക് മീതെ തന്റെ കൈപ്പടംവച്ചുകൊണ്ട് അദ്ദേഹം തേങ്ങിത്തേങ്ങി കരഞ്ഞു. അദ്ദേഹത്തിന്റെ മരിച്ചുപോയ അമ്മയ്ക്കുവേണ്ടി, തന്റെ കുഞ്ഞിനു ജന്മം നൽകുന്ന നേരത്ത് മരിച്ചു പോയ ഭാര്യയ്ക്ക് വേണ്ടി, ദുഃഖസ്പർശത്തിനുവേണ്ടി, പനിച്ചൂടുകൊണ്ട് പൊള്ളുന്ന ആ തല തന്നോടടുപ്പിച്ച് കൊണ്ട് യെയെയ്ക്ക് വേണ്ടി അദ്ദേഹത്തിന്റെ കണ്ണുകളിൽ നിന്ന് നിർത്താതെ കണ്ണുനീർ ഒഴുകിക്കൊണ്ടേയിരുന്നു.

അനുബന്ധം: കണ്ണുനീര് കൊണ്ട് കത്തുകളെഴുതിയ യോഗി

തന്റെ പ്രിയപ്പെട്ടവളെ ഒരുനോക്കു കാണാനായി പിടഞ്ഞുകൊണ്ടിരുന്ന ഒരു യോഗിയെ എനിക്കറിയാമായിരുന്നു. അവളോടു പറയാനുള്ളതെല്ലാം അയാൾ മനസ്സിൽ കുറിച്ചു വച്ചു. പക്ഷേ നേർക്ക് നേരെ കണ്ടപ്പോൾ പരിഭ്രമംമൂലം യോഗി പറയേണ്ടതെല്ലാം മറന്നു. അങ്ങനെ തന്റെ മാനസികവ്യാപാരങ്ങൾ വ്യക്തമാക്കാനായി ഒരു കത്തെഴുതാൻ അയാൾ തീരുമാനിച്ചു. അവളെ ഒരിക്കൽ പോലും കാണാൻ അവസരം കിട്ടാതെ വലഞ്ഞശേഷം സംസാരിക്കാൻ കഴിഞ്ഞപ്പോൾ വാക്കുകൾ കിട്ടാതെ പോയ സങ്കടം തീർക്കാൻ കണ്ണുനീരുകൊണ്ട് യോഗി കത്തുകളെഴുതി. തന്റെ മഷിക്കുപ്പിയിലെ ഉണങ്ങിപ്പിടിച്ച അവശിഷ്ടങ്ങൾ കണ്ണുനീരിൽ ചാലിച്ച് അയാൾ നിരവധി കത്തുകളയച്ചു. ഓരോ തവണയും പുതിയ കണ്ണുനീർത്തുള്ളികൾ അതിനായി ഉപയോഗിച്ചുകൊണ്ടേയിരുന്നു. നിയന്ത്രിക്കാനാവാതെ അവസാനം അയാൾ രക്തത്തിൽ മുക്കി തന്റെ പ്രണയിനിക്ക് ഒരു കത്തെഴുതി. ഈ കത്ത് വായിച്ചപ്പോൾ അയാൾ എത്രമാത്രം തന്നെ സ്നേഹിക്കുന്നു എന്ന് ആ പെൺകുട്ടിക്ക് ബോധ്യമായി. ചൈനയിൽ നിന്ന് കൊണ്ടുവരുന്ന ലോകത്തിലെ ഏറ്റവും വിശിഷ്ടമായ മഷിക്ക് പോലും ആ കത്തിലെ അക്ഷരങ്ങളുടെ നിറം ഉണ്ടായിരുന്നില്ല.

ചോദ്യം 53

ആരാണ് വിജയിച്ചത്? ആരാണ് തോറ്റത്?

തന്നെ ഏല്പിച്ച ജോലികൾ ഭംഗിയായി ചെയ്തുതീർക്കാൻ അതുവരെ സാൻഡി സെലെപ്പിനു കഴിഞ്ഞിരുന്നില്ല. അയാൾ വിശദമായ ഒരു പദ്ധതി തയ്യാറാക്കിയശേഷം അത് നടപ്പിലാക്കാനായി ഒരു ദിവസം കാത്തിരിക്കുകയായിരുന്നു. ഇന്നാണ് ആ ദിവസം എന്ന് സാൻഡിക്ക് മനസ്സിലായി.

പുഷ്പമേളയിൽ പ്രശ്നങ്ങൾ ഉണ്ടാക്കിയ തെരുവ് തെമ്മാടികളിൽ ചിലരെ മാത്രമേ പിടി കിട്ടിയിരുന്നുള്ളൂ. ബാക്കിയുള്ളവർ നഗരപരിധിക്കടുത്തുള്ള അഴുക്കുപിടിച്ച ചില ചെറിയ സത്രങ്ങളിലേക്കും മയക്കുമരുന്നുകൾ സുലഭമായ കാപ്പിക്കടകളിലേക്കും രക്ഷപ്പെട്ടു. മുസ്ലൂ ബേസും പത്രോണ ഹലീലും കൂടി ഇബ്രാഹിം പാഷയെയും മറ്റു ചില പ്രധാനപ്പെട്ട ഉദ്യോഗസ്ഥന്മാരെയും തട്ടിക്കൊണ്ടു പോവാനായിരുന്നു അന്ന് പദ്ധതി ഇട്ടിരുന്നത്. പക്ഷേ കാവൽഭടന്മാർ ആ പദ്ധതി തകർത്തു. അവരുടെ പരാജയം വിപ്ലവകാരികളെ തങ്ങളുടെ പരാധീനതകൾ മനസ്സിലാക്കാൻ സഹായിച്ചു. അവർ മറ്റു വഴികളെപ്പറ്റി ആലോചിച്ചു തുടങ്ങി. ഭരണാധികാരികളെ തട്ടിക്കൊണ്ടു പോകുന്നതിനു പകരം ഭരണം തട്ടിയെടുക്കുകയാണ് വേണ്ടതെന്ന് അവർ മനസ്സിലാക്കി.

ജനങ്ങളെ തങ്ങളുടെ ആശയങ്ങൾ പറഞ്ഞു മനസ്സിലാക്കുന്ന തിരക്കിലാണ്, ഇപ്പോൾ കലാപത്തിനു നേതൃത്വം കൊടുത്തവർ. മന്ത്രിമുഖ്യനെയോ സുൽത്താനെയോ അവരുടെ രഹസ്യ സമ്മേളനങ്ങളിൽ കുറ്റം പറയുന്നതിനേക്കാൾ കൂടുതൽ ഭരണത്തെയും ദാരിദ്ര്യം മൂലം ജനങ്ങൾ നരകിക്കുമ്പോൾ ചപലമായ ആഘോഷവേളകൾക്ക് ഖജനാവിലെ പണം പൊടിക്കുന്ന ശീലങ്ങളെയും അവർ വിമർശിക്കാൻ തുടങ്ങി. സദാചാരശീലങ്ങളിൽ വന്ന മൂല്യച്യുതിയെ പറ്റിയും വർദ്ധിച്ചുവരുന്ന വേശ്യാവൃത്തിയെപ്പറ്റിയും അവർ സംസാരിച്ചു. ജനങ്ങൾക്ക് മതത്തിലുള്ള വിശ്വാസം ബലപ്പെടുത്തുകയും സാധാരണക്കാരെ കറുപ്പ്, കഞ്ചാവ്, മദ്യം എന്നിവയെക്കാൾ ശക്തി ദൈവവിശ്വാസത്തിനുണ്ട് എന്ന് ബോദ്ധ്യപ്പെടുത്തുകയും ചെയ്യേണ്ടതിന്റെ ആവശ്യകത മുൻനിർത്തി പ്രവർത്തിക്കുകയും ചെയ്തു. അവർ മതപ്രഭാഷകനായ ഇസ്പിരിസെയ്ദിനെ അയാസോഫിയ പള്ളിയിൽ നിന്ന് കൊണ്ടുവരികയും ബെയ്സിറ്റ് ചത്വരത്തിലെ കാപ്പിക്കടയുടെ മുന്നിലെ അദ്ദേഹത്തിന്റെ തീപ്പൊരി പ്രസംഗം കേട്ട്

സ്തബ്ധരായി ഇരിക്കുകയും ചെയ്തു. ഈ പ്രഭാഷണത്തിന്റെ വിവരം കേട്ടപ്പോൾ തന്നെ ഫാൽക്കോ അവിടെയുണ്ടാകും എന്ന് സാൻഡി സെലെപ് ഊഹിച്ചു. ചന്തയിലെ വിലകുറഞ്ഞ സാധനങ്ങൾ വിൽക്കുന്ന കൂടാരങ്ങളിൽ ഒന്നിൽനിന്ന് വാങ്ങിയ ഒരു തവിട്ടു നിറത്തിലെ മെവ് ലെവി മേലങ്കിയും വിഷം പുരട്ടിയ കഠാരയും അടക്കം തയ്യാറെടുപ്പുകൾ പൂർത്തീകരിച്ച ശേഷം ആരുടെയും ശ്രദ്ധയിൽപ്പെടാതെ മറഞ്ഞിരിക്കാൻ ഒരു സ്ഥലവും അവൻ കണ്ടെത്തി.

ഇസ്പിരിസെയ്ദിന്റെ പ്രസംഗം ശ്രവിക്കുവാൻ എല്ലാ വിഭാഗങ്ങളിലുമുള്ള ആളുകൾ എത്തിച്ചേർന്നിരുന്നു. മുസ്ലീമുകൾ മാത്രമല്ല, ജൂതന്മാരും അർമേനിയക്കാരും ക്രൊയേഷ്യക്കാരും അവരുടെ വേലക്കാരും കുതിരയിറച്ചി തിന്നുന്ന റഷ്യൻ ടർക്കികളും അഴുക്കുപിടിച്ച കുർദ്ദിഷ് കൂലിക്കാരും കള്ളന്മാരായ സിർക്കെഷ്യക്കാരും ജോർജ്ജിയയിൽ നിന്ന് വന്ന തെമ്മാടിക്കൂട്ടങ്ങളും കുടിലബുദ്ധിക്കാരായ അബ്ഖേസിയന്മാരും വൃത്തികെട്ട നസ്രത്തുകാരും അവിടെ തിങ്ങിക്കൂടിയവരുടെ കൂട്ടത്തിലുണ്ടായിരുന്നു. പലരും രാജ്യത്തെക്കുറിച്ചും രാജഭക്തിയെക്കുറിച്ചും സദാചാരത്തെ പറ്റിയും മതത്തെപ്പറ്റിയുമുള്ള സംഭാഷണങ്ങൾ കേട്ടും സംശയങ്ങൾ ഉന്നയിച്ചും നിന്നപ്പോൾ മറ്റു ചിലർ തങ്ങളുടെ അരപ്പട്ടയ്ക്കടിയിൽ ഒളിച്ചു വച്ച കഞ്ചാവ് പുറത്തെടുത്തു ചുരുട്ടി വലിച്ചും മേലാടകൾക്കടിയിൽ ഒളിച്ചുവച്ചിരുന്ന മദ്യക്കുപ്പികളിൽ നിന്ന് രഹസ്യമായി സേവിച്ചും രസിച്ചു. തെരുവ് തെമ്മാടികളും ദീർഘകാലം രാജ്യസേവനം നടത്തിയ പട്ടാളക്കാരും എല്ലുകൾ വളഞ്ഞു തിരിഞ്ഞ ഭിക്ഷക്കാരും ജപമാല മുതൽ പുളിപ്പിച്ച് മുന്തിരിച്ചാറ് വരെ വിൽക്കുന്ന വഴിവാണിഭക്കാരും എന്ന് വേണ്ട സമൂഹത്തിന്റെ എല്ലാ തുറകളിലും ഉള്ള അനേകം ആളുകൾ മുന്നോട്ടു വന്നു സംസാരിച്ചു.

ആളുകൾ വന്നുചേരുന്നതും നോക്കി സാൻഡി സെലെപ് ഒരു മരത്തിന്റെ മറവിൽ ഒളിച്ചിരുന്നു. അവനു തെറ്റ് പറ്റിയില്ല. മുസ്ലൂ ബേസിന്റെ തൊട്ടടുത്തിരുന്നു ഫാൽക്കോ പ്രഭാഷണം കേൾക്കുന്നുണ്ടായിരുന്നു. സത്രത്തിലെ അന്തേവാസികളുടെ വേഷവിധാനങ്ങളും ഒരു ബെക്താഷി തലക്കെട്ടും ഭിക്ഷാപാത്രവും ധരിച്ചായിരുന്നു ഫാൽക്കോയുടെ വരവ്.

ബുദ്ധിമാൻ തന്നെ, സാൻഡി സെലെപ് മനസ്സിൽ കരുതി. പട്ടാളക്കാരുടെ കാപ്പിക്കടയിൽ വരുന്ന ഒരു ബെക്താഷി ഡെർവിഷിനെ ആര് സംശയിക്കും?

സാൻഡി സെലെപ് കരുതിയതുപോലെ ഫാൽക്കോയെ സമീപിക്കുക അത്ര എളുപ്പമായിരുന്നില്ല. പക്ഷേ ഇരുന്ന ഇടത്തുനിന്ന് അനങ്ങാതെ ഏകദേശം അരമണിക്കൂറോളം അവൻ കാത്തിരുന്നു. അപ്പോഴാണ് 'പച്ച ആൽമണ്ട്', എന്ന് വിളിച്ചു കൂവിക്കൊണ്ട് ഒരു വഴിവാണിഭക്കാരൻ അവിടെ എത്തിയത്. ഇസ്പിരിസെയ്ദു പറയുന്നതിൽ താത്പര്യം

തോന്നിയപ്പോൾ ആ കച്ചവടക്കാരൻ കുറച്ചുകൂടി വ്യക്തമായി കേൾക്കാവുന്ന ഒരിടത്തേക്ക് കയറി നിന്നു.

ഒരാൾ തന്നെ നിരീക്ഷിക്കുന്നത് അറിയാതെ തന്റെ രക്ഷാധികാരിയായ മന്ത്രിമുഖ്യനു കൈമാറാനായി പ്രസംഗത്തിന്റെ വിശദാംശങ്ങൾ ശ്രദ്ധിച്ചുകൊണ്ട് ഫാൽക്കോ ഇരുന്നു. പത്രോണാ ഹലീലിന്റെയും ഇസ്പിരിസെയ്ദിന്റെ അടുത്തെങ്ങാനും ജയിൽസൂക്ഷിപ്പുകാരൻ ഉണ്ടാവും എന്നായിരുന്നു അവന്റെ പ്രതീക്ഷ. ബെക്താഷി ഡെർവിഷായി വേഷം മാറിയത് നല്ല ഒരു ആശയമായിരുന്നു. അവന്റെ മുഖത്തിനു വളരെ മാറ്റം വരുത്തിക്കൊണ്ട് താടിമീശ സമൃദ്ധമായി വളർന്നുനിന്നിരുന്നു. ഇപ്പോഴത്തെ രൂപഭാവങ്ങൾ സഹായിച്ചാൽ ജയിൽസൂക്ഷിപ്പുകാരനോടു സൂത്രത്തിൽ അടുത്തുകൂടി വിവരങ്ങൾ ചോർത്താം എന്ന് അവൻ വ്യാമോഹിച്ചു. അതുമല്ലെങ്കിൽ അവസരം കിട്ടിയാൽ തൊണ്ടക്കുഴിയിൽ തന്റെ കഠാര ചേർത്തുവച്ചിട്ടാണെങ്കിലും സത്യം പറയിക്കണം എന്ന് ഫാൽക്കോ ഉറച്ചു. അന്ന് ഇയൂപ് ജയിലിൽ വച്ച് അവനെക്കൊണ്ട് കുറ്റം സമ്മതിപ്പിക്കാൻ അയാൾ കാണിച്ച വ്യഗ്രത സംശയാസ്പദമായിരുന്നു. അവന് എല്ലാത്തിനെയും എല്ലാവരെയും സംശയം തോന്നി. എല്ലാ അന്വേഷണത്തിന് ശേഷവും നക്സിഗ്യുല്ലിന്റെ ശരീരമോ കുഴിമാടമോ കണ്ടെത്താൻ ഫാൽക്കോയ്ക്ക് കഴിഞ്ഞിരുന്നില്ല. അവനെ ചോദ്യം ചെയ്തതിന്റെ യാതൊരു രേഖകളും ഇയൂപ് ജയിലിൽ ഇല്ലയെന്നറിയാൻ അവനു കുറച്ചു പണം ചെലവാക്കേണ്ടിവന്നു. അങ്ങനെ ഒരു രേഖ ഒരിക്കലും ഉണ്ടാക്കിയിരുന്നില്ല എന്ന് ഫാൽക്കോയ്ക്ക് ഏറെക്കുറെ ബോധ്യമായിരുന്നു.

സംഭാഷണം എഴുതിയെടുക്കാൻ വന്ന രണ്ടു ജയിൽ ജോലിക്കാരെ അസ്ലാൻ ആഗ കൂലിക്കെടുത്തതാവണം. ഇയൂപ് ജയിലിലും ഗലാട്ടാ ജയിലിലും നക്സിഗ്യുൽ എന്ന വ്യക്തിയുടെ മരണത്തെയോ ഫാൽക്കോ എന്ന കൊലപാതകിയെ പിടിച്ചതിനെയോ സംബന്ധിച്ച് രേഖകളൊന്നും ഉണ്ടായിരുന്നില്ല. നക്സിഗ്യുല്ലിന്റെ തിരോധാനത്തിനു പിന്നിൽ അസ്ലാൻ ആഗയും ജയിൽ സൂക്ഷിപ്പുകാരനും തന്നെയാണ് എന്ന് ഫാൽക്കോയ്ക്ക് അതിനകം മനസ്സിലായി. ചോദ്യം ചെയ്യലിനുശേഷം ബിന്ദാലി മഹ്മൂതിനെ അയച്ച അതേ ജയിലിൽ തന്നെയാണിപ്പോൾ അസ്ലാൻ ആഗയും. അയാളിൽ നിന്ന് എന്തെങ്കിലും വിവരം ഈ സാഹചര്യത്തിൽ ലഭിക്കുക അസാധ്യമാണ്. ഇപ്പോൾ ഈ മരണത്തെപ്പറ്റി അറിയാവുന്നതും ചോദ്യം ചെയ്യലിന് വിധേയമാക്കാൻ കഴിയുന്നതുമായ ഒരേയൊരാൾ ജയിൽ സൂക്ഷിപ്പുകാരനാണ്.

ഓരോ തവണയും ഈ ചിന്തകൾ ഫാൽക്കോയുടെ തലയിലൂടെ കടന്നു പോകുമ്പോൾ അവന് ഇതൊക്കെ സംഭവിച്ചത് തന്നെയാണോ എന്ന് ചിലപ്പോൾ സംശയം തോന്നാതിരുന്നില്ല. ദിവസങ്ങളായി ഇക്കാര്യങ്ങളെല്ലാം വീണ്ടും വീണ്ടും അഴിച്ചു കുടഞ്ഞു പരിശോധിക്കുന്നതു മൂലം ഫാൽക്കോയുടെ തല ചിന്താക്കുഴപ്പത്താൽ ഒരു കാട്ടുകടന്നൽക്കൂടു

പോലെ മൂളിക്കൊണ്ടിരുന്നു. ദുഃഖത്തിൽ നിന്നും പശ്ചാത്താപത്തിലേക്കും ദേഷ്യത്തിലേക്കും തന്റെ വിഡ്ഢിത്തവും നിഷ്കപടതയുമോർത്ത് അവന്റെ മനോവികാരങ്ങൾ ഭാവമാറ്റം നടത്തിക്കൊണ്ടേയിരുന്നു. മെവ് ലെവി സത്രത്തിൽ പഠിച്ച സൂഫിസൂക്തങ്ങളുടെ ബലത്തിൽ അവൻ സ്വയം വിശകലനവും നടത്താതിരുന്നില്ല. എന്റെ കയ്യിലുള്ള ഈ വിവരങ്ങളെ തനിക്ക് വിശ്വസിക്കാമോ, താൻ കണ്ടതും കേട്ടതും ഒക്കെ സത്യങ്ങൾ തന്നെയാണോ എന്നിങ്ങനെയുള്ള സംശയങ്ങൾ അവന്റെ മനസ്സിലൂടെ ഇപ്പോഴും കടന്നു പൊയ്ക്കൊണ്ടിരുന്നു. ഈ സംഘർഷങ്ങൾക്കിടയിലും മൂന്നു പേരുടെ പരിശുദ്ധിയിൽ അവന് അചഞ്ചലമായ വിശ്വാസമുണ്ടായിരുന്നു. നക്സിഗ്യുൽ, ഹാഫിസ് സെലെബി, കരുത്തൻ യെയെ എന്നിവരായിരുന്നു ആ മൂന്നു പേർ.

ഇവയിലൂടെയെല്ലാം കടന്നുപോകുമ്പോൾ തന്നെ പുതിയതായി ചിലർ കടന്നു വരുന്നത് ഫാൽക്കോ ശ്രദ്ധിക്കാതിരുന്നില്ല. താൻ കാത്തിരുന്ന വ്യക്തിയെ അവൻ അപ്പോഴാണ് കണ്ടത്. അമ്പത്താറാം സൈനിക ദളത്തിന്റെ മേധാവിയായ പത്രോണ ഹലീലും ഗലാട്ടാ ജയിലിലെ ഒരു ദല്ലാൾ ആയ വിളറിയ സൈമണുമായി ജയിൽസൂക്ഷിപ്പുകാരൻ അവിടെയെത്തി. ജയിലിൽ വിദേശനാണയത്തിന്റെ കൈമാറ്റവും അല്ലറ ചില്ലറ തട്ടിപ്പുകളും നടത്തി വിളറിയ സൈമൺ നല്ല സമ്പാദ്യമുണ്ടാക്കിയിരുന്നു.

തീർച്ചയായും. ഫാൽക്കോ ചിന്തിച്ചു. വളഞ്ഞ പുരികക്കൊടികളും റോസാപ്പൂച്ചുണ്ടുമുള്ള ക്വാഫ് പർവ്വതത്തിലെ മെലിഞ്ഞ സുന്ദരിക്കായി ധാരാളം പണം ആവശ്യമുണ്ട്.

അവർ ഇരിക്കുന്നിടത്തുനിന്ന് നോക്കിയാൽ സാൻഡി സെലെപ് എഴുന്നേറ്റ് പുതിയതായി വന്നവരുടെ കൂട്ടത്തിൽ കൂടിയത് കാണാൻ ബുദ്ധിമുട്ടായിരുന്നു. ഇസ്പിരിസെയിദ് ഇരുന്നപ്പോൾ തറയിൽ ഇരുന്നിരുന്നവർ സ്വസ്ഥാനങ്ങളിൽ നിന്ന് ബഹുമാനസൂചകമായി എഴുന്നേൽക്കുകയും അദ്ദേഹത്തിന്റെ അടുത്തേക്ക് ചെറിയ ഒരു വഴിയുണ്ടാക്കിയശേഷം വീണ്ടും ഇരിക്കുകയും ചെയ്തു. അദ്ദേഹം സദസ്സിനെ തല കുനിച്ചു വണങ്ങുകയും കൈകൾ കോർത്തുവച്ചുകൊണ്ട് ആളുകൾ ഇരിപ്പിടങ്ങളിലേക്ക് കടന്നുവരുന്നത് ക്ഷമയോടെ കാത്തിരിക്കുകയും ചെയ്തു. പെട്ടെന്ന് ഉച്ചത്തിലുള്ള ഒരു നിലവിളിയുടെ അകമ്പടിയോടെ ഒരാൾ അദ്ദേഹത്തിന് ഏതാനും ചുവടുകൾക്ക് പുറകിൽ കുഴഞ്ഞുവീണു. അയാളുടെ കഴുത്തിലെ രക്തക്കുഴലിൽ ഒരു കഠാര തറഞ്ഞിരിപ്പുണ്ടായിരുന്നു. അയാളുടെ തവിട്ടുനിറത്തിലുള്ള മെവ് ലെവി മേലാടയെ കുതിർത്തുകൊണ്ട് രക്തം കുതിച്ചു ചാടി. അതിശയമെന്നു പറയട്ടെ, ഏതു നിമിഷവും ഉപയോഗിക്കാനെന്നവണ്ണം അയാളുടെ കൈയിലും ഊരിപ്പിടിച്ച ഒരു കഠാര ഉണ്ടായിരുന്നു.

'വിഡ്ഢികൾ!' ജയിൽ സൂക്ഷിപ്പുകാരൻ തന്റെയടുത്ത് നിന്ന പട്ടാളക്കാരോട് അലറി. ഇസ്പിരിസെയ്ദിന്റെ കൈ പിടിച്ചുകൊണ്ട് എത്രയും പെട്ടെന്ന് അവിടെ നിന്ന് മാറാൻ അയാൾ ശ്രമിച്ചു.

“ഇങ്ങനെയാണോ നിങ്ങൾ എന്നെ കാത്തു സൂക്ഷിക്കുന്നത്? രണ്ടടി പോലും ദൂരെയായിരുന്നില്ല ആ കൊലപാതകി. ആ കച്ചവടക്കാരനെ പിടിച്ചു ചോദ്യം ചെയ്യ്.”

മരിച്ച മനുഷ്യന് വേണ്ടി സമയം കളയാതെ ജയിൽസൂക്ഷിപ്പുകാരനെയും ഇസ്പിരിസെയ്ദിനെയും പിന്തുടരാൻ ഫാൽക്കോ തീരുമാനിച്ചു. മന്ത്രിമുഖ്യന് ഒരു സാധാരണ കൊലപാതകത്തിന്റെ വിശദീകരണം കൊടുക്കുന്നതിനേക്കാൾ നഗരത്തിൽ രൂപംകൊള്ളുന്ന കലാപത്തെക്കുറിച്ചു വിവരങ്ങൾ നൽകുന്നതായിരുന്നു പ്രധാനം. ആ ദിവസങ്ങളിൽ ഇത്തരം കൊലപാതകങ്ങൾ ഏതാണ്ട് എല്ലാ ദിവസവും നടക്കുന്നുണ്ടായിരുന്നു. മരിച്ച മനുഷ്യൻ തന്റെ തൽസ്വരൂപമായിരുന്നു എന്നോ തന്നെ കൊല്ലാനാണ് അയാൾ വന്നതെന്നോ ഫാൽക്കോ അറിഞ്ഞതേയില്ല.

രണ്ടു മണിക്കൂറിനുശേഷം ഫാൽക്കോ ഇബ്രാഹിം പാഷയെ കാണാനെത്തിയ സമയത്തു സദാബാത്ത് കൊട്ടാരത്തിൽ ഒരു വഴിവാണിഭക്കാരനോടു സുൽത്താൻ സംസാരിക്കുകയായിരുന്നു.

“തിരുമേനീ, അങ്ങേക്ക് ദീർഘായുസ്സും സർവ്വാഭീഷ്ടസിദ്ധിയും ഉണ്ടാകട്ടെ.” കച്ചവടക്കാരൻ പറഞ്ഞു.

“നിനക്ക് നല്ലത് വരട്ടെ ലെഫ്റ്റനന്റ് ഉസ്മാൻ. നിനക്ക് സ്ഥാനക്കയറ്റം ലഭിച്ചിരിക്കുന്നു. എവിടെയാണ് അവൻ?” തന്റെ സിംഹാസനത്തിൽ നിന്നെഴുന്നേറ്റ് എതിർവശത്ത് ഇരുന്ന മനുഷ്യന്റെ നെറ്റി ചുംബിച്ച ശേഷം സുൽത്താൻ ചോദിച്ചു.

“അങ്ങത്തെ, ബെയ്സിറ്റ് ചത്വരത്തിൽ നിന്ന് ശരീരം എടുക്കാൻ മൂന്ന് ആളുകളെ ഞാൻ വിട്ടിട്ടുണ്ട്. നാളെ അങ്ങയുടെ മുന്നിൽ ഒരു തേൻ നിറച്ച തുകൽസഞ്ചിയിൽ ആ തല ഞാൻ സമർപ്പിക്കും.”

ഫെറാഹാബാദ് കൊട്ടാരത്തിലെ ഇബ്രാഹിം പാഷയുടെ വിശാലമായ മുറിയിലേക്ക് പുതിയ വിശേഷങ്ങൾ അറിയിക്കാനായി ഫാൽക്കോ കടന്നു ചെന്നപ്പോൾ അദ്ദേഹം മുറിയുടെ നടുക്കുള്ള ജലധാരയിൽ നിന്നൊഴുകുന്ന വെള്ളത്തിൽ കൈകൾ നനച്ചു വിനോദിക്കുകയായിരുന്നു.

“സൽമാൻ അബ്ദാൽ! നിങ്ങളെ കണ്ടില്ലല്ലോ എന്ന് ഞാൻ കരുതിയതേയുള്ളൂ.” മന്ത്രിമുഖ്യൻ കളിമട്ടിൽ പറഞ്ഞു. “എങ്ങനെയുണ്ട് ഈ വസന്തകാലദിനങ്ങൾ? പറയൂ, നിങ്ങൾ എവിടെയായിരുന്നു? എന്ത് ചെയ്യുകയായിരുന്നു?”

“അല്ലയോ തിരുമേനീ, ഞാൻ എന്റെ രക്തവും ആത്മാവും മാംസവും അങ്ങേക്ക് വേണ്ടി ബലി കഴിക്കാൻ തയ്യാറാണ്. ഞാൻ എന്റെ സുഖം ഉപേക്ഷിച്ചു അങ്ങയുടെ ആജ്ഞാനുസരണം നഗരം ചുറ്റി സഞ്ചരിച്ച് ആളുകൾ എന്താണ് പറയുന്നത് എന്ന് മനസ്സിലാക്കാൻ ശ്രമിക്കുകയായിരുന്നു. കഷ്ടപ്പാടും ദുരിതവുംകൊണ്ട് പ്രാകൃതരൂപത്തിലായ ദരിദ്രന്മാർ

ബെക്താഷികളായി അഭിനയിച്ചു നടക്കുന്നതും അങ്ങയെ പരിഹസിക്കുന്നതും കണ്ടു. അതേസമയം പെർഗോള കാപ്പിക്കടയിലെയും ബെയ്സിറ്റ് ചത്വരത്തിലെയും ആളുകൾ ഈ അലവലാതികളെപോലെ അങ്ങയെ വായിൽ തോന്നിയത് പറഞ്ഞു ഭർത്സിക്കുകയല്ല, മറിച്ചു വ്യക്തമായ ആരോപണങ്ങളുമായി അങ്ങയെ വിമർശിക്കുകയാണ്."

ആ നിമിഷം ഫാൽക്കോയ്ക്ക് താൻ തകർന്നുപോയതുപോലെ തോന്നി. മുറിയുടെ ഒരു മൂലയിലെ വാൽനട്ട് മരം കൊണ്ടുണ്ടാക്കിയ മേശമേൽ അടുത്തടുത്ത് ഇരിക്കുന്ന രണ്ടു പൂച്ചട്ടികൾ കണ്ടു അവൻ താൻ എവിടെയാണെന്നോ ആരാണെന്നോ അടുത്തതായി എന്ത് പറയണം എന്നോ മറന്നു പോയി. ഫാൽക്കോയ്ക്ക് സ്വന്തം കണ്ണുകളെ വിശ്വസിക്കാൻ കഴിഞ്ഞില്ല. ഒരിക്കലും പരിശോധിക്കണം എന്ന് കരുതിയിട്ടില്ലാത്ത ഒരിടത്ത്, ഇബ്രാഹിം പാഷയുടെ സ്വകാര്യമുറിയിൽ, അവന്റെ തൊട്ടു മുന്നിൽ, അവ ഇരിക്കുന്നു. ദുഃഖസ്പർശവും അതിന്റെ ഇരട്ടയും! നക്സിഗ്യുല്ലിനെ കണ്ടാലെന്നപോലെ സന്തോഷത്തിന്റെ ഒരല ഫാൽക്കോയിലൂടെ കടന്നു പോയി. എന്താണ് താൻ ചെയ്യുന്നത് എന്ന് ചിന്തിക്കാതെ ഇബ്രാഹിം പാഷയുടെ അതിശയം നിറഞ്ഞ നോട്ടം പോലും കാണാതെ അവൻ നിലയുറക്കാത്ത ഒരാളെപ്പോലെ ആടിയാടി മേശയ്ക്കടുത്തേക്ക് ചെന്ന് ആ പൂവിതളുകളിൽ ചുംബിക്കാനായി കുനിഞ്ഞു.

"നിങ്ങൾക്ക് അവ ഇഷ്ടമായി അല്ലേ സൽമാൻ അബ്ദാൽ?" ഫാൽക്കോയെ ഞെട്ടിച്ചുകൊണ്ട് ഇബ്രാഹിം പാഷ ചിരിച്ചു. "എനിക്കും ഇഷ്ടമാണ്. നിനക്കറിയാമോ, അവ ഒരു കിഴങ്ങിൽനിന്നുണ്ടായ ഒരേ പോലുള്ള ഇരട്ടകളാണ്."

ഫാൽക്കോ അപ്പോഴും ഞെട്ടലിൽ നിന്ന് ഉണർന്നിട്ടുണ്ടായിരുന്നില്ല. ഈ സന്ദർഭം എങ്ങനെ കൈകാര്യം ചെയ്യണം എന്ന് അപ്പോഴും അവന് മനസ്സിലായില്ല. എന്തായാലും ഈ ടുളിപ്പുകളുടെ കഥ തനിക്കറിയാം എന്ന് ഭാവിക്കാതിരിക്കാനുള്ള ബോധം അവനുണ്ടായിരുന്നു.

"ശരിയാണ്. വളരെ സുന്ദരം. അങ്ങേക്ക് ഇവയെ എവിടെ നിന്നാണ് കിട്ടിയത് തിരുമേനീ?" അവൻ വിക്കി വിക്കി ചോദിച്ചു.

"ഇതിന്റെ പേര് റ്റിരീയൻ കുള്ളൻ എന്നാണ്. ഞാൻ കഴിഞ്ഞ ടുളിപ് ലേലദിവസം വാങ്ങിയതാണ്. മറ്റേത് ഇവിടുത്തെ അന്തപ്പുരത്തിലെ പൂന്തോട്ടത്തിൽ വളർന്നതാണ്. അനുഗ്രഹസ്പർശം എന്നാണ് അതിന്റെ പേര്. അബ്ദാൽ, ഇന്ന് വൈകുന്നേരം ഞാൻ ഈ ചട്ടികൾ ഈ കൈകൾ കൊണ്ടു തന്നെ മുത്തുകൾ കൊണ്ട് നിറച്ച് എന്റെ പ്രിയതമയായ ഫാത്തിമ സുൽത്താന് സമ്മാനിക്കും."

മന്ത്രിമുഖ്യൻ ഇത് പറഞ്ഞപ്പോൾ കണ്ണിറുക്കുകയും അവസാന വാചകത്തിൽ അവന്റെ പേര് ഊന്നിപ്പറയുകയും ചെയ്തു. കൊട്ടാരത്തിലെ നപുംസകങ്ങളുടെ നേതാവ് അപ്പോൾ സർബത്ത് കോപ്പകൾ

നിറച്ച തളിക വഹിക്കുന്ന ഒരു പരിചാരകനുമായി കടന്നു വന്നു. പരിചാരകൻ സർബത്ത് വിതരണം ചെയ്യുന്ന നേരത്ത് അയാൾ ടുളിപ്പുകളുടെ നേരെ ചെന്ന് അവയുടെ അപൂർവ്വമായ രൂപത്തെയും സൗന്ദര്യത്തെയും പുകഴ്ത്താൻ തുടങ്ങി. ഈ ചെടികൾ സ്വന്തമാക്കുന്നതിലൂടെ മന്ത്രി മുഖ്യൻ സുൽത്താനെ കടത്തിവെട്ടിയിരിക്കുന്നു എന്നുവരെ അയാൾ പറഞ്ഞു. അതിനകം സ്വബോധം വീണ്ടെടുത്ത ഫാൽക്കോ സംഭാഷണത്തിൽ പങ്കുചേരുകയാണ് ഏറ്റവും സ്വാഭാവികമായ പ്രതികരണം എന്ന് മനസ്സിലാക്കി.

“തിരുമേനീ, ആരാണ് ഈ കിഴങ്ങുകൾ ഉൽപാദിപ്പിച്ചത്?” ഫാൽക്കോ ചോദിച്ചു.

‘ഹാഫിസ് സെലെബി എന്ന് പേരുള്ള ഒരു ഉദ്യാനപാലകന്റേതായിരുന്നു ഈ കിഴങ്ങുകൾ.” ഇബ്രാഹിം പാഷ മറുപടി പറഞ്ഞു. “ഈ കിഴങ്ങുകൾ എങ്ങനെയോ നഷ്ടപ്പെട്ടുപോയിരുന്നു. പക്ഷേ നമ്മുടെ ജയിൽസൂക്ഷിപ്പുകാരന് എവിടുന്നോ അതിലൊരെണ്ണം കിട്ടുകയും കഴിഞ്ഞ ശരത്കാലത്ത് എന്റെ കൈകൾ കൊണ്ട് തന്നെ ഞാൻ അന്തപ്പുരത്തിലെ പൂന്തോട്ടത്തിൽ ആ കിഴങ്ങ് കുഴിച്ചുവയ്ക്കുകയും ചെയ്തു. റ്റിരീയൻ കുള്ളൻ എവിടെയാണ് വളർന്നത് എന്ന് എനിക്കറിയില്ല. അതിൽ കാര്യമുണ്ടെന്നു തോന്നുന്നില്ല. രണ്ടും ഇപ്പോൾ എന്റെ കൈയിലെത്തിയല്ലോ.”

ഫാൽക്കോ വിചാരശൂന്യമായി പറഞ്ഞു പോവുമായിരുന്നു. “തിരുമേനീ, ഇതെല്ലാം തെറ്റാണ്. കള്ളമാണ്. ഈ കിഴങ്ങുകൾ അങ്ങേക്കുള്ളതായിരുന്നില്ല. ഹാഫിസ് സെലെബി അവയെ സുൽത്താന് വേണ്ടി മാത്രമായി ഉൽപാദിപ്പിച്ചതാണ്. അദ്ദേഹത്തിനു അവ ഫ്ളാൻഡോഴ്സിലെയും ഓസ്ട്രിയയിലെയും ഭരണാധികാരികൾക്ക് അയച്ചുകൊടുക്കണം എന്നായിരുന്നു ആഗ്രഹം.”

എന്തായാലും നപുംസകങ്ങളുടെ തലവൻ താൻ എന്താണ് ചെയ്യുന്നത് എന്നറിയാതെ ഒരിക്കൽ കൂടെ ഫാൽക്കോയെ ആ വിഡ്ഢിത്തം കാണിക്കുന്നതിൽ നിന്ന് രക്ഷപ്പെടുത്തി. അയാൾ പറഞ്ഞു. “വളരെ സത്യം! മറ്റാരും തന്നെ അങ്ങയേക്കാൾ ഇവയെ അർഹിക്കുന്നില്ല.”

“സർബത്ത് കുടിക്കൂ സൽമാൻ അബ്ദാൽ! ഇന്ന് ഒരു നല്ല ദിവസമാണ്. സന്തോഷമായിരിക്കേണ്ട ദിവസം.”

ഒരു നിമിഷത്തേക്ക് ഫാൽക്കോയ്ക്ക് തന്റെ തൊണ്ട മാത്രമല്ല, ശരീരമാസകലം വരണ്ടതുപോലെ തോന്നി. സർബത്ത് മൊത്തിക്കുടിച്ചുകൊണ്ട് അവൻ തന്റെ രക്ഷാധികാരിയെപ്പറ്റി ആലോചിക്കുകയായിരുന്നു. തനിക്ക് ഇത്രയും നാൾ കിടക്കാനൊരിടവും ഭക്ഷണവും തന്ന ഈ മനുഷ്യന് ശരിക്കും ഇതിനെക്കുറിച്ച് ഒന്നുമറിയില്ലേ? അതോ അദ്ദേഹം അഭിനയിക്കുകയാണോ? എല്ലാമറിയാനാണ് സാധ്യത എന്ന സത്യം ഫാൽക്കൊയുടെ മനസ്സിലേക്ക് ഒരു മൂർച്ചയുള്ള കത്തിപോലെ ആഴ്ന്നിറങ്ങി. ഇത്ര

നാളും താൻ ബഹുമാനിച്ചിരുന്ന ഒരു മഹദ്വ്യക്തിത്വം എല്ലാം തികഞ്ഞ ഒരു കള്ളനാണ് എന്ന് ഇതാ തെളിഞ്ഞിരിക്കുന്നു. താൻ കൂടുതൽ ജാഗ്രതയോടെ ഇരിക്കണം എന്ന് മനസ്സിൽ കരുതിയ ശേഷം അവൻ വിട വാങ്ങി.

“ഞാൻ പറയാൻ മറന്നു”, ഫാൽക്കോ മുറിവിട്ടു പോകവേ നപുംസകങ്ങളുടെ തലവൻ പറഞ്ഞു. “ഇന്ന് ബെയ്സിറ്റ് ചത്വരത്തിലെ കാപ്പിക്കടകളിൽ ഒന്നിൽ വച്ചു സാൻഡി സെലെപ് എന്ന് പേരായ ഒരു ഡെർവീഷ് കൊല്ലപ്പെട്ടു. അങ്ങേക്ക് സുൽത്താനെ അറിയിക്കേണ്ടതുണ്ടാവും എന്ന് കരുതിയാണ് ഞാൻ പറഞ്ഞത്.”

മന്ത്രിമുഖ്യന്റെ മുഖത്ത് അതുവരെയുണ്ടായിരുന്ന സന്തോഷമെല്ലാം വറ്റി വരണ്ടു. അദ്ദേഹം കടലാസ് പോലെ വിളറി വെളുത്തു. ഇബ്രാഹിം പാഷ തന്റെ പ്രതികരണം മറയ്ക്കാൻ ശ്രമിച്ചുവെങ്കിലും വാതിലിനടുത്തേക്ക് നടക്കുകയായിരുന്ന ഫാൽക്കോ അദ്ദേഹം വേച്ചു വേച്ചു ഒരു ചാരുകസേരയുടെ നേരെ നടക്കുന്നതും അതിലേക്കു വീഴുന്നതും കാണാതിരുന്നില്ല. തന്റെ മുറിയിലേക്ക് നടക്കുമ്പോൾ ഇതുമായി ബന്ധപ്പെട്ടു ഫാൽക്കോയുടെ മനസ്സിൽ അനേകം സംശയങ്ങൾ രൂപപ്പെട്ടു. കാര്യങ്ങൾ ഇങ്ങനെ പോവുകയാണെങ്കിൽ കരുത്തൻ യെയെ എപ്പോഴും പറയുമായിരുന്ന മനോരോഗാശുപത്രികളിൽ ഒന്നിലേക്ക് താമസിയാതെ തനിക്ക് പോകേണ്ടി വരുമെന്ന് ഫാൽക്കോയ്ക്ക് തോന്നി.

എന്നാൽ അനുഗ്രഹസ്പർശം എന്ന് പേരുള്ള ആ ഇരട്ട ടുളിപ് ചെടി തന്റെ മുറിയിൽനിന്ന് ഏകദേശം പത്തു മീറ്റർ ദൂരെയുള്ള അന്തപ്പുരത്തിലെ പൂന്തോട്ടത്തിൽ വളരുകയായിരുന്നു. ദുഃഖസ്പർശത്തെ റ്റിരീയൻ കുള്ളൻ എന്ന പേരിൽ ആരോ വില്പനയ്ക്ക് വയ്ക്കുകയും ചെയ്തു. അതിന് എങ്ങനെയാണ് ആ പേര് കിട്ടിയത്? തന്റെ തൊട്ടടുത്തു വച്ചു ബെയ്സിറ്റ് ചത്വരത്തിൽ വച്ചു ഒരു മെവ് ലെവി ഡെർവിഷ് കൊല്ലപ്പെട്ടിരിക്കുന്നു. ആരായിരുന്നു അത്? എന്തുകൊണ്ടാണ് ആ മരണം മന്ത്രിമുഖ്യനെ അത്രയേറെ തളർത്തിക്കളഞ്ഞത്? ആ ഡെർവിഷിന്റെ ശവസംസ്കാരചടങ്ങിൽ പങ്കെടുക്കാനായി സുൽത്താൻ ബെയ്സിറ്റ് പള്ളിയിലേക്ക് താൻ പോകേണ്ടതുണ്ടോ?

ഈ ചോദ്യങ്ങൾക്ക് ഉത്തരം കണ്ടെത്താനായി തലപുകഞ്ഞ് ആലോചിച്ചുകൊണ്ടിരുന്നപ്പോഴാണ് താൻ ഹാഫിസ് സെലെബിയെയും യെയെയും കണ്ടിട്ട് കുറേ നാളായല്ലോ എന്ന് ഫാൽക്കോ ഓർത്തത്.

ചോദ്യം 54

ആനന്ദമയമായ ആത്മാക്കളോ അതോ മുറിഞ്ഞ ഹൃദയങ്ങളോ?

സ്വർണ്ണംപൂശിയ ചിത്രപ്പണികൾ ചെയ്ത ജനൽച്ചട്ടങ്ങളും കവിതകൾ എഴുതിവച്ചിരിക്കുന്ന മേലാപ്പുകളും പൂക്കളാൽ അലങ്കരിക്കപ്പെട്ട ജനാലകളും നിറയെ തുന്നൽപ്പണികൾ ചെയ്ത പട്ടുമറശീലകളുമായി നിറപ്പകിട്ടാർന്ന കുതിരവണ്ടികൾ ഒന്നൊന്നായി സദാബാദ് കൊട്ടാരത്തിലെ പൂന്തോട്ടത്തിലേക്കുള്ള കവാടം കടന്നു അകത്തേക്ക് പൊയ്ക്കൊണ്ടേയിരുന്നു. അഞ്ചു രാജകുമാരന്മാർ, അവരുടെ ഭാര്യമാർ, എട്ടു രാജമാതാക്കൾ, പിന്നെ മുഖ്യപാചകക്കാരൻ, ഖജനാവ് സൂക്ഷിപ്പുകാരൻ, അന്തപ്പുരത്തിലെ നപുംസകങ്ങളുടെ നേതാവ്, ഇവരുടെയൊക്കെ സഹായികൾ, ആയമാർ, പരിചാരകർ എന്നുവേണ്ട അനേകം ആളുകൾ നിറപ്പകിട്ടാർന്ന വസ്ത്രങ്ങൾ അണിഞ്ഞ് എത്താൻ തുടങ്ങി. മോടി പിടിപ്പിച്ച വേഷവിധാനങ്ങളിൽ എല്ലാവരും അതീവസന്തുഷ്ടരായി കാണപ്പെട്ടു. സാധാരണ സുൽത്താൻ അഹമദ് മൂന്നാമൻ ടുളിപ് ഉത്സവം കഴിഞ്ഞു സെരാഗ്ലിയോയിലേക്ക് തിരിച്ചുപോവാറുണ്ട്. പക്ഷേ ഇത്തവണ അദ്ദേഹം കുറച്ചു ദിവസങ്ങൾകൂടി താങ്ങാൻ തീരുമാനിക്കുകയും ഒരു സന്തോഷവാർത്ത പങ്കിടാനായി തന്റെ കുടുംബാംഗങ്ങളെ വിളിച്ചു വരുത്തുകയും ചെയ്തു.

വസന്തം അതിന്റെ എല്ലാ തേജസ്സോടും കൂടി സദാബാദിൽ ശോഭിച്ചു. സുൽത്താന്റെ മരുമകൻ ഇബ്രാഹിം പാഷയും അദ്ദേഹത്തിന്റെ പെൺമക്കളും മരുമക്കളും ബന്ധുക്കളും വേലക്കാരും സ്ഥലത്ത് എത്തിയിരുന്നു. ഉദ്യോഗസ്ഥന്മാർ സെരാഗ്ലിയോയിൽ വച്ചു സാധാരണയായി ചെയ്യുന്ന ഔദ്യോഗിക കാര്യങ്ങൾ ഇപ്പോൾ സദാബാദിൽ വച്ചു ചെയ്യേണ്ടി വന്നു. അതിന്റെ ഭാഗമായി സദാബാദിൽ എത്തിയ വിദേശസ്ഥാനപതിമാരും അവരുടെ പരിഷ്കാരം നിറഞ്ഞ ആടയാഭരണാദികളും നഗരത്തിനു പുതിയ കൗതുകങ്ങൾ സമ്മാനിച്ചു.

റോസ്നിറത്തിലെ പൂക്കൾ നിറഞ്ഞ ജൂദാസ് മരങ്ങൾ കാവൽ നിൽക്കുകയും വിസ്റ്റീരിയ വള്ളികളിലെ കുലകുലകളായുള്ള പർപ്പിൾ പൂങ്കുലകൾ തോരണം ചാർത്തുകയും ചെയ്യുന്ന ഫെറാഹാബാദ് നെടുംപുര

സുൽത്താന് ഏറെ പ്രിയപ്പെട്ടതായിരുന്നു. പൂക്കളുടെ സ്വർഗംപോലെയായിരുന്നു ആ സ്ഥലം. കൃത്രിമ ജലധാരകൾക്കു പിന്നിൽ അപൂർവമായ ടുളിപ്പുകളുടെ പൂമെത്തകളും ബ്ലീഡിംഗ് ഹാർട്ടുകളും നാർസിയസ് പൂക്കളും ഫിലാഡെൽഫസും പല വർണ്ണങ്ങളിലെ റോസാപ്പൂക്കളും ചേർന്ന് വർണ്ണവിസ്മയംതന്നെ സൃഷ്ടിച്ചു. ഫെറാഹാബാദിന്റെ വരാന്തയിൽ ഇളംകാറ്റേറ്റ് വിശ്രമിക്കാനിരിക്കുന്ന ഏതൊരാൾക്കും ഏകദേശം എട്ടുതരം പൂക്കളുടെ സുഗന്ധം എങ്കിലും ദിവസത്തിന്റെ എല്ലാ സമയത്തും ലഭിക്കുമായിരുന്നു. ഈ സ്ഥലത്തെത്തിയാൽ കവിഹൃദയമുള്ള ആരും ഒരു പാട്ട് മൂളിപ്പോകും. അത് മാത്രമല്ല, ഭക്ഷണശാലയ്ക്ക് കൂടുതൽ പ്രൗഢി പകരാനായി ഇബ്രാഹിം പാഷ ആ വർഷം ഭക്ഷണശാലയിൽ പഴയ പാത്രങ്ങളും കോപ്പകളും മാറ്റി പുതിയവ ഉപയോഗിക്കാൻ ആജ്ഞാപിച്ചിരുന്നു. ടുളിപ് പൂക്കളുടെ ആകൃതിയിലുള്ള വീഞ്ഞ് ചഷകങ്ങൾ, നാർസിസ് പൂക്കളെപ്പോലെയുള്ള തളികകൾ, മധുരപലഹാരങ്ങൾ കഴിക്കാൻ വയലറ്റ് പൂക്കളുടെ ആകൃതിയിലുള്ള പാത്രങ്ങൾ, തേൻ കുഴമ്പിലിട്ടു കുതിർത്തു പഴങ്ങൾ കഴിക്കാൻ റോസാപ്പൂവിന്റെ ആകൃതിയിലുള്ള കോപ്പകൾ എന്നിവ ഇബ്രാഹിം പാഷയുടെ പ്രത്യേക താത്പര്യപ്രകാരം ഭക്ഷണം വിളമ്പാനായി ഉപയോഗിക്കാൻ തുടങ്ങി.

ഫെറാഹാബാദ് കൊട്ടാരത്തിലെ താമരക്കുളത്തിലേക്കും ജലധാരകളിലേക്കും തുറക്കുന്ന ജനാലകളുള്ള ഒരു വിശാലമായ മുറിയിൽ വിദേശ നയതന്ത്ര പ്രതിനിധികളോടും ഷെയ്ക്ക് അൽ ഇസ്ലാം എസാദ്, കവി നദീം, ഇസ്സത് അലി പാഷ എന്നീ മന്ത്രിയോടും ചരിത്രകാരൻ സെലെബിസെയ്ദ് അസിം എന്നിവരോടൊപ്പം മന്ത്രിമുഖ്യൻ സുൽത്താന്റെ വരവും പ്രതീക്ഷിച്ചിരിക്കുകയായിരുന്നു.

“എന്റെ അഭിപ്രായത്തിൽ ലോകത്തിലെ ഏറ്റവും സുന്ദരമായ പൂവ് ടുളിപ് ആണ്.” മൊൺസ്യെ ർ ഡി ബൊണാക്കിനോട് ഇബ്രാഹിം പാഷ പറഞ്ഞു. “മറ്റൊരു പൂവിനോടും അതിനു സാദൃശ്യമില്ല. ലളിതവും സ്വാധീനമേശാത്തതും ആയ ഒന്ന്. പകരം വയ്ക്കാനാവാത്ത ആകൃതിയും അത്യപൂർവ്വമായ നിറങ്ങളും ഇതിന്റെ പ്രത്യേകതകളാണ്. ടർക്കിഷ് വാസ്തുവിദ്യയിലും അലങ്കാരപ്പണികളിലും ടുളിപ്പിന്റെ സ്വാധീനം വേണ്ടുവോളമുണ്ട്.”

ഫെറാഹാബാദ് കൊട്ടാരത്തിൽ വച്ചു സുൽത്താൻ നടത്തുന്ന ആ ഔദ്യോഗിക സമ്മേളനം സദാബാത്തിൽ ആ വർഷം നടക്കുന്ന ആദ്യത്തേത് ആയിരുന്നു. അദ്ദേഹത്തിന്റെ എഴുന്നള്ളത്ത് ആചാരാനുഷ്ഠാനങ്ങളോടെയും ആഡംബരത്തികവോടെയുമായിരുന്നു. നിരത്തിൽ ആദ്യം പ്രത്യക്ഷപ്പെട്ടത് പട്ടാളക്കാരുടെ കവാത്ത് സംഘമായിരുന്നു. അതിനു പിന്നാലെ സുൽത്താന്റെ കാവൽക്കാരും ആയുധധാരികളായ സുൽത്താന്റെ കാവൽഭടന്മാരും തിമാരിയോട്ട് കാലാൾപ്പടയുടെ നാല് സൈനികദളങ്ങളും എഴുപത്തിഒന്നാം പട്ടാളവിഭാഗത്തിലെ സൈനികരും

ഗാംഭീര്യത്തോടെ കവാത്ത് ചെയ്തു. ഓട്ടോമാൻ കൊട്ടാര സൈന്യത്തിന്റെയും ആഘോഷസമയങ്ങളിൽ പ്രകടനങ്ങൾ കാഴ്ച വയ്ക്കുന്ന മുന്നൂറ് പേരടങ്ങുന്ന കുതിരപ്പടയാളികളുടെ സംഘത്തിന്റെയും അതിനു പുറകേ പട്ടാളത്തിലെ വാദ്യക്കാരുടെ അകമ്പടിയോടെയും സുൽത്താൻ കടന്നു വന്നു. കടുംനിറങ്ങളിലുള്ള അലങ്കാരപ്പണികൾ ചെയ്ത സൈനികരുടെ വസ്ത്രങ്ങൾ നിരത്തിനടുത്തു നിരനിരയായി നിന്ന മരങ്ങളുടെ നൈസർഗ്ഗിക സൗന്ദര്യത്തിനെതിരെ മുഴച്ചു നിന്നു. സുൽത്താന്റെയും കുടുംബത്തിന്റെയും ആഡംബരപൂർണത ആ നിറപ്പകിട്ടിനിടയ്ക്ക് ആരുടെയും കണ്ണിൽപ്പെടാതെ പോവുകയും ചെയ്തു.

ഈ സമയത്ത് ഇസ്താംബൂളിലെ പാവപ്പെട്ട ജനങ്ങൾ അല്പം അകലം പാലിച്ചു നിന്നുകൊണ്ട് വർണ്ണപ്പകിട്ടുള്ള ഈ ഘോഷയാത്രയും ഔദ്യോഗിക വിരുന്നിനും മറ്റു കലാപരിപാടികൾക്കുമുള്ള ഒരുക്കങ്ങളും അസൂയയോടെ കണ്ടുനിൽക്കുകയായിരുന്നു. ചിലർക്ക് മാത്രം സന്തോഷം നൽകുന്ന ഇത്തരം കാര്യങ്ങൾ ഒരുപാടുപേരുടെ ഹൃദയം കീറിമുറിക്കുകയായിരുന്നു. ദിവസം മുഴുവൻ നീണ്ടു നിൽക്കുന്ന ആഘോഷങ്ങളായിരുന്നു ഇന്നത്തേക്ക് വേണ്ടി ആസൂത്രണം ചെയ്തിരുന്നത്.

കുതിരപ്പന്തയം, ഗുസ്തി, കരടിയുദ്ധം, കോഴിപ്പോര് അങ്ങനെ ഒരു ചെറിയ വിഭാഗത്തിനുവേണ്ടി മാത്രം തയ്യാറാക്കിയതും സാധാരണക്കാർക്ക് ആസ്വദിക്കാൻ അനുവാദമില്ലാത്തതുമായ പരിപാടികളുടെ ഒരു നീണ്ട നിര തന്നെ അന്ന് അരങ്ങേറുന്നുണ്ടായിരുന്നു. ചിലർക്ക് മാത്രം ആ ദിവസം മത്സരങ്ങളുടെയും സമ്മാനങ്ങളുടെയും കവിതാലാപനങ്ങളുടെയും സംഗീത പരിപാടികളുടെയും മദ്യപാനോത്സവത്തിന്റെയും രഹസ്യ കൂടിക്കാഴ്ചകളുടെയും കാമചാപല്യങ്ങളുടേതുമായിരുന്നു. എന്നാൽ, അതേസമയം ദാരിദ്ര്യവും നിരാശയും അനാഥത്വവും മാത്രമായിരുന്നു സാധാരണ ജനങ്ങൾ അനുഭവിച്ചിരുന്നത്. സദാബാത്തിൽ ജീവിതം ആസ്വദിക്കാൻ എത്തിയവർക്ക് അന്ന് ലോകം മുഴുവൻ ഒരു ചിപ്പിക്കുള്ളിൽ ഒതുക്കി അവരുടെ മുന്നിൽ വച്ച പ്രതീതിയായിരുന്നു. ബാക്കിയുള്ളവർക്ക് ഓരോ നിമിഷവും പേടിസ്വപ്നം പോലെയുള്ള നാശം പിടിച്ച ഒരു ദിവസവും.

ഭാഗം മൂന്ന്

തീരുമാനം:
ഇരുണ്ട വിപ്ലവം

(സെപ്തംബർ1730)

വിജയികൾ
എഴുതുന്നതാണ് ചരിത്രം

ചോദ്യം 55

റോസാപ്പൂന്തോട്ടത്തിൽ കിടന്നുറങ്ങുന്നവൻ ഉണരാൻ ആഗ്രഹിക്കുമോ?

സമയം കടന്നു പോകുന്തോറും ആ ദിവസം ഇസ്താംബൂളിലെ ജനങ്ങളെ കൂടുതൽ കൂടുതൽ അന്ധാളിപ്പിക്കുകയാണ് ഉണ്ടായത്. കാരണമെന്തെന്നറിയാത്ത, ഫലം എന്തെന്നറിയാത്ത ഒരു സാഹസികതയിലേക്ക് അവർ ചുഴറ്റിയെറിയപ്പെട്ടു.

ശരത്കാല വിഷാദംപോലെ എന്തോ ഒന്ന് നഗരത്തെ മൂടി നിന്നു. ചത്വരങ്ങളിൽ സംഘം ചേർന്നുകൊണ്ടിരുന്ന മനുഷ്യരുടെ ഹൃദയങ്ങളെ ഒരു തെക്ക് പടിഞ്ഞാറൻ കാറ്റ് ഇളക്കി മറിച്ചു. മാസങ്ങളായി നാവികരും പട്ടാളക്കാരും ചേർന്ന് ഊതി ജ്വലിപ്പിച്ച വിപ്ലവത്തിന്റെ ജ്വാലകൾ ഇന്ന് ഉഗ്രശക്തിയോടെ ആളിക്കത്താൻ തുടങ്ങുകയാണ്. നഗരത്തിന്റെ വിവിധ ഭാഗങ്ങളായ സമാത്യ, ഫെനെർ, ബലാത്, തഹ്തകാലെ, ബാലിക്ക് പസാരി, ഹസ്കോയ്, കുംകാപീസി, ഗലാട്ടാ മുതലായ സ്ഥലങ്ങളിൽ നിന്നെത്തുന്ന ആൾക്കൂട്ടങ്ങൾ സുൽത്താൻ ബെയ്സിറ്റ് ചത്വരത്തിൽ സമ്മേളിച്ചു. അവിടെ വന്നവർക്കെല്ലാം അതിനു വ്യക്തിപരമായ കാരണങ്ങൾ ഉണ്ടായിരുന്നു. ആൾക്കൂട്ടത്തിന്റെ വലിപ്പവും ആവേശവും അവരുടെ ധൈര്യം ഇരട്ടിപ്പിച്ചു. പക്ഷേ അവരുടെ കൂറ് അങ്ങോട്ടുമിങ്ങോട്ടും ആടിക്കൊണ്ടിരുന്നു.

കൗശലങ്ങളാൽ സ്വാധീനിക്കപ്പെടുകയാണ് എന്നറിയാതെയും ശരിതെറ്റുകൾ മനസ്സിലാക്കാനാവാതെയും ആളുകൾ ആശയക്കുഴപ്പത്തിൽ പെട്ടു. ആ ആൾക്കൂട്ടത്തിനിടയിൽ എന്ത് ക്രൂരതയും ചെയ്യാൻ തയ്യാറായ തെമ്മാടികളും മാന്യരായ കുടുംബങ്ങളും കച്ചവടക്കാരും മുസ്ലിങ്ങളും മറ്റു മതങ്ങളിൽ പെട്ടവരും ഉണ്ടായിരുന്നു. അവർ മങ്ങിയ മുഖങ്ങളുമായി അധികാരം ദ്യോതിപ്പിക്കുന്ന ചാട്ടുളി മീശയുള്ള ഒരു മനുഷ്യന്റെ പ്രഭാഷണം ശ്രദ്ധിച്ചുകൊണ്ടിരിക്കുകയായിരുന്നു. ചതുരംഗത്തിലെ സമർത്ഥമായ ഒരു നീക്കംപോലെ ആസൂത്രണം ചെയ്ത ആ പ്രസംഗം അയാളുടെ ആഴമുള്ള, ഗംഭീരമായ ശബ്ദത്തിൽ ചത്വരത്തിലാകെ മുഴങ്ങി. ഓരോ വാചകവും ജനക്കൂട്ടത്തിൽ പരമാവധി സ്വാധീനം ചെലുത്തുന്ന വിധം ശബ്ദവ്യതിയാനങ്ങളോടെയായിരുന്നു അയാൾ അവതരിപ്പിച്ചിരുന്നത്. തങ്ങളുടെ അഭിപ്രായങ്ങളും പ്രതികരണങ്ങളുമായി

ജനക്കൂട്ടത്തെ ഇളക്കിവിടാനായി തയ്യാറായി നിന്ന പ്രക്ഷോഭകാരികൾ അവർക്കിടയിൽ ഉണ്ടായിരുന്നു. ആവേശം പടരുകയായിരുന്നു. ഇസ്താംബൂളിലെ പൊതുസ്ഥലങ്ങൾ അനേകവർഷങ്ങളായി കണ്ടിട്ടില്ലാത്തത് പോലെയുള്ള പ്രഭാവമായിരുന്നു ആ പ്രസംഗം ജനങ്ങളിൽ ചെലുത്തിയത്.

"മാന്യരെ, നിങ്ങളീ വരികൾ ശ്രദ്ധിക്കൂ! മുസ്കാരയിൽ നിന്നുള്ള, ലിംഗാഗ്രചർമം മുറിക്കാത്ത ആ തന്തയില്ലാത്തവൻ നദീമിന്റെ വിലക്ഷണ രചന കേൾക്കാൻ നിങ്ങളുടെ ചെവികൾ കൂർപ്പിക്കൂ.

ശ്രേഷ്ഠരായ മുസൽമാന്മാർ ഭരിക്കുന്നു.
ബാക്കിയുള്ളവർ അവർക്ക് കീഴിൽ സുരക്ഷിതരാണ്.
കലാകാരന്മാർക്ക് ബഹുമാനം ലഭിക്കുന്നു
ഈ സുന്ദരമായ ലോകത്തിൽ എല്ലാം സമ്പൂർണമാണ്.

പ്രിയരേ, നിങ്ങളാരെങ്കിലും ഈ വിഡ്ഢിത്തം വിശ്വസിക്കുന്നുവോ? നിങ്ങൾ നന്നായി ഭരിക്കപ്പെടുന്നുണ്ടോ? നമ്മളാരെങ്കിലും സുരക്ഷിതരാണോ? എത്ര കരകൗശലവിദഗ്ധർക്ക് ഇന്നാട്ടിൽ സ്വന്തമായ കടകളുണ്ട്? നദീം എഫെൻഡി ഇത്രയേറെ ആസ്വദിക്കുന്ന ഈ സമ്മേളനങ്ങളിൽ പങ്കെടുത്തവർ ആരെങ്കിലും ഇവിടെയെങ്ങാനും ഉണ്ടോ? ഞാൻ പറയുന്നത് ശരിയോ തെറ്റോ? കാര്യങ്ങൾ ഇങ്ങനെയാണെങ്കിൽ നമുക്കിത് നേരെയാക്കണ്ടേ?"

പ്രശസ്തനായ കാപ്പിയുണ്ടാക്കൽ വിദഗ്ധൻ അലി ആയിരുന്നു അത്. അയാളുടെ ഓരോ വാക്കുകളും ജനങ്ങളുടെ മനസ്സിൽ ദേഷ്യത്തിന്റെ തിരമാലകൾ ഉയർത്തി. അയാൾക്ക് തന്റെ ശബ്ദവും ആംഗ്യങ്ങളും കൊണ്ട് ആളുകളെ വശത്താക്കാൻ നന്നായി അറിയാമായിരുന്നു. അയാളുടെ ശബ്ദത്തിന്റെ ശക്തിയിൽ പാടത്ത് വിളഞ്ഞു നില്ക്കുന്ന ഗോതമ്പ് കതിരുകളെപ്പോലെ ജനക്കൂട്ടം ചാഞ്ചാടി. ശരിയോ തെറ്റോ എന്ന് അയാൾ ഉറക്കെ വിളിച്ചു ചോദിച്ചപ്പോൾ ആരോ വിളിച്ചു കൂവി. "ശരി!' ക്ഷോഭിച്ച ആൾക്കൂട്ടം ഒത്തൊരുമിച്ച് അലറി,

"ശരി!"

"നിങ്ങളാരെങ്കിലും...?" എന്ന അയാളുടെ ചോദ്യത്തിനുത്തരമായി ശാപവചനങ്ങൾ ദിഗന്തംഭേദിക്കും പോലെ ഉയർന്നു.

"നരകത്തിൽ കിടന്നു വെന്തെരിയട്ടെ അവർ"

മൂന്നു പേരായിരുന്നു ഈ വിപ്ലവത്തിന് കടിഞ്ഞാൺ പിടിച്ചത്. ടർക്കിഷ് കാപ്പിയുണ്ടാക്കുന്നതിൽ നാടൊട്ടുക്ക് പ്രശസ്തി നേടിയ അലി, മുസ്ലൂ ബേസ്, പിന്നെ അൽബേനിയക്കാരൻ പത്രോണ ഹലീൽ. മൂന്നു ദിവസം മുൻപ് ഒരു രാത്രിയിൽ പത്രോണ ഹിലീൽ മറ്റു രണ്ടുപേരെയും ബെയ്സിറ്റ് സ്നാനഘട്ടത്തിലെ തന്റെ വെള്ളത്തൊട്ടിക്കരികിലേക്ക്

ക്ഷണിച്ചു. ക്വാഫ് പർവതത്തിൽ നിന്ന് വരുന്ന സുന്ദരി എന്ന് പരാമർശിച്ച കാര്യത്തിനായി വേണ്ട പദ്ധതികൾ അവിടെ വച്ചാണ് അവർ തയ്യാറാക്കിയത്. അടുത്ത വെള്ളിയാഴ്ച ഉച്ചയ്ക്ക് മുൻപ് മൂവായിരം ആളുകളെ വീതം മൂന്നു പേരും ബെയ്സിറ്റ് ചത്വരത്തിൽ കൊണ്ടുവരും എന്ന് അവർ തീരുമാനിച്ചു. ആ സമയത്ത് ചത്വരത്തിൽ ആയിരത്തോളം ആളുകളേ ഉണ്ടായിരുന്നു എങ്കിലും അവരെ തടയാൻ അവിടെ ആരുമുണ്ടായിരുന്നില്ല.

തബ്രീസിലെ പരാജയത്തെപറ്റി സങ്കല്പിക്കാൻ പോലും കഴിയാതിരുന്ന ഇബ്രാഹിം പാഷ, നാവിക സൈന്യം ഇറാനിലേക്ക് യാത്ര തുടങ്ങും മുൻപുള്ള പടയൊരുക്കത്തിനായി സ്കട്ടറിയിലേക്ക് പോയി. സൈന്യത്തിന് ജനപിന്തുണ വർദ്ധിപ്പിക്കാനായി സുൽത്താനും രണ്ടാഴ്ച മുൻപ് സ്കട്ടറിയിലേക്ക് പോയിരുന്നു. ബെയ്സിറ്റ് ചത്വരത്തിൽ പ്രസംഗങ്ങളുടെ തീ പാറുന്ന നേരം സ്കട്ടറിയിലെ കന്യകാഗോപുരത്തിന് മുന്നിലെ മറ്റൊരു ആൾക്കൂട്ടം തങ്ങളുടെ മുന്നിൽ യുദ്ധസന്നദ്ധരായി യാത്ര പുറപ്പെടാൻ നിൽക്കുന്ന ഈ കപ്പൽപ്പട ഇറാന് എന്ത് ഗുണമാണ് ചെയ്യുക എന്ന് ആലോചിച്ച് തലപുകയ്ക്കുകയായിരുന്നു. നാവികസൈന്യത്തിൽ കപ്പൽത്തുറയ്ക്കു മുന്നിൽ സ്കട്ടറിയിലെ തന്റെ കൊട്ടാരത്തിൽ തബ്രീസിൽ ശിശിരകാലത്ത് നടത്തേണ്ട ഒരു ആക്രമണത്തിനായി മുന്നൊരുക്കങ്ങൾ നടത്തിക്കൊണ്ടിരുന്ന സുൽത്താനെയും മന്ത്രിമുഖ്യനെയും അമ്പരപ്പിച്ചുകൊണ്ട് സമാധാനം ആവശ്യപ്പെട്ടുകൊണ്ട് ഇറാനിൽ നിന്ന് ഒരു ദൂതൻ എത്തിച്ചേർന്നു.

യുദ്ധമോ സമാധാനമോ തിരഞ്ഞെടുക്കേണ്ടത് എന്ന് ഭരണാധികാരികൾ ചർച്ച ചെയ്യുന്ന നേരത്ത് ബോസ്ഫറസിന്റെ മറുകരയിൽ ആളുകൾ മറ്റു കാര്യങ്ങളിൽ വ്യാപൃതരായിരുന്നു. അലിയുടെ പ്രസംഗം ബെയ്സിറ്റ് ചത്വരത്തിൽ വലിയ ഒച്ചപ്പാടുണ്ടാക്കി. സുൽത്താന്റെ സൈന്യമത്രയും നദിയുടെ മറുകരയിൽ താവളമടിച്ചിരിക്കുന്ന ഈ അവസരത്തിൽ നഗരത്തിന്റെ സുരക്ഷ ഏകദേശം എഴുന്നൂറോളം വരുന്ന കാവൽ ഭടന്മാരുടെ കൈകളിലാണെന്ന് ഫാൽക്കോ കണക്കുകൂട്ടി. അവർക്ക് ഈ കലാപം അടിച്ചമർത്താനുള്ള ശേഷിയില്ലെന്ന് അറിയാമായിരുന്ന ഫാൽക്കോ തന്റെ രക്ഷാധികാരിയായ മന്ത്രിമുഖ്യനെ ഇപ്പോൾ പൊട്ടിപ്പുറപ്പെട്ട ഈ വിപ്ലവത്തെ സംബന്ധിച്ചുള്ള വിവരങ്ങൾ അറിയിക്കണോ എന്നാലോചിച്ചു.

പ്രാസംഗികന്റെ ആഹ്വാനങ്ങൾക്ക് എല്ലാ തുറകളിൽ നിന്നുമുള്ള കേൾവിക്കാർ ആവേശത്തോടെ പ്രതികരിക്കുന്നത് ചുറ്റും ഒന്ന് കണ്ണോടിച്ചപ്പോൾ അവൻ കണ്ടു. ഇസ്താംബൂളിനെ സ്കട്ടറിയിൽ നിന്ന് വേർതിരിക്കുന്ന ജലപാതയ്ക്ക് ഇത്രയേറെ ആഴവും വീതിയുമുണ്ടെന്ന് ഫാൽക്കോയ്ക്ക് ഒരിക്കലും തോന്നിയിട്ടില്ല ആയിരം സ്വർണ്ണനാണയങ്ങൾ കൊടുത്താൽ പോലും തന്നെ സ്കട്ടറിയിലേക്ക് ഈ സമയത്ത് കൊണ്ടു

പോകാൻ ഒരു തോണിക്കാരനും തയ്യാറാകില്ല എന്നും അവനു അറിയാമായിരുന്നു. അതുപോലെതന്നെ സ്കട്ടറിയിൽ നിന്ന് ഇസ്താംബൂളിലേക്കും ആരും വരാൻ സാധ്യതയില്ല. അതേ സമയത്ത് അലി ആവശ്യമുള്ളയിടത്തു നിർത്തിയും കാര്യങ്ങൾ ആവർത്തിച്ചും തന്റെ വാദങ്ങൾ ഊന്നിപ്പറഞ്ഞു കൊണ്ട് പ്രസംഗം തുടരുകയായിരുന്നു.

"മാന്യരേ, സഖാക്കളെ, ഇത് നിലനില്പിന്റെ പ്രശ്നമായി തീർന്നിരിക്കുന്നു. നമുക്ക് ഒരുപാടു മാർഗ്ഗങ്ങൾ മുന്നിലില്ല. മന്ത്രിമുഖ്യൻ ഇറാനെതിരെ ഒരു സൈനിക നീക്കത്തിനായി സ്കട്ടറിയിൽ പടയൊരുക്കം നടത്തുകയാണ്. ഇത് ആരുടെ ചെലവിലാണ്?"

"നമ്മുടെ, പാവപ്പെട്ട കച്ചവടക്കാരുടെയും കടയുടമകളുടെയും."

"കുടിവെള്ളത്തിനായി ജലധാരകളും, അച്ചടിശാലയും സജ്ജമാക്കി എന്ന് മന്ത്രിമുഖ്യൻ അവകാശപ്പെടുന്നു. ഒരു അച്ചടിശാല നല്ലത് തന്നെ, പക്ഷേ പുസ്തകങ്ങൾ വായിക്കാൻ, നമ്മെ അറിവുള്ളവരാക്കി മാറ്റാൻ, മെഴുകുതിരികൾ ഇല്ലാത്തവർ എന്ത് ചെയ്യും? ജലധാരകളും നല്ലതു തന്നെ, പക്ഷേ ശരീരശുദ്ധി വരുത്താൻ സോപ്പ് കൂടെ വേണമല്ലോ. ഒരു വണ്ടി വിറകിനു പത്ത് ആക്ച്ചേയാണ് വില. കൽക്കരിയാകട്ടെ, നമ്മുടെ പെണ്ണുങ്ങളുടെ കണ്ണുകളിൽ എഴുതാൻ പോലും തികയില്ല. ബാർലി പോലും കിട്ടാനില്ലാത്ത ഈ അവസ്ഥയിൽ ഗോതമ്പിനെപ്പറ്റി മറന്നുകളയൂ. നമുക്ക് കത്തിക്കാൻ മെഴുകുതിരികൾ ഇല്ല, പക്ഷേ നമ്മുടെ ഹൃദയങ്ങൾ ഉരുകുകയാണ്, ഉരുകിക്കൊണ്ടേയിരിക്കുകയാണ്..."

"ഉരുകുന്നു, ഉരുകുന്നു..."

"എന്റെ ജോലി കാപ്പിയുണ്ടാക്കലാണ്. പക്ഷേ നമുക്ക് കാപ്പിക്ക് പകരം വറുത്ത കടല ഉപയോഗിക്കേണ്ടിവരുന്നു. മാന്യരേ, സഖാക്കളേ, തുറമുഖങ്ങൾ നിറയെ ധാന്യമാണ് അല്ലേ?"

"നിറയെ ധാന്യമുണ്ട്, നിറയെ."

"എന്തുകൊണ്ടാണീ ക്ഷാമം? നമ്മൾ വിശന്നിരിക്കുമ്പോൾ ഇതെല്ലാം ആരാണ് അകത്താക്കുന്നത്? കാവൽക്കാരോ, തോട്ടക്കാരോ, അതോ പട്ടാളക്കാരോ? നമ്മുടെ വീട്ടിൽ കരം പിരിക്കാനായി വന്നു വാതിൽക്കൽ ഇടിക്കുന്ന ആ കള്ളന്മാരോ? രാജ്യത്തിന്റെ പേരും പറഞ്ഞു നമ്മുടെ അവസാനത്തെ റൊട്ടിക്കഷണംവരെ തട്ടിയെടുക്കുന്നവരോ?"

"അവർ നരകത്തിൽ പോകട്ടെ. ശരിയാ നിയമം നടപ്പിലാകണം. ഞങ്ങൾക്ക് നീതി വേണം."

ജനക്കൂട്ടം അലറി.

അലി തന്റെ പ്രസംഗം തുടർന്നുകൊണ്ടിരിക്കെ ചത്വരത്തിലെ കുളത്തിന് അപ്പുറത്ത് ഒരു കൂട്ടം ആളുകൾ നിൽക്കുന്നത് ഫാൽക്കോ ശ്രദ്ധിച്ചു. കൂട്ടത്തിൽപെടാത്തവരാണെന്നു തോന്നിയപ്പോൾ എന്താണ് കാര്യം എന്ന് മനസ്സിലാക്കാനായി അവൻ അവരുടെ അടുത്തേക്ക് നീങ്ങി.

"മാന്യരേ, ആരാണ് സുൽത്താൻ? ആരാണ് ഈ രാജ്യത്ത് കിരീടം ധരിച്ചിരിക്കുന്നത്?" അലി തുടർന്നു. "ആ മന്ത്രിമുഖ്യനെ നോക്കൂ! സദാബാത്തിലെ മുഴുക്കുടിയൻ. കൈക്കൂലിയിലൂടെയും കരിഞ്ചന്തയിലൂടെയും അവർ സ്വന്തം കീശ വീർപ്പിക്കുന്നു. സമാധാനത്തിന്റെ സമയം. അവർ പറയുന്നു. പക്ഷേ അവർ ശരിക്കും തങ്ങളുടെ ഉത്തരവാദിത്വങ്ങളിൽ നിന്ന് ഒഴിഞ്ഞു മാറുകയും ഭിക്ഷ കൊടുക്കുന്നതിൽ പോലും പിശുക്ക് കാട്ടുകയും ചെയ്യുന്നു. ജീവിതം ആസ്വദിക്കാനായി അവർ കലാപരിപാടികൾ നടത്തുന്നു. സ്വന്തം കുടുംബത്തെ മറന്നു വിഷയാസക്തനായി ജീവിക്കാൻ അവർ ആളുകളെ പ്രേരിപ്പിക്കുകയാണ്. ഈ ദുർഭരണത്തിന് ഉത്തരവാദി ആരാണ്? ഈ മനുഷ്യത്വമില്ലായ്മയ്ക്ക് എന്താണ് കാരണം?"

"ആരാണ്? ആരാണ്? അവർ ഇതിനനുഭവിക്കണം! അനുഭവിക്കണം!"

"ഞങ്ങൾക്ക് ശരിയാ നിയമം നടപ്പിലാക്കണം. നീതി നടപ്പിലാക്കണം."

ഒരു കൈ തന്റെ കൈത്തണ്ടയിൽ മുറുക്കെ പിടിച്ചത് അറിഞ്ഞു ഫാൽക്കോ തിരിഞ്ഞു നോക്കി. ആ കണ്ണുകൾ! അവൻ ആ കണ്ണുകൾ തിരിച്ചറിഞ്ഞു. വരയുള്ള ഒരു കാലുറ വീതിയേറിയ അരപ്പട്ടകൊണ്ട് വരിഞ്ഞു മുറുക്കി കെട്ടി വച്ചു വലിയ കുപ്പായക്കഴുത്തുള്ള ഒരുടുപ്പിനു മേലെ കട്ടിയുള്ള മറ്റൊരു ഉടുപ്പും തേഞ്ഞ ചെരുപ്പുകളും ഇട്ടുകൊണ്ട് തുറമുഖത്തെ ഒരു തൊഴിലാളിയുടെ മുഷിഞ്ഞ വേഷത്തിൽ തന്റെ മുന്നിൽ നില്ക്കുന്ന ആ രൂപത്തെ അവൻ സൂക്ഷിച്ചു നോക്കി. അഴുക്കു പുരണ്ട മുഖത്തിനു മേലെ കാണപ്പെട്ട മുഷിഞ്ഞ ശിരോവസ്ത്രം ആ രൂപത്തിന് ഒട്ടും ചേരുന്നുണ്ടായിരുന്നില്ല. തെക്ക് പടിഞ്ഞാറു നിന്ന് വരുന്ന കാറ്റിനെ തടയാനെന്ന വ്യാജേന അതിന്റെ ഒരു തലപ്പ് അയാൾ ചുണ്ടുകൾ മറച്ചു കൊണ്ട് പുതച്ചിരുന്നു. ഈ അറിവില്ലാത്ത ജനക്കൂട്ടത്തിനു നടുവിൽ അയാൾ വരാൻ ഒരു സാധ്യതയുമില്ല. ഫാൽക്കോ ചിന്തിച്ചു.

"ഇത് നിങ്ങളാണോ?" ഫാൽക്കോ മന്ത്രിച്ചു.

"അതെ."

"നിങ്ങൾ ഇവിടെ എന്ത് ചെയ്യുന്നു?"

"ഞാൻ നിന്നെ അന്വേഷിക്കുകയായിരുന്നു."

"എത്രയും പെട്ടെന്ന് ഇവിടെ നിന്ന് പോകൂ."

"നമുക്ക് ഒരുമിച്ചു പോകാം."

അവന്റെ കയ്യിലെ പിടിത്തം മുറുക്കിയതായി ഫാൽക്കോയ്ക്ക് അനുഭവപ്പെട്ടു. വേദിയിൽ മറ്റാരോ കൂടുതൽ പരുക്കനായ ശബ്ദത്തിൽ സംസാരിക്കാൻ തുടങ്ങിയിരുന്നു. അവർ രണ്ടുപേരും പതുക്കെ തിക്കിത്തിരക്കി ആൾക്കൂട്ടത്തിൽ നിന്ന് പുറത്തെത്തി. പോകുന്ന വഴിയിൽ പത്തുപന്ത്രണ്ടു കരുത്തന്മാരായ അഗ്നിശമനസേനാംഗങ്ങളോട് അടക്കിയ ശബ്ദത്തിൽ സംസാരിക്കുന്ന ഒരു മനുഷ്യനെ അവർ കണ്ടു.

"അവർ ബെയ്സിറ്റിനു നേരെയാണ് പോയിരിക്കുന്നത്." അയാൾ പറഞ്ഞു. 'അക്സരായ് പാത വഴി പോയാൽ മതി. സുൽത്താന്റെ സായുധ സേനയിൽപെട്ടവരെയോ ബെക്താഷി പട്ടാളക്കാരെയോ വഴിയിൽ വച്ചു കണ്ടാൽ അവരുടെ കുതിരകളെ കടത്തിവിടാതെ മുന്നിൽ അണി നിരക്കുക. എന്നിട്ട് സഹായത്തിനായി ആരെയെങ്കിലും അയയ്ക്കുക. എന്ത് വേണമെങ്കിലും ചെയ്തോളൂ, അവരെ കടന്നുവരാൻ അനുവദി ക്കരുത്. എന്താ സംഭവിക്കുന്നത് എന്ന് അവർക്ക് മനസ്സിലാകാൻ അവസരം കൊടുക്കുകയുമരുത്. ഒന്നും പറയാതെ തടഞ്ഞു നിർത്തി യാൽ മാത്രം മതി."

ആജ്ഞകൾ നല്കുന്ന ഈ മനുഷ്യനെ എവിടെയോ വച്ചു കണ്ടിട്ടുള്ള തായി ഫാൽക്കോയ്ക്ക് തോന്നി. അവൻ ഒന്ന് കൂടി സൂക്ഷിച്ചു നോക്കി. ആ ശബ്ദവും വാക്കുകളുടെ പ്രയോഗവും ഓർത്തെടുക്കാൻ അവൻ കഠിന മായി ശ്രമിച്ചു. ഈ സമയമത്രയും അവന്റെ കൈയിലെ പിടി കൂടുതൽ മുറുകുകയായിരുന്നു. അപ്പോഴാണ് ഫാൽക്കോ ഈ മനുഷ്യനെ ബെയ് സിറ്റ് സ്നാനഘട്ടത്തിൽ ജയിൽ സൂക്ഷിപ്പുകാരന്റെ അടുത്തു വച്ചു കണ്ട തോർത്തത്. അത് പടവാൾ ആയിരുന്നു. കൈത്തണ്ടയിൽ നിന്ന് മുകളി ലേക്ക് പരന്നു കിടന്ന കഠാരയുടെ രൂപത്തിലുള്ള ആ പച്ചകുത്തലാണ് ആദ്യം അവന്റെ മനസ്സിലേക്ക് കടന്നു വന്നത്.

"സഹോദരാ, ഞാൻ ഈ അലങ്കാരം കൊണ്ടുനടക്കുന്നത് എന്തി നാണ് എന്നാണ് നിങ്ങൾ വിചാരിക്കുന്നത്. എന്റെ ജീവിതമാണത്. പക്ഷേ, ആവശ്യമുള്ളപ്പോൾ മാത്രം. ഇവിടെയല്ല. എല്ലാത്തിനും ഒരു സമയവും സന്ദർഭവും ഉണ്ട്. അല്ലേ?" പടവാളിന്റെ ഈ വാക്കുകൾ തന്റെ ചെവി യിൽ വീണ്ടും വീണ്ടും മുഴങ്ങുന്നതുപോലെ അവനു തോന്നി. തന്റെ കൈയിൽ മുറുകിയിരിക്കുന്ന വിരലുകൾ പെട്ടെന്ന് വിയർക്കാൻ തുടങ്ങി യതുപോലെ ഫാൽക്കോയ്ക്ക് തോന്നി. പക്ഷേ അതിൽ പ്രത്യേകിച്ചു കാര്യമൊന്നുമില്ല എന്ന് കരുതി അവൻ അതിനെ അവഗണിക്കുകയാ ണുണ്ടായത്. അവർ പരസ്പരം ഇഷ്ടപ്പെടുകയും സംരക്ഷിക്കുകയും ചെയ്യുന്ന രണ്ടു സുഹൃത്തുക്കൾ മാത്രമായിരുന്നു.

പടവാൾ വളരെ ആകർഷണീയനായിരുന്നു. പെട്ടെന്ന് അയാൾ വേദി കയ്യടക്കി. വളരെ ആത്മാർത്ഥതയോടെ സംസാരിക്കാൻ തുടങ്ങി. ആ അവതരണം തികച്ചും സത്യസന്ധവും വിശ്വസനീയവുമായിരുന്നു. തികച്ചും ഒരു നേതാവിന് വേണ്ട യോഗ്യതകളിൽ മുഖ്യമായവ. തെളിവു കളുടെയും ഉദാഹരണങ്ങളുടെയും സഹായത്തോടെ സുൽത്താനും മന്ത്രിമുഖ്യനും എങ്ങനെയാണ് രസകരവും ആഡംബരപൂർണമായ ജീവിതത്തിന് അടിപ്പെട്ടിരിക്കുന്നത് എന്ന് പടവാൾ വിശദീകരിച്ചു. നിയമ സംവിധാനങ്ങൾ തകർന്നിരിക്കുന്ന കഷ്ടപ്പാടിന്റെയും ദുരിതത്തിന്റെയും ദാരിദ്ര്യത്തിന്റെയും ഇക്കാലത്ത് എങ്ങനെയാണ് അവർ ജനങ്ങളുടെ കണ്ണുനീരിനു നേരെ കണ്ണടയ്ക്കുന്നത് എന്നും പട്ടാളക്കാർ ഗുണ്ടാ സംഘങ്ങളായി പരിണമിക്കാനുണ്ടായ കാരണങ്ങളെപ്പറ്റിയും അയാൾ

സംസാരിച്ചു. തന്റെ ഹൃദയമിടിപ്പ് ക്രമാതീതമായി വർദ്ധിക്കുന്നതിനു കാരണം ആ തീപ്പൊരി പ്രസംഗമാണോ അതോ തന്റെ കൈത്തണ്ടയിൽ മുറുകിപ്പിടിച്ചിരിക്കുന്ന വിരലുകളാണോ എന്ന് ഫാൽക്കോയ്ക്ക് ഒരു പിടിയും കിട്ടിയില്ല.

"ഹലീൽ ആഗ നീണാൾ വാഴട്ടെ! ഞങ്ങൾ നിങ്ങളുടെ മേൽ പ്രതീക്ഷകൾ സമർപ്പിക്കുന്നു." ജനക്കൂട്ടം ആർത്തലച്ചു.

"അപ്പോൾ പടവാളാണ് പത്രോണ ഹലീൽ ആഗ!" അതിശയത്തോടെ ഫാൽക്കോ പിറുപിറുത്തു.

ഈ മനുഷ്യനെപ്പറ്റി നല്ലതും ചീത്തയുമായ അനേകം കാര്യങ്ങൾ ഫാൽക്കോ കേട്ടിരുന്നു. ചിലതു മാത്രമേ വിശ്വസനീയമായി അവനു തോന്നിയുള്ളൂ. അയാൾക്ക് പത്രോണ എന്നാ ഇരട്ടപ്പേര് കിട്ടാൻ കാരണം പത്രോണ, അഥവാ, നാവിക സൈന്യാധിപതിയുടെ കപ്പലിൽ ജോലി ചെയ്തിരുന്നത് കൊണ്ടാണ് എന്ന കഥ അതിലൊന്നായിരുന്നു. ബെയ്സിറ്റ് സ്നാനഘട്ടത്തിലെ ജോലി അയാൾ ഉപേക്ഷിക്കാൻ കാരണം അതിനോട് ചേർന്നുള്ള സത്രത്തിലെ കൈകാര്യക്കാരന്റെ പിടിപ്പില്ലായ്മയിൽ ഉള്ള അതൃപ്തി ആയിരുന്നു. അതുകഴിഞ്ഞ് അയാൾ ചന്തയിലെ കണക്കെഴുത്തുകാരനായി ജോലി ചെയ്യാൻ തുടങ്ങി. വിവേകപൂർണ്ണമായ അഭിപ്രായങ്ങളാലും മതാനുഷ്ഠാനങ്ങൾ അനുസരിച്ചുകൊണ്ടുള്ള ജീവിതശൈലിയാലും സത്യസന്ധതയാലും ഹലീൽ ആളുകളുടെ ശ്രദ്ധയും ആദരവും പെട്ടെന്ന് തന്നെ പിടിച്ചുപറ്റി. തിരക്കിൽ നിന്ന് രക്ഷപ്പെടുത്താനുള്ള വ്യഗ്രതയിൽ ഫാൽക്കോ തന്റെ കൈയിൽ മുറുകിയിരിക്കുന്ന വിരലുകളുടെ ഉടമയെ തന്നിലേക്ക് പിടിച്ചുവലിച്ചു. ചിലരൊക്കെ പത്രോണ ഹലീൽ ഒരു അഴിമതിക്കാരനും ക്രൂരനും ആണെന്ന് പറയുന്നുണ്ടായിരുന്നു. എന്തുതന്നെ ആയാലും നഗരത്തെ വിഴുങ്ങിയിരിക്കുന്ന അഴിമതിയിൽ നിന്നും സദാചാരരാഹിത്യത്തിൽ നിന്നും ദാരിദ്ര്യത്തിൽ നിന്നും ജനങ്ങളെ രക്ഷിക്കുകയാണ് ഈ വിപ്ലവത്തിന്റെ ലക്ഷ്യം എന്ന് അയാൾ പറയുന്നത് വളരെ ആത്മാർത്ഥതയോടെ തന്നെയാണെന്ന് ഫാൽക്കോയ്ക്ക് തോന്നി.

അയാളുടെ സംഭാഷണത്തിലെ നിഷ്കളങ്കത പത്രോണ ഹലീലിനു കിട്ടിയിരിക്കുന്ന വിദഗ്ദ്ധമായ ശിക്ഷണം പ്രകടമാക്കുന്നുണ്ടായിരുന്നു. താൻ ഒരു തീപ്പന്തമാണ് പിടിച്ചിരിക്കുന്നത് എന്ന പോലെ ഫാൽക്കോയുടെ കൈ വിയർത്തൊലിച്ചു. മറ്റുള്ളവരുടെ ശരീരത്തിൽ സ്പർശിച്ച് അവനു ശീലമില്ലായിരുന്നു. അതുകൊണ്ടാവുമോ ഈ സംഭ്രമം? ഇസ്ലാമിക സമൂഹത്തിന്റെ നന്മയ്ക്കായി പ്രവർത്തിക്കുന്ന ന്യായാധിപൻ കഡിസുലാലി ഹസ്സനും അയാസോഫിയ പള്ളിയിലെ പ്രഭാഷക ഇസ്പിരി സെയ്ദുമാവണം പത്രോണ ഹലീലിന്റെ ഗുരുക്കൾ എന്ന് അവൻ അനുമാനിച്ചു. ക്വാഫ് ചത്വരത്തിലെ സുന്ദരി എന്നത് പത്രോണ ഹലീലിനെക്കുറിച്ചുള്ള പരാമർശം ആയിരിക്കണം എന്ന് ഫാൽക്കോയ്ക്ക് തോന്നി.

ഗെഡിക്പാസ സത്രത്തിലെ സഹോദരന്മാരും ചന്തയിലെ വ്യാപാരികളും അങ്ങേയറ്റം സ്നേഹാദരങ്ങളോടെ മാത്രം ഉപയോഗിച്ചിരുന്ന പത്രോണ ഹലീല എന്ന പേരിനുടമയെ ഒന്ന് അടുത്തു കാണാൻ ഫാൽക്കോയ്ക്ക് ആഗ്രഹം തോന്നി. പക്ഷേ അവനെ മുറുകെ പിടിച്ചിരുന്ന കൈ അതിന നുവദിച്ചില്ല എന്നു മാത്രമല്ല ആ കൈകൾ അവനെ പുറകിലേക്ക് പിടിച്ചു വലിക്കുകയും ചെയ്തു. അനുസരണയും സമർപ്പണവും നല്ല ഗുണ ങ്ങളാണ്. എതിർത്താൽ ബഹളമാവും എന്ന് ഫാൽക്കോ കീഴടങ്ങി ക്കൊണ്ട് ചിന്തിച്ചു.

“അള്ളാ! അള്ളാ! ഓ! എന്റെ മുസ്ലീം സഹോദരന്മാരേ!” പത്രോണ ഹലീൽ വിളിച്ചു കൂവി. തന്റെ പ്രഭാഷണം നന്നായി പരിശീലിച്ച ആംഗ്യ ങ്ങളോടെ അവസാനിപ്പിച്ചു കൊണ്ട് അയാൾ പറഞ്ഞു.

“ഞങ്ങൾ എല്ലാം വിശദീകരിച്ചു കഴിഞ്ഞിരിക്കുന്നു. ഹൃദയത്തിൽ കൈവച്ചു നിങ്ങൾക്ക് കേട്ടില്ല എന്ന് പറയാൻ കഴിയില്ല. മുഹമ്മദ് പ്രവാചകന്റെ മുന്നിൽ നമ്മൾ ഈ പ്രശ്നം പരിഹാരത്തിനായി സമർപ്പി ച്ചിരിക്കുകയാണ്. ദയവായി നിങ്ങളുടെ കടകൾ അടയ്ക്കൂ. ഞങ്ങളുടെ ചുവന്ന കൊടിക്ക് താഴെ നിങ്ങൾക്കും ഒരിടമുണ്ട്.”

ഈ സമയത്ത് ഏകദേശം ഇരുപതു വയസ്സ് പ്രായം വരുന്ന മൂന്നു യുവാക്കൾ സത്രത്തിൽ നിന്ന് ലഭിക്കുന്ന കൗപീനം ഒരു വടിയുടെ അറ്റത്തു കൊടി പോലെ ഉയർത്തി. ഫാൽക്കോയുടെ കയ്യിൽ പിടിച്ചിരി ക്കുന്ന കൈ വിയർത്തു നനയുകയും എന്താണെന്ന് വിശദീകരിക്കാ നാവാത്ത ഒരു വികാരത്തിന്റെ അലകൾ അവന്റെ മനസ്സിൽ ഉയർന്നു തുടങ്ങി.

“അള്ളാ! അള്ളാ! ഇല്ലള്ളാ!” ആളുകൾ ഒരേ ശബ്ദത്തിൽ അലറി.

“ദൈവം നിങ്ങൾക്ക് ശക്തി തരട്ടെ! ഞങ്ങൾ നിങ്ങളുടെ കൂടെയുണ്ട്.”

“ഞങ്ങൾക്ക് പ്രവാചകന്റെ നിയമം നടപ്പിലാക്കണം.”

“വളരെ നല്ലത്! ഇതാ അതിനു സമയമായിരിക്കുന്നു.” പത്രോണാ ഹലീൽ വിളിച്ചു പറഞ്ഞു.

“കൊടി ഉയർന്നു കഴിഞ്ഞിരിക്കുന്നു. അതിനടിയിൽ അണി നിരക്കൂ!”

“ഞങ്ങൾക്ക് നീതി വേണം!’

“വിഷയലമ്പടന്മാരെയും താന്തോന്നികളെയും ശിക്ഷിക്കണം.”

“പ്രതിവിപ്ലവകാരികളുടെ രാജ്യദ്രോഹം.” എന്ന മുറവിളിയോടു ഈ വിപ്ലവാഹ്വാനങ്ങൾ കൂട്ടിമുട്ടിയപ്പോൾ ആകെ ബഹളമായി.

“അന്തിക്രിസ്തു പ്രത്യക്ഷപ്പെട്ടിരിക്കുന്നു.”

“ഒരു കൗപീനത്തിന്റെ കീഴിൽ അണിനിരന്നുകൊണ്ടാണോ നിങ്ങൾ സുൽത്താനെ പുറത്താക്കുന്നത്?”

ഭയം തോന്നിപ്പിക്കുന്ന ചില മനുഷ്യരുടെ ഇടപെടലുകൾകൊണ്ട് ഈ എതിർപ്പുകൾ സാവധാനം അപ്രത്യക്ഷമായി. വെറുതെ കണ്ടുനിന്നവരും എതിർക്കാൻ എത്തിയവരും വിപ്ലവകാരികളും തമ്മിൽ എറ്റുമുട്ടാൻ തുടങ്ങിയപ്പോൾ ഫാൽക്കോയുടെ കൈയിൽ ആ വ്യക്തി പിടിച്ചു വലിച്ചുകൊണ്ട് ജനക്കൂട്ടത്തിന്റെ തിരക്കിൽ നിന്ന് അകറ്റി. ആളുകൾ പെട്ടെന്ന് തല്ലിക്കൂട്ടിയ മൂന്നു കൊടികളുടെ താഴെ മൂന്നു സംഘങ്ങളായി തിരിഞ്ഞിരുന്നു. തീർച്ചയായും ഇത് നേരത്തെ തീരുമാനിച്ച പദ്ധതി പ്രകാരം തന്നെയാണ് എന്ന് അവനു മനസ്സിലായി. മൂന്നായി പിരിഞ്ഞ ജനക്കൂട്ടം ദിവാൻ റോഡിലേക്കും ചന്തയിലേക്കും അയാസോഫിയ പള്ളിയിലേക്കുമുള്ള വഴികളിലേക്ക് തിരിഞ്ഞു. ആരാണ് അവരെ നയിക്കുന്നതെന്ന് കാണുവാൻ വേണ്ടി തന്നെ പിടിച്ചിരിക്കുന്ന വ്യക്തിയെയും വലിച്ചുകൊണ്ട് ഫാൽക്കോ കുളത്തിനടുത്തേക്ക് നീങ്ങി. ഇത്തവണ അവനെ ആ കൈയുടെ ഉടമ തടയുകയോ തന്നെ വലിച്ചുകൊണ്ട് പോകുന്നതിൽ പ്രതിഷേധിക്കുകയോ ചെയ്തില്ല. 'അനുസരണയും സമർപ്പണവും നല്ല ശീലങ്ങളാണ്' ഫാൽക്കോ പുഞ്ചിരിച്ചു കൊണ്ട് പിറുപിറുത്തു. പ്രകടനം നയിക്കുന്നത് ആരാണ് എന്ന് കാണാനാണ് ഫാൽക്കോയുടെ ശ്രമം എന്ന് മനസ്സിലാക്കിയ അവന്റെ സുഹൃത്ത് അവരുടെ പേരുകൾ പറയാൻ തുടങ്ങി.

"പത്രോണ ഹലീലിന്റെ തൊട്ടു പിന്നിൽ മഹമ്മൂത്പാസ, സത്രത്തിലെ മേൽനോട്ടക്കാരൻ എമീർ ബെയ്യ് സെബെസ്സി പട്ടാളത്താവളത്തിലെ അച്ചാർ കച്ചവടക്കാരൻ ഇസ്മായിൽ. അവരുടെ പുറകേ കുതിരക്കള്ളൻ ജിപ്സി മല്ലൻ മൂസയും പെർഗോള കാപ്പിക്കടയിലെ കുഞ്ഞൻ മൂസയും അതേ കാപ്പിക്കടയിലെ പൈപ്പുകൾ ഒരുക്കുന്ന ജോലി ചെയ്യുന്ന ആൻഡൻ മിഹാൻഡോണിയുമുണ്ട്. തൊട്ടുപുറകിലുള്ള മാന്യനെ നിനക്ക് തിരിച്ചറിയാൻ കഴിയുന്നില്ലേ?"

"അത് അയാസോഫിയ പള്ളിയിലെ പ്രഭാഷകൾ ഇസ്പിരിസെയ്ദ് ആണല്ലോ. അയാൾ തീർച്ചയായും തന്റെ കർത്തവ്യങ്ങളെ അവഗണിക്കുകയാണ്."

"ഹഹഹ! എനിക്ക് ഒന്ന് ചിരിക്കാമല്ലോ അല്ലേ?"

സുലൈമാനിയെയിലേക്ക് പോകുന്ന ഏകദേശം ഇരുന്നൂറു പേരോളം വരുന്ന ഒരു സംഘത്തിന്റെ ബഹളം കേട്ട് ഫാൽക്കോ തിരിഞ്ഞു നോക്കി. അവന്റെ സുഹൃത്ത് വീണ്ടും പേരുകൾ പറയാൻ തുടങ്ങി.

"ഏറ്റവും മുന്നിൽ മുസ്ലു ബേസ്, അതിനു പിന്നിൽ തുറമുഖത്തിലെ ചുമട്ടുകാരൻ കുർദ് സെലോ."

"നീ അവന്റെ കൈയിൽ നിന്നാണോ ഈ വസ്ത്രങ്ങൾ വാങ്ങിയത്?"

"ഇത് തമാശയ്ക്കുള്ള സമയമല്ല. സെലോയുടെ പുറകിൽ പത്രോണ ഹലീലിന്റെ കൂട്ടുകാരൻ ഹിരിസ്റോയുടെ മകന് ആൻജെലി. പിന്നെ

ഇസ്പിരിസെയ്ദിന്റെ പുതിയ ശിഷ്യൻ കാലസ് പോർക്ക. അവർക്ക് പിന്നിൽ നടക്കുന്നത് രണ്ടു നാവികരാണ്. വിളറിയ അഗോപ്പും ഭ്രാന്തൻ മൊല്ലയും. അവർക്ക് പിന്നാലെ നടക്കുന്ന ചുണങ്ങൻ മുസ്തഫയാണ് കൊടി ഉയർത്തിയ നാവികൻ. ഗെഡിക്പാസ സ്നാനഘട്ടത്തിലെ മേൽനോട്ടക്കാരൻ ആണ് തൊട്ടടുത്തുള്ള മാന്യൻ. നിനക്ക് അയാളെ എന്തായാലും അറിയാൻ കഴിയും."

"ഇത് തമാശയ്ക്കുള്ള സമയമല്ല എന്ന് നീയല്ലേ കുറച്ചു മുൻപ് പറഞ്ഞത്? അവരുടെ പേര് പറയുന്നത് തുടരൂ."

"ശരി ശരി . എന്റെ വിരലുകൾ ഒടിക്കാതെ. പുറകിൽ നില്ക്കുന്നത് രക്തമയനായ വെലിയാണ്. ഈ പേര് കിട്ടിയത് അവൻ രക്തം ചൊരിഞ്ഞത് കൊണ്ടല്ല, മറിച്ചു അവൻ കാരണം ഒരുപാടു മനുഷ്യരുടെ രക്തം ഈ മണ്ണിൽ വീണിട്ടുണ്ട്. ഗെഡിക്പാസ സത്രത്തിൽ വച്ചു നിനക്ക് അയാളെ പരിചയം കാണുമല്ലോ. അയാൾ രഹസ്യവിവരങ്ങളുടെ ഖനിയാണ്. നിന്നെ ഹംഗറിക്കാരൻ വൈദ്യന്റെ അടുത്തു കൊണ്ട് പോയ ലാങ്കി ഒസ്മാന്റെ ഏറ്റവും അടുത്ത സുഹൃത്താണ് അയാൾ. വെലിയുടെ തൊട്ടടുത്തു നില്ക്കുന്ന ആളാണ് സുൽത്താൻ സെയ്ദ്. ബെയ്സിറ്റ് സത്രത്തിൽ രക്തമയനായ വെലിയുടെതിനു സമാനമായ ജോലികൾ ചെയ്യുന്ന മനുഷ്യനാണ്."

തന്റെ സുഹൃത്തിന് തന്നെക്കുറിച്ച് ഇത്രയേറെ കാര്യങ്ങൾ അറിയാമെന്ന വസ്തുത ഫാൽക്കോയെ ചില്ലറയൊന്നുമല്ല അലോസരപ്പെടുത്തിയത്. അവൻ ആ പിടിയിൽനിന്ന് തന്റെ കൈ ഊരി എടുത്തു. രക്തം വാർന്നുപോയത് പോലെ വിളറിയ മുഖം സുഹൃത്തിൽ നിന്ന് മറയ്ക്കാൻ എന്ന പോലെ ഫാൽക്കോ മുഖം തിരിച്ചു.

"വിഷമിക്കണ്ട, അമ്പതു സ്വർണ്ണനാണയങ്ങൾകൊണ്ട് ഞാൻ ലാങ്കി ഒസ്മാന്റെ ആ ദിവസത്തെ ഓർമ്മകൾ തുടച്ചു മാറ്റിയിട്ടുണ്ട്. എല്ലാം നിഷേധിക്കാൻ അയാൾക്ക് നന്നായറിയാം."

"കൊള്ളാം, പക്ഷേ നീയോ?"

"ഞാൻ?"

"നിനക്ക് എന്തൊക്കെ അറിയാം?"

"അതോർത്തു വിഷമിക്കണ്ട. നീ ഒരാൾക്കുവേണ്ടി പ്രവർത്തിക്കുന്നു. ഞാൻ മറ്റൊരാൾക്കുവേണ്ടി പ്രവർത്തിക്കുന്നു. ഞാൻ ജന്മംകൊണ്ട് തന്നെ മൂന്നു ചന്ദ്രന്മാരുടെ ഭാഗമായിരുന്നു എന്ന് നീ മറക്കരുത്. എന്റെ അച്ഛന് അവിടെയായിരുന്നു ജോലി. അതോർത്തു വിഷമിക്കണ്ട. നോക്ക്, കഡി സുലാലി ഹസൻ എഫെൻഡി ഷെയ്ക് അൽ ഇസ്ലാമിലെ കാര്യാലയത്തിനു നേരെ ഒരു സംഘത്തെ നയിക്കുന്നു."

തന്റെ കൈയിൽ മുറുക്കെ പിടിച്ചിരിക്കുന്ന വ്യക്തിയെ അവഹേളിക്കാനോ മുറിപ്പെടുത്താനോ ഫാൽക്കോയ്ക്ക് യാതൊരു ഉദ്ദേശ്യവും

ഇല്ലായിരുന്നു. തന്റെ മനസ്സിലൂടെ കടന്നുപോകുന്ന ചിന്തകളുടെ വേലി യേറ്റത്തിൽ ഫാൽക്കോയ്ക്ക് അദ്ഭുതം തോന്നി. തന്റെ കയ്യിൽ പിടിച്ചി രുന്ന വിരലുകളിൽ അവനും പിടി മുറുക്കി. അക്സരായിലേക്കും കുതിര പ്പന്തയ മൈതാനത്തിലേക്കും പോകുന്ന വഴിയിലൂടെ ഏകദേശം മുന്നൂ റോളം പേർ വരുന്ന ജീർണ്ണവഷധാരികളും സമരാസക്തരും പിടിച്ചുപറി ക്കാരുമടങ്ങുന്ന മറ്റൊരു സംഘം ലഹളക്കാർ പുറപ്പെട്ടിരുന്നു. അവരിൽ പലരും ലക്ഷ്യസ്ഥാനത്ത് എത്തും മുൻപേ പിന്മാറിയേക്കും എന്ന് ഫാൽക്കോയ്ക്ക് തോന്നി. അവരെ നയിച്ചിരുന്നത് നേരത്തെ തീപ്പൊരി പ്രസംഗം നടത്തിയ കാപ്പിയുണ്ടാക്കുന്ന അലി ആയിരുന്നു. അയാൾക്ക് പിന്നാലെ നടന്നിരുന്ന മറ്റൊരു സംഘത്തലവൻ ഫാൽക്കോയ്ക്ക് പരി ചയം ഉണ്ടായിരുന്ന ദേരെക്കൊയ്‌ലു അലി ആയിരുന്നു. ഹിമസൂചികൾ മേൽക്കൂരകളിൽ നിന്ന് തൂങ്ങിനിന്ന ഒരു മഞ്ഞുകാല ദിവസത്തിൽ ദേരെ ക്കൊയ്‌ലു അലിയുമായി യാചിക്കാൻ പോയ അനുഭവത്തെക്കുറിച്ചു പറഞ്ഞു യെയെ നിർത്താതെ ചിരിക്കുമായിരുന്നത് അവൻ ഓർത്തു.

"മുമ്പിൽ നടക്കുന്ന ആളുകളെ ശ്രദ്ധിക്കണ്ട ഫാൽക്കോ. പുറകിൽ നടക്കുന്നവരെക്കുറിച്ചു ഞാൻ പറഞ്ഞു തരാം. എന്തുകൊണ്ടാണ് അത് എന്ന് നിനക്ക് പെട്ടെന്ന് തന്നെ മനസ്സിലാകും. പുറകിൽ വലതു വശ ത്തായി നടക്കുന്ന മനുഷ്യനാണ് ഇതിന്റെയെല്ലാം പുറകിലെ ബുദ്ധി കേന്ദ്രം. നിനക്ക് അയാളെ കാണാമോ? അയാളാണ് പട്ടാളത്തലവൻ ഓസ്ട്രിയൻ ഹസ്സൻ. പക്ഷേ ഇന്ന് വേഷം മാറിയാണ് ആ മനുഷ്യൻ പ്രത്യക്ഷപ്പെട്ടിരിക്കുന്നത്."

ഏതു സംഘത്തെ പിന്തുടരണം എന്ന് ഫാൽക്കോയ്ക്ക് തീരുമാനി ക്കാനായില്ല. തന്റെ വിരലുകളിൽ കോർത്തുപിടിച്ചിരിക്കുന്ന വിരലുകളുടെ ഉടമയെ വിട്ടുപോകാൻ അവൻ ഇഷ്ടപ്പെട്ടില്ല. സത്യം പറഞ്ഞാൽ ആ വിരലുകളെ ഒന്നുകൂടി മുറുക്കെ പിടിക്കണം എന്നാണ് അവനു തോന്നി യത്. പക്ഷേ അവൻ അവിടെ എത്തിയതിന്റെ പിന്നിലെ പ്രധാന കാരണം ജയിൽസൂക്ഷിപ്പുകാരനെ കണ്ടെത്തുക എന്നതായിരുന്നു. അയാളെ യാകട്ടെ, അവിടെയെങ്ങും കാണാനുണ്ടായിരുന്നതുമില്ല. ടുളിപ്പുകളുടെ ലോകത്ത് പ്രചരിച്ചിരുന്ന പല കുപ്രചാരണങ്ങളുടെയും പിന്നിൽ അയാ ളാണ് എന്ന് അവനു സംശയമുണ്ടായിരുന്നു. ഓട്ടോമാൻ ചരിത്രത്തിൽ പല തവണ ആളിക്കത്തിയ വിപ്ലവത്തിന്റെ തീ വീണ്ടും ഉയരുമ്പോൾ ജയിൽസൂക്ഷിപ്പുകാരൻ മാളത്തിൽ ഒളിക്കും എന്ന് കരുതാൻ മാത്രം വിഡ്ഢി ആയിരുന്നല്ല ഫാൽക്കോ. അത് മാത്രമല്ല, പത്രോണ ഹലീലു മായുള്ള അയാളുടെ അടുപ്പം സ്നാനഘട്ടത്തിൽ വച്ചു ഫാൽക്കോ കണ്ട താണ്.

തന്റെ കൈയിൽ ഒതുങ്ങിയിരിക്കുന്ന കയ്യിൽ പിടിച്ചുവലിച്ചു നിർത്തി ക്കൊണ്ട് ഫാൽക്കോ ചോദിച്ചു. "നീ ജയിൽസൂക്ഷിപ്പുകാരനെ കണ്ടി രുന്നോ?"

“ഇല്ല, അയാൾ ഇവിടെ ഉണ്ടാവേണ്ടതാണോ?”

“തീർച്ചയായും അയാൾ ഇവിടെയല്ലെങ്കിൽ മറ്റെവിടെയെങ്കിലും ഈ പ്രശ്നങ്ങൾക്ക് നടുവിൽ തന്നെ ഉണ്ടാവും. എന്റെ രക്ഷാധികാരി ഇബ്രാഹിം പാഷ സ്കട്ടറിയിലേക്ക് പുറപ്പെടും മുൻപ് നഗരത്തിന്റെ സുരക്ഷ സൈന്യത്തിന്റെ മുഖ്യതലവനെയും ജയിൽസൂക്ഷിപ്പുകാരനെയുമാണ് വിശ്വസിച്ച് ഏല്പിച്ചിരിക്കുന്നത്. സൈന്യത്തലവൻ ഇവിടെയുള്ള സ്ഥിതിക്ക് ജയിൽസൂക്ഷിപ്പുകാരൻ മറ്റെവിടെയെങ്കിലും ഉണ്ടാവും. നിനക്ക് എന്ത് തോന്നുന്നു?”

“സാധ്യതയുണ്ട്. ചിലപ്പോൾ അയാൾ ഉറങ്ങിപ്പോയത് കാരണം താമസിക്കുന്നതുമാവാം.”

“നീ തമാശ പറയുകയാണ്. അല്ലേ? ഈ സാമ്രാജ്യം എത്ര വിപ്ലവങ്ങളിലൂടെ കടന്നുപോയിട്ടുണ്ട്? അവയ്ക്ക് എപ്പോഴും മൂന്നു ഘടകങ്ങൾ ഉണ്ടാകാറുണ്ട്. ആത്മീയ ഗുരുക്കളാൽ പരിശീലിക്കപ്പെട്ട ഒരു നേതാവ്. ആശയങ്ങൾ നടപ്പിലാക്കാൻ കഴിവുള്ള ഒരു നേതാവ്. അവർക്കുവേണ്ടി വാള് വീശാൻ കെല്പും മനക്കരുത്തുമുള്ള ഒരു പട്ടാളത്തലവൻ.”

“കൊള്ളാം. ഈ പറഞ്ഞവരെല്ലാം തന്നെ ജനങ്ങളെ ചിന്താക്കുഴപ്പത്തിൽ ആക്കിയിട്ടുണ്ട് എന്ന സത്യം നീ മറക്കരുത്.”

“പാവങ്ങൾക്ക് എന്താണ് നഷ്ടപ്പെടാനുള്ളത്?” ഫാൽക്കോ ചിന്താധീനനായി പറഞ്ഞു. “എപ്പോഴും രണ്ടു തരത്തിലാണ് ജനങ്ങളെ ഞെരുക്കുന്നത്. ആദ്യം ഈ പറഞ്ഞ ആത്മീയഗുരുക്കൾ അവരുടെ മതസംബന്ധമായ ആശയങ്ങളുമായിട്ടും രണ്ടാമത് പട്ടാളക്കാർ അവരുടെ സായുധ മുന്നേറ്റങ്ങളുമായിട്ടും. അഹങ്കാരികളായ ഈ പട്ടാളക്കാരുടെയും അജ്ഞരായ ആത്മീയഗുരുക്കളുടെയും ഇരകളാകുന്ന ജനങ്ങൾക്ക് അതിൽ കൂടുതൽ ഒന്നും തന്നെ ആഗ്രഹിക്കാനും ലഭിക്കാനുമുള്ള സാധ്യതയുമില്ല.”

“അതുകൊണ്ടു തന്നെയാണ് ജനങ്ങളുടെ താത്പര്യങ്ങൾക്കനുസരിച്ചുള്ള ശുഭപര്യവസായിയായ വിപ്ലവമുന്നേറ്റങ്ങൾ ഉണ്ടാകാത്തത്. ഭരണകൂടങ്ങൾക്ക് എതിരെയുള്ള വിപ്ലവങ്ങൾ എപ്പോഴും നഗരത്തിലെ താന്തോന്നികളുടെയും കൊള്ളക്കാരുടെയും സംഘങ്ങളുടെ കയ്യേറ്റങ്ങളായി ഒതുങ്ങിപ്പോകുന്നത് അതുകൊണ്ടാണ്.”

“അങ്ങനെയല്ല. ഒരു അതിമോഹിയായ പാഷയും മതഭ്രാന്തനായ ഒരു ഗുരുവും ചേർന്ന് ഈ ബുദ്ധിയില്ലാത്ത പ്രക്ഷോഭകരെ വരുതിക്ക് നിർത്തിയാൽ അവർക്ക് ഒരു വിപ്ലവത്തിനുള്ള ചേരുവകളായി. ഈ അവസ്ഥയിൽ ഒരു ചെറിയ പ്രകോപനം കൊണ്ട് പോലും സുൽത്താൻ അഹമ്മദ് തന്റെ സിംഹാസനത്തിൽ നിന്ന് മറിഞ്ഞു വീണേക്കാം. ആ പ്രകോപനം പട്ടാളത്തലവൻ ഓസ്ട്രിയൻ ഹസ്സന്റെ രൂപത്തിലോ അമിത സൗഹൃദം കാട്ടുന്ന ഫ്രഞ്ച് നയതന്ത്ര പ്രതിനിധി മാർക്വോസ് ദ ബൊണാക്കിന്റെയോ

രൂപത്തിൽ വരാം. അല്ലെങ്കിൽ ഇറാനിൽ നിന്നുള്ള വാർത്തകളോ സുൽത്താന്റെയും മന്ത്രിമുഖ്യന്റെയും അധികച്ചെലവോ ആകാം അതിനുള്ള കാരണങ്ങൾ. ഇത്തരം ഏതു തീപ്പൊരിയും വിപ്ലവത്തിന് തീ കൊടുക്കാൻ കഴിവുള്ളതാണ്."

"നീ പറയുന്നത് ശരിയാണ്. മന്ത്രിമുഖ്യനെയും സദാബാത്തിലെ ടുളിപ് പൂന്തോട്ടങ്ങളിലെ ദുർവ്യയത്തെയുംപ്പറ്റി കേട്ട വാർത്തകൾ അനുസരിച്ചു ബുദ്ധിപൂർവം ചിന്തിക്കുന്നവരുടെയും കാവൽഭടന്മാരുടെയും പിന്തുണയോടെ ഒരു വിപ്ലവം ഉണ്ടായതിൽ അദ്ഭുതമൊന്നുമില്ല."

""അതാണ് കാര്യം." ഫാൽക്കോ അതിശയത്തോടെ പറഞ്ഞു. "ഈ വിപ്ലവത്തിൽ ഇല്ലാത്തത് അതാണ്."

"എന്ത്?"

"കാവൽ ഭടന്മാർ. ഇക്കൂട്ടത്തിൽ ഒരു കാവൽഭടൻ പോലുമില്ല."

"അതോർത്തു വിഷമിക്കണ്ട. പട്ടാളക്കാർ ഈ പ്രശ്നം നാളെ പരിഹരിച്ചോളും."

"ഞാൻ അതല്ല ഉദ്ദേശിച്ചത്." ഫാൽക്കോ പറഞ്ഞു. "ഇതു വളരെ പ്രധാനപ്പെട്ട ഒരു കാര്യമാണ്. വിപ്ലവത്തെ എതിർക്കുന്ന ഏതെങ്കിലും ഭടനെ നീ കണ്ടിരുന്നോ?"

"നീ പറഞ്ഞത് ശരിയാണ്. ഞാൻ അതിനെപറ്റി ചിന്തിച്ചതേയില്ല. ഇവിടെ നിന്ന് മാറി നില്ക്കാൻ ഇബ്രാഹിം പാഷ ആജ്ഞ നല്കിയിരിക്കും."

"അല്ലെങ്കിൽ ഇങ്ങോട്ട് വരുന്നതിൽ നിന്ന് തടഞ്ഞിട്ടുണ്ടാവും." ഫാൽക്കോ കൂട്ടിച്ചേർത്തു. ഒരു നിമിഷം ചിന്തയിൽ മുഴുകിയശേഷം രണ്ടു പേരും ഒരുമിച്ചു പറഞ്ഞു,

"സെരാഗ്ലിയോ! ഫെലിസിറ്റി കവാടം!"

തന്റെ കൈയിൽ പിടിച്ചിരുന്ന പിടിയിൽ നിന്ന് വിരലുകൾ ഊരിയെടുത്തിട്ടു ഫാൽക്കോ തിരിഞ്ഞു തന്റെ സുഹൃത്തിനെ പിടിച്ചു കുലുക്കി.

"ഹൂറികിൻ! ഞാൻ ഫെലിസിറ്റി കവാടത്തിലേക്ക് പോവാം. നീ സുലൈമാനിയെയിലേക്ക് പൊയ്ക്കോളൂ." അതൊരു ആജ്ഞ ആയിരുന്നു.

"ഇല്ല. ഞാൻ ഫെലിസിറ്റി കവാടത്തിലേക്ക് പോവാം. ഇബ്രാഹിം പാഷയുടെ ഭടന്മാർ നിന്നെ അവിടെ വച്ചെങ്ങാനും കണ്ടാൽ കൊന്നു കളയും. നീ സുലൈമാനിയെയിലേക്ക് പോവൂ. വളഞ്ഞ വഴിയിലൂടെ പോയാൽ നിന്നെ ആരും കാണില്ല."

"ശരി. ഞാൻ വാദിക്കുന്നില്ല. പക്ഷേ നീ കരുത്തൻ യെയെയ്ക്കും ഹാഫിസ് സെലെബിക്കും ഇതിനെക്കുറിച്ച് മുന്നറിയിപ്പ് കൊടുക്കണം. വിപ്ലവം പടർന്നുപിടിച്ചാൽ തെരുവ് തെമ്മാടികൾക്ക് സദാബാത്തിൽ

എത്തിച്ചേരാൻ അധികസമയം വേണ്ട. അതോടെ എല്ലാം കുഴപ്പത്തിലാവും. രണ്ടു ദിവസം കഴിഞ്ഞു രാവിലെ പതിനൊന്നു മണിക്ക് സുലൈമാനിയെയിലെ എന്റെ മുറിയിൽ വച്ചു നമുക്ക് കണ്ടുമുട്ടാം. അതല്ലെങ്കിൽ നാളെ വൈകിട്ട് ഞാൻ ഹാഫിസ് സെലെബിയുടെ വീട്ടിലേക്കു വരാം. എന്തായാലും എനിക്ക് പോകാൻ വേറെ ഇടങ്ങളില്ല." അയാസോഫിയെയിലേക്കുള്ള വഴിയിലൂടെ ആൾക്കൂട്ടത്തിൽ കലരും മുൻപ് ഫാൽക്കോ പറഞ്ഞു.

"ഞങ്ങൾക്ക് തന്തയില്ലാത്ത ഇബ്രാഹിം പാഷയുടെ തല വേണം! മുസ്ളീങ്ങളെ! മുന്നോട്ട്! മുന്നോട്ട്!" ജനക്കൂട്ടത്തിലെ ആരോ ആക്രോശിച്ചു.

ഇത്തരം അക്രമാസക്തമായ ഒരു ആഹ്വാനത്തിന്റെ പരിണിത ഫലങ്ങൾ നന്നായി അറിയാവുന്ന ചിലർ ദുർബലമായ ശബ്ദങ്ങളിൽ പ്രതിഷേധിച്ചു. "പ്രവാചകൻ മുഹമ്മദിന്റെ കുഞ്ഞുങ്ങളാണ് നാം. നമ്മൾ ആയുധമെടുക്കില്ല! ഇല്ല! അങ്ങനെയൊന്നും പറയരുത്."

അടുത്തതായി എന്ത് സംഭവിക്കും എന്ന് പ്രവചിക്കുക അസാധ്യമായിരുന്നു. മന്ത്രിമുഖ്യനും സുൽത്താനും തങ്ങളുടെ സായുധ സൈന്യവുമായി സ്കട്ടറിയിൽ തങ്ങിയിരിക്കുന്ന ഈ അവസരത്തിൽ ഇസ്താംബൂൾ പ്രതിരോധശക്തിയില്ലാത്ത അവസ്ഥയിലായിരുന്നു. കൊള്ളയടി തുടങ്ങാൻ എത്ര നേരം എടുക്കും എന്ന ചോദ്യം മാത്രമേ ബാക്കിയുണ്ടായിരുന്നുള്ളൂ. വീട്ടിലേക്കു പോകുന്ന സാധാരണ മനുഷ്യരും കോണകത്തുണിയുടെ കൊടിക്ക് പിന്നിൽ അണിനിരക്കാൻ അവരെ പ്രേരിപ്പിക്കുന്ന വിപ്ലവകാരികളും തമ്മിലുള്ള ചൂടു പിടിച്ച വാഗ്വാദങ്ങൾ ചന്തയ്ക്കു മുന്നിൽ തകൃതിയായി നടന്നു കൊണ്ടിരുന്നു. ചന്ത ദിവസമായതിനാൽ ധാരാളം ഇടപാടുകാർ ചന്തയിലേക്ക് വന്നു കൊണ്ടിരുന്നു. ഈ ബഹളമൊക്കെ കണ്ട് കച്ചവടക്കാർ തങ്ങളുടെ കടകൾ അടയ്ക്കാൻ തുടങ്ങി. തങ്ങളുടെ മുതലും ജീവനും ഏതു നിമിഷവും ആക്രമിക്കപ്പെട്ടേക്കാം എന്നറിയാവുന്നതു കൊണ്ട് എത്രയും പെട്ടെന്ന് ചന്ത വിടാനായിരുന്നു അവരുടെ ശ്രമം. വെട്ടുകിളികളെ പോലെ ലഹളക്കാർ സാധനസാമഗ്രികൾ നശിപ്പിക്കാനും കൊള്ളയടിക്കാനും തുടങ്ങി. അഞ്ഞൂറോളം ആളുകൾ ചന്തയ്ക്കു മുന്നിൽ തിങ്ങിക്കൂടി നില്പുണ്ടായിരുന്നു.

ഫാൽക്കോ തന്റെ കൈകൾ കൂട്ടിത്തിരുമ്മി. തന്റെ കൈയിൽ അമർന്നിരുന്ന കൈയുടെ ചൂട് നഷ്ടപ്പെട്ടതിൽ അവനു വിഷമം തോന്നി. അനുസരണ നല്ലതാണ്. അവൻ പുഞ്ചിരിയോടെ വീണ്ടും മന്ത്രിച്ചു. ദിവാൻ റോഡിലൂടെ അയാ സോഫിയയ്ക്ക് അടുത്തെത്തിയപ്പോഴാണ് സുൽത്താൻ രണ്ടു വർഷം മുൻപ് നിർമ്മിച്ച ജലധാരയ്ക്ക് അടുത്തു താൻ അന്വേഷിക്കുന്ന ആളെ ഫാൽക്കോ കണ്ടത്. കൊട്ടാരത്തിന്റെ കവാടത്തിനു സമീപം ജയിൽസൂക്ഷിപ്പുകാരൻ ഭടന്മാരോടോത്തു നില്ക്കുന്നുണ്ടായിരുന്നു.

ആരെയും ഉള്ളിലേക്ക് കടന്നുപോവാൻ അവർ അനുവദിച്ചില്ല. ഫാൽക്കോ അവരുടെ അടുത്തേക്ക് ചെല്ലാതെ അല്പം ദൂരെയായി കാത്തുനില്ക്കാൻ തീരുമാനിച്ചു. പള്ളിക്കടുത്തുള്ള സ്നാനഘട്ടത്തിന്റെ നിഴലിലെ ശാന്തമായ ഒരിടം മറഞ്ഞിരുന്നു കാര്യങ്ങൾ നിരീക്ഷിക്കാനായി ഫാൽക്കോ തിരഞ്ഞെടുത്തു. അക്ഷമയോടെ കാലുകൾ മാറ്റിച്ചവിട്ടുകയും അസാധാരണമായ കോലാഹലങ്ങൾ കണ്ടു പരിഭ്രാന്തിയോടെ ചിനയ്ക്കുകയും ചെയ്യുന്ന കുതിരകളുടെ മറവിലിരുന്നാൽ അവനു ജയിൽസൂക്ഷിപ്പുകാരനെയും കാവൽ ഭടന്മാരെയും വ്യക്തമായി കാണാമായിരുന്നു. ബെയ്സിറ്റ് ചത്വരത്തിൽ വച്ചു കണ്ടുമുട്ടിയ തന്റെ സുഹൃത്തിനെക്കുറിച്ചും അവൾ തന്റെ കൈയിൽ പിടിച്ചതിനെക്കുറിച്ചും അവൻ ചിന്തിക്കാൻ തുടങ്ങി. നക്സിഗ്യുൽ ജീവിച്ചിരുന്നെങ്കിൽ! ഫാൽക്കോ നിശ്വസിച്ചു. അവളുടെ മരണം തനിക്കു ഹൂറികിന്റെ കൈ പിടിക്കാനുള്ള അവകാശം നല്കുന്നില്ല എന്ന് അവന് തോന്നി. തന്റെ തെറ്റ് തിരുത്താൻ എന്നവണ്ണം നക്സിഗ്യുല്ലിന്റെ പേര് അവൻ നിർത്താതെ ഉരുവിട്ടുകൊണ്ടേയിരുന്നു. പ്രണയിനിയുടെ മരണത്തോടെ പ്രണയം മരിക്കുന്നില്ല എന്ന് ചിന്തിച്ചപ്പോൾ ഫാൽക്കോ കാര്യങ്ങൾ വ്യത്യസ്തമായി കാണാൻ തുടങ്ങി.

വിപ്ലവം ഇസ്താംബൂളിലാണോ തന്റെ ഹൃദയത്തിലാണോ നടക്കുന്നത്? താൻ തകർന്നിടിഞ്ഞു പോവുകയാണോ അതോ ജീവിതത്തിലേക്ക് തിരിച്ചു പോവുകയാണോ? ചോദ്യങ്ങൾ ധാരാളം ഉയർന്നുവെങ്കിലും സ്വപ്നങ്ങളുടെയും പ്രതീക്ഷയുടെയും നിരാശയുടെയും ഒരു പുതിയ നിറക്കൂട്ട് അവന്റെ മനസ്സാകെ പടർന്നിരുന്നു. ഹൂറികിന്റെ കൈ പിടിച്ചതിനെപ്പറ്റി ആലോചിക്കുമ്പോൾ അവനിത്ര അസ്വസ്ഥനാകുന്നത് എന്തിനാണ്?

ഒരു റോസാപ്പൂതോട്ടത്തിൽ കിടന്നുറങ്ങുന്നവൻ അതിരാവിലെ ഉണരാൻ ഇഷ്ടപ്പെടും. പക്ഷേ ജയിലിൽ കിടക്കുന്നവരോ? ഉറക്കം നല്കുന്ന താൽക്കാലികമായ ആശ്വാസത്തിൽ നിന്ന് ജയിലിന്റെ ഭീകരതയിലേക്ക് വീണ്ടു വലിച്ചെറിയപ്പെടും എന്നറിയാവുന്നവർ ഉണരാതിരിക്കാനേ പ്രാത്ഥിക്കൂ.

ചോദ്യം 56

ചോരയും അഗ്നിയുംകൊണ്ട് കളിക്കുന്ന അധമന്മാർ ആരാണ്?

ദെർസാദത്തിലെ മുസലിയാർമാർ തങ്ങളുടെ രാവിലത്തെ പ്രാർത്ഥനകൾക്കായി ഉണർന്നെഴുന്നേൽക്കുന്നതേ ഉണ്ടായിരുന്നുള്ളൂ. ഫാൽക്കോയെ വേഗത്തിൽ സ്കട്ടറി കൊട്ടാരത്തിലേക്കുള്ള പടികളിലേക്ക് മന്ത്രിമുഖ്യൻ നയിച്ചു. രണ്ടുപേരും വളരെ പരിഭ്രാന്തരായിരുന്നു. പറയാൻ പോകുന്ന വാർത്ത കേട്ടാൽ സുൽത്താൻ വളരെയധികം കോപാകുലനാകും എന്ന് അവർക്ക് വ്യക്തമായിരുന്നു.

നഗരം സംരക്ഷിക്കേണ്ടവർ തന്നെ അത് കൊള്ളയടിച്ച് നശിപ്പിക്കുന്നതായാണ് അയാസോഫിയ സ്നാനഘട്ടത്തിനടുത്തു പതുങ്ങിയിരുന്ന ഫാൽക്കോ കണ്ടത്. അയാസോഫിയയിൽ ചുറ്റിത്തിരിയാതെ സുൽത്താന്റെ മുന്നിലേക്ക് വിവരങ്ങളുമായി പോകാൻ തന്നെ ഫാൽക്കോ തീരുമാനിച്ചു. വെറുതെ സമയം പാഴാക്കുകയാണ് താൻ എന്നും എത്രയും പെട്ടെന്ന് സുൽത്താനേയും മന്ത്രിമുഖ്യനെയും വിവരങ്ങൾ അറിയിക്കുകയാണ് വേണ്ടത് എന്നും അല്പനേരം കാത്തിരുന്നപ്പോൾ തന്നെ അവനു ബോധ്യമായി.

ഇരുട്ട് വീണു തുടങ്ങിയപ്പോൾ കുതിരകളിൽ ഒന്നിനെ ആരും കാണാതെ അഴിച്ചെടുത്തുകൊണ്ട് ഫാൽക്കോ സിർക്കെസിയിലേക്ക് യാത്രയായി. അവനു ഒരു വഞ്ചിക്കാരനെ ആവശ്യമുണ്ടായിരുന്നു. പക്ഷേ തെക്ക് പടിഞ്ഞാറു നിന്ന് ശക്തിയായി കാറ്റ് വീശുന്നത് മൂലം തോണികൾ എല്ലാം വഞ്ചിപ്പുരയ്ക്കടുത്ത് കെട്ടിയിട്ടിരിക്കുകയായിരുന്നു. കാലാവസ്ഥ മോശമായതിനാൽ സ്ഥലം വിടാൻ തോണിക്കാരെല്ലാം കൂടി തീരുമാനിച്ചതാകാം. അല്ലെങ്കിൽ അവരെല്ലാം ബെയ്സിറ്റ് ചത്വരത്തിലേക്ക് പോയതുമാവാം.

സ്കട്ടറിയും ഇസ്താംബൂളും തമ്മിലുള്ള എല്ലാ തരത്തിലുമുള്ള ആശയവിനിമയങ്ങളും നശിപ്പിക്കാൻ വേണ്ടതെല്ലാം വിപ്ലവകാരികൾ ചെയ്തിരുന്നു. തെക്ക് പടിഞ്ഞാറൻ കാറ്റ് അവരെ സംബന്ധിച്ചിടത്തോളം ഒരു അനുഗ്രഹമായി. ആ കാറ്റ് മൂലം സൈന്യത്തിന് മാത്രമല്ല മന്ത്രിമുഖ്യനും സുൽത്താനുപോലും ഇസ്താംബൂളിൽ എത്തിച്ചേരുകയോ

അവിടെ നിന്നുള്ള വിവരങ്ങൾ ലഭിക്കുകയോ ചെയ്യുക അസാധ്യമായി മാറി.

അവിടെ നിന്ന് ഒരു തോണി അഴിച്ചെടുത്തു കടലിലേക്ക് തുഴയുക എളുപ്പമായിരുന്നു. പക്ഷേ ആ കാലാവസ്ഥയിൽ തോണി നിയന്ത്രിക്കുക എന്നത് നല്ല അനുഭവപരിചയമുള്ള ഒരാൾക്ക് മാത്രമേ കഴിയുമായിരുന്നുള്ളൂ. തനിക്കു ഏതെങ്കിലും വഞ്ചിക്കാരന് പ്രതിഫലം കൊടുക്കേണ്ടി വന്നാൽ ഉപയോഗിക്കാനായി പണ്ട് മന്ത്രിമുഖ്യൻ നല്കിയ മുത്ത് അപ്പോഴും തന്റെ കൈപ്പട്ടയിൽ ഉണ്ടോ എന്ന് ഫാൽക്കോ പരിശോധിച്ചു. അവൻ ഊഹിച്ചതുപോലെ കടവ് വിജനമായിരുന്നു. പക്ഷേ, ആരെങ്കിലും സ്കട്ടറിയിൽ എത്താൻ ശ്രമിച്ചാൽ അവരെ തടയാൻ പോലും ആരും അവിടെ തങ്ങിയില്ല എന്നതിൽ ഫാൽക്കോയ്ക്ക് അദ്ഭുതം തോന്നി.

തെക്കുപടിഞ്ഞാറൻ കാറ്റ് തുടങ്ങിയപ്പോൾ ഇനി കാവൽ നിൽക്കണ്ട കാര്യമില്ല എന്ന് അവർ തീരുമാനിച്ചു കാണും ഫാൽക്കോ ചിന്തിച്ചു. അല്ലെങ്കിൽ എല്ലാവരും ചേർന്ന് സ്ഥലം വിട്ടതുമാവാം.

പക്ഷേ തനിക്കു തെറ്റ് പറ്റി എന്ന് മനസ്സിലാക്കാൻ അവന് അധിക നേരം വേണ്ടി വന്നില്ല. വഞ്ചികൾക്കടുത്തു കാവൽ നിന്നവർ തോക്ക് ചൂണ്ടി ഭീഷണിപ്പെടുത്തിക്കൊണ്ട് അവനെ കടവിനടുത്തു നിന്ന് പറഞ്ഞു വിട്ടു. സെരാഗ്ലിയോയിലെ നദീതീരത്തുള്ള കൊട്ടാരത്തിലെ വഞ്ചിപ്പുര മാത്രമായിരുന്നു ബാക്കി അവശേഷിക്കുന്ന ഒരേയൊരു പ്രതീക്ഷ. കുട്ടനെയ്ത്തുകാരന്റെ മാടക്കട എന്നറിയപ്പെടുന്ന ഗോൾഡൻ ഹോണിന്റെ തീരത്തുള്ള സുൽത്താന്റെ ഉല്ലാസമന്ദിരത്തിനടുത്തെത്തിയപ്പോൾ ഫാൽക്കോ നിന്നു. ഇവിടെ വച്ചാണ് ഒരിക്കൽ സുൽത്താന്റെ നാവിക സേന തങ്ങളുടെ മെഡിറ്ററേനിയൻ വിജയങ്ങളുടെ ആഘോഷങ്ങൾ നടത്തിയത്. ഇപ്പോൾ പഴകിപ്പൊളിഞ്ഞു കിടക്കുന്ന ആ കടവിലും ഒരു ചെറുതോണി പോലും ഉണ്ടായിരുന്നില്ല.

വേനലിന്റെ അവസാന സമയത്ത് സാധാരണ ഗതിയിൽപോലും അവിടെ ആരും കാണാറില്ല. അവിടമാകെ നോക്കിയപ്പോൾ ഇരുണ്ട നിറത്തിൽ വസ്ത്രങ്ങളണിഞ്ഞ ഒരു തോട്ടക്കാരൻ ഒരു പാത്രം പൊരിച്ച വഴുതനയുംകൂട്ടി ചൂടുള്ള റൊട്ടി അകത്താക്കുന്നത് കണ്ടു. അയാൾക്ക് നഗരത്തിൽ നടക്കുന്നത് എന്താണെന്ന് ഒരു പിടിയുമില്ല എന്ന് ഉറപ്പായിരുന്നു. പക്ഷേ, ഒരു തോട്ടക്കാരനെക്കൊണ്ട് എന്ത് പ്രയോജനമാണ് ഉള്ളത്? ഇരുട്ട് വീണുതുടങ്ങിയിരുന്നു. വൈകും തോറും താൻ കുഴപ്പത്തിൽ ചാടാനുള്ള സാദ്ധ്യതകൾ കൂടി വരികയാണ് എന്ന് ഫാൽക്കോയ്ക്ക് അറിയാമായിരുന്നു.

കൊടുംകാറ്റിൽ ഉലയുന്ന ബോസ്ഫറസ് നദിയിൽ ഒരു വഞ്ചി തുഴയുന്നതിൽ ഉള്ള അപകടങ്ങൾ ഫാൽക്കോയ്ക്ക് അറിയാമായിരുന്നു. ആ തെക്ക് പടിഞ്ഞാറൻ കാറ്റിനെയാണ് ഇപ്പോൾ ഭയപ്പെടേണ്ടത്.

അതെങ്ങാനും തോണിയെ മാർമര കടലിലേക്ക് വലിച്ചുകൊണ്ട് പോയാൽ പിന്നെ തോണിയും അതിലുള്ളവരേയും മാത്രമല്ല ഈ ഭൂമുഖത്ത് ഉള്ള ആരും പിന്നെ കാണുകയില്ല എന്ന് ഉറപ്പായിരുന്നു.

ദൈവം അവന്റെ ഭാഗത്താണ് എന്ന് തോന്നി. ഫാൽക്കോ, തീരത്ത് നിന്നകന്നപ്പോൾ തന്നെ മഴ കോരിച്ചൊരിയാൻ തുടങ്ങി. അതിനർത്ഥം കാറ്റിന്റെ ശക്തി കുറയുകയാണ് എന്നാണ്. അരമണിക്കൂറിനുള്ളിൽ തിരകൾ അടങ്ങി. രാവിന്റെ കൂടെ കാർമേഘങ്ങളും ചേർന്നപ്പോൾ നദിയിലാകെ ഇരുട്ട് പരന്നു. സ്കട്ടറിയിലെ നദീതീരത്തുള്ള വീടുകളിലെ മനുഷ്യർക്ക് ഉറങ്ങാനുള്ള നേരമായിരുന്നു. ദീപങ്ങൾ ഓരോന്നായി അണഞ്ഞു തുടങ്ങി. കന്യകയുടെ ഗോപുരത്തിന് താഴെയുള്ള അപകടകരമായ പാറക്കൂട്ടങ്ങളെയും കടന്ന് അവസാനം ഫാൽക്കോ സെമ്സി പാസയുടെ തീരത്തെത്തി. ഓട്ടോമാൻ സാമ്രാജ്യത്തിനു വേണ്ടി തനിക്കു ചെയ്യാൻ കഴിയുന്നത് ചെയ്തു എന്ന സംതൃപ്തി ഫാൽക്കോയ്ക്ക് അനുഭവപ്പെട്ടു. എന്തുതന്നെ തടസ്സങ്ങൾ ഉണ്ടായാലും മന്ത്രിമുഖ്യനെയോ സുൽത്താനെയോ സമീപിച്ചു ഇവിടെ നടക്കുന്ന കാര്യങ്ങൾ അറിയിക്കും എന്ന് അവൻ തീരുമാനിച്ചിരുന്നു. സ്കട്ടറിയിൽ ഫാൽക്കോയ്ക്ക് വലിയ പരിചയമൊന്നും ഉണ്ടായിരുന്നില്ല. ചെറിയ കുട്ടിയായിരുന്നപ്പോൾ അമ്മയോടൊപ്പം രണ്ടോ മൂന്നോ തവണ വന്നിട്ടുണ്ട്. കൊമ്പുകളിൽ ചുവന്ന ആപ്പിളുകൾ കോർത്ത് വച്ചു കഴുത്തിൽ നിറപ്പകിട്ടുള്ള നാടകൾ കൊണ്ട് അലങ്കരിച്ച കാളകൾ വലിക്കുന്ന അലങ്കരിച്ച വണ്ടിയിൽ കാംലീസയിലേക്ക് പോകുന്നത് മാത്രമേ അവന് ഓർമ്മയുണ്ടായിരുന്നുള്ളൂ.

പൊതുജനങ്ങൾക്കായി പുതിയതായി നിർമ്മിച്ച ഒരു ജലധാരയ്ക്കടുത്തായി ഫാൽക്കോ തന്റെ വഞ്ചി കെട്ടിയിട്ടു. എല്ലായിടത്തും ഇരുട്ട് മാത്രം. മഴ പൂർവ്വാധികം ശക്തിയായി പെയ്യാൻ തുടങ്ങി. മഴയിലും തണുപ്പിലും അവന്റെ തൊലിപോലും കുതിർന്നുപോയിരുന്നു. വലീദെ സുൽത്താൻ പള്ളിയുടെ സമീപത്തു കൂടെ നദീതീരത്തുള്ള കൊട്ടാരത്തിലേക്ക് നടക്കുമ്പോൾ തന്റെ രക്ഷാധികാരിയായ മന്ത്രിമുഖ്യൻ അവിടെ ഏതെങ്കിലും സ്വീകരണ മുറിയിൽ ഉണ്ടാവും എന്നായിരുന്നു പ്രതീക്ഷ. ചില കാവൽഭടന്മാർ തടഞ്ഞു നിർത്തിയപ്പോൾ താൻ കൊട്ടാരത്തിനടുത്ത് എത്തിച്ചേർന്നു എന്ന് മനസ്സിലായി.

“ഈ പാതിരാത്രിയിൽ എന്ത് നാശമാണ് ഈ വലിഞ്ഞു കയറി വന്നിരിക്കുന്നത്?” ഉറക്കത്തിൽ നിന്ന് വേലക്കാരൻ വിളിച്ചുണർത്തിയപ്പോൾ മന്ത്രിമുഖ്യൻ അരിശത്തോടെ ചോദിച്ചു.

“അങ്ങയുടെ അടിമ, സൽമാൻ അബ്ദാൽ വന്നിരിക്കുന്നു അങ്ങുന്നേ!” വേലക്കാരൻ പറഞ്ഞു.

‘അവന്റെ തല ഞാൻ കൊയ്യും മുൻപ് സ്ഥലം വിട്ടു കൊള്ളാൻ പറഞ്ഞേക്കൂ. ഈ സമയത്ത് അവൻ ഇവിടെ എന്താണ് ചെയ്യുന്നത്?”

ഫാൽക്കോ പുറത്തു നിന്ന് വേലക്കാരനോട് കെഞ്ചുന്നതും തന്റെ യജമാനഭക്തിയെപ്പറ്റി ആണയിടുന്നത് കേട്ടും സൈ്വര്യം കേട്ട മന്ത്രി മുഖ്യൻ ഒടുവിൽ തന്റെ കട്ടിലിൽനിന്ന് എന്താണ് സംഭവിക്കുന്നത് എന്ന് നോക്കാനായി എഴുന്നേറ്റു.

“അങ്ങ് സുൽത്താനെയും എത്രയും പെട്ടെന്നു വിളിച്ചെഴുന്നേല്പി ക്കണം.” മന്ത്രിമുഖ്യൻ വസ്ത്രങ്ങൾ ധരിച്ചു തീരും മുൻപ് ഫാൽക്കോ പുറത്തു നിന്ന് വിളിച്ചു കൂവി.

കുതിരപ്പുരത്തേറി വരുമ്പോഴുള്ള ഗാംഭീര്യം ഒന്നും സുൽത്താൻ രാത്രി വസ്ത്രം ധരിച്ചു നില്ക്കുമ്പോൾ ഇല്ല എന്ന കാര്യം ഫാൽക്കോ പ്രത്യേകം ശ്രദ്ധിച്ചു. ജീവിതത്തിൽ ആദ്യമായാണ് അവന് അദ്ദേഹത്തെ ഒന്ന് അടുത്തു കാണാനുള്ള അവസരം കിട്ടിയത്. അദ്ദേഹത്തെ നോക്കിയ പ്പോഴൊക്കെ തന്നെ സുൽത്താൻ അവിശ്വാസത്തോടെ തുറിച്ചു നോക്കു ന്നത് കണ്ടപ്പോൾ ഫാൽക്കോ തല കുനിച്ചു. എല്ലാം കേട്ട് കഴിഞ്ഞപ്പോൾ അവിടെ ഒരു നിശ്ശബ്ദത വ്യാപിച്ചു. സുൽത്താൻ അങ്ങോട്ടുമിങ്ങോട്ടും തല തിരിച്ചു നോക്കിയതിനുശേഷം ഫാൽക്കോയിൽ തന്നെ ശ്രദ്ധ കേന്ദ്രീ കരിച്ചു. സുൽത്താൻ ഫാൽക്കോയെ തുറിച്ചു നോക്കുന്ന രീതി കണ്ട പ്പോൾ മന്ത്രിമുഖ്യനും പരിഭ്രാന്തി തോന്നി. അദ്ദേഹത്തിന്റെ കാലുകൾ ഭയം കൊണ്ട് വിറച്ചു.

“അങ്ങുന്നേ”, മന്ത്രിമുഖ്യൻ തലകുനിച്ചു വണങ്ങിക്കൊണ്ട് പറഞ്ഞു. “സൽമാൻ അബ്ദാൽ അങ്ങയുടെ അന്തപ്പുരത്തിലെ വേലക്കാരെന്ന പോലെ വിശ്വസ്തനാണ്. അങ്ങ് ഇയൂപ് സുൽത്താൻ സന്ദർശിച്ചപ്പോൾ പ്രകാശം കൊണ്ട് വഴിതെളിച്ച കവിയായ ഡെർവിഷാണ് ഇത്. ഇന്ന് ഇസ്താംബൂളിൽ കണ്ടത് അങ്ങയെ അറിയിക്കണം എന്ന് മാത്രമേ സൽ മാദൻ അബ്ദാൽ ഉദ്ദേശിക്കുന്നുള്ളൂ.”

ഫാൽക്കോയുടെ രക്ഷാധികാരി സുൽത്താന്റെ അംഗവസ്ത്രത്തിന്റെ തുമ്പിൽ ചുംബിച്ചു. ഫാൽക്കോയ്ക്ക് ഒരു ഡെർവിഷിനെപോലെയോ മന്ത്രിമുഖ്യന്റെ കവികളിൽ ഒരാളെ പോലെയോ പെരുമാറണം എന്നു ണ്ടായിരുന്നു എങ്കിലും അവന്റെ വസ്ത്രങ്ങളിലെ നനവ് വില പിടിച്ച പരവതാനിയിൽ പടരാനോ ഒരു ചെറിയ ചലനംകൊണ്ട് പോലും സുൽത്താന്റെ കോപത്തെ ഉണർത്താനോ അവൻ ആഗ്രഹിച്ചില്ല. ഫാൽക്കോ അതേപടി തന്നെ നീണ്ടു നിവർന്നു നിന്നെങ്കിലും സുൽ ത്താന്റെ തുറിച്ചുനോട്ടം മൂലം ഉണ്ടായ ഭയം അവന്റെ കാൽമുട്ടുകൾക്ക് ബലക്ഷയമുണ്ടാക്കി. വെപ്രാളം മൂലം അങ്ങോട്ടുമിങ്ങോട്ടും ആടുന്ന തല യോടെ മൊറോക്കോയിലെ തുകൽ കൊണ്ടുണ്ടാക്കിയ വജ്രം പിടിപ്പിച്ച സുൽത്താന്റെ ചെരുപ്പുകളിൽ ദൃഷ്ടിയുറപ്പിച്ച് കൊണ്ട് അവൻ കാത്തു നിന്നു. സുൽത്താൻ അപ്പോഴും അവന്റെ മുഖം പഠിച്ചുകൊണ്ടിരിക്കുക യാണ് എന്ന് ഫാൽക്കോയ്ക്ക് നന്നായി അറിയാമായിരുന്നു.

അവസാനം സുൽത്താൻ ഒരു ആജ്ഞപോലെ പറഞ്ഞു. “പറയൂ സഹോദരാ...!”

"അല്ലയോ മഹാനായ സുൽത്താൻ", ഫാൽക്കോ തന്റെ പേർഷ്യൻ ഉച്ചാരണ ശൈലിയിൽ കവിത്വം തുളുമ്പുന്ന വാക്കുകളിൽ സംസാരിച്ചു തുടങ്ങി. "അങ്ങയുടെ നഗരവീഥികളിലും ചുറ്റുമുള്ള ഇടവഴികളിലുമുള്ള ജനങ്ങളുടെ ഹൃദയങ്ങൾ മിടിക്കാൻ പോലും ഭയപ്പെടുകയാണ്. അങ്ങയുടെ പ്രജകൾ, അങ്ങയുടെ വേലക്കാരും അടിമകളുമായവർ, എന്റെ സുൽത്താൻ, അവരൊരുമിച്ച് തിരമാലകൾ എന്ന പോലെ ഉയർന്നു. കൊടുങ്കാറ്റിൽ നടുക്കടലിൽ പെട്ടുപോയ ഒരു കപ്പലിൽ ഉള്ളവരെപോലെ കൊടികൾക്കു ചുവടെ അവർ ഒത്തുകൂടി. അവർ ജനാലകളും വാതിലുകളും തകർക്കാൻ ശ്രമിക്കുകയാണ്. ആകാശമാകെ അവരുടെ അലർച്ചകൾ കൊണ്ട് മുഖരിതമാകുന്നു."

"സഹോദരാ, ആരാണീ മനുഷ്യർ? തീയും രക്തവുംകൊണ്ട് കളിക്കുന്ന ഈ അധമരായ ആളുകൾ ആരാണ്? അവർ എത്ര പേരുണ്ടാകും? അവർക്ക് എന്താണ് വേണ്ടത്?"

"നാടോടികളും ചട്ടമ്പികളും ഹലീൽ ആഗയുടെ കൂടെയുള്ള സമ്പന്നരെങ്കിലും സംസ്കാരമില്ലാത്തവരുമായ കുറെ ആളുകൾ. അങ്ങയുടെ ആളുകളെ അയാൾ ആഭിചാരത്തിലെന്നപോലെ വശീകരിച്ചിരിക്കുന്നു. അയാളുടെ ഭ്രാന്തമായ എല്ലാ ഹീനാഭിലാഷങ്ങൾക്കും അവർ വഴങ്ങിക്കൊടുക്കുന്നു. അയാൾക്കുള്ള പിന്തുണ വർദ്ധിച്ചുവരികയാണ്. അയാളെ അവർ തബ്രീസിലെ വിജയി എന്നാണ് വിളിക്കുന്നത്. അലങ്കോലപ്പെട്ട, കീറിപ്പറിഞ്ഞ വസ്ത്രങ്ങൾ ധരിച്ച ഈ മനുഷ്യർ മൂന്നു കൊടികൾക്കു ചുവടെ ഒത്തുകൂടിയിരിക്കുകയാണ്. മഹ്ദിയും പന്ത്രണ്ടാം ഇമാമും കൂടാതെ കുറച്ചു അന്തിക്രിസ്തുക്കളും കൂടി കഴുതക്കരച്ചിലാണ് നടത്തുന്നത്.

സുൽത്താൻ നിർത്താൻ ആംഗ്യം കാണിച്ചു. വിശ്വസിക്കണോ വേണ്ടയോ എന്ന് തനിക്കു ഇതുവരെ ബോദ്ധ്യം വന്നിട്ടില്ലാത്ത ഈ ഡെർവിഷിന്റെ പിറുപിറുക്കലുകൾ അദ്ദേഹത്തെ അസ്വസ്ഥനാക്കുകയും കടുത്ത ആശയക്കുഴപ്പത്തിലെത്തിക്കുകയും ചെയ്തു. എന്തുകൊണ്ട് ഒരു പേർഷ്യക്കാരൻ ഈ വാർത്തയുമായി തന്റെ അടുത്തേക്ക് വരേണ്ടി വന്നു എന്നാണ് അദ്ദേഹം ചിന്തിച്ചുകൊണ്ടിരുന്നത്. ഓട്ടോമാൻ സാമ്രാജ്യത്തിൽ തന്റെ പ്രജകൾ ആരും തന്നെ ശേഷിച്ചിട്ടില്ലേ? അതേസമയം തന്നെ ഈ ഡെർവിഷിന്റെ മുഖം തനിക്കു ഇത്ര സുപരിചിതമായി തോന്നുന്നത് എന്തുകൊണ്ടാണ് എന്നും അദ്ദേഹം ചിന്തിക്കുന്നുണ്ടായിരുന്നു.

"ലാലാ, ഈ ഡെർവിഷ് സത്യമാണോ പറയുന്നത്? എന്താണ് ഈ വിപ്ലവത്തിന് കാരണം?" മന്ത്രിമുഖ്യനു നേരെ തിരിഞ്ഞു സുൽത്താൻ ചോദിച്ചു.

വിവരങ്ങൾ തന്നിൽ നിന്ന് ഒളിച്ചു വച്ചതിനു സുൽത്താൻ തന്നെ കുറ്റപ്പെടുത്തുകയാണ് എന്ന് മനസ്സിലാക്കിയ ഇബ്രാഹിം പാഷ ഭയംകൊണ്ടും ലജ്ജകൊണ്ടും ചൂളി.

“അങ്ങുന്നേ, പണത്തിനു വേണ്ടി എന്തും ചെയ്യാൻ മടിക്കാത്ത ചില അറിവില്ലാത്ത തെമ്മാടികളുടെ മുറവിളിയല്ലാതെ മറ്റൊന്നുമല്ല ഇത്.” സുൽത്താനെ പ്രീണിപ്പിക്കാൻ കഴിയും എന്ന പ്രതീക്ഷയോടെ മന്ത്രി മുഖ്യൻ പറഞ്ഞു. “ഇത്തരം കാര്യങ്ങൾ എവിടെയും ഏതുസമയത്തും സംഭവിക്കാം. ഇതെല്ലാം തണുക്കും. അങ്ങ് ഇതിനെപ്പറ്റി ഓർത്ത് വിഷമി ക്കണ്ട കാര്യമില്ല. ആത്മീയഗുരുക്കളും പട്ടാളവും ഇതിൽ പങ്കു ചേരാ ത്തിടത്തോളം കാലം നമ്മൾ വിഷമിക്കേണ്ട കാര്യമില്ല.”

“തിരുമേനീ”, ഫാൽക്കോ ഇടയ്ക്ക് കയറി. “അങ്ങയുടെ പ്രജകളായ കഡി സുലാളി ഹസ്സൻ ആഗയെയും മതപ്രഭാഷകനായ ഇസ്പിരി സെയ്ദിനെയും വേഷപ്രച്ഛന്നരായ നിലയിൽ ആൾക്കൂട്ടത്തിനിടയിൽ ഞാൻ കണ്ടു. ജയിൽസൂക്ഷിപ്പുകാരനും പട്ടാളത്തലവൻ ഓസ്ട്രിയൻ ഹസ്സനും അവർക്കൊപ്പമുണ്ടായിരുന്നു.”

താൻ കേൾക്കുന്നതൊന്നും സുൽത്താന് വിശ്വസിക്കാൻ കഴിഞ്ഞില്ല. അവസാനം പറഞ്ഞ രണ്ടുപേർക്കുമാണ് നഗരത്തിന്റെ സുരക്ഷയുടെ ചുമതല. പട്ടാലത്തലവൻ തന്റെ കൈയിൽ എല്ലാം സുരക്ഷിതമാണ് എന്ന് തനിക്കു വാക്ക് തന്നതാണ്. പെട്ടെന്ന് എവിടെയെങ്കിലും ഇരിക്കണം എന്ന് തോന്നിയ സുൽത്താൻ അടുത്ത കണ്ട ദിവാനിലേക്ക് വീണു.

പ്രാസം നോക്കാതെ കൂടുതൽ വ്യക്തമായി സംസാരിക്കേണ്ട സമയ മാണ് ഇത് എന്ന് ഫാൽക്കോ തിരിച്ചറിഞ്ഞു. തന്നെ തിരിച്ചറിയരുത് എന്ന ഉദ്ദേശ്യത്തിലാണ് ഫാൽക്കോ പ്രാസം ഒപ്പിച്ചു സംസാരിച്ചുകൊണ്ടിരു ന്നത് എന്ന് സുൽത്താന് മനസ്സിലായില്ല.

“ബാക്കിയുള്ളവരെല്ലാം വെറും പ്രാകൃതരായ ജനക്കൂട്ടമാണ് തിരു മേനീ.” തനിക്കാവുന്നയത്ര വ്യക്തമായി ഫാൽക്കോ പറഞ്ഞു.

“പത്രോണ ഹലീല ആഗ ഒരു നല്ല മനുഷ്യനാണ്. പക്ഷേ ആത്മാ ഭിമാനവും രാജ്യസ്നേഹവും അദ്ദേഹത്തെ ഒരു കൊടി ഉയർത്താൻ പ്രേരി പ്പിച്ചിരിക്കുന്നു. യഥാർത്ഥത്തിൽ ഈ കലാപം ആസൂത്രണം ചെയ്തിരി ക്കുന്നത് കാപ്പിയുണ്ടാക്കുന്ന അലിയും മുസ്ലൂ ബേസും ചുണങ്ങൻ മുസ്തഫയുമാണ്. തങ്ങളുടെ ചങ്ങലകൾ പൊട്ടിച്ചെറിഞ്ഞ വ്യാളികളെ പോലെയാണ് ഈ മൂന്നു പേരും പെരുമാറുന്നത്.”

“എത്രയാളുകൾ ഉണ്ട് ഈ കലാപത്തിൽ?”

“ബെയ്സിറ്റ് ചത്വരത്തിൽ ഏകദേശം ആയിരത്തോളം പേരുണ്ടായി രുന്നു തിരുമേനീ. വൈകുന്നേരമായപ്പോൾ അതിൽ പകുതിയും കുതിര പ്പന്തയ മൈതാനത്തേക്ക് പോയി. ബാക്കിയുള്ളവരിൽ ഏറെയും അക്സ രായ് വഴി ഇറച്ചിച്ചന്തയിലേക്കും കുറച്ചു പേർ സുലൈമാനിയെ പള്ളി യുടെ മുറ്റത്തേക്കും പോയി.”

“ലാലാ, നഗരത്തെ കാത്തുസൂക്ഷിക്കാൻ നിങ്ങളേർപ്പാട് ചെയ്തവർ ഇതിൽ ഉൾപ്പെട്ടിട്ടുണ്ട്. നിയമപാലകർക്ക് എന്താണ് സംഭവിച്ചത്? മറ്റുള്ള

മന്ത്രിമാരെവിടെ? മുഖ്യന്യായാധിപനും മുഖ്യആരാച്ചാരും എവിടെ? എല്ലാം സുരക്ഷിതമായിരിക്കും എന്ന് ഇവരെല്ലാം കൂടി ഉറപ്പു തന്നതല്ലേ? ഇവരെയെല്ലാം സ്വസ്ഥാനങ്ങളിൽ നിന്ന് മാറ്റാൻ നാളെ തന്നെ ഏർപ്പാട് ചെയ്യണം."

"പക്ഷേ തിരുമേനീ", ഫാൽക്കോ പറഞ്ഞു. "അവരെ തങ്ങളുടെ ചുമതലയിൽ നിന്ന് നീക്കം ചെയ്യുന്നത് നമ്മളിതുവരെ തിരിച്ചറിയാത്ത ഈ വിപ്ലവകാരികൾക്ക് ശിക്ഷയേക്കാൾ അനുഗ്രഹമായി ഭവിക്കാനാണ് സാധ്യത. അങ്ങ് പറഞ്ഞ ആളുകളാണ് അങ്ങേയ്ക്ക് ഈ സന്ദർഭത്തിൽ ഏറ്റവും ആവശ്യം. നമുക്ക് അവരെ വിളിച്ചുകൂട്ടാം. ഓരോരുത്തർക്കും പ്രത്യേകമായി കർശനമായ താക്കീതിന്റെയും ശാസനയുടെയും അകമ്പടി യോടെ അവരുടെ കീഴിലുള്ള ആളുകളെ നിയന്ത്രിക്കാനുള്ള ആജ്ഞകൾ നല്കാം."

"എന്താണ് വേണ്ടതെന്നു വച്ചാൽ ഒട്ടും താമസിക്കാതെ ചെയ്യൂ ലാലാ, എന്താണ് ഈ മനുഷ്യരുടെ ലക്ഷ്യം എന്ന് പെട്ടെന്ന് കണ്ടുപിടിക്കൂ."

"തിരുമേനീ," ഫാൽക്കോ വീണ്ടും പറഞ്ഞു. "അങ്ങയുടെ പ്രജ കൾക്കിടയിൽ ഇവർക്ക് വലിയ സ്വാധീനം ഒന്നുമില്ല. അവരെ നിയന്ത്ര ണാധീനമാക്കാൻ കഴിയും. ഇറാനിൽ ഇതുപോലെ പ്രാകൃതരായ ജന ക്കൂട്ടത്തെ ഒരുമിച്ചുകൂട്ടാൻ നമുക്ക് കഴിഞ്ഞാൽ അസർബൈജാനി കളെയും അവരുടെ അടിമകളെയും നമുക്ക് ബന്ധനസ്ഥരാക്കാനും അവിടെ വച്ചുതന്നെ കൊല്ലാനും കഴിയും. ആയിരം ആളുകൾക്ക് ആയിരം പട്ടാളക്കാർ മതിയാവും തിരുമേനീ."

"ലജ്ജയില്ലേ സഹോദരാ നിങ്ങൾക്ക്? നിന്നോടു ആര് അഭിപ്രായം ചോദിച്ചു? ഇറങ്ങിപ്പോ!" മുഖത്തടിച്ചതുപോലെ സുൽത്താൻ ആജ്ഞാ പിച്ചു.

സ്കുട്ടറിയിലെ പള്ളികളിൽ നിന്ന് പ്രാർത്ഥനാശകലങ്ങൾ കേട്ടു തുടങ്ങിയിരുന്നു. ഇസ്താംബൂളിൽ നിന്ന് എന്തെങ്കിലും ശബ്ദകോലാഹല ങ്ങൾ കേൾക്കുന്നുണ്ടോ എന്ന് സുൽത്താൻ ചെവിയോർത്തു. നിശ്ശബ്ദ തയല്ലാതെ മറ്റൊന്നും അദ്ദേഹത്തിന് അനുഭവപ്പെട്ടില്ല. മഴയുടെ താണ്ഡവം അടങ്ങിയിരുന്നു. നിശ്ശബ്ദമായ പ്രഭാതത്തിൽ അയാസോഫിയ യിലെയും സുൽത്താൻ അഹമദ് പള്ളിയിലെയും മധുരമായ പ്രാർത്ഥന ദൂരെനിന്ന് കേൾക്കേണ്ടതാണ്. പക്ഷേ ആ ഭാഗത്തുനിന്ന് ഒരു ശബ്ദവും കേൾക്കാനുണ്ടായിരുന്നില്ല. അദ്ദേഹം ബോസ്ഫറസിനു നേരെ തിരിഞ്ഞു നോക്കി. സെരഗ്ലിയോയിലെ കൊട്ടാരത്തിനു പിന്നിൽ വിപ്ലവകാരികൾ കൊളുത്തിയ തീയുടെ ചുവന്ന നാളങ്ങളും പുകയും വാനോളം ഉയരു ന്നത് കാണാമായിരുന്നു.

അവർ സ്വാതന്ത്ര്യം ആഘോഷിക്കുന്ന ഗാനങ്ങൾ പാടുകയാവും. സുൽത്താൻ സങ്കടത്തോടെ ചിന്തിച്ചു. കൈകൾ കൂപ്പി പ്രാർത്ഥിക്കാൻ തുടങ്ങിയ അദ്ദേഹം പെട്ടെന്ന് എന്തോ ഓർമ്മ വന്നതുപോലെ മുട്ടിൽ

അടിച്ചുകൊണ്ട് ചാടി എഴുന്നേറ്റു. തീർച്ചയായും! ആ ഡെർവിഷിന്റെ മുഖത്തിന് എന്റെ മുന്നിൽ നീട്ടിപ്പിടിച്ച അഹമദ് രാജകുമാരന്റെ ശിരസ്സിനോട് എന്തൊരു സാമ്യമാണ് ഉള്ളത്. മുടിയിൽ പിടിച്ച് ആ തല എന്റെ മുന്നിൽ ഉസ്മാൻ പ്രദർശിപ്പിച്ചപ്പോൾ ആ കൂർത്ത വരകൾ എന്റെ മനസ്സിൽ പതിഞ്ഞതാണ്. ഇതൊരു ദുഃസ്വപ്നമാണോ അതോ ഒരു ചീഞ്ഞ തമാശയോ? ഇത്രയും സാദൃശ്യമുള്ളവർ ലോകത്ത് ഉണ്ടാകാറുണ്ടോ?

ആദ്യം സുൽത്താന് തോന്നിയത് തന്റെ കാവൽക്കാരെ വിട്ട് ആ ഡെർവിഷിനെ തന്റെ മുന്നിൽ ഹാജരാക്കാനാണ്. പക്ഷേ പിന്നെ അദ്ദേഹം അത് വേണ്ടെന്നു വച്ചു. അയാൾ പ്രാസമൊപ്പിച്ച് സംസാരിക്കുന്ന ഒരു പാവം പേർഷ്യക്കാരനാണ്. ഇസ്താംബൂളിൽ വന്നടിഞ്ഞു കൂടിയ അടിമകളിലും അസർബൈജാനികളിലും പെട്ട ഒരാൾ. അയാൾ അഹമദ് രാജകുമാരൻ ആയിരുന്നു എങ്കിൽ വിപ്ലവത്തിന്റെ വാർത്തയുമായി കോരിച്ചൊരിയുന്ന മഴയത്തും കൊടുംകാറ്റിലും ഒരു വഞ്ചിയും തുഴഞ്ഞു ഒറ്റയ്ക്ക് തന്നെ കാണാൻ വരുന്നതിനു പകരം ഈ സമയത്ത് ഇസ്താംബൂളിൽ കലാപകാരികളെ നയിക്കുമായിരുന്നേനേ. എന്തെങ്കിലും സഹായം പ്രതീക്ഷിക്കുന്ന അലഞ്ഞു തിരിയുന്ന ഒരു ഡെർവിഷ് നാടോടി മാത്രമാണ് എന്ന് സുൽത്താന് തോന്നി. ഇത്തരം ഒരു സഹായം തനിക്കു ചെയ്ത ഒരു ഇറാൻകാരൻ തീർച്ചയായും സമ്മാനങ്ങൾ അർഹിക്കുന്നു. ഒരു വലിയ സേവനമാണ് അയാൾ ചെയ്തത്. അദ്ദേഹം ഓർത്തു. തന്റെ വിരലിൽ നിന്നു മരതകം പതിച്ച ഒരു മോതിരം ഊരിയെടുത്തിട്ട് സുൽത്താൻ കാവൽക്കാരിൽ ഒരാളെ വിളിച്ചു.

"ആ ഡെർവിഷിന്റെ പിന്നാലെ ഓടിപ്പോയി ഇത് കൊടുത്തിട്ട് വാ."

സ്കട്ടറിയിലെ ചത്വരത്തിൽ മന്ത്രിമുഖ്യനുമായി നടക്കുന്ന ഫാൽക്കോയെ കാവൽക്കാരൻ കണ്ടെത്തി.

"നീ അവരെയല്ലാം അവിടെ വച്ചു തന്നെ കൊല്ലുമായിരുന്നോ?" മന്ത്രിമുഖ്യൻ ഒരു പുഞ്ചിരിയോടെ ചോദിച്ചു.

"അതെ. പാഷ! അങ്ങും എവിടെ വച്ചാണെങ്കിലും ഏതു വേഷത്തിലാണെങ്കിലും ഈ കൊള്ളക്കാരെ ആ നിമിഷം തന്നെ അവസാനിപ്പിക്കണം." ഫാൽക്കോ ഗൗരവത്തിൽ മറുപടി കൊടുത്തു.

നടന്നു നടന്ന് അവർ മന്ത്രിമുഖ്യന്റെ കൊട്ടാരത്തിനു മുന്നിൽ എത്തിയിരുന്നു. വിട പറയാനുള്ള നേരമായി. മന്ത്രിമുഖ്യനെ ചിന്തകളും ആകാംക്ഷയും വല്ലാതെ അലട്ടുന്നതുപോലെ കാണപ്പെട്ടു. ഇപ്പോൾ കേട്ട വാർത്ത അദ്ദേഹത്തെ വല്ലാതെ ഉലച്ചിട്ടുണ്ട് എന്ന് ഉറപ്പാണ്. എത്രയും പെട്ടെന്ന് ഈ നാശം പിടിച്ച പ്രശ്നത്തിന് പരിഹാരം കണ്ടെത്തേണ്ടിയിരിക്കുന്നു. എന്തായാലും സൽമാൻ അബ്ദാലിനെ യാത്രയാക്കേണ്ട നേരമായിരിക്കുന്നു. വാതിൽക്കൽ നില്ക്കുന്ന ഒരു വേലക്കാരന്റെ ഉണങ്ങിയ വസ്ത്രങ്ങളുമായി ഫാൽക്കോയുടെ നനഞ്ഞ തുണികൾ വച്ചു മാറാൻ മന്ത്രിമുഖ്യൻ ആവശ്യപ്പെട്ടു. മരതകം പതിപ്പിച്ച് ആ മോതിരം അവനു

കൈമാറും മുൻപ് അദ്ദേഹം തന്റെ കൈവെള്ളയിൽ വച്ച് അത് തട്ടിക്കളിച്ച ശേഷം ആകാശത്തിലേക്ക് നോക്കി.

"സൽമാൻ അബ്ദാൽ, 'മന്ത്രിമുഖ്യൻ പിറുപിറുക്കുന്നതുപോലെ പറഞ്ഞു. 'സുൽത്താൻ മുസ്തഫ ഈ മോതിരം അണിഞ്ഞിരുന്നത് ഞാൻ ഓർക്കുന്നു. ഇത് വളരെയേറെ വിലപിടിച്ചതാണ്. നീ എന്നെങ്കിലും ഇത് വില്ക്കുകയാണെങ്കിൽ മുന്നൂറ് സ്വർണ്ണനാണയങ്ങളിൽ കുറഞ്ഞ വിലയ്ക്ക് ഇത് കൊടുക്കരുത്. നീ ഈ വാർത്ത എത്തിച്ചതിൽ സുൽത്താൻ വളരെ സന്തുഷ്ടനായിരിക്കുന്നു."

"ഞാൻ അത് ഒരിക്കലും വില്ക്കുകയില്ല തിരുമേനീ. അദ്ദേഹം ഇത് ഒരു സമ്മാനമായി തന്നതാണ്. പക്ഷേ ഞാൻ ഇതിനെ എന്റെ അച്ഛന്റെ ഓർമ്മചിഹ്നംപോലെ കാത്തു സൂക്ഷിക്കും." അവൻ സന്തോഷത്തോടെ പറഞ്ഞു.

ഫാൽക്കോ അനുസരണയുള്ള അടിമയുടെ ഭാവത്തിലാണ് മന്ത്രിമുഖ്യന്റെ മുന്നിൽ നിന്നത്. പക്ഷേ അവന്റെ മനസ്സ് നിറയെ അദ്ദേഹത്തോട് ചോദിക്കേണ്ട ചോദ്യങ്ങളായിരുന്നു. എങ്ങനെയാണ് മന്ത്രിമുഖ്യനെ കൈയിൽ അനുഗ്രഹസ്പർശവും ദുഃഖസ്പർശവും വന്നു ചേർന്നത്? എന്താണ് അദ്ദേഹം ജയിൽസൂക്ഷിപ്പുകാരനെ പറ്റി ചിന്തിക്കുന്നത്? എങ്ങനെയാണ് രഹസ്യങ്ങളുടെ ചുരുളഴിക്കാനുള്ള കഴിവു അദ്ദേഹം നേടിയത്? ഗോൾഡൻ ഹോണിൽ നിന്ന് ലഭിച്ച ശവശരീരങ്ങളെപ്പറ്റി ബിന്ദാലി മഹമ്മൂതിനെ ചോദ്യം ചെയ്യാത്തത് എന്തുകൊണ്ടാണ്? ഏറ്റവും പ്രാധാന്യമുള്ള ചോദ്യം, എന്റെ ഭാര്യയുടെ കൊലപാതകികളെ കണ്ടെത്താൻ സഹായിക്കുമോ? പക്ഷേ അവൻ മൗനം പാലിച്ചതേയുള്ളൂ.

ഇസ്താംബൂളിലെ ഏഴു കുന്നുകളുടെ മുകളിലൂടെ ബോസ്ഫറസിനപ്പുറം ഒരു പുതിയ ദിനം പിറന്നു. തങ്ങളുടെ മനസ്സിലെ ആയിരക്കണക്കിന് വരുന്ന ചോദ്യങ്ങളുടെ ഉത്തരങ്ങൾ കണ്ടെത്താനെന്നവണ്ണം ഇബ്രാഹിം പാഷയും ഫാൽക്കോയും പരസ്പരം നോക്കി. അവർ പുഞ്ചിരിക്കുകയും നന്ദി പറയുകയും അനുഗ്രഹങ്ങൾ കൈമാറുകയും ചെയ്തു. ഒരു മ്ലാനമായ രംഗമായിരുന്നു അത്.

"നീ പുറപ്പെട്ടോളൂ സൽമാൻ അബ്ദാൽ, എന്റെ സുഹൃത്തേ, ദൈവത്തെ ഓർത്ത് കുഴപ്പങ്ങളിൽ ഒന്നും ചെന്ന് ചാടരുത്." ഒരു ചെറിയ തുണിസഞ്ചി നിറയെ സ്വർണനാണയങ്ങൾ അവന്റെ കയ്യിൽ വച്ചു കൊടുത്തിട്ട് മന്ത്രിമുഖ്യൻ സങ്കടത്തോടെ പറഞ്ഞു.

"എന്തുതന്നെ സംഭവിച്ചാലും അങ്ങേക്ക് നല്ലത് വരട്ടെ തിരുമേനീ! ദൈവം അങ്ങയെ രക്ഷിക്കട്ടെ."

അവർ പിരിയുന്ന നേരത്ത് സ്കട്ടറി ചത്വരത്തിൽ പുതിയൊരു ദിനം ആരംഭിക്കുകയായിരുന്നു.

"ആശംസകൾ സൽമാൻ അബ്ദാൽ." മന്ത്രിമുഖ്യൻ പറഞ്ഞു. ഉടനെ തന്നെ താൻ എന്തിനാണ് അത് പറഞ്ഞത് എന്നോർത്ത് അദ്ഭുതപ്പെടുകയും ചെയ്തു.

ചോദ്യം 57

പഴയ സുഹൃത്തിന്റെ കൈയിൽ എന്തെങ്കിലും പുതിയ രഹസ്യങ്ങളുണ്ടോ?

പഴയ സുഹൃത്തിന്റെ കൈയിൽ എന്തെങ്കിലും പുതിയ രഹസ്യങ്ങളുണ്ടോ?

"പിറ്റ്ജാൻ, എന്റെ സുഹൃത്തേ, ഇത്തവണ അങ്ങ് വരച്ച ചിത്രങ്ങൾ ഒന്നും തന്നെ ഞങ്ങളെ കാണിച്ചില്ലല്ലോ." യെയെയ്ക്ക് അവ കാണണം എന്ന് ആഗ്രഹം ഉണ്ട്." ഹാഫിസ് സെലെബി ചോദിച്ചു.

പിറ്റ്ജാൻ ഉത്സാഹത്തോടെ എഴുന്നേറ്റ് തന്റെ മുറിയിലേക്ക് പോയി. അല്പസമയത്തിനുശേഷം അയാൾ തിരിച്ചുവന്നത് കുറെ ചുരുളുകളുമായാണ്. അവ കടലാസ് പോലെ നേർത്ത തുകലിൽ വരച്ച ജലച്ഛായ ചിത്രങ്ങളായിരുന്നു. മിക്കവാറും എല്ലാം ഒരേ വലിപ്പത്തിലെ ചട്ടക്കൂടിനുള്ളിലാക്കാൻ തയ്യാറാക്കിയതായിരുന്നു. സാധാരണ പിറ്റ്ജാൻ ഫ്ളാൻഡേഴ്സിൽ എത്തിക്കഴിയുമ്പോൾ അവിടെ ഈ ചിത്രങ്ങൾ വില്ക്കുകയാണ് പതിവ്. ഹാഫിസ് സെലെബിയുടെ പൂന്തോട്ടത്തിലെ പലതരം ടുളിപ്പുകളുടെ ചിത്രങ്ങളായിരുന്നു എല്ലാ ചുരുളുകളിലും. ചിത്രങ്ങളുടെ താഴെ അവയുടെ പേരും തിരിച്ചറിയാൻ ഉതകുന്ന വിവരങ്ങളും കുറിച്ചിരുന്നു. ഈ ചിത്രങ്ങളുടെ ചെറിയ പതിപ്പുകളും പിറ്റ്ജാൻ വരയ്ക്കാറുണ്ടായിരുന്നു. ഒരിക്കൽ അവ വൻവിലയ്ക്ക് വില്ക്കാൻ സാധിക്കും എന്ന് തമാശ പറഞ്ഞുകൊണ്ട് സാധാരണയായി അയാൾ അത് ഹാഫിസ് സെലെബിക്ക് സമ്മാനിക്കുകയാണ് പതിവ്. പഴയ ശേഖരത്തിൽ നിന്ന് ചിലത് കൂടി അയാൾ ഹാഫിസ് സെലെബിയെ കഴിഞ്ഞു പോയ നല്ല കാലത്തെപ്പറ്റി ഓർമ്മിപ്പിക്കുക എന്ന ഉദ്ദേശ്യത്തോടെ ആണെന്ന് തോന്നുന്നു, കൊണ്ടുവന്നിരുന്നു.

ദൂരെ നിന്ന് കേൾക്കുന്ന തോക്കുകളുടെ ശബ്ദം അവഗണിക്കാനെന്ന വണ്ണം എല്ലാവരും തിരക്കിട്ട ജോലികളിൽ മുഴുകിയിരുന്നു. "ഇസ്താംബൂൾ! എന്റെ സുന്ദരമായ നഗരമേ!" ഹാഫിസ് സെലെബി തളർച്ചയോടെ പിറുപിറുത്തു. ഓരോരോ ചിത്രങ്ങളും മറിച്ചുനോക്കിക്കൊണ്ടിരിക്കവേ തന്റെ അടുത്തേക്ക് വന്ന് സൂക്ഷ്മ പരിശോധന നടത്താനായി അദ്ദേഹം യെയെയെ വിളിച്ചു. ഓരോ ചിത്രങ്ങളും എടുത്തു അവ എങ്ങനെയാണ്

വളർത്തേണ്ടത് എന്ന് അദ്ദേഹം യെയെയ്ക്ക് പറഞ്ഞു കൊടുത്തു വെങ്കിലും അദ്ദേഹം സന്തോഷവാനായിരിക്കാൻ കഠിനശ്രമം നടത്തുന്നത് പോലെയാണ് കാണപ്പെട്ടത്. ഓരോ പൂക്കളുടെയും വിലയും അതിനെ ക്കുറിച്ചുള്ള പഴഞ്ചൊല്ലുകളും പറഞ്ഞു കൊടുത്തശേഷം അദ്ദേഹം താൻ പറയുന്നത് ശരിയല്ലേ എന്ന് ഉറപ്പു വരുത്താനായി പിറ്റ് ജാനെ ഇടയ്ക്ക് തലയുയർത്തി നോക്കുന്നുണ്ടായിരുന്നു.

ചെറിയ ചിത്രങ്ങൾ നോക്കിയ ശേഷം അവർ ഭിത്തിയിൽ തൂക്കാൻ തക്ക വലിപ്പമുള്ള വലിയ ചുരുളുകൾ പരിശോധിക്കാൻ തുടങ്ങി. അവരെ രണ്ടു പേരെയും അദ്ഭുതപരതന്ത്രരാക്കിക്കൊണ്ട് ചുരുളുകൾക്കിടയിൽ നിന്ന് വ്യത്യസ്തമായ ഒരു ചിത്രം പുറത്തു വന്നു. മൃഗങ്ങളുടെ ശരീര ഭാഗങ്ങൾ വില്ക്കുന്ന ഒരാൾ ഒരു കാട്ടുപൂച്ചയെ പിന്തുടരുന്നതും ഒരു സുന്ദരിയായ സ്ത്രീ അയാൾക്കടുത്തേക്ക് വരുന്നതുമായിരുന്നു ആ ചിത്ര ത്തിന്റെ പ്രമേയം. സെലെബിയും യെയും അതിശയത്തോടെ പിറ്റ്ജാനേ നോക്കി. അതീവ സന്തുഷ്ടനായിരുന്ന ആ മനുഷ്യൻ നാണക്കേടു കൊണ്ട് ചൂളുന്ന ദൃശ്യം അവരുടെ അമ്പരപ്പിന് ആക്കം കൂട്ടി. സ്ഥാനപതിയുടെ വിശ്രമകേന്ദ്രത്തിന്റെ മുറ്റമായിരുന്നു ആ ചിത്രത്തിന്റെ പശ്ചാത്തലം എന്നത് ഹാഫിസ് സെലെബി പ്രത്യേകം ശ്രദ്ധിച്ചു. പശ്ചാത്തലത്തിലു ണ്ടായിരുന്ന കരിഞ്ഞ തൂൺ എന്നറിയപ്പെടുന്ന കോൺസ്റ്റാന്റിനിലെ സ്തംഭം അദ്ദേഹത്തിന്റെ ഊഹത്തിന് പിൻബലം നല്കി.

“അപ്പോൾ, ഞങ്ങൾ ഇവിടെ ടുളിപ് തോട്ടത്തിൽ വിയർത്തു പണി യെടുത്തു കൊണ്ടിരുന്നപ്പോൾ നിങ്ങൾ മൃഗത്തോൽ വില്ക്കുന്നവരുമായി ഉല്ലസിക്കുകയായിരുന്നു. ശരിയല്ലേ പിറ്റ്ജാൻ? എന്റെ പ്രിയ സുഹൃത്തേ?”

ഉത്തരം പറയാതെ പിറ്റ്ജാൻ പെട്ടെന്ന് തന്റെ ചിത്രങ്ങൾ ചുരുട്ടി എടുക്കാൻ ശ്രമിച്ചു. പക്ഷേ അടുത്ത ചിത്രം ഹാഫിസ് സെലെബി അതി നകം കണ്ടു കഴിഞ്ഞിരുന്നു. വശീകരിക്കുന്ന നോട്ടവുമായി നില്ക്കുന്ന അർദ്ധനഗ്നയായ ഒരു മദാലസയുടെ ചിത്രമായിരുന്നു അത്. മുഖാ വരണവും സുതാര്യമായ രാത്രി വസ്ത്രവും മാത്രമേ അവളുടെ ശരീര ത്തിൽ ഉണ്ടായിരുന്നുള്ളൂ.

“പിറ്റ്ജാൻ!” ഹാഫിസ് സെലെബി മൂർച്ചയോടെ വിളിച്ചു.

എന്ത് പറയണം എന്നറിയാതെ പിറ്റ്ജാൻ തല കുനിച്ചു വണങ്ങി. ഹാഫിസ് സെലെബിയും കരുത്തൻ യെയും ആകാംക്ഷാഭരിതരായി ത്തീർന്നു. ഇത്രയും നാൾ അവർ നിശ്ശബ്ദരായിരുന്നതേയുള്ളൂ. പിറ്റ് ജാനിന്റെ അപ്രത്യക്ഷമാകലും ദുഃഖസ്പർശം മോഷ്ടിക്കപ്പെട്ടതും അയാൾ വീണ്ടും പ്രത്യക്ഷപ്പെട്ടതോടെ കുളത്തിൽ നിന്ന് കാണാതായ മൂന്നു ആ മകൾ തിരിച്ചു വന്നതും തമ്മിൽ എന്തെങ്കിലും ബന്ധമുണ്ടോ എന്നായി രുന്നു അവരുടെ ചിന്ത. ഒരിക്കൽ അയാൾ എല്ലാം തുറന്നു പറഞ്ഞേക്കും എന്ന പ്രതീക്ഷയിൽ അവർ ഇത്രയും നാൾ കാത്തിരിക്കുകയായിരുന്നു.

ഹാഫിസ് സെലെബിയുടെ ആജ്ഞയ്ക്കു വിധേയനായി അല്പം മടിയോടെയാണെങ്കിലും പിറ്റ്ജാൻ സംസാരിക്കാൻ തുടങ്ങി. ഈ ചിത്രത്തിൽ കാണുന്ന സ്ത്രീയാണ് അയാൾ സ്ഥാനപതിയുടെ വിശ്രമാലയത്തിൽ പോയി താമസിക്കാൻ കാരണം. ഒരു പൊതുവായ സുഹൃത്ത് വഴിയാണ് അവർ പരിചയപ്പെട്ടത്. ഹാഫിസ് സെലെബിയുടെ കൃഷിരീതികളെപ്പറ്റി അറിയാൻ അവൾക്കു താത്പര്യമുണ്ടായിരുന്നു. അപ്പോഴേക്കും പിറ്റ്ജാൻ അവളിൽ അനുരക്തനായി കഴിഞ്ഞിരുന്നു. ദുഃഖസ്പർശത്തെ കടത്തിക്കൊണ്ട് വരാനായി ഈ സുഹൃത്തുക്കൾ പിറ്റ്ജാനിന് ഒരു വൻ തുക വാഗ്ദാനം ചെയ്തു. അത് സ്വീകരിക്കാൻ അയാൾ തയ്യാറല്ല എന്ന് കണ്ടപ്പോൾ എന്നെങ്കിലും സമ്മതിച്ചേക്കും എന്ന പ്രതീക്ഷയിൽ അവർ പിറ്റ്ജാനിനെ രണ്ടു മാസത്തോളം സ്ഥാനപതിയുടെ വിശ്രമാലയത്തിൽ തടഞ്ഞു വച്ചു. ഈ സമയത്ത് ആ സ്ത്രീ പിറ്റ്ജാനിനെ തുടർച്ചയായി സന്ദർശിക്കുകയും അർദ്ധനഗ്നമായ തന്റെ രൂപം അയാളുടെ മനസ്സ് മാറ്റിയേക്കും എന്ന് കരുതിയാവണം തന്റെ ചിത്രം വരച്ചു നൽകണം എന്നാവശ്യപ്പെടുകയും ചെയ്തു.

“എന്തായാലും അവർക്കത് കിട്ടി.” പിറ്റ്ജാൻ പറഞ്ഞു. “അവൾ എന്റെ ശ്രദ്ധ തിരിച്ച നേരം നോക്കി ആരോ ലേലസ്ഥലത്ത് നിന്ന് ദുഃഖസ്പർശം മോഷ്ടിച്ചു. നിരാശ കൊണ്ട് ഞാൻ അവരോട് ഈ ചെടിക്ക് ഇരട്ടയുണ്ട് എന്ന് പറഞ്ഞു. അവർ അത് തിരഞ്ഞുപോകുന്ന നേരം നോക്കി ദുഃഖസ്പർശം കൈക്കലാക്കാം എന്നായിരുന്നു എന്റെ മനസ്സിലിരുപ്പ്. നിങ്ങൾ എന്നെ ഒരു കള്ളനായി കരുതുമല്ലോ എന്ന് കരുതി ഞാൻ ആകെ ഭയന്നു പോയി. അവർ സ്ഥലം വിടുന്നത് താമസിപ്പിക്കാനായി അങ്ങ് ഇന്ന് കണ്ട ചിത്രങ്ങളിൽ മിനുക്ക് പണികൾ നടത്തുന്നതായി ഭാവിച്ചു ദിവസങ്ങൾ തള്ളിനീക്കി. ഒരു ദിവസം അവർ രണ്ടു പേരും അപ്രത്യക്ഷരായതായി കണ്ടെത്തി. ആ ദിവസം തന്നെ ഓസ്ട്രിയയിലെ വിരുന്നുകളിൽ വച്ചു പരിചയമുണ്ടായിരുന്ന അരഗോണിലെ പ്രഭു നമ്മുടെ ആമകളിൽ ഒന്നിനെയും പിടിച്ചു കൊണ്ട് നില്ക്കുന്നത് കണ്ടു. അതിനെ പിടിച്ചു വാങ്ങിച്ച സമയത്ത് താഴെ ഒരു വൻകോലാഹലം നടക്കുന്നുണ്ടായിരുന്നു. ഒരു മനുഷ്യനെ ആക്രമിച്ചു താഴെ വീഴ്ത്തിയിട്ട് കറുത്ത ബുർഖ് അണിഞ്ഞ ആരോ കുതിരപ്പുറത്തു ചാടിക്കയറി രക്ഷപ്പെടുന്നത് കണ്ടു. താഴെ വീണുകിടന്ന ആളിന്റെ കയ്യിലും ഉപയോഗിക്കാൻ തയ്യാറായ വിധത്തിൽ ഊരിപ്പിടിച്ച ഒരു കത്തിയുണ്ടായിരുന്നു.”

“ചിലപ്പോൾ വളരെ പ്രധാനപ്പെട്ട ആരെയെങ്കിലും അയാൾ കൊല്ലാൻ ശ്രമിച്ചതിനാൽ സംഭവിച്ചതായിരിക്കും അത്.”

വാതിൽക്കൽ നിന്ന് ആ ശബ്ദം കേട്ടപ്പോൾ എല്ലാ കണ്ണുകളും അങ്ങോട്ട് തിരിഞ്ഞു. ഹൂറികാൻ ആയിരുന്നു അത്. യെയും പിറ്റ്ജാനും ഇരുന്നയിടത്തു നിന്ന് എഴുന്നേറ്റു. അവൾ ഹാഫിസ് സെലെബിയുടെ കൈയിൽ ചുംബിക്കുകയും യെയെയുടെ തലമുടിയിൽ വിരലുകൾ

കടത്തി അലങ്കോലപ്പെടുത്തുകയും ചെയ്തു. അഹമദ് രാജകുമാരനെ അല്ലെങ്കിൽ ഫാൽക്കോയെ എന്ന് പറയുന്നതിന് പകരം പ്രധാനപ്പെട്ട ആരെയെങ്കിലും എന്നാണ് താൻ പറഞ്ഞത് എന്നോർത്ത് അവൾ ആശ്വസിക്കുകയായിരുന്നു.

പിറ്റ്ജാനിന്റെ തിരോധാനം സൃഷ്ടിച്ച ദുരൂഹത പരിഹരിച്ചതിൽ സന്തോഷിച്ചിരുന്ന അവർ ഹൂറികാനോട് അവൾ എന്തിനാണ് സ്ഥാന പതിയുടെ വിശ്രമസ്ഥാനത്ത് പോയതെന്നും ആരാണ് ആ പ്രധാനപ്പെട്ട ആൾ എന്നും ചോദിക്കാനും മറന്നു പോയി. ഫാൽക്കോയും അവിടെ ഉണ്ടായിരുന്നോ എന്ന് ചോദിക്കാൻ യെയെ തുടങ്ങിയതാണ്. പിന്നെ അവൻ അത് വേണ്ടെന്നു വച്ചു. അവരെല്ലാം കൂടി വട്ടംകൂടിയിരുന്നു പിറ്റ് ജാനിന്റെ ചിത്രങ്ങളെപ്പറ്റി ചർച്ച ചെയ്തു. കഴിഞ്ഞ ദിവസം ബെയ്സിറ്റ് ചത്വരത്തിൽ ലഹള പൊട്ടിപ്പുറപ്പെട്ടപ്പോൾ താൻ ഫാൽക്കോയോടൊപ്പം അവിടെ ഉണ്ടായിരുന്നു എന്ന് ഹൂറികാൻ അവരോടു പറഞ്ഞു. കാഗി ത്താനെയിലേക്ക് ഈ വിപ്ലവകാരികൾ വരാൻ സാധ്യതയുണ്ടെന്നും സെലെബി സൂക്ഷിച്ചിരിക്കണമെന്നും അവൾ മുന്നറിയിപ്പ് നല്കി. ഇന്ന് വൈകുന്നേരം ഫാൽക്കോ സെലെബിയുടെ വീട്ടിൽ വന്നില്ലായെങ്കിൽ നാളെ അവനെ തിരഞ്ഞു സുലൈമാനിയെയിലേക്ക് തനിക്കു പോകേണ്ടി വരും എന്നും ഹൂറികാൻ സൂചിപ്പിച്ചു. അവൾ പറയുന്നതെല്ലാം അവർ അതിശയത്തോടെ കേട്ടിരുന്നു. എന്തൊക്കെ മുൻകരുതലുകൾ ആണ് എടുക്കേണ്ടത് എന്നായി തുടർന്നുള്ള ചർച്ച. ശെഹ്നാസും കുടുംബവും സുരക്ഷിതരായി ഇരിക്കുന്നുവോ എന്ന് ശ്രദ്ധിക്കേണ്ടത് അത്യാവശ്യമാണ് എന്ന് യെയെ അഭിപ്രായപ്പെട്ടു.

“ലഹള ഇതിനകം ഒന്നൊതുങ്ങിയിരിക്കണം. ഓട്ടോമാൻ സാമ്രാജ്യം അത്ര കഴിവില്ലാത്തതല്ല.” അവനെ ആശ്വസിപ്പിക്കാൻ ശ്രമിച്ചുകൊണ്ട് ഹാഫിസ് സെലെബി പറഞ്ഞു.

സൂര്യൻ അസ്തമിച്ചതോടെ മഴ പെയ്യാൻ തുടങ്ങുകയും വല്ലാത്തൊരു വിഷാദം അവരെയെല്ലാം പൊതിയുകയും ചെയ്തു. ആരും ഒന്നും പറഞ്ഞില്ലെങ്കിലും എല്ലാവരുടെയും ഉള്ളിൽ ഫാൽക്കോയെ പറ്റിയുള്ള ആധി പെരുകുകയായിരുന്നു. അവൻ എവിടെയാണ്? എന്തെങ്കിലും അരുതാത്തത് സംഭവിച്ചോ? ജയിൽസൂക്ഷിപ്പുകാരനെ പിന്തുടരാൻ ശ്രമിക്കുകയോ മറ്റു ബുദ്ധിമോശം എന്തെങ്കിലും കാണിക്കുകയോ ചെയ്തോ? തന്നെ ഒരു ടുളിപ് കള്ളൻ എന്ന് അധിക്ഷേപിച്ച ഫാൽക്കോ യോട് അപ്പോഴും വൈരാഗ്യം വച്ചുപുലർത്തിയിരുന്ന പിറ്റ്ജാൻ മാത്രം ഇതൊന്നും വലിയ കാര്യമായി എടുത്തില്ല.

ഫാൽക്കോയെയും ശെഹ്നാസിനെയും പറ്റിയുള്ള ഭയത്താൽ യെയെ ഉരുകുകയായിരുന്നു. തന്റെ ചിത്രങ്ങളിലെ സ്ത്രീയെയുംകൊണ്ട് ഫ്ളാൻ ഡേഴ്സിലേക്ക് പോകുന്നതിനെക്കുറിച്ചുള്ള ഭാവനകളിലും തനിക്ക്

ഏറ്റവും പ്രിയങ്കരമായ ഇസ്താംബൂളിൽ തന്നെ തങ്ങുന്നതിനെപ്പറ്റിയു മുള്ള ചിന്തകളിലും പെട്ട് ആശയക്കുഴപ്പത്താൽ ഉഴലുകയായിരുന്നു പിറ്റ്ജാൻ. അഹമ്മദ് രാജകുമാരനെ സംബന്ധിച്ചു താൻ നല്കിയിട്ടുള്ള വാഗ്ദാനം നടപ്പിലാക്കുന്നതിനെപ്പറ്റിയുള്ള ചിന്തകൾക്കും അവനെ കാണാനുള്ള അക്ഷമ നിറഞ്ഞ ആകാംക്ഷയ്ക്കിടയിലുമായിരുന്നു ഹൂറികിൻ മനസ്സ് അലഞ്ഞുകൊണ്ടിരുന്നത്. താൻ ഇപ്പോഴും ജീവിച്ചിരി ക്കുന്നു എന്ന സന്തോഷത്തിനും മരണം അത്രയൊന്നും അകലെയല്ല എന്ന യഥാർത്ഥ്യത്തിനും ഇടയിൽ സന്തോഷിക്കണോ അതോ ഭയ ക്കണോ എന്ന് ആശങ്കപ്പെടുകയായിരുന്നു ഹാഫിസ് സെലെബി.

"പിറ്റ്ജാൻ നിങ്ങൾ ഞങ്ങൾക്കായി മറ്റൊരു ടുളിപ്പിന്റെ ചിത്രം വരയ്ക്കൂ. നിങ്ങൾ വര നിർത്തിയതോടെ ഈ വീടിന്റെ സമാധാനവും സമൃദ്ധിയും നഷ്ടപ്പെട്ടതുപോലെയാണ് തോന്നുന്നത്." അന്തരീക്ഷത്തിലെ നിശ്ശബ്ദതയെ അകറ്റാൻ എന്നവണ്ണം അല്പം തമാശ കലർത്തി ഹാഫിസ് സെലെബി പറഞ്ഞു.

"പക്ഷേ, ഈ വീട്ടിലെ ശാന്തിയും അഭിവൃദ്ധിയും ലക്ഷ്യമാക്കിയുള്ള ചിത്രങ്ങൾ വരയ്ക്കാൻ എനിക്ക് അനുവാദമില്ലല്ലോ ഹാഫിസ് സെലെബീ. അങ്ങയുടെ മതത്തിൽ അത്തരം ചിത്രങ്ങൾ നിരോധിച്ചിരിക്കുകയാണ്. അത് മാത്രമല്ല ഞാൻ ക്രിസ്തുദേവന്റെ പാതയാണ് പിന്തുടരുന്നത്." ഹാഫിസ് സെലെബി തന്റെ സ്ഥിരം ശൈലിയിലുള്ള എന്തെങ്കിലും കിഴക്കൻ തമാശ പൊട്ടിക്കുകയാവും എന്ന് കരുതി തന്റെ പടിഞ്ഞാറൻ ശീലമനുസരിച്ചുള്ള ഒരു മറുപടിയാണ് പിറ്റ്ജാൻ നല്കിയത്.

പിറ്റ്ജാനിന്റെ ഈ പൊട്ടിത്തെറി വിപ്ലവത്തെക്കുറിച്ചുള്ള വാർത്തകൾ കേട്ടതിന്റെ പ്രതിഫലനം ആവാം എന്നാണ് സെലെബി കരുതിയത്.

"ഇസ്ലാം എല്ലാത്തരം ചിത്രങ്ങളെയും നിരോധിച്ചിട്ടുണ്ട് എന്നാണോ എന്റെ സുഹൃത്തേ, നിങ്ങൾ കരുതിയിരിക്കുന്നത്?" അയാളെ സമാധാനി പ്പിച്ച് ശാന്തത പുനഃസ്ഥാപിക്കുന്നതിനായി ഹാഫിസ് സെലെബി പ്രീണന സ്വരത്തിൽ പറഞ്ഞു.

"പക്ഷേ, ഞാൻ പറഞ്ഞത് സത്യമല്ലേ? അങ്ങയുടെ പക്കൽ ചിത്രങ്ങൾ ഒന്നുംതന്നെ ഇല്ലാത്തത് എന്തുകൊണ്ടാണ് ഹാഫിസ് സെലെബീ?"

""ഇസ്ലാംമതത്തിൽ ഒരുപാടു ചിത്രകാരന്മാരുണ്ട്. ഞങ്ങളുടെ പുസ്തക ങ്ങളുടെ താളുകളിൽ ഉള്ള രേഖാചിത്രങ്ങളും ഛായാചിത്രങ്ങളും അതിന്റെ തെളിവാണ്."

"പക്ഷേ, അവയൊക്കെ ഒരേ തരത്തിലുള്ള രേഖാചിത്രങ്ങളാണ്. മാത്രമല്ല നിങ്ങൾക്ക് ശരിയായ ഛായാചിത്രങ്ങൾ ഇല്ല. നിങ്ങളുടെ ചിത്ര ങ്ങളിൽ പ്രകൃതി ദൃശ്യങ്ങളോ വസ്തുചിത്രങ്ങളോ കാണാൻ കഴിയില്ല."

ഹാഫിസ് സെലെബിക്ക് അയാൾ പറഞ്ഞത് പൂർണ്ണമായി മനസ്സിലായില്ല. പക്ഷേ അദ്ദേഹം അവയൊക്കെ ഓരോ ഇനങ്ങൾ മാത്രമാണ് എന്ന് പറഞ്ഞൊഴിഞ്ഞു. ജലച്ഛായചിത്രങ്ങളും ചുമർച്ചിത്രങ്ങളും അവയുടെ ലഘുരൂപങ്ങളും സൃഷ്ടിക്കാനുള്ള പലതരം സങ്കേതങ്ങൾ ഇത്രയും നാൾ പിറ്റ് ജാനുമായി ഇടപഴകിയതിലൂടെ ഹാഫിസ് സെലെബി മനസ്സിലാക്കിയിരുന്നു.

"ദൈവം സൃഷ്ടിച്ച ഒരു മനുഷ്യന്റെയോ വസ്തുവിന്റെയോ തൽസ്വരൂപം തുണിയിലോ കടലാസിലോ പുനർസൃഷ്ടിക്കുന്നത് ശരിയായ കല ആണോ പിറ്റ്ജാൻ?" ഹാഫിസ് സെലെബി വിട്ടു കൊടുക്കാതെ പിടിച്ചു നിൽക്കാനുള്ള ഒരു ശ്രമം നടത്തി.

"ദൈവത്തിന്റെ സൃഷ്ടികളുടെ സൗന്ദര്യത്തെ കവച്ചുവയ്ക്കുന്ന ഒന്നും സൃഷ്ടിക്കാൻ ഒരു കലാകാരന് കഴിയില്ല. മെലിഞ്ഞ കാലുകളും ആരോഗ്യമുള്ള ശരീരവുമുള്ള ഒരു കുതിരയെ അയാൾക്കിഷ്ടമുള്ളത് പോലെ വരയ്ക്കാൻ ഒരു ചുമർ ചിത്രകാരന് കഴിഞ്ഞേക്കും. അല്ലെങ്കിൽ കറുത്ത നിറമുള്ളതോ നീല നിറമുള്ളതോ ആയ ഒരു ടുളിപ് പൂവിനേയും അയാൾ വരച്ചേക്കാം. അത് തീർച്ചയായും അയാൾക്ക് കലാപരമായ സ്വാതന്ത്ര്യം ഉണ്ട്. ഒരു ചുമർചിത്രകാരൻ തന്റെ ഹൃദയത്തിലെ ചിത്രങ്ങൾ പകർത്തുമ്പോൾ നിങ്ങൾ പടിഞ്ഞാറൻ ചിത്രകാരന്മാർ ദൈവസൃഷ്ടികളുടെ അനുകരണമാണ് നടത്തുന്നത്. ഞാൻ പറഞ്ഞത് ശരിയല്ലേ? നിങ്ങൾ തന്നെ പറയൂ, പടിഞ്ഞാറു നിന്നുള്ള കലയാണോ കിഴക്കൻ ചിത്രങ്ങളാണോ കൂടുതൽ കഴിവും സർഗശക്തിയും ആവശ്യപ്പെടുന്നത്?"

"എന്റെ പ്രിയപ്പെട്ട ഹാഫിസ് സെലെബീ, ചിത്രങ്ങൾ കൊണ്ടലങ്കരിച്ച ഒരു മുറിയിൽ അങ്ങ് പ്രാർത്ഥന നടത്തുമോ?"

"തീർച്ചയായും ഇല്ല. പക്ഷേ ഇത് ഞങ്ങൾ ചിത്രങ്ങൾക്ക് എതിരായത് കൊണ്ടല്ല. ഞങ്ങളുടെ ആരാധനാലയങ്ങൾ നിങ്ങളുടെ പള്ളികൾ പോലെയാവാതിരിക്കാനുള്ള ഒരു മുൻകരുതൽ മാത്രമാണത്. ആ ചിത്രങ്ങളെ നിങ്ങൾ എന്താണ് വിളിക്കുന്നത്?"

"ഛായാചിത്രങ്ങളെയാണോ പ്രകൃതി ദൃശ്യങ്ങളെയാണോ അങ്ങ് ഉദ്ദേശിക്കുന്നത്?"

"അത് കാര്യമാക്കണ്ട. എന്റെ സുഹൃത്തേ, എവിടെയൊക്കെ ഈ ലോകത്ത് ബൈബിൾ ഉണ്ടോ അവിടെയൊക്കെ പള്ളികളും ഉണ്ട്. പക്ഷേ ഇവിടെയല്ലാം മേരിയുടെയും യേശുവിന്റെയും പലതരത്തിലുള്ള രൂപങ്ങളാണ്. നിങ്ങൾക്ക് എങ്ങനെ അങ്ങനെയുള്ള ഇടങ്ങളിൽ പ്രാർത്ഥിക്കാൻ കഴിയുന്നു?"

"പക്ഷേ ഹാഫിസ് സെലെബീ, ഞങ്ങൾ പ്രാർത്ഥിക്കുമ്പോൾ ആ രൂപങ്ങളല്ല മനസ്സിൽ." പിറ്റ്ജാൻ വീണ്ടും വാദിച്ചു.

"എനിക്കറിയാം പിറ്റ്ജാൻ. പക്ഷേ ഞങ്ങൾ കിഴക്കുള്ളവർ ഇത്തരം കാര്യങ്ങൾ വളരെ സൂക്ഷിച്ചു, ലോലമായ ഒന്ന് എന്ന പോലെയാണ് കൈകാര്യം ചെയ്യുന്നത്. പക്ഷേ നിങ്ങൾക്ക് ഇതിനെ ചിത്രങ്ങളെ നിരോധിച്ചിരിക്കുന്നു എന്ന നിലയിൽ കാണാൻ ഒരു അവകാശവും ഇല്ല."

"'എന്റെ പ്രിയപ്പെട്ട സെലെബീ, നിങ്ങൾ ആ ചിത്രത്തിൽ കണ്ട സ്ത്രീയെ ഓർക്കുന്നുണ്ടോ? ഞാൻ അവരെ സ്നേഹിച്ചിരുന്നു. അല്ല, ഇപ്പോഴും സ്നേഹിക്കുന്നു. പക്ഷേ അവളെന്നോടു, പിറ്റ്ജാൻ, നിങ്ങൾ എന്നെ പ്രണയിക്കുന്നു എങ്കിൽ നിങ്ങൾ എന്നെ ആരാധിക്കുകയും വേണം. എന്ന് പറഞ്ഞാൽ, നിങ്ങൾക്ക് തോന്നുണ്ടോ ഞാൻ അത് അനുസരിക്കും എന്ന്?"

"അങ്ങനെ ചിന്തിക്കുക പോലുമരുത്."

"പിന്നെ നിങ്ങൾ ഞാൻ ഒരു ഛായാചിത്രത്തെ ആരാധിക്കും എന്ന് എങ്ങനെ വിശ്വസിക്കുന്നു?"

"അതുതന്നെയാണ് ഞാൻ പറഞ്ഞതും. ഞങ്ങളുടെ ആരാധനയ്ക്കുള്ള ഇടങ്ങളിൽ അങ്ങനെയൊന്നു സംഭവിക്കാതിരിക്കാനുള്ള മുൻകരുതൽ എടുക്കുന്നു എന്നേയുള്ളൂ. ചില മതഭ്രാന്തന്മാരായ ആത്മീയ ഗുരുക്കൾ തങ്ങൾ ദർശനങ്ങൾ കണ്ടു എന്നവകാശപ്പെടുന്നതുപോലെ ആളുകൾ മുഖങ്ങൾക്കും രൂപങ്ങൾക്കും അടിമപ്പെടാതിരിക്കാനും സ്വാധീനിക്കപ്പെടാതിരിക്കാനുള്ള ഒന്ന് മാത്രമാണ് അത്."

"ഒരു നിമിഷം...", ഒരു ശബ്ദം ഇടയ്ക്ക് കയറി. "മുഖങ്ങളും രൂപങ്ങളും വളരെ പ്രധാനമാണ്. പ്രത്യേകിച്ചു ഈ നിമിഷത്തിൽ!"

മുറിയിലുണ്ടായിരുന്നവർ എല്ലാവരും ഫാൽക്കോയുടെ ഉല്ലാസഭരിതമായ ശബ്ദം കേട്ട് ചാടിയെഴുന്നേറ്റു. സന്തോഷം പ്രസരിപ്പിക്കുന്ന ഒരു ചിത്രം പോലെയിരുന്നു അവൻ. ഇസ്താംബൂൾ തിളച്ചു മറിയുന്ന ഈ നേരത്ത് ഫാൽക്കോ സന്തോഷത്തിന്റെയും ആശ്വാസത്തിന്റെയും ഒരിളം കാറ്റ് ആ മുറിയിലേക്ക് കൊണ്ട് വന്നു. ഹാഫിസ് സെലെബി അത്രയേറെ സന്തോഷവാനായി കാണപ്പെട്ടത് ഒരുപാടു നാളുകൾക്കു മുൻപായിരുന്നു. താൻ സ്നേഹിക്കുന്ന എല്ലാവരും ചുറ്റുമുണ്ട് എന്ന അപൂർവ്വമായ സന്തോഷം ആഘോഷിക്കേണ്ട ഒന്നാണ് എന്ന് അദ്ദേഹത്തിനു തോന്നി. കോഴിക്കൂട്ടിൽ നിന്ന് വലിപ്പമുള്ള ഒരു കോഴിയെ പിടിച്ചു കൊണ്ടുവരാൻ യെയെയ്ക്ക് നിർദ്ദേശം കൊടുത്ത ശേഷം ഹാഫിസ് സെലെബി അല്പം പുലാവ് ഉണ്ടാക്കാൻ ഹൂറികിനോട് പറഞ്ഞു. അന്ന് സന്ധ്യയ്ക്ക് ആത്മാക്കളുടെ കിണറിനടുത്ത് തീ കൂട്ടിയശേഷം അവർ അതിനു ചുറ്റുമിരുന്നു ചിരിക്കുകയും തമാശ പറയുകയും തങ്ങളുടെ സ്വപ്നങ്ങൾ പങ്കുവയ്ക്കുകയും മറ്റുള്ളവരുടെ കഥകൾ കേൾക്കുകയും ചെയ്തു. അടുത്ത ദിവസം സംഭവിക്കാവുന്ന വേദനകളും വേർപാടുകളും തങ്ങളുടെ സന്തോഷം അണച്ചുകളയും മുൻപ് മറ്റുള്ളവരുടെ സാമീപ്യം നല്കുന്ന

ആനന്ദവും ആശ്വാസവും ആവുന്നത്ര അനുഭവിക്കാൻ ഓരോരുത്തരും ശ്രമിക്കും പോലെ തോന്നി. ഒരിക്കലും ആവർത്തിക്കാത്തതും എന്നേക്കും നിലനില്ക്കണം എന്ന് എല്ലാവരും ആഗ്രഹിക്കുകയും ചെയ്യുന്ന തരം സന്തോഷമായിരുന്നു അത്.

മഴ അല്പനേരത്തേക്ക് ഒന്നടങ്ങി. ചന്ദ്രൻ ഇരുണ്ട മഴമേഘങ്ങൾക്കിടയിലൂടെ ഒളിഞ്ഞു നോക്കാൻ തുടങ്ങി. ഇളം നീല നിറമുള്ള ചന്ദ്രപ്രകാശം ഗോൾഡൻ ഹോണിന്റെ നിശ്ശബ്ദവും നിശ്ചലവുമായ ഉപരിതലത്തിൽ തട്ടി പ്രതിഫലിച്ചു. അത് പ്രിയപ്പെട്ട ആരെയെങ്കിലും ഗാഢമായി പുണരാൻ ആഗ്രഹം തോന്നുന്നയത്ര സുന്ദരമായ ഒരു രാത്രിയായിരുന്നു അത്തരം ഒരു ആലിംഗനം പങ്കുവയ്ക്കാൻ ആരുമില്ലല്ലോ എന്നോർത്ത് ഖേദിച്ചു കൊണ്ട് ഹൂറികിൻ ഗോൾഡൻ ഹോണിന് അപ്പുറമുള്ള പൂന്തോട്ടങ്ങളിലേക്ക് നോക്കി ആത്മാക്കളുടെ കിണറിനടുത്ത് നിന്നു. മറ്റുള്ള അഞ്ചുപേർക്കും അവരവരുടെ ജിവിതം മുന്നോട്ടു നയിക്കേണ്ടിയിരുന്നു. അടുത്ത ദിവസം അവളുടെ പ്രിയപ്പെട്ട ഇസ്താംബൂൾ നഗരത്തിന്റെ ഭിത്തികൾ പ്രകമ്പനംകൊണ്ട് തുടങ്ങുമ്പോൾ അവരോരോരുത്തരും സ്വന്തം പാതകളിലൂടെ ആ നഗരത്തിൽ അലിഞ്ഞു ചേരും. പക്ഷേ അവൾക്ക് സഹായിക്കാൻ കഴിയുന്ന, അവളെ ആവശ്യമുള്ള ഒരാൾ ഈ ലോകത്തുണ്ട്. മരണക്കിടക്കയിൽ വച്ചു ഹൂറികാന്റെ അച്ഛൻ പറഞ്ഞതാണ്, നിന്റെ ജീവിതം ബലി കൊടുക്കേണ്ടി വന്നാൽ പോലും നീ ഇത് ചെയ്യും. അവളുടെ ജീവിതം അദ്ദേഹം ആ ജോലിക്കായി സമർപ്പിച്ചു. അവളുടെ അമ്മയുടെ മരണ ശേഷം തന്റെ ശിശുവായ മകളുടെ സംരക്ഷണച്ചുമതല മൂന്നു ചന്ദ്രന്മാരിൽ ഉണ്ടായിരുന്ന ഒരേയൊരു സ്ത്രീയെ ഏല്പിച്ചിരുന്നു.

തന്റെ ജീവിതം മുഴുവൻ ഹൂറികിൻ രഹസ്യ വിവരങ്ങൾ ശേഖരിക്കുകയും വിശകലനം ചെയ്തുമാണ് വളർന്നത്. ആളുകൾക്ക് അറിയേണ്ട വിവരങ്ങൾ നല്കുകയും മറ്റുള്ള സംഘാംഗങ്ങളെ പോലെ വേഷം മാറിയുമായിരുന്നു അവളും കഴിഞ്ഞിരുന്നത്. മറ്റാർക്കും തന്നെ അവളുടെ അച്ഛന്റെ നിർദ്ദേശങ്ങളെ പറ്റി അറിയാമായിരുന്നില്ല. അത് തുടങ്ങിയത് ഇങ്ങനെയാണ്. “ഞാനല്ലാതെ മറ്റാർക്കും അറിയാത്ത ഒരു രഹസ്യമാണിത്.” അത് അവസാനിച്ചത് ഈ വാക്യത്തോടെയാണ്. “നീയല്ലാതെ മറ്റാരും ഒരിക്കലും ഇതറിയാൻ പാടില്ല.” അദ്ദേഹം ഇങ്ങനെ പറഞ്ഞതും ആർക്കുമറിയില്ല, “നിന്റെ ജീവൻ അപകടത്തിലായാൽ പോലും അവൻ ജീവിച്ചിരിക്കുന്നു എന്ന് നീ ഉറപ്പു വരുത്തണം.” അഹമ്മദ് രാജകുമാരനെ പറ്റിയായിരുന്നു അദ്ദേഹം സംസാരിച്ചത്.

വിഷാദമൂകമായ ചിന്തകളിൽ ആണ്ടു മുങ്ങിപ്പോയ ഹൂറികാൻ ആരോ കിണറിലേക്ക് ചെറിയ കല്ലുകൾ ഇടുന്ന ശബ്ദം കേട്ടാണ് ഞെട്ടിയുണർന്നത്. കിണറിലെ വെള്ളത്തിൽ പ്രതിഫലിച്ച നിലാവും നിഴലുകളും ചെറുകല്ലുകൾ ഉണർത്തിവിട്ട ഓളങ്ങളിൽ പുതിയ ചിത്രങ്ങൾ രചിച്ചു.

ആ മാന്ത്രിക ദൃശ്യത്തിൽ മതി മറന്നുപോയ അവൾ തന്റെ തോളിലൂടെ ആരോ ഒരു മേൽക്കുപ്പായം പുതപ്പിച്ചപ്പോഴാണ് താൻ ഒറ്റയ്ക്കല്ല എന്ന് തിരിച്ചറിഞ്ഞത്.

“കാറ്റിന്റെ ശക്തി കൂടുകയാണ്. നിനക്ക് തണുക്കും.”

താൻ കവിളിൽ നിന്ന് തുടച്ചു മാറ്റിയ കണ്ണുനീർത്തുള്ളി അവൻ കണ്ടില്ല എന്ന വ്യാമോഹത്തോടെ ഹൂറികിൻ ഫാൽക്കോയ്ക്ക് നന്ദി പറഞ്ഞു.

ഈ സമയത്ത് കുറച്ചു ദൂരെ യെയെ അവരെ നോക്കി നിന്നുകൊണ്ട് ശെഹനാസ് തന്റെ കൂടെ ഉണ്ടായിരുന്നു എങ്കിൽ എന്നാഗ്രഹിക്കുകയായിരുന്നു. കൊടുങ്കാറ്റടിക്കുന്ന നേരങ്ങളിൽ ഏറ്റവും പ്രിയപ്പെട്ടവരെ കൂടെയുണ്ടാവുകയുള്ളൂ. അവൻ ചിന്തിച്ചു. സൗഭാഗ്യം കൂടെയുള്ള നേരത്ത് സുഹൃത്തുക്കളെ കിട്ടാൻ ഒരു പ്രയാസവുമില്ല. ഇനി എന്താണ് വരാനുള്ളത് എന്ന് പ്രവചിക്കാനാവാത്ത ഒരു രാത്രിയിൽ പ്രശ്നങ്ങൾ പങ്കുവയ്ക്കാൻ ഒരു സുഹൃത്തിനെ കിട്ടാൻ അത് സഹായിച്ചിട്ടുണ്ട്. ചെറുപ്പകാലം മുതൽ അവൻ കേട്ട് വളർന്ന കഥയാണ് സ്കട്ടറിയിലെ കമിതാക്കളുടേത്.

അനുബന്ധം സ്കട്ടറിയിലെ കമിതാക്കൾ

ഒരിക്കൽ അബ്ദുള്ള എന്നും അസ്ലിഹാൻ എന്നും പേരായ ചെറുപ്പക്കാരായ കാമുകീകാമുകന്മാർ ഇസ്താംബൂളിൽ ജീവിച്ചിരുന്നു. രഹസ്യസമാഗമങ്ങളിൽ പരസ്പരം നോക്കിയിരിക്കാനും ശ്വാസങ്ങൾ ഇടകലർത്തി പ്രണയത്തിന്റെ വീഞ്ഞ് നുകരുവാനും കഴിഞ്ഞാൽ മാത്രമേ അവർ സന്തുഷ്ടരാകുമായിരുന്നുള്ളൂ. ഒരിക്കലും ചുംബിക്കുകപോലും ചെയ്തിട്ടില്ലായിരുന്നുവെങ്കിലും അവർ തങ്ങളുടെ പ്രണയം രഹസ്യമായി കാത്തുസൂക്ഷിച്ചു. പക്ഷേ മുന്നൂറ് തിരശ്ശീലകൾ ഇട്ടു മറയ്ക്കാൻ ശ്രമിച്ചാൽ പോലും മറയ്ക്കാനാവാത്ത തരം തീക്ഷ്ണമായ ഒരുതരം ആകർഷണം ആയിരുന്നു അത്. എന്നാൽ അസ്ലിഹാനിന്റെ അച്ഛൻ അബ്ദുള്ള തന്റെ മകൾക്ക് യോഗ്യനായ ഒരു വരൻ ആണെന്ന് വിശ്വസിച്ചിരുന്നില്ല. നിർബന്ധപൂർവ്വം അദ്ദേഹം അവളെ ഒരു പാഷയ്ക്ക് വിവാഹം കഴിച്ചുകൊടുത്തു. വിവാഹശേഷം സ്കട്ടറിയിൽ നിന്ന് കമീലിസയിലേക്ക് പോകുന്ന മൺപാതയുടെ വിദൂരമായ ഒരു ഓരത്ത് മുന്തിരിപ്പാടങ്ങളുടെ നടുവിലുള്ള ഒരു വീട്ടിലാണ് പാഷ അവളെ താമസിപ്പിച്ചത്.

ഈ സമയത്ത് അബ്ദുള്ള തന്റെ യുക്തിയുടെ അവസാനകണികയും നഷ്ടപ്പെടുന്ന അവസ്ഥയിൽ എത്തിയിരുന്നു. അസ്ലിഹാൻ എവിടെയാണ് താമസിക്കുന്നത് എന്ന് അവൻ അന്വേഷിച്ചുകൊണ്ടേയിരുന്നു. അവസാനം പാഷയുടെ വീട്ടിലെ ജോലിക്കാരനായ ഒരു അടിമയെ അബ്ദുള്ള കണ്ടുമുട്ടി. അബ്ദുള്ളയ്ക്ക് അസ്ലിഹാനോടുള്ള പ്രണയത്തെക്കുറിച്ചു

എല്ലാം അറിയാമായിരുന്ന ആ അടിമയ്ക്ക് ദയ തോന്നി അവന് അവൾ താമസിക്കുന്ന വീട്ടിലേക്കുള്ള വഴി പറഞ്ഞു കൊടുത്തു. അബ്ദുള്ള ഒരു സുഹൃത്തിനെ തിരഞ്ഞു കണ്ടുപിടിച്ചിട്ട് അയാളുടെ സഹായം അഭ്യർഥിച്ചു. "എന്റെ കൂടെ അസ്ലിഹാനെ കണ്ടെത്താനായി വരൂ. അവളോടുള്ള എന്റെ പ്രണയം എന്നെ ശ്വാസം മുട്ടിക്കുന്നു. എന്റെ ദിനങ്ങൾ പോലും രാത്രിക്ക് സമാനമാണ്." ചെറുപ്പക്കാരനായ ആ സുഹൃത്ത് മറുപടി പറഞ്ഞു. "നിന്റെ കൂടെ ഞാൻ വരാം നീ എന്ത് ചോദിച്ചാലും ഞാൻ നിനക്കായി ചെയ്യും."

സമയം പാഴാക്കാതെ ഒരു വഞ്ചിയിൽ അവർ സ്കട്ടറിയിലേക്ക് പോയി. സ്കട്ടറിയിൽ നിന്ന് രണ്ടു കുതിരകളെ വാടകയ്ക്കെടുത്ത് വിദൂരമായ മുന്തിരിപ്പാടങ്ങൾക്ക് നടുവിലെ അസ്ലിഹാന്റെ വീട്ടിലേക്ക് അവർ യാത്രയായി. ശരത്കാലമായതിനാൽ മുന്തിരിപ്പടങ്ങൾ വിളവെടുപ്പ് കഴിഞ്ഞു ശൂന്യമായി കാണപ്പെട്ടു. കൃഷിക്കാർ ഇസ്താംബൂളിലേക്ക് മടങ്ങിയിരുന്നു. പുകയുയരുന്ന ചിമ്മിനികൾ ഉള്ള ചില വീടുകൾ ഒഴിച്ചാൽ എവിടെയൊക്കെ ആണ് ആൾത്താമസം ഉള്ളത് എന്ന് കണ്ടെത്താൻ പ്രയാസമായിരുന്നു. രാത്രിയിൽ വിളക്കുകൾ തെളിയുന്നതുവരെ അവർ കാത്തിരുന്നു. നേരം പുലരുന്നതുവരെ നിശ്ശബ്ദരായി തിരഞ്ഞ ശേഷം അവർ തേടി നടന്ന വീട് അബ്ദുള്ളയും കൂട്ടുകാരനും കണ്ടെത്തി. അസ്ലിഹാനിന്റെ ഭർത്താവ് വീട് വിട്ടപ്പോൾ അബ്ദുള്ളയുടെ കൂട്ടുകാരൻ മന്ത്രിച്ചു. "പോയി വാതില്ക്കൽ മുട്ടി നോക്കൂ. മറ്റാരെങ്കിലും ആണ് കതകു തുറക്കുന്നതെങ്കിൽ അസ്ലിഹാനെ കാത്തു നീ എതിർവശത്തുള്ള മുന്തിരിത്തോട്ടത്തിൽ ഇരിക്കുന്നുണ്ടാവും എന്നറിയിക്കാൻ ഏർപ്പാട് ചെയ്യുക." പെട്ടെന്ന് കന്നുകാലികളെ നോക്കുന്ന ഒരു ചെറുക്കൻ വന്നു പൂന്തോട്ടത്തിലെക്കുള്ള കവാടം തുറന്നു. പാഷയുടെ വീട്ടിലെ ചെറുപ്പക്കാരിയായ സ്ത്രീയുടെ നിർദ്ദേശമനുസരിച്ചാണ് താൻ വന്നതെന്നു പറഞ്ഞ ശേഷം എവിടെ വച്ചാണ് കണ്ടുമുട്ടേണ്ടതെന്നു അവൻ വിശദീകരിച്ചു.

രണ്ടു മണിക്കൂർ കഴിഞ്ഞ ശേഷം അസ്ലിഹാൻ നിശ്ചയിച്ച സ്ഥലത്തേക്ക് വന്നു. വല്ലാതെ പരിഭ്രാന്തനായ അബ്ദുള്ളയ്ക്കു എന്ത് ചെയ്യണം എന്ന് മനസ്സിലായില്ല. അവരെ ഒറ്റയ്ക്ക് വിടാൻ വേണ്ടി പോകാനൊരുങ്ങിയ സുഹൃത്തിനെ അബ്ദുള്ള പിടിച്ചു നിർത്തി.

"ഞങ്ങളുടെ കൂടെ നില്ക്കൂ, അനാവശ്യമായ ഒന്നും ഇവിടെ സംഭവിക്കുകയില്ല."

കുറച്ചു ദൂരെ മാറിയാണ് സുഹൃത്ത് ഇരുന്നതെങ്കിലും അവർ സംസാരിക്കുന്നത് അവനു നന്നായി കേൾക്കാമായിരുന്നു. അസ്ലിഹാനിന്റെ കൈപിടിച്ചുകൊണ്ട് അബ്ദുള്ള ആ കണ്ണുകളിലേക്കുതന്നെ നോക്കി നിന്നു.

കണ്ണുനീരോടെ രണ്ടുപേരും വിരഹവേദന പങ്കു വച്ചു. തങ്ങളുടെ പ്രണയത്തിന്റെ ആഴവും ബാല്യകാലസ്മരണകളും അവരുടെ സംഭാഷണത്തിന്റെ വിഷയങ്ങളായിരുന്നു. അനുഗൃഹീതമായ ചില മണിക്കൂറുകൾക്കു ശേഷം തനിക്കു തിരിച്ചു പോകാനുള്ള നേരമായി എന്ന് അസ്ലിഹാൻ അവനെ അറിയിച്ചു. തീവ്രാഭിലാഷത്തോടെ അല്പനേരം കൂടി തന്നോടോത്തു ചിലവഴിക്കാൻ അബ്ദുള്ള അവളോടു യാചിച്ചു. അപ്പോഴാണ് അല്പം ദൂരെയായി കാത്തിരിക്കുന്ന സുഹൃത്തിനെ പറ്റി അസ്ലിഹാൻ അവനോടു ചോദിച്ചത്.

“ഞാൻ ആവശ്യപ്പെട്ടാൽ നിന്റെ സുഹൃത്ത് എനിക്ക് വേണ്ടി എന്തും ചെയ്യും എന്ന് നിനക്ക് തോന്നുന്നുണ്ടോ?”

“നിനക്കാവശ്യമുള്ള എന്തും!”

“അപകടകരമാണെങ്കിൽ പോലും?”

“അപകടകരമാണെങ്കിൽ പോലും. എന്റെ ജീവിതം അതിനായി ബലി കൊടുക്കേണ്ടി വന്നാൽ പോലും.” സുഹൃത്ത് വിളിച്ചു കൂവി.

“അങ്ങനെയാണെങ്കിൽ ഇങ്ങടുത്തു വരൂ. വസ്ത്രങ്ങൾ വച്ച്മാറിയിട്ട് എനിക്ക് പകരം ആ വീട്ടിലേക്കു നീ പോവുക. വലതു വശത്ത് മൂന്നാമത്തെ മുറിയാണ് എന്റേത്. വൈകുന്നേരമാവുന്നതുവരെ ആരോടും ഒന്നും പറയാതെ അവിടെത്തന്നെ സമയം ചിലവഴിക്കുക. എന്റെ ഭർത്താവ് നിനക്ക് ഒരു പാത്രം സൂപ്പ് കൊണ്ടുവരും. വിനയത്തോടെ അതെടുക്കുമ്പോൾ നിന്റെ മുഖം പൂർണ്ണമായി മറച്ചിരിക്കാൻ ശ്രദ്ധിക്കണം. എന്നിട്ട് വാതിൽ ഭദ്രമായി അടയ്ക്കുക. ഞാൻ പ്രഭാതം ആവുമ്പോഴേക്കും തിരിച്ചു വരാം.”

ചെയ്യരുതാത്തതാണെങ്കിലും അവൾ പറഞ്ഞത് ആ യുവാവ് അതുപോലെ അനുസരിച്ചു. അവൻ വീട്ടിനകത്ത് കടക്കുകയും മുറി കണ്ടുപിടിക്കുകയും അതിനകത്ത് കയറി കതകടയ്ക്കുകയും ചെയ്തു. സന്ധ്യ ആയപ്പോൾ കതകിൽ ഒരു മുട്ട് കേട്ടു. ആകെ പരിഭ്രാന്തനായിരുന്ന അവൻ സൂപ്പിന്റെ പാത്രം എടുക്കാൻ അല്പം താമസിക്കുകയും അതാകെ തുളുമ്പി തറയിൽ വീഴുകയും ചെയ്തു.

“നീ എന്താണ് എനിക്ക് വഴങ്ങാതെ ഇപ്പോഴും ദുർവാശി കാണിക്കുന്നത്?”

മാനിന്റെ കൊമ്പും പുറത്തെ തുകലും കൊണ്ടുണ്ടാക്കിയ ഒരു ചാട്ട വലിച്ചെടുത്തു കൊണ്ട് അയാൾ അലറി. അസ്ലിഹാൻ ആണെന്നു കരുതി ആ മനുഷ്യൻ അവന്റെ ഉടുപ്പിന്റെ പുറം വലിച്ചു കീറിയശേഷം ചാട്ട പ്രയോഗിക്കാൻ തുടങ്ങി. തന്റെ മുഖം പുറത്തു കാണിക്കാതിരിക്കാനും കരച്ചിലിന്റെ ശബ്ദം പുറത്തു കേൾക്കാതിരിക്കാനും അവൻ തീവ്രമായ ശ്രമം നടത്തി. അയാൾ അടിക്കുന്നത് നിർത്തുന്നില്ല എന്ന്

കണ്ട് അടിമകളും വേലക്കാരും പാഷയോടു നിർത്താൻ യാചിച്ചു. അതിനകം അയാൾ തളർന്നിരുന്നു. എല്ലാവരെയും പുറത്താക്കിയിട്ട് അവളുടെ ആയ അസ്ലിഹാൻ ആണെന്ന് കരുതി അവളെ ഗുണദോഷിക്കാൻ ശ്രമിച്ചു. "പ്രഭ്വീ, നിങ്ങൾ ഇപ്പോഴും അബ്ദുല്ലയെ പ്രണയിക്കുന്നുവോ? നിങ്ങളുടെ ഭർത്താവിനോട് ഒരു ദയയും തോന്നുന്നില്ലേ? അയാൾക്ക് ഒരു അവസരം കൊടുത്തു നോക്കൂ, ചിലപ്പോൾ..." നിശ്ശബ്ദനായി ഇതെല്ലാം കേട്ടിരുന്ന സുഹൃത്തിന് അസ്ലിഹാനോടു വല്ലാത്ത സഹതാപം തോന്നി. അവൾ അടുത്ത ദിവസം രാവിലെ തിരിച്ചെത്തിയപ്പോൾ അവൻ അവളോടു നടന്നത് ഒന്നും പറയാതെ അവിടെനിന്നും എല്ലാ ശക്തിയും സംഭരിച്ചു രക്ഷപ്പെട്ടു. ഇതിനെക്കുറിച്ചു മരിക്കുന്നതുവരെ അബ്ദുള്ള ആരോടും ഒന്നും പറഞ്ഞില്ല.

ഇത്തരം സന്ദർഭങ്ങളിൽ സങ്കടങ്ങൾ പങ്കു വയ്ക്കാൻ എല്ലാവർക്കും ഇങ്ങനെ ഒരു സുഹൃത്ത് ആവശ്യമാണ്.

ചോദ്യം 58

നീ എന്താണ് പറഞ്ഞത്?

തന്റെ പ്രിയപ്പെട്ട ഇസ്താംബൂളിൽ നിന്നുയരുന്ന പുകപടലങ്ങളിലേക്ക് തുറിച്ചു നോക്കിക്കൊണ്ട് സുൽത്താൻ സ്കട്ടറിയിലെ കൊട്ടാരത്തിനു മുകളിൽ നിശ്ചേഷ്ടനായി നിന്നു. അത്തരം ഒരു മനോവേദന മുൻപൊരിക്കലും അദ്ദേഹം അനുഭവിച്ചിട്ടില്ല. നദീതീരത്തുള്ള വിശ്രമസങ്കേതങ്ങളാലും ജലധാരകളാലും കുടിവെള്ളത്തിനുള്ള നീരൊഴുക്കുകളാലും രമണീയമായ ഔദ്യോഗിക സ്ഥാപനങ്ങളാലും ഇരുപത്തഞ്ച് വർഷങ്ങൾകൊണ്ട് താൻ പടുത്തുയർത്തിയ, അലങ്കരിച്ച് സുന്ദരമാക്കിയ നഗരം ഇതാ തന്റെ മുന്നിൽ വച്ചു ചുട്ടു ചാമ്പലാക്കുന്നു. ഗോൾഡൻ ഹോണിൽ നിന്ന് വടക്ക് കിഴക്ക് ജനിക്കുകയും വളരുകയും ചെയ്ത സരാഗ്ലിയോയുടെ ദിശയിലേക്കു വീശുന്ന കാറ്റിനൊപ്പം തന്റെ ജീവിതത്തിൽ ഇന്നുവരെ ഉണ്ടായിട്ടുള്ള ഇരുണ്ട ചിന്തകൾ എല്ലാം കൂടി ആ കറുത്ത പുകയുടെ രൂപത്തിൽ നീങ്ങുന്നതായി അദ്ദേഹത്തിനു തോന്നി. ഗലാട്ടയിലും കാസിംപാസയിലും ഇതുപോലെ ഉയർന്നത് പുക അടങ്ങിയിട്ടു വെറും നാല് മാസങ്ങൾ കഴിഞ്ഞതേയുള്ളൂ.

എന്തുകൊണ്ടാണ് ഈ അഗ്നിപരീക്ഷണങ്ങൾ തുടർച്ചയായി സംഭവിക്കുന്നത്? നഗരത്തിനു മേൽ പതിച്ച ഒരു ശാപമാണോ ഇത്? ദൈവത്തിന്റെ ഒരു മുന്നറിയിപ്പാണോ ഈ തീപിടുത്തങ്ങൾ? അങ്ങനെയാണെങ്കിൽ അതിൽ തനിക്കുള്ള ഉത്തരവാദിത്വം എത്രയുണ്ട്? പശ്ചാത്തപിക്കേണ്ടി വന്നാൽ അത് എന്തിന് വേണ്ടി ആയിരിക്കും? തനിക്കു പോലുമറിയാത്ത എത്ര കുറ്റങ്ങൾക്ക് ജനങ്ങൾക്കു മുന്നിൽ താൻ ഉത്തരവാദിയാണ്? അദ്ദേഹത്തിന്റെ പ്രപിതാമഹൻ മഹാനായ സുലൈമാൻ ഒരിക്കൽ എഴുതിയിട്ടുണ്ട്. "സുൽത്താന്റെ ഭരണം ലോകമഹായുദ്ധത്തിനു തുല്യമാണ്." പക്ഷേ സുൽത്താൻ ഇപ്പോൾ സാക്ഷ്യം വഹിക്കുന്നത് ലോകമഹായുദ്ധത്തിനല്ല, മറിച്ച് അധഃപതനത്തിന്റെയും ജീർണ്ണതയുടെയും ഭീകരമായ പരിണിത ഫലത്തിനാണ്.

പഴയ കൊട്ടാരത്തിലെ അഗ്നിശമനസേനയുടെ ഗോപുരത്തിൽ നിന്ന് പാറിപ്പറക്കുന്ന കൊടി സൂചിപ്പിക്കുന്നത് അഗ്നിയുടെ തീവ്രത വർദ്ധിക്കുന്നു എന്നാണ്. ബലാത്തിൽ തുടങ്ങിയ തീ സിബാലിയിലേക്കും

യവൂർ സെലീമിലേക്കും ഫതീഹിലേക്കും പടരുകയാണ് ചെയ്തത്. തീയണയ്ക്കുകയും പടരാതിരിക്കാൻ ശ്രമിക്കുകയും ചെയ്യേണ്ടത് പട്ടാളക്കാരുടെയും അഗ്നിശമനസേനയുടെയും ഉത്തരവാദിത്വമാണ്. കത്തിപ്പിടിക്കുന്ന മരങ്ങളും മറ്റും സമീപത്തു നിന്ന് വെട്ടിമാറ്റി നഗരത്തിലെ തടികൊണ്ടുണ്ടാക്കിയ വീടുകളെ അഗ്നിബാധയിൽ നിന്ന് സംരക്ഷിക്കേണ്ടത് അവരുടെ കടമയാണ് എന്നാണു കരുതുന്നത്. ഒരു കെട്ടിടത്തിൽ തീ പിടിച്ചാൽ അതിന്റെ മട്ടുപ്പാവിൽ നിന്ന് തൊട്ടടുത്തുള്ള വീടുകളിലേക്ക് തീ പടരുന്നത് സ്വാഭാവികമാണ്. വീടുകളിൽ ഉള്ളവരെ ഒഴിപ്പിക്കുകയും മരങ്ങൾ പെട്ടെന്ന് തന്നെ വെട്ടിമാറ്റി അപകടം ഒഴിവാക്കുകയും ചെയ്യേണ്ടതാണ്. സാധാരണ അഗ്നിശമനസേനംഗങ്ങൾ തങ്ങളുടെ കഴിവിന്റെ പരമാവധി പാഞ്ഞു നടന്നു ഇത്തരം കാര്യങ്ങൾ ചെയ്തു തീ നിയന്ത്രിക്കാൻ വേണ്ടത് ചെയ്യുകയാണ് പതിവ്. പക്ഷേ ഇപ്പോൾ അവർ തീ പിടിച്ച കെട്ടിടത്തിലേക്ക് കയറി വിലപിടിപ്പുള്ളതെന്തെങ്കിലും ഉണ്ടെങ്കിൽ കണ്ടെടുത്ത് ഉടമസ്ഥർക്ക് നല്കുന്നതിനു പകരം തങ്ങളുടെ സ്വന്തം സംഭരണ ശാലകളിലേക്ക് അയയ്ക്കുകയാണ് ചെയ്തത്. ഈയിടെയായി മാത്രം ഇസ്താംബൂളിൽ ഉപയോഗിക്കാൻ തുടങ്ങിയ ഒരു പദമാണ് തീക്കൊള്ള. പട്ടാളക്കാരെ എന്നല്ല അഗ്നിശമനസേനാംഗങ്ങളെ പോലും വിശ്വസിക്കാൻ കഴിയാത്ത ഒരവസ്ഥയാണ് സംജാതമായിരിക്കുന്നത്. എല്ലാവരും സ്വന്തംകാര്യം മാത്രം നോക്കുന്ന കാലം.

തീപിടുത്തത്തിന്റെ അനന്തരഫലങ്ങളെപ്പറ്റിയായിരുന്നു സങ്കടത്തോടെ സുൽത്താൻ ചിന്തിച്ചുകൊണ്ടിരുന്നത്. പലർക്കും വീടുകൾക്ക് അറ്റകുറ്റപ്പണി ചെയ്യാനുള്ള മരമായും പണിക്കാരുടെ രൂപത്തിലും സഹായം ആവശ്യമുണ്ടാവും. ബാക്കിയുള്ളവർക്ക് വീടുകൾ മുഴുവനായി വീണ്ടും നിർമ്മിക്കേണ്ടി വരും. ഇസ്താംബൂൾ നഗരത്തിൽ തീപിടുത്തമോ ഭൂമികുലുക്കമോ മൂലം നാശനഷ്ടങ്ങൾ ഉണ്ടാകുമ്പോൾ സുൽത്താൻ തന്റെ ഭണ്ഡാരത്തിലെ പണമെടുത്താണ് അത് പരിഹരിക്കാനായി വിനിയോഗിക്കുക. പക്ഷേ ഇത്തവണ ഭണ്ഡാരത്തിൽ പണമില്ല എന്ന് മാത്രമല്ല ഇത്തരം നാശനഷ്ടങ്ങൾക്കായി മാറ്റിവയ്ക്കാറുള്ള പണം പോലും തീർന്നിരിക്കുന്നു. ഏഷ്യയും യൂറോപ്പും എന്നും അസൂയയോടെ നോക്കുന്ന, കിഴക്കുനിന്നും പടിഞ്ഞാറു നിന്നുമുള്ള സഞ്ചാരികളുടെ പ്രിയപ്പെട്ട ലക്ഷ്യകേന്ദ്രമായ ഇസ്താംബൂൾ തീജ്വാലകളിൽ അപ്രത്യക്ഷമാവുകയാണ്. ഈ തക്കം നോക്കി തെമ്മാടികളുടെ സംഘങ്ങൾ കൊട്ടാരസദൃശ്യമായ കെട്ടിടങ്ങളും വീടുകളും ബംഗ്ലാവുകളും ജനവാസകേന്ദ്രങ്ങളും കൊള്ളയടിക്കുകയും ചെയ്യുന്നു.

കഴിഞ്ഞ ദിവസം രാത്രി സൽമാൻ അബ്ബാൽ കൊണ്ടുവന്ന വാർത്ത കേട്ടതിനുശേഷം സുൽത്താന് ഉറങ്ങാൻ കഴിഞ്ഞില്ല. ബോസ്ഫറസിന്റെ ഇരുകരകളിലുമുള്ള ഒട്ടനവധി ജനങ്ങൾ അദ്ദേഹത്തെപോലെ അന്ന് രാത്രി ഉറങ്ങാതിരുന്നു. ഇറച്ചിച്ചന്തയിലെയും കുതിരപ്പന്തയ മൈതാനത്തിലേയും വിപ്ലവകാരികൾ, സംരക്ഷണത്തിന് ആരുമില്ലാത്ത

കൊട്ടാരത്തിലെ അന്തപ്പുരവാസികൾ, തോട്ടക്കാർ, കുന്തക്കാർ, കൊട്ടാരത്തിലെ പാഠശാലയിലെ വിദ്യാർത്ഥികൾ, എല്ലാ റാങ്കുകളിലുമുള്ള പട്ടാളക്കാർ, അങ്ങനെ ഒട്ടനവധിപേർ ഇനിയെന്താണ് സംഭവിക്കാൻ പോവുക എന്ന ആകാംക്ഷയുമായി ഉറങ്ങാതെ കാത്തിരുന്നു.

ഈ സമയത്തു ഒരുകൂട്ടം ഉദ്യോഗസ്ഥർ തൊട്ടടുത്ത് പുറത്തേക്ക് തള്ളി നിൽക്കുന്ന ജനാലകളുള്ള സ്വീകരണമുറിയിൽ ചോദ്യം ചെയ്യപ്പെടുന്നതിനെക്കുറിച്ചുള്ള ഭയവും മാനസികപിരിമുറുക്കവുമായി സുൽത്താനെ കാത്തിരിക്കുകയായിരുന്നു. മന്ത്രിമുഖ്യൻ തനിക്കു ചുറ്റും ഇരുന്നവരെ നോക്കിയപ്പോൾ അദ്ദേഹം നിന്ദയും ദേഷ്യവും കൊണ്ട് പുകയുന്നത് പോലെ കാണപ്പെട്ടു. “ജീവിതം ഒരു കടങ്കഥയായി കാണുന്ന ആ കപടനായ അവിശ്വാസി...” എന്ന് തുടങ്ങുന്ന വിപ്ലവകാരികളായ പട്ടാളക്കാരുടെ മുദ്രാവാക്യങ്ങൾ തടയാൻ സെഹ്സാദേബാസി പട്ടാളത്താവളത്തിൽ വച്ചു അവരുടെ മേധാവി തലേദിവസം എങ്കിലും ശ്രമിച്ചിരുന്നെങ്കിൽ ഈ കുഴപ്പങ്ങൾ ഒന്നും ഉണ്ടാകില്ലായിരുന്നു. തന്റെ ജോലി നടപ്പിലാക്കാൻ ധൈര്യമില്ലാതിരുന്ന പട്ടാളത്തലവൻ അബ്ദി പാഷ തലകുനിച്ച് തന്നെ ആരും കാണരുതേ എന്ന് പ്രാർത്ഥിച്ചുകൊണ്ട് മുറിയിൽ നിൽക്കുന്നുണ്ട്. വിവരം അറിഞ്ഞയുടൻ തന്റെ കീഴ്ജീവനക്കാരെ നിറച്ച ഒരു കപ്പലുമായി ഗോൾഡൻ ഹോണിന്റെ തീരത്തെ പാണ്ടകശാലയ്ക്ക് മുന്നിൽ അടുക്കുകയും അവിടെ അവരെ നിരത്തി നിർത്തുകയും ചെയ്തിരുന്നുവെങ്കിൽ കലാപകാരികൾ പിരിഞ്ഞു പോകുമായിരുന്നു.

ഇസ്താംബൂൾ ഗവർണർ മുസ്തഫാ പാഷയാകട്ടെ ഈ നിർണ്ണായക സന്ദർഭത്തിൽ ഒരു തികഞ്ഞ പരാജയമാണെന്ന് തെളിഞ്ഞു. അദ്ദേഹം ആത്മീയനേതാക്കൾക്ക് ഒരു സന്ദേശം അയയ്ക്കുകയോ മദ്രസകളിലെ പണ്ഡിതരെ സമാധാനിപ്പിക്കുകയോ പൊതുജനത്തെ സമാധാനിപ്പിക്കാനായി പ്രചോദനം നൽകുന്ന ഭാഷയിൽ എന്തെങ്കിലും സംസാരിക്കുകയോ ചെയ്തിരുന്നുവെങ്കിൽ അവരൊന്നും ആൾക്കൂട്ടത്തിൽ ചേരുകയില്ലായിരുന്നു. അന്തപ്പുരകാര്യസ്ഥൻ അഹമ്മദ് പാഷ മന്ത്രിമുഖ്യന്റെ കൂടെ തലേ ദിവസം സ്കട്ടറിയിൽ ഉണ്ടായിരുന്നു. പക്ഷേ അയാൾ ഇസ്താംബൂൾ വിട്ടപ്പോൾ ജയിൽസൂക്ഷിപ്പുകാരന് ആവശ്യമായ ആജ്ഞകൾ കൊടുത്തിരുന്നുവെങ്കിൽ ആരും അത് അനുസരിക്കാതിരിക്കാൻ ധൈര്യപ്പെടില്ലായിരുന്നു.

“അപ്പോൾ നിങ്ങളുടെയൊക്കെ കൈയിലാണ് ഓട്ടോമാൻ സാമ്രാജ്യത്തിന്റെ സുരക്ഷ! അല്ലേ?” ദേഷ്യത്തോടെ മന്ത്രിമുഖ്യൻ ചീറി. “നിങ്ങളുടെ കൈയിലാണ് ഞങ്ങൾ ഒരു രാജ്യത്തെ വിശ്വസിച്ചു ഏല്പിച്ചിട്ട് വന്നത്. നാവികസേന എവിടെപ്പോയി? നിങ്ങളുടെ ശക്തിപ്രദർശനവും വീമ്പടിയും ഒക്കെ ഇപ്പോൾ കാണാനില്ലല്ലോ. എന്റെ രാജ്യത്ത് അണലികളും തേളുകളും പഴുതാരകളും മരപ്പട്ടികളും കാട്ടുകുതിരകളും ചെന്നായകളും

കാക്കകളും ചേർന്ന് കലാപം നയിക്കുകയാണ്. എന്റെ രക്തം കട്ടിയാവുകയും ശരീരം വിണ്ടുകീറുകയും ചെയ്യുകയാണ്. എന്നിട്ടും നിങ്ങൾ തലയും താഴ്ത്തി എന്നെ കണ്ണുകളിൽ നോക്കാൻ ശക്തിയില്ലാതെ ചുരുണ്ടു കൂടിയിരിക്കുന്നു." തലതാഴ്ത്തി, ചുണ്ടുകൾ കൂട്ടിപ്പിടിച്ച് അവർ അനക്കമറ്റിരുന്നു.

"അങ്ങുന്നേ," ഇസ്താംബൂളിലെ ഗവർണർ മുസ്തഫ പാഷ അവ്യക്തമായി പറഞ്ഞു. "സേനാദളങ്ങളെ നിയന്ത്രണത്തിൽ കൊണ്ടുവരുന്നത് അത്ര പ്രയാസമുള്ള കാര്യമല്ല. പക്ഷേ ആളുകൾ ശരിയാ നിയമം നടപ്പിൽ വരുത്താനാണ് ഈ മുറവിളി കൂട്ടുന്നത്. പക്ഷേ സുൽത്താന്റെ അനുവാദമില്ലാതെ ആയുധമെടുക്കുന്നത് ശരിയാ നിയമം വിലക്കുന്നു. അത് ഒരു വലിയ പാപമായിട്ടാണ് കണക്കാക്കിയിരിക്കുന്നത്."

"ഷെയ്ക്ക് അൽ ഇസ്ലാം ഇത് പറഞ്ഞിരുന്നുവെങ്കിൽ ഞാൻ അംഗീകരിക്കുമായിരുന്നു. പക്ഷേ നിങ്ങൾ? നിങ്ങൾ സ്വന്തം ജോലികൾ ചെയ്യുന്നതിൽ വീഴ്ച വരുത്തിയത് പോരാതെ ഇപ്പോൾ എന്നെ ഒരു ഫത്വയെപ്പറ്റി പറഞ്ഞു ഭയപ്പെടുത്താൻ ശ്രമിക്കുന്നോ?"

"ദൈവമേ! ഒരിക്കലുമല്ല! ആ ചിന്ത പോലും നശിച്ചുപോകട്ടെ! അങ്ങുന്നേ, ഞാൻ അവരുടെ തലകൾ ഛേദിച്ച് അങ്ങയുടെ കാല്ക്കൽ ഇട്ടു തരും."

"ചെയ്യാൻ പറ്റുന്നത് മാത്രം ചെയ്യാം എന്ന് പ്രതിജ്ഞ എടുത്താൽ മതി. നിങ്ങളുടെ കഴിവുകളെപ്പറ്റി ഞങ്ങൾക്കെല്ലാം ബോധമുണ്ട്."

"എന്റെ പീരങ്കിപ്പട ഗോൾഡൻ ഹോണിന്റെ കരയിൽ യുദ്ധസന്നദ്ധരായി നിൽക്കുകയാണ് തിരുമേനീ." പട്ടാളത്തലവൻ അബ്ദി പാഷ പറഞ്ഞു.

"നഗരം ചുട്ടു നശിപ്പിക്കണം എന്നാണോ വിഡ്ഢീ നീ ആഗ്രഹിക്കുന്നത്?" സുൽത്താൻ ദേഷ്യത്തോടെ ശബ്ദമുയർത്തി. "ഒരു കലാപം അടിച്ചമർത്താനായി നിങ്ങൾ നിഷ്കളങ്കരെയും കൊന്നൊടുക്കുമോ? ഇതാണോ നമ്മൾ നമ്മുടെ രാജ്യത്ത് ചെയ്യേണ്ടത്? ഇതിനെയാണോ നാം നീതി എന്ന് വിളിക്കുന്നത്?" പട്ടാളമേധാവിയുടെ നേരെ തിരിഞ്ഞ് അദ്ദേഹം തുടർന്നു, "ഇന്നലെ നിങ്ങൾ യോഗംകൂടൽ തന്നെയായിരുന്നല്ലോ പ്രധാനമായും ചെയ്തത്! എല്ലാത്തരം ചപ്പും ചവറും നിങ്ങളുടെ തലയിൽ അവർ കുത്തി നിറച്ചു എന്നാണ് അറിയാൻ കഴിഞ്ഞത്. ഇതിനൊക്കെ നിങ്ങൾ മറുപടി പറയേണ്ടി വരും."

"മാന്യരേ." ഗവർണർ മുസ്തഫ പാഷ ഇടയ്ക്ക് കയറി. "ഇപ്പോൾ ശിക്ഷയെപ്പറ്റി സംസാരിക്കേണ്ട സമയമല്ല. നമുക്കു വേണ്ടതു ഒരു പരിഹാരമാണ്. ദയവായി കലഹിക്കാതിരിക്കൂ."

"പാഷ, ഈ നീചന്മാർ ആജ്ഞകൾ നടപ്പാക്കുകയില്ല. നിങ്ങൾ ഇവരെ വിശ്വസിച്ചാൽ സേനാദളങ്ങൾ നാളെ നിങ്ങളുടെ മൂക്കിനു താഴെ കൊടികുത്തും. അയാളെ കൊണ്ടുപോ."

"പക്ഷേ, അങ്ങുന്നേ."

"പാഷ! ഇനി ഇടയ്ക്ക് കയറരുത്!" മന്ത്രിമുഖ്യൻ ആജ്ഞാപിച്ചു. "ആവശ്യത്തിന് നിങ്ങൾ വായിട്ടലച്ചില്ലേ? പുകഞ്ഞുകൊണ്ടിരിക്കുന്ന നമ്മുടെ നഗരത്തിൽ ആളുകൾ മരിക്കുകയാണ്. നിഷ്കളങ്കരുടെ രക്തമാണ് തെരുവുകളിൽ വീഴുന്നത്. കിടങ്ങുകൾ മിക്കവാറും മൃതശരീരങ്ങൾ കൊണ്ട് നിറഞ്ഞു കാണും. ഇത്രയും മതി. ഇന്നലെ സുൽത്താൻ നിലം പതിക്കട്ടെ എന്ന് മുക്കറയിട്ട ഒരാളിന്റെ കൂടെ നാം എങ്ങനെ ജോലി ചെയ്യണം എന്നാണു നിങ്ങൾ പറയുന്നത്? പാഷ, നമ്മുടെ സുൽത്താൻ ഈ സംഭാഷണം കേട്ടാൽ നമ്മളെ രണ്ടു പേരെയും തൂക്കിലേറ്റും. അതത്ര നല്ല അനുഭവമായിരിക്കില്ല. ഉടനെ തന്നെ അയാളെ കൊണ്ടുപോകൂ. കൂടുതലൊന്നും അതിനെ പറ്റി പറയാനില്ല. ഈ രാജ്യത്ത് നീതിയും നിയമവും ഒന്നുമില്ലേ? ഞാൻ, ഈ ഓട്ടോമാൻ സാമ്രാജ്യത്തിന്റെ മന്ത്രിമുഖ്യൻ ഇത്തരം തോന്ന്യാസങ്ങൾ അനുവദിക്കാൻ മാത്രം ദുർബലനാണെന്ന് നിങ്ങൾക്കു തോന്നുന്നുണ്ടോ?"

മന്ത്രിമുഖ്യന്റെ ഈ വാക്കുകൾ കേട്ടയുടൻ ഗവർണർ മുസ്തഫ പാഷ തന്റെ കാവൽഭടന്മാരിൽ ഒരാളെ വിളിച്ച് മുഖ്യസേനാധിപനെ ചൂണ്ടിക്കാണിച്ചു കൊടുത്തു.

അപ്രതീക്ഷിതമായി ഒരു സന്ദേശവാഹകൻ പ്രത്യക്ഷപ്പെട്ടു.

"തിരുമേനീ, ഒരു പ്രശ്നമുണ്ട്." അയാൾ കിതച്ചു.

"എഴുന്നേൽക്ക് മനുഷ്യാ, എന്താ കാര്യം?"

"മതപ്രഭാഷകൻ ഇസ്പിരിസെയ്ദും പട്ടാളത്തലവൻ ഓസ്ട്രിയൻ ഹസൻ ആഗയും...."

"എന്തുപറ്റി? അവർ മരിച്ചോ? അവരെ ആരെങ്കിലും കൊന്നോ?"

"അതിനേക്കാൾ മോശം. അങ്ങുന്നേ വളരെ മോശം."

"കാര്യം പറയുന്നുണ്ടോ?"

"തിരുമേനീ, അവർ കലാപകാരികളുടെ കൂടെ ചേർന്ന് കൊടി ഉയർത്തിയിരിക്കുന്നു. ഇപ്പോൾ അവർ സുൽത്താനോടു സംസാരിക്കണം എന്ന് ആവശ്യപ്പെട്ടുകൊണ്ട് കവാടത്തിൽ കാത്തുനിൽക്കുന്നുണ്ട്."

"ഹാ! ഇത് മോശം വാർത്തയാണ് മാന്യരേ. ആളുകൾ ഈ വിഡ്ഢികളെ പിന്തുടരും. അവർ സസ്നേഹം പെരുമാറുന്ന പേ പിടിച്ച നായ്ക്കൾ ആണ്. സൗഹൃദം കലർന്ന ശബ്ദത്തിൽ സംഭാഷണം തുടരും മുൻപ് മന്ത്രിമുഖ്യൻ മുരണ്ടു. "മാന്യരേ, നിങ്ങൾ നിങ്ങളുടെ ജീവൻപോലും ഓട്ടോമാൻ സാമ്രാജ്യത്തിനു വേണ്ടിയും ഇസ്താംബൂളിനു വേണ്ടിയും ത്യജിക്കാൻ തയ്യാറാണ് എന്ന് സത്യം ചെയ്യണം. രണ്ടും അപകടത്തിലാണ്. തെരുവുകൾ കീഴടക്കുന്ന തീനാളങ്ങൾ അരാജകത്വമാണ് പടർത്തുന്നത്. ശിപായികൾക്ക് ഇടയിലും കുതിരപ്പട്ടാളത്തിലും പുരുഷന്മാർക്കും യുവാക്കൾക്കും സ്ത്രീകൾക്കും ഇടയിലും കലാപം വേരുറപ്പിക്കും മുമ്പ്

നമുക്ക് ഈ വിപ്ലവത്തിന്റെ തീജ്ജ്വാലകൾ തുടച്ചു മാറ്റണം. ഇന്നലെത്തെ ദിവസം നമ്മൾ പാഴാക്കി. ഇന്നെങ്കിലും ഇതിനൊരു പരിഹാരം കണ്ടെത്തണം. വാതിൽക്കൽ കാത്തു നിൽക്കുന്നവരെ അകത്തു കടത്തും മുൻപ് ആർക്കെങ്കിലും വിവേകമുള്ള എന്തെങ്കിലും നിർദ്ദേശം നൽകാൻ കഴിയുമോ? ഇവർക്ക് എന്താണ് വേണ്ടത് എന്ന് എന്തെങ്കിലും ഊഹമുണ്ടോ?"

"അങ്ങുന്നേ," പട്ടാളത്തലവൻ അബ്ദി പാഷ പറഞ്ഞു. "ഈ മനുഷ്യർ ആളുകളെ വഴി തെറ്റിച്ചുവെങ്കിൽ നമുക്ക് എല്ലാം നഷ്ടമായി എന്ന് തന്നെ കരുതാം. നാം എത്രയും പെട്ടെന്ന് പ്രവർത്തിക്കേണ്ടിയിരിക്കുന്നു."

"അതെ. ജനം പറയുന്നത് സ്വന്തം സുഖമല്ലാതെ ഭരണാധികാരികൾക്ക് മറ്റൊന്നും കാണാൻ കഴിയുന്നില്ല എന്നാണ്."

"നമുക്കിത് നേരിടണം. നമ്മളെല്ലാം ഈ അവസ്ഥയ്ക്ക് ഉത്തരവാദികളാണ്. നമ്മളിപ്പോൾ പരസ്പരം കുറ്റപ്പെടുത്തുന്നതിനു പകരം ഒരു പരിഹാരം കണ്ടെത്തുകയാണ് വേണ്ടത്."

ആ സമയത്ത് അവർ സംസാരിച്ചു കൊണ്ടിരുന്ന വിശാലമായ മുറിക്കു പുറത്തുള്ള ശബ്ദങ്ങൾ കേട്ട് ആ മുറിയിലിരുന്ന ഓരോരുത്തരേയും തുറിച്ചു നോക്കിക്കൊണ്ട് സുൽത്താൻ അഹമ്മദ് മൂന്നാമൻ പ്രവേശിച്ചു. തന്റെ കണ്ണുകളിൽ നിന്നൊഴുകുന്ന കണ്ണുനീർ തടയാൻ അദ്ദേഹത്തിനു കഴിയുന്നുണ്ടായിരുന്നില്ല. ഒരുതരത്തിൽ അല്ലെങ്കിൽ മറ്റൊരു തരത്തിൽ ഈ ലഹളയ്ക്ക് ഉത്തരവാദികൾ ആയ ശക്തരായ ആ മനുഷ്യർ വിറയ്ക്കുന്ന മുട്ടുകളുമായി അദ്ദേഹത്തെ കണ്ടു ചാടി എഴുന്നേറ്റു. ഭൂമി പിളർന്നു തങ്ങളെ വിഴുങ്ങട്ടെ എന്നായിരുന്നു ഓരോരുത്തരുടെയും മനസ്സിൽ. സുൽത്താനെ അത്രയും കോപാകുലനായി ഒരിക്കലും അവർ കണ്ടിട്ടുണ്ടായിരുന്നില്ല.

"ലാലാ!" സുൽത്താൻ സംസാരിച്ചു തുടങ്ങി. "എന്താണീ സംഭവിക്കുന്നത്? പട്ടാളക്കാർ ആയുധമെടുത്തുവെന്നും ഓട്ടോമാൻ ഭരണം നശിപ്പിക്കുമെന്നും ഇസ്താംബൂളിനെ ഉന്മൂലനാശം ചെയ്യുമെന്നും ആണല്ലോ ഭീഷണിപ്പെടുത്തുന്നത്. നഗരം വിഴുങ്ങുന്ന കറുത്ത പുക നിങ്ങൾ കണ്ടില്ലേ? അതിനെ സംബന്ധിച്ചു നിങ്ങൾ എന്തെങ്കിലും ചെയ്യുന്നുണ്ടോ? പട്ടാളത്തിലെ നമ്മുടെ അടിമകൾ എവിടെ? ഹജ്ജി ബെക്തഷിന്റെ അനുഗ്രഹത്തോടെ നമ്മൾ പോറ്റിയിരുന്ന ആ നന്ദിയില്ലാത്ത തെമ്മാടികൾ ഇനിയെന്താണ് അടുത്തതായി ചെയ്യാൻ പോകുന്നത്? റോഡ്സ് കീഴടക്കിയ ശേഷം ബെൽഗ്രേഡിലേക്ക് മാർച്ച് ചെയ്ത ആ സൈന്യം എവിടെ? നിഗ്ബോലുവിലും വർണയിലും നമ്മുടെ പിതാമഹന്മാരായ കൊസോവയിലെ യവൂസിനും യിൽദിരിമിനും പ്രശസ്തി നേടിക്കൊടുത്ത ആ സൈനികർ ഇപ്പോൾ എവിടെയാണ്? അവർ ഇപ്പോൾ ഇല്ലെങ്കിൽ, നിങ്ങൾ പറയൂ ലാലാ, എന്താണ് ചെയ്യാൻ പോകുന്നത്?"

മന്ത്രിമുഖ്യന്റെ മുഖം ചോര പോലെ ചുവന്നു. തന്റെ ഉദ്യോഗസ്ഥരുടെ മുന്നിൽ വച്ചു ഇത്തരത്തിൽ സുൽത്താൻ സംസാരിക്കുന്നതിൽ അപമാനം കൊണ്ട് അദ്ദേഹം തല കുനിക്കുകയും ഞെളിപിരികൊള്ളുകയും ചെയ്തു. ഒരു പീരങ്കിയുണ്ട പോലെയാണ് അവിടെ കൂടിയിരുന്ന ആളുകളുടെ മേൽ സുൽത്താന്റെ വാക്കുകൾ പതിച്ചത്. "ഞങ്ങളുടെ ശ്രേഷ്ഠനായ തിരുമനസ്സേ...", മന്ത്രിമുഖ്യൻ മൃദുവായി പറഞ്ഞു തുടങ്ങി. ഇത്തരം ഒരു സംബോധന ജീവിതത്തിൽ ആദ്യമായാണ് അദ്ദേഹം ഉപയോഗിക്കുന്നത്. "പ്രഭാഷകൻ ഇസ്പിരിസെയ്ദും അങ്ങയുടെ അടിമ ഓസ്ട്രിയൻ ഹസ്സൻ ആഗയും അങ്ങയുമായി ഒരു കൂടിക്കാഴ്ചയ്ക്ക് അവസരം കാത്തുകൊണ്ട് സ്കട്ടറിയിൽ എത്തിയിട്ടുണ്ട്. അവർക്ക് ചിലപ്പോൾ നഗരത്തിലെ തീയണയ്ക്കുന്നതിനെ പറ്റി എന്തെങ്കിലും ആശയങ്ങൾ പങ്കുവയ്ക്കാനുണ്ടായിരിക്കും. അവർ പറയുന്നത് കേൾക്കണം എന്നാഗ്രഹം അങ്ങേക്ക് ഉണ്ടെങ്കിൽ ഞാൻ അവർക്ക് അകത്തു വരാൻ അനുവാദം നൽകാം. അവരുടെ മനസ്സിൽ എന്താണുള്ളത് എന്ന് നമ്മൾ മനസ്സിലാക്കേണ്ടതുണ്ട് എന്നാണെനിക്ക് തോന്നുന്നത്."

അവരെ അകത്തു കൊണ്ടുവരാൻ അനുവാദം നൽകിക്കൊണ്ട് സുൽത്താൻ കൈവീശി. അവിടെയാകെ വല്ലാത്ത ഒരു നിശ്ശബ്ദത വ്യാപിച്ചു. ആരും തലയുയർത്താൻ ധൈര്യപ്പെട്ടില്ല. മതപ്രഭാഷകൻ ഇസിപിരിസെയ്ദും പട്ടാളത്തലവൻ ഓസ്ട്രിയൻ ഹസ്സനും മുറിയിലേക്ക് പ്രവേശിച്ചു. അവർ ബഹുമാനപുരസ്സരം സുൽത്താന്റെ കാലിൽ വീഴുകയും അദ്ദേഹത്തിന്റെ വസ്ത്രത്തിന്റെ തുമ്പ് ചുംബിക്കുകയും ചെയ്തു.

"കാപട്യത്തിന്റെ ആവശ്യമൊന്നുമില്ല." തന്റെ വസ്ത്രം വലിച്ചെടുത്തുകൊണ്ട് സുൽത്താൻ കോപത്തോടെ പറഞ്ഞു. "നിന്ദയും സ്തുതിയും കൂട്ടിക്കലർത്തണ്ട കാര്യമില്ല. ഈ അമർഷവും കലിതുള്ളലും കൊണ്ട് വ്യവസ്ഥ പുനഃസ്ഥാപിക്കാം എന്നും കരുതേണ്ട. എന്താണ് നിങ്ങൾക്ക് എന്നോടു പറയാനുള്ളത്?"

"തിരുമേനീ, അങ്ങ് ദുഃഖിതനും അവശനുമാണെന്ന് ഞങ്ങൾ മനസ്സിലാക്കുന്നു. പക്ഷേ ഞങ്ങളുടെ ലക്ഷ്യം ഇതായിരുന്നില്ല. അങ്ങയുടെ സാധുജനങ്ങൾക്ക് അങ്ങയെ പറ്റി യാതൊരു പരാതിയും ഇല്ല. മരണം വരെ അവർ അങ്ങയോടു കൂറ് ഉള്ളവരായിരിക്കും."

"വളരെ നല്ലത്. അപ്പോൾ നിങ്ങളുടെ ഉദ്ദേശ്യമെന്താണ്?"

"നമ്മുടെ രാജ്യതന്ത്രജ്ഞന്മാർക്ക് സംഭവിച്ച അധോഗതിക്കും അവരുടെ ദുർനടപ്പിനും അന്ത്യം കുറിക്കുക എന്ന ഒരുദ്ദേശ്യം മാത്രമേ ഞങ്ങൾക്കുള്ളൂ തിരുമേനീ. മനഃസാക്ഷിയുള്ള ആർക്കും വച്ചു പൊറുപ്പിക്കാൻ ആവാത്ത ഒരു കുപ്പത്തൊട്ടിയാണ് അവർ സൃഷ്ടിച്ചിരിക്കുന്നത്. അങ്ങയുടെ ദരിദ്രരായ പ്രജകൾ ഒരുപാടു സഹിച്ചു തിരുമേനീ. അവരുടെ നിയന്ത്രണം വിട്ടു രാജഭക്തി നഷ്ടപ്പെട്ടു പോകുന്ന അവസ്ഥയിൽ സാധുക്കൾ എത്തിക്കഴിഞ്ഞു. ഇപ്പോൾ പ്രതികാരത്തിനായി അവർ മുറവിളി

കൂട്ടുന്നതിൽ അദ്ഭുതമൊന്നുമില്ല. അങ്ങയുടെ മന്ത്രിമുഖ്യൻ ധാരാളിയായ ഒരു നാണം കേട്ട തെമ്മാടിയാണ്."

"നിങ്ങൾ പറയുന്നത് എന്താണ് എന്ന് വല്ല ബോധവുമുണ്ടോ?"

"തീർച്ചയായും ഉണ്ട് തിരുമേനീ. അങ്ങയുടെ മരുമകൻ തനിക്കു ചുറ്റും കോമാളികളുടെ ഒരു വലയം സൃഷ്ടിച്ചിരിക്കുകയാണ്. പ്രജകളുടെ പ്രശ്നങ്ങളെപ്പറ്റി അയാൾക്ക് യാതൊരു ചിന്തയുമില്ല."

"നീ ഒരു അധികപ്രസംഗിയായ അധമനാണ്."

"ഞാൻ അധികപ്രസംഗി ആയിരിക്കാം. ഞാൻ അധമനുമായിരിക്കാം. പക്ഷേ തിരുമേനീ, അങ്ങേക്ക് ഇത് അറിയാമെങ്കിലും ഇല്ലെങ്കിലും അങ്ങയുടെ രാജ്യതന്ത്രജ്ഞന്മാരാണ് ഈ അവസ്ഥയ്ക്ക് കാരണം. ആളുകൾ പട്ടിണിയിലും പരിവട്ടത്തിലും മാലിന്യത്തിലും ജീവിക്കുന്നു. അവരുടെ കഴിവിനപ്പുറത്തെ കൈക്കൂലിയാണ് എല്ലാത്തിനും കൊടുക്കേണ്ടി വരുന്നത്. പണക്കാർ ഇറച്ചിക്കഷണങ്ങൾ തിന്നുമ്പോൾ പാവങ്ങൾ ബാർളി വെള്ളം കുടിച്ചു ജീവിക്കുന്നു. പിന്നെ, ഇറാനിൽ നിന്ന് ഒരു വാർത്തയുണ്ട്. വൃദ്ധസൈനികരുമായി പോയ കപ്പൽ മുക്കിയത് നമ്മുടെ നേതാക്കൾ തന്നെയാണ്. പക്ഷേ, സദാബാത്തിലെ ടുളിപ്പുകൾ കൊണ്ടുള്ള അലങ്കാരങ്ങൾക്കു പിന്നിൽ അവർ തങ്ങളുടെ പാപങ്ങൾ ഒളിച്ചു വയ്ക്കുന്നു."

"നിനക്ക് തല വേണമെങ്കിൽ നിർത്ത്. പുറത്തുള്ള ആളുകൾക്ക് എന്താണ് വേണ്ടത് എന്ന് പറയൂ."

"തിരുമേനീ, അവർക്ക് അങ്ങയുടെ മന്ത്രിമുഖ്യനെ വേണം."

ഈ അവസാന വാക്കുകൾ കേട്ടില്ല എന്ന മട്ടിൽ സുൽത്താൻ ജനാലയ്ക്കും വാതിലിനും ഇടയിലുള്ള സ്ഥലത്ത് കൂടി അങ്ങോട്ടുമിങ്ങോട്ടും നടന്നു. പരിഭ്രാന്തനായി കിതയ്ക്കുകയും പിച്ചും പേയും പറയുകയും ചെയ്തുകൊണ്ട് മന്ത്രിമുഖ്യൻ തറയിലേക്കു വീണു.

കുറച്ചു നേരം ചിന്തിച്ച ശേഷം സുൽത്താൻ പ്രഖ്യാപിച്ചു, "കലാപകാരികളുടെ സംഘത്തോട് പോയി പറയൂ, ഞാൻ മന്ത്രിമുഖ്യനെ പിരിച്ചുവിടുകയാണ് എന്ന്. എല്ലാവരുടെയും വേതനം ഉയർത്തുകയും ചെയ്യാം. പക്ഷേ അവർ ഈ കോലാഹലം നിർത്തണം. എന്റെ നഗരം തീയിൽ അമർന്നിരിക്കുകയാണ്. അത് വിപ്ലവത്തിന്റെ തീയേക്കാൾ വലുതാണ്. അതെന്റെ ഹൃദയത്തെ എരിച്ചുകൊണ്ടിരിക്കുന്നു."

"അവർക്ക് അങ്ങയുടെ പള്ളിയറ വിചാരിപ്പുകാരനെയും ഗവർണറെയും വേണം തിരുമേനീ."

ഇപ്പറഞ്ഞവരും ഭയത്താൽ വിറയ്ക്കാൻ തുടങ്ങി. ബാക്കിയുള്ളവർ ആശ്വാസത്തിന്റെ നെടുവീർപ്പിട്ടു.

"തിരുമേനീ, അങ്ങ് അവരാവശ്യപ്പെടുന്നത് നൽകിയില്ലെങ്കിൽ ആളുകൾ പിരിഞ്ഞുപോവുകയില്ല. മതപ്രഭാഷകൻ ഇസ്പിരിസെയ്ദ്

ശക്തമായി പറഞ്ഞു. എനിക്കു പോലും അവരെ തടഞ്ഞു നിർത്താൻ ആവില്ല. അങ്ങയുടെ ഭരണം പുകയിൽ പറത്തിക്കളയാനുള്ള തീയിള ക്കുന്ന കോലുമായി നിൽക്കുകയാണ് അവർ."

"കൊള്ളാം, എന്റെ മനുഷ്യാ, ഈ കലാപം അവസാനിക്കുകയാണെ ങ്കിൽ ഞാൻ അവരെയും പിരിച്ചു വിടാം."

"അവർക്കുവേണ്ടത് പിരിച്ചുവിടലല്ല. അവർക്ക് ഈ വ്യക്തികളെ ആണ് വേണ്ടത്."

"എന്താണ് നിങ്ങൾ പറഞ്ഞത്. എന്റെ മന്ത്രിമുഖ്യൻ എന്റെ മരു മകൻ കൂടിയാണ്. എന്റെ മകളുടെ ഭർത്താവ്! എങ്ങനെയാണ് നിങ്ങൾക്ക് അയാളുടെ തല ആവശ്യപ്പെടാൻ കഴിയുക? എനിക്കത് എങ്ങനെ അനു വദിക്കാൻ കഴിയും? അയാൾ ബുദ്ധിമാനും ജ്ഞാനിയും സൂക്ഷ്മതയുള്ള വനും ധീരനുമാണ്. ലക്ഷത്തിലൊരുവൻ! ഇസ്താംബൂളിലെ ഗവർണർ എന്റെ ഏറ്റവും പ്രായമുള്ള ഉദ്യോഗസ്ഥനാണ്. എനിക്ക് എങ്ങനെ അവരെ ബലി കൊടുക്കാൻ കഴിയും?"

"തിരുമേനീ, അങ്ങ് ഞങ്ങളെ കൊള്ളക്കാർ എന്നു വിളിക്കുന്നു. പക്ഷേ, യഥാർത്ഥ കൊള്ളക്കാർ ഇവിടെയാണ്. അങ്ങയുടെ കൊട്ടാര ത്തിൽ. അവരുടെ ഒരുകൈ വെണ്ണയിലും മറുകൈ തേനിലും ആയിരി ക്കുമ്പോൾ പുറത്തു അങ്ങയുടെ പ്രജകൾ വിശന്നു പൊരിയുകയാണ്. ഓട്ടോമാൻ സാമ്രാജ്യം ഭരിക്കുന്ന അങ്ങയുടെ മരുമകനെ ഇസ്താം ബൂളിനു പുറത്തുള്ള ഓരോ പ്രവിശ്യയുടെയും ഗവർണർമാർക്ക് ഭയ മാണ്. അയാളെ നാടുകടത്തുകയോ ജയിലിലാക്കുകയോ ചെയ്താൽ അത് ഒരു പൂച്ചയെ വിശ്വസിച്ചു കരൾ ഏല്പിക്കുന്നതുപോലെ ആയി ത്തീരും. ഈ വിപ്ലവകാരികൾ പ്രാകൃതരായ ഒരു ജനക്കൂട്ടം അല്ല. അവർ ഈ രാജ്യം ഭരിക്കാൻ പോവുകയാണ്. അങ്ങയുടെ പട്ടാളഅടിമകൾ ഹജ്ജി ബെക്താഷിനെ പരിത്യജിക്കുകയും വിപ്ലവത്തിൽ ഏർപ്പെടുകയു മാണ്. കാവൽക്കാരുടെയും മതപണ്ഡിതരുടെയും സഹായത്തോടെ തന്നെ. ഒന്നിനും അങ്ങയുടെ മന്ത്രിമുഖ്യനെയോ മറ്റുള്ളവരേയോ രക്ഷി ക്കാനാവില്ല."

ഇസ്പിരിസെയ്ദ് ഈ വാക്കുകൾ പറഞ്ഞതും പുറത്തു അതിഭീകര മായ ഒരു അലർച്ച കേട്ടു. കൊട്ടാരത്തിനകത്തെ സംഭാഷണം കേട്ട് ആരോ വിപ്ലവകാരികൾക്ക് നിർദ്ദേശങ്ങൾ നൽകുന്നതുപോലെയാണ് അത് കേട്ട പ്പോൾ തോന്നിയത്.

"മന്ത്രിമുഖ്യൻ തുലയട്ടെ. പള്ളിയറ കാര്യസ്ഥൻ തുലയട്ടെ. ഗവർണർ തുലയട്ടെ..." അവർ ഒരുമിച്ച് അലറി.

"അപ്പോൾ എന്റ പ്രജകൾ ശരിക്കും ദേഷ്യത്തിലാണ്." ചിന്താഗ്രസ്ത നായി സുൽത്താൻ പിറുപിറുത്തു.

"തിരുമേനീ, മന്ത്രിമുഖ്യനെ പുറത്താക്കാൻ ആഗ്രഹിക്കുന്നത് അങ്ങ യുടെ ഹൃദയം നൊന്ത പ്രജകളാണ്." ഇസ്പിരിസെയ്ദ് പറഞ്ഞു. "അങ്ങ്

ഇവരെ ബലി കൊടുത്തില്ലെങ്കിൽ അങ്ങയുടെ മകൾ അച്ഛനില്ലാത്തവളും അങ്ങയുടെ വെപ്പാട്ടികൾ അനാഥരാവുകയും ചെയ്യും. ഈ ജനക്കൂട്ടത്തെ ശാന്തരാക്കുക എന്നത് അസാധ്യമാണ്. അങ്ങയുടെ അടിമയായ മന്ത്രി മുഖ്യനെ അവർക്കു നൽകിയാലേ ഈ തീയണയൂ."

"ഈ പരാജയം നിങ്ങൾ കാരണം ഉണ്ടായതല്ല. ഒരിക്കലുമല്ല." സുൽത്താൻ സങ്കടത്തോടെ മന്ത്രിച്ചു. "ഇത് വിധിയാണ്. ഇത് ഞാൻ സ്വപ്നം കണ്ടിരുന്നു. ഖുർ-ആനിൽ തൊട്ടു നിങ്ങൾ ഇനി ആവശ്യങ്ങൾ ഉന്നയിക്കുകയില്ല എന്ന് സത്യം ചെയ്യണം. ഇല്ലെങ്കിൽ നിങ്ങളുടെ തല കളാവും ഉരുളുക. എന്റെ കുടുംബത്തിനു ഒരു കുഴപ്പവും വരാൻ പാടില്ല. എന്റെ സിംഹാസനത്തിൽ ആരെങ്കിലും കണ്ണു വച്ചാൽ ആ കണ്ണുകൾ ചൂഴ്ന്നെടുക്കപ്പെടും."

"തീർച്ചയായും തിരുമേനീ. അത് അങ്ങനെ തന്നെയാണ് തീരുമാനി ച്ചിരിക്കുന്നത്."

"അങ്ങനെയാണെങ്കിൽ ഈ തീരുമാനം പ്രജകളെ അറിയിക്കുക. തീയണയ്ക്കാൻ അവർക്കു നിർദ്ദേശം കൊടുക്കുക. ഇനിയെന്തെങ്കിലും കേട്ടാൽ നിങ്ങളുടെ തലകൾ കുഴമ്പ് പരുവം ആവുന്നത് വരെ ഞാൻ പിന്തിരിയില്ല. പരാജയപ്പെടരുത്. അല്ലെങ്കിൽ നിങ്ങൾ എന്നോടു ഉത്തരം പറയേണ്ടി വരും."

ചോദ്യം 59

ആരാണത്?

"**ആ** കാഴ്ചപ്പാടില്ലാത്ത പ്രാകൃതനായ അവിശ്വാസിക്ക് ജീവിതം എപ്പോഴും ഒരു കടംകഥയാണ്. അവന്റെ ദൈവനിന്ദ നിറഞ്ഞ കള്ള ങ്ങൾ നിർത്താനായി ഞങ്ങൾ കുട്ടകം അപ്പച്ചട്ടിയിര പുഴുങ്ങി! ഇത് പറഞ്ഞുകൊണ്ട് ഞാൻ എന്റെ വാളൂരി. ഒരു വാക്കുപോലും പറയാതെ ദൈവനാമത്തിൽ ഞാനത് ചെയ്യും. എന്റെ ആഗ്രഹത്തെ തടുക്കാൻ ആർക്കും കഴിയില്ല." ഒരു പട്ടാളക്കാരൻ അഭിമാനത്തോടെ പത്രോണ ഹലീലിനോടു പറഞ്ഞു. "അങ്ങുന്നേ, ഞങ്ങൾ പ്രധാന കൂട്ടിലെത്തി. കാവൽക്കാരൻ നാല് കൂടുകൾക്കുള്ള താക്കോലുകൾ ഞങ്ങളെ ഏല്പിച്ചു. ഞാൻ അവ ഓരോന്നായി തുറന്നു ജയിൽ പക്ഷികളെ വിമുക്തരാക്കി. മാന്യരായ പക്ഷികൾ, പ്രധാനികളായ പക്ഷികൾ, വയ സ്സായ പക്ഷികൾ... നാലാമത്തേത് വളരെയധികം സുരക്ഷാക്രമീകരണ ങ്ങളുള്ള കൂടായിരുന്നു. എനിക്ക് ഏഴു സഖാക്കളുടെ സഹായം വേണ്ടി വന്നു അതൊന്നു തുറന്നു കിട്ടാൻ. അകത്തു കൈകളിൽ ചോരക്കറ യുള്ള നിർഭയരെയും ദേഷ്യപ്പെട്ടിരിക്കുന്ന നായകന്മാരെയും നാല്പതു ഓക്ക ഭാരം വരുന്ന ചങ്ങലകളും ഒരു ടൺ ഭാരം വരുന്ന പീരങ്കിയുണ്ട കൾ പൊക്കിയെടുക്കാൻ കഴിവുള്ള ഗുസ്തിക്കാരെയും കണ്ടു. ഞങ്ങൾ കൂടുകൾ തുറക്കുകയും എല്ലാ പക്ഷികളെയും ശ്വാസം വിടാൻ അനു വദിക്കുകയും ചെയ്തു."

ഇസ്താംബൂളിലേക്ക് മുസ്ലൂ ബേസിനോടൊപ്പം യാത്ര ചെയ്ത അമ്പ ത്തിയാറാം സൈനിക ദളത്തിലെ ബിൻബെറക്കെത്ത് ആയിരുന്നു ആ പട്ടാളക്കാരൻ. അയാൾ പറഞ്ഞ കുട്ടകം പ്രശസ്തനായ ഡെർവീഷായ ഹജ്ജി ബെക്താഷിന്റെ വിഖ്യാതമായ കുട്ടകമായിരുന്നു. നാല് കൂടു കൾ അഗാകാപിസിയിലെയും റുമേലിഹിസാരിയിലെയും യെദികുലെ യിലെയും ബാബാകാഫെറിലെയും ജയിലുകളും പക്ഷികൾ അവയിലെ അന്തേവാസികളും ആയിരുന്നു.

"പക്ഷേ സഹോദരാ, ഈ പക്ഷികൾക്ക് അറക്കവാളുപോലെയുള്ള പല്ലുകളും ഒരു മനുഷ്യനെ വലിച്ചു കീറാൻ മാത്രം ശക്തിയുള്ള കൈകളും ഇല്ലേ?" ആ പട്ടാളക്കാരനെ കളിയാക്കിക്കൊണ്ട് പത്രോണ ഹലീൽ അവന്റെ

മേൽ ചാടി വീഴാൻ തയ്യാറായി നിന്ന അഗ്നിശമനസേനാംഗങ്ങളെ കൈ വീശി അകറ്റി. "ഓരോരുത്തരും തങ്ങളുടെ ചങ്ങലകൾ പൊട്ടിച്ചു ക്വാഫ് പർവതത്തിൽ നിന്ന് ഈ ലോകത്തിലേക്ക് മറിഞ്ഞു വീഴും. അവർ തൊടുന്ന പെൺകുട്ടികളുടെ ശരീരത്തിൽ ഭ്രാന്തൻ നായ്ക്കൾ കടിച്ചതു പോലെ വടുകെട്ടുകയും അവർ ചുംബിച്ച സ്ത്രീകൾ കുഷ്ഠരോഗികളെ പോലെ കളങ്കപ്പെടുകയും ചെയ്യും. എന്റെ സഹോദരാ, നിങ്ങൾക്ക് ഈ ദുഷ്ടന്മാരെ ഭയമില്ലേ?"

"അവർ വാതിൽക്കൽ കാത്തു നിൽക്കുകയാണ് അങ്ങത്തേ. അവരുടെ വിമോചനത്തിനു ഇടയാക്കിയ മാലാഖയെ കാണണം, നമസ്കരിക്കണം, വസ്ത്രത്തിന്റെ തുമ്പ് ചുംബിക്കണം എന്നൊക്കെയാണ് ആവശ്യം." ബിൻബെറക്കെത്ത് പറഞ്ഞു. "ഒരു കൂടു മാത്രമേ ബാക്കിയുള്ളൂ. അങ്ങയുടെ അനുവാദത്തോടെ ഞാൻ അങ്ങോട്ട് ഉടനെ തന്നെ പുറപ്പെടും."

"എന്റെ ധീരനായ മനുഷ്യാ, നിങ്ങൾക്ക് എന്റെ അനുവാദമുണ്ടല്ലോ. തടവുകാരെ ഇവിടേക്ക് കൊണ്ടുവരൂ. നമുക്കിടയിൽ ഒരു കടലും ഉണ്ടാകാൻ പാടില്ല." പത്രോണ ഹലീൽ പറഞ്ഞു.

പത്രോണ ഹലീലിന്റെ വാചകങ്ങൾ കേട്ടവർക്കെല്ലാം, അദ്ദേഹം കടലിനെ പറ്റി പറഞ്ഞപ്പോഴെല്ലാം ഓർമ്മ വന്നത് ഡോക്ക്യാർഡ് ജയിലും അതിലെ ചതിയന്മാരായ കലെന്ദർ ബാബ, മന്ദബുദ്ധി ഉസ്മാൻ, വടുക്കളുള്ള കൊമാർ എന്നിവരെപ്പോലെയുള്ള അന്തേവാസികളെയാണ് ഓർമ വന്നത്.

പത്രോണ ഹലീലിന്റെ അവസാന വാചകം കേട്ടപ്പോൾ ഫാൽക്കോയ്ക്കും കരുത്തൻ യെയെയ്ക്കും ഹൂറികാനും ഒരേ ചിന്ത തന്നെയാണ് ഉണ്ടായത്. ഡോക്ക്യാർഡ് ജയിലിലാണ് തങ്ങൾ അന്വേഷിച്ചു നടന്ന അസ്ലാൻ ആഗ, ബിന്ദാലി മഹ്മൂത് എന്നിവർ ഉള്ളത്.

"അങ്ങുന്നേ, ബിൻബെറക്കെത്ത് ആഗയ്ക്ക് കാവലായി ഞങ്ങൾ പൊയ്ക്കോട്ടെ? ഡോക്ക്യാർഡ് ജയിലിലെ ചങ്ങലകൾ ഉണ്ടാക്കിയ വടുക്കൾ എന്റെ കൈയിൽ നിന്ന് ഇതുവരെ മാഞ്ഞിട്ടില്ല. എനിക്ക് ആ കൂടിന്റെ ഓരോ ഇഞ്ചും പരിചിതമാണ്. എവിടെയാണ് താഴുകളും ചങ്ങലകളും പൂട്ടുകളും താക്കോലുകളും സൂക്ഷിച്ചിരിക്കുന്നത് എന്ന് എനിക്ക് വ്യക്തമായി അറിയാം. ആരോട് എന്ത് ചോദിക്കണം എന്നും ആരെ നമുക്ക് ഉപയോഗിക്കാം എന്നും എനിക്കറിയാം. അങ്ങുന്നേ, ദയവായി ഞങ്ങളെയും കാവൽഭടന്മാരായി ചേർക്കൂ. അങ്ങേക്ക് ഇഷ്ടമാണെങ്കിൽ മറ്റു ചില കരുത്തരായ ആളുകളെയും ഞാൻ കൊണ്ടുവരാം."

"ചെറുപ്പക്കാരാ, പോയി നീ നിന്റെ പാല് കുടിക്കൂ." തന്റെ മുന്നിലെ മൂന്നു മുഖങ്ങളിലും ഇതിനു മുൻപ് ജയിലിൽ കിടന്ന യാതൊരു ലക്ഷണവും ഇല്ലായെന്ന് കണ്ട പത്രോണ ഹലീൽ ചിരിച്ചു കൊണ്ട് പറഞ്ഞു. "ഈ പ്രാകൃതമനുഷ്യരുടെ കൂടെ നിങ്ങൾ എന്താണ് ഇവിടെ

ചെയ്യുന്നത്? അവർ നിങ്ങളെ ചവച്ചു നീരൂറ്റി എടുത്തിട്ട് ചണ്ടി തുപ്പി ക്കളയും. എന്നിട്ട് വിഷമിച്ചിട്ട് ഒരു കാര്യവുമില്ല."

"അങ്ങുന്നേ, എന്റെ പേര് ഫാൽക്കോ എന്നാണ്. ഞാൻ ഉദ്ദേശിച്ച കരുത്തരായ മനുഷ്യർ മിസ്തി ദോഗനും പരുന്ത് റെസപ്പുമാണ്. താങ്കൾ സൂചിപ്പിച്ച കഴുകന്മാരെ ഞങ്ങൾക്ക് ഒരു പേടിയുമില്ല."

പരുന്തു റെസപ്പ് എന്ന പേരിനു അനുയോജ്യമായ പ്രകടനം കാഴ്ച വയ്ക്കണമല്ലോ എന്നോർത്ത് ഹൂറികിൻ ഒന്ന് ചൂളി. കരുത്തൻ യെയെ മേൽച്ചുണ്ടിനു മുകളിലെ വിയർപ്പിൽ കുളിച്ച മീശ വെപ്രാളത്തോടെ പിടിച്ചു പിരിച്ചു കൊണ്ടിരുന്നു. തീ കൊണ്ട് കളിക്കുന്നവനെ പോലെ ഫാൽക്കോ ധൈര്യത്തോടെ സംസാരിച്ചുവെങ്കിലും ഇപ്പോൾ പൊട്ടി ത്തെറിച്ചേക്കും എന്ന പോലെ അവന്റെ ഹൃദയം ഊക്കോടെ മിടിച്ചു കൊണ്ടിരുന്നു. സ്വന്തം പേര് പറയണോ വേണ്ടയോ എന്ന ശങ്ക അവനു ണ്ടായിരുന്നു. എങ്കിലും അഗകാപിസി ചത്വരത്തിലെ ആരെങ്കിലും തിരി ച്ചറിയുകയും അവൻ എന്തിന് സ്വന്തം വ്യക്തിത്വം ഒളിപ്പിച്ചു വയ്ക്കുന്നു എന്ന് സംശയം തോന്നുകയും ചെയ്താൽ കുഴപ്പമാകും എന്ന് ഫാൽക്കോ ഭയന്നു. എവിടെയോ വച്ചു ഇവരെ കണ്ടിട്ടുണ്ട് എന്ന തോന്നലോടെ പത്രോണ ഹലീൽ അവരെ ചോദ്യം ചെയ്തുവെങ്കിലും കഴുകന്റെ ചിഹ്ന മുള്ള കമ്പിളി മേൽക്കുപ്പായം ധരിച്ചിരുന്ന യെയെയെക്കുറിച്ചോ അഴുക്കു പുരണ്ട പുരുഷവേഷത്തിൽ നിന്ന ഹൂറികിനെക്കുറിച്ചോ അയാൾക്ക് ഒന്നും കണ്ടെത്താൻ കഴിഞ്ഞില്ല.

"അങ്ങുന്നേ." ബിൻബെറെക്കെത്ത് ഉല്ലാസപൂർവം ഇടയ്ക്ക് കയറി. എനിക്ക് ഈ മൂന്നു നല്ല ചെറുപ്പക്കാരെയും തന്നേക്കൂ. ഡോക്ക്യാർഡ് ജയിലിൽ എനിക്ക് ചില ഫാൽക്കണുകളെ ഉപയോഗിക്കാൻ കഴി ഞ്ഞേക്കും. അവർ കഴിവു തെളിയിക്കട്ടെ."

മൂന്നു സന്നദ്ധഭടന്മാരെയും കുറച്ചു നിമിഷങ്ങൾ കൂടി തുറിച്ചു നോക്കി യതിനു ശേഷം പത്രോണ ഹലീൽ ബിൻബെറെക്കെത്തിന്റെ ആഗ്രഹം അനുവദിച്ചു എന്നർത്ഥം വരുന്ന രീതിയിൽ കൈ വീശി.

പതിനെട്ടു പേരടങ്ങുന്ന കുതിരസവാരിക്കാരുടെ ഒരു സംഘം ഗലാട്ടാ പാലത്തിനു അടുത്തേക്ക് വരികയായിരുന്നു. അവിടെ ഒരു ആൾക്കൂട്ടം അവരെ തടഞ്ഞു നിർത്തി. നഗരമാകെ കത്തിയെരിയുന്നതിനാൽ സമയം അവർക്കെതിരായിരുന്നു. രാത്രിക്കു മുൻപ് ജയിൽ ഒഴിപ്പിക്കണം എന്ന് ബിൻബെറക്കെത്ത് നിർബന്ധം പിടിച്ചു. പക്ഷേ വഴിനീളെ തടസ്സങ്ങളാ യിരുന്നു. ഗലാട്ടായിൽ താമസിക്കുന്ന മുസ്ലീമുകൾ അല്ലാത്ത ചിലർ ഇസ്താംബൂളിൽ നിന്ന് ഗലാട്ടായിലേക്ക് ആരെയും കടത്തി വിടാതെ പാലത്തിൽ കൂട്ടം കൂടി നില്പുണ്ടായിരുന്നു. ആളുകളെ കടലിലേക്കെറി യുകയും മർദ്ദിച്ച് അവശരാക്കുകയും ചെയ്യുന്ന ഈ സംഘത്തിനു പിന്തുണയുമായി ചില അഗ്നിശമനസേനാംഗങ്ങളും പാണ്ടികശാലകളിലെ

വഞ്ചിപ്പണിക്കാരും ഉണ്ടായിരുന്നു. എങ്ങനെയെങ്കിലും ഈ പാലം കട ന്നവരെ കാസിംപാസയിലെ ചക്രപ്പുരയുടെ മുന്നിൽ തടഞ്ഞു നിർത്തി യിരുന്നു. ഇസ്താംബൂളിൽ എന്തെങ്കിലും പ്രശ്നങ്ങൾ നടന്നാലും ഗോൾഡൻ ഹോണിന്റെ മറുവശത്തെ പട്ടാളമേധാവി അങ്ങോട്ട് പ്രശ്ന ങ്ങൾ പടരാതെ അച്ചടക്കം നിലനിർത്തുന്നതിൽ ബഹുമിടുക്കനായിരുന്നു. പക്ഷേ ഇത്തവണ അതിത്തിരി പ്രയാസമായിരുന്നു. തുറമുഖത്തെ ചില കള്ളന്മാരും നാവികരുമായി ഒരു വഴക്ക് പൊട്ടിപ്പുറപ്പെട്ടു. അതവസാനി ച്ചത് നാവികർ നിരീക്ഷണകേന്ദ്രങ്ങൾ കയ്യടക്കുന്നതിലും പാലം കടക്കു ന്നതിനു ആളുകളുടെ കൈയിൽ നിന്ന് പണം പിരിക്കുന്നതിലുമാണ്. മുകളിൽ തൂങ്ങി നിൽക്കുന്ന മേഘങ്ങളും കെട്ടടങ്ങുന്ന തീക്കൂമ്പാര ങ്ങളിൽ നിന്നുയരുന്ന പുകയും ചേർന്ന് നഗരം പെട്ടെന്ന് തന്നെ ഇരുട്ടിന്റെ പിടിയിൽ അമർന്നു. ജ്വലിക്കുന്ന സൂര്യപ്രകാശം നിമിഷാർദ്ധത്തിനുള്ളിൽ ഇരുട്ടിനു വഴിമാറിയപ്പോൾ അതൊരു ദുശ്ശകുനമാണെന്നു ധരിച്ച് ആളുകൾ വല്ലാതെ ഭയന്നു.

ബിൻബെറക്കെത്തിനു പൂർണതൃപ്തി ഉണ്ടാകുന്ന രീതിയിൽ തന്നെ യായിരുന്നു കാര്യങ്ങൾ നടന്നുകൊണ്ടിരുന്നത്. തങ്ങളുടെ താത്പര്യ പ്രകാരം കാര്യങ്ങൾ സംഭവിക്കുന്നിടത്തോളം വിപ്ലവം അടങ്ങുന്നതിനേ ക്കാൾ ആളിക്കത്തുന്നതിൽ ആയിരുന്നു അയാൾക്കും അനുചരർക്കും താത്പര്യം. അവർ മതത്തിനോ മനസ്സാക്ഷിക്കോ സദാചാരത്തിനോ യാതൊരു പ്രാധാന്യവും കൊടുത്തില്ല. ഡോക്ക്യാർഡ് ജയിലിൽ എത്തി യപ്പോൾ ഫാൽക്കോയും ഹൂറികാനും ഹതാശരായി പരസ്പരം നോക്കി. ഈ മനുഷ്യരുടെ മുന്നിൽ വച്ചു അവരുടെ ലക്ഷ്യം സാധിക്കുന്നത് അസാധ്യമാണ് എന്ന് അവർക്കു തോന്നി. സന്ദർഭത്തിനു ചേർന്ന, യുക്തി പൂർവകമായ ഒരു പദ്ധതി കരുത്തൻ യെയെയുടെ മനസ്സിലേ തെളി ഞ്ഞുള്ളൂ. വെറുതെ വായിട്ടടിക്കാനും ബിൻബെറക്കെത്തിനു അവ്യക്ത മായ മറുപടികൾ മാത്രം നൽകാനും അവൻ ഫാൽക്കോയ്ക്ക് നിർദ്ദേശം നൽകി. അതേസമയത്തുതന്നെ ബുദ്ധിശൂന്യരായ രണ്ടു പേരെപോലെ യെയെയും ഹൂറികിനും അഭിനയിക്കും.

ബിൻബെറക്കെത്തിനും അയാളുടെ ആളുകൾക്കും അവരെപ്പറ്റി സംശയം ഉണ്ടായിരുന്നു എന്നും എല്ലാ ചലനങ്ങളും ശ്രദ്ധിക്കുന്നു ണ്ടെന്നും വ്യക്തമായിരുന്നു എങ്കിലും എന്തുതന്നെ സംഭവിച്ചാലും ബിന്ദാലി മഹ്മൂദിനെയും അസ്ലാൻ ആഗയെയും കണ്ടെത്തുക എന്ന അവരുടെ ദൗത്യത്തിനായിരുന്നു ഫാൽക്കോയും കൂട്ടരും ഏറ്റവും പ്രാധാന്യം കല്പി ച്ചിരുന്നത്. അതേസമയം വിപ്ലവകാരികൾക്ക് ജയിലുകൾ ഒഴിപ്പിക്കുന്ന ജോലികൾ ചെയ്യാൻ മൂന്നു സന്നദ്ധഭടന്മാരെ കൂടെ കിട്ടിയതിൽ സന്തോ ഷമേ ഉണ്ടായിരുന്നുള്ളൂ. മരണശിക്ഷയിൽ നിന്ന് രക്ഷപ്പെടുത്തിയതിലുള്ള നന്ദി മൂലം തടവുകാർക്ക് അവരുടെ കൂടെ കൂടാൻ താത്പര്യം കാണിക്കും എന്ന് അവർക്കറിയാമായിരുന്നു. സ്വന്തം കാര്യം നോക്കി പോയാലും ഈ കുറ്റവാളികൾ നഗരത്തിലെ കലാപത്തിനു കൂടുതൽ സംഭാവനകൾ

നൽകും. അതുതന്നെയാണ് വിമതരുടെ ലക്ഷ്യവും. വിപ്ലവകാരികളുടെ ജോലികൾക്ക് യോജിക്കുന്ന വിധത്തിൽ അച്ചടക്കം ഉള്ളവരും പരിശീലനം ലഭിച്ചവരും ആയ തടവുകാർ ജയിലുകളിൽ ഉണ്ടാകാൻ സാധ്യത കുറവായിരുന്നു. ചെറിയ എന്തെങ്കിലും കാര്യങ്ങൾക്ക് ഉപയോഗിച്ച ശേഷം പറഞ്ഞു വിടാം എന്നല്ലാതെ ഇത്തരം ആളുകളെ പ്രയോജനപ്പെടുത്താൻ പ്രയാസമാണ്. ഈ തടവുകാരുടെ കുതിരസവാരിയിലുള്ള വൈദഗ്ധ്യം പോലെയുള്ള ഏതു തരം കഴിവുകളും ഉപയോഗിക്കുവാൻ കലാപകാരികൾ തയ്യാറായിരുന്നു. അത് മാത്രമല്ല വിപ്ലവം പരാജയപ്പെട്ടാൽ അതിനു ബലിയാടുകളാക്കാൻ പറ്റിയ ഇരകളായിട്ടായിരുന്നു അവർ ജയിൽവാസികളെ കണക്കാക്കിയിരുന്നത്.

കുലാക്സിസിനും കാസിംപാസ പർവതങ്ങൾക്കുമിടയിൽ സ്ഥിതി ചെയ്തിരുന്ന, കല്ലുകൾകൊണ്ട് കെട്ടിയ മനോഹരമായ ഒരു കെട്ടിടമായിരുന്നു ഡോക്ക്യാർഡ് ജയിൽ. വർഷങ്ങളോളം പകൽവെളിച്ചം കണ്ടിട്ടില്ലാത്ത തെമ്മാടികളും ഗലാട്ടായിലെ ക്രൂരരായ മോഷ്ടാക്കളും കടൽകൊള്ളക്കാരും വന്യമായ കുറ്റകൃത്യങ്ങൾ ചെയ്ത അടിമകളും ആയിരുന്നു അവിടെ താമസിച്ചിരുന്നത്. ഒരിക്കൽ ആ ജയിലിനുള്ളിൽ ആരെങ്കിലും പെട്ട് കഴിഞ്ഞാൽ പിന്നെ ആ വ്യക്തിയെ മറന്നു കളയുകയേ വഴിയുള്ളൂ എന്ന് ഇസ്താംബൂളിലെ ജനങ്ങൾക്ക് അറിയാമായിരുന്നു. യാതൊരു വിധമായ ഇളവുകളും നൽകാത്ത കർശനമായ ഭരണമായിരുന്നു ജയിൽ മേധാവിയുടെത്.

ശരീരത്തിനും മനസ്സിനും എത്രമാത്രം വേദനയുണ്ടെങ്കിലും തളർന്നു വീഴുംവരെ പണിയെടുത്ത് എല്ലാ ശക്തിയും വറ്റി ഉപയോഗശൂന്യരായി സന്ധ്യയ്ക്ക് എവിടെയെങ്കിലും വീണുറങ്ങുക എന്നതിനപ്പുറം അവരുടെ ദൈനംദിന ജീവിതത്തിൽ മറ്റൊന്നുമില്ലായിരുന്നു. ഇത്ര കഠിനമായി അവരെ കൊണ്ട് ജോലി ചെയ്യിക്കുന്നതിലൂടെ തുരങ്കങ്ങൾ കുഴിച്ചു രക്ഷപ്പെടാൻ ശ്രമിക്കുവാനുള്ള ശക്തി ഇല്ലാതാക്കുക എന്നതായിരുന്നു ജയിൽ മേധാവിയുടെ ലക്ഷ്യം. അഥവാ അങ്ങനെ ആരെങ്കിലും ചെയ്താൽ അവരുടെ ശരീരം ജയിലിനു മുന്നിലെ തൂക്കുമരത്തിൽ തൂങ്ങിയാടുകയായിരുന്നു പതിവ്. ആ ജയിലിലെ അവസ്ഥ എത്ര പ്രയാസകരമായി മാറിയിരിക്കുന്നു എന്ന് ഫാൽക്കോ തിരിച്ചറിഞ്ഞു. നക്സിഗ്യുല്ലിന്റെയും ദുഃഖസ്പർശത്തിന്റെയും ലോലകോമളമായ സൗന്ദര്യവുമായി താൻ ഇപ്പോൾ അകത്തു കയറാൻ പോകുന്ന ഈ പൈശാചികമായ ജയിലിനുള്ള വൈരുദ്ധ്യം ഫാൽക്കോയെ വല്ലാതെ അലട്ടി.

തന്റെ പദ്ധതി വിശദീകരിക്കാനായി കരുതാൻ യെയെ ഫാൽക്കോയെ പിടിച്ചു വലിച്ചു മാറ്റി നിർത്തി. ഹൂറികാൻ അകത്തു പോകണ്ട എന്നവർ തീരുമാനിച്ചു. അവളെങ്ങാനും കഥാപാത്രമായി മാറുന്നതിൽ പരാജയപ്പെട്ടാൽ എല്ലാവരുടെയും തല ഒരുമിച്ചു ഉരുളും എന്ന് അവർക്ക് നല്ല ബോധ്യമുണ്ടായിരുന്നു. നല്ല സ്ഥിതിയിലുള്ള ഇരുപതു തടവുകാരെ എത്തിച്ചു കൊടുക്കുംവരെ ഫാൽക്കോ നല്ല ആരോഗ്യവാനായ യെയെയെ

ബിൻബെറക്കെത്തിനു ജോലികൾ ചെയ്യിപ്പിക്കുവാനായി നൽകുന്നതായി അഭിനയിക്കാനും തീരുമാനമായി. അതിലൂടെ തനിക്കു ഫാൽക്കോയുടെയും കൂട്ടുകാരുടെയും മേൽ പൂർണ നിയന്ത്രണം ഉണ്ടെന്ന തോന്നൽ ജനിപ്പിക്കുവാനും ബിൻബെറക്കെത്തിനു കഴിയും. ഈ അവസരം ഉപയോഗപ്പെടുത്തി യെയെയ്ക്ക് ബിൻബെറക്കെത്തിനെ നിരീക്ഷിക്കാനും അസ്ലാൻ ആഗയെയും ബിന്ദാലി മഹ്മൂതിനെയും തിരയാനും കഴിയും. അവരെ കണ്ടെത്തിക്കഴിഞ്ഞാൽ അവരോടൊപ്പം താമസിക്കാം എന്നും അതുവഴി ബിൻബെറക്കെത്ത് അവരെ കൊല്ലുകയില്ല എന്ന് ഉറപ്പു വരുത്തുകയും ചെയ്യാം എന്ന് യെയെ വാഗ്ദാനം ചെയ്യുകയും ചെയ്തു. "ബിൻബെറക്കെത്ത് ആഗാ, ഇതാണ് പരുന്തു റെസെപ്പ്." അവർ ജയിലിന്റെ കവാടത്തിനോടു അടുത്തപ്പോൾ ഹൂറികാനെ ചൂണ്ടിക്കാട്ടി ഫാൽക്കോ പറഞ്ഞു. "അവനു സംസാരിക്കാനുള്ള കഴിവില്ല. പക്ഷേ ഒരു പരുന്തിനേക്കാൾ സൂക്ഷ്മമായ കണ്ണുകളാണവനുള്ളത്. അവനെ കാവലിനു നിർത്തിയാൽ നന്നായിരിക്കും. ജയിൽ മേധാവിയുടെ കാര്യാലയത്തിൽ എന്തെങ്കിലും സംഭവിച്ചാൽ നമുക്ക് മുന്നറിയിപ്പു തരാൻ അവനു കഴിയും."

"വളരെ നല്ലത്, എന്റെ ഒറ്റച്ചിറകുള്ള ഫാൽക്കൺ പക്ഷീ." രക്ഷാധികാരിയുടെ ശബ്ദത്തിൽ ബിൻബെറക്കെത്ത് പറഞ്ഞു. ഈ ചെറുപ്പക്കാരുടെ സഹായമില്ലാതെ മറ്റു ജയിലുകൾ ഒഴിപ്പിച്ചതിനെ താൻ ഫാൽക്കോ അഭിനന്ദിക്കും എന്നായിരുന്നു അയാളുടെ പ്രതീക്ഷ. "ഒറ്റയ്ക്കാവുന്നതിനെ കുറിച്ചു ഭയക്കണ്ട," അയാൾ ഹൂറികാനോട് പറഞ്ഞു "നിനക്ക് വേണമെങ്കിൽ ഇവിടെ കുതിരകളെ കാത്തു സൂക്ഷിച്ചുകൊണ്ട് നിൽക്കാം."

"വേണ്ട അങ്ങുന്നേ, അങ്ങയുടെ കീഴിൽ ആർക്കാണ് ഭയം തോന്നുക? എനിക്ക് എന്താണ് ചെയ്യാൻ കഴിയുക എന്ന് തെളിയിക്കാൻ ഒരു അവസരം തരൂ. ഏറ്റവും കുറഞ്ഞത് വിശിഷ്ടമായ ഇരുപതു വെളുത്ത ഫാൽക്കണുകളെയെങ്കിലും ഞാൻ കൊണ്ടുവന്നല്ലെങ്കിൽ അങ്ങേക്ക് എന്നോടു പറന്നു പൊയ്ക്കൊള്ളാൻ ആജ്ഞാപിക്കാം."

"ഹാ! നമ്മുടെ ഫാൽക്കൺ തന്റെ നഖങ്ങൾ ഉരച്ചു മൂർച്ച കൂട്ടുന്നത് നോക്ക്."

"അങ്ങുന്നേ, ദയവായി എന്നെ പരിഹസിക്കാതിരിക്കൂ. എനിക്ക് ചെയ്യാൻ കഴിയാത്ത ഒന്നും ഞാൻ വാഗ്ദാനം ചെയ്യാറില്ല. ഞാൻ പറയുന്നത് ചെയ്തിരിക്കും. ഇതാ, എന്റെ സുഹൃത്ത് മിസ്തി ദോഗനെ പണയ വസ്തുവായി പിടിച്ചോളൂ." യെയെയെ ചൂണ്ടിക്കാണിച്ചുകൊണ്ട് ഫാൽക്കോ പറഞ്ഞു. "നല്ല ആരോഗ്യമുള്ള ഇരുപതു പേരെ ഞാൻ അങ്ങേക്ക് കൊണ്ടുവന്നു തരുന്നതുവരെ അവനെ വിടണ്ട. ഇവന് അതൊക്കെ ശീലമാണ്. ഇരുമ്പുകൊണ്ടാണ് അവനെ നിർമ്മിച്ചിരിക്കുന്നത്."

"കൊള്ളാം. ഈ മൂകനോടു ആ മരത്തിൽ കയറി കുതിരകളെയും നോക്കിക്കൊണ്ട് ഒളിച്ചിരിക്കാൻ പറയൂ. ചങ്ങലയിൽ നിന്ന് അഴിച്ചു

വിടുന്ന സിംഹങ്ങളുടെ കൈയിൽ പെടരുത് എന്ന് അവനു പ്രത്യേകം നിർദ്ദേശം കൊടുക്കണം."

എല്ലാവരും കുതിരപ്പുറത്തു നിന്ന് താഴെയിറങ്ങിത്തുടങ്ങിയപ്പോൾ ഫാൽക്കോയും ഹൂറികാനും മനഃപൂർവം അല്പം പുറകിലായി. ഇപ്പോൾ പറഞ്ഞതെല്ലാം ആവർത്തിക്കുകയാണെന്ന നാട്യത്തിൽ അവളോടു പറഞ്ഞു. "മറക്കരുത്. ബിന്ദാലി മഹ്മൂത് എനിക്കും അസ്ലാൻ ആഗ നിനക്കുമുള്ളതാണ്."

താൻ കാത്തിരിക്കുന്ന മനുഷ്യനെ ഹൂറികാൻ കണ്ടിട്ട് ആറുമാസത്തോളം ആയിരുന്നു. മരത്തിലേക്ക് വലിഞ്ഞു കയറുന്ന സമയത്ത് അവൾ അയാളുടെ രൂപം ഓർത്തെടുക്കാൻ ശ്രമിച്ചു. അയാളുടെ മുടിയും താടിയുമൊക്കെ നീണ്ടു ഒരു സിംഹത്തിന്റേതുപോലെ ജട പിടിച്ചിട്ടുണ്ടാവും എന്നവൾ ഊഹിച്ചു. ആ സമയംകൊണ്ട് ബിൻബെറക്കെത്തും ഫാൽക്കോയും മറ്റുള്ളവരും ജയിൽ കവാടം ചവിട്ടിപ്പൊളിച്ച് അകത്തു കയറിക്കഴിഞ്ഞിരുന്നു. കാവൽക്കാരൻ യാതൊരു എതിർപ്പും കാണിക്കാതെ ഇത്രമാത്രം പറഞ്ഞു. "ഭടന്മാരുടെ മേധാവി ആദ്യത്തെ നടുമുറ്റത്ത് ഉണ്ട്. കാര്യങ്ങൾ അയാളുമായി തീർക്കുന്ന വഴിക്ക് എന്റെ വകയായും ഒന്ന് കൊടുത്തേക്കണം."

ബിൻബെറക്കെത്തിന്റെ ഉറക്കെയുള്ള ശാപവചനങ്ങളിൽ നിന്നും ഓരോ കവാടങ്ങൾ കടന്നു പോകുമ്പോഴും ചിതറിക്കിടക്കുന്ന ഭടന്മാരുടെ ശവശരീരങ്ങളിൽ നിന്നും കാവൽഭടന്മാരുടെ മേധാവി അയാൾക്ക് താക്കോൽ സ്വമനസ്സാലെ കൈമാറിയതല്ല എന്നു വ്യക്തമായിരുന്നു. രണ്ടു ദിവസമായി നഗരത്തിലാകെ പടർന്നുനിന്ന തീയിൽ നിന്നുള്ള പുക ജയിൽ മുറികളിലേക്കും അരിച്ചിറങ്ങുന്നുണ്ടായിരുന്നു. എന്താണ് സംഭവിക്കുന്നത് എന്നറിയാതെ തടവുകാർ ആകെ പരിഭ്രാന്തരായിരുന്നു. ജയിലിന്റെ മേൽക്കൂരയ്ക്ക് തീപിടിച്ചിരുന്നുവെങ്കിൽ അത് വഴി രക്ഷപ്പെടാം എന്നായിരുന്നു അവരുടെ പ്രതീക്ഷ. ഇപ്പോഴാകട്ടെ യാതൊരു പ്രയത്നവും കൂടാതെ കവാടങ്ങൾ മലർക്കെ തുറക്കപ്പെടുന്നു. അവരെ ആർപ്പുവിളികളോടെ ആരൊക്കെയോ സ്വാഗതം ചെയ്യുന്നു. "പറന്നു പോകൂ വെളുത്ത ഫാൽക്കൺ പക്ഷികളേ, ധീരരായ മനുഷ്യരെ, ഓടി രക്ഷപ്പെടൂ. പത്രോണ ഹലീല ആഗയുടെ കൊടിയുടെ കീഴിൽ അഭയം തേടൂ."

എന്തൊക്കെ വിചിത്രമായ വഴിത്തിരിവുകളാണ്. ഫാൽക്കോ ചിന്തിച്ചു. അച്ചടക്കം ഇല്ലാത്ത ഈ കുറ്റവാളികളുടെ കൂട്ടത്തെ പ്രായശ്ചിത്തം ചെയ്യാനാണ് എന്ന പേരിൽ പുറത്തേക്ക് ഓടിക്കുകയാണ്. മുറിവേറ്റ ഒരു കാവൽഭടന്റെ കഴുത്തിൽ കത്തി ചേർത്തുവച്ചുകൊണ്ട് ജീവൻ വേണമെങ്കിൽ ബിന്ദാലി മഹ്മൂതിന്റെയും അസ്ലാൻ ആഗയുടെയും അറകളിലേക്കുള്ള വഴി പറഞ്ഞുതരാൻ ഫാൽക്കോ ആവശ്യപ്പെട്ടു. ബിന്ദാലിയുടെ അറ ആ ഇടനാഴിയുടെ അങ്ങേയറ്റത്ത് ആണ്, പക്ഷേ അസ്ലാൻ ആഗ എന്ന് പേരുള്ള ആരും ജയിലിന്റെ ആ വശത്ത് പാർക്കുന്നില്ല എന്ന്

കാവൽഭടൻ അവനോടു പറഞ്ഞു. ഇടനാഴിയുടെ അങ്ങേയറ്റത്തുള്ള അറയ്ക്കടുത്തേക്ക് പാഞ്ഞു ചെന്നശേഷം ഫാൽക്കോ ആകാംക്ഷ സഹിക്കാനാവാതെ തറയ്ക്കും കതകിനും ഇടയ്ക്കുള്ള വിടവിലൂടെ അകത്തേക്കു നോക്കി.

"ഞാൻ ഇവിടെയുണ്ട് ബിന്ദാലി ആഗാ. ജയിൽസൂക്ഷിപ്പുകാരൻ അദ്ദേഹത്തിന്റെ ആശംസകൾ പറഞ്ഞയച്ചിരിക്കുന്നു." ഫാൽക്കോ വിളിച്ചു പറഞ്ഞു. "ശബ്ദമൊന്നും ഉണ്ടാക്കാതെ അവിടെ കാത്തിരിക്കൂ."

തൊട്ടടുത്ത അറയുടെ താഴാണ് ഫാൽക്കോ ആദ്യം പൊളിച്ചത്. ആ ഇടനാഴിയിലെ ഞരങ്ങുന്ന കനത്ത വാതിലുകൾ എല്ലാം തുറന്ന ശേഷം അവൻ വിളിച്ചു കൂവി. "പറന്നു പോകൂ, വെളുത്ത ഫാൽക്കണുകളേ! ഓടി രക്ഷപ്പെടൂ ധീരന്മാരേ! പത്രോണ ഹലീൽ ആഗയുടെ കൊടിയുടെ ചുവട്ടിൽ അഭയം തേടൂ."

എല്ലാ അറകളും തുറന്നു തടവുകാരെ സ്വതന്ത്രരാക്കിയശേഷം ഫാൽക്കോ ബിന്ദാലിയുടെ അറയുടെ സമീപത്തേക്ക് തിരിച്ചു വന്നു. എല്ലാ വാതിലുകളും പൂർണമായും തുറന്നിടാൻ അവൻ ശ്രദ്ധിച്ചിരുന്നു. ബിന്ദാലി ഈർഷ്യയോടെ ഞെളിപിരി കൊള്ളുകയും തന്റെ കണങ്കാലുകൾ ഭിത്തിയോടു ചേർത്തു ബന്ധിച്ചിരുന്ന ചങ്ങലയുടെ താഴ് തുറക്കാനുള്ള താക്കോലിനായി പുറത്തേക്ക് കൈ നീട്ടുകയും ചെയ്തുകൊണ്ടിരുന്നു. അയാളോട് ശാന്തനായിരിക്കാൻ ആംഗ്യം കാണിച്ചിട്ട് താക്കോൽക്കൂട്ടത്തിൽ ആ താക്കോലിനായി തിരയുന്നതുപോലെ അഭിനയിച്ചു. അവരുടെ കണ്ണുകൾ കൂട്ടിമുട്ടിയപ്പോൾ ഫാൽക്കോ ചങ്ങലയും താക്കോൽക്കൂട്ടവും ചേർത്ത് ബിന്ദാലി അവശനായി തറയിൽ വീഴുന്നതുവരെ മുഖത്തു തന്നെ പ്രഹരിച്ചു. ഒരു കയറു കൊണ്ട് അയാളുടെ കൈകൾ പുറകിൽ ബന്ധിച്ചതിനു ശേഷം ബിന്ദാലിയുടെ അഴുക്കു പിടിച്ച കാലുറയിൽ നിന്ന് ഒരു കഷണം തുണി ചീന്തിയെടുത്തു അയാളുടെ വായിലും കുത്തി നിറച്ചു. പീഡനമുറിയിലെ പൽച്ചക്രത്തിനോട് ഘടിപ്പിച്ചിരുന്ന ഒരു ചങ്ങലയിൽനിന്ന് അവൻ ചില കൈവിലങ്ങുകൾ കണ്ടെടുത്തിരുന്നു. അവൻ ബിന്ദാലിയുടെ കൈത്തണ്ടകൾ ആ കൈവിലങ്ങിനോടു ബന്ധിച്ചശേഷം പൽച്ചക്രം തിരിച്ചു. തന്റെ തടവുകാരന് സംസാരിക്കാനോ അനങ്ങാനോ കഴിയില്ല എന്ന് ഉറപ്പു വരുത്തിയതിനുശേഷം ഫാൽക്കോ ആ അറയിൽ ആരുമില്ല എന്ന് കാണിക്കാനായി കതകുകൾ പൂർണമായും തുറന്നിട്ടു.

"ഹവീൽദാർ ബിന്ദാലി, നിങ്ങളിപ്പോൾ എന്റെ കൈകളിലാണ്." തന്റെ ഇരയുടെ ചെവിയിൽ ഫാൽക്കോ മന്ത്രിച്ചു. "നന്നായി പെരുമാറിയാൽ നിനക്ക് കുഴപ്പമൊന്നും സംഭവിക്കുകയില്ല. മറിച്ച് നീ കൂടുതൽ അനങ്ങുന്തോറും ഈ പൽച്ചക്രം കറങ്ങി ചങ്ങലകൾ കൂടുതൽ മുറുകുന്ന രീതിയിൽ ഇത് ഞാൻ ക്രമീകരിച്ചിട്ടുണ്ട്. ഇപ്പോൾ കാര്യങ്ങൾ നിന്റെ കൈയിലാണ്. ഞാൻ ഇപ്പോൾ പോകുന്നു. എനിക്കൊരു സുഹൃത്തിനെ കാണാനുണ്ട്."

ജയിൽ പൂർണമായും ഒഴിപ്പിക്കാൻ ഏകദേശം ഒരു മണിക്കൂറോളം സമയം എടുത്തു. അത്രയും നേരം തടവുകാർ പുറത്തേക്കു വരുന്നതും ഗേറ്റിനു സമീപം കൂട്ടം കൂടുന്നതും നോക്കി ഹൂറികിൻ മരത്തിൽതന്നെ ഇരുന്നു. കവാടത്തിനു മുന്നിൽ ഊരിയ കത്തികൾ പഴയ കണക്കുകൾ തീർക്കുകയും അര മണിക്കൂറിനുള്ളിൽ തന്നെ എട്ടു കൊലപാതകങ്ങൾ ജയിലിനു മുന്നിൽ അരങ്ങേറുകയും ചെയ്തു. ചില തടവുകാർക്ക് അവിടം വിടാൻ യാതൊരു താത്പര്യവുമില്ലായിരുന്നു. അവർ ആക്രോശിക്കുകയും നിലവിളിക്കുകയും ചെയ്തു. ചിലർ വജ്രങ്ങളും മരതകങ്ങളും വിലപിടിപ്പുള്ള വാച്ചുകളും രത്നം പിടിപ്പിച്ച പെട്ടികളും മറ്റും കൈമാറ്റം ചെയ്തു. ഇതെല്ലാം കണ്ടുകൊണ്ട് മരത്തിന്റെ മുകളിൽ ഇരുന്ന ഹൂറികിൻ ഇവരിതെങ്ങനെ ജയിലിനുള്ളിൽ ഒളിപ്പിച്ചു വച്ചു എന്നോർത്ത് അതിശയിച്ചു.

നേരെ എതിർവശത്തു നിന്നുള്ള കുതിരലായത്തിൽ നിന്ന് യാതൊരു ശബ്ദവും കേൾക്കുന്നില്ലായിരുന്നു. അതിനർത്ഥം അത് നന്നായി അടച്ചു പൂട്ടി സുരക്ഷിതമാക്കിയിരിക്കുന്നു എന്നാണ്. ഇല്ലായിരുന്നുവെങ്കിൽ ജയിൽപ്പുള്ളികൾ നേരെ അങ്ങോട്ട് തന്നെ പോയി കുതിരകളെ കൈവശപ്പെടുത്തിയേനേ. ഓടി രക്ഷപ്പെടാൻ ശ്രമിക്കുന്ന ഒരു തടവുകാരനേക്കാൾ കൂടുതലായി മറ്റാർക്കും കുതിരയുടെ ആവശ്യം ഉണ്ടാകാറുണ്ടെന്നു തോന്നുന്നില്ല. ജീവിച്ചിരിക്കാൻ കൂടുതൽ അവസരം ജയിലിനകത്താണ് എന്ന് കരുതുന്നവരെക്കുറിച്ചു ഓർത്തപ്പോൾ ഈ ലോകത്തിലെ തിന്മയും ക്രൂരതയും ഒന്നടങ്കം മനസ്സിലേക്കു വന്നതുപോലെ ഹൂറികിൻ ഭയന്ന് തന്റെ തോക്കിൽ മുറുകെ പിടിച്ചു.

ജയിലിന്റെ കവാടങ്ങൾ മലർക്കെ തുറന്നിട്ടിരിക്കുകയാണ്. തടവുകാരുടെ ഒഴുക്ക് ഇപ്പോൾ കുറഞ്ഞിരിക്കുന്നു. നടക്കാൻ ബുദ്ധിമുട്ടുള്ളവരും രോഗികളും ആയ തടവുകാരാണ് ഇപ്പോൾ പതുക്കെ ഇഴഞ്ഞു വലിഞ്ഞു പുറത്തേക്കു വന്നുകൊണ്ടിരിക്കുന്നത്. അതിൽ ഒരാൾക്ക് മാത്രമേ അസ്ലാൻ ആഗയുടെ വിദൂര സാമ്യം ഉണ്ടായിരുന്നുള്ളൂ. എത്ര സൂക്ഷ്മമായി നിരീക്ഷിച്ചിട്ടും അത് അയാളല്ല എന്ന നിഗമനത്തിലാണ് അവൾ എത്തിച്ചേർന്നത്. അവസാനം ഫാൽക്കോ ഒരുകൂട്ടം തടവുകാരെ ചങ്ങലയ്ക്കിട്ടു കൊണ്ട് കവാടത്തിൽ പ്രത്യക്ഷപ്പെട്ടത് കണ്ടു ഹൂറികിന്റെ മനസ്സ് തണുത്തു. അവൾ ഒളിച്ചിരിക്കുന്ന മരത്തിന്റെ ചുവട്ടിലൂടെ ഒന്നു നോക്കുകപോലും ചെയ്യാതെ അവൻ കടന്നു പോയി. ചിലപ്പോൾ അവനു കരുത്തൻ യെയെയെ കണ്ടെത്തണമായിരിക്കും. അവൾ കാത്തിരിക്കാൻ തീരുമാനിച്ചു.

ജയിലറകൾ തുറക്കുന്ന നേരത്തു ഫാൽക്കോ അന്തേവാസികളോടു തുടർച്ചയായി സംസാരിക്കുകയായിരുന്നു തനിക്കാവശ്യമുള്ള ഇരുപതു പേരെ തിരഞ്ഞെടുക്കുന്നതിൽ അവനു ബുദ്ധിമുട്ടൊന്നും അനുഭവപ്പെട്ടില്ല. ഇസ്താംബൂൾ നിവാസികളായ ശക്തരായ ഇരുപതു കുറ്റവാളികളെ

കണ്ടെത്തുകയും വിപ്ലവം കഴിഞ്ഞാൽ അവർക്ക് ഗവൺമെന്റ് ജോലികൾ നൽകാം എന്ന് അവൻ ഉറപ്പു കൊടുക്കുകയും ചെയ്തു. പത്രോണ ഹലീലിന്റെ മുന്നിലെത്തുമ്പോൾ ചുമ്മാതെ വായിട്ടടിക്കരുത് എന്ന് നിർദ്ദേശം നൽകിയ ശേഷം അവൻ അവരെ ബിൻബെറക്കെത്തിനു മുന്നിലേക്ക് നയിച്ചു. പത്രോണ ഹലീലിന്റെ സുഹൃത്തുക്കളായ കലെന്ദർ ബാബ, മന്ദബുദ്ധി ഉസ്മാൻ, വടുക്കളുള്ള കോമാർ എന്നിവരുമായി അയാൾ അവിടെ നില്പുണ്ടായിരുന്നു. അകത്തു നിന്ന് വരുന്ന ജയിൽ പുള്ളികളെ ചോദ്യം ചെയ്യുകയും പരിശോധിക്കുകയും ചെയ്ത ശേഷം പരിചയമുള്ള ആരെങ്കിലും ഉണ്ടെങ്കിൽ കെട്ടഴിച്ചു വിടുകയും ബാക്കിയുള്ളവരെ കടലിനടുത്തേക്ക് നയിക്കുകയുമാണ് ചെയ്തുകൊണ്ടിരുന്നത്. പക്ഷേ കരുത്തൻ യെയെയെ അവിടെയെങ്ങും കാണാനുണ്ടായിരുന്നില്ല. “ഇതാ ബിൻബെറക്കെത്ത് ആഗാ, പറഞ്ഞത് പോലെ ഇരുപതു രോമക്കാടു പിടിച്ച സിംഹങ്ങൾ. പത്രോണ ഹലീൽ ആഗയുടെ കീഴിൽ ജോലി ചെയ്യാൻ ഈ ധീരന്മാർ തയ്യാറാണ്. നല്ല ഔദ്യോഗിക വേഷങ്ങൾ ധരിപ്പിച്ചാൽ ഏതു പട്ടാളക്കാരനെക്കാൾ യോഗ്യന്മാരായിരിക്കും ഇവർ.”

“വളരെ നന്നായി ഫാൽക്കോ. നിന്റെ വാക്ചാതുര്യം നിന്റെ നഖങ്ങളുടെ ശക്തിയുമായി നന്നായി യോജിക്കുന്നുണ്ട്.” ചുണ്ടുകൾ കോട്ടിക്കൊണ്ട് നിന്ദയോടെ ബിൻബെറക്കെത്ത് പറഞ്ഞു.

“തീർച്ചയായും അങ്ങുന്നേ, ഈ നഖങ്ങൾ എപ്പോഴും വേണ്ടത് കൊണ്ടുവരും.”

“ഇപ്പോഴും? ഉം.” തനിക്കു ചുറ്റും നോക്കിയ ശേഷം ബിൻബെറക്കെത്ത് ചോദിച്ചു. “ആ പയ്യനെവിടെ?”

ആ ബഹളത്തിൽ ഒരു ചെറിയ കുട്ടിക്ക് എന്ത് സംഭവിച്ചിരിക്കാം എന്ന ആശങ്കയോടെ, പരിഭ്രാന്തിയോടെ എല്ലാവരും ചുറ്റും നോക്കി.

ബിൻബെറക്കെത്ത് ഫാൽക്കോയെ ആശ്വസിപ്പിക്കാൻ ശ്രമിച്ചു. “അവൻ അവിടെയെങ്ങാനും കാണും. എപ്പോൾ വേണമെങ്കിലും പ്രത്യക്ഷപ്പെടാം.”

അയാൾ പറഞ്ഞത് ശരിയായിരിക്കണേ എന്ന് ഫാൽക്കോ പ്രാർത്ഥിച്ചു. കരുത്തൻ യെയെ ജയിലിൽ നിരീക്ഷകനായി നിന്നതാണ് എന്നും പെട്ടെന്ന് വരും എന്നും ബിൻബെറക്കെത്ത് അവനു ഉറപ്പു കൊടുത്തു.

ബാക്കിയുള്ള തടവുകാരെ ഒരു കപ്പലിൽ കയറ്റുന്നതിനുള്ള പണികളിൽ ബിൻബെറക്കെത്തും കൂട്ടാളികളും മുഴുകി. അവരുടെ കൈവിലങ്ങുകൾ അഴിച്ചെങ്കിലും തടവുകാരെ കാൽച്ചങ്ങലകളിൽ നിന്ന് മോചിതരാക്കിയിരുന്നില്ല. തെക്കിർദാഗിലേക്ക് ഈ കപ്പൽ നിങ്ങളെ കൊണ്ട് പോവുകയും അവിടെ വച്ചു കാൽച്ചങ്ങലകൾ അഴിച്ചു സ്വതന്ത്രരാക്കുകയും ചെയ്യും എന്ന് അവരെ സമാശ്വസിപ്പിച്ചിരുന്നു. അതൃപ്തിയോടെ മുറുമുറുക്കുകയും കപ്പലിൽ കയറാൻ വിസമ്മതിക്കുകയും ചെയ്തവരെ അടിക്കുകയും ബലമായി കപ്പലിലേക്ക് പിടിച്ചുകയറ്റുകയും ചെയ്തു.

പ്രശ്നമുണ്ടാക്കിയേക്കും എന്ന് തോന്നിയവരുടെ കൈവിലങ്ങുകളും അഴിക്കുന്നുണ്ടായിരുന്നില്ല. കപ്പലിലേക്ക് ആളുകളെ കയറ്റുന്ന ജോലി കുറച്ചു നേരത്തേക്ക് നീളും എന്ന് ഫാൽക്കോയ്ക്ക് ബോധ്യമായി.

കപ്പലിലേക്ക് കയറുന്ന കുറ്റവാളികളുടെ കൂട്ടത്തിൽ വളരെ പരിചിതമായ രണ്ടു കണ്ണുകൾ ഫാൽക്കോ കണ്ടു. ആ കണ്ണുകൾ ഫാൽക്കോയെ തന്നെ തുറിച്ചു നോക്കുകയായിരുന്നു. അതാരാണ് എന്ന് അവൻ തല പുകഞ്ഞു ആലോചിച്ചു. ആ മനുഷ്യന്റെ കെട്ടുപിണഞ്ഞ മുടിയും താടിയും അയാളുടെ മുഖത്തിന്റെ മുക്കാൽ ഭാഗവും മറച്ചിരുന്നു. പക്ഷേ ഈ കണ്ണുകൾ! ഈ കണ്ണുകളെ എനിക്കറിയാം! ഫാൽക്കോ ചിന്തിച്ചു. അയാൾ കപ്പലിനുള്ളിൽ മറയും മുൻപ് അതാരാണ് എന്ന് എത്രയും പെട്ടെന്ന് കണ്ടുപിടിച്ചേ മതിയാകൂ. അയാളെ ഇതിനു മുൻപ് അവൻ കണ്ടിട്ടുണ്ട് എന്ന് ഉറപ്പായിരുന്നു. പക്ഷേ എവിടെ വെച്ച്? പെർഗോള കാപ്പിക്കടയിൽ വെച്ച്? പട്ടാളത്താവളത്തിൽ വെച്ച്? ബിൻബിർദിറക്കിൽ വെച്ചായിരിക്കുമോ? അല്ല, ഇവിടെയെങ്ങുമല്ല. ഫാൽക്കോ വിരലുകൾ തന്റെ മുറിയിലേക്ക് കടത്തി കണ്ണുകൾ ചെറുതാക്കി ചുണ്ടുകൾ കടിച്ചു പിടിച്ചു കൊണ്ട് ആ കണ്ണുകളുടെ ഉടമ ആരായിരിക്കും എന്നാലോചിച്ചു. പക്ഷേ അവന്റെ ശ്രമം വെറുതെയായതേയുള്ളൂ.

ഏകദേശം അര മണിക്കൂർ കൊണ്ട് എല്ലാ തടവുകാരെയും കപ്പലിനുള്ളിലാക്കി. ഒരു ചെറിയ വാതിലിനുള്ളിലൂടെ അവരെ അടിത്തട്ടിലേക്ക് തള്ളിയിറക്കാൻ തുടങ്ങി. ആ തടവുകാരന്റെ ഊഴം വന്നപ്പോൾ അയാൾ കുനിഞ്ഞു തന്റെ കാലിലെ ചങ്ങലയോടു ചേർത്തുബന്ധിച്ചിരുന്ന ഇരുമ്പ് പന്ത് കൈയിൽ എടുത്തു കൊണ്ട് ഫാൽക്കോയെ അവസാനമായി ഒന്ന് നോക്കി. പെട്ടെന്ന് അവന് അതാരാണ് എന്നോർമ്മ വന്നു.

"ഇല്ലില്ല. അയാളെ കൊണ്ട് പോകരുത്. അയാൾ എന്റെതാണ്." ഫാൽക്കോ നിലവിളിച്ചു.

എല്ലാവരും തിരിഞ്ഞു ഫാൽക്കോയെ നോക്കി.

"എന്റെ ചെറിയ പാഷ, എന്തായിത്?" ബിൻബെറക്കെത്ത് ഒരു തണുപ്പൻ ചിരി ചിരിച്ചു. "നീ എന്നെ ഏല്പിച്ചിട്ട് പോയ ചെറുപ്പക്കാരൻ ആണ് അതെങ്കിൽ ജയിലിൽ പ്രവേശിച്ചപ്പോൾ അവനു പെട്ടെന്ന് പ്രായം കൂടിക്കാണും."

"ബിൻബെറക്കെത്ത് ആഗാ, അയാൾ എന്റെ ഒരു ബന്ധുവാണ്. ഞാൻ യാചിക്കുകയാണ്, അയാളെ എന്റെ കൂടെ വിടൂ. മകനെയും കാത്തിരിക്കുന്ന പ്രായമേറിയ ഒരു അമ്മയുണ്ട് അയാളുടെ വീട്ടിൽ. ദയവു ചെയ്തു ഈ ഉപകാരം എനിക്ക് ചെയ്തു തരൂ."

"കൊള്ളാം സഹോദരാ, നമുക്ക് എന്തായാലും കൊള്ളക്കാരുടെ ഒരു നല്ല ശേഖരം തന്നെയുണ്ട്. ഓരോരുത്തരും ഒന്നിനൊന്നിനു മെച്ചം. പക്ഷേ അതിനർത്ഥം കപ്പലിൽ ഒരാൾ കുറയും എന്നാണ്. അതിനു പകരം നീയെനിക്ക് എന്ത് തരും?"

"എന്റെ ജീവനല്ലാതെ എന്റെ കൈയിൽ മൂന്നു സ്വർണ്ണനാണയങ്ങൾ മാത്രമേയുള്ളൂ ആഗ."

"അതുമതി."

തടവുകാരെ കപ്പലിന്റെ ഉൾത്തട്ടിൽ ബന്ധിച്ചുകൊണ്ടിരുന്നപ്പോൾ ഫാൽക്കോയും ലാങ്കി ഒസ്മാനും കരയിൽ പരസ്പരം ആശ്ലേഷിക്കുകയായിരുന്നു. ഒരു വർഷം മുൻപ് തന്നെ കടലിൽ നിന്ന് രക്ഷിച്ച മനുഷ്യനെ ഇപ്പോൾ ഫാൽക്കോ മരണത്തിൽ നിന്ന് രക്ഷിച്ചു. തന്റെ ജീവൻ കടപ്പെട്ടിരിക്കുന്ന ഈ സുഹൃത്തിന് അവൻ മൂന്നു സ്വർണ്ണനാണയങ്ങൾ നൽകുകയും മുപ്പതു സ്വർണ്ണനാണയങ്ങൾ നൽകാം എന്ന് വാഗ്ദാനം ചെയ്യുകയും ചെയ്തു. ലാങ്കി ഒസ്മാൻ ആ കപ്പലിൽ കയറിയിരുന്നു എങ്കിൽ അയാളെ പിന്നീടൊരിക്കലും ജീവനോടെ കാണാൻ കഴിയുകയില്ലായിരുന്നു എന്ന് ഫാൽക്കോയ്ക്ക് അറിയാമായിരുന്നു. കപ്പലിന്റെ ഉൾത്തട്ടിലേക്ക് ആളുകളെ കയറ്റിയിരുന്നത് കല്ലുകൾ നിറയ്ക്കുന്നത് പോലെയായിരുന്നു. റോഡ്സിലെ പോരാളികളും ഇറ്റലിയിലെ നാവികരും അനുവർത്തിച്ചിരുന്ന ഒരു രീതിയാണിത്.

കപ്പൽ ആഴക്കടലിൽ എത്തുമ്പോൾ, ഇവിടെ മാർമര കടലിൽ രാത്രി നേരത്ത് അര മണിക്കൂർ കഴിഞ്ഞു പൊട്ടിത്തെറിക്കുന്ന രീതിയിൽ ഒരു ബാരൽ വെടി മരുന്ന് ക്രമീകരിച്ച ശേഷം കപ്പിത്താനും മറ്റു ജോലിക്കാരും കൂടി കപ്പലിന്റെ പള്ളയിൽ ഒരു ദ്വാരമുണ്ടാക്കും. തങ്ങളുടെ ജോലി കഴിഞ്ഞ് കപ്പലിൽ ആകെയുള്ള ഒരേയൊരു തോണിയുമായി അവർ കടലിലേക്ക് ഇറങ്ങുകയും ഇസ്താംബൂളിലേക്ക് തുഴഞ്ഞുപോവുകയും ചെയ്യും. കപ്പലിൽ പെട്ടു പോകുന്ന നിസ്സഹായരായ തടവുകാർ കാൽച്ചങ്ങലയുമായി കടലിന്റെ ആഴങ്ങളിൽ അവസാനിക്കും. പട്ടാളക്കാർ വിപ്ലവം നടത്തുകയും നഗരം കത്തിയെരിയുകയും ചെയ്യുന്ന സമയത്ത് ആർക്കും വേണ്ടാത്ത തടവുകാരുമായി പുറപ്പെട്ട ഒരു കപ്പലിനെ അന്വേഷിക്കാൻ ആർക്കാണ് നേരം? കപ്പലിലേക്ക് കയറ്റുന്ന കുറ്റവാളികൾ ചെയ്ത തെറ്റുകൾ രാജ്യത്തിനെതിരായിരുന്നോ അതോ ഈ വിപ്ലവകാരികൾക്ക് എതിരായിരുന്നോ എന്ന് അദ്ഭുതപ്പെടാതിരിക്കാൻ ഫാൽക്കോയ്ക്ക് കഴിഞ്ഞില്ല.

"മന്ത്രിമുഖ്യനും മുഖ്യന്യായാധിപനും ശിക്ഷിച്ച തടവുകാരുടെ അറകൾക്കടുത്താണ് ഞാൻ നിന്റെ സുഹൃത്ത് മിസ്തി ദോഗനെ നിർത്തിയത്." ബിൻബെറക്കെത്ത് പറഞ്ഞു. "അവനെ അതിനു ശേഷം ഞാൻ കണ്ടില്ല. അതിനർത്ഥം അവൻ ഇപ്പോഴും അവിടെയുണ്ടാവും എന്നാണ്. പെട്ടെന്ന് പോയി നോക്കുന്നതാണ് നല്ലത്. ഈ കൊള്ളക്കാരുടെ കയ്യിൽ അവൻ പെട്ടുപോയാൽ കുഴപ്പമാണ്. അവന്റെ ചെറുപ്പവും പരിചയമില്ലായ്മയും മൂലം അതത്ര നല്ലതായിരിക്കുകയില്ല."

ബിൻബെറക്കെത്ത് അവസാന വാചകങ്ങളിൽ നൽകിയ സൂചനയും അയാളുടെ ഉത്തരവാദിത്വമില്ലാത്ത കയ്യൊഴിയുന്ന രീതിയിലുള്ള

വർത്തമാനവും ഫാൽക്കോയെ കോപാകുലനാക്കി. പക്ഷേ അതിനെതിരെ എന്തെങ്കിലും ചെയ്യാൻ കഴിയുന്ന സാഹചര്യമായിരുന്നില്ല അപ്പോൾ.

"ബിൻബെറക്കെത്ത് ആഗാ, ഞാൻ തിരിച്ചു വരുമ്പോൾ മിസ്തി ദോഗൻ എന്റെ കൂടെയില്ലെങ്കിൽ നിങ്ങൾ ദുഃഖിക്കേണ്ടി വരും" കവാട ത്തിനു നേരെ ഓടിപ്പോകുന്ന വഴി ഫാൽക്കോ വിളിച്ചു പറഞ്ഞു.

മരിച്ചവരും മുറിവേറ്റവരുമായ ജയിൽജീവനക്കാരുടെ കുതിരകളെ തടുത്തു കൂട്ടി പുറത്തേക്കു കൊണ്ടുവരാൻ ശ്രമിക്കുന്ന ബിൻബെറക്കെ ത്തിന്റെ ഒരു ജോലിക്കാരൻ അല്ലാതെ ജയിൽ വളപ്പിൽ മറ്റാരും തന്നെ ഇല്ലായിരുന്നു. കവാടത്തിനടുത്തു വച്ചു ഫാൽക്കോ ലാങ്കി ഒസ്മാനെ അയാളുടെ കൈവിലങ്ങുകളിൽ നിന്നും കാൽച്ചങ്ങലകളിൽ നിന്നും മോ ചിപ്പിച്ചു.

"ലാങ്കി ഒസ്മാൻ ആഗ, എന്റെ സുഹൃത്തേ, നില്ക്കൂ, നിങ്ങൾക്ക് ഇരുപത്തേഴു സ്വർണ്ണനാണയങ്ങൾ ഞാൻ തരാനുണ്ട്."

ലാങ്കി ഒസ്മാൻ ഫാൽക്കോയെ ആലിംഗനം ചെയ്തു. തന്റെ മുഷിഞ്ഞ ജയിൽ വസ്ത്രങ്ങൾക്ക് പകരം അവിടെ മരിച്ചു കിടന്ന ഒരു കാവൽഭടന്റെ വസ്ത്രങ്ങൾ എടുത്തു ധരിച്ച ശേഷം അദ്ദേഹം നടന്ന കന്നു.

"നീ എനിക്കൊന്നും തരാനില്ല. ആ മുപ്പതു സ്വർണ്ണനാണയങ്ങൾ മറ്റൊരാൾ എനിക്ക് തന്നു കഴിഞ്ഞു."

അയാൾ എന്താണ് പറഞ്ഞത് എന്ന് മനസ്സിലാകാതെ പുറകേ ഓടാൻ തുടങ്ങിയ ഫാൽക്കോയെ ഹൂറികാൻ തടഞ്ഞു നിർത്തി.

"യെയെ എവിടെ?" അവൾ ഗൗരവത്തിൽ ചോദിച്ചു.

"ഞാൻ നിന്നോടു ചോദിക്കാൻ തുടങ്ങുകയായിരുന്നു. നിന്നെയല്ലേ കാര്യങ്ങൾ നിരീക്ഷിക്കാൻ ഏല്പിച്ചിരുന്നത്?"

"ഞാൻ അസ്ലാൻ ആഗയെയോ യെയെയോ കണ്ടില്ല. ആകെ കണ്ടത് അക്രമം മാത്രമാണ്."

"യെയെ അകത്തുണ്ടാവും എന്നാണ് അയാൾ പറഞ്ഞത്."

"ഉം. നമ്മൾ സൂക്ഷിക്കണം. മറ്റുള്ളവർ അവിടെയൊക്കെയുണ്ടാവും."

ജയിലിന്റെ കവാടത്തിലൂടെ ഫാൽക്കോ വീണ്ടും അകത്തു കടന്നു. പക്ഷേ ഇത്തവണ അവന്റെ കൂടെ ഹൂറികിനും ഉണ്ടായിരുന്നു. അവിടെ മുറിവേറ്റു കിടന്ന കാവൽഭടന്മാരോട് അവർ കഴിയുമെങ്കിൽ വീട്ടിലേക്കു പൊയ്ക്കൊള്ളാൻ ദയവോടെ പറഞ്ഞു. പക്ഷേ ഇപ്പോഴും വിപ്ലവകാരി കൾ എന്ന മറ അവർക്ക് ഉപയോഗിക്കേണ്ടിയിരുന്നു. അവിടെയെങ്ങാനും ആരെങ്കിലും ഉണ്ടോ എന്ന് അവർ വിളിച്ചു ചോദിച്ചു. ഭിത്തിയിൽ തൂക്കിയി ട്ടിരുന്ന റാന്തലുകൾ മിക്കവാറും എല്ലാം തന്നെ അണഞ്ഞു പോയിരുന്നു.

ബാക്കിയുള്ളവയാകട്ടെ അണയാൻ തുടങ്ങുകയുമായിരുന്നു. നന്നായി കത്തുന്ന രണ്ടു റാന്തലുകൾ കണ്ടെത്തിയ ശേഷം അവയുമായി അവർ ജയിലാകെ തിരയാൻ തുടങ്ങി. അവരുടെ ശബ്ദത്തിന്റെ പ്രതിധ്വനി അല്ലാതെ മറ്റൊന്നും ആ ഇരുണ്ട രാവിൽ കേൾക്കുന്നുണ്ടായിരുന്നില്ല. ഒരു ഇടനാഴിയിലേക്കുള്ള വാതിൽ അടച്ചു പൂട്ടിയ ശേഷം ബിന്ദാലി അവിടെയുണ്ട് എന്ന് ഫാൽക്കോ ഹൂറികിനോട് മന്ത്രിച്ചു. മറ്റാരും ജയിലിൽ അവശേഷിക്കുന്നില്ല എന്ന് അവർക്ക് താമസിയാതെ മനസ്സിലായി.

"യുസുഫ്...! കൊതിയൻ യൂസുഫ്...!" ഫാൽക്കോ ഉറക്കെ വിളിച്ചു.

ആരാണത് എന്ന മട്ടിൽ ഹൂറികിൻ ഫാൽക്കോയെ ആകാംക്ഷയോടെ നോക്കി.

"നിനക്കറിയില്ലേ അതാരാണ് എന്ന്?"

"ഇല്ല, എനിക്കറിയില്ല."

ഫാൽക്കോ വീണ്ടും യുസുഫിന്റെ പേര് ഉറക്കെ വിളിച്ചു.

"ആ... ആരാണ് വിളിക്കുന്നത്?" തമാശ കലർന്ന മറുപടിയുമായി യെയെ പെട്ടെന്ന് അവരുടെ മുന്നിൽ പ്രത്യക്ഷപ്പെട്ടു.

അവർ ഒരു ആശ്ലേഷത്തിൽ അമർന്നു.

"നീ എന്നെ ദിവാസ്വപ്നത്തിൽ നിന്ന് ഉണർത്തി." കരുത്തൻ യെയെ ചിരിച്ചു.

"സ്വപ്നമോ? ജയിലിനകത്തോ?" ഹൂറികാൻ ചോദിച്ചു.

"അതേ. ഞാൻ എന്റെ അമ്മയെ പറ്റി സ്വപ്നം കാണുകയായിരുന്നു. 'സെലിഹ യുസുഫിനെ ജയിലിൽ അടച്ചപ്പോൾ' എന്നൊരു കഥ അവർ എനിക്ക് പറഞ്ഞു തരാറുണ്ടായിരുന്നു. അവർ പറയുമായിരുന്നു, നൂറു കണക്കിനാളുകൾ ഒരു വിലാപഗൃഹത്തിൽ കരയുന്നുണ്ടെങ്കിലും ഏറ്റവും കരളുരുക്കുന്ന കരച്ചിൽ ഏറ്റവും കൂടുതൽ ദുഃഖമുള്ളവരുടേതായിരിക്കും."

"ഒരു കഥയോർത്തു വിഷാദത്തിലമരാൻ ഇപ്പോൾ സമയമില്ല യെയെ, നീ എവിടെയായിരുന്നു? ഞങ്ങൾ ആകെ വിഷമിച്ചു."

യെയെ ചിരിച്ചു.

"എന്റെ പദ്ധതിയുടെ ബാക്കി ഭാഗത്തെ പറ്റി നിങ്ങൾക്ക് എന്തറിയാം?" അവൻ ചോദിച്ചു.

"ഇങ്ങോട്ട് വരുന്ന വഴി നമ്മൾ ഓരോരുത്തരുടെയും നിശ്ചയിച്ച ജോലികൾ ചെയ്യാനായി പലവഴിക്ക് പിരിയുന്ന കാര്യമാണ് ചർച്ച ചെയ്തത്. പക്ഷേ എങ്ങനെ കണ്ടുമുട്ടണം എന്ന് നമ്മൾ തീരുമാനിച്ചിരുന്നില്ല."

"ശരിയാണ്. അതുകൊണ്ട്?"

"എന്റെ പദ്ധതി അനുസരിച്ചു തന്നെ നമ്മൾ കണ്ടുമുട്ടി. ഞാൻ വിചാരിച്ചതിനേക്കാൾ കുറച്ചു കൂടി സമയം നിങ്ങൾ എടുത്തുവെന്നു മാത്രം."

യെയെയുടെ പദ്ധതി തീർച്ചയായും വളരെ നന്നായി ആലോചിച്ചുണ്ടാക്കിയതായിരുന്നു. ബിൻബെറക്കെത്തും അയാളുടെ ആളുകളും പോയിക്കഴിഞ്ഞ് ജയിലിനകത്ത് വച്ചു കണ്ടുമുട്ടാനായിരുന്നു അവൻ തീരുമാനിച്ചത്. ഫാൽക്കോ ദേഷ്യത്തിൽ എന്നപോലെ പല്ല് കടിച്ചു. എന്നിട്ട് പറഞ്ഞു. "നിന്റെ ഈ ബുദ്ധിയിൽ എനിക്ക് എന്നും അസൂയയാണ്." "പുകഴ്ത്തൽ ഒന്നും ശ്രദ്ധിക്കണ്ട. നമുക്ക് ഇവിടെ നിന്നും എത്രയും പെട്ടെന്ന് പുറത്തിറങ്ങണം." ഹൂറികിൻ പറഞ്ഞു.

"നിൽക്ക്, നിൽക്ക്. നമ്മുടെ കൂടെ ഒരാള് കൂടിയുണ്ട്." തറയിൽ കൈകൾ പുറകിൽ കൂട്ടിക്കെട്ടിയിരിക്കുന്ന നിലയിൽ മുഖമടിച്ചു കമിഴ്ന്നു കിടക്കുന്ന ഒരാളിനു നേരെ യെയെ തന്റെ റാന്തൽ പൊക്കി വെളിച്ചം കാണിച്ചു. അയാളെ എഴുന്നേറ്റു നിൽക്കാൻ സഹായിച്ചുകൊണ്ട് യെയെ തുടർന്നു പറഞ്ഞു. "ഈ തന്തയില്ലാത്തവനാണ് ഞാൻ അയാളുടെ മകൾക്ക് യോജിച്ച വരൻ അല്ല എന്ന് വെയ്സ് ആഗയോടു പറഞ്ഞത്. ഇവൻ കാരണമാണ് എന്നെ അമ്മയിൽനിന്ന് വേർപെടുത്തി തല്ലിച്ചതച്ച് ഭ്രാന്താശുപത്രിയിൽ എറിഞ്ഞത്. അവന് ഇതിനെല്ലാം ഇപ്പോൾ പ്രതിഫലം കിട്ടുകയാണ്."

ആ മനുഷ്യൻ എഴുന്നേറ്റു നിന്നപ്പോൾ ഫാൽക്കോയും ഹൂറികിനും അയാളുടെ മുഖം കണ്ടു. രണ്ടു പേരും ഒരുമിച്ചു ഉറക്കെ വിളിച്ചു പോയി. "അസ്ലാൻ ആഗ!"

അനുബന്ധം: സെലിഹ യൂസുഫിനെ ജയിലിൽ അടച്ചപ്പോൾ

സെലിഹ യുസുഫിനെ ജയിലിൽ അടച്ചപ്പോൾ അവനെ പിരിയേണ്ടി വന്നതോർത്ത് അവൾ വിലപിക്കാൻ തുടങ്ങി എന്നാണ് കേട്ടത്. തന്റെ വിധി ശരിയാണ് എന്ന് ഉറപ്പു വരുത്താൻ എന്നപോലെ അവൾ ഇടയ്ക്കിടയ്ക്ക് ജയിൽ സന്ദർശിക്കാറുണ്ടായിരുന്നു. പക്ഷേ അവളുടെ തീവ്രവേദനയിൽനിന്ന് മോചനം ലഭിക്കാനായിരുന്നു അതെന്ന് മറ്റാരും അറിഞ്ഞില്ല. അവൾ സന്ദർശിക്കുന്ന നേരത്ത് അവൻ ഉറങ്ങുകയാണെങ്കിൽ ഉറങ്ങുന്ന യുസുഫിനെയും നോക്കിക്കൊണ്ട് അവൾ ജയിലറയുടെ സമീപത്തു കാത്തിരിക്കുക പതിവായിരുന്നു. പക്ഷേ അവൻ ഉണർന്നിരിക്കുകയാണെങ്കിൽ നിന്ദ കലർന്ന നോട്ടത്തോടെ ശകാര വാക്കുകൾ ചൊരിഞ്ഞിട്ടു നടന്നകലും. ഒരു ദിവസം അവന്റെ ശബ്ദംകേൾക്കാൻ ദാഹിച്ചു കൊണ്ട് സെലിഹ ഒരു അടിമയെ പറഞ്ഞയച്ചു. "യുസുഫിനടുത്തേക്ക് ചെന്നിട്ട് അവനെ അടിച്ചു താഴെയിടുക. അവന്റെ കരച്ചിൽ ഇവിടെ കേൾക്കുന്ന വിധത്തിൽ യൂസുഫിനെ ചാട്ടവറടിക്ക് വിധേയനാക്കുക." അടിമ ഈ

ആജ്ഞ നിറവേറ്റാനായി പുറപ്പെട്ടു. പക്ഷേ യൂസുഫിന്റെ സുന്ദരമായ മുഖം കണ്ടപ്പോൾ അവനു ഒന്നും ചെയ്യാൻ കഴിഞ്ഞില്ല. യൂസുഫിന്റെ മുറിയിൽ ആട്ടിൻരോമം കൊണ്ടുണ്ടാക്കിയ കമ്പിളി ഉണ്ടായിരുന്നു. അടിമ അത് നിലത്തു വിരിച്ച ശേഷം അതിന്മേൽ ചാട്ടവാറ് പ്രയോഗിക്കാൻ തുടങ്ങി. ഓരോ അടിക്കും യൂസുഫ് നിലവിളിച്ചു. സെലിഹ ഇത് കേട്ട് വിളിച്ചു കൂവി. "അവനെ കൂടതൽ വേഗത്തിൽ അടിക്കൂ! അവനെ കൂടുതൽ ശക്തിയിൽ അടിക്കൂ!"

അവസാനം അടിമ യൂസുഫിനോടു അപേക്ഷിച്ചു. "അങ്ങുന്നേ, അങ്ങയുടെ ശരീരത്ത് അടിപ്പാടുകൾ കണ്ടില്ലായെങ്കിൽ സെലിഹ എന്നെ കൊന്നുകളയും അങ്ങയുടെ തോളുകൾ നഗ്നമാക്കൂ. പല്ല് കടിച്ചു പിടിച്ചു കൊണ്ട് ഒരേയൊരു അടിപ്പാടുണ്ടാക്കാൻ എന്നെ അനുവദിക്കൂ."

യൂസുഫ് തന്റെ ഉടുപ്പൂരി. അടിമയുടെ ശക്തമായ അടി കൊണ്ടപ്പോൾ തന്നെ അവൻ ഒരു നിലവിളിയോടെ തറയിൽ വീണുപോയി. ആ വിളി കേട്ടപ്പോൾ സെലിഹ വിളിച്ചു പറഞ്ഞു. "മതി! നിർത്തൂ..!"

ചോദ്യം 60

അനുകമ്പ നിറഞ്ഞ ശബ്ദം എന്താണ് പറഞ്ഞത്?

നഗരത്തിനു മേൽ തങ്ങിനിൽക്കുന്ന പുകയുടെ ഗന്ധം മഴ അകറ്റിക്കളയും. ഹാഫിസ് സെലെബി ചിന്തിച്ചു. അദ്ദേഹം ആമകളുടെ കുളത്തിനു മേലെ നിന്നും തൂത്തനാകത്തകിടു വലിച്ചു മാറ്റുകയും ആത്മാക്കളുടെ കിണറിലേക്കുള്ള കവാടം തുറന്നിടുകയും ചെയ്ത ശേഷം ശവകുടീരങ്ങളുടെ പരിസരം വൃത്തിയാക്കാൻ തുടങ്ങി. എല്ലാ ശരത്കാലത്തും ആദ്യ മഴയോട് കൂടെയെത്തുന്ന സന്ദർശകർക്ക് സൗകര്യമൊരുക്കാൻ അദ്ദേഹം ഇതൊക്കെ ചെയ്യുക പതിവായിരുന്നു. പക്ഷേ ഇത്തവണ എല്ലാ അഴുക്കുകളും പതിവുപോലെ ഒഴുക്കിക്കളയുന്നതിനു പകരം മഴയോടൊപ്പം മരണത്തിന്റെ ഗന്ധവും എത്തുമെന്ന് അദ്ദേഹം ഭയപ്പെട്ടു.

ആഗ്രഹങ്ങൾ എന്തുതന്നെയായാലും അത് വിധിയുടെ ഗതി മാറ്റാൻ പോകുന്നില്ല എന്നത് ഹാഫിസ് സെലെബി ഉറച്ചു വിശ്വസിച്ചിരുന്ന ഒരു ജീവിത സത്യമായിരുന്നു. മനുഷ്യർ ആഗ്രഹങ്ങളുടെ തടവുകാരാണ് എന്നും ആ തടവിൽ നിന്ന് സ്വതന്ത്രരാകാൻ ആ ആഗ്രഹങ്ങളെ പോകാനനുവദിക്കുകയേ മാർഗ്ഗമുള്ളൂ എന്നും അദ്ദേഹത്തിനു അറിയാമായിരുന്നു. ഈയിടെയായി സെലെബി ഒരു വിധിവിശ്വാസിയായി മാറുകയും ദൈവത്തോട് കൂടുതൽ ആവശ്യങ്ങൾ ഉന്നയിക്കാനും തുടങ്ങിയിരുന്നു. ഇതുവരെ ദൈവം എന്താണ് തന്നിൽ നിന്ന് ആവശ്യപ്പെടുന്നത് എന്ന് മാത്രമേ അദ്ദേഹം ചിന്തിച്ചിരുന്നുള്ളൂ.

ഇതുവരെ കരുത്തൻ യെയെ വീട്ടിൽ തിരിച്ചെത്തിയില്ല എന്നതായിരുന്നു സെലെബിയുടെ വിഷാദത്തിന് കാരണം. അദ്ദേഹത്തിനു ഫാൽക്കോയെയും ഹൂറികാനെയും കുറിച്ചു അത്ര വിഷമവും ആശങ്കകളും ഇല്ലായിരുന്നു. യെയെ ഇപ്പോഴും ഒരു ചെറിയ പയ്യനാണ് എന്നും അവനാദ്യമായായാണ് ഒരു വിപ്ലവത്തിന് സാക്ഷ്യം വഹിക്കുന്നത് എന്നതുമായിരുന്നു ആശങ്കകൾക്ക് പ്രധാന കാരണം. യെയെയുടെ യുവത്വവും കഴിവുകളും വെറുതെയായി പോകരുത് എന്നായിരുന്നു ആഗ്രഹം. പണക്കാരായ മാന്യന്മാരോ ധനികരായ വിടന്മാരോ അവനെ വഴിതെറ്റിക്കരുത് എന്നും നിർബ്ബന്ധമുണ്ടായിരുന്നു.

“സ്വയം ഇങ്ങനെ പീഡിപ്പിക്കാതെ.” പിറ്റ്ജാൻ പറഞ്ഞു. “അവൻ

ഇപ്പോൾ ഒരു കുഞ്ഞല്ല. തീർച്ചയായും ഇണ കൂടെയില്ലാത്ത ഒരു ചെറുപ്പക്കാരനാണ്."

"എനിക്ക് യെയെയെ പറ്റി തോന്നുന്ന വികാരങ്ങൾ അത്രയേറെ പ്രകടമാണോ?" തന്റെ അദ്ഭുതം മറച്ചുകൊണ്ട് നന്ദിയോടെ പിറ്റ്ജാനെ നോക്കി തലയാട്ടി. തന്റെ സ്നേഹം കലർപ്പില്ലാത്തതും കളങ്കമറ്റതും ആണെന്നോർത്ത് അതിയായ സന്തോഷം തോന്നി. താൻ യെയെയെ ഇത്രയേറെ സ്നേഹിക്കുന്നു എന്നു മനസ്സിലാക്കിയപ്പോൾ സെലെബിക്ക് അതിയായ അഭിമാനവും അനുഭവപ്പെട്ടു. ഇത്തരം വികാരങ്ങൾ അനുഭവപ്പെട്ടിട്ട് അനേകം വർഷങ്ങൾ കഴിഞ്ഞിരുന്നു. കാലങ്ങളായി സൗഹൃദവും പരസ്പര ബഹുമാനവും പങ്കിടുന്ന പിറ്റ്ജാനോടു തോന്നുന്ന സ്നേഹമായിരുന്നില്ല യെയെയോടു തോന്നിയിരുന്നത്. യെയെ സ്വന്തം അച്ഛനെപ്പോലെയാണ് ഹാഫിസ് സെലെബിയോടു പെരുമാറിയിരുന്നത്. ദൗർഭാഗ്യവശാൽ ഈ വിപ്ലവകാലത്ത് അവനെ സംരക്ഷിക്കാൻ കഴിയുന്നില്ല എന്നോർത്തായിരുന്നു അദ്ദേഹത്തിന്റെ വിഷമം. ശെഹ്നാസും അവനെ യോർത്ത് ആശങ്കപ്പെടുന്നുണ്ടാവണം. അവൾ വളരെ നല്ല ഒരു കുട്ടിയാണ് എന്നാണ് തോന്നുന്നത്. ഒന്നും സംസാരിക്കാറില്ല എങ്കിൽ പോലും എല്ലാവരുടെയും ഹൃദയത്തിൽ ആ പെൺകുട്ടി കയറിപ്പറ്റിയിരിക്കുന്നു.

ഹാഫിസ് സെലെബി രണ്ടു മണിക്കൂറായി അനങ്ങാതെ വഴിയിലേക്ക് നോക്കി ഒരിടത്ത് ഇരിക്കുകയായിരുന്നു. യെയെ അവസാനം വന്നു ചേർന്നു. എന്നാൽ അവൻ ആകെ തകർന്നതുപോലെയും ഭയപ്പെട്ടതുപോലെയും കാണപ്പെട്ടു. ഹാഫിസ് സെലെബി വിചാരിച്ചതുപോലെ വിപ്ലവത്തിന് സാക്ഷ്യം വഹിച്ചതുകൊണ്ട് ഉണ്ടായ മാറ്റമായിരുന്നില്ല അത്. ഹസേയ്കി മനോരോഗാശുപത്രിയുടെ സമീപത്തു കൂടി നടന്നു വന്നപ്പോൾ കണ്ട കാഴ്ചകളായിരുന്നു യെയെയ്ക്ക് വന്ന ക്ഷീണത്തിന് കാരണം.

ഇസ്താംബൂളിനു തീ പിടിച്ചപ്പോൾ കല്ലു കൊണ്ട് കെട്ടിയ കെട്ടിടങ്ങൾക്കു മാത്രമേ തീ പിടിക്കാതിരുന്നുള്ളൂ. മനോരോഗാശുപത്രിയുടെ സമീപത്തു കൂടെ നടന്നു വന്നപ്പോൾ കാറ്റ് തീജ്ജ്വാലകൾ അടിച്ചു പരത്തുകയും അടുത്തുള്ള വീടുകളുടെ തടി കൊണ്ടുള്ള മേൽക്കൂരകളിൽ നിന്ന് കനലുകൾ ചിതറുന്നതും അവൻ കണ്ടു. തീനാമ്പുകൾ തങ്ങളുടെ വീടുകളെ നക്കിത്തുടയ്ക്കുന്നത് കണ്ടു നിസ്സഹായരായി തെരുവുകളിൽ നോക്കി നിൽക്കുകയായിരുന്നു ജനങ്ങൾ. മനോരോഗാശുപത്രിയിലേക്ക് തീ പടരരുതേ എന്നായിരുന്നു എല്ലാവരുടെയും പ്രാർത്ഥന. തീജ്ജ്വാലകൾ ആശുപത്രിയിലേക്ക് എത്താതിരിക്കാൻ വ്യർത്ഥമായ ഒരുപാടു ശ്രമങ്ങൾ അവർ ചെയ്തു നോക്കി. പക്ഷേ പട്ടാളക്കാരുടെ ശക്തമായ പ്രതിരോധനിരപോലെ അഗ്നി അവരുടെ വഴി തടഞ്ഞു. കരയുകയും പ്രാർത്ഥിക്കുകയും ചെയ്തുകൊണ്ട് നൂറുകണക്കിന് ആളുകൾ അവിടെ തടിച്ചുകൂടി. ഭ്രാന്താശുപത്രിക്കകത്ത് മനോരോഗികൾ തങ്ങളുടെ

ചങ്ങലകൾ കിലുക്കിക്കൊണ്ട് സഹായത്തിനായി നിലവിളിച്ചു. പക്ഷേ പുറത്തു നിൽക്കുന്നവർക്ക് അകത്തേക്കു കയറാൻ മാർഗ്ഗമൊന്നും ഉണ്ടായിരുന്നില്ല. തീയുടെ മുകളിലൂടെ അർദ്ധനഗ്നരായ രോഗികൾ രക്ഷയ്ക്കായി കൈനീട്ടി. ചിലരുടെ തലമുടിയിലും വസ്ത്രത്തിലും തീ പിടിച്ചിരുന്നു. ബാക്കിയുള്ളവരാകട്ടെ ആ തീ ഒന്ന് അണയ്ക്കാൻ പോലും ശ്രമിക്കാൻ ആവാത്ത വിധത്തിൽ സ്തംഭിച്ചും പരിഭ്രാന്തരായും കാണപ്പെട്ടു. ഹൃദയം പൊട്ടിപ്പോകുന്ന രംഗങ്ങളായിരുന്നു അവിടെ സംഭവിച്ചുകൊണ്ടിരുന്നത്. ചില രോഗികൾ ഉന്മാദത്തിന്റെ പാരമ്യത്തിൽ പൊട്ടിച്ചിരിച്ചു. മറ്റു ചിലർ അലറുകയും പരസ്പരം ആക്രമിക്കുകയും ചെയ്തു. ഓടി പുറത്തേക്കു വരാൻ കഴിഞ്ഞവരുടെ മേൽ വെള്ളമൊഴിച്ച് തീ കെടുത്താൻ കണ്ടു നിന്നവർ ശ്രമിച്ചെങ്കിലും പരിഭ്രാന്തി മൂലം രോഗികൾ വെള്ളം ശരീരത്തിൽ വീഴുന്നത് ഒഴിവാക്കുകയാണ് ഉണ്ടായത്.

തീയണയ്ക്കാൻ വേണ്ടി ആളുകൾ അവരുടെ പുറകേ ഓടിയപ്പോൾ പ്രശ്നം വീണ്ടും വഷളായി. ആളുകൾക്ക് പുറത്തേക്കു വരാൻ കഴിയുന്നുണ്ടെങ്കിൽ അകത്തേക്ക് കയറാനും മാർഗ്ഗമുണ്ടാവും എന്ന് ഫാൽക്കോയ്ക്ക് തോന്നി. അവൻ അകത്തേക്കു കയറാൻ തീരുമാനിച്ചപ്പോൾ ചുറ്റും കൂടി നിന്നവരിൽ ഉണ്ടായിരുന്ന ചില വൈദ്യന്മാരും പരിചാരികകളും അവനെ തടഞ്ഞു. വളരെ താമസിച്ചു പോയി എന്നായിരുന്നു അവരുടെ കണക്കുകൂട്ടൽ. പൂമുഖത്തിനും അകത്തേക്കുള്ള വഴിക്കും തീ പിടിച്ചു കഴിഞ്ഞിരുന്നു. താഴികക്കുടങ്ങളുള്ള മേൽക്കൂര ഉരുകിയൊലിച്ചു തുടങ്ങിക്കഴിഞ്ഞു. അറകളെല്ലാം തുറന്നുവെങ്കിലും മനോരോഗികളെ ചങ്ങലയിൽ നിന്നും മുക്തരാക്കാനുള്ള സാവകാശം ലഭിച്ചിരുന്നില്ല. ചില രോഗികൾക്ക് തീജ്ജ്വാലകളോടുള്ള ഭയം മൂലം അക്രമാസക്തി വർദ്ധിക്കുകയും അടുത്തു ആര് ചെന്നാലും ഉപദ്രവിക്കാനുള്ള പ്രവണത കാണിക്കുകയും ചെയ്യാൻ തുടങ്ങി. ഈ അവസ്ഥയിൽ താൻ അകത്തു കടന്നേ മതിയാകൂ എന്ന് ഫാൽക്കോയ്ക്ക് ബോദ്ധ്യമായി. അവൻ മുന്നോട്ടടുത്തപ്പോൾ തന്നെ ആർത്തിയോടെ ചുറ്റിപ്പിടിക്കുന്ന തീജ്ജ്വാലകളുടെ ചൂടേറ്റ് കരിഞ്ഞ കൺപുരികങ്ങളും പീലികളും ആയി പിന്മാറേണ്ടി വന്നു. യെയെ വീണ്ടും ശ്രമിച്ചപ്പോൾ ആ ഉദ്യമത്തിൽ നിന്ന് അവനെ തടയാനായി ആളുകൾ അവനെ ബലമായി പിടിച്ചു നിർത്തി.

ഫാൽക്കോയുടെ കരിപുരണ്ട ശരീരവും കരിഞ്ഞ കൺപുരികങ്ങളും കണ്ട ഹാഫിസ് സെലെബി പെട്ടെന്ന് തന്നെ ഒരു നനഞ്ഞ തുണി എടുത്തു കൊണ്ടുവന്ന് അവന്റെ മുഖവും കൈകളും തുടച്ചു. തന്റെ ചെവിയിൽ പ്രകമ്പനം കൊള്ളുന്ന അലർച്ചകൾ അപ്പോഴും യെയെയെ വേട്ടയാടുകയായിരുന്നു. രണ്ടു മണിക്കൂർ നിസ്സഹായരായ രോഗികളുടെ പല തരത്തിലുള്ള നിലവിളികൾ കേട്ട് നിൽക്കുകയായിരുന്നു അവൻ. ചിലർ തങ്ങളുടെ ചങ്ങലകൾ പൊട്ടിക്കാനുള്ള ശ്രമം നടത്തുന്നു. മറ്റു ചിലർ നിശ്ശബ്ദരായി അഗ്നിക്ക് കീഴടങ്ങുന്നു. ചിലർ എന്താണ് സംഭവിക്കുന്നത് എന്നുപോലും തിരിച്ചറിയാതെ അഗ്നിയുമായി കളികളിൽ

ഏർപ്പെടാൻ ശ്രമിക്കുന്നു. അവർ അഗ്നിയോടു സംസാരിക്കുന്നതും ആലിംഗനം ചെയ്യുന്നതും അനുരാഗിയെപോലെ വിടർന്ന കൈകളുമായി സ്വീകരിക്കുന്നതും അവൻ മനക്കണ്ണുകളിൽ കാണുകയായിരുന്നു. അവരുടെ ഹൃദയത്തിൽ വർഷങ്ങളായി നീറിപ്പുകയുന്ന തീയേക്കാൾ ശക്തിയുണ്ടാവില്ല ഇന്നവരുടെ ഭൗതികശരീരങ്ങളെ വിഴുങ്ങിയ അഗ്നിക്ക് എന്നവനു തോന്നി. ചിലപ്പോൾ തീ അവരെ സ്പർശിച്ചു പോലുമുണ്ടാവില്ല. ആ മനോരോഗികളെ വിഴുങ്ങുന്നതിനു പകരം ഇന്ന് അഗ്നി അവരുടെ ചങ്ങലകളെ ഉരുക്കിക്കളയുകയാണ് ചെയ്തത്. അകത്തു എന്താണ് സംഭവിച്ചത് എന്ന് ആർക്കറിയാം? അഗ്നിക്ക് മാത്രമേ അതിനുത്തരം അറിയൂ. ചിലപ്പോൾ ലൈല മജ്നുവിന്റെ സമീപത്തു ഇരിക്കുന്നതിനു അഗ്നി സാക്ഷ്യം വഹിച്ചിരിക്കാം.

മനസ്സും ശരീരവും തളർന്ന് ഹാഫിസ് സെലെബിയുടെ കൈകളിലേക്ക് വീഴുമ്പോൾ യെയെ ഒന്ന് മാത്രമേ പറഞ്ഞുള്ളൂ. "എനിക്ക് കരയണം."

അനുബന്ധം: മജ്നുവിന്റെ സമീപത്തു ഇരിക്കുന്ന ലൈല

ഒരുദിവസം മജ്നു തന്റെ കാലുകളാട്ടികൊണ്ട് ഒരു മതിലിന്മേൽ ഇരിക്കുകയായിരുന്നു. ചളി കൊണ്ട് നിർമ്മിച്ച ആ ഭിത്തിമേൽ അവൻ വളരെ സന്തോഷവാനായി കാണപ്പെട്ടു. മജ്നു അവിടെയിരുന്നു തനിയെ കരയുകയും ചിരിക്കുകയും സംസാരിക്കുകയും ചെയ്യുന്നുണ്ടായിരുന്നു. അവനെ ഈ അവസ്ഥയിൽ കണ്ട വഴിയാത്രക്കാർ കളിയാക്കാൻ തുടങ്ങി. ദയ തോന്നിയ ഒരു മനുഷ്യൻ അവന്റെ സമീപത്തേക്ക് ചെന്നപ്പോൾ ലൈല അവിടെ ഇരിക്കുന്നത് കണ്ടു. വളരെ അപൂർവവും വിശുദ്ധവുമായ ഒരു രഹസ്യത്തിനാണ് താൻ സാക്ഷ്യം വഹിച്ചത് എന്ന് മനസ്സിലാക്കിയ ആ മനുഷ്യൻ തന്റെ അനുഗ്രഹം വർഷിച്ച ശേഷം പറഞ്ഞു.

"ഒരുപാടു നാൾ ജീവിച്ചു തളർന്നുപോയ ഒരാളാണ് ഞാൻ. പക്ഷേ അവസാനം എനിക്ക് ഈ ഇണകൾ ഒരുമിച്ചു സന്തോഷത്തോടെ ഇരിക്കുന്നത് കാണാൻ കഴിഞ്ഞു. നന്ദി ദൈവമേ!"

ചോദ്യം 61

ആരെയാണ് ആ കെണി ലക്ഷ്യം വച്ചത്?

ജയിൽസൂക്ഷിപ്പുകാരൻ മന്ത്രിമുഖ്യൻ ഇബ്രാഹിം പാഷയുടെ ശവശരീരം കണ്ടപ്പോൾ സംഗതികൾ വളരെ വഷളാകാൻ പോവുകയാണ് എന്ന് മനസ്സിലാക്കി. പട്ടാളത്തലവൻ ഓസ്ട്രിയൻ ഹസ്സനും പത്രോണാ ഹലീലും സുൽത്താൻ അഹമദ് പള്ളിയുടെ മിനാരങ്ങളിൽ ഒന്നിൽ നിന്ന് ഒരു വലിയ പതാക വീശുന്നുണ്ടായിരുന്നു. വിപ്ലവകാരികളുടെ കൂടെ ചേരാനായി അലറി വിളിച്ചുകൊണ്ട് ബെയ്സിറ്റ് ചത്വരത്തിൽ തടിച്ചുകൂടിയ പുതിയ ജനക്കൂട്ടങ്ങളെ പ്രോത്സാഹിപ്പിക്കാനായിരുന്നു അത്. ഹമാമിൽ നിന്ന് ലഭിച്ച കോണകത്തുണികൾ കൊണ്ടുണ്ടാക്കിയ കൊടികൾ ഇപ്പോൾ പട്ടാളക്കാരുടെ പതാകകൾക്കു വഴിമാറിയിരിക്കുന്നു.

ചില സൈനികർ ചേർന്ന് കണ്ടാൽ ഭയം തോന്നുന്നതും നഗ്നവും തിരിച്ചറിയാൻ ബുദ്ധിമുട്ടുള്ള നിലയിലായതുമായ ഇബ്രാഹിം പാഷയുടെ മൃതശരീരം വലിച്ചിഴച്ചു കൊണ്ടുവന്നു. ആ കാഴ്ച കാണാനായി ഇസ്താംബൂളിലെ ഏകദേശം കാൽഭാഗത്തോളം വരുന്ന ജനാവലി അവിടെ തടിച്ചുകൂടിയിരുന്നു. ആളുകൾ ആർപ്പുവിളിക്കുകയും ഇബ്രാഹിം പാഷയുടെ മതവിശ്വാസത്തെ അധിക്ഷേപിക്കുകയും ചെയ്തു. "അവിശ്വാസി! ലിംഗാഗ്ര ചർമ്മം മുറിക്കാത്തവൻ. നോക്ക്! അവനൊരു രഹസ്യമതത്തിലായിരുന്നു വിശ്വസിച്ചിരുന്നത്." പല അഭിപ്രായങ്ങളും ചീത്തവിളികളും അവിടെ മുഴങ്ങി. നിഷ്ഠുരമായ ഒരു രംഗമായിരുന്നു അത്. കണ്ടു നിന്നവരിൽ ചിലർ നിരാശയോടെ പിറുപിറുക്കുന്നുണ്ടായിരുന്നു എങ്കിലും ഭൂരിഭാഗം പേർക്കും സന്തോഷം തന്നെയായിരുന്നു.

ജയിൽസൂക്ഷിപ്പുകാരൻ അടുത്തതായി എന്താണ് ചെയ്യാൻ പോകുന്നത് എന്നു കാണാനായി കാത്തിരിക്കുകയായിരുന്നു ഫാൽക്കോയും ഹൂറികിനും. ഭരണകൂടത്തിനു അനുകൂലമാണ് തന്റെ നിലപാട് എന്ന് തെളിയിക്കാൻ ആവുന്നത്ര ശ്രമിക്കുന്നുവെങ്കിലും അയാൾ ഉടൻ തന്നെ ബിൻബിർദിറെക്കിലോ ശെഹ്സാദേബാസിയിലോ ഉള്ള പട്ടാളത്താവളങ്ങളിൽ ഏതിലെങ്കിലും എത്തിച്ചേരും എന്ന് അവർക്ക് ഉറപ്പുണ്ടായിരുന്നു. ജയിൽസൂക്ഷിപ്പുകാരനും മുഖ്യ പട്ടാള മേധാവിക്കും മുഖ്യ ആരാച്ചാർക്കും നിയമം നടപ്പിലാക്കാനുള്ള കർശനമായ ആജ്ഞ ന്യായാധിപൻ

ഇസഹാക്ക് നൽകിയിരുന്നു. നഗരത്തിന്റെ അതിർത്തികളിൽ പരിശോധനാ കവാടങ്ങൾ സജ്ജീകരിക്കാൻ അദ്ദേഹം ഏർപ്പാട് ചെയ്തു. ഇബ്രാഹിം പാഷയോടു അടുപ്പമുള്ള ആരെ പിടികിട്ടിയാലും സുൽത്താൻ അഹമദ് ചത്വരത്തിലെ മരങ്ങളിൽ തൂക്കിക്കൊല്ലുകയായിരുന്നു പട്ടാളക്കാർ ചെയ്തുകൊണ്ടിരുന്നത്. ചത്വരങ്ങളിൽ തടിച്ചു കൂടിയ പ്രതിയോഗികളെ കണ്ടു ഭയന്ന പാഷയുടെ ബന്ധുക്കളും സുഹൃത്തുക്കളും നാടുവിടുകയോ ഒളിവിൽ പോവുകയോ ചെയ്തു.

ജയിൽസൂക്ഷിപ്പുകാരന്റെ എല്ലാ ചലനങ്ങളും ഫാൽക്കോ വീക്ഷിക്കുന്നുണ്ടായിരുന്നു. അയാൾ ദിവാൻ റോഡിലേക്ക് തിരിയുന്നത് കണ്ടപ്പോൾ അവൻ ഹൂറികിന്റെ നേരെ തലനീട്ടി മന്ത്രിച്ചു. “സമയമായി. നമുക്ക് പോകാം.” കോഴിച്ചന്തയും സെംബെർലിത്താസും കടന്നു അവർ ബെയ്സിറ്റിനു നേരെ ഓടി. വഴിയിൽ വച്ചു സുൽത്താൻ ബെയ്സിറ്റ് ഖാൻ പൊതുജനങ്ങൾക്കായി പണികഴിപ്പിച്ചിട്ടുള്ള ഒരു പൂന്തോട്ടത്തിലേക്ക് ഹൂറികിൻ നുഴഞ്ഞുകയറുകയും കയ്യിലുണ്ടായിരുന്ന സഞ്ചിയിൽ നിന്ന് ഒരു നീണ്ട മേൽക്കുപ്പായവും സൽവാറും കണ്ണുകൾക്കു താഴേക്ക് മറയ്ക്കുന്ന വിധത്തിലുള്ള പർദ്ദയും എടുത്തു തന്റെ വേഷം മാറുകയും ചെയ്തു. അവളെ കാത്തുനിൽക്കാതെ ലലേലിയിലെ ഒരു വീട്ടിൽ തന്നെ കാത്തിരിക്കുന്ന കരുത്തൻ യെയെയുടെയും പിറ്റ്ജാനിന്റെയും സമീപത്തേക്ക് ഫാൽക്കോ പോയി.

അവസാന അവസരമാണിത് എന്ന് അവൾക്കറിയാമായിരുന്നു. ഇപ്പോഴല്ലെങ്കിൽ പിന്നെയൊരിക്കലും ജയിൽസൂക്ഷിപ്പുകാരനും അസ്ലാൻ ആഗയും ബിന്ദാലി മഹ്മൂദും ആസൂത്രണം ചെയ്ത പദ്ധതി എന്താണെന്ന് കണ്ടുപിടിക്കാൻ കഴിയില്ല.

“അങ്ങുന്നേ, ഈ പാവം അടിമയുടെ ഉപദേശം ശ്രവിക്കൂ! അങ്ങേക്ക് ഗുണമേ വരൂ.” സ്ത്രീസഹജമായ വശ്യതയോടെ രണ്ടു സഹപ്രവർത്തകരോടോപ്പം ഒരുകൂട്ടം കൊള്ളക്കാരുടെ അകമ്പടിയോടെ വരുന്ന ജയിൽസൂക്ഷിപ്പുകാരന്റെ അടുത്തേക്കു ചെന്ന് അവൾ പറഞ്ഞു.

“നിങ്ങൾക്ക് എന്താണ് വേണ്ടത്?” അവളുടെ രീതികളിൽ ആകൃഷ്ടനായി തന്റെ ഏറ്റവും മൃദുവായ ശബ്ദത്തിൽ ജയിൽസൂക്ഷിപ്പുകാരൻ ചോദിച്ചു.

“അത് രഹസ്യമാണ്.” അവളുടെ ചൂടും സുഗന്ധവുമുള്ള നിശ്വാസം അയാളുടെ മുഖത്ത് പതിക്കുന്നയത്ര അടുത്തേക്കു ചെന്നിട്ടു ഹൂറികിൻ പറഞ്ഞു.

തന്റെ കൂടെയുണ്ടായിരുന്നവർക്ക് മുന്നോട്ടു നടക്കാൻ ജയിൽസൂക്ഷിപ്പുകാരൻ അടയാളം നൽകി. അയാളുടെ കൈയിലേക്ക് ഒരു പെയർ പഴത്തിന്റെ ആകൃതിയുള്ള രത്നം ഹൂറികിൻ വച്ചു കൊടുത്തു.

“അങ്ങുന്നേ, നിധി! പക്ഷേ എനിക്ക് ഒറ്റയ്ക്ക് അത് എടുക്കാൻ കഴിയില്ല.” അവൾ മന്ത്രിച്ചു.

"ഇത് ഓട്ടോമാൻ സാമ്രാജ്യമാണ് പെൺകുട്ടീ! ആരാണീ നിധിയൊക്കെ എടുക്കുന്നത്?"

"അങ്ങുന്നേ, ബെയ്സിറ്റ് സ്നാനഘട്ടത്തിലെ സ്വകാര്യ മുറികളിൽ വച്ചു മുഖങ്ങളിൽ ചായം പുരട്ടുന്ന ജോലി ആയിരുന്നു എനിക്ക്. അവിടെയുള്ള ചില കാര്യങ്ങൾ എനിക്കറിയാം. വാല്ലാച്ചിയയിൽ നിന്ന് പത്തു വർഷം മുൻപ് ഇസ്താംബൂളിൽ എത്തിയ നാൾ മുതൽ ഞാൻ ദാരിദ്ര്യത്തിലാണ് കഴിഞ്ഞിരുന്നത്. ഞാൻ സത്യം ചെയ്യുന്നു. എന്റെ ജീവിതത്തിൽ ആദ്യമായുണ്ടായ ഭാഗ്യമാണിത്. എനിക്ക് അങ്ങയോടു ചേർന്ന് വ്യാപാരം ചെയ്യാൻ ആഗ്രഹമുണ്ട്. അങ്ങ് ഇത്തരം കാര്യങ്ങളിൽ സമർത്ഥൻ ആണെന്ന് പ്രശസ്തമാണ്. ചന്തയിൽ അനവധി ദല്ലാൾമാരുണ്ട്. അങ്ങേക്ക് താത്പര്യമില്ലെങ്കിൽ ഞാൻ അവരെ ആരെയെങ്കിലും സമീപിച്ചുകൊള്ളാം."

അവൾ എന്താണ് സൂചിപ്പിക്കുന്നത് എന്ന് ജയിൽസൂക്ഷിപ്പുകാരന് കൃത്യമായി മനസ്സിലായി. ഈ പെൺകുട്ടിയുടെ കൈയിൽ ഏതോ ധനികയായ ഇടപാടുകാരിയുടെ രത്നശേഖരം വന്നു പെട്ടിട്ടുണ്ട്. ഈ രത്നം വിലപിടിപ്പുള്ളതാണെങ്കിൽ ആ ശേഖരം തീർച്ചയായും ഒരു നിധി തന്നെയാണ്. ചന്തയിലെ ആഭരണ വ്യാപാരികളിൽ നിന്ന് കൃത്രിമ ആഭരണങ്ങൾ സ്വീകരിച്ചു വച്ചു മാറിയതിലൂടെ അവളുടെ കൈയിൽ എത്തിപ്പെട്ടതാവും ഈ രത്നശേഖരം എന്ന് അയാൾ ഊഹിച്ചു. അയാൾ മടിച്ചു നിൽക്കുന്നത് കണ്ട് കപടമായ അക്ഷമയുടെ ഭാവം ഹൂറികിൻ എടുത്തണിഞ്ഞു.

"അങ്ങ് എന്താണിങ്ങനെ മടിച്ചുനിൽക്കുന്നത്?" താത്പര്യക്കുറവു നടിച്ചുകൊണ്ട് അവൾ ചോദിച്ചു.

"ഇത് ആരുടേതാണ്? നിനക്കിതു എവിടെ നിന്ന് കിട്ടി?"

"ഇത് ലലെലിയിലുള്ള സെറെഫ്സാൻ ബംഗ്ലാവിൽ നിന്നുള്ളതാണ്. പക്ഷേ ഇക്കാര്യം നമ്മൾ രണ്ടുപേരും മാത്രമേ അറിയാവൂ."

ജയിൽസൂക്ഷിപ്പുകാരൻ അവളുടെ കൈ കടന്നെടുത്ത് ആ രത്നം അതിലേക്കു തന്നെ വച്ചു കൊടുത്തു. അയാളുടെ സംതൃപ്തി മറയ്ക്കാനെന്ന വണ്ണം അയാൾ ഹൂറികിനെ നിശിതമായി നോക്കി. അവളുടെ വശ്യമായ പുഞ്ചിരി കണ്ടപ്പോൾ താൻ ഒന്നിന് പകരം രണ്ടു രത്നങ്ങളെ നേടി എന്ന് അയാൾക്കു തോന്നി. ചില സമയത്ത് വിപ്ലവം അവസരങ്ങൾ വച്ചു നീട്ടാറുണ്ട്. അവഗണിക്കുന്നതിനു പകരം ഒട്ടും അമാന്തിക്കാതെ അവയെ സ്വീകരിക്കുകയാണ് വേണ്ടത്. നിധി കൈയിലെത്തിക്കഴിഞ്ഞാൽ അവളെ വേണമെങ്കിൽ ഒഴിവാക്കാവുന്നതേയുള്ളൂ. ഒരു വല്ലാച്ചിയക്കാരി അടിമയെ ആര് തിരയാനാണ്? പ്രത്യേകിച്ചും ഒരു കലാപകാലത്ത്! ഇത് കേട്ടാൽ സ്വർണ്ണവും നിധികളും ആവശ്യമുള്ള പത്രോണ ഹലീൽ വളരെ സന്തുഷ്ടനാവും. വിപ്ലവത്തിന് ശേഷം പുതിയ ഭരണകൂടത്തിൽ ഒരു നല്ല ജോലി സ്വപ്നം കണ്ടു നടക്കുന്ന ജയിൽ

സൂക്ഷിപ്പുകാരന് പത്രോണ ഹലീലിനെ പ്രീതിപ്പെടുത്തേണ്ടത് ആവശ്യ മായിരുന്നു.

"നമുക്ക് പോവാം പെണ്ണേ," അവളുടെ കൈ പിടിച്ചമർത്തിക്കൊണ്ട് ജയിൽ സൂക്ഷിപ്പുകാരൻ പറഞ്ഞു.

"അത് വച്ചോളൂ," രത്നം തിരിച്ചു വാങ്ങാൻ മടി കാണിച്ചുകൊണ്ട് ഹൂറികിൻ പറഞ്ഞു. "ഇതുപോലെയുള്ള വേറെ രത്നങ്ങളുമുണ്ട്. ഞാൻ അതിൽ നിന്ന് എടുത്തുകൊള്ളാം."

തലയുടെ ഒരു അനക്കംകൊണ്ട് ജയിൽസൂക്ഷിപ്പുകാരൻ തന്റെ അനുയായികളെ പറഞ്ഞു വിട്ടു. ഹൂറികിൻ ഇപ്പോൾ അല്പം ആശ്വാസം തോന്നി. കലാപകാരികൾ ചുറ്റി നടക്കുന്ന ഇടങ്ങളിൽ ഒരു സ്ത്രീയുടെ വസ്ത്രം ധരിച്ചുകൊണ്ട് അലഞ്ഞു തിരിയുന്നത് അത്ര സുരക്ഷിതമായി രുന്നില്ല.

പക്ഷേ ഫാൽക്കോ ഈ ദിവസത്തിനു വേണ്ടി ഒരു വർഷമായി കാത്തിരിക്കുകയാണ് എന്ന് അവൾക്കു അറിയാമായിരുന്നു. ഫാൽക്കോ യുടെ മുഖത്തു പതിഞ്ഞ, അവൻ അർഹിക്കാത്ത ഇടികളുടെ വാർഷിക മാണിന്ന്. ഈ ദിവസം തന്നെ ജയിൽസൂക്ഷിപ്പുകാരന് അതെല്ലാം തിരിച്ചു ലഭിക്കാൻ പോവുകയാണ്.

സെറെഫ്സാൻ ബംഗ്ലാവിലേക്ക് നടക്കുന്ന വഴിയിൽ വച്ചു ഹൂറികിൻ ജയിൽ സൂക്ഷിപ്പുകാരനെ ബോധ്യപ്പെടുത്താനായി കെട്ടിച്ചമച്ച ഒരു കഥ പറഞ്ഞു. അവൾ ജോലി ചെയ്യുന്ന ബംഗ്ലാവിൽ പ്രായം ചെന്ന ശാരീരി കാസ്വാസ്ഥതകൾ ഉള്ള ദമ്പതികൾ മാത്രമേയുള്ളൂ താമസം. അവരുടെ ഒരേയൊരു മകൻ കലാപം തുടങ്ങിയപ്പോൾ അച്ഛനെയും അമ്മയെയും വീട്ടിലെ വിലപിടിപ്പുള്ള വസ്തുക്കളും അവളെയും പാചകക്കാരൻ ഹുസ്മെൻ ആഗയെ ഏല്പിച്ചിട്ട് വീട് വിട്ടു പോയി. അയാൾ വീട് വിട്ട ഉടനെ ഹുസ്മെൻ ആഗ അവളെ മാനഭംഗപ്പെടുത്താനും സ്വത്തുക്കളെല്ലാം കൈവശപ്പെടുത്താനും ശ്രമിച്ചു. കഴിഞ്ഞ ദിവസം വൈകുന്നേരം കിടക്ക യിലേക്ക് അയാൾക്കൊപ്പം പോവുകയാണ് എന്ന് അഭിനയിച്ച ശേഷം അവൾ ഹുസ്മെൻ ആഗയെ കുത്തിക്കൊലപ്പെടുത്തി.

ജയിൽസൂക്ഷിപ്പുകാരന്റെ അനുകമ്പ പിടിച്ചു പറ്റാനും അവൾക്കു സംരക്ഷണം ആവശ്യമുണ്ട് എന്ന് അയാളെ ബോധ്യപ്പെടുത്താനുമാണ് ഹൂറികാൻ ഈ കഥ പറഞ്ഞത്. എന്തെങ്കിലും കാരണവശാൽ താൻ സുരക്ഷിതയായി തിരിച്ചു വരാൻ വൈകിയാൽ ഏറ്റവും കുറഞ്ഞത് പത്തു പേരെങ്കിലും ബംഗ്ലാവിന്റെ കവാടം തകർത്തു അകത്തു കടക്കാൻ തയ്യാ റായി നില്പുണ്ടായിരിക്കും എന്ന് അവൾക്ക് അറിയാമായിരുന്നു. അവർ ഈ പദ്ധതി വളരെ സൂക്ഷ്മതയോടെ ആലോചിച്ചാണ് തയ്യാറാക്കിയി രുന്നത്. സെറെഫ്സാൻ ബംഗ്ലാവ് കൽഫാക്കാദിൻ ബംഗ്ലാവിന്റെ തൊട്ടു മുന്നിലായിരുന്നു സ്ഥിതി ചെയ്തിരുന്നത്. ഹാഫിസ് സെലെബിയുടെ ചിരകാലസുഹൃത്തായ ദുക്കാക്കിൻ സെയ്ദ് കമാലുദ്ദീൻ മൊല്ല ഈ രണ്ടു

വീടുകളുടെയും താക്കോൽ മൂന്നു ദിവസങ്ങൾക്കു മുൻപ് തന്നെ അവരെ ഏല്പിച്ചിരുന്നു. ഒരു വീടിനുള്ളിൽ ജയിൽ സൂക്ഷിപ്പുകാരനുമൊത്ത് കയറി മറ്റേ വീട്ടിലൂടെ അയാളുടെ അനുയായികൾ കാണാതെ തിരിച്ചിറങ്ങാനായിരുന്നു അവരുടെ പദ്ധതി. ജയിൽസൂക്ഷിപ്പുകാരന്റെ ആളുകൾ സെറെഫ്സാൻ ബംഗ്ലാവിന്റെ മുന്നിൽ കാത്തുനിൽക്കുന്ന നേരത്ത് അവർ പുറകിലുള്ള വഴിയിലൂടെ പാലത്തിനു നേരെ യാത്ര തിരിച്ചിരിക്കും. ബോസ്ഫറസിനു മറുകരയിൽ ബെയലെർബേയ്ക്കും കുസ്ഗുൻകുക്കിനും ഇടയ്ക്കുള്ള തന്റെ വേനൽക്കാലവസതിയിൽ ആയിരുന്നു ആ വീടുകളിൽ ഒന്നിന്റെ ഉടമ താമസിച്ചിരുന്നത്. രണ്ടുമാസം മുൻപ് തന്നെ കരിങ്കടലിന്റെ തീരത്തിനടുത്തുകൂടി കടൽയാത്ര ചെയ്യാനായി അടുത്ത വീടിന്റെ ഉടമ ഭാര്യയുമായി പുറപ്പെട്ടിരുന്നു. ഫാൽക്കോയും ഹൂറികിനും ഈ വീടുകളുടെ താക്കോൽ മാത്രമല്ല ഈ വീടുകളിലെ മേൽനോട്ടക്കാരായ പാചകക്കാരെ കാഗിത്താനെയിലേക്ക് ക്ഷണിച്ചു കൊണ്ടുള്ള ഹാഫിസ് സെലെബിയുടെ കത്തുകളും കരുതിയിരുന്നു. പിറ്റ്ജാനും ഹൂറികിനും ഫാൽക്കോയും കൂടെ ജയിൽസൂക്ഷിപ്പുകാരനെ കുരുക്കിലാക്കിയ സമയത്ത് ഹാഫിസ് സെലെബി ആ പാചകക്കാർക്ക് ആതിഥ്യമരുളുകയായിരുന്നു.

“അങ്ങുന്നേ, ഞാൻ ഒരു അനാഥയായ പാവം അടിമയാണ്,” സെറാഫ്സാൻ ബംഗ്ലാവിന്റെ പൂന്തോട്ടത്തിലേക്ക് കടക്കുമ്പോൾ ജയിൽ സൂക്ഷിപ്പുകാരന്റെ കൈയിൽ ഇറുക്കെപ്പിടിച്ചുകൊണ്ട് ഹൂറികിൻ പറഞ്ഞു. “എന്നെ വല്ലാച്ചിയയിൽ നിന്ന് ഇവിടേക്ക് പിടിച്ചു കൊണ്ടുവന്നപ്പോൾ ഒൻപതു വയസ്സ് മാത്രമേ ഉണ്ടായിരുന്നുള്ളൂ. എനിക്കാരുമുണ്ടായിരുന്നില്ല. ഒരു വീട്ടിൽ നിന്ന് മറ്റൊരു വീട്ടിലേക്കു എന്നെ കൈമാറിക്കൊണ്ടേയിരുന്നു. അത് ഭീകരമായ ഒരു ജീവിതമായിരുന്നു. എനിക്ക് സ്വസ്ഥമായ ഒരു ജീവിതം വേണം. രത്നങ്ങൾക്കൊപ്പം അങ്ങേക്ക് എന്നെയും എടുക്കാം. അഥവാ എന്നെ വേണ്ടായെന്നുണ്ടെങ്കിൽ മാന്യനായ ഒരു യജമാനനെ ഏല്പിക്കുക. അങ്ങനെയെങ്കിലും എന്നെ ഈ നരകജീവിതത്തിൽ നിന്ന് എന്നെ രക്ഷിക്കുക.”

“നിന്നെപ്പോലെ പുതുമയുള്ള ഒരു ചെറുപ്പക്കാരിയെ വിരലുകൾക്കിടയിലൂടെ ഊർന്നുപോവാൻ അനുവദിച്ചാൽ അതൊരു വിഡ്ഢിത്തമായിരിക്കും. പക്ഷേ ആദ്യം നമുക്ക് ആ രത്നങ്ങൾ ഒന്ന് കാണാം.”

“നമ്മൾ പെട്ടെന്ന് തന്നെ അവയെ കാണും അങ്ങുന്നേ.”

വളരെ മനോഹരമായി അലങ്കരിച്ചിരിക്കുന്ന ഒരു സ്വീകരണ മുറിയിലേക്ക് അവർ പ്രവേശിച്ചു. അടുത്ത നിമിഷം ഹൂറികിൻ കണ്ടത്, തലയ്ക്കു പിറ്റ്ജാനിന്റെ അടിയേറ്റു നിലത്തു കിടന്നുരുളുന്ന ജയിൽസൂക്ഷിപ്പുകാരനെയാണ്. ഒരു നിമിഷം പോലും കളയാതെ ഫാൽക്കോ അയാളുടെ മേൽ ചാടിവീണ ശേഷം കൈയിൽ സൂക്ഷിച്ചിരുന്ന രാസവസ്തു മൂക്കിനോട് ചേർത്തമർത്തി. കൈകളും കാലുകളും ഭദ്രമായി

കെട്ടിയ ശേഷം വളരെ ശ്രമപ്പെട്ടു അവർ അയാളെ ഒരു ചാക്കിലാക്കി. പിറ്റ്ജാനിന്റെ ചുമലിൽ ഏറി സെറെഫ്സാൻ ബംഗ്ലാവിൽ നിന്ന് കൽഫക്കാദിൻ ബംഗ്ലാവിലേക്കു പോകും വഴി ചാക്കുകെട്ടിനുള്ളിൽ കിടന്നും ജയിൽ സൂക്ഷിപ്പുകാരൻ കുതറുന്നുണ്ടായിരുന്നു. അവർ കെട്ടിടങ്ങൾക്ക് പുറകിലുള്ള വഴിയിലെത്തിയപ്പോഴേക്കും കുറച്ചു സമയത്തെ പ്രതിഷേധത്തിന് ശേഷം അയാൾ പൂർണ്ണമായും അബോധാവസ്ഥയിലായി. സെറെഫ്സാൻ ബംഗ്ലാവിനു മുന്നിൽ തങ്ങളുടെ യജമാനന് എന്ത് സംഭവിച്ചു എന്നോർത്ത് അയാളെയും കാത്തിരിക്കുന്ന അനുയായികളെപ്പറ്റി ഓർത്തപ്പോൾ ഫാൽക്കോയും ഹൂറികിനും ചിരിച്ചു പോയി.

പിറ്റ്ജാൻ ഒരു വൈക്കോൽ നിറച്ച വണ്ടിയിൽ കയറി ഡോക്ക് യാർഡ് ജയിലിനു നേരെ കുതിരയെ തെളിക്കാൻ തുടങ്ങി. ഈ പദ്ധതിയിൽ തന്നെയും ഉൾപ്പെടുത്തിയതിൽ പിറ്റ്ജാൻ വളരെ സന്തുഷ്ടനായിരുന്നു. അയാൾക്കും ഫാൽക്കോയ്ക്കുമിടയിലെ മഞ്ഞുരുകാൻ അത് സഹായിച്ചു. ആ സമയംകൊണ്ട് ഹൂറികിൻ തന്റെ വസ്ത്രങ്ങൾ വീണ്ടും മാറുകയും ഫാൽക്കോ കുതിരകളെ തയ്യാറാക്കുകയും ചെയ്തു.

നഗരത്തിൽ അപ്പോഴും കലാപകാരികളുടെ ആരവങ്ങൾ പ്രതിധ്വനിക്കുന്നുണ്ടായിരുന്നു. തഹ്താകാലെയിലെ കച്ചവടക്കാർ കൊള്ളയടിക്കപ്പെടും എന്ന ഭീതി മൂലം തങ്ങളുടെ കടകൾ അടയ്ക്കുകയും നിരപ്പലകകൾകൊണ്ട് വാതിലുകൾ സുരക്ഷിതമാക്കുകയും ചെയ്തു. സഹികെട്ട ആളുകൾ സുൽത്താന്റെയോ പത്രോണ ഹലീലിന്റെയോ സംഘങ്ങളെ കൈയിൽ കിട്ടിയാൽ കൈകാര്യം ചെയ്യാനായി തെരുവുകളുടെ മൂലകളിലും ചത്വരങ്ങളിലും ഊടുവഴികളിലും കൂട്ടം കൂടാൻ തുടങ്ങി. അവർ ഭക്ഷണശാലകളുടെയും സംഭരണശാലകളുടെയും മധുരപലഹാരക്കടകളുടെയും മുന്നിൽ തടിച്ചു കൂടുകയും വാതിലുകളിൽ ശക്തിയായി ഇടിക്കുകയും ചെയ്തു. അറവുകാരുടെ കടകൾക്കു പിന്നിലെ മൃഗങ്ങളുടെ കരച്ചിൽ, കൊള്ളയടിക്കാൻ തയ്യാറായി നിന്നവരുടെ വിശപ്പിനെ ആളിക്കത്തിച്ചു. തങ്ങൾക്കു ലഭിച്ച ആജ്ഞകൾ കർശനമായി നടപ്പാക്കുന്ന തിരക്കിൽ ഗലാട്ടാ പാലത്തിലെ കാവൽഭടന്മാർ ഈ കോലാഹലങ്ങൾക്കിടയിലൂടെ രണ്ടു പട്ടാളക്കാരുടെ അകമ്പടിയോടെ കടന്നുപോയ ഒരു വൈക്കോൽ നിറച്ച കുതിരവണ്ടി ശ്രദ്ധിച്ചതേയില്ല.

കരുത്തൻ യെയെ അപ്പോഴും ഡോക്ക് യാർഡ് ജയിലിലെ അറകളിൽ ഒന്നിൽ കാത്തിരിക്കുകയായിരുന്നു. ഇരുണ്ട ഇടനാഴികളിൽ കാലൊച്ചകൾ കേട്ടതുപോലെ തോന്നിയപ്പോൾ അവൻ വിളക്കിലെ തിരി നീട്ടി ആരെങ്കിലും വരുന്നുണ്ടോ എന്നു പരിശോധിച്ചു. ഒരു മൂങ്ങയുടെ മൂളൽ കേട്ടപ്പോൾ യെയെ ഉച്ചസ്ഥായിയിൽ ഒരു വവ്വാലിന്റെ ശബ്ദം

പുറപ്പെടുവിച്ചു. അസ്ലാൻ ആഗയും ബിന്ദാലി മഹ്മൂതും ശബ്ദം ഉണ്ടാക്കുകയില്ല എന്ന് ഉറപ്പു വരുത്താനായി അവൻ അവരുടെ വായിൽ കൂടുതൽ തുണി തിരുകുകയും ചങ്ങലകൾ കൊണ്ട് ചക്രത്തിൽ ഒന്ന് കൂടി ഉറപ്പിച്ചു ബന്ധിക്കുകയും ചെയ്തിരുന്നു. കാലടി ശബ്ദങ്ങൾ കൂടുതൽ അടുത്തു വരികയായിരുന്നു. യെയെ കഠാരയിൽ പിടിമുറുക്കി. അത് ചിലപ്പോൾ ഉറങ്ങാനൊരു സ്ഥലം തേടി തിരിച്ചുവരുന്ന തടവുകാരോ അസ്ലാൻ ആഗയെയോ ബിന്ദാലി മഹ്മൂതിനെയോ അന്വേഷിച്ചു വരുന്ന അവരുടെ സുഹൃത്തുക്കളോ ആകാം എന്ന് അവനു അറിയാമായിരുന്നു. താൻ സൂക്ഷിക്കേണ്ടിയിരിക്കുന്നു. യെയെ ചിന്തിച്ചു. പെട്ടെന്ന് എന്തോ വസ്തു തറയിലൂടെ വലിച്ചിഴയ്ക്കുന്നതുപോലെ ഒരു ശബ്ദം അവൻ കേട്ടു. ഇടതു കൈയിലെ വിരലുകൾ വലംകൈ കൊണ്ട് മുറുകെ പിടിച്ചിട്ട് തന്റെ തള്ളവിരലുകൾ അവൻ ചുണ്ടിലേക്കുയർത്തി.

ഇടനാഴിയിൽ വീണ്ടും വ്യാപിച്ച നിശ്ശബ്ദതയെ ഭഞ്ജിച്ചു കൊണ്ട് ഒരു പ്രാവിന്റെ കുറുകലുയർന്നു. എല്ലാവരും നടുങ്ങിപ്പോയി. പ്രാവുകൾക്ക് പാമ്പുകളെ പേടിയാണ് എന്ന് പിറ്റ്ജാനിനു അറിയാമായിരുന്നു. അയാൾ പാമ്പ് ചീറ്റുന്നതുപോലെയുള്ള ശബ്ദമുണ്ടാക്കിയിട്ടു പ്രാവിന്റെ ചിറകടി ശബ്ദത്തിനായി കാതോർത്തു. വീണ്ടും പരന്ന നിശ്ശബ്ദത അതൊരു പ്രാവായിരുന്നില്ല എന്ന ഉറപ്പു നൽകിയതോടെ കാത്തിരിക്കുന്നതാണ് നല്ലത് എന്നവർ തീരുമാനിച്ചു. യെയെ അപ്പോഴും ഒരു മൂങ്ങയുടെ ശബ്ദത്തിനായി കാതോർത്ത് ഇരിക്കുകയായിരുന്നു. കനത്ത ഇരുട്ട് കട്ട പിടിച്ച ഒരു തടവറയിൽ ആണ് നിൽക്കുന്നത് എന്ന തണുത്ത സത്യം അവരോരോരുത്തരും പതുക്കെ അനുഭവിച്ചു തുടങ്ങി.

അലർച്ചകളും നിലവിളികളും പ്രതിധ്വനിക്കുന്ന ഒരിടമായിട്ടാണ് തടവറകളെ അവർ കണക്കാക്കിയിരുന്നത്. അങ്ങനെയുള്ള ഒരു സ്ഥലത്തെ നിശ്ശബ്ദത വിഴുങ്ങുന്നത് അസഹനീയവും ഭയാനകവുമായ ഒരു അനുഭവമായിരുന്നു. ഊർപ്പം പിടിച്ച ആ ഭിത്തികൾക്കുള്ളിലെ ഏകാന്തവും അവസാനമില്ലാത്തതുമായ രാത്രികളിൽ വല്ലപ്പോഴും നിരപരാധികളായ തടവുകാരുടെ ഹൃദയം പിളർക്കുന്ന കരച്ചിൽ ഉയരാറുണ്ടായിരുന്നു. ഇരുണ്ടു നീണ്ട പകലുകളിൽ ആ മുറികളിൽ അടയ്ക്കപ്പെട്ടിരുന്ന തടവുപുള്ളികൾ പുറംലോകത്തെ മനുഷ്യർ രാവിലെ ജോലിസ്ഥലങ്ങളിലേക്കു പോകുന്നതും വൈകുന്നേരം കടകൾ അടച്ചു വീടുകളിലേക്ക് തിരിച്ചുപോകുന്നതും ഇരുട്ടിൽ വിളക്കുകൾ കൊളുത്തുന്നതും ചെടികളെ പരിചരിക്കുകയും പൂക്കളുടെ സുഗന്ധമാസ്വദിക്കുകയും ചെയ്യുന്നത് മനസ്സിൽ കണ്ടു ആശ്വസിക്കാൻ ശ്രമിക്കുമായിരുന്നു.

തന്റെ ചാക്കിനകത്ത് ചെറിയ അനക്കങ്ങൾ പിറ്റ്ജാനിന് അനുഭവപ്പെട്ടു തുടങ്ങി. കെട്ടഴിച്ച ശേഷം അതിനകത്തെ മനുഷ്യന്റെ കഴുത്തിലേക്കു തന്റെ കഠാര ചേർത്തുവച്ചുകൊണ്ട് നിശ്ശബ്ദനായിരിക്കുവാൻ അയാൾ അടയാളം നൽകി. എന്താണ് സംഭവിക്കുന്നത് എന്നും ആരാണ് തനിക്കു മീതെ നിൽക്കുന്നതും മനസ്സിലാവാതെ ജയിൽ

സൂക്ഷിപ്പുകാരൻ കണ്ണുകൾ ചിമ്മി. ചുറ്റുപാടുകൾ മനസ്സിലാക്കാനും തന്റെ വായിലെ തുണി മാറ്റാനും വെപ്രാളത്തോടെ ശ്രമിച്ചു. അയാളെ നില വിളിക്കാൻ അനുവദിക്കുന്നതാവും നല്ലത് എന്ന് നിശ്ചയിച്ച ഹൂറികാൻ ആ തുണി വലിച്ചു മാറ്റി. നിമിഷങ്ങൾക്കകം ജയിൽസൂക്ഷിപ്പുകാരന്റെ അലർച്ച ജയിലിൽ ആകെ പ്രതിധ്വനിച്ചു. യെയെ കാത്തിരിക്കുന്ന അറ യിലും അതിന്റെ പ്രതിധ്വനി അലയടിച്ചു. അവനു ആ ശബ്ദം തിരിച്ചറി യാൻ കഴിയാതിരുന്നതുകൊണ്ട് ശ്രദ്ധയോടെ കാത്തിരിക്കാൻ യെയെ തീരുമാനിച്ചു. പക്ഷേ ആ കരച്ചിൽ തനിക്കു കേൾക്കാൻ വേണ്ടി മാത്ര മായിരുന്നു എന്ന് അവനുറപ്പുണ്ടായിരുന്നു.

ഇടനാഴിയിലൂടെ സൂക്ഷ്മതയോടെ മുന്നോട്ടു നടന്നുകൊണ്ട് യെയെ ചോദിച്ചു. “ആരാണത്?”

“നീയെന്നെ ഭയപ്പെടുത്തി കൊല്ലാറാക്കി.” പരിചയമുള്ള ഒരു ശബ്ദം മറുപടി നൽകി.

കുതിരവണ്ടി ഒളിപ്പിക്കുകയും കുതിരകൾക്ക് വയറു നിറയെ വൈക്കോലും വെള്ളവും നൽകുകയും ചെയ്തതിനു ശേഷം ചോദ്യം ചെയ്യലുകൾ നിരീക്ഷിക്കുക എന്ന ജോലി പിറ്റ്ജാൻ ഏറ്റെടുത്തു.

അടുത്തടുത്തുള്ള അറകളിൽ വച്ചു ഫാൽക്കോയും ഹൂറികിനും യെയെയും അസ്ലാൻ ആഗയെയും ജയിൽസൂക്ഷിപ്പുകാരനെയും ബിന്ദാലി മഹ്മൂതിനെയും ചോദ്യം ചെയ്യാൻ തുടങ്ങി.

ചോദ്യം 62

വിധിയുടെ കാറ്റ് ഏതു ദിശയിലാണ് വീശാൻ പോകുന്നത്?

ബോസ്ഫറസിനപ്പുറം പുകമഞ്ഞു മൂടിയ സ്കട്ടറിയുടെ ചക്രവാളത്തിലേക്ക് ദുഃഖത്തോടെ നോക്കി നിൽക്കുകയായിരുന്നു സുൽത്താൻ. സെരാഗ്ലിയോയ്ക്ക് ചുറ്റുമൊഴുകുന്ന നദിയിൽ ചുവന്ന പ്രഭാതകിരണങ്ങൾ പ്രതിഫലിച്ചു തുടങ്ങിയിരുന്നു. ഗോപുരത്തിന് മുകളിൽ നിന്ന് താഴേക്കു നോക്കുമ്പോൾ കൊട്ടാരത്തിലെ പൂന്തോട്ടത്തിലെ നീണ്ടുയർന്ന പോപ്ലാറുകൾക്കും പുരാതനമായ വമ്പൻ തണൽവൃക്ഷങ്ങൾക്കും കീഴിലൂടെ അന്തപ്പുരവാസികളും കുന്തക്കാരും മറ്റും വെപ്രാളത്തോടെ തിരക്ക് പിടിച്ചു നടക്കുന്നത് അദ്ദേഹത്തിനു കാണാമായിരുന്നു. താൻ സ്കട്ടറിയിൽ നിന്ന് തിരിച്ചുവന്നത് ശരിയായോ? മുഖ്യന്യായാധിപൻ ഇസഹാക്ക് എഫെൻഡിയോടും മൂന്നു കാവൽക്കാരോടും ഒപ്പം ഇനിയെന്താണ് ചെയ്യേണ്ടത് എന്നാലോചിച്ച് അദ്ദേഹം മൂന്നു രാത്രികൾ ഉറക്കമില്ലാതെ ഇരുന്നിരുന്നു.

അന്ന് രാവിലെ സ്കട്ടറിയിൽ നിന്ന് തിരിച്ചു വരുന്ന വഴി ആളുകളുടെ ആരവവും മന്ത്രിമുഖ്യൻ ഇബ്രാഹിം പാഷയുടെയും നാവികസേനാപതി കയ്മാക് മുസ്തഫ പാഷയുടെയും തനിക്ക് ഏറെ ഇഷ്ടമുണ്ടായിരുന്ന അന്തപ്പുര കാര്യക്കാരന്റെയും മൃതശരീരങ്ങൾ വലിച്ചുകൊണ്ടുപോകുന്ന വണ്ടികളുടെ ചക്രങ്ങൾ തറയിലുരയുന്ന ശബ്ദവും അദ്ദേഹത്തിനു കേൾക്കേണ്ടി വന്നു. മൂന്നു ശരീരങ്ങളുടെയും കഴുത്തിൽ നീലയും കറുപ്പും കലർന്ന അടയാളങ്ങൾ തെളിഞ്ഞു കാണാമായിരുന്നു. അക്രമാസക്തമായ ജനക്കൂട്ടം വന്യമായി കൈകാര്യം ചെയ്ത ആ ശരീരങ്ങളിൽ അവശേഷിച്ച മാംസവും അസ്ഥികളും വളരെ രഹസ്യമായ സ്ഥലത്ത് ഒരു പ്രാർത്ഥന പോലും ചെയ്യാതെ മറവു ചെയ്തു എന്നു കേട്ട് സുൽത്താൻ പശ്ചാത്താപം കൊണ്ടു നീറി.

ഉയർന്ന ഉദ്യോഗസ്ഥന്മാരെല്ലാം തന്നെ സഭയിൽ ഹാജരായി കഴിഞ്ഞിരുന്നു. സുൽത്താൻ അദ്ദേഹത്തിന്റെ ഔദ്യോഗിക മുറിയിൽ നിന്ന് പുറത്തിറങ്ങിയപ്പോൾ അയാസോഫിയ പള്ളിയുടെ മുകളിൽ ആളുകൾ ചലിക്കുന്നത് ശ്രദ്ധിച്ചു. അവർ നിശ്ചയമായും കൊട്ടാരത്തിലെ നീക്കങ്ങൾ നിരീക്ഷിക്കുകയാണ്. അതിനർത്ഥം വിപ്ലവകാരികൾ അടങ്ങിയിട്ടില്ല എന്നുതന്നെയാണ്.

ഇന്ന് മുതൽ നിങ്ങളുടെ പുറകേ ഞാനുണ്ടാവും എന്ന് അദ്ദേഹം പ്രതിജ്ഞയെടുത്തു. പക്ഷേ സഭയിലെത്തിയപ്പോൾ സ്വകാര്യ ഔദ്യോഗിക മുറിയിലെ ശാന്തവും നിശ്ശബ്ദവുമായ അന്തരീക്ഷത്തിൽ താൻ എടുത്ത തീരുമാനങ്ങൾ നടപ്പിലാക്കാൻ സാധിക്കുകയില്ല എന്ന് അദ്ദേഹത്തിനു ബോധ്യമായി. പത്രോണ ഹലീലിന്റെയും മുസ്ലൂ ബേസിന്റെയും ആളുകൾ അതിനകം അവിടെയെത്തി മന്ത്രിമാരുമായി വാക്കുതർക്കം തുടങ്ങിക്കഴിഞ്ഞിരുന്നു. മദ്ധ്യസ്ഥനായി പ്രവർത്തിച്ചുകൊണ്ട് പ്രഭാഷകൻ ഇസ്പിരിസെയ്ദും അവരുടെ കൂട്ടത്തിൽ ഉണ്ടായിരുന്നു. സുൽത്താൻ പ്രവേശിച്ചപ്പോൾ അവിടെയാകെ പൂർണ്ണമായ നിശ്ശബ്ദത പടർന്നു. എല്ലാവരും മുന്നിൽ കൈകൾ കൂട്ടിപ്പിടിച്ചുകൊണ്ട് അനക്കമില്ലാതെ നിന്നു.

സുൽത്താൻ തന്റെ സിംഹാസനത്തിനു നേരെ നീങ്ങിയപ്പോൾ ചുണങ്ങൻ മുസ്തഫ പറഞ്ഞു, “തിരുമേനീ, അങ്ങയുടെ പട്ടാളക്കാരും ജനങ്ങളും അങ്ങയോടു വളരെ വിരോധത്തിലാണ്.”

“എന്തുകൊണ്ടാണത്?”

“മന്ത്രിമുഖ്യനെ വധിക്കുന്നതിന് പകരം അങ്ങ് പ്രമുഖ രോമവ്യാപാരിയായ മനോളിന്റെ മൃതശരീരമാണ് അയച്ചു തന്നത്.” സുൽത്താൻ തന്റെ മുഷ്ടി ചുരുട്ടി രൂക്ഷമായി തുറിച്ചു നോക്കി. അദ്ദേഹത്തിന്റെ കീഴ്ച്ചുണ്ട് വിറയ്ക്കാൻ തുടങ്ങി. ഭയം മൂലം ചുണങ്ങൻ മുസ്തഫ ഒരടി പുറകിലേക്ക് മാറുകയും സഭാംഗങ്ങളെല്ലാം തലകുനിക്കുകയും ചെയ്തു. തൂക്കിക്കൊന്ന ശേഷം കൊട്ടാരമുറ്റത്തു പ്രദർശിപ്പിച്ച ശരീരം ഇബ്രാഹിം പാഷയുടേതു തന്നെയാണ് എന്ന് സുൽത്താനെപ്പോലെ തന്നെ അവർക്കെല്ലാം അറിയാമായിരുന്നു. തന്റെ മകളെ ഗതികേടുകൊണ്ട് ഒരു വിധവയാക്കി മാറ്റിയിട്ടു പോലും ഇബ്രാഹിം പാഷയെ അല്ല രോമവ്യാപാരിയായ മനോളിനെയാണ് കൊന്നത് എന്നാണ് സുൽത്താനുമേൽ വിപ്ലവകാരികൾ ആരോപിക്കുന്ന കുറ്റം. ഇബ്രാഹിം പാഷയുടെ മുഖത്ത് ഒരു ചുവന്ന താടിയുണ്ടായിരുന്നു. അതേ സമയം മനോളിനു സ്വർണ്ണ നിറത്തിലുള്ള മേൽമീശയും നീലക്കണ്ണുകളുമാണ് ഉണ്ടായിരുന്നത്. അയാൾക്ക് താടിമീശ ഉണ്ടായിരുന്നില്ല. ആ ശരീരം ഇബ്രാഹിം പാഷയുടേതാണ് എന്ന് കലാപകാരികൾ വിശ്വസിക്കാത്ത പക്ഷം എന്തിനാണ് അതു ചിതറിത്തെറിക്കാനായി ഒരു കുതിരയുടെ വാലിൽ കെട്ടി ഇമ്പീരിയൽ കവാടംവരെ അതിനെ ഓടിച്ചത്? എന്തോ പദ്ധതി ഇതിനു പിന്നിലുണ്ട്. തനിക്കു ചുറ്റുമുള്ള മനുഷ്യരെ സുൽത്താൻ ഉറ്റുനോക്കി. അവരെല്ലാം സ്വന്തം പാദങ്ങളിലേക്കു നോക്കി നിശ്ചലരും നിശ്ശബ്ദരുമായി നിൽക്കുകയാണ്.

“എന്ത് നന്ദികെട്ട തന്തയില്ലാത്തവന്മാരാണ് നിങ്ങളൊക്കെ? എന്ത് അടിസ്ഥാനത്തിലാണ് ഈ തരം താണ അധമന്മാർ ഇത്തരം ഒരു ആരോപണം ഉന്നയിക്കുന്നത്?” സുൽത്താൻ നിലവിളിക്കുന്നതു പോലെയാണ് പറഞ്ഞത്. അദ്ദേഹത്തിന്റെ ദേഷ്യം അധികരിക്കുകയായിരുന്നു.

"ഞാൻ തന്നെയാണ് മന്ത്രിമുഖ്യനെ നിങ്ങളുടെ കൈകളിലേക്ക് തന്നത്. അദ്ദേഹത്തിന്റെ മരണത്തിന്റെ ദുഃഖാചരണം പോലും കഴിഞ്ഞിട്ടില്ലാത്ത ഈ അവസരത്തിൽ എന്നെ ഒരു കള്ളൻ എന്നു വിളിക്കാൻ മാത്രം ധിക്കാരം നിങ്ങൾക്കായോ? നിങ്ങൾക്ക് മനസ്സാക്ഷിയില്ലേ? നിങ്ങൾക്ക് മാന്യതയില്ലേ? എന്തൊരു വിഡ്ഢിത്തമാണിത്?"

"അങ്ങുന്നേ," പ്രഭാഷകൻ ഇസ്പിരിസെയ്ദ് പ്രീണനസ്വരത്തിൽ പറഞ്ഞു. "അങ്ങയുടെ പ്രജകൾ പറയുന്നത് ഇനി അവർക്ക് അങ്ങയെ വേണ്ട എന്നാണ്."

"ശരിക്കും? നിങ്ങൾ ഒരു കുരങ്ങു തന്നെയാണ് എന്ന് വ്യക്തമായി ക്കഴിഞ്ഞു. ഞാൻ നിങ്ങളെപ്പറ്റി അങ്ങനെ പറഞ്ഞു എന്ന് അവരോടു പറയൂ."

ഈ നിമിഷത്തിൽ മുഖ്യ ന്യായാധിപൻ ഇസഹാക്ക് എഫെൻഡിയും കാവൽഭടന്മാരും തങ്ങളുടെ കഠാരകളിൽ കൈ വച്ചു. പക്ഷേ നിയന്ത്രി ക്കാൻ അടയാളം നൽകുന്നത് പോലെ സുൽത്താൻ ഇസഹാക്കിന്റെ കൈത്തണ്ടയിൽ തൊട്ടു.

"തിരുമേനീ," പട്ടാളമേധാവി പാലിദ് ഹസൻ ഇടപെട്ടു. "ജീവൻ പോലും അങ്ങേക്കായി ബലി അർപ്പിക്കാൻ തയ്യാറായിട്ടുള്ള അടിമ കളാണ് ഞങ്ങൾ. പക്ഷേ പത്രോണ ഹലീലും അവന്റെ അനുയായി കളും ഇക്കാര്യത്തിന് വേണ്ടി ഒറ്റക്കെട്ടായി നിൽക്കുകയാണ്. നമ്മൾ അവരുടെ മനസ്സ് മാറ്റാൻ ശ്രമിച്ചാൽ...."

"ഭീതി കൊണ്ടുള്ള ഈ പതുങ്ങൽ മതിയാക്കൂ മനുഷ്യാ. എന്നെ യാണ് അവർ നിരസിക്കുന്നതെങ്കിൽ എന്റെ പ്രിയപ്പെട്ട മന്ത്രിമുഖ്യന്റെ ജീവൻ ഇന്നലെ എടുത്തതെന്തിന്? നിങ്ങൾക്കെതിരെ ഒരു സൈന്യത്തെ ഒരുക്കാൻ ശ്രമിച്ചതിനല്ലേ ആ പാവത്തിന്റെ ജീവൻ ബലി കൊടുത്തത്? ഓട്ടോമാൻ സാമ്രാജ്യത്തിന്റെ ശക്തി നിങ്ങളുടെ കൈയിൽ എന്നേക്കു മായി ഒതുങ്ങി നിൽക്കും എന്ന് നിങ്ങൾ കരുതുന്നുണ്ടോ? അതാണോ നിങ്ങൾ ആഗ്രഹിക്കുന്നത്? അങ്ങനെയാണെങ്കിൽ എന്തുകൊണ്ട് എന്റെ മന്ത്രിമുഖ്യനെ എടുക്കുന്നതിനു പകരം എനിക്കെതിരെ ഒരു ഫത്വ പുറ പ്പെടുവിക്കാൻ നിങ്ങൾ ഷെയ്ക്ക് അൽ ഇസ്ലാമിനോട് പറഞ്ഞില്ല?"

"തിരുമേനീ, ഇന്നലെ അദ്ദേഹത്തിനു അങ്ങയെ പുറത്താക്കാനുള്ള ഫത്വ പുറപ്പെടുവിക്കാൻ കഴിയുമായിരുന്നില്ല. അങ്ങയുടെ കള്ളം ഇന്നാണ് പുറത്തായത്. അതുമൂലമാണ് ഷെയ്ക്ക് അൽ ഇസ്ലാം ഇന്ന് ഫത്വ പുറ പ്പെടുവിച്ചിരിക്കുന്നത്."

അപ്പോൾ മാത്രമാണ് സുൽത്താന് ഇവർ അദ്ദേഹത്തെ അധികാര ത്തിൽ നിന്ന് പുറത്താക്കാനാണ് വന്നതെന്ന് മനസ്സിലായത്. മധ്യേഷ്യ യിൽ നിന്ന് കടമെടുത്ത ടർക്കിഷ് ആചാരമനുസരിച്ച് കള്ളം പറഞ്ഞു എന്ന് തെളിയിക്കപ്പെട്ട ഒരാൾക്ക് ഭരണാധികാരിയായി തുടരാനുള്ള അധികാരമില്ല.

"ശരിക്കും? എന്നാൽ പറയൂ, എന്താണ് ഞാൻ പറഞ്ഞ കള്ളം?"

"മന്ത്രിമുഖ്യന്റെ ശവത്തിനു പകരം അങ്ങ് ഞങ്ങൾക്കു തന്നത് മനോളിന്റെ ശരീരമാണ്."

"ഓഹോ! നിങ്ങൾ എല്ലാം നന്നായി ആസൂത്രണം ചെയ്തിട്ടാണല്ലോ വന്നിരിക്കുന്നത്?" സുൽത്താൻ പറഞ്ഞു. "ഇത് തബ്രീസിൽ മരിച്ച സൈനികർക്കുവേണ്ടിയുള്ള ഒരു പ്രതികാര നടപടിയാണെന്ന് ഞാൻ മനസ്സിലാക്കുന്നു. അല്ലായിരുന്നെങ്കിൽ നിങ്ങളെപ്പോലുള്ള നിന്ദ്യരും അധമരുമായ മനുഷ്യർ ഇതിനു തുനിയുകയില്ലായിരുന്നു."

കുറച്ചു നേരം സുൽത്താൻ നിശ്ശബ്ദനായി നിന്നു. എന്താണ് അടുത്ത നീക്കമെന്ന് ചിന്തിച്ചു നിന്ന അദ്ദേഹത്തിന്റെ മിഴികൾ അദൃശ്യമായ ഏതോ ബിന്ദുവിൽ തറഞ്ഞു നിന്നിരുന്നു.

"എന്റെ കുടുംബത്തിനോ കുട്ടികൾക്കോ യാതൊരു കുഴപ്പവും ഉണ്ടാവുകയില്ല എന്ന വ്യവസ്ഥയിൽ ഞാൻ എന്റെ സിംഹാസനം ഒഴിഞ്ഞു തരാം." മൃദുല സ്വരത്തിൽ അദ്ദേഹം പറഞ്ഞു. "നിങ്ങളുടെയൊക്കെ മുന്നിൽ ഞാൻ അത് ഖുർ-ആനെ സാക്ഷിയാക്കി സത്യം ചെയ്യുന്നു. മറ്റൊരു കാര്യം, എന്റെ പിൻഗാമി, അതാരായാലും ഓട്ടോമാൻ സാമ്രാജ്യത്തിലെ രാജകുമാരന്മാരിൽ നിന്നു ഒരാളാവണം."

"അങ്ങയുടെ ജീവിതം ഞങ്ങളുടെ ജീവിതം പോലെ വിലപ്പെട്ടതാണ്. അങ്ങയുടെ അഭിമാനം ഞങ്ങളുടെയും അഭിമാനമാണ്." പട്ടാള മേധാവി പാലിദ് ഹസ്സൻ പറഞ്ഞു. "അങ്ങേക്കും കുടുംബത്തിനും സിറാഗൻ കൊട്ടാരത്തിൽ താമസിക്കാം. ഒസ്മാന്റെ വിശുദ്ധ സിംഹാസനത്തിന്റെ അടുത്ത അവകാശി അങ്ങയുടെ മരുമകനായ മഹമൂദ് എഫെൻഡിയാവട്ടെ. ഇന്ന് വെള്ളിയാഴ്ചയാണ്. നമ്മുടെ വിശുദ്ധ ദിവസമായ ഇന്ന് തന്നെ പുതിയ സുൽത്താനു കിരീടധാരണം നടത്തുകയും മരണമടഞ്ഞ ഇയ്യൂപ് സുൽത്താന്റെ സാന്നിധ്യത്തിൽ പള്ളിവാൾ ഏല്പിക്കുകയും ചെയ്യുകയാണ് വേണ്ടത്. നഗരത്തിൽ വിപ്ലവം നടക്കുന്ന ഈ അവസ്ഥയിൽ അധികാര കേന്ദ്രത്തിൽ ശൂന്യത അനുഭവപ്പെടുന്നത് നല്ലതല്ല."

സുൽത്താൻ സ്ഥലം വിടാനുള്ള തന്റെ ആഗ്രഹം ഒരു ആംഗ്യത്തിലൂടെ പ്രകടമാക്കി. മുഖ്യന്യായാധിപൻ ഇസഹാക്ക് എഫെൻഡി അദ്ദേഹത്തെ അനുഗമിക്കാൻ തുടങ്ങുന്നത് കണ്ടു സുൽത്താൻ അദ്ദേഹത്തോട് മന്ത്രിച്ചു. "നീ വേണ്ടതൊക്കെ ചെയ്ത് ഇവിടെ നിൽക്കൂ. നിങ്ങൾക്ക് എന്റെ എല്ലാ ആശംസകളും അനുഗ്രഹങ്ങളുമുണ്ട്."

അന്തപ്പുരത്തിലെ നപുംസകങ്ങളുടെ തലവനും മുഖ്യ ആരാച്ചാരും കൂടി കൈ കോർത്തുപിടിച്ച് തന്റെ മരുമകൻ മഹ്മൂത് രാജകുമാരനുമായി വരുന്നത് സുൽത്താൻ കണ്ടു. രാജകുമാരന്റെ ഇരുവശങ്ങളിലുമായി നടന്നു വന്ന അവർക്ക് തങ്ങളുടെ പഴയ യജമാനന്റെ മുഖത്തു നോക്കാനുള്ള ധൈര്യമില്ലാത്തതിനാൽ മുന്നോട്ടു വരാതെ പകുതി വഴിയിൽ

തന്നെ നിന്നു. രാജകുമാരൻ കിടുകിടാ വിറയ്ക്കുകയായിരുന്നു. താൻ സുൽത്താൻ ആവാൻ പോവുകയാണ് എന്ന് അയാൾക്ക് ഊഹവും ഉണ്ടായിരുന്നില്ല. ഏതോ ചതിയിൽ വീണു താൻ കൊല്ലപ്പെടാൻ പോവുകയാണെന്നാണ് അയാൾ ധരിച്ചിരുന്നത്. എന്ത് വിചിത്രമായ വഴിത്തിരിവുകളാണ് ജീവിതത്തിൽ! മഹ്മൂതിന്റെ അച്ഛനെ സിംഹാസനത്തിൽ നിന്ന് നിഷ്കാസിതനാക്കിയ ദിവസം താൻ ഭയന്നു വിറച്ചുകൊണ്ട് ആ സഭയുടെ നടുക്ക് വന്നു നിന്ന ദിവസം സുൽത്താൻ ഓർത്തു.

രാജകുമാരന്റെ മുഖത്ത് ഭയവും പ്രതീക്ഷയും കലർന്ന് ഒരു ഭാവമാണ് ഉണ്ടായിരുന്നത്. ഒരു സംഗീത സംവിധായകനായും കവിയായും കൈയെഴുത്തു വിദഗ്ദ്ധനായും ജോലി ചെയ്തുകൊണ്ട് ശാന്തമായ ഒരു ജീവിതം രാജകുമാരന്മാരുടെ താമസസ്ഥലത്ത് നയിച്ചിരുന്ന അയാൾക്ക്, തന്നെ ഈ സഭയിലേക്ക് കൊണ്ടുവന്നത് ഓട്ടോമാൻ സാമ്രാജ്യത്തിന്റെ ഇരുപത്തിനാലാം സുൽത്താനായി വാഴിക്കാനാണ് എന്ന് എങ്ങനെ അറിയാനാണ്? ഈ കഴുകന്മാരുടെ താത്പര്യങ്ങൾക്കായി അയാൾ നിന്ന് കൊടുക്കുമായിരുന്നോ? തന്റെ അവസ്ഥ ഒരു നിമിഷം മറന്നിട്ടു സുൽത്താൻ അയാളുടെ അവസ്ഥയെ പറ്റി ദയയോടെ ചിന്തിച്ചു. ആ സമയത്ത് അദ്ദേഹം അഹമ്മദ് രാജകുമാരനെ പറ്റി ഓർക്കുകയും അവന് ഈ ചതിയിലൊന്നും പെടാതെ ജീവിച്ചു മരിക്കാൻ കഴിഞ്ഞല്ലോ എന്നോർത്തു സന്തോഷം തോന്നുകയും ചെയ്തു.

ഈ സഹോദരന്മാരിൽ ആരാണ് കൂടുതൽ ഭാഗ്യവാൻ എന്നത് ഒരു സംവാദത്തിനുള്ള വിഷയമാണ്. മരിച്ചു എന്ന് അദ്ദേഹം കരുതുന്ന അഹമദ് രാജകുമാരന് സിംഹാസനത്തിൽ കണ്ണുണ്ടായിരുന്നോ എന്ന് അറിയാൻ ഇനി ഒരു മാർഗ്ഗവുമില്ല. അങ്ങനെയുള്ള താത്പര്യങ്ങൾ ഒരിക്കലും പ്രദർശിപ്പിക്കാതിരുന്ന അയാളുടെ അർദ്ധസഹോദരനാണ് ഇപ്പോൾ ചക്രവർത്തിയാകാൻ പോകുന്നത്. മരണത്തേക്കാൾ ഭീകരമായ വിധിയിൽ നിന്നാണോ അഹമദ് രാജകുമാരൻ രക്ഷപ്പെട്ടത്? ജീവിച്ചിരിക്കുന്നതിലൂടെ മഹ്മൂത് രാജകുമാരൻ കഷ്ടപ്പെടാൻ പോവുകയാണോ? ഭാരമേറിയ ഹൃദയത്തോടെ സുൽത്താൻ, രാജകുമാരന്റെ നെറുകയിൽ ചുംബിക്കുകയും അവന്റെ തോളിൽ കൈ വയ്ക്കുകയും ചെയ്തു.

“ചെറുപ്പക്കാരാ, നിന്റെ അച്ഛൻ മരിച്ചു പോയ മുസ്തഫ ഖാനും ഇതുപോലെ നികൃഷ്ടരായ ഉദ്യോഗസ്ഥരുടെ കൈയിൽ പെടുകയാണുണ്ടായത്. നീയിപ്പോൾ ഇരിക്കാൻ പോകുന്ന സിംഹാസനത്തിൽ നിന്ന് ഞങ്ങൾ രണ്ടുപേരും നിഷ്കാസിതരായത് മറ്റുള്ളവരെ കാര്യങ്ങൾ ഏല്പിച്ചതുകൊണ്ടാണ്. നീ പാഠങ്ങൾ ഞങ്ങളുടെ ജീവിതത്തിൽ നിന്ന് ഉൾക്കൊള്ളണം. ആർക്കും കീഴടങ്ങരുത്. ശക്തനും നീതിമാനുമായിരിക്കുക. അർഹിക്കുന്നവരോട് ദയ കാണിക്കണം. പാവങ്ങളുടെ ദയനീയാവസ്ഥയെ ബഹുമാനിക്കണം. ഞാൻ ചെയ്തതു പോലെ ആരുടെയും പണം സ്വന്തമാക്കരുത്. എന്റെ രാജകുമാരന്മാരെ ഞാൻ നിന്നെ ഏല്പിക്കുകയാണ്. ഓട്ടോമാൻ സാമ്രാജ്യത്തിന്റെ മഹത്ത്വം അവരെ കാത്തു

രക്ഷിക്കട്ടെ. ഓട്ടോമാൻ സാമ്രാജ്യം അതിന്റെ എല്ലാ ശൗര്യത്തോടെയും കീർത്തിയോടെയും എന്നേക്കും നീണാൾ വാഴട്ടെ!”

കണ്ണുനീരടക്കാൻ ശ്രമിച്ചു കൊണ്ട് സുൽത്താൻ അഹമദ് രാജകുമാരന്മാരുടെ താമസസ്ഥലത്തിന് മുന്നിലെ കല്ലുകൾ പാകിയ ലളിതമായ മുറ്റത്തേക്ക് നയിക്കുന്ന ഇരുണ്ട ഇടനാഴിയിലേക്കു തിരിഞ്ഞു. അന്തപ്പുരത്തിന്റെ ജനാലകളിലൂടെ രംഗം വീക്ഷിച്ചുകൊണ്ടിരുന്നവർക്ക് സുൽത്താൻ ഒറ്റയ്ക്ക് സഭ വിട്ടുപോകുന്നത് കണ്ടപ്പോഴാണ് കാര്യത്തിന്റെ ഗൗരവം മനസ്സിലായത്. തന്റെ കൈയിലിരുന്ന ഒരു പട്ടിക നോക്കി പാലിദ് ഹസ്സൻ ചുറ്റും കൂടിയ അലവലാതികൾക്ക് സ്ഥാനമാനങ്ങൾ വീതിച്ചു കൊടുക്കുന്നത് നോക്കി ഓട്ടോമാൻ കുടുംബത്തിലെ അംഗങ്ങൾ നിരാശയോടെ നിന്നു.

നഗരത്തിൽ അതുവരെ കൊള്ളയടിക്കപ്പെടാത്ത കടകൾ അടഞ്ഞു തന്നെ കിടന്നു. അല്പം റൊട്ടിക്കും ഭക്ഷണത്തിനുമായി അപ്പോഴും ആളുകൾ സാധിക്കുന്ന ഇടങ്ങൾ എല്ലാം കുത്തിത്തുറന്ന് പരിശോധിക്കുന്നുണ്ടായിരുന്നു. ഇസ്താംബൂളിൽ ഇനിയെങ്കിലും അല്പം അച്ചടക്കം നടപ്പിൽ വരുത്താനുള്ള നടപടികൾ എടുക്കുന്നതിനു വേണ്ടി മുസ്ലൂബേസ് ഇസ്പിരിസെയ്ദിനെ നിരന്തരം ശല്യം ചെയ്യാൻ തുടങ്ങി.

“കാത്തിരിക്കൂ.” ഇസ്പിരിസെയ്ദ് പറഞ്ഞു.

“സത്യപ്രതിജ്ഞ ചെയ്യാത്ത സുൽത്താന്റെ പേരിൽ കല്പനകൾ ഇറക്കാൻ പറ്റില്ല. ആരും അദ്ദേഹത്തിന്റെ ആജ്ഞകൾ അനുസരിക്കുകയില്ല. സുൽത്താന്റെ ആദ്യത്തെ കല്പനകളിൽ ഒന്ന് സദാബാത്ത് സമ്മേളനശാലയെ സംബന്ധിച്ചായിരിക്കും. നിങ്ങൾ നോക്കിക്കോ.”

ചോദ്യം 63
ഓർക്കുന്നുണ്ടോ?

"ഏതു നിമിഷവും ഞാൻ തീ കൊളുത്താൻ തയ്യാറായി ഈ അരണി മരത്തടിയും പിടിച്ചും നിങ്ങൾ വെടിമരുന്നിന്റെ വീപ്പ മേലും ആണ് ഇരിപ്പ് എന്നും അറിയാമല്ലോ ഇല്ലേ?"

മറുപടിയില്ല.

"ദയവായി ഞാൻ ചോദിക്കുന്ന ചോദ്യങ്ങൾക്ക് ഉത്തരം പറയൂ. നമുക്ക് രണ്ടുപേർക്കും അങ്ങനെ ധാരാളം സമയം ലാഭിക്കാം."

മൂന്നു വ്യത്യസ്ത അറകളിൽ ഇതുപോലെയുള്ള ചോദ്യങ്ങൾ ആവർത്തിച്ചുകൊണ്ടേയിരുന്നു. ഓരോ മുറിയുടെ നടുക്കും തടി കൊണ്ടുള്ള ഒരു മഞ്ചലും അതിനടിയിൽ വെടിമരുന്നിന്റെ ചെറുവീപ്പ കളും ക്രമീകരിച്ചിരുന്നു. ഓരോ മഞ്ചലിലും കൈകാലുകൾ ചങ്ങല കൊണ്ട് ബന്ധിച്ച നിലയിൽ ഓരോരുത്തർ കിടപ്പുണ്ടായിരുന്നു. വിസ്മയം ജനിപ്പിക്കുന്നയത്ര വിശാലമായ പീഡനോപകരണങ്ങളുടെ ഒരു വലിയ ശേഖരം തന്നെ ജയിലിൽ ഉണ്ടായിരുന്നു. ചോദ്യം ചെയ്യലിനുള്ളതും ദണ്ഡനങ്ങൾക്കുള്ളതുമായി അവയെ തരം തിരിച്ചിരുന്നു. ഈ ഉപ കരണങ്ങൾ കൈകാര്യം ചെയ്യുന്നവർ അതുപയോഗിക്കുമ്പോൾ എന്തെ ങ്കിലും തരത്തിലുള്ള സന്തോഷം അനുഭവിച്ചിരുന്നോ എന്നു പോലും ഫാൽക്കോയ്ക്ക് സംശയം തോന്നിപ്പോയി.

ഓരോ ഇടനാഴിയുടെയും തുടക്കത്തിൽ അനങ്ങാൻ സാധിക്കാത്ത വിധത്തിൽ തടവുകാരുടെ ശരീരങ്ങൾ വലിച്ചു നീട്ടി ബന്ധിക്കാനുള്ള മരയഴികൾ പിടിപ്പിച്ചിരുന്നു. തെമ്മാടികളായ അന്തേവാസികളെ നന്നായി ഭരിക്കാൻ സ്ഥിരമായി അവരെ അവശന്മാരായ അവസ്ഥയിൽ തന്നെ സൂക്ഷിക്കേണ്ടിയിരുന്നു. ജയിലിൽ അച്ചടക്കം കാത്തു സൂക്ഷിക്കുന്നതി നായി തടവുകാരെയെല്ലാം ആഴ്ചയിലൊരിക്കൽ ഭിത്തിമേൽ കൈകാലു കൾ ബന്ധിച്ചു തൂക്കിയിടേണ്ടത് ആവശ്യമായിരുന്നു. പക്ഷേ തനിക്കു പുറകിൽ കേൾക്കുന്ന തടവുകാരുടെ ഓരിയിടലുകൾ ശ്രദ്ധിക്കാൻ താത്പര്യമില്ലാത്ത കാവൽക്കാരാണെങ്കിൽ ഇതിൽ ചില ഇളവുകൾ ഒക്കെ ലഭിക്കുമായിരുന്നു.

ഫാൽക്കോയുടെ അഭിപ്രായത്തിൽ ഈ മഞ്ചലുകളിൽ കിടക്കുന്ന മൂന്നു പേർ ഈ അക്രമികളേക്കാൾ കുഴപ്പക്കാരായിരുന്നു. ജയിൽ സൂക്ഷിപ്പുകാർക്കായിരുന്നു ഇവരെ കൈകാര്യം ചെയ്യേണ്ട ഉത്തരവാദിത്വമെങ്കിൽ ചങ്ങലയിൽ നിന്ന് മൂന്നുപേർക്കും ഒരിക്കലും മോചനം ലഭിക്കില്ലായിരുന്നു. ഫാൽക്കോയുടെയും കൂട്ടരുടെയും പദ്ധതി വളരെ ലളിതമായിരുന്നു. മൂന്നു പേരെയും ഒരേ സമയം ചോദ്യം ചെയ്യുക. ഇടയ്ക്കിടയ്ക്ക് കൊടിലുകൾ ഉപയോഗിച്ചു നഖങ്ങൾ പിഴുതെടുക്കുകയും ഞരമ്പുകൾ വലിച്ചു നീട്ടുകയും ചെയ്യണം. നിലവിളി മറ്റു അറകളിൽ ഉള്ളവർ കേൾക്കുന്നു എന്നുറപ്പ് വരുത്തുക അത്യാവശ്യമാണ്. ഇടയ്ക്കിടയ്ക്ക് ചോദ്യം ചെയ്യുന്നവർ മുറി മാറുകയും തടവുകാരെ മറ്റുള്ളവരിൽ നിന്ന് ലഭിച്ച അറിവുകളുടെ വെളിച്ചത്തിൽ ചോദ്യം ചെയ്യേണ്ടതുമാണ്. ആ രീതിയിൽ അവർ മറച്ചു പിടിക്കുന്ന വിവരങ്ങൾ എല്ലാം തന്നെ കണ്ടെത്താൻ കഴിയും.

രണ്ടു ജയിലറകൾ ഒരേ പോലെയുള്ളവ ആയിരുന്നു. എന്നാൽ ജയിൽ സൂക്ഷിപ്പുകാരനെ ചോദ്യം ചെയ്യാനുപയോഗിച്ചിരുന്ന മുറി കൂടുതൽ വിശാലവും മരത്തടികൾ ഉൾപ്പെടെ കൂടുതൽ ഉപകരണങ്ങൾ ഉള്ളതുമായ ഒന്നായിരുന്നു. ഈ സൂത്രപ്പണിയന്ത്രങ്ങൾ ഒരിടത്ത് നിന്ന് മറ്റൊരിടത്തേക്കു കൊണ്ടുപോകുന്നത് വളരെ ദുഷ്കരമായ ഒരു ജോലിയായിരുന്നു. താൻ ഇയ്യൂപ് ജയിലിൽ വച്ചു അനുഭവിച്ച വേദന ഈ ദുഷ്ടനായ മനുഷ്യൻ അനുഭവിക്കണം എന്ന് അവനു നിർബന്ധമുണ്ടായിരുന്നു. ഒരു ജീവിതകാലം മുഴുവൻ തടവുകാരെ മരത്തടികളിൽ ചങ്ങലകളാൽ ബന്ധിച്ച് പീഡിപ്പിച്ച ശേഷം താൻ തന്നെ ആ യന്ത്രത്തിൽ ബന്ധിപ്പിക്കപ്പെടുമ്പോൾ അയാൾ എന്താണു ചെയ്യാൻ പോകുന്നത് എന്ന് കാണാൻ ഫാൽക്കോയ്ക്ക് കൗതുകമുണ്ടായിരുന്നു.

ജയിൽ ഭിത്തികളിൽ തൂക്കിയിട്ടിരുന്ന റാന്തലുകളിൽ നിന്ന് ലഭിക്കുന്ന ദുർബലമായ വെളിച്ചത്തിൽ അവശരായ തടവുകാർക്ക് ഒരു പിടി റൊട്ടിയും ഒരു കവിൾ വെള്ളവും കഴിക്കാൻ നൽകി. സമയത്തെക്കുറിച്ചുള്ള ബോധം ആ ഇരുണ്ട തടവറയിൽ എല്ലാവർക്കും നഷ്ടപ്പെട്ടു കഴിഞ്ഞിരുന്നു. പരക്കം പാഞ്ഞു നടക്കുന്ന എലികളുടെ ശബ്ദമല്ലാതെ മറ്റൊന്നും ആ കനത്ത നിശ്ശബ്ദതയെ ഭഞ്ജിച്ചില്ല.

"ഇയൂപ് സുൽത്താൻ ജയിലിൽ നിന്ന് ഗലാട്ടാ ജയിലിലേക്ക് മാറ്റുന്ന വഴി ഗോൾഡൻ ഹോണിലേക്ക് എറിഞ്ഞു കളഞ്ഞ തടവുകാരിൽ നിന്ന് നമുക്ക് തുടങ്ങാം." ഫാൽക്കോ പറഞ്ഞു. "എന്ത് പറയുന്നു എന്റെ ശ്രേഷ്ഠനായ സൂക്ഷിപ്പുകാരാ?"

ജയിൽസൂക്ഷിപ്പുകാരനെ സംബന്ധിച്ചു ജീവിതം തലകീഴായ് മറിഞ്ഞിരുന്നു. ചോദ്യം ചെയ്തിരുന്നയാൾ ഇപ്പോൾ ചോദ്യം ചെയ്യപ്പെടുകയാണ്. വേട്ടക്കാരൻ ഇരയായി മാറിയിരിക്കുന്നു. ചോദ്യകർത്താവിന് തന്നെപ്പറ്റി എന്തൊക്കെ അറിയാമെന്നതിനെ പറ്റി അയാൾക്ക് യാതൊരു ഊഹവും ഇല്ലായിരുന്നു. തന്റെ മേൽ ആരോപിക്കപ്പെട്ടിരിക്കുന്ന കുറ്റം

എന്താണെന്നും അയാൾക്ക് അറിയില്ലായിരുന്നു. ചോദ്യം ചെയ്യലിന്റെ രീതി കണ്ടപ്പോൾ ഒരു ഉദ്യോഗസ്ഥനെ കൈകാര്യം ചെയ്യുന്നതിനേക്കാൾ ഒരു കൊലപാതകിയെ കൈകാര്യം ചെയ്യുന്നതുപോലെയാണ് തോന്നിയത്.

"നീ ആരാണെടാ തെമ്മാടീ? എനിക്ക് നിന്നെ അറിയില്ല. നിനക്ക് എന്നെയും അറിയില്ല. നോക്ക്, നമുക്ക് എന്തുകൊണ്ട് ഒരു ധാരണയിൽ എത്തിക്കൂടാ? നീ എന്റെ കൈകളിലെ കെട്ടഴിച്ചാൽ ഞാൻ ഇതുവരെ സംഭവിച്ചതെല്ലാം മറക്കാം. എന്റെ ആളുകൾ താമസിയാതെ ഇവിടെയെത്തും. അവരിവിടെ എത്തിക്കഴിഞ്ഞാൽ...." തന്നെ ചോദ്യം ചെയ്യുന്നയാളിനെ ദുർബലനാക്കുക എന്ന ലക്ഷ്യത്തോടെ ജയിൽസൂക്ഷിപ്പുകാരൻ പറഞ്ഞു.

"ഓരോ തവണയും നീ എന്റെ ചോദ്യങ്ങൾക്ക് ഉത്തരങ്ങൾ പറയാൻ വിസമ്മതിക്കുമ്പോൾ, "പൽച്ചക്രം ഒന്ന് തിരിച്ചുകൊണ്ട് ഫാൽക്കോ അയാളുടെ ചെവിയിൽ മന്ത്രിച്ചു. "ചങ്ങലകൾ അല്പം കൂടി മുറുകും. നമുക്ക് ഇവിടെ മൂന്നു മരത്തടികൾ കൂടെയുണ്ട്. അവ നിന്റേതു പോലെ ആയിരിക്കുകയില്ല. എന്റെ ചോദ്യങ്ങൾക്ക് മറുപടി പറയുന്നതാണ് നിനക്ക് നല്ലത്."

"എന്റെ ആളുകൾ ഇവിടെയെത്തുമ്പോൾ..." ജയിൽസൂക്ഷിപ്പുകാരൻ വീണ്ടും പ്രതിഷേധിച്ചു.

"നിന്റെ ആളുകളോ?" ഫാൽക്കോ ചിരിച്ചു. "അവർ നഗരം സംരക്ഷിക്കുന്നതിനു പകരം അത് കൊള്ളയടിക്കുന്നതിൽ വ്യാപൃതരായിരിക്കുകയാണ്. അവർക്ക് നിന്നെപ്പറ്റി ചിന്തിക്കാൻ നേരമില്ല. എന്തായാലും നിന്നെത്തിരക്കി ഇങ്ങോട്ടാരും വരികയുമില്ല. അത് ഉറപ്പാണ്. നമുക്ക് വീണ്ടും തുടങ്ങാം. ആളുകളെ ഇയ്യൂപ്പിനും ഗലാട്ടായ്ക്കും മദ്ധ്യേയുള്ള കടലിലേക്ക് എറിഞ്ഞു കളയുമ്പോൾ നീ എന്താണ് നേടിയിരുന്നത്? നീ ആരുടെയെങ്കിലും ആജ്ഞകൾ അനുസരിക്കുകയായിരുന്നോ അതോ എന്തെങ്കിലും നൽകുകയായിരുന്നോ?"

"നീ പറയുന്നത് എന്തിനെപ്പറ്റിയാണ് എന്ന് എനിക്ക് മനസ്സിലാകുന്നില്ല."

"അങ്ങനെയാണെങ്കിൽ ഞാൻ നിന്നെ ഓർക്കാൻ സഹായിക്കാം." ഫാൽക്കോ പൽച്ചക്രം ഒന്ന് തിരിച്ചു. ജയിൽസൂക്ഷിപ്പുകാരൻ വേദന കൊണ്ട് കണ്ണുകൾ തുറിക്കുകയും ഗോഷ്ടികൾ കാണിക്കുകയും ചെയ്തു.

അടുത്ത അറയിൽ ബിന്ദാലി മഹ്മൂത് വേദന കൊണ്ട് നിലവിളിക്കുകയായിരുന്നു. തന്നെ ചോദ്യം ചെയ്യുന്ന രീതിയും പീഡനോപകരണങ്ങൾ ഉപയോഗിക്കുന്ന വൈദഗ്ധ്യവും കണ്ടപ്പോൾ ആ സ്ത്രീ മൂന്നു ചന്ദ്രന്മാരുടെ സംഘത്തിൽ നിന്നുള്ളവളായിരിക്കും എന്ന് ബിന്ദാലി വിചാരിച്ചു.

“നികൃഷ്ടനായ ജന്തൂ..., നിന്നോടു ഞാൻ അവസാനമായി ചോദിക്കുകയാണ്.” ഞരമ്പുകൾ വലിഞ്ഞു മുറുകുന്ന വേദനകൊണ്ട് അയാൾ ഞെളിപിരി കൊണ്ടപ്പോൾ അവൾ ദേഷ്യത്തോടെ അലറി. “പർഗോള കാപ്പിക്കടയിലും ബിൻബെർദിറെക്കിലെ നീർത്തൊട്ടിക്കടുത്തും പ്രവർത്തിക്കുന്ന മരണസംഘത്തിലെ അംഗങ്ങൾ ആരൊക്കെയാണ്?”

“എനിക്കറിയില്ല, എനിക്കോർമ്മയില്ല.”

“ഇവിടെ നോക്ക് നായിന്റെ മോനെ, നീ എന്റെ ചോദ്യങ്ങൾക്ക് ഉത്തരം തന്നില്ലെങ്കിൽ ഞാൻ നിന്നെ കൊല്ലില്ല. പട്ടികൾക്ക് കടിച്ചു കീറാൻ നിന്നെ ഇട്ടു കൊടുക്കും എന്നിട്ട് വീണ്ടും ചോദ്യം ചെയ്യും. നമുക്ക് ആദ്യം തൊട്ടു തുടങ്ങാം. നിനക്ക് ഹർജിയെഴുത്തുകാരൻ റെമ്സി ബേസിനെ അറിയാമോ? പട്ടാളത്തിലെ കീഴ്ത്തലവൻ അബ്ദുവിനെ? ജയിൽസൂക്ഷിപ്പുകാരനെ?”

“എനിക്കോർമ്മയില്ല, എനിക്കവരെ അറിയില്ല.”

ഹൂറികിൻ ചങ്ങലകൾ മുറുക്കാനായുള്ള പൽച്ചക്രത്തിലെ ദണ്ഡ് വീണ്ടും തിരിച്ചു. അടുത്ത മുറിയിൽ കരുത്തൻ യെയെ അസ്ലാൻ ആഗയെ നിഷ്കരുണം കൈകാര്യം ചെയ്യുകയായിരുന്നു. ഈ വൃത്തികെട്ട ജന്തു തന്റെ ജീവിതംകൊണ്ട് കളിച്ചത് ഓർക്കുമ്പോഴൊക്കെ മൃഗീയമായ ദേഷ്യം ആവേശിച്ചതുപോലെ ഒരു കരുണയും കൂടാതെ അയാളെ ബന്ധിച്ചിരുന്ന ചങ്ങലകൾ യെയെ വലിച്ചു മുറുക്കികൊണ്ടിരുന്നു. അവന്റെ ഈ രീതി കൊണ്ട് എന്തായാലും ഉദ്ദേശിച്ച ഫലം ലഭിച്ചു. നിലവിളി നിർത്തി അസ്ലാൻ ആഗ സംസാരിക്കാൻ തുടങ്ങി.

“എനിക്ക് വെയ്സ് ആഗയെ അത്ര നന്നായി അറിയില്ലായിരുന്നു.” അസ്ലാൻ ആഗ പ്രതിഷേധിച്ചു. “അയാളുടെ മകൾ അതിസുന്ദരി ആണെന്ന് ആളുകൾ പറയുന്നുണ്ടായിരുന്നു. വ്യാപാരകാര്യങ്ങളുമായി ബന്ധപ്പെട്ടു എന്ന വ്യാജേന അവളെ കാണാനായി ഞാൻ അസ്ലാൻ ആഗയുടെ വീട്ടിൽ പോകാൻ തുടങ്ങി.”

“അവളെ കണ്ടപ്പോൾ നീ എന്ത് ചെയ്യാനാണ് പദ്ധതിയിട്ടത്?”

“എന്റെ ഒരു ബന്ധുവിന്റെ മകനുവേണ്ടി അവളെ വധുവായി ലഭിക്കുമോ എന്ന് ചോദിക്കണം എന്നായിരുന്നു ആഗ്രഹം.”

“ഓരോ തവണയും നീ കള്ളം പറയുമ്പോൾ എന്റെ ഈ കത്തി നിന്റെ മേൽ അടയാളമുണ്ടാക്കും.” തന്റെ വളഞ്ഞ കത്തികൊണ്ട് പൽച്ചക്രം ഒന്ന് കൂടി കറക്കി അസ്ലാൻ ആഗയുടെ ശരീരം വലിച്ചു മുറുക്കികൊണ്ട് യെയെ ഭീഷണിപ്പെടുത്തി. “നീ ഒരു ഭൂപടം പോലെ ആകും വരെ പാദങ്ങൾ മുതൽ തലവരെ ഞാൻ നിർത്താതെ മുറിവേല്പിക്കും. ഇനി പറയൂ, നീ അവളെ കണ്ടപ്പോൾ എന്ത് ചെയ്യാനാണ് പദ്ധതി ഇട്ടത്?”

“ഇസ്താംബൂളിൽ നിന്നുള്ള അടിമകൾക്ക് ഈജിപ്തിലും ഇറാനിലും

നല്ല വില കിട്ടും. ഒരു സംഘം യാത്ര പുറപ്പെടുവാൻ തുടങ്ങുന്നുണ്ടായിരുന്നു. പക്ഷേ പെൺകുട്ടി ഊമയായിപ്പോയി."

പാമ്പ് ശെഹനാസിന്റെ മടിയിൽ വീണ ശേഷം ഈ മനുഷ്യൻ ഒരിക്കൽ വീട്ടിൽ വന്നത് യെയെ ഓർക്കുന്നുണ്ടായിരുന്നു. അന്ന് അവൾ ഊമയായി മാറിയത് ഭാഗ്യം കൊണ്ടാണെന്ന് യെയെയ്ക്ക് തോന്നി.

"അവൾ ഊമയായി മാറിയിരുന്നില്ലെങ്കിൽ നീ അവളെ തട്ടിക്കൊണ്ടു പോകുമായിരുന്നു എന്നാണോ ഉദ്ദേശിക്കുന്നത്?"

"ഇല്ലില്ല. അത് മറ്റുള്ളവർ ചെയ്യുമായിരുന്നു."

"ഉദാഹരണത്തിന് ഹവീൽദാർ ബിന്ദാലി മഹ്മൂത്?"

"ഇയൂപ് സുൽത്താൻ ജയിലിലെ കാവൽക്കാരുൾപ്പെടെ പർഗോള കാപ്പിക്കടയിലും ബിൻബെർദേറക്കിലും അത്തരം ജോലികൾ ചെയ്യാൻ തയ്യാറുള്ള ധാരാളം മനുഷ്യരുണ്ട്."

"ഏതെങ്കിലും മേലുദ്യോഗസ്ഥർ ഇത്തരം കാര്യങ്ങളിൽ ഇടപെട്ടിരുന്നോ?"

"എനിക്ക് അവരെയൊന്നും പറ്റി ഒന്നുമറിയില്ല."

"വിഷമിക്കണ്ട. അതിലൊരാൾക്ക് നിന്നെ അറിയാം. തൊട്ടടുത്ത അറയിൽ തന്നെ ഉണ്ട് അയാൾ."

അസ്ലാൻ ആഗയ്ക്ക് യെയെ അല്പം വിശ്രമം അനുവദിച്ചു. പക്ഷേ അടുത്ത അറയിൽ ജയിൽസൂക്ഷിപ്പുകാരന്റെ ചോദ്യം ചെയ്യൽ തുടരുകയായിരുന്നു.

"കടലിൽ എറിഞ്ഞ മനുഷ്യരെ നിനക്ക് ആരാണ് കൊണ്ടുവന്നു തന്നത്? അസ്ലാൻ ആഗയാണോ?"

"ആരാണീ അസ്ലാൻ ആഗ? എനിക്കയാളെ അറിയില്ല." ജയിൽ സൂക്ഷിപ്പുകാരൻ മറുപടി പറഞ്ഞു.

"ഓഹോ! അങ്ങനെയാണോ? അവനു പക്ഷേ നിങ്ങളെ അറിയാം. തൊട്ടടുത്ത അറയിൽ ഉണ്ട് അയാൾ. അതുമാത്രമല്ല, അയാൾക്ക് മറ്റു കാര്യങ്ങളും അറിയാം."

"ഉദാഹരണത്തിന്?"

"നിരപരാധികളെ ചോദ്യം ചെയ്യാനായി കുറ്റവാളികളെപ്പോലെ ജയിലിൽ കൊണ്ടുവരുമ്പോൾ നിനക്ക് ലഭിച്ചിരുന്ന സ്വർണ്ണനാണയങ്ങളെ പറ്റി അറിയാം. ഗോൾഡൻ ഹോണിലേക്ക് അബദ്ധവശാൽ വീണു മരിക്കുന്ന നിരപരാധികളെ പറ്റി അറിയാം."

അടുത്ത മുറിയിൽ നിന്ന് അസ്ലാൻ ആഗയുടെ നിലവിളി മുഴങ്ങി. ജയിൽസൂക്ഷിപ്പുകാരൻ മറുപടി ഒന്നും പറഞ്ഞില്ല, പകരം റാന്തൽ വെളിച്ചത്തിൽ അവ്യക്തമായി കാണുന്ന ചോദ്യകർത്താവിന്റെ മുഖത്തേക്കു സൂക്ഷിച്ചു നോക്കി.

"ഇത് നീയാണ്. അതെ. നീ തന്നെ." അയാൾ തല കുലുക്കി കൊണ്ട് പിറുപിറുത്തു. "നിന്നെ വെള്ളത്തിലേക്ക് വലിച്ചെറിഞ്ഞ ദിവസം മുടിഞ്ഞു പോകട്ടെ. ഞങ്ങൾ ആദ്യം നിന്നെ കൊല്ലാനാണ് തീരുമാനിച്ചത്. നിന്നെ കൊല്ലണം എന്ന് അവർ പറഞ്ഞപ്പോൾ ഞാനാണ് നിന്റെ യുവത്വം കണ്ട് നന്നായി ഒന്ന് ഭയപ്പെടുത്തി വിട്ടാൽ മതി, കൊല്ലണ്ട എന്ന് ഞാനാണ് നിർദ്ദേശിച്ചത്."

"എന്ത് തെറ്റാണ് ഞാൻ ചെയ്തത്?"

"നീ കുറ്റമൊന്നും ചെയ്തില്ല. നീ ഈ ലോകത്തിൽ ഒറ്റയ്ക്ക് പാരമ്പര്യമായി ലഭിച്ച വലിയ സ്വത്തും മുടിപ്പിച്ചുകൊണ്ട് ജീവിക്കുന്നു. അങ്ങനെ ഭീമമായ പൈതൃകസ്വത്ത് നീ ഒറ്റയ്ക്ക് അനുഭവിക്കുന്നത് അനുവദിക്കാൻ ആകുമായിരുന്നില്ല. നീ മുത്തുകളുടെ ബംഗ്ലാവിന്റെ മാത്രമല്ല, വിലപിടിച്ച മുപ്പത് മുത്തുകളുടെ കൂടെ ഉടമയായിരുന്നു." ഫാൽക്കോ ജയിൽസൂക്ഷിപ്പുകാരനെ സംഭാഷണം പൂർത്തിയാക്കാൻ അനുവദിച്ചു.

നിന്റെ ശത്രു കീഴടങ്ങുമ്പോൾ ജയത്തിനു നന്ദിയോടെ അയാൾക്ക് മാപ്പ് കൊടുക്കുക എന്നാ ഹാഫിസ് സെലെബിയുടെ വാക്കുകൾ ഓർത്തുകൊണ്ട് അവൻ അയാൾക്ക് മാപ്പ് കൊടുത്താലോ എന്ന് ഒരു നിമിഷം ചിന്തിച്ചു. പക്ഷേ അയാൾ ദ്രോഹിച്ച മനുഷ്യരെക്കുറിച്ചുള്ള ചിന്ത മനസ്സിൽ വന്നതോടെ ചങ്ങലകൾ ഒന്ന് കൂടി വലിച്ചു മുറുക്കി. ജയിൽ സൂക്ഷിപ്പുകാരനെ വേദന കൊണ്ട് നിലവിളിക്കാനും ചീത്ത വിളിക്കാനും അവിടെ ഒറ്റയ്ക്ക് വിട്ടുകൊണ്ട് ഫാൽക്കോ അറ വിട്ടു പോയി.

അസ്ലാൻ ആഗയുടെ മുറിയിലേക്ക് കടന്നു ചെന്നപ്പോൾ യെയെ തന്റെ ജോലി ഒന്നാന്തരമായി നിർവഹിക്കുന്നത് കണ്ട് ഫാൽക്കോയ്ക്ക് സന്തോഷം തോന്നി. അവൻ യെയെയെ ബിന്ദാലിയുടെ മുറിയിലേക്ക് അയച്ച ശേഷം ജയിൽസൂക്ഷിപ്പുകാരനെ തുടർന്ന് ചോദ്യം ചെയ്യാൻ ഹൂറികാനോട് നിർദ്ദേശിച്ചു. ഫാൽക്കോയെ കണ്ടപ്പോൾ അസ്ലാൻ ആഗ തന്റെ വേദനയെല്ലാം ഒരു നിമിഷം കൊണ്ട് മറന്നു.

"നീ?" അദ്ഭുതത്തോടെ അയാൾ ഒച്ച വെച്ചു.

"അതെ, ഞാൻ തന്നെയാണിത് എന്റെ പ്രിയപ്പെട്ട അച്ഛാ. സ്വന്തം മകളെ കൊന്നുകളഞ്ഞ എന്റെ പ്രിയപ്പെട്ട അമ്മായി അച്ഛൻ. സ്വന്തം മരുമകനെ കൊലപാതകക്കുറ്റത്തിനു ജയിലിലാക്കിയ അമ്മായി അച്ഛൻ! എനിക്ക് നിങ്ങളോട് വേണമെങ്കിൽ എണ്ണമില്ലാത്തത്ര ചോദ്യങ്ങൾ ചോദിക്കുകയും നിങ്ങളുടെ കുറ്റസമ്മതങ്ങൾ കേട്ട് കൊണ്ട് രാത്രികളും പകലുകളും ചിലവഴിക്കുകയും ചെയ്യാം. പക്ഷേ അത്രയും നേരം പീഡനങ്ങൾ സഹിച്ചു ജീവിച്ചിരിക്കാൻ നിങ്ങൾക്ക് കഴിഞ്ഞാൽ മാത്രമേ അത് നടക്കൂ! അസ്ലാൻ ആഗ, എന്റെ പ്രിയപ്പെട്ട അച്ഛാ, പറയൂ, നിങ്ങൾ എങ്ങനെയാണ് സ്വന്തം മകളെ കൊന്നത്?"

"എനിക്ക് ഒന്നും പറയാനില്ല."

ഫാൽക്കോ അസ്ലാൻ ആഗയെ സംസാരിക്കാൻ പ്രേരിപ്പിച്ചു കൊണ്ടിരുന്നപ്പോൾ അടുത്ത മുറിയിൽ ഹൂറികിൻ ജയിൽസൂക്ഷിപ്പു കാരനോടു സൗമ്യമായി മറ്റൊരു ചോദ്യം ചെയ്യൽ രീതി പ്രയോഗിക്കുകയായിരുന്നു.

"നിന്നോടു ചോദിക്കുന്ന ചോദ്യങ്ങൾക്കുള്ള ഉത്തരങ്ങൾ മന്ത്രിക്കുക." ഹൂറികിൻ താണ ശബ്ദത്തിൽ പറഞ്ഞു. "അല്ലെങ്കിൽ നിന്റെ നിലവിളി കേട്ട് മേൽക്കൂരയിലെ ഓടുകൾവരെ പറന്നു പോകും. നീ അഹമദ് രാജകുമാരനെ എന്താണ് ചെയ്തത്?"

"ആര്?"

"ഹേയ്, വെറുതെ വാശി പിടിക്കണ്ട. നിനക്കറിയാം ഞാൻ എന്താണ് ചോദിക്കുന്നത് എന്ന്."

"ജീവനോടെയോ മരിച്ചോ അയാളെ കൊണ്ടുവരാനായി ഞാൻ ഒരാളെ വിട്ടു. പക്ഷേ തിരഞ്ഞു പോയ ആളെ ഒരു ദിവസം മരിച്ച നിലയിൽ കണ്ടെത്തുകയാണ് ഉണ്ടായത്."

"ഇത് ചെയ്യാൻ നിനക്ക് ആരാണ് ആജ്ഞ തന്നത്?"

"ശ്രേഷ്ഠനായ മന്ത്രി മുഖ്യൻ ഇബ്രാഹിം പാഷ."

"നീ പീഡിപ്പിക്കുകയും വിപ്ലവകാരികൾക്ക് കൈമാറുകയും ചെയ്ത അതേ ഇബ്രാഹിം പാഷ!"

"അയാളെ പീഡിപ്പിച്ചതിൽ എനിക്ക് യാതൊരു പങ്കും ഇല്ല."

"അത് ശരിയാണ്. നിനക്ക് പത്രോണ ഹലീലുമായും ബന്ധമൊന്നും ഇല്ല എന്ന് ഞാൻ വിശ്വസിക്കാം."

"സംഭവിക്കാൻ പോകുന്നതിനെ തടയാൻ എനിക്ക് കഴിയുമായിരുന്നില്ല. ആ അവസരം കഴിയുന്നത്ര ഉപയോഗിക്കാൻ മാത്രമേ ഞാൻ ശ്രമിച്ചുള്ളൂ."

"രാജകുമാരനെ തട്ടിയെടുക്കുന്നതിന്റെ ഉദ്ദേശ്യം എന്തായിരുന്നു?"

"ജീവനോടെ കിട്ടിയിരുന്നെങ്കിൽ ഇബ്രാഹിം പാഷ അവനെ സംരക്ഷിക്കുമായിരുന്നു. ശവശരീരമാണ് കിട്ടുന്നതെങ്കിൽ ആ മരണം ഒരു രഹസ്യമായി സൂക്ഷിക്കുകയും സുൽത്താൻ അഹമ്മദിനെതിരെ ഒരു ഭീഷണിയായി ഉപയോഗിക്കുകയും ചെയ്യുമായിരുന്നു."

"ഇതിൽ ഏതാണ് സംഭവിച്ചത്?"

"നിങ്ങൾക്കെല്ലാം അറിയാവുന്ന കാര്യമാണ് ഇത്. ഇപ്പോൾ ഇവിടെ ഈ ചങ്ങലകൾ വലിച്ചു മുറുക്കികൊണ്ടിരുന്ന കൈകൾ അവന്റേതാണ് അവനെ ഒരിക്കലും കണ്ടെത്താൻ കഴിഞ്ഞില്ല. ജീവനോടെയും അല്ലാതെയും!"

"വളരെ നല്ലത്. മുഖ്യന്യായാധിപൻ ഇസഹാക്കിന്റെ മനസ്സിൽ നിന്ന് നീ പുറത്തെടുത്ത വിവരങ്ങളെ പറ്റി എന്താണ് പറയാനുള്ളത്?"

"ഞാൻ ആ വിവരങ്ങൾ അടങ്ങുന്ന കടലാസ് മന്ത്രിമുഖ്യനു കൈമാറി."

"അതിൽ എന്താണ് പറഞ്ഞിരുന്നത്?"

"ഞാൻ അത് വായിച്ചില്ല. വായിക്കാൻ എനിക്ക് ഭയമായിരുന്നു. ചില സമയത്ത് ചില അറിവുകൾ അപകടത്തിലേക്കു നയിക്കും. ആ കത്ത് അങ്ങനെ ഒരെണ്ണമായിരുന്നു. വിവരങ്ങൾ പുറത്തു പോകാതിരിക്കാനായി ന്യായാധിപൻ ഇസഹാക്കിനെ മൂകരും ബധിരരുമായ ആരാച്ചാർമാരുടെ മുന്നിൽ വച്ചാണ് ചോദ്യം ചെയ്യുന്നത് എന്ന് ഞാൻ ഉറപ്പു വരുത്തിയിരുന്നു."

"ഇതിനെക്കുറിച്ചു മറ്റാർക്കൊക്കെ അറിയാം?"

"എനിക്കും നിനക്കും മാത്രം. ഈ കാര്യം മൂലം ഞാൻ മരിക്കും എന്ന് എനിക്കറിയാം. മുൻകരുതലുകൾ എടുക്കുന്നതാണ് നിനക്കും നല്ലത്. എന്തുകൊണ്ടെന്നാൽ ഈ കാര്യം അറിയാവുന്ന ബാക്കി എല്ലാവരും മരിച്ചു കഴിഞ്ഞു."

"എന്തായാലും ഈ വിവരം നീ തന്നെ സൂക്ഷിക്ക്. നിന്നെ ജീവനോടെ ബാക്കി വയ്ക്കാൻ എന്തെങ്കിലും കാരണം വേണമല്ലോ. പക്ഷേ നീ ഇതിനെക്കുറിച്ച് ആരോടെങ്കിലും പറഞ്ഞു എന്നറിഞ്ഞാൽ നിന്റെ ഹൃദയം എന്റെ കൈകൾ കൊണ്ട് പിച്ചിച്ചീന്തിക്കളയും."

അസ്ലാൻ ആഗയുടെ അറയിൽ ഫാൽക്കോ ചങ്ങലയുടെ മുറുക്കം പരിശോധിച്ച ശേഷം വൃത്തികെട്ട പുഴുക്കുത്തുകൾ വീണതും പൂപ്പൽ പിടിച്ചതുമായ ഒരു മരപ്പെട്ടി മേൽ നിരത്തി വച്ചിരുന്ന മറ്റു പീഡനോപകരണങ്ങൾ പരിശോധിക്കാൻ തുടങ്ങി.

"പീഡിപ്പിക്കാൻ ഇത്രയേറെ മാർഗ്ഗങ്ങൾ ഉണ്ട് എന്ന് എനിക്കറിയില്ലായിരുന്നു." അറയിൽ അങ്ങോട്ടും ഇങ്ങോട്ടും നടന്നു കൊണ്ട് ഫാൽക്കോ സംസാരിക്കാൻ തുടങ്ങി. "പക്ഷേ ഈ കൊടിലുകൾ ഉപയോഗിക്കാനെങ്കിലും എനിക്കറിയാം. ഒരിക്കൽ എന്റെ കുതിരയുടെ അസുഖം മാറ്റാനായി അതിന്റെ നഖം വലിച്ചൂരി രക്തം ചോർത്തി കളഞ്ഞിട്ടുണ്ട്. ചിലപ്പോൾ നിനക്ക് ആ ചെറുവിരൽ പുറകിലേക്ക് പിടിച്ചു തിരിച്ചു കുന്തമുന പോലെ ആക്കുന്നതാവും ഇഷ്ടമാവുക. അത് സഹിക്കാനാവുമോ? നമുക്ക് നഖത്തിൽ നിന്ന് തുടങ്ങണോ? അതോ നേരെ ചെറുവിരലിലേക്ക് പോകണോ മീൻപിടുത്തക്കാരൻ അസ്ലാൻ ആഗ?"

അസ്ലാൻ ആഗ നടുങ്ങിയത് പോലെ കാണപ്പെട്ടു.

"നിനക്ക് കൊടിലുകൾ ഇഷ്ടമല്ലെങ്കിൽ മുള്ളുകളുള്ള ഒരു ചങ്ങല ഇവിടെ ഇരിപ്പുണ്ട്. ഒരു വിദഗ്ധനായ മീൻപിടുത്തക്കാരൻ എന്ന നിലയിൽ ഒരു ചൂണ്ടച്ചരടുപോലെ അത് ചുറ്റി എടുക്കാൻ നിങ്ങൾക്ക്

കഴിഞ്ഞേക്കും. ചിലപ്പോൾ നിനക്കതു വിഴുങ്ങാനും താത്പര്യമുണ്ടാവും. അല്ലെങ്കിൽ വേണ്ട. അത് വെളിയിലേക്ക് വലിച്ചെടുക്കുമ്പോൾ നിന്റെ ഉൾഭാഗങ്ങൾ കീറി മുറിഞ്ഞ് ആ സുന്ദരമായ സ്വരം വാക്കുകൾ വ്യക്ത മാകാതെ പോകും വിധം ആകെ നാശമാകും."

ഈ സമയത്ത് കരുത്തൻ യെയെ ബിന്ദാലി മഹ്മൂതിനെ അഭിവാദ്യം ചെയ്ത വകയിൽ അടുത്ത അറയിൽ നിന്ന് ഭയാനകമായ ഒരു നില വിളി മുഴങ്ങി. അസ്ലാൻ ആഗ ഭയന്നു ചൂളുന്നതു ഫാൽക്കോ കണ്ടു.

"നീ എന്തിനാണ് എനിക്ക് നക്സിഗ്യുല്ലിനെ വിവാഹം കഴിച്ചു നൽകുകയും പിന്നെ അവളെ എന്നിൽ നിന്ന് അകറ്റുകയും ചെയ്തത്?" ഫാൽക്കോ ചോദിച്ചു.

അസ്ലാൻ ആഗ മറുപടി ഒന്നും പറഞ്ഞില്ല.

"നീ ദുർവാശി തുടരാൻ പോവുകയാണ് എന്നാണോ ഈ നിശ്ശ ബ്ദതയുടെ അർത്ഥം? കൊള്ളാം, എനിക്ക് സമയമുണ്ട്. അന്ത്യവിധി നാൾ വരെ അതിനു വേണ്ടി സമയം ചിലവാക്കേണ്ടി വന്നാലും ഞാൻ നിന്നെ കൊണ്ടു പറയിക്കും."

"അന്ത്യവിധി നാൾ വരെ ഈ പീഡനങ്ങൾ സഹിക്കേണ്ടി വന്നാൽ പോലും ഞാൻ വായ് തുറക്കാൻ പോകുന്നില്ല." അസ്ലാൻ ആഗ പറഞ്ഞു.

"ചിലപ്പോൾ നിനക്ക് ഈ കുന്തം ആ ചെവിയിലേക്ക് കടത്തി ഈ റാന്തലിന്റെ തീയിൽ ഒരു മാതളപ്പഴം പോലെ അത് ചുവന്നു തുടുക്കും വരെ ആ തല ചുട്ടെടുക്കുന്നതാവും നിനക്കിഷ്ടം. എനിക്ക് തലച്ചോർ കൊണ്ടുള്ള വിഭവങ്ങൾ വളരെ ഇഷ്ടമാണ്."

"മോനേ, ഈ വയസ്സനോട് ദയ കാണിക്ക്!"

"നീ എന്നോട് കാണിച്ച ദയ പോലെ? അതാണോ നീ ഉദ്ദേശിക്കു ന്നത്? നീ എന്റെ മുത്തുകളുടെ ബംഗ്ലാവ് വിറ്റു കിട്ടിയ എണ്ണൂറു സ്വർണ്ണ നാണയങ്ങളും എന്റെ അമ്മയുടെ വിലപ്പെട്ട മുത്തുകളും സ്വന്തമാക്കി യത് പോലെ? സത്യം പറയൂ, അതിൽ എത്ര നീ സ്വന്തമാക്കി? ബാക്കി യുള്ളവർക്ക് എത്ര കൊടുത്തു?"

"ആ പണമത്രയും ഞാൻ തിരിച്ചു നൽകാം."

"നിന്റെ കൈയിൽ അത്രയും പണമുണ്ടോ?"

"എനിക്കത് സംഘടിപ്പിക്കാൻ കഴിയും."

"ആരുടെ കൈയിൽ നിന്ന്? ഹവീൽദാർ ബിന്ദാലി മഹ്മൂതിന്റെ കൈയിൽ നിന്നോ?"

"നിനക്ക് ബിന്ദാലിയെ എങ്ങനെ അറിയാം?"

"ഇവിടെ നിന്റെ അയൽക്കാരനാണ് അവൻ. അടുത്ത അറയി ലുണ്ട്. വേണമെങ്കിൽ നമുക്ക് അവനെ വിളിക്കാം. ഹവീൽദാർ ബിന്ദാലി മഹ്മൂത്."

ബിന്ദാലിയുടെ നിലവിളി അടുത്ത മുറിയിൽ നിന്ന് കേട്ടപ്പോൾ ഇനി പ്രതീക്ഷ വേണ്ട എന്ന് അസ്ലാൻ ആഗയ്ക്ക് മനസ്സിലായി.

“മകനേ, ഞാൻ ചെയ്തതൊന്നും നീ ചെയ്യാതിരിക്കൂ, നീ ഒരു മാന്യനാണ്. ഈ വയസ്സനോട് ഇത്തിരി ദയ കാണിക്കൂ.” അസ്ലാൻ ആഗ ദുർബലമായി അപേക്ഷിച്ചു.

“നീ നക്സിഗ്യുല്ലിനോടു ദയ കാണിച്ചത് പോലെ? സ്വന്തം മകളോട് പോലും അല്പം ദയ കാണിക്കാതെ ഇപ്പോൾ കെഞ്ചുന്നോ...?”

“ആ പാവം പെൺകുട്ടി എന്റെ മകളായിരുന്നില്ല.”

“അല്ലേ?”

“കൂടുതൽ അറിയണമെങ്കിൽ ബിന്ദാലിയോട് ചോദിക്കൂ.”

അടുത്ത മുറിയിലേക്ക് ഫാൽക്കോ ഓടി. ബിന്ദാലി ആകെ തകർന്ന അവസ്ഥയിൽ അവിടെ കിടപ്പുണ്ടായിരുന്നു.

“നക്സിഗ്യുല്ലിനെപറ്റി എല്ലാ വിവരങ്ങളും പറയൂ.”

“ആരാണ് നക്സിഗ്യുൽ?” ബിന്ദാലി കിതച്ചു.

“അസ്ലാൻ ആഗ പറഞ്ഞത് നിനക്കറിയാം എന്നാണ്.”

“ഒരിക്കൽ ഞാൻ അയാൾക്ക് ഒരു സ്ത്രീയെ നൽകിയിരുന്നു. അവളുടെ ശരീരമാണ് ചിന്നിച്ചിതറിയ നിലയിൽ കടലിൽ നിന്ന് കിട്ടിയ ചാക്കിൽ ഉണ്ടായിരുന്നത്.”

“കളിപ്പാട്ടക്കച്ചവടക്കാരന്റെ ഭാര്യയെ മറന്നു കളയൂ. ഞാൻ നക്സിഗ്യുല്ലിനെ പറ്റിയാണ് സംസാരിക്കുന്നത്.”

“ആരാണ് നക്സിഗ്യുൽ? എനിക്കവളെ അറിയില്ല.”

ഫാൽക്കോ ആശയക്കുഴപ്പത്തിലായി. അവൾ ആരാണെന്നു അറിയാതെ ഈ മനുഷ്യൻ നക്സിഗ്യുല്ലിനെ കൊന്നു കളഞ്ഞതാണോ അതോ ഇയാൾ മരിച്ച മറ്റൊരു സ്ത്രീയെ പറ്റി ആണോ സംസാരിക്കുന്നത് എന്ന് അവനു മനസ്സിലാക്കാൻ കഴിഞ്ഞില്ല. കഥയുടെ ഇഴകൾ കൂട്ടി യോജിപ്പിക്കാനായി തടവുകാരെ ഒരുമിച്ചു കൊണ്ടുവന്നു മറ്റുള്ളവരുടെ സാന്നിധ്യത്തിൽ സംസാരിപ്പിക്കാൻ നേരമായി എന്ന് അവനു ബോധ്യമായി. ബിന്ദാലി മഹ്മൂതിനെയും അസ്ലാൻ ആഗയെയും ജയിൽ സൂക്ഷിപ്പുകാരന്റെ മുറിയിലേക്ക് അവർ കിടക്കുന്ന ചക്രങ്ങൾ പിടിപ്പിച്ച മഞ്ചലുകളിൽ ഉരുട്ടിക്കൊണ്ടുവന്നു. ആ മുറി മറ്റുള്ളവയേക്കാൾ വലുതും ഭിത്തി നിറയെ പീഡനോപകരണങ്ങൾ തൂക്കിയിട്ടിരിക്കുന്നതുമായ ഒന്നായിരുന്നു. ചോദ്യംചെയ്യലിൽ ഉടനീളം ഹൂറികിൻ താൻ എത്ര ശക്തയാണ് എന്നും യെയെ താൻ എത്ര കഴിവുറ്റവൻ ആണെന്നും തെളിയിച്ചുകൊണ്ടേയിരുന്നു. ഫാൽക്കോയ്ക്ക് മാത്രം താൻ എന്താണീ ചെയ്യുന്നത് എന്ന് ചിന്തിക്കാൻ കഴിഞ്ഞില്ല. പക്ഷേ പാവം നക്സിഗ്യുല്ലിനു വേണ്ടിയും ഇസ്താംബൂളിലെ സാധുക്കളായ മനുഷ്യരെ ഈ

തെമ്മാടികളുടെ പിടിയിൽ നിന്ന് രക്ഷിക്കാനായും എല്ലാവരും അവര വരുടെ ദയ എന്ന വികാരം മാറ്റി വയ്ക്കുന്നതിൽ വിജയിച്ചു.

"ഇയൂപ് ജയിലിൽ വച്ചു നിന്റെ അനുയായികളിൽ ഒരാൾ എന്നോടു പറഞ്ഞ ഒരു കാര്യം ഇന്നലെ കേട്ടത് എന്ന പോലെ എന്റെ തലച്ചോറിൽ തറഞ്ഞിരിപ്പുണ്ട്." ഫാൽക്കോ പറഞ്ഞു. "ഞാൻ ചെയ്യാത്ത കുറ്റം സമ്മതിപ്പിക്കാനായി ശ്രമിച്ചുകൊണ്ടിരുന്നപ്പോൾ അയാൾ പറഞ്ഞു. നക്സിഗ്യുല്ലിനെ പോലെ ജീവനോടെ വെട്ടി മുറിക്കേണ്ടി വന്നാലും ശരി നിന്നെക്കൊണ്ടു ഞാൻ കുറ്റം സമ്മതിപ്പിക്കും. ഇനി പറയൂ, എന്റെ ഭാര്യയെ ആരാണ് ജീവനോടെ വെട്ടി മുറിച്ചത്? നീയായിരുന്നോ അത് ബിന്ദാലീ?"

"ഞാൻ ഒരുപാടു പുരുഷന്മാരെ ജീവനോടെ വെട്ടിമുറിച്ചിട്ടുണ്ട്. ഒരിക്കൽ മാത്രമേ ഞാനത് ഒരു സ്ത്രീയുടെ മേൽ പരീക്ഷിച്ചുള്ളൂ. പക്ഷേ അതിനു കഴിയാതെ ഞാൻ ആ ശ്രമം ഉപേക്ഷിക്കുകയാണ് ഉണ്ടായത്."

"അങ്ങനെയാണെങ്കിൽ അസ്ലാൻ ആഗ, അത് നിങ്ങളായിരുന്നോ? സ്വന്തം മകളെ വെട്ടി മുറിച്ചപ്പോൾ എന്ത് മൃഗീയമായ സന്തോഷമാണ് നിങ്ങൾക്കു ലഭിച്ചത്?"

"ദൈവമേ ഇല്ല. ഞാൻ എന്റെ മകളെ ഒരിക്കലും ജീവനോടെ വെട്ടി മുറിക്കാൻ അനുവദിക്കുകയില്ല."

"നിങ്ങൾ എന്റെ ക്ഷമ പരീക്ഷിക്കുകയാണ്. നിങ്ങളെയെല്ലാവരെയും ഒരിക്കൽ കൂടി ചങ്ങലയിൽ ബന്ധിച്ചു വലിച്ചു മുറുക്കിയാലോ?"

"ശരി ശരി! ഞാൻ വിശദീകരിക്കാം." ഹൂറികിനും കരുത്തൻ യെയെയും മഞ്ചലുകൾ ഉരുട്ടാൻ തുടങ്ങിയപ്പോൾ ജയിൽസൂക്ഷിപ്പുകാരൻ വിളിച്ചു പറഞ്ഞു. "മുത്തുകളും ബംഗ്ലാവും സ്വന്തമാക്കിയതിനു ശേഷം നിന്നെ കൊല്ലണം എന്നായിരുന്നു ഞങ്ങളുടെ പദ്ധതി. യെനിബേസിലെ മുന്തിരിത്തോപ്പുകളുടെ നടുവിൽ ഏതെങ്കിലും ഏകാന്തമായ സ്ഥലത്ത് വച്ചു നിന്നെ കൊന്നു ശരീരം ഗോൾഡൻ ഹോണിലേക്ക് എറിഞ്ഞു കളയുക വളരെ നിസ്സാരമായ ഒരു ജോലി ആയിരുന്നു. പക്ഷേ ഞങ്ങൾക്ക് നിന്നോടു സഹതാപം തോന്നുകയും ജയിലിൽ അടച്ചാൽ മതി എന്ന് തീരുമാനിക്കുകയും ചെയ്തു. കൊല്ലുന്നതിനേക്കാൾ അതാണ് നല്ലത് എന്നു തോന്നി. പക്ഷേ നീ വായ തുറക്കുകയില്ല എന്ന് ഞങ്ങൾക്ക് ഉറപ്പു വരുത്തേണ്ടിയിരുന്നു. സ്വന്തം ഭാര്യയുടെ കൊലപാതകം നിന്റെ പുറത്തു ആരോപിച്ചാൽ പിന്നെ നിശ്ശബ്ദനായിരിക്കുകയും ഒരിക്കലും മുത്തുകളോ ബംഗ്ലാവോ ചോദിച്ചു വരികയില്ല എന്നും ഞങ്ങൾ കരുതി. ഏകദേശം ആ സമയത്താണ് ബിന്ദാലി എന്തോ കാരണത്താൽ തന്റെ കാമുകിയുടെ തല വെട്ടി മാറ്റി അത് ഉണക്കിയ പഴങ്ങളുടെ കൂടെ മന്ത്രിമുഖ്യന് അയച്ചു കൊടുക്കണം എന്നൊരു ആഗ്രഹം പ്രകടിപ്പിച്ചത്. ഞങ്ങൾ അയാളോട് ഒരു ദിവസം

കാത്തിരിക്കാൻ പറഞ്ഞിട്ട് ജയിലിലെ ഒരു കാവൽക്കാരനെ ശരീരം വെട്ടി മുറിക്കാനായി അയച്ചു. അയാൾ ഇത്തരം കാര്യങ്ങളിൽ ഒരു വിദഗ്ധൻ ആയിരുന്നു. ഗോൾഡൻ ഹോണിൽ മുക്കിത്താഴ്ത്തി കളയാനായി അയാൾ ഞങ്ങൾക്കു വേണ്ടി ഇങ്ങനെ പല ശരീരങ്ങളും വെട്ടി മുറിച്ചിട്ടുണ്ട്."

"ആ മീൻപിടുത്തക്കാരന്റെ വലയിൽ കുടുങ്ങിയ ശരീരങ്ങൾ പോലെ?" ഫാൽക്കോ ചോദിച്ചു.

"ഗോൾഡൻ ഹോണിനു ആഴമേറിയ മൂന്നു ഭാഗങ്ങളുണ്ട്." ജയിൽ സൂക്ഷിപ്പുകാരൻ വിശദീകരിച്ചു. "മണ്ണുമാന്തിക്കപ്പലിനു പോലും എത്തിപ്പെടാനാവാത്ത അത്ര ആഴമുള്ള ഭാഗങ്ങളാണ് അവ. നിന്നെ കാസിം പാസയിൽ വച്ചു വെള്ളത്തിലേക്ക് എറിഞ്ഞത് അത്തരം ഒരു സ്ഥലത്താണ്."

"ഒരെണ്ണം ഹസ്കൊയിലും അടുത്തത് അയവാൻസരേയിലുമാണ്. ശരിക്ക് പറഞ്ഞാൽ ഇതിനേക്കാൾ ആഴമുള്ള സ്ഥലങ്ങൾ ഗോൾഡൻ ഹോണിൽ ഉണ്ട്. തുറമുഖത്തിലെ നിയമപാലകരോ നാവികസേനയോ കണ്ടുപിടിക്കും എന്ന ഭയത്താൽ ഞങ്ങൾ ആ ഭാഗങ്ങൾ ഇത്തരം കാര്യങ്ങൾക്ക് ഉപയോഗിച്ചിട്ടില്ല."

"സ്വർണ്ണത്തിനു വേണ്ടിയാണോ ഈ ആളുകളെ എല്ലാം നിങ്ങൾ കൊന്നത്?"

"ഭൂരിഭാഗം പേരെയും അതെ."

ഭരണകൂടത്തിനു വേണ്ടി ചെയ്ത രഹസ്യകൊലപാതകങ്ങൾ വേറെ. മൂന്നു ചന്ദ്രന്മാരുടെ സംഘത്തിൽ വച്ചു ഒരിക്കൽ ഒരു തടവുകാരനെ കൊണ്ടുപോകാൻ അതിന്റെ തലവൻ ആജ്ഞാപിച്ച രംഗം ഹൂറികിൻ ഓർത്തു. ഒരു തെളിവും അവശേഷിപ്പിക്കാതെ അപ്രത്യക്ഷരായ മറ്റുള്ളവരെ പോലെ അയാളുടെ ശരീരവും ഇപ്പോഴും ഗോൾഡൻ ഹോണിന്റെ അടിത്തട്ടിൽ കിടപ്പുണ്ടായിരിക്കും.

"ആർക്കാണ് ഈ സ്വർണ്ണമെല്ലാം ലഭിച്ചത്?"

"പട്ടാളക്കാരുടെ മേധാവി മുതൽ പർഗോളയിലെ കാപ്പിയുണ്ടാക്കുന്ന അലി, ഗെഡികപാസ സത്രത്തിലെ മേൽനോട്ടക്കാരൻ എന്നിവർ വരെ. ചിലപ്പോൾ അത് മന്ത്രിമുഖ്യൻവരെ എത്താറുണ്ട്."

"ആരാണ് ഈ സംഘത്തെ നിയന്ത്രിച്ചിരുന്നത്?"

"ഖജനാവിലെ ആരോ ഒരാൾ."

"ആര്?"

"അത് പറഞ്ഞാൽ അവർ എന്നെ കൊല്ലും."

"അത് പറഞ്ഞില്ലെങ്കിൽ ഞാൻ നിന്നെ കൊല്ലും."

അവൾ ഇടപെട്ടില്ലെങ്കിൽ അവരുടെ രഹസ്യം പറയേണ്ടി വരും എന്ന അർത്ഥത്തിൽ ജയിൽസൂക്ഷിപ്പുകാരൻ ദയനീയമായി ഹൂറികിനെ നോക്കി.

“ഫാൽക്കോ, അത് മതി.” അവൾ ഇടയ്ക്ക് കയറി. “നമുക്ക് നക്സിഗ്യുല്ലിന്റെ മരണത്തെക്കുറിച്ചു സംസാരിക്കാം. ആ ശവശരീരം നക്സിഗ്യുല്ലിന്റേതുപോലെ നിങ്ങൾ എങ്ങനെയാണ് ആക്കിത്തീർത്തത്?”

“അതിനു പ്രയാസമുണ്ടായിരുന്നില്ല. ജയിലെ ആ കാവൽക്കാരൻ ഇത്തരം കാര്യങ്ങളിൽ മിടുക്കനാണ്. ശവശരീരങ്ങളുടെ തൊലി മാറ്റി വയ്ക്കുന്നത് ഉൾപ്പെടെ അയാൾക്ക് സ്വന്തമായ ചില രീതികളുണ്ട്. അവൻ ആ മുഖത്ത് മെഴുകു ഉപയോഗിച്ചു കൂടുതൽ ചെറുപ്പമാകാൻ വേണ്ടി ചില പ്രയോഗങ്ങൾ നടത്തി. ഫാൽക്കോ ഉറങ്ങിക്കിടന്ന നേരത്ത് നക്സിഗ്യുല്ലിനെ മറ്റൊരു മുറിയിലേക്ക് മാറ്റിയ ശേഷം മറ്റേ സ്ത്രീയുടെ ശരീരഭാഗങ്ങൾ മുറിയിലാകെ വിതറിയിടുകയും രക്തം ഒഴിക്കുകയും ചെയ്തു. ഫാൽക്കോ ഉണർന്നാൽ സ്വപ്നം കാണുകയാണ് എന്ന് കരുതാനായി കണ്ണുകളിൽ പോലും അയാൾ രക്തത്തുള്ളികൾ വിതറി. ശരിയല്ലേ ഫാൽക്കോ?”

ഫാൽക്കോ ഓർത്തെടുക്കാൻ ശ്രമിച്ചു. തലയ്ക്ക് വല്ലാത്തൊരു ഭാരവുമായാണ് താൻ ഉണർന്നെഴുന്നേറ്റത് എന്ന് അവന് ഓർമ്മയുണ്ടായിരുന്നു.

“ശരിയാണ്.” ആ പ്രഭാതത്തെക്കുറിച്ചുള്ള അവ്യക്തമായ ഓർമ്മകളോടെ ഫാൽക്കോ പറഞ്ഞു.

“കാര്യങ്ങൾ കൂടുതൽ വിശ്വസനീയമാക്കാൻ വേണ്ടി..” ജയിൽസൂക്ഷിപ്പുകാരൻ തുടർന്നു. “ആ ഇരട്ട ടുളിപ് കിഴങ്ങിന്റെ പകുതി ആ ശവശരീരത്തിന്റെ കൈ വിരലുകൾക്കുള്ളിൽ തിരുകിവയ്ക്കാനും ഞങ്ങൾ അയാളോട് ആവശ്യപ്പെട്ടു.”

“ദുഃഖസ്പർശം?”

“അല്ല, അത് റ്ററീയൻ കുള്ളൻ എന്നാണ് അറിയപ്പെട്ടിരുന്നത്. കാഗിത്താനെയിലെ ഒരു ഉദ്യാനപാലകന്റെ കൈയിൽ നിന്ന് മോഷ്ടിച്ച കിഴങ്ങാണ് അത്. അയാളത് ടുളിപ് കാലം വരുമ്പോൾ അഞ്ഞൂറ് സ്വർണ്ണനാണയങ്ങൾ വില കിട്ടും എന്ന മോഹവുമായി സുൽത്താനു വേണ്ടി വളർത്തുകയായിരുന്നു. അവ മോഷണം പോയ രാത്രി മുഖ്യ ന്യായാധിപൻ ഇസഹാക്ക് ഒരു കൂട്ടം പൊലീസുകാരെ തിരയാൻ അയച്ചിരുന്നു. ഞങ്ങൾക്ക് ആ കിഴങ്ങുകൾ ഒളിപ്പിക്കാൻ ഒരു മണവറയെക്കാൾ സുരക്ഷിതമായ മറ്റൊരു സ്ഥലം ഇല്ലായിരുന്നു.”

“നിങ്ങളാണോ ആ ലേല ദിവസം ടുളിപ് മോഷ്ടിച്ചത്?” ഫാൽക്കോ ചോദിച്ചു.

“നിനക്ക് എന്തു തോന്നുന്നു?” ജയിൽസൂക്ഷിപ്പുകാരൻ പറഞ്ഞു. “ഞങ്ങൾക്ക് ഞങ്ങളുടെ മുതൽ തിരിച്ചുവേണമായിരുന്നു. സ്ഥാന പതിയുടെ വിശ്രമകേന്ദ്രത്തിലൊരു വിദേശിയുടെ മുറിയിൽ ഞങ്ങൾ അത് ഒളിപ്പിച്ചു വച്ചു. ആ വിവാഹത്തിനുശേഷം അതെങ്ങനെ മുറിയിൽ നിന്ന് അപ്രത്യക്ഷമായി എന്നത് ഇപ്പോഴും ദുരൂഹമായി തുടരുന്നു. ആരാണ് ആ കിഴങ്ങ് എടുത്തത് എന്നോ, ആർക്കാണത് കൊടുത്തത് എന്നോ, എവിടെയാണത് നട്ടത് എന്നോ ഞങ്ങൾക്ക് ഒരു രൂപവും ഇല്ലായിരുന്നു. ഏറ്റവും കൗതുകകരമായി തോന്നിയ ഒരു കാര്യം, ആരുടെ കൈയിൽ നിന്നാണോ ഞങ്ങളത് മോഷ്ടിച്ചത്, അയാൾ തന്നെ അത് ലേലത്തിനു വച്ചു. എന്താ അയാളുടെ പേര്...? ഹാഫിസ് സെലെബി എന്നാണെന്ന് തോന്നുന്നു. പക്ഷേ അയാളതിനെ ദുഃഖസ്പർശം എന്നാണു വിളിച്ചത്. അല്ലേ? അതേ, അത് തന്നെ. ഞങ്ങളുടെ റ്റിരീയൻ കുള്ളൻ ദുഃഖസ്പർശം ആയി മാറി.”

“കൊള്ളാം. നമുക്ക് വിവാഹത്തിന്റെ അടുത്ത ദിവസം രാവിലെ മുതൽ തുടങ്ങാം.” ഫാൽക്കോ പറഞ്ഞു. “അടുത്തതായി നിങ്ങൾ എന്താണ് ചെയ്തത്?”

“ഞങ്ങൾ പ്രതീക്ഷിച്ചതുപോലെ നീ പ്രതികരിച്ചു.” ജയിൽസൂക്ഷി പ്പുകാരൻ ചുരുക്കി പറഞ്ഞു. “നിന്നെ കൊലപാതകത്തിന് തടവിലാക്കു കയും ഇയൂപ് ജയിലിൽ നിന്ന് ഗലാട്ടായിലേക്ക് മാറ്റും വഴി രക്ഷപ്പെടാൻ അനുവദിക്കുകയും ചെയ്യുക എന്നതായിരുന്നു ഞങ്ങളുടെ പദ്ധതി. നിനക്ക് അഴിച്ചു കളയാൻ പറ്റും വിധം ഒരു കല്ല് നിന്റെ കാലിൽ കെട്ടി വയ്ക്കുകയും ചെയ്തു. നിനക്ക് നീന്താൻ അറിയാം എന്ന് ഞങ്ങൾക്ക് അറിയാമായിരുന്നു. അതൊരു നല്ല പദ്ധതി ആയിരുന്നു.”

ഈ ഘട്ടമായപ്പോൾ ജയിൽസൂക്ഷിപ്പുകാരൻ അല്പം പ്രശംസ ആഗ്രഹിക്കുന്നതു പോലെ തോന്നി. പക്ഷേ അതിനു പകരം അവിടെ ഒരു അസുഖകരമായ നിശ്ശബ്ദത പരക്കുകയാണ് ചെയ്തത്. കുറ്റവാളി കൾ തങ്ങൾക്കു മേലെ ഒരു ദുഃസ്വപ്നം പോലെ ഉയരുന്നതു ഫാൽ ക്കോയും കൂട്ടരും മനസ്സിലാക്കി. അന്തരീക്ഷത്തിനു മാറ്റം വരുത്താനും കഥയുടെ ബാക്കി കണ്ടുപിടിക്കാനും വേണ്ടി ഫാൽക്കോ മൂന്നു തടവു കാരെയും ചങ്ങലകളിൽ നിന്ന് മോചിപ്പിച്ചു. മരത്തടികളിൽ കാലുകൾ ബന്ധിച്ച ശേഷം വെടിമരുന്നു നിറച്ച വീപ്പകളിൽ ഇരുത്തിയായി ബാക്കി ചോദ്യം ചെയ്യൽ. ശരീരം വലിച്ചു നീട്ടിയ വേദനയാൽ മരത്തടിയിൽ പൂട്ടിയപ്പോൾ അവർ വീണ്ടും നിലവിളിച്ചു.

“ഫാൽക്കോയെ കൊല്ലണോ വേണ്ടയോ എന്ന് നിങ്ങൾ തീരു മാനിച്ച സമയത്ത് അവൻ ശരിക്കും ആരാണ് എന്ന് നിങ്ങൾക്ക് അറിയാ മായിരുന്നോ?” മറുപടി ഒന്നും ലഭിച്ചില്ലെങ്കിൽ ചവിട്ടാൻ തയ്യാറായി മരത്തടിമേൽ ഒരു കാലുവച്ചുകൊണ്ട് ഹൂറികിൻ അല്പനേരത്തിനു ശേഷം ചോദിച്ചു.

ജയിൽസൂക്ഷിപ്പുകാരന് അവളുടെ ചോദ്യത്തിന്റെ അർത്ഥം മനസ്സിലായി. മറ്റുള്ളവർ ശ്രദ്ധിക്കുകയില്ല എന്ന് പ്രതീക്ഷിച്ചുകൊണ്ട് അയാൾ ഹൂറികാന് നേരെ തിരിഞ്ഞു തനിക്കറിയില്ലായിരുന്നു എന്ന് അർത്ഥമാക്കുന്ന വിധത്തിൽ തലയാട്ടി.

പനിയുള്ളത് പോലെ ഫാൽക്കോ വിയർത്തുകുളിച്ചു. അവന് തല തിരിയുന്നത് പോലെ തോന്നി. ഏറ്റവും പ്രധാനപ്പെട്ട ആ ചോദ്യം ചോദിക്കാൻ അവനു കഴിയുന്നില്ലായിരുന്നു.

തന്റെ സുഹൃത്തിനുവേണ്ടി യെയെ ചോദിച്ചു. "എവിടെയാണ് ഇപ്പോൾ നക്സിഗ്യുൽ?"

ആരുടെയും ശ്വാസോച്ഛ്വാസത്തിന്റെ ശബ്ദം പോലും കേൾക്കാനാവാത്ത വിധം അവിടെ ഒരു നിശ്ശബ്ദത വ്യാപിച്ചു. അസ്ലാൻ ആഗ സംസാരിക്കാൻ തുടങ്ങുന്നതിനു മുന്നോടിയായി ഉമിനീര് ഇറക്കിയപ്പോൾ പിറ്റ് ജാനിന്റെ ശബ്ദം ദൂരെ നിന്ന് കേട്ടു.

"ഫാൽക്കോ...!"

ചോദ്യം 64

നിങ്ങൾക്ക് എങ്ങനെ അത് ചെയ്യാൻ കഴിഞ്ഞു?

സന്ധ്യാനേരത്തെ സൂര്യൻ അതു വരെ സദാബാത്തിലെ ചരിവുകളിൽ മുങ്ങി മറഞ്ഞിരുന്നില്ല. എന്നിട്ടും സുത്ത്ലൂസിലെ കുന്നുകൾക്കു മുന്നിൽ പൂർണ്ണചന്ദ്രൻ ഉദിച്ചിരുന്നു. പുതിയ സുൽത്താന്റെ സ്ഥാനാരോഹണം പ്രമാണിച്ചു ഒൻപതു പീരങ്കിയുണ്ടകളുടെ ശബ്ദം ഇസ്താംബൂളിനു മേലെ മുഴങ്ങി. അവസാനം നഗരത്തിൽ അച്ചടക്കം പുനഃസ്ഥാപിക്കപ്പെടും എന്നോർത്തു ഹാഫിസ് സെലെബി സന്തോഷത്തോടെ താൻ ചെറുപ്പ കാലത്ത് പഠിച്ച പാട്ടുകളിൽ ഒന്ന് മൂളി.

“ഒരു റോസാപ്പൂവിന്റെ ഹൃദയത്തിൽ
മുല്ലപ്പൂ അള്ളിപ്പിടിച്ചിരിക്കുന്നു.
ദുരന്തപര്യവസായിയായ
പ്രണയം വിശ്രമിക്കുന്നത് പോലെ.”

നേരത്തെ അദ്ദേഹം തന്റെ സുന്ദരമായ ചുറ്റുപാടുകളുടെ ഭംഗി ആസ്വദിക്കുമായിരുന്നു. പക്ഷേ ഇപ്പോൾ ആ സൗന്ദര്യം എവിടെയോ പൊയ്പ്പോയിരിക്കുന്നു. ദിവസം മുഴുവൻ സദാബാത്തിൽ നിന്ന് കൊള്ളക്കാരുടെ ആരവങ്ങൾ കേൾക്കാം. ഇപ്പോഴും പലയിടങ്ങളിൽ നിന്ന് കുതിരപ്പുറത്തും കഴുതപ്പുറത്തും കാളവണ്ടികളിലുമായി കലാപകാരികൾ എത്തിച്ചേരുന്നുണ്ടായിരുന്നു. ഒരാൾ ഒരു അടിമയെ പിടിച്ചു വലിച്ചുകൊണ്ട് പോകുമ്പോൾ മറ്റൊരാൾ വെള്ളി കൊണ്ടുണ്ടാക്കിയ ഒരു തീപ്പാത്രം ചുമന്നും മറ്റൊരാൾ ഒരു സ്ഫടികതൂക്കുവിളക്കും എടുത്തു കൊണ്ട് പോവുന്നത് ഹാഫിസ് സെലെബി കണ്ടു.

അത്യാഗ്രഹം മൂത്ത് കാളവണ്ടിയുമായി വന്നവർ കണ്ണിൽ കണ്ടതെല്ലാം വണ്ടിയിലാക്കി. കതകുകളും നിരപ്പലകകളും പിച്ചള കൈവരികളും എന്നു വേണ്ട എടുക്കാവുന്നതെല്ലാം എടുത്തുകൊണ്ട് മനോഹരമായ സമ്മേളനശാലകളെയും ബംഗ്ലാവുകളെയും പൂർണ്ണമായും കലാപകാരികൾ നശിപ്പിച്ചു. കൂക്കിവിളിക്കുന്ന ഒരു കൂട്ടം തെമ്മാടികൾ പാകുവാൻ തയ്യാറാക്കി ചാക്കുകളിൽ കെട്ടിവച്ചിരുന്ന ടുളിപ് കിഴങ്ങുകൾ ചവിട്ടിയരച്ചത് ഹാഫിസ് സെലെബിക്ക് ഒരിക്കലും മറക്കാൻ കഴിയില്ല. ഈ അറിവ് കെട്ട വിഡ്ഢികൾ ടുളിപ്പുകളെയാണ് എല്ലാത്തിനും

പഴിക്കുന്നത്. പ്രഭാതത്തിൽ ആരോ അദ്ദേഹത്തിന്റെ പൂന്തോട്ടത്തിൽ അതിക്രമിച്ചു കയറി ആമകളെ മോഷ്ടിക്കാനും ശ്രമിച്ചു. എന്നാലും ആത്മാക്കളുടെ കിണർ ശ്മശാനത്തിന് സമീപത്തായതുകൊണ്ട് പ്രേതങ്ങളെയോ മറ്റോ ഭയന്നിട്ടാവണം അവർ പിന്മാറി. പക്ഷേ അവർ തിരിച്ചു വന്നേക്കും എന്ന് സെലെബിക്ക് ഭയമുണ്ടായിരുന്നു. എന്തുകൊടുത്തും താൻ സംരക്ഷിക്കാൻ ശ്രമിക്കുന്ന പൂമെത്തകളുടെ ഇടയിലൂടെ ഹാഫിസ് സെലെബി അലഞ്ഞു തിരിഞ്ഞു. താമരവിത്തുകളും ടുളിപ് കിഴങ്ങുകളും മോഷ്ടിക്കപ്പെട്ടോ എന്ന് മാത്രമായിരുന്നു സദാനേരവും അദ്ദേഹത്തിന്റെ ചിന്ത. മുല്ലകൾ ഇലപൊഴിക്കുന്നതു കണ്ടപ്പോൾ ശരത്കാലം അവസാനിക്കാറായി എന്നും ടുളിപ് കിഴങ്ങുകൾ നടാനുള്ള നേരമായി എന്നും അദ്ദേഹത്തിനു മനസ്സിലായി.

സാധാരണ പോകുന്നതിനേക്കാൾ ഇത്തവണ കുറച്ചു നേരത്തെ തന്റെ രാജ്യത്തേക്കു തിരിച്ചുപോകണം എന്ന് പിറ്റ്ജാൻ പറഞ്ഞു. കലാപം അയാളെ വല്ലാതെ ബാധിച്ചിട്ടുണ്ടായിരുന്നു. പിറ്റ്ജാനിനെ പിടിച്ചു നിർത്താൻ പറയാൻ പറ്റിയ ഒരു കാരണവും ഹാഫിസ് സെലെബിയുടെ മനസ്സിൽ തോന്നിയില്ല. പുതിയ സുൽത്താൻ പുറത്തു നിന്ന് വരുന്ന തെമ്മാടികളുടെ സംഘങ്ങൾക്ക് കൊള്ളയടിക്കുകയാണ് ഉദ്ദേശ്യം എന്ന് മനസ്സിലാക്കിയിട്ടുപോലും സദാബാത്തിലേക്ക് പ്രവേശിക്കാൻ അവർക്ക് അനുവാദം നൽകുന്നത് കണ്ട് അയാൾക്കു നല്ല ദേഷ്യം വരുന്നുണ്ടായിരുന്നു. ഭയത്തിലമർന്ന നഗരത്തിലെ കടകളും മറ്റു വ്യാപാരശാലകളും അപ്പോഴും അടഞ്ഞുകിടക്കുന്നത് എന്തുകൊണ്ടാണ് എന്ന് അയാൾക്ക് മനസ്സിലാകുന്നുണ്ടായിരുന്നു. പക്ഷേ സദാബാത്തിലെ മനോഹരമായ സമ്മേളനശാലകളും മറ്റും കൊള്ളയടിക്കാനുള്ള കലാപകാരികളുടെ ആവേശം അയാൾക്ക് ദുർഗ്രഹമായി തോന്നി. ഇത്തരം സ്ഥലങ്ങൾ അഗ്നിക്കിരയാക്കുന്നതിനു എതിരെ സുൽത്താൻ ഇസ്താംബൂളിലെ മതമേധാവിയിൽനിന്ന് ഒരു ഫത്വ സമ്പാദിച്ചിരുന്നു. പക്ഷേ എന്തുകൊണ്ട് അവ കൊള്ളയടിക്കുന്നതിൽനിന്ന് അദ്ദേഹം ഈ കലാപകാരികളെ തടയുന്നില്ല?

ആ മനോഹരമായ കെട്ടിടങ്ങൾ ചാരമാക്കി മാറ്റുന്നത് സ്വബോധമുള്ള ആർക്കും സഹിക്കാൻ കഴിയില്ല. പക്ഷേ അവയെ ഇത്ര ക്രൂരമായി കൊള്ളയടിക്കുന്നതും അനുവദനീയമല്ല എന്നായിരുന്നു പിറ്റ്ജാനിന്റെ അഭിപ്രായം. പത്രോണ ഹലീൽ ആക്രമിക്കും മുൻപ് കെട്ടിടങ്ങൾ അഗ്നിക്കിരയാക്കാൻ വിളംബരം ചെയ്യുന്നവർ ഉടമകളോടു ആഹ്വാനം ചെയ്യുന്നുണ്ടായിരുന്നു. പക്ഷേ ആ ഭ്രാന്തമായ ആൾക്കൂട്ടത്തിനു നടുക്ക് വച്ചു ആർക്കാണ് സ്വന്തം കെട്ടിടങ്ങൾ അഗ്നിക്കിരയാക്കാൻ കഴിയുക? കലാപത്തിന്റെ രണ്ടാം ദിവസം പൂർണത എന്ന വാക്കിന്റെ മനോഹരമായ ആ ഉദാഹരണങ്ങൾ എന്നേക്കുമായി നശിപ്പിക്കപ്പെട്ടു. പ്രകൃതിയുടെയും ബുദ്ധിയുടെയും കാച്ചിക്കുറുക്കിയ സൗന്ദര്യ രൂപങ്ങളായിരുന്ന നൂറ്റി അറുപതു സൗധങ്ങൾ, ശാലകൾ, ബംഗ്ലാവുകൾ, എല്ലാം കലാപകാരികൾ ഉന്മൂലനാശം വരുത്തി. പക്ഷേ എന്തിനായിരുന്നു

പൂന്തോട്ടങ്ങൾ നശിപ്പിക്കുകയും വൃക്ഷങ്ങൾ വേരോടെ പിഴുതു മാറ്റുകയും ജലധാരകൾ മലിനമാക്കുകയും ടുളിപ് തോട്ടങ്ങൾ ചവിട്ടിയരയ്ക്കുകയും ചെയ്തത്? ഈ അക്രമകാരികളെ മുസ്ലീമുകൾ എന്നാണ് വിളിക്കുന്നതെങ്കിൽ, അവരോടു താരതമ്യം ചെയ്യുമ്പോൾ ഹാഫിസ് സെലെബി ഒരു മാലാഖ ആയിരുന്നു. ഹാഫിസ് സെലെബിയുടെ ഇസ്ലാം മതം ഒരിക്കലും അക്രമത്തിൽ അധിഷ്ഠിതമായിരുന്നില്ല. പത്രോണ ഹലീലിനു മാന്യമായി പെരുമാറാനുള്ള കഴിവും മറ്റുള്ളവർ പറയുന്നത് ശ്രദ്ധിക്കാനുള്ള ക്ഷമയും നിമിത്തം ജനങ്ങളുടെ ബഹുമാനം ലഭിച്ചിരുന്നു. പക്ഷേ അയാൾക്ക് ചെന്നായ്ക്കൂട്ടങ്ങൾ പോലെ അക്രമകാരികളായ അനുയായികളാണ് ഉള്ളത്. അവർക്ക് ഒന്നിനും പരിധികളില്ലായിരുന്നു. തങ്ങളുടെ ചെയ്തികളുടെ പരിണിതഫലങ്ങളെപ്പറ്റി ചിന്തിക്കാനുള്ള വിവേക ശേഷി അവർക്ക് ഉണ്ടായിരുന്നില്ല.

അന്ധനും വിശന്നു വലഞ്ഞവനുമായ ഒരു നായയ്ക്ക് എല്ലിൻ കഷണം കിട്ടിയതുപോലെയായിരുന്നു അവരുടെ ഒന്നും ചിന്തിക്കാതെയുള്ള പെരുമാറ്റം. ഓട്ടോമാൻ സാമ്രാജ്യത്തിന്റെ ചരിത്രം സൃഷ്ടിച്ച, പുകൾപെറ്റ സൈന്യത്തിന്റെ ഇരുണ്ട മുഖമായിരുന്നു ഈ അക്രമകാരികൾ. സ്വാഭിമാനത്തെപ്പറ്റിയോ, കുലീനതയെപ്പറ്റിയോ രാജ്യസ്നേഹത്തെപ്പറ്റിയോ, ഭരണകൂടത്തെപ്പറ്റിയോ, രാജ്യത്തെപ്പറ്റിയോ, ഒരു ചിന്തയും ഇല്ലാത്ത ലജ്ജാഹീനരും അധമരുമായ വെറുമൊരു ജനക്കൂട്ടം മാത്രമായിരുന്നു അവർ. ഇതെല്ലാം പരിതാപകരമാം വിധം ദാരുണമായി അനുഭവപ്പെട്ട പിറ്റ്ജാനിന് എത്രയും പെട്ടെന്ന് തന്റെ നാട്ടിലെത്തിയാൽ മതി എന്നായി.

“ഇനി എന്തിനാണ് ഈ കാഗിത്താനെയിൽ താമസിക്കുന്നത്?” പിറ്റ്ജാൻ ചോദിച്ചു, “സുന്ദരികളായ സ്ത്രീകളെയും വഹിച്ചുകൊണ്ടുള്ള രാജകൊട്ടാരത്തിലെ വഞ്ചികളും കളിയോടങ്ങളും ബോസ്ഫറസിന്റെ തീരത്ത് കൂടി യാത്ര ചെയ്യുന്ന ആഡംബരം നിറഞ്ഞ കുതിരവണ്ടികളും കാളവണ്ടികളും വർണ്ണശീലകളും മണികളും കൊണ്ടലങ്കരിച്ച കുതിരകളും രാജസേവകന്മാരും വെള്ളിനൂലുകൾകൊണ്ട് ചിത്രപ്പണി ചെയ്ത പട്ടുവസ്ത്രങ്ങൾ അണിഞ്ഞ പാഷകളും മന്ത്രിമാരും ഇല്ലാത്ത ഇസ്താംബൂൾ! തീരത്തേക്ക് ഒഴുകുന്ന ശുദ്ധ ജലത്തിന്റെ ഉറവകളും ജലധാരകളും കുളങ്ങളും ടുളിപ് പൂക്കളുടെ അലങ്കാരങ്ങളും സുഗന്ധം വമിക്കുന്ന ഫിലാഡെൽഫസ് പൂക്കളും വൃക്ഷങ്ങളും ഇല്ലാത്ത ഇസ്താംബൂൾ! മന്ത്രിമുഖ്യനും അദ്ദേഹത്തിന്റെ മനോഹരമായി വസ്ത്രം ധരിച്ച അനുചരസംഘവും സംഗീതവും കവിതയും നിറഞ്ഞ രാത്രികളും പകലുകളും ഇല്ലാത്ത ഇസ്താംബൂൾ! ജീവിതം എത്ര വിരസമായി തീർന്നിരിക്കുന്നു.”

“ഇയാൾ എന്തുകൊണ്ടാണ് ഇങ്ങനെയൊക്കെ ചിന്തിക്കുന്നത്?” ഹാഫിസ് സെലെബി സ്വയം ചോദിച്ചു. അയാൾ ആ ഗാനം തുടരേണ്ടതുണ്ട്. ആ സ്വപ്നം കുറച്ചു കൂടി നീണ്ടുനിൽക്കേണ്ടത് അയാളുടെ ആഗ്രഹവും ആവശ്യവുമായിരുന്നു.

"നിന്നോടു ഞാൻ പോകാൻ പറഞ്ഞില്ലേ എന്റെ ഹൃദയമേ,
നശിക്കട്ടെ ഈ ഹൃദയം, ഓ എന്റെ ഹൃദയമേ,
നീ നശിച്ചു പോകട്ടെ."

ഇല്ല, ഇത് ഫലിക്കുമെന്ന് തോന്നുന്നില്ല. ഹൃദയം എന്ന വാക്ക് വീണ്ടും വീണ്ടും ഉച്ചരിക്കുന്നത് കൊണ്ട് അതിനെ ഒരിക്കലും സന്തുഷ്ട മാക്കാൻ കഴിയുകയില്ല എന്ന് അറിയാൻ മാത്രം വർഷങ്ങൾ ഹാഫിസ് സെലെബി ജീവിച്ചു കഴിഞ്ഞിരുന്നു. യെയെയെ വീണ്ടും നഷ്ടപ്പെടുക എന്നതിനെ പറ്റി സെലെബിക്ക് ചിന്തിക്കാനേ കഴിയില്ലായിരുന്നു. ജയിൽ സൂക്ഷിപ്പുകാരനെയും സംഘത്തെയും കുടുക്കാനുള്ള ശ്രമങ്ങളിൽ പിറ്റ്ജാൻ കൂടെ ഇടപെട്ടില്ലായിരുന്നുവെങ്കിൽ ഒരിക്കലും അദ്ദേഹം യെയെയെ ഫാൽക്കോയുടെ ഒപ്പം അതിനായി പോകാൻ അനുവദിക്കു കയില്ലായിരുന്നു.

ടുളിപ് കിഴങ്ങുകൾ ആഴത്തിൽ പാകണം. കുളത്തിലെ ഇഷ്ടികകൾക്ക് ആവരണം ആവശ്യമാണ്. അദ്ദേഹം സ്വയം പറഞ്ഞു. ആമകൾ കറുത്ത ചായപ്പൊടി തിന്നു കാണുമോ ആവോ? ഇത്തവണ എന്തായാലും നമു ക്കൊരു കറുത്ത ടുളിപ് പൂക്കൾ വിരിയുന്ന ചെടി വേണം. നമുക്കതിനെ കരുത്തൻ യെയെ എന്നു വിളിക്കണം. ശെഹ്നാസിന്റെ അച്ഛനോട് അവളെ അവനു വധുവായി നൽകുന്നതിനെ പറ്റി സംസാരിക്കണം. എലുമ്പൻ കിർക്കോർ പറഞ്ഞതനുസരിച്ചു ഈ വിപ്ലവം വെയ്സ് ആഗയെ ഒരു മുൻകോപി ആക്കി മാറ്റിയിരിക്കുന്നു. അയാൾ ശെഹ്നാസിനെയും അവളുടെ അമ്മയും തല്ലാറുണ്ട് എന്നാണ് അവൻ പറഞ്ഞത് ഇങ്ങനെ പോയാൽ അയാൾ യുസുഫിനെ അയച്ച അതേ സ്ഥലത്ത് തന്നെ ചെന്ന വസാനിക്കും എന്നാണ് തോന്നുന്നത്. അവസ്ഥ കൂടുതൽ വഷളാകുന്ന തിനു മുൻപ് എനിക്ക് ശെഹ്നാസിനെ രക്ഷിക്കണം. എന്തായാലും എന്റെ പ്രിയപ്പെട്ട മകന്റെ ഭാര്യയായി ഈ വീട്ടിൽ ഒരു പെൺകുട്ടി വരുന്നത് സന്തോഷകരമായ കാര്യം തന്നെയാണ്. എലുമ്പൻ കിർക്കോർ വിചാരി ച്ചാൽ മറ്റൊരു മുറി കൂടി പണിയാൻ കഴിയും. എന്നിട്ട്....

തന്റെ ദിവാസ്വപ്നങ്ങളിൽ ലയിച്ചു ഹാഫിസ് സെലെബി അരുവി യുടെ കരയിൽ ഇരിക്കുകയായിരുന്നു. ആ സ്വപ്നത്തിന്റെ ഓരോ നിമിഷവും ഒരായിരം സന്തോഷകരമായ വർഷങ്ങൾ പോലെയുണ്ടായി രുന്നു. മഴ പെയ്യുന്നത് പോലുമറിയാതെ അദ്ദേഹം പാടിക്കൊണ്ടേയിരുന്നു.

ഓ എന്റെ ഹൃദയമേ, നീ നശിച്ചു പോകട്ടെ...

"ഹാഫിസ്...!" പിറ്റ്ജാനിന്റെ ഉറക്കെയുള്ള വിളിയാണ് അദ്ദേഹത്തെ ഉണർത്തിയത്.

"**എ**ങ്ങനെ നിങ്ങൾക്കത് ചെയ്യാൻ കഴിഞ്ഞു?"

"അവർ ജീവിച്ചിരുന്നെങ്കിൽ നമ്മുടെ ജീവൻ അപകടത്തിൽ ആകു മായിരുന്നു."

“പക്ഷേ ആളുകളെ കൊല്ലുക! എനിക്ക് മനസ്സിലാകുന്നില്ല. അതും നിന്നെപ്പോലൊരു മാന്യസ്ത്രീ....!”

“നിന്നെയും കരുത്തൻ യെയെയേയും ബലി കൊടുക്കാൻ എനിക്ക് കഴിയില്ല.”

“നീ നക്സിഗ്യുല്ലിനെ ബലി കൊടുത്തു!”

ആ വീടിന്റെ അടുത്തടുത്ത മുറികളിൽ വച്ചു വസ്ത്രം മാറി കൊണ്ടിരിക്കെ ഫാൽക്കോയും ഹൂറികാനും കടുത്ത വാദപ്രതിവാദ ത്തിൽ ഏർപ്പെട്ടു. പിറ്റ്ജാനിന്റെ ശബ്ദം ജയിലിൽ മുഴങ്ങിയപ്പോൾ എന്ത് ചെയ്യണം എന്നവർക്ക് അറിയില്ലായിരുന്നു. ഹൂറികിനോടും യെയെ യോടും ഉടനെ സ്ഥലം വിടാനാവശ്യപ്പെട്ട ശേഷം ഫാൽക്കോ ജയിൽ സൂക്ഷിപ്പുകാരന്റെ തല ഒരു ചാക്ക് കൊണ്ടുമൂടുകയും നക്സിഗ്യുല്ലിനെ കുറിച്ചു ചോദ്യം ചെയ്യാൻ ആരംഭിക്കുകയും ചെയ്തു. തന്നെ മരത്തടി പ്പൂട്ടിൽ നിന്ന് മോചിപ്പിക്കാം എങ്കിൽ കൂടുതൽ വിവരങ്ങൾ പറയാം എന്ന് വാഗ്ദാനം ചെയ്തു കൊണ്ട് ജയിൽസൂക്ഷിപ്പുകാരൻ ഫാൽക്കോയെ ആശയക്കുഴപ്പത്തിലാക്കി. കുറച്ചു നാവികർ ചേർന്ന് അക്രമം നടത്തുന്ന തെമ്മാടിക്കൂട്ടങ്ങളെ ചങ്ങലയ്ക്കിടുകയും പുറത്തു കുറച്ചെങ്കിലും അച്ച ടക്കം പുനഃസ്ഥാപിക്കാം എന്ന പ്രതീക്ഷയിൽ അവരെ ജയിലേക്ക് കൊണ്ടുവരികയുമാണ് എന്ന് പിറ്റ്ജാൻ അവരോടു പറഞ്ഞു.

“എത്രയും പെട്ടെന്ന് അവിടം വിടണം”

“നമുക്ക് പോകാം.” ഹൂറികിൻ വിളിച്ചു പറഞ്ഞു. ജയിൽസൂക്ഷിപ്പു കാരനെ സ്വതന്ത്രനാക്കാൻ ഫാൽക്കോ ശ്രമിച്ചുവെങ്കിലും താക്കോൽ താഴിൽ തിരിയുന്നുണ്ടായിരുന്നില്ല. മറ്റുള്ളവരെ രണ്ടുപേരെയും അവിടെ പൂട്ടി ഇട്ടിട്ട് അയാളെയും കൊണ്ട് പുറത്തു കടക്കാനായിരുന്നു അവ രുടെ പദ്ധതി. പക്ഷേ അതിനുള്ള സമയം ഉണ്ടായിരുന്നില്ല. പെട്ടെന്ന് തന്നെ ഹൂറികിൻ ഒരു കോടാലി എടുത്തു വെടിമരുന്ന് നിറച്ച ഒരു വീപ്പ വെട്ടിപ്പൊളിച്ചു. നിലത്തു ചിതറി വീണ വെടിമരുന്നിൽ നിന്ന് ഒരു പിടി വാരി എടുത്ത ശേഷം വാതിൽ വരെ നീണ്ടു കിടക്കുന്ന ഒരു വരയുടെ രൂപത്തിൽ അത് നിലത്തു തൂവി. ഭിത്തിയിൽ തൂക്കിയിട്ടിരുന്ന റാന്തലു കളിൽ ഒന്നിൽ നിന്ന് അതിലേക്കു തീ പകർത്തിയ ശേഷം അവൾ അലറി.

“ഫാൽക്കോ! ഓടി രക്ഷപ്പെടൂ..!”

നാവികർ തെമ്മാടികളുമായി വരും മുൻപ് അവർ ജയിലിന്റെ പുറകു വശത്തുള്ള കവാടത്തിലൂടെ തയ്യാറാക്കി നിർത്തിയിരുന്ന കുതിര കളുടെ പുറത്ത് ചാടിക്കയറി രക്ഷപ്പെട്ടു. സുൽത്താൻ മഹ്മൂദിന്റെ സ്ഥാനാരോഹണത്തെ ആഘോഷിച്ചുകൊണ്ടുള്ള ഒൻപതു പീരങ്കിയൊച്ച കൾ മുഴങ്ങിയതിനൊപ്പം അവർക്കു പിന്നിൽ ജയിലിനകത്ത് നിന്ന് മൂന്നു പൊട്ടിത്തെറികൾ കൂടി കേട്ടു.

“അസ്ലാൻ ആഗയുടെയും ബിന്ദാലി മഹ്മൂതിന്റെയും ജയിൽ സൂക്ഷിപ്പുകാരന്റെയും അവസാനം അങ്ങനെയായി.” കരുത്തൻ യെയെ പറഞ്ഞു.

ഹസ്കോയിൽ വച്ചുതുടങ്ങിയ വാഗ്വാദം സുത്ത്ലൂസ് മലകളിലും ഒക്ക്മേയ്ദാൻ മലഞ്ചെരുവുകളിലും തുടർന്ന് കാഗിത്താനെയിൽ വച്ചു നനഞ്ഞു കുതിർന്നു വിറയ്ക്കുന്ന അവസ്ഥയിൽ ഹാഫിസ് സെലെബിയെ കണ്ടുമുട്ടുംവരെ തുടർന്നു.

“അച്ഛാ! അങ്ങേക്ക് എന്തു പറ്റി?”

“യെയെ, മോനേ, ഇവിടെ വന്നു എന്നെ ഒന്ന് പിടിക്കൂ. ദയവു ചെയ്തു എന്നെ ഒറ്റയ്ക്കാക്കിയിട്ട് ഇനി നീ പോകരുത്.”

“ഹൂറി! വേഗം പോയി അല്പം തർഹാനാ സൂപ്പ് ഉണ്ടാക്കൂ.” നിറഞ്ഞ കണ്ണുകളുമായി പിറ്റ്ജാൻ പറഞ്ഞു. “ഫാൽക്കോ നീ പോയി ആത്മാക്കളുടെ കിണറിൽ നിന്ന് അല്പം വെള്ളം കൊണ്ടുവരൂ. എന്നിട്ട് നീ സെലെബിയുമൊത്ത് ടുളിപ് കിഴങ്ങുകൾ സൂക്ഷിക്കുന്ന മുറിയിൽ പോകണം. അവിടെ വിരൽ വലിപ്പത്തിലുള്ള മെഴുകുശീല കൊണ്ടുള്ള പൊതികളിൽ ഒരു കുഴമ്പ് സൂക്ഷിച്ചിട്ടുണ്ട്. അതിങ്ങേടുത്തുകൊണ്ട് വരൂ.” അണഞ്ഞുകൊണ്ടിരിക്കുന്ന കനലുകളിലേക്ക് കുറച്ചു ഉണങ്ങിയ വിറക് ഇട്ടുകൊണ്ട് അവളെ പിറ്റ്ജാൻ തന്റെ അമ്മ വിളിക്കുമായിരുന്നതു പോലെ ഹൂറി എന്ന് വിളിച്ചതിനെ പറ്റി ഓർമ്മിക്കുകയായിരുന്നു ഹൂറികിൻ. അവളുടെ അമ്മയുടെ മരണശേഷം പുരുഷാധിപത്യമുള്ള മൂന്നു ചന്ദ്രന്മാരുടെ സംഘത്തിൽ മകളെ വളർത്താൻ തീരുമാനിച്ച അവളുടെ അച്ഛൻ കിൻ എന്ന് ആ പേരിനോട് കൂട്ടിച്ചേർക്കുകയായിരുന്നു. ഹൂറി എന്ന പേര് അവൾക്ക് ഒരു സ്ത്രീയുടെ മുഗ്ദ്ധഭാവം നൽകിയെങ്കിലും ഹൂറികിൻ എന്ന പേര് അവൾക്കു കരുത്തു പകരുന്ന ഒന്നായി മാറി.

“യെയെ, എന്റെ മോനേ, ഗോൾഡൻ ഹോണിലേക്ക് ഒഴുകുന്ന ആ നീല അരുവി നിനക്കറിയാമോ?” ഹാഫിസ് സെലെബി പുലമ്പി. “കുറച്ചു നാളുകൾ മുൻപ് അവിടെ അർദ്ധചന്ദ്രന്മാർ ആകാശത്തു നിന്ന് പ്രതിഫലിക്കുന്നതുപോലെ ചില മനോഹരമായ വഞ്ചികൾ ഒഴുകിയകലുന്നത് ഞാൻ കണ്ടു. നീ ഒരു രാജകുമാരനെ പോലെ സാറ്റിൻ തുണി കൊണ്ടുള്ള ഒരു കഫ്ത്താൻ ധരിച്ചിരുന്നു. നിന്റെ കയ്യിൽ കല്ലുകൾ പതിച്ച ഒരു കഠാരയും വിരലുകളിൽ മരതകം പാകിയ മോതിരങ്ങളും ഉണ്ടായിരുന്നു. എതിർവശത്തുള്ള മലഞ്ചെരിവിലെ വളഞ്ഞ കമാനങ്ങളുള്ള ജനാലകളും മുപ്പതുതൂണുകളുമുള്ള ഒരു ബംഗ്ലാവിലെ ജനാലയ്ക്കടുത്തിരിക്കുന്ന ഒരു പെൺകുട്ടിയെ കാണാൻ പോവുകയായിരുന്നു നീ. നിന്റെ കയ്യിൽ ഒരു പിടി വെളുത്ത ടുളിപ് പൂക്കൾ ഉണ്ടായിരുന്നു. അതിലൊന്നിൽ നിന്ന് പ്രകാശം പടരുകയും അവളുടെ മുഖത്തെ ഉജ്ജ്വലമാക്കുകയും ചെയ്തു. യെയെ, ശെഹ്നാസ് എന്ന്

പേരുള്ള ആ പെൺകുട്ടി അതിസുന്ദരിയായിരുന്നു. മലയടിവാരത്തിൽ വളരുന്ന ലൈലാക് മരങ്ങളിൽ നിന്ന് എടുത്ത എണ്ണ ബംഗ്ലാവിലെ പരിചാരകർ നിന്റെ കാലിൽ തേച്ചു പിടിപ്പിക്കുന്ന നേരത്ത് നദീം എന്ന കവി സുഗന്ധം വമിക്കുന്ന ജലധാരകളുടെ ശബ്ദത്തിന്റെ അകമ്പടിയോടെ നിന്നെക്കുറിച്ചുള്ള സ്തുതികൾ അവളെ പാടിക്കേൾപ്പിച്ചു. ടുളിപ് സമിതിയിലെ ഏറ്റവും പ്രധാനപ്പെട്ട ഒരു സ്ഥാനം ഏറ്റെടുക്കാനായി മരിച്ചു പോയ നമ്മുടെ മുഖ്യ പുഷ്പാലങ്കാര വിദഗ്ധൻ സരി അബ്ദുള്ള എഫെൻഡി നിന്നെ നിർബന്ധിക്കുന്നുണ്ടായിരുന്നു. എന്നിട്ട് നിങ്ങൾ രണ്ടു പേരും കൂടി തടിച്ചു കൂടിയിരിക്കുന്ന ആൾക്കാരുടെ ഇടയിലൂടെ ഹൃദയഭേദകം, തീക്കുടുക്ക, സ്വർണ്ണമഞ്ഞ, ശീലപ്പൂവ്, പാചകന്റെ ഇളം ചുവപ്പ്, ചുവന്ന മീശ, പക്ഷി നഖം, പ്രണയ വല, ഭാഗ്യനക്ഷത്രം എന്നിങ്ങനെ പുതിയ ടുളിപ്പുകൾക്ക് പേരുകൾ നൽകിക്കൊണ്ട് നടന്നു."

ഹാഫിസ് സെലെബി പുലമ്പുന്നത് കെട്ടുകഥയാണോ ഭ്രമകല്പനയാണോ എന്നറിയാതെ യെയെ വിതുമ്പി. അദ്ദേഹത്തെ ഇനി ഒറ്റയ്ക്കാക്കിയിട്ട് എങ്ങും പോകാൻ പാടില്ല എന്നു മാത്രം അവനു മനസ്സിലായി. ഈ സമയത്ത് പിറ്റ്ജാൻ ചിന്തിക്കുകയായിരുന്നു. "നാളെ കപ്പൽ കയറിയില്ലെങ്കിൽ ഞാൻ എന്നെന്നേക്കുമായി ഇവിടെ താമസിച്ചേക്കും."

അടുത്ത ദിവസം ഹാഫിസ് സെലെബിയുടെ പനി കുറഞ്ഞു. അദ്ദേഹത്തിന്റെ ജ്വരമൂർച്ഛ അകന്നുപോവുകയും ബോധം തിരിച്ചു കിട്ടുകയും ചെയ്തു. "നിന്റെ ജോലികൾ എല്ലാം കഴിഞ്ഞോ?" എന്ന അദ്ദേഹത്തിന്റെ ചോദ്യം കൂടി കേട്ടപ്പോൾ ആരോഗ്യം തിരിച്ചു കിട്ടുന്നതായി എല്ലാവർക്കും മനസ്സിലായി.

എല്ലാവരുടെയും മുഖങ്ങൾ സന്തോഷവും ആശ്വാസവും കൊണ്ട് തെളിയുകയും മനസ്സ് തുറന്നുള്ള കളിചിരികൾ തുടങ്ങുകയും ചെയ്തു. പനി കുറഞ്ഞപ്പോൾ സെലെബി ശാന്തവും അഗാധവുമായ ഉറക്കത്തിലേക്ക് വീഴുകയും മറ്റുള്ളവർ നക്സിഗ്യുല്ലിനെക്കുറിച്ചും ജയിലിൽവെച്ച് നടത്തിയ ചോദ്യം ചെയ്യലിൽ നിന്ന് ലഭിച്ച വിവരങ്ങളെക്കുറിച്ചുള്ള സംഭാഷണം തുടരുകയും ചെയ്തു. തണുപ്പുള്ള ഒരു ശരത്കാല സായാഹ്നമായിരുന്നു അത്. എല്ലാവരും അടുപ്പിനടുത്ത് ചുരുണ്ടു കൂടിയിരുന്നു തങ്ങളുടെ എണ്ണമില്ലാത്ത ചോദ്യങ്ങളുടെ ഉത്തരങ്ങൾ കണ്ടെത്താനുള്ള ശ്രമത്തിൽ കഴിഞ്ഞതെല്ലാം വിശകലനം ചെയ്യുകയായിരുന്നു.

എങ്ങനെയാണ് നക്സിഗ്യുൽ മരിച്ചത്? എവിടെയാണ് അവളുടെ ശവകുടീരം? യെനി ബേസിലെ ആ വീടും മറ്റുള്ളവരും എവിടേക്ക് അപ്രത്യക്ഷമായി? ഗോൾഡൻ ഹോണിൽ നിന്ന് കണ്ടെടുത്ത ശരീരങ്ങൾ ആരുടേതാണ്? ഇക്കാര്യങ്ങൾ ഭരണകൂടത്തെ അറിയിക്കേണ്ടതുണ്ട് എന്നവർക്ക് അറിയാമായിരുന്നു. പക്ഷേ ആരെയാണ് സമീപിക്കേണ്ടത്? അവർ എന്ത് മറുപടി തരാനാണ് സാധ്യത? ഇതിൽ ഉൾപ്പെട്ടിരിക്കുന്നവരിൽ ചിലർ പത്രോണ ഹലീലിന്റെ ആൾക്കാർ ആയതിനാൽ ഇതൊരു

അപകടം പിടിച്ച കളി ആണെന്ന് വ്യക്തമായിരുന്നു. ഇതെങ്ങനെ മുന്നോട്ടു കൊണ്ടുപോകും? ബിൻബെർദേക്കിലെ വെള്ളത്തൊട്ടിയും പർഗോള കാപ്പിക്കടയും ശരിക്കും ദുരാചാരങ്ങളുടെ കേന്ദ്രമായിരുന്നോ? ഈ നിഗൂഢതകളുടെ ചുരുളുകൾ ഇനിയും അഴിക്കേണ്ടതുണ്ട്.

നമ്മൾ വീണ്ടും യാചകരായി വേഷം മാറി നടന്നാൽ ചിലപ്പോൾ ഇതിനെല്ലാം ഉള്ള ഉത്തരം കണ്ടെത്താൻ കഴിഞ്ഞേക്കും. കരുത്തൻ യെയെ പറഞ്ഞു.

"ഈ പൂന്തോട്ടം വിട്ടു വെളിയിൽ ഇറങ്ങരുത്." കർശന സ്വരത്തിൽ ഫാൽക്കോ പറഞ്ഞു. "പറഞ്ഞത് മനസ്സിലായോ?"

യെയെ അവനെ അദ്ഭുതത്തോടെ നോക്കി.

"നീ എന്തിനാ എന്നെ ഇങ്ങനെ നോക്കുന്നത്? നീ എങ്ങോട്ടും പോകുന്നില്ല." ഫാൽക്കോ തറപ്പിച്ചു പറഞ്ഞു. "നിനക്ക് ഹാഫിസ് സെലെബിയെ പറ്റി ഒരു ചിന്തയും ഇല്ലേ? നമ്മൾ ചോദ്യം ചെയ്ത മൂന്നു പേരും ഈ സ്ഥലത്തെ കുറിച്ചു പറഞ്ഞിട്ടുണ്ട്. നമ്മളിൽ ആരെങ്കിലും ഹാഫിസ് സെലെബിയെ നോക്കാനായി ഇവിടെ നിൽക്കണം. പിറ്റ്ജാൻ, നിങ്ങൾ ടുളിപ്പുകളെ പരിരക്ഷിക്കണം."

"ഒട്ടിച്ചു ചേർത്ത് കിഴങ്ങുകൾ നാളെ നടേണ്ടതുണ്ട്. പക്ഷേ ഇനി അതെന്റെ ജോലി അല്ല. അതൊക്കെ ഇനി യെയെ നോക്കി നടത്തണം." പിറ്റ്ജാൻ മറുപടി പറഞ്ഞു.

"വളരെ നല്ലത് പിറ്റ്ജാൻ ആഗ," കരുത്തൻ യെയെ മറുപടി പറഞ്ഞു.

കരുത്തൻ യെയെ ഈ നിർദ്ദേശത്തോടു യോജിച്ചപ്പോൾ എല്ലാവർക്കും സന്തോഷവും ആശ്വാസവും തോന്നി. അവർ വീണ്ടും ചോദ്യം ചെയ്യലിനെ പറ്റിയും കൊലപാതകങ്ങളെ പറ്റിയും ചർച്ച ചെയ്യാൻ തുടങ്ങി. തന്നെ സുഹൃത്തുക്കൾ ഈ തോട്ടത്തിന്റെ ഉടമയായി പരിഗണിക്കാൻ തുടങ്ങിയതിൽ യെയെയ്ക്ക് വളരെ സന്തോഷം തോന്നി. ഹാഫിസ് സെലെബി പഠിപ്പിച്ചു തന്ന എല്ലാ പാഠങ്ങളും പ്രയോഗിച്ച് താനും ശെഹ്നാസും കൂടി ഇസ്താംബൂളിലെ ഏറ്റവും സുന്ദരമായ ടുളിപ്പുകൾ ഇവിടെ നട്ട് പിടിപ്പിക്കും. മൊട്ടുകളെ സൗന്ദര്യത്തിന്റെ പൂർണ്ണതയിൽ എത്തിക്കുന്നതിലൂടെ ഹാഫിസ് സെലെബിയുടെ വൈദഗ്ധ്യം തലമുറകളിലൂടെ തങ്ങൾ കൈമാറും. ചിലപ്പോൾ ഹാഫിസ് സെലെബിയുമായി ബന്ധപ്പെട്ടു തന്റെ പേരും പ്രശസ്തിയിലേക്ക് ഉയർന്നേക്കാം. താൻ ചെറിയ കുട്ടിയായിരുന്നപ്പോൾ വായിച്ച ഒരു പുസ്തകത്തിലെ പ്രണയത്തെക്കുറിച്ചുള്ള കഥകളുടെ ഭാഗത്ത് ഉണ്ടായിരുന്ന 'സൂര്യനോടുള്ള ചന്ദ്രന്റെ അസൂയ' എന്ന കഥ അവനു ഓർമ്മ വന്നു. പക്ഷേ തനിക്കും ഹാഫിസ് സെലെബിക്കും ഇടയിൽ ഒരിക്കലും അസൂയയുടെ ഒരു തരി പോലും ഉണ്ടായിട്ടില്ലല്ലോ എന്ന് യെയെ ഓർത്തു.

ഒട്ടിച്ചു ചേർത്ത കിഴങ്ങുകളെ പറ്റിയും ആമകളെ പറ്റിയും മറ്റുള്ളവർ സംസാരിക്കാൻ തുടങ്ങിയപ്പോൾ അവൻ സ്വപ്നത്തിൽ നിന്നുണർന്നു.

"യെയെ, പുതിയ കിഴങ്ങിനു നീ പേരിടണം എന്നാണു സെലെബി യുടെ ആഗ്രഹം." പിറ്റ്ജാൻ പറഞ്ഞു.

"ശരിക്കും?" ഹൂറികിൻ അദ്ഭുതം കൂറി. "നീ എന്ത് പേരാണ് ഇടാൻ പോകുന്നത്? നിനക്ക് പകരം ഞാൻ ആണെങ്കിൽ അതിനു ദുഃഖ സ്പർശ നത്തിന്റെ ഓർമ്മയിൽ ജീവസ്പർശം എന്ന് പേരിടുമായിരുന്നു."

"ചിലപ്പോൾ ഞാനത് ചെയ്തേക്കും. എന്തായാലും റ്റിരീയൻ കുള്ളൻ എന്നാവില്ല." യെയെ പറഞ്ഞു.

കരുത്തൻ യെയെ ഈ വാക്കുകൾ ഉച്ചരിച്ചതും അവനും ഫാൽ ക്കോയും ഒരേപോലെയുള്ള പ്രതികരണവുമായി പരസ്പരം നോക്കി. പിറ്റ്ജാനും ഹൂറികിനും ആശയക്കുഴപ്പത്തിൽ ആയി.

"നാശം പിടിക്കാൻ. നമ്മളെന്താ ഇതിനെ പറ്റി മുൻപ് ചിന്തിക്കാതി രുന്നത്?" കരുത്തൻ യെയെ വിലപിച്ചു.

"തീർച്ചയായും. റ്റിരീയൻ പർപ്പിളിന്റെ നിറമാണ് ആ കുള്ളന്." ഫാൽക്കോ അതിശയത്തോടെ പറഞ്ഞു.

"ഏതു കുള്ളനെ പറ്റിയാണ് നീ പറയുന്നത് ഫാൽക്കോ?" ഹൂറി കിൻ ചോദിച്ചു.

"പെർഗോള കാപ്പിക്കടയിലെയും ബിൻബെർദേക്കിലെ വെള്ള ത്തൊട്ടിയിലെയും കുള്ളൻ!'

അനുബന്ധം: ചന്ദ്രന് സൂര്യനോട് അസൂയ തോന്നിയപ്പോൾ

ഒരിക്കൽ ചന്ദ്രനോട് തന്റെ ഏറ്റവും വലിയ ആഗ്രഹം എന്താണെന്ന് ആരോ ചോദിച്ചു. "എനിക്ക് സൂര്യന്റെ മുഖം എന്നേക്കുമായി മേഘങ്ങൾ കൊണ്ട് മൂടി വയ്ക്കണം. അവളെ നോക്കുമ്പോൾ പോലും എനിക്ക് അസൂയ ഉണ്ടാകുന്നു." അവൻ പറഞ്ഞു. "എനിക്ക് സൂര്യനോടുള്ള എന്റെ പ്രണയത്താൽ ഈ ലോകം മുഴുവനും പ്രകാശമാനമാക്കാൻ കഴിയും!"

"നീ പറയുന്നത് സത്യമാണെങ്കിൽ അവൾക്കൊപ്പം എത്താനായി രാവും പകലും നീ ഓടണം. നീ അവളുടെ അടുത്തെത്തുമ്പോൾ അപ്രത്യ ക്ഷമാകും. അവളുടെ പ്രകാശം നിന്റെ അസ്തിത്വം പോലും ഇല്ലാതാക്കി ക്കളയും. അവളുടെ സാന്നിദ്ധ്യത്തിൽ നിനക്ക് ആരുടെയെങ്കിലും ശ്രദ്ധ പിടിച്ചു പറ്റാൻ കഴിഞ്ഞാൽ ആളുകൾ നിന്നെ ചൂണ്ടി ഉടനെ തന്നെ ചോദിക്കും സൂര്യന്റെയടുത്തു ചന്ദ്രൻ എങ്ങനെ പ്രകാശിക്കുന്നു?"

ചോദ്യം 65

അനുഗൃഹീതമായ ഒരു രാത്രിക്ക് മുപ്പതു മുത്തുകളുടെ വില ഇല്ലേ?

മച്ചിലൂടെ പ്രകാശത്തിന്റെ ഒരു നേർത്ത രശ്മി കടന്നു വന്നു. ഇരുട്ടിനോട് കണ്ണുകൾ ഇഴുകിച്ചേർന്നു കഴിഞ്ഞപ്പോൾ തങ്ങൾ ഇപ്പോൾ കടന്നു വന്നതുപോലെ ഒരിടം ഒരിക്കലും കണ്ടിട്ടില്ല എന്ന് ഫാൽക്കോയ്ക്കും ഹൂറികിനും ബോധ്യമായി. ഇരുമ്പ് കൊണ്ടുള്ള ഉപകരണങ്ങളും മച്ചിൽ നിന്ന് തൂങ്ങിക്കിടക്കുന്ന കയറുകളും ഭിത്തികളോടു ചേർന്ന് കിടക്കുന്ന ചില ബഞ്ചുകളുമല്ലാതെ മറ്റ് സാധനങ്ങൾ ഒന്നുമില്ലാതിരുന്ന ആ മുറിയിലെ തറ നഗ്നമായിരുന്നു. പരിസരം മനസ്സിലാക്കാനായി ചുറ്റും കണ്ണുകളോടിച്ച അവർക്ക് അവിടെ മറ്റാരുമില്ല എന്ന് തോന്നിയ നിമിഷം ദൂരെ ഒരു മൂലയിൽ ഉരുളുന്ന ഒരു ജോടി കണ്ണുകൾ കണ്ടു. തലപ്പാവും കഫ്ത്താനുമില്ലാത്ത വിചിത്രരൂപത്തിൽ താടിമീശയില്ലാത്ത ഒരു തണ്ണിമത്തനോടായിരുന്നു മനുഷ്യരോട് എന്നതിനേക്കാൾ അയാൾക്കപ്പോൾ സാമ്യം. അയാളുടെ നെറ്റി ഒരു പലക പോലെ പരന്നും തൊലി പുള്ളിക്കുത്തുകൾ വീണ ഒരു മത്തങ്ങ പോലെ വിളർത്തും കാണപ്പെട്ടു. തലയുടെ ഇരുഭാഗത്തും ഒരു കുട്ടിയുടെ ചെരുപ്പുകൾ തറച്ചു വച്ചിരിക്കുന്നത് പോലെയുണ്ടായിരുന്നു ആ ചെവികൾ. അയാളുടെ രോമം നിറഞ്ഞ മൂക്ക് ഉള്ളിയിലകൾതൂങ്ങിക്കിടക്കുന്ന പർപ്പിൾ നിറത്തിലെ ഒരു വഴുതനങ്ങ പോലെയുണ്ടായിരുന്നു. തളർന്നു തൂങ്ങിയ മേൽമീശയ്ക്ക് താഴെ ഒരു വലിയ കഷണം റൊട്ടി ഒറ്റയടിക്ക് വിഴുങ്ങാൻ പാകത്തിനുള്ള ഒട്ടകത്തിന്റേതുപോലെയുള്ള ചുണ്ടുകളും കേടുവന്ന പല്ലുകളും വ്യക്തമായി അവർക്ക് കാണാൻ കഴിഞ്ഞു. കുള്ളനെ നേരത്തെ കണ്ടിട്ടുണ്ടെങ്കിലും പ്രകൃതിയുടെ വല്ലാത്തൊരു വികൃതിയാണ് അയാൾ എന്ന് ഫാൽക്കോയ്ക്ക് തോന്നി.

"എന്റെ ദൈവമേ! കൊച്ചു കേക്കർ!" ഹൂറികിനെ തന്റെ പിന്നിലേക്ക് മാറ്റി നിർത്തികൊണ്ട് ഫാൽക്കോ പിറുപിറുത്തു.

അവരുടെ സാന്നിധ്യം കുള്ളനെ ബാധിച്ചതായി തോന്നിയതേയില്ല. അവന്റെ ഇരുപ്പു കണ്ടാൽ അവരെ കൊണ്ടുവരാനായി ആളയച്ചശേഷം വരവും കാത്തിരിക്കുന്നതുപോലെയുണ്ടായിരുന്നു. ദയാലുക്കളും സഹൃദയരുമായ കുള്ളന്മാരെ ഹൂറികിൻ നേരത്തെ കണ്ടിട്ടുണ്ടായിരുന്നു.

പക്ഷേ ഈ മനുഷ്യൻ തികച്ചും ഒരു ദുഷ്ടനായ ദുർദേവതയെപോലെ തോന്നിച്ചു. അവൻ തന്റെ വലിയ തലയിൽ തലപ്പാവ് ധരിച്ചപ്പോൾ ആ കൂനുപിടിച്ച ശരീരത്തിന്റെ മുകൾഭാഗം വിചിത്രമായ രീതിയിൽ വലുതായി കാണപ്പെട്ടു. സംസാരിച്ചു തുടങ്ങിയപ്പോൾ ഓക്കാനിക്കാൻ പോകുന്നത് പോലെയുള്ള ഭാവങ്ങളുമായി മുരളുകയും ചീറുകയും തുപ്പൽ ഒലിപ്പിക്കുകയും ചെയ്തുകൊണ്ട് ആ മുഖം കൂടുതൽ പൈശാചികമായി. ഈ വൃത്തികെട്ട രൂപം മൂലമാണോ അവനീ പൈശാചിക സ്വഭാവം കൈവന്നത്? അതോ മറിച്ചാണോ?

ഫാൽക്കോയുടെയും ഹൂറികിനിന്റെയും കണ്ണുകൾ ഇരുട്ടുമായി പരിചയിച്ചു കഴിഞ്ഞിരുന്നു. ഭിത്തിയിൽ ഒരിടത്ത് അലമാരകളിൽ കുപ്പികളും പാത്രങ്ങളും സ്ഫടികക്കുഴലുകളും നിറച്ചു വച്ചിരുന്ന ഒരു മൂല ഒഴിച്ചാൽ ബാക്കിയുള്ള സ്ഥലങ്ങൾ എല്ലാം പരവതാനികൾ തൂക്കിയിട്ടിരിപ്പുണ്ടായിരുന്നു. ഒരു സിംഹാസനം പോലെ തോന്നിക്കുന്ന, പരവതാനി വിരിച്ച ഒരു ബഞ്ചിലായിരുന്നു കുള്ളൻ ഇരുന്നിരുന്നത്. അതിനോട് ചേർന്ന് ചില ചരടുകളും കയറുകളും ചങ്ങലകളും ബന്ധിച്ചിരുന്നു. ഓരോന്നിനും ഓരോ ആവശ്യങ്ങൾ ഉണ്ടായിരുന്നു എന്നത് കാഴ്ചക്കാർക്ക് വ്യക്തമായിരുന്നു. എന്ത് സ്ഥലമാണിത്? തിന്മയുടെ ഗുഹയോ? അതോ ഒരു പീഡനമുറിയോ? ധനികരെയും മറ്റും തട്ടിക്കൊണ്ടു വന്നു അവരുടെ സ്വത്ത് വകകളുടെ വിവരം ചോർത്തിയെടുക്കാൻ ശ്രമിക്കുന്ന തരം ഒരു സ്ഥലമാണത് എന്ന് അവർക്കു തോന്നി.

"ബഹളമുണ്ടാക്കിയിട്ടു ഒരു കാര്യവുമില്ല. ആരും വരില്ല." ഫാൽക്കോ ഉറച്ച ശബ്ദത്തിൽ പറഞ്ഞു.

"ഹും! നിന്നെ ആരാണ് അയച്ചത്? ആരാണ് നീ?"

"സഹായം ആവശ്യമുള്ള രണ്ടാളുകളാണ്."

"കുട്ടികൾ ശല്യം ചെയ്യുന്നത് എനിക്കിഷ്ടമല്ല. ഇറങ്ങിപ്പോ!"

തന്റെ ഇരിപ്പിടത്തിൽ നിന്ന് തൂങ്ങിക്കിടന്ന ചരടുകളിൽ ഒന്നിൽ പിടിച്ചു കുള്ളൻ വലിച്ചപ്പോൾ അവർ കയറി വന്ന കതകു മലർക്കെ തുറന്നു.

"പോ! പോകാനാണ് ഞാൻ പറഞ്ഞത്. കാപട്യക്കാരായ നാശങ്ങൾ!"

ഫാൽക്കോ മുൻപിലേക്ക് ചില ചുവടുകൾ വച്ചശേഷം ഉറച്ചു നിന്നു.

"എനിക്ക് ആദ്യം നിന്നോടു ചില ചോദ്യങ്ങൾ ചോദിക്കാനുണ്ട്."

തീക്ഷ്ണവും കാഴ്ച മങ്ങിക്കുന്നതുമായ ഒരുതരം പ്രകാശം പെട്ടെന്ന് മുറിയാകെ നിറഞ്ഞു. മൂലയിലെ ഒരു തൂണിന്റെ പുറകിൽ നിന്ന് പുക ഉയരാൻ തുടങ്ങി. തന്റെ കണ്ണുകൾ മറച്ചു കൊണ്ട് ഹൂറികിൻ ഒരു വശത്തേക്ക് ഓടി മാറി. ഭിത്തിയിൽ പിടിച്ചുകൊണ്ട് അവൾ മുന്നോട്ടു പോകാൻ ശ്രമിക്കുന്നത് കണ്ടപ്പോൾ കുള്ളൻ അട്ടഹസിച്ചു ചിരിച്ചു. ഭയാനകമായ

ആ ചിരി തൂണുകളിൽ തട്ടി അവിടെയാകെ പ്രതിധ്വനിച്ചു. ആ അറപ്പ് തോന്നിക്കുന്ന ചിരി കേട്ടാൽ അവൻ അവരുടെ ദയനീയമായ അവസ്ഥ ആസ്വദിക്കുകയാണ് എന്നറിയാമായിരുന്നു. ഫാൽക്കോ ശ്രദ്ധയോടെ ചിന്തിച്ചു. ഈ കുള്ളന് ഇങ്ങനെ ചിരിക്കാൻ കഴിയുന്നെങ്കിൽ ഈ പുക ദോഷമുള്ളതായിരിക്കില്ല എന്നവന് തോന്നി. അവൻ കണ്ണുകൾ തുറന്നു. ഫാൽക്കോയുടെ തോന്നൽ ശരിയായിരുന്നു. ഏകദേശം മുപ്പതു നിമിഷ ങ്ങൾക്കു ശേഷം കണ്ണുകൾ നീറുന്നത് കുറഞ്ഞു. ചുറ്റും വീണ്ടും നോക്കിയപ്പോൾ ആ കുള്ളൻ ചിരിച്ചു കൊണ്ട് ചൂണ്ടുവിരൽ കാട്ടി അവനെ അടുത്തേക്കു വിളിക്കുന്നത് കണ്ടു. സൂക്ഷിച്ച് മുന്നോട്ട് നീങ്ങു ന്നതിനിടെ ഭിത്തിയോടു ചേർന്ന് കണ്ണുകൾ അടച്ചു കൊണ്ട് ഹൂറികിൻ നിൽക്കുന്നത് അവൻ ശ്രദ്ധിച്ചു.

"ഹൂറികിൻ! കണ്ണുകൾ തുറന്നോളൂ, പുകയെ പേടിക്കണ്ട!"

കുള്ളൻ കൈകൾ ചുരുട്ടി ഊതുകയും മുന്നോട്ടു എന്തോ പറത്തി വിടുകയും ചെയ്തു. ഹൂറികിനിന്റെയും ഫാൽക്കോയുടെയും കണ്ണു കളെയും ചെവികളെയും ലക്ഷ്യം വച്ചു കൊണ്ട് മുറിയിലാകെ പുള്ളു കൾ പറന്നു നടന്നു. അയാളുടെ ചിരി വീണ്ടും അവിടെ മുഴങ്ങി. തങ്ങൾ ഇവിടെ വന്നത് തെറ്റായിപ്പോയി എന്ന് ഫാൽക്കോയ്ക്കും ഹൂറികിനും തോന്നി. കൈത്തണ്ടയിൽ കുരുക്കിടുകയേ കൊച്ചു കേക്കറിനെ പിടിക്ക ണമെങ്കിൽ മാർഗ്ഗമുള്ളൂ എന്ന് തലേദിവസം അവരോട് വേട്ടക്കാരൻ കേഫെർ പറഞ്ഞതാണ്.

മൂന്നു ദിവസമായി അവർ കൊച്ചു കേക്കറിനെ അന്വേഷിച്ചു നട ക്കുകയായിരുന്നു. ആ സമയത്ത് സുൽത്താനെ സിംഹാസനത്തിൽ നിന്ന് നിഷ്കാസിതനാക്കുകയും ഇസ്താംബൂളിൽ അല്പം അച്ചടക്കം കൈവരികയും ചെയ്തിരുന്നു. ഭരണകൂടത്തിലെ ഉന്നത ഉദ്യോഗ ങ്ങളിലേക്ക് നിയമനങ്ങൾ നടത്തുന്ന തിരക്കിലായിരുന്നു പത്രോണ ഹലീലും കൂട്ടരും. പുതിയതായി സ്ഥാനമേറ്റ സുൽത്താൻ മഹ്മൂദ് ഒന്നാമൻ പത്രോണ ഹലീലിന്റെ നിർദ്ദേശങ്ങൾ നിരസിച്ചില്ല, പക്ഷേ രണ്ടു കൂട്ടരും വളരെ സൂക്ഷിച്ചായിരുന്നു മുന്നോട്ടുള്ള ഓരോ നീക്ക ങ്ങളും നടത്തിക്കൊണ്ടിരുന്നത്. ഉദാഹരണത്തിന് പത്രോണ ഹലീ ലിനു സുൽത്താൻ ഒരു സ്ഥാനം വാഗ്ദാനം ചെയ്തപ്പോൾ അയാൾ മറുപടി പറഞ്ഞു,

"ജീവിതം എന്താണ് എനിക്കായി കാത്തുവച്ചിരിക്കുന്നത് എന്ന് അറിയില്ല. ഒരു സുൽത്താനെ സ്ഥാനഭ്രഷ്ടനാക്കിയ ഒരുത്തനും സ്വന്തം കട്ടിലിൽ കിടന്നു മനഃസമാധാനത്തോടെ മരിച്ചിട്ടില്ല. ഞാനെന്തിനു അതിനപ്പുറം എന്തെങ്കിലും പ്രതീക്ഷിക്കണം?"

രാജ്യത്തിന്റെ നന്മയ്ക്കപ്പുറം മറ്റൊന്നും താൻ പ്രതീക്ഷിക്കുന്നില്ല എന്നായിരുന്നു അയാൾ ഉദ്ദേശിച്ചത്.

വ്യാപാരസ്ഥാപനങ്ങളും മധുരപലഹാരക്കടകളും നഗരത്തിൽ തുറന്നു പ്രവർത്തിക്കാൻ തുടങ്ങിയിരുന്നു. ഇതായിരുന്നില്ല സ്ഥിതിയെങ്കിൽ ബിൻബെർദേരക്കിലെ വെള്ളത്തൊട്ടി ഇരുപത്തിനാല് മണിക്കൂറും നിരീക്ഷിക്കുക എന്നത് ശ്രമകരമായ ഒരു ജോലിയായി മാറുമായിരുന്നു. ബൈസാന്റിയൻ കാലത്ത് സ്ഥാപിച്ച ഈ വെള്ളത്തൊട്ടി നഗരഹൃദയത്തിൽ തന്നെയായിരുന്നു സ്ഥിതി ചെയ്തിരുന്നത്. പരുത്തിയും കമ്പിളിയും വിൽക്കുന്ന വ്യാപാരികളുടെ സമ്മേളന സ്ഥലമായി പില്ക്കാലത്ത് അതിനു രൂപമാറ്റം വരുത്തിയിരുന്നു. ഒരുതരം വെളുത്ത പൊടി മൂടി നിൽക്കുന്ന കടകൾ ഉള്ള മൂകമായ ഒരു സ്ഥലമായിരുന്നു അത്. ആ സ്ഥലത്തെ ഈർപ്പമുള്ള അന്തരീക്ഷം മൂലം കമ്പിളിയിൽ നിന്നും പരുത്തിയിൽ നിന്നും ഉയരുന്ന പൊടി അധികം പരക്കുകയില്ല എന്നതായിരുന്നു പരുത്തിക്കച്ചവടക്കാർ തങ്ങളുടെ ഇടപാടുകൾക്കായി ഈ സ്ഥലം തിരഞ്ഞെടുക്കാൻ കാരണം. പക്ഷേ ഈ പൊടി കാരണം കെട്ടിടത്തിന്റെ താഴത്തെ നിലയിലുള്ള അമ്പതോളം കടകൾ ദിവസത്തിൽ പല തവണ കഴുകി വൃത്തിയാക്കേണ്ട അവസ്ഥയിലായിരുന്നു. വെള്ളത്തൊട്ടിയുടെ ഒരു ഭാഗത്തിന് രണ്ടു നിലകൾ ഉണ്ടായിരുന്നു. മുകളിലത്തെ നിലയിലെത്താൻ ഒരു വലിയ കോവണി ഉണ്ടായിരുന്നു. ആ ഭാഗം പരുത്തിക്കച്ചവടക്കാരുടെ നേതാവായ കൊച്ചുകേക്കർ ആയിരുന്നു ഉപയോഗിച്ചിരുന്നത്. അയാളുടെ വിശ്വസ്തരായ അനുചരർ അല്ലാതെ മറ്റാരും അതുവരെ അതിനകം കണ്ടിട്ടുണ്ടായിരുന്നില്ല.

ഹാഫിസ് സെലെബിയുടെ ജ്വരബാധിതമായ ആ രാത്രിക്കുശേഷം പ്രഭാതത്തിൽ ഫാൽക്കോയും ഹൂറികിനും തങ്ങളുടെ കുതിരപ്പുറത്തു കയറിയപ്പോൾ പിറ്റ്ജാനും അവരോടൊപ്പം കൂടി. അവർ കരുതിയത് അയാൾ കപ്പൽ കയറാനായി പോവുകയാണ് എന്നാണ്. പക്ഷേ ഹാഫിസ് സെലെബി ഇത്രയേറെ അവശനായി കിടക്കുന്ന നേരത്ത് താൻ ഒരിക്കലും ഇസ്താംബൂൾ വിട്ടു പോവുകയില്ല എന്നയാൾ പ്രഖ്യാപിച്ചു.

പിറ്റ്ജാൻ വിദേശിയായ ഒരു പരുത്തി വ്യാപാരി ആയും ഫാൽക്കോ അയാളുടെ ഇസ്താംബൂളിലെ ദല്ലാൾ ആയും അഭിനയിക്കാൻ തീരുമാനിച്ചു. ഹൂറികിൻ ബിൻബെർദേരക്കിൽ പോകുന്നത് അത്ര സുരക്ഷിതമല്ലാത്തതിനാൽ അവൾ ന്യായാധിപൻ ഇസഹാക്കിനെ അന്വേഷിച്ചു പോകാനുള്ള ചുമതല ഏറ്റെടുത്തു. കലാപകാരികൾ പുറത്താക്കിയിട്ടില്ലാത്ത അപൂർവം ചില സത്യസന്ധരായ ഉദ്യോഗസ്ഥരിൽ ഒരാളായിരുന്നു അദ്ദേഹം. ഇസഹാക്കിനോടു ഗോൾഡൻ ഹോണിൽ നിന്ന് കണ്ടെടുത്ത മൃതശരീരങ്ങളെ കുറിച്ചു സംസാരിക്കാനും എന്താണ് സംഭവിച്ചത് എന്നും ആരാണ് അതിന്റെ പിന്നിൽ എന്ന് കണ്ടുപിടിക്കാനും ആവശ്യപ്പെടാനായിരുന്നു അവളുടെ യാത്ര.

ആദ്യ ദിവസം തന്നെ അവർ പരുത്തി വ്യാപാരികളുടെ നേതാവ് കൊച്ചുകേക്കറിനെ പറ്റി ചില രസകരമായ വിവരങ്ങൾ കണ്ടുപിടിച്ചു. ചിലർ അയാളെ ഒരു പുണ്യവാളനെപോലെയാണ് കരുതുന്നതെങ്കിൽ മറ്റു ചിലർ അയാളെ കുള്ളന്റെ രൂപം പ്രാപിച്ച പിശാചിനെപോലെയായിരുന്നു കണ്ടിരുന്നത്. ആളുകളെ അപ്രത്യക്ഷരാക്കുന്നത് പോലെയുള്ള അദ്ഭുതങ്ങൾ ചെയ്യാൻ കഴിവുള്ള മാന്ത്രിക ശക്തികളുള്ള ഒരാളായിട്ടാണ് ജനം അയാളെ കരുതിയിരുന്നത്. ആഡംബരം നിറഞ്ഞ ഔദ്യോഗിക മുറി, അയാൾ മന്ത്രവാദം നടത്തുന്ന ഒരു ഇടമായാണ് ജനം കരുതിയിരുന്നത്. അവിടെ നിന്ന് ആ കുള്ളനു പറന്ന് അപ്രത്യക്ഷമാകാൻ കഴിയുമെന്നും അവർ വിശ്വസിച്ചു. അനുവാദമില്ലാതെ കടന്നു ചെല്ലുന്ന ആരെയും അടിച്ചു താഴെയിടാൻ തയ്യാറായി ദുഷ്ടശക്തികൾ സദാ നേരവും ആ മുറിക്ക് കാവൽനില്പുണ്ട് എന്നാണ് പൊതുജന സംസാരം. കൊച്ചുകേക്കറിന്റെ ഏറ്റവും അടുത്ത സുഹൃത്തുക്കൾ ഇസ്താംബൂളിലെ മതപ്രധാനിയും ജയിൽസൂക്ഷിപ്പുകാരനും ആയിരുന്നു. ഇങ്ങനെ ഒക്കെ ആയിരുന്നുവെങ്കിലും അയാൾ കച്ചവടക്കാരുടെ പ്രശ്നങ്ങൾ ശ്രവിച്ചു. നെയ്ത്തുകാർക്ക് സംഭാവനകൾ നൽകി. പാവപ്പെട്ട വധുക്കൾക്ക് വിവാഹ സഹായം നൽകി. അയാളുടെ അകബിയിക് ബംഗ്ലാവിലെ അടിമപെൺകുട്ടികൾ കൊട്ടാരത്തിലെ വെപ്പാട്ടികളേക്കാൾ സുന്ദരികൾ ആണെന്നാണ് പറഞ്ഞു കേട്ടിട്ടുള്ളത്.

പക്ഷേ രണ്ടാം ദിവസംകേട്ട കഥകളെല്ലാം മേൽ കീഴ്മറിഞ്ഞു. ഫാൽക്കോയ്ക്കും പിറ്റ്ജാനും വേട്ടക്കാരൻ കേഫറിനെ പിടികൂടി ഇസ്താംബൂളിലെ ഏറ്റവും വലിയ ജലസംഭരണിയും ഇപ്പോഴും ഉപയോഗത്തിൽ ഇരിക്കുന്നതുമായ 'മുങ്ങിയ വെള്ളത്തൊട്ടി'യിലേക്ക് കൊണ്ടുപോകാൻ കഴിഞ്ഞു. ദുരാത്മാക്കൾ രാത്രിയുടെ ഇരുണ്ട യാമങ്ങളിൽ അവിടെ സംഘം ചേരാറുണ്ട് എന്നു കേട്ടിട്ടുണ്ട്. കൊള്ളക്കാർ കച്ചവടക്കാരെ കൊണ്ട് അവർക്കാവശ്യമുള്ള വിവരങ്ങൾ പറയിക്കാനായി അവിടേക്ക് തട്ടിക്കൊണ്ടുപോവുകയും പിന്നീട് അവരുടെ ശരീരങ്ങൾ പുറത്തു കളയുകയും ചെയ്തിരുന്നു. ഫാൽക്കോയും കരുത്തനായ പിറ്റ്ജാനും കൂടി വേട്ടക്കാരൻ കേഫെറിനെ അങ്ങോട്ട് പിടിച്ചു കൊണ്ടുപോകുന്നത് കണ്ട രണ്ടു പേർ കൊള്ളക്കാർ ആരെയോ തട്ടിക്കൊണ്ടു വന്നതാണ് എന്ന് കരുതി ഭയന്നു സ്ഥലം വിട്ടു.

മുങ്ങിയ വെള്ളത്തൊട്ടിയിൽ പ്രവേശിച്ചപ്പോൾ അത് ശരിക്കും ദുരാത്മാക്കളുടെ ഒരു സങ്കേതം പോലെ കാണപ്പെട്ടു. ഇറ്റ് വീഴുന്ന വെള്ളത്തുള്ളികൾ മാത്രമേ ആ നിശ്ശബ്ദതയെ മുറിവേല്പിക്കാൻ ധൈര്യം കാണിച്ചുള്ളൂ. അവർ കതകുകൾ അടയ്ക്കുകയും മറ്റാരും അവിടെയില്ല എന്ന് ഉറപ്പാക്കുകയും ചെയ്തു. ജലപരിശോധകന്റെ വഞ്ചിയും എടുത്ത് അങ്ങു ദൂരെ മെഡൂസത്തലയുമായി നിൽക്കുന്ന ഒരു തൂണിനു അടുത്തെത്തുംവരെ അവർ തൂണുകൾക്ക് ഇടയിലൂടെ തുഴഞ്ഞു. അവസാനം തങ്ങളുടെ തടവുകാരനെ അവർ ആ മെഡൂസത്തലയുള്ള തൂണിൽ

തലകീഴായി കെട്ടിയിട്ടു. അയാളുടെ വായും മൂക്കും ജലനിരപ്പിനു നേരെ ആയിരുന്നതിനാൽ വെള്ളം കുടിക്കാതിരിക്കാൻ കേഫറിനു തന്റെ കഴുത്ത് വളച്ചുപിടിക്കേണ്ടി വന്നു. അധികം താമസിയാതെ കൊടുംപീഡനമായി മാറുന്ന ഒരു അവസ്ഥയായിരുന്നു അത്. വേട്ടക്കാരൻ കേഫർ ആദ്യമൊക്കെ അവരുടെ ചോദ്യങ്ങൾക്ക് ഉത്തരങ്ങൾ പറയാതെ പിടിച്ചുനിൽക്കാൻ ശ്രമിച്ചുവെങ്കിലും പിടലി വേദനിച്ചു ഏതു നിമിഷവും താൻ മുങ്ങിച്ചാവും എന്ന അവസ്ഥയിൽ എത്തിയപ്പോൾ അയാൾ സംസാരിക്കാൻ ആരംഭിച്ചു.

"കൊച്ചു കേക്കർ വിദഗ്ധനായ ഒരു രസതന്ത്രജ്ഞനാണ്." കേഫർ പറഞ്ഞു. "അയാളുടെ പ്രവർത്തിസ്ഥലത്തിനു താഴെയുള്ള ഒരു ഗുഹയിലാണ് കൊച്ചു കേക്കർ തന്റെ രസതന്ത്ര പരീക്ഷണങ്ങളും പഠനങ്ങളും നടത്തുന്നത്. അയാൾക്ക് വിശിഷ്ട രത്നങ്ങളിൽ വലിയ താത്പര്യമാണ്. അയാൾക്ക് അറിഞ്ഞു കൂടാത്ത അല്ലെങ്കിൽ ആഗ്രഹം തോന്നിയാൽ സ്വന്തമാക്കാൻ സാധിക്കാത്ത ഒരു രത്നവും ഇസ്താംബൂളിൽ ഇല്ല. ഇസ്താംബൂളിലെ ഏകദേശം എല്ലാ രത്നമോഷണങ്ങളും ആസൂത്രണം ചെയ്യുന്നത് കൊച്ചു കേക്കർ ആണ്. മോഷ്ടിക്കാൻ കഴിഞ്ഞില്ലെങ്കിൽ അവയുടെ കൃത്രിമമായ അനുകരണങ്ങൾ ഉണ്ടാക്കി സ്നാനഘട്ടങ്ങളിൽ ജോലി ചെയ്യുന്നവർ വഴി യഥാർത്ഥ രത്നങ്ങൾ സ്വന്തമാക്കുകയാണ് അയാളുടെ പതിവ്."

കേഫറിന് തന്റെ തല വെള്ളത്തിനു മുകളിൽ ഉയർത്തിപ്പിടിക്കാൻ സാധിക്കുന്നുണ്ടായിരുന്നില്ല. അയാൾ അതിനെ വെള്ളത്തിലേക്ക് താനേ വീഴാൻ അനുവദിക്കുകയും ശ്വാസം കഴിക്കാനും സംസാരിക്കാനും ചെറിയ ഇടവേളകളിൽ തല പൊക്കുകയും ചെയ്തു. കേഫർ അവരോടു തന്നെ പീഡിപ്പിക്കുന്നത് മതിയാക്കാൻ താമസിയാതെ തന്നെ അപേക്ഷിച്ചു. അവർക്കാവശ്യമുള്ളതെല്ലാം പറയാം എന്നു വാഗ്ദാനം ചെയ്തു. എന്നിട്ടും ദയ കാണിക്കാൻ പിറ്റ്ജാൻ തയ്യാറായിരുന്നില്ല. കേഫറിന്റെ തലച്ചോറിലേക്ക് ശരീരത്തിലെ രക്തമെല്ലാം ഊറിക്കൂടി അയാളുടെ മുഖം പർപ്പിൾ നിറത്തിലായി. ഏതു നിമിഷവും തന്റെ ബോധം നഷ്ടപ്പെട്ടേക്കാം എന്ന് കേഫറിനു തോന്നി. അവസാനം അവർ അയാളുടെ കെട്ടുകൾ അഴിച്ചു. വഞ്ചിയിൽ ഇരിക്കാൻ അനുവദിച്ചു. ഒട്ടൊരു ആശ്വാസമായപ്പോൾ കേഫർ ബാക്കി കഥ പറഞ്ഞു.

"അയാൾക്ക് രത്നങ്ങളോടു വലിയ താത്പര്യമാണ്. പരുത്തിരാജാവ് എന്നതിനു പകരം അയാളെ രത്നരാജാവ് എന്ന് വേണം വിളിക്കാൻ. ഇന്ദ്രജാലത്തിൽ കൊച്ചു കേക്കറിനു അതിശയകരമായ കഴിവുകളുണ്ട്. ഒരു പ്രഭാതം മുതൽ അടുത്തതു വരെ ഒരാൾക്ക് മറ്റൊരാളിന്റെ രൂപം നൽകാൻ പോലും അയാൾക്ക് കഴിയും. ആ ഗുഹയിൽനിന്ന് സുൽത്താൻ അഹമ്മദ് ചന്തയിലെ അയാളുടെ കടയിലേക്ക് നീളുന്ന ഒരു തുരങ്കമുണ്ട്. ഞങ്ങളാണ് തുണികൾ വിൽക്കുന്ന ആ കട കൈകാര്യം ചെയ്യുന്നത്.

പക്ഷേ ഞങ്ങളുടെ പരുക്കൻ പെരുമാറ്റം മൂലം ഒരിക്കൽ അവിടെ വന്ന ഉപഭോക്താക്കൾ പിന്നീടൊരിക്കലും തിരിച്ചു വരാറില്ല."

"ഈ തുരങ്കമാണോ ആളുകളെ അപ്രത്യക്ഷമാക്കുന്ന വിദ്യയുടെ രഹസ്യം?"

"അതെ. ആ തുരങ്കത്തിലൂടെ ആരെങ്കിലും കടയിലേക്ക് പോകുമ്പോൾ പരുത്തിക്കച്ചവടക്കാർ കരുതുന്നത് അയാൾ വായുവിൽ അലിഞ്ഞ് ഇല്ലാതായതാണ് എന്നാണ്."

കേഫറിന് അത്രയും നേരം തലകീഴായി തൂങ്ങിക്കിടന്നത് മൂലം ബോധം നഷ്ടപ്പെടുന്നതുപോലെ തോന്നി. ഒരു കാര്യം കൂടെ എങ്ങനെ എങ്കിലും അയാൾ പറഞ്ഞു ഒപ്പിച്ചു.

"ആ കൂറ്റൻ തല മുഴുവൻ കൂർമ്മബുദ്ധിയാണ്. നിങ്ങൾ അയാളെ പിടിക്കാനാണ് ശ്രമിക്കുന്നത് എങ്കിൽ വളരെ സൂക്ഷിക്കണം. അടിച്ചു തറയിലിടാതെ അയാളെ ആർക്കും പിടിക്കാനാവില്ല."

കൊച്ചു കേക്കറിന്റെ മടയിലെ ആ പുകയിൽ പോലും ആ മനുഷ്യന്റെ ബുദ്ധിവൈഭവം പ്രകടമായിരുന്നു. പക്ഷേ കുള്ളനു രക്ഷപ്പെടാനാവില്ലെന്ന് അവർക്ക് ഉറപ്പായിരുന്നു . അവൻ തുരങ്കത്തിലേക്ക് ഓടുകയാണെങ്കിൽ പിടിക്കാനായി അതിന്റെ മറ്റേയറ്റത്തുള്ള സുൽത്താൻ അഹമദ് ചന്തയിലെ തുണിക്കടയിൽ പിറ്റ്ജാൻ കാത്ത് നില്പുണ്ടായിരുന്നു. ഫാൽക്കോ മുന്നോട്ടു ഒരടി വച്ചതും കൊച്ചു കേക്കർ മച്ചിൽ നിന്ന് തൂങ്ങിക്കിടന്ന ഒരു കയറിൽ പിടിച്ചു ആഞ്ഞു വലിച്ചു. എവിടെ നിന്നോ തീജ്ജ്വാലകൾ മുന്നോട്ടു നീങ്ങാനാവാത്തവിധം ഫാൽക്കോയെ തടഞ്ഞു നിർത്തി കൊണ്ട് അവന്റെ നേരെ ആളി. മായാജാലമായിരുന്നില്ല അത്, മറിച്ചു ശക്തവും ചുട്ടുപൊള്ളിക്കുന്നതും രോഷാകുലവുമായ യഥാർത്ഥ അഗ്നിജ്വാലകൾ തന്നെയായിരുന്നു. ഒരു രസതന്ത്രജ്ഞനു സൾഫറും തീയും കൊണ്ട് അദ്ഭുതങ്ങൾ സൃഷ്ടിക്കാൻ കഴിയും എന്നറിയാമായിരുന്നതു കൊണ്ട് ഫാൽക്കോയ്ക്ക് വലിയ അദ്ഭുതമൊന്നും തോന്നിയില്ല. പക്ഷേ ഏതോ പ്രബലനായ ശത്രുവിനെ നേരിടാൻ തയ്യാറായിരിക്കുകയായിരുന്നു കൊച്ചു കേക്കർ എന്നത് സ്പഷ്ടമായിരുന്നു. ജ്വാലകളെ ഒഴിവാക്കി മുന്നോട്ടു നീങ്ങാൻ ശ്രമിച്ചെങ്കിലും എങ്ങോട്ട് തിരിഞ്ഞാലും അവ മുന്നിൽ വഴി തടഞ്ഞു. പിന്നിലേക്ക് തിരിഞ്ഞു വാതിൽക്കലേക്ക് ഓടുകയേ മുന്നിൽ മാർഗ്ഗമുണ്ടായിരുന്നുള്ളൂ.

ഹൂറികിൻ അപ്പോഴും ഭിത്തിയോടു ചേർന്ന് നിൽക്കുകയായിരുന്നു. അവിടെ തൂക്കിയിട്ടിരുന്ന പ്രകൃതി ദൃശ്യത്തിന്റെ ചിത്രമുള്ള ഒരു പരവതാനിയുടെ മേൽ ഉണ്ടായിരുന്ന എന്തിലോ അവളുടെ കൈകൾ തടഞ്ഞു. ചിത്രത്തിന്റെ മധ്യഭാഗത്തുണ്ടായിരുന്ന മാനിന്റെ രൂപത്തിന് മിഴിവ് കൂട്ടാൻ യഥാർത്ഥത്തിലുള്ള മാൻകൊമ്പുകൾ പരവതാനിയിൽ പിടിപ്പിച്ചിരുന്നു. തന്റെ കാല്പാദങ്ങൾക്ക് താഴെ ഭൂമി ഇളകുന്നതുപോലെ തോന്നിയപ്പോൾ

അവൾ ആ കൊമ്പുകളിൽ വീഴാതിരിക്കാനായി മുറുകെ പിടിച്ചു. പെട്ടെന്ന് തന്നെ നിലം ഒരു വശത്തേക്ക് മാറുകയും ഹൂറികിൻ ഒരു വിടവിലൂടെ താഴെയുണ്ടായിരുന്ന മറ്റൊരു മുറിയിലേക്ക് ചെന്ന് വീഴുകയും ചെയ്തു. ആ മാൻകൊമ്പുകൾ ഈ മുറിയിലേക്കുള്ള രഹസ്യ താക്കോൽ ആയിരിക്കണം എന്നവൾ മനസ്സിലാക്കി. മുറിയിലെ ഇരുട്ടുമായി മിഴികൾ പരിചയിച്ചപ്പോൾ നിലത്തു ചില വലിയ പാത്രങ്ങൾ ഇരിക്കുന്നത് ഹൂറികിൻ കണ്ടു. ഇതായിരിക്കണം വേട്ടക്കാരൻ കേഫർ പറഞ്ഞ ഗുഹ എന്നവൾ ഊഹിച്ചു. ഇതൊരു രസതന്ത്രജ്ഞന്റെ അറയാണെങ്കിൽ രാസവസ്തുക്കളും വാറ്റുന്നതിനുള്ള ഉപകരണവും മറ്റും കാണേണ്ടതാണ് എന്നവൾ ഓർമ്മിച്ചു. ചുറ്റുമൊന്നു കണ്ണോടിച്ചപ്പോൾ അവ അടുത്തുള്ളൊരു ഭിത്തിയലമാരയിൽ വൃത്തിയായി അടുക്കി വച്ചിരിക്കുന്നത് ഹൂറികിൻ കണ്ടു. അധികം താമസിയാതെ ആരെങ്കിലും കടന്നുവരുമെന്ന് ബോധ്യമുണ്ടായിരുന്നതുകൊണ്ട് പുറത്തേക്കുള്ള വാതിൽ തിരയുന്നതിന് മുൻപ് അവൾ പെട്ടെന്ന് തന്നെ ചില കുപ്പികൾ എടുത്തു തറയിൽ വച്ചിരുന്ന പാത്രങ്ങളിൽ ഉണ്ടായിരുന്ന ദ്രാവകങ്ങൾ നിറച്ചു.

മുകളിൽ ഫാൽക്കോ തീജ്ജ്വാലകൾക്കിടയിലൂടെ വാതിലിനു നേരെ നീങ്ങുകയായിരുന്നു. ഭിത്തിയലമാരയിൽ ഇരിക്കുന്ന വെള്ളക്കുപ്പികൾ കണ്ടപ്പോൾ അവനെ തീ പൊതിയാതിരിക്കാനുള്ള മുൻകരുതലായി ഫാൽക്കോ അവ കടന്നെടുത്ത് തന്റെ തലയിലേക്ക് ഒഴിച്ചു.

“ഇവിടെ വാ എന്റെ കുഞ്ഞാട്ടിൻ കുട്ടീ,” അതിശയവും ആഹ്ലാദവും കലർന്ന ശബ്ദത്തിൽ കൊച്ചു കേക്കർ വിളിച്ചു കൂവി.

“നിന്നെ ഞാൻ ഇതിനു മുൻപ് എവിടെയോ വച്ചു കണ്ടിട്ടുണ്ട് എന്ന് ഉറപ്പാണ്.”

മച്ചിന് കുറുകെ കയറിൽ തൂങ്ങി പറന്നു നടന്നുകൊണ്ട് കൊച്ചു കേക്കർ പറഞ്ഞു.

“തീർച്ചയായും നിനക്കെന്നേ അറിയാം. എന്റെ ഭാര്യയെ നീയാണ് കൊന്നത്.” ഫാൽക്കോ തിരിച്ചടിച്ചു.

“ഹാ! അവിടെ നിനക്ക് തെറ്റുപറ്റി മകനേ. സംഹാരമല്ല, സൃഷ്ടിയാണ് എന്റെ നിയോഗം.”

മുറിയിലാകെ പമ്പരം പോലെ ചുറ്റിക്കൊണ്ട് കൊച്ചു കേക്കർ പറഞ്ഞു.

കുള്ളനിൽ നിന്ന് തന്റെ കണ്ണുകൾ എടുക്കാതിരിക്കാൻ ഫാൽക്കോ പരിശ്രമിച്ചെങ്കിലും അവനു തല കറങ്ങാൻ തുടങ്ങി. കൊച്ചു കേക്കർ മറ്റൊരു കയറിൽ പിടിച്ചു ആഞ്ഞു വലിച്ചു. ഫാൽക്കോയുടെ പാദങ്ങൾക്കടിയിൽ നിലം രണ്ടായി പിളർന്നു.

മുകളിൽ സൂത്രവാതിൽ തുറക്കുന്ന ശബ്ദം കേട്ട് തന്റെ കയ്യിലിരുന്ന പാത്രത്തിലെ മിശ്രിതം കടന്നു വരുന്നവന്റെ തലയിൽ ഒഴിക്കാനായി

ഹൂറികിൻ തയ്യാറായി നിന്നു. പക്ഷേ തക്കസമയത്ത് തന്നെ താഴേക്ക് വീണത് ഫാൽക്കോ ആണെന്ന് അവൾക്കു മനസ്സിലായി. മുറിയിലാകെ പടർന്ന തീക്ഷ്ണമായ ഗന്ധമാണ് അവൾക്ക് അവസാനമായി ഓർമ്മയുണ്ടായിരുന്നത്.

“ഇത് ചോദ്യങ്ങൾ ചോദിക്കാനുള്ള എന്റെ ഊഴമാണ്. ആരാണ് നിന്നെ അയച്ചത്?”

“ആരുമല്ല.”

“പിന്നെ നീ എന്താ അന്വേഷിക്കുന്നത്?”

“നീ എന്റെ ഭാര്യയെ കൊന്നു. എന്തിനതു ചെയ്തു എന്ന് എനിക്കറിയണം.”

“ഞാൻ ഈ പ്രായത്തിൽ ഈ ശരീരവും വച്ചു കൊണ്ട് നിന്റെ ഭാര്യയെ കൊന്നു എന്ന് നീ കരുതുന്നുവോ? കൊള്ളാം.”

കുള്ളൻ അവരെ അധിക്ഷേപിച്ചുകൊണ്ടിരുന്ന സമയത്ത് അവന്റെ ശ്വാസത്തിന്റെ തീക്ഷ്ണഗന്ധം മൂക്കുകളെയും കണ്ണുകളെയും എന്തിന് ചെവികളെ വരെ നീറ്റി. ഫാൽക്കോയ്ക്ക് ശരീരം ചൊറിയണം എന്നു തോന്നി. പക്ഷേ കൈകൾ കെട്ടിവച്ച നിലയിൽ അവൻ മച്ചിൽ നിന്ന് തൂങ്ങിക്കിടക്കുകയായിരുന്നു. അവരുടെ കാലുകൾ തറയിൽ തൊട്ടു തൊട്ടില്ല എന്ന അവസ്ഥയിലായിരുന്നു. വിരലുകൾ മരവിച്ചതായും ശരീരം ആസകലം ഇക്കിളിപ്പെടുന്നത് പോലെയും അനുഭവപ്പെട്ടു. വായിൽ വല്ലാത്ത ഒരുതരം അരുചി അനുഭവപ്പെട്ടപ്പോൾ താൻ അബോധാവസ്ഥയിൽ ആയിരുന്ന സമയത്ത് കൊച്ചു കേക്കർ എന്തോ മരുന്ന് കുടിപ്പിച്ചിട്ടുണ്ടാവണം എന്ന് ഫാൽക്കോയ്ക്ക് തോന്നി.

“അതെ, നീ. നീയും ജയിൽസൂക്ഷിപ്പുകാരനും അസ്ലാൻ ആഗയും.”

“അവർ രണ്ടു പേരും കൊലയാളികൾ തന്നെയാണ് അതേ, അവർ അവളെ കൊന്നു. പക്ഷേ അവൾ നിന്റെ ഭാര്യ തന്നെ ആയിരുന്നുവോ?”

“അതെ. അത് അസ്ലാൻ ആഗയുടെ പെൺകുട്ടി ആയിരുന്നു. നക്സിഗ്യുൽ!“

“എന്റെ മകനേ, അവരെല്ലാം അസ്ലാൻ ആഗയുടെ പെൺകുട്ടികൾ തന്നെയാണ്. എന്നോടു കൂടുതൽ പറയൂ. എവിടെ, എപ്പോൾ, എങ്ങനെയാണിത് സംഭവിച്ചത്?”

“കഴിഞ്ഞ വർഷം യെനി ബേസിലെ വീട്ടിൽ വച്ചാണ് ഇത് നടന്നത്.”

“ഓഹ്! ഇപ്പോൾ എനിക്ക് മനസ്സിലായി. പക്ഷേ യെനിബേസിലെ തോട്ടത്തിലെ ഒരു ചെറിയ പുര ഒരു പടുകൂറ്റൻ ബംഗ്ലാവാക്കി മാറ്റിയതിനു നീ ഈ കൈകൾക്ക് നന്ദി പറയണം.”

“നീ എന്താണീ പറയുന്നത്?”

"ആർക്കാണ് തന്റെ ആദ്യരാത്രി ഒരു തോട്ടത്തിലെ കുടിലിൽ ചെലവഴിക്കാൻ ആഗ്രഹം? അതിനു വേണ്ടി ആരെങ്കിലും തന്റെ അമ്മായിഅച്ഛന് എണ്ണൂറു സ്വർണ്ണനാണയങ്ങൾ വെറുതെ നൽകുമോ?"

"ഹോ! എന്തൊരു വിഡ്ഢിയാണ് ഞാൻ!" ഫാൽക്കോ വിലപിച്ചു. "എനിക്കിത് ഊഹിക്കാനേ കഴിഞ്ഞില്ല. ആ വീട് ഇതുകൊണ്ടാണ് കണ്ടുപിടിക്കാൻ കഴിയാത്തത് എന്ന് മനസ്സിലാക്കാൻ കഴിഞ്ഞില്ല. ഞാൻ അവിടെ വച്ചാണ് വിവാഹം കഴിച്ചത് എന്ന് പറഞ്ഞിട്ട് ആ നാട്ടുകാർ ആരും വിശ്വസിച്ചതുമില്ല. പറയൂ, നക്സിഗ്യുൽ ജീവനോടെ ഉണ്ടോ?"

"ഞാൻ ഒരു കൊലപാതകി അല്ല എന്ന് പറഞ്ഞിരുന്നല്ലോ."

"അവൾ ജീവനോടെ ഉണ്ടോ? ഉണ്ടെങ്കിൽ എവിടെയാണ് അവളിപ്പോൾ?"

"അവൾ ജീവനോടെ ഉണ്ടോ? എവിടെയാണ് അവൾ?" കൊച്ചു കേക്കർ ആവർത്തിച്ചു. "ഈ രണ്ടു ചോദ്യങ്ങൾക്കുമുള്ള ഉത്തരങ്ങൾ വളരെ വിലപ്പെട്ട വിവരങ്ങളാണ്. ഓരോന്നിന്റെയും വില മുപ്പതു വിശേഷപ്പെട്ട മുത്തുകളാണ്."

ആ വാചകത്തിന്റെ അവസാനം ഫാൽക്കോയുടെ വേദന കൊണ്ടുള്ള അലർച്ചയിൽ മുങ്ങിപ്പോയി. കൊച്ചു കേക്കർ ഒരു കയറിൽ പിടിച്ചു വലിച്ചപ്പോൾ എവിടെ നിന്നോ ഒരു കൃത്രിമ മുഷ്ടി താഴ്ന്നു വന്നു ഫാൽക്കോയുടെ മുഖത്തു ആഞ്ഞിടിച്ചതായിരുന്നു കാരണം. അതിന്റെ അറ്റത്തു തുണികൊണ്ട് മൂടിയ ക്വിൻസ് പഴങ്ങൾ പിടിപ്പിച്ചിരുന്നു.

"എനിക്ക് അല്പം ചതഞ്ഞ ക്വിൻസ് പഴങ്ങളാണ് ഇഷ്ടം." കൊച്ചു കേക്കർ അട്ടഹസിച്ചു. അയാൾ ഹൂറികിന്റെ നേരെ തിരിഞ്ഞു. "എന്താ നിന്റെ പേര്? ഹൂറി, അല്ലേ? നിനക്കും ഇങ്ങനെയൊന്നു വേണോ?"

അയാൾ മറ്റൊരു കയറിൽ പിടിച്ചു വലിച്ചതും പെൻഡുലം പോലെ പീരങ്കിയുണ്ടയുടെ ആകൃതിയിൽ ഒരു വസ്തു ആടിവന്നു ഹൂറികിന്റെ വയറിൽ ആഞ്ഞിടിച്ചു. അതിന്റെ ആഘാതത്തിൽ അവൾ ശ്വാസത്തിനു വേണ്ടി പിടയുകയും ഓക്കാനിക്കുകയും ചെയ്തു.

"എന്നോടു ക്ഷമിക്കൂ... അതൊരു മത്തങ്ങയായിരുന്നു. അടുത്ത തവണ അത് ഒരു വെള്ളുള്ളി ആയിരിക്കുമെന്നു ഞാൻ ഉറപ്പു തരുന്നു. നമുക്ക് ഫാൽക്കോയിലേക്കു തിരിച്ചു വരാം. ഇപ്പോൾ ഞാൻ സൃഷ്ടിച്ചതും കൊന്നതുമായ ചിലർ നിന്നെ സന്ദർശിക്കും. അതിൽ ഏതാണ് നിന്റെ ഭാര്യ എന്ന് നീ പറയണം. നീ തയ്യാറല്ലേ ഫാൽക്കോ? ഹഹഹ!"

താമസിയാതെ തനിക്കു മുന്നിലൂടെ സ്ത്രീകളുടെയും പുരുഷന്മാരുടെയും മുഖങ്ങൾ ഒഴുകി നീങ്ങുന്നത് ഫാൽക്കോ കാണാൻ തുടങ്ങി. സാവധാനം അവരുടെ ശരീരങ്ങളും തെളിഞ്ഞു വന്നു. സ്ത്രീകൾ സൗന്ദര്യത്തിന്റെ ഉത്തമ മാതൃകകൾ ആയിരുന്നു. അവരുടെ വശ്യമായ മുടിച്ചുരുളുകളിൽ വിലപിടിപ്പുള്ള ശിരോലങ്കാരങ്ങൾ ഉണ്ടായിരുന്നു. ആ

രൂപങ്ങൾ ചിരിക്കുകയും കരയുകയും അവനെ പരിഹസിക്കുകയും ചെയ്തു. അവരിൽ ചിലർ വിശേഷപ്പെട്ടതും സുതാര്യവുമായ പട്ടു തുണികൾ കൊണ്ട് തുന്നിയ വസ്ത്രങ്ങൾ ധരിച്ചിരുന്നു. മറ്റു ചിലർ പൂർണ്ണനഗ്നരായിരുന്നു. രൂപങ്ങളുടെ എണ്ണം കൂടിയപ്പോൾ അവരിൽ ചില സ്ത്രീകൾ വഴക്കടിക്കാൻ തുടങ്ങുകയും മറ്റ് ചിലർ ആലിംഗനം ചെയ്യു കയും ചെയ്തു. ഫാൽക്കോ അങ്ങോട്ടുമിങ്ങോട്ടും പരിഭ്രാന്തിയോടെ നോക്കിക്കൊണ്ട് ആ കൂട്ടത്തിൽ നിന്ന് തന്റെ വധുവിനെ കണ്ടെത്താൻ ശ്രമിച്ചു. താമസിയാതെ അവൻ നിലവിളിച്ചു. "നക്സിഗ്യുൽ! നക്സി ഗ്യുൽ.ൽ...ൽ!" അതോടെ കൊച്ചു കേക്കർ മറ്റൊരു കയറിൽ പിടിച്ചു വലിക്കുകയും ഒരു വലിയ പാത്രം വെള്ളം അപ്പാടെ അവന്റെ തലയിലൂടെ വീഴുകയും ചെയ്തു.

"നീ അവളെ കണ്ടോ?" തുളച്ചു കയറുന്ന ശബ്ദത്തിൽ കൊച്ചു കേക്കർ അലറി. തനിക്കു ലഭിച്ച ഇടിയെക്കാൾ ഹൂറികിനെ അസ്വസ്ഥ യാക്കിയത് ആ മനുഷ്യന്റെ ഒച്ചയാണ്. ഫാൽക്കോയ്ക്ക് എന്താണ് സംഭവിക്കുന്നത് എന്ന് അവൾക്ക് ഒരു ഊഹവും ഉണ്ടായിരുന്നില്ല. തല യിലൂടെ അത്രയും വെള്ളം വീണിട്ടും അവനു ബോധം വീണ്ടുകിട്ടാതി രുന്നത് കണ്ടപ്പോൾ ഫാൽക്കോയ്ക്ക് എന്തോ ശക്തമായ മരുന്ന് കുള്ളൻ കൊടുത്തിട്ടുണ്ടാവണം എന്ന് ഉറപ്പായി. ഈ ഭീകര മനുഷ്യന്റെ പിടി യിൽ നിന്ന് ഫാൽക്കോയെ രക്ഷിക്കാൻ എന്തെങ്കിലും ചെയ്തേ മതി യാകൂ. അഹമ്മദ് രാജകുമാരനെ എല്ലാ ആപത്തുകളിൽ നിന്നും കാത്തു രക്ഷിക്കും എന്ന് അവൾ വാക്കുകൊടുത്തതാണ്.

"അത് ഇന്ദ്രജാലം അല്ല അല്ലേ? ഞാനത് വിശ്വസിക്കുന്നില്ല." അല്പം സമയം കൂടി ലഭിക്കാനായി ഹൂറികിൻ പറഞ്ഞു.

"ഇന്ദ്രജാലം രസതന്ത്രം പോലെ ഒരു ശാസ്ത്രമാണ്. ഇന്ദ്രജാല ത്തിന്റെ സഹായത്തോടെ കാണുന്ന മായാദൃശ്യങ്ങൾ അടിസ്ഥാനമില്ലാ ത്തതല്ല. നേരെ തിരിച്ചാണ്. ഉദാഹരണത്തിന്, നമ്മുടെ കൈയിൽ എസ് ഫഹാൻ ഖാനിന്റെ കൂടാരമുണ്ട്. ഒരു നിമിഷത്തിനുള്ളിൽ അതിനുള്ളിൽ എനിക്ക് ലാഹോർ സുൽത്താന്റെ അത്താഴമേശയും ചുറ്റും നിൽക്കുന്ന പരിചാരകരേയും സൃഷ്ടിക്കാൻ കഴിയും. മോഹനിദ്രയും സ്വപ്നങ്ങളും മനുഷ്യരെ അവരുടെ ഭാവനയെ വിശ്വസിക്കാൻ നിർബന്ധിതരാക്കും. നിന്റെ പുരുഷൻ വിവാഹം ചെയ്തു എന്ന് വിശ്വസിക്കുന്ന സ്ത്രീ യഥാർത്ഥത്തിൽ ഞങ്ങളുടെ വിവാഹ ദല്ലാളിന്റെ ഭാര്യയായിരുന്നു. രണ്ടു വർഷം മുൻപാണ് അയാൾ അവളെ ജോർജ്ജിയയിൽ നിന്ന് വന്ന അടിമയുടെ വേഷത്തിൽ കണ്ടുമുട്ടിയത്. പിന്നീട് സുൽത്താൻ അഹമദ് അവളെ മാമെലൂക് സേനാപതിക്ക് സമ്മാനമായി നൽകുകയാണുണ്ടാ യത്."

"അപ്പോൾ നക്സിഗ്യുൽ ജീവനോടെ ഉണ്ടെന്നു കേട്ടപ്പോഴാണ് അവന്റെ ബോധം നഷ്ടമായത്. അതാണോ നിങ്ങൾ പറഞ്ഞു വരുന്നത്?"

"അതേ. പക്ഷേ അവനെ സമാധാനമായി മരിക്കാൻ അനുവദിക്ക്! വിറ്റുപോയ ഒരു അടിമയായിരുന്നു അവന്റെ ഭാര്യ എന്നറിയാതെയുള്ള സന്തോഷകരമായ മരണം!"

അവൻ സന്തോഷത്തോടെ മരിക്കട്ടെ എന്ന് കൊച്ചു കേക്കർ പറഞ്ഞത് കേട്ടപ്പോൾ ഫാൽക്കോയ്ക്ക് വിഷം കൊടുത്തിട്ടുണ്ടാവണം എന്ന് ഹൂറികിനു തോന്നി. ഉടനെ തന്നെ എന്തെങ്കിലും ചെയ്യേണ്ടിയിരിക്കുന്നു. ആദ്യം സ്വയം രക്ഷപ്പെടുകയും പിന്നെ ഫാൽക്കോയെ രക്ഷിക്കുകയും ചെയ്യണം. അവളുടെ ആകാംക്ഷ കോപത്തെ ആളിക്കത്തിച്ചു. ഈ ക്രൂരനായ മനുഷ്യനെ പ്രകോപിപ്പിക്കാൻ തന്നെ അവൾ തീരുമാനിച്ചു.

"എടാ ഭ്രാന്തൻ പട്ടീ, നീയവന് വിഷം കൊടുത്തോ?" അവൾ അലറി.

"ഹഹഹ!"

"എന്തൊരു നാശം പിടിച്ച പ്രാകൃതനാണ് നീ! പറയെടാ, വസൂരിക്കല നിറഞ്ഞ കൂനാ, നീ അവനു വിഷം കൊടുത്തോ?"

"പ്രിയപ്പെട്ടവളേ, നിനക്കെന്നെ ഒട്ടും ഇഷ്ടമായില്ല അല്ലേ? പക്ഷേ വിഷം തിന്നു മരിക്കുന്നത് സന്തോഷകരമായ ഒരു മരണമായി ഞാൻ കണക്കാക്കുന്നില്ല."

"ഇവിടെ നോക്കെടാ പിത്തസഞ്ചീ, അവന്റെ വിവാഹ രാത്രിയിൽ ഭാര്യ കൊല്ലപ്പെട്ടതിനെപ്പറ്റിയാണ് അവൻ പറഞ്ഞുകൊണ്ടിരുന്നത്."

"എന്നെ കണ്ടിട്ട് ഒരു കൊലപാതകിയെ പോലെ തോന്നുന്നോ നിനക്ക്? സുന്ദരിപ്പെണ്ണേ, നിനക്ക് നാണമില്ലേ? ആ രാത്രിയിൽ ഞാൻ ആരെയും കൊന്നില്ല. അന്നാകെ വേണ്ടി വന്നത് ബിന്ദാലിയുടെ കാമുകിയുടെ മൃതശരീരത്തിൽ പുരട്ടാൻ അല്പം തേൻമെഴുകും വരന്റെ പാനപാത്രത്തിലേക്ക് അല്പം ജബീൽ നീരുമാണ്. ആ അവസ്ഥയിൽ മുന്നിൽ കാണുന്ന ആരെയും നക്സിഗ്യുൽ ആണെന്ന് കരുതി അവൻ ആലിംഗനം ചെയ്യുമായിരുന്നു. അടുത്ത ദിവസം ഇയൂപ് ജയിലിൽ വച്ച് അവന്റെ കുടിവെള്ളത്തിൽ ആവശ്യത്തിനു മരുന്ന് കലർത്തിയില്ലായിരുന്നെങ്കിൽ അവൻ ദുഃഖം കൊണ്ട് മരിച്ചുപോകുമായിരുന്നു. പക്ഷേ ഇന്ന് ഈ ചികിത്സയുടെ മേൽനോട്ടം വഹിക്കാൻ ഇവിടെ ആരുമില്ല. അത് മാത്രമല്ല അവന് ഞാൻ മറ്റൊരു ഉപകാരം കൂടി ചെയ്തിട്ടുണ്ട്. നീയാണ് അവന്റെ ഭാര്യ എന്ന് കരുതി അവൻ സന്തോഷവാനായി തീരുകയും ചിരിക്കാൻ തുടങ്ങുകയും ചെയ്യും. കരഞ്ഞുകൊണ്ട് ജീവിക്കുന്നവർ വല്ലപ്പോഴും അല്പം ചിരി അർഹിക്കുന്നു അല്ലേ?"

"അവന് ഇങ്ങനെ വിഷം കൊടുത്തതിനു നീ അനുഭവിക്കാൻ പോകുന്നതേയുള്ളൂ നാശം പിടിച്ച കുള്ളാ."

"ഹേയ്, അവൻ തന്റെ കാമുകിയുടെ സാന്നിധ്യത്തിൽ സന്തോഷത്തോടെ മരിക്കുന്നതിനെപ്പറ്റിയാണ് നമ്മൾ ചർച്ച ചെയ്യുന്നത്."

"വായടയ്ക്കെടാ നീചജന്തു! നീ സൃഷ്ടിച്ച മാന്ത്രിക വിവാഹ രാത്രി ഒരു ജീവിതകാലത്തേക്കുള്ള ദുരിതം അവനു കൊടുത്തു കഴിഞ്ഞു."

"തിളങ്ങുന്ന മുപ്പത് മുത്തുകൾക്ക് ഒരു രാത്രിയിലെ അനുഗൃഹീത മായ പ്രണയം മതിയാവുകയില്ലേ?"

"എടാ വിലകെട്ട..."

കൊച്ചു കേക്കർ മറ്റൊരു കയറിൽ പിടിച്ചു വലിച്ചിരിക്കണം. അവ ളുടെ മുലകൾക്കിടയിൽ ഒരു അസ്ത്രം തുളച്ചു കയറി. ഹൂറികിൻ വേദന കൊണ്ട് പുളഞ്ഞു. ആ അസ്ത്രത്തിനോടു പിടിപ്പിച്ചിരുന്ന ഒരു സിൽക്ക് നാടയിൽ കൊച്ചു കേക്കർ തീ കൊടുക്കുകയും അവളുടെ ശരീരമാകെ തീജ്വാലകൾ പൊതിയുകയും ചെയ്തു. അവർ രണ്ടുപേരും അവശരായി കഴിഞ്ഞിരുന്നു. മച്ചിൽ പിടിപ്പിച്ചിട്ടുള്ള ഒരു കയറിൽ കൈ കൾ പോലും അനക്കാനാവാതെ തൂങ്ങി നിൽക്കുകയേ അവർക്ക് ഗതി യുണ്ടായിരുന്നുള്ളൂ. പക്ഷേ ആരുമറിയാതെ രണ്ടു കണ്ണുകൾ ഇതെല്ലാം കാണുന്നുണ്ടായിരുന്നു.

സുൽത്താൻ അഹമ്മദ് ചന്തയിലെ തുണിക്കടയിൽ പിറ്റ്ജാൻ എത്തിയ പ്പോൾ അവിടെയുണ്ടായിരുന്ന മെലിഞ്ഞുണങ്ങിയ വൃദ്ധനായ വില്പന ക്കാരന് അയാളെ ഒട്ടും പിടിച്ചില്ല. സംശയം മൂത്ത് അയാൾ പിറ്റ്ജാനെ ചോദ്യം ചെയ്യാൻ തുടങ്ങിയപ്പോൾ പോകുന്നതാണ് നല്ലതെന്ന് കരുതി അയാൾ എഴുന്നേറ്റു. പക്ഷേ പോകാനെഴുന്നേറ്റ് അയാൾ വില്പന ക്കാരനെ ഇടിച്ചു താഴെയിടുകയും കൈകൾ ബന്ധിക്കുകയും ചെയ്തു. അയാളുടെ കരച്ചിലടക്കാൻ വേണ്ടി പിറ്റ്ജാൻ വില്പനക്കാരനെ ഒരു ചുരുൾ തുണിയിൽ പൊതിഞ്ഞ ശേഷം മേശയ്ക്കടിയിൽ നിക്ഷേപിച്ചു. തുരങ്കത്തിലേക്കിറങ്ങുന്ന അലമാരയ്ക്കുള്ളിലെ രഹസ്യവാതിലിലൂടെ ഞെരുങ്ങിയിറങ്ങിയപ്പോൾ തന്നെ അത് ഒരു കുള്ളനു വേണ്ടി നിർമ്മിച്ച താണ് എന്ന് പിറ്റ്ജാന് മനസ്സിലായി. മാർഗ്ഗമദ്ധ്യേ ഒരു സ്ഥലത്തെത്തിയ പ്പോൾ തുരങ്കം തീരെ ഇടുങ്ങിയതായി മാറുകയും പിറ്റ്ജാൻ അവിടെ കുരുങ്ങിപ്പോവുകയും ചെയ്തു. എലികൾ ആക്രമിക്കാൻ തുടങ്ങിയപ്പോൾ എത്രയും പെട്ടെന്ന് രക്ഷപ്പെട്ടില്ലെങ്കിൽ അപകടമാണ് എന്ന് അയാൾക്ക് മനസ്സിലായി. തുരങ്കത്തിന്റെ മറ്റേയറ്റം വരെയത്തുന്ന എലികളുടെ കരച്ചിൽ മരണത്തെ ക്ഷണിച്ചു വരുത്തുന്നതാണെന്ന് പിറ്റ്ജാന് അറി യാമായിരുന്നു.

ഇസ്താംബൂളിലെ ആഡംബരങ്ങളിൽ സുഖിച്ചു ജീവിക്കാനായി ഫ്ളാൻഡേഴ്സിൽ നിന്നെത്തിയ ഒരാൾക്ക് എലികൾ നിറഞ്ഞ ഒരു തുരങ്കത്തിൽ കുടുങ്ങി മരണം വരിക്കുക എന്ന ചിന്ത പോലും താങ്ങാ നാവുന്നത് ആയിരുന്നില്ല. തുണികളെല്ലാം കീറിപ്പോകുന്നത് വരെ അയാൾ രക്ഷപ്പെടാനായി കുതറിക്കൊണ്ടിരുന്നു. അതോടെ പിറ്റ്ജാന് എങ്ങനെയെങ്കിലും ആ ഇടുങ്ങിയ ഭാഗത്തു നിന്ന് സ്വന്തം ശരീരം ഊരി യെടുക്കാനായി. പൂക്കളുടെ ചിത്രങ്ങളുള്ള ഒരു സൽവാർ മാത്രം ധരിച്ചു.

ഇനി തുരങ്കത്തിനു ഇതുപോലെയുള്ള ഇടുങ്ങിയ ഭാഗങ്ങൾ ഉണ്ടാവല്ലേ എന്ന് പ്രാർത്ഥിച്ചു കൊണ്ട് അയാൾ മുന്നോട്ടു നീങ്ങി. അധിക ദൂരം പോകുന്നതിനു മുൻപ് ഒരു കതകും അതിനു പിന്നിലെ വെളിച്ചവും അയാൾ കണ്ടു. എലികളുടെയും പെരുച്ചാഴികളുടെയും ശബ്ദത്തെ വെല്ലുന്ന മറ്റൊരു ശബ്ദം മൂർച്ചയോടെ ഉയർന്നു കേട്ടു. "തിളങ്ങുന്ന മുപ്പതു മുത്തുകൾക്കു പ്രേമത്താൽ അനുഗൃഹീതമായ ഒരു രാത്രി പോരെ പകരം?" കതകിനിടയിലെ ദ്വാരത്തിലൂടെ ഒളിഞ്ഞു നോക്കിയപ്പോൾ കണ്ട കാഴ്ച പിറ്റ്ജാനിനെ ഭയപ്പെടുത്തി. ആ കുള്ളൻ നിൽക്കുന്ന സ്ഥാനത്ത് ഫാൽക്കോയും ഹൂറികാനും ആയിരിക്കേണ്ടിയിരുന്നു അങ്ങനെ നിൽക്കേണ്ടത്. അവരെ കെട്ടിയിടാൻ ഒരാളെ കൊണ്ട് കഴിയുകയില്ല എന്ന് ഉറപ്പാണ്. പക്ഷേ അയാൾക്ക് കൊച്ചു കേക്കറെ അല്ലാതെ മറ്റാരെയും കാണാൻ കഴിഞ്ഞില്ല. മുറിയിലെ ഇരുൾ നിറഞ്ഞ ഒരു മൂലയിലേക്കു മറയും മുൻപ് കയർ ചുരുളുകൾ ഭിത്തിയിൽ തൂക്കിയിടാനായി കൊച്ചു കേക്കർ എഴുന്നേറ്റു. പിറ്റ്ജാൻ വളരെ നേരം കാത്തു നിന്നു. ഫാൽക്കോ സ്വബോധത്തിലേക്ക് തിരിച്ചു വന്ന ശേഷം കരയാൻ തുടങ്ങിയ ശബ്ദമല്ലാതെ മറ്റൊന്നും അയാൾ കേട്ടില്ല. അത്ര ദുഃഖകരമായ എന്തോ മനസ്സിലാക്കിയതിനാലാവണം ഫാൽക്കോ ആ അവസ്ഥയിലായത് എന്ന് പിറ്റ് ജാനിനു തോന്നി. അവൻ അങ്ങനെ കരയുന്നത് പിറ്റ്ജാൻ ഒരിക്കലും കണ്ടിട്ടുണ്ടായിരുന്നില്ല.

അബോധാവസ്ഥയിലായിരുന്ന ഹൂറികിനെ നോക്കി അതിനിടയ്ക്ക് ഫാൽക്കോ സന്തോഷത്തോടെ പിറുപിറുത്തു. "നക്സിഗ്യുൽ! എന്റെ പ്രണയമേ!" ആ സമയത്ത് കുള്ളൻ വീണ്ടും ചില സ്വർണ്ണക്കട്ടികളുമായി പ്രത്യക്ഷപ്പെട്ടു. സ്വർണ്ണം ഉണ്ടാക്കാൻ അറിയണമെങ്കിൽ ഇവൻ തീർച്ചയായും ഒരു രസതന്ത്രജ്ഞൻ ആയിരിക്കണം എന്ന് പിറ്റ്ജാൻ ഊഹിച്ചുവെങ്കിലും പെട്ടെന്ന് ഈ സ്വർണ്ണം ഫാൽക്കോയുടേതും കൊല ചെയ്യപ്പെട്ട ആളുകളുടേതും ആയിരിക്കുമെന്ന് പിറ്റ്ജാനിനു തോന്നി. കൊച്ചു കേക്കർ സ്വർണ്ണക്കട്ടികൾ മേശപ്പുറത്തു വച്ച ശേഷം വീണ്ടും അപ്രത്യക്ഷനായി. വളരെ വിചിത്രമായ എന്തോ ആണ് അവിടെ നടക്കുന്നത് എന്ന് പിറ്റ്ജാനിനു തോന്നി. പക്ഷേ അവിടെ അപ്പോഴും മറ്റാരും ഉണ്ടായിരുന്നില്ല.

പെട്ടെന്ന് ഫാൽക്കോ ഉറക്കെ പൊട്ടിച്ചിരിച്ചു. ഇത് തന്നെ തക്കം എന്ന് കണ്ടു പിറ്റ്ജാൻ തന്റെ ഉറച്ച ശരീരവുമായി ആ വാതിലിലൂടെ ഇടിച്ചു കയറാൻ ശ്രമിച്ചു. പക്ഷേ അത് പൂട്ടിയിട്ടിരിക്കുകയായിരുന്നു. തുരങ്കത്തിനുള്ളിൽ നിന്ന് ഈ കതകു തുറക്കാനുള്ള ഒരു സംവിധാനം അവിടെ എവിടെയെങ്കിലും ഉണ്ടാവും എന്ന് തോന്നിയ പിറ്റ്ജാൻ അവിടമാകെ തിരഞ്ഞു. അല്പസമയത്തിനു ശേഷം വാതിൽ ചട്ടത്തിലെ ഒരു കെട്ടിൽ അയാളുടെ വിരലുകൾ പതിഞ്ഞു. ഇത് തന്നെയായിരിക്കണം അത്. പിറ്റ്ജാൻ വീണ്ടും വാതിലിലെ വിടവിലൂടെ ഒളിഞ്ഞു നോക്കി. കൂടുതൽ സ്വർണ്ണക്കട്ടികൾ കൊണ്ടുവന്ന ശേഷം ഒരു കയർ എത്തി

പ്പിടിക്കാൻ നോക്കുകയായിരുന്നു കൊച്ചു കേക്കർ. ഈ കുള്ളൻ വീണ്ടും സ്വർണ്ണം കൊണ്ടുവരാനായി പോയേക്കും എന്നായിരുന്നു പിറ്റ്ജാനിന്റെ പ്രതീക്ഷ. പക്ഷേ അവൻ സ്വർണ്ണക്കട്ടികൾ അടുക്കി വയ്ക്കുകയും പെട്ടിയുടെ വശങ്ങളിലെ വളയങ്ങളിലൂടെ ഒരു ചങ്ങല കോർക്കുകയുമായിരുന്നു. അതിനു ശേഷം ആ ചങ്ങലയുമായി ഘടിപ്പിച്ചിരുന്ന ഒരു യന്ത്രത്തിന്റെ പിടിയിൽ പിടിച്ചു വലിച്ചു. ആ പെട്ടി മുകളിലേക്ക് ഉയരുന്നത് കണ്ടപ്പോൾ അതയാൾ മുകളിൽ ഒളിപ്പിച്ചിട്ടു രക്ഷപ്പെടാൻ തുടങ്ങുകയാവണം എന്ന് പിറ്റ്ജാൻ ഊഹിച്ചു. പക്ഷേ കൊച്ചു കേക്കർ ആ പെട്ടി ഇരുന്നിടത്തു തന്നെ വച്ച ശേഷം അവിടെ ഇരിക്കുകയാണ് ചെയ്തത്. അവൻ തൂങ്ങിക്കിടന്ന മറ്റൊരു കയറിൽ പിടിച്ചു വലിക്കുകയും ഫാൽക്കോയുടെ ശരീരമാസകലം മിന്നൽ ഏറ്റപോലെ പോലെ തിളങ്ങാൻ തുടങ്ങുകയും ചെയ്തു. ഒരു നിമിഷത്തേക്ക് വലയിൽ കിടന്നു പിടയ്ക്കുന്ന മീനിനെ പോലെ പിടഞ്ഞതിനു ശേഷം ഫാൽക്കോ വീണ്ടും ബോധരഹിതനായി. കൊച്ചു കേക്കർ വിണ്ടും അപ്രത്യക്ഷനാവുകയും അവിടമാകെ നിശ്ശബ്ദത വ്യാപിക്കുകയും ചെയ്തു.

താൻ എത്രയും പെട്ടെന്ന് നിശ്ശബ്ദനായി എന്തെങ്കിലും ചെയ്യേണ്ടിയിരിക്കുന്നു എന്ന് പിറ്റ്ജാനിനു തോന്നി. വളരെ ശ്രദ്ധയോടെ വാതിൽ ചട്ടത്തിലെ കെട്ടിൽ അയാൾ പിടിച്ചു വലിച്ചു. കുള്ളനെ പേടിയില്ലായിരുന്നു എങ്കിലും ആ മുറിയിലെ ഇരുട്ട് നിറഞ്ഞ മൂലകളിൽ അവന്റെ സഹായികൾ ആരെങ്കിലും പതുങ്ങി നില്പുണ്ടെങ്കിൽ ഒരു ആയുധം പോലും കൈയിൽ ഇല്ലാത്ത ഈ അവസ്ഥയിൽ കാര്യങ്ങൾ പ്രയാസമാവും എന്ന് പിറ്റ്ജാനിനു അറിയാമായിരുന്നു. കതകിന്റെ ഒരു ഞരക്കം മതി എല്ലാം തകരാൻ. പതുക്കെ അയാൾ മുറിയിലേക്കു കടക്കുകയും ഒളിച്ചിരിക്കാൻ ഒരിടം തിരയും മുമ്പ് വാതിൽ ശബ്ദമുണ്ടാക്കാതെ ചേർത്തടയ്ക്കുകയും ചെയ്തു. കുള്ളന്റെ ഇരിപ്പിടം മറഞ്ഞിരിക്കാൻ പറ്റിയതായിരുന്നു. അതിനു പിന്നിൽ ഒളിച്ച ശേഷം പിറ്റ്ജാൻ കാത്തിരുന്നു. അധികനേരം കഴിയുന്നതിനു മുമ്പ് കുള്ളൻ കൂടുതൽ സ്വർണ്ണക്കട്ടികളുമായി തിരിച്ചെത്തുകയും അവ ക്രമീകരിക്കാൻ തുടങ്ങുകയും ചെയ്തു. പെട്ടെന്ന് അയാൾ ചെയ്തു കൊണ്ടിരുന്ന ജോലി നിർത്തുകയും ചെവി കൂർപ്പിച്ചു ശ്രദ്ധിക്കുകയും മണംപിടിക്കുകയും ചെയ്തു.

"ഹും! നമുക്ക് ഒരു സന്ദർശകൻ ഉണ്ടെന്നാണ് തോന്നുന്നത്!" കൊച്ചു കേക്കർ സന്തോഷത്തോടെ ആർത്തു വിളിച്ചു.

തന്റെ ഹൃദയമിടിപ്പ് നിന്നു പോയതുപോലെ പിറ്റ്ജാനിനു തോന്നി. കുള്ളന്റെ തുളച്ചു കയറുന്ന ശബ്ദം അയാളെ ഞെട്ടിച്ചു കളഞ്ഞിരുന്നു. ഒരു കുള്ളന്റെ തൊണ്ടയിൽ നിന്ന് അത്തരം ഒരു ഒച്ച പുറത്തുവരും എന്ന് ആർക്കും വിശ്വസിക്കാനാവില്ല. കൊച്ചു കേക്കർ ശ്രദ്ധയോടെ തിരിഞ്ഞു ഭിത്തിയിൽ അടുക്കി വച്ചിരിക്കുന്ന സ്ഫടിക കൂജകളുടെ നേരെ നടന്നു. അവന്റെ പുറകെ പതുങ്ങിപ്പോയിട്ടു അടിച്ചു താഴെയിട്ടാലോ എന്ന്

പിറ്റ്ജാൻ ആലോചിക്കാതിരുന്നില്ല. പിന്നീട് അയാൾ അത് വേണ്ടെന്നു വച്ചു. ആവശ്യമെങ്കിൽ ഒരു ആയുധമായി ഉപയോഗിക്കാനായി ആ ഇരിപ്പിടത്തിന്റെ കാലുകളിൽ അയാൾ മുറുക്കെ പിടിച്ചു. കൊച്ചു കേക്കർ നക്ഷത്രത്തിന്റെ രൂപത്തിലുള്ള തലയുള്ള ഒരു ആണി പുറത്തെടുക്കുകയും മുകളിലേക്ക് അത് വീശി എറിയുകയും ചെയ്തു. ഒരു കരച്ചിലോടെ മച്ചിൽ നിന്ന് ഒരു എലി താഴെ വച്ചിരുന്ന വലിയ കുട്ടകങ്ങളിൽ ഒന്നിൽ ചെന്ന് വീണു.

"എന്റെ രാസവസ്തുക്കളിൽ നിന്ന് ദൂരം പാലിക്കണം എന്ന് ഞാൻ നിന്നോടു പറഞ്ഞിട്ടില്ലേ?"

കുള്ളന്റെ കഴിവു കണ്ടു പിറ്റ്ജാൻ സ്തംഭിച്ചു പോയി. ആ ഇരുട്ടിൽ ഒരു എലിയുടെ നെറുകയിൽ ഒരു ആണി എറിഞ്ഞു കൊള്ളിക്കാൻ അവന് എങ്ങനെ കഴിഞ്ഞു? ചലനമില്ലാതെ അയാൾ കാലടിയൊച്ചകൾക്കു ചെവിയോർത്തു കൊണ്ട് അവിടെ തന്നെ ഇരുന്നു. കൊച്ചു കേക്കർ അവിടെയില്ല എന്നുറപ്പായ നേരത്ത് അയാൾ പതുക്കെ തലയുയർത്തി നോക്കി. ഭാഗ്യം പിറ്റ്ജാനിന്റെ ഭാഗത്തായിരുന്നു. ആ ഇരിപ്പിടത്തിനടുത്തായി അയാൾ ഒരു ചാക്ക് കിടക്കുന്നത് കണ്ടു. അതുമായി ഭിത്തിയിലുണ്ടായിരുന്ന ഒരു ദ്വാരത്തിൽ കയറി കൊച്ചു കേക്കർ തിരിച്ചു വരുന്നതും കാത്തു പിറ്റ്ജാൻ ക്ഷമയോടെ ഇരുന്നു.

ഇപ്പോൾ ചോദ്യങ്ങൾ ചോദിക്കാനുള്ള ഊഴം പിറ്റ് ജാനിന്റേത് ആയിരുന്നു. മച്ചിൽ നിന്ന് തൂക്കിയിട്ടിരുന്ന ചാക്കിനുള്ളിൽ നിന്ന് കൊച്ചു കേക്കർ ഉത്തരങ്ങൾ നൽകി. അവൻ കള്ളം പറയുകയാണ് എന്നു തോന്നിയപ്പോഴൊക്കെ പരീക്ഷണങ്ങൾക്കായി സൂക്ഷിച്ചിരുന്ന ഓരോ എലിയെയായി പിറ്റ്ജാൻ ചാക്കിനു ഉള്ളിലേക്ക് ഇട്ടു. അത്തരത്തിൽ പിറ്റ്ജാൻ കൊച്ചു കേക്കറിൽ നിന്ന് രത്നങ്ങളും സ്വർണ്ണവും ഒളിപ്പിച്ചു വച്ചിരിക്കുന്ന ഇടങ്ങളും കൊലപാതകികളെയും ശവശരീരങ്ങളെയും കുറിച്ചുള്ള വിവരങ്ങളും ചോർത്തിയെടുത്തു. ആ സമയത്ത് ഹൂറികിൻ ബോധം വീണ്ടെടുക്കുകയും ഉന്മാദാവസ്ഥയിൽ പൊട്ടിച്ചിരിച്ചു കൊണ്ട് ഫാൽക്കോ അവളെ കെട്ടിപ്പിടിക്കുകയും ചെയ്തു.

"നിങ്ങളെന്താണീ ധരിച്ചിരിക്കുന്നത് പിറ്റ്ജാൻ? ഹഹഹ!" പിറ്റ്ജാൻ തന്റെ അടിവസ്ത്രത്തിൽ നിൽക്കുന്നത് കണ്ടപ്പോൾ ഫാൽക്കോ വീണ്ടും പൊട്ടിച്ചിരിച്ചു. "ഓ..! എന്റെ നക്സിഗ്യുൽ! എന്റെ ജീവിതത്തിലെ പ്രകാശമേ..!"

ചോദ്യം 66

അവന് അറിയാമായിരുന്നെങ്കിൽ?

അക്രമാസക്തമായ കലാപത്തിനു ശേഷം അഹമ്മദ് ദെദെയുടെ യുക്തിപൂർവമായ സംഭാഷണം അമ്മയുടെ സ്നേഹത്തിനെക്കുറിച്ചുള്ള ഓർമ്മകൾ പോലെ ഫാൽക്കോയുടെ മനസ്സിലേക്ക് കടന്നു വന്നു. മെവ് ലെവി സത്രത്തെ താൻ എത്രമാത്രം ഇഷ്ടപ്പെടുന്നു എന്ന് അപ്പോഴാണ് അവന് ബോധ്യമായത്. നാലുമാസങ്ങൾക്കു ശേഷം വൈദ്യൻ ദെദെയെയും മറ്റും വീണ്ടും കാണാൻ കഴിഞ്ഞത് വലിയ ഭാഗ്യമായി തന്നെ കരുതി. താൻ വളരെയേറെ ഇഷ്ടപ്പെടുന്ന ഈ സുഹൃത്തുക്കളെ കണ്ടപ്പോൾ തിരിച്ചു വന്ന് വസ്ത്രമഴിക്കാനുള്ള തന്റെ പ്രതിജ്ഞ പുതുക്കിയാലോ എന്ന് തോന്നാതിരുന്നില്ല. ഇസ്താംബൂളിൽ അവൻ സ്നേഹിക്കുകയും ഇഷ്ടപ്പെടുകയും ചെയ്യുന്ന ഒരുപാടുപേർ ആക്രമിക്കപ്പെടുകയും മർദ്ദിക്കപ്പെടുകയും കൊള്ളയടിക്കപ്പെടുകയും തീപിടുത്തത്തിൽ മരണപ്പെടുകയും ചെയ്തിരുന്നു. ഭാഗ്യവശാൽ മെവ്ലെവി സത്രത്തിലെ ശാന്തതയ്ക്ക് ഭംഗമൊന്നും സംഭവിച്ചിരുന്നില്ല.

കവി നദീമിന്റെ മരണാനന്തരച്ചടങ്ങുകളിൽ സംബന്ധിക്കാനായി പോയിരുന്നതിനാൽ അവനു സുലൈമാൻ നഹിഫി ദെദെയെ കാണാൻ കഴിഞ്ഞില്ല. ആധുനികനായ, സൂക്ഷ്മബോധമുള്ള, സ്വതന്ത്രഹൃദയനായ ഒരു കവിയായിരുന്നു അയാൾ എന്ന് ഫാൽക്കോ ഓർത്തു. പെൺകുട്ടികളുടെ പൊട്ടിച്ചിരി പോലെ ഒഴുകുന്ന, നിറങ്ങളിൽ നിന്നും മണങ്ങളിൽ നിന്നും പ്രചോദനം ഉൾക്കൊണ്ട നദീമിന്റെ ഭാവഗാനങ്ങളും സിറാഗനിലും സദാബാത്തിലും അയാൾ പറഞ്ഞ തമാശകളും ഏർപ്പെട്ട കളികളും നടത്തിയ സംഭാഷണങ്ങളും അവന്റെ മനസ്സിലൂടെ കടന്നു പോയി. അദ്ദേഹത്തിന്റെ വിശാലമായ മനസ്സിൽ നിറഞ്ഞു നിന്ന ദുഃഖങ്ങൾ പങ്കുവയ്ക്കാൻ ജീവിതത്തിൽ ഒരാളെയും കണ്ടെത്താൻ കഴിയാതിരുന്ന ആ മനുഷ്യൻ ബാക്കി വച്ചത് പാട്ടുകളും ഗസലുകളും മാത്രമല്ല, മറിച്ച് ഇളംചുവപ്പ് നിറത്തിലുള്ള ടുളിപ് പൂക്കളെയും റോസാപ്പൂ ഇതളുകൾ പോലെയുള്ള ചുണ്ടുകളെയും കാമാതുരമായ ചിരിയേയും കുറിച്ചുള്ള മധുരമായ ഓർമ്മകൾ കൂടെയാണ്. മെവ് ലെവി സത്രത്തിൽ ആ മരണത്തെ കുറിച്ചു പരന്ന കഥകൾ അനുസരിച്ചു കലാപകാരികൾ

ബെസിക്ക്താസിയിലെ നദീമിന്റെ വീട് തല്ലിപ്പൊളിച്ചു അകത്തു കയറിയപ്പോൾ കുടിച്ചു പൂസായിരുന്ന അയാൾ വീടിന്റെ മേൽക്കൂരയിൽ വലിഞ്ഞു കയറിയ ശേഷം താഴേക്കു ചാടുകയാണ് ഉണ്ടായത്. കഴിഞ്ഞ വർഷം എല്ലാവരുടെയും നാവുകളിൽ തത്തിക്കളിച്ച് നിന്ന നദീമിന്റെ ഒരു ഗാനശകലം ഫാൽക്കോയുടെ മനസ്സിലേക്കു കടന്നു വന്നു.

"ഓ, നദീം എന്റെ കാട്ടുവാനമ്പാടീ,
നീ എന്തിനാണിപ്പോൾ മറഞ്ഞിരിക്കുന്നത്?
ഞങ്ങൾക്കു വേണ്ടി നീ എന്തെല്ലാം
അബദ്ധങ്ങളും പരദൂഷണങ്ങളും പാടിക്കേൾപ്പിച്ചിരിക്കുന്നു."

ഉച്ചനേരത്തെ പ്രാർത്ഥനയ്ക്കുള്ള ഒരുക്കങ്ങൾ സത്രത്തിലെ സഹോദരന്മാർ നടത്തുന്ന നേരത്ത് ഫാൽക്കോ പുറത്തേക്കു നടന്നു. പോകുന്ന വഴിക്ക് അവൻ കവി നഹിഫിയുടെ മുറിയിൽ ചെന്ന് അദ്ദേഹത്തിന്റെ തലയണ മേൽ മലിനമായ ഒരു ചെറിയ പൊതി വച്ചു. അന്ന് രാവിലെ സത്രത്തിലെ ശ്മശാനത്തിൽ നിന്ന് അവൻ കുഴിച്ചെടുത്ത മൂന്നു പൊതികളിൽ ഒന്നായിരുന്നു അത്. പെയർ പഴത്തിന്റെ ആകൃതിയിലുള്ള വിലപിടിച്ച മുത്തായിരുന്നു അതിനുള്ളിൽ. കവി നഹിഫി ചോദ്യങ്ങൾ ഒന്നും ചോദിക്കുകയില്ല എന്നും അത് സത്രത്തിലെ ചിലവുകൾ നിവർത്തിക്കാനായി ഉപയോഗിക്കുമെന്നും അവന് അറിയാമായിരുന്നു.

തന്നെ ശ്മശാനത്തിലേക്കു കൊണ്ടുപോയാൽ ഫാൽക്കോയുടെ മുത്തുകൾ കണ്ടെടുക്കാൻ കഴിഞ്ഞേക്കും എന്ന് പിറ്റ്ജാൻ അന്ന് രാവിലെ പറഞ്ഞിരുന്നു. കൊച്ചു കേക്കറിന്റെ ചാക്കിലേക്കു മൂന്നാമത്തെ എലിയെ ഇട്ടപ്പോൾ അവൻ സംസാരിക്കാൻ തുടങ്ങിയിരുന്നു. ശ്മശാനത്തിൽ പ്രവേശിച്ചു ഇരുപതടി മുന്നോട്ടു നടന്നാൽ ഇടതുവശത്തായി ഒരു കപ്പിത്താന്റെ ശവകുടീരം കാണാൻ കഴിയും എന്ന് അവൻ പറഞ്ഞു.

"അത് പ്രാചീന കാലത്ത് കല്ലിൽ തീർത്ത ഒരു ശവക്കല്ലറയാണ്." കൊച്ചു കേക്കർ പറഞ്ഞു. "അതിനു മുകളിൽ ഒരു പടക്കപ്പലിലെ മുഖംമൂടിയുടെയും കപ്പൽപ്പായയുടെയും പൊട്ടിയ കൊത്തുപണി കാണാം."

കുള്ളൻ പറഞ്ഞ വാക്കുകളിൽ ഫാൽക്കോയ്ക്ക് അത്ര വിശ്വാസം ഇല്ലായിരുന്നുവെങ്കിലും ആ ശവകുടീരം കൊച്ചു കേക്കർ വിശദീകരിച്ചതുപോലെ തന്നെയായിരുന്നു. അതിനുള്ളിൽ അവൻ മുത്തുകൾക്കൊപ്പം മറ്റു രണ്ടു പൊതികളും കൂടി കണ്ടെടുത്തു. ശവകുടീരത്തിൻ മേലുള്ള സ്മരണക്കുറിപ്പ് നിശ്ചയമായും ഒരു നാവികന്റേതു തന്നെയായിരുന്നു. അത് വായിച്ചപ്പോൾ ഫാൽക്കോ തന്റെ അമ്മയെ ഓർത്തു. അവൻ അവരുടെ ശവകുടീരത്തിൽ പോയിട്ട് ഏറെ നാളുകളായിരിക്കുന്നു. ജീവിതത്തിന്റെ ഏറ്റവും നല്ല സമയത്താണ് ഈ നാവികനെപോലെ അവരും മരിച്ചു പോയത്. ഒരുപക്ഷേ അതുകൊണ്ടാവാം ഫാൽക്കോയ്ക്ക് മെവ് ലെവി സത്രം സന്ദർശിക്കാനും ആ മുത്ത്

അവിടെ വച്ചിട്ടു പോകാനും തോന്നിയത്. സത്രം വിട്ടു പോയപ്പോൾ ഒരു നല്ല കാര്യം ചെയ്ത സംതൃപ്തിയോടെ മറ്റു രണ്ടു പൊതികളും യഥാ സ്ഥാനത്ത് തന്നെ ഇല്ലേ എന്ന് ഫാൽക്കോ പരിശോധിച്ചു. അതിനുശേഷം അവൻ തന്റെ കുതിരയെ കുതിച്ചോടിച്ചുകൊണ്ട് അവിടെനിന്നും സ്ഥലം വിട്ടു.

ഗലാട്ടാ കടവിൽ ഹൂറികിൻ എത്തുന്നതിനു മുൻപുതന്നെ എത്തണം എന്നായിരുന്നു ഫാൽക്കോയുടെ ആഗ്രഹം. എല്ലാം അവരുടെ പദ്ധതി യനുസരിച്ച് തന്നെ നടക്കുകയാണെങ്കിൽ ഇപ്പോൾ അവൾ ന്യായാധി പൻ ഇസഹാക്കിനെ ബിൻബെർദേരക്കിലെ വെള്ളത്തൊട്ടിയിൽ നിന്ന് ലഭിച്ച നിധി ഏല്പിച്ച ശേഷം അവിടെ നിന്ന് ഇറങ്ങിയിട്ടുണ്ടാവണം. ന്യായാധിപൻ ഇസഹാക്ക് അവളെ വിശ്വസിക്കുകയും കരുതലോടെ പെരുമാറുകയും ചെയ്യും എന്ന് അവൻ പ്രതീക്ഷിച്ചു. കൊച്ചു കേക്കർ ശേഖരിച്ചു വച്ച സ്വർണ്ണക്കട്ടികളുടെ യഥാർത്ഥ ഉടമകളായ, ഗോൾഡൻ ഹോണിന്റെ അടിത്തട്ടിൽ ഉറങ്ങുന്ന, ദുരൂഹ സാഹചര്യങ്ങളിൽ അപ്രത്യ ക്ഷരായ, ഇസ്താംബൂളിലെ അജ്ഞാതരായ പണക്കാരും വ്യവസായി കളും ആരൊക്കെയാണ് എന്നറിയാൻ മാർഗ്ഗങ്ങൾ ഒന്നും ഇല്ല. അത് സൂക്ഷിക്കേണ്ട സ്ഥലം ഓട്ടോമാൻ സാമ്രാജ്യത്തിന്റെ ഖജനാവ് തന്നെ യാണ്. ഹൂറികിൻ അതിനു വേണ്ടത് ചെയ്തു കൊള്ളും എന്നോർത്ത് ഫാൽക്കോ ആശ്വസിച്ചു.

വഴിയിൽ കണ്ടവരെ എല്ലാം അഭിവാദ്യം ചെയ്തുകൊണ്ട് ഫാൽക്കോ ഇസ്താംബൂളിലെ നഗരവീഥികളിലൂടെ ഉല്ലാസചിത്തനായി കുതിര യോടിച്ച് പോയി. നഗര ജീവിതം സാധാരണ നിലയിലേക്ക് വന്നതോടെ നഗരത്തിൽ കുതിരയോടിക്കുന്നത് വീണ്ടും ഉന്നതോദ്യോഗസ്ഥരുടെ മാത്രം അവകാശമായി മാറിയിരിക്കുന്നു. പാലത്തിൽ കുതിരയോടിക്കു ന്നവരെ നിയമപാലകർ തടഞ്ഞുവയ്ക്കുകയും ജയിലിൽ അടയ്ക്കു കയും ചെയ്യാൻ തുടങ്ങിയിരിക്കുന്നു. അസാപ്കാപിസിയിൽ തന്റെ കുതിരയെ നിർത്തിയിട്ടു ഫാൽക്കോ കടവിലേക്ക് ഓടി.

പാലത്തിന്റെ കവാടത്തിൽ കരുത്തൻ യെയെയും ഹാഫിസ് സെലെബിയും നിൽക്കുന്നുണ്ടായിരുന്നു. യെയെയുടെ തോളിൽ ചാരി നിന്നിരുന്ന ഹാഫിസ് സെലെബി ആകെ വിളറി വെളുത്തു അവശ നായി കാണപ്പെട്ടു. പിറ്റ്ജാൻ യാത്രയാവുകയാണ്. നങ്കൂരം ഉയർത്താൻ ഇനിയും അര മണിക്കൂർ സമയമുണ്ട്. ഫാൽക്കോ അവരെ സമീപിച്ച പ്പോൾ മുത്തുകൾ കണ്ടെടുത്തോ എന്ന ചോദ്യഭാവമായിരുന്നു എല്ലാ വരുടെയും മുഖത്ത്. ഫാൽക്കോ ഒരു തലയാട്ടലോടെയും പുഞ്ചിരി യോടെയും പ്രതികരിച്ചു. ഹൂറികിൻ ഇസ്താംബൂളിൽ നിന്നുള്ള പാല ത്തിലൂടെ കടന്നു വരുന്നതും കാത്ത് അവരെല്ലാം നില്പായി.

“അവളിവിടെ എത്തേണ്ട നേരം കഴിഞ്ഞല്ലോ!”

“അതേ. എല്ലാം നമ്മുടെ പദ്ധതി അനുസരിച്ചു നടന്നു എന്ന് പ്രതീ ക്ഷിക്കാം.”

"തീർച്ചയായും അത് അങ്ങനെ തന്നെ നടന്നു കാണണം."

അല്പനേരം കഴിഞ്ഞു ഹൂറികിൻ പ്രത്യക്ഷപ്പെട്ടു. ഗൗരവ ഭാവം നൽകുന്ന ഒരു നീണ്ട മേലുടുപ്പ് ആണ് അവൾ അണിഞ്ഞിരുന്നത്. അവളെ ആലിംഗനം ചെയ്യാനായി ഫാൽക്കോ മുന്നോട്ടാഞ്ഞതാണ്. പക്ഷേ ഹൂറികിൻ തന്റെ തല കുനിച്ചപ്പോൾ അവൻ മടിച്ചു നിൽക്കുകയും തന്റെ നോട്ടം തിരിച്ചുകളയുകയും ചെയ്തു. യെയെയും ഹാഫിസ് സെലെബിയും അവരുടെ ലജ്ജയുടെ കാരണം മനസ്സിലാക്കി രസിച്ചു ചിരിച്ചു.

പിറ്റ്ജാൻ അവരുടെ രക്ഷയ്ക്കെത്തി. "വരൂ, പിരിയും മുൻപ് നമുക്ക് ഒന്നുകൂടി സംസാരിക്കാം."

വല കൊണ്ട് കെട്ടിപ്പൊതിഞ്ഞു സുരക്ഷിതമാക്കി കപ്പലിൽ കയറ്റാൻ തയ്യാറാക്കി വച്ചിരിക്കുന്ന ചില ഭാണ്ഡങ്ങളുടെ മറവിലേക്ക് അവർ ഒഴിഞ്ഞു നിന്നു.

"എനിക്ക് വയസ്സാവുകയാണ്." അവസാനത്തെ യാത്ര പറച്ചിലിന് ഒരുങ്ങുന്ന ഒരാളുടെ ഉത്കണ്ഠയോടെ പിറ്റ്ജാൻ പറഞ്ഞു. "അടുത്ത വസന്തത്തിൽ ജീവസ്പർശത്തിന്റെ പൂവ് കാണാൻ ഞാൻ എത്തും എന്നതിന് ഉറപ്പൊന്നുമില്ല. എനിക്ക് രണ്ടു ജീവനുണ്ടായിരുന്നെങ്കിൽ അതിലൊന്ന് ഞാൻ ഇസ്താംബൂളിൽ ചെലവഴിക്കുമായിരുന്നു. എന്തായാലും ഇപ്പോഴും ഈ നഗരത്തിൽ താമസിക്കാൻ ഒരുപാടു നല്ല കാരണങ്ങൾ ഉണ്ട്. യെയെ, ടുളിപുകൾ ഇപ്പോൾ നിന്റെ കൈയിലാണ്. ഞാൻ നിന്നെ മറന്നുപോവാതിരിക്കാനായി എപ്പോൾ നീ പുതിയ ഇനം ടുളിപ് ഉത്പാദിപ്പിച്ചാലും, എനിക്കായി ഒരെണ്ണം ഈ കപ്പലിൽ അയയ്ക്കുക. നീ എനിക്കായി അയയ്ക്കാൻ പോകുന്ന കിഴങ്ങുകളുടെ വിലയുടെ ആദ്യഗഡു ആണ് ഈ പൊതിയിലുള്ള പണം. ഈ പൊതിയിലുള്ളത് ശെഹനാസിന്റെ സ്ത്രീധനത്തുകയും."

എല്ലാവരെയും അതിശയിപ്പിച്ചുകൊണ്ട് പിറ്റ്ജാൻ തന്റെ കീശയിൽ നിന്ന് വലുതും ചെറുതുമായ രണ്ടു പൊതികളെടുത്തു യെയെയുടെ കൈകളിൽ വച്ചു കൊടുത്തു.

"എന്റെ പ്രിയപ്പെട്ട യെയെ," ആർക്കെങ്കിലും തടയാനാകും മുൻപ് പിറ്റ്ജാൻ തുടർന്നു. "അസ്ലാൻ ആഗ നിന്നിൽ നിന്ന് കവർന്നെടുത്ത എല്ലാത്തിനും നഷ്ടപ്പെട്ട നിന്റെ നല്ല ദിവസങ്ങൾക്കുമുള്ള ഒരു ചെറിയ നഷ്ടപരിഹാരമാണിത്. ദയവായി ഇത് സ്വീകരിക്കൂ. ലജ്ജ തോന്നേണ്ട കാര്യമില്ല. ഹൂറി, എനിക്കൊരു മകനുണ്ടായിരുന്നെങ്കിൽ നിന്നെയല്ലാതെ മറ്റാരെയും വധുവായി സ്വീകരിക്കാൻ അവനെ ഞാൻ അനുവദിക്കുകയില്ലായിരുന്നു. നിനക്ക് ഇഷ്ടമാണെങ്കിൽ ഇപ്പോൾ ഈ കപ്പലിൽ എന്റെ കൂടെ വരാം. ഒരു മാന്യനായ വരന് നിന്നെ ഞാൻ വിവാഹം ചെയ്തു കൊടുക്കും. നിനക്ക് ഇവിടെ തുടരാനാണ് താത്പര്യമെങ്കിൽ എന്റെ ഉപഹാരമായി ഈ കമ്മലുകളും കുപ്പായക്കൊളുത്തുകളും സ്വീകരിക്കുക."

"പിറ്റ്ജാൻ എഫെൻഡീ, നിങ്ങൾ കൊച്ചു കേക്കറിന്റെ നിധി കൊള്ള യടിക്കുകയായിരുന്നോ?" അതിശയത്തോടെ തന്റെ കൈയിലിരിക്കുന്ന രത്നം പതിച്ച വലിയ കമ്മലുകളിലേക്കും വൈഢൂര്യം പിടിപ്പിച്ച കുപ്പായ ക്കൊളുത്തുകളിലേക്കും നോക്കിക്കൊണ്ട് ഹൂറികിൻ തമാശ പറഞ്ഞു. "ന്യായാധിപൻ ഇസഹാക്കിനെ നമ്മൾ തീർച്ചയായും ഈ വിവരം അറി യിക്കണം."

"എനിക്ക് പോകാൻ സമയമായി. അല്ലെങ്കിൽ ഞാൻ ഇല്ലാതെ ഈ കപ്പൽ വീണ്ടും യാത്രയാകും." പിറ്റ്ജാൻ പറഞ്ഞു.

എല്ലാവരും ചിരിച്ചു.

"നിശ്ചയമായും നിന്റെ വീട് തിരിച്ചുപിടിക്കുന്നതിൽ ഞാൻ വിജ യിച്ചു." തടസ്സവാദങ്ങൾ സ്വീകരിക്കാത്ത അർത്ഥവത്തായ ഒരു നോട്ടം ഫാൽക്കോയ്ക്ക് നൽകിക്കൊണ്ട് പിറ്റ്ജാൻ പറഞ്ഞു. "നിന്റെ അമ്മയുടെ സ്മാരകമായി അതിനെ കണക്കാക്കുകയും നിന്റെ വിവാഹം അവിടെ വച്ചു നടത്തുകയും വേണം."

ഹൂറികിൻ തിരിഞ്ഞു കപ്പലിലേക്ക് നോക്കി. വിവാഹത്തെക്കുറിച്ചുള്ള ഈ സംഭാഷണങ്ങൾക്കിടയിൽ ഫാൽക്കോയുടെ നോട്ടം നേരിടാൻ അവൾക്കു കരുത്തില്ലായിരുന്നു. നക്സിഗ്യുൽ ജീവനോടെ ഉണ്ടോ ഇല്ലയോ എന്ന് ഇതുവരെ അവനോടു പറയാൻ കഴിഞ്ഞിട്ടില്ല. ഒരു പക്ഷേ അവനോട് അത് പറയാതിരിക്കുന്നതാവും നല്ലത്. അവൾ ഇപ്പോഴും ജീവിച്ചിരിപ്പുണ്ടെങ്കിൽ ഏതു കൊട്ടാരത്തിലാവും താമസം എന്നും എത്ര കുട്ടികളുടെ അമ്മയായി കാണും എന്നും ആർക്കറിയാം? അവനറിയാത്ത മറ്റ് ചില കാര്യങ്ങളും ബാക്കിയുണ്ട്. താൻ ഒരു രാജ കുമാരൻ ആണെന്നറിയാൻ അവനു താത്പര്യമുണ്ടാവുമോ? അവളുടെ ജീവിത ലക്ഷ്യം അവന്റെ ജീവൻ രക്ഷിക്കുക എന്നതാണ് എന്നറിഞ്ഞാൽ ഫാൽക്കോ എങ്ങനെ പ്രതികരിക്കും? തന്റെ മരണത്തിനു മുൻപ് ഹൂറി കിന്റെ അച്ഛനു ഫാൽക്കോയുടെ അമ്മ മുപ്പതു വലിയ മുത്തുകൾ നൽകി യിട്ട് തന്റെ മകനെ സംരക്ഷിച്ചു കൊള്ളണം എന്നും ഒരിക്കലും അവൻ ഒരു രാജകുമാരൻ ആണെന്ന് അറിയിക്കുകയില്ല എന്നും പ്രതിജ്ഞ എടു പ്പിച്ചതും അറിഞ്ഞാൽ അവനെന്തു ചെയ്യും? അവളുടെ അച്ഛൻ എന്നും അവനെ സംരക്ഷിച്ചിരുന്നു എന്നും ഒരിക്കലും ആ മുത്തുകളിൽ സ്പർശി ക്കുക പോലും ചെയ്തിട്ടില്ല എന്നും അറിയുമ്പോൾ ഫാൽക്കോയുടെ ചിന്തകൾ എന്തായിരിക്കും? തന്റെ മരണശയ്യയിൽ വച്ചു അവളുടെ അച്ഛൻ ഹൂറികിന് കൈമാറിയ ആ മുത്തുകൾ ഇപ്പോൾ അവനു നൽകിയാൽ ഫാൽക്കോ എങ്ങനെ പ്രതികരിക്കും? അവനെ വഹിച്ചു കൊണ്ടുപൊയ് ക്കൊണ്ടിരുന്ന ചെറുവള്ളത്തിലേക്ക് തന്റെ വഞ്ചി ഇടിച്ചു കയറ്റാൻ ഒരു തുഴക്കാരനെ അവൾ ഏർപ്പാട് ചെയ്തതാണെന്നും അവനെ സഹായി ക്കാൻ ലാങ്കി ഒസ്മാന് മുപ്പതു സ്വർണ്ണനാണയങ്ങൾ നൽകിയതും അവനറിഞ്ഞാൽ എന്തായിരിക്കും ഫാൽക്കോ ചിന്തിക്കുക? ഫാൽക്കോയെ

ജയിൽസൂക്ഷിപ്പുകാരൻ ചന്തയിൽ വച്ചു പിടികൂടാൻ തുടങ്ങിയപ്പോൾ ബഹളം കൂട്ടി ശ്രദ്ധ തിരിച്ച സ്ത്രീ താൻ ആയിരുന്നു എന്നറിഞ്ഞാൽ ഫാൽക്കോയ്ക്ക് എന്ത് തോന്നും? സ്ഥാനപതിയുടെ വിശ്രമകേന്ദ്രത്തിൽ വച്ചു കഠാര പിടിച്ച മനുഷ്യനെ ആക്രമിച്ചു താഴെയിട്ട അജ്ഞാതവ്യക്തി താനായിരുന്നു എന്നറിഞ്ഞാൽ അവൻ അദ്ഭുതപ്പെടുമോ? അവന് ഊഹം പോലുമില്ലാത്ത നൂറുകണക്കിന് ഇതുപോലെയുള്ള കാര്യങ്ങൾ വേറെയുമുണ്ട്. നാം പ്രണയിക്കുന്ന ആളിനെ ലഭിച്ചില്ല എങ്കിൽ ലഭിച്ച ആളിനെ കൊണ്ട് തൃപ്തിയടയുക എന്ന പഴഞ്ചൊല്ല് അവൻ കേട്ടിട്ടുണ്ടാവുമോ എന്ന് സംശയിച്ചു. അഹമദ് രാജകുമാരൻ എന്നോ സുൽത്താൻ അഹമ്മദ് നാലാമൻ എന്നോ അറിയപ്പെടാൻ അവനു താത്പര്യം ഉണ്ടാവുമോ എന്ന് ചിന്തിച്ചു. അങ്ങനെയാണെങ്കിൽ ഫാൽക്കോയുടെ അമ്മ സമ്മാനിച്ച അഹമ്മദ് എന്ന പേര് അവന് ഇഷ്ടമാവുമോ? അങ്ങനെ ആണെങ്കിൽ... അങ്ങനെ ആണെങ്കിൽ... ഹൂറികിന്റെ മനസ്സിലൂടെ അനേകം ചോദ്യങ്ങൾ കടന്നുപൊയ്ക്കൊണ്ടെയിരുന്നു.

ന്യായാധിപൻ ഇസഹാക്കും താനുമല്ലാതെ ഫാൽക്കോയാണ് അഹമദ് രാജകുമാരൻ എന്നറിയാവുന്ന ആരും ഇന്ന് ഈ ഭൂമുഖത്ത് ഇല്ല എന്ന് ഹൂറികിൻ ഓർത്തു. അദ്ദേഹത്തിനു സംഭവിച്ച ആപത്തിനു ശേഷം ഒരിക്കലും സുൽത്താനോടോ മന്ത്രിമുഖ്യനോടോ രാജകുമാരനെ പറ്റി ന്യായാധിപൻ ഒന്നും പറയില്ല എന്നവൾക്ക് ഉറപ്പായിരുന്നു. പത്രോണ ഹലീൽ സുൽത്താൻ അഹമദിനെ സ്ഥാനഭ്രഷ്ടനാക്കുക മാത്രമല്ല ചെയ്തത്, അഹമദ് രാജകുമാരന്റെ അവകാശങ്ങളെ മുൻപിൻ ചിന്തയില്ലാതെ തള്ളിക്കളയുകയും ചെയ്തു. ഈ ചിന്തകളിൽ മുഴുകിയിരുന്നതിനാൽ ഹൂറികിൻ ഫാൽക്കോയുടെ തമാശ നിറഞ്ഞ ഭാവമോ വിവാഹത്തെക്കുറിച്ചു കേട്ടപ്പോഴുണ്ടായ അവന്റെ പ്രതികരണമോ സ്വർണ്ണം എന്ത് ചെയ്തു എന്ന വിവരണമോ ശ്രദ്ധിച്ചില്ല.

“നിങ്ങളുടെ കപ്പൽ പുറപ്പെടും പിറ്റ്ജാൻ എഫെൻഡീ,” തന്റെ നോട്ടം മറ്റുള്ളവരിലേക്ക് തിരിച്ചു കൊണ്ട് ഹൂറികിന് ഇത് മാത്രമേ പറയാൻ കഴിഞ്ഞുള്ളൂ.

“അങ്ങനെ സംഭവിച്ചെങ്കിൽ.” ഹാഫിസ് സെലെബി പറഞ്ഞു.

“എന്റെ ഹാഫിസ് സെലെബീ, നാല് ദിവസം മുൻപ് അത് ഞാൻ ഇല്ലാതെ പുറപ്പെട്ടു എന്ന് നിങ്ങൾക്ക് അറിയാം. പക്ഷേ മറ്റൊരു കപ്പൽ വന്നു. പക്ഷേ ഇപ്പോൾ മുതൽ ഇസ്താംബൂളിലേക്ക് പുറപ്പെടുന്ന കപ്പലുകൾ ഞാൻ ശ്രദ്ധിക്കേണ്ടിയിരിക്കുന്നു. അതിലൊന്നിൽ എന്റെ ഇരട്ടക്കിഴങ്ങുകളിൽ ഒരെണ്ണം അങ്ങേക്കു വേണ്ടി എനിക്ക് അയയ്ക്കാമല്ലോ. പ്രിയ സുഹൃത്തേ, മുസ്ലീമുകൾ പറയാറുണ്ട്. എന്റെ അനുഗ്രഹവുമായി പോകൂ! നിങ്ങൾ എന്നോടു ഇത് പറയാൻ ഞാൻ ആഗ്രഹിക്കുന്നു. എന്നെങ്കിലും അവർ നിങ്ങളുടെ സ്വർഗ്ഗത്തിൽ എന്നെ പ്രവേശിപ്പിച്ചാൽ നിങ്ങളെ ഞാൻ അവിടെ സന്ദർശിക്കും. അല്ലെങ്കിൽ നിങ്ങൾ

എന്നെ സന്ദർശിക്കണം. എന്തുകൊണ്ടെന്നാൽ നിങ്ങളെ പിരിയുന്നതിൽ ഞാൻ അഗാധമായി ദുഃഖിക്കും."

ആംസ്റ്റർഡാമിലേക്ക് കുതിക്കുന്ന ഫ്ളെമിഷ് പതാക പറക്കുന്ന കപ്പലിന്റെ കൈവരിയിൽ ചാരി പിറ്റ്ജാൻ നിന്നു. സെരാഗ്ലിയോയിൽ വച്ചു കപ്പൽ തിരിഞ്ഞപ്പോൾ അതിന്റെ പായകൾ ഓളം വെട്ടി. ഇസ്താംബൂളിനു വേണ്ടി കൊതിച്ചുകൊണ്ട് അയാൾ അവസാനമായി ആ പ്രിയപ്പെട്ട കരയിലേക്ക് നോക്കി നിന്നു. പിറ്റ്ജാനിന്റെ വലിയ കൈകളിൽ ഇരുന്ന മാലയിലേക്ക് പതിച്ച അയാളുടെ കണ്ണുനീരിന്റെ നനവ് ഇളം ചൂടുള്ള മരതകവും അർദ്ധതാര്യമായ മുത്തുകളും ഏറ്റുവാങ്ങി. ആ സമയത്ത് തീരത്ത് അയാളുടെ സുഹൃത്തുക്കൾ ഇനിയൊരിക്കലും അയാളെ കണ്ടു മുട്ടുകയില്ല എന്ന പൂർണബോധ്യത്തോടെ നനഞ്ഞ കണ്ണുകളുമായി പിറ്റ്ജാനിനെ നോക്കി നിൽക്കുകയായിരുന്നു. അതിനിടയിൽ തന്റെ കൈപ്പട്ടയിൽ നിന്ന് ഒരു മുത്ത് എടുത്തു ഫാൽക്കോ ഹൂറികിനിന്റെ കൈവെള്ളയിൽ വച്ചു കൊടുത്തതും അവളുടെ കണ്ണുകളിലെ കണ്ണുനീരും ആരും കണ്ടില്ല.

ഉപസംഹാരം

ഒരു കൊലപാതകവും അറുപത്തിയാറ് ചോദ്യങ്ങളും എന്ന പേരിൽ ഞാൻ ലേലത്തിന് വാങ്ങിക്കുകയും അല്പസ്വല്പം തിരുത്തലുകളോടു കൂടി നിങ്ങളോടു പങ്കു വച്ച പുസ്തകത്തിന്റെ അവസാനം അതായിരുന്നു. ഈ പുസ്തകത്തിന്റെ മറ്റൊരു കോപ്പി ഒരു പുസ്തകശാലയിലും കണ്ടെത്താൻ എനിക്ക് കഴിഞ്ഞില്ല എന്ന് തുടക്കത്തിൽ തന്നെ പറഞ്ഞിരുന്നു. ഹാഫിസ് സെലെബിയുടെ ജീവിതത്തിൽ പിന്നീട് എന്താണ് സംഭവിച്ചത് എന്നറിയാനുള്ള ആകാംക്ഷ എന്നെ ചില ഓട്ടോമാൻ ചരിത്രരേഖകളിൽ എത്തിച്ചു. ഈ കഥയുമായി ബന്ധപ്പെട്ട രേഖകൾ ഒന്നും തന്നെ കണ്ടെടുക്കാൻ എനിക്ക് കഴിഞ്ഞില്ലെങ്കിലും നമ്മുടെ നായകന്മാരെ പറ്റി ആ സമയത്തെ ചരിത്രകാരനായ സൂഫി എഫെൻഡി എഴുതിയ ചില വിവരങ്ങൾ ലഭിച്ചു. നിങ്ങൾക്ക് അതറിയാൻ താത്പര്യമുണ്ടാവും എന്ന് ഊഹിച്ചുകൊണ്ട് ഞാൻ ആ വിവരങ്ങൾ ഇവിടെ സമർപ്പിക്കുന്നു.

കലാപത്തെക്കുറിച്ചു ധാരാളം കവിതകൾ എഴുതിയ അക്കാലത്തെ ഒരു കവിയായിരുന്നു ഫാസിഹി. അക്കാലത്തെ കഡി രേഖകളിൽ ധാരാളം പരാതികളുടെയും നിയമപ്രശ്നങ്ങളുടെയും പരാമർശങ്ങളുണ്ട്. സുൽത്താൻ അഹമദ് മൂന്നാമനേയും കലാപത്തിൽ മരിച്ച ആളുകളെയും പറ്റി ഒരു അജ്ഞാതൻ ആയ കവി എഴുതിയ പദ്യരൂപത്തിലുള്ള നോവൽ അക്കാലത്തെ രചനകളിൽ വളരെ പ്രധാനമാണ്. ഈ കഥ വളരെ പ്രശസ്തമായി തീർന്നു. ഇസ്താംബൂളിലെയും അനത്തോലിയയിലെയും റുമേലിയയിലെയും വികാരാധീനരായ വലിയ ജനക്കൂട്ടങ്ങൾക്കു മുന്നിൽ അത് ചൊല്ലി കേൾപ്പിക്കുക പതിവായിരുന്നു. അത് പ്രസിദ്ധീകരിച്ച മുട്ട്ഫെറിക്ക ഇബ്രാഹിം എഫെൻഡിക്ക് രണ്ടു മാസത്തിനുള്ളിൽ അത് പുനഃപ്രസിദ്ധീകരിക്കേണ്ടി വന്നു. ഹാഫിസ് സെലെബിയുടെയും കൊതിയൻ യൂസുഫിന്റെയും പേരുകൾ കർഷക പ്രസിദ്ധീകരങ്ങളിലും ടുളിപ് മാസികകളിലും തുടർച്ചയായി അച്ചടിച്ചു വന്നു. രേഖകൾ അനുസരിച്ചു റ്റിരീയൻ കുള്ളനെ അടുത്ത ഇരുപത്തിയഞ്ച് വർഷത്തേക്ക് ആരും വളർത്തിയില്ല എന്നാണ് മനസ്സിലാക്കാൻ കഴിയുന്നത്.

സുൽത്താൻ അഹമദിനു തന്റെ സിംഹാസനം നഷ്ടമായതിനു ശേഷം ജീവിതത്തിലെ അവസാന കാലമായ അടുത്ത ആറു വർഷം നസീബ് എന്ന തൂലികാ നാമത്തിൽ ഗസലുകളും പദ്യങ്ങളും എഴുതിക്കൊണ്ട് അദ്ദേഹം തന്റെ ദുർവിധി മറക്കാൻ ശ്രമിച്ചുകൊണ്ടേയിരുന്നു. തന്റെ മകളെ വിധവയാക്കിയ ദിനത്തെക്കുറിച്ചോർത്ത് അദ്ദേഹം പിന്നീടുള്ള ജീവിതകാലം മുഴുവൻ പശ്ചാത്തപിച്ചു.

സുൽത്താൻ മഹ്മൂത് ഒന്നാമൻ ഓട്ടോമാൻ സാമ്രാജ്യം ഇരുപത്തിയഞ്ച് വർഷങ്ങളോളം ഭരിച്ചു. ചില വസന്തകാല രാത്രികളിൽ അദ്ദേഹത്തിന്റെ വയലിൻ പൊഴിക്കുന്ന നാദവീചികൾ സ്കട്ടറിയുടെ തീരങ്ങളിലൂടെ ഒഴുകിയെത്തുമായിരുന്നു എന്നു പറയപ്പെടുന്നു. അദ്ദേഹം കവിതകൾ എഴുതുകയും കയ്യെഴുത്തു കലയിൽ താത്പര്യം കാണിക്കുകയും ചെയ്തിരുന്നു.

കലാപത്തിനു ശേഷം മൂന്നു വർഷം കൂടി ന്യായാധിപൻ ഇസഹാക്ക് തന്റെ സ്ഥാനം അലങ്കരിച്ചു. അദ്ദേഹം മുങ്ങൽവിദഗ്ദ്ധന്മാരെക്കൊണ്ട് ഗോൾഡൻ ഹോണിന്റെ ആഴമേറിയ മൂന്നു ഭാഗങ്ങളിലും വിശദമായ തിരച്ചിൽ നടത്തുകയും കലാപത്തിനു മുൻപ് നടന്ന എല്ലാ കൊലപാതകങ്ങളും തെളിയിക്കുകയും ചെയ്തു. പിന്നീട് അദ്ദേഹത്തെ ഷെയ്ക്ക് അൽ ഇസ്ലാം ആയി അവരോധിച്ചു. സുൽത്താൻ മഹ്മൂദ് ഒന്നാമന്റെ സിംഹാസനത്തിൽ അലങ്കാരത്തിനായി ഉപയോഗിച്ച സ്വർണ്ണത്തിന്റെ ഉറവിടം ആരും ഒരിക്കലും കണ്ടെത്തിയില്ല.

പത്രോണ ഹലീൽ ഒരു നേർവഴിക്കാരൻ ആയ മനുഷ്യൻ ആയിരുന്നു എങ്കിലും അയാളുടെ കൂട്ടാളികൾ അങ്ങനെ ആയിരുന്നില്ല. ഒരു വിവാഹച്ചടങ്ങിനോട് ബന്ധപ്പെട്ട ആഘോഷങ്ങൾക്കായി സുൽത്താൻ അയാളെയും സുഹൃത്തുക്കളെയും കൊട്ടാരത്തിലേക്കു ക്ഷണിക്കുകയും പത്രോണ ഹലീലിന്റെ രേവൻ കൊട്ടാരത്തിലേക്ക് കൊണ്ടുപോവുകയും ചെയ്തു. മുസ്ലൂ ബേസും കാപ്പിയുണ്ടാക്കുന്ന അലിയും ഉൾപ്പെടെയുള്ള അയാളുടെ സുഹൃത്തുക്കളെ അസ്ലാൻഹാസനിലേക്ക് കൊണ്ടുപോവുകയും അവിടെ വച്ച് അവരുടെ ശരീരങ്ങൾ കണ്ടംതുണ്ടം മുറിക്കുകയും രാജകീയ കവാടത്തിനു മുന്നിൽ എറിഞ്ഞു കളയുകയും ചെയ്തു. ചതിയനായ പ്രഭാഷകൻ ഇസ്പിരിസെയ്ദിനെയും നാവികപ്പടയുടെ തലവൻ അബ്ദി പാഷയെയും കഡി ഇബ്രാഹിം എഫെൻഡിയെയും അതിനുശേഷം സുൽത്താന്റെ ആജ്ഞപ്രകാരം വെള്ളത്തിൽ മുക്കിക്കൊന്നു.

കൊച്ചു കേക്കറിന്റെ പക്കൽ നിന്നെടുത്ത രണ്ടു വിലപിടിച്ച മാലകൾ പിറ്റ്ജാൻ വിൽക്കുകയും ഫ്ളാൻഡേഴ്സിൽ വളരെ വിലപിടിപ്പുള്ള നിലം ആ പണം കൊണ്ട് സ്വന്തമാക്കുകയും ചെയ്തു. ഹാഫിസ് സെലെബിയുടെ ഓർമ്മയ്ക്കായി ഇസ്താംബൂളിൽ നിന്ന് കൊണ്ട് വന്ന ടുളിപ് കിഴങ്ങുകൾ അവിടെ അയാൾ കൃഷി ചെയ്തു. അയാളുടെ നിറപ്പകിട്ടുള്ള

പൂക്കളുടെ പ്രഭാവത്താൽ ഹോളണ്ടിലാകെ ടുളിപ്പുകൾക്ക് മതിപ്പ് വർദ്ധിച്ചു. തന്റെ മരണംവരെ എല്ലാ വർഷവും ഇസ്താംബൂളിലേക്ക് ഒരു ഇരട്ടക്കിഴങ്ങു അയയ്ക്കുക പിറ്റ് ജാനിന്റെ പതിവായിരുന്നു. അയാളുടെ ടുളിപ്പുകളുടെ ചിത്രശേഖരം ഫ്ളെമിഷ് രാജകീയ പുസ്തകശാലയിലെ ഏറ്റവും വിലപ്പെട്ട രേഖകളിൽ ഒന്നായിത്തീർന്നു.

ശെഹ്നാസും യെയെയും വളരെ ചെറുപ്പമായിരുന്നു എങ്കിലും വിവാഹിതരാവുകയും ഒരു വർഷത്തിനുള്ളിൽ അവർക്ക് ആദ്യത്തെ കുഞ്ഞു ജനിക്കുകയും ചെയ്തു.

യെയെയ്ക്ക് നല്ല വിദ്യാഭ്യാസം നൽകണം എന്നതിനു പുറമേ പേര ക്കുഞ്ഞിനെ താലോലിക്കണം എന്നതും ഹാഫിസ് സെലെബിയുടെ തീവ്രമായ അഭിലാഷമായിരുന്നു. യെയെയുടെ പുത്രിയുടെ തൊട്ടി ലാട്ടാൻ ഭാഗ്യമുണ്ടായ ദിവസം വൈകുന്നേരം അദ്ദേഹം ഇഹലോക വാസം വെടിഞ്ഞു. ആമകളുടെ രഹസ്യമുൾപ്പെടെ തനിക്കുള്ളതെല്ലാം യെയെയ്ക്ക് നൽകിയിട്ടാണ് അദ്ദേഹം മണ്മറഞ്ഞത്.

കലാപത്തിന്റെ ഭാഗമായുണ്ടായ കൊള്ളയടികളിൽ വെയ്സ് ആഗ യ്ക്ക് എല്ലാം നഷ്ടമായിരുന്നു. ഹസേയ്കി മനോരോഗാശുപത്രി യിലേക്ക് അയയ്ക്കുന്നതിനു പകരം യെയെയും ശെഹ്നാസും അദ്ദേഹ ത്തിനെയും ഭാര്യയെയും വർഷങ്ങളോളം പരിചരിച്ചു. പക്ഷേ അവന് അവരെ അച്ഛൻ എന്നോ അമ്മ എന്നോ ഒരിക്കലും വിളിക്കാൻ കഴിഞ്ഞി രുന്നില്ല. അവൻ അയസോഫിയ മദ്രസയിൽ മൂന്നു വർഷം പഠിക്കുകയും ജീവസ്പർശത്തിന്റെ അഞ്ചു തലമുറകളെ സൃഷ്ടിക്കുകയും ചെയ്തു. പത്തു വർഷത്തിനുശേഷം അവൻ ടുളിപ് കാർഷിക സംഘത്തിന്റെ തലവനായി അവരോധിക്കപ്പെടുകയും കർഷകരുടെ ഇടയിൽ കൊതിയൻ യൂസുഫ് ആഗ എന്ന് അറിയപ്പെടുകയും ചെയ്തു.

എല്ലാ വർഷവും പിറ്റ്ജാനിന് യെയെ ഒരു കത്തും രണ്ടു ടുളിപ് കിഴങ്ങുകളും അയയ്ക്കുമായിരുന്നു. ഫാൽക്കോയുമൊത്തുള്ള ഓർമ്മ കൾ അയവിറക്കിക്കൊണ്ട് കുളത്തിൻകരയിൽ രാത്രി മുഴുവൻ ഉറ ങ്ങാതെ ഇരിക്കുമ്പോൾ മാത്രമാണ് അവൻ ശെഹ്നാസിനെ അല്പ മൊന്നു അലോസരപ്പെടുത്തിയിരുന്നത്. അവൻ ഒറ്റയ്ക്കായിരിക്കു മ്പോഴെല്ലാം ഹാഫിസ് സെലെബിയുടെ വാക്കുകൾ ഓർക്കുക പതിവാ യിരുന്നു. "ടുളിപ്പുകൾ പാകാനുള്ള നേരമായി മകനേ! നമുക്ക് അടുത്ത വസന്തത്തിൽ ജീവസ്പർശം ഉത്പാദിപ്പിക്കാൻ കഴിയുമോ എന്ന് നോക്കാം."

ഹൂറികിനെ പറ്റി മൂന്നു ചന്ദ്രന്മാരുടെ സംഘത്തെ പറ്റിയുള്ള രേഖ കളിൽ ഒന്നിൽ പോലും യാതൊരു പരാമർശവുമില്ല.

ഫാൽക്കോ....?

■

www.ingramcontent.com/pod-product-compliance
Ingram Content Group UK Ltd.
Pitfield, Milton Keynes, MK11 3LW, UK
UKHW042138021026
15589UKWH00003B/907

9 789387 357310